कालोऽस्मि लोकक्षयकृत्प्रवृद्धो
लोकान्समाहर्तुमिह प्रवृत्तः। *(11.32)*

गीतोपनिषद्

# भगवद्गीता

## जशी आहे तशी

# Bhagavad-gītā

## As It Is

(Marathi)

**कृष्णकृपामूर्ती श्री श्रीमद् ए.सी. भक्तिवेदांत स्वामी प्रभुपाद यांनी लिहिलेले ग्रंथ मराठीमध्ये उपलब्ध :**

भगवद्‌गीता : जशी आहे तशी
श्रीमद्‌भागवत : पहिला ते सातवा स्कंध
पूर्ण पुरुषोत्तम भगवान श्रीकृष्ण
श्रीचैतन्य शिक्षामृत
भक्तिरसामृतसिंधू
उपदेशामृत
श्रीईशोपनिषद
भागवताचा प्रकाश
इतर ग्रहांचा सुगम प्रवास
आत्म-साक्षात्काराचे विज्ञान
कृष्णभावना : सर्वोत्तम योग
पूर्ण प्रश्न पूर्ण उत्तर
प्रह्लाद महाराजांची दिव्य शिकवण
महाराणी कुंतीची शिकवण
रसराज श्रीकृष्ण
जीवन-शक्तीचा उगम : अंधश्रद्धा निर्मूलन
जन्म-मृत्यूच्या पलीकडे
प्रेमसागर श्रीकृष्ण
राजविद्या
कृष्णभावनेचा सुबोधभानू
कृष्णभक्ती : अनुपम भेट
कर्मयोग
योगाची पूर्णता
गीतासार
पुनरागमन : पुनर्जन्माचे गूढ
सनातन धर्म
हरे कृष्ण मंत्र : शक्ती आणि किमया
जाऊ देवाचिया गावा : मासिक पत्रिका

अधिक माहितीसाठी आणि पुस्तकांच्या सूचीसाठी खालील पत्त्यावर संपर्क साधावा :
**भक्तिवेदांत बुक ट्रस्ट, हरे कृष्ण धाम, जुहू, मुंबई ४०० ०४९.**
ही पुस्तकें हरे कृष्ण केंद्रांतही उपलब्ध आहेत. कृपया आपल्या जवळील केंद्राशी संपर्क साधावा.

गीतोपनिषद्

# भगवद्‌गीता

## जशी आहे तशी

**सुधारित आणि विस्तारित संपूर्ण आवृत्ती**

मूळ संस्कृत श्लोक, शब्दार्थ, भाषांतर आणि विस्तृत तात्पर्यासहित


कृष्णकृपामूर्ती

**श्री श्रीमद् ए.सी. भक्तिवेदांत स्वामी प्रभुपाद**

संस्थापकाचार्य : आंतरराष्ट्रीय कृष्णभावनामृत संघ



भक्तिवेदांत बुक ट्रस्ट

या ग्रंथाच्या विषयवस्तूबद्दल अधिक माहितीकरिता वाचकांना कोणत्याही जवळच्या इस्कॉन केंद्राबरोबर किंवा खालील पत्त्यावर पत्रव्यवहार करण्यास आमंत्रित करीत आहोत:

**भक्तिवेदांत बुक ट्रस्ट**
**हरे कृष्ण धाम**
**जुहू, मुंबई ४०० ०४९**

**वेब/ई-मेल:**
www.indiabbt.com
admin@indiabbt.com

Bhagavad-gītā As It Is (Marathi)
अनुवादक (इंग्रजी-मराठी) : रोहिणीकुमार दास

First Printing : 10,000 Copies
2nd to 22nd Printings : 25,40,000 copies
23rd Printing, October 2012 : 3,00,000 copies



ISBN 978-93-82176-39-8



भगवद्गीता जशी आहे तशी अरबी, चिनी, डच, फ्रेंच, जर्मन, इंग्रजी, इटालियन, जपानी, पोर्तुगीज, स्पॅनिश, स्वीडिश, बंगाली, गुजराती, हिंदी, तमिळ, तेलुगु, मलयाळम, कन्नड, उडिया तसेच अन्य भाषांमध्ये उपलब्ध आहे.

भक्तिवेदांत बुक ट्रस्ट द्वारे प्रकाशित आणि मुद्रित.

HU4V

# समर्पण

वेदांत तत्त्वज्ञानावर सुंदर गोविंद भाष्य लिहिणारे

**श्रील बलदेव विद्याभूषण**

यांना समर्पित

# अनुक्रमणिका

पार्श्वभूमी ............................ *xi*

मनोगत ............................ *xiii*

उपोद्‌घात ............................ १

अध्याय पहिला ............................ २९

**अर्जुनविषादयोग**—कुरुक्षेत्रातील युद्धस्थळावर सैन्यांचे निरीक्षण

ज्या वेळी दोन्ही पक्ष युद्धाच्या पवित्र्यात उभे राहतात त्या वेळी महारथी अर्जुनाला दोन्ही पक्षांतले नातेवाईक, गुरू व मित्र युद्धाला आणि जीव द्यायला तयार असल्याचे दिसते. शोकाकुल व मोहग्रस्त झाल्याने अर्जुनाची शक्ती खचून जाते, मन गोंधळून जाते आणि तो युद्ध करण्याचा निश्चय सोडून देतो.

अध्याय दुसरा ............................ ५५

**सांख्ययोग**—गीतेचे सार

अर्जुन भगवान श्रीकृष्णांना शरण जाऊन त्यांचे शिष्यत्व पत्करतो. नश्वर भौतिक शरीर आणि नित्य आत्मा यांच्यातील मूलभूत अंतर स्पष्ट करून श्रीकृष्ण आपल्या उपदेशाला सुरुवात करतात. देहांतराची (पुनर्जन्म) प्रक्रिया, परमेश्वराची अहैतुकी सेवा आणि साक्षात्कारी पुरुषाची लक्षणे, यांच्याविषयी भगवान श्रीकृष्ण उपदेश करतात.

अध्याय तिसरा ............................ १२१

**कर्मयोग**

या भौतिक जगामध्ये प्रत्येकाला कोणते ना कोणते तरी कर्म करायलाच हवे. परंतु आपण केलेले कर्म आपल्याला या संसारात बांधून ठेवू शकते अथवा मुक्त करू शकते. निष्काम भावनेने परमेश्वराच्या आनंदाप्रीत्यर्थ कर्म केल्याने मनुष्य कर्माच्या फेऱ्यातून (क्रिया आणि प्रतिक्रिया) मुक्त होऊ शकतो व आत्मा आणि परमात्मा यांबद्दल दिव्य ज्ञान प्राप्त करू शकतो.

अध्याय चौथा ............................ १५७

**ज्ञानकर्मसंन्यासयोग**—दिव्य ज्ञान

दिव्य ज्ञान—म्हणजे आत्मा, परमेश्वर आणि त्यांच्या परस्पर संबंधांविषयीचे ज्ञान

हे शुद्ध करणारे व मुक्ती देणारे असते. हे ज्ञान निष्काम भक्ती किंवा कर्मयोगाचे फळ असते. भगवान श्रीकृष्ण गीतेचा प्राचीन इतिहास, भौतिक जगातील त्यांच्या वारंवार होणाऱ्या अवतरणाचे महत्त्व आणि गुरूला (आत्मसाक्षात्कारी शिक्षक) शरण जाण्याची आवश्यकता यांविषयी उपदेश करतात.



बुद्धिमान मनुष्य दिव्य ज्ञानरूपी अग्नीत शुद्ध होऊन वरकरणी सर्व प्रकारची कर्मे करीत असतो, परंतु आतून मात्र कर्माच्या फळांचा त्याग करून शांती, विरक्ती, सहिष्णुता, आध्यात्मिक दृष्टी आणि आनंद प्राप्त करतो.



अष्टांगयोग प्रक्रिया (एक यंत्रवत चालणारी ध्यान क्रिया), मन आणि इंद्रिये नियंत्रित करून परमात्म्यावर (परमेश्वराचे आपल्या हृदयात स्थित असलेले रूप) ध्यान केंद्रित करते. या प्रक्रियेचा कळस म्हणजे समाधी किंवा परमेश्वराचा पूर्ण साक्षात्कार .



भगवान श्रीकृष्ण परम सत्य आहेत. जे काही भौतिक व आध्यात्मिक आहे त्या सर्व गोष्टींचे आदिकारण व पोषणकर्ते आहेत. महात्मागण भक्तिपूर्वक त्यांना शरण जातात, परंतु पापी लोक इतर गोष्टींच्या पूजेमध्ये मनाला गुंतवीत राहातात.



भगवान श्रीकृष्णांचे आयुष्यभर भक्तिपूर्वक स्मरण केल्याने व विशेषकरून मृत्युसमयी स्मरण केल्याने, मनुष्याला त्यांचे परमधाम प्राप्त करता येते, जे भौतिक जगाच्या पलीकडे आहे.



भगवान श्रीकृष्ण परमेश्वर आहेत व परम आराध्य आहेत. भक्तीच्या माध्यमाद्वारे जीवात्म्याचा त्यांच्याबरोबर शाश्वत संबंध असतो. शुद्ध भक्ती पुन्हा जागृत केल्याने मनुष्य श्रीकृष्णांचे वैकुंठलोकातील परम धाम परत प्राप्त करू शकतो.

भगवान आहेत हे समजणे हे वैदिक ज्ञानाचे परम उद्दिष्ट आहे. ज्याला श्रीकृष्णांचे परम स्वरूप समजते तो त्यांना शरण जातो व त्यांची भक्ती करू लागतो.

**अध्याय सोळावा** ........................................ ५२५

**दैवासुरसंपदविभागयोग**—दैवी आणि आसुरी स्वभाव

शास्त्रांचे नियम झुगारून लहरीप्रमाणे जीवन जगणारे व आसुरी गुण असणाऱ्या व्यक्ती नीच योनीत जन्म घेतात व संसारामध्ये अधिकाधिक बांधल्या जातात. परंतु जे दिव्य गुणसंपन्न असतात, जीवनात विधिनियमांचे नीट पालन करतात व शास्त्रांच्या आदेशानुसार वागतात, ते क्रमशः आध्यात्मिक पूर्णता प्राप्त करतात.

**अध्याय सतरावा** ........................................ ५४७

**श्रद्धात्रयविभागयोग**—श्रद्धेचे तीन प्रकार

भौतिक प्रकृतीच्या तीन गुणांनुसार व त्यांच्यातून उत्पन्न होणाऱ्या तीन प्रकारच्या श्रद्धा असतात. रजोगुणी व तमोगुणी श्रद्धा बाळगणाऱ्या व्यक्ती जे काही कार्य करतात, त्यांच्यामुळे त्यांना क्षणभंगुर भौतिक फळाची प्राप्ती होते. तर याउलट, सत्त्वगुणी व शास्त्रांच्या आदेशाप्रमाणे केलेली कर्मे हृदयाचे शुद्धीकरण करतात व श्रीकृष्णांच्या ठायी शुद्ध श्रद्धा व भक्ती जागृत करतात.

**अध्याय अठरावा** ........................................ ५६५

**मोक्षसंन्यासयोग**—गीतेचा निष्कर्षः त्यागाची पूर्णता

वैराग्य आणि मानवी चेतना व कर्म यावर प्रकृतीच्या तीन गुणांचा परिणाम यांविषयी भगवान श्रीकृष्ण विवेचन करतात. ब्रह्म-साक्षात्कार, भगवद्‌गीतेचा महिमा, गीतेचा अंतिम निष्कर्ष यांविषयी भगवान श्रीकृष्ण उपदेश करतात. सर्वोच्च धर्म म्हणजे भगवान श्रीकृष्णांना पूर्णपणे, बिनशर्त, भक्तिभावनेने शरण जाणे, शरणागतीचा हा सर्वोच्च मार्ग सर्व पापांतून मुक्त करून पूर्ण ज्ञान प्रदान करतो व श्रीकृष्णांच्या नित्य, दिव्य धामात प्रवेश मिळवून देतो.

**लेखक परिचय** ........................................ ६११

**ग्रंथसूची** ........................................ ६१३

**विशेष शब्दावली** ........................................ ६१४

**श्लोकानुक्रमणिका** ........................................ ६१५

# पार्श्वभूमी

भगवद्‌गीता जरी स्वतंत्रपणे प्रकाशित व वाचली जात असली तरी मूलत: ती संस्कृत महाकाव्य 'महाभारत' यात सापडते. महाभारतात सध्याच्या कलियुगापर्यंत घडलेल्या घटनांचे वर्णन दिले आहे. या युगाच्या आरंभी, सुमारे ५००० वर्षांपूर्वी, भगवान श्रीकृष्णांनी आपला भक्त व मित्र अर्जुन याला भगवद्‌गीता सांगितली. त्यांच्यातील संवाद, जो मानवी इतिहासातील सर्वांत महान तत्त्वज्ञानाविषयक व धर्मविषयक संवादांपैकी एक आहे, एका युद्धापूर्वी घडला. हे यादवी महायुद्ध धृतराष्ट्राचे शंभर पुत्र व त्यांचे चुलत बंधू, पांडव यांच्यात घडले.

धृतराष्ट्र व पांडू हे दोन भाऊ होते व त्यांचा कुरुवंशात जन्म झाला होता. ते भरत राजाचे वंशज होते आणि राजा भरत यांच्यामुळेच महाभारत हे नाव पडले. थोरला बंधू धृतराष्ट्र जन्मापासूनच आंधळा असल्यामुळे त्याला राज्यपद न मिळता, त्याचा धाकटा बंधू पांडू याला मिळाले.

पांडूचा तरुणपणीच मृत्यू झाल्यामुळे, युधिष्ठिर, भीम, अर्जुन, नकुल आणि सहदेव या त्याच्या पाच पुत्रांचे पालनपोषण, काही काळाकरिता राजा झालेल्या धृतराष्ट्राने केले. अशा प्रकारे धृतराष्ट्र व पांडू या दोघांचे पुत्र एकाच राजघराण्यात वाढले. दोघांनाही द्रोणाचार्यांनी क्षत्रिय विद्येत निष्णात केले व पितामह भीष्मदेवांनी मार्गदर्शन केले.

तरी देखील, धृतराष्ट्राचे पुत्र व खास करून सर्वांत थोरला पुत्र दुर्योधन, पांडवाचा अतिशय द्वेष करायचे आणि आंधळ्या व दुष्टप्रवृत्तीच्या धृतराष्ट्राची इच्छा होती की, पांडूच्या पुत्रांना नव्हे तर त्याच्या पुत्रांना राज्यपद मिळाले पाहिजे. याप्रमाणे धृतराष्ट्राच्या संमतीने, दुर्योधनाने पांडूच्या तरुण पुत्रांची हतया करण्याचा कट रचला. पांडव, त्यांचे काका विदुर व मामेभाऊ श्रीकृष्ण यांच्या काळजीपूर्वक संरक्षणाखाली असल्यामुळेच आपले प्राण वाचवू शकले.

श्रीकृष्ण म्हणजे कोणी सर्वसाधारण मनुष्य नसून, ते तर स्वयं भगवान आहेत. त्यांनी पृथ्वीवर अवतार धारण केला होता व तत्कालीन राजकुळात जन्म घेऊन ते एका राजपुत्राप्रमाणे वावरत होते. (ते पांडूची पत्नी व पांडवांची माता कुंती किंवा पृथा हिचे भाचे होते.) अशा प्रकारे एक नातेवाईक म्हणून आणि सनातन धर्माचे रक्षण करणारे या नात्याने ते पांडूच्या सदाचरणी पुत्रांची बाजू घेत राहिले व त्यांचे रक्षण करीत राहिले. अखेरीस, धूर्त दुर्योधनाने पांडवांना द्यूत-क्रीडेकरिता आव्हान दिले. त्या निर्णायक स्पर्धेच्या वेळी दुर्योधन व त्याच्या भावांनी पांडवांची शालीन पत्नी द्रौपदी, हिला ताब्यात घेतले व भर राजसभेमध्ये विवस्त्र करून अपमानित करण्याचा प्रयत्न केला. श्रीकृष्णांच्या दिव्य हस्तक्षेपामुळे तिची लाज राखली गेली; परंतु त्या द्यूत-क्रीडेत फसवणूक झाल्यामुळे पांडव त्यांचे राज्य गमावून बसले व त्यांना तेरा वर्षे वनवास भोगावा लागला.

वनवासातून परतल्यावर पांडवांनी आपल्या न्याय्य हक्काचे राज्य परत मिळावे म्हणून

दुर्योधनाला विनंती केली; परंतु त्याने साफ नकार दिला. क्षत्रिय असल्यामुळे राज्य करणे हा त्यांचा धर्म होता म्हणून त्यांनी आपली मागणी कमी करून फक्त पाच गावे मागितली; परंतु दुर्योधनाने उद्धटपणे उत्तर दिले की, सुईच्या टोकाइतकी भूमी देखील मी देऊ इच्छीत नाही.

आतापर्यंत तरी पांडव सातत्याने सहिष्णुता दाखवीत आले होते. तथापि, आता मात्र युद्ध करणे अनिवार्य होते. जगभरच्या राजांपैकी कोणी पांडवांची बाजू घेतली तर कोणी कौरवांची बाजू घेतली. तरीसुद्धा, श्रीकृष्ण स्वत: शांतिदूत या नात्याने दुर्योधनाच्या दरबारात गेले व त्यांनी सलोख्याकरिता विनंती केली. जेव्हा त्यांची विनंती अमान्य करण्यात आली तेव्हा युद्ध निश्चित झाले. अत्यंत सदाचरणी असलेल्या पांडवांनी श्रीकृष्णांना साक्षात परमेश्वर म्हणून जाणले होते; परंतु धृतराष्ट्राचे पुत्र मात्र त्यांना समजू शकले नाहीत. तरी देखील, युद्धपिपासू अशा विरुद्ध पक्षाच्या हट्टामुळे श्रीकृष्णांनी युद्धात भाग घेतला. परमेश्वर असल्यामुळे ते स्वत: युद्ध करणार नव्हते. परंतु ज्याला त्यांचे सैन्य हवे असेल तो त्यांचे सैन्य घेऊ शकत होता व ज्याला स्वत: श्रीकृष्ण हवे असतील त्याला ते सल्लागार म्हणून उपलब्ध होते. राजकारणी दुर्योधनाने श्रीकृष्णांचे सैन्य मागून घेतले तर पांडवांना प्रत्यक्ष श्रीकृष्ण प्राप्त करण्याची तितकीच उत्कट इच्छा होती.

अशा प्रकारे श्रीकृष्ण हे अर्जुनाचे सारथी झाले व त्या महान धनुर्धारीचा रथ हाकू लागले. आता आपण त्या क्षणापर्यंत पोहोचलो आहोत, ज्या वेळी भगवद्गीतेचा शुभारंभ होतो. दोन्ही पक्ष युद्धाच्या पवित्र्यात उभे आहेत आणि धृतराष्ट्र आतुरतेने संजय या आपल्या सचिवाला विचारतो की, त्या दोन पक्षांनी काय केले? अशा प्रकारे सर्व पृष्ठभूमी तयार आहे व जाता जाता या अनुवाद व तात्पर्याविषयी एक छोटीशी टीप देणे आवश्यक वाटते.

भगवद्गीतेच्या इंग्रजी अनुवादकांनी जो साधारण कित्ता गिरविला आहे तो म्हणजे, 'श्रीकृष्ण' या व्यक्तीला दूर सारून स्वत:च्याच कल्पना व तत्त्वज्ञानाकरिता जागा करून घेणे होय. महाभारताच्या इतिहासाला लोक दंतकथा म्हणतात आणि कोणा एका अज्ञात, प्रतिभावान मनुष्याच्या कल्पनांना सादर करण्याकरिता 'श्रीकृष्ण' हे एक अलंकारिक साधन आहे असेही म्हणतात. अगदीच फार झाले तर श्रीकृष्णांना एक गौण ऐतिहासिक व्यक्ती समजतात. परंतु जशी गीता प्रत्यक्षच स्वत:बद्दल सांगते त्यानुसार, भगवान श्रीकृष्ण हेच गीतेचे लक्ष्य व विषयवस्तू दोन्हीही आहेत. तर, हा अनुवाद व त्याच्याबरोबरचे तात्पर्य वाचकाला श्रीकृष्णांपासून दूर घेऊन जाण्याऐवजी त्यांच्या दिशेने अग्रेसर करील. या दृष्टीने 'भगवद्गीता-जशी आहे तशी' हा ग्रंथ अद्वितीय आहे. दुसरी महत्त्वाची अद्वितीय गोष्ट म्हणजे यामुळे भगवद्गीता पूर्णपणे सुसंगत व आकलनीय होते. श्रीकृष्ण गीतेचे वक्ता व त्याचबरोबर अंतिम उद्दिष्ट असल्याकारणाने, हा एकमात्र अनुवाद आहे, जो या महान ग्रंथरत्नाला त्याच्या सत्य स्वरूपात सादर करीत आहे.

**—प्रकाशक**

# मनोगत

'भगवद्गीता-जशी आहे तशी' या ग्रंथाचे आता जे स्वरूप आहे, त्या स्वरूपातच मी प्रथम हा ग्रंथ लिहिला. तथापि, जेव्हा हा ग्रंथ पहिल्या वेळेस प्रसिद्ध झाला, तेव्हा दुर्दैवाने मूळच्या हस्तलिखितातील पाने कापून त्याची संख्या चारशे पानांपेक्षा कमी करण्यात आली. त्या वेळी प्रसिद्ध झालेल्या पुस्तकात चित्रे नव्हती आणि भगवद्गीतेतील बहुतेक मूळ श्लोकांचे विवरणही नव्हते. श्रीमद्भागवत, श्रीईशोपनिषद इत्यादी माझ्या इतर सर्व पुस्तकांतील पद्धत अशी आहे की, मी प्रथम मूळ श्लोक देतो, नंतर प्रत्येक संस्कृत शब्दाचा अर्थ देतो व नंतर श्लोकाचे भाषांतर आणि त्यावरचे भाष्य देतो. या पद्धतीमुळे पुस्तक फार सप्रमाण व विद्वत्तापूर्ण होते आणि श्लोकाचा मूळ अर्थ अगदी स्पष्ट होतो. म्हणून जेव्हा गीतेवरील माझ्या मूळच्या हस्तलिखितांची पाने कमी करण्यात आली तेव्हा मला काही फार बरे वाटले नाही; परंतु नंतर जेव्हा 'भगवद्गीता-जशी आहे तशी' या ग्रंथाची मागणी फार वाढली तेव्हा पुष्कळ विद्वानांनी आणि भक्तांनी मला आग्रह केला की, पुस्तक मूळ मोठ्या स्वरूपात प्रस्तुत करावे. तेव्हा मॅकमिलन ॲण्ड कंपनी यांनी पुस्तकाची संपूर्ण आवृत्ती प्रकाशित करण्याचे मान्य केले. याप्रमाणे सध्याचा हा माझा प्रयत्न म्हणजे कृष्णभावनामृत आंदोलन अधिक दृढ आधारावर स्थापित व्हावे आणि अधिक प्रगतीपर व्हावे याकरिता पूर्ण परंपरा (गुरु-शिष्यपरंपरा-मान्य) स्पष्टीकरणांसह या महान ज्ञानग्रंथावरील मूळ हस्तलिखित प्रस्तुत करणे हा आहे.

आमचे कृष्णभावनामृत आंदोलन अत्यंत शुद्ध स्वरूपाचे, ऐतिहासिकदृष्ट्या अधिकृत, स्वाभाविक आणि दिव्य आहे, कारण ते 'भगवद्गीता-जशी आहे तशी' वर आधारलेले आहे. हे आंदोलन हळूहळू संपूर्ण विश्वातील, विशेषकरून तरुण पिढीत सर्वांत लोकप्रिय होत आहे. जुन्या पिढीलासुद्धा या आंदोलनात स्वारस्य वाटू लागले आहे. प्रौढ वर्गाची रुची इतकी वाढत चालली आहे की, माझ्या शिष्यांचे वडील व आजोबा आमच्या आंतरराष्ट्रीय कृष्णभावनामृत संघ या महान संस्थेचे आजीवन सदस्य होऊन आम्हाला प्रोत्साहन देत आहेत. लॉस एँजिलिस (अमेरिकेतील एक शहर) मध्ये अनेक माता-पिता माझ्याकडे कृतज्ञता व्यक्त करण्यासाठी यायचे की, मी जगभर कृष्णभावनामृत आंदोलनाचे नेतृत्व करीत आहे. त्यापैकी काही लोकांच्या मते अमेरिकन लोक अत्यंत भाग्यवान आहेत, कारण मी कृष्णभावनामृत आंदोलनाचा शुभारंभ अमेरिकेत केला आहे; परंतु वास्तविक या आंदोलनाचे मूळ जनक स्वत: भगवान श्रीकृष्ण आहेत, कारण हे आंदोलन फार प्राचीन काळी सुरू झाले होते व गुरुशिष्य परंपरेद्वारे मानव-समाजात चालू राहिले आहे. जर यासंबंधी माझे काही श्रेय असेल तर ते माझे वैयक्तिक श्रेय नसून, माझे नित्य आध्यात्मिक गुरू ॐ विष्णुपाद परमहंस परिव्राजकाचार्य १०८ श्री श्रीमद् भक्तिसिद्धांत सरस्वती गोस्वामी महाराज प्रभुपाद, यांचे आहे. या बाबतीत माझे स्वत:चे जर काही श्रेय असेल तर ते हेच की, मी भगवद्गीता कोणतीही भेसळ न करता, जशी आहे तशी

मांडण्याचा प्रयत्न केला आहे. 'भगवद्‌गीता-जशी आहे तशी' माझ्याकडून सादर होण्यापूर्वी भगवद्‌गीतेच्या बहुतेक सर्व इंग्रजी आवृत्त्या अशा होत्या की, त्यात कोणाची तरी वैयक्तिक महत्त्वाकांक्षा पूर्ण करण्याचा हेतू होता. परंतु 'भगवद्‌गीता-जशी आहे तशी' सादर करण्याचा माझा प्रयत्न म्हणजे भगवान श्रीकृष्णांचा संदेश सादर करणे हा आहे. श्रीकृष्णांची इच्छा प्रकट करणे हे आमचे कार्य आहे. एखादा राजकारणी, तत्त्वज्ञानी किंवा शास्त्रज्ञ अशा भौतिक तार्किकांची इच्छा प्रकट करणे हे आमचे कार्य नव्हे. याचे कारण असे की, अशा लोकांची इतर प्रकारची विद्वत्ता जरी असली तरी त्यांना भगवान श्रीकृष्णांसंबंधी फारच अल्प ज्ञान असते. जेव्हा भगवान श्रीकृष्ण म्हणतात, *मन्मना भव मद्‌भक्तो मद्याजी माम् नमस्कुरु*—इत्यादी तेव्हा, तथाकथित विद्वानांप्रमाणे आम्ही असे म्हणत नाही की, भगवान श्रीकृष्ण आणि त्यांचा अंतरात्मा यांच्यात भिन्नता आहे. श्रीकृष्ण पूर्ण आहेत. श्रीकृष्णांचे नाम, गुण, रूप, लीला इत्यादीकांत कोणतीही भिन्नता नाही. जो मनुष्य गुरुशिष्य परंपरेनुसार कृष्णभक्त होत नाही त्याला श्रीकृष्णांचे पूर्णत्व समजणे अतिशय अवघड आहे. साधारणपणे, तथाकथित विद्वान, राजकारणी, तत्त्वज्ञानी व 'स्वामी' हे जेव्हा भगवद्‌गीतेवरील भाष्य लिहितात, तेव्हा ते श्रीकृष्णांची हकालपट्टी करण्याचा किंवा सरळ त्यांचे अस्तित्व नष्ट करण्याचा प्रयत्न करतात. भगवद्‌गीतेवरील अशा अप्रामाणिक भाष्याला 'मायावाद भाष्य' असे म्हणतात आणि अशा अप्रामाणिक भाष्यकारांपासून, श्री चैतन्य महाप्रभू यांनी आपल्याला सावध राहाण्याबद्दल सांगितले आहे. श्री चैतन्य महाप्रभू स्पष्टपणे सांगतात की, जो कोणी मायावाद दृष्टिकोणातून भगवद्‌गीता समजण्याचा प्रयत्न करतो तो प्रचंड मोठी चूक करीत आहे. या चुकीचा परिणाम म्हणजे भगवद्‌गीता समजण्याचा प्रयत्न करणारा असा विद्यार्थी आध्यात्मिक मार्गदर्शनाच्या पथावर गोंधळून जाईल व त्यामुळे त्याला स्वगृही, भगवद्धामात जाता येणार नाही.

'भगवद्‌गीता-जशी आहे तशी' सादर करण्याचा आमचा हेतू केवळ हा आहे की, ब्रह्मदेवाच्या एका दिवसात म्हणजे ८,६००,०००,००० इतक्या वर्षांत भगवान श्रीकृष्ण या पृथ्वीतलावर ज्या उद्देशाकरिता अवतरित होतात, त्याच उद्देशाबद्दल बद्ध जीवाला मार्गदर्शन करता यावे. हा उद्देश कोणता ते भगवद्‌गीता तज्ज्ञांनी सांगितला आहे आणि आपल्याला तो उपदेश जसा आहे तसा मान्य केला पाहिजे. तसे केले नाही तर भगवद्‌गीता आणि त्या गीतेचा प्रवक्ता भगवान श्रीकृष्ण यांना समजून घेण्याचा प्रयत्न करणे व्यर्थ आहे. भगवान श्रीकृष्णांनी कोट्यवधी वर्षांपूर्वी भगवद्‌गीता प्रथम सूर्यदेवाला सांगितली. आपल्याला या वस्तुस्थितीचा स्वीकार केला पाहिजे आणि कोणताही चुकीचा अर्थ न लावता भगवान श्रीकृष्णांच्या प्रमाणावर भगवद्‌गीतेचे ऐतिहासिक महत्त्व समजून घेतले पाहिजे. श्रीकृष्णांची इच्छा काय आहे हे न जाणता भगवद्‌गीतेचा अर्थ लावणे हा एक मोठा अपराध आहे. या अपराधापासून स्वतःचे रक्षण करण्याकरिता मनुष्याने भगवान श्रीकृष्णांचा प्रथम शिष्य अर्जुन, याच्याप्रमाणेच श्रीकृष्णांना पूर्ण पुरुषोत्तम भगवान म्हणून जाणून घेतले पाहिजे. भगवद्‌गीतेचे असे ज्ञान खरोखरीच लाभप्रद आहे व जीवनाचा उद्देश पूर्ण करण्यासाठी मानव-समाजाच्या कल्याणाकरिता प्रमाणित आहे.

कृष्णभावनामृत आंदोलन मानव-समाजात अत्यंत आवश्यक आहे, कारण ते जीवनाची

परमसिद्धी प्राप्त करून देते. हे कसे घडते याचे पूर्ण स्पष्टीकरण भगवद्गीतेत दिले आहे. दुर्दैवाने वितंडवादी लोकांनी भगवद्गीतेचा फायदा घेऊन स्वत:च्या आसुरी वृत्तींचा प्रचार केला आहे व जीवनाची साधी तत्त्वे समजून घेण्यापासूनसुद्धा लोकांना मार्गभ्रष्ट केले आहे. प्रत्येक मनुष्याला परमेश्वर किंवा श्रीकृष्ण किती महान आहेत व जीवात्म्यांचे सत्य स्वरूप काय आहे ते समजले पाहिजे. प्रत्येकाने जाणले पाहिजे की, जीवात्मा हा नित्य दास आहे व श्रीकृष्णांची सेवा करावयाची जर त्याला इच्छा नसेल तर मायेची (भ्रमाची) सेवा करणे त्याला भाग पडते. मायेची सेवा भौतिक प्रकृतीच्या तीन गुणांच्या विविध अवस्थेत करावी लागते व अशा रीतीने जन्म आणि मृत्यूच्या चक्रातून सतत भटकावे लागते. तथाकथित मुक्त झालेल्या मायावादी तार्किकांनासुद्धा याच चक्रातून जावे लागते. हे ज्ञान म्हणजे एक महान शास्त्र आहे आणि प्रत्येक व्यक्तीने स्वत:च्या हिताकरिता ते स्वीकारले पाहिजे.

सामान्य लोक, विशेषकरून कलियुगात, श्रीकृष्णांच्या बहिरंगा शक्तीने मोहित होतात आणि त्यांना चुकीने असे वाटते की, भौतिक सुखाच्या साधनांचा विकास केला तर प्रत्येक मनुष्य सुखी होईल. त्यांना ही मुळी जाणीवच नाही की, बहिरंगा शक्ती किंवा भौतिक प्रकृती अत्यंत बलवान आहे, कारण भौतिक प्रकृतीच्या कडक नियमांनी प्रत्येकाला दृढपणे बांधून ठेवलेले असते. परमेश्वराचा अंश या नात्याने जीवात्मा अतिशय आनंदी असतो आणि अशा प्रकारे परमेश्वराची तत्परतेने सेवा करणे हा त्याचा नैसर्गिक स्वभावधर्म आहे. मायाशक्तीद्वारे मोहित झाल्यामुळे मनुष्य वेगवेगळ्या प्रकारे स्वत:च्या इंद्रियांना संतुष्ट करून सुखी होण्याचा प्रयत्न करतो; परंतु या पद्धतीने तो कधीही सुखी होत नाही. स्वत:च्या भौतिक इंद्रियांचे लाड पुरविण्याऐवजी त्याने परमेश्वराच्या इंद्रियांना संतुष्ट केले पाहिजे. हीच जीवनाची परमसिद्धी आहे. परमेश्वराला हे हवे असते व तसा त्यांचा आग्रह असतो. मनुष्याने भगवद्गीतेचा हा केंद्रबिंदू समजून घेतला पाहिजे. आमचे कृष्णभावनामृत आंदोलन या केंद्रबिंदूबद्दल संपूर्ण जगभर प्रचार करीत आहे. जो कोणी भगवद्गीतेचा अभ्यास करून तिचा लाभ घ्यावयाचा विचार करीत असेल त्याला या संबंधात आमचे कृष्णभावनामृत आंदोलन परमेश्वराच्या मार्गदर्शनाखाली मदत करू शकते. म्हणून आम्हाला आशा आहे की 'भगवद्गीता-जशी आहे तशी' ही ज्या स्वरूपात आम्ही सादर करीत आहोत तिचा लोक अभ्यास करून सर्वांत जास्त फायदा उठवतील आणि जर एक मनुष्य देखील भगवंताचा विशुद्ध भक्त झाला तर आमचा प्रयत्न यशस्वी झाला असे आम्ही समजू.

ए.सी. भक्तिवेदांत स्वामी

१२ मे १९७१
सिडनी, ऑस्ट्रेलिया.

# उपोद्‌घात

**ॐ अज्ञान तिमिरान्धस्य ज्ञानाञ्जनशलाकया ।**
**चक्षुरुन्मीलितं येन तस्मै श्रीगुरवे नमः ॥**
**श्रीचैतन्यमनोऽभीष्टं स्थापितं येन भूतले ।**
**स्वयं रूपः कदा मह्यं ददाति स्वपदान्तिकम् ॥**

माझा जन्म अज्ञानमय अंधकारात झाला होता, परंतु माझ्या आध्यात्मिक गुरूंनी प्रकाशमय ज्ञानाने मला दृष्टी प्रदान केली आहे. मी त्यांना सादर प्रणाम करतो.

श्रील रूप गोस्वामी, ज्यांनी या भौतिक जगामध्ये चैतन्य महाप्रभूंची इच्छापूर्ती करणारे आंदोलन स्थापन केले आहे, मला कधी आपल्या चरणकमलांचा आश्रय प्रदान करतील?

**वन्देऽहं श्रीगुरोः श्रीयुतपदकमलं श्रीगुरून् वैष्णवांश्च ।**
**श्रीरूपं साग्रजातं सहगणरघुनाथान्वितं तं सजीवम् ॥**
**साद्वैतं सावधूतं परिजनसहितं कृष्णचैतन्यदेवं ।**
**श्रीराधाकृष्णपादान् सहगणललिता श्रीविशाखान्वितांश्च ॥**

माझे आध्यात्मिक गुरू आणि सर्व वैष्णवांच्या चरणकमलांशी मी सादर प्रणाम अर्पण करतो. मी श्रील रूप गोस्वामी आणि त्यांचे थोरले बंधू सनातन गोस्वामी तसेच रघुनाथ दास आणि रघुनाथ भट्ट, गोपाल भट्ट आणि श्रील जीव गोस्वामी यांच्या चरणकमलांशी सादर प्रणाम करतो. मी भगवान कृष्णचैतन्य आणि भगवान नित्यानंद यांना तसेच अद्वैत आचार्य, गदाधर, श्रीवास या आणि त्यांच्या इतर पार्षदांना सादर प्रणाम करतो. मी श्रीमती राधाराणी आणि श्रीकृष्ण तसेच श्री ललिता आणि विशाखा या त्यांच्या सखीना सादर प्रणाम करतो.

**हे कृष्ण करुणासिन्धो दीनबन्धो जगत्पते ।**
**गोपेश गोपिकाकान्त राधाकान्त नमोऽस्तु ते ॥**

हे श्रीकृष्ण! तुम्ही दु:खीजनांचे मित्र आणि सृष्टीचे निर्माते आहात. तुम्ही गोपींचे स्वामी आणि राधाराणीचे प्रियकर आहात. मी तुम्हाला सादर प्रणाम करतो.

**तप्तकाञ्चनगौरांगि राधे वृन्दावनेश्वरी ।**
**वृषभानुसुते देवि प्रणमामि हरिप्रिये ॥**

मी राधाराणीला प्रणाम करतो, जिची अंगकांती तप्त, द्रवरूप सुवर्णाप्रमाणे आहे व जी वृंदावनाची राणी आहे. तू वृषभानु राजाची सुपुत्री आहेस तसेच भगवान श्रीकृष्णांस तू अत्यंत प्रिय आहेस.

**वाञ्छा कल्पतरुभ्यश्च कृपासिन्धुभ्य एव च ।**
**पतितानां पावनेभ्यो वैष्णवेभ्यो नमो नमः ॥**

मी भगवंतांच्या सर्व वैष्णव भक्तांना सादर प्रणाम करतो जे कल्पवृक्षाप्रमाणे सर्वांच्या इच्छा

पूर्ण करू शकतात आणि जे पतित जीवांच्या प्रती अत्यंत दयाळू आहेत.

**श्रीकृष्ण-चैतन्य प्रभुनित्यानन्द ।**
**श्रीअद्वैत गदाधर श्रीवासादि गौरभक्तवृन्द ॥**

श्रीकृष्ण चैतन्य, नित्यानंद प्रभू, श्री अद्वैत, गदाधर, श्रीवास आणि भक्ती परंपरेतील सर्वांना मी सादर प्रणाम करतो.

**हरे कृष्ण हरे कृष्ण कृष्ण कृष्ण हरे हरे ।**
**हरे राम हरे राम राम राम हरे हरे ॥**

भगवद्‌गीतेला गीतोपनिषदही म्हटले जाते. गीता ही वैदिक ज्ञानाचे सार, तसेच वैदिक साहित्यातील एक अत्यंत महत्त्वपूर्ण उपनिषद आहे. अर्थात, भगवद्‌गीतेवर इंग्रजीमध्ये अनेक भाष्ये लिहिली गेली आहेत व एखाद्याच्या मनात आणखी एका भाष्याच्या गरजेबद्दल प्रश्न निर्माण होऊ शकतो. या प्रस्तुत आवृत्तीबद्दल पुढीलप्रमाणे स्पष्ट समर्थन करणे शक्य आहे. नुकतेच एका अमेरिकन महिलेने मला इंग्रजी भाषेतील कोणत्या तरी अनुवादाची शिफारस करण्यास आग्रह केला. भगवद्‌गीतेच्या इंग्रजीमधील अनेक आवृत्त्या अमेरिकेत उपलब्ध आहेत. पण माझ्या पाहण्यात तरी, केवळ अमेरिकेतच नव्हे तर भारतातसुद्धा, जिला पूर्णपणे अधिकृत म्हणता येईल अशी गीतेची एकही आवृत्ती नाही. कारण बहुतेक प्रत्येक प्रकारच्या आवृत्तीत भाष्यकाराने 'भगवद्‌गीता जशी आहे तशी' म्हणजेच यथार्थ रूपात प्रस्तुत न करता आपली स्वत:ची मते प्रदर्शित केली आहेत.

भगवद्‌गीतेचा मूळ आशय खुद्द भगवद्‌गीतेतच सांगितला आहे. तो याप्रमाणे आहे: आपल्याला एखादे विशिष्ट औषध घ्यायचे असेल तर औषधावर लिहिलेल्या निर्देशांनुसारच ते घेतले पाहिजे. आपण आपल्या स्वत:च्या लहरीप्रमाणे अथवा एखाद्या हितचिंतकाच्या निर्देशानुसार औषध घेऊ शकत नाही. त्यावरील लिखित आदेशानुसार अथवा वैद्यांच्या आदेशानुसारच ते घेतले पाहिजे. त्याचप्रमाणे भगवद्‌गीता ही तिच्या प्रवक्त्याने सांगितलेल्या आदेशानुसार मान्य अथवा स्वीकार केली गेली पाहिजे. भगवद्‌गीतेचे प्रवक्ते भगवान श्रीकृष्ण आहेत. भगवद्‌गीतेच्या प्रत्येक पानावर त्यांचा उल्लेख परमेश्वर अथवा भगवान म्हणूनच केला आहे. शक्तिमान महापुरुष अथवा कोणत्याही शक्तिमान देवतेलासुद्धा काहीवेळा भगवान म्हणून संबोधण्यात येते आणि या ठिकाणी सुद्धा श्रीकृष्ण हे निश्चितच श्रेष्ठ महापुरुष आहेत असे सुचविण्यात आले आहे. पण भगवान श्रीकृष्ण हे पूर्ण पुरुषोत्तम आहेत हे आपण जाणले पाहिजे आणि याला भारतातील वैदिक ज्ञानाच्या महान आचार्यांनी (आध्यात्मिक गुरू) उदा. शंकराचार्य, रामानुजाचार्य, मध्वाचार्य, निम्बार्क, श्री चैतन्य महाप्रभू आणि अशाच इतर अनेक आचार्यांनी मान्यता दिली आहे. भगवंतांनी स्वत:ला भगवद्‌गीतेमध्ये 'पुरुषोत्तम श्रीभगवान' म्हणून घोषित केले आहे. ब्रह्म-संहिता आणि इतर सर्व पुराणांनी, विशेषेकरून श्रीमद्‌भागवत, जे भागवत पुराण म्हणून ओळखले जाते *कृष्णस्तु भगवान स्वयं* —त्यांचा पुरुषोत्तम भगवान म्हणून स्वीकार केला आहे. म्हणून आपण भगवद्‌गीतेला भगवंतांनी ज्या स्वरूपात, जशी सांगितली आहे, त्या स्वरूपातच स्वीकारली पाहिजे.

भगवद्गीतेच्या चौथ्या अध्यायात (४.१-३) भगवंत सांगतात की,

**इमं विवस्वते योगं प्रोक्तवानहमव्ययम् ।**
**विवस्वान्मनवे प्राह मनुरिक्ष्वाकवेऽब्रवीत ॥**
**एवं परम्परा प्राप्तमिमं राजर्षयो विदुः ।**
**स कालेनेह महता योगो नष्टः परन्तप ॥**
**स एवायं मया तेऽद्य योगः प्रोक्तः पुरातनः ।**
**भक्तोऽसि मे सखा चेति रहस्यं ह्येतदुत्तमम् ॥**

या ठिकाणी भगवंत अर्जुनाला सांगतात की, ही योगपद्धती म्हणजेच भगवद्गीता सर्वांत आधी सूर्यदेवाला सांगण्यात आली आणि सूर्यदेवाने मनूला, मनूने इक्ष्वाकूला आणि याप्रमाणे शिष्यपरंपरेनुसार, एक प्रवक्त्यानंतर दुसऱ्या प्रवक्त्याने याप्रमाणे चालत आली आहे. परंतु कालांतराने ती लुप्त झाल्यामुळे भगवंतांना ती पुन्हा सांगावी लागली. या वेळी त्यांनी ती अर्जुनाला कुरुक्षेत्र येथील युद्धभूमीवर सांगितली.

अर्जुनाला ते सांगतात की, हे परम रहस्य त्याला सांगण्याचे कारण म्हणजे तो त्यांचा भक्त आणि मित्र आहे. याचा अर्थ असा आहे की, भगवद्गीता हा ग्रंथ विशेषकरून भगवद्भक्तांसाठीच आहे. अध्यात्मवादी साधकांचे तीन प्रकार असतात—ज्ञानी, योगी आणि भक्त किंवा निर्विशेषवादी, ध्यानयोगी आणि भक्त. या ठिकाणी भगवंत अर्जुनाला स्पष्टपणे सांगतात की, ते त्याला नवीन गुरुशिष्यपरंपरेतील सर्वप्रथम श्रोता बनवीत आहेत कारण, जुनी परंपरा खंडित झाली आहे. म्हणून सूर्यदेवापासून इतरांकडे चालत येणाऱ्या परंपरेमध्येच नवीन परंपरेची पुनर्स्थापना करावी, तसेच त्यांच्या शिकवणीचा नव्याने पुन:प्रचार अर्जुनानेच करावा अशी भगवंतांची इच्छा होती. भगवद्गीता जाणण्यामध्ये अर्जुनाने अधिकारी व्यक्ती व्हावे अशी भगवंतांची इच्छा होती. यासाठीच आपण पाहू शकतो की, भगवद्गीतेचा उपदेश खासकरून अर्जुनालाच सांगण्यात आला. कारण अर्जुन हा भगवंतांचा भक्त, साक्षात शिष्य आणि जिवलग सखा होता. म्हणून ज्या व्यक्तीकडे अर्जुनासारखे गुण आहेत ती व्यक्तीच भगवद्गीता उत्तम प्रकारे जाणू शकते. म्हणजेच त्याने भगवंतांशी प्रत्यक्ष संबंध प्रस्थापित करणाऱ्या भक्ताप्रमाणे असले पाहिजे. ज्या वेळी एखादा भगवंतांचा भक्त होतो त्या वेळी त्याचा भगवंतांबरोबर साक्षात संबंध प्रस्थापित होतो. हा एक अत्यंत गहन विषय आहे. परंतु थोडक्यात सांगायचे तर भक्ताचा पुरुषोत्तम श्री भगवान यांच्याबरोबर पाच निरनिराळ्या प्रकारांपैकी कोणत्याही एका प्रकाराने संबंध स्थापित होऊ शकतो. ते पाच प्रकार असे आहेत:

१. एखादा निष्क्रिय अवस्थेमधील भक्त असू शकतो.
२. एखादा सक्रिय अवस्थेमधील भक्त असू शकतो.
३. एखादा मित्र या नात्याने भक्त असू शकतो.
४. एखादा माता किंवा पिता या नात्याने भक्त असू शकतो.
५. एखादा माधुर्य भावात भक्त असू शकतो.

अर्जुनाचा भगवंताबरोबर सखा या नात्याने संबंध होता. मात्र या सख्यभावामध्ये आणि

भौतिक जगात आढळून येणाऱ्या मैत्रीमध्ये आत्यंतिक फरक आहे. ही मैत्री दिव्य असते व ती कोणालाही प्राप्त होणे शक्य नाही. वस्तुत: प्रत्येकाचा भगवंतांबरोबर विशिष्ट संबंध आहे आणि या संबंधाची पुनर्जागृती भक्तिमय सेवेच्या पूर्णत्वाने होते. परंतु आपल्या स्थितीत भगवंतांचेच नव्हे तर त्यांच्याबरोबर असणाऱ्या शाश्वत संबंधाचे सुद्धा आपल्याला विस्मरण झाले आहे. कोट्यवधी जीवांपैकी प्रत्येक जीवाचा भगवंतांबरोबर विशिष्ट असा शाश्वत संबंध असतो आणि यालाच 'स्वरूप' असे म्हटले जाते. प्रेममयी सेवेद्वारे एखादा स्वरूपस्थिती पुन्हा जागृत करून घेऊ शकतो व यालाच 'स्वरूपसिद्धी' म्हणजे एखाद्याच्या मूळ स्थितीचे परिपूर्णत्व असे म्हटले जाते. म्हणून, अर्जुन हा भक्त होता आणि त्याचा भगवंतांबरोबर सख्यभावामध्ये नित्य संबंध होता.

अर्जुनाने भगवद्गीतेचा स्वीकार कसा केला हे जाणणे आवश्यक आहे. त्याने केलेल्या स्वीकृतीची पद्धत दहाव्या अध्यायामध्ये (१०.१२-१४) सांगितली आहे.

अर्जुन उवाच

**परं ब्रह्म परं धा म पवित्रं परमं भवान् ।**<br>
**पुरुषं शाश्वतं दिव्यमादिदेवमजं विभुम् ॥**<br>
**आहुस्त्वामृषय: सर्वे देवर्षि नारदस्तथा ।**<br>
**असितो देवलो व्यास: स्वयं चैव ब्रवीषि मे ॥**<br>
**सर्वमेतदृतं मन्ये यन्मां वदसि केशव ।**<br>
**न हि ते भगवन्व्यक्तिंविदुर्देवा न दानवा: ॥**

"अर्जुन म्हणाला: तुम्ही परम धाम, परम पवित्र आणि परम सत्य असे पुरुषोत्तम भगवान आहात. तुम्ही शाश्वत, अलौकिक, आदिपुरुष, अजन्मा आणि सर्वश्रेष्ठ आहात. नारद, असीत, देवल आणि व्यास इत्यादी महान ऋषींनीदेखील तुमच्या विषयीच्या या सत्याला मान्यता दिली आहे; आणि आता तुम्ही स्वत:ही मला हेच सांगत आहात. हे कृष्ण, तुम्ही मला जे सांगितले आहे, त्याचा मी पूर्णपणे सत्य म्हणून स्वीकार करतो. हे भगवन, तुमचे स्वरूप दानव किंवा देवही जाणू शकत नाहीत."

पुरुषोत्तम भगवान यांच्याकडून भगवद्गीतेचे श्रवण केल्यानंतर अर्जुनाने श्रीकृष्णांना परम ब्रह्म म्हणून स्वीकारले. प्रत्येक जीव ब्रह्म आहे, पण परम-जीव किंवा पुरुषोत्तम भगवान हे *परम-ब्रह्म* आहेत. *परम-धाम* म्हणजे भगवंत हे सर्व गोष्टींचे परम आश्रयस्थान आहेत; *पवित्रम्* म्हणजे ते शुद्ध आणि भौतिक विकारांपासून मुक्त आहेत; *पुरुषम्* म्हणजे ते सर्वश्रेष्ठ भोक्ता आहेत; *शाश्वतम्* म्हणजे मूळ; *दिव्यम्* म्हणजे अलौकिक; *आदि-देवम्* म्हणजे पुरुषोत्तम भगवान *अजम्* म्हणजे अजन्मा; आणि *विभुम्* म्हणजे सर्वश्रेष्ठ. आता काहीजण विचार करतील की, कृष्ण हा अर्जुनाचा मित्र असल्यामुळे अर्जुन त्याची खुशामत करण्यासाठी असे सांगत आहे. पण भगवद्गीतेच्या वाचकांच्या मनातील हा संशय काढून टाकण्यासाठी आणि ही स्तुती सप्रमाण आहे ते दाखविण्यासाठी अर्जुन पुढील श्लोकात सांगतो की, श्रीकृष्ण हे पुरुषोत्तम भगवान आहेत ही गोष्ट फक्त तोच नव्हे तर, नारद, असित, देवल आणि व्यासदेव इत्यादी थोर अधिकारी,

महर्षीसुद्धा मान्य करतात. सर्व आचार्यांनी स्वीकारलेल्या वैदिक ज्ञानाचा प्रसार करणारे हे सर्वश्रेष्ठ महर्षी आहेत. म्हणून अर्जुन श्रीकृष्णांना सांगतो की, तुम्ही जे सांगत आहात त्याचा मी पूर्णसत्य म्हणून स्वीकार करतो *सर्वमेतदृतं मन्ये*– "तुम्ही सांगितलेले सर्व सत्य म्हणून मी मान्य करतो." अर्जुन असेही सांगतो की, भगवंतांचे व्यक्तित्व समजणे अत्यंत कठीण आहे आणि मोठमोठ्या देवतासुद्धा त्यांना जाणू शकत नाहीत. याचाच अर्थ असा आहे की, मानवापेक्षा श्रेष्ठ व्यक्तीसुद्धा भगवंतांना जाणू शकत नाहीत, तर मनुष्य भक्त झाल्याशिवाय भगवान श्रीकृष्णांना कसे जाणू शकेल?

यासाठी भगवद्गीता भक्तिभावानेच स्वीकारली पाहिजे. एखाद्याने स्वतःला आपण श्रीकृष्णांच्या बरोबरीचे आहोत अथवा श्रीकृष्ण हे साधारण व्यक्ती आहेत किंवा श्रीकृष्ण हे केवळ श्रेष्ठ महापुरुष आहेत असे सुद्धा समजू नये. श्रीकृष्ण साक्षात पुरुषोत्तम भगवान आहेत. म्हणून भगवद्गीतेच्या अथवा अर्जुनाच्या म्हणण्याप्रमाणे जो भगवद्गीता जाणण्याचा प्रयत्न करीत आहे, त्याने तात्त्विकदृष्ट्या तरी श्रीकृष्णांचा पुरुषोत्तम भगवान म्हणून स्वीकार केला पाहिजे. अशा नम्र भावानेच आपण भगवद्गीता जाणू शकतो. जोपर्यंत एखादा नम्र भावाने भगवद्गीता वाचीत नाही, तोपर्यंत तो भगवद्गीता जाणू शकत नाही. कारण भगवद्गीता हे एक महान रहस्य आहे. वास्तविक भगवद्गीता आहे तरी काय?

अज्ञानमय भौतिक अस्तित्वातून मानवजातीचा उद्धार करणे हा भगवद्गीतेचा उद्देश आहे. अर्जुनाला ज्याप्रमाणे कुरुक्षेत्र येथे युद्ध करण्यामध्ये अडचणी होत्या, त्याचप्रमाणे प्रत्येक मनुष्य हा नाना प्रकारच्या अडचणींमुळे त्रस्त झालेला असतो. अर्जुन श्रीकृष्णांना शरण गेल्यामुळे त्याला भगवद्गीता सांगण्यात आली. फक्त अर्जुनच नव्हे तर आपल्यापैकी प्रत्येकजण हा भौतिक जीवनामुळे चिंताग्रस्त आहे. आपले अस्तित्वच मुळी 'असत्' वातावरणात आहे. खरे तर आपण असत् वातावरणाने घाबरण्याचे काहीच कारण नाही, कारण आपले अस्तित्व शाश्वत आहे. पण काही कारणासाठी आपल्याला असत् वातावरणात ठेवण्यात आले आहे. असत् म्हणजे 'जे अस्तित्वात नाही ते.'

दुःख भोगणाऱ्या अनेक मनुष्यप्राण्यांपैकी जे खऱ्या अर्थाने आपल्या स्वरूपाविषयी, म्हणजे आपण कोण आहोत, आपल्याला अशा विचित्र परिस्थितीमध्ये का ठेवण्यात आले आहे इत्यादी गोष्टींबद्दल जिज्ञासू असे फारच थोडे जण आहेत. आपण दुःख का भोगतो, यासंबंधी आपली जिज्ञासा जर जागृत झाली नाही, त्याचप्रमाणे आपल्याला ही दुःखे नको असून सर्व दुःखांतून सुटका करून घेण्याची आपली इच्छा आहे, हे सत्य जर मनुष्याला उमजले नाही, तर अशा मनुष्याला खरा मनुष्य समजता येणार नाही. या प्रकारची जिज्ञासा एखाद्याच्या मनामध्ये उत्पन्न झाल्यावरच खऱ्या अर्थाने मानवतेचा आरंभ होतो. या प्रकारच्या जिज्ञासेला ब्रह्मसूत्रांमध्ये *ब्रह्मजिज्ञासा* असे म्हटले आहे; *अथातो ब्रह्मजिज्ञासा*—जोपर्यंत मनुष्याला परब्रह्माची स्थिती जाणण्याची जिज्ञासा नसते तोपर्यंत त्याची सर्व कार्ये निष्फळ समजली पाहिजेत. म्हणून आपण दुःख का भोगतो, आपण कुठून आलो आणि मृत्यूनंतर आपण कुठे जाणार या प्रश्नांबद्दल जे जिज्ञासू असतात तेच भगवद्गीतेचे योग्य अभ्यासक होण्यास लायक आहेत. प्रामाणिक शिष्याला

भगवंतांविषयी पराकाष्ठेचा आदरभाव असणे हे सुद्धा आवश्यक आहे. अर्जुन हा असा एक प्रामाणिक शिष्य होता.

जेव्हा मनुष्य आपल्या जीवनाचे मूळ ध्येय विसरतो तेव्हा त्या ध्येयाची पुनर्स्थापना करण्यासाठी भगवान श्रीकृष्ण अवतार घेतात. आणि असे असूनही वास्तविक ध्येय जाणणाऱ्या अनेकानेक व्यक्तींपैकी एखादाच खऱ्या अर्थाने स्वत:चे स्वरूप जाणू शकतो व अशा मनुष्यांसाठीच भगवद्गीता सांगितली आहे. खरे म्हणजे आपणा सर्वांना अज्ञानाच्या वाघिणीने गिळंकृत केले आहे. पण भगवंत सर्व जीवांबद्दल विशेषेकरून मनुष्यप्राण्याबद्दल अत्यंत दयाळू आहेत. याच कारणासाठी त्यांनी आपला मित्र अर्जुन याला स्वत:चा शिष्य करून भगवद्गीता सांगितली.

अर्जुन भगवान श्रीकृष्णांचा सखा असल्यामुळे अज्ञानाच्या पलीकडे होता. परंतु कुरुक्षेत्राच्या युद्धभूमीवर त्याला जाणूनबुजून अज्ञानात टाकले गेले. त्यामुळे तो जीवनाच्या समस्यांबद्दल भगवान श्रीकृष्णांना प्रश्न विचारू शकेल आणि ते मनुष्याच्या भावी पिढ्यांच्या कल्याणार्थ या समस्यांचे समाधान करून जीवनाची घडी नीट बसवून देऊ शकतील. अशा तऱ्हेने मनुष्य योग्य कृती करून मनुष्यदेहाचे उद्दिष्ट प्राप्त करू शकेल.

भगवद्गीतेचा विषय म्हणजे पाच मूलभूत तत्त्वांबद्दलचे ज्ञान होय. सर्वप्रथम परमेश्वराबद्दलच्या ज्ञानाचे आणि नंतर जीवात्म्याच्या स्वरूपस्थितीबद्दलच्या ज्ञानाचे विवेचन केले आहे. जो सर्वांचे नियंत्रण करतो तो परमेश्वर होय व जे नियंत्रित असतात ते जीवात्मे होत. मी नियंत्रित नसून स्वतंत्र आहे असे म्हणणाऱ्या जीवात्म्याला मूर्खच समजावे. जीव किमान आपल्या बद्धावस्थेमध्ये तरी प्रत्येक बाबतीत नियंत्रित असतो. अशा प्रकारे भगवद्गीतेमध्ये 'ईश्वर' किंवा परम नियंत्रक आणि नियंत्रित जीवात्मे यांच्याबद्दल विवेचन केले आहे. त्याचबरोबर 'प्रकृती' (जड प्रकृती), 'काळ' (अखिल ब्रह्मांड किंवा सृष्टीची कालमर्यादा) आणि 'कर्म' यांचेही विवेचन गीतेमध्ये करण्यात आले आहे. हे अखिल विश्व निरनिराळ्या प्रकारच्या कृतींनी भरलेले आहे. सर्व जीवात्मे वेगवेगळ्या कृती करण्यात गुंतलेले असतात. ईश्वराचे स्वरूप काय, जीवात्म्यांची स्वरूपस्थिती, प्रकृती, भौतिक विश्व म्हणजे काय व ते काळाच्या प्रभावाने कसे नियंत्रित केले जाते आणि जीवात्म्यांची कर्मे कोणती इत्यादी गोष्टींबद्दलचे ज्ञान आपण भगवद्गीतेपासून मिळविले पाहिजे.

भगवद्गीतेतील पाच मूलभूत तत्त्वांपैकी परमेश्वर, कृष्ण, ब्रह्म, परम नियंत्रक किंवा परमात्मा यापैकी कोणत्याही नावाचा उपयोग करा, हे तत्त्व सर्वश्रेष्ठ आहे. गुणात्मकदृष्ट्या जीव आणि परमेश्वर यांच्यात साम्य आहे. उदाहरणार्थ, भगवद्गीतेच्या नंतरच्या अध्यायात सांगितले आहे की, भौतिक प्रकृतीच्या सर्व कार्यांवर परमेश्वराचे नियंत्रण असते. भौतिक प्रकृती स्वतंत्र नसून ती भगवंतांच्या आज्ञेचे पालन करीत असते, भगवान श्रीकृष्ण सांगतात की, *–मयाध्यक्षेण प्रकृति: सूयते सचराचरम्–* ही भौतिक प्रकृती माझ्या नियंत्रणाखाली कार्य करीत आहे. ब्रह्मांडामध्ये आश्चर्यकारक गोष्टी घडताना आपल्याला दिसतात. या सृष्टीमागे एक नियंत्रक आहे हे आपण जाणले पाहिजे. कोणतीही गोष्ट नियंत्रणाशिवाय प्रकट होऊ शकत नाही.

नियंत्रकच नाही असे समजणे हे बालिशपणाचे लक्षण आहे. उदाहरणार्थ, एखादे लहान बालक मोटारगाडी पाहून विचार करील की, ही तर घोडा किंवा इतर प्राण्याशिवाय आश्चर्यकारकपणे चालते! पण बुद्धिमान मनुष्याला मोटारगाडीमागील अभियांत्रिकी व्यवस्थेचे ज्ञान असते. त्याला सदैव माहीत असते की अशा यंत्रामागे, यंत्र चालविणारा एखादा मनुष्य किंवा चालक असतोच. याचप्रमाणे परमेश्वर हा सुद्धा एखाद्या चालकासारखा आहे. त्याच्या मार्गदर्शनाखाली सर्व काही घडत असते. पुढील अध्यायांवरून आपल्याला कळेल की, परमेश्वराने जीवात्म्यांना आपले अंश म्हणून स्वीकारले आहे. ज्याप्रमाणे सोन्याचा कण म्हणजे सोनेच असते किंवा सागरातील पाण्याचा थेंबसुद्धा खारट असतो, त्याचप्रमाणे आपण सर्व जीवात्मे भगवान श्रीकृष्णांचे अंश असल्यामुळे, आपल्यामध्येही परमेश्वराचे सर्व गुण सूक्ष्मरूपात विद्यमान असतात. कारण आपण सूक्ष्म, नियंत्रित किंवा गौण ईश्वर आहोत. आपण अंतराळ किंवा ग्रहांवर नियंत्रण करण्याचा प्रयत्न करीत आहोत आणि ही नियंत्रण करण्याची प्रवृत्ती श्रीकृष्णांमध्ये असल्यामुळेच आपल्यात देखील आहे. ही प्रवृत्ती आपल्यामध्ये असली तरी आपण जाणले पाहिजे की, आपण परम नियंत्रक नाही. भगवद्गीतेमध्ये हे स्पष्ट करून सांगितले आहे.

भौतिक प्रकृती म्हणजे काय? भगवद्गीतेत तिला कनिष्ठ किंवा अपरा प्रकृती असे म्हटले आहे. जीवात्म्याला श्रेष्ठ किंवा परा प्रकृती असे म्हटले आहे. परा असो अथवा अपरा, प्रकृती ही नित्य नियंत्रित असते. प्रकृती ही स्त्रीवाचक आहे आणि पत्नीवर नियंत्रण ठेवणाऱ्या पतीप्रमाणे भगवंत प्रकृतीवर नियंत्रण ठेवतात. प्रकृती ही नित्य भगवंतांच्या अधीन असते. कारण भगवंत प्रकृतीचे नियंत्रक आहेत. भौतिक प्रकृती आणि जीव हे दोन्ही भगवंतांच्या अधीन किंवा भगवंतांद्वारे नियंत्रित असतात. भगवद्गीतेनुसार जीवात्मे जरी भगवंतांचे अंश असले तरी त्यांना 'प्रकृतीच' मानण्यात येते. याचा भगवद्गीतेमधील सातव्या अध्यायामध्ये स्पष्ट उल्लेख आहे *अपरेयम् इतस्त्वन्याम् प्रकृतीं विद्धि मे पराम्। जीव भूताम्*—ही भौतिक प्रकृती माझी अपरा (कनिष्ठ) शक्ती आहे, पण याहून श्रेष्ठ अशी दुसरी प्रकृती आहे *जीव भूताम्* किंवा जीवात्मे.

सत्त्वगुण, रजोगुण आणि तमोगुण या तीन गुणांनी युक्त अशी ही भौतिक प्रकृती आहे. तीन गुणांच्या पलीकडे काळ हे शाश्वत तत्त्व आहे आणि प्रकृतीचे गुण व शाश्वत काळ यांच्या संयोगाने काळाच्या नियंत्रण व देखरेखीखाली जी कार्ये चालतात त्यांना *कर्म* असे म्हणतात. ही कर्मे अनादिकाळापासून चालत आली आहेत व आपण आपल्या कर्मांनुसार सुख अथवा दुःख भोगीत असतो. उदाहरणार्थ, मी एक व्यापारी आहे आणि चातुर्याने व कष्टाने बँकेत मी पुष्कळ रक्कम ठेवली आहे, तर मी त्या धनाचा भोक्ता ठरतो. पण समजा मी जर व्यापारात माझे धन गमावून बसलो तर मी दुःख भोगतो. याप्रमाणे प्रत्येक कार्यक्षेत्रामध्ये आपण आपल्या कर्मफलामुळे सुखी अथवा दुःखी होतो. याला 'कर्म' असे म्हणतात.

भगवद्गीतेमध्ये ईश्वर, जीव, प्रकृती, काल आणि कर्म या सर्वांचे विस्तृत वर्णन दिले आहे. या पाच तत्त्वांपैकी ईश्वर, जीव, भौतिक प्रकृती आणि काळ हे शाश्वत आहेत. प्रकृतीचे प्राकट्य तात्पुरते असू शकेल, पण ती मिथ्या किंवा खोटी नाही. काही तत्त्वज्ञान्यांच्या मते

प्रकृतीचे प्राकट्य मिथ्या किंवा असत्य आहे, पण भगवद्गीता किंवा वैष्णव तत्त्वज्ञानाप्रमाणे हे चूक आहे. भौतिक विश्वाचे प्रकटीकरण असत्य म्हणून स्वीकारले न जाता ते सत्य, परंतु तात्पुरते समजले जाते. याची तुलना आकाशात इतस्तत: फिरणाऱ्या मेघाबरोबर किंवा धान्याचे पोषण करणाऱ्या वर्षाऋतूबरोबर करण्यात आली आहे. वर्षाऋतू संपल्यावर लगेच सर्व मेघ ज्याप्रमाणे नाहीसे होतात आणि पावसामुळे वाढलेली पिके वाळून जातात, त्याचप्रमाणे ही भौतिक प्रकृती काही ठरावीक कालावधीसाठी प्रकट होते, थोड्या काळाकरिता टिकून राहते व कालांतराने नाहीशी होते. याप्रमाणे भौतिक प्रकृतीचे कार्य चालते. पण हे चक्र नित्य सुरूच असते म्हणून प्रकृती ही मिथ्या नसून शाश्वत आहे. या संदर्भात भगवंत प्रकृतीचा उल्लेख 'माझी प्रकृती' म्हणून करतात. भौतिक प्रकृती ही भगवंतांची विभाजित शक्ती आहे. जीव देखील विभाजित नसले तरी भगवंतांचीच शक्ती आहेत व भगवंतांबरोबर नित्य संबंधित आहेत. म्हणून ईश्वर, जीव, भौतिक प्रकृती आणि काळ हे सर्व एकमेकांशी संबंधित तसेच शाश्वत आहेत. परंतु पाचवे तत्त्व कर्म हे नित्य नाही. कर्माची फळे अतिशय पुरातन असू शकतात. आपण आपल्या कर्मफलानुसार अनादिकाळापासून सुख अथवा दु:ख भोगीत आहोत, पण आपण आपल्या ज्ञानाच्या पूर्णतेने कर्मफलांमध्ये बदल घडवून आणू शकतो. आपण विविध प्रकारच्या कर्मांमध्ये गुंतलो आहोत. त्यामुळे आपण कोणते कर्म केले पाहिजे की, ज्यामुळे आपण कर्माच्या क्रिया-प्रतिक्रियांपासून मुक्त होऊ शकतो, याचे ज्ञान आपल्याला नक्कीच नाही, परंतु याचे सुद्धा वर्णन भगवद्गीतेमध्ये करण्यात आले आहे.

ईश्वराचे स्वरूप परमचैतन्यमय आहे. जीवात्मे हे सुद्धा ईश्वराचे अंश असल्यामुळे चेतनामय आहेत. जीवात्मा आणि भौतिक प्रकृती या दोघांचेही वर्णन 'प्रकृती' असे करण्यात आले आहे आणि दोन्हीही तत्त्वे भगवंतांचीच आहेत. पण दोघांपैकी फक्त जीवतत्त्व चेतनायुक्त आहे. दुसरे प्रकृती तत्त्व चेतनारहित आहे आणि हाच या दोन्हींमधील फरक आहे. जीव-प्रकृतीला यासाठीच श्रेष्ठ अथवा परा म्हणून संबोधण्यात आले आहे, कारण जीव हा ईश्वराप्रमाणेच चेतनामय आहे. ईश्वर परमचेतनामय आहे म्हणून एखादा असे म्हणू शकणार नाही की, जीवात्म्याकडे सुद्धा परमचेतना आहे. जीवात्मा पूर्णतेच्या कोणत्याही स्तरावर परमचैतन्यमय होऊ शकत नाही आणि तो परमचैतन्यमय होऊ शकतो असे सांगणारा सिद्धांत चुकीचा आहे. जीव चेतनामय असू शकतो, पण परमचेतनामय अथवा परिपूर्ण चेतनायुक्त असू शकत नाही.

ईश्वर आणि जीव यामधील फरक भगवद्गीतेच्या तेराव्या अध्यायामध्ये वर्णित केला जाईल. ईश्वर आणि जीव हे 'क्षेत्रज्ञ', चेतनायुक्त आहेत. परंतु जीव हा त्याच्या विशिष्ट शरीराचा ज्ञाता असतो तर ईश्वर हा सर्व प्रकारच्या शरीरांचा ज्ञाता असतो. ईश्वर सर्व प्राण्यांच्या हृदयात स्थित असल्यामुळे त्याला प्रत्येक जीवाच्या मानसिक स्थितीचे ज्ञान असते, याचे स्मरण आपण ठेवले पाहिजे. असेही वर्णन करण्यात आले आहे की, परमात्मा किंवा भगवान सर्वांच्या हृदयात 'ईश्वर' किंवा नियंत्रक म्हणून वास करतात आणि जीवात्म्याच्या इच्छेनुसार कार्य करण्यासाठी त्याला मार्गदर्शन करीत असतात. जीवात्म्याला त्याच्या कर्माविषयी विस्मृती झालेली असते.

सर्वप्रथम तो विशिष्ट कर्म करण्याचा निर्धार करतो आणि नंतर त्या कर्माच्या चांगल्या अथवा वाईट कर्मफलांमध्ये अडकून पडतो. ज्याप्रमाणे आपण जुनी वस्त्रे टाकून नवीन वस्त्रे धारण करतो त्याप्रमाणे जीवात्मा एक विशिष्ट प्रकारचे शरीर त्यागून दुसरे शरीर धारण करतो. जीव याप्रमाणे देहांतर करीत आपल्या पूर्वकर्मांची फळे भोगीत असतो. जीवात्मा जेव्हा सत्त्वगुणामध्ये स्थिर होतो किंवा स्थिर वृत्तीने स्वत: कोणत्या प्रकारचे कर्म करावे हे जाणतो तेव्हा तो कर्मांमध्ये बदल घडवू शकतो आणि खरोखरच अशा रीतीने तो आपले पूर्वकर्म बदलू शकतो. यावरून सिद्ध होते की, 'कर्म' हे शाश्वत नाही. म्हणून आम्ही म्हटले आहे की, ईश्वर, जीव, प्रकृती, काळ आणि कर्म या पाच तत्त्वांपैकी चार तत्त्वे शाश्वत आहेत, परंतु कर्म मात्र अशाश्वत आहे.

परमचेतनामय ईश्वर आणि जीवात्मा यांच्यात हेच साम्य आहे की, ईश्वर आणि जीव दोघांचीही चेतना दिव्य आहे. जड प्रकृतीच्या संगतीमुळे चेतनेची निर्मिती होते ही कल्पना चुकीची आहे. चेतनेचा विकास विशिष्ट परिस्थितीमध्ये प्राकृतिक संमिश्रणाने होतो या सिद्धांताचा भगवद्‌गीता स्वीकार करीत नाही. ज्याप्रमाणे रंगीत काचेमधून प्रकाश परावर्तित केल्यास तो विशिष्ट रंगाचा भासतो, त्याप्रमाणे चेतना ही जड प्रकृतीमधील परिस्थितीच्या अधीन होऊन विकृत होऊ शकते; पण ईश्वराची चेतना भौतिकदृष्ट्या प्रभावित होऊ शकत नाही. श्रीकृष्ण सांगतात की *मयाध्यक्षेण प्रकृति:*—ज्या वेळी ते भौतिक जगामध्ये अवतार घेतात त्या वेळी ते भौतिक गोष्टींनी प्रभावित होत नाहीत. त्यांच्यावर असा प्रभाव पडत असता तर भगवद्‌गीतेसारख्या दिव्य विषयाबद्दल त्यांना बोलताच आले नसते. जोपर्यंत कोणी भौतिक वातावरणामुळे प्रदूषित झालेल्या चेतनेतून मुक्त होत नाही, तोपर्यंत तो दिव्य जगताविषयी काहीही प्रतिपादन करू शकत नाही. म्हणून परमेश्वर भौतिक वातावरणामुळे प्रदूषित होत नाही. सद्यस्थितीमध्ये आपली चेतना भौतिक गुणांमुळे दूषित झाली आहे. भगवद्‌गीता आपल्याला जड प्रकृतीने प्रभावित झालेल्या आपल्या चेतनेचे शुद्धीकरण करण्यास शिकविते. शुद्ध चेतनेमध्ये किंवा शुद्ध भावनेमध्ये आपली सर्व कर्मे परमेश्वराच्या इच्छेनुसार होतात व त्यामध्येच आपल्याला आनंद प्राप्त होतो. आपली सर्व कार्ये थांबवायची अजिबात गरज नसून, उलट त्या कार्यांचे शुद्धीकरण करणे आवश्यक आहे आणि अशा विशुद्ध कार्यांनाच भक्ती असे म्हणतात. भक्तियुक्त कर्मे सर्वसाधारण कर्माप्रमाणेच दिसतात, पण खऱ्या अर्थाने ती दोषपूर्ण नसतात. एखाद्या अज्ञानी मनुष्याला वाटेल की, भक्त सामान्य मनुष्याप्रमाणेच कार्य करीत आहे, पण अशा अल्पबुद्धी मनुष्याला माहीत नसते की, भक्त किंवा भगवंतांची कार्ये ही अशुद्ध चेतनेमुळे किंवा जड पदार्थामुळे प्रदूषित झालेली नसतात. भक्त आणि भगवंत त्रिगुणातीत आहेत, परंतु आपण जाणले पाहिजे की, सद्यस्थितीत आपली चेतना दूषित झाली आहे.

आपण भौतिक प्रकृतीमुळे अशुद्ध होतो तेव्हा आपल्याला बद्ध म्हटले जाते. स्वत:ला भौतिक प्रकृतीची निर्मिती समजून खोटी चेतना प्रदर्शित केली जाते. याला मिथ्या-अहंकार असे म्हणतात. देहात्मबुद्धीत रत असलेला स्वत:ची वास्तविक स्थिती जाणू शकत नाही. मनुष्याला देहात्मबुद्धीतून मुक्त करण्यासाठीच भगवद्‌गीता सांगितली गेली आणि भगवंतांकडून ज्ञानप्राप्ती करून घेण्यासाठीच अर्जुन या स्थितीत राहिला होता. आपण देहात्मबुद्धीतून मुक्त झालेच

पाहिजे. कारण अध्यात्मवादी होण्याची ही पहिली पायरी आहे. ज्या मनुष्याला स्वतंत्र किंवा मुक्त होण्याची इच्छा आहे त्याने हे जाणणे आवश्यक आहे की, तो म्हणजे हे भौतिक शरीर नव्हे. मुक्ती म्हणजे भौतिक चेतनेपासून स्वतंत्र होणे होय. श्रीमद्‌भागवतात देखील मुक्तीची व्याख्या देण्यात आली आहे. *मुक्तिर्हित्वान्यथारूपं स्वरूपेण व्यवस्थिति:*—भौतिक जगातील अशुद्ध भावनेतून स्वतंत्र होणे व शुद्ध भावनेमध्ये स्थित होणे यालाच मुक्ती म्हटले जाते. भगवद्‌गीतेतील सर्व शिकवणुकीचा उद्देश या चेतनेचे जागृतीकरण करणे हाच होय. म्हणूनच गीतेच्या उपदेशाच्या शेवटी श्रीकृष्ण अर्जुनाला असे विचारतात की, तू शुद्ध भावनेत स्थित झालास की नाही ? शुद्ध भावनेत स्थित होणे म्हणजे भगवंतांच्या आज्ञांचे पालन करणे होय. हे शुद्ध भावनेचे सारसर्वस्व आहे. आपण भगवंतांचे अंश असल्यामुळे आपल्यात चेतना आधीपासून असतेच. तथापि, भौतिक प्रकृतीच्या निकृष्ट गुणांद्वारे प्रभावित होण्याचे आपल्यामध्ये आकर्षण असते. परंतु भगवंत सर्वश्रेष्ठ असल्यामुळे हे आकर्षण त्यांना प्रभावित करू शकत नाही. परमेश्वर आणि सूक्ष्म जीवात्म्यांमध्ये हाच फरक आहे. ही चेतना किंवा भावना म्हणजे आहे तरी काय ? ही भावना म्हणजे "मी आहे". तेव्हा मी कोण आहे ? अशुद्ध चेतनेच्या अमलाखाली "मी आहे" म्हणजे "जे काही मला दिसते ते सर्व माझे आहे. मी भोगी आहे." प्रत्येक जीवात्मा स्वत:ला भौतिक सृष्टीचा मालक व निर्माता समजत असतो व या भावनेवरच हे जग चालत असते. भौतिक भावनेचे दोन मानसिक भाग आहेत. एक म्हणजे मी निर्माता आहे व दुसरा म्हणजे मी भोगी आहे. परंतु वास्तविकपणे परमेश्वर हाच निर्माता व भोक्ता आहे आणि जीवात्मा हा परमेश्वराचा अंश असल्यामुळे तो निर्माता नाही व भोक्ताही नाही, तर एक सहयोगी आहे. जीवात्मा निर्माण केला जातो व भोगला जातो. उदाहरणार्थ, यंत्राचा एक भाग पूर्ण यंत्राबरोबर सहयोग करतो; शरीराचा एखादा अवयव पूर्ण शरीराबरोबर सहयोग करतो. हात, पाय, डोळे इत्यादी सर्व शरीराचे विविध अवयव आहेत, परंतु ते वास्तविक भोक्ता नाहीत. उदर किंवा पोट भोक्ता आहे. पाय चालतात, हात भोजन करण्यास मदत करतात, दात चर्वण करतात आणि शरीराचे इतर सर्व अवयव उदराच्या संतुष्टीसाठी कार्य करीत असतात. कारण संपूर्ण शरीराच्या रचनेचे पोषण करणारे उदर हे प्रमुख अवयव आहे. म्हणून सर्व काही उदराला अर्पण केले जाते. मुळाला पाणी घालून झाडाचे पोषण केले जाते आणि उदरभरण करून शरीराचे पोषण केले जाते. कारण शारीरिक स्वास्थ्यासाठी सर्व अवयवांनी सहयोग करून उदरास अन्नपुरवठा केलाच पाहिजे. याप्रमाणे परमेश्वर हा निर्माता आणि भोक्ता आहे आणि आपण गौण जीवात्मे असल्यामुळे सहकार्य करून त्याला संतुष्ट करणे हे आपले कर्तव्य ठरते. ज्याप्रमाणे पोटाने ग्रहण केलेले अन्न शरीराच्या इतर सर्व अवयवांना मदत करते त्याप्रमाणे असे सहकार्य आपल्याला खरोखर मदत करील. जर हाताच्या बोटांनी विचार केला की, पोटाला अन्न देण्याऐवजी ते स्वत:च ग्रहण करावे, तर ती निराश होतील. सृष्टी आणि भोग करणारी सर्वांत महत्त्वाची व्यक्ती म्हणजे परमेश्वर. इतर जीव हे केवळ सहकारी असतात. जीवात्मे सहकार्यानेच सुखी होऊ शकतात. त्यांच्यातील संबंध हा मालक आणि सेवक यांच्यातील संबंधाप्रमाणेच असतो. जर मालक पूर्णपणे संतुष्ट झाला तर सेवकही संतुष्ट होतो. म्हणून जीवात्म्यांमध्ये जरी

निर्मिती करण्याची व भौतिक जगाचा भोग करण्याची प्रवृत्ती असली तरी वरील उदाहरणात स्पष्ट केल्याप्रमाणे त्यांनी परमेश्वराला संतुष्ट केलेच पाहिजे. निर्मिती आणि भोग करण्याची प्रवृत्ती जीवांमध्ये असते कारण ती प्रवृत्ती भौतिक सृष्टीची निर्मिती करणाऱ्या परमेश्वरामध्येही आहे. म्हणून, परमनियंत्रक ईश्वर, नियंत्रित जीव, विराट जगत, शाश्वत काळ आणि कर्म हे परम सत्याचे भाग आहेत असे भगवद्‌गीतेत सांगितले आहे. हे सर्व पूर्णपणे एकत्र आले की, त्या पूर्णत्वाला परम सत्य असे म्हणतात. हेच पूर्ण व परम सत्य म्हणजे भगवान श्रीकृष्ण होत. त्यांच्या भिन्न शक्तींमुळेच सर्व काही प्रकट होत असते. ते स्वतः परिपूर्ण आहेत.

भगवद्‌गीतेमध्ये असेही सांगण्यात आले आहे की, निर्विशेष ब्रह्मसुद्धा भगवंतांहून कनिष्ठ आहे. *(ब्रह्मणो हि प्रतिष्ठाहम्).* ब्रह्मसूत्रात ब्रह्माची तुलना सूर्याच्या किरणांबरोबर करण्यात आली आहे. निर्विशेष ब्रह्म म्हणजे भगवंतांच्या शरीराचे देदीप्यमान किरण आहेत. निर्विशेष ब्रह्म तसेच परमात्मा यांचा आंशिक साक्षात्कार म्हणजे परम सत्याचा अपूर्ण साक्षात्कार होय. पंधराव्या अध्यायात दाखवून दिले आहे की, श्रीभगवान किंवा पुरुषोत्तम हे निर्विशेष ब्रह्म आणि परमात्म्याचा आंशिक साक्षात्कार या दोघांच्याही पलीकडे आहेत. श्रीभगवान यांना *'सच्चिदानंद विग्रह'* असे म्हटले जाते. ब्रह्मसंहितेचा आरंभ पुढीलप्रमाणे होतो: *ईश्वरः परमः कृष्णः सच्चिदानंद विग्रहः। अनादिरादिर्गोविन्दः सर्व कारण कारणम्॥* ''गोविंद, श्रीकृष्ण हेच सर्व कारणांचे कारण आहेत. ते सच्चिदानंद रूप असून आदिकारण आहेत.'' निर्विशेष ब्रह्माचा साक्षात्कार म्हणजे त्यांच्या *सत्* (नित्यत्व) स्वरूपाचा साक्षात्कार होय. परमात्मा साक्षात्कार म्हणजे त्यांच्या सत्-चित् (शाश्वत ज्ञान) या स्वरूपाचा साक्षात्कार होय. परंतु भगवान श्रीकृष्ण यांचा साक्षात्कार म्हणजे सत्, चित् आणि आनंद (नित्य अस्तित्व, ज्ञान आणि आनंद) या तिन्ही स्वरूपाचा, पूर्ण विग्रह किंवा व्यक्तिमत्त्वामध्ये साक्षात्कार होय.

अल्पज्ञानी लोक परम सत्याला निर्विशेष मानतात, परंतु वैदिक शास्त्रांप्रमाणे परम सत्य म्हणजे एक दिव्य व्यक्ती आहे. *नित्यो नित्यानां चेतनश्चेतनानाम्*—(कठोपनिषद २.२.१३). ज्याप्रमाणे, आपण सर्व जीवात्म्यांना स्वतःचे स्वरूप आहे, त्याप्रमाणे परम सत्य सुद्धा अखेर एक व्यक्तीच आहे आणि या पुरुषोत्तम भगवंतांचा साक्षात्कार म्हणजे त्यांच्या इतर सर्व दिव्य स्वरूपाचा पूर्ण साक्षात्कार होय. परम सत्य निराकार नाही. जर ते निराकार किंवा दुसऱ्या कोणत्या तरी वस्तूहून न्यून असते तर ते पूर्ण होऊ शकले नसते. पूर्णत्वात आपल्या अनुभवातील व अनुभवांपलीकडचे सर्व काही समाविष्ट असले पाहिजे. नाही तर त्याला परिपूर्ण म्हणता येणार नाही.

परमेश्वर किंवा पुरुषोत्तम यांच्या शक्ती अमर्याद आहेत *(परास्य शक्तिर्विविधैव श्रूयते).* आपल्या विविध शक्तींद्वारे भगवान श्रीकृष्ण कसे कार्य करतात याचे वर्णन देखील भगवद्‌गीतेमध्ये केले आहे. आपण राहात असलेले हे भौतिक किंवा दृश्य जगतही स्वतःमध्ये पूर्ण आहे, कारण सांख्य तत्त्वज्ञानानुसार ज्या चोवीस तत्त्वांचे हे भौतिक विश्व एक तात्पुरती अभिव्यक्ती आहे त्या चोवीस तत्त्वांची पूर्णपणे जुळवाजुळव करून या विश्वाच्या निर्वाहाकरिता पूर्ण साधने निर्माण करण्यात आली आहेत. या जगात कोणतीही वस्तू अनावश्यक नाही किंवा

येथे आणखी एखाद्या वस्तूची गरजदेखील नाही. परम सत्याच्या शक्तींनी या सृष्टीचा कालावधी निश्चित केला आहे आणि तो कालावधी संपताच या अशाश्वत सृष्टीचा पूर्णत्वाच्या योग्य व्यवस्थेमुळे विनाश केला जातो. आंशिक जीवांना पूर्णत्वाचा साक्षात्कार करण्यासाठी उपयुक्त अशी साधने पूर्णरूपात उपलब्ध आहेत. तरी सुद्धा सर्व प्रकारचे अपूर्णत्व अनुभवास येण्याचे कारण म्हणजे परमपूर्णाबद्दलचे अपूर्ण ज्ञान होय. म्हणून भगवद्‌गीतेत वेदविद्येचे पूर्ण ज्ञान सांगितले आहे. वेदांत सांगितलेले सर्व ज्ञान अचूक आहे व हिंदू लोक वैदिक ज्ञानाला पूर्ण व अचूक मानतात. उदाहरणार्थ गाईचे शेण म्हणजे जनावराची विष्ठा आहे आणि स्मृती किंवा वैदिक शास्त्रानुसार, एखाद्याने जनावराच्या विष्ठेस स्पर्श केल्यास स्वत:ला शुद्ध करण्यासाठी त्याने स्नान करणे आवश्यक आहे. परंतु वैदिक शास्त्रांनुसार गाईचे शेण मात्र शुद्धीकारक मानले जाते. एखाद्याला या गोष्टीत विरोधाभास वाटेल. परंतु तसा वेदांचा आदेश असल्यामुळे त्याचे पालन करण्यात काहीच चूक नाही. अलीकडे आधुनिक विज्ञानानेसुद्धा सिद्ध केले आहे की, गाईच्या शेणामध्ये सर्व जंतुनाशक गुण असतात. यासाठी वैदिक ज्ञान हे अचूक व संशयातीत असल्यामुळे पूर्ण आहे आणि भगवद्‌गीता हे वैदिक ज्ञानाचे सार आहे. वैदिक ज्ञानामध्ये संशोधनाचा प्रश्नच उद्‌भवत नाही. आपले संशोधन कार्य अपूर्ण असण्याचे कारण म्हणजे आपण आपल्या अपूर्ण इंद्रियांद्वारे संशोधन करीत आहोत. भगवद्‌गीतेमध्ये सांगितल्याप्रमाणे गुरुशिष्य परंपरेमधून चालत आलेल्या पूर्ण ज्ञानाचाच आपण स्वीकार केला पाहिजे. ज्या परंपरेचा आरंभ सर्वश्रेष्ठ गुरू स्वत: भगवान श्रीकृष्ण यांच्याकडून झाला आहे व अनेक आचार्यांद्वारे जी खाली चालत आली आहे अशा परंपरेमधील योग्य व्यक्तीकडूनच आपण ज्ञान मिळविले पाहिजे. अर्जुनाने शिष्य या नात्याने भगवान श्रीकृष्णांकडून गीतोपदेश ग्रहण केला आणि भगवंतांच्या कोणत्याही वचनाला विरोध न करता त्याने प्रत्येक गोष्ट स्वीकारली. भगवद्‌गीतेचा एक भाग स्वीकारायचा आणि दुसरा नाकारायचा असे आपण करू शकत नाही. वैयक्तिक मताप्रमाणे काहीही अर्थ न लावता, कोणताही भाग न गाळता व ग्रंथाच्या विषयवस्तूमध्ये स्वत:च्या लहरीप्रमाणे ढवळाढवळ न करता भगवद्‌गीता स्वीकारली पाहिजे. वैदिक ज्ञानाची सर्वाधिक परिपूर्ण कृती म्हणून गीता स्वीकारली पाहिजे. वैदिक ज्ञानाचा उगम दिव्य आहे आणि या ज्ञानाचे पहिले वचन साक्षात परमेश्वराच्या श्रीमुखातून बाहेर आले आहे. परमेश्वराच्या वचनांना *अपौरूषेय* असे म्हणतात कारण चार प्रकारच्या दोषांनी दूषित असलेल्या या भौतिक जगातील व्यक्तीच्या शब्दांपेक्षा भगवंतांची वचने अतिशय वेगळी आहेत. एक बद्ध जीव—

१. निश्चितपणे चुका करतो,

२. सतत भ्रमात असतो,

३. दुसऱ्यांना फसविण्याची इच्छा बाळगून असतो आणि

४. अपूर्ण इंद्रियांमुळे मर्यादित असतो.

या दोषांमुळे साधारण मनुष्याला सर्वव्यापी ज्ञानाचे संपूर्ण निवेदन करणे शक्य नाही.

दोषपूर्ण जीव वैदिक ज्ञान प्रदान करू शकत नाहीत. सर्वप्रथम हे ज्ञान ब्रह्मदेवाला हृदयामध्ये सांगण्यात आले. ब्रह्मदेव हा सृष्टीमधील पहिला जीव आहे आणि त्याने ज्या मूळ रूपात या

ज्ञानाची प्राप्ती भगवंतांकडून केली होती त्याच रूपात आपल्या पुत्रांना व शिष्यांना हे ज्ञान प्रदान केले. भगवंत हे परिपूर्ण असल्यामुळे भौतिक प्रकृतीच्या नियमांमध्ये बद्ध होण्याची शक्यताच नाही. म्हणून बुद्धिमान व्यक्तीने हे जाणणे आवश्यक आहे की, या सृष्टीतील सर्व गोष्टींचे भगवान हे एकमेव स्वामी आहेत आणि तेच मूळ निर्माते आहेत. इतकेच नव्हे तर ब्रह्मदेवाचेही जनक आहेत. अकराव्या अध्यायामध्ये भगवंतांना प्रपितामह म्हणून संबोधण्यात आले आहे. कारण ब्रह्मदेवाला पितामह असे सामान्यत: संबोधले जाते. भगवंत हे पितामह यांचे सुद्धा जनक आहेत. यासाठीच कोणत्याही व्यक्तीने कोणत्याही गोष्टीवर स्वत:चा हक्क गाजवू नये आणि भगवंतांनी आपल्यासाठी जो हिस्सा काढून ठेवला आहे त्याच गोष्टींचा त्याने स्वीकार करावा.

भगवंतांनी आपल्याकरिता जो वाटा बाजूला काढून ठेवला आहे त्याचा उपयोग आपण कसा करावा याची अनेक उदाहरणे दिलेली आहेत. याचे वर्णन भगवद्‌गीतेमध्ये सुद्धा केले आहे. कुरुक्षेत्रावरील युद्धभूमीमध्ये सर्वप्रथम आपण लढू नये असे अर्जुनाने ठरविले होते. हा त्याचा स्वत:चा निर्णय होता. अर्जुनाने भगवंतांना सांगितले की, स्वत:च्या नातलगांना ठार मारून राज्य उपभोगण्याची आपली इच्छा नाही. हा निर्णय शारीरिक स्तरावर आधारित होता. कारण तो स्वत:ला शरीरच समजत होता आणि त्याचे भाऊ, भाचे, पुतणे, मेहुणे, आजोबा हे देह-संबंधी होते. म्हणून त्याला आपल्या शारीरिक गरजांची पूर्ती करणे आवश्यक आहे असे वाटत होते. अर्जुनाचा हा दृष्टिकोण बदलण्यासाठीच भगवंतांनी भगवद्‌गीता सांगितली. सरतेशेवटी अर्जुन जेव्हा सांगतो की, *करीष्ये वचनं तव*—'तुमच्या शब्दाप्रमाणे वागेन', तेव्हा तो भगवंतांच्या मार्गदर्शनानुसार कार्य करण्याचा निर्धार व्यक्त करतो.

या जगात मनुष्यांनी कुत्र्या-मांजरांप्रमाणे भांडणे योग्य नाही. मनुष्यजीवनाचे महत्त्व जाणण्याइतपत आणि सामान्य पशूप्रमाणे भांडण्याचे नाकारण्याइतपत, मनुष्याने बुद्धिमान असणे आवश्यक आहे. मनुष्याने जीवनाचे ध्येय जाणले पाहिजे व हे जाणण्यासाठी आवश्यक ते मार्गदर्शन वैदिक शास्त्रांमध्ये केले आहे आणि त्याचे सार भगवद्‌गीतेमध्ये देण्यात आले आहे. वैदिक साहित्य हे जनावरांसाठी नसून मनुष्यांसाठी आहे. पशू इतर पशूंची हत्या करू शकतात, कारण त्यांच्या बाबतीत पापाचा प्रश्नच उद्‌भवत नाही, पण जर एखाद्या मनुष्याने स्वत:च्या अनियंत्रित जिह्वातृप्तीकरिता प्राण्याची हत्या केली तर तो निसर्गनियमांचे उल्लंघन केल्याबद्दल शिक्षेस जबाबदार ठरतो. भगवद्‌गीतेमध्ये स्पष्टपणे असे विश्लेषण करण्यात आले आहे की, भौतिक प्रकृतीच्या विविध गुणांनुसार तीन प्रकारची कर्मे असतात. उदाहरणार्थ, सत्त्वगुणातील कर्म, राजस आणि तामस गुणातील कर्मे. त्याचप्रमाणे तीन प्रकारचा आहार उदाहरणार्थ, सत्त्वगुणयुक्त आहार, राजसिक आणि तामसिक गुणयुक्त आहार. या सर्वांचे स्पष्टपणे आणि विस्तृत रूपात विश्लेषण केले आहे आणि भगवद्‌गीतेतील आदेशाचा जर योग्य उपयोग आपण केला तर आपले संपूर्ण जीवन शुद्ध बनते. सरतेशेवटी आपण भौतिक विश्वाच्या पलीकडे असलेले आपले ऐच्छिक अथवा ईप्सित ध्येय गाठू शकतो. *(यद्‌गत्वा न निर्वतन्ते तद्धाम परमं मम्)* या ईप्सित ध्येयालाच सनातन, शाश्वत किंवा दिव्य जगत म्हटले जाते. या भौतिक

जगामध्ये सर्व काही क्षणभंगुर आहे हे आपण पाहू शकतो. याची निर्मिती होते, हे काही काळ स्थित राहते, काही अंशांची निर्मिती करते, क्षीण होते आणि शेवटी नाश पावते. हाच या भौतिक जगाचा नियम आहे. मग ते शरीर असो, फळ असो वा इतर काहीही असो. पण या क्षणिक जगतापलीकडेही दुसरे असे एक जग आहे, ज्याच्याबद्दल आपल्याला माहिती आहे. ते जगत स्वरूपत: सनातन किंवा शाश्वत आहे. अकराव्या अध्यायामध्ये जीव तसेच भगवान दोघांनाही सनातन म्हणण्यात आले आहे. आपला भगवंतांशी निकटचा संबंध आहे आणि आपण सर्व म्हणजे, सनातन धाम, सनातन श्रीभगवान आणि सनातन जीव गुणात्मकदृष्ट्या एकच असल्यामुळे भगवद्गीतेचा उद्देश हा आपले सनातन कार्य किंवा सनातन धर्म, जे सर्व जीवांचे शाश्वत कार्य आहे त्याची जागृती करून देणे हा आहे. आपण निरनिराळ्या प्रकारच्या तात्पुरत्या कार्यांमध्ये गुंतलो आहोत. आपण भगवंतांनी सांगितलेल्या कार्यांचा स्वीकार करतो, तेव्हा या सर्व कार्यांचे शुद्धीकरण होते. वास्तविक त्यालाच शुद्ध जीवन म्हटले जाते.

ज्याप्रमाणे जीव हे सनातन आहेत त्याप्रमाणे भगवंत आणि त्यांचे दिव्य धाम दोन्हीही सनातन आहेत व भगवंत आणि जीव यांचे सनातन धामामध्ये संयुक्तपणे मीलन होणे हे मानवी जीवनाचे पूर्णत्व आहे. जीव हे भगवंतांचे पुत्र असल्याकारणाने भगवंत जीवांबद्दल अत्यंत दयाळू आहेत. भगवद्गीतेमध्ये भगवंत घोषित करतात की *सर्व योनिषु... अहं बीजप्रद: पिता*-- मी सर्वांचा पिता आहे, अर्थात, ज्यांच्या त्यांच्या विविध कर्मांनुसार सर्व प्रकारच्या योनींमध्ये जीव आहेत. पण भगवंत या ठिकाणी दावा करतात की, ते या सर्वांचेच पिता आहेत. यासाठीच पतित आणि बद्ध जीवांचा उद्धार करण्यासाठी तसेच त्यांना सनातन शाश्वत धामामध्ये पुन्हा बोलाविण्यासाठी भगवंत अवतार घेतात. सनातन धामामध्ये प्रवेश केल्यामुळे जीव पुन्हा भगवंतांच्या सहवासात आपले शरीर प्राप्त करतात. स्वत: भगवान विविध अवतार धारण करतात किंवा आपल्या विश्वासू सेवकांना, पुत्र, पार्षद अथवा आचार्य म्हणून बद्ध जीवांचा उद्धार करण्यासाठी पाठवितात.

यावरून सिद्ध होते की, सनातन धर्म हा कोणत्याही भौगोलिक धर्माच्या पद्धतीपुरताच मर्यादित नसून, ते शाश्वत भगवंतांशी संबंध असणाऱ्या शाश्वत जीवांचे शाश्वत कार्य आहे. पूर्वी सांगितल्याप्रमाणे सनातन धर्म म्हणजेच जीवांचे शाश्वत कार्य होय. श्रीपाद रामानुजाचार्य *सनातन* शब्दाचा अर्थ असा सांगतात की, 'ज्याला आरंभही नाही आणि अंतही नाही'. म्हणून ज्या वेळी आपण सनातन धर्माबद्दल बोलतो तेव्हा श्रीपाद रामानुजाचार्यांच्या प्रमाणाच्या आधारावर आपण समजले पाहिजे की, त्याला आरंभही नाही आणि अंतही नाही.

इंग्रजी भाषेतील 'रिलीजन' (Religion) शब्द हा सनातन धर्म या शब्दापासून थोडा भिन्न आहे. 'रिलीजन' शब्दावरून 'विश्वास' या कल्पनेची जाणिव होते आणि विश्वास हा बदलू शकतो. एका विशिष्ट पद्धतीवर एखाद्याचा विश्वास असू शकतो आणि ती व्यक्ती विश्वास बदलून दुसऱ्या पद्धतीचा अवलंब करू शकते. परंतु कधीच बदलू शकत नाही अशा कार्याला उद्देशून सनातन धर्म असे म्हटले जाते. उदाहरणार्थ, पाण्यापासून द्रवरूपता जशी वेगळी करता येत नाही किंवा अग्नीपासून उष्णता जशी वेगळी करता येत नाही, त्याचप्रमाणे शाश्वत जीवाचे

शाश्वत कार्य त्याच्यापासून (जीवापासून) अलग करता येत नाही. सनातन धर्म शाश्वत काळासाठी जीवाशी संलग्न आहे. म्हणून ज्या वेळी आपण 'सनातन धर्माबद्दल' बोलतो तेव्हा श्रीपाद रामानुजाचार्यांच्या प्रमाणावरून आपण निश्चितपणे जाणले पाहिजे की, त्याला आरंभ आणि अंत दोन्हीही नाही. ज्याला आदि-अंत काहीच नाही ते सांप्रदायिक असूच शकत नाही, कारण त्याला कोणत्याही प्रकारच्या बंधनाने सीमित करताच येत नाही. जे सांप्रदायिक पंथाचे आहेत ते सनातन धर्मालासुद्धा चुकीने सांप्रदायिक समजतील. परंतु आपण या विषयात सखोल ज्ञान प्राप्त केले व आधुनिक विज्ञानाच्या प्रभावामध्ये याचा विचार केल्यास आपल्याला आढळून येईल की, सनातन धर्म हा या जगातीलच नव्हे तर संपूर्ण सृष्टीतील जीवांचा आहे.

सनातन धर्माहून इतर ज्या धार्मिक श्रद्धा (संप्रदाय) आहेत त्यांना मानवीय इतिहासाच्या वृत्तांतामध्ये आरंभ असू शकतो, पण सनातन धर्माच्या इतिहासाला प्रारंभच नाही. कारण हा शाश्वतरीत्या जीवाबरोबरच संलग्न असतो. जीवांना आदी आणि अंत नाही. अशी मते प्रमाणित शास्त्रे जीवांच्या संदर्भात सांगतात. गीतेमध्ये सांगण्यात आले आहे की, जीवाचा कधी जन्मही होत नाही किंवा मृत्यूही होत नाही. तो शाश्वत आणि अविनाशी आहे. क्षणभंगुर भौतिक शरीराच्या विनाशानंतरसुद्धा तो अस्तित्वातच राहतो. सनातन धर्माच्या संकल्पनेबाबत विचार करताना, आपण धर्माचे स्वरूप मूळ संस्कृत शब्दाच्या अर्थावरून जाणणे आवश्यक आहे. 'धर्म' म्हणजे एखाद्या गोष्टीशी नित्य संबंधित असणारा गुण होय. आपण गृहित धरून चालतो की अग्नीबरोबर उष्णता आणि प्रकाश आहे आणि उष्णता व प्रकाश यांच्या शिवाय अग्नी हा शब्दच अर्थहीन आहे. याचप्रमाणे जीवाच्या अशा अनिवार्य भागाचा आपण विचार केला पाहिजे की, जो जीवाचा नित्य संबंधी भाग किंवा गुण, म्हणजेच जीवाचा शाश्वत धर्म होय.

ज्या वेळी सनातन गोस्वामींनी श्री चैतन्य महाप्रभूंना प्रत्येक जीवाच्या स्वरूपाबद्दल विचारले त्या वेळी चैतन्य महाप्रभूंनी उत्तर दिले की, जीवाचे स्वरूप अथवा वैधानिक स्थिती म्हणजे श्रीभगवान यांची सेवा करणे होय. आपण चैतन्य महाप्रभूंच्या विधानाचे जर विश्लेषण केले तर आपल्याला सहजपणे दिसून येईल की, प्रत्येक जीव हा दुसऱ्या जीवाची सतत सेवा करण्यामध्ये गुंतलेला असतो आणि असे करताना जीवन उपभोगीत असतो. ज्याप्रमाणे सेवक मालकाची सेवा करीत असतो त्याचप्रमाणे खालच्या स्तरातील पशू मानवाची सेवा करीत असतात. 'अ' हा 'ब' मालकाची सेवा करतो, 'ब' हा 'क' मालकाची आणि 'क' हा 'ड' मालकाची सेवा करतो इत्यादी. याप्रमाणेच आपण पाहू शकतो की, एक मित्र दुसऱ्या मित्राची सेवा करतो, माता आपल्या पुत्रांची, पत्नी पतीची आणि पती आपल्या पत्नीची सेवा करतो इत्यादी. जर आपण या पद्धतीने जाणण्याचा प्रयत्न केला तर दिसून येईल की, समाजामध्ये सेवेच्या बाबतीत कोणताच अपवाद आढळून येणार नाही. एखादा राजकारणी, जनकल्याणार्थ सेवेची क्षमता वाढविण्याचा जाहीरनामा जनतेमध्ये प्रस्तुत करतो, म्हणून मतदार आपले मौल्यवान मत त्या व्यक्तीला समाजाची मौल्यवान सेवा करावी म्हणून देतात. दुकानदार ग्राहकांची आणि कारागीर भांडवलदाराची सेवा करतो. भांडवलदार आपल्या कुटुंबाची सेवा करतो आणि कुटुंब, शाश्वत जीवाच्या शाश्वत सेवा क्षमतेप्रमाणे, राष्ट्राची सेवा करते. अशा रीतीने

आपण पाहू शकतो की, कोणताही जीव एक दुसऱ्याची सेवा करण्यापासून अपवाद नाही आणि म्हणून आपण निर्धास्तपणे असा निष्कर्ष काढू शकतो की, सेवाभाव हा जीवाचा नित्य सहयोगी आहे आणि सेवा करणे हा जीवाचा सनातन धर्म आहे.

तरीही मनुष्य विशिष्ट काळ आणि परिस्थितीप्रमाणे विशिष्ट पद्धतीच्या धर्माचा स्वीकार करतो आणि याप्रमाणे स्वत:ला हिंदू, मुस्लीम, ख्रिश्चन, बौद्ध किंवा इतर प्रकारच्या सांप्रदायिक पंथाचा मानतो, अशा ह्या उपाधी म्हणजे सनातन धर्म नव्हे. एखादा हिंदू, आपली श्रद्धा बदलून मुस्लीम किंवा एखादा मुस्लीम हिंदू अथवा ख्रिश्चन स्वत:ची श्रद्धा बदलून काहीही बनू शकतो इत्यादी. परंतु कोणत्याही परिस्थितीत धार्मिक श्रद्धा बदलल्याने जीवाचा, इतरांची सेवा करण्याचा हा शाश्वत गुणधर्म बदलूच शकत नाही. हिंदू, मुस्लीम किंवा ख्रिश्चन हे कोणत्याही परिस्थितीत कोणाचे ना कोणाचे तरी सेवक आहेतच. याप्रमाणे एखाद्या विशिष्ट धर्मावर श्रद्धा असणे म्हणजे त्या जीवाचा तो सनातन धर्म आहे असे नाही, तर सेवा करणे हाच जीवाचा सनातन धर्म आहे.

खरे तर आपण सेवाभावामध्येच भगवंतांशी संबंधित आहोत. भगवंत सर्वश्रेष्ठ भोक्ता आहेत आणि आपण जीव त्यांचे सेवक आहोत. आपली निर्मिती ही त्यांच्या भोगासाठी झाली आहे आणि जर आपण भगवंतांच्या शाश्वत आनंदामध्ये सहभागी झालो तरच आपण आनंदी होऊ शकतो, याखेरीज आपण आनंदी होऊ शकत नाही. ज्याप्रमाणे शरीराचा कोणताही अवयव उदराशी सहकार्य केल्याशिवाय आनंदी होऊ शकत नाही, त्याचप्रमाणे स्वतंत्रपणे कोणीच आनंदप्राप्ती करू शकत नाही. जीवाला भगवंतांची दिव्य प्रेममयी सेवा केल्यावाचून आनंदी होणे शक्यच नाही. भगवद्गीतेमध्ये (७.२०) देवदेवतांची सेवा किंवा पूजा करण्यास मान्यता नाही.

*कामैस्तैस्तैर्हृतज्ञाना: प्रपद्यन्तेऽन्यदेवता: ।*
*तं तं नियममास्थाय प्रकृत्या नियता: स्वया॥*

"ज्यांची बुद्धिमत्ता भौतिक विषयवासनायुक्त इच्छांनी हिरावून घेतली आहे, ते देवतांना शरण जातात आणि स्वत:च्या मताप्रमाणे विशिष्ट विधि-विधानांचे पालन करतात." या ठिकाणी स्पष्टपणे सांगण्यात आले आहे की, भौतिक इच्छांनी प्रेरित झालेले लोक भगवान श्रीकृष्णांची पूजा न करता देवतांची पूजा करतात. जेव्हा आम्ही 'कृष्ण' नावाचा उल्लेख करतो तेव्हा ते नाव कोणत्याही संप्रदायाला उद्देशून म्हणत नाही. कृष्ण म्हणजे सर्वोच्च आनंदाचे भांडार किंवा आनंद सरोवर होय आणि याची पुष्टी शास्त्राने केली आहे. आपण सर्वजण आनंदप्राप्तीसाठी धडपडत असतो, *आनंदमयोभ्यासात्* (वेदान्त सूत्र १.१.१२) भगवंतांप्रमाणेच जीव हे चेतनायुक्त आहेत, पण ते आनंदाच्या शोधात आहेत. भगवंत हे नित्य आनंदीच आहेत आणि जर जीवांनी त्यांचा संग केला तर जीवसुद्धा आनंदी होतात.

अशा मर्त्य जगामध्ये, वृंदावनातील आनंदमयी लीला दाखविण्यासाठीच भगवंत अवतार घेतात. भगवान श्रीकृष्ण ज्या वेळी वृंदावनामध्ये होते, त्या वेळी त्यांनी आपल्या गोपमित्र, गोपिका, वृंदावनातील निवासी आणि गायी यांच्याबरोबर ज्या लीला केल्या त्या पूर्ण आनंदमयी होत्या. वृंदावनातील सर्व निवासी श्रीकृष्णांशिवाय इतर काही जाणतच नव्हते. इतकेच नव्हे, तर भगवान श्रीकृष्णांनी आपले पिता नंद महाराज यांना इंद्रदेवाची पूजा करण्यापासून देखील

कृष्णकृपामूर्ती

**श्री श्रीमद् ए. सी. भक्तिवेदांत स्वामी प्रभुपाद**

आंतरराष्ट्रीय कृष्णभावनामृत संघाचे संस्थापकाचार्य

आणि संपूर्ण विश्वात वैदिक ज्ञानाचे अद्वितीय प्रचारक

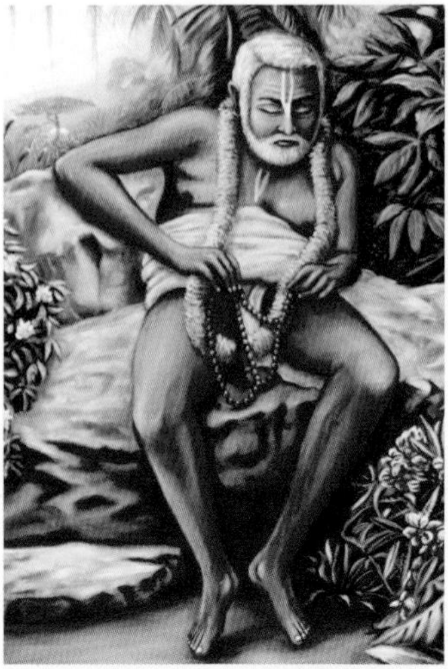

**श्रील जगन्नाथ दास बाबाजी महाराज**

श्रील भक्तिविनोद ठाकूर यांचे शिक्षागुरू

**श्रील भक्तिविनोद ठाकूर**

संपूर्ण जगतास कृष्णभावनेचा आशीर्वाद
देण्याच्या कार्यक्रमाची मुहूर्तमेढ रोवणारे

**श्रील भक्तिसिद्धांत सरस्वती गोस्वामी महाराज**

कृष्णकृपामूर्ती श्री श्रीमद् ए. सी.
भक्तिवेदांत स्वामी प्रभुपाद यांचे
आध्यात्मिक गुरू आणि तत्कालीन
अग्रगण्य विद्वान व भक्त

**श्रील गौरकिशोर दास बाबाजी महाराज**

श्रील भक्तिसिद्धांत सरस्वती गोस्वामी यांचे
आध्यात्मिक गुरू आणि श्रील भक्तिविनोद
ठाकूर यांचे निकटवर्तीय शिष्य

या कलियुगामध्ये जे वास्तविक बुद्धिमान लोक आहेत, ते पार्षदांसहित अवतरित होणाऱ्या भगवंतांचे, संकीर्तन यज्ञ करून पूजन करतील. (३.१० तात्पर्य)

धृतराष्ट्र म्हणाला : हे संजय! कुरुक्षेत्र या पवित्र धर्मक्षेत्रावर एकत्रित झालेल्या, युद्धाची इच्छा करणाऱ्या माझ्या आणि पांडूच्या पुत्रांनी काय केले? (१.१)

ज्याप्रमाणे मनुष्य जुन्या वस्त्रांचा त्याग करून नवीन वस्त्रे धारण करतो, त्याप्रमाणे आत्माही जुन्या आणि निरुपयोगी शरीराचा त्याग करून नवीन भौतिक शरीर धारण करतो. (२.२२)

भौतिक देहरूपी रथामध्ये जीव हा स्वार आहे आणि बुद्धी ही त्याची सारथी आहे. मन हे लगाम आहे आणि इंद्रिये घोडे आहेत. याप्रमाणे जीव हा मन आणि इंद्रियांच्या सहवासात सुख किंवा दुःख उपभोगतो. (६.३४ तात्पर्य)

जगातील समस्त भौतिक क्रिया भौतिक प्रकृतीच्या तीन गुणांच्या आधिपत्याखाली घडून येतात. जरी प्रकृतीचे हे तीन गुण भगवंतांकडूनच आले आहेत, तरी परम भगवान श्रीकृष्ण त्यांच्या नियंत्रणाखाली नाहीत. (७.१२ तात्पर्य)

अल्पबुद्धीचे लोक देवतांकडून वरदान मागतात आणि क्षणभंगुर आणि मृत्यूच्या वेळी हिरावून घेतल्या जाणाऱ्या गोष्टी प्राप्त करतात. वास्तविकपणे पाहता, हे सर्व लाभ एकट्या परम भगवंतांकडूनच प्रदान केले जातात. (७.२२ तात्पर्य)

ज्या योगीजनांनी योगाभ्यासात प्रगती केली आहे ते देहत्याग करण्याकरिता इष्ट स्थळ आणि काळाची व्यवस्था करू शकतात; परंतु या गोष्टी इतरांच्या स्वाधीन नसतात. (८.२४ तात्पर्य)

मी सर्व आध्यात्मिक व भौतिक जगांचा स्रोत आहे. सर्व काही माझ्यापासून निघते. जे बुद्धिमान लोक हे परिपूर्णरित्या जाणतात, ते माझ्या भक्तिमय सेवेत रममाण होतात आणि पूर्ण हार्दिकतेने माझी आराधना करतात. (१०.८)

विश्वरूप पाहिल्यावर अर्जुन भ्रमित आणि आश्चर्यचकित झाला आणि म्हणाला, ''हे विश्वेश्वर! हे विश्वरूप! तुमच्या देहामध्ये मी अमर्यादित आणि सर्वत्र पसरलेल्या असंख्य भुजा, मुख आणि नेत्रांना पाहतो आहे. तुमच्यामध्ये मला आदी, मध्य आणि अंत काहीच दिसत नाही.'' (११.१६)

भौतिक संसाररूपी वृक्ष हा आध्यात्मिक संसाररूपी खऱ्या वृक्षाचे फक्त प्रतिबिंब मात्र आहे. ह्या भौतिक संसाररूपी वृक्षात आसक्त असणाऱ्या माणसाला मोक्ष मिळत नाही. परंतु ज्या मनुष्याला आध्यात्मिक संसाररूपी वृक्षाची जाण असते, तो आत्मोन्नती करू शकतो. (१५.१ तात्पर्य)

मृत्यूच्या वेळी जीवात्मा ज्या भावनेत असतो, तीच भावना त्याला पुढील शरीरात घेऊन जाते. (१५.८ तात्पर्य)

जर जीवात्म्याने आपली भावना एखाद्या जनावरासारखी केलेली असेल, तर त्याला जनावराचे शरीर मिळणार हे निश्चित आहे. (१५.९ तात्पर्य)

मी प्रत्येकाच्या हृदयात स्थित आहे आणि माझ्यापासून स्मृती, ज्ञान व विस्मृती होतात. सर्व वेदांद्वारे जाणण्यायोग्य मीच आहे. निस्संदेह, मी वेदान्ताचा संकलक आहे आणि वेदांचा ज्ञाताही मीच आहे. (१५.१५)

सदैव माझे चिंतन कर, माझा भक्त हो, माझे पूजन कर आणि मलाच नमस्कार कर. याप्रमाणे निश्चितपणे तू मला प्राप्त होशील. मी तुला हे प्रतिज्ञेने सांगतो, कारण तू माझा अत्यंत प्रिय सखा आहेस. (१८.६५)

परावृत्त केले कारण, त्यांना ही वस्तुस्थिती दाखवून द्यायची होती की, लोकांनी कोणत्याही देवतांची पूजा करण्याची गरज नाही. त्यांनी भगवंतांचीच पूजा करणे आवश्यक आहे कारण त्यांचे अंतिम ध्येय भगवद्धामास जाणे हे आहे.

भगवान श्रीकृष्णांच्या धामाबद्दल भगवद्गीतेमधील पंधराव्या अध्यायाच्या सहाव्या श्लोकामध्ये वर्णन आले आहे की (१५.६)

*न तद्भासयते सूर्यो न शशांको न पावकः ।*
*यद्गत्वा न निवर्तन्ते तद्धाम परमं मम ॥*

''माझ्या परम धामाला सूर्य, चंद्र, अग्नी किंवा विद्युत शक्ती हे प्रकाशित करीत नाहीत. जे या परम धामात प्रवेश करतात, ते पुन्हा कधीच या भौतिक जगामध्ये परत येत नाहीत.''

या श्लोकामध्ये शाश्वत आकाशाबद्दल वर्णन करण्यात आले आहे. अर्थात आकाशाबद्दलची आपली संकल्पना भौतिक आहे आणि आकाशाचा विचार आपण सूर्य, चंद्र, तारे इत्यादींच्या संबंधात करतो. पण या श्लोकामध्ये भगवंत सांगतात की, शाश्वत आकाशामध्ये चंद्र, सूर्य किंवा अग्नीची गरजच नाही. कारण आध्यात्मिक जग भगवंतांपासून निघणाऱ्या दिव्य किरणांमुळे म्हणजे ब्रह्मज्योतीमुळे प्रकाशित झालेले आहे. आपण महत्प्रयासाने इतर ग्रहांवर जाण्याचा प्रयत्न करीत आहोत. परंतु याइतके भगवंतांच्या परम धामाला जाणणे अवघड नाही. या परम धामाला गोलोक असे म्हटले जाते. ब्रह्मसंहितेमध्ये (५.३७) याचे अत्यंत सुंदर वर्णन करण्यात आले आहे.- *गोलोक एव निवसत्यखिलात्मभूतः* भगवंत नित्य गोलोकामध्ये निवास करतात, तरीसुद्धा या जगातूनही आपण त्यांना गाठू शकतो आणि यासाठीच भगवंत आपल्या मूळ 'सच्चिदानंद विग्रह' रूपामध्ये अवतीर्ण होतात. जेव्हा ते आपले स्वरूप प्रकट करतात तेव्हा ते कसे दिसतात याबद्दल तर्क करणे व्यर्थ आहे. अशा प्रकारच्या काल्पनिक तर्क-वितर्कांना टाळण्यासाठीच भगवंत जेव्हा अवतरित होतात तेव्हा ते स्वतःच्या मूळ श्यामसुंदर रूपामध्ये अवतरित होतात. दुर्दैवाने ज्या वेळी भगवंत आपल्यापैकीच एक म्हणून अवतीर्ण होतात आणि एका मानवाप्रमाणेच लीला करतात, तेव्हा अल्पबुद्धी लोक त्यांचा उपहास करतात. परंतु असे असले तरी भगवंतांना आपण आपल्यापैकीच एक आहेत असे समजू नये. भगवंत स्वतःसर्व शक्तिमान असल्याने ते आपल्यासमक्ष स्वतःच्या मूळ रूपात प्रकट होऊन लीला करतात. त्यांच्या या लीला गोलोकामधील लीलांप्रमाणेच असतात.

दिव्य आध्याात्मिक आकाशातील देदीप्यमान किरणांमध्ये अनंत ग्रहलोक आहेत. परमधाम कृष्णलोकामधून ब्रह्मज्योतीचे किरण उत्सर्जित होतात व या किरणांमध्ये आनंदमय, चिन्मय असे दिव्य ग्रहलोक तरंगत असतात. भगवंत सांगतात कीः *न तद्भासयते सूर्यो न शशांको न पावकः । यद्गत्वा न निवर्तन्ते तद्धाम परमं मम*—जो या आध्यात्मिक दिव्य विश्वामध्ये जातो त्याला पुन्हा या भौतिक विश्वामध्ये येण्याची गरज नाही. भौतिक विश्वामधील चंद्रच काय, तर अत्युच्च अशा ब्रह्मलोकामध्ये जरी आपण पोहोचलो तरी आपल्याला जन्म, मृत्यू, वृद्धत्व आणि व्याधी या अवस्था आढळतात. भौतिक जगतातील कोणताही ग्रह या चार अवस्थांतून मुक्त नाही.

जीव हे एका ग्रहावरून दुसऱ्या ग्रहावर भ्रमण करीत असतात. पण ते आपल्या इच्छेनुसार

कोणत्याही यंत्राच्या साहाय्याने प्रवास करू शकत नाहीत. आपल्याला एका ग्रहावरून दुसऱ्या ग्रहावर जायचे असल्यास त्यासाठी विशिष्ट पद्धती आहे. याचाही उल्लेख गीतेमध्ये करण्यात आला आहे, *यान्ति देवव्रता देवान् पितृन् यान्ति पितृव्रता:*—आंतरग्रहीय प्रवासासाठी यंत्राची आवश्यकता नाही. गीता सांगते की, *यान्ति देवव्रत देवान्.* चंद्र, सूर्य आणि इतर उच्चस्तरीय ग्रहांना स्वर्गलोक म्हटले जाते. ग्रहमालिकांच्या उच्च, मध्य आणि निम्न अशा तीन निरनिराळ्या पातळ्या आहेत. पृथ्वी हा ग्रह मध्य पातळीमध्ये येतो. भगवद्गीता आपल्याला कोणत्याही उच्चतर ग्रहावर (देवलोक) अत्यंत सहजपणे कसे जावे याबद्दल सांगते की, *यान्ति देवव्रता देवान्* एखाद्याने विशिष्ट ग्रहावरील विशिष्ट अशा देवतेची उपासना करावी आणि याप्रमाणे चंद्र, सूर्य किंवा इतर कोणत्याही उच्चतर ग्रहाची प्राप्ती करावी.

तरीपण भगवद्गीता आपल्याला भौतिक जगातील कोणत्याही ग्रहावर जाण्याचा सल्ला देत नाही, कारण जरी भौतिक जगातील अत्युच्च अशा ब्रह्मलोकामध्ये आपण कोणत्याही यांत्रिक साधनाच्या साहाय्याने चाळीस हजार वर्षांचा प्रवास (आणि इतका दीर्घकाळ जगतो तरी कोण?) करून गेलो तरी आपल्याला जन्म, मृत्यू, जरा आणि व्याधी हे भौतिक ताप आढळतीलच. परंतु जो सर्वोच्च अशा कृष्णलोकाची किंवा आध्यात्मिक विश्वातील इतर कोणत्याही ग्रहलोकाची प्राप्ती करतो त्याला हे भौतिक ताप त्या ठिकाणी आढळणारच नाहीत. आध्यात्मिक विश्वातील इतर ग्रहलोकांमध्ये जो सर्वोच्च लोक आहे त्याला गोलोक वृंदावन म्हटले जाते व हे आदिपुरुष भगवान श्रीकृष्ण यांचे मूळ निवासस्थान आहे. हे सर्व ज्ञान भगवद्गीतेमध्ये देण्यात आले आहे आणि यातील उपदेशाद्वारे आपण या भौतिक जगातून सुटून खऱ्या आनंदमयी अशा आध्यात्मिक विश्वातील जीवनाला सुरुवात कशी करावी याची माहिती देण्यात आली आहे.

भगवद्गीतेतील पंधराव्या अध्यायामध्ये भौतिक जगाचे वास्तविक वर्णन करण्यात आले आहे. त्या ठिकाणी भगवंत सांगतात की,

*ऊर्ध्वमूलमध:शाखमश्वत्थं प्राहुरव्ययम् ।*
*छन्दांसि यस्य पर्णानि यस्तं वेद स वेदवित् ॥*

या ठिकाणी भौतिक जगाची तुलना एका वृक्षाशी केली आहे. त्याची मुळे वर आणि शाखा खाली आहेत. आपल्याला मुळे वर असणाऱ्या वृक्षाचा अनुभव आहे; जर मनुष्य नदीतीरावर किंवा तलावाच्या तीरावर उभा राहिला तर पाण्यामध्ये प्रतिबिंबित झालेला वृक्ष त्याला उलटा दिसेल. अशा वृक्षाच्या फांद्या खाली तर मुळे वर दिसतील. याचप्रमाणे भौतिक जगत् सत्याची छाया आहे. छायेमध्ये सत्यता अथवा वास्तविकता नसते, पण छायेवरून आपल्याला सत्याच्या आणि वास्तविकतेच्या अस्तित्वाची जाणीव होऊ शकते. वाळवंटामध्ये पाणी नसते, पण मृगजळावरून आपल्याला पाणी नावाची गोष्ट अस्तित्वात आहे याची जाण होते. भौतिक जगामध्ये पाण्याचा अभाव आहे, आनंदाचा अभाव आहे, पण पाणीरूपी वास्तविक आनंद हा आध्यात्मिक जगतामध्येच आहे.

भगवंत आपल्याला वैकुण्ठजगताची प्राप्ती पुढील पद्धतीने करून घेण्याचे सुचवितात.

(भगवद्गीता १५.५)

*निर्मानमोहा जितसंगदोषा अध्यात्मनित्या विनिवृत्तकामाः ।*
*द्वन्द्वैर्विमुक्ताः सुखदुःखसंज्ञैर्गच्छन्त्यमूढाः पदमव्ययं तत् ॥*

*पदम् अव्ययं* किंवा शाश्वत जगताची प्राप्ती फक्त जो निर्मानमोह आहे तोच करू शकतो. याचा अर्थ काय आहे ? आपण सर्वजण विविध उपाधींच्या मागे लागलो आहोत. कुणाला साहेब बनायचे आहे, कुणाला मालक बनायचे आहे, कुणाला अध्यक्ष, तर कुणाला श्रीमंत, तर कुणाला राजा आणि कुणाला काय बनण्याची इच्छा असते. जोपर्यंत आपण या उपाधींवर आसक्त असतो तोपर्यंत आपण या शरीरावर आसक्त असतोच. कारण या उपाधी फक्त शारीरिक स्तरावरच लागू पडतात. पण आपण म्हणजे हे शरीर नाही हे जाणून घेणे ही आध्यात्मिक साक्षात्काराची पहिली पायरी आहे. आपण भौतिक प्रकृतीच्या तीन गुणांच्या संसर्गात आहोत, पण भगवद्भक्तीद्वारे आपण यातून अनासक्त झाले पाहिजे. जर आपण भगवद्भक्तीमध्ये आसक्त झालो नाही तर आपण भौतिक प्रकृतीच्या तीन गुणांपासून अनासक्त राहूच शकत नाही. उपाधी आणि आसक्ती ही आपल्यातील कामवासना आणि भौतिक प्रकृतीवर प्रभुत्व गाजविण्याच्या इच्छेमुळेच असते. जोपर्यंत आपण भौतिक प्रकृतीवर स्वामित्व गाजविण्याच्या इच्छेचा त्याग करीत नाही, तोपर्यंत सनातन धाम किंवा भगवद्धामामध्ये आपण प्रवेश करू शकण्याचा प्रश्नच उद्भवत नाही. भ्रामक भौतिक उपभोगाच्या आकर्षणामुळे जो गोंधळून जात नाही आणि जो भगवत्सेवेमध्ये रत झाला आहे तोच अशा अविनाशी शाश्वत धामाची प्राप्ती करू शकतो. याप्रमाणे स्थित झालेला सहजपणे परम धामाची प्राप्ती करू शकतो.

भगवद्गीतेमध्ये अन्यत्र सांगण्यात आले आहे की:

*अव्यक्तोऽक्षर इत्युक्तस्तमाहुः परमां गतिम् ।*
*यं प्राप्य न निवर्तन्ते तद्धाम परमं मम ॥*

*अव्यक्त* म्हणजे प्रकट न झालेले. आपल्याला संपूर्ण भौतिक जगताचेही ज्ञान झालेले नाही. आपली इंद्रिये इतकी अपूर्ण आहेत की, आपण या ब्रह्मांडातील सर्व तारे सुद्धा पाहू शकत नाही. वैदिक साहित्यामधून आपल्याला सर्व ग्रह-ताऱ्यांबद्दल संपूर्ण माहिती प्राप्त होऊ शकते आणि यावर कुणाचा विश्वास असो अथवा नसो, सर्व महत्त्वपूर्ण ग्रहांचे वर्णन वेदांमध्ये, विशेषतः श्रीमद्भागवतात करण्यात आले आहे. त्या ठिकाणी या भौतिक विश्वापलीकडील आध्यात्मिक जगताचे वर्णन 'अव्यक्त' किंवा 'अप्रकट' म्हणून करण्यात आले आहे. एखाद्याने अशा परम धामाची प्राप्ती करण्यासाठी प्रयत्न केला पाहिजे. कारण जो कोणी त्या धामाची प्राप्ती करतो, त्याला पुन्हा या भौतिक जगात परतावे लागत नाही.

यानंतर एखाद्याला अशा भगवद्धामाची प्राप्ती कशी करावी असा प्रश्न पडेल तर याबद्दलची माहिती आठव्या अध्यायात देण्यात आली आहे.

*अन्तकाले च मामेव स्मरन्मुक्त्वा कलेवरम् ।*
*यः प्रयाति स मद्भावं याति नास्त्यत्र संशयः ॥*

आयुष्याच्या शेवटी जो कोणी माझे स्मरण करीत देहत्याग करतो, तो तात्काळ माझ्या

धामाची प्राप्ती करतो, यात काहीच संशय नाही. (भगवद्गीता ८.५). मृत्यूसमयी जो श्रीकृष्णांचे स्मरण करतो, तो श्रीकृष्णांना प्राप्त होतो. मनुष्याने भगवान श्रीकृष्णांच्या दिव्य स्वरूपाचे स्मरण करणे आवश्यक आहे; ज्याने दिव्य स्वरूपाचे चिंतन करीत देहत्याग केला आहे त्याला नक्कीच आध्यात्मिक धामाची प्राप्ती होते. *मद्‌भावम्* शब्द परम पुरुषाच्या परम प्रकृतीला उद्देशून योजण्यात आला आहे. परम पुरुष हा सच्चिदानंदविग्रह आहे. म्हणजेच त्यांचे स्वरूप शाश्वत, ज्ञानमय आणि आनंदमय आहे. आपले वर्तमान शरीर सच्चिदानंदरूपी नाही. हे शरीर सत् नसून असत् आहे, शाश्वत नसून नश्वर आहे आणि चित् किंवा ज्ञानमय नसून पूर्णपणे अज्ञानमय आहे. आपल्याला आध्यात्मिक जगताचे ज्ञान तर नाहीच आणि या भौतिक जगाबद्दलही पूर्ण ज्ञान नाही कारण या ठिकाणी आपल्याला अज्ञात अशा अद्याप किती तरी गोष्टी आहेत. शरीर सुद्धा निरानंद म्हणजेच पूर्ण आनंदमयी असण्याऐवजी पूर्णपणे कष्टमय आहे. या शरीरामुळेच आपल्याला भौतिक जगामधील सर्व गोष्टी अनुभवावयास लागतात, पण जो भगवान श्रीकृष्णांचे स्मरण करीत शरीराचा त्याग करतो त्याला तात्काळ सच्चिदानंद शरीराची प्राप्ती होते.

या देहाचा त्याग आणि दुसऱ्या देहाची प्राप्ती करण्याचा या भौतिक जगातील मार्गसुद्धा व्यवस्थितपणे ठरविण्यात आला आहे. पुढील जन्मी मनुष्याला कोणत्या प्रकारचा देह प्राप्त होईल हे ठरल्यानंतरच मनुष्याचा मृत्यू होतो आणि याचा निर्णय स्वतः जीव घेत नसून उच्चतर अधिकारी घेतात. या जन्मातील कर्मानुसार आपली प्रगती अथवा अधोगती होते. हा जन्म म्हणजे पुढील जन्माची पूर्वतयारीच आहे. म्हणून या जन्मी जर आपण भगवद्धामाची प्राप्ती करण्याची तयारी केली, तर वर्तमान देहाच्या त्यागानंतर आपल्याला नक्कीच भगवंतांच्या दिव्य शरीराप्रमाणेच दिव्य शरीराची प्राप्ती होईल.

पूर्वी सांगितल्याप्रमाणे निरनिराळ्या प्रकारचे अध्यात्मवादी असतात, उदाहरणार्थ, ब्रह्मवादी, परमात्मावादी व भक्त - आणि आधी सांगितल्याप्रमाणे ब्रह्मज्योतीमध्ये (आध्यात्मिक जगतामध्ये) अनंत असे ग्रहलोक असतात. या ग्रहलोकांची संख्या ही भौतिक जगातील ग्रहांपेक्षा खूप खूप पटीने मोठी आहे. हे भौतिक जग एकूण सृष्टीच्या एक चतुर्थांश इतकेच आहे - *एकांशेन स्थितो जगत्*. या आंशिक भौतिक जगतामध्ये पण अब्जावधी असे सूर्य, तारे आणि चंद्र असलेली लाखो कोट्यवधी ब्रह्मांडे आहेत. पण तरीसुद्धा एकूण निर्मितीच्या तुलनेत हे संपूर्ण भौतिक जगत् म्हणजे एक लहानसा भाग आहे. अधिकांश निर्मिती ही आध्यात्मिक किंवा दिव्य धामाने व्यापण्यात आली आहे. ज्याला 'परम ब्रह्ममध्ये' विलीन होण्याची इच्छा आहे तो भगवंतांच्या ब्रह्मज्योतीला प्राप्त होतो आणि या प्रकारे आध्यात्मिक जगताची प्राप्ती करतो. जो भक्त भगवंतांच्या सान्निध्याची इच्छा करतो तो असंख्य अशा वैकुण्ठलोकांत प्रवेश करतो. श्रीभगवान स्वतःच्या नारायण या चतुर्भुज विस्तारित रूपामध्ये आणि प्रद्युम्न, अनिरुद्ध, गोविंद इत्यादी नावांनी वैकुण्ठात प्रवेश करणाऱ्या भक्तांच्या सहवासात राहतात, म्हणून मृत्यूच्या शेवटच्या क्षणी अध्यात्मवादी ब्रह्मज्योती, परमात्मा किंवा भगवान श्रीकृष्ण यांचे चिंतन करतात. सर्वच बाबतीत ते आध्यात्मिक जगतामध्येच प्रवेश करतात, परंतु जो भक्त आहे किंवा जो साक्षात् भगवंतांशी संबंधित आहे तोच वैकुण्ठलोकामध्ये अथवा गोलोक वृन्दावन धामात प्रवेश करतो.

भगवंत पुढे सांगतात की, या बाबतीत कोणीही संशय घेऊ नये आणि यावर आपला दृढ विश्वास असला पाहिजे. आपल्या कल्पनांशी सुसंगत अशी गोष्ट नाही, म्हणून आपण ती नाकारू नये. आपली मनोवृत्ती अर्जुनाप्रमाणे असली पाहिजे. ''तुम्ही जे सांगत आहात त्या सर्व गोष्टींवर माझा पूर्ण विश्वास आहे.'' म्हणून ज्या वेळी भगवंत सांगतात की, जो कोणी मृत्यूसमयी ब्रह्म, परमात्मा किंवा भगवान म्हणून माझे चिंतन करतो तो नक्कीच आध्यात्मिक जगतामध्ये प्रवेश करतो, याबद्दल कोणीही संशय ठेवू नये. याबद्दल अविश्वास व्यक्त करण्याचा प्रश्नच उद्‌भवत नाही.

भगवंतांचे मृत्यूसमयी केवळ स्मरण केल्याने आध्यात्मिक जगामध्ये सहजपणे प्रवेश होऊ शकेल असा सर्वसामान्य सिद्धांत भगवद्‌गीतेतही (८.६) सांगितला आहे.

*यं यं वापि स्मरन् भावं त्यजत्यन्ते कलेवरम्।*
*तं तमेवैति कौन्तेय सदा तद्‌भावभावित:॥*

''ज्या भावाचे स्मरण करीत एखादा वर्तमान देहाचा त्याग करतो, त्याच भावस्थितीची प्राप्ती तो पुढील जन्मात निश्चितपणे करतो.'' ही भौतिक प्रकृती म्हणजे भगवंतांच्या अनेक शक्तींपैकी एका शक्तीची अभिव्यक्ती आहे हे आपण जाणणे आवश्यक आहे. विष्णुपुराणामध्ये (६.७.६१) भगवंतांच्या संपूर्ण शक्तीचे विवेचन करण्यात आले आहे.

*विष्णुशक्ति: परा प्रोक्ता क्षेत्रज्ञाख्या तथा परा।*
*अविद्याकर्मसंज्ञान्या तृतीया शक्तिरिष्यते॥*

परमेश्वराच्या वैविध्यपूर्ण अशा अनंत शक्ती आहेत ज्या आपल्या कल्पनेच्या पलीकडे आहेत. तरीसुद्धा श्रेष्ठ अशा ज्ञानी ऋषिमुनींनी आणि मुक्त जीवांनी या सर्व शक्तींचा अभ्यास करून त्यांचे तीन विभाग केले आहेत. या सर्व शक्ती, 'विष्णुशक्ती' म्हणजेच भगवान श्रीविष्णूंच्या वैविध्यपूर्ण अशा अनंत शक्ती आहेत. प्रथम शक्ती म्हणजे परा किंवा दिव्य आहे. पूर्वी सांगितल्याप्रमाणे जीव हे पराशक्तीमध्ये येतात. इतर शक्ती किंवा भौतिक शक्ती या तमोगुणांमध्ये येतात. मृत्यूसमयी आपण या भौतिक जगातील कनिष्ठ शक्तीमध्ये राहू शकतो अथवा आध्यात्मिक जगातील दिव्य शक्तीची प्राप्ती करू शकतो. म्हणून भगवद्‌गीता (८.६) सांगते की,

*यं यं वापि स्मरन् भावं त्यजत्यन्ते कलेवरम्।*
*तं तमेवैति कौन्तेय सदा तद्‌भावभावित:॥*

''ज्या भावाचे स्मरण करत एखादा वर्तमान देहाचा त्याग करतो त्याच भावस्थितीची प्राप्ती तो पुढील जन्मात निश्चितपणे करतो.''

आपल्याला जीवनामध्ये एकतर भौतिक किंवा आध्यात्मिक जगताबद्दल चिंतन करण्याची सवय असते. आपल्याला जर भौतिक जगताबद्दल चिंतन न करता आध्यात्मिक जगताबद्दल चिंतन करायचे असेल तर ते कसे करावे? आपल्याकडील विपुल साहित्य आहे जे आपल्या विचारांना मायाशक्तीने—वृत्तपत्र...इत्यादी व्यापून टाकते. आपण या साहित्यातील लक्ष काढून वैदिक साहित्यामध्ये आपली विचारशक्ती गुंतवली पाहिजे. आणि यासाठीच थोर ऋषी, महर्षींनी

पुराणे इत्यादी पुष्कळ वैदिक साहित्याची रचना केली आहे. पुराणे ही काल्पनिक नसून ती ऐतिहासिक आहेत. चैतन्य चरितामृतामध्ये (मध्य २०.१२२) पुढील श्लोक आढळतो:

*मायामुग्ध जीवेर नाहि स्वतः कृष्णज्ञान।*
*जीवेरे कृपाय कैला कृष्ण वेद-पुराण॥*

स्मृतिभ्रष्ट किंवा मायामुग्ध जीवांना किंवा बद्ध जीवांना त्यांच्या परमेश्वराशी असणाऱ्या संबंधांचे विस्मरण झाले आहे आणि जीव हे भौतिक कार्य करण्यातच मग्न झाले आहेत. जीवांची विचारशक्ती अथवा भावना आध्यात्मिक दिव्य जगताकडे वळविण्यासाठी कृष्ण द्वैपायन व्यासांनी विपुल वैदिक साहित्य दिले आहेत. सर्वप्रथम त्यांनी वेदांचे चार विभाग केले, नंतर त्यांचे विश्लेषण पुराणांमध्ये केले आणि अल्पबुद्धी लोकांसाठी त्यांनी महाभारत लिहिले. महाभारतामध्येच भगवद्गीता सांगण्यात आली. यानंतर संपूर्ण वैदिक साहित्य सारांश रूपात वेदान्त सूत्रामध्ये सांगितले आणि भावी मार्गदर्शनासाठी वेदान्त सूत्रावर सहज आणि सुंदर अशी श्रीमद्भागवत नामक व्याख्या लिहिली. या वैदिक शास्त्रांचे चिंतन, मनन आणि अध्ययन करण्यामध्येच आपण आपले मन गुंतविले पाहिजे. ज्याप्रमाणे भौतिकवादी लोक मनोरंजनासाठी किंवा विरंगुळ्यासाठी वर्तमानपत्रे, कादंबरी इत्यादी अनेक प्रकारच्या जडवादी साहित्याचे वाचन करतात, त्याचप्रमाणे आपण आपले मन, व्यासदेवांनी दिलेले ग्रंथसाहित्य वाचण्याकडे वळविले पाहिजे, आणि असे केल्यानेच आपण मृत्यूच्या, अंतिम क्षणी भगवंतांचे स्मरण करू शकू. भगवंतांनी सुचविलेला हा एकच मार्ग आहे आणि त्याच्या यशाच्या खात्रीबद्दल भगवंत सांगतात की, "याबद्दल मुळीच संदेह नाही."

*तस्मात् सर्वेषु कालेषु मामनुस्मर युद्ध च।*
*मय्यर्पितमनोबुद्धिर्मामेवैष्यस्यसंशयः ॥*

"म्हणून अर्जुना! तू नित्य माझे कृष्ण रूपामध्ये चिंतन करून युद्ध करण्याच्या कर्तव्याचे पालन केले पाहिजेस. तुझे कार्य मला अर्पण केल्यामुळे आणि मन व बुद्धी माझ्यावर केंद्रित केल्यामुळे तू निःसंदेह माझी प्राप्ती करशील." (भगवद्गीता ८.७)

अर्जुनाने त्याच्या कर्तव्याचा त्याग करून फक्त भगवंतांचेच स्मरण करावे असे भगवंत त्याला सांगत नाहीत. भगवंत कोणतीही अव्यवहार्य गोष्ट कधीच सांगत नाहीत. या भौतिक जगामध्ये शरीराचे पालनपोषण करण्यासाठी प्रत्येकाला कर्म हे केलेच पाहिजे. कर्मानुसार मानवी समाजाचे ब्राह्मण, क्षत्रिय, वैश्य आणि शूद्र असे चार वर्णांमध्ये विभाजन करण्यात आले आहे. ब्राह्मण किंवा बुद्धिमान वर्ग एका विशिष्ट प्रकारचे कर्म करतात, क्षत्रिय किंवा प्रशासकीय वर्ग एका प्रकारचे विशिष्ट कर्म करतात आणि व्यापारी व कामगार (शूद्र) वर्ग त्यांचे विशिष्ट प्रकारचे कर्म करतात. मानवी समाजामध्ये जरी कोणी कामगार, व्यापारी, प्रशासक किंवा शेतकरी असेल अथवा उच्चवर्णीय साहित्यिक, वैज्ञानिक किंवा धर्मशास्त्र निपुण असला तरी त्याला स्वतःचे अस्तित्व टिकविण्यासाठी कर्म करावेच लागते. यासाठीच भगवंत अर्जुनाला सांगतात की, त्याने त्याच्या कर्तव्याचा त्याग करण्याची गरज नाही तर त्याचे पालन करतानाच भगवान श्रीकृष्णाचे चिंतन करणे आवश्यक आहे *(मामनुस्मर)*. जर एखाद्याने स्वतःचे अस्तित्व

टिकविण्याची धडपड करतेवेळी श्रीकृष्णांचे स्मरण करण्याचा सराव केला नाही, तर त्याला मृत्यूसमयी भगवान श्रीकृष्णांचे स्मरण करणे शक्य होणार नाही. श्री चैतन्य महाप्रभूही हेच सुचवितात. ते सांगतात की *कीर्तनीय सदा हरिः*—प्रत्येकाने भगवंतांच्या नामस्मरणाची सवय लावली पाहिजे. म्हणून भगवान श्रीकृष्णांनी अर्जुनाला सांगितलेला उपदेश ''माझे स्मरण कर'' आणि भगवान श्री चैतन्य महाप्रभूंनी सांगितलेला उपदेश ''नित्य भगवान श्रीकृष्णांचे नामस्मरण करा'' हे दोन्ही सारखेच आहेत. यामध्ये भेद मिळणार नाही कारण कृष्ण आणि त्यांचे दिव्य नाम हे एकच आहेत. परम सत्याच्या स्तरावर नाम आणि नामी यामध्ये काहीच फरक नाही. म्हणून नित्य, दिवसातील चोवीस तास भगवंतांचे नामस्मरण करून त्यांचे चिंतन करण्याचा अभ्यास केला पाहिजे तसेच आपल्या जीवनातील सर्व कर्मे अशा रीतीने केली पाहिजेत की आपण त्यांचे नित्य स्मरण करू शकू.

हे कसे शक्य आहे? तर आचार्यजन या बाबतीत पुढीलप्रमाणे उदाहरण देतात. जर एखादी विवाहित स्त्री परपुरुषावर आसक्त असेल किंवा एखादा पुरुष स्वतःच्या पत्नीव्यतिरिक्त परस्त्रीवर आसक्त असेल तर या प्रकारची आसक्ती अत्यंत प्रबळ असते. अशा व्यक्ती आपल्या प्रियतमाबद्दल सतत चिंतन करीत असतात. अशी पत्नी ज्या वेळी आपली नित्य गृहकृत्ये करीत असते, तेव्हा सुद्धा ती आपल्या प्रियकराला कसे भेटावे याबद्दल चिंतन करीत असते. वस्तुतः ती स्वतःची गृहकृत्ये इतक्या काळजीपूर्वक करीत असते की, तिच्या पतीला सुद्धा तिच्याबद्दल संशय निर्माण होऊ नये. याचप्रमाणे आपण आपले परमप्रिय श्रीकृष्ण यांचे सतत चिंतन केले पाहिजे आणि त्याचबरोबर आपले भौतिक कर्मसुद्धा योग्य आणि व्यवस्थित रीतीने पार पाडले पाहिजे. पण यासाठी उत्कट प्रेमभाव असणे आवश्यक आहे. आपल्याला भगवंतांबद्दल उत्कट प्रेम असेल तरच आपण आपले कर्मही योग्य रीतीने करू शकतो व तसेच त्यांचे नित्य चिंतनही करू शकतो. परंतु अशा उत्कट प्रेमाचा विकास आपण केला पाहिजे. उदाहरणार्थ, अर्जुन सतत श्रीकृष्णांचे चिंतन करीत होता, श्रीकृष्णांचा नित्य सहचर होता त्याचप्रमाणे तो योद्धाही होता. श्रीकृष्णांनी त्याला युद्धत्याग करून ध्यानधारणेसाठी अरण्यात जाण्याचा सल्ला दिला नाही. जेव्हा भगवान श्रीकृष्णांनी योगपद्धतीचे अर्जुनाला वर्णन केले तेव्हा अर्जुन म्हणतो की, या योगपद्धतीचे पालन करणे हे आपल्या आवाक्यापलीकडे आहे.

*अर्जुन उवाच*
*योऽयं योगस्त्वया प्रोक्तः साम्येन मधुसूदन ।*
*एतस्याहं न पश्यामि चञ्चलत्वात् स्थितिं स्थिराम् ॥*

''अर्जुन म्हणाला, हे मधुसूदना! ज्या योगपद्धतीचे वर्णन तुम्ही केले आहे, ते अव्यवहार्य आणि असह्य वाटते कारण, मन हे चंचल आणि अस्थिर आहे.''(भगवद्‌गीता ६.३३)

पण भगवान सांगतात:

*योगिनामपि सर्वेषां मद्‌गतेनान्तरात्मना।*
*श्रद्धावान् भजते यो मां स मे युक्ततमो मतः॥*

''सर्व योगीजनांमध्ये जो दृढ श्रद्धापूर्वक सदैव माझ्यामध्ये निवास करतो, अंतःकरणात

माझेच चिंतन करतो आणि माझी दिव्य प्रेममयी सेवा करतो तो योगाद्वारे माझा अत्यंत निकटसंबंधी होतो आणि असा हा योगी सर्व योग्यांमध्ये श्रेष्ठ आहे, असे माझे मत आहे. (भगवद्गीता ६.४७) म्हणून जो भगवंतांचे निरंतर स्मरण करतो, तो सर्वश्रेष्ठ योगी, ज्ञानी तसेच सर्वश्रेष्ठ भक्तही आहे. पुढे जाऊन भगवंत अर्जुनाला सांगतात की, अर्जुन हा क्षत्रिय असल्यामुळे तो युद्ध टाळूच शकत नाही. पण जर त्याने श्रीकृष्णांचे चिंतन करीत युद्ध केले तर तो मृत्यूसमयी श्रीकृष्णांचे चिंतन करू शकेल. मात्र यासाठी मनुष्याने परमेश्वराच्या दिव्य प्रेममयी सेवेमध्ये शरणागत होणे आवश्यक आहे.

वास्तविकपणे आपण आपल्या शरीराद्वारे कार्य करीत नसून मन आणि बुद्धीद्वारे करीत असतो. म्हणून बुद्धी आणि मन जर निरंतर भगवंतांच्या चिंतनामध्ये संलग्न केले तर स्वाभाविकपणे सर्व इंद्रियेसुद्धा भगवंतांच्या सेवेमध्ये संलग्न होतात. वरकरणी पाहिल्यास इंद्रियांची कार्ये सारखीच दिसतात, पण त्यामागील भावना निराळी असते. मन आणि बुद्धीला भगवंतांच्या चिंतनात कसे संलग्न करावे याबद्दल भगवद्गीता शिकविते. अशा प्रकारे संलग्न झाल्याने मनुष्य भगवद्धामात प्रवेश करू शकतो. जर मनाला श्रीकृष्णांच्या सेवेमध्ये मग्न केले तर सर्व इंद्रिये आपोआपच त्यांच्या सेवेमध्ये मग्न होतात. श्रीकृष्णांच्या चिंतनात पूर्णपणे संलग्न होणे ही एक दिव्य कला आहे आणि हेच भगवद्गीतेचे रहस्यही आहे.

आधुनिक मानवाने चंद्रावर जाण्यासाठी खडतर परिश्रम केले आहेत, पण त्याने स्वत:चा आध्यात्मिक उद्धार करण्यासाठी काहीच खडतर प्रयत्न केले नाहीत. जर एखाद्यापुढे पन्नास वर्षांइतके आयुष्य असेल तर त्याने असा अल्पसमय पुरुषोत्तम श्रीभगवान यांचे चिंतन इत्यादी करण्यासाठी आवश्यक अभ्यास आणि त्याचा विकास करण्यामध्ये स्वत:स संलग्न केले पाहिजे. हाच भक्तिमार्ग आहे (श्रीमद्भागवत ७.५.२३):

*श्रवणं कीर्तनं विष्णो: स्मरणं पादसेवनम् ।*
*अर्चनं वन्दनं दास्यं सख्यमात्मनिवेदनम् ॥*

या नऊ विधींपैकी सर्वांत सोपी म्हणजे 'श्रवणम्' किंवा साक्षात्कारी व्यक्तीकडून भगवद्गीतेचे श्रवण करणे ही आहे. यामुळेच मनुष्य परमेश्वराचे चिंतन करण्यास प्रवृत्त होऊ शकेल. अशा स्मरणामुळे भगवद्चिंतन सुलभ होते आणि देहत्यागानंतर मनुष्याला असे दिव्य शरीर प्राप्त होऊ शकेल की जे भगवंतांच्या सान्निध्यात राहण्यास उपयुक्त असेल.

भगवंत पुढे सांगतात की:

*अभ्यासयोगयुक्तेन चेतसा नान्यगामिना ।*
*परमं पुरुषं दिव्यं याति पार्थानुचिन्तयन् ॥*

हे अर्जुना, जो पुरुषोत्तम श्रीभगवान म्हणून माझे ध्यान करतो, ज्याचे मन दृढनिश्चयाने विचलित न होता माझे चिंतन करण्यात संलग्न झाले आहे तो निश्चितपणे माझी प्राप्ती करतो. (श्रीमद्भगवद्गीता ८.८)

हा मार्ग अधिक खडतर नाही. तरीसुद्धा मनुष्याने अनुभवी व्यक्तीकडून ज्ञान घेणे आवश्यक आहे. *तद्विज्ञानार्थं स गुरूमेवाभिगच्छेत्*—जी व्यक्ती या पद्धतीचा अवलंब करीत आहे अशा

व्यक्तीचा एखाद्याने आश्रय घेणे आवश्यक आहे. मन हे सतत एका गोष्टीकडून दुसऱ्या गोष्टीकडे धावत असते. परंतु मनुष्याने स्वत:चे मन नित्य भगवान श्रीकृष्ण किंवा त्यांच्या नामावर एकाग्र करण्यासाठी अध्ययन केले पाहिजे. स्वभावत:च मन हे चंचल असल्याने इकडेतिकडे धावत असते. पण ते श्रीकृष्णांच्या दिव्य नामध्वनीवर स्थिर होऊ शकते. याप्रमाणे मनुष्याने *परमं पुरुषम्* किंवा आध्यात्मिक जगतातील पुरुषोत्तम श्रीभगवान यांचे ध्यान करून त्यांची प्राप्ती करावी. अंतिम साक्षात्कारासाठी किंवा अंतिम ध्येयप्राप्तीसाठीचा मार्ग आणि साधने याबद्दलचे ज्ञान भगवद्गीतेमध्ये सांगण्यात आले आहे आणि या ज्ञानाची द्वारे सर्वांसाठी उघडी आहेत. येथे कोणालाही आडकाठी नाही. सर्व श्रेणींमधील लोक भगवान श्रीकृष्णांचे चिंतन करून त्यांची प्राप्ती करू शकतात. कारण त्यांचे चिंतन करणे आणि त्यांच्याबद्दल श्रवण करणे हे सर्वांनाच शक्य आहे.

भगवंत पुढे सांगतात (भगवद्गीता ९.३२-३३)

*मां हि पार्थ व्यपाश्रित्य येऽपि स्यु: पापयोनय: ।*
*स्त्रियो वैश्यास्तथा शूद्रास्तेऽपि यान्ति परां गतिम् ॥*
*किं पुनर्ब्राह्मणा: पुण्या भक्ता राजर्षयस्तथा ।*
*अनित्यमसुखं लोकमिमं प्राप्य भजस्व माम् ॥*

याप्रमाणे भगवंत सांगतात की, एक पतित स्त्री, शूद्र कामगार किंवा कनिष्ठ स्तरावरील मनुष्यसुद्धा परम सत्याची प्राप्ती करू शकतो. त्यासाठी मनुष्याकडे प्रगत बुद्धिमत्ता असलीच पाहिजे असे नाही. मुख्य मुद्दा आहे की, जो कोणी भक्तियोगाचे सिद्धांत स्वीकारतो आणि भगवंतांना जीवनाचे सर्वस्व, सर्वोच्च लक्ष्य किंवा अंतिम ध्येय मानतो तो आध्यात्मिक जगतामध्ये भगवंतांची प्राप्ती करू शकतो. जर एखाद्याने भगवद्गीतेमध्ये प्रतिपादित केलेल्या सिद्धांताचे पालन केले तर तो आपले जीवन कृतार्थ करू शकतो आणि जीवनातील सर्व समस्यांचे उत्तर त्याला मिळते. हेच भगवद्गीतेचे सार-सर्वस्व आहे.

सारांशरूपात ज्याचे वाचन मनुष्याने अत्यंत काळजीपूर्वक केले पाहिजे असे भगवद्गीता हे एक दिव्य साहित्य आहे. *गीता शास्त्रमिदं पुण्यं य: पठेत् प्रयत: पुमान्* —जी व्यक्ती भगवद्गीतेमधील उपदेशांचे पालन करते ती जीवनातील सर्व दु:खे आणि चिंता यामधून मुक्त होते. *भय-शोकादि-वर्जित:*—सर्व प्रकारच्या भयांपासून अशी व्यक्ती मुक्त होऊ शकते व तिचा पुढील जन्म आध्यात्मिक असू शकतो. (गीता माहात्म्य १)

यापुढील लाभसुद्धा यामध्ये आहे:

*गीताध्ययनशीलस्य प्राणायामपरस्य च ।*
*नैव सन्ति हि पापानि पूर्वजन्मकृतानि च ॥*

"जर मनुष्याने भगवद्गीतेचे प्रामाणिकपणे व पूर्ण गांभीर्याने अध्ययन केले तर भगवंतांच्या कृपेने त्याच्या पूर्वजन्मातील दुष्कर्मांचा त्याच्यावर किंचितही परिणाम होत नाही." भगवद्गीतेच्या शेवटच्या भागामध्ये भगवंत स्पष्टपणे उद्घोषणा करतात की (भगवद्गीता १८.६६)

*सर्वधर्मान्परित्यज्य मामेकं शरणं व्रज ।*
*अहं त्वां सर्वपापेभ्यो मोक्षयिष्यामि मा शुचः ॥*

"सर्व विविध प्रकारच्या धर्मांचा त्याग कर आणि फक्त मला शरण ये. मी तुझी सर्व पापकर्मांतून मुक्तता करीन. याबद्दल तू भय बाळगू नकोस." याप्रमाणे जो भगवंतांना शरण जातो त्याची जबाबदारी स्वतः भगवंत घेतात आणि अशा व्यक्तीची सर्व प्रकारच्या पापकर्मातून मुक्तता करतात.

*मलिनेमोचनं पुंसां जलस्नानं दिने दिने ।*
*सकृद्गीतामृतस्नानं संसारमलनाशनम् ॥*

"प्रतिदिन मनुष्य पाण्याने स्नान करून स्वच्छ होत असेल, परंतु जर एखाद्याने एकदासुद्धा पवित्र जलरूपी भगवद्गीतेमध्ये स्नान केले, तर त्याची भौतिक जीवनाची मलिनता पूर्णपणे नष्ट होते (गीता माहात्म्य ३).

*गीता सुगीता कर्तव्या किमन्यैः शास्त्रविस्तरैः ।*
*या स्वयं पद्मनाभस्य मुखपद्माद्विनिसृता ॥*

"भगवद्गीता ही स्वतः पुरुषोत्तम श्रीभगवान यांनी सांगितल्यामुळे एखाद्याने इतर कोणतेही वैदिक साहित्य वाचण्याची गरज नाही. केवळ व्यक्तीने लक्षपूर्वक आणि नियमितपणे भगवद्गीतेचे श्रवण आणि अध्ययन करणे आवश्यक आहे. वर्तमान युगामध्ये लोक भौतिक कार्यात इतके मग्न आहेत की, त्यांना संपूर्ण वैदिक साहित्याचे वाचन करणे शक्य नाही आणि याची गरजही नाही. भगवद्गीता हा एकच ग्रंथ पुरेसा आहे. कारण गीता ही संपूर्ण वैदिक ज्ञानाचे सार आहे, तसेच ती स्वतः पुरुषोत्तम श्रीभगवंतांनी सांगितली आहे." (गीता माहात्म्य ४).

जसे म्हटले आहे:

*भारतामृतसर्वस्वं विष्णुवक्त्राद्विनिःसृतम् ।*
*गीता-गङ्गोदकं पीत्वा पुनर्जन्म न विद्यते ॥*

"जो गंगेचे पाणी प्राशन करतो त्याला मुक्ती प्राप्त होते, तर जो भगवद्गीतेचे अमृत प्राशन करतो त्याच्याबद्दल काय सांगावे? भगवद्गीता ही महाभारतातील अमृत आहे कारण ती स्वतः आदिविष्णू भगवान श्रीकृष्णांनी सांगितली आहे" (गीता माहात्म्य ५). भगवद्गीता ही पुरुषोत्तम श्रीभगवान यांच्या मुखातून प्रकट होते तर गंगा ही त्यांच्या चरणकमलातून उत्पन्न होते. अर्थात, भगवंतांचे मुख आणि चरणकमल यामध्ये काहीच फरक नाही. पण निःपक्षपाती दृष्टिकोनातून पाहिल्यास आपल्याला हे लक्षात येईल की, भगवद्गीता ही गंगाजलापेक्षाही अधिक महत्त्वपूर्ण आहे.

*सर्वोपनिषदो गावो दोग्धा गोपालनन्दनः ।*
*पार्थो वत्सः सुधीर्भोक्ता दुग्धं गीतामृतं महत् ॥*

"सर्व उपनिषदांचे सार असलेले गीतोपनिषद् किंवा भगवद्गीता ही एका गायीप्रमाणे आहे आणि गोपाल म्हणून विख्यात असलेले भगवान श्रीकृष्ण तिचे दूध काढत आहेत. अर्जुन हा वासराप्रमाणे आहे, तर विद्वानजन आणि शुद्ध भक्त हे भगवद्गीतेचे अमृततुल्य दूध प्राशन

करणारे आहेत.'' (गीता माहात्म्य ६).

*एकं शास्त्रं देवकीपुत्रगीतम्*
*एको देवो देवकीपुत्र एव ।*
*एको मन्त्रस्तस्य नामानि यानि*
*कर्माप्येकं तस्य देवस्य सेवा ॥*

''वर्तमान काळात लोक एकच शास्त्र, एकच परमेश्वर, एकच धर्म आणि एकच व्यवसाय असण्यासाठी अत्यंत उत्सुक आहेत. म्हणून *एकं शास्त्रं देवकीपुत्रगीतम्* —अखिल विश्वाकरिता भगवद्गीता हे एकच शास्त्र असावे. *एको देवो देवकीपुत्र एव* —अखिल विश्वाकरिता श्रीकृष्ण हे एकच परमेश्वर असावेत. *एको मन्त्रस्तस्य नामानि* —एकच मन्त्र, एकच प्रार्थना असावी आणि ती म्हणजे त्यांच्या पवित्र नामाचा जप *हरे कृष्ण हरे कृष्ण कृष्ण कृष्ण हरे हरे। हरे राम हरे राम राम राम हरे हरे॥ कर्माप्येकं तस्य देवस्य सेवा* —सर्वांसाठी एकच कर्म असावे व ते म्हणजे भगवंतांची भक्तिमय सेवा.'' (गीता माहात्म्य ७).

# गुरु-शिष्य परंपरा

*एवं परम्पराप्राप्तमिमं राजर्षयो विदु:।* *(भगवद्गीता ४.२)*
प्रस्तुत 'भगवद्गीता-जशी आहे तशी' या गुरुशिष्य-परंपरेद्वारा प्राप्त झाली आहे.

**१. श्रीकृष्ण**
२. ब्रह्मा
३. नारद
४. व्यास
५. मध्व
६. पद्मनाभ
७. नृहरी
८. माधव
९. अक्षोभ्य
१०. जयतीर्थ
११. ज्ञानसिंधू
१२. दयानिधी
१३. विद्यानिधी
१४. राजेंद्र
१५. जयधर्म
१६. पुरुषोत्तम
१७. ब्रह्मण्यतीर्थ
१८. व्यासतीर्थ
१९. लक्ष्मीपती
२०. माधवेंद्रपुरी
२१. ईश्वरपुरी (नित्यानंद, अद्वैत।)
**२२. श्री चैतन्य महाप्रभू**
२३. रूप (स्वरूप, सनातन)
२४. रघुनाथ, जीव
२५. कृष्णदास
२६. नरोत्तम
२७. विश्वनाथ
२८. (बलदेव) जगन्नाथ
२९. भक्तिविनोद
३०. गौरकिशोर
३१. भक्तिसिद्धांत सरस्वती
**३२. ए.सी. भक्तिवेदांत स्वामी प्रभुपाद.**

## अध्याय पहिला

# अर्जुनविषादयोग

## ( कुरुक्षेत्रातील युद्धस्थळावर सैन्यांचे निरीक्षण )

धृतराष्ट्र उवाच

**धर्मक्षेत्रे कुरुक्षेत्रे समवेता युयुत्सवः ।**
**मामकाः पाण्डवाश्चैव किमकुर्वत सञ्जय ॥ १ ॥**

**धृतराष्ट्रः उवाच**—राजा धृतराष्ट्र म्हणाला; **धर्म-क्षेत्रे**—धर्मक्षेत्रावर; **कुरु-क्षेत्रे**—कुरुक्षेत्र नावाच्या भूमीवर; **समवेताः**—एकत्रित आलेल्या; **युयुत्सवः**—युद्धाची इच्छा करणाऱ्या; **मामकाः**—माझा पक्ष (पुत्रांनी); **पाण्डवाः**—पांडुपुत्र; **च**—आणि; **एव**—निश्चितपणे; **किम्**—काय; **अकुर्वत**—त्यांनी केले; **सञ्जय**—हे संजया.

**धृतराष्ट्र म्हणाला: हे संजया! कुरुक्षेत्र या पवित्र धर्मक्षेत्रावर एकत्रित आलेल्या, युद्धाची इच्छा करणाऱ्या माझ्या आणि पांडूच्या पुत्रांनी काय केले?**

**तात्पर्यः** भगवद्गीता, हे मोठ्या प्रमाणावर वाचले जाणारे आस्तिक्यवादी विज्ञान आहे व याचा सारांश गीता-माहात्म्यामध्ये दिला आहे. त्या ठिकाणी सांगण्यात आले आहे की, मनुष्याने भगवान श्रीकृष्णांच्या भक्तांच्या मदतीने भगवद्गीतेचे अत्यंत काळजीपूर्वक अध्ययन केले पाहिजे आणि या प्रकारे वैयक्तिक हेतूपूर्वक अर्थ न लावता कृष्णभक्ताकडून ती समजून घेतली पाहिजे. भगवद्गीता ही कोणत्या पद्धतीने जाणून घ्यावी याबद्दलचे स्पष्ट उदाहरण गीतेमध्येच आहे व ते म्हणजे अर्जुन होय. त्याने भगवद्गीता प्रत्यक्ष भगवंतांकडून श्रवण करून जाणून घेतली. एखादा अशा वैयक्तिक हेतुरहित गुरुशिष्य परंपरेमधून ज्ञान जाणून घेण्याइतपत भाग्यवान असेल, तर हे समग्र वैदिक ज्ञान तसेच जगातील इतर सर्व शास्त्रांमधील ज्ञान त्याला समजते. या ज्ञानाव्यतिरिक्त इतर शास्त्रांमध्ये न आढळणाऱ्या देखील सर्व गोष्टी तो भगवद्गीतेमध्ये पाहू शकेल. भगवद्गीतेचे हे एक दुर्मिळ वैशिष्ट्य आहे. हे ज्ञान साक्षात पुरुषोत्तम भगवान श्रीकृष्णांनी सांगितल्यामुळे परिपूर्ण असे आस्तिक्यवादी विज्ञान आहे.

महाभारतात वर्णिलेली धृतराष्ट्र आणि संजय यांनी केलेली चर्चा ही या श्रेष्ठ तत्त्वज्ञानाचा मूलभूत आधार आहे. पुरातन वैदिक काळापासून पवित्र तीर्थस्थळ असणाऱ्या 'कुरुक्षेत्र' या ठिकाणी गीतेमधील तत्त्वज्ञान सांगण्यात आल्याचे आपल्याला समजून येते. स्वतः भगवंतांनी ते जेव्हा या पृथ्वीतलावर होते, तेव्हा मानव-समाजाच्या मार्गदर्शनाकरिता हे ज्ञान सांगितले.

येथे *धर्म-क्षेत्रे* (जेथे धार्मिक कार्ये केली जातात असे ठिकाण) हा शब्द अत्यंत महत्त्वपूर्ण आहे. कारण कुरुक्षेत्र युद्धभूमीवर पुरुषोत्तम श्री भगवान हे अर्जुनाच्या बाजूने उपस्थित होते. कुरूंचा पिता धृतराष्ट्र हा आपल्या पुत्रांच्या अंतिम विजयाबद्दल अत्यंत साशंक होता. आणि त्यामुळेच त्याने आपला सचिव संजय याच्याकडे विचारणा केली की, ''त्यांनी काय केले?'' पूर्ण निर्धारयुक्त युद्ध करण्याच्या तयारीनेच स्वतःचे आणि आपला धाकटा भाऊ पांडू याचे पुत्र, कुरुक्षेत्र येथील रणभूमीवर एकत्र आले असल्याची त्याला पुरेपूर खात्री होती. तरीसुद्धा त्याची विचारणा महत्त्वपूर्ण आहे. भावाभावांमध्ये तडजोड व्हावी अशी त्याची इच्छा नव्हती आणि त्याला युद्धभूमीवरील आपल्या पुत्रांच्या विधिलिखिताबद्दल निश्चितपणे जाणून घ्यावयाचे होते. कुरुक्षेत्राचा वैदिक साहित्यामध्ये, स्वर्गातील देवतांसाठी सुद्धा पूजनीय असे स्थान म्हणून उल्लेख करण्यात आला आहे आणि अशा पवित्र कुरुक्षेत्रावर युद्ध करण्याचे ठरविल्याने, युद्धातील अंतिम निर्णयावर होणाऱ्या परिणामाने तर धृतराष्ट्र आणखी भयभीत झाला. याचा प्रभाव, अर्जुन व इतर पांडुपुत्र हे स्वाभाविकतःच सद्‌गुणी असल्यामुळे त्यांना अनुकूल असाच होणार हे तो उत्तम रीतीने जाणून होता. संजय हा व्यासांचा शिष्य होता. तो जरी धृतराष्ट्राच्या कक्षामध्ये होता तरी व्यासांच्या कृपेने तो कुरुक्षेत्र येथील युद्धभूमी पाहू शकत होता. यासाठीच धृतराष्ट्राने युद्धभूमीवरील परिस्थितीबद्दल त्याच्याकडे विचारणा केली.

पांडव आणि धृतराष्ट्राचे पुत्र हे दोघेही एकाच कुटुंबातील होते; पण या ठिकाणी धृतराष्ट्राचे अंतर्मन उघडे करून दाखविण्यात आले आहे. त्याने मुद्दाम आपल्या पुत्रांचा 'कुरू' म्हणून उल्लेख केला आणि पांडुपुत्रांना कुळाच्या वारसहक्कातून वगळले. यावरून कोणीही धृतराष्ट्राचा आपल्या पुतण्यांशी म्हणजेच पांडुपुत्रांशी असणारा विशिष्ट संबंध सहजपणे जाणू शकतो. प्रारंभी केलेल्या चर्चेवरून हे निश्चित आहे की, ज्याप्रमाणे भाताच्या शेतामधून अनावश्यक तृण काढून टाकले जाते, त्याप्रमाणे धर्मपिता भगवान श्रीकृष्णांच्या उपस्थितीत कुरुक्षेत्रावर तृणवत् अशा धृतराष्ट्राच्या पुत्रांसहित इतर सर्वांचा समूळ नायनाट केला जाईल आणि युधिष्ठिर प्रमुख असलेल्या धार्मिक वृत्तीच्या लोकांची स्थापना स्वतः भगवंत करतील. *'धर्मक्षेत्रे' व 'कुरुक्षेत्रे'* या शब्दांच्या ऐतिहासिक आणि वैदिक महत्त्वाबरोबर हेही विशेष महत्त्व आहे.

सञ्जय उवाच

**दृष्ट्वा तु पाण्डवानीकं व्यूढं दुर्योधनस्तदा।**
**आचार्यमुपसङ्गम्य राजा वचनमब्रवीत् ॥ २॥**

**सञ्जयः उवाच**—संजय म्हणाला; **दृष्ट्वा**—पाहून; **तु**—पण; **पाण्डव-अनीकम्**—पांडवांचे सैन्य; **व्यूढम्**—व्यूहरचना; **दुर्योधनः**—राजा दुर्योधन; **तदा**—त्या वेळी; **आचार्यम्**—शिक्षक, गुरू; **उपसङ्गम्य**—जवळ जाऊन; **राजा**—राजा; **वचनम्**—शब्द; **अब्रवीत्**—म्हणाला.

**संजय म्हणालाः हे राजन्! पांडुपुत्रांनी केलेली सैनिकांची व्यूहरचना पाहून दुर्योधन आचार्यांकडे गेला आणि त्याने पुढीलप्रमाणे बोलण्यास आरंभ केला.**

**तात्पर्य:** धृतराष्ट्र हा जन्मतःच आंधळा होता व दुर्दैवाने तो आध्यात्मिकदृष्ट्याही अंधच होता.

त्याला नक्की माहीत होते की, आपली मुले ही आपल्याप्रमाणेच आध्यात्मिक ज्ञानाच्या बाबतीत अंध आहेत आणि जन्मापासून पुण्यवान असणाऱ्या पांडवांबरोबर आपल्या मुलांचा कधीच सलोखा होणार नाही अशी त्याची खात्री होती. तरीसुद्धा तीर्थस्थळाच्या प्रभावाबद्दल त्याला शंका होती. धृतराष्ट्राने युद्धभूमीवरील परिस्थितीबद्दल केलेली हेतुपूर्वक विचारणा संजय जाणू शकत होता. म्हणून विषण्ण, उद्विग्न झालेल्या राजाला त्याला प्रोत्साहित करावयाचे होते आणि म्हणूनच त्याने राजाला खात्रीपूर्वक पटवून दिले की, पवित्र धर्मक्षेत्राच्या प्रभावाखाली त्याचे पुत्र कोणत्याही प्रकारची तडजोड करणार नाहीत. यासाठीच संजयाने राजाला माहिती पुरविली की, दुर्योधनाने पांडवांचे सैन्यबळ पाहिले आणि तात्काळ तो आपले सेनापती द्रोणाचार्य यांच्याकडे त्यांना वस्तुस्थितीची जाणीव करून देण्यासाठी गेला. या ठिकाणी जरी दुर्योधनाचा राजा म्हणून उल्लेख करण्यात आला असला तरी त्याला गंभीर परिस्थिती उद्‌भवल्यामुळे आपल्या सेनापतीकडे जावे लागले, यावरून तो राजकारणी होण्यास पात्र होता हे कळून येते. पण जेव्हा त्याने पांडवसैन्याची व्यूहरचना पाहिली तेव्हा जरी त्याने बाह्यात्कारी मुत्सद्देगिरीचे प्रदर्शन केले तरी तो आपल्या मनातील भीती लपवू शकला नाही.

**पश्यैतां पाण्डुपुत्राणामाचार्य महतीं चमूम्।**
**व्यूढां द्रुपदपुत्रेण तव शिष्येण धीमता ॥ ३ ॥**

**पश्य**—पहा; **एताम्**—ही; **पाण्डु-पुत्राणाम्**—पांडूच्या पुत्रांची; **आचार्य**—हे आचार्य; **महतीम्**—विशाल; **चमूम्**—सैन्यदल; **व्यूढाम्**—व्यूहरचना; **द्रुपद-पुत्रेण**—द्रुपद पुत्राने; **तव**—तुमचा; **शिष्येण**—शिष्य; **धी-मता**—अत्यंत बुद्धिमान.

**हे आचार्य! तुमचा बुद्धिमान शिष्य, द्रुपदपुत्र, याने कौशल्याने रचिलेली ही विशाल पांडवसेना पहा.**

**तात्पर्य:** मुत्सद्दी दुर्योधनाला, आपले श्रेष्ठ ब्राह्मण सेनापती द्रोणाचार्य, यांच्या चुका दाखवून द्यावयाच्या होत्या. द्रौपदीचे पिता द्रुपद यांच्याशी द्रोणाचार्यांचे राजनैतिक कारणावरून भांडण झाले होते. या भांडणाचा परिणाम म्हणून द्रुपदाने एक मोठा यज्ञ केला, ज्यामुळे त्याला द्रोणाचार्यांचा वध करू शकेल अशा पुत्राची प्राप्ती झाली. द्रोणाचार्यांना याची पूर्ण जाणीव होती आणि तरीसुद्धा उदार ब्राह्मण या नात्याने त्यांनी आपल्याकडे लष्करी शिक्षण प्राप्त करण्यासाठी सोपविण्यात आलेल्या द्रुपदपुत्र धृष्टद्युम्नाला स्वत:कडील सर्व प्रकारच्या युद्धकला शिकविण्यात मुळीच कसर केली नाही. आता कुरुक्षेत्रावरील युद्धभूमीमध्ये धृष्टद्युम्नाने पांडवांची बाजू घेतली होती. त्याने द्रोणाचार्यांकडून प्राप्त झालेल्या युद्धकलेनुसारच पांडवसेनेची व्यूहरचना केली होती. द्रोणाचार्यांनी युद्ध करतेवेळी कोणत्याही प्रकारची तडजोड न करता दक्ष राहावे, म्हणून दुर्योधनाने त्यांची ही चूक त्यांच्या लक्षात आणून दिली. यावरून त्याला हे देखील दाखवून द्यावयाचे होते की, पांडव हे द्रोणाचार्यांचे प्रिय शिष्य असल्यामुळे त्यांच्याविरुद्ध युद्ध करताना त्यांनी कोणत्याही प्रकारचा सौम्यपणा दाखवू नये. विशेषत: अर्जुन हा त्यांचा बुद्धिमान आणि सर्वांत प्रिय शिष्य होता. अशा प्रकारचा सौम्यपणा युद्धात पराभूत होण्यास कारणीभूत

ठरू शकतो, असा इशाराही दुर्योधनाने याद्वारे दिला.

**अत्र शूरा महेष्वासा भीमार्जुनसमा युधि।**
**युयुधानो विराटश्च द्रुपदश्च महारथः ॥ ४॥**

**अत्र**—येथे; **शूराः**—शूरवीर; **महा-इषु-आसाः**—महान धनुर्धर; **भीम-अर्जुन**—भीम आणि अर्जुन; **समाः**— बरोबरीचे; **युधि**—युद्धामध्ये; **युयुधानः**—युयुधान; **विराटः**—विराट; **च**—सुद्धा; **द्रुपदः**—द्रुपद; **च**—सुद्धा; **महा-रथः**—महान योद्धा.

**येथे ( या सैन्यामध्ये ) भीम आणि अर्जुन यांच्याबरोबरीचे शूर आणि महान धनुर्धर आहेत. तसेच युयुधान, विराट आणि द्रुपद यांच्याप्रमाणे श्रेष्ठ योद्धेसुद्धा आहेत.**

**तात्पर्य:** द्रोणाचार्यांच्या बलशाली आणि निपुण युद्धकलेसमोर धृष्टद्युम्न काही फारसा मोठा अडथळा नव्हता, तरी भय वाटण्यासारखे इतरही अनेक योद्धे होते. दुर्योधन त्यांचा उल्लेख विजयाच्या मार्गातील अत्यंत मोठे अडथळे म्हणून करतो. कारण, त्यांच्यापैकी प्रत्येकजण भीम आणि अर्जुन यांच्या इतकाच शक्तिशाली होता. त्याला भीम आणि अर्जुन यांच्या शक्तीची पुरेपूर जाणीव होती म्हणून इतरांची तुलना त्याने त्यांच्याशी केली.

**धृष्टकेतुश्चेकितानः काशिराजश्च वीर्यवान्।**
**पुरुजित्कुन्तिभोजश्च शैब्यश्च नरपुङ्गवः ॥ ५॥**

**धृष्टकेतुः**—धृष्टकेतू; **चेकितानः**—चेकितान; **काशिराजः**—काशिराज; **च**—सुद्धा; **वीर्य-वान्**—अत्यंत बलशाली; **पुरुजित्**—पुरुजित; **कुन्तिभोजः**—कुंतिभोज; **च**—आणि; **शैब्यः**—शैब्य; **च**—आणि; **नर-पुङ्गवः**—मानव-समाजातील श्रेष्ठ वीर.

**तेथे श्रेष्ठ, शूरवीर आणि बलशाली असे धृष्टकेतू, चेकितान, काशिराज, पुरुजित, कुंतिभोज आणि शैब्य यांच्यासारखे योद्धे आहेत.**

**युधामन्युश्च विक्रान्त उत्तमौजाश्च वीर्यवान्।**
**सौभद्रो द्रौपदेयाश्च सर्व एव महारथाः ॥ ६ ॥**

**युधामन्युः**—युधामन्यू; **च**—आणि; **विक्रान्तः**—पराक्रमी; **उत्तमौजाः**—उत्तमौजा; **च**—आणि; **वीर्य-वान्**—अत्यंत शक्तिशाली; **सौभद्रः**—सुभद्रेचा पुत्र; **द्रौपदेयाः**—द्रौपदीपुत्र; **च**—आणि; **सर्वे**—सर्व; **एव**—निश्चितपणे; **महा-रथाः**—महारथी.

**तेथे पराक्रमी युधामन्यू, अत्यंत शक्तिशाली उत्तमौजा, सुभद्रापुत्र आणि द्रौपदीचे पुत्र आहेत. हे सर्व योद्धे महारथी लढवय्ये आहेत.**

**अस्माकं तु विशिष्टा ये तान्निबोध द्विजोत्तम।**
**नायका मम सैन्यस्य संज्ञार्थं तान्ब्रवीमि ते ॥ ७ ॥**

**अस्माकम्**—आपले; **तु**—परंतु; **विशिष्टाः**—विशेष बलशाली; **ये**—जे; **तान्**—त्यांना; **निबोध**—नीट जाणून घ्या; **द्विज-उत्तम**—हे ब्राह्मणश्रेष्ठा; **नायकाः**—नायक, सेनापती; **मम**—माझ्या; **सैन्यस्य**—सैन्याचे; **संज्ञा-अर्थम्**—जाणून घेण्यासाठी; **तान्**—त्यांना; **ब्रवीमि**—मी सांगतो; **ते**—तुम्हाला.

**हे ब्राह्मणश्रेष्ठ! तुमच्या माहितीकरिता, माझ्या सैन्याचे नेतृत्व करण्यासाठी विशेष पात्र असणाऱ्या सेनाधिकाऱ्यांविषयी मी तुम्हाला सांगतो.**

**भवान्भीष्मश्च कर्णश्च कृपश्च समितिञ्जयः ।**
**अश्वत्थामा विकर्णश्च सौमदत्तिस्तथैव च ॥ ८ ॥**

**भवान्**—आपण स्वतः; **भीष्मः**—पितामह भीष्म; **च**—आणि; **कर्णः**—कर्ण; **च**—आणि; **कृपः**—कृपाचार्य; **च**—तथा; **समितिञ्जयः**—नेहमी युद्धविजयी; **अश्वत्थामा**—अश्वत्थामा; **विकर्णः**—विकर्ण; **च**—तथा; **सौमदत्तिः**—सोमदत्ताचा पुत्र; **तथा**—सुद्धा; **एव**—नक्कीच; **च**—सुद्धा.

**येथे आपण स्वतः, भीष्म, कर्ण, कृप, अश्वत्थामा, विकर्ण आणि भूरिश्रवा नावाचा सोमदत्तपुत्र असे युद्धात नेहमी विजयी ठरणारे योद्धे आहेत.**

**तात्पर्यः** दुर्योधनाने असामान्य अशा योद्ध्यांचा उल्लेख केला आहे. कारण, हे सर्व योद्धे अपराजित आहेत. विकर्ण हा दुर्योधनाचा भाऊ आहे, अश्वत्थामा द्रोणाचार्यांचा पुत्र आहे आणि सौमदत्ती किंवा भूरिश्रवा हा बाहलीकांच्या राजाचा पुत्र आहे. कर्ण हा अर्जुनाचा भाऊ आहे कारण, पांडू राजाशी विवाह होण्यापूर्वीच तो कुंतीच्या पोटी जन्मला होता. कृपाचार्यांच्या जुळ्या बहिणीचा द्रोणाचार्यांशी विवाह झाला होता.

**अन्ये च बहवः शूरा मदर्थे त्यक्तजीविताः ।**
**नानाशस्त्रप्रहरणाः सर्वे युद्धविशारदाः ॥ ९ ॥**

**अन्ये**—इतर सर्व; **च**—सुद्धा; **बहवः**—मोठ्या संख्येने; **शूराः**—शूरवीर; **मत्-अर्थे**—माझ्यासाठी; **त्यक्त-जीविताः**—प्राण धोक्यात घालण्यास सज्ज आहेत; **नाना**—अनेक; **शस्त्र**—शस्त्रे; **प्रहरणाः**—युक्त, सुसज्जित; **सर्वे**—ते सर्व; **युद्ध-विशारदाः**—युद्धकलेत निपुण असलेले.

**माझ्यासाठी स्वतःच्या जीवनाचा त्याग करण्यास सदैव तत्पर असलेले अनेक शूरवीर येथे आहेत. ते सर्व विविध प्रकारच्या शस्त्रास्त्रांनी सुसज्ज असून युद्धकलेत निपुण आहेत.**

**तात्पर्यः** जयद्रथ, कृतवर्मा आणि शल्य यांसारख्या इतर योद्ध्यांविषयी सांगावयाचे झाल्यास ते सर्वजण दुर्योधनासाठी आपले जीवन देण्यास तयार आहेत. दुसऱ्या शब्दांत सांगावयाचे तर, ते सर्वजण पापी दुर्योधनाच्या पक्षाला मिळाल्याने कुरुक्षेत्राच्या युद्धभूमीवर या सर्वांचा मृत्यू अटळ आहे. वर सांगितलेल्या आपल्या मित्रांच्या एकत्रित सामर्थ्यावरून दुर्योधनाला मात्र आपल्या विजयाबद्दल पूर्ण खात्री होती.

**अपर्याप्तं तदस्माकं बलं भीष्माभिरक्षितम्।**
**पर्याप्तं त्विदमेतेषां बलं भीमाभिरक्षितम्॥ १०॥**

**अपर्याप्तम्**—अपरिमित; **तत्**—ते; **अस्माकम्**—आमचे; **बलम्**—शक्ती, बल; **भीष्म**—पितामह भीष्मांद्वारे; **अभिरक्षितम्**—पूर्णपणे सुरक्षित; **पर्याप्तम्**—सीमित, परिमित; **तु**—परंतु; **इदम्**—हे सर्व; **एतेषाम्**—पांडवांचे; **बलम्**—शक्ती, बल; **भीम**—भीमाने; **अभिरक्षितम्**—काळजीपूर्वक रक्षण केलेले.

**आमची शक्ती अपरिमित आहे आणि पितामह भीष्म यांच्याद्वारे आपण पूर्णपणे सुरक्षित आहोत; परंतु भीमाने काळजीपूर्वक रक्षिलेली पांडवांची शक्ती ही मर्यादित आहे.**

**तात्पर्यः** या ठिकाणी दुर्योधनाने तुलनात्मक शक्तीचा अंदाज व्यक्त केला आहे. सर्वांत अनुभवी सेनापती पितामह भीष्म यांनी सैन्याचे विशिष्टपणे रक्षण केल्यामुळे आपल्या सैन्याची शक्ती ही अपरिमित आहे असे त्याला वाटते. उलटपक्षी, कमी अनुभवी असलेल्या सेनापतीने म्हणजेच भीमाने रक्षिलेले पांडवसैन्य हे सीमित आहे. भीम हा भीष्मांच्या उपस्थितीत नगण्यच होता. दुर्योधन भीमाचा नेहमीच मत्सर करीत असे. कारण तो पूर्णपणे जाणून होता की, जर त्याचा मृत्यू होणारच असेल तर तो भीमाकडून होईल. पण त्याचबरोबर अत्यंत श्रेष्ठ सेनापती भीष्म यांच्या उपस्थितीमुळे त्याला स्वतःच्या विजयाची खात्री होती. या युद्धात आपला विजय होईल या आपल्या निष्कर्षाचा त्याला विश्वास पटला होता.

**अयनेषु च सर्वेषु यथाभागमवस्थिताः ।**
**भीष्ममेवाभिरक्षन्तु भवन्तः सर्व एव हि ॥ ११॥**

**अयनेषु**—व्यूहरचनेतील मोक्याच्या ठिकाणी; **च**—सुद्धा; **सर्वेषु**—सर्व ठिकाणी; **यथा-भागम्**—निरनिराळ्या नेमलेल्या जागी; **अवस्थिताः**—स्थित असलेले; **भीष्मम्**—पितामह भीष्मांना; **एव**—निश्चित; **अभिरक्षन्तु**—सर्व प्रकारे साहाय्य करा; **भवन्तः**—तुम्ही; **सर्वे**—सर्वांनी; **एव हि**—निश्चितच.

**आता तुम्ही सर्वांनी सैन्यव्यूहरचनेतील नेमक्या ठिकाणी उभे राहून पितामह भीष्मांना पूर्ण साह्य केले पाहिजे.**

**तात्पर्यः** भीष्मांच्या पराक्रमाची स्तुती केल्यानंतर दुर्योधनाला वाटले की, इतर योद्ध्यांना आपण कमी महत्त्व दिले आहे असे वाटू नये, म्हणून त्याने नेहमीच्या आपल्या मुत्सद्देगिरीला अनुसरून वरील शब्दांनी परिस्थितीशी जुळवून घेण्याचा प्रयत्न केला. त्याने ठामपणे सांगितले की, भीष्मदेव हे निःसंशय सर्वश्रेष्ठ योद्धे आहेत, पण ते वृद्ध असल्याकारणाने त्यांचे सर्व बाजूंनी रक्षण करण्याचा प्रत्येकाने विचार केला पाहिजे. कदाचित ते एकाच बाजूला युद्ध करण्यात गुंतले

असतील आणि इतर बाजूने शत्रू या संधीचा फायदा उठवू शकेल. म्हणून इतर योद्ध्यांनी आपली मोक्याची ठिकाणे न सोडता शत्रूला व्यूहरचना भेदू न देणे हे महत्त्वाचे होते. कुरूंचा विजय हा भीष्मदेवांच्या उपस्थितीवरच अवलंबून आहे, हे दुर्योधनाला स्पष्टपणे कळून आले. युद्धामध्ये भीष्मदेव आणि द्रोणाचार्य यांच्या पूर्ण पाठिंब्याची त्याला खात्री होती. कारण ज्या वेळी मोठमोठ्या सेनापतींच्या सभेत द्रौपदीचे वस्त्रहरण केले जात होते, त्या वेळी तिने या दोघांकडे न्याययाचना केली होती, पण ते एक चकार शब्दही काढू शकले नव्हते हे दुर्योधन निश्चित जाणून होता. या दोघांच्या मनात पांडवांबद्दल जिव्हाळा असला तरी द्यूतक्रीडेप्रमाणेच आताही ते या जिव्हाळ्याचा त्याग करतील, अशी त्याला आशा होती.

**तस्य सञ्जनयन्हर्षं कुरुवृद्धः पितामहः ।**
**सिंहनादं विनद्योच्चैः शङ्खं दध्मौ प्रतापवान् ॥ १२ ॥**

**तस्य**—त्याचा; **सञ्जनयन्**—वाढवीत; **हर्षम्**—हर्ष, आनंद; **कुरु-वृद्धः**—कुरुवंशातील वयोवृद्ध (भीष्म); **पितामहः**—पितामह; **सिंह-नादम्**—सिंहगर्जनेप्रमाणे; **विनद्य**—निनाद करीत; **उच्चैः**—उच्च स्वरात; **शङ्खम्**—शंख; **दध्मौ**—वाजविला; **प्रताप-वान्**—पराक्रमी.

**नंतर कुरुवंशातील वयोवृद्ध, महापराक्रमी आणि सर्व योद्ध्यांमधील अग्रणी अशा भीष्मांनी मोठ्याने, सिंहगर्जनेप्रमाणे आपला शंख वाजविला आणि यामुळे दुर्योधन आनंदित झाला.**

**तात्पर्य:** कुरुवंशातील पितामह आपला पौत्र दुर्योधन याच्या अंत:करणातील भाव समजू शकले आणि त्याच्याबद्दल असलेल्या स्वाभाविक प्रेमामुळे त्यांनी दुर्योधनाला उत्साहित करण्यासाठी मोठ्याने शंख वाजविला. हा आवाज त्यांच्या सिंहासारख्या असणाऱ्या स्थितीला अनुरूपच होता. शंखध्वनीच्या संकेताने त्यांनी आपला पौत्र दुर्योधन याला सूचित केले की, त्याला युद्धात विजयी होण्याची शक्यताच नाही, कारण विरुद्ध बाजूला स्वत: परमपुरुष भगवान श्रीकृष्ण आहेत. तरीसुद्धा युद्ध करणे हे त्यांचे कर्तव्य होते आणि यामध्ये ते कोणतीही कसर सोडणार नव्हते.

**ततः शङ्खाश्च भेर्यश्च पणवानकगोमुखाः ।**
**सहसैवाभ्यहन्यन्त स शब्दस्तुमुलोऽभवत् ॥ १३ ॥**

**ततः**—त्यानंतर; **शङ्खाः**—शंख; **च**—सुद्धा; **भेर्यः**—मोठे नगारे, भेरी; **च**—आणि; **पणव-आनक**—लहान ढोल आणि तुताऱ्या; **गो-मुखाः**—रणशिंग; **सहसा**—अचानकपणे; **एव**—खचितच; **अभ्यहन्यन्त**—एकाच वेळी वाजू लागली; **सः**—तो; **शब्दः**—(एकत्रित झालेला) आवाज; **तुमुलः**—भयंकर; **अभवत्**—झाला.

**त्यानंतर शंख, ढोल, भेरी, नगारे, तुताऱ्या आणि रणशिंगे एकदम वाजू लागली आणि त्यांचा एकत्रित आवाज अत्यंत भयंकर होता.**

**ततः श्वेतैर्हयैर्युक्ते महति स्यन्दने स्थितौ ।**
**माधवः पाण्डवश्चैव दिव्यौ शङ्खौ प्रदध्मतुः ॥ १४॥**

**ततः**—त्यानंतर; **श्वेतैः**—श्वेत किंवा शुभ; **हयैः**—घोड्यांनी; **युक्ते**—युक्त अशा; **महति**—एका महान; **स्यन्दने**—रथात; **स्थितौ**—स्थित; **माधवः**—श्रीकृष्ण (लक्ष्मीपती); **पाण्डवः**—पांडुपुत्र अर्जुन; **च**—सुद्धा; **एव**—निश्चितच; **दिव्यौ**—दिव्य; **शङ्खौ**—शंख; **प्रदध्मतुः**—वाजविले.

**दुसऱ्या बाजूला, शुभ्र अश्वांनी युक्त अशा एका महान रथामध्ये बसलेल्या भगवान श्रीकृष्ण आणि अर्जुन यांनी आपापले दिव्य शंख वाजविले.**

**तात्पर्य:** भीष्मदेवांनी वाजविलेल्या शंखाशी तुलना करताना, श्रीकृष्ण आणि अर्जुन यांनी वाजविलेल्या शंखांचे दिव्य म्हणून वर्णन करण्यात आले आहे. दिव्य शंखांच्या नादाने असे सूचित करण्यात आले आहे की, पांडवांच्या पक्षात श्रीकृष्ण असल्याने विरुद्ध पक्षाला विजयाची आशा नव्हती. *जयस्तु पाण्डुपुत्राणां येषां पक्षे जनार्दनः*—पांडुपुत्रांसारख्या व्यक्तींचाच नेहमी विजय होत असतो. कारण भगवान श्रीकृष्ण त्यांचे सहकारी असतात आणि ज्या ठिकाणी भगवंत असतात, त्या ठिकाणी लक्ष्मीदेवीसुद्धा असते. कारण लक्ष्मीदेवी आपल्या पतीशिवाय कधीही एकटी राहात नाही. म्हणून विष्णू किंवा भगवान श्रीकृष्ण यांच्या शंखामधून उत्पन्न झालेल्या दिव्य शंखध्वनीद्वारे कळून आले की, भाग्य आणि विजय अर्जुनाची वाटच बघत होते. याव्यतिरिक्त हे दोन्ही मित्र ज्या रथावर बसले होते, तो रथ अग्निदेवाने अर्जुनाला दान केला होता. यावरून आपल्याला असे लक्षात येते की, हा रथ त्रिलोकी कुठेही फिरविला तरी तो निश्चितपणे सर्वत्र विजयप्राप्ती करू शकतो.

**पाञ्चजन्यं हृषीकेशो देवदत्तं धनञ्जयः ।**
**पौण्ड्रं दध्मौ महाशङ्खं भीमकर्मा वृकोदरः ॥ १५॥**

**पाञ्चजन्यम्**—पाञ्चजन्य नावाचा शंख; **हृषीक-ईशः**—हृषीकेश (श्रीकृष्ण, जे भक्तांच्या इंद्रियांना मार्गदर्शन करतात); **देवदत्तम्**—देवदत्त नावाचा शंख; **धनम्-जयः**—धनंजय (धनावर विजय प्राप्त करणारा अर्जुन); **पौण्ड्रम्**—पौण्ड्र नावाचा शंख; **दध्मौ**—वाजविला; **महा-शङ्खम्**—भीषण शंख; **भीम-कर्मा**—अतिदुष्कर कर्म करणारा; **वृक-उदरः**—बेसुमार भक्षण करणारा भीम.

**भगवान श्रीकृष्णांनी आपला पाञ्चजन्य नावाचा शंख वाजविला; अर्जुनाने त्याचा देवदत्त नामक शंख वाजविला आणि अतिदुष्कर कार्य करणाऱ्या वृकोदर भीमाने आपला पौण्ड्र नामक शंख वाजविला**

**तात्पर्य:** भगवान श्रीकृष्ण यांचा या श्लोकामध्ये हृषीकेश म्हणून उल्लेख करण्यात आला आहे, कारण ते समस्त इंद्रियांचे स्वामी आहेत. जीव त्यांचे अंश आहेत आणि म्हणून जीवांची इंद्रिये सुद्धा त्यांच्या इंद्रियांची अंशरूपे आहेत. निर्विशेषवादी, जीवांना इंद्रिये का असतात हे समर्पकपणे सांगू शकत नसल्यामुळे ते जीवांना इंद्रियरहित किंवा निराकार असे संबोधण्यास उत्सुक असतात.

सर्वांच्या हृदयामध्ये स्थित असलेले भगवंत जीवांच्या इंद्रियांचे मार्गदर्शन करतात. जीवांनी शरण यावे म्हणून ते इंद्रियांचे मार्गदर्शन करतात, पण शुद्ध भक्तांच्या बाबतीत मात्र ते स्वतः त्यांचे इंद्रिय-नियंत्रण करतात. या ठिकाणी कुरुक्षेत्रावरील युद्धभूमीमध्ये भगवंत प्रत्यक्षपणे अर्जुनाच्या दिव्य इंद्रियांचे नियंत्रण करतात, म्हणून त्यांना हृषीकेश या विशिष्ट नावाने संबोधण्यात आले आहे. भगवंतांना त्यांच्या विविध कार्यांनुसार विविध नावे आहेत. उदाहरणार्थ, त्यांचे नाव मधुसूदन आहे, कारण त्यांनी मधू नामक दैत्याचा वध केला; त्यांचे नाव गोविंद आहे कारण ते गार्यींना आणि इंद्रियांना आनंद देतात; त्यांचे नाव वासुदेव आहे, कारण ते वसुदेव पुत्र म्हणून अवतरित झाले; त्यांचे नाव देवकीनंदन आहे, कारण त्यांनी देवकीचा माता म्हणून स्वीकार केला; त्यांचे नाव यशोदानंदन आहे, कारण त्यांनी वृंदावनामध्ये आपल्या बाल्यलीला यशोदामातेबरोबर केल्या; त्यांचे नाव पार्थसारथी आहे, कारण आपला मित्र अर्जुन यांचा सारथी म्हणून काम केले, तसेच कुरुक्षेत्रावरील युद्धभूमीमध्ये अर्जुनाला मार्गदर्शन केले म्हणून त्यांना हृषीकेश हे नाव पडले.

या श्लोकामध्ये अर्जुनाचा उल्लेख धनंजय म्हणून करण्यात आला आहे. कारण विविध प्रकारच्या यज्ञयागांसाठी त्याच्या थोरल्या भावाला जेव्हा धनसंपत्तीची आवश्यकता होती, तेव्हा त्याने धन एकत्रित केले. याप्रमाणे भीमाला वृकोदर म्हटले जाते, कारण ज्याप्रमाणे तो हिडिंबासुराच्या वधासारखी अतिशय कठीण कार्ये करू शकत होता, त्याचप्रमाणे तो अन्नभक्षणही करीत असे. म्हणून पांडवपक्षातील, आरंभी भगवंतांनी वाजविलेल्या आणि नंतर इतर व्यक्तींनी विविध प्रकारच्या शंखांद्वारे उत्पन्न केलेल्या शंखध्वनीमुळे सर्व सैनिक युद्धासाठी उत्सुक झाले. विरुद्ध पक्षामध्ये महत्त्वपूर्ण असे काहीच नव्हते. त्या ठिकाणी परम मार्गदर्शक भगवान श्रीकृष्ण नव्हते की लक्ष्मीदेवीही नव्हती. म्हणून युद्धामध्ये त्यांची हार निश्चित होती आणि शंखध्वनींनी हाच संदेश घोषित केला.

**अनन्तविजयं राजा कुन्तीपुत्रो युधिष्ठिरः ।**
**नकुलः सहदेवश्च सुघोषमणिपुष्पकौ ॥१६॥**
**काश्यश्च परमेष्वासः शिखण्डी च महारथः ।**
**धृष्टद्युम्नो विराटश्च सात्यकिश्चापराजितः ॥१७॥**
**द्रुपदो द्रौपदेयाश्च सर्वशः पृथिवीपते ।**
**सौभद्रश्च महाबाहुः शङ्खान्दध्मुः पृथक्पृथक् ॥१८॥**

**अनन्त-विजयम्**—अनन्तविजय नामक शंख; **राजा**—राजा; **कुन्ती-पुत्रः**—कौंतेय; **युधिष्ठिरः**—युधिष्ठिर; **नकुलः**—नकुल; **सहदेवः**—सहदेव; **च**—आणि; **सुघोष-मणिपुष्पकौ**—सुघोष आणि मणिपुष्पक नामक शंख; **काश्यः**—काशीचा राजा; **च**—आणि; **परम-इषु-आसः**—श्रेष्ठ धनुर्धारी; **शिखण्डी**—शिखंडी; **च**—सुद्धा; **महा-रथः**—सहस्र सैनिकांशी एकटाच लढू शकणारा; **धृष्टद्युम्नः**—धृष्टद्युम्न (राजा द्रुपदाचा पुत्र); **विराटः**—विराट (या राजाने पांडवांना अज्ञातवासाच्या वेळी आश्रय दिला होता); **च**—सुद्धा; **सात्यकिः**—सात्यकी (म्हणजेच भगवान श्रीकृष्णांचा सारथी

युयुधान); **च**—आणि; **अपराजितः**—ज्याच्यावर कोणीच विजय प्राप्त करू शकला नाही; **द्रुपदः**—पांचालदेशाचा राजा, द्रुपद; **द्रौपदेयाः**—द्रौपदीचे पुत्र; **च**—सुद्धा; **सर्वशः**—सर्वजण; **पृथिवी-पते**—हे राजन्; **सौभद्रः**—सुभद्रापुत्र अभिमन्यू; **च**—सुद्धा; **महा-बाहुः**—विशाल भुजा असलेला; **शङ्खान्**—शंख; **दध्मुः**—वाजविले; **पृथक् पृथक्**—वेगवेगळे.

**कुंतीपुत्र राजा युधिष्ठिराने आपला अनंतविजय नावाचा शंख वाजविला. त्यानंतर नकुल आणि सहदेव यांनी सुघोष व मणिपुष्पक नामक शंख वाजविले. हे राजन्! महाधनुर्धर काशीनरेश, श्रेष्ठ योद्धा शिखंडी, धृष्टद्युम्न, विराट, अपराजित सात्यकी, द्रुपद, द्रौपदीचे पुत्र आणि सुभद्रेचा महाबाहू पुत्र व इतरांनी आपापले शंख वाजविले.**

**तात्पर्य:** संजयाने मोठ्या चातुर्याने धृतराष्ट्राला सांगितले की, पांडुपुत्रांना फसविणे आणि आपल्या स्वतःच्या पुत्रांना राज्याच्या सिंहासनावर बसविण्याचा प्रयत्न करण्याचे धोरण चुकीचे आहे व ते मुळीच स्तुत्य नाही. पूर्वलक्षणांवरून तर संपूर्ण कुरुवंश या महायुद्धामध्ये मारला जाईल, हे स्पष्टपणे कळून आले आहे. पितामह भीष्मांपासून ते अभिमन्यूसारख्या नातवंडापर्यंत, तसेच जगातील इतर सर्व राज्यांचे राजे, जे कोणी त्या ठिकाणी उपस्थित होते, त्या सर्वांचा विनाश निश्चित होता. राजा धृतराष्ट्रामुळेच ही आपत्ती कोसळली होती. कारण त्याने आपल्या मुलांनी स्वीकारलेल्या धोरणाला उत्तेजन दिले होते.

**स घोषो धार्तराष्ट्राणां हृदयानि व्यदारयत्।**
**नभश्च पृथिवीं चैव तुमुलोऽभ्यनुनादयन् ॥ १९॥**

**सः**—तो; **घोषः**—ध्वनी; **धार्तराष्ट्राणाम्**—धृतराष्ट्राच्या पुत्रांची; **हृदयानि**—हृदये; **व्यदारयत्**—विदीर्ण केली; **नभः**—आकाशाला; **च**—सुद्धा; **पृथिवीम्**—पृथ्वीतल; **च**—सुद्धा; **एव**—निश्चितच; **तुमुलः**—निनाद; **अभ्यनुनादयन्**—दुमदुमून गेला.

**हा विविध प्रकारचा शंखनिनाद वाढतच गेला. या निनादाने आकाश व पृथ्वीतल दुमदुमून गेले आणि धृतराष्ट्रपुत्रांची हृदये विदीर्ण झाली.**

**तात्पर्य:** दुर्योधनाच्या पक्षातील भीष्म आणि इतरांनी जेव्हा शंखनाद केला, तेव्हा पांडवांची हृदये मुळीच विदीर्ण झाली नाहीत. अशा प्रकारच्या घटनांचा उल्लेख आढळत नाही; परंतु या विशिष्ट श्लोकामध्ये पांडवपक्षाच्या बाजूने करण्यात आलेल्या शंखध्वनीमुळे धृतराष्ट्रपुत्रांची हृदये विदीर्ण झाली असे सांगितले आहे. याचे कारण म्हणजे पांडव आणि त्यांचा भगवान श्रीकृष्णावरील दृढ विश्वास होय. जो भगवंतांचा आश्रय घेतो, तो महाभयानक आपत्तीमध्येही भयभीत होत नाही.

**अथ व्यवस्थितान्दृष्ट्वा धार्तराष्ट्रान्कपिध्वजः।**
**प्रवृत्ते शस्त्रसम्पाते धनुरुद्यम्य पाण्डवः।**
**हृषीकेशं तदा वाक्यमिदमाह महीपते ॥ २०॥**

**अथ**—त्यानंतर; **व्यवस्थितान्**—स्थित; **दृष्ट्वा**—पाहून; **धार्तराष्ट्रान्**—धृतराष्ट्रपुत्र; **कपि-ध्वजः**—ज्याच्या ध्वजावर हनुमानाचे चिन्ह आहे; **प्रवृत्ते**—युद्ध आरंभ होण्यापूर्वी; **शस्त्र-सम्पाते**—बाण चालविण्यापूर्वी; **धनुः**—धनुष्य; **उद्यम्य**—उचलून; **पाण्डवः**—पांडुपुत्र; **हृषीकेशम्**—भगवान श्रीकृष्णांना; **तदा**—त्या वेळी; **वाक्यम्**—शब्द; **इदम्**—हे; **आह**—म्हणाला; **मही-पते**—हे राजन्.

**हनुमानाचे चिह्न असलेल्या ध्वजाच्या रथावर आरूढ असलेला पांडुपुत्र अर्जुन त्या वेळी धनुष्य हाती घेऊन बाण सोडण्यास सज्ज झाला. हे राजन्! व्यूहरचनेतील धृतराष्ट्रपुत्रांकडे पाहून अर्जुन भगवान श्रीकृष्णांना पुढीलप्रमाणे म्हणाला.**

**तात्पर्य:** युद्धाला आरंभ होण्यास थोडाच कालावधी होता. वरील कथनावरून समजून येते की, युद्धभूमीवर प्रत्यक्ष भगवान श्रीकृष्णांद्वारे मार्गदर्शित पांडवसेनेची अनपेक्षित व्यूहरचना पाहून धृतराष्ट्रपुत्र किंचित निराश झाले होते. अर्जुनाच्या ध्वजावरील हनुमानाचे चिन्ह हे विजयाचे आणखी एक लक्षण आहे. कारण राम-रावण युद्धामध्ये हनुमानाने प्रभू श्रीरामचंद्रांना साहाय्य केले होते. आता राम आणि हनुमान दोघेही अर्जुनाला साहाय्य करण्यासाठी त्याच्या रथावर आरूढ होते, भगवान श्रीकृष्ण म्हणजेच स्वतः श्रीराम आहेत आणि ज्या ठिकाणी भगवान श्रीराम आहेत, त्या ठिकाणी त्यांचा नित्य सेवक हनुमान आणि त्यांची नित्य सहचारिणी भाग्यलक्ष्मी श्रीमती सीतादेवी उपस्थित असतात. म्हणून कोणत्याही शत्रूकडून अर्जुनाला भयभीत होण्याचे कारणच नव्हते आणि सर्वांत मुख्य गोष्ट म्हणजे इंद्रियांचे स्वामी स्वतः भगवान श्रीकृष्ण त्याला मार्गदर्शन करण्यासाठी उपस्थित होते. याप्रमाणे अर्जुनाला युद्ध करण्यासाठी हितकारक मार्गदर्शन प्राप्त होते आणि भगवंतांनी निर्माण केलेल्या अशा आशादायक परिस्थितीमुळे युद्धामध्ये निश्चितपणे विजयी होण्याची खात्री होती.

अर्जुन उवाच।

**सेनयोरुभयोर्मध्ये रथं स्थापय मेऽच्युत ॥ २१ ॥**
**यावदेतान्निरीक्षेऽहं योद्धुकामानवस्थितान् ।**
**कैर्मया सह योद्धव्यमस्मिन्रणसमुद्यमे ॥ २२ ॥**

**अर्जुनः उवाच**—अर्जुन म्हणाला; **सेनयोः**—सैन्यांच्या; **उभयोः**—दोन्ही; **मध्ये**—मध्यभागी; **रथम्**—रथ; **स्थापय**—कृपया उभा कर; **मे**—माझा; **अच्युत**—हे अच्युत! (कधीच पतन न होणारा); **यावत्**—जोपर्यंत; **एतान्**—हे सर्व; **निरीक्षे**—पाहू शकेन; **अहम्**—मी; **योद्धु-कामान्**—युद्ध करण्याच्या इच्छेने प्रेरित झालेल्या; **अवस्थितान्**—युद्धभूमीवर रचिलेल्या; **कैः**—कोणाबरोबर; **मया**—मला; **सह**—बरोबर; **योद्धव्यम्**—युद्ध करावयाचे आहे; **अस्मिन्**—या; **रण**—संघर्ष, युद्ध; **समुद्यमे**—प्रयत्नात, खटपटीत.

**अर्जुन म्हणालाः हे अच्युत! कृपया माझा रथ दोन्ही सैन्यांच्या मध्ये घेऊन चल म्हणजे येथे युद्ध करण्याच्या इच्छेने प्रेरित झालेल्या आणि ज्यांच्याबरोबर मला या भयंकर शस्त्रास्त्रस्पर्धेमध्ये संघर्ष करावयाचा आहे, त्या सर्व उपस्थितांना मी पाहू शकेन.**

**तात्पर्य:** श्रीकृष्ण जरी पुरुषोत्तम श्री भगवान असले तरी त्यांच्या अहैतुकी कृपेमुळे ते आपल्या मित्राची सेवा करीत होते. ते आपल्या भक्तावरील प्रेमात कधीही चुकत नाहीत म्हणून त्यांना या ठिकाणी अच्युत असे संबोधण्यात आले आहे. सारथी या नात्याने त्यांना अर्जुनाच्या आदेशांचे पालन करावे लागत असे आणि हे करण्यात त्यांनी कधीच संकोच केला नाही. यासाठीच त्यांना अच्युत म्हणून संबोधण्यात आले आहे. जरी त्यांनी आपल्या भक्ताचे सारथ्य स्वीकारले होते तरी त्यांच्या परम स्थानाला कोणीच आव्हान देऊ शकत नाही. सर्व परिस्थितीत ते सर्व इंद्रियांचे स्वामी, पुरुषोत्तम श्रीभगवान हृषीकेश आहेत. भगवंत आणि त्यांचा सेवक यांच्यामधील संबंध अत्यंत मधुर आणि दिव्य असतो. सेवक हा भगवंतांची सेवा करण्यात सदैव तत्पर असतो आणि भगवंतही सतत आपल्या भक्ताची सेवा करण्याची संधीच पाहात असतात. भगवंत स्वत: आदेश देण्यापेक्षा, ते त्यांच्या शुद्ध भक्तांना स्वत:पेक्षा ज्येष्ठतेचे स्थान देऊन त्यांचा आदेश स्वीकारण्यात अधिक आनंद मिळवितात. भगवंत हे स्वामी असल्याने प्रत्येकजण त्यांच्या आज्ञेखाली असतो आणि त्यांना आज्ञा देणारा त्यांच्यापेक्षा श्रेष्ठ असा कोणीच नाही. परंतु जेव्हा ते पाहतात की, त्यांचा शुद्ध भक्त त्यांना आज्ञा देत आहे तेव्हा जरी ते सर्व परिस्थितींत अच्युत असले तरी त्यांना दिव्यानंद प्राप्त होतो.

भगवंतांचा शुद्ध भक्त या नात्याने अर्जुनाला आपल्या भावंडांशी व चुलत्याशी युद्ध करण्याची मुळीच इच्छा नव्हती; पण दुर्योधन हट्टी असल्यामुळे आणि शांततामय वाटाघाटी करण्यास कधीच तयार नसल्यामुळे अर्जुनाला युद्धभूमीत येणे भाग पडले. यासाठीच युद्धभूमीवरील उपस्थित ज्येष्ठ व्यक्तींना पाहण्यास तो उत्सुक होता. रणांगणावर शांततेचा प्रयत्न करण्याचा जरी प्रश्नच नव्हता तरी त्या व्यक्तींना पुन्हा पाहण्याची आणि एका अनावश्यक युद्धाची मागणी करण्यात ते किती कृतनिश्चयी आहेत, हेही पाहण्याची त्याची इच्छा होती.

**योत्स्यमानानवेक्षेऽहं य एतेऽत्र समागताः ।**
**धार्तराष्ट्रस्य दुर्बुद्धेर्युद्धे प्रियचिकीर्षवः ॥ २३ ॥**

**योत्स्यमानान्**—लढणाऱ्यांना; **अवेक्षे**—मला पाहू दे; **अहम्**—मी; **ये**—जे; **एते**—ते; **अत्र**—येथे; **समागताः**—एकत्रित झालेल्या; **धार्तराष्ट्रस्य**—धृतराष्ट्राच्या पुत्रांचे; **दुर्बुद्धेः**—वाईट बुद्धीचा; **युद्धे**—युद्धात; **प्रिय**—प्रिय; **चिकीर्षवः**—इच्छिणारे.

**धृतराष्ट्राच्या दुर्बुद्ध पुत्राला खूष करण्याच्या इच्छेने येथे लढण्यास आलेल्यांना मला पाहू दे.**

**तात्पर्य:** दुर्योधन आपला पिता धृतराष्ट्र याच्या सहकार्याने दुष्ट बेत आखून पांडवांचे राज्य बळकाविणार होता हे उघड गुपित होते. दुर्योधनाच्या बाजूला मिळालेले सर्वजण हे एकाच माळेतील मणी असले पाहिजेत. असे लोक कोण आहेत हे जाणून घेण्यासाठी आणि युद्धाला आरंभ होण्यापूर्वी त्यांना पाहण्याची अर्जुनाला इच्छा होती, पण शांततेच्या वाटाघाटींची बोलणी करण्याचा त्याचा मुळीच उद्देश नव्हता. शिवाय ही गोष्टही सत्य होती की, त्याच्या निकट भगवान श्रीकृष्ण विराजमान होते यामुळे अर्जुनाला विजयाची पूर्ण खात्री होती. तरी आपल्याला

ज्यांच्याशी सामना करावयाचा आहे त्यांच्या बळाचा अंदाज घेण्याकरिता, त्यांना पाहण्याची त्याला इच्छा होती.

सञ्जय उवाच

**एवमुक्तो हृषीकेशो गुडाकेशेन भारत ।**
**सेनयोरुभयोर्मध्ये स्थापयित्वा रथोत्तमम् ॥ २४॥**

**सञ्जयः उवाच**—संजय म्हणाला; **एवम्**—याप्रमाणे; **उक्तः**—म्हटल्यावर; **हृषीकेशः**—भगवान श्रीकृष्ण; **गुडाकेशेन**—अर्जुनाने; **भारत**—हे भरतवंशजा; **सेनयोः**—सैन्याच्या; **उभयोः**—दोन्ही; **मध्ये**—मध्यभागी; **स्थापयित्वा**—उभा करून; **रथ-उत्तमम्**—सर्वोत्तम रथ.

**संजय म्हणाला: हे भरतवंशजा! या प्रकारे अर्जुनाने म्हटल्यावर भगवान श्रीकृष्णांनी दोन्ही सैन्यांच्या मध्यभागी तो सर्वोत्तम रथ उभा केला.**

**तात्पर्य:** या श्लोकात अर्जुनाला *गुडाकेश* म्हणून संबोधण्यात आले आहे. *गुडाका* म्हणजे निद्रा आणि जो निद्रेवर विजय प्राप्त करतो त्याला गुडाकेश म्हटले जाते. निद्रा याचा अर्थ अज्ञान असाही होतो. अर्जुनाने श्रीकृष्णांशी असलेल्या त्याच्या सख्यत्वामुळे निद्रा आणि अज्ञान दोन्हीवरही विजय प्राप्त केला होता. श्रीकृष्णांचा शुद्ध भक्त असल्यामुळे तो श्रीकृष्णांना क्षणभरही विसरू शकत नव्हता कारण भक्तांचा हाच खरा स्वभाव असतो. निद्रिस्त अथवा जागृत अवस्थेमध्ये भगवद्भक्त हा भगवान श्रीकृष्ण, त्यांचे नाम, रूप, गुण आणि लीला यांचे चिंतन करण्यापासून दूर राहूच शकत नाही. अशा रीतीने, श्रीकृष्णांचे सतत स्मरण करून कृष्णभक्त हा अज्ञान आणि निद्रा यावर विजय प्राप्त करू शकतो. यालाच 'कृष्णभावना' किंवा *समाधि* असे म्हणतात. हृषीकेश किंवा प्रत्येक जीवाचे मन आणि इंद्रिय यांचे मार्गदर्शक या नात्याने दोन्ही सैन्यांच्या मधोमध रथ उभा करण्याचा अर्जुनाचा उद्देश ते जाणू शकले. पुढे ते अर्जुनाला म्हणाले.

**भीष्मद्रोणप्रमुखतः सर्वेषां च महीक्षिताम् ।**
**उवाच पार्थ पश्यैतान्समवेतान्कुरूनिति ॥ २५॥**

**भीष्म**—पितामह भीष्म; **द्रोण**—द्रोणाचार्य; **प्रमुखतः**—च्या समोर; **सर्वेषाम्**—सर्व; **च**—सुद्धा; **मही-क्षिताम्**—जगातील राजे; **उवाच**—म्हणाले; **पार्थ**—हे पार्थ; **पश्य**—पाहा; **एतान्**—या सर्वांना; **समवेतान्**—एकत्रित; **कुरून्**—कुरुवंशातील सदस्य; **इति**—याप्रमाणे.

**भीष्म, द्रोण आणि जगातील इतर सर्व राजांच्या उपस्थितीत भगवान म्हणाले, हे पार्थ! येथे जमलेल्या सर्व कुरुवंशीयांना आता पहा.**

**तात्पर्य:** सर्व जीवांचे परमात्मास्वरूप असल्याने भगवान श्रीकृष्ण, अर्जुनाच्या मनात काय चालले होते ते जाणू शकले. या संदर्भात *हृषीकेश* या शब्दप्रयोगावरून कळून येते की, त्यांना सर्व काही ज्ञात होते. आणि अर्जुनाच्या संदर्भात *'पार्थ'* किंवा कुंतीपुत्र अथवा पृथेचा पुत्र हा शब्द सुद्धा तितकाच महत्त्वपूर्ण आहे. मित्र या नात्याने श्रीकृष्णांना अर्जुनाला सांगावयाचे होते

की, अर्जुन हा त्यांच्या आत्येचा म्हणजेच पृथेचा पुत्र असल्यामुळे त्यांनी अर्जुनाचा सारथी होण्याचे मान्य केले आहे. अर्जुनाला आता 'उपस्थित कुरुवंशीयांकडे पहा,' असे सांगण्यामागे श्रीकृष्णांचा काय उद्देश होता? अर्जुनाला तेथेच थांबून युद्ध करावयाचे नव्हते का? श्रीकृष्णांनी आपली आत्या, पृथा हिच्या पुत्रांकडून अशी अपेक्षा कधीच केली नव्हती. मित्रसुलभ विनोद करून अशा प्रकारे श्रीकृष्णांनी अर्जुनाचे मन पूर्वीच ओळखले होते.

**तत्रापश्यत्स्थितान्पार्थः पितॄनथ पितामहान्।**
**आचार्यान्मातुलान्भ्रातॄन्पुत्रान्पौत्रान्सखींस्तथा।**
**श्वशुरान्सुहृदश्चैव सेनयोरुभयोरपि ॥२६॥**

**तत्र**—त्या ठिकाणी; **अपश्यत्**—त्याने पाहिले; **स्थितान्**—उभे असलेले; **पार्थः**—अर्जुन; **पितॄन्**—वाडवडील; **अथ**—सुद्धा; **पितामहान्**—पितामह; **आचार्यान्**—गुरू, शिक्षक; **मातुलान्**—मामे; **भ्रातॄन्**—भाऊ; **पुत्रान्**—पुत्र; **पौत्रान्**—नातवंडे; **सखीन्**—मित्र; **तथा**—तसेच; **श्वशुरान्**—सासरे; **सुहृदः**—हितचिंतक; **च**—सुद्धा; **एव**—निश्चित; **सेनयोः**—सैन्यामध्ये; **उभयोः**—दोन्ही पक्षांमधील; **अपि**—सहित.

**त्या ठिकाणी दोन्ही पक्षांकडील सैन्यांमध्ये, आपले वाडवडील, आजे, शिक्षक, मामे, भाऊ, पुत्र, नातवंडे, मित्र तसेच सासरे व हितचिंतक अर्जुनाने पाहिले.**

**तात्पर्य**: अर्जुनाने रणांगणावर आपले सर्व नातेवाईक पाहिले. त्याने भूरिश्रवासारख्या आपल्या वडिलांच्या समवयस्क व्यक्तींना, पितामह भीष्म आणि सोमदत्त, द्रोणाचार्य आणि कृपाचार्य यांच्यासारखे गुरू, शल्य आणि शकुनी यांच्यासारखे मामा, दुर्योधनासारखे भाऊ, लक्ष्मणासारखे पुत्र, अश्वत्थामासारखे मित्र, कृतवर्मासारखे हितचिंतक, इत्यादी सर्व व्यक्तींना पाहिले. त्याने सैन्यात उपस्थित असलेल्या आपल्या मित्रांनाही पाहिले.

**तान्समीक्ष्य स कौन्तेयः सर्वान्बन्धूनवस्थितान्।**
**कृपया परयाविष्टो विषीदन्निदमब्रवीत् ॥२७॥**

**तान्**—त्या सर्वांना; **समीक्ष्य**—पाहून; **सः**—तो; **कौन्तेयः**—कुंतीपुत्र अर्जुन; **सर्वान्**—सर्व प्रकारच्या; **बन्धून्**—नातेवाईकांना; **अवस्थितान्**—उभे असलेल्या; **कृपया**—करुणेने; **परया**—अत्यंत; **आविष्टः**—व्याकूळ झालेल्या; **विषीदन्**—शोकाकुल झाला असताना; **इदम्**—याप्रमाणे; **अब्रवीत्**—म्हणाला.

**जेव्हा कुंतीपुत्र अर्जुनाने सर्व प्रकारच्या मित्रांना आणि नातेवाईकांना पाहिले तेव्हा तो करुणेने व्याकूळ झाला आणि याप्रमाणे म्हणाला.**

अर्जुन उवाच

**दृष्ट्वेमं स्वजनं कृष्ण युयुत्सुं समुपस्थितम्।**
**सीदन्ति मम गात्राणि मुखं च परिशुष्यति ॥ २८॥**

**अर्जुनः उवाच**—अर्जुन म्हणाला; **दृष्ट्वा**—पाहून; **इमम्**—या सर्व; **स्व-जनम्**—नातेवाईक, सगेसोयरे; **कृष्ण**—हे कृष्ण; **युयुत्सुम्**—युद्धोत्सुक झालेल्या सर्वांना; **समुपस्थितम्**—उपस्थित; **सीदन्ति**—कंप सुटतो; **मम**—माझ्या; **गात्राणि**—शरीराच्या अवयवांना; **मुखम्**—मुख; **च**—सुद्धा; **परिशुष्यति**—कोरडे पडत आहे.

**अर्जुन म्हणाला: हे कृष्ण! या प्रकारे युद्ध करण्याच्या इच्छेने प्रेरित झालेल्या माझ्या नातेवाईकांना आणि मित्रांना पाहून माझ्या शरीराच्या सर्व अवयवांना कंप सुटला आहे आणि माझे मुख कोरडे पडले आहे.**

**तात्पर्य:** भगवंतांवर ज्या व्यक्तीची प्रामाणिक भक्ती आहे त्या व्यक्तीकडे, देवदेवता आणि सत्पुरुषांच्या ठिकाणी आढळणारे सर्व सद्‌गुण आढळतात. पण जो अभक्त आहे तो भौतिकदृष्ट्या शिक्षण आणि सुसंस्कृती याद्वारे कितीही प्रगत असला तरी त्याच्याकडे दैवी सद्‌गुणांचा अभावच असतो. अर्जुनाने जेव्हा आपापसांत युद्ध करण्याच्या इच्छेने प्रेरित होऊन युद्धभूमीवर जमलेल्या आपल्या मित्रांना, सगेसोयऱ्यांना आणि नातेवाईकांना पाहिले, तेव्हा तो त्यांच्याबद्दलच्या करुणेने अत्यंत व्याकूळ झाला. आपल्या सैनिकांबद्दल तर त्याला पूर्वीपासूनच सहानुभूती वाटत होती आणि आता विरुद्ध पक्षाकडील सैनिकांचा अटळ मृत्यू पाहून त्याला त्यांच्याबद्दलही करुणा वाटली. या प्रकारे विचार करीत असताना त्याच्या शरीराच्या सर्व अवयवांना कंप सुटला व तोंड कोरडे पडले. त्यांची युद्ध करण्याची उत्सुकता पाहून तो काहीसा आश्चर्यचकित झाला होता. वस्तुतः संपूर्ण कुटुंब, अर्जुनाचे रक्ताचे नातेवाईकही त्याच्याशी लढण्यासाठी जमले होते. जरी या ठिकाणी उल्लेख केला नसला तरी एखादा सहज कल्पनेने समजू शकेल की, फक्त अर्जुनाच्या शरीराच्या अवयवांना कंप सुटत होता आणि मुख कोरडे पडत होते; एवढेच नव्हे, तर तो करुणेने अश्रूसुद्धा ढाळत होता. ही लक्षणे अर्जुनाच्या दुर्बलतेमुळे नव्हती, तर भगवंतांच्या शुद्ध भक्ताच्या ठिकाणी आढळणाऱ्या सहृदयतेमुळे होती. म्हणून म्हटले आहे की,

*यस्यास्ति भक्तिर्भगवत्यकिंचना सर्वैर्गुणैस्तत्र समासते सुराः ।*
*हरावभक्तस्य कुतो महद्‌गुणा मनोरथेनासति धावतो बहिः ॥*

"ज्याला पुरुषोत्तम श्रीभगवान यांच्याविषयी दृढ भक्ती आहे त्याच्याकडे देवतांमध्ये आढळणारे सर्व सद्‌गुण असतात. पण जो भगवद्‌भक्त नाही त्याच्याकडे काहीच किंमत नसलेली केवळ भौतिक पात्रता असते. याचे कारण म्हणजे मानसिक स्तरावरच अडकून पडल्यामुळे तो मोहमयी भौतिक शक्तीकडे निश्चितपणे आकर्षिला जातो." (श्रीमद्‌भागवत ५.१८.१२)

**वेपथुश्च शरीरे मे रोमहर्षश्च जायते ।**
**गाण्डीवं स्रंसते हस्तात्त्वक्चैव परिदह्यते ॥ २९ ॥**

**वेपथुः**—शरीराचे कंपन; **च**—सुद्धा; **शरीरे**—शरीराला; **मे**—माझ्या; **रोम-हर्षः**—रोमांचित होणे; **च**—सुद्धा; **जायते**—उठले आहेत; **गाण्डीवम्**—अर्जुनाचे धनुष्य; **स्रंसते**—गळू लागले आहे; **हस्तात्**—हातातून; **त्वक्**—त्वचा; **च**—सुद्धा; **एव**—खचित; **परिदह्यते**—दाह होत आहे.

**माझ्या संपूर्ण शरीराला कंप सुटला आहे, माझ्या शरीरावर रोमांच उभे राहिले आहेत, हातातून गांडीव धनुष्य गळू लागले आहे आणि त्वचेचा दाह होत आहे.**

**तात्पर्य:** शरीराचे दोन प्रकारे कंपन होऊ शकते आणि रोमांचही शरीरावर दोन प्रकारे उभे राहू शकतात. अशा घटना एकतर आध्यात्मिक भावोत्कटतेमुळे होऊ शकतात किंवा भौतिक परिस्थितीमधील अतिभयामुळे होऊ शकतात. दिव्य साक्षात्कारामध्ये भीती अजिबात नसते. या परिस्थितीतील अर्जुनाची लक्षणे ही जीवित हानीच्या भौतिक भयामुळे प्रकट झाली होती. इतर लक्षणांवरूनही हे स्पष्टपणे कळून आले. तो इतका अधीर झाला की, त्याचे प्रसिद्ध गांडीव धनुष्य त्याच्या हातातून गळून पडले आणि अंत:करणात दाह होत असल्यामुळे त्याला आपल्या त्वचेचाही दाह होत आहे असे वाटू लागले. जीवनाविषयीच्या भौतिक संकल्पनेमुळे अथवा देहात्मबुद्धीमुळे या सर्व गोष्टी घडतात.

**न च शक्नोम्यवस्थातुं भ्रमतीव च मे मन: ।**
**निमित्तानि च पश्यामि विपरीतानि केशव ॥ ३० ॥**

**न**—नाही; **च**—सुद्धा; **शक्नोमि**—समर्थ आहे किंवा शक्य आहे; **अवस्थातुम्**—उभा राहण्यास; **भ्रमति**—विसरत आहे; **इव**—प्रमाणे; **च**—आणि; **मे**—माझे; **मन:**—मन; **निमित्तानि**—कारणे; **च**—सुद्धा; **पश्यामि**—मी दिसते; **विपरीतानि**—विपरीत; **केशव**—हे केशी दैत्याचा संहार करणारे श्रीकृष्ण.

**मला येथे यापुढे थोडा वेळसुद्धा उभे राहणे शक्य नाही. मला स्वत:चाच विसर पडत चालला आहे आणि माझे मन चक्रावून गेले आहे. हे केशव, हे कृष्णा! मला केवळ विपरीत घडण्याचीच लक्षणे दिसत आहेत.**

**तात्पर्य:** अर्जुनाचे धैर्य नाहीसे झाल्यामुळे तो युद्धभूमीवर उभा राहू शकत नव्हता आणि मनाच्या या प्रकारच्या दुबळेपणामुळे त्याला स्वत:चाच विसर पडत होता. भौतिक गोष्टींवरील आत्यंतिक आसक्ती मनुष्याला या गोंधळलेल्या अवस्थेत टाकते. *भयं द्वितीयाभिनिवेशत: स्यात्।* (श्रीमद्‌भागवत ११.२.३७). ज्या व्यक्तींवर भौतिक परिस्थितीचा आत्यंतिक प्रभाव झालेला असतो त्या व्यक्तींमध्ये या प्रकारचे भय आणि मानसिक असंतुलन आढळून येते. अर्जुनाला रणभूमीमध्ये विपरीत अशा दु:खमयी घटनाच दिसत होत्या व यामुळे शत्रूंवर विजय मिळवूनही तो आनंदी होणार नव्हता. *निमित्तानि विपरीतानि* हे शब्द महत्त्वपूर्ण आहेत. जेव्हा एखाद्या मनुष्याला आपल्या अपेक्षा निष्फळच होणार आहेत असे दिसून येते तेव्हा तो विचार करतो की 'मी येथे असण्याचे कारण काय?' प्रत्येकाला स्वत:मध्ये आणि आपल्या स्वत:च्या कल्याणामध्येच आस्था असते. परमात्म्याबद्दल कोणालाच आस्था नाही. श्रीकृष्णांच्या इच्छेनुसारच अर्जुन स्वत:च्या वास्तविक स्वार्थाबद्दल अज्ञान दाखवीत होता. एखाद्याचा वास्तविक स्वार्थ श्रीविष्णू किंवा श्रीकृष्ण यांच्यामध्येच आहे. बद्ध जीवाला याचा विसर पडतो म्हणून त्याला भौतिक दु:खे भोगावी लागतात. अर्जुनाला वाटले की, युद्धातील त्याचा विजय

हा केवळ त्याच्या शोकालाच कारणीभूत ठरेल.

**न च श्रेयोऽनुपश्यामि हत्वा स्वजनमाहवे ।**
**न काङ्‍क्षे विजयं कृष्ण न च राज्यं सुखानि च॥ ३१ ॥**

**न**—नाही; **च**—सुद्धा; **श्रेयः**—कल्याण; **अनुपश्यामि**—मला दिसत आहे; **हत्वा**—ठार मारून; **स्व-जनम्**—आपल्या नातलगांना; **आहवे**—युद्धात; **न**—नाही; **काङ्‍क्षे**—इच्छितो; **विजयम्**—विजयाची; **कृष्ण**—हे कृष्ण; **न**—नाही; **च**—सुद्धा; **राज्यम्**—राज्य; **सुखानि**—त्याचे सुख; **च**—सुद्धा.

**या युद्धामध्ये माझ्या स्वतःच्याच नातलगांना ठार मारून त्यातून कोणाचे, कसे कल्याण होणार आहे हे मला कळत नाही, आणि हे कृष्ण! त्यापासून प्राप्त होणारे विजयसुख आणि राज्य याची इच्छादेखील मी करू शकत नाही.**

**तात्पर्यः** स्वतःचा वास्तविक स्वार्थ हा श्रीविष्णू किंवा श्रीकृष्ण यांच्यामध्येच आहे, याचे बद्ध जीवांना अज्ञान असते. यासाठीच ते शारीरिक संबंधांमुळे आकर्षित होतात. कारण अशा संबंधांमुळेच आपण आनंदी होऊ शकू असे त्यांना वाटते. जीवनाबद्दलच्या अशा अंध कल्पनेमुळे त्यांना भौतिक सुखाच्या कारणांचाही विसर पडतो. अर्जुनाला क्षत्रियांच्या नीतिमूल्यांचासुद्धा विसर पडल्याचे दिसून येते. असे सांगितले जाते की, दोन प्रकारच्या व्यक्ती, उदाहरणार्थ, श्रीकृष्णांच्या प्रत्यक्ष आज्ञेनुसार युद्धभूमीमध्ये लढतालढता मृत्यू पावणारा क्षत्रिय आणि आध्यात्मिक जीवनाला पूर्णपणे वाहून घेतलेला संन्यासी, या दोन प्रकारच्या व्यक्ती मृत्यूनंतर शक्तिमान आणि देदीप्यमान अशा सूर्यलोकामध्ये प्रवेश करण्यास पात्र होतात. नातलगांची तर सोडाच, पण स्वतःच्या शत्रूचीही हत्या करण्यास अर्जुन टाळाटाळ करीत आहे. ज्याप्रमाणे एखाद्याला भूक नसेल तर त्याचा स्वयंपाक करण्याकडे कल नसतो त्याचप्रमाणे अर्जुन युद्ध करू इच्छित नव्हता. कारण त्याला वाटत होते की, स्वतःच्या नातलगांची हत्या करून जीवनामध्ये काहीच आनंद नाही. आता त्याने वनामध्ये जाऊन एकांतवासात वैफल्यग्रस्त जीवन जगण्याचा निर्णय घेतला होता. क्षत्रियांना इतर कोणताही व्यवसाय स्वीकारता येत नसल्याने क्षत्रिय या नात्याने त्याला स्वतःच्या अस्तित्वाकरिता एका राज्याची आवश्यकता ही होतीच. तथापि, अर्जुनाकडे राज्यच नव्हते. आपल्या चुलत्यांशी व बांधवांशी युद्ध करणे आणि आपल्या पित्याद्वारे वारसाने चालत येणाऱ्या राज्यावर पुन्हा हक्क सांगून ते राज्य प्राप्त करण्याची एकमात्र संधी अर्जुनाकडे होती. पण असे करणे अर्जुनाला आवडत नव्हते. म्हणून तो स्वतःला, वनात जाऊन एकांतवासात वैफल्यग्रस्त जीवन व्यतीत करण्यास योग्य समजत आहे.

**किं नो राज्येन गोविन्द किं भो गैर्जीवितेन वा ।**
**येषामर्थे काङ्‍क्षितं नो राज्यं भोगाः सुखानि च॥ ३२ ॥**
**त इमेऽवस्थिता युद्धे प्राणांस्त्यक्त्वा धनानि च ।**
**आचार्याः पितरः पुत्रास्तथैव च पितामहाः॥ ३३ ॥**

**मातुलाः श्वशुराः पौत्राः श्यालाः सम्बन्धिनस्तथा।**
**एतान्न हन्तुमिच्छामि घ्नतोऽपि मधुसूदन ॥ ३४॥**
**अपि त्रैलोक्यराज्यस्य हेतोः किं नु महीकृते।**
**निहत्य धार्तराष्ट्रान्नः का प्रीतिः स्याज्जनार्दन ॥ ३५॥**

**किम्**—काय लाभ; **नः**—आम्हाला; **राज्येन**—राज्यापासून; **गोविन्द**—हे कृष्ण; **किम्**—काय; **भोगैः**—उपभोग घेऊन; **जीवितेन**—जगून; **वा**—तसेच; **येषाम्**—ज्यांच्या; **अर्थे**—साठी; **काङ्क्षितम्**—इच्छिलेले; **नः**—आमच्यामुळे; **राज्यम्**—राज्य; **भोगाः**—ऐहिक किंवा सांसारिक भोग; **सुखानि**—सर्व सुखे; **च**—सुद्धा; **ते**—ते सारे; **इमे**—हे; **अवस्थिताः**—उभे असलेले, स्थित; **युद्धे**—या युद्धभूमीत; **प्राणान्**—प्राण; **त्यक्त्वा**—सोडून, त्यागून; **धनानि**—धनाची, ऐश्वर्याची; **च**—सुद्धा; **आचार्याः**—गुरुजन; **पितरः**—पितृगण; **पुत्राः**—पुत्र; **तथा**—तसेच; **एव**—खचितच; **च**—सुद्धा; **पितामहाः**—पितामह; **मातुलाः**—मामा; **श्वशुराः**—सासरे; **पौत्राः**—नातवंडे; **श्यालाः**—मेहुणे; **सम्बन्धिनः**—नातलग; **तथा**—तसेच; **एतान्**—हे सर्व; **न**—कधीच नाही; **हन्तुम्**—ठार मारण्याची; **इच्छामि**—मी इच्छा करतो; **घ्नतः**—मी मारला गेलो; **अपि**—तरी; **मधुसूदन**—हे मधुसूदन (मधू दैत्याचा वध करणारे); **अपि**—जरी; **त्रै-लोक्य**—तिन्ही लोकांचे; **राज्यस्य**—राज्याच्या; **हेतोः**—च्या बदल्यात; **किम् नु**—केवळ काय बोलावयाचे; **मही-कृते**—पृथ्वीच्या; **निहत्य**—ठार करून; **धार्तराष्ट्रान्**— धृतराष्ट्रपुत्रांना; **नः**—आम्हाला; **का**—काय; **प्रीतिः**—आनंद; **स्यात्**—होणार आहे; **जनार्दन**—हे जनार्दन (सर्व जीवांचे पालनकर्ता).

**हे गोविंद! ज्यांच्यासाठी आम्ही राज्याची, सुखाची व जीविताची देखील इच्छा करावी तेच जर आता या रणांगणावर युद्धाकरिता सज्ज झाले आहेत तर मग आम्हाला त्या सर्वांचा काय लाभ आहे? हे मधुसूदन! जेव्हा गुरुजन, वडील, पुत्र, आजे, मामे, सासरे, नातवंडे, मेहुणे आणि इतर नातलग आपल्या जीवनाचा व संपत्तीचा त्याग करण्यास तयार आहेत आणि माझ्यासमोर उभे आहेत, तेव्हा जरी त्यांनी मला मारले तरी मी त्यांना मारण्याची इच्छा कशासाठी करावी? हे जनार्दन! पृथ्वीच काय तर तिन्ही लोकांच्या राज्याच्या बदल्यातही मी त्यांच्याशी लढण्यास तयार नाही. धृतराष्ट्राच्या पुत्रांना मारून आम्ही कोणता आनंद मिळविणार?**

**तात्पर्य:** अर्जुनाने भगवान श्रीकृष्णांना गोविंद म्हणून संबोधले आहे, कारण श्रीकृष्ण हे इंद्रियांच्या आणि गायींच्या आनंदप्राप्तीचे केंद्रस्थान आहेत. अर्जुन या महत्त्वपूर्ण शब्दाचा उपयोग करून दर्शवू इच्छितो की, त्याच्या इंद्रियांचे समाधान कशामध्ये आहे हे श्रीकृष्णांनी जाणले पाहिजे. आमची इंद्रियतृप्ती करणे हे गोविंदांचे कार्य नव्हे. जर आपण श्रीगोविंदांची इंद्रिये संतुष्ट करण्याचा प्रयत्न केला तर आपोआप आपली इंद्रियेही संतुष्ट होतात. भौतिकदृष्ट्या, प्रत्येकाला आपली इंद्रियतृप्ती करावयाची असते आणि आपण मागू ती वस्तू भगवंतांनी द्यावी अशी त्यांची इच्छा असते. जीवांच्या योग्यतेप्रमाणे भगवंत त्यांची इंद्रियतृप्ती करतील, पण त्यांच्या

अतिलोभाची पूर्तता मात्र भगवंत करणार नाहीत. याच्या उलट मार्गाने मनुष्य जेव्हा जातो, म्हणजे जेव्हा एखादा स्वतःच्या इंद्रियतृप्तीची अजिबात इच्छा न करता श्रीगोविंदांच्या इंद्रियांची तृप्ती करण्याचा प्रयत्न करतो, तेव्हा श्रीगोविंदांच्या कृपेने जीवाच्या सर्व इच्छांची पूर्तता होते. आपल्या कुटुंबातील व्यक्तींविषयीचे अर्जुनाचे प्रगाढ प्रेम या ठिकाणी अंशतः दिसून येते, कारण त्याला त्यांच्याबद्दल स्वाभाविक करुणा होती आणि यासाठीच तो युद्ध करण्यास तयार नव्हता. प्रत्येकाला स्वतःचे ऐश्वर्य आपल्या मित्रांना आणि नातेवाईकांना दाखवायची इच्छा असते; परंतु अर्जुनाला भीती वाटते की, त्याचे सर्व नातलग अणि मित्र रणांगणावर मारले जातील आणि विजयानंतर प्राप्त होणाऱ्या वैभवामध्ये तो कोणालाच सहभागी करू शकणार नाही. भौतिक जीवनाबद्दलचे हे एक नमुनेदार उदाहरण आहे. आध्यात्मिक किंवा दिव्य जीवन हे अगदी भिन्न असते. एखाद्या भक्ताला भगवंतांची इच्छापूर्ती करावयाची असल्याने तो भगवंतांच्या सेवेसाठी सर्व प्रकारचे ऐश्वर्य स्वीकारू शकतो आणि जर भगवंतांची इच्छा नसेल तर मात्र तो कवडीचाही स्वीकार करणार नाही. अर्जुनाला त्याच्या नातलगांना मारावयाचे नव्हते आणि खरोखरच जर त्यांना मारणे आवश्यक असेल तर श्रीकृष्णांनी स्वतः त्यांना मारावे अशी त्याची इच्छा होती. या क्षणी अर्जुनाला माहीत नव्हते की, रणांगणावर येण्यापूर्वीच श्रीकृष्णांनी त्यांना मारले होते आणि त्याला फक्त श्रीकृष्णांच्या हातातील साधन बनावयाचे होते. त्याला फक्त निमित्तमात्र व्हावयाचे होते. या वस्तुस्थितीचा उलगडा पुढील अध्यायांमध्ये करण्यात आला आहे. भगवंतांचा स्वाभाविक भक्त असल्याने अर्जुनाला त्याच्या दुष्ट चुलत्यांचा आणि बांधवांचा सूड घेणे आवडले नाही, पण त्या सर्वांची हत्या करणे ही भगवंतांची योजना होती. भगवद्भक्त हा दुष्टांचा सूड घेऊ इच्छित नाही. पण दुष्टांनी केलेला भक्तांचा अपराध भगवंत कधीच सहन करीत नाहीत. स्वतःच्या अपराधांबद्दल भगवंत एखाद्या व्यक्तीला क्षमा करू शकतात; पण भक्तांना दुखविणाऱ्या कोणत्याही व्यक्तीला भगवंत क्षमा करीत नाहीत. म्हणून दुष्टांना क्षमा करावयाची इच्छा अर्जुनाला असली तरीही त्यांचा वध करण्यासाठी भगवंत दृढनिश्चयी होते.

**पापमेवाश्रयेदस्मान्हत्वैतानाततायिनः ।**
**तस्मान्नार्हा वयं हन्तुं धार्तराष्ट्रान्सबान्धवान् ।**
**स्वजनं हि कथं हत्वा सुखिनः स्याम माधव ॥ ३६ ॥**

**पापम्**—पाप; **एव**—खचित; **आश्रयेत्**—भागी होणार; **अस्मान्**—आम्हाला; **हत्वा**—वध करून; **एतान्**—या सर्वांना; **आततायिनः**—आततायी, आक्रमक; **तस्मात्**—म्हणून; **न**—नाही; **अर्हाः**—योग्य; **वयम्**—आम्ही; **हन्तुम्**—मारण्याला; **धार्तराष्ट्रान्**—धृतराष्ट्रपुत्र; **स-बान्धवान्**—मित्रांसहित; **स्व-जनम्**—नातलग; **हि**—खचित्; **कथम्**—कसे; **हत्वा**—हत्या करून; **सुखिनः**—सुखी, आनंदी; **स्याम**—आम्ही होऊ; **माधव**—हे माधव (लक्ष्मीपती कृष्ण).

**या आततायी आक्रमकांना आम्ही जर ठार मारले तर आम्हाला पापच लागणार आहे. म्हणून धृतराष्ट्रपुत्रांना आणि आपल्या मित्रांना मारणे आपल्यासाठी योग्य नाही. यापासून आम्हाला काय लाभ होणार आहे? हे माधव! आपल्याच नातलगांची हत्या**

करून आम्ही कसे सुखी होऊ?

**तात्पर्य:** वैदिक मताप्रमाणे सहा प्रकारचे आततायी असतात—(१)जो विष देतो, (२)जो घराला आग लावतो, (३)जो घातक किंवा तीक्ष्ण शस्त्रानिशी हल्ला करतो, (४)जो संपत्ती लुटतो, (५)जो दुसऱ्याची जमीन बळकावतो आणि (६)जो परपत्नीचे अपहरण करतो. अशा आततायींचा वध केल्याने कोणत्याही प्रकारचे पाप लागत नाही. अशा आततायींना मारणे हे सामान्य मनुष्याला शोभेल असेच आहे; पण अर्जुन हा सामान्य मनुष्य नव्हता. स्वभावतःच तो साधुवृत्तीचा होता आणि त्यांच्याशी तो साधुवृत्तीला अनुसरूनच वागू इच्छित होता. पण अशा प्रकारची साधुवृत्ती क्षत्रियांसाठी योग्य नसते. जरी राज्यकारभारातील व्यक्तीने साधुवत् असणे आवश्यक असले तरी त्याने भ्याड मात्र असू नये. उदाहरणार्थ, भगवान श्रीराम हे इतक्या साधुवृत्तीचे होते की, आजही लोक रामराज्यात राहण्यास अतिशय उत्सुक आहेत; पण असे असले, तरी प्रभू श्रीरामचंद्रांनी कधीच भ्याडपणा दाखविला नाही. श्रीरामांच्या पत्नीचे, सीतेचे अपहरण करणारा रावण आततायी होता, पण श्रीरामांनी त्याला असा काही धडा शिकविला की, त्याची तुलना जगाच्या इतिहासामध्ये कोणाशीही करता येणार नाही. अर्जुनाच्या बाबतीत मात्र, त्याच्याविरुद्ध जे आक्रमक आततायी होते ते विशिष्ट प्रकारचे होते आणि ते म्हणजे त्याचे स्वतःचे पितामह, गुरुजन, मित्रगण, पुत्र, नातू इत्यादी. यांच्यामुळेच अर्जुनाला वाटले की, सामान्य आततायींविरुद्ध ज्या कडक उपाययोजना केल्या पाहिजेत त्या यांच्याविरुद्ध आपण योजू नये. याशिवाय साधुव्यक्तीने क्षमा करावी असे सांगितले जाते. साधुव्यक्तींसाठी असे आदेश हे राजकीय आणीबाणीपेक्षाही महत्त्वपूर्ण असतात. अर्जुनाने विचार केला की, राजकीय कारणांसाठी स्वजनांची हत्या करण्यापेक्षा साधुवृत्ती आणि धर्माच्या आधारावर त्यांना क्षमा करणे हेच योग्य आहे. म्हणून केवळ तात्पुरत्या शारीरिक सुखासाठी अशा प्रकारे हत्या करणे हे चांगले नाही असे त्याला वाटले. सरतेशेवटी राज्य आणि त्यापासून प्राप्त होणारे सुख हे नित्य नाही म्हणून स्वजनांचीच हत्या करून त्याने स्वतःची शाश्वत मुक्ती आणि स्वतःचे जीवन धोक्यात का घालावे? या संबंधात अर्जुनाने श्रीकृष्णांना 'माधव' असे संबोधणेही महत्त्वपूर्ण आहे. श्रीकृष्ण हे लक्ष्मीचे किंवा भाग्यदेवतेचे पती असल्यामुळे अर्जुनाला त्यांना हे दर्शवायचे होते की, त्यांनी ज्यामुळे त्याच्यावर दुर्भाग्य कोसळेल अशी गोष्ट करण्यास त्याला प्रेरित करू नये. परंतु वास्तविकपणे श्रीकृष्ण हे भक्तांनाच काय तर इतरांनाही दुर्भाग्याकडे कधीच नेत नाहीत.

**यद्यप्येते न पश्यन्ति लोभोपहतचेतसः ।**
**कुलक्षयकृतं दोषं मित्रद्रोहे च पातकम् ॥३७॥**
**कथं न ज्ञेयमस्माभिः पापादस्मान्निवर्तितुम् ।**
**कुलक्षयकृतं दोषं प्रपश्यद्भिर्जनार्दन ॥३८॥**

**यदि**—जर; **अपि**—सुद्धा; **एते**—हे लोक; **न**—नाही; **पश्यन्ति**—पाहतात; **लोभ**—लोभाने; **उपहत**—व्याप्त झालेले; **चेतसः**—त्यांचे हृदय; **कुल-क्षय**—कुलनाशाने; **कृतम्**—होणारा; **दोषम्**—

दोष; **मित्र-द्रोहे**—मित्रांशी भांडण करून; **च**—सुद्धा; **पातकम्**—पापकर्म; **कथम्**—का; **न**—नाही; **ज्ञेयम्**—जाणणे; **अस्माभिः**—आम्ही; **पापात्**—पापांपासून; **अस्मात्**—या; **निवर्तितुम्**—थांबविण्यासाठी; **कुल-क्षय**—कुळाचा नाश; **कृतम्**—झाल्याने; **दोषम्**—अपराध, गुन्हा; **प्रपश्यद्भिः**—पाहू शकणारे; **जनार्दन**—हे कृष्ण.

**हे जनार्दन! जरी लोभाने प्रभावित झालेल्या या लोकांना आपल्या कुटुंबाची हत्या करण्यामध्ये आणि आपल्याच मित्रांशी भांडण करण्यामध्ये दोष दिसत नसला तरीसुद्धा कुटुंबाचा नाश केल्यामुळे होणाऱ्या अपराधांची जाण असताना आम्ही अशा पापकृत्यामध्ये का सहभागी व्हावे?**

**तात्पर्यः** एखाद्या क्षत्रियाला विरुद्ध पक्षाने युद्धासाठी किंवा द्यूत-क्रीडेसाठी निमंत्रित केले तर त्याने ते नाकारणे योग्य नसते. अशा बंधनामुळे अर्जुन युद्ध करण्यास नकार देऊ शकला नाही, कारण दुर्योधनाच्या पक्षाने त्याला युद्ध करण्यासाठी आव्हान दिले होते. या संदर्भात अर्जुनाने विचार केला की, अशा आव्हानाच्या परिणामाबद्दल विरुद्ध पक्ष हा अज्ञानी असावा. परंतु अर्जुन त्याचे दुष्परिणाम पाहू शकत होता. म्हणूनच ते आव्हान तो स्वीकारू शकत नव्हता. बंधनाचा परिणाम जेव्हा चांगला असतो, तेव्हा असे बंधन अनिवार्य ठरू शकते. पण अशा बंधनांचा परिणाम जेव्हा अनिष्ट असतो तेव्हा ते अनिवार्य किंवा बंधनकारक ठरविता येत नाही. या सर्व गोष्टींचा सारासार विचार करूनच अर्जुनाने युद्ध न करण्याचे ठरविले.

**कुलक्षये प्रणश्यन्ति कुलधर्माः सनातनाः ।**
**धर्मे नष्टे कुलं कृत्स्नमधर्मोऽभिभवत्युत ॥ ३९ ॥**

**कुल-क्षये**—कुळाचा नाश होण्यामुळे; **प्रणश्यन्ति**—नष्ट होतात; **कुल-धर्माः**—कुलधर्म, वंशपरंपरा; **सनातनाः**—शाश्वत; **धर्मे**—धर्म; **नष्टे**—नष्ट झाल्यावर; **कुलम्**—कुळाचे; **कृत्स्नम्**—संपूर्ण, सर्व; **अधर्मः**—अधर्म; **अभिभवति**—बदल होतो; **उत**—असे म्हटले जाते.

**कुळाच्या नाशामुळे शाश्वत वंशपरंपरा नष्ट होते आणि यामुळे उर्वरित कुटुंब अधर्म करण्यात गुंतले जाते.**

**तात्पर्यः** कुटुंबातील व्यक्तींचे योग्य संवर्धन होऊन त्यांना आध्यात्मिक मूल्यांची प्राप्ती होण्यास साहाय्यक अशा धार्मिक परंपरेबद्दलची अनेक तत्त्वे वर्णाश्रमसंस्थेच्या पद्धतीमध्ये सांगण्यात आली आहेत. जन्मापासून ते मृत्यूपर्यंत होणाऱ्या सर्व पवित्र संस्कारांसाठी कुटुंबातील वरिष्ठ व्यक्ती जबाबदार असतात. पण अशा ज्येष्ठ व्यक्तींच्या मृत्यूमुळे कुटुंबातील वंशपरंपरागत संस्कार नष्ट होतात. यामुळे कुटुंबातील तरुण सदस्य अधार्मिक गोष्टी करण्यास प्रवृत्त होऊ शकतात आणि आपल्या आध्यात्मिक मुक्तीची संधीही गमावू शकतात. म्हणून कोणत्याही कारणासाठी कुटुंबातील ज्येष्ठ व्यक्तींची हत्या होऊ देऊ नये.

**अधर्माभिभवात्कृष्ण प्रदुष्यन्ति कुलस्त्रियः ।**
**स्त्रीषु दुष्टासु वार्ष्णेय जायते वर्णसङ्करः ॥ ४० ॥**

**अधर्म**—अधर्म; **अभिभवात्**—प्रबळ झाला असता; **कृष्ण**—हे कृष्ण; **प्रदुष्यन्ति**—दूषित होतात, बिघडतात; **कुल-स्त्रियः**—कुळातील स्त्रिया; **स्त्रीषु**—स्त्री जातीपासून; **दुष्टासु**—अशा रीतीने बिघडल्या म्हणजे; **वार्ष्णेय**—हे वृष्णीच्या वंशजा, हे श्रीकृष्ण; **जायते**—उत्पन्न होतात; **वर्ण-सङ्करः**—अवांछित प्रजा, नको असलेली संतती.

**हे कृष्ण! कुळामध्ये जेव्हा अधर्माचे प्राबल्य होते तेव्हा कुळातील स्त्रिया दूषित होतात आणि याप्रमाणे स्त्री जातीचे पतन झाल्यामुळे, हे वृष्णीवंशजा! अवांछित संतती उत्पन्न होते.**

**तात्पर्य:** जीवनातील शांती, भरभराट आणि आध्यात्मिक प्रगती यांसाठी समाजामधील सभ्य लोकांची संख्या ही मूलभूत आधार आहे. राष्ट्राच्या आणि समस्त लोकांच्या आध्यात्मिक उन्नतीसाठी योग्य आणि चांगल्या लोकांची समाजामध्ये संख्या वाढावी यासाठीच वर्णाश्रमधर्मातील मूळ तत्त्वांची रचना करण्यात आली आहे. अशी सभ्य संतती स्त्रीजातीच्या पावित्र्यावर आणि एकनिष्ठतेवर अवलंबून असते. ज्याप्रमाणे मुले ही वाममार्गाला लागू शकतात त्याचप्रमाणे स्त्रियांचे अध:पतनही सहजपणे घडू शकते. म्हणून लहान मुले, स्त्रिया तसेच या दोघांनाही कुटुंबातील ज्येष्ठ व्यक्तींकडून संरक्षणाची आवश्यकता असते. विविध धार्मिक व्रतवैकल्ये करण्यात मग्न राहिल्यास स्त्रिया व्यभिचाराच्या वाममार्गाकडे जाण्यास प्रवृत्त होणार नाहीत. चाणक्य पंडितांच्या मताप्रमाणे सामान्यत: स्त्रिया फार बुद्धिमान नसतात आणि त्यामुळे विश्वासूही नसतात. म्हणून वंशपरंपरागत विविध धार्मिक कार्यांमध्ये त्यांना सतत व्यस्त ठेवणे आवश्यक असते. या प्रकारे त्यांच्या पावित्र्यामुळे आणि भक्तीमुळे वर्णाश्रमधर्मामध्ये सहभाग घेण्यास पात्र अशा चांगल्या संततीची निर्मिती होईल. अशा वर्णाश्रम-धर्माच्या अभावामुळे साहजिकच स्त्रिया पुरुषांबरोबर कार्य करण्यात आणि त्यांच्यामध्ये मिसळण्यास स्वतंत्र बनतात. व्यभिचाराला अशी मोकळीक मिळाली की अनावश्यक लोकसंख्या वाढण्याची शक्यता वाढते. बेजबाबदार व्यक्तीसुद्धा समाजामध्ये व्यभिचाराला उत्तेजन देतात आणि त्यामुळे मनुष्यजातीमध्ये अनावश्यक संततीची बेसुमार वाढ होते आणि युद्ध, महामारीचे संकट बळावते.

**सङ्करो नरकायैव कुलघ्नानां कुलस्य च।**
**पतन्ति पितरो ह्येषां लुप्तपिण्डोदकक्रियाः ॥ ४१ ॥**

**सङ्करः**—अशी अनावश्यक संतती; **नरकाय**—नरकजीवनास कारणीभूत ठरतात; **एव**—निश्चित; **कुल-घ्नानाम्**—कुळाचा घात करणाऱ्यांना; **कुलस्य**—कुळासाठी; **च**—सुद्धा; **पतन्ति**—पतन पावतात; **पितरः**—पितृगण; **हि**—खचित; **एषाम्**—त्यांचे; **लुप्त**—लोप झाल्यामुळे; **पिण्ड**—पिंड किंवा अन्न अर्पण करणे; **उदक**—आणि पाणी; **क्रियाः**—क्रिया.

**अनावश्यक संततीच्या वाढीमुळे, कूळ तसेच कुळपरंपरा नष्ट करणाऱ्यांसाठी निश्चितच नरकमय परिस्थिती निर्माण होते. अशा भ्रष्ट कुळातील पूर्वजांचे पतन होते कारण त्यांना अन्न अथवा पिंड आणि जलअर्पणाची क्रिया पूर्णपणे थांबते.**

**तात्पर्य:** सकाम कर्माच्या विधिविधानांनुसार कुळातील पूर्वजांना ठरावीक वेळी जल आणि पिंडदान करणे आवश्यक असते. विष्णुपूजेने ही अर्पणक्रिया सिद्ध होते. कारण श्रीविष्णूंना अर्पण केलेला नैवेद्य नंतर प्रसाद म्हणून खाल्ल्याने मनुष्याचा सर्व प्रकारच्या पापकर्मांतून उद्धार होतो. कधीकधी विविध प्रकारच्या पापकर्मांमुळे पूर्वज दु:ख भोगत असतील आणि कधीकधी तर त्यांच्यापैकी काहीजण स्थूल भौतिक शरीराची सुद्धा प्राप्ती करू शकत नाहीत व यामुळे त्यांना सूक्ष्म शरीरामध्येच भूतपिशाच्च म्हणून राहणे भाग पडते. म्हणून वंशज जेव्हा प्रसादरूपी अन्न आपल्या पूर्वजांना अर्पण करतात तेव्हा पूर्वजांची दु:खमय अशा भूतपिशाच्च योनीतून किंवा कष्टमय जीवनातून मुक्तता होते. अशा प्रकारे आपल्या पूर्वजांना मदत करणे ही वंशपरंपरा असते. भक्तिमार्गाचा अवलंब न करणाऱ्यांना या प्रकारचे कर्मकांड करणे अत्यावश्यक असते. जो भक्तिमार्गाशी संलग्न आहे त्याला अशा प्रकारचे कर्मकांड करण्याची गरज नाही. केवळ भक्तिमय सेवा करून एखादा शेकडो आणि हजारो पूर्वजांची सर्व प्रकारच्या कष्टांतून मुक्तता करू शकतो. श्रीमद्भागवतात (११.५.४१) सांगण्यात आले आहे की:

*देवर्षि भूताप्तनृणां पितृणां न किंकरो नायमृणी च राजन् ।*
*सर्वात्मना य: शरणं शरण्यं गतो मुकुन्दं परिहृत्य कर्तम् ॥*

"ज्याने सर्व प्रकारच्या बंधनांचा त्याग करून मोक्षदात्या श्रीमुकुंद यांच्या चरणकमलांचा आश्रय घेतला आहे आणि पूर्ण प्रामाणिकपणे आणि गांभीर्याने भक्तिमार्गाचा अंगीकार केला आहे त्याची देवदेवता, ऋषिमुनी, इतर जीव, कुटुंबातील सदस्य, मानवता आणि पूर्वज यांच्यासंबंधी कोणतीही कर्तव्ये किंवा ऋणे फेडण्याची बंधने राहात नाहीत." पुरुषोत्तम श्रीभगवान यांची प्रेममयी सेवेद्वारे भक्ती केल्याने अशा सर्व कर्तव्यांची आपोआपच पूर्तता होते.

**दोषैरेतै: कुलघ्नानां वर्णसङ्करकारकै: ।**
**उत्साद्यन्ते जातिधर्मा: कुलधर्माश्च शाश्वता: ॥ ४२ ॥**

**दोषै:**—अशा दोषांमुळे; **एतै:**—या सर्व ; **कुल-घ्नानाम्**—कुलघातकी किंवा कुटुंब नष्ट करणारे; **वर्ण-सङ्कर**—अवांछित संतती; **कारकै:**—जी मूळ किंवा कारणीभूत आहेत; **उत्साद्यन्ते**—उद्ध्वस्त होतात; **जाति-धर्मा:**—जातियोजना, सामुदायिक योजना; **कुल-धर्मा:**—कुलपरंपरा; **च**—सुद्धा; **शाश्वता:**—सनातन.

**वंशपरंपरा नष्ट करणाऱ्या आणि या प्रकारे अनावश्यक संतती उत्पन्न करणाऱ्या दुष्ट कृत्यांमुळे सर्व प्रकारच्या सामुदायिक योजना आणि कुटुंबकल्याणाची सर्व कार्ये उद्ध्वस्त होतात.**

**तात्पर्य:** सनातन धर्म किंवा वर्णाश्रमधर्म संस्थेने, मनुष्य अंतिम मोक्षाची प्राप्ती करण्यास समर्थ होऊ शकेल अशा पद्धतीने मानव-समाजातील चार विभागांना अनुसरून सामुदायिक योजना तसेच कुटुंबकल्याणार्थ कार्यांची योग्य रचना करून दिली आहे. म्हणून बेजबाबदार पुढाऱ्यांनी सनातनधर्माच्या परंपरेचा भंग केल्यास समाजामध्ये गोंधळ निर्माण होतो आणि त्याचा परिणाम म्हणजे, श्रीविष्णूंची प्राप्ती हे जीवनाचे अंतिम ध्येय आहे याचा लोकांना विसर पडतो. अशा

पुढाऱ्यांना अंध म्हटले जाते आणि जे लोक अशा नेत्यांचे अनुसरण करतात ते निश्चितपणे गोंधळून जातात.

**उत्सन्नकुलधर्माणां मनुष्याणां जनार्दन ।**
**नरके नियतं वासो भवतीत्यनुशुश्रुम ॥ ४३ ॥**

**उत्सन्न**—विनाश झालेल्या; **कुल-धर्माणाम्**—ज्यांना कुलपरंपरा आहेत ते; **मनुष्याणाम्**—अशा मनुष्यांचे; **जनार्दन**—हे कृष्ण; **नरके**—नरकात; **नियतम्**—नित्य, नेहमी; **वासः**—निवास; **भवति**—असे होते; **इति**—या प्रकारे; **अनुशुश्रुम**—गुरुशिष्यपरंपरेद्वारे मी ऐकले आहे.

**हे प्रजापालक! हे कृष्ण! गुरुशिष्यपरंपरेद्वारे मी असे ऐकले आहे की, कुलपरंपरेचा विध्वंस करणारे नरकातच नित्य निवास करतात.**

**तात्पर्य:** अर्जुनाचा युक्तिवाद त्याच्या वैयक्तिक अनुभवावर नव्हे तर त्याने आचार्यांकडून जे ऐकले होते त्यावर आधारित होता. वास्तविक ज्ञानप्राप्तीचा हाच मार्ग आहे. अशा ज्ञानात प्रथमपासूनच स्थित झालेल्या योग्य व्यक्तीच्या मदतीशिवाय वास्तविक ज्ञानाच्या अंतिम ध्येयाकडे पोहोचता येत नाही. वर्णाश्रमसंस्थेतील एका पद्धतीनुसार मनुष्याला मृत्यूपूर्वी आपल्या पापकर्माचे प्रायश्चित्त करण्यासाठी विशिष्ट विधी करावा लागतो. जो नेहमी पापकर्मच करण्यात गुंतला आहे त्याने या प्रायश्चित्त विधीचा उपयोग करून घेतलाच पाहिजे. असे न केल्यास त्या व्यक्तीला पापकर्माचे फळ म्हणून दुःखमय, कष्टमय जीवन भोगण्यासाठी निश्चितपणे नरकात घातले जाते.

**अहो बत महत्पापं कर्तुं व्यवसिता वयम् ।**
**यद्राज्यसुखलोभेन हन्तुं स्वजनमुद्यताः ॥ ४४ ॥**

**अहो**—अरेरे!; **बत**—किती चमत्कारिक आहे; **महत्**—मोठे; **पापम्**—पाप; **कर्तुम्**—करण्यास; **व्यवसिताः**—निर्णय घेतला आहे किंवा ठरविले आहे; **वयम्**—आम्ही; **यत्**—कारण की; **राज्य-सुख-लोभेन**—राज्यसुखाच्या लोभाने उद्युक्त झाल्यामुळे; **हन्तुम्**—हत्या करण्यासाठी; **स्व-जनम्**—नातलगांना; **उद्यताः**—तयार झालो आहोत.

**अरेरे! आम्ही भयंकर पाप करण्यास तयार झालो आहोत हे किती चमत्कारिक आहे! राज्यसुख भोगण्याच्या लोभाने उद्युक्त झाल्यामुळे आम्ही आमच्या नातलगांनाही मारण्यास तयार झालो आहोत.**

**तात्पर्य:** स्वार्थी हेतूने प्रेरित झाल्यामुळे मनुष्य आपल्या स्वतःच्या बंधूंची, पित्याची अथवा मातेचीही हत्या करण्याइतके पापकर्म करण्यास प्रवृत्त होऊ शकतो. जगाच्या इतिहासामध्ये अशी अनेक उदाहरणे आहेत. पण अर्जुन हा भगवंतांचा साधुवृत्तियुक्त भक्त असल्यामुळे त्याला नेहमी नैतिक तत्त्वांची जाणीव असे व म्हणून तो अशी कर्मे करण्याचे टाळत असे.

**यदि मामप्रतीकारमशस्त्रं शस्त्रपाणयः ।**
**धार्तराष्ट्रा रणे हन्युस्तन्मे क्षेमतरं भवेत् ॥ ४५ ॥**

**यदि**—जरी; **माम्**—मी; **अप्रतीकारम्**—प्रतिकार न करता; **अशस्त्रम्**—पूर्ण शस्त्रसज्ज न होता; **शस्त्र-पाणयः**—शस्त्रधारी; **धार्तराष्ट्राः**—धृतराष्ट्राचे पुत्र; **रणे**—युद्धभूमीवर; **हन्युः**—मारतील; **तत्**—ते; **मे**—मला; **क्षेम-तरम्**—अधिक चांगले, योग्य; **भवेत्**—होईल.

**शस्त्रधारी धृतराष्ट्रपुत्रांनी माझ्यासारख्या निःशस्त्र आणि प्रतिकार न करणाऱ्याची हत्या केली तर तेच माझ्यासाठी अधिक चांगले होईल.**

**तात्पर्यः** युद्धाला तयार नसलेल्या व निःशस्त्र असलेल्या शत्रूवर हल्ला करू नये हा क्षत्रियांच्या युद्धतत्त्वांमधील एक नियम आहे. परंतु अशा विचित्र परिस्थितीमध्ये सुद्धा शत्रूने हल्ला केला, तरीही अर्जुनाने प्रतिकार न करण्याचा निर्णय घेतला. विरुद्ध पक्ष युद्ध करण्यासाठी किती उत्सुक आहे याचा विचारही अर्जुनाने केला नाही. भगवंतांचा महान भक्त असल्यामुळे तो सहृदय होता व त्यामुळेच त्याच्यामध्ये ही लक्षणे दिसून येत होती.

सञ्जय उवाच

**एवमुक्त्वार्जुनः सङ्ख्ये रथोपस्थ उपाविशत्।**
**विसृज्य सशरं चापं शोकसंविग्नमानसः ॥ ४६ ॥**

**सञ्जयः उवाच**—संजय म्हणाला; **एवम्**—याप्रमाणे; **उक्त्वा**—बोलून; **अर्जुनः**—अर्जुन; **सङ्ख्ये**—रणभूमीवर; **रथ**—रथात; **उपस्थे**—आसनावर; **उपाविशत्**—खाली बसला; **विसृज्य**—बाजूला ठेवून; **स-शरम्**—बाणांसहित; **चापम्**—धनुष्य; **शोक**—शोकाने; **संविग्न**—पीडित, उद्विग्न, शोकाकुल; **मानसः**—मनामध्ये.

**संजय म्हणालाः रणभूमीवर याप्रमाणे बोलून झाल्यानंतर अर्जुनाने आपले धनुष्यबाण बाजूला टाकले आणि मनामध्ये अत्यंत शोकाकुल होऊन रथामध्ये खाली बसला.**

**तात्पर्यः** आपल्या शत्रूच्या व्यूहरचनेचे अवलोकन करताना अर्जुन रथामध्ये उभा होता, पण तो शोकाने इतका व्याकूळ झाला की, आपले धनुष्यबाण बाजूला ठेवून तो पुन्हा खाली बसला. भगवद्‌भक्तीमधील अशी दयाशील आणि सहृदय व्यक्ती आत्मज्ञान प्राप्त करण्यास सर्व प्रकारे योग्य आहे.

*या प्रकारे भगवद्‌गीतेच्या 'अर्जुनविषादयोग' या पहिल्या अध्यायावरील भक्तिवेदांत भाष्य संपन्न.*

# अध्याय दुसरा

# सांख्ययोग

## ( गीतेचे सार )

सञ्जय उवाच

**तं तथा कृपयाविष्टमश्रुपूर्णाकुलेक्षणम् ।**
**विषीदन्तमिदं वाक्यमुवाच मधुसूदनः ॥ १ ॥**

**सञ्जयः उवाच**—संजय म्हणाला; **तम्**—अर्जुनाला उद्देशून; **तथा**—याप्रमाणे; **कृपया**—करुणतेने; **आविष्टम्**—व्याप्त झालेल्या; **अश्रु-पूर्ण-आकुल**—अश्रूंनी पूर्ण भरलेल्या; **ईक्षणम्**—नेत्र; **विषीदन्तम्**—शोकग्रस्त; **इदम्**—हे; **वाक्यम्**—शब्द, वचन; **उवाच**—म्हणाले; **मधु-सूदनः**—मधू दैत्याचा वध करणारे.

**संजय म्हणाला: करुणेने भारावलेल्या, मन खचलेल्या आणि अश्रूंनी नेत्र भरून आलेल्या अर्जुनाला पाहून मधुसूदन श्रीकृष्ण पुढीलप्रमाणे म्हणाले.**

**तात्पर्य:** भौतिक करुणा, शोक आणि अश्रू ही सर्व आत्म्यांबद्दलच्या असणाऱ्या अज्ञानाची लक्षणे आहेत. सनातन आत्म्याबद्दल करुणा असणे म्हणजेच आत्मसाक्षात्कार होय. या श्लोकामध्ये *मधुसूदन* हा शब्द महत्त्वपूर्ण आहे. भगवान श्रीकृष्णांनी मधू दैत्याचा वध केला होता आणि आता आपले कर्तव्य करीत असताना ज्या अज्ञानाने आपल्याला ग्रासले आहे त्या अज्ञानरूपी दैत्याचा श्रीकृष्णांनी वध करावा अशी अर्जुनाची इच्छा होती. करुणेचा उपयोग कुठे करावा हे कोणालाही समजत नाही. बुडणाऱ्याच्या वस्त्राबद्दल करुणा करणे व्यर्थ आहे. अज्ञानरूपी महासागरात बुडालेल्या मनुष्याला त्याच्या बाह्य वस्त्ररूपी स्थूल शरीराचे रक्षण करून वाचविता येत नाही. जो हे जाणत नाही आणि केवळ बाह्य वस्त्राबद्दल शोक करतो त्याला शूद्र किंवा अनावश्यक शोक करणारा असे म्हटले जाते. अर्जुन हा क्षत्रिय होता आणि अशा प्रकारच्या वर्तणुकीची त्याच्याकडून अपेक्षा नव्हती. परंतु भगवान श्रीकृष्ण अज्ञानी मनुष्याचा शोक नष्ट करू शकतात आणि याच उद्देशाने त्यांनी भगवद्‌गीता सांगितली. सर्वोच्च अधिकारी भगवान श्रीकृष्ण यांनी सांगितल्याप्रमाणे हा अध्याय आपल्याला भौतिक शरीर आणि आत्मा यांच्या पृथक्करणात्मक विवेचनाद्वारे आत्मसाक्षात्कारासाठी मार्गदर्शन करतो. जेव्हा एखादा मनुष्य सकाम कर्मांप्रति अनासक्त होऊन कार्य करतो आणि आत्म्याच्या संकल्पनेत दृढपणे स्थित होतो, त्यालाच या प्रकारच्या साक्षात्कार प्राप्तीची शक्यता आहे.

श्रीभगवानुवाच

**कुतस्त्वा कश्मलमिदं विषमे समुपस्थितम्।**
**अनार्यजुष्टमस्वर्ग्यमकीर्तिकरमर्जुन ॥ २॥**

**श्री-भगवान् उवाच**—श्रीभगवान म्हणाले; **कुतः**—कोठून; **त्वा**—तुला; **कश्मलम्**—अशुद्ध; **इदम्**—हा शोक; **विषमे**—या संकटाच्या वेळी; **समुपस्थितम्**—प्राप्त झाले; **अनार्य**—ज्यांना जीवनाचे मूल्य कळत नाही अशा व्यक्ती; **जुष्टम्**—आचरलेले; **अस्वर्ग्यम्**—जे उच्चतर लोकांत नेत नाहीत; **अकीर्ति**—दुष्कीर्ती; **करम्**—कारण; **अर्जुन**—हे अर्जुन.

**पुरुषोत्तम श्रीभगवान म्हणाले: हे अर्जुना! तुझ्यामध्ये अशा अशुद्ध गोष्टी कशा आल्या ? ज्या मनुष्याला जीवनाच्या मूल्यांचे ज्ञान आहे त्याला या गोष्टी मुळीच शोभत नाहीत. या गोष्टी मनुष्याला उच्चतर लोकांत जाण्यात नाही, तर त्या त्याच्या दुष्कीर्तीला कारणीभूत होतात.**

**तात्पर्य:** 'कृष्ण' म्हणजे पूर्ण पुरुषोत्तम भगवान. म्हणून संपूर्ण गीतेमध्ये श्रीकृष्णांचा उल्लेख भगवान असाच केला आहे. भगवान रूपाचा साक्षात्कार हा परम सत्याच्या साक्षात्कारामध्ये अंतिम साक्षात्कार आहे. परम सत्याचा साक्षात्कार तीन अवस्थांमध्ये होतो; निर्विशेष ब्रह्म, सर्वव्यापी आत्मा, परमात्मा किंवा सर्व जीवांच्या हृदयामध्ये स्थित परम सत्याचे स्वरूप आणि भगवान किंवा पुरुषोत्तम भगवान श्रीकृष्ण. श्रीमद्भागवतात (१.२.११) परम सत्याची संकल्पना याप्रमाणे विवेचित करण्यात आली आहे-

*वदन्ति तत्तत्त्वविदस्तत्त्वं यज्ज्ञानमद्वयम् ।*
*ब्रह्मेति परमात्मेति भगवानिति शब्द्यते ॥*

"परम सत्याचे ज्ञान असणारे परम सत्याचा साक्षात्कार ज्ञानाच्या तीन अवस्थांमध्ये करतात आणि या सर्व एकच आहेत. परम सत्याच्या अशा अवस्थांना ब्रह्म, परमात्मा आणि भगवान असे म्हटले जाते."

ही तीन दिव्य स्वरूपे सूर्याच्या उदाहरणावरून स्पष्ट करता येतात. सूर्यालाही विविध प्रकारची तीन स्वरूपे आहेत. उदाहरणार्थ, सूर्यप्रकाश, सूर्याचा पृष्ठभाग आणि प्रत्यक्ष सूर्यलोक. जो केवळ सूर्यप्रकाशाचे अध्ययन करतो तो प्राथमिक अवस्थेतील विद्यार्थी आहे; जो सूर्याच्या पृष्ठभागाला जाणतो तो अधिक प्रगतावस्थेमध्ये आहे आणि जो सूर्यलोकामध्येच प्रवेश करतो तो सर्वश्रेष्ठ आहे. सामान्य विद्यार्थी जे केवळ सूर्यप्रकाश, त्याचे विश्वव्यापकत्व आणि निर्विशेष अशा देदीप्यमान प्रकाशाचे स्वरूप जाणण्यात समाधान मानतात त्यांची तुलना, परम सत्याच्या केवळ ब्रह्म स्वरूपाचा साक्षात्कार करू शकतात त्यांच्याशी करता येईल. जो विद्यार्थी आणखी थोडा प्रगत आहे तो सूर्यगोलाचे स्वरूप जाणू शकतो व त्याची तुलना परम सत्याच्या परमात्मा स्वरूपाचा साक्षात्कार करणाऱ्याशी करता येईल आणि जो सूर्यग्रहाच्या अंत:प्रदेशात प्रवेश करू शकतो त्याची तुलना परम सत्याच्या साकार रूपाचा साक्षात्कार करणाऱ्याशी करता येते. म्हणून

सर्व प्रकारचे विद्यार्थी जरी परम सत्य या एकाच विषयाच्या अध्ययनात मग्न असले तरी भक्त किंवा ज्यांनी परम सत्याच्या भगवान स्वरूपाचा साक्षात्कार केला आहे ते सर्वश्रेष्ठ अध्यात्मवादी आहेत. सूर्यप्रकाश, सूर्यगोल आणि सूर्यग्रहातील आंतरिक व्यवहार एकमेकांपासून अलग करता येत नसले तरी तीन विविध अवस्थांचे अध्ययन करणारे विद्यार्थी एकाच प्रकारचे नसतात.

भगवान या संस्कृत शब्दाचे स्पष्टीकरण, व्यासदेवांचे पिता, महान आचार्य पराशर मुनी यांनी केले आहे. संपूर्ण ऐश्वर्य, संपूर्ण बल, संपूर्ण यश, संपूर्ण सौंदर्य, संपूर्ण ज्ञान आणि संपूर्ण वैराग्य यांनी युक्त अशा सर्वश्रेष्ठ व्यक्तित्वास भगवान असे म्हटले जाते. असे अनेक लोक आहेत जे अत्यंत श्रीमंत, अत्यंत बलवान, अत्यंत सुंदर, अत्यंत प्रसिद्ध, अत्यंत ज्ञानी आणि अत्यंत अनासक्त विरागी आहेत; पण कोणीही ठामपणे सांगू शकत नाही की, त्याच्याकडे संपूर्ण ऐश्वर्य, संपूर्ण बल इत्यादी सर्व पूर्ण रूपामध्ये आहे. केवळ श्रीकृष्णच तसे ठामपणे सांगू शकतात कारण ते पुरुषोत्तम श्रीभगवान आहेत. ब्रह्मदेव, भगवान शिव, नारायण किंवा कोणत्याही जीवाकडे श्रीकृष्णांइतके संपूर्ण ऐश्वर्य नाही. म्हणून स्वत: ब्रह्मदेवांनी ब्रह्मसंहितेमध्ये स्पष्टपणे सांगितले आहे की, श्रीकृष्ण हेच पुरुषोत्तम श्रीभगवान आहेत. त्यांच्या बरोबरीचा किंवा त्यांच्यापेक्षा श्रेष्ठ असा कोणी नाही. तेच आदिपुरुष किंवा भगवान आहेत व गोविंद या नावाने जाणले जातात आणि तेच सर्व कारणांचे परम कारण आहेत.

*ईश्वर: परम: कृष्ण: सच्चिदानंद विग्रह: ।*
*अनादिरादिर्गोविन्द: सर्वकारणकारणम् ॥*

"भगवंतांच्या गुणांनी संपन्न अशा अनेक व्यक्ती आहेत; परंतु श्रीकृष्ण हेच सर्वश्रेष्ठ आहेत कारण, कोणीही त्यांची बरोबरी करू शकत नाही. तेच परम पुरुष आहेत आणि त्यांचे शरीर शाश्वत, पूर्णपणे ज्ञानमय आणि पूर्णपणे आनंदमयी आहे (सच्चिदानंद), तेच आदिपुरुष श्रीगोविंद असून सर्व कारणांचे मूळ कारण आहेत."(ब्रह्मसंहिता ५.१)

श्रीमद्‌भागवतातसुद्धा पूर्ण पुरुषोत्तम भगवान यांच्या अनेक अवतारांची यादी आहे, पण श्रीकृष्णांचे आदिपुरुष श्रीभगवान असेच वर्णन करण्यात आले आहे व त्यांच्यापासूनच अनेकानेक अवतारांचा विस्तार होतो.

*एते चांशकला: पुंस: कृष्णस्तु भगवान् स्वयम् ।*
*इन्द्रारिव्याकुलं लोकं मृडयन्ति युगे युगे ॥*

"या ठिकाणी भगवंतांच्या ज्या अवतारांची यादी देण्यात आली आहे ती म्हणजे भगवंतांची विस्तारित रूपे आहेत किंवा त्यांच्या विस्तारित रूपांची अंशरूपे आहेत, पण श्रीकृष्ण हे स्वत: पूर्ण पुरुषोत्तम भगवान आहेत."(श्रीमद्‌भागवत १.३.२८)

म्हणून परमात्म्याचे आणि निर्विशेष ब्रह्माचे उगमस्थान असणारे श्रीकृष्ण हेच पूर्णपुरुषोत्तम भगवान, परम सत्य आहेत.

पूर्ण पुरुषोत्तम भगवंतांच्या उपस्थितीत अर्जुनाचा आपल्या नातलगांबद्दलचा शोक हा निश्चितच अशोभनीय आहे आणि म्हणून श्रीकृष्ण *कुत:* म्हणजेच कोठून या शब्दांत आपले आश्चर्य व्यक्त करतात. आर्य म्हणून जाणल्या जाणाऱ्या सुशिक्षित समाजातील व्यक्तींकडून

अशा प्रकारचे दौर्बल्य कधीच अपेक्षित नव्हते. आध्यात्मिक ज्ञानावर आणि जीवनमूल्यांवर आधारित असणाऱ्या समाजातील व्यक्तींनाच आर्य हा शब्द लागू पडतो. जीवनाबद्दलच्या भौतिक संकल्पनेने पछाडलेल्या लोकांना जीवनाचे ध्येय हे परम सत्य, श्रीविष्णू किंवा श्रीभगवान यांची प्राप्ती आहे याचे ज्ञान नसते. ते भौतिक जगाच्या बाह्यात्कारी रूपाद्वारे आकर्षिले गेल्यामुळे त्यांना मुक्ती म्हणजे काय, याचे ज्ञानच नसते. ज्या लोकांना भौतिक बंधनातून मुक्त कसे व्हावे याचे ज्ञान नसते त्यांना अनार्य म्हटले जाते. अर्जुन जरी क्षत्रिय असला तरी त्याने युद्ध करण्याचे नाकारल्यामुळे क्षत्रियांना नेमून दिलेल्या कर्तव्यांपासून तो च्युत होत होता. अशा प्रकारची भ्याडवृत्ती ही अनार्यांनाच शोभणारी होती. अशा रीतीने कर्तव्यभ्रष्ट होणे एखाद्याला आध्यात्मिक जीवनामध्ये प्रगती करण्यास साहाय्यक तर होतच नाही आणि या जगतामध्ये कीर्तिमान होण्याची संधीसुद्धा त्याला मिळत नाही. अर्जुनाची आपल्या नातलगांबद्दलची तथाकथित करुणा भगवान श्रीकृष्ण मान्य करीत नाहीत.

**क्लैब्यं मा स्म गमः पार्थ नैतत्त्वय्युपपद्यते।**
**क्षुद्रं हृदयदौर्बल्यं त्यक्त्वोत्तिष्ठ परन्तप ॥ ३॥**

**क्लैब्यम्**—नपुंसकत्व; **मा स्म**—नको; **गमः**—प्राप्त होऊ; **पार्थ**—हे पार्थ (पृथापुत्र); **न**—कधीही नाही; **एतत्**—या; **त्वयि**—तुझ्या ठिकाणी; **उपपद्यते**—शोभनीय, योग्य; **क्षुद्रम्**—क्षुद्र; **हृदय**—हृदयाचे; **दौर्बल्यम्**—दौर्बल्य, कमकुवतपणा; **त्यक्त्वा**—सोडून; **उत्तिष्ठ**—ऊठ; **परन्तप**—हे परंतप (शत्रूला त्रस्त करणारा).

**हे पार्थ! अशा हीन नपुंसकतेची कास धरू नकोस. असे करणे तुला शोभत नाही. अंतःकरणाचे असे क्षुद्र दुबळेपण सोडून दे आणि हे परंतप! ऊठ.**

**तात्पर्य:** अर्जुनाला या ठिकाणी पृथेचा पुत्र म्हणून संबोधण्यात आले आहे. श्रीकृष्णांचे पिता वसुदेव यांची पृथा ही बहीण असल्यामुळे अर्जुनाचे व श्रीकृष्णांचे रक्ताचे नाते होते. जर एखाद्या क्षत्रियाचा पुत्र युद्ध करण्याचे नाकारत असेल तर तो केवळ नावापुरताच क्षत्रिय राहतो आणि जर एखादा ब्राह्मणपुत्र अपवित्र कार्य करीत असेल तर तो सुद्धा केवळ नावापुरताच ब्राह्मण राहतो. असे क्षत्रिय आणि ब्राह्मण म्हणजे त्यांच्या पित्याचे नालायक पुत्र होत. म्हणून अर्जुनाने याप्रमाणे नालायक क्षत्रियपुत्र होऊ नये, अशी श्रीकृष्णांची इच्छा होती. अर्जुन हा श्रीकृष्णांचा अत्यंत जिवलग मित्र होता आणि श्रीकृष्ण रथावर प्रत्यक्षपणे त्याला मार्गदर्शन करीत होते; परंतु या सर्व गोष्टी अनुकूल असताना जर अर्जुनाने युद्धाचा त्याग केला तर ते त्याच्याकडून अपकीर्तीकारक कार्य घडले असते. म्हणून श्रीकृष्ण म्हणतात की, अर्जुनाच्या ठिकाणी अशा प्रकारची प्रवृत्ती असणे हे त्याच्यासारख्या व्यक्तीला शोभण्यासारखे नाही. आपल्याला अत्यंत आदरणीय असणारे भीष्म आणि आपले नातलग यांच्याबद्दलच्या आपल्या उदार मनोवृत्तीच्या सबबीवर आपण युद्ध करण्याचे सोडून देतो असा युक्तिवाद अर्जुन कदाचित करील, पण श्रीकृष्णांच्या मताप्रमाणे अशा प्रकारचे औदार्य म्हणजे वास्तविकपणे मनोदौर्बल्यच आहे. अशा प्रकारच्या मिथ्या औदार्याला कोणत्याही अधिकारवंतांनी संमती दिलेली नाही. म्हणून

श्रीकृष्णांच्या प्रत्यक्ष मार्गदर्शनाखाली अर्जुनासारख्या व्यक्तींनी अशा प्रकारचे औदार्य आणि तथाकथित अहिंसा यांचा त्याग केला पाहिजे.

अर्जुन उवाच

**कथं भीष्ममहं सङ्ख्ये द्रोणं च मधुसूदन।**
**इषुभिः प्रतियोत्स्यामि पूजार्हावरिसूदन ॥ ४॥**

**अर्जुनः उवाच**—अर्जुन म्हणाला; **कथम्**—कसे; **भीष्मम्**—भीष्म; **अहम्**—मी; **सङ्ख्ये**—युद्धामध्ये; **द्रोणम्**—द्रोण; **च**—सुद्धा; **मधु-सूदन**—हे मधुसूदन; **इषुभिः**—बाणाद्वारे; **प्रतियोत्स्यामि**—उलट प्रहार करू; **पूजा-अर्हौ**—जे पूजनीय आहेत त्यांना; **अरि-सूदन**—हे शत्रुसंहारक, अरिसूदन.

**अर्जुन म्हणाला : हे अरिसूदन! हे मधुसूदना! मला पूजनीय असणाऱ्या भीष्म, द्रोणांसारख्या व्यक्तींवर मी बाणांनी प्रतिहल्ला कसा करू शकेन?**

**तात्पर्य:** पितामह भीष्म आणि द्रोणाचार्य यांच्यासारख्या सन्माननीय व्यक्ती या सर्वदा पूजनीय आहेत आणि जरी त्यांनी हल्ला केला तरी त्यांच्यावर प्रतिहल्ला करणे अयोग्य आहे. असा एक सर्वसामान्य शिष्टाचार आहे की, ज्येष्ठ व्यक्तींशी शाब्दिक वादसुद्धा घालू नये. काही वेळा ते जरी कठोरपणे वागले तरी त्यांच्याशी कठोर वागू नये. असे असताना अर्जुनाने त्यांच्यावर प्रतिहल्ला करणे कसे काय शक्य आहे? आपले पितामह उग्रसेन आणि आपले गुरू सांदीपनी मुनी यांच्यावर श्रीकृष्ण कधी तरी आक्रमण करू शकतील काय? अर्जुनाने श्रीकृष्णांजवळ केलेले हे काही युक्तिवाद आहेत.

**गुरूनहत्वा हि महानुभावान्**
**श्रेयो भोक्तुं भैक्ष्यमपीह लोके।**
**हत्वार्थकामांस्तु गुरूनिहैव**
**भुञ्जीय भोगान्रुधिरप्रदिग्धान् ॥ ५॥**

**गुरून्**—ज्येष्ठ व्यक्ती किंवा गुरुजन; **अहत्वा**—हत्या न करता; **हि**—निश्चितच; **महा-अनुभावान्**—महात्म्यांना; **श्रेयः**—श्रेयस्कर; **भोक्तुम्**—जीवनाचा उपभोग घेणे; **भैक्ष्यम्**—भिक्षा मागून; **अपि**—जरी; **इह**—या जीवनामध्ये; **लोके**—या जगात; **हत्वा**—हत्या करून; **अर्थ**—प्राप्ती; **कामान्**—इच्छेने; **तु**—पण; **गुरून्**—ज्येष्ठ व्यक्तींना; **इह**—या जगतात; **एव**—निश्चितपणे; **भुञ्जीय**—भोगावेच लागेल; **भोगान्**—भोग्य वस्तू; **रुधिर**—रक्ताने; **प्रदिग्धान्**—माखलेले, रंजित.

**महात्मासम असणाऱ्या माझ्या गुरुजनांना मारून जगण्यापेक्षा भिक्षा मागून जगणे अधिक श्रेयस्कर आहे. जरी त्यांना भौतिक लाभाची इच्छा असली तरी ते ज्येष्ठ आहेत. जर त्यांची हत्या केली तर आपले सर्व भोग रक्तरंजित होतील.**

**तात्पर्य:** धर्मग्रंथातील नियमांनुसार जो गुरू निंद्यकर्म करण्यात गुंतला आहे व जो विवेकशून्य

झाला आहे त्याचा त्याग करण्यास काहीच हरकत नाही. दुर्योधनाच्या आर्थिक पाठिंब्यामुळे भीष्म आणि द्रोण यांना दुर्योधनाची बाजू घेणे भागच होते. वास्तविकपणे, केवळ आर्थिक साहाय्यतेच्या आधारावर त्यांनी दुर्योधनाची बाजू घेणे योग्य नव्हते. या परिस्थितीमुळे त्यांनी गुरू म्हणून आपली आदरणीयता गमावली होती; पण असे असले तरी अर्जुनाला वाटते की, ते सर्वजण त्याच्यापेक्षा ज्येष्ठ आहेत आणि म्हणून त्यांची हत्या करून भौतिक लाभाचा उपभोग घेणे म्हणजे रक्ताने माखलेल्या लुटीचा भोग घेण्यासारखेच आहे.

**न चैतद्विद्मः कतरन्नो गरीयो**
**यद्वा जयेम यदि वा नो जयेयुः ।**
**यानेव हत्वा न जिजीविषाम-**
**स्तेऽवस्थिताः प्रमुखे धार्तराष्ट्राः ॥ ६ ॥**

**न**—नाही; **च**—सुद्धा; **एतत्**—हे; **विद्मः**—आम्हाला माहीत आहे; **कतरत्**—कोणते; **नः**—आमच्यासाठी; **गरीयः**—श्रेयस्कर किंवा उत्तम; **यत् वा**—अथवा; **जयेम**—आम्ही जिंकू; **यदि**—जरी; **वा**—किंवा; **नः**—आम्ही; **जयेयुः**—ते जिंकतील; **यान्**—ज्यांना; **एव**—खचितच; **हत्वा**—हत्या करून; **न**—कधीच नाही; **जिजीविषामः**—आम्ही जगू इच्छितो; **ते**—ते सर्वजण; **अवस्थिताः**—उभे आहेत; **प्रमुखे**—सामोरे; **धार्तराष्ट्राः**—धृतराष्ट्राचे पुत्र.

**त्यांच्यावर विजय प्राप्त करणे की त्यांच्याकडून पराजित होणे या दोहोंपैकी कोणती गोष्ट अधिक चांगली आहे हे आम्हाला कळत नाही. जर आम्ही धृतराष्ट्रपुत्रांची हत्या केली तर आम्हाला जगण्याची आवश्यकता नाही. तरीदेखील युद्धभूमीमध्ये ते आमच्या समोरच उभे आहेत.**

**तात्पर्य:** जरी युद्ध करणे हे क्षत्रियांचे कर्तव्य असले तरी युद्ध करून अनावश्यक हिंसा करण्याचा धोका पत्करावा, की युद्धापेक्षा भिक्षा मागून जीवन कंठावे हे अर्जुनाला कळत नव्हते. युद्धामध्ये जर त्याने शत्रूवर विजय प्राप्त केला नाही तर भिक्षा मागणे हेच केवळ त्याच्या उदरनिर्वाहाचे साधन होते आणि विजयाचीही शाश्वती नव्हती, कारण दोन्हींपैकी कोणताही पक्ष विजयी होऊ शकतो. जरी विजयश्री हातात माळ घेऊन वाट पाहत असली आणि (आणि त्यांची बाजू समर्थनीयच होती) तरी जर धृतराष्ट्रपुत्रांचा युद्धात मृत्यू झाला, तर त्यांच्या अनुपस्थितीत जीवन कंठणे अत्यंत कठीण होते. अशा प्राप्त परिस्थितीत तो त्यांचा दुसऱ्या प्रकारचा पराभवच होता. अर्जुनाने विचारात घेतलेल्या या सर्व गोष्टी निश्चितपणे सिद्ध करतात की, तो भगवंतांचा केवळ महान भक्तच नव्हता तर तो अत्यंत ज्ञानी होता आणि त्याचा आपल्या मनावर व इंद्रियांवर पूर्ण संयम होता. राजघराण्यात जन्मला असूनही त्याची भिक्षा मागून जीवन कंठण्याची इच्छा म्हणजे अनासक्तीचे आणखी एक लक्षण होय. हे सर्व गुण आणि भगवान श्रीकृष्ण (त्याचे आध्यात्मिक गुरू) यांच्या आज्ञेवरील त्याचा विश्वास दर्शवितो की, तो खऱ्या अर्थाने सद्गुणी होता. यावरून सिद्ध होते की, अर्जुन हा मोक्षप्राप्तीला सर्वथा योग्य होता. जोपर्यंत इंद्रियनिग्रह करता येत नाही

तोपर्यंत उच्चतर अशा ज्ञानावस्थेची प्राप्ती होण्याची शक्यता नाही आणि ज्ञान व भक्तीशिवाय मोक्षप्राप्तीची शक्यता नाही. भौतिक संबंधाविषयी अर्जुनाला पुरेपूर जाण होती; परंतु त्यापेक्षा किती तरी अधिक पटीने हे सर्व आध्यात्मिक गुणविशेष त्याच्याकडे होते.

**कार्पण्यदोषोपहतस्वभावः**
**पृच्छामि त्वां धर्मसम्मूढचेताः ।**
**यच्छ्रेयः स्यान्निश्चितं ब्रूहि तन्मे**
**शिष्यस्तेऽहं शाधि मां त्वां प्रपन्नम्॥ ७॥**

**कार्पण्य**—दुर्बलता, दैन्य; **दोष**—कमकुवतपणा; **उपहत**—ग्रस्त झालेला; **स्व-भावः**—विशेषता, स्वाभाविक वृत्ती; **पृच्छामि**—मी विचारत आहे; **त्वाम्**—तुम्हाला; **धर्म**—धर्म; **सम्मूढ**—गोंधळून, मोहग्रस्त; **चेताः**—अंतःकरणात; **यत्**—काय; **श्रेयः**—सर्वतोपरी कल्याणकारक, श्रेयस्कर; **स्यात्**—असेल; **निश्चितम्**—निश्चितपणे; **ब्रूहि**—सांगा; **तत्**—ते; **मे**—मला; **शिष्यः**—शिष्य; **ते**—तुमचा; **अहम्**—मी; **शाधि**—उपदेश करा; **माम्**—मला; **त्वाम्**—तुम्हाला; **प्रपन्नम्**—शरणागत.

**माझ्या दुर्बलतेमुळे मी माझ्या कर्तव्याबद्दल गोंधळून गेलो आहे आणि माझी मनःशांती नष्ट झाली आहे. अशा स्थितीत माझ्यासाठी निश्चितपणे सर्वांत श्रेयस्कर काय आहे याबद्दल मी तुम्हाला विचारीत आहे. मी तुमचा शिष्य आहे आणि तुम्हाला शरण आलो आहे. कृपा करून मला उपदेश करा.**

**तात्पर्यः** स्वभावतःच प्रकृतीच्या भौतिक कार्यपद्धतीची रचना ही प्रत्येकाला गोंधळात टाकणारी आहे. पदोपदी गोंधळून टाकणारी स्थिती आहे आणि म्हणून मनुष्याला जीवनातील ध्येयप्राप्तीबद्दल योग्य मार्गदर्शन करू शकणाऱ्या प्रमाणित आध्यात्मिक गुरूकडे जाणे आवश्यक आहे. आपल्या इच्छेशिवायही घडणाऱ्या जीवनातील सर्व गुंतागुंतींपासून मुक्त होण्यासाठी संपूर्ण वैदिक साहित्य आपल्याला प्रमाणित आध्यात्मिक गुरूकडे जाण्याचा सल्ला देते. कोणी पेटविल्याशिवाय पेट घेणाऱ्या जंगलातील वणव्याप्रमाणे या गुंतागुंती आहेत. जगातील परिस्थिती अशीच आहे. असा हा गोंधळ आपली इच्छा नसतानाही आपल्या जीवनामध्ये आपोआप निर्माण होतो. कोणालाही वणवा नको असतो तरीही तो पेट घेतो आणि आम्ही गोंधळूनही जातो. म्हणून वैदिक ग्रंथ आपल्याला उपदेश देतात की, जीवनातील गुंतागुंती सोडविण्यासाठी आणि त्या कशा सोडवाव्या याबद्दलचे ज्ञान प्राप्त करण्यासाठी परंपरेतून चालत आलेल्या आध्यात्मिक गुरूकडे जाणे आवश्यक आहे. ज्या व्यक्तीला प्रमाणित आध्यात्मिक गुरू आहेत तिला सर्व गोष्टींचे ज्ञान असते. यासाठीच मनुष्याने भौतिक गोंधळातच खितपत न पडता आध्यात्मिक गुरूंचा आश्रय घेतला पाहिजे. हेच या श्लोकाचे तात्पर्य आहे.

कोणता मनुष्य भौतिक गोंधळात सापडतो? ज्याला जीवनातील समस्यांची जाणीव होत नाही तो गोंधळात सापडतो. बृहदारण्यक उपनिषदामध्ये (३.८.१०) गोंधळलेल्या मनुष्याचे वर्णन पुढीलप्रमाणे करण्यात आले आहे, *यो वा एतदक्षरं गार्ग्यविदित्वास्माँल्लोकात्प्रैति स*

*कृपण:*—"मानव असूनही जो जीवनातील समस्या सोडवीत नाही आणि आत्मसाक्षात्काराचे ज्ञान प्राप्त न करता कुत्र्यामांजरांप्रमाणे या जगताचा त्याग करतो तो कृपण मनुष्य होय." जीवासाठी हे मनुष्य-जीवन म्हणजे एका अत्यंत मौल्यवान संपत्तीप्रमाणे आहे, ज्यायोगे तो जीवनातील समस्यांचे निराकरण करू शकतो. म्हणून या संधीचा जो योग्य प्रकारे लाभ घेत नाही तोच कृपण आहे. उलटपक्षी ब्राह्मण असतो तो या शरीराद्वारे जीवनातील सर्व समस्या सोडविण्याइतपत बुद्धिमान असतो. *य एतदक्षरं गार्गि विदित्वास्माँल्लोकात्प्रैति स ब्राह्मण: ।*

देहात्मबुद्धीने वश झालेल्या कृपण व्यक्ती आपले कुटुंब, समाज, राष्ट्र इत्यादींच्या प्रति अत्यंत आसक्त होऊन आपला वेळ वाया घालवितात. 'त्वचारोगाच्या' आहारी जाऊन मनुष्य आपल्या कुटुंबावर उदाहरणार्थ, आपल्या पत्नीवर, मुलांवर आणि इतर सदस्यांवर आसक्त होतो. कृपण व्यक्तीला वाटते की, तो आपल्या कुटुंबीयांचे मृत्यूपासून संरक्षण करू शकतो किंवा त्याला वाटते की, आपले कुटुंब किंवा समाज आपल्याला मृत्यूच्या दाढेतून वाचवू शकतात. आपल्या मुलांची काळजी घेणाऱ्या पशूंमध्येही अशा प्रकारची कुटुंबाबद्दलची आसक्ती आढळून येते. अर्जुन हा बुद्धिमान असल्यामुळे त्याने जाणले की, आपल्या कुटुंबीयांबद्दलची आसक्ती आणि त्यांना मृत्यूपासून वाचविण्याची आपली इच्छा ही आपल्या गोंधळास कारणीभूत आहे. जरी तो समजू शकत होता की, आपल्याकडून युद्धकर्तव्य अपेक्षित आहे तरी मानसिक दौर्बल्यामुळे तो आपले कर्तव्य पार पाडू शकत नव्हता. म्हणून तो सर्वश्रेष्ठ आध्यात्मिक गुरू भगवान श्रीकृष्ण यांना निश्चित उत्तराबद्दल विचारीत होता. तो श्रीकृष्णांचे शिष्यत्व पत्करण्यास तयार आहे. त्याला मित्रत्वाची बोलणी थांबवायची आहेत. गुरू आणि शिष्य यांच्यामधील संभाषण हे अत्यंत गंभीर असते आणि म्हणून मान्यताप्राप्त आध्यात्मिक गुरूसमोर अर्जुनाला गांभीर्याने बोलावयाचे होते. म्हणून भगवद्गीतेतील ज्ञानाचे श्रीकृष्ण हे आद्य आध्यात्मिक गुरू आहेत आणि गीता जाणणारा अर्जुन हा सर्वप्रथम शिष्य आहे. अर्जुन भगवद्‌गीता कशी जाणून घेतो हे गीतेमध्येच सांगण्यात आले आहे. तरीसुद्धा मूर्ख सांसारिक विद्वान म्हणतात की, मनुष्याने श्रीकृष्णांना एक व्यक्ती म्हणून शरण जाण्याची आवश्यकता नाही तर श्रीकृष्णांमधील 'अजन्मा तत्त्वाला' शरण जाणे आवश्यक आहे. श्रीकृष्णांच्या आंतर व बाह्य स्वरूपांमध्ये काहीही फरक नाही. जो हे जाणत नाही तो जर भगवद्‌गीता जाणण्याचा प्रयत्न करीत असेल तर तो महामूर्खच होय.

**न हि प्रपश्यामि ममापनुद्याद्**
**यच्छोकमुच्छोषणमिन्द्रियाणाम् ।**
**अवाप्य भूमावसपत्नमृद्धं**
**राज्यं सुराणामपि चाधिपत्यम् ॥ ८॥**

**न**—नाही; **हि**—खचितच; **प्रपश्यामि**—मला दिसते; **मम**—माझ्या; **अपनुद्यात्**—दूर करू शकेल; **यत्**—जो; **शोकम्**—शोक; **उच्छोषणम्**—कोरडे पाडणारा; **इन्द्रियाणाम्**—इंद्रियांना; **अवाप्य**—प्राप्त होऊन; **भूमौ**—पृथ्वीवर; **असपत्नम्**—प्रतिस्पर्धी नसलेले; **ऋद्धम्**—समृद्ध किंवा वैभवशाली;

**राज्यम्**—राज्य; **सुराणाम्**—देवांचे; **अपि**—सुद्धा; **च**—आणि; **आधिपत्यम्**—स्वामित्व.

**ज्यायोगे माझ्या इंद्रियांना शुष्क पाडणाऱ्या शोकाला नाहीसे करता येईल असा उपायच मला दिसत नाही. स्वर्गातील देवांसारखे सार्वभौमत्व असलेले वैभवशाली आणि प्रतिस्पर्धी नसलेले राज्य प्राप्त करून सुद्धा मला या शोकाचे निराकरण करता येणार नाही.**

**तात्पर्य:** धर्मतत्त्व आणि नीतिनियमांच्या ज्ञानावर आधारित अर्जुनाने अनेक युक्तिवाद केले. परंतु असे प्रतीत होते की, आपले आध्यात्मिक गुरू भगवान श्रीकृष्ण यांच्या साहाय्याशिवाय तो आपली वास्तविक समस्या सोडवू शकला नाही. ज्या समस्यांमुळे त्याचे संपूर्ण अस्तित्वच शुष्क पडत होते त्या समस्यांचे निराकरण करणे हे त्याच्या तथाकथित ज्ञानाद्वारे अशक्य आहे हे त्याने जाणले. भगवान श्रीकृष्णांसारख्या आध्यात्मिक गुरूविना आपल्या अडचणी सोडविणे त्याला अशक्यप्राय झाले. जीवनातील समस्या सोडविण्यासाठी पुस्तकी ज्ञान, विद्वत्ता, उच्च पद इत्यादी सर्व व्यर्थ आहे. केवळ श्रीकृष्णांसारखाच आध्यात्मिक गुरू या बाबतीत साहाय्य करू शकतो. म्हणून यावरून असा निष्कर्ष निघतो की, जो पूर्णपणे कृष्णभावनाभावित आहे तो वास्तविकपणे आध्यात्मिक गुरू आहे, कारण तो जीवनातील समस्या सोडवू शकतो. भगवान श्री चैतन्य महाप्रभू सांगतात की, एखाद्याचा सामाजिक दर्जा कोणताही असला तरी, जर तो कृष्णभावनेच्या विज्ञानात पारंगत असेल तर तोच खरा आध्यात्मिक गुरू आहे.

*किबा विप्र, किबा न्यासी, शुद्र केने नय ।*
*येइ कृष्णतत्त्ववेत्ता, सेइ 'गुरु' हय ॥*

"एखाद्या व्यक्तीचे विप्र (वैदिक ज्ञानातील विद्वान) असणे, हलक्या जातीत जन्माला येणे किंवा संन्यासाश्रमात असणे हे महत्त्वपूर्ण नाही. परंतु जर व्यक्ती श्रीकृष्ण-विज्ञानामध्ये पारंगत असेल तर ती परिपूर्ण आणि अधिकृत आध्यात्मिक गुरू होय." (चैतन्य चरितामृत मध्य ८.१२८) म्हणून कृष्णभावनेच्या विज्ञानात पारंगत असल्याशिवाय कोणीही प्रमाणित आध्यात्मिक गुरू बनू शकत नाही. वैदिक साहित्यामध्येही सांगण्यात आले आहे की,

*षट्कर्मनिपुणो विप्रो मन्त्रतन्त्रविशारद: ।*
*अवैष्णवो गुरुर्न स्याद् वैष्णव: श्वपचो गुरु: ॥*

"वैष्णव किंवा कृष्णभावनेच्या विज्ञानात पारंगत असल्यावाचून संपूर्ण वेदविद्येमध्ये तज्ज्ञ आणि विद्वान असा ब्राह्मणही आध्यात्मिक गुरू बनण्यास लायक असू शकत नाही. पण एखादी व्यक्ती जरी हलक्या जातीत जन्मली असली तरी ती वैष्णव किंवा कृष्णभावनाभावित असल्यास आध्यात्मिक गुरू बनण्यास योग्य आहे." (पद्मपुराण)

जन्म, जरा, व्याधी आणि मृत्यू या भौतिक अस्तित्वाच्या समस्यांचा प्रतिबंध धनसंचयाने किंवा आर्थिक समृद्धीने होऊ शकत नाही. जगामध्ये अशी अनेक राष्ट्रे आहेत जी जीवनातील सुखसोयींनी समृद्ध, संपत्तीने परिपूर्ण आणि आर्थिकदृष्ट्या विकसित आहेत. तरीसुद्धा त्या ठिकाणी भौतिक जीवनातील समस्या या आहेतच. विविध मार्गांद्वारे ते शांती प्राप्त करण्याचा प्रयत्न करीत आहेत, परंतु त्यांनी श्रीकृष्णांचे त्यांच्या अधिकृत प्रतिनिधीद्वारे (कृष्णभावनाभावित

व्यक्ती) किंवा कृष्णविज्ञान सांगितलेल्या भगवद्गीता आणि श्रीमद्भागवत यांसारख्या शास्त्रांद्वारे मार्गदर्शन घेतले तरच त्यांना खरी शांती प्राप्त होऊशकते.

आर्थिक विकास आणि भौतिक सुखसोयींमुळे एखाद्याचे कौटुंबिक, सामाजिक, राष्ट्रीय किंवा आंतरराष्ट्रीय मदांधता याबद्दलचे दुःख दूर होऊ शकत नाही. असे असते तर अर्जुनाने म्हटले नसते की, पृथ्वीवरील प्रतिस्पर्धीविरहित राज्य किंवा स्वर्गलोकातील देवतांसारखे सार्वभौमत्वही माझा शोक दूर करू शकत नाही. म्हणून त्याने कृष्णभावनेचा आश्रय घेतला. शांती व समाधानप्राप्तीचा तोच योग्य मार्ग आहे. आर्थिक प्रगती किंवा जगावरील सार्वभौमत्व याचा भौतिक प्रकृतीच्या प्रलयामुळे क्षणार्धातच विनाश होऊ शकतो. आता मनुष्य चंद्रलोकावर जाण्याचा प्रयत्न करीत आहे, परंतु उच्चतर ग्रहलोकावर जाण्याइतपत प्रगतीचाही विनाश एकाच फटक्यानिशी होऊ शकतो. भगवद्गीताही याची पुष्टी करते की, *क्षीणे पुण्ये मर्त्यलोकं विशन्ति*—'जेव्हा पुण्यकर्मांच्या फलांचा अंत होतो तेव्हा मनुष्याचे आनंदाच्या अत्युच्च शिखरावरून जीवनातील अत्यंत खालच्या पायरीइतपत पतन होते.' जगातील अनेक राजकारण्यांचे याप्रमाणे अध:पतन झाले आहे. असे पतन केवळ अधिक शोकालाच कारणीभूत होते.

यासाठी जर आपल्याला कायमचा शोक आवरायचा असेल तर ज्याप्रमाणे अर्जुन हा श्रीकृष्णांचा आश्रय घेत आहे त्याप्रमाणे आपणही श्रीकृष्णांचा आश्रय घेतला पाहिजे. म्हणून अर्जुनाने श्रीकृष्णांना निश्चितपणे आपल्या समस्यांचे निराकरण करण्यास सांगितले आणि तोच कृष्णभावनामृताचा मार्ग आहे.

सञ्जय उवाच

**एवमुक्त्वा हृषीकेशं गुडाकेशः परन्तपः ।**
**न योत्स्य इति गोविन्दमुक्त्वा तूष्णीं बभूव ह ॥ ९ ॥**

**सञ्जयः उवाच**—संजय म्हणाला; **एवम्**—याप्रमाणे; **उक्त्वा**—बोलून; **हृषीकेशम्**—इंद्रियांचे स्वामी श्रीकृष्ण यांना उद्देशून; **गुडाकेशः**—अज्ञानाचे नियंत्रण करण्यात प्रवीण असलेला अर्जुन; **परन्तपः**—हे परंतप (शत्रूला त्रस्त करणारा); **न योत्स्ये**—मी युद्ध करणार नाही; **इति**—याप्रमाणे; **गोविन्दम्**—इंद्रियांना आनंद देणाऱ्या श्रीकृष्णांना उद्देशून; **उक्त्वा**—सांगून; **तूष्णीम्**—स्तब्ध; **बभूव**—झाला; **ह**—खचित.

**संजय म्हणाला: याप्रमाणे बोलून झाल्यावर परंतप अर्जुन श्रीकृष्णांना म्हणाला, "हे गोविंद! मी युद्ध करणार नाही" आणि स्तब्ध झाला.**

**तात्पर्य:** अर्जुन युद्ध करणार नव्हता व त्याऐवजी युद्धभूमीचा त्याग करून भिक्षाटन करण्यास जाणार होता हे समजल्यावर धृतराष्ट्राला नक्कीच आनंद झाला असला पाहिजे. पण शत्रूला मारण्याइतपत अर्जुन सक्षम आहे (परंतप) असे सांगून संजयाने धृतराष्ट्राची निराशा केली. थोड्या वेळापुरता जरी अर्जुन आपल्या कुटुंबावरील प्रेमामुळे व्याकूळ झाला होता तरी तो शिष्य म्हणून परमश्रेष्ठ आध्यात्मिक गुरू श्रीकृष्ण यांना शरण गेला. यावरून असे दिसून येते की, थोड्याच कालावधीत तो कौटुंबिक आसक्तीमुळे उत्पन्न झालेल्या मिथ्या शोकातून मुक्त

होईल आणि आत्मसाक्षात्काराच्या ज्ञानाने किंवा कृष्णभावनेने परिपूर्ण होऊन निश्चितपणे युद्ध करील. याप्रमाणे धृतराष्ट्राच्या आनंदात विरजणच पडेल, कारण श्रीकृष्णांनी अर्जुनाला ज्ञान प्रदान केल्यामुळे तो शेवटपर्यंत युद्ध करील.

**तमुवाच हृषीकेशः प्रहसन्निव भारत ।**
**सेनयोरुभयोर्मध्ये विषीदन्तमिदं वचः ॥ १०॥**

**तम्**—त्याला उद्देशून; **उवाच**—म्हणाले; **हृषीकेशः**—इंद्रियांचे स्वामी श्रीकृष्ण; **प्रहसन्**—स्मितहास्य करीत; **इव**—जणू काय; **भारत**—भरतवंशज हे धृतराष्ट्र; **सेनयोः**—सैन्याच्या; **उभयोः**—दोन्ही बाजूंच्या; **मध्ये**—मध्ये; **विषीदन्तम्**—शोकमग्न; **इदम्**—पुढीलप्रमाणे; **वचः**—शब्द किंवा वचन.

**हे भरतवंशजा! त्या वेळी दोन्ही सैन्यांच्या मध्ये उभे राहून हास्य करीत श्रीकृष्ण, खिन्न झालेल्या अर्जुनाला याप्रमाणे म्हणाले.**

**तात्पर्य:** हृषीकेश आणि गुडाकेश या दोन घनिष्ठ मित्रांमध्ये संभाषण चालले होते. मित्र या नात्याने दोघेही एकाच पातळीवर होते, पण त्यांच्यापैकी एकाने स्वेच्छेने दुसऱ्याचे शिष्यत्व पत्करले. श्रीकृष्ण हसले, कारण एका मित्राने शिष्यत्व पत्करले होते. सर्वांचे अधिपती या नात्याने ते नित्य सर्वांच्यापेक्षा ज्येष्ठ आहेत. तरीसुद्धा भक्तासाठी भगवंत हे मित्र, पुत्र किंवा प्रियकर यांपैकी कोणताही संबंध ठेवण्यास सदैव तयार असतात. पण जेव्हा त्यांचा गुरू म्हणून स्वीकार करण्यात आला तेव्हा ते गुरू बनले आणि शिष्यांबरोबर त्यांनी गुरूप्रमाणेच गंभीर संभाषण केले. असे दिसते की, गुरू आणि शिष्यांमधील संवाद सर्वांच्या लाभासाठी दोन्ही सैन्यांच्या मध्ये प्रकटपणे चालला होता म्हणून भगवद्गीतेतील संवाद हा फक्त विशिष्ट व्यक्ती, समाज, जातीसाठी नसून तो सर्वांसाठी आहे आणि त्याचे श्रवण करण्याचा मित्र अथवा शत्रू दोघांनाही समान अधिकार आहे.

श्रीभगवानुवाच
**अशोच्यानन्वशोचस्त्वं प्रज्ञावादांश्च भाषसे ।**
**गतासूनगतासूंश्च नानुशोचन्ति पण्डिताः ॥ ११॥**

**श्री-भगवान् उवाच**—श्रीभगवान म्हणाले; **अशोच्यान्**—जे शोक करण्यास योग्य नाही; **अन्वशोचः**—तू शोक करीत आहेस; **त्वम्**—तू; **प्रज्ञा-वादान्**—पांडित्यपूर्ण बोलणी; **च**—सुद्धा; **भाषसे**—तू बोलतोस; **गत**—मुकलेल्या, गेलेल्या; **असून्**—प्राण; **अगत**—न गेलेल्या; **असून्**—प्राण; **च**—सुद्धा; **न**—कधीच नाही; **अनुशोचन्ति**—शोक करतात; **पण्डिताः**—पंडित किंवा ज्ञानी लोक.

**पुरुषोत्तम श्रीभगवान म्हणाले: पंडिताप्रमाणे बोलताना तू जे शोक करण्यायोग्य नाही त्याबद्दल शोक करीत आहेस. जे ज्ञानीजन आहेत ते जीवितांबद्दल तसेच मृतांबद्दलही शोक करीत नाहीत.**

**तात्पर्य:** भगवंतांनी तात्काळ गुरुपद स्वीकारले आणि आपल्या शिष्याला अप्रत्यक्षपणे मूर्ख म्हणून खडसावले. भगवंत म्हणाले की, ''तू एखाद्या विद्वानाप्रमाणे बोलत आहेस, पण तू जाणत नाहीस की, जो विद्वान आहे किंवा ज्याला शरीर आणि आत्म्याचे ज्ञान आहे तो जीविताबद्दल किंवा मृतावस्थेबद्दल शोक करीत नाही.'' पुढील अध्यायांमध्ये सांगितल्याप्रमाणे जड व चेतन आणि उभयतांच्या नियंत्रकाला जाणणे म्हणजेच ज्ञान होय. राजकारण आणि समाजशास्त्र यांच्यापेक्षा धार्मिक तत्त्वांना अधिक प्राधान्य देण्यात यावे असा अर्जुनाचा युक्तिवाद होता, पण त्याला माहीत नव्हते की, धार्मिक तत्त्वांपेक्षाही जड प्रकृती, आत्मा आणि परमात्मा यांबद्दलचे ज्ञान हे अत्यंत महत्त्वपूर्ण आहे आणि या ज्ञानाच्या अभावामुळे त्याने महान विद्वान व्यक्तीचा आव आणायला नको होता. वास्तविकपणे तो विद्वान नसल्यामुळे जे शोक करण्यायोग्य नाही त्याबद्दल व्यर्थ शोक करीत होता. या शरीराचा जन्म झाला आहे आणि आज ना उद्या निश्चितपणे याचा नाश होणारच आहे, म्हणून आत्म्याइतके हे शरीर महत्त्वपूर्ण नाही, हे जो जाणतो तोच खरा पंडित आहे आणि भौतिक शरीराची कोणतीही स्थिती त्याच्या शोकास कारणीभूत होत नाही.

**न त्वेवाहं जातु नासं न त्वं नेमे जनाधिपाः ।**
**न चैव न भविष्यामः सर्वे वयमतः परम् ॥ १२ ॥**

**न**—कधीच नाही; **तु**—परंतु; **एव**—निश्चितपणे; **अहम्**—मी; **जातु**—कोणताही काळ; **न**—नाही; **आसम्**—अस्तित्व; **न**—नाही; **त्वम्**—तू; **न**—नाही; **इमे**—हे सर्व; **जन-अधिपाः**—राजे; **न**—कधीच नाही; **च**—सुद्धा; **एव**—निश्चित; **न**—नाही; **भविष्यामः**—अस्तित्वात राहू; **सर्वे वयम्**—आपण सर्वजण; **अतः परम्**—यापुढे.

**ज्याकाळी मी, तू आणि हे सर्व राजे अस्तित्वात नव्हते असा काळ कधीही नव्हता आणि भविष्यकाळात आपण अस्तित्वविहीन होणार असेही नाही.**

**तात्पर्य:** वैयक्तिक कर्मांनुसार आणि कर्मफलांनुसार विविध अवस्थांमध्ये असणाऱ्या असंख्य जीवांचे पालनकर्ता पुरुषोत्तम श्रीभगवान आहेत असे कठोपनिषद आणि श्वेताश्वतर उपनिषदांमध्ये सांगण्यात आले आहे. तेच पुरुषोत्तम श्रीभगवान आपल्या पूर्णांशाद्वारे प्रत्येक जीवाच्या हृदयामध्ये स्थित आहेत. जे संतजन त्या भगवंतांना आत आणि बाहेर दोन्हीकडे पाहू शकतात त्यांनाच परिपूर्ण आणि शाश्वत शांतीची प्राप्ती होते. (कठोपनिषद् २.२.१३)

*नित्यो नित्यानां चेतनश्चेतनानाम् एको बहूनां यो विदधाति कामान् ।*
*तमात्मस्थं येऽनुपश्यन्ति धीरास्तेषां शान्तिः शाश्वती नेतरेषाम् ॥*

अर्जुनाला जे वैदिक सत्य सांगण्यात आले ते जगातील सर्व व्यक्तींनाही, विशेषकरून ज्यांच्याकडे वास्तविकपणे अतिशय तोकडे ज्ञान आहे, पण स्वतः विद्वान असल्याचा देखावा करतात, त्यांना सांगण्यात आले आहे. भगवान स्पष्टपणे सांगतात की, ते स्वतः, अर्जुन आणि युद्धभूमीवर जमलेले राजे या सर्वांचे शाश्वत वैयक्तिक अस्तित्व असते आणि बद्ध अथवा मुक्त

या दोन्ही अवस्थांमधील सर्व जीवांचे भगवंत हेच नित्य पालनकर्ता आहेत. पुरुषोत्तम श्रीभगवान हे परमपुरुष आहेत आणि भगवंतांचा नित्य सहचर अर्जुन व उपस्थित राजे हे सर्व शाश्वत जीवात्मा आहेत. भूतकाळात ते अस्तित्वात नव्हते असे नाही आणि ते शाश्वत नित्य व्यक्ती राहणार नाहीत असेही नाही. त्यांचे व्यक्तित्व भूतकाळात अस्तित्वात होतेच आणि हे व्यक्तित्व भविष्यकाळातही अखंडपणे चालू राहीलच म्हणून कोणाबद्दलही शोक करण्याचे कारण नाही.

मायावादी तत्त्वज्ञान सांगते की, मोक्षानंतर जीवात्मा हा मायेच्या आवरणापासून अलग होतो आणि निर्विशेष ब्रह्मामध्ये विलीन होऊन आपले अस्तित्व गमावतो; पण या सिद्धांताला सर्वश्रेष्ठ अधिकारी भगवान श्रीकृष्णांनी या ठिकाणी पुष्टी दिली नाही. तसेच फक्त बद्धावस्थेतच आपण वैयक्तिक अस्तित्वाचा विचार करतो या सिद्धांतालाही या ठिकाणी पुष्टी मिळत नाही. उपनिषदांत सांगितल्याप्रमाणेच या ठिकाणी श्रीकृष्णसुद्धा सांगतात की, भविष्यकाळातही भगवंत आणि इतरांचे स्वतंत्र अस्तित्व निरंतर चालूच राहील. श्रीकृष्णांचे हे विधान अधिकृत आहे, कारण श्रीकृष्ण भ्रमित होण्याचा प्रश्नच उद्‌भवत नाही. जर जीवाचे स्वतंत्र अस्तित्व ही वास्तविकता नसती तर भविष्यकाळातील जीवाच्या स्वतंत्र व्यक्तित्वावर श्रीकृष्णांनी इतका जोर दिलाच नसता. यावर प्रतिवाद करण्यासाठी मायावादी म्हणू शकतील की, श्रीकृष्णांनी स्वतंत्र व्यक्तित्वाबद्दल सांगितलेले वचन आध्यात्मिक नसून भौतिक आहे. जरी हा युक्तिवाद मान्य केला, की व्यक्तित्व हे भौतिक आहे, तरी श्रीकृष्णांच्या स्वतंत्र व्यक्तित्वाबद्दल काय ? श्रीकृष्ण आपल्या भूतकाळातील स्वतंत्र अस्तित्वाबद्दल खात्रीपूर्वक सांगतात आणि भविष्यकाळातील स्वतंत्र अस्तित्वाबद्दलही निश्चिती देतात. श्रीकृष्णांनी आपले स्वतंत्र व्यक्तित्व अनेकविध रीतींनी निश्चितपणे सिद्ध केले आहे आणि निर्विशेष ब्रह्म हे त्यांच्याहून गौण आहे असे घोषित करण्यात आले आहे. श्रीकृष्णांनी आपले स्वतंत्र व्यक्तित्व सर्वत्र कायम ठेवले आहे. जर त्यांचा अहंकारी सामान्य बद्ध जीव म्हणून स्वीकार केला तर त्यांनी सांगितलेल्या भगवद्‌गीतेला प्रमाणित शास्त्र म्हणून काहीच किंमत राहात नाही. मानवी दुर्बलतेच्या चार दोषांनी युक्त सामान्य मनुष्य श्रवणयोग्य ज्ञानाबद्दल शिक्षण देण्यास असमर्थ आहे. भगवद्‌गीता ही सामान्य अशा साहित्याहून श्रेष्ठ आहे. कोणत्याही भौतिक जडवादी पुस्तकाची भगवद्‌गीतेशी तुलना होऊच शकत नाही. जेव्हा एखादा श्रीकृष्णांना सामान्य मनुष्य म्हणून स्वीकारतो तेव्हा भगवद्‌गीतेचे सर्व महत्त्व नाहीसे होते. मायावादी असा युक्तिवाद करतात की, या श्लोकात जे अनेकत्व सांगितले आहे ते केवळ रूढीला धरून आहे आणि ते शरीराला उद्देशून सांगण्यात आले आहे; परंतु यापूर्वीच्या श्लोकामध्ये अशा प्रकारच्या शारीरिक संकल्पनेचे पूर्णपणे खंडन करण्यात आले आहे. जीवांच्या शारीरिक संकल्पनेची पूर्वीच निंदा केल्यावर पुन्हा शरीरविषयक रूढीला चिकटून असणारे विधान श्रीकृष्णांद्वारे केले जाणे कसे शक्य आहे ? म्हणून स्वतंत्र व्यक्तित्व आध्यात्मिक स्तरावर आधारित आहे आणि याची पुष्टी श्रीरामानुजाचार्यांसारख्या इतर आचार्यांनीही केली आहे. गीतेत अनेक ठिकाणी स्पष्टपणे सांगण्यात आले आहे की, जे भगवंतांचे भक्त आहेत तेच या स्वतंत्र आध्यात्मिक अस्तित्वाबद्दल जाणू शकतात. पुरुषोत्तम श्रीभगवान म्हणून श्रीकृष्णांचा जे द्वेष करतात ते या महान ग्रंथामध्ये खऱ्या अर्थाने प्रवेश करूच शकत नाहीत. अभक्तांद्वारे

भगवद्‌गीतेतील शिकवणूक जाणण्याचा प्रयत्न म्हणजे मधमाशीने मधाची बाटली बाहेरून चाटल्याप्रमाणेच आहे. ज्याप्रमाणे एखाद्याला मधाची बाटली उघडल्यावाचून त्यातील मधाची चव घेता येत नाही त्याचप्रमाणे या ग्रंथातील चौथ्या अध्यायामध्ये सांगितल्याप्रमाणे भगवद्भक्ताशिवाय इतर कोणीही भगवद्‌गीता जाणूच शकत नाही. तसेच ज्या व्यक्ती भगवंतांच्या अस्तित्वाबद्दलच द्वेष करतात त्यांनाही गीतेमधील रहस्याला स्पर्शही करणे शक्य नाही, म्हणून गीतेवरील मायावादी टीका ही परम सत्याबद्दल अत्यंत दिशाभूल करणारी आहे. श्री चैतन्य महाप्रभूंनी मायावादी भाष्य वाचण्यास मनाई केली आहे आणि असेही सूचित आहे की, जो अशा मायावादी तत्त्वज्ञानाचा स्वीकार करतो तो गीतेतील वास्तविक रहस्य जाणण्यास असमर्थ ठरतो. जर स्वतंत्र व्यक्तित्व भौतिक सृष्टीशी संबंधित असते तर भगवंतांनी गीतोपदेश करण्याची काहीच आवश्यकता नव्हती. स्वतंत्र जीव आणि भगवंत यांचे अनेकत्व ही वास्तविकता आहे आणि वर सांगितल्याप्रमाणे वेदांमध्ये याची पुष्टी करण्यात आली आहे.

**देहिनोऽस्मिन्यथा देहे कौमारं यौवनं जरा।**
**तथा देहान्तरप्राप्तिर्धीरस्तत्र न मुह्यति ॥ १३ ॥**

**देहिनः**—देहधारी आत्म्याला; **अस्मिन्**—यात; **यथा**—ज्याप्रमाणे; **देहे**—शरीरामध्ये; **कौमारम्**—बालपण; **यौवनम्**—तारुण्य; **जरा**—वार्धक्य, म्हातारपण; **तथा**—त्याप्रमाणे; **देह-अन्तर**—शरीराचे स्थानांतर; **प्राप्तिः**—प्राप्ती; **धीरः**—धीर मनुष्य; **तत्र**—त्यामुळे; **न**—कधीच नाही; **मुह्यति**—मोहित होतो.

**ज्याप्रमाणे देहधारी आत्मा अविरतपणे या देहात, बालपणापासून तारुण्यात आणि तारुण्यातून म्हातारपणात जात असतो, त्याचप्रमाणे मृत्यूनंतर जीवात्मा दुसऱ्या देहामध्ये प्रवेश करतो. अशा स्थित्यंतरांमुळे धीर मनुष्य गोंधळून जात नाही.**

**तात्पर्य:** प्रत्येक जीव हा स्वतंत्र देहधारी आत्मा असल्यामुळे तो प्रत्येकक्षणी आपले शरीर बदलत असतो. या बदलामुळे तो कधी बालकाप्रमाणे, कधी तरुणाप्रमाणे तर कधी म्हाताऱ्याप्रमाणे दिसून येतो. असे असले तरी तोच जीवात्मा तेथे असतो आणि त्याच्यामध्ये कोणताही बदल घडून येत नाही. अंततः हा जीवात्मा मृत्यूनंतर शरीर बदलतो आणि दुसऱ्या शरीरात स्थानांतरित होतो. जीवात्म्याला पुढच्या जन्मामध्ये आध्यात्मिक किंवा भौतिक शरीर मिळणार हे निश्चित आहे आणि यासाठीच भीष्म, द्रोण यांच्याबद्दल अतिशय आस्था असणाऱ्या अर्जुनाला त्यांच्या मृत्यूमुळे शोकाकुल होण्याचे काहीच कारण नव्हते. उलट ते वृद्ध शरीरातून नवीन शरीरात स्थानांतर करून नवतारुण्य प्राप्त करीत असल्यामुळे अर्जुनाने आनंदित व्हावयाला हवे होते. शरीरातील अशा बदलांमुळे एखाद्याला त्याच्या आयुष्यातील कर्मानुसार सुख किंवा दुःख प्राप्त होते. म्हणून भीष्म व द्रोण थोर व्यक्ती असल्यामुळे त्यांना नक्कीच पुढील जन्मी आध्यात्मिक देहाची प्राप्ती होणार होती किंवा निदान भौतिक जगतातील श्रेष्ठ प्रतीचा उपभोग घेण्यासाठी स्वर्गलोकांची तरी प्राप्ती होणारच होती. याप्रमाणे कोणत्याही बाबतीत शोक करण्याचे कारणच नव्हते.

ज्या मनुष्याला जीवाची मूळ स्थिती, परमात्मा आणि आध्यात्मिक तसेच भौतिक प्रकृतीचेही परिपूर्ण ज्ञान असते त्या मनुष्याला 'धीर' किंवा ज्ञानी मनुष्य असे म्हणतात. असा मनुष्य शरीराच्या स्थित्यंतरामुळे कधीच गोंधळून जात नाही.

जीवात्म्याचा एकात्मवाद हा मायावादी सिद्धांत मान्य करता येत नाही कारण जीवात्म्याचे तुकडे करता येत नाहीत. अशा प्रकारे जीवात्म्याचे विभाजन झाले असते तर परमात्माही विभाजनीय झाला असता, पण यामुळे परमात्मा हा अपरिवर्तनीय आहे या सिद्धांताचे उल्लंघन झाले असते. परंतु गीतेमध्ये निश्चितपणे सांगितल्याप्रमाणे परमात्म्याचे अंश नित्य अस्तित्वात असतात (*सनातन*) आणि त्यांना *'क्षर'* म्हटले जाते, कारण त्यांच्यामध्ये भौतिक प्रकृतीत पतन होण्याची प्रवृत्ती असते. हे अंशात्मक जीव नित्य अंशात्मकच राहतात, आणि मुक्तीनंतरही ते अंशच राहतात, पण मोक्षप्राप्तीनंतर जीवात्मा हा भगवंतांबरोबर ज्ञान आणि आनंदमयी असे शाश्वत जीवन जगतो. प्रत्येक व्यक्तिगत शरीरात स्थित असलेल्या परमात्म्याला प्रतिबिंबाचा सिद्धांत लागू करता येतो. तो जीवात्म्याहून भिन्न असतो. आकाशाच्या पाण्यातील पडलेल्या प्रतिबिंबामध्ये सूर्य, चंद्र आणि तारे दिसून येतात. तारकांची तुलना जीवात्म्यांशी करता येते तर चंद्र किंवा सूर्याची तुलना परमेश्वराशी करता येते. वैयक्तिक स्वतंत्र जीवाचे प्रतिनिधित्व अर्जुनाने केले आहे तर परमात्मा स्वतः भगवान श्रीकृष्ण आहेत. चौथ्या अध्यायाच्या प्रारंभी असे दिसून येईल की, ते एकाच स्तरावर नाहीत. जर अर्जुन आणि श्रीकृष्ण एकाच पातळीवर असते आणि श्रीकृष्ण अर्जुनापेक्षा श्रेष्ठ नसते तर त्यांच्यामधील गुरुशिष्य हा संबंध अर्थहीन ठरतो. जर दोघेही मोहित होणारे असते तर त्यांच्यातील एकाने शिष्य आणि दुसऱ्याने गुरू बनण्याची काहीच आवश्यकता नव्हती, असा उपदेश निरुपयोगीच ठरला असता कारण मायेच्या तावडीत कोणीच प्रमाणित गुरू बनू शकत नाही. अशा परिस्थितीत मान्य केले पाहिजे की, श्रीकृष्ण हे भगवान आहेत आणि मायेने मोहित झालेला जीवात्मा अर्जुन याच्यापेक्षा ते श्रेष्ठ आहेत.

**मात्रास्पर्शास्तु कौन्तेय शीतोष्णसुखदुःखदाः ।**
**आगमापायिनोऽनित्यास्तांस्तितिक्षस्व भारत ॥ १४॥**

**मात्रा-स्पर्शाः**—इंद्रियविषयांची जाणीव; **तु**—केवळ; **कौन्तेय**—हे कुंतीपुत्रा; **शीत**—हिवाळा; **उष्ण**—उन्हाळा; **सुख**— सुख; **दुःख**—आणि दुःख; **दाः**—देणारे; **आगम**—येणे; **अपायिनः**—अदृश्य होणारी, विनाश पावणारी; **अनित्याः**—अनित्य; **तान्**—त्या सर्वांना; **तितिक्षस्व**—केवळ सहन करण्याचा प्रयत्न कर; **भारत**—हे भरतवंशजा.

**हे कौंतेया! तात्पुरती उत्पन्न होणारी आणि कालांतराने विनाश पावणारी जी सुखदुःखे आहेत ती हिवाळा व उन्हाळा यांच्या येण्याजाण्याप्रमाणे आहेत. हे भरतवंशजा! ती सुखदुःखे इंद्रियांना होणाऱ्या जाणिवेपासून निर्माण होतात आणि मनुष्याने ती क्षुब्ध न होता सहन करण्यास शिकले पाहिजे.**

**तात्पर्य:** योग्य कर्तव्यपालनासाठी एखाद्याने अनित्य असणाऱ्या सुखदुःखांची उत्पत्ती व विनाश सहन करण्यास शिकलेच पाहिजे. वेदाज्ञेप्रमाणे एखाद्याने माघ (जानेवारी-फेब्रुवारी) महिन्यातही

भल्या पहाटे स्नान करणे आवश्यक आहे. त्या वेळी अतिशय थंडी असते तरीही जे धार्मिक तत्त्वांचे पालन करतात ते अशा वेळी स्नान करण्यास मागेपुढे पाहात नाहीत. त्याचप्रमाणे मे-जून महिन्यांतील कडक उन्हाळ्यातही स्त्री ही स्वयंपाकघरात स्वयंपाक करण्यास मागेपुढे पाहात नाही. प्रतिकूल हवामानातही मनुष्याने आपले कर्तव्यपालन केलेच पाहिजे. त्याचप्रमाणे युद्ध करणे हे क्षत्रियांचे धार्मिक तत्त्व आहे आणि जरी एखाद्या क्षत्रियाला आपला मित्र किंवा नातेवाईक यांच्याबरोबर युद्ध करावे लागले तरी त्याने त्याच्या नियतकर्मापासून ढळू नये. ज्ञानस्तरापर्यंत उन्नत होण्यासाठी एखाद्याने नियत विधिविधानांचे पालन करणे आवश्यक आहे. कारण केवळ ज्ञान आणि भक्तीद्वारेच मनुष्य मायेच्या तावडीतून स्वतःला मुक्त करू शकतो.

अर्जुनाला ज्या दोन नावांनी या ठिकाणी संबोधण्यात आले आहे ते सुद्धा महत्त्वपूर्ण आहे. त्याला *कौन्तेय* नावाने संबोधण्यामुळे त्याच्या आईच्या बाजूकडील थोर रक्ताच्या नातेवाईकांचा बोध होतो आणि *भारत* या नावाने संबोधण्यामुळे त्याच्या पित्याकडील असणाऱ्या महानतेचा बोध होतो. दोन्ही बाजूंनी त्याचा वारसा थोर होता. थोर वारशामुळे योग्य कर्तव्यपालनाची जबाबदारी वाढते. म्हणून अर्जुन युद्ध करण्याचे टाळू शकत नाही.

**यं हि न व्यथयन्त्येते पुरुषं पुरुषर्षभ ।**
**समदुःखसुखं धीरं सोऽमृतत्वाय कल्पते ॥ १५ ॥**

**यम्**—ज्याला; **हि**—निश्चित; **न**—कधीच नाही; **व्यथयन्ति**—व्यथित होणे किंवा विचलित होणे; **एते**—या सर्व; **पुरुषम्**—पुरुषाला; **पुरुष-ऋषभ**—हे पुरुषश्रेष्ठा; **सम**—अविचल किंवा समान; **दुःख**—दुःखामध्ये; **सुखम्**—सुखामध्ये; **धीरम्**—धीर, विवेकी; **सः**—तो; **अमृतत्वाय**—मुक्तीसाठी; **कल्पते**—योग्य होतो.

**हे पुरुषश्रेष्ठा अर्जुना! जो मनुष्य सुख आणि दुःख यांनी विचलित होत नाही आणि दोन्ही अवस्थांमध्ये स्थिर असतो तो मोक्षप्राप्तीसाठी निश्चितपणे योग्य आहे.**

**तात्पर्य:** आध्यात्मिक साक्षात्कारामधील उच्चतर अवस्थेची प्राप्ती करण्याच्या निश्चयात जो दृढ आहे आणि सुखदुःखाचे आघात जो समभावाने सहन करतो तो खचितच मोक्षप्राप्तीस पात्र आहे. वर्णाश्रमसंस्थेमध्ये, जी चौथी अवस्था, संन्यासाश्रम आहे ती अत्यंत खडतर अवस्था आहे. पण जो आपले जीवन परिपूर्ण करण्याबद्दल प्रामाणिक आहे तो सर्व अडचणींना न जुमानता संन्यासाश्रम स्वीकारतो. कौटुंबिक नाते तोडल्यामुळे आणि पत्नी व मुलेबाळे यांच्या संपर्काचा त्याग करण्यामुळे साधारणपणे अडचणी उद्भवतात; परंतु जर कोणी अशा अडचणी सहन करण्यास समर्थ असेल तर निश्चितपणे आत्मसाक्षात्काराच्या मार्गात तो पूर्णत्व प्राप्त करतो. त्याचप्रमाणे जरी आपल्या कुटुंबीयांशी किंवा प्रियजनांशी लढणे कठीण असले तरी अर्जुनाने आपल्या क्षत्रिय धर्माच्या कर्तव्यपालनात चिकाटीने प्रयत्न करणे आवश्यक आहे, असा त्याला उपदेश देण्यात आला आहे. श्री चैतन्य महाप्रभूंनी वयाच्या चोविसाव्या वर्षीच संन्यास ग्रहण केला आणि त्यांच्यावर अवलंबून असणारी त्यांची तरुण पत्नी आणि वृद्ध माता यांची देखभाल करण्यास कोणीच नव्हते. तरीसुद्धा उच्चतर हेतूप्रीत्यर्थ त्यांनी संन्यास घेतला व ते आपल्या श्रेष्ठ

अशा कर्तव्यपालनात दृढ होते. भौतिक बंधनातून मुक्ती प्राप्त करण्याचा तोच एकमात्र मार्ग आहे.

**नासतो विद्यते भावो नाभावो विद्यते सतः ।**
**उभयोरपि दृष्टोऽन्तस्त्वनयोस्तत्त्वदर्शिभिः ॥ १६ ॥**

**न**—कधीच नाही; **असतः**—जे असत् आहे ते; **विद्यते**—आहे; **भावः**—चिरस्थायित्व; **न**—कधीच नाही; **अभावः**—बदलण्याचा गुणधर्म; **विद्यते**—आहे; **सतः**—जे शाश्वत आहे त्याचा; **उभयोः**—दोहोंचा; **अपि**—खरोखरच; **दृष्टः**—पाहिलेला आहे; **अन्तः**—निर्णय, निष्कर्ष; **तु**—निःसंदेह; **अनयोः**—या दोन्हींचा; **तत्त्व**—सत्याचा; **दर्शिभिः**—साक्षात्कारी पुरुषांद्वारा.

**जे तत्त्वदर्शी पुरुष आहेत त्यांनी असा निष्कर्ष काढला आहे की, जे असत् ( भौतिक शरीर ) आहे ते चिरकाल टिकू शकत नाही आणि जे सत् ( जीवात्मा ) आहे ते कधीच बदलत नाही. या दोन्हींच्या स्वरूपांचा अभ्यास करून तत्त्वदर्शी पुरुषांनी असा निष्कर्ष काढला आहे.**

**तात्पर्यः** परिवर्तनशील शरीर स्थायी नसते. आधुनिक विज्ञानाने मान्य केले आहे की, विविध प्रकारच्या पेशींच्या क्रिया व प्रतिक्रिया यामुळे क्षणोक्षणी शरीर बदलत असते आणि याप्रमाणे शरीरामध्ये वाढ होते आणि वृद्धत्व येते, पण शरीर आणि मनामध्ये जरी सर्व प्रकारचे बदल झाले तरी जीवात्मा नित्य स्थायी राहतो. पदार्थ आणि आत्मा यांमध्ये हाच भेद आहे. स्वभावतः शरीर नेहमी बदलत असते आणि आत्मा शाश्वत असतो. निर्विशेषवादी आणि सविशेषवादी या दोन्ही तत्त्वदर्शी पुरुषांनी हा निर्णय प्रस्थापित केला आहे. विष्णुपुराणामध्ये (२.१२.३८) सांगण्यात आले आहे की, विष्णू व त्यांचे धाम या सर्वांना स्वयंप्रकाशित आध्यात्मिक अस्तित्व आहे. ( *ज्योतींषि विष्णुर्भुवनानि विष्णुः*) *सत्* व *असत्* हे शब्द केवळ आत्मा आणि पदार्थाला उद्देशून आहेत. सर्व तत्त्वदर्शी लोकांचे हेच प्रतिपादन आहे.

अज्ञानाने प्रभावित झालेल्या सर्व जीवांना जो उपदेश भगवंतांनी केला आहे त्याचा आरंभ येथपासूनच होतो. अज्ञान नाहीसे करणे म्हणजे पूजक व पूजनीय यांच्यातील शाश्वत संबंध प्रस्थापित करणे, तसेच अंशरूप जीव आणि पुरुषोत्तम श्रीभगवान यांच्यातील भेद जाणून घेणे होय. कोणताही मनुष्य प्रथम स्वतःला जाणून घेऊन भगवंतांचे स्वरूप जाणू शकतो. जीव आणि भगवंत यांच्यातील संबंध, अंश आणि अंशी किंवा अंश व पूर्ण यांच्यातील संबंधाप्रमाणे असतो. वेदान्त सूत्रे तसेच श्रीमद्भागवतात, समस्त सृष्ट पदार्थांचे उत्पत्तिस्थान म्हणून भगवंतांचा स्वीकार करण्यात आला आहे. अशा सृष्ट पदार्थांची ओळख परा आणि अपरा किंवा श्रेष्ठ आणि कनिष्ठ अशा क्रमाने होते. सातव्या अध्यायात सांगितल्याप्रमाणे जीवात्मे परा प्रकृतीत येतात. जरी शक्ती आणि शक्तिमान यांच्यामध्ये भेद नसला तरी शक्तिमानाला भगवंत मानले जाते आणि शक्ती किंवा प्रकृतीला गौण मानले जाते. म्हणून ज्याप्रमाणे स्वामी आणि सेवक किंवा गुरू आणि शिष्य यांच्यामध्ये संबंध असतो त्याप्रमाणे जीव हे नेहमी भगवंतांच्या अधीनच असतात. अज्ञानाच्या प्रभावाखाली असे स्पष्ट ज्ञान जाणून घेणे अशक्य आहे. असे अज्ञान काढून टाकण्याकरिता आणि सर्व काळी सर्व जीवांना प्रबुद्ध करण्यासाठी भगवद्गीतेचा उपदेश दिला आहे.

**अविनाशि तु तद्विद्धि येन सर्वमिदं ततम्‌ ।**
**विनाशमव्ययस्यास्य न कश्चित्कर्तुमर्हति ॥ १७॥**

**अविनाशि**—नाशरहित; **तु**—परंतु; **तत् विद्धि**—ते जाणून घे; **येन**—ज्याने; **सर्वम्**—संपूर्ण शरीर; **इदम्**—हे; **ततम्**—व्यापलेले आहे; **विनाशम्**—विनाश; **अव्ययस्य**—जे अविनाशी आहे त्याचे; **अस्य**—या; **न कश्चित्**—कोणालाही नाही; **कर्तुम्**—करणे; **अर्हति**—शक्य.

**जे संपूर्ण शरीराला व्यापून आहे ते अविनाशी आहे असे तू जाण. त्या अविनाशी आत्म्याचा कोणीही नाश करू शकत नाही.**

**तात्पर्य:** या श्लोकामध्ये, संपूर्ण शरीर व्याप्त करणाऱ्या जीवात्म्याच्या स्वरूपाचे विश्लेषण करून सांगण्यात आले आहे. संपूर्ण शरीरात चैतन्य पसरलेले आहे हे कोणीही जाणू शकतो. शरीराला अंश किंवा पूर्णरूपामध्ये होणाऱ्या सुखदु:खांची जाणीव प्रत्येकाला असते. हा चैतन्याचा प्रभाव प्रत्येकाच्या स्वत:च्या शरीरापुरताच मर्यादित असतो. एका शरीराच्या सुखदु:खाची जाणीव दुसऱ्या शरीराला होत नाही. म्हणून प्रत्येक शरीर हे एका व्यक्तिगत जीवाचे आच्छादन असते आणि जीवात्म्याच्या शरीरातील उपस्थितीचे लक्षण हे व्यक्तिगत चेतनेद्वारे कळून येते. या जीवाचे परिमाण केसाच्या वरच्या अग्राच्या एक दशसहस्रांशाइतके आहे असे सांगण्यात येते; याची पुष्टी श्वेताश्वतरोपनिषदात (५.९) करण्यात आली आहे.

*बालाग्रशतभागस्य शतधा कल्पितस्य च ।*
*भागो जीव: स विज्ञेय: स चानन्त्याय कल्पते ॥*

"केसाच्या वरच्या अग्राचे शंभर भागांमध्ये विभाजन केले आणि अशा प्रत्येक भागाचे पुन्हा शंभर भाग केले तर असा प्रत्येक भाग हा जीवाच्या आकाराचा परिमाण होईल." याच प्रकारचे प्रतिपादन पुढील श्लोकातही आढळते.

*केशाग्रशतभागस्य शतांश: सादृशात्मक: ।*
*जीव: सूक्ष्मस्वरूपोऽयं संख्यातीतो हि चित्कण: ॥*

"आध्यात्मिक चित्कण संख्यातीत आहेत व त्यांचे परिमाण (आकार) हे केसाच्या अग्रभागाच्या एक दशसहस्रांशाइतके आहे."

म्हणून व्यक्तिगत आत्मारूपी चित्कण हा भौतिक अणूपेक्षाही सूक्ष्म आहे आणि असे असंख्य चित्कण आहेत. हे अतिसूक्ष्म आध्यात्मिक स्फुलिंग म्हणजे भौतिक शरीराचे आधारभूत तत्त्व आहे आणि ज्याप्रमाणे एखाद्या औषधातील कार्यकारी तत्त्वाचा प्रभाव पूर्ण शरीरभर पसरतो त्याचप्रमाणे या आध्यात्मिक स्फुलिंगाचा प्रभाव संपूर्ण शरीरभर पसरतो. जीवात्म्याचा हा ओघ संपूर्ण शरीरभर चेतनारूपाने अनुभवास येतो आणि हा अनुभव म्हणजेच जीवात्म्याच्या अस्तित्वाचा पुरावा आहे. चेतनाविरहित भौतिक शरीर म्हणजेच मृत शरीर हे कोणतीही सामान्य व्यक्ती समजू शकते आणि कोणत्याही भौतिक प्रक्रियेद्वारे या चेतनेचे शरीरामध्ये पुनरुत्थान करता येत नाही. म्हणून चेतना ही कोणत्याही भौतिक गोष्टीच्या संमिश्रणामुळे नसून आत्म्यामुळे असते. मुण्डकोपनिषदामध्ये (३.१.९) आण्विक जीवात्म्याच्या परिमाणासंबंधी अधिक

विश्लेषण करण्यात आले आहे,

*एषोऽणुरात्मा चेतसा वेदितव्यो यस्मिन्प्राणः पञ्चधा संविवेश ।*
*प्राणैश्चित्तं सर्वमोतं प्रजानां यस्मिन् विशुद्धे विभवत्येष आत्मा ॥*

"आत्म्याचा आकार परमाणुरूप आहे आणि त्याला पूर्ण बुद्धीद्वारेच जाणता येते. हा परमाणुरूप, पाच प्रकारच्या प्राणांत (प्राण, अपान, व्यान, समान आणि उदान) तरंगणारा आत्मा हृदयात स्थित असतो आणि देहधारी जीवांच्या संपूर्ण शरीरावर त्याचा प्रभाव पसरलेला असतो. जेव्हा आत्मा पाच प्रकारच्या भौतिक प्राणांपासून पवित्र होतो तेव्हा त्याचा आध्यात्मिक प्रभाव दृग्गोचर होतो."

विविध आसनांद्वारे, पवित्र जीवात्म्याला घेरणाऱ्या पाच प्रकारच्या प्राणांचे नियंत्रण करणे हे हठयोगाचे प्रयोजन आहे. हा योग भौतिक लाभाकरिता नसून, सूक्ष्म जीवात्म्याला भौतिक वातावरणाच्या गुंतागुंतींतून मुक्त करण्याकरिता आहे.

म्हणून संपूर्ण वैदिक साहित्यामध्ये अणुरूप जीवात्म्याचे स्वरूप मान्य करण्यात आले आहे आणि कोणत्याही सुज्ञ मनुष्याला प्रत्यक्ष व्यवहारामध्ये याचा अनुभव येतो. केवळ अक्कलशून्य व्यक्तीच हा परमाणुरूप जीवात्मा सर्वव्यापी विष्णुतत्त्व आहे असे म्हणू शकते.

परमाणुरूप जीवात्म्याचा प्रभाव संपूर्ण शरीरभर पसरू शकतो. मुण्डकोपनिषदाप्रमाणे हा अणुरूप आत्मा प्रत्येक जीवाच्या हृदयामध्ये स्थित आहे. या अणुरूप आत्म्याचे मोजमाप करणे हे भौतिक वैज्ञानिकांच्या ग्रहणशक्तीच्या पलीकडे आहे आणि यामुळेच ते मूर्खपणाने प्रतिपादन करतात की, आत्मा अस्तित्वातच नाही. व्यक्तिगत अणुरूप आत्मा हा परमात्म्यासहित निश्चितपणे हृदयामध्ये आहे आणि म्हणूनच शारीरिक हालचालीसाठी लागणारी संपूर्ण शक्ती शरीराच्या या भागातूनच उत्सर्जित होते. फुफ्फुसातून प्राणवायू वाहून नेणाऱ्या पेशी आत्म्याकडून शक्ती प्राप्त करतात. जेव्हा जीवात्मा या ठिकाणाहून निघून जातो तेव्हा शरीरातील रक्तोत्पादनाचे कार्य थांबते. वैद्यकीय विज्ञान तांबड्या पेशींचे महत्त्व मान्य करते; पण शक्तीचे उगमस्थान हे आत्मा आहे याबद्दल ते निश्चितपणे सांगू शकत नाहीत. तरीसुद्धा वैद्यकशास्त्र मान्य करते की, हृदय हे शरीरास आवश्यक शक्तीचे उगमस्थान आहे.

परमात्म्याच्या अशा अणुरूप अंशाची तुलना सूर्यप्रकाशातील अणूंशी केली आहे. सूर्यप्रकाशामध्ये असंख्य तेजोमय अणू असतात. त्याचप्रमाणे भगवंतांची अंशरूपे म्हणजे भगवंतांच्या किरणातील आण्विक स्फुलिंग आहेत. यांना 'प्रभा' किंवा पराशक्ती असे म्हटले जाते. म्हणून कोणी वैदिक ज्ञानाचा पुरस्कर्ता असो अथवा आधुनिक विज्ञानाचा पुरस्कर्ता असो, तो शरीरातील आत्म्याचे अस्तित्व अमान्य करू शकत नाही. पुरुषोत्तम श्रीभगवंतांनी स्वतः भगवद्‌गीतेमध्ये या आत्म्याच्या विज्ञानाचे वर्णन विस्तृतपणे केले आहे.

**अन्तवन्त इमे देहा नित्यस्योक्ताः शरीरिणः ।**
**अनाशिनोऽप्रमेयस्य तस्माद्युध्यस्व भारत ॥ १८ ॥**

**अन्त-वन्तः**—नाशवंत; **इमे**—हे सर्व; **देहाः**—भौतिक शरीरे; **नित्यस्य**—नित्य अस्तित्वात असणाऱ्या; **उक्ताः**—असे म्हटले जाते; **शरीरिणः**—देहधारी जीवाचे; **अनाशिनः**—अविनाशी; **अप्रमेयस्य**—

अमर्याद असणाऱ्या; **तस्मात्**—म्हणून; **युध्यस्व**—युद्ध कर; **भारत**—हे भरतवंशजा.

**अविनाशी, अमर्याद आणि शाश्वत जीवात्म्याच्या शरीराचा निश्चितपणे अंत होणार आहे, म्हणून हे भरतवंशजा! तू युद्ध कर.**

**तात्पर्य:** स्वभावत:च भौतिक शरीर नश्वर आहे. त्याचा नाश तात्काळ किंवा शंभर वर्षांनंतरही होऊ शकतो. हा तर काळाचा प्रश्न आहे. या शरीराचे अनंत काळासाठी पालन करण्याची शक्यताच नाही; परंतु जीवात्मा हा इतका सूक्ष्म आहे की तो शत्रूला दिसूही शकत नाही, मारला जाण्याचे तर दूरच. पूर्वीच्या श्लोकात सांगितल्याप्रमाणे तो इतका सूक्ष्म आहे की, त्याच्या आकाराचे मोजमाप कसे करावे याबद्दल कोणालाही कल्पनाही नाही. याप्रमाणे दोन्ही दृष्टिकोनांतून पाहिल्यास शोक करण्याचे काहीच कारण नाही. कारण जीवात्म्याला त्याच्या स्वरूपस्थितीत मारणे शक्य नाही किंवा भौतिक शरीराचे दीर्घ किंवा अनंत काळासाठी रक्षणही करता येत नाही. परमात्म्याचा हा सूक्ष्म अंश त्याच्या कर्मानुसार भौतिक शरीर प्राप्त करतो आणि म्हणून धार्मिक तत्त्वांचे पालन करणे आवश्यक आहे. वेदान्त सूत्रामध्ये जीवाला तेजोगुणी म्हटले आहे कारण तो परमश्रेष्ठ प्रकाशाचाच अंश आहे. ज्याप्रमाणे सूर्यप्रकाश संपूर्ण सृष्टीचे पालनपोषण करतो त्याप्रमाणे जीवात्म्याचा प्रकाश या भौतिक शरीराचे पालनपोषण करतो. जीवात्म्याने भौतिक शरीराचा त्याग केल्यावर तात्काळ शरीर सडण्यास प्रारंभ होते. यावरून कळून येते की, जीवात्मा हाच या शरीराचे पालन करतो. केवळ शरीर हे महत्त्वपूर्ण नाही. भौतिक शरीराबद्दल विचार न करता धर्माप्रीत्यर्थ युद्ध करण्याचा सल्ला अर्जुनाला देण्यात आला होता.

**य एनं वेत्ति हन्तारं यश्चैनं मन्यते हतम् ।**
**उभौ तौ न विजानीतो नायं हन्ति न हन्यते ॥ १९ ॥**

**यः**—जो कोणी; **एनम्**—याला; **वेत्ति**—जाणतो; **हन्तारम्**—हत्या करणारा; **यः**—जो कोणी; **च**—सुद्धा; **एनम्**—याला; **मन्यते**—मानतो; **हतम्**—मारला गेलेला; **उभौ**—दोघे; **तौ**—ते दोघे; **न**—कधीच नाही; **विजानीतः**—जाणतात; **न**—कधीच नाही; **अयम्**—हे; **हन्ति**—मारतो; **न**—नाही; **हन्यते**—मारला जातो.

**ज्याला वाटते की, जीवात्मा हा मारणारा आहे किंवा तो मारला जातो, तो अज्ञानात आहे कारण जीवात्मा मारीत नाही किंवा मारलाही जात नाही.**

**तात्पर्य:** जेव्हा एखाद्या शरीरधारी जीवाला प्राणघातक शस्त्रांनी दुखापत केली जाते तेव्हा त्या शरीरातील आत्मा मारला जात नाही हे समजून घेतले पाहिजे. पुढील अनेक श्लोकांवरून कळून येईल की, जीवात्मा हा अत्यंत सूक्ष्म असल्याने कोणत्याही भौतिक शस्त्राने त्याची हत्या करणे शक्य नाही आणि त्याच्या आध्यात्मिक स्वरूपामुळे तो मारलाही जाऊ शकत नाही. ज्याची हत्या होते किंवा ज्याची हत्या झाली असे समजले जाते ते केवळ शरीरच असते. तथापि, ही गोष्ट शरीराच्या हत्येला मुळीच उत्तेजना देत नाही. *मा हिंस्यात् सर्वा भूतानि*—

कोणाचीही हिंसा करू नका, हा वैदिक आदेश आहे. तसेच जीवात्मा मारला जात नाही ही समजूत पशुहत्येलाही प्रोत्साहन देत नाही. कोणाच्याही शरीराची अधिकाराविना हत्या करणे हे निंदनीय आहे तसेच ते राष्ट्राच्या आणि भगवंतांच्या दंडसंहितेनुसार निश्चितच दंडनीय आहे. तरीही अर्जुनाला केवळ लहरीखातर नव्हे तर धर्मतत्त्वांकरिता हत्या करण्यास नियुक्त करण्यात आले होते.

**न जायते म्रियते वा कदाचि-**
**न्नायं भूत्वा भविता वा न भूयः ।**
**अजो नित्यः शाश्वतोऽयं पुराणो**
**न हन्यते हन्यमाने शरीरे ॥ २०॥**

**न**—कधीच नाही; **जायते**—जन्म घेतो; **म्रियते**—मृत होतो; **वा**—अथवा; **कदाचित्**—कोणत्याही काळी (भूत, वर्तमान किंवा भविष्य); **न**—कधीच नाही; **अयम्**—हा; **भूत्वा**—होऊन; **भविता**—होणारा; **वा**—अथवा; **न**—नाही; **भूयः**—अथवा पुन्हा होणारा आहे; **अजः**—अजन्मा; **नित्यः**—शाश्वत; **शाश्वतः**—स्थायी; **अयम्**—हा; **पुराणः**—सर्वांत प्राचीन किंवा पुरातन; **न**—कधीच नाही; **हन्यते**—मारला जातो; **हन्यमाने**—मारले गेल्यावरही; **शरीरे**—शरीराचा.

**कोणत्याही काळी आत्म्यासाठी जन्मही नाही आणि मृत्यूही नाही. त्याचा जन्म झाला होता असेही नाही, त्याचा जन्म होतो असेही नाही आणि त्याचा जन्म होणार आहे असेही नाही. तो अजन्मा, सनातन, नित्य अस्तित्वात असणारा आणि पुरातन आहे. शरीराचा नाश झाला तरी त्याचा नाश होत नाही.**

**तात्पर्यः** गुणात्मकदृष्ट्या परमात्म्याचा सूक्ष्म अणुरूप अंश आणि परमात्मा एकरूप आहेत. शरीराप्रमाणे त्याच्यामध्ये काही बदल होत नाही. काही वेळा आत्म्याला *कुटस्थ* किंवा स्थिर असे म्हटले जाते. शरीरामध्ये सहा प्रकारची स्थित्यंतरे होतात. शरीर मातेच्या गर्भातून जन्म घेते, काही काळासाठी राहते, त्याची वाढ होते, त्यापासून काही परिणाम उत्पन्न होतात, हळूहळू त्याची झीज होते आणि शेवटी लुप्त होते; परंतु आत्मा अशा परिवर्तनातून जात नाही. आत्म्याचा जन्म होत नसतो; परंतु तो एक भौतिक शरीर धारण करीत असल्यामुळे त्या शरीराचा जन्म होतो. त्या ठिकाणी आत्मा जन्म घेत नाही आणि मरतही नाही. ज्याला जन्म आहे त्याला मृत्यू हा निश्चितपणे आहे आणि आत्म्याला जन्म नसल्यामुळे त्याला भूत, वर्तमान आणि भविष्यही नाही. आत्मा हा सनातन, नित्य अस्तित्वात असणारा आणि पुरातन अर्थात, ज्याचा जन्म झाला आहे अशी इतिहासातही नोंद नाही. शरीराच्या प्रभावाखाली आपण आत्म्याच्या जन्माचा इतिहास वगैरे शोधत असतो. शरीराप्रमाणे कोणत्याही काळी आत्मा वृद्ध होत नाही म्हणूनच तथाकथित वृद्ध मनुष्याला बालपणातील किंवा तारुण्यातील चैतन्य आपल्यातही आढळून येते. शरीरातील होणाऱ्या बदलांचा आत्म्यावर काहीही परिणाम होत नाही. वृक्ष किंवा इतर कोणतीही भौतिक गोष्ट ज्याप्रमाणे क्षीण होते त्याप्रमाणे आत्मा क्षीण होत नाही. आत्म्यापासून इतर उपफलेही

निर्माण होत नाहीत. शरीरापासून उत्पन्न होणारी उपफले म्हणजे मुलेबाळे आहेत व ती म्हणजे विविध स्वतंत्र जीवात्मेच असतात आणि केवळ शरीराच्या प्रभावामुळेच ती विशिष्ट मनुष्याची आहेत असे वाटतात. आत्म्याच्या उपस्थितीमुळे शरीराची वाढ होते; पण आत्म्याला उपफले नसतात किंवा त्याच्यामध्ये स्थित्यंतरही होत नाही. म्हणून आत्मा हा सहा प्रकारच्या शारीरिक स्थित्यंतरांच्या पलीकडे असतो.

कठोपनिषदातही (१.२.१८) याच प्रकारचा श्लोक आपल्याला आढळतो.

*न जायते म्रियते वा विपश्चिन्नायं कुतश्चिन्न बभूव कश्चित्।*
*अजो नित्यः शाश्वतोऽयं पुराणो न हन्यते हन्यमाने शरीरे ॥*

या श्लोकाचा अर्थ आणि आशय हा भगवद्‌गीतेत असणाऱ्या श्लोकाप्रमाणेच आहे, पण या श्लोकामध्ये एक विपश्चित् हा एक विशिष्ट शब्द आहे. त्याचा अर्थ विद्वान किंवा ज्ञानमय असा होतो.

आत्मा हा पूर्ण ज्ञानमय आणि नित्य पूर्ण चेतनेने युक्त असतो. म्हणून चेतना हे आत्म्याचे लक्षण आहे. हृदयस्थ आत्म्याला जरी कोणी शोधू शकत नसला तरी तो आत्म्याची उपस्थिती केवळ चेतनेच्या उपस्थितीवरूनही जाणू शकतो. कधीकधी आकाशातील ढगामुळे किंवा इतर काही कारणास्तव आपल्याला सूर्य दिसू शकत नाही. तरीही सूर्याचा प्रकाश त्या ठिकाणी नेहमी असतो आणि आपली खात्री होते की, ही दिवसाची वेळ आहे. अगदी पहाटे थोडासा प्रकाश जरी आकाशात दिसला तरी सूर्य आकाशात आहे असे आपण समजू शकतो. त्याप्रमाणे सर्व शरीरांमध्ये मग तो मानव असो अथवा पशू असो, सर्वांमध्ये चेतना ही असतेच आणि यावरून आपण आत्म्याची उपस्थिती जाणू शकतो. तरीही आत्म्याची ही चेतना परमात्म्याच्या चेतनेहून भिन्न आहे कारण परमात्म्याला भूत, वर्तमान आणि भविष्य या सर्वांचे पूर्ण ज्ञान असते. व्यक्तिगत जीवात्म्याच्या चेतनेचा, विस्मरणशील होण्याकडे कल असतो. जेव्हा तो आपल्या वास्तविक स्वरूपाला विसरतो तेव्हा तो श्रीकृष्णांच्या दिव्य उपदेशांद्वारे ज्ञान आणि प्रबुद्धता प्राप्त करतो. परंतु जीवात्म्याप्रमाणे श्रीकृष्ण विस्मरणशील नसतात. जर ते विस्मरणशील असते तर भगवद्‌गीतेतील श्रीकृष्णांची शिकवणूक निरुपयोगी झाली असती.

आत्म्याचे दोन प्रकार आहेत. एक म्हणजे सूक्ष्म अणुरूप आत्मा आणि दुसरा म्हणजे परमात्मा किंवा *विभुआत्मा.* याची सुद्धा कठोपनिषदात (१.२.२०) पुढीलप्रमाणे पुष्टी करण्यात आली आहे.

*अणोरणीयान्महतो महीयानात्मास्य जन्तोर्निहितो गुहायाम् ।*
*तमक्रतुः पश्यति वीतशोको धातुः प्रसादान्महिमानमात्मनः ॥*

"परमात्मा आणि जीवात्मा दोघेही जीवाच्या एकाच वृक्षरूपी शरीरामधील हृदयामध्ये स्थित आहेत. जो भौतिक इच्छा व शोक यांमधून मुक्त झाला आहे केवळ तोच भगवद्‌कृपेने आत्म्याचा महिमा जाणू शकतो." पुढील अध्यायामध्ये सांगितल्याप्रमाणे श्रीकृष्ण हे परमात्म्याचेही उगमस्थान आहेत आणि आपले मूळ स्वरूप विसरणारा अर्जुन हा अणुरूप जीवात्मा आहे. म्हणून त्याला श्रीकृष्ण किंवा त्यांच्या अधिकृत प्रतिनिधींकडून (आध्यात्मिक

गुरू) ज्ञान-प्राप्ती करून घेणे आवश्यक आहे.

**वेदाविनाशिनं नित्यं य एनमजमव्ययम् ।**
**कथं स पुरुषः पार्थ कं घातयति हन्ति कम्॥ २१ ॥**

**वेद**—जो जाणतो; **अविनाशिनम्**—अविनाशी; **नित्यम्**—नित्य अस्तित्वात असणारा; **यः**—जो कोणी; **एनम्**—हा (आत्मा); **अजम्**—जन्मरहित; **अव्ययम्**—निर्विकार किंवा क्षयरहित; **कथम्**—कसा; **सः**—तो; **पुरुषः**—पुरुष; **पार्थ**—हे पार्थ; **कम्**—कोणाला; **घातयति**—मारवितो; **हन्ति**—मारतो; **कम्**—कोणाला.

**हे पार्थ! जो व्यक्ती जाणतो की, आत्मा हा अविनाशी, शाश्वत, अजन्मा आणि अव्ययी आहे, तो कोणाला कसा मारील किंवा कोणाला कसा मारवील?**

**तात्पर्यः** प्रत्येक गोष्टीची स्वत:ची अशी उपयुक्तता असते आणि जो मनुष्य पूर्ण ज्ञानात स्थिर झाला आहे तो त्या वस्तूचा योग्य उपयोग कसा व कुठे करावा हे जाणतो. त्याचप्रमाणे हिंसेचीही उपयुक्तता असते आणि हिंसेचा उपयोग कसा करावा हे ज्ञानी व्यक्तीवर अवलंबून असते. जर खुनाबद्दल अपराधी असणाऱ्या एका व्यक्तीला, न्यायाधीशाने मृत्युदंडाची शिक्षा फर्मावली तर त्यासाठी न्यायाधीशाला दोषी ठरविता येत नाही, कारण तो न्यायसंहितेनुसारच दुसऱ्या व्यक्तीला शिक्षा फर्मावितो. खुनी व्यक्तीला देहान्ताची सजा देण्यात यावी याची पुष्टी 'मनु-संहितेत' करण्यात आली आहे. कारण असे केल्यामुळे त्याने पूर्वजन्मी केलेल्या महापापांबद्दल त्याला दु:ख भोगावे लागणार नाही. म्हणून खुनी मनुष्याला राजाने केलेली फाशीची शिक्षा ही वस्तुत: हितकारकच आहे. त्याचप्रमाणे श्रीकृष्ण जेव्हा अर्जुनाला युद्ध करण्याची आज्ञा देतात तेव्हा निश्चितपणे जाणले पाहिजे की, या प्रकारची हिंसा ही उच्च प्रतीच्या न्यायप्रदानासाठी आहे. यासाठीच अर्जुनाने त्यांच्या आज्ञेचे पालन केले पाहिजे. श्रीकृष्णांप्रीत्यर्थ युद्धकर्म करताना केलेली या प्रकारची हिंसा ही मुळी हिंसा नाहीच. कारण कोणत्याही परिस्थितीत मनुष्य अर्थात, त्याचा आत्मा मारला जात नाही, हे अर्जुनाने योग्य रीतीने जाणले पाहिजे. म्हणून न्यायप्रदानासाठी तथाकथित हिंसा करण्यास अनुमती आहे. शस्त्रक्रिया ही रोगी व्यक्तीला मारण्यासाठी नसून त्याला स्वस्थ करण्यासाठी असते. म्हणून श्रीकृष्णांच्या आज्ञेनुसार अर्जुनाने केलेले युद्ध हे पूर्ण ज्ञानयुक्त आहे व त्यापासून पापाचे फळ भोगण्याचा प्रश्नच उद्भवत नाही.

**वासांसि जीर्णानि यथा विहाय**
**नवानि गृह्णाति नरोऽपराणि ।**
**तथा शरीराणि विहाय जीर्णा-**
**न्यन्यानि संयाति नवानि देही ॥ २२॥**

**वासांसि**—वस्त्रे; **जीर्णानि**—जुनी आणि झिजून गेलेली; **यथा**—ज्याप्रमाणे; **विहाय**—टाकून; **नवानि**—नवी वस्त्रे; **गृह्णाति**—ग्रहण करतो; **नरः**—मनुष्य; **अपराणि**—दुसरी; **तथा**—त्याप्रमाणे; **शरीराणि**—शरीरे; **विहाय**—टाकून; **जीर्णानि**—जुनी आणि निरुपयोगी झालेली; **अन्यानि**—निराळी;

**संयाति**—खचित धारण करतो; **नवानि**—नवी; **देही**—देहधारी जीवात्मा.

**ज्याप्रमाणे मनुष्य जुन्या वस्त्रांचा त्याग करून नवीन वस्त्रे धारण करतो त्याप्रमाणे आत्माही जुन्या आणि निरुपयोगी शरीराचा त्याग करून नवीन भौतिक शरीर धारण करतो.**

**तात्पर्य:** अणुरूप आत्म्यांकडून होणारे शरीराचे स्थानांतर हे एक स्वीकृत तथ्य आहे. आधुनिक वैज्ञानिकांचा आत्म्याच्या अस्तित्वावर विश्वास नाही तसेच त्यांना हृदयातून उगम होणाऱ्या शक्तीचे स्पष्टीकरणही देता येत नाही, पण अशा वैज्ञानिकांनासुद्धा शरीरात होणारे बदल, जे बाल्यावस्थेतून कौमार्यावस्था आणि कौमार्यावस्थेतून तारुण्यावस्था आणि पुन्हा तारुण्यावस्थेतून वार्धक्यावस्था अशा विविध अवस्थांमधून दिसून येतात ते मान्य करावेच लागतात. वृद्धावस्थेतून जो बदल होतो तो दुसऱ्या शरीरात संक्रमित होतो. याचे स्पष्टीकरण पूर्वीच एका श्लोकामध्ये (२.१३) करण्यात आले आहे.

अणुरूप जीवात्म्याचे दुसऱ्या शरीरात होणारे संक्रमण हे परमात्म्याच्या कृपेमुळे शक्य होते. ज्याप्रमाणे एखादा मित्र दुसऱ्या मित्राची इच्छापूर्ती करतो त्याचप्रमाणे परमात्माही अणुरूप आत्म्याची इच्छापूर्ती करतो. मुण्डकोपनिषद तसेच श्वेताश्वतरोपनिषद यांसारख्या वैदिक साहित्यात आत्मा आणि परमात्मा यांची तुलना ही एकाच वृक्षावर बसलेल्या दोन मित्र पक्ष्यांबरोबर करण्यात आली आहे. त्यांपैकी एक पक्षी (अणुरूप जीवात्मा) वृक्षाची फळे खात आहे आणि दुसरा पक्षी (श्रीकृष्ण) आपल्या मित्राकडे केवळ पाहात आहे. गुणात्मकदृष्ट्या एकच असणाऱ्या या दोन पक्ष्यांपैकी एक पक्षी भौतिक वृक्षाच्या फळांनी मोहित होतो तर दुसरा पक्षी आपल्या मित्राच्या हालचालींचा केवळ साक्षी आहे. श्रीकृष्ण हे पाहणारे साक्षी पक्षी आहेत आणि अर्जुन फळे चाखणारा पक्षी आहे. जरी ते मित्र असले तरी त्यांमधील एकजण स्वामी आहे आणि दुसरा सेवक आहे. आत्म्याचे या संबंधाबद्दल किंवा नात्याबद्दल होणारे विस्मरण हे त्याच्या एका वृक्षावरून दुसऱ्या वृक्षावर किंवा एका शरीरामधून दुसऱ्या शरीरामध्ये होणाऱ्या स्थानांतरास कारणीभूत ठरते. जीवात्मा भौतिक शरीररूपी वृक्षावर अत्यंत संघर्ष करीत असतो. ज्याप्रमाणे अर्जुन स्वेच्छेने उपदेशाकरिता श्रीकृष्णांना शरण गेला त्याप्रमाणे ज्याक्षणी एक पक्षी दुसऱ्या पक्ष्याचा परमश्रेष्ठ आध्यात्मिक गुरू म्हणून स्वीकार करतो तत्क्षणी तो कनिष्ठ किंवा गौण पक्षी सर्व प्रकारच्या शोकातून मुक्त होतो. मुण्डकोपनिषद (३.१.२) आणि श्वेताश्वतरोपनिषद (४.७) दोन्हीही या विधानाला पुष्टी देतात.

*समाने वृक्षे पुरुषो निमग्नोऽनीशया शोचति मुह्यमान: ।*
*जुष्टं यदा पश्यत्यन्यमीशमस्य महिमानमिति वीतशोक: ॥*

"जरी दोन पक्षी एकाच वृक्षावर असले तरी झाडाची फळे चाखणारा पक्षी चिंता आणि खिन्नता यांनी पूर्णपणे ग्रस्त झालेला असतो. परंतु कोणत्याही रीतीने त्याच्या मित्राकडे, म्हणजेच भगवंतांकडे तो ज्याक्षणी पाहतो आणि त्यांची महानता जाणतो तत्क्षणी तो दु:खग्रस्त झालेला पक्षी सर्व चिंतांतून मुक्त होतो." अर्जुनाने आता त्याच्या नित्य मित्राकडे म्हणजेच श्रीकृष्णांकडे पाहिले आहे आणि त्यांच्याकडून तो भगवद्गीता जाणून घेत आहे. याप्रमाणे श्रीकृष्णांकडून

श्रवण केल्यामुळे तो भगवंतांची परम लीला जाणून शोकातून मुक्त होऊ शकतो.

या ठिकाणी भगवंत अर्जुनाला उपदेश देतात की, त्याने आपले वृद्ध पितामह आणि गुरू यांच्या देह-स्थित्यंतरामुळे शोक करू नये. त्यापेक्षा धर्मयुद्धात त्यांच्या शरीराचा वध करून विविध शारीरिक कर्मांच्या भोगातून त्यांना मुक्त करण्यात त्याने आनंद मानला पाहिजे. यज्ञवेदीवर किंवा योग्य रणभूमीवर जो मनुष्य आपले जीवन समर्पित करतो तो शारीरिक कर्मभोगांतून तात्काळ मुक्त होतो आणि जीवनातील उच्चतर स्तरावर त्याची उन्नती होते. यास्तव अर्जुनाने शोक करण्याचे काहीच कारण नव्हते.

**नैनं छिन्दन्ति शस्त्राणि नैनं दहति पावकः ।**
**न चैनं क्लेदयन्त्यापो न शोषयति मारुतः ॥ २३ ॥**

**न**—कधीच नाही; **एनम्**—हा आत्मा; **छिन्दन्ति**—कापून तुकडे तुकडे करणे; **शस्त्राणि**—शस्त्रे; **न**—कधीच नाही; **एनम्**—हा आत्मा; **दहति**—जाळणे शक्य आहे; **पावकः**—अग्नी; **न**—कधीच नाही; **च**—सुद्धा; **एनम्**—हा आत्मा; **क्लेदयन्ति**—भिजविणे शक्य आहे; **आपः**—पाणी; **न**—कधीच नाही; **शोषयति**—कोरडा किंवा शुष्क पडतो; **मारुतः**—वारा.

**या आत्म्याचे कोणत्याही शस्त्राद्वारे तुकडे करता येत नाहीत, अग्नीद्वारे त्याला जाळता येत नाही, पाण्याद्वारे त्याला भिजविता येत नाही तसेच वाऱ्याने त्याला सुकविताही येत नाही.**

**तात्पर्य:** तलवारी, अग्निशस्त्रे, वर्षाअस्त्रे, चक्रीवादळ इत्यादी जीवात्म्याला मारण्यात असमर्थ आहेत. आधुनिक अग्निवर्षाव करणाऱ्या शस्त्रास्त्रांव्यतिरिक्त पूर्वीच्या काळी पृथ्वी, जल, वायू, आकाश इत्यादींपासून बनलेली विविध प्रकारची पुष्कळ शस्त्रास्त्रे होती. आधुनिक युगातील अण्वस्त्रांची वर्गवारीसुद्धा अग्निशस्त्रांमध्ये केली जाते, परंतु प्राचीन काळी निरनिराळ्या प्रकारच्या भौतिक मूलतत्त्वांपासून बनविलेली इतर शस्त्रास्त्रे होती. अग्नि-शस्त्रांचा प्रतिकार जलास्त्रांनी (वरुणास्त्र) केला जात असे, पण अशी वरुणास्त्रे आधुनिक विज्ञानाला ज्ञात नाहीत. तसेच आधुनिक वैज्ञानिकांना पवनास्त्रांचेही ज्ञान नाही. असे असले तरी आत्म्याचे कापून तुकडे करता येत नाहीत तसेच विविध प्रकारच्या कितीही आधुनिक शस्त्रांद्वारे त्याचा संहारही होऊ शकत नाही.

जीवात्मा केवळ अज्ञानामुळे कसा उत्पन्न झाला आणि नंतर तो मायाशक्तीने कसा प्रभावित झाला याचे स्पष्टीकरण मायावादी देऊ शकत नाही. व्यक्तिगत जीवात्म्याचे मूळ परमात्म्यापासून तुकडे करून त्यांना अलग करणे शक्य नाही; खरे तर व्यक्तिगत जीवात्मे हे परमात्म्यापासून नित्यच वेगळे असलेले अंश आहेत. जीवात्मे हे सनातन अणुरूप अंश असल्यामुळे ते मायाशक्तीने प्रभावित होणे साहजिकच आहे. ज्याप्रमाणे अग्नीच्या ठिणग्या गुणात्मकदृष्ट्या अग्नीप्रमाणेच असल्या तरी अग्नीपासून अलग झाल्यावर विझतात त्याप्रमाणे जीवात्मेही भगवंतांच्या सान्निध्यातून विभक्त होतात. वराहपुराणात जीवात्म्यांचे वर्णन भगवंतांपासून वेगळे झालेले अंश असे केले आहे आणि शाश्वतरीत्या हे जीवात्मे अंशच राहतात, असे भगवद्गीताही

सांगते. म्हणून भगवंतांनी अर्जुनाला दिलेल्या शिकवणुकीवरून स्पष्ट होते की, मायेतून मुक्त झाल्यानंतरही जीवात्म्यांचे स्वतंत्र व्यक्तिमत्त्व हे टिकून राहते. श्रीकृष्णांकडून ज्ञानप्राप्ती झाल्यावर अर्जुन मुक्त झाला; परंतु तो श्रीकृष्णांशी कधीच एकरूप झाला नाही.

**अच्छेद्योऽयमदाह्योऽयमक्लेद्योऽशोष्य एव च।**
**नित्यः सर्वगतः स्थाणुरचलोऽयं सनातनः ॥ २४॥**

**अच्छेद्यः**—न तुटणारा; **अयम्**—हा आत्मा; **अदाह्यः**—न जळणारा; **अयम्**—हा आत्मा; **अक्लेद्यः**—अविद्राव्य किंवा न विरघळणारा; **अशोष्यः**—न सुकणारा; **एव**—निश्चित; **च**—आणि; **नित्यः**—शाश्वत; **सर्व-गतः**—सर्वव्यापी; **स्थाणुः**—न बदलणारा; **अचलः**—निश्चल; **अयम्**—हा आत्मा; **सनातनः**—शाश्वत तसाच राहणारा.

**हा आत्मा अविद्राव्य व न तुटणारा आहे आणि त्याला सुकविणे किंवा जाळणेही शक्य नाही. हा नेहमी टिकणारा, सर्वव्यापी, अपरिवर्तनीय, निश्चल आणि नित्य सारखाच राहणारा आहे.**

**तात्पर्य:** अणुरूप आत्म्याचे हे सर्व गुणधर्म निश्चितपणे सिद्ध करतात, की जीवात्मा हा परमात्म्याचा नित्य अणुरूप अंश असतो आणि त्यात काहीही बदल न होता तो नित्य अणुरूप अंशच राहतो. याबाबतीत अद्वैत सिद्धांत लागू करणे फार कठीण आहे. कारण स्वतंत्र जीवात्मा कधीच एकजिनसी होऊ शकत नाही. भौतिक दोषांपासून मुक्त झाल्यावर अणुरूप आत्मा भगवंतांच्या दिव्य तेजोमय किरणांमध्ये आध्यात्मिक स्फुलिंग म्हणून राहू शकतो; परंतु जे बुद्धिमान जीवात्मे असतात ते भगवंतांच्या सान्निध्यात राहण्यासाठी आध्यात्मिक लोकांमध्ये प्रवेश करतात.

*सर्वगत:* (सर्वव्यापी) हा शब्द महत्त्वपूर्ण आहे. कारण भगवंतांच्या संपूर्ण सृष्टीमध्ये जीवात्मे आहेत. ही गोष्ट निःसंशय आहे. ते भूमीवर, पाण्यामध्ये, हवेमध्ये, पृथ्वीच्या पोटात आणि अग्नीमध्येही राहतात. अग्नीमध्ये जीवात्म्यांचे निर्जीवीकरण होते हा सिद्धांत मान्य करता येत नाही. या ठिकाणी स्पष्टपणे सांगण्यात आले आहे की, आत्मा हा अग्नीद्वारे जाळला जात नाही. म्हणून ही गोष्ट निःसंशय आहे की, सूर्यग्रहावरही तेथे राहण्यास योग्य अशी शरीरे असलेले जीवात्मे आहेत. जर सूर्यगोलावर वस्ती नसती तर *सर्वगत:* हा शब्द अर्थहीन झाला असता.

**अव्यक्तोऽयमचिन्त्योऽयमविकार्योऽयमुच्यते।**
**तस्मादेवं विदित्वैनं नानुशोचितुमर्हसि ॥ २५॥**

**अव्यक्तः**—अदृश्य, अव्यक्त; **अयम्**—हा आत्मा; **अचिन्त्यः**—अकल्पनीय; **अयम्**—हा आत्मा; **अविकार्यः**—अविकारी किंवा अपरिवर्तनीय; **अयम्**—हा आत्मा; **उच्यते**—म्हटले जाते; **तस्मात्**—म्हणून; **एवम्**—याप्रमाणे; **विदित्वा**—योग्य रीतीने जाणून; **एनम्**—हा आत्मा; **न**—नको; **अनुशोचितुम्**—शोक करणारा; **अर्हसि**—योग्य आहेस.

**हा आत्मा अदृश्य, कल्पनातीत आणि अपरिवर्तनीय आहे असे म्हटले जाते. हे जाणून तू शरीराबद्दल शोक करू नकोस.**

**तात्पर्य:** पूर्वी वर्णिल्याप्रमाणे भौतिक गणनेनुसार जीवात्मा इतका सूक्ष्म आहे की, अतिशक्तिशाली सूक्ष्मदर्शक यंत्रातूनही त्याला पाहणे शक्य नाही. यास्तव त्याला अव्यक्त म्हटले जाते. आत्म्याच्या अस्तित्वाविषयी विचार केला तर श्रुतीच्या प्रमाणापलीकडे किंवा वैदिक ज्ञानापलीकडे प्रायोगिकरीत्या कोणालाही जीवात्म्याचे अस्तित्व प्रस्थापित करता येत नाही. आपणाला या सत्याचा स्वीकार केला पाहिजे. कारण आत्म्याचे अस्तित्व हे अनुभवगम्य सत्य असले तरी आत्म्याचे अस्तित्व जाणण्याचे इतर कोणतेही साधन नाही. अशा अनेक गोष्टी आहेत की ज्या आपल्याला केवळ श्रेष्ठ प्रमाणांच्या आधारावर मान्य कराव्या लागतात. पित्याची ओळख ही मातेच्या प्रमाणाशिवाय अन्य कोणत्याही मार्गाने होऊ शकत नाही हे प्रत्येकाला मान्य करावेच लागेल. त्याचप्रमाणे वेदाध्ययनाशिवाय आत्मज्ञानप्राप्तीचे इतर कोणतेही साधन नाही. दुसऱ्या शब्दांत सांगावयाचे तर, आत्म्याला मानवीय प्रायोगिक ज्ञानाद्वारे जाणणे अशक्यप्राय आहे. आत्मा म्हणजेच चेतना आणि चेतन आहे व हे वैदिक विधान असल्यामुळे आपण मान्य केलेच पाहिजे. शरीरामध्ये ज्याप्रमाणे स्थित्यंतरे आढळतात तशी आत्म्यामध्ये आढळून येत नाहीत. आत्मा हा नित्य अपरिवर्तनीय असल्यामुळे तो अमर्यादित परमात्म्याच्या तुलनेत सूक्ष्म अणुरूपच राहतो. परमात्मा हा अमर्यादित अनंत आहे तर आत्मा हा मर्यादित सूक्ष्मरूप आहे. म्हणून हा अपरिवर्तनीय सूक्ष्म जीवात्मा, परमात्म्याशी किंवा पुरुषोत्तम श्रीभगवान यांच्याशी कधीच बरोबरी करू शकत नाही. आत्म्याच्या स्थायित्वाची कल्पना दृढ करण्यासाठी या संकल्पनेचा वेदामध्ये निरनिराळ्या प्रकारे पुनरुच्चार करण्यात आला आहे. कोणतीही गोष्ट वारंवार केल्याने आपण ती व्यवस्थित आणि अचूकपणे जाणू शकतो.

**अथ चैनं नित्यजा तं नित्यं वा मन्यसे मृतम्।**
**तथापि त्वं महाबाहो नैनं शोचितुमर्हसि ॥ २६ ॥**

**अथ**—जर, तथापि; **च**—सुद्धा; **एनम्**—हा आत्मा; **नित्य-जातम्**—नित्य जन्मणारा; **नित्यम्**—नेहमी; **वा**—किंवा; **मन्यसे**—तुला असे वाटते; **मृतम्**—मृत झालेला; **तथा अपि**—तरीही; **त्वम्**—तू; **महा-बाहो**—हे महाशक्तिशाली; **न**—कधीच नाही; **एनम्**—आत्म्याविषयी; **शोचितुम्**—शोक करणे; **अर्हसि**—योग्य आहे.

**तथापि, जरी तुला वाटते की, आत्मा ( किंवा जीवनाची लक्षणे ) हा नित्य जन्मतो आणि नित्य मृत होतो, तरी हे महाबाहो! तू शोक करणे योग्य नाही.**

**तात्पर्य:** बौद्धांप्रमाणेच नेहमी तत्त्वज्ञानी लोकांचा एक वर्ग आहे जो शरीराव्यतिरिक्त आत्म्याच्या अस्तित्वावर विश्वासच ठेवत नाही. असे दिसून येते की, जेव्हा भगवान श्रीकृष्णांनी भगवद्गीता सांगितली तेव्हाही अशा प्रकारचे तत्त्वज्ञानी अस्तित्वात होते आणि ते *लोकायतिक* व *वैभाषिक* म्हणून जाणले जात होते. अशा तत्त्ववेत्त्यांचे प्रतिपादन आहे की, भौतिक संयोगाच्या एका

विशिष्ट परिपक्व स्थितीत जीवनाची लक्षणे व्यक्त होतात. आधुनिक जडवादी वैज्ञानिक तसेच जडवादी तत्त्वज्ञानीही याचप्रमाणे प्रतिपादन करतात. त्यांच्या मताप्रमाणे शरीर म्हणजे भौतिक मूलतत्त्वांचे संमिश्रण आहे आणि भौतिक व रासायनिक मूलतत्त्वांच्या प्रक्रियेमुळे एका विशिष्ट अवस्थेत जीवनाची लक्षणे प्रकट होतात. मानुष्यकशास्त्र या तत्त्वज्ञानावर आधारित आहे. सद्यस्थितीत याच तत्त्वज्ञानावर आधारलेले अनेक कपोलकल्पित धर्म अमेरिकेत प्रचलित होत आहेत. असे हे कपोलकल्पित धर्म शून्यवादी अभक्त बौद्धिक पंथावरही आधारित आहेत.

वैभाषिक तत्त्वज्ञानाप्रमाणे जरी आत्म्याच्या अस्तित्वावर अर्जुनाचा विश्वास नसला तरी त्याला शोक करण्याचे काहीच कारण नाही. रसायनांचा ठरावीक साठा नष्ट झाला म्हणून कोणी शोकही करत नाही किंवा आपले नियत कर्म करणेही थांबवीत नाही. उलटपक्षी आधुनिक विज्ञानात आणि वैज्ञानिक युद्धात शत्रूवर विजय प्राप्त करण्यासाठी अनेक टन रसायने वाया घालविली जातात. वैभाषिक तत्त्वज्ञानाप्रमाणे शरीराच्या नाशाबरोबरच तथाकथित आत्माही नाश पावतो. म्हणून कोणत्याही परिस्थितीला अणुरूप जीवात्म्याबद्दलचा वैदिक निष्कर्ष अर्जुनाने स्वीकारला किंवा त्याने आत्म्याच्या अस्तित्वावरच विश्वास ठेवला नाही तरी त्याला शोक करण्याचे काहीच कारण नाही. या सिद्धांताप्रमाणे, ज्याअर्थी प्रत्येक क्षणी जडद्रव्यांपासून असंख्य जीव उत्पन्न होत आहेत आणि क्षणोक्षणी तितकेच जीव नष्ट होत आहेत त्याअर्थी अशा घटनांबद्दल दुःखी होण्याची आवश्यकताच नाही. आत्म्याला पुनर्जन्मच नसता तर पितामह आणि गुरुजनांच्या हत्येच्या पातकांपासून अर्जुनाला भयभीत होण्याचे कारणच नव्हते. पण त्याच वेळी श्रीकृष्णांनी अर्जुनाला व्यंगपूर्वक *महाबाहो* म्हणून संबोधले कारण त्याने वैदिक ज्ञानाला प्रतिकूल असणाऱ्या वैभाषिक तत्त्वज्ञानाचा स्वीकार केला नाही. क्षत्रिय या नात्याने अर्जुन वैदिक संस्कृतीशी संबंधित होता आणि तिचे पालन करणेच त्याला योग्य होते.

**जातस्य हि ध्रुवो मृत्युर्ध्रुवं जन्म मृतस्य च।**
**तस्मादपरिहार्येऽर्थे न त्वं शोचितुमर्हसि ॥ २७॥**

**जातस्य**—जो जन्मला आहे त्याचा; **हि**—निश्चितच; **ध्रुवः**—वस्तुस्थिती, वास्तविक सत्य; **मृत्युः**—मृत्यू; **ध्रुवम्**—हेही निश्चित सत्य आहे; **जन्म**—जन्म; **मृतस्य**—जो मृत झाला आहे; **च**—सुद्धा; **तस्मात्**—म्हणून; **अपरिहार्ये**—जे टाळता येत नाही; **अर्थे**—अशा बाबतीत; **न**—करू नको; **त्वम्**—तू; **शोचितुम्**—शोक करणे; **अर्हसि**—योग्य आहे.

**जो जन्मला आहे त्याचा मृत्यू निश्चित आहे आणि जो मृत झाला आहे त्याचा जन्म निश्चित आहे. म्हणून तुझ्या अपरिहार्य कर्तव्यपालनात तू शोक करणे योग्य नाही.**

**तात्पर्य:** मनुष्याला आपल्या आयुष्यातील कर्मानुसार जन्म घ्यावा लागतो आणि अशा कर्माचा एक कालावधी संपला की, दुसऱ्या कालावधीसाठी त्याला पुन्हा जन्म घ्यावा लागतो. याप्रकारे जन्म आणि मृत्यू यांचे चक्र मोक्षाच्या अभावी एकामागून एक फिरत राहते. अनावश्यक खून, हत्या आणि युद्ध या गोष्टी जन्म-मृत्यूच्या या चक्रामुळे समर्थनीय ठरत नाहीत, पण त्याचबरोबर न्याय आणि सुव्यवस्था राखण्यासाठी मानवसमाजात हिंसा आणि युद्ध अटळ आहे.

भगवंतांची इच्छा असल्यामुळे कुरुक्षेत्रावरील युद्ध हे अपरिहार्य होते आणि योग्य हेतूकरिता लढणे हे क्षत्रियांचे कर्तव्य आहे. अर्जुन आपले योग्य कर्तव्यपालन करीत असल्याने आपल्या नातेवाईकांच्या हत्येमुळे त्याने दु:खी आणि भयभीत का व्हावे? कायदा भंग करणे हे त्याला योग्य नव्हते. कारण त्यामुळे ज्या पातकांची त्याला भीती वाटत होती त्याची फळे त्याला भोगावी लागणार होती. आपल्या योग्य कर्तव्यपालनात कसर केल्याने तो आपल्या नातलगांचा मृत्यू टाळू शकत नव्हता आणि या प्रकारे चुकीच्या कर्मपथाचा अवलंब केल्याने त्याचे पतनच झाले असते.

**अव्यक्तादीनि भूतानि व्यक्तमध्यानि भारत।**
**अव्यक्तनिधनान्येव तत्र का परिदेवना ॥ २८॥**

**अव्यक्त-आदीनि**—आरंभी अप्रकट; **भूतानि**—उत्पन्न झालेले सर्व जीव; **व्यक्त**—प्रकट, सृष्ट; **मध्यानि**—मध्ये; **भारत**—हे भरतवंशजा; **अव्यक्त**—अप्रकट; **निधनानि**—विनाश झाल्यावर; **एव**—हे सर्व त्याप्रमाणे आहे; **तत्र**—म्हणून; **का**—कसला; **परिदेवना**—शोक.

**समस्त जीव प्रारंभी अव्यक्त असतात, मध्यावस्थेत व्यक्त असतात आणि विनाशानंतर पुन्हा अव्यक्त होतात. म्हणून शोक करण्याची काय आवश्यकता आहे?**

**तात्पर्य:** आत्म्याच्या अस्तित्वावर विश्वास ठेवणारे आणि आत्म्याच्या अस्तित्वावर विश्वास न ठेवणारे असे तत्त्ववेत्त्यांचे दोन वर्ग जरी मानले तरी, दोहोंच्या दृष्टीनेही शोक करण्याचा प्रश्नच उद्भवत नाही. आत्म्याच्या अस्तित्वावर विश्वास न ठेवणाऱ्यांना वेदविद्येचे अनुयायी नास्तिक असे म्हणतात. तरीही केवळ वादविवादाकरिता हा नास्तिकवादी सिद्धांत आपण स्वीकारला तरी शोक करण्याचे काहीच कारण नाही. आत्म्याचे स्वतंत्र अस्तित्व सोडले तर भौतिक तत्त्वे ही सृष्टीच्या निर्मितीपूर्वी अप्रकटच राहतात. ज्याप्रमाणे आकाशातून वायू उत्पन्न होतो, वायूपासून अग्नी, अग्नीपासून जल आणि जलापासून पृथ्वी उत्पन्न होते त्याचप्रमाणे अव्यक्ताच्या या सूक्ष्मावस्थेतून व्यक्त अवस्था उत्पन्न होते. पृथ्वीपासून विविध प्रकारचे प्रकटीकरण होते. उदाहरणार्थ, पृथ्वीपासून प्रकट झालेली गगनचुंबी इमारत जेव्हा ती कोसळविली जाते तेव्हा तिची प्रकटावस्था पुन्हा अप्रकट होते आणि सरतेशेवटी तिचे रूपांतर कणांमध्ये होते. शक्तीच्या अविनाशत्वाचा नियम (Law of conservation of energy) कायम राहतो, पण कालगतीला अनुसरून पदार्थ प्रकट होतात आणि अप्रकट होतात हा फरक आहे. म्हणून प्रकटावस्था असो वा अप्रकटावस्था असो, कोणत्याही अवस्थेत शोक करण्याचे कारण काय? कसेही असले तरी अप्रकटावस्थेतही पदार्थ नष्ट होत नाहीत. आरंभ आणि अंत या दोन्ही अवस्थेत तत्त्वे अव्यक्त राहतात. केवळ मध्यावस्थेत ती व्यक्त होतात आणि यामुळे कोणताही महत्त्वपूर्ण फरक पडत नाही.

कालांतराने हे भौतिक शरीर नष्ट होते (*अन्तवन्त इमे देहा:*) पण आत्मा हा सनातन आहे. (*नित्यस्योक्ता: शरीरिण:*) भगवद्गीतेत सांगितलेल्या या वैदिक निष्कर्षाचा आपण स्वीकार केला तर आपण नेहमी ध्यानात ठेवले पाहिजे की, शरीर हे एखाद्या वस्त्राप्रमाणे आहे आणि

म्हणून वस्त्र बदलण्याने शोक करण्यात काय अर्थ आहे? सनातन आत्म्याच्या अस्तित्वाचा विचार केला तर या भौतिक शरीराला वास्तविक अस्तित्वच नाही. हे एका स्वप्नाप्रमाणे आहे. स्वप्नामध्ये आपल्याला वाटेल की, आपण आकाशात उडत आहोत किंवा एखाद्या राजाप्रमाणे रथामध्ये विराजमान आहोत. परंतु जेव्हा आपल्याला जाग येते तेव्हा आपण पाहतो की, आपण आकाशातही नाही किंवा रथामध्येही नाही. भौतिक शरीराला वास्तविक अस्तित्व नाही या आधारावर वैदिक ज्ञान आत्मसाक्षात्कार प्राप्तीला प्रोत्साहन देते. म्हणून मनुष्याचा विश्वास आत्म्याच्या अस्तित्वावर असो वा नसो, शरीराच्या विनाशाबद्दल शोक करण्याचे काहीच कारण नाही.

**आश्चर्यवत्पश्यति कश्चिदेन-**
**माश्चर्यवद्वदति तथैव चान्यः ।**
**आश्चर्यवच्चैनमन्यः शृणोति**
**श्रुत्वाप्येनं वेद न चैव कश्चित् ॥ २९ ॥**

**आश्चर्य-वत्**—आश्चर्यकारक; **पश्यति**—पाहतो; **कश्चित्**—कोणी; **एनम्**—या आत्म्याला; **आश्चर्य-वत्**—विस्मयकारक; **वदति**—बोलतात; **तथा**—ज्याप्रमाणे; **एव**—निश्चितपणे; **च**—सुद्धा; **अन्यः**—दुसरा; **आश्चर्य-वत्**—विस्मयकारक; **च**—सुद्धा; **एनम्**—या आत्म्याला; **अन्यः**—दुसरा; **शृणोति**—ऐकतो; **श्रुत्वा**—ऐकल्यानंतर; **अपि**—सुद्धा; **एनम्**—या आत्म्याला; **वेद**—जाणतो; **न**—कधीही नाही; **च**—आणि; **एव**—निश्चित; **कश्चित्**—कोणीही.

**कोणी या आत्म्याकडे विस्मयकारक म्हणून पाहतात, कोणी याचे वर्णन अद्भुत म्हणून करतात आणि कोणी याच्याबद्दल आश्चर्यकारक म्हणून ऐकतात. परंतु दुसरे असे आहेत की, जे त्याच्याबद्दल ऐकल्यावरही त्याला मुळीच जाणू शकत नाहीत.**

**तात्पर्यः** गीतोपनिषद हे मुख्यतः उपनिषदातील सिद्धांतावर आधारित असल्यामुळे याच प्रकारचा श्लोक कठोपनिषदातही (१.२.७) आढळतो यात आश्चर्य नाही.

*श्रवणयापि बहुभिर्यो न लभ्यः शृण्वन्तोऽपि बहवो यं न विद्युः ।*
*आश्चर्यो वक्ता कुशलोऽस्य लब्धा आश्चर्योऽस्य ज्ञाता कुशलानुशिष्टः ॥*

एका महाकाय जनावराच्या शरीरात, एखाद्या प्रचंड वटवृक्षात आणि एक इंच जागेत असणाऱ्या कोट्यवधी जीवजंतूंमध्येही आत्मा असणे ही गोष्ट निश्चितच आश्चर्यकारक आहे. आदिजीव ब्रह्मदेवाला ज्ञान देणाऱ्या सर्वश्रेष्ठ प्रमाणित ज्ञानाधिकारी भगवंतांनी जरी या आत्म्याचे वर्णन केले तरी अल्पज्ञ आणि अतपस्वी लोक अणुरूप आध्यात्मिक स्फुलिंगाचे विस्मयकारक गुण समजू शकत नाहीत. पदार्थाबद्दलच्या स्थूल जडवादी संकल्पनेमुळे या युगातील बहुतेक लोक, हा सूक्ष्म कण एकाच वेळी महान आणि सूक्ष्म कसा असू शकतो हे समजू शकत नाहीत. वास्तविक आत्म्याच्या स्वरूपामुळे किंवा वर्णनामुळे लोक त्याच्याकडे आश्चर्यकारक म्हणून पाहतात. भौतिक शक्तीने मोहित झाल्यामुळे ते इंद्रियतृप्तीमध्ये इतके मग्न असतात की,

आत्मज्ञानप्राप्तीसाठी त्यांच्याकडे अत्यंत अल्पवेळ असतो. जीवनार्थ संघर्षामध्ये आत्मज्ञानविरहित सर्व कार्ये व्यर्थ ठरतात ही वस्तुस्थिती आहे. भौतिक दुःखांतून सुटण्यासाठी मनुष्याने आत्म्याचा विचार करणे आवश्यक आहे याची कदाचित लोकांना कल्पनाही नाही.

आत्म्याबद्दल श्रवण करण्यासाठी इच्छुक असणारे काही लोक सत्संगामध्ये प्रवचन ऐकतही असतील, परंतु काही वेळा अज्ञानवश, आत्मा आणि परमात्मा यांच्या परिमाणातील भेद न जाणता ते एकच आहेत या समजुतीद्वारे त्यांची दिशाभूल केली जाते. परमात्म्याचे स्वरूप, आत्म्याचे स्वरूप, त्यांचे कार्य तसेच त्यांचा एकमेकातील संबंध आणि इतर बारीक-मोठे तपशील याचे पूर्ण ज्ञान असणारी व्यक्ती आढळणे अत्यंत कठीण आहे. आत्मज्ञानामुळे होणारा वास्तविक लाभ आणि आत्म्याचे स्वरूप विविध मार्गाने समजावून सांगू शकणारा मनुष्य सापडणे हे त्यापेक्षाही दुस्तर आहे; पण जर कोणत्याही प्रकारे एखादा आत्मज्ञान जाणू शकला तर त्याचे जीवन सफल होते.

आत्म्यासंबंधीचे ज्ञान जाणण्याचा अत्यंत सोपा मार्ग म्हणजे सर्वश्रेष्ठ प्रमाणित अधिकारी भगवान श्रीकृष्ण यांनी भगवद्गीतेत सांगितलेल्या उपदेशाचा इतर सिद्धांतामुळे विचलित न होता स्वीकार करणे. श्रीकृष्णांचा पुरुषोत्तम श्रीभगवान म्हणून स्वीकार करण्यापूर्वी मनुष्याने या जन्मात किंवा पूर्वजन्मात महान अशी तपस्या आणि त्याग करणे अत्यावश्यक आहे. परंतु श्रीकृष्णांना याप्रमाणे जाणणे केवळ शुद्ध भक्तांच्या अहैतुकी कृपेनेच शक्य आहे आणि अन्य कोणत्याही उपायाने नाही.

**देही नित्यमवध्योऽयं देहे सर्वस्य भारत ।**
**तस्मात्सर्वाणि भूतानि न त्वं शोचितुमर्हसि ॥ ३० ॥**

**देही**—भौतिक शरीराचा स्वामी; **नित्यम्**—शाश्वत काळासाठी; **अवध्यः**—वध होऊ शकत नाही; **अयम्**—हा आत्मा; **देहे**—शरीरामध्ये; **सर्वस्य**—प्रत्येकाच्या; **भारत**—हे भरतवंशजा; **तस्मात्**—म्हणून; **सर्वाणि**—सर्व; **भूतानि**—प्राणिमात्र; **न**—कधीच नाही; **त्वम्**—तू; **शोचितुम्**—शोक करणे; **अर्हसि**—योग्य आहे.

**हे भरतवंशजा! या देहामध्ये जो वास करतो त्याचा कधीच वध होऊ शकत नाही. म्हणून कोणत्याही प्राणिमात्रांसाठी तू शोक करण्याची आवश्यकता नाही.**

**तात्पर्य:** भगवान श्रीकृष्ण आता अविकारी आत्म्याबद्दलच्या उपदेशाचा शेवट करतात. अमर आत्म्याचे अनेक प्रकारे वर्णन केल्यानंतर भगवान श्रीकृष्ण ठामपणे सिद्ध करतात की, आत्मा हा अमर आहे आणि शरीर हे क्षणिक आहे. यासाठीच आपले पितामह भीष्म आणि गुरू द्रोण यांची हत्या होईल म्हणून क्षत्रिय या नात्याने अर्जुनाने युद्ध-कर्तव्याचा त्याग करणे योग्य नाही. भगवान श्रीकृष्णांच्या अधिकृत प्रमाणांवरून मनुष्याने निश्चितपणे जाणले पाहिजे की, भौतिक शरीराहूनही भिन्न असा आत्मा असतो. असे नाही की, आत्मा नावाची गोष्टच अस्तित्वात नाही किंवा रासायनिक प्रक्रियांमुळे भौतिक परिपक्वतेच्या एका विशिष्ट अवस्थेमध्येच जीवनाची लक्षणे प्रकट होतात. आत्मा जरी अमर असला तरी हिंसेला प्रोत्साहन दिलेले नाही. पण

त्याचबरोबर युद्ध-काळामध्ये आवश्यकता असल्यामुळे हिंसेचा निषेधही केलेला नाही. अशा हिंसेची गरज लहरीखातर न ठरविता भगवंतांच्या आज्ञेवर आधारित असली पाहिजे.

**स्वधर्ममपि चावेक्ष्य न विकम्पितुमर्हसि ।**
**धर्म्याद्धि युद्धाच्छ्रेयोऽन्यत्क्षत्रियस्य न विद्यते॥ ३१ ॥**

**स्व-धर्मम्**—आपली स्वत:ची धर्मतत्त्वे; **अपि**—सुद्धा; **च**—खचित; **अवेक्ष्य**—विचार करून; **न**—कधीही नाही; **विकम्पितुम्**—संकोच करणे; **अर्हसि**—तू योग्य आहेस; **धर्म्यात्**—धर्मतत्त्वांसाठी; **हि**—खचित; **युद्धात्**—युद्ध करण्यापेक्षा; **श्रेय:**—योग्य कार्य; **अन्यत्**—इतर कोणतेही; **क्षत्रियस्य**—क्षत्रियाला; **न**—नाही; **विद्यते**—आहे.

**क्षत्रिय या नात्याने तुझ्या विशिष्ट कर्तव्याचा विचार केला असता तू जाणले पाहिजे की, तुला धर्मतत्त्वांसाठी युद्ध करण्यापेक्षा श्रेष्ठ असे इतर कोणतेही कार्य नाही. यास्तव तू संकोच करण्याची आवश्यकता नाही.**

**तात्पर्य:** सामाजिक व्यवस्थेसाठी असणाऱ्या चार वर्णांमधील द्वितीय वर्णाला क्षत्रिय म्हटले जाते व हा वर्ण उत्तम राज्यकारभार करण्यासाठी असतो. *क्षत्* म्हणजे पीडा किंवा इजा. जो पीडा होण्यापासून रक्षण करतो त्याला क्षत्रिय म्हटले जाते. ( *त्रायते*—संरक्षण देणे) क्षत्रियांना अरण्यात शिकार करण्याचे प्रशिक्षण दिले जाते. क्षत्रिय अरण्यात जाऊन वाघाला समोरासमोर आव्हान देत असत आणि वाघाबरोबर तलवारीने झुंज देत असत. वाघाची शिकार झाल्यावर त्याचे राजकीय, मानसन्मानाने अंत्यसंस्कार केले जात असत. जयपूर संस्थानाचे क्षत्रिय राजे आजतागायत या पद्धतीचे पालन करीत आहेत. क्षत्रियांना विशेषत्वे आव्हान देण्याचे आणि हत्या करण्याचे प्रशिक्षण दिले जाते. कारण काही वेळा धार्मिक हिंसा ही आवश्यक बाब असते. म्हणून क्षत्रिय एकदम संन्यासाश्रम स्वीकारू शकत नाहीत. राजकारणात अहिंसा ही राजकीय चाल किंवा धोरण ठरू शकते, पण एक अविभाज्य तत्त्व म्हणून ती असू शकत नाही. धार्मिक न्यायसंहितेमध्ये सांगण्यात आले आहे की,

*आहवेषु मिथोऽन्योन्यं जिघांसन्तो महीक्षित: ।*
*युद्धमाना: परं शक्त्या स्वर्गं यान्त्यपराङ्मुखा: ॥*
*यज्ञेषु पशवो ब्रह्मन् हन्यन्ते सततं द्विजै: ।*
*संस्कृता: किल मन्त्रैश्च तेऽपि स्वर्गमवाप्नुवन् ॥*

"रणभूमीवर एखादा राजा किंवा क्षत्रिय त्याचा मत्सर करणाऱ्या राजाशी लढतो तेव्हा मृत्यूनंतर तो स्वर्गप्राप्ती करण्यास योग्य होतो. त्याचप्रमाणे ब्राह्मणही यज्ञामध्ये पशूंची आहुती देऊन स्वर्गप्राप्ती करतात. म्हणून धार्मिक तत्त्वपालनासाठी रणभूमीवर हत्या करणे आणि यज्ञामध्ये पशूंची आहुती देणे या मुळीच हिंसक कृती मानल्या जात नाहीत. कारण यामध्ये धर्मतत्त्वे संबंधित असल्यामुळे प्रत्येकालाच लाभ होतो. यज्ञबळीला, एका योनीतून दुसऱ्या योनीत या प्रकारे उत्क्रांतिमार्गातून न जाता तात्काळ मनुष्य जीवनाची प्राप्ती होते. युद्धभूमीवर मारल्या गेलेल्या क्षत्रियांनाही, यज्ञबळी देऊन स्वर्गप्राप्ती करणाऱ्या ब्राह्मणांप्रमाणेच स्वर्गप्राप्ती

होते.''

*स्वधर्म* किंवा विशेष कर्तव्ये दोन प्रकारची आहेत. जोपर्यंत मनुष्य मुक्त होत नाही तोपर्यंत त्याने विशिष्ट शरीरानुसार मोक्षप्राप्तीसाठी धर्मतत्त्वांप्रमाणे कर्तव्य करणे आवश्यक आहे. जेव्हा एखादा मुक्त होतो तेव्हा त्याचा *स्वधर्म* किंवा त्याची विशिष्ट कर्तव्ये शारीरिक स्तरावर नसल्यामुळे त्याच्या स्वधर्माला आध्यात्मिक स्वरूप प्राप्त होते. ब्राह्मण आणि क्षत्रियांना शारीरिक स्तरावर विशिष्ट नियत कर्तव्ये नेमून दिलेली असतात आणि त्यांचे पालन करणे अनिवार्य असते. स्वधर्म भगवंताने नेमून दिलेला आहे आणि याचे स्पष्टीकरण चौथ्या अध्यायात केले जाईल. शारीरिक स्तरावर स्वधर्माला वर्णाश्रम धर्म किंवा मानवाच्या आध्यात्मिक ज्ञानप्राप्तीचा मूलभूत आधार असे म्हटले जाते. मानवी संस्कृतीचा प्रारंभ वर्णाश्रम धर्म किंवा प्राप्त शरीराच्या विशिष्ट गुणांनुसार नेमून दिलेल्या कर्तव्यांपासून होतो. ज्येष्ठ व्यक्तींच्या आज्ञेनुसार कोणत्याही कार्यक्षेत्रामध्ये त्या त्या प्रकारचे कार्य केल्याने मनुष्याची जीवनातील उच्चतर अवस्थेमध्ये उन्नती होते.

**यदृच्छया चोपपन्नं स्वर्गद्वारमपावृतम् ।**
**सुखिनः क्षत्रियाः पार्थ लभन्ते युद्धमीदृशम् ॥ ३२ ॥**

**यदृच्छया**—सहजगत्या; **च**—सुद्धा; **उपपन्नम्**—प्राप्त झालेले; **स्वर्ग**—स्वर्गाचे; **द्वारम्**—द्वार; **अपावृतम्**—पूर्ण उघडलेले; **सुखिनः**—अत्यंत सुखी; **क्षत्रियाः**—राजवंशातील लोकांना; **पार्थ**—हे पार्थ (पृथापुत्र); **लभन्ते**—निश्चित प्राप्त होते; **युद्धम्**—युद्ध; **ईदृशम्**—यासारखे.

**हे पार्थ! ज्या क्षत्रियांना अशा युद्धाची संधी प्रयत्न न करताही येते ते खरोखरच सुखी आहेत, कारण या संधीमुळे त्यांच्यासाठी स्वर्गाची द्वारे सताड उघडी होतात.**

**तात्पर्यः** अर्जुन जेव्हा म्हणाला की, ''मला या युद्धापासून कल्याणकारक असे काहीच दिसत नाही. यामुळे शाश्वत नरकवासच भोगावा लागेल.'' तेव्हा अर्जुनाच्या या प्रवृत्तीची विश्वाचे आदिगुरू भगवान श्रीकृष्णांनी निंदा केली होती. अर्जुनाने अशी विधाने केवळ अज्ञानामुळेच केली होती. अहिंसक बनून त्याला त्याचे नियत कर्म करावयाचे होते. क्षत्रियाने रणांगणावर असूनही अहिंसक बनावे हे मूर्खांचे तत्त्वज्ञान आहे. महान ऋषी आणि व्यासदेवांचे पिता, पराशर मुनी आपल्या 'पराशर स्मृतीत' सांगतात की,

*क्षत्रियो हि प्रजारक्षन् शस्त्रपाणिः प्रदण्डयन् ।*
*निर्जित्य परसैन्यादि क्षितिं धर्मेण पालयेत् ॥*

''सर्व प्रकारच्या संकटातून प्रजेचे रक्षण करणे हे क्षत्रियांचे कर्तव्य आहे. यासाठी तसेच कायदा आणि सुव्यवस्था राखण्याकरिता त्याला योग्य बाबतीत हिंसेचा वापर करावा लागतो. म्हणून त्याला शत्रू राजाच्या सैन्याचा निःपात करावा लागतो आणि याप्रमाणे धर्मतत्त्वानुसार त्याने जगावर राज्य करावे.''

सर्व बाबींचा विचार केल्यास अर्जुनाने युद्धापासून परावृत्त होण्याचे काहीच कारण नव्हते. जर त्याने शत्रूवर विजय प्राप्त केला असता तर त्याला राज्योपभोग घेता आला असता आणि

जर युद्धामध्ये तो मारला गेला असता तरी त्याची स्वर्गलोकाप्रत उन्नती झाली असती, कारण तेथील द्वारे त्याच्यासाठी सताड खुली होती. दोन्हीपैकी कोणत्याही परिस्थितीत युद्ध करणे त्याला लाभदायकच होते.

**अथ चेत्त्वमिमं धर्म्यं सङ्ग्रामं न करिष्यसि।**
**ततः स्वधर्मं कीर्तिं च हित्वा पापमवाप्स्यसि॥ ३३॥**

**अथ**—म्हणून; **चेत्**—जर; **त्वम्**—तू; **इमम्**—या; **धर्म्यम्**—धर्मकर्तव्य म्हणून; **सङ्ग्रामम्**—युद्ध; **न**—नाही; **करिष्यसि**—करणार; **ततः**—तर मग; **स्व-धर्मम्**—तुझे धार्मिक कर्तव्य; **कीर्तिम्**—कीर्ती; **च**—सुद्धा; **हित्वा**—गमावणे; **पापम्**—पापकर्मफल; **अवाप्स्यसि**—प्राप्त करशील.

**परंतु तू जर धर्मयुद्ध करण्याचे तुझे कर्तव्य केले नाहीस तर कर्तव्य करण्यामध्ये निष्काळजीपणा केल्यामुळे तुला निश्चितपणे पाप लागेल आणि याप्रमाणे योद्धा म्हणून तू तुझी कीर्ती गमावशील.**

**तात्पर्य:** अर्जुन हा प्रसिद्ध योद्धा होता आणि भगवान शंकरांसहित इतर देवदेवतांशी युद्ध करून त्याने कीर्ती प्राप्त केली होती. शिकाऱ्याच्या वेषात आलेल्या भगवान शंकरांचा युद्धात त्याने पराभव करून त्यांना प्रसन्न केले व *पाशुपतास्त्र* नावाचे अस्त्र वरदान म्हणून प्राप्त केले. अर्जुन महान योद्धा होता हे प्रत्येकाला माहीत होते. द्रोणाचार्यांनीही त्याला आशीर्वाद दिले व असे अस्त्र वरदान दिले की ज्यायोगे तो आपल्या गुरूचाही वध करू शकत होता. त्याचा पिता व स्वर्गाचा राजा इंद्र यांच्यासहित इतर अनेक अधिकारी व्यक्तींकडून त्याने युद्ध करण्याच्या पात्रतेबद्दलची विश्वसनीयता प्राप्त केली होती, परंतु जर त्याने युद्धाचा त्याग केला, तर त्याने आपले क्षत्रियाचे कर्तव्यच टाळले असे नव्हे तर तो आपली कीर्ती आणि नावलौकिकही गमावून बसला असता आणि याप्रमाणे नरकात जाण्यासाठी त्याने स्वतःच राजमार्ग बनवला असता. दुसऱ्या शब्दांत सांगावयाचे झाल्यास, तो युद्ध करून नव्हे तर युद्धापासून माघार घेतल्यामुळे नरकात गेला असता.

**अकीर्तिं चापि भूतानि कथयिष्यन्ति तेऽव्ययाम्।**
**सम्भावितस्य चाकीर्तिर्मरणादतिरिच्यते ॥ ३४॥**

**अकीर्तिम्**—अपकीर्ती; **च**—सुद्धा; **अपि**—याशिवाय आणखी; **भूतानि**—सर्व लोक; **कथयिष्यन्ति**—वर्णन करतील; **ते**—तुझी; **अव्ययाम्**—नेहमी; **सम्भावितस्य**—सन्मान्य व्यक्तीसाठी; **च**—सुद्धा; **अकीर्तिः**—दुष्कीर्ती; **मरणात्**—मृत्यूपेक्षा; **अतिरिच्यते**—अधिक होते.

**लोक नेहमी तुझ्या अपयशाचे वर्णन करतील आणि सन्मान्य व्यक्तीसाठी दुष्कीर्ती ही मृत्यूपेक्षाही भयंकर आहे.**

**तात्पर्य:** अर्जुनाचा सखा आणि तत्त्वोपदेशक या नात्याने भगवान श्रीकृष्ण अर्जुनाला त्याच्या युद्ध करण्याच्या नकाराबद्दल अंतिम निर्णय देत आहेत. भगवान म्हणतात, "अर्जुना, युद्धारंभ होण्यापूर्वीच तू जर युद्धभूमी सोडून गेलास तर लोक तुला भ्याड म्हणतील आणि जर तू म्हणत

असशील की, लोक काहीही अपशब्द बोलले तरी तू युद्धभूमीतून पलायन करून तुझे प्राण वाचवशील, तर माझा तुला सल्ला आहे की, तू युद्धात मरणेच अधिक उत्तम आहे. तुझ्यासारख्या सन्माननीय व्यक्तीसाठी दुष्कीर्ती ही मृत्यूपेक्षाही भयंकर आहे. म्हणून प्राणरक्षणासाठी पलायन करण्यापेक्षा तू युद्धात मरण पावणे अधिक उत्तम आहे. यामुळे माझ्या मैत्रीचा दुरुपयोग करण्यापासून आणि आपली सामाजिक प्रतिष्ठा गमावण्यापासून तुझे रक्षण होईल.'' म्हणून अर्जुनासाठी भगवंतांचा अंतिम निर्णय होता की, युद्धामध्ये माघार घेण्यापेक्षा त्याने युद्धात मृत्यू पत्करावा.

**भयाद्रणादुपरतं मंस्यन्ते त्वां महारथाः ।**
**येषां च त्वं बहुमतो भूत्वा यास्यसि लाघवम्॥ ३५॥**

**भयात्**—भीतीमुळे; **रणात्**—रणांगणातून; **उपरतम्**—विमुख झालेला; **मंस्यन्ते**—ते समजतील; **त्वाम्**—तू; **महा-रथाः**—मोठमोठे महारथी, सेनापती; **येषाम्**—ज्यांच्यासाठी; **च**—सुद्धा; **त्वम्**—तू; **बहु-मतः**—महान, सन्माननीय; **भूत्वा**—होऊन राहिलास; **यास्यसि**—प्राप्त होशील; **लाघवम्**—तुच्छतेचा किंवा कमीपणाचा.

**ज्या मोठमोठ्या महारथी, सेनापतींनी तुझ्या नावलौकिकाची आणि यशाची वाखाणणी केली आहे, त्यांना वाटेल की, केवळ भीतीमुळे तू रणांगण सोडले आहेस आणि याप्रमाणे ते तुला तुच्छच समजतील.**

**तात्पर्यः** भगवान श्रीकृष्णांनी अर्जुनाला आपला निर्णय देणे चालूच ठेवले. ते पुढे म्हणतात की, तू असे समजू नकोस की, दुर्योधन, कर्ण आणि इतर योद्ध्यांना तू आपले बंधू आणि पितामह यांच्याबद्दलच्या करुणेमुळे रणभूमी सोडून गेलास असे वाटेल. त्यांना वाटेल की, भयभीत होऊनच तू रणभूमी सोडून गेलास. अशा तऱ्हेने तुझ्या व्यक्तिमत्त्वाबद्दलचा त्यांना असणारा आदर साफ धुळीत मिसळून जाईल.

**अवाच्यवादांश्च बहून्वदिष्यन्ति तवाहिताः ।**
**निन्दन्तस्तव सामर्थ्यं ततो दुःखतरं नु किम्॥ ३६॥**

**अवाच्य**—वाईट, कटू; **वादान्**—खोट्या गोष्टी; **च**—सुद्धा; **बहून्**—पुष्कळ; **वदिष्यन्ति**—बोलतील; **तव**—तुझे; **अहिताः**—शत्रू; **निन्दन्तः**—निंदा करीत असताना; **तव**—तुझी; **सामर्थ्यम्**—योग्यता; **ततः**—त्यापेक्षा; **दुःख-तरम्**—अधिक दुःखकर; **नु**—अर्थातच, मग; **किम्**—काय आहे.

**तुझे शत्रू अनेक अपमानास्पद शब्दांत तुझे वर्णन करतील आणि तुझ्या योग्यतेचा उपहास करतील. याहून अधिक दुःखकर असे तुला काय आहे?**

**तात्पर्यः** प्रारंभी भगवान श्रीकृष्णांना अर्जुनाच्या अनाहूत करुणेबद्दल आश्चर्य वाटले आणि ही करुणा अनार्यानाच साजेशी आहे, असे ते म्हणतात. आता श्रीकृष्णांनी इतक्या प्रकारे बोलून अर्जुनाच्या तथाकथित 'करुणेच्या' विरोधात स्वतःची मते पटवून दिली आहेत.

**हतो वा प्राप्स्यसि स्वर्गं जित्वा वा भोक्ष्यसे महीम्।**
**तस्मादुत्तिष्ठ कौन्तेय युद्धाय कृतनिश्चयः ॥ ३७॥**

**हतः**—मारला गेल्यावर; **वा**—अथवा; **प्राप्स्यसि**—तू प्राप्त करशील; **स्वर्गम्**—स्वर्गलोक; **जित्वा**—विजयी होऊन; **वा**—किंवा; **भोक्ष्यसे**—तू भोगशील; **महीम्**—पृथ्वी; **तस्मात्**—म्हणून; **उत्तिष्ठ**—ऊठ; **कौन्तेय**—हे कौंतेया (कुंतीपुत्र); **युद्धाय**—युद्धासाठी; **कृत**—दृढ; **निश्चयः**—निश्चितपणे.

**हे कौंतेया! रणभूमीवर तू मारला जाशील आणि तुला स्वर्गप्राप्ती होईल किंवा तू विजयश्री प्राप्त करून पृथ्वीचे साम्राज्य उपभोगशील. म्हणून दृढनिश्चयी होऊन ऊठ आणि युद्ध कर.**

**तात्पर्य:** अर्जुनाच्या पक्षाला जरी विजयाची खात्री नव्हती तरी त्याला युद्ध करावेच लागले असते. कारण युद्धात मारला गेल्यानेही त्याला स्वर्गलोकाप्रत उन्नत होता आले असते.

**सुखदुःखे समे कृत्वा लाभालाभौ जयाजयौ।**
**ततो युद्धाय युज्यस्व नैवं पापमवाप्स्यसि ॥ ३८॥**

**सुख**—सुख; **दुःखे**—आणि दुःख; **समे**—समभावाने; **कृत्वा**—करून; **लाभ-अलाभौ**—लाभ आणि हानी; **जय-अजयौ**—जय आणि पराजय; **ततः**—त्यानंतर; **युद्धाय**—युद्ध करण्याकरिता; **युज्यस्व**—तयार हो; **न**—कधीही नाही; **एवम्**—अशा रीतीने; **पापम्**—पापकर्म; **अवाप्स्यसि**—प्राप्त करशील.

**सुख अथवा दुःख, लाभ अथवा हानी, जय अथवा पराजय याचा विचार न करता तू युद्धासाठी म्हणून युद्ध कर. असे केल्याने तुला पाप लागणार नाही.**

**तात्पर्य:** भगवान श्रीकृष्ण अर्जुनाला सांगतात की, अर्जुनाने युद्धासाठी म्हणून युद्ध करावे, कारण ही त्यांची इच्छा आहे. कृष्णभावनाभावित कार्यांमध्ये सुख अथवा दुःख, लाभ अथवा हानी, जय अथवा पराजय यांसारख्या विचारांना अजिबात थारा नाही. श्रीकृष्णांसाठी सर्व काही करणे ही दिव्य भावना आहे, कारण त्यामुळे भौतिक कार्ये बंधनास कारणीभूत होत नाहीत. जो आपल्या इंद्रियतृप्तीकरिता सत्त्वगुणामध्ये किंवा रजोगुणामध्ये कार्य करतो त्याला पाप अथवा पुण्यकर्माच्या बंधनात अडकावे लागते. पण ज्या व्यक्तीने कृष्णभावनाभावित कार्यामध्ये स्वतःला संपूर्णपणे समर्पित केले आहे त्याला, सामान्यतया कर्म करणाऱ्या मनुष्याप्रमाणे, कोणाच्याही बंधनात राहावे लागत नाही किंवा तो कोणाचा ऋणीही रहात नाही. असे सांगितले जाते की,

*देवर्षिभूताप्तनृणां पितॄणां न किङ्करो नायमृणी च राजन् ।*
*सर्वात्मना यः शरणं शरण्यं गतो मुकुन्दं परिहृत्य कर्तम् ।*

"इतर सर्व कर्तव्यांचा त्याग करून जो पूर्णपणे मुकुंद, श्रीकृष्णांना शरण गेला आहे तो कोणाचाही ऋणी राहात नाही. तसेच तो देवदेवता, ऋषिमुनी, मानवसमाज, नातलग, मानवता

किंवा पितर इत्यादींचे ऋण त्याच्यावर राहात नाही." (श्रीमद्भागवत ११.५.४१) हाच संकेत श्रीकृष्णांनी अर्जुनाला अप्रत्यक्षपणे या श्लोकात दिला आहे आणि याचे अधिक स्पष्ट वर्णन पुढील श्लोकात केले जाईल.

**एषा तेऽभिहिता साङ्ख्ये बुद्धिर्योगे त्विमां शृणु।**
**बुद्ध्या युक्तो यया पार्थ कर्मबन्धं प्रहास्यसि ॥ ३९ ॥**

**एषा**—हे सर्व; **ते**—तुला; **अभिहिता**—वर्णन केले; **साङ्ख्ये**—पृथक्करणात्मक विश्लेषणाद्वारे; **बुद्धिः**—बुद्धी; **योगे**—निष्काम कर्मामध्ये; **तु**—पण; **इमाम्**—हे; **शृणु**—ऐक; **बुद्ध्या**—बुद्धीद्वारे; **युक्तः**—नियुक्त; **यया**—ज्याद्वारे; **पार्थ**—हे पृथापुत्र; **कर्म-बन्धम्**—कर्मबंधनातून; **प्रहास्यसि**—तु मुक्त होशील.

**आतापर्यंत या ज्ञानाची पृथक्करणात्मक माहिती मी तुला सांगितली आहे. आता मी निष्काम कर्म कसे करावे याचे वर्णन करतो ते ऐक. हे पार्था! जर तू या ज्ञानाच्या आधारे कार्य केलेस तर कर्मबंधनातून मुक्त होऊ शकशील.**

**तात्पर्य:** वैदिक शब्दकोश *निरुक्ति* यात म्हटल्याप्रमाणे *संख्या* म्हणजे जे सर्व गोष्टींचे विस्तृत रूपात वर्णन करते आणि जीवात्म्याच्या स्वरूपस्थितीची माहिती सांगणारे तत्त्वज्ञान म्हणजे हे सांख्य तत्त्वज्ञान होय. योग हा इंद्रियनिग्रह करण्याशी संबंधित आहे. अर्जुनाचा युद्ध न करण्याचा प्रस्ताव हा इंद्रियतृप्तीवर आधारित होता. आपले आद्य कर्तव्य विसरून त्याला युद्धापासून परावृत्त व्हावयाचे होते, कारण त्याला वाटत होते की, धृतराष्ट्रपुत्र, चुलते, बंधू इत्यादींची हत्या करून राज्योपभोग घेण्यापेक्षा त्यांची हत्या न करताच आपण सुखी होऊ. दोन्ही गोष्टी मूलतः इंद्रियतृप्तीवरच आधारित होत्या. बुद्धी आणि कर्तव्यांचा त्याग केला तरीही नातलगांवर विजय प्राप्त करून मिळणारे सुख आणि नातलगांना जिवंत पाहून मिळणारे सुख, ही दोन्ही सुखे वैयक्तिक इंद्रियतृप्तीवर आधारित आहेत. म्हणून श्रीकृष्णांना अर्जुनाला सांगावयाचे होते की, आपल्या पितामहांच्या शरीराचा वध केल्याने तो त्यांच्या आत्म्याचा वध करणार नव्हता. पुढे ते सांगतात की, भगवंतांसहित सर्व उपस्थित व्यक्तींचे स्वत्व नित्यच असते. त्या सर्व व्यक्तींना भूतकाळात स्वत्व होते, वर्तमान काळात स्वत्व आहे आणि भविष्यातही त्यांना स्वत्व राहील. कारण आपल्याला सनातन काळासाठी स्वत्व आहे. आपण केवळ विविध प्रकारे आपला शारीरिक पोशाख बदलतो, परंतु वास्तविकपणे भौतिक बंधनातून मुक्त झाल्यावरही आपण आपले स्वत्व ठेवतो. आत्मा आणि शरीराचे पृथक्करणात्मक ज्ञान भगवान श्रीकृष्णांनी अत्यंत विस्तृतपणे सांगितले आहे आणि आत्मा आणि शरीर यांच्याबद्दल विविध दृष्टिकोनांतून सांगण्यात आलेल्या तत्त्वज्ञानालाच निरुक्ती, शब्दकोशाप्रमाणे, सांख्य तत्त्वज्ञान असे या ठिकाणी म्हणण्यात आले आहे. तोतया कपिलांच्या सांख्य तत्त्वज्ञानाचा या सांख्य तत्त्वज्ञानाशी काडीमात्रही संबंध नाही. नास्तिक कपिलाच्या सांख्य तत्त्वज्ञानाच्याही फार पूर्वी भगवान श्रीकृष्णांचे अवतार मूळ, भगवान कपिल यांनी श्रीमद्भागवतात आपली माता देवहुतीला सांख्य तत्त्वज्ञान सांगितले होते.

त्यांनी स्पष्टपणे सांगितले आहे की, पुरुष किंवा परमेश्वर हेच कर्ता आहेत आणि प्रकृतीवर दृष्टिक्षेप टाकून ते सृष्टीची निर्मिती करतात. या गोष्टीचा वेद आणि गीता स्वीकार करते. वेदांमधील वर्णनावरून आपल्याला कळून येते की, परमेश्वरांनी प्रकृतीमध्ये केवळ दृष्टिक्षेपाद्वारे अणुरूप जीवात्मे प्रवेशित केले. हे सर्व जीवात्मे इंद्रियतृप्तीखातर भौतिक प्रकृतीमध्ये कार्य करीत आहेत आणि भौतिक प्रकृतीच्या प्रभावाखाली ते स्वत:ला उपभोक्ता समजत आहेत. ही मनोवृत्ती मोक्षाच्या अंतिम क्षणापर्यंत टिकून राहते त्या वेळी जीवात्मा भगवंतांशी एकरूप होण्याची इच्छा करतो. हा मायेचा किंवा इंद्रियतृप्तीचा शेवटचा आघात असतो आणि अनेकानेक जन्मांत इंद्रियतृप्ती केल्यानंतर एखादा महात्मा वासुदेव भगवान श्रीकृष्णांना शरण जातो. याप्रकारे त्याची परम सत्य प्राप्तीची इच्छा पूर्ण होते.

अर्जुनाने पूर्वीच श्रीकृष्णांना शरण जाऊन त्यांचा आध्यात्मिक गुरू म्हणून स्वीकार केला आहे *शिष्यस्तेऽहं शाधि मां त्वां प्रपन्नम्.* म्हणून आता भगवान श्रीकृष्ण त्याला बुद्धियोग किंवा कर्मयोगयुक्त होऊन कसे कार्य करावे याबद्दल सांगतील. दुसऱ्या शब्दांत सांगावयाचे झाल्यास केवळ भगवंतांच्या संतुष्टीकरिता भक्तियोगाचे आचरण कसे करावे याबद्दल सांगतील. या बुद्धियोगाचे विस्तृत वर्णन 'प्रत्येकांच्या हृदयात परमात्मा म्हणून वास करणाऱ्या भगवंतांशी प्रत्यक्ष संबंध' असे करण्यात आले आहे (श्रीमद्भगवद्गीता १०.१०). परंतु हा प्रत्यक्ष संबंध भगवद्भक्तीशिवाय होऊ शकत नाही. म्हणून जो भगवंतांच्या भक्तिमय किंवा दिव्य प्रेममयी सेवेमध्ये, दुसऱ्या शब्दांत, कृष्णभावनेमध्ये स्थित झाला आहे त्यालाच भगवंतांच्या विशेष कृपेमुळे या बुद्धियोगाची प्राप्ती होऊ शकते. यासाठीच भगवंत सांगतात की, जे दिव्य प्रेमामुळे भगवद्भक्तीमध्ये नित्य रममाण होतात त्यांनाच फक्त ते भक्तिमय प्रेमाचे शुद्ध ज्ञान प्रदान करतात. याप्रकारे भक्त सहजरीत्या नित्य आनंदमयी अशा भगवद्धामाची प्राप्ती करू शकतो.

याप्रमाणे या श्लोकात सांगण्यात आलेला बुद्धियोग म्हणजेच भगवद्भक्ती होय आणि या ठिकाणी उल्लेख केलेल्या सांख्य शब्दाचा तोतया कपिलाच्या सांख्य तत्त्वज्ञानाशी काडीमात्रही संबंध नाही. यासाठीच, या ठिकाणी उल्लेख करण्यात आलेल्या सांख्य योगाचा नास्तिक सांख्य तत्त्वज्ञानाशी संबंध आहे अशी कोणीही गैरसमजूत करून घेऊ नये. तसेच त्याकाळी त्या नास्तिक सांख्य तत्त्वज्ञानाचा काही प्रभावही नव्हता आणि भगवान श्रीकृष्ण अशा निरीश्वरवादी भोंदू तत्त्वज्ञानाचा उल्लेख करणेही शक्य नाही. वास्तविक सांख्य तत्त्वज्ञानाचे वर्णन भगवान कपिलांनी श्रीमद्भागवतात केले आहे, पण त्याचाही वर्तमान विषयांशी अजिबात संबंध नाही. या ठिकाणी सांख्य म्हणजे शरीर आणि आत्म्याचे पृथक्करणात्मक विवेचन आहे. केवळ अर्जुनाला बुद्धियोग किंवा भक्तियोगाप्रत आणण्यासाठी भगवान श्रीकृष्णांनी आत्म्याचे विस्तृत विवेचन केले आहे. म्हणून भगवान श्रीकृष्णांचे सांख्य आणि भगवान कपिलांचे भागवतातील सांख्य तत्त्वज्ञान एकच आहे. तो सर्व भक्तियोगच आहे. यासाठीच भगवान श्रीकृष्ण सांगतात की, जे अल्पबुद्धी लोक आहेत तेच केवळ सांख्ययोग आणि भक्तियोग यांमध्ये भेद करतात. (*सांख्ययोगौ पृथग्बाला: प्रवदन्ति न पण्डिता:*)

अर्थात, नास्तिक सांख्ययोगाचा भक्तियोगाशी मुळीच संबंध नाही. तरीसुद्धा अज्ञानी लोक दावा करतात की, नास्तिक सांख्ययोगाचाच उल्लेख भगवद्गीतेत केला आहे.

म्हणून मनुष्याने जाणले पाहिजे की, बुद्धियोग म्हणजे पूर्ण ज्ञान आणि पूर्ण आनंदयुक्त कृष्णभावनेमध्ये कार्य करणे होय. असे कार्य कितीही दुष्कर असले तरी जो केवळ भगवंतांच्या संतुष्टीकरिता कार्य करतो तो बुद्धियोगाच्या तत्त्वांद्वारे कार्य करीत असतो. यामुळे तो नित्य दिव्यानंदामध्ये रममाण असतो. अशा दिव्य कार्यामुळे भगवत्कृपेने एखाद्याला आपोआप दिव्य ज्ञानाची प्राप्ती होते. यामुळे ज्ञानप्राप्तीसाठी अतिरिक्त प्रयास न करताही त्याची मुक्तता होते. कृष्णभावनाभावित कर्म आणि सकाम कर्म, विशेषत्वे कुटुंबप्राप्ती किंवा भौतिक सुखप्राप्ती करून इंद्रियतृप्तीसाठी केलेल्या कर्मामध्ये बराच फरक आहे. म्हणून आपण जे कर्म करतो त्या कर्माचा बुद्धियोग हा दैवी गुण आहे.

**नेहाभिक्रमनाशोऽस्ति प्रत्यवायो न विद्यते।**
**स्वल्पमप्यस्य धर्मस्य त्रायते महतो भयात्॥ ४०॥**

**न**—नाही; **इह**—या योगमार्गामध्ये; **अभिक्रम**—प्रयत्न करण्यामुळे; **नाशः**—हानी; **अस्ति**—आहे; **प्रत्यवायः**—क्षय किंवा ऱ्हास; **न**—कधीच नाही; **विद्यते**—आहे; **सु-अल्पम्**—अत्यल्प, थोडेसे; **अपि**—जरी; **अस्य**—या; **धर्मस्य**—धर्ममार्गाचे; **त्रायते**—मुक्त किंवा उद्धार करते; **महतः**—फार मोठ्या; **भयात्**—भयापासून.

**या प्रयत्नात कोणतेही नुकसान किंवा ऱ्हास नाही आणि या मार्गातील अल्प प्रगतीनेही मनुष्याचे मोठ्या, भयंकर भयापासून संरक्षण होऊ शकते.**

**तात्पर्यः** कृष्णभावनाभावित कर्म किंवा इंद्रियतृप्तीची अपेक्षा न ठेवता श्रीकृष्णांप्रीत्यर्थ केलेले कर्म हे दिव्य गुणयुक्त कर्म आहे. प्रारंभी असे कर्म जरी अत्यल्प असले तरी त्यामध्ये कोणतेही विघ्न येत नाही आणि अशा अत्यल्प कर्माचा कधी नाशही होत नाही. भौतिक स्तरावर केलेले कोणतेही कर्म पूर्ण करावेच लागते नाही तर त्यासाठी केलेले सारे प्रयत्न निष्फळ ठरतात; परंतु कृष्णभावनेत प्रारंभ केलेले कर्म जरी पूर्ण झाले नाही तरी त्याचा परिणाम शाश्वत काळासाठी होतो. म्हणून असे कृष्णभावनायुक्त कर्म करणाऱ्याचे कर्म जरी अपूर्ण राहिले तरी त्याची हानी होत नाही. कृष्णभावनेमध्ये केलेले एक टक्का कर्मही शाश्वत काळासाठी असते. म्हणून अशा कर्माचा जेव्हा पुन्हा आरंभ होतो तेव्हा ते दोन टक्क्यांहून पुढे सुरू होते. परंतु भौतिक कर्म शंभर टक्के झाल्यावाचून लाभदायक होत नाही. अजामिळाने आपले कर्तव्य काही प्रमाणात कृष्णभावनेने केले होते; पण भगवंतांच्या कृपेने त्याला शंभर टक्के फलप्राप्ती झाली. यासंबंधी श्रीमद्भागवतात (१.५.१७) एक सुंदर श्लोक आहे.

*त्यक्त्वा स्वधर्मं चरणाम्बुजं हरेर्भजन्नपक्वोऽथ पतेत्ततो यदि ।*
*यत्र क्व वाभद्रमभूदमुष्य किं को वार्थ आप्तोऽभजतां स्वधर्मत: ।*

"जर एखादा आपल्या नियत कर्मांचा त्याग करून कृष्णभावनेमध्ये कर्म करतो आणि अशा कर्माची पूर्तता न झाल्यामुळे पतित झाला तर यामध्ये त्याचा काय तोटा होणार आहे? आणि ज्याने आपली भौतिक कर्मे पूर्ण केली आहेत त्याचा त्याला काय फायदा होणार आहे?" किंवा ख्रिश्चन म्हणतात त्याप्रमाणे, मनुष्याला जरी संपूर्ण जगाची प्राप्ती झाली, पण शाश्वत आत्माच

जर गमवावा लागला तर त्या मनुष्याचा त्यात काय लाभ आहे?

भौतिक कर्मे आणि त्यापासून होणारी फलप्राप्ती याचा शरीराबरोबरच अंत होतो, परंतु कृष्णभावनेने केलेले कर्म मनुष्याला शरीराच्या नाशानंतरही कृष्णभावनेकडेच घेऊन जाते. निदान पुढील जन्म मनुष्य योनीतच प्राप्त होण्याची तरी निश्चित संधी त्याला असते. असा जन्म त्याला महान सुसंस्कृत ब्राह्मणाच्या घरी किंवा एखाद्या श्रीमंत वैभवशाली कुटुंबात मिळतो, ज्यामुळे त्याला कृष्णभावनेत पुन्हा उन्नत होण्याची संधी मिळते. कृष्णभावनेत केलेल्या कर्माचा हाच अप्रतिम गुण आहे.

**व्यवसायात्मिका बुद्धिरेकेह कुरुनन्दन ।**
**बहुशाखा ह्यनन्ताश्च बुद्धयोऽव्यवसायिनाम्॥ ४१ ॥**

**व्यवसाय-आत्मिका**—कृष्णभावनेमध्ये दृढ; **बुद्धिः**—बुद्धी; **एका**—केवळ एकच; **इह**—या जगात; **कुरु-नन्दन**—हे प्रिय कुरुपुत्रा; **बहु-शाखाः**—अनेक फाटे; **हि**—खरोखर; **अनन्ताः**—अमर्याद; **च**—सुद्धा; **बुद्धयः**—बुद्धी; **अव्यवसायिनाम्**—जे कृष्णभावनाभावित नाहीत त्यांच्या.

**जे या मार्गावर असतात त्यांची बुद्धी दृढनिश्चयी असते आणि त्यांचे ध्येयही एक असते. हे प्रिय कुरुनंदन! जे डळमळीत वृत्तीचे असतात त्यांच्या बुद्धीला अनेक फाटे फुटलेले असतात.**

**तात्पर्य:** कृष्णभावनेद्वारे एखाद्याची जीवनाच्या परमोच्च सिद्धीप्रत उन्नती होऊ शकते. या विश्वासालाच *व्यवसायात्मिका* बुद्धी म्हटले जाते. चैतन्य चरितामृतात (मध्य २२.६२) सांगितले आहे की,

*'श्रद्धा'—शब्दे—विश्वास कहे सुदृढ निश्चय ।*
*कृष्णे भक्ति कैले सर्वकर्म कृत हय ॥*

'श्रद्धा' म्हणजे उदात्त गोष्टीवर दृढ विश्वास होय. जेव्हा मनुष्य कृष्णभावनाभावित कर्म करू लागतो तेव्हा भौतिक जगाशी संबंधित असणाऱ्या वंश परंपरा, मानवता किंवा राष्ट्रीयता इत्यादींच्या प्रति त्याने कोणतेही कर्तव्य करण्याची गरज नाही. गतकाळात केलेल्या शुभ अथवा अशुभ कार्यांमुळे तो सकाम कर्मामध्ये मग्न होतो. जेव्हा त्याच्यामध्ये कृष्णभावना जागृत होते तेव्हा त्याला आपल्या कार्यांमध्ये चांगले फळ मिळविण्यासाठी प्रयत्न करण्याची आवश्यकता नाही. कृष्णभावनेत स्थित झालेल्या व्यक्तीच्या सर्व क्रिया परमपूर्ण स्तरावर असतात, कारण कृष्णभावनाभावित कर्म हे चांगले आणि वाईट या द्वंद्वांच्या पलीकडे असते. जीवनाविषयीच्या भौतिक संकल्पनेचा त्याग म्हणजेच कृष्णभावनेची परमोच्च परिपूर्णता होय. कृष्णभावनेतील प्रगतीमुळे या स्थितीची आपोआप प्राप्ती होते.

कृष्णभावनाभावित मनुष्याचा दृढसंकल्प हा ज्ञानावर आधारित असतो. *वासुदेवः सर्वम् इति स महात्मा सुदुर्लभः*— कृष्णभावनाभावित व्यक्ती ही एक दुर्मिळ महात्मा आहे. कारण ती पूर्णतया जाणते की, वासुदेव किंवा श्रीकृष्ण हे अस्तित्वातील सर्व गोष्टींचे मूळ आहेत. ज्याप्रमाणे वृक्षाच्या मुळाशी पाणी घातल्यावर आपोआप ते सर्व पानांमध्ये आणि फांद्यामध्ये पोहोचते,

त्याचप्रमाणे कृष्णभावनायुक्त कार्य केल्याने मनुष्य स्वत:चे कुटुंब, समाज, राष्ट्र, मानवता इत्यादीची सर्वोत्कृष्ट सेवा करू शकतो. एखाद्याच्या कर्मामुळे जर श्रीकृष्ण संतुष्ट झाले तर सर्वजण संतुष्ट होऊ शकतील.

तथापि, कृष्णभावनायुक्त सेवा ही आध्यात्मिक गुरूच्या योग्य मार्गदर्शनाखाली उत्तम प्रकारे होऊ शकते. असा हा आध्यात्मिक गुरू श्रीकृष्णांचा प्रामाणिक प्रतिनिधी असतो, त्याला शिष्याचा स्वभाव माहीत असतो आणि तो शिष्याला कृष्णभावनाभावित कर्म करण्यासाठी योग्य मार्गदर्शन करू शकतो. म्हणून कृष्णभावनेत पारंगत होण्यासाठी मनुष्याने श्रीकृष्णांच्या प्रतिनिधीच्या आदेशांचे दृढनिश्चयाने पालन करणे आवश्यक आहे. तसेच गुरूच्या उपदेशांचा त्याने जीवनाचे ध्येय म्हणून स्वीकार केला पाहिजे. श्रील विश्वनाथ चक्रवर्ती आपल्या प्रसिद्ध *गुर्वाष्टकामध्ये* सांगतात की,

*यस्य प्रसादाद् भगवत्प्रसादो यस्याप्रसादान्न गति: कुतोऽपि ।*
*ध्यायन्स्तुवंस्तस्य यशस्त्रिसन्ध्यं वन्दे गुरो: श्रीचरणारविन्दम् ॥*

''आध्यात्मिक गुरूंना संतुष्ट केल्याने पुरुषोत्तम श्रीभगवान संतुष्ट होतात आणि त्यांना संतुष्ट केल्याविना कृष्णभावनेप्रत उन्नत होण्याची संधी नाही. म्हणून त्यांचे दिवसातून तीन वेळा ध्यान करून त्यांच्याकडे कृपायाचना करणे आणि त्यांना सादर वंदन करणे आवश्यक आहे.''

परंतु ही संपूर्ण पद्धती देहात्मबुद्धीच्या पलीकडे असणाऱ्या आत्म्याच्या केवळ सैद्धांतिक ज्ञानस्तरावर नसून परिपूर्ण ज्ञानावर आधारित आहे. अशा ज्ञानामुळे सकाम कर्माद्वारे प्राप्त होणाऱ्या इंद्रियतृप्तींची संधीच नष्ट होते. ज्याचे मन दृढनिश्चयी नाही तो विविध प्रकारच्या सकाम कर्मांद्वारे आकर्षिला जातो.

**यामिमां पुष्पितां वाचं प्रवदन्त्यविपश्चित: ।**
**वेदवादरता: पार्थ नान्यदस्तीति वादिन: ॥ ४२ ॥**
**कामात्मान: स्वर्गपरा जन्मकर्मफलप्रदाम् ।**
**क्रियाविशेषबहुलां भोगैश्वर्यगतिं प्रति ॥ ४३ ॥**

**याम् इमाम्**—हे सर्व; **पुष्पिताम्**—दिखाऊ, अलंकारिक; **वाचम्**—शब्द; **प्रवदन्ति**—बोलतात; **अविपश्चित:**—अल्पज्ञ लोक; **वेद-वाद-रता:**—वेदांचे तथाकथित अनुयायी; **पार्थ**—हे पृथापुत्र; **न**—कधीच नाही; **अन्यत्**—अन्य काही; **अस्ति**—आहे; **इति**—याप्रमाणे; **वादिन:**—समर्थन करणारे किंवा म्हणणारे; **काम-आत्मान:**—इंद्रियतृप्तीची इच्छा करणारे; **स्वर्ग-परा:**—स्वर्गप्राप्ती हेच ध्येय मानणारे; **जन्म-कर्म-फल-प्रदाम्**—सकाम कर्म, चांगला जन्म इत्यादी फळे देणारे; **क्रिया-विशेष**—थाटामाटाचे विधी; **बहुलाम्**—विविध; **भोग**—इंद्रियभोग; **ऐश्वर्य**—आणि ऐश्वर्य किंवा संपत्ती; **गतिम्**—प्रगती; **प्रति**—त्याकडे.

**अल्पज्ञ लोक वेदांमधील अलंकारिक शब्दांवर अत्यंत आसक्त असतात, कारण त्यात स्वर्गाप्रत उन्नत होण्याकरिता निरनिराळी सकाम कर्मे, त्यापासून मिळणारा चांगला जन्म, शक्ती इत्यादींना मान्यता देण्यात आली आहे. ऐश्वर्यशाली जीवन आणि**

**इंद्रियतृप्तीची इच्छा असल्यामुळे ते म्हणतात की, याहून अधिक महत्त्वपूर्ण असे काहीच नाही.**

**तात्पर्य:** सामान्यत: लोक बुद्धिमान नसतात आणि अज्ञानामुळे ते वेदांमध्ये सांगितलेल्या कर्मकांड भागातील सकाम कर्मांवर अत्यंत आसक्त असतात. स्वर्गलोकांमध्ये इंद्रियतृप्ती करून जीवनाचा उपभोग घेण्याव्यतिरिक्त इतर काहीही करावयाची त्यांची इच्छा नसते कारण स्वर्गलोकामध्ये भौतिक ऐश्वर्य व मदिरा आणि मदिराक्षी सहजपणे उपलब्ध असतात. स्वर्गलोकाप्रत उन्नत होण्यासाठी वेदांमध्ये अनेक प्रकारचे यज्ञ, विशेषत: *ज्योतिष्टोम* यज्ञ सांगण्यात आले आहेत. जो स्वर्गलोकांची प्राप्ती करू इच्छितो त्याने अशा प्रकारचे यज्ञ करणे अत्यावश्यक आहे, असे वेदांमध्ये सांगण्यात आले आहे. जे अल्पज्ञानी लोक आहेत त्यांना वाटते की, वैदिक ज्ञानाचे हेच संपूर्ण सार आहे. अशा अननुभवी लोकांना दृढ कृष्णभावनेमध्ये स्थित होणे अत्यंत कठीण आहे. ज्याप्रमाणे मूर्ख लोक हे विषारी झाडाच्या फुलांनी आकर्षिले जातात, कारण त्यांना अशा प्रकारच्या आकर्षणाचा परिणाम माहीत नसतो, त्याप्रमाणे अज्ञानी लोक अशा स्वर्गीय ऐश्वर्य व त्यामुळे प्राप्त होण्याऱ्या इंद्रियभोगामुळे आकर्षिले जातात.

वेदांमधील कर्मकांड विभागात सांगण्यात आले आहे की *अपाम सोममृता अभूम* आणि *अक्षय्यं ह वै चातुर्मास्ययाजिन: सुकृतं भवति.* जे चातुर्मासाचे पालन करतात ते अमर आणि सदैव आनंदी होण्यासाठी सोमरसपान करण्यास पात्र ठरतात. या पृथ्वीवरही काहीजण सोमरस पान करून धष्टपुष्ट आणि इंद्रियतृप्ती करण्यात समर्थ होण्यासाठी अत्यंत उत्सुक असतात. अशा व्यक्तींचा भौतिक बंधनातून मुक्त होण्यावर विश्वास नसतो आणि वेदांमध्ये सांगितलेल्या भपकेबाज विधींमध्ये ते अत्यंत आसक्त असतात. सामान्यत: ते विषयासक्त असतात आणि त्यांना स्वर्गीय सुखोपभोगाव्यतिरिक्त काहीही नको असते. असे सांगितले जाते की, स्वर्गामध्ये 'नन्दन-कानन' नावाची उद्याने आहेत, जेथे अप्सरांचा सहवास आणि विपुल प्रमाणात सोमरसपान करण्याची उत्तम संधी असते. असे हे शारीरिक सुख निश्चितपणे इंद्रियलोलुप आहे. म्हणून भौतिक जगताचे स्वामी समजून क्षणिक भौतिक सुखांमध्ये अत्यंत आसक्त असणारे लोक तेथे असतात.

**भोगैश्वर्यप्रसक्तानां तयापहृतचेतसाम् ।**
**व्यवसायात्मिका बुद्धिः समाधौ न विधीयते ॥ ४४॥**

**भोग**—भौतिक विषयोपभोगांना; **ऐश्वर्य**—आणि ऐश्वर्य; **प्रसक्तानाम्**—याप्रमाणे आसक्त असतात त्यांना; **तया**—अशा गोष्टींनी; **अपहृत-चेतसाम्**—जे मनात गोंधळलेले असतात; **व्यवसाय-आत्मिका**—दृढनिश्चय; **बुद्धिः**—भगवंतांची भक्तिपूर्ण सेवा; **समाधौ**—स्थिर झालेल्या अंत:करणात; **न**—कधीही नाही; **विधीयते**—होते.

**जे लोक इंद्रियतृप्ती आणि भौतिक ऐश्वर्यात अत्यंत आसक्त झालेले आहेत आणि या गोष्टीमुळे जे मोहग्रस्त झालेले आहेत त्यांच्या मनामध्ये भगवंतांच्या भक्तिपूर्ण सेवेचा दृढनिश्चय होऊ शकत नाही.**

**तात्पर्यः** *समाधि* म्हणजेच स्थिर मन होय. *निरुक्ति* या वैदिक शब्दकोशात म्हटले आहे *सम्यग् आधीयतेऽस्मिन्नात्मतत्त्वयाथात्म्यम्*—जेव्हा मन आत्मज्ञानामध्ये स्थिर होते तेव्हा ते समाधिस्थ आहे असे म्हटले जाते. भौतिक इंद्रियतृप्तीत स्वारस्य असणाऱ्या तसेच अशा क्षणभंगुर गोष्टींनी मोहग्रस्त झालेल्या लोकांना समाधी कधीच शक्य होत नाही. भौतिक प्रकृतीच्या योजनेमुळे ते कमीअधिक प्रमाणात अपयशीच झालेले असतात.

**त्रैगुण्यविषया वेदा निस्त्रैगुण्यो भवार्जुन ।**
**निर्द्वन्द्वो नित्यसत्त्वस्थो निर्योगक्षेम आत्मवान्॥ ४५ ॥**

**त्रै-गुण्य**—प्राकृतिक त्रिगुणांशी संबंधित; **विषयाः**—विषयांचे; **वेदाः**—वैदिक वाङ्मय; **निस्त्रै-गुण्यः**—भौतिक प्रकृतीच्या तीन गुणांच्या पलीकडे; **भव**—हो; **अर्जुन**—हे अर्जुन; **निर्द्वन्द्वः**—द्वंद्वरहित; **नित्य-सत्त्व-स्थः**—विशुद्ध आध्यात्मिक अस्तित्वामध्ये; **निर्योग-क्षेमः**—लाभ आणि रक्षण यांच्या विचारातून मुक्त; **आत्म-वान्**—आत्मपरायण.

**वेद प्रामुख्याने भौतिक प्रकृतीच्या तीन गुणांचे विवेचन करतात. हे अर्जुना! या तीन गुणांच्या पलीकडे स्थित हो, सर्व द्वंद्वांतून मुक्त हो आणि लाभ व रक्षण यांच्या काळजीतून मुक्त होऊन आत्मपरायण हो.**

**तात्पर्यः** सर्व भौतिक कार्ये ही भौतिक प्रकृतीच्या तीन गुणांच्या क्रिया व प्रतिक्रियांमुळे घडून येत असतात. ती सर्व भौतिक प्रकृतीत बद्ध करणाऱ्या कर्मफलप्राप्तींकरिता असतात. सर्वसामान्य लोकांचा इंद्रियतृप्तीच्या क्षेत्रातून आध्यात्मिक स्तरापर्यंत क्रमाक्रमाने उद्धार करण्यासाठीच वेद हे विशेषतः सकाम कर्मांचे विवेचन करतात. भगवान श्रीकृष्णांचा सखा व शिष्य अर्जुन याने वैदिक तत्त्वज्ञानाच्या दिव्य स्तरापर्यंत स्वतःला उन्नत करावे असा सल्ला त्याला देण्यात आला आहे. वैदिक तत्त्वज्ञानाचा आरंभ 'ब्रह्मजिज्ञासा' किंवा सर्वोच्च आध्यात्मिकतेविषयीच्या प्रश्नापासून होतो. भौतिक प्रकृतीत असणारे सर्व जीव अस्तित्वासाठी अत्यंत कठीण असा संघर्ष करीत आहेत. भौतिक विश्वाच्या निर्मितीनंतर अशा लोकांसाठी कसे राहावे आणि भौतिक बंधनातून कसे मुक्त व्हावे हे शिकविण्यासाठीच भगवंतांनी वैदिक ज्ञान दिले. जेव्हा इंद्रियतृप्तीच्या कार्यांचा अंत होतो, अर्थात कर्मकांडाचा अध्याय संपतो तेव्हा उपनिषदांच्या रूपामध्ये आध्यात्मिक साक्षात्कार प्राप्तीची संधी उपलब्ध होते. ज्याप्रमाणे भगवद्गीता ही पाचव्या वेदाचा म्हणजेच महाभारताचा एक भाग आहे त्याप्रमाणे उपनिषदे ही विविध वेदांचाच भाग आहेत. उपनिषदांपासून आध्यात्मिक जीवनाचा प्रारंभ होतो.

जोपर्यंत भौतिक शरीराचे अस्तित्व असते तोपर्यंत भौतिक गुणांच्या क्रिया आणि प्रतिक्रिया घडत असतात. सुख आणि दुःख किंवा शीत आणि उष्ण इत्यादी द्वंद्वांतून सहनशील होण्यास मनुष्याने शिकले पाहिजे व अशा द्वंद्वांना सहन करून लाभ आणि हानी यांच्या काळजीतून मुक्त झाले पाहिजे. जेव्हा मनुष्य पूर्णतया श्रीकृष्णांच्या इच्छेवर अवलंबून राहून पूर्णपणे कृष्णभावनाभावित होतो तेव्हा तो या दिव्य आध्यात्मिक स्तराची प्राप्ती करतो.

**यावानर्थ उदपाने सर्वतः सम्प्लुतोदके ।**
**तावान्सर्वेषु वेदेषु ब्राह्मणस्य विजानतः ॥ ४६ ॥**

**यावान्**—जितके सर्व; **अर्थः**—उपयोग असतो; **उद-पाने**—विहिरीत; **सर्वतः**—सर्व प्रकारे; **सम्प्लुत-उदके**—मोठ्या जलाशयामध्ये; **तावान्**—त्याप्रमाणे; **सर्वेषु**—सर्व; **वेदेषु**—वैदिक वाङ्मय; **ब्राह्मणस्य**—परमब्रह्माचे ज्ञान असणाऱ्या मनुष्याला; **विजानतः**—ज्याला पूर्ण ज्ञान आहे.

**लहान विहिरीद्वारे होऊ शकणारी सर्व कार्ये मोठ्या जलाशयाकडून त्वरित होऊ शकतात. त्याप्रमाणे ज्याला वेदांमागचा हेतू माहीत आहे त्या ज्ञानी मनुष्याला वेदांशी संबंधित असलेली सर्व कार्ये सहजपणे प्राप्त होतात.**

**तात्पर्यः** वैदिक वाङ्मयाच्या *कर्मकांड* विभागामध्ये वर्णित धार्मिक विधी आणि यज्ञांचा उद्देश, मनुष्याला आत्मसाक्षात्कारामध्ये यथावकाश प्रगती करण्यासाठी प्रोत्साहित करणे हा आहे. भगवद्गीतेमधील पंधराव्या अध्यायात (१५.१५) आत्मसाक्षात्काराचे प्रयोजन स्पष्टपणे सांगण्यात आले आहे—वेदाध्ययनाचे प्रयोजन हे सर्व गोष्टींचे आदिकारण, भगवान श्रीकृष्ण यांना जाणणे हे आहे. म्हणून श्रीकृष्ण आणि त्यांच्याशी असणारा शाश्वत संबंध म्हणजेच आत्मसाक्षात्कार होय. जीवांचा श्रीकृष्णांशी असणाऱ्या संबंधांचा उल्लेखही भगवद्गीतेमध्ये (१५.७) करण्यात आला आहे. जीव हे श्रीकृष्णांचे अंश आहेत म्हणून जीवाने कृष्णभावनेचे पुनरुज्जीवन करणे ही वैदिक ज्ञानाची परमोच्च पूर्णावस्था आहे. याची श्रीमद्भागवतात (३.३३.७) पुढीलप्रमाणे पुष्टी करण्यात आली आहे.

*अहो बत श्वपचोऽतो गरीयान् यज्जिह्वाग्रे वर्तते नाम तुभ्यम् ।*
*तेपुस्तपस्ते जुहुवुः सस्नुरार्या ब्रह्मानूचुर्नाम गृणन्ति ये ते ॥*

"हे भगवन्! जो मनुष्य तुमच्या पवित्र नामाचे स्मरण करीत आहे, तो जरी चांडाळासारख्या (कुत्र्याचे मांस भक्षण करणारा) नीच कुळात जन्मला असला तरी तो आत्मसाक्षात्काराच्या सर्वोच्च अवस्थेत स्थिर आहे. अशा मनुष्याने वैदिक विधिविधानांनुसार सर्व प्रकारचे यज्ञ आणि तप केले असले पाहिजे आणि सर्व तीर्थस्थळांमध्ये अनेक वेळा स्नान करून त्याने वेदांचे अध्ययन केले असले पाहिजे. असा मनुष्य आर्यवंशीयांमध्ये सर्वोत्तम समजला जातो."

यास्तव मनुष्याने केवळ कर्मकांडावर आसक्त न राहता वेदांचे प्रयोजन जाणण्याइतपत बुद्धिमान असणे आवश्यक आहे आणि उत्तमोत्तम इंद्रियतृप्तीसाठी स्वर्गलोकाप्रत उन्नत होण्याची इच्छा त्याने धरू नये. सर्वसामान्य मनुष्याला या युगामध्ये वैदिक कर्मकांडातील सर्व विधिविधानांचे पालन करणे शक्य नाही. तसेच संपूर्ण वेदान्त आणि उपनिषदांचे अध्ययन करणेही त्याला शक्य नाही. वैदिक विधिविधानांचे प्रत्यक्ष पालन करण्यासाठी पुष्कळ शक्ती, काळ, ज्ञान आणि साधनसामग्रीची आवश्यकता असते. या युगात हे क्वचितच शक्य आहे. तरीसुद्धा पतित जीवांचे उद्धारक श्री चैतन्य महाप्रभू यांनी सांगितल्याप्रमाणे भगवंतांच्या पवित्र नामाचे स्मरण केल्यास, वैदिक संस्कृतीचा मूळ उद्देश योग्य रीतीने साध्य होतो. महान वैदिक पंडित प्रकाशानंद सरस्वतींनी जेव्हा श्री चैतन्य महाप्रभूंना विचारले की, "वेदाध्ययन

करण्याऐवजी एखाद्या भावुक व्यक्तीप्रमाणे तुम्ही भगवंतांच्या पवित्र नामाचे कीर्तन का करता?'' तेव्हा श्री चैतन्य महाप्रभू उत्तरले की, ''माझ्या आध्यात्मिक गुरूंना मी महामूर्ख आहे असे आढळल्याने त्यांनी मला श्रीकृष्णांच्या पवित्र नामाचे कीर्तन करण्यास सांगितले आहे.'' या आदेशाचे पालन केल्यामुळे चैतन्य महाप्रभू भावविभोर झाले. या कलियुगामधील अधिकतर लोक हे मूर्ख आहेत आणि वेदान्त तत्त्वज्ञान जाणण्याइतपत ते शिकलेले नाहीत; परंतु भगवंतांच्या पवित्र नामाच्या अपराधरहित कीर्तनाने वेदान्त तत्त्वज्ञानाचे ध्येय उत्तम प्रकारे साध्य होते. वेदान्त हा वैदिक ज्ञानातील शेवटचा टप्पा आहे. वेदान्त तत्त्वज्ञानाचे निर्माता आणि ज्ञाताही भगवान श्रीकृष्णच आहेत. भगवंतांच्या पवित्र नामाचे कीर्तन करण्यात जो रममाण होतो तोच सर्वश्रेष्ठ वेदान्ती महात्मा होय. हाच वैदिक रहस्याचा अंतिम उद्देश आहे.

**कर्मण्येवाधिकारस्ते मा फलेषु कदाचन ।**
**मा कर्मफलहेतुर्भूर्मा ते सङ्गोऽस्त्वकर्मणि ॥ ४७॥**

**कर्मणि**—नियत कर्तव्यांमध्ये; **एव**—निश्चितपणे; **अधिकारः**—अधिकार; **ते**—तुझा; **मा**—कधीही नाही; **फलेषु**—कर्मफलांवर; **कदाचन**—कधीही किंवा केव्हाही; **मा**—कधीच नाही; **कर्म-फल**—कर्माच्या फलावर; **हेतुः**—कारण; **भूः**—होतास; **मा**—कधीच नाही; **ते**—तुझा; **सङ्गः**—आसक्ती; **अस्तु**—असावी; **अकर्मणि**—नियत कर्तव्य न करण्यामध्ये.

**तुझे नियत कर्म करण्याचा तुला अधिकार आहे, पण कर्मफलांवर तुझा अधिकार नाही. तुझ्या कर्मफलास तू कारणीभूत आहेस असे कधीही समजू नकोस तसेच तुझे कर्तव्य न करण्यामध्येही तू आसक्त होऊ नकोस.**

**तात्पर्य:** या ठिकाणी कर्म, विकर्म आणि अकर्म या तीन गोष्टी विचारणीय आहेत. प्राप्त प्राकृतिक गुणांनुसार केलेले कार्य म्हणजे नियत कर्म (कर्म) होय. विकर्म म्हणजे शास्त्रांविरुद्ध केलेले कर्म होय आणि अकर्म म्हणजे स्वत:चे कर्म न करणे. भगवंतांनी अर्जुनाला निष्क्रिय न होता, कर्मफलेच्छारहित होऊन आपले विहित कर्म करण्याचा सल्ला दिला. जो आपल्या कर्मफलांवर आसक्त असतो तो आपल्या कर्मासही कारणीभूत असतो. अशा रीतीने तो या प्रकारच्या कर्मांचा उपभोग घेतो किंवा त्यापासून दु:ख भोगतो.

नियत कर्मांचा विचार केल्यास अशा प्रकारचे कर्म तीन प्रकारे विभाजित करता येते; नित्य कर्म, नैमित्तिक कर्म आणि सकाम कर्म. शास्त्रांच्या आदेशानुसार कर्तव्य म्हणून फलेच्छाविरहित केलेले कर्म सत्त्वगुणयुक्त कर्म असते. फलाची आशा ठेवून केलेले कर्म बंधनकारक ठरते. म्हणून असे कर्म अशुभ असते. स्वत:चे नियत कर्म करण्याचा प्रत्येकाला अधिकार आहे; पण त्याने फलावर आशा न ठेवता कर्म करणे आवश्यक आहे. असे निष्काम भावाने केलेले कर्म नि:संशयपणे मनुष्याला मोक्षमार्गावर घेऊन जाते.

म्हणून भगवंतांनी अर्जुनाला फळाची आशा न धरता एक कर्तव्याची बाब समजून युद्ध करण्यास सांगितले. त्याने युद्धात भाग न घेणे ही आसक्तीचीच दुसरी बाजू आहे. सकारात्मक किंवा नकारात्मक, कोणत्याही प्रकारची आसक्ती ही बंधनासच कारणीभूत ठरते. निष्कर्म हे

पापमय आहे. यास्तव कर्तव्य म्हणून युद्ध करणे हा अर्जुनासाठी एकमात्र मुक्तीचा शुभदायी मार्ग होता.

**योगस्थः कुरु कर्माणि सङ्गं त्यक्त्वा धनञ्जय।**
**सिद्ध्यसिद्ध्योः समो भूत्वा समत्वं योग उच्यते॥ ४८॥**

**योग-स्थः**—समभाव किंवा योगामध्ये स्थिर; **कुरु**—कर; **कर्माणि**—तुझे कर्म; **सङ्गम्**—आसक्ती; **त्यक्त्वा**—त्याग करून; **धनञ्जय**—हे अर्जुन; **सिद्धि-असिद्ध्योः**—यशापयशामध्ये; **समः**—समभावाने; **भूत्वा**—होऊन; **समत्वम्**—समभाव; **योगः**—योग; **उच्यते**—म्हटले आहे.

**हे अर्जुना! यश आणि अपयशाबद्दलच्या संपूर्ण आसक्तीचा त्याग करून समभावाने तुझे कर्म कर. अशा समभावालाच योग असे म्हटले जाते.**

**तात्पर्य:** श्रीकृष्ण अर्जुनाला योगयुक्त कर्म करण्यास सांगतात. हा योग म्हणजे काय? योग म्हणजे सदैव चंचल असणाऱ्या इंद्रियांचे नियंत्रण करून परम तत्त्वावर मन एकाग्र करणे होय. परमतत्त्व म्हणजे कोण आहे? परमतत्त्व म्हणजेच श्रीभगवान आहेत आणि भगवंत स्वतः अर्जुनाला युद्ध करण्यास सांगत असल्यामुळे अर्जुनाला युद्धाच्या परिणामांशी काहीही कर्तव्य नाही. लाभ अथवा जय हा श्रीकृष्णांचा प्रश्न आहे. श्रीकृष्णांच्या आदेशानुसार अर्जुनाने कार्य करण्याचा त्याला सल्ला देण्यात आला आहे. श्रीकृष्णांच्या आज्ञेचे पालन करणे हाच वास्तविक 'योग' आहे आणि याचेच पालन कृष्णभावनामृत पद्धतीमध्ये केले जाते. कृष्णभावनामृताद्वारेच मनुष्य स्वामित्वाच्या भावनेचा त्याग करू शकतो. मनुष्याने श्रीकृष्णांचा सेवक किंवा श्रीकृष्णांच्या सेवकाचा सेवक बनणे अत्यावश्यक आहे. कृष्णभावनेमध्ये कर्म करण्याचा हाच एक योग्य मार्ग आहे आणि या मार्गाद्वारेच आपण योगयुक्त कर्म करू शकतो.

अर्जुन हा क्षत्रिय आहे म्हणून तो वर्णाश्रमधर्म संस्थेत सहभागी होत आहे. विष्णुपुराणामध्ये सांगण्यात आले आहे की, वर्णाश्रम धर्म पद्धतीचा संपूर्ण उद्देश श्रीविष्णूंना संतुष्ट करणे हा आहे. भौतिक जगातील नियमांप्रमाणे प्रत्येकजण स्वतः तृप्त होण्याचा प्रयत्न करीत असतो; परंतु वास्तविकपणे मनुष्याने स्वतःची संतुष्टी न करता श्रीकृष्णांना संतुष्ट केले पाहिजे. म्हणून जोपर्यंत मनुष्य श्रीकृष्णांना संतुष्ट करीत नाही तोपर्यंत तो वर्णाश्रम धर्माच्या तत्त्वांचे पालन योग्य रीतीने करू शकत नाही. अप्रत्यक्षपणे, श्रीकृष्णांनी सांगितल्याप्रमाणे कार्य करण्याचा सल्ला अर्जुनाला देण्यात आला आहे.

**दूरेण ह्यवरं कर्म बुद्धियोगाद्धनञ्जय।**
**बुद्धौ शरणमन्विच्छ कृपणाः फलहेतवः॥ ४९॥**

**दूरेण**—ते दूरच ठेव; **हि**—खचित; **अवरम्**—निकृष्ट, निंद्य; **कर्म**—कर्म; **बुद्धि-योगात्**—कृष्णभावनेच्या बळावर; **धनञ्जय**—हे धनंजय, धनावर विजय प्राप्त करणाऱ्या; **बुद्धौ**—या भावनेमध्ये; **शरणम्**—पूर्णपणे शरणागत; **अन्विच्छ**—प्रयत्न कर; **कृपणाः**—लोभी, कृपण; **फल-हेतवः**—सकाम कर्माची इच्छा करणारे किंवा फळाच्या हेतूने कर्म करणारे.

**हे धनंजया! भक्तिमय सेवेद्वारे सर्व निंद्य अशा कर्मांना दूर सार आणि त्या भावनेमध्येच भगवंतांना शरण जा. जे आपल्या कर्मफलांचा उपभोग घेऊ इच्छितात ते कृपणच आहेत.**

**तात्पर्य:** आपण भगवंतांचे नित्य सेवक आहोत या आपल्या मूळ स्वरूपाला ज्याने वस्तुतः जाणले आहे तो कृष्णभावनाभावित कर्माव्यतिरिक्त इतर सर्व कर्मांचा त्याग करतो. पूर्वीच वर्णन केल्याप्रमाणे बुद्धियोग म्हणजे भगवंतांची दिव्य प्रेममयी सेवा होय. अशी भक्तिपूर्ण प्रेममयी सेवा म्हणजे आत्म्याचा कर्म करण्याचा योग्य मार्ग आहे. केवळ कृपण लोकच आपल्या कर्मफलाचा उपभोग घेण्याची इच्छा करतात, पण त्यामुळे ते भवबंधनात अधिकच गुंतत जातात. कृष्णभावनेमध्ये केलेल्या कर्माव्यतिरिक्त इतर सर्व कर्मे ही निंद्य अशी कर्मेच आहेत. कारण अशा कर्मांमुळे मनुष्य पुनः पुन्हा जन्ममृत्यूच्याच चक्राला बांधला जातो. म्हणून एखाद्याने स्वतः कर्माचे कारण बनण्याची कधीच इच्छा करू नये. सर्व काही कृष्णभावनेमध्ये म्हणजेच श्रीकृष्णांच्या संतुष्टीसाठी केले पाहिजे. कृपण व्यक्तीला सुदैवाने किंवा कठीण परिश्रमाने प्राप्त केलेल्या संपत्तीचा योग्य उपयोग कसा करावा याचे ज्ञान नसते. मनुष्याने आपली संपूर्ण शक्ती कृष्णभावनाभावित कर्म करण्यात खर्ची घातली पाहिजे आणि त्यामुळेच त्याला आपले जीवन यशस्वी करता येईल. कृपण व्यक्तीप्रमाणेच दुर्दैवी लोकही आपल्या मानवी शक्तीचा भगवत्सेवेमध्ये उपयोग करीत नाहीत.

**बुद्धियुक्तो जहातीह उभे सुकृतदुष्कृते ।**
**तस्माद्योगाय युज्यस्व योगः कर्मसु कौशलम् ॥ ५० ॥**

**बुद्धि-युक्तः**—जो भक्तिपूर्ण सेवेमध्ये संलग्न झाला आहे; **जहाति**—मुक्त होऊ शकतो; **इह**—या जन्मामध्येच; **उभे**—दोन्ही; **सुकृत-दुष्कृते**—चांगले आणि वाईट फळ; **तस्मात्**—म्हणून; **योगाय**—भक्तिपूर्ण सेवेकरिता; **युज्यस्व**—अशा रीतीने संलग्न हो; **योगः**—कृष्णभावना; **कर्मसु**—सर्व कर्मांमध्ये; **कौशलम्**—कौशल्य, कला.

**भक्तिपूर्ण सेवेमध्ये संलग्न झालेला मनुष्य या जन्मात सुद्धा चांगल्या आणि वाईट कर्मांपासून मुक्त होतो म्हणून योगयुक्त होण्याचा प्रयत्न कर, कारण योग हेच सर्व कर्मांतील कौशल्य आहे.**

**तात्पर्य:** अतिप्राचीन काळापासून प्रत्येक जीवात्म्याने आपल्या चांगल्या आणि वाईट कर्मांच्या विविध फलांचा संचय केला आहे. म्हणूनच तो आपल्या मूळ वैधानिक स्वरूपस्थितीपासून सतत अनभिज्ञ राहिला आहे. मनुष्याचे अज्ञान भगवद्गीतेतील उपदेशांद्वारे दूर होऊ शकते. भगवद्गीता मनुष्याला सर्व परिस्थितीत भगवान श्रीकृष्णांना शरण जाण्यास आणि जन्मजन्मांतरापासून संचित झालेल्या क्रिया आणि प्रतिक्रियांच्या चक्रात बळी पडण्यापासून वाचविण्यास शिकविते. म्हणून अर्जुनाला कृष्णभावनेमध्ये कर्म करण्याचा सल्ला देण्यात आला आहे. कारण कृष्णभावना ही शुद्धीकरण करण्याची प्रक्रिया आहे.

**कर्मजं बुद्धियुक्ता हि फलं त्यक्त्वा मनीषिणः ।**
**जन्मबन्धविनिर्मुक्ताः पदं गच्छन्त्यनामयम् ॥ ५१ ॥**

**कर्म-जम्**—सकाम कर्मामुळे; **बुद्धि-युक्ताः**—भक्तिपूर्ण सेवेमध्ये संलग्न होऊन; **हि**—निश्चितपणे; **फलम्**—फळ; **त्यक्त्वा**—त्याग करून; **मनीषिणः**—महान ऋषिमुनी किंवा भक्त; **जन्म-बन्ध**—जन्ममृत्यूच्या बंधनातून; **विनिर्मुक्ताः**—मुक्त झालेले; **पदम्**—पद अथवा स्थान; **गच्छन्ति**—ते पोहोचतात; **अनामयम्**—दुःखरहित.

**याप्रमाणे भगवंतांच्या भक्तिपूर्ण सेवेमध्ये संलग्न होऊन महान ऋषिमुनी अथवा भक्तगण भौतिक जगातील कर्मफलातून मुक्त होतात. अशा रीतीने ते जन्ममृत्यूच्या चक्रातून मुक्त होतात आणि सर्व दुःखांच्या पलीकडील स्थानाची ( भगवद्धामाची ) प्राप्ती करतात.**

**तात्पर्य :** भौतिक क्लेश नसलेल्या ठिकाणी मुक्त जीव वास करतात. श्रीमद्भागवत (१०.१४.५८) सांगते की,

*समाश्रिता ये पदपल्लवप्लवं महत्पदं पुण्ययशो मुरारेः ।*
*भवाम्बुधिर्वत्सपदं परं पदं पदं पदं यद्विपदां न तेषाम् ॥*

"जो परमेश्वर व्यक्त सृष्टीचा आश्रय आहे आणि जो मुकुंद म्हणजेच मुक्तिदाता म्हणून प्रसिद्ध आहे त्या भगवंतांच्या चरणकमलरूपी नावेचा ज्याने आश्रय ग्रहण केला आहे त्याला हा भवसागर वासराच्या खुराच्या ठशात मावणाऱ्या पाण्यासमान वाटतो. ज्या ठिकाणी पदोपदी संकटेच आहेत असे ठिकाण प्राप्त करणे हे त्याचे ध्येय नसून परम् किंवा भौतिक क्लेषविरहित स्थान किंवा वैकुंठ प्राप्ती हेच त्याचे ध्येय असते."

अज्ञानवश मनुष्य जाणत नाही की, भौतिक जग हे पदोपदी संकटांनी भरलेले आहे व अत्यंत क्लेषदायक आहे. केवळ अज्ञानामुळेच अल्पबुद्धी लोक हे सकाम कर्मे करून परिस्थितीशी जमवून घेण्याचा प्रयत्न करतात कारण त्यांना वाटते की, त्यापासून प्राप्त होणाऱ्या फलामुळे ते सुखी होतील. विश्वामध्ये कुठेही आणि कोणत्याही प्रकारचे शरीर क्लेषविरहित जीवन देऊच शकत नाही हे त्यांना माहीत नसते. जन्म-मृत्यू-जरा आणि व्याधी ही जीवनाची दुःखे भौतिक जगतात सर्वत्र आढळतात; परंतु भगवंतांचा सनातन सेवक म्हणून जो स्वतःचे स्वरूप जाणतो आणि याप्रमाणे भगवंतांच्याही स्वरूपाचे ज्याला ज्ञान होते, तो स्वतःला पुरुषोत्तम श्रीभगवंतांच्या दिव्य प्रेममयी सेवेमध्ये संलग्न करतो. यामुळे स्वाभाविकतःच तो भौतिक क्लेशदायी जीवन आणि काळ व मृत्यू यांचा यत्किंचितही प्रभाव नसणाऱ्या वैकुंठलोकात प्रवेश करण्यास पात्र बनतो. स्वतःची मूळ स्वरूपस्थिती जाणणे म्हणजेच भगवंतांचे दिव्य स्वरूपही जाणणे होय. जो चुकीने जाणतो की, आत्म्याचे आणि भगवंतांचे स्वरूप हे एकाच स्तरावरचे आहे तो अंधकारात आहे असे जाणावे आणि यामुळेच तो भगवंतांच्या भक्तिपूर्ण सेवेमध्ये संलग्न होऊ शकत नाही. असा मनुष्य स्वतःच भगवंत बनतो आणि याप्रकारे जन्म-मृत्यूच्या चक्रात पडण्याचा मार्ग स्वतःच मोकळा करतो. तथापि, जो जाणतो की, भगवंतांची सेवा करणे

ही आपली स्वरूप-स्थिती आहे, तो स्वत:ला भगवंतांच्या सेवेमध्ये संलग्न करतो आणि तात्काळ वैकुंठलोकात प्रवेश करण्यास पात्र होतो. भगवंतांची सेवा म्हणून केलेले कर्म म्हणजेच कर्मयोग किंवा बुद्धियोग होय किंवा स्पष्ट शब्दांत सांगावयाचे तर, हीच भगवद्भक्ती होय.

**यदा ते मोहकलिलं बुद्धिर्व्यतितरिष्यति ।**
**तदा गन्तासि निर्वेदं श्रोतव्यस्य श्रुतस्य च ॥ ५२ ॥**

**यदा**—जेव्हा; **ते**—तुझे; **मोह**—मोहमयी; **कलिलम्**—घनदाट अरण्य; **बुद्धिः**—बुद्धियुक्त दिव्य सेवा; **व्यतितरिष्यति**—पार करते; **तदा**—त्या वेळी; **गन्ता असि**—तू जाशील; **निर्वेदम्**—तिरस्कार, औदासीन्य; **श्रोतव्यस्य**—जे ऐकावयाचे आहे त्याचा; **श्रुतस्य**—जे सर्व पूर्वीच ऐकलेले आहे त्याचा; **च**—सुद्धा.

**जेव्हा तुझी बुद्धी या मोहरूपी घनदाट अरण्याच्या पार होईल, तेव्हा तू जे सर्व ऐकलेले आहेस आणि जे सर्व ऐकावयाचे आहे त्या सर्वांबद्दल उदासीन होशील.**

**तात्पर्य:** केवळ भगवंतांची भक्ती करून वेदांतील कर्मकांडाविषयी जे उदासीन झाले आहेत अशा महान भगवद्भक्तांच्या चरित्रांची पुष्कळ चांगली उदाहरणे आहेत. जेव्हा एखादा मनुष्य वास्तविकपणे श्रीकृष्ण आणि त्यांच्याशी असणारा आपला संबंध जाणतो तेव्हा तो जरी पारंगत ब्राह्मण असला तरी तो सकाम कर्मांच्या विधींपासून स्वाभाविकपणेच पूर्णपणे उदासीन होतो. भक्तांच्या परंपरेतील महान भक्त, श्रीमाधवेंद्र पुरी म्हणतात,

*सन्ध्यावन्दन भद्रमस्तु भवतो भोः स्नान तुभ्यं नमो ।*
*भो देवाः पितरश्च तर्पणविधौ नाहं क्षमः क्षम्यताम् ।*
*यत्र क्वापि निषद्य यादवकुलोत्तमस्य कंसद्विषः ।*
*स्मारं स्मारमघं हरामि तदलं मन्ये किमन्येन मे ॥*

"हे माझ्या त्रिसंध्यासमयी प्रार्थना, तुमचा जयजयकार असो. हे स्नान, मी तुला वंदन करतो. हे देवतागण, हे पितृगण मी तुम्हाला वंदन करण्यास असमर्थ असल्याबद्दल मला क्षमा करा. आता मी जेथे जेथे बसतो तेथे तेथे यदुकुळाचा महान वंशज, कंसाचा वैरी, श्रीकृष्ण, त्यांचे मी स्मरण करतो आणि यामुळे मी स्वत:ला माझ्या सर्व पापमय बंधनातून मुक्त करू शकतो. मला वाटते की, हेच माझ्यासाठी पुरेसे आहे."

वेदांमधील संस्कार आणि धार्मिक विधी उदाहरणार्थ, दिवसातील त्रिसंध्यासमयी करणाऱ्या प्रार्थना समजून घेणे, सकाळी प्रथम प्रहरी स्नान करणे, पूर्वजांना प्रणाम करणे इत्यादी गोष्टी या नवसाधकांसाठी अत्यावश्यक आहेत. परंतु जो पूर्णपणे कृष्णभावनाभावित असतो आणि भगवंतांच्या दिव्य प्रेममयी सेवेमध्ये पूर्णपणे रममाण झालेला असतो, त्याने पूर्वीच सर्व पूर्णत्वांची प्राप्ती केली असल्यामुळे, तो या प्रकारच्या सर्व नियामक तत्त्वांपासून उदासीन बनतो. जर एखादा भगवान श्रीकृष्णांच्या सेवेद्वारे ज्ञानाची प्राप्ती करू शकत असेल तर त्याने शास्त्रामध्ये सांगितलेल्या विविध प्रकारचा त्याग, तपस्या किंवा यज्ञ करण्याची आवश्यकता नाही आणि त्याचप्रमाणे वेदांचा हेतू, श्रीकृष्णांची प्राप्ती हा आहे हे न जाणता जर एखादा केवळ कर्मकांड

करण्यात मग्न झाला तर तो अशा कर्मांमध्ये व्यर्थ वेळ दवडत आहे. कृष्णभावनाभावित व्यक्ती शब्द-ब्रह्म किंवा वेद आणि उपनिषदे यांच्या मर्यादा ओलांडून पलीकडे जातात.

**श्रुतिविप्रतिपन्ना ते यदा स्थास्यति निश्चला ।**
**समाधावचला बुद्धिस्तदा योगमवाप्स्यसि ॥ ५३ ॥**

**श्रुति**—वैदिक ज्ञानाचे; **विप्रतिपन्ना**—सकाम कर्मांमुळे प्रभावित झाल्याविना; **ते**—तुझे; **यदा**—जेव्हा; **स्थास्यति**—राहतो; **निश्चला**—अविचलित; **समाधौ**—दिव्य भावनेमध्ये किंवा कृष्णभावनेमध्ये; **अचला**—स्थिर, दृढ; **बुद्धिः**—बुद्धी; **तदा**—त्या वेळी; **योगम्**—आत्मसाक्षात्कार; **अवाप्स्यसि**—तू प्राप्त करशील.

**जेव्हा तुझे मन वेदांच्या डौलदार अलंकारिक भाषेने विचलित होणार नाही आणि जेव्हा ते आत्म—साक्षात्कारामध्ये समाधिस्थ होईल तेव्हा तुला दिव्य भावनेची प्राप्ती होईल.**

**तात्पर्य:** जो समाधिस्थ असतो त्याला कृष्णभावनेचा पूर्ण साक्षात्कार झालेला असतो किंवा त्याला ब्रह्म, परमात्मा आणि भगवान या रूपांचा साक्षात्कार झालेला असतो. आत्म-साक्षात्काराची परमोच्च सिद्धी म्हणजे आपण भगवान श्रीकृष्णांचे सनातन सेवक आहोत आणि आपले एकमात्र कर्तव्य म्हणजे कृष्णभावनेत सर्व प्रकारची कर्मे करणे हे जाणणे होय. कृष्णभावनाभावित व्यक्तीने किंवा एकनिष्ठ दृढ भगवद्भक्ताने वेदांच्या अलंकारिक भाषेने विचलित होऊ नये तसेच स्वर्गलोकांची प्राप्ती करण्यासाठी त्याने सकाम कर्मे करण्यात मग्न होऊ नये. कृष्णभावनेमध्ये मनुष्याचा संबंध प्रत्यक्ष श्रीकृष्णांशी येतो आणि त्यामुळे त्या दिव्य स्तरावरून तो श्रीकृष्णांपासून प्राप्त होणारे मार्गदर्शन जाणू शकतो. अशा कृष्णभावनाभावित कर्मांमुळे मनुष्याला फळाची आणि अंतिम ज्ञानाची निश्चितपणे प्राप्ती होते. यासाठी श्रीकृष्ण किंवा त्यांचा प्रतिनिधी आध्यात्मिक गुरू यांच्या आज्ञांचे केवळ पालन करणे आवश्यक आहे.

अर्जुन उवाच
**स्थितप्रज्ञस्य का भाषा समाधिस्थस्य केशव ।**
**स्थितधीः किं प्रभाषेत किमासीत व्रजेत किम् ॥ ५४ ॥**

**अर्जुनः उवाच**—अर्जुन म्हणाला; **स्थित-प्रज्ञस्य**—जो दृढ कृष्णभावनेमध्ये स्थिर झाला आहे; **का**—काय; **भाषा**—भाषा; **समाधि-स्थस्य**—समाधिस्थ झालेला; **केशव**—हे कृष्ण; **स्थित-धीः**—कृष्णभावनेमध्ये स्थिर झालेला; **किम्**—काय; **प्रभाषेत**—बोलतो; **किम्**—कसा; **आसीत**—राहतो; **व्रजेत**—चालतो; **किम्**—कसा.

**अर्जुन म्हणाला: हे कृष्ण, ज्याची भावना अशी समाधिस्थ झाली आहे त्याची लक्षणे काय आहेत? तो कसा आणि कोणत्या भाषेत बोलतो? तो बसतो कसा आणि चालतो कसा?**

**तात्पर्य:** ज्याप्रमाणे प्रत्येक मनुष्याच्या विशिष्ट अवस्थेत त्याची लक्षणे असतात त्याचप्रमाणे जो कृष्णभावनायुक्त असतो त्याचेही बोलणे, चालणे, विचार करणे, वाटणे इत्यादी विशिष्ट लक्षणे असतात. ज्याप्रमाणे एखादा श्रीमंत मनुष्य हा त्याच्या लक्षणावरून श्रीमंत म्हणून ओळखला जातो, ज्याप्रमाणे रोगी मनुष्य त्याच्या लक्षणावरून रोगी म्हणून ओळखला जातो किंवा ज्याप्रमाणे विद्वान मनुष्याची विशिष्ट लक्षणे असतात त्याचप्रमाणे दिव्य कृष्णभावनेमध्ये असणाऱ्या मनुष्याची त्याच्या विविध कृतींत विशिष्ट अशी लक्षणे असतात. भगवद्गीतेवरून एखादा अशा मनुष्याची विशिष्ट लक्षणे जाणू शकतो. सर्वांत महत्त्वाची गोष्ट म्हणजे कृष्णभावनेतील मनुष्य कसा बोलतो? कारण बोलणे हा मनुष्याचा सर्वांत महत्त्वपूर्ण गुण आहे. असे सांगितले जाते की, जोपर्यंत मूर्ख हा बोलत नाही तोपर्यंत त्याला आपण ओळखू शकत नाही आणि निश्चितपणे उत्तम वस्त्रे परिधान केलेला मनुष्य हा जोपर्यंत बोलत नाही तोपर्यंत त्यांच्याविषयी काही जाणता येत नाही. पण ज्याक्षणी तो बोलतो त्याचक्षणी त्याचा स्वभाव प्रकट होतो. कृष्णभावनाभावित मनुष्याचे मुख्य लक्षण म्हणजे तो केवळ श्रीकृष्णांबद्दल किंवा त्यांच्याशी संबंधित असलेल्या गोष्टींबद्दलच बोलतो. इतर लक्षणे खाली सांगितल्याप्रमाणे आपोआपच प्रकट होतात.

श्रीभगवानुवाच

**प्रजहाति यदा कामान्सर्वान्पार्थ मनोगतान्।**
**आत्मन्येवात्मना तुष्टः स्थितप्रज्ञस्तदोच्यते ॥ ५५ ॥**

**श्री-भगवान् उवाच**—श्रीभगवान म्हणाले; **प्रजहाति**—त्याग करतो; **यदा**—जेव्हा; **कामान्**—इंद्रियतृप्तीच्या इच्छांचा; **सर्वान्**—सर्व प्रकारच्या; **पार्थ**—हे पार्थ; **मनः-गतान्**—मानसिक तर्कवितर्क; **आत्मनि**—आत्म्याच्या विशुद्ध अवस्थेत; **एव**—निश्चितपणे; **आत्मना**—पवित्र किंवा शुद्ध मनाने; **तुष्टः**—तृप्त, समाधानी; **स्थित-प्रज्ञः**—दिव्यावस्थेत स्थित झालेला; **तदा**—त्या वेळी; **उच्यते**—म्हटले आहे.

**श्रीभगवान म्हणाले : हे पार्था! मानसिक तर्कवितर्कांमुळे उत्पन्न झालेल्या इंद्रियतृप्तीच्या सर्व प्रकारच्या इच्छांचा मनुष्य जेव्हा त्याग करतो आणि याप्रमाणे त्याचे शुद्ध झालेले मन जेव्हा केवळ आत्म्यामध्येच संतुष्ट होते तेव्हा तो स्थितप्रज्ञ अर्थात, विशुद्ध दिव्यावस्थेत स्थित झाला आहे असे म्हटले जाते.**

**तात्पर्य:** श्रीमद्भागवत स्पष्टपणे सांगते की, जो पूर्णपणे कृष्णभावनायुक्त किंवा भगवंतांच्या भक्तिपूर्ण सेवेमध्ये आहे त्याच्यामध्ये, महान ऋषींकडे आढळणारे सर्व गुण असतात. परंतु जो याप्रकारे स्थितप्रज्ञ नाही त्याच्याकडे कोणतेही चांगले गुण नाहीत. कारण तो निश्चितपणे स्वतःच्या मानसिक तर्कवितर्कांचा आश्रय घेत असतो. म्हणून येथे उचितपणे म्हटले आहे की, मानसिक तर्कवितर्कांनी निर्माण झालेल्या सर्व प्रकारच्या इंद्रियतृप्तीच्या इच्छांचा मनुष्याने त्याग करणे अत्यावश्यक आहे. इंद्रियांच्या अशा इच्छा कृत्रिम रीतीने थांबविता येत नाहीत, पण कृष्णभावनेमध्ये निमग्न झाल्याने आपोआपच सर्व इंद्रियांच्या इच्छा विशेष प्रयत्नाशिवाय कमी

होतात. म्हणून मनुष्याने कोणतीही आशंका न बाळगता कृष्णभावनेमध्ये संलग्न होणे आवश्यक आहे. कारण अशी भक्तिपूर्ण सेवा त्याला तात्काळ स्थितप्रज्ञ होण्यास मदत करते. महात्मा हा निरंतर स्वत:मध्येच संतुष्ट राहतो, कारण आपण भगवंतांचे सनातन सेवक आहोत हे त्याने निश्चितपणे जाणलेले असते. अशा स्थितप्रज्ञ व्यक्तीला तुच्छ भौतिकतेपासून निर्माण होणाऱ्या इंद्रियकामना नसतात, किंबहुना तो आपल्या भगवंतांची नित्य सेवा करण्याच्या स्वाभाविक स्थितीमध्येच सतत आनंदी राहतो.

**दु:खेष्वनुद्विग्नमना: सुखेषु विगतस्पृह: ।**
**वीतरागभयक्रोध: स्थितधीर्मुनिरुच्यते ॥ ५६ ॥**

**दु:खेषु**—त्रिविध दु:खांत; **अनुद्विग्न-मना:**—मनात क्षुब्धता होऊ न देता; **सुखेषु**—सुखामध्ये; **विगत-स्पृह:**—आस्था न ठेवता; **वीत**—पासून मुक्त; **राग**—आसक्ती; **भय**—भय; **क्रोध:**—आणि क्रोध; **स्थित-धी:**—ज्याचे मन स्थिर आहे; **मुनि:**—मुनी; **उच्यते**—म्हटले जाते.

**जो त्रिविध तापांनीही मनामध्ये विचलित होत नाही किंवा सुखामध्ये हर्षोल्हासित होत नाही आणि जो आसक्ती, भय आणि क्रोध यांपासून मुक्त झाला आहे त्याला स्थिर मन झालेला मुनी असे म्हटले जाते.**

**तात्पर्य:** *मुनि* शब्द दर्शवितो की, जो मानसिक तर्कवितर्कांसाठी कोणत्याही निर्णयाप्रत येण्याशिवाय आपल्या मनाला विविध प्रकारे प्रक्षुब्ध करू शकतो. असे सांगितले जाते की, प्रत्येक मुनीला वेगवेगळा दृष्टिकोण असतो आणि जोपर्यंत एक मुनी हा इतर मुनींशी मतभेद दाखवू शकत नाही तोपर्यंत खऱ्या अर्थाने त्याला मुनी म्हणता येत नाही. *न चासावृषिर्यस्य मतं न भिन्नम्* (महाभारत, वनपर्व ३१३.११७) पण या ठिकाणी भगवंतांनी सांगितलेला *स्थितधी: मुनी* हा साधारण मुनींपेक्षा वेगळा आहे. स्थितधी: मुनी हा नेहमी कृष्णभावनाभावित असतो कारण कलात्मक तर्कवितर्कांचा पूर्णपणे त्याग केलेला असतो. त्याला *प्रशान्त नि:शेष मनोरथान्तर* (स्तोत्र रत्न ४३) असे म्हटले जाते. म्हणजेच ज्याने मानसिक तर्कवितर्कांची पातळी पार केली आहे व जो वासुदेव भगवान श्रीकृष्ण हेच सर्व काही आहेत या अंतिम निर्णयाप्रत आलेला असतो (*वासुदेव: सर्वमिति स महात्मा सुदुर्लभ:*). त्याला मुनी किंवा मनामध्ये दृढ झालेला असे म्हटले जाते. असा पूर्णपणे कृष्णभावनाभावित झालेला मनुष्य त्रिविध तापांच्या आघातांनी मुळीच क्षुब्ध होत नाही, कारण तो सर्व दु:खांचा भगवंतांची कृपा म्हणून स्वीकार करतो. त्याला वाटते की, आपल्या गतजन्मातील कुकर्मांमुळे आपण केवळ आणखी त्रासासाठीच लायक आहोत तरीसुद्धा भगवंतांच्या कृपेने आपले कष्ट हे कमीत कमी प्रमाणात आपल्याला होत आहेत. त्याचप्रमाणे जेव्हा तो सुखी असतो तेव्हा त्याचे श्रेय तो भगवंतांना देतो. कारण त्याला वाटते की, आपण त्या सुखाला अपात्र आहोत. तो निश्चितपणे जाणतो की, केवळ भगवंतांच्या कृपेमुळेच अशा सुखकारक परिस्थितीत राहून आपण भगवंतांची उत्तम प्रकारे सेवा करीत आहोत. भगवंतांच्या सेवेप्रीत्यर्थ तो सदैव निर्भय आणि दक्ष असतो तसेच तो आसक्ती आणि अनासक्ती यामुळे कधीच प्रभावित होत नाही. आसक्ती म्हणजे स्वत:च्या इंद्रियतृप्तीकरिता

गोष्टींचा स्वीकार करणे आणि अनासक्ती म्हणजे अशा इंद्रियासक्तीचा अभाव होय. पण जो कृष्णभावनेमध्ये दृढ असतो तो आसक्तही नाही किंवा अनासक्तही असत नाही, कारण त्याचे जीवन हे भगवत्सेवेमध्ये समर्पित असते. यास्तव जेव्हा त्याचे प्रयत्न अयशस्वी होतात तेव्हाही तो मुळीच क्रोधित होत नाही. यश असो अथवा अपयश, कृष्णभावनाभावित मनुष्य हा नेहमी आपल्या संकल्पामध्ये दृढ असतो.

**यः सर्वत्रानभिस्नेहस्तत्तत्प्राप्य शुभाशुभम् ।**
**नाभिनन्दति न द्वेष्टि तस्य प्रज्ञा प्रतिष्ठिता ॥ ५७॥**

**यः**—जो; **सर्वत्र**—सर्वत्र; **अनभिस्नेहः**—स्नेहरहित; **तत्**—ते; **तत्**—ते; **प्राप्य**—प्राप्त झाल्यावर; **शुभ**—शुभ; **अशुभम्**—अशुभ किंवा वाईट; **न**—कधीही नाही; **अभिनन्दति**—स्तुती; **न**—कधीच नाही; **द्वेष्टि**—द्वेष करतो; **तस्य**—त्याची; **प्रज्ञा**—पूर्ण ज्ञान; **प्रतिष्ठिता**—दृढ.

**या भौतिक जगतात जो कोणी शुभ अथवा अशुभ गोष्टींच्या प्राप्तीपासून प्रभावित होत नाही आणि जो अशा प्राप्त शुभाशुभ गोष्टींची स्तुती अथवा निंदाही करीत नाही, तो पूर्ण ज्ञानामध्ये दृढपणे स्थिर झालेला असतो.**

**तात्पर्य:** या भौतिक जगतामध्ये नेहमी काही तरी उलथापालथ होतच असते व अशी ही उलथापालथ चांगली अथवा वाईटही असू शकते. जो अशा या भौतिक उलथापालथीमुळे क्षुब्ध होत नाही किंवा जो शुभाशुभ गोष्टींपासून निर्विकार राहतो तो कृष्णभावनेत दृढपणे स्थिर झाला आहे असे जाणावे. जोपर्यंत मनुष्य भौतिक जगात आहे तोपर्यंत नेहमी शुभाशुभ गोष्टी घडण्याची शक्यता असते, कारण हे जग पूर्णपणे द्वंद्वांनी भरले आहे, पण जो कृष्णभावनेत स्थिर झाला आहे तो शुभाशुभ गोष्टींपासून विचलित होत नाही, कारण त्याचा सर्व मंगलदायी भगवान श्रीकृष्णाशी संबंध असतो. अशा कृष्णभावनेमुळे एखादा परिपूर्ण अशा दिव्य स्तरावर आरूढ होतो व या स्तरालाच *समाधि* म्हटले जाते.

**यदा संहरते चायं कूर्मोऽङ्गानीव सर्वशः ।**
**इन्द्रियाणीन्द्रियार्थेभ्यस्तस्य प्रज्ञा प्रतिष्ठिता ॥ ५८॥**

**यदा**—जेव्हा; **संहरते**—आवरून घेते; **च**—सुद्धा; **अयम्**—हा; **कूर्मः**—कासव; **अङ्गानि**—अवयव; **इव**—प्रमाणे; **सर्वशः**—सर्व बाजूंनी पूर्णपणे; **इन्द्रियाणि**—इंद्रिये; **इन्द्रिय-अर्थेभ्यः**—इंद्रिय विषयांपासून; **तस्य**—त्याची; **प्रज्ञा**—भावना, चेतना; **प्रतिष्ठिता**—दृढपणे स्थिर झालेली.

**ज्याप्रमाणे कासव आपले अवयव आपल्या कवचात आवरून घेते त्याप्रमाणे जो आपल्या इंद्रियांना, इंद्रियविषयांपासून आवरून घेतो तो पूर्ण चेतनेमध्ये दृढपणे स्थिर होतो.**

**तात्पर्य:** कोणत्याही योगी, भक्त किंवा आत्मसाक्षात्कारी जीवाची कसोटी ही आहे की, तो आपल्या योजनेप्रमाणे आपल्या इंद्रियांना नियंत्रित करू शकत असतो. परंतु अधिकतर लोक

हे इंद्रियांचे गुलाम असतात आणि म्हणून ते इंद्रियांच्या मार्गदर्शनाखाली कार्य करत असतात. योगी कोणत्या प्रकारे स्थित असतो या प्रश्नाचे हेच उत्तर आहे. इंद्रियांची तुलना ही विषारी सर्पांशी केली जाते. त्यांना अनिर्बंध आणि स्वैर आचरण करावयाचे असते. योगी किंवा भक्ताने गारुड्याप्रमाणे सर्परूपी इंद्रियांना नियंत्रित करण्यामध्ये अत्यंत खंबीर असले पाहिजे. तो आपल्या इंद्रियांना स्वतंत्र रीतीने वागण्याची मोकळीक कधीच देत नाही. शास्त्रामध्ये अनेक आदेश, नियम आहेत व त्यापैकी काही विधेयात्मक (सकारात्मक) आहेत तर काही निषेधात्मक (नकारात्मक) आहेत. जोपर्यंत एखादा स्वत: इंद्रियतृप्तीवर बंधन घालत नाही व या सकारात्मक आणि नकारात्मक आदेशांचे पालन करत नाही तोपर्यंत तो कृष्णभावनेमध्ये दृढपणे स्थिर होऊच शकत नाही. या ठिकाणी उल्लेखिलेले कासवाचे उदाहरण हे सर्वोत्तम आहे. कासव हे कोणत्याही क्षणी आपल्या इंद्रियांना आवरू शकते व विशिष्ट कार्याच्या वेळी ते पुन्हा इंद्रियांना प्रकट करते. त्याचप्रमाणे कृष्णभावनाभावित व्यक्तीची इंद्रिये ही भगवंतांच्या सेवेसाठीच उपयोगात आणली जातात नाही तर ती आवरली जातात. या ठिकाणी, आपल्या संतुष्टीकरिता इंद्रियांचा उपयोग न करता, त्यांचा उपयोग भगवत्सेवेमध्ये अर्जुनाने कसा करावा हे त्याला शिकविण्यात आले आहे. इंद्रिये आवरून घेणाऱ्या कासवाच्या उदाहरणावरून, आपली इंद्रिये सदैव भगवत्सेवेमध्ये कशी संलग्न करावी हे या ठिकाणी दर्शविण्यात आले आहे.

**विषया विनिवर्तन्ते निराहारस्य देहिनः ।**
**रसवर्जं रसोऽप्यस्य परं दृष्ट्वा निवर्तते ॥ ५९ ॥**

**विषयाः**—इंद्रियोपभोगाचे विषय; **विनिवर्तन्ते**—यांच्यापासून परावृत्त होण्याचा प्रयत्न केला जातो; **निराहारस्य**—निषेधात्मक बंधनाचे पालन करून; **देहिनः**—देहधारी जीवासाठी; **रस-वर्जम्**—गोडी सोडून दिल्याने; **रसः**—उपभोगाची आवड; **अपि**—जरी असली तरी; **अस्य**—त्याची; **परम्**—अतिशय श्रेष्ठ गोष्टींचा; **दृष्ट्वा**—अनुभव आल्यावर; **निवर्तते**—तो पूर्णपणे परावृत्त होतो.

**देहधारी जीवात्मा जरी इंद्रियोपभोगापासून निवृत्त झाला तरी त्याची इंद्रियविषयांबद्दलची गोडी राहतेच, परंतु उच्चतर रसाचा अनुभव घेऊन अशी कार्ये थांबविल्यास तो चेतनेमध्ये स्थिर होतो.**

**तात्पर्य:** मनुष्य जोपर्यंत दिव्य स्तरावर स्थित होत नाही तोपर्यंत तो इंद्रियतृप्तीपासून पूर्णपणे परावृत्त होऊ शकत नाही. विधिविधानांद्वारा इंद्रियोपभोगापासून निवृत्त होण्याची पद्धती ही काहीशी, रोगी मनुष्याने विशिष्ट खाद्यपदार्थापासून पथ्य पाळण्याप्रमाणे आहे. पण रोग्याला अशी बंधनेही आवडत नाहीत आणि त्याची खाद्यपदार्थामधील रुचीही नाहीशी होत नाही. त्याचप्रमाणे अष्टांगयोगासारखे काही आध्यात्मिक मार्ग, ज्यामध्ये यम, नियम, आसन, प्राणायाम, प्रत्याहार, धारणा, ध्यान इत्यादी येतात हे ज्या व्यक्तींना श्रेष्ठ ज्ञान नाही अशा अल्पबुद्धी लोकांसाठी आहे. परंतु आपल्या कृष्णभावनेच्या प्रगतीत ज्या व्यक्तीने भगवान श्रीकृष्णांच्या अप्रतिम सौंदर्याची गोडी चाखली आहे त्याला निर्जीव भौतिक गोष्टींविषयी मुळीच गोडी राहात नाही. म्हणून जीवनातील आध्यात्मिक प्रगतिपथावर असणाऱ्या अल्पबुद्धी नवसाधक व्यक्तीसाठी

बंधने असतात. परंतु अशी बंधने जोपर्यंत एखाद्याची कृष्णभावनेमध्ये वास्तविक गोडी निर्माण होत नाही तोपर्यंतच केवळ चांगली आहेत. जेव्हा एखादा खऱ्या अर्थाने कृष्णभावनाभावित होतो तेव्हा त्याची आपोआपच अशा निरर्थक गोष्टींमधील गोडी कमी होते.

**यततो ह्यपि कौन्तेय पुरुषस्य विपश्चितः ।**
**इन्द्रियाणि प्रमाथीनि हरन्ति प्रसभं मनः ॥ ६० ॥**

**यततः**—प्रयत्न करीत असताना; **हि**—निश्चितपणे; **अपि**—तरीसुद्धा; **कौन्तेय**—हे कौंतेय; **पुरुषस्य**—पुरुषाचे; **विपश्चितः**—तारतम्य, विवेकपूर्ण; **इन्द्रियाणि**—इंद्रिये; **प्रमाथीनि**—उच्छृंखल; **हरन्ति**—हरवून टाकतात; **प्रसभम्**—जबरदस्तीने, बळजबरीने; **मनः**—मनाला.

**इंद्रिये इतकी प्रबळ आणि उच्छृंखल आहेत की, हे अर्जुना! इंद्रियांना ताब्यात ठेवण्याचा प्रयत्न करणाऱ्या विवेकी पुरुषाच्या मनाला सुद्धा ती बळजबरीने ओढून नेतात.**

**तात्पर्य:** असे अनेक विद्वान ऋषी, तत्त्वज्ञानी आणि अध्यात्मवादी आहेत, जे इंद्रियांवर विजय मिळविण्याचा प्रयत्न करीत आहेत. परंतु त्यांच्या दृढ प्रयत्नानेही त्यांच्यातील सर्वांत श्रेष्ठ असा व्यक्तीही क्षुब्ध मनामुळे भौतिक इंद्रियोपभोगाला कधीकधी बळी पडतो. विश्वामित्रासारखे महर्षी आणि परिपूर्ण असे योगी जरी कठोर तपश्चर्या आणि योगाच्या आचरणाद्वारे इंद्रियनिग्रह करण्याचा प्रयत्न करीत होते तरी त्यांना मेनकेने लैंगिक सुखासाठी भुलविले. अर्थातच जागतिक इतिहासामध्ये याच प्रकारच्या इतर अनेक घटना आढळून येतात. म्हणून पूर्णपणे कृष्णभावनाभावित झाल्याशिवाय मन आणि इंद्रियांना नियंत्रित करणे अत्यंत कठीण आहे. मनाला श्रीकृष्णांच्या ठायी पूर्णपणे रममाण केल्याशिवाय अशा भौतिक कार्यांमधून निवृत्त होणे मनुष्याला अशक्यप्राय आहे. महान संत आणि भक्त श्रीयमुनाचार्य यांनी एक प्रत्यक्ष उदाहरण दिले आहे. ते म्हणतात,

*यदवधि मम चेतः कृष्णपदारविन्दे*
*नवनवरसधामन्युद्यतं रन्तुमासीत् ।*
*तदवधि बत नारीसंगमे स्मर्यमाने*
*भवति मुखविकारः सुष्ठु निष्ठीवनं च ॥*

"माझे मन भगवान श्रीकृष्णांच्या चरणकमलांमध्ये रममाण झाल्यापासून आणि नित्य नवीन दिव्य रसाचे आस्वादन करीत असल्यापासून, जेव्हा पण मी एखाद्या स्त्रीबरोबर लैंगिक सुखाचा विचार करतो तेव्हा तात्काळ माझे मुख विकाराने भरून त्या विचारावर मी थुंकतो."

कृष्णभावना ही इतकी दिव्य गोष्ट आहे की, भौतिक उपभोगाबद्दलची रुची आपोआपच नाहीशी होते. एखाद्या भुकेल्या मनुष्याने पुरेपूर पौष्टिक अन्नपदार्थ खाऊन आपली भूक भागविल्याप्रमाणेच ही कृष्णभावना आहे. महाराज अंबरीष यांचे मन केवळ कृष्णभावनेमध्ये रममाण झाल्यानेच त्यांनी महान योगी दुर्वास मुनी यांच्यावर विजय प्राप्त केला होता. ( *स वै*

*मनः कृष्णपदारविन्दयोः वचांसि वैकुण्ठगुणानुवर्णने)*

**तानि सर्वाणि संयम्य युक्त आसीत मत्परः ।**
**वशे हि यस्येन्द्रियाणि तस्य प्रज्ञा प्रतिष्ठिता ॥ ६१ ॥**

**तानि**—ती इंद्रिये; **सर्वाणि**—सर्व; **संयम्य**—संयमित करून; **युक्तः**—युक्त झालेला; **आसीत**—स्थिर असावे; **मत्-परः**—माझ्याशी संबंधित; **वशे**—पूर्णपणे वश करून; **हि**—निश्चितपणे; **यस्य**—ज्याची; **इन्द्रियाणि**—इंद्रिये; **तस्य**—त्याची; **प्रज्ञा**—चेतना, भावना; **प्रतिष्ठिता**—दृढपणे स्थिर होते.

**जो इंद्रियांना पूर्णपणे वश करून त्यांचे संयमन करतो आणि आपली भावना माझ्यामध्ये दृढपणे स्थिर करतो त्याला स्थिर बुद्धियुक्त मनुष्य असे म्हटले जाते.**

**तात्पर्य:** योगसिद्धीची परिपूर्णता म्हणजेच कृष्णभावना, याचे या श्लोकात स्पष्टपणे वर्णन करण्यात आले आहे आणि जोपर्यंत मनुष्य कृष्णभावनाभावित होत नाही तोपर्यंत त्याला इंद्रियांना संयमित करणे मुळीच शक्य नाही. पूर्वीच सांगितल्याप्रमाणे दुर्वास मुनींनी अंबरीष महाराजांशी भांडण उकरून काढले आणि विनाकारण अहंकाराने क्रुद्ध झाले व त्यामुळे ते आपल्या इंद्रियांना आवरू शकले नाही. याउलट राजा अंबरीष दुर्वासांच्या इतके श्रेष्ठ योगी नव्हते, पण ते भगवद्भक्त होते. त्यांनी दुर्वासांचा अन्याय शांतपणे सहन केला आणि परिणामी ते विजयी ठरले. अंबरीष महाराज आपली इंद्रिये संयमित करू शकले कारण श्रीमद्भागवतात (९.४.१८-२०) सांगितल्याप्रमाणे त्यांच्याकडे पुढील गुण होते.

*स वै मनः कृष्णपदारविन्दयोर्वचांसि वैकुण्ठगुणानुवर्णने ।*
*करौ हरेर्मन्दिरमार्जनादिषु श्रुतिं चकाराच्युतसत्कथोदये ॥*
*मुकुन्दलिङ्गालयदर्शने दृशौ तद्भृत्यगात्रस्पर्शेऽङ्गसंगमम् ।*
*घ्राणं च तत्पादसरोजसौरभे श्रीमत्तुलस्या रसनां तदर्पिते ॥*
*पादौ हरेः क्षेत्रपदानुसर्पणे शिरो हृषीकेशपदाभिवन्दने ।*
*कामं च दास्ये न तु कामकाम्यया यथोत्तमश्लोकजनाश्रया रतिः ॥*

"अंबरीष महाराजांनी आपले मन भगवान श्रीकृष्णांच्या चरणकमलांशी स्थिर केले, वाचा भगवद्धामाचे वर्णन करण्यात रत केली, हातांनी भगवंतांच्या मंदिराचे मार्जन केले, कानांनी भगवत्लीलांचे श्रवण केले, नेत्रांनी भगवंतांचे रूप पाहिले, आपल्या शरीराने भगवद्भक्तांच्या शरीराला स्पर्श केला, नासिकेद्वारे भगवत्चरणावर अर्पिलेल्या फुलांचा सुवास घेतला, जिह्वेने भगवंतांना अर्पिलेल्या तुळशीपत्राचा रस घेतला, पायाने भगवंतांचे मंदिर असलेल्या तीर्थस्थळांचा प्रवास केला, मस्तकाने भगवंतांना दंडवत घातला आणि भगवंतांच्या इच्छा पूर्ण करण्यातच आपली इच्छा अर्पण केली आणि या सर्व गुणांमुळे ते भगवंतांचा *मत्-पर* भक्त बनण्यास पात्र झाले."

या संदर्भात *मत्-पर* हा शब्द अत्यंत महत्त्वपूर्ण आहे. मनुष्य कोणत्या प्रकारे मत्पर होऊ शकतो हे अंबरीष महाराजांच्या जीवनावरून दर्शविण्यात आले आहे. *मत्-पर* परंपरेतील श्रेष्ठ विद्वान व महान आचार्य श्रील बलदेव विद्याभूषण सांगतात, *मद्भक्तिप्रभावेन*

*सर्वेन्द्रियविजयपूर्विका स्वात्मदृष्टिः सुलभेति भावः*—'भगवान श्रीकृष्णांच्या भक्तिपूर्ण सेवेच्या प्रभावानेच केवळ इंद्रियांचे पूर्णपणे संयमन करणे शक्य आहे.' काही वेळा अग्नीचेही उदाहरण दिले जाते. ज्याप्रमाणे धगधगता अग्नी खोलीमधील सर्व गोष्टी जाळून टाकतो, त्याचप्रमाणे योग्याच्या हृदयामध्ये स्थित असणारे भगवान विष्णू सर्व प्रकारची अशुद्धता जाळून टाकतात. योगसूत्रसुद्धा शून्याचे नाही तर श्रीविष्णूंचे ध्यान करण्यास सांगते. तथाकथित योगी जे विष्णुस्तरावर नसणाऱ्या कोणत्या तरी गोष्टीचे ध्यान करतात ते केवळ आभासपूर्ण अशा गोष्टीचे व्यर्थपणे ध्यान करीत आपला वेळ निव्वळ वाया घालवितात. आपण भगवंतांवर आसक्त होऊन कृष्णभावनाभावित झाले पाहिजे वास्तविक योगाचा हाच अंतिम उद्देश आहे.

**ध्यायतो विषयान्पुंसः सङ्गस्तेषूपजायते ।**
**सङ्गात्सञ्जायते कामः कामात्क्रोधोऽभिजायते ॥ ६२ ॥**

**ध्यायतः**—चिंतन करीत असताना; **विषयान्**—इंद्रियांचे विषय; **पुंसः**—व्यक्तीचे; **सङ्गः**—आसक्ती; **तेषु**—इंद्रियांच्या विषयामध्ये; **उपजायते**—वाढत जाते; **सङ्गात्**—आसक्तीपासून; **सञ्जायते**—उत्पन्न होतो; **कामः**—वासना, काम; **कामात्**—वासनेपासून, कामापासून; **क्रोधः**—क्रोध; **अभिजायते**—प्रकट होतो.

**इंद्रियविषयांचे चिंतन करीत असताना, मनुष्याची त्या विषयांच्या ठिकाणी आसक्ती वाढत जाते आणि अशा आसक्तीपासून काम उत्पन्न होतो आणि कामापासून क्रोधाचा उद्‌भव होतो.**

**तात्पर्य:** जो मनुष्य कृष्णभावनाभावित नाही तो इंद्रियविषयांचे चिंतन करीत असताना भौतिक इच्छांमुळे प्रभावित होतो. इंद्रियांना योग्य कार्यामध्ये निमग्न केले पाहिजे आणि इंद्रियांना जर भगवंतांच्या दिव्य प्रेममयी सेवेमध्ये संलग्न केले नाही तर ती निश्चितपणे भौतिक सेवेमध्ये मग्न होतील. या भौतिक जगातील प्रत्येकजण, स्वर्गलोकातील देवदेवताच नव्हे तर ब्रह्मदेव आणि शंकरही इंद्रियविषयांच्या प्रभावाला वश होतात. भौतिक अस्तित्वाच्या या जंजाळातून मुक्त होण्याचा एकच मार्ग म्हणजे कृष्णभावनाभावित होणे होय. भगवान शिव हे ध्यानमग्न होते, पण जेव्हा पार्वतीने त्यांना इंद्रियसुखाकरिता विचलित केले तेव्हा शिव त्यासाठी तयारही झाले आणि परिणामी कार्तिकेयाचा जन्म झाला; परंतु जेव्हा हरिदास ठाकूर तरुण भगवद्‌भक्त होते तेव्हा याचप्रमाणे मायादेवीच्या अवताराने त्यांना मोहित करण्याचा प्रयत्न केला, पण भगवान श्रीकृष्णांच्या ठिकाणी त्यांची अहैतुकी भक्ती असल्यामुळे त्यांनी सहजपणे मायादेवीची परीक्षा पार पाडली. वर उल्लेख केलेल्या श्रीयामुनाचार्यांच्या श्लोकामध्ये सांगितल्याप्रमाणे भगवंतांचा प्रामाणिक भक्त सर्व भौतिक इंद्रियोपभोग टाळतो, कारण त्याला भगवंतांच्या सान्निध्यात आध्यात्मिक आनंदाची उच्चतर गोडी प्राप्त झालेली असते आणि हेच यशाचे रहस्य आहे. म्हणून जो कृष्णभावनाभावित नाही तो कृत्रिम रीतीने इंद्रियदमन करून त्यांना ताब्यात ठेवण्यामध्ये कितीही सामर्थ्यशाली असला तरी तो शेवटी निश्चितपणे अपयशीच होतो, कारण

विषयसुखाचा अत्यल्प विचारही त्याला इंद्रियतृप्तीसाठी उद्युक्त करू शकतो.

**क्रोधाद्भवति सम्मोहः सम्मोहात्स्मृतिविभ्रमः ।**
**स्मृतिभ्रंशाद्बुद्धिनाशो बुद्धिनाशात्प्रणश्यति ॥ ६३ ॥**

**क्रोधात्**—क्रोधापासून; **भवति**—निर्माण होतो; **सम्मोहः**—पूर्ण मोह किंवा संमोह; **सम्मोहात्**—मोहापासून; **स्मृति**—स्मृतीचा; **विभ्रमः**—गोंधळ; **स्मृति-भ्रंशात्**—स्मृतिभ्रंश झाल्यावर किंवा स्मृतीत गोंधळ झाल्यानंतर; **बुद्धि-नाशः**—बुद्धीचा नाश; **बुद्धि-नाशात्**—आणि बुद्धीचा नाश झाल्यानंतर; **प्रणश्यति**—मनुष्याचे पतन होते.

**क्रोधापासून संमोह निर्माण होतो आणि मोहापासून स्मृती भ्रमित होते. जेव्हा स्मृती भ्रमित होते तेव्हा बुद्धिनाश होतो आणि बुद्धिनाश होतो तेव्हा मनुष्याचे पुन्हा भौतिक अंधकूपात पतन होते.**

**तात्पर्यः** श्रील रूप गोस्वामींनी (भक्तिरसामृतसिंधू १.२.२५८) आपल्याला सांगितले आहे,

*प्रापञ्चिकतया बुद्ध्या हरिसम्बन्धि वस्तुनः ।*
*मुमुक्षुभिः परित्यागो वैराग्यं फल्गु कथ्यते ॥*

कृष्णभावनेच्या विकासामुळे समजू शकते की, प्रत्येक गोष्टीचा भगवंतांच्या सेवेमध्ये उपयोग होऊ शकतो. ज्यांना कृष्णभावनेचे ज्ञान नाही ते कृत्रिमरीत्या भौतिक गोष्टी टाळण्याचा प्रयत्न करतात आणि परिणामी जरी त्यांना भौतिक बंधनातून मुक्त होण्याची इच्छा असली तरी ते वैराग्याची पूर्णावस्था प्राप्त करू शकत नाहीत. त्यांच्या या तथाकथित वैराग्याला *फल्गु* किंवा गौण म्हटले जाते. याउलट कृष्णभावनाभावित मनुष्याला प्रत्येक गोष्टीचा उपयोग भगवत्सेवेमध्ये कसा करावा याचे ज्ञान असते. म्हणून तो भौतिक भावनेला बळी पडत नाही. उदाहरणार्थ, निर्विशेषवादी मनुष्याच्या दृष्टीने भगवंत किंवा परम सत्य हे निर्विशेष असल्यामुळे अन्न ग्रहण करू शकत नाही. निर्विशेषवादी चांगले अन्नपदार्थ खाण्याचे टाळतो तर भक्त जाणतो की, श्रीकृष्ण हे परमभोक्ता आहेत आणि त्यांना भक्तिभावाने अर्पण केलेले सर्व काही ते ग्रहण करतात. म्हणून उत्तम अन्नपदार्थ भगवंताला अर्पण केल्यानंतर भक्त ते शेष अन्न 'प्रसादम्' म्हणून ग्रहण करतो. याप्रमाणे सर्व गोष्टींना आध्यात्मिक स्वरूप प्राप्त होते आणि यामुळे पतनाचा धोका नाहीसा होतो. भक्त हा कृष्णभावनेमध्ये प्रसाद ग्रहण करतो तर अभक्त याचा भौतिक म्हणून तिरस्कार करतो. म्हणून निर्विशेषवादी त्याच्या कृत्रिम तथाकथित वैराग्यामुळे जीवनाचा आनंद घेऊ शकत नाही आणि याच कारणास्तव मनाच्या यत्किंचित विचलनामुळेही त्याचे भौतिक अस्तित्वाच्या जंजाळात पुन्हा पतन होते. असे म्हटले आहे की, असा जीव जरी मोक्षाच्या अंतिम स्तरावर पोचला तरी त्याला भक्तिपूर्ण सेवेचा आधार नसल्यामुळे त्याचे पतन होते.

**रागद्वेषविमुक्तैस्तु विषयानिन्द्रियैश्चरन् ।**
**आत्मवश्यैर्विधेयात्मा प्रसादमधिगच्छति ॥ ६४ ॥**

**राग**—आसक्ती; **द्वेष**—आणि अनासक्ती; **विमुक्तैः**—यापासून जो मुक्त झाला आहे तो; **तु**—परंतु; **विषयान्**—इंद्रियविषय; **इन्द्रियैः**—इंद्रियांनी; **चरन्**—वावरणारा; **आत्म-वश्यैः**—स्वतःच्या नियंत्रणात असलेल्या; **विधेय-आत्मा**—नियमित स्वातंत्र्याला अनुसरणारा; **प्रसादम्**—भगवंतांची कृपा; **अधिगच्छति**—प्राप्त करतो.

**पण आसक्ती आणि अनासक्ती यापासून मुक्त असणारा आणि स्वातंत्र्याच्या नियामक तत्त्वांनुसार इंद्रियांना नियंत्रित करण्यामध्ये समर्थ असणारा मनुष्य भगवंतांची पूर्ण कृपा प्राप्त करू शकते.**

**तात्पर्यः** यापूर्वीच स्पष्ट करण्यात आले आहे की, एखादा कृत्रिम पद्धतीने बाह्यतः इंद्रियांचे नियंत्रण करू शकेल, पण जोपर्यंत इंद्रिये भगवंतांच्या दिव्य भक्तिपूर्ण सेवेमध्ये संलग्न होत नाहीत तोपर्यंत कोणत्याही क्षणी पतन होण्याचा संभव असतो. पूर्णपणे कृष्णभावनाभावित असलेला मनुष्य जरी वरकरणी दिसण्याला विषयी स्तरावर असला तरी तो कृष्णभावनाभावित असल्याकारणाने त्याला विषयी कर्मामध्ये आसक्ती नसते. कृष्णभावनाभावित मनुष्याला केवळ श्रीकृष्णांच्या संतुष्टीमध्ये आस्था असते आणि इतर कशाचीही आस्था नसते. म्हणून तो सर्व प्रकारच्या आसक्ती आणि विरक्तींपासून मुक्त असतो. जर श्रीकृष्णांची इच्छा असेल तर सामान्यतः अनावश्यक असणारी कोणतीही गोष्ट भक्त करू शकतो आणि श्रीकृष्णांची इच्छा नसेल तर तो असे कधीही करणार नाही की, जे सामान्यतः त्याने आपल्या तृप्तीकरिता केले असते. म्हणून कर्म करणे अथवा न करणे हे त्याच्या अधीन आहे, कारण तो केवळ श्रीकृष्णांच्या मार्गदर्शनानुसारच कार्य करीत असतो. ही भावना म्हणजे भगवंतांची अहैतुकी कृपाच आहे. भक्त हा जरी वैषयिक स्तरावर आसक्त असला तरी तो या अहैतुकी कृपेची प्राप्ती करू शकतो.

**प्रसादे सर्वदुःखानां हानिरस्योपजायते ।**
**प्रसन्नचेतसो ह्याशु बुद्धिः पर्यवतिष्ठते ॥ ६५ ॥**

**प्रसादे**—भगवंतांच्या अहैतुकी कृपेची प्राप्ती झाल्यावर; **सर्व**—सर्व; **दुःखानाम्**—भौतिक दुःखे; **हानिः**—हानी किंवा नाश; **अस्य**—त्याचे; **उपजायते**—घडून येते; **प्रसन्न-चेतसः**—प्रसन्न मन असणाऱ्या; **हि**—निश्चितच; **आशु**—लौकरच; **बुद्धिः**—बुद्धी; **परि**—पर्याप्त; **अवतिष्ठते**—स्थिर होते.

**याप्रमाणे संतुष्ट झालेल्या ( कृष्णभावनेमध्ये ) व्यक्तीसाठी भौतिक अस्तित्वाचे त्रिविध ताप नाहीसे होतात आणि अशा प्रसन्न भावनेमध्ये व्यक्तीची बुद्धी लौकरच स्थिर होते.**

**नास्ति बुद्धिरयुक्तस्य न चायुक्तस्य भावना ।**
**न चाभावयतः शान्तिरशान्तस्य कुतः सुखम् ॥ ६६ ॥**

**न अस्ति**—असू शकत नाही; **बुद्धिः**—दिव्य बुद्धी; **अयुक्तस्य**—जो कृष्णभावनेशी संबंधित नाही; **न**—नाही; **च**—आणि; **अयुक्तस्य**—कृष्णभावनारहित असणारा; **भावना**—स्थिर मन किंवा स्थिर

भावना (सुखामध्ये); **न**—नाही; **च**—आणि; **अभावयतः**—जो स्थिर नाही त्याचा; **शान्तिः**—शांती; **अशान्तस्य**—जो अशांत आहे त्याचा; **कुतः**—कोठून; **सुखम्**—सुख.

**जो भगवंतांशी संबंधित नाही ( कृष्णभावनेमध्ये ) त्याच्याकडे दिव्य बुद्धीही असत नाही किंवा त्याचे मनही स्थिर असू शकत नाही. दिव्य बुद्धी आणि स्थिर मनाशिवाय शांती प्राप्त होण्याची शक्यताच नाही आणि शांतीवाचून सुखप्राप्ती कशी होऊ शकेल?**

**तात्पर्यः** जोपर्यंत मनुष्य कृष्णभावनाभावित होत नाही तोपर्यंत त्याला शांतता-प्राप्तीची शक्यताच नाही. म्हणून पाचव्या अध्यायात (५.२९) निश्चितपणे सांगितले आहे की, जेव्हा एखादा मनुष्य जाणतो की, तप आणि यज्ञ यांच्या सर्व शुभफलांचे श्रीकृष्ण हेच केवळ भोक्ता आहेत, संपूर्ण प्राकृत सृष्टीचे स्वामीही तेच आहेत आणि सर्व प्राणिमात्रांचे तेच खरे मित्र आहेत, तेव्हाच त्याला वास्तविक शांतीची प्राप्ती होते. म्हणून जो कृष्णभावनाभावित नाही त्याच्या मनापुढे अंतिम ध्येय असूच शकत नाही. अंतिम ध्येयाचाच अभाव असल्यामुळे मनामध्ये चंचलता असते. जेव्हा एखादा निश्चितपणे जाणतो की, श्रीकृष्ण हेच भोक्ता, स्वामी आणि प्रत्येकाचे मित्र आहेत तेव्हाच तो स्थिर मनाद्वारे शांतीची प्राप्ती करू शकतो. म्हणून जे श्रीकृष्णांशी संबंध न ठेवता आपले कर्म करतात ते निश्चितपणे नेहमी दुःखी आणि अशान्तच असतात. जरी त्याने जीवनामध्ये शांती आणि प्रगतीचा कितीही देखावा केला तरी ते खचितच नेहमी दुःखी आणि अशान्तच असतात. कृष्णभावना ही स्वयंप्रकाशित शांत स्थिती आहे, जी केवळ श्रीकृष्णाशी संबंध ठेवल्यानेच प्राप्त होऊ शकते.

**इन्द्रियाणां हि चरतां यन्मनोऽनुविधीयते ।**
**तदस्य हरति प्रज्ञां वायुर्नावमिवाम्भसि ॥ ६७॥**

**इन्द्रियाणाम्**—इंद्रियांच्या; **हि**—खचितच; **चरताम्**—भटकताना; **यत्**—ज्याच्याबरोबर; **मनः**—मन; **अनुविधीयते**—नेहमी गुंतलेले असते; **तत्**—ते; **अस्य**—त्याचे; **हरति**—हरण करते; **प्रज्ञाम्**—बुद्धी; **वायुः**—वायू; **नावम्**—नाव किंवा नौका; **इव**—प्रमाणे; **अम्भसि**—पाण्यावर.

**ज्याप्रमाणे सोसाट्याच्या वाऱ्याने पाण्यातील नाव इतस्ततः ओढून नेली जाते त्याप्रमाणे भटकणाऱ्या कोणत्याही एका इंद्रियावर मन केंद्रित झाले तर ते इंद्रिय मनुष्याची बुद्धी हरण करते.**

**तात्पर्यः** जोपर्यंत सर्व इंद्रिये भगवंतांच्या सेवेमध्ये संलग्न होत नाहीत आणि जर त्यामधील एखादे इंद्रियही विषयभोगामध्ये रत असेल तर भक्ताला दिव्य प्रगतिपथावरून मार्गभ्रष्ट करू शकते. अंबरीष महाराजांच्या चरित्रात सांगितल्याप्रमाणे सर्व इंद्रिये कृष्णभावनेमध्ये निमग्न करणे अत्यावश्यक आहे, कारण मनाला नियंत्रित करण्याची तीच योग्य प्रक्रिया आहे.

**तस्माद्यस्य महाबाहो निगृहीतानि सर्वशः ।**
**इन्द्रियाणीन्द्रियार्थेभ्यस्तस्य प्रज्ञा प्रतिष्ठिता ॥ ६८ ॥**

**तस्मात्**—म्हणून; **यस्य**—ज्याची; **महा-बाहो**—हे महाबाहू; **निगृहीतानि**—याप्रमाणे नियंत्रित केलेली; **सर्वशः**—सर्व बाजूंनी पूर्णतया; **इन्द्रियाणि**—इंद्रिये; **इन्द्रिय-अर्थेभ्यः**—इंद्रियविषयांपासून; **तस्य**—त्याची; **प्रज्ञा**—बुद्धी; **प्रतिष्ठिता**—स्थिर.

**म्हणून हे महाबाहू! ज्याची इंद्रिये विषयांपासून नियंत्रित केलेली असतात त्याची बुद्धी निश्चितपणे स्थिर झालेली असते.**

**तात्पर्य:** केवळ कृष्णभावनेद्वारे किंवा सर्व इंद्रियांना भगवंतांच्या दिव्य भक्तिपूर्ण सेवेमध्ये युक्त करूनच इंद्रियतृप्तीच्या आवेगांना नियंत्रित करणे शक्य आहे. ज्याप्रमाणे प्रबळ शक्तीने शत्रूचे दमन करता येते त्याप्रमाणे इंद्रियेही नियंत्रित केली जाऊ शकतात; पण मानवी प्रयत्नाद्वारे नव्हे तर केवळ भगवंतांच्या सेवेमध्ये युक्त केल्यानेच ती नियंत्रित करता येतात. ज्याने जाणले आहे की, केवळ कृष्णभावनेद्वारेच एखाद्याची बुद्धी वास्तविकपणे स्थिर होऊ शकते आणि या कलेचे आचरण त्याने एका प्रमाणित आध्यात्मिक गुरूच्या मार्गदर्शनाखाली केले पाहिजे त्याला साधक किंवा मोक्षप्राप्तीकरिता योग्य असा परीक्षार्थी म्हटले जाते.

**या निशा सर्वभूतानां तस्यां जागर्ति संयमी ।**
**यस्यां जाग्रति भूतानि सा निशा पश्यतो मुनेः ॥ ६९ ॥**

**या**—जी; **निशा**—रात्र असते; **सर्व**—सर्व; **भूतानाम्**—जीवांची; **तस्याम्**—त्यामध्ये; **जागर्ति**—जागृत असतो; **संयमी**—आत्मसंयमी व्यक्ती; **यस्याम्**—ज्यामध्ये; **जाग्रति**—जागृत असतात; **भूतानि**—सर्व प्राणी, जीव; **सा**—ती असते; **निशा**—रात्र; **पश्यतः**—आत्मनिरीक्षण करणाऱ्यासाठी; **मुनेः**—मुनी.

**सर्व जीवांची जी रात्र असते, ती आत्मसंयमी मनुष्याच्या जागृतीची वेळ असते आणि सर्व जीवांची जी जागृतीची वेळ असते ती आत्मनिरीक्षण करणाऱ्या मुनीची रात्र असते.**

**तात्पर्य:** बुद्धिमान मनुष्यांचे दोन वर्ग असतात. एक वर्ग इंद्रियतृप्तीकरिता भौतिक कर्म करण्यामध्ये बुद्धिमान असतो आणि दुसरा वर्ग आत्मसाक्षात्कारासाठी अनुशीलन करणाऱ्या आणि जागृत असणाऱ्या अंतर्दर्शी मुनींचा असतो. आत्मनिरीक्षक मुनी किंवा विचारी मनुष्यांची कर्म करण्याची वेळ ही भौतिक गोष्टीत गर्क असणाऱ्या व्यक्तींसाठी रात्र असते. भौतिकवादी मनुष्यांना आत्मसाक्षात्काराविषयी अज्ञान असल्याने अशा रात्रीच्या वेळी ते गाढ झोपलेले असतात. भौतिकवादी मनुष्याच्या रात्रसमयी आत्मनिरीक्षक मुनी दक्षपणे जागृत असतो. आध्यात्मिक संस्कृतीमधील यथावकाश प्रगतीमुळे मुनीला दिव्य आनंद प्राप्त होतो. याउलट भौतिक कर्म करणारा मनुष्य आत्मसाक्षात्काराच्या बाबतीत निद्रिस्त असल्यामुळे विविध

प्रकारची इंद्रियसुखाची स्वप्ने पाहात असतो आणि त्याच्या निद्रावस्थेमध्ये त्याला कधी आनंद तर कधी दु:ख वाटत असते. आत्मनिरीक्षक मनुष्य हा भौतिक सुख आणि दु:खांच्या बाबतीत नेहमी उदासीन असतो. तो भौतिक परिस्थितीमुळे विचलित न होता आपल्या आत्मसाक्षात्काराच्या कार्यामध्ये मग्न असतो.

**आपूर्यमाणमचलप्रतिष्ठं**
**समुद्रमापः प्रविशन्ति यद्वत् ।**
**तद्वत्कामा यं प्रविशन्ति सर्वे**
**स शान्तिमाप्नोति न कामकामी ॥ ७० ॥**

**आपूर्यमाणम्**—नेहमी भरलेला; **अचल-प्रतिष्ठम्**—दृढपणे स्थिर किंवा अचल असणारा; **समुद्रम्**—समुद्र; **आपः**—पाणी; **प्रविशन्ति**—प्रवेश करते; **यद्वत्**—ज्याप्रमाणे; **तद्वत्**—त्याप्रमाणे; **कामाः**—इच्छा; **यम्**—ज्याच्यामध्ये; **प्रविशन्ति**—प्रवेश करते; **सर्वे**—सर्व; **सः**—तो मनुष्य; **शान्तिम्**—शांती; **आप्नोति**—प्राप्त करतो; **न**—नाही; **काम-कामी**—जो इच्छापूर्तीची कामना करतो .

**ज्याप्रमाणे समुद्र हा नेहमी भरत असूनही शांत असतो त्याप्रमाणे जो मनुष्य, समुद्रात अव्याहतपणे प्रवेश करणाऱ्या नद्यारूपी इच्छांच्या प्रवाहाने विचलित होत नाही, केवळ तोच शांती प्राप्त करू शकतो आणि अशा इच्छा तृप्त करण्यासाठी जो झगडतो त्याला शांती प्राप्त होत नाही.**

**तात्पर्यः** विशाल समुद्र जरी नेहमी पाण्याने भरलेला असला तरीही विशेषत: पावसाळ्यात तो नेहमी अधिकाधिक पाण्याने भरला जात असतो. तरीही समुद्र तसाच, शांत किंवा स्थिर राहतो. तो खवळूनही जात नाही किंवा आपल्या तीराची मर्यादाही ओलांडून जात नाही. हेच कृष्णभावनेत स्थिर झालेल्या मनुष्याच्या बाबतीतही सत्य आहे. जोपर्यंत एखाद्याला भौतिक शरीर आहे तोपर्यत इंद्रियतृप्तीकरिता शरीराच्या मागण्या चालूच राहतील. तरीसुद्धा भक्त हा परिपूर्ण असल्यामुळे तो अशा इच्छांनी विचलित होत नाही. कृष्णभावनाभावित मनुष्याला कशाचीही आवश्यकता नसते, कारण भगवंत त्याच्या सर्व भौतिक गरजा पुरवितात. म्हणून परिपूर्ण असलेल्या समुद्राप्रमाणे तो स्वत:मध्येच परिपूर्ण असतो. समुद्रामध्ये प्रवेश करणाऱ्या नद्यांप्रमाणे त्याच्या मनात इच्छा येतही असतील, पण तो आपल्या कर्तव्यामध्ये दृढ असतो. इंद्रियतृप्तीच्या इच्छांनी तो यत्किंचितही विचलित होत नाही. हेच कृष्णभावनाभावित मनुष्याचे प्रमाण आहे, कारण त्याच्याकडे जरी इच्छा असल्या तरी त्याची भौतिक इंद्रियतृप्ती करण्याची प्रवृत्ती पूर्णपणे नष्ट झालेली असते. तो भगवंतांच्या दिव्य भक्तिपूर्ण सेवेमध्येच तृप्त असल्याकारणाने नेहमी समुद्राप्रमाणेच स्थिर व आनंदी राहू शकतो आणि म्हणून पूर्ण शांतीचा आनंद घेऊ शकतो. इतर लोक मात्र ज्यांना भौतिक यशच काय तर मोक्षाचीही कामना असते ते कधीच शांती प्राप्त करू शकत नाहीत. मुमुक्षू सकाम कर्मी आणि सिद्धींची प्राप्ती करण्यात लागलेले योगीही अतृप्त

इच्छांमुळे सुखी होऊ शकत नाहीत; परंतु कृष्णभावनाभावित व्यक्ती हा भगवंतांच्या सेवेतच आनंदी असतो आणि त्याला तृप्त करावी अशी इतर कोणतीही इच्छा नसते. वास्तविकपणे तथाकथित भौतिक बंधनातून मोक्षप्राप्ती करण्याचीही त्याला इच्छा नसते. कृष्णभक्तांना भौतिक इच्छा नसतात म्हणून ते पूर्णपणे शांत असतात.

**विहाय कामान्यः सर्वान्पुमांश्चरति निःस्पृहः ।**
**निर्ममो निरहङ्कारः स शान्तिमधिगच्छति ॥ ७१ ॥**

**विहाय**—त्याग करून; **कामान्**—इंद्रियतृप्तीकरिता असणाऱ्या सर्व भौतिक इच्छा; **यः**—जो; **सर्वान्**—सर्व; **पुमान्**—मनुष्य; **चरति**—राहतो; **निःस्पृहः**—इच्छारहित, निरिच्छ; **निर्ममः**—स्वामित्वाच्या किंवा मालकीच्या भावनेने रहित; **निरहङ्कारः**—मिथ्या अहंकाररहित; **सः**—तो; **शान्तिम्**—पूर्ण शांती; **अधिगच्छति**—प्राप्त करतो.

**ज्या मनुष्याने इंद्रियतृप्तीच्या सर्व इच्छांचा त्याग केला आहे, जो निःस्पृह अथवा इच्छारहित जीवन जगत आहे, ज्याने पूर्णपणे स्वामित्वाच्या भावनांचा त्याग केला आहे, ज्याच्या ठिकाणी मिथ्या अहंकार नाही तोच केवळ वास्तविक शांती प्राप्त करू शकतो.**

**तात्पर्यः** निःस्पृह किंवा इच्छारहित होणे म्हणजे इंद्रियतृप्तीकरिता कशाचीही इच्छा न करणे होय. दुसऱ्या शब्दांत, कृष्णभावनाभावित होण्याची इच्छा करणे म्हणजेच वास्तविकपणे निःस्पृह होणे होय. आपण स्वतः म्हणजे हे भौतिक शरीर आहोत असा खोटा दावा न करता आणि जगातील कोणत्याही गोष्टीवर स्वामित्वाचा हक्क न सांगता, आपले मूळ स्वरूप म्हणजे श्रीकृष्णांचा नित्य सेवक हे आहे याची जाणीव होणे ही कृष्णभावनेची परिपूर्ण स्थिती आहे. जो या परिपूर्ण स्थितीमध्ये स्थिर झाला आहे तो जाणतो की, श्रीकृष्ण हेच सर्व गोष्टींचे स्वामी असल्याकारणाने सर्व गोष्टींचा उपयोग केवळ त्यांच्या संतुष्टीसाठीच केला पाहिजे. युद्ध न करण्यामध्ये अर्जुनाची इंद्रियतृप्तीच होती म्हणून त्याला युद्धच करावयाचे नव्हते; पण जेव्हा तो पूर्णपणे कृष्णभावनाभावित झाला तेव्हा त्याने युद्ध केले, कारण त्याने युद्ध करावे ही श्रीकृष्णांची इच्छा होती. स्वतःसाठी त्याला युद्ध करावयाची मुळीच इच्छा नव्हती, पण श्रीकृष्णांसाठी त्याच अर्जुनाने आपल्या संपूर्ण सामर्थ्यानिशी युद्ध केले. वास्तविक निःस्पृहपणा म्हणजे इच्छा नष्ट करण्याचा कृत्रिम प्रयत्न नसून श्रीकृष्णांची संतुष्टी करणे हाच होय. जीव हा इच्छारहित किंवा भावनाशून्य असूच शकत नाही. त्याने आपल्या इच्छांची गुणात्मकता बदलणे अत्यावश्यक आहे. भौतिकदृष्ट्या इच्छारहित असलेला मनुष्य निश्चितपणे जाणतो की, सर्व काही श्रीकृष्णांच्या आधिपत्याखाली आहे. (*ईशावास्यमिदं सर्वम्*). म्हणून तो कोणत्याही गोष्टीवर आपल्या मालकीचा खोटा दावा करत नाही. हे दिव्य ज्ञान आत्मसाक्षात्कारावर आधारित आहे. हे दिव्य ज्ञान म्हणजे, आध्यात्मिकदृष्ट्या प्रत्येक जीव हा श्रीकृष्णांचा सनातन अंश आहे, म्हणून जीवाची सनातन स्वरूपस्थिती ही कधीच श्रीकृष्णांच्या बरोबरीची किंवा त्यांच्यापेक्षा

उच्च असू शकत नाही हे पूर्णतया जाणणे होय. कृष्णभावनेचे हे ज्ञान म्हणजे वास्तविक शांतीचे मूलभूत तत्त्व आहे.

**एषा ब्राह्मी स्थितिः पार्थ नैनां प्राप्य विमुह्यति।**
**स्थित्वास्यामन्तकालेऽपि ब्रह्मनिर्वाणमृच्छति ॥ ७२ ॥**

**एषा**—ही; **ब्राह्मी**—आध्यात्मिक; **स्थितिः**—स्थिती; **पार्थ**—हे पार्थ; **न**—कधीच नाही; **एनाम्**—ह्या; **प्राप्य**—प्राप्त होऊन; **विमुह्यति**—मोहित होतो; **स्थित्वा**—अशा रीतीने स्थित होऊन; **अस्याम्**—अशा या; **अन्त-काले**—मृत्यूच्या शेवटच्या क्षणी; **अपि**—सुद्धा; **ब्रह्म-निर्वाणम्**—भगवंतांचे आध्यात्मिक विश्व, भगवद्धाम; **ऋच्छति**—प्राप्त होते.

**आध्यात्मिक आणि दिव्य जीवनाचा हाच मार्ग आहे आणि याची प्राप्ती झाल्यावर मनुष्य मोहित होत नाही. मृत्यूच्या शेवटच्या क्षणीही जर एखादा याप्रमाणे स्थित असेल तर तो भगवद्धामात प्रवेश करू शकतो.**

**तात्पर्य:** मनुष्याला कृष्णभावनेची किंवा दैवी जीवनाची प्राप्ती त्वरित एका क्षणातही होऊ शकते किंवा त्याला लक्षावधी जन्मांनंतरही कृष्णभावनेची प्राप्ती होऊ शकणार नाही. ही फक्त सत्य जाणून घेण्याची आणि सत्याचा स्वीकार करण्याची बाब आहे. श्रीकृष्णांना शरण जाऊन खटवांग महाराजांनी जीवनाच्या या स्थितीची प्राप्ती आपल्या मृत्यूच्या केवळ काही क्षणापूर्वीच केली. निर्वाण म्हणजे भौतिक जीवनाचा अंत करण्याचा मार्ग होय. बौद्ध तत्त्वज्ञानानुसार भौतिक जीवन संपल्यानंतर केवळ शून्यच उरतो; पण भगवद्‌गीतेची शिकवण निराळी आहे. वास्तविक जीवनाचा प्रारंभ भौतिक जीवन संपल्यावर होतो. जे स्थूल भौतिकवादी असतात त्यांना इतके जाणणे पुरेसे असते की, या भौतिकवादी जीवनाचा शेवट केला पाहिजे. परंतु जे आध्यात्मिकदृष्ट्या प्रगत असतात, त्यांच्यासाठी या भौतिक जीवनानंतर निराळे असे दुसरे जीवन असते. या जीवनाचा अंत होण्यापूर्वी सुदैवाने एखादा जर कृष्णभावनाभावित झाला तर त्याला त्वरित ब्रह्मनिर्वाणाची स्थिती प्राप्त होते. भगवद्धाम आणि भगवंतांची भक्तिपूर्ण सेवा यामध्ये काहीच फरक नाही. भक्तिपूर्ण सेवा आणि भगवद्धाम दोन्हीही परम किंवा आध्यात्मिक स्तरावर असल्याने भगवंतांच्या दिव्य भक्तिपूर्ण सेवेमध्ये संलग्न होणे म्हणजेच भगवद्धामाची प्राप्ती केल्याप्रमाणे आहे. भौतिक जगतामध्ये इंद्रियतृप्तीसाठी कर्म केले जाते तर आध्यात्मिक जगतामध्ये कृष्णभावनाभावित कर्म केले जाते. या जीवनात सुद्धा कृष्णभावनेची प्राप्ती म्हणजेच त्वरित ब्रह्मप्राप्ती होय आणि जो कृष्णभावनेमध्ये स्थित आहे त्याने निश्चितपणे भगवद्धामात पूर्वीच प्रवेश केला आहे.

ब्रह्म हे जडतत्त्वाच्या अगदी विरुद्ध आहे म्हणून *ब्राह्मीस्थिती* म्हणजे 'भौतिक कर्मांच्या स्तरावर नसणे'. भगवद्‌गीतेमध्ये भगवंतांच्या भक्तिपूर्ण सेवेचा मोक्षावस्था म्हणून स्वीकार करण्यात आला आहे. ( *स गुणान्समतीत्यैतान् ब्रह्मभूयाय कल्पते*) म्हणून ब्राह्मी स्थिती म्हणजे भौतिक बंधनातून मुक्तता होय.

श्रील भक्तिविनोद ठाकूर यांनी हा भगवद्‌गीतेचा दुसरा अध्याय म्हणजे संपूर्ण ग्रंथाचा

सारांश आहे असे म्हटले आहे. कर्मयोग, ज्ञानयोग आणि भक्तियोग हे भगवद्गीतेमधील विषय आहेत. दुसऱ्या अध्यायात कर्मयोग आणि ज्ञानयोग यांची स्पष्टपणे चर्चा करण्यात आली आहे आणि ग्रंथाच्या निरूपणातील भक्तियोगाचे दर्शनही घडविले आहे.

*या प्रकारे भगवद्गीतेच्या 'सांख्ययोग' या दुसऱ्या अध्यायावरील भक्तिवेदांत भाष्य संपन्न.*

# अध्याय तिसरा

# कर्मयोग

अर्जुन उवाच

**ज्यायसी चेत्कर्मणस्ते मता बुद्धिर्जनार्दन।**
**तत्किं कर्मणि घोरे मां नियोजयसि केशव॥ १॥**

**अर्जुनः उवाच**—अर्जुन म्हणाला; **ज्यायसी**—श्रेष्ठ; **चेत्**—जर; **कर्मणः**—सकाम कर्मापेक्षा; **ते**—तुमच्याप्रमाणे; **मता**—ग्राह्य आहे किंवा मत; **बुद्धिः**—बुद्धी; **जनार्दन**—हे कृष्ण; **तत्**—म्हणून; **किम्**—का; **कर्मणि**—कर्मामध्ये; **घोरे**—घोर; **माम्**—मला; **नियोजयसि**—नियुक्त करीत आहात; **केशव**—हे कृष्ण.

**अर्जुन म्हणाला: हे जनार्दन! हे केशव! जर तुम्हाला वाटते की, बुद्धी ही सकाम कर्मापेक्षा श्रेष्ठ आहे तर तुम्ही मला या घोर युद्धात गुंतण्याचा आग्रह का करीत आहात?**

**तात्पर्य:** आपला जिवलग मित्र अर्जुन याला भौतिक दुःखाच्या महासागरातून मुक्त करण्याच्या दृष्टीने पुरुषोत्तम भगवान श्रीकृष्णांनी यापूर्वीच्या अध्यायात आत्म्याच्या स्वरूपस्थितीचे विस्तृत वर्णन केले आहे. आणि आत्म-साक्षात्काराचा मान्य केलेला मार्ग म्हणजे बुद्धियोग किंवा कृष्णभावना हा आहे अशी शिफारस केली आहे. काही वेळा कृष्णभावना म्हणजे निष्क्रियता होय, असा गैरसमज केला जातो आणि अशी गैरसमजूत असणारा मनुष्य बऱ्याच वेळा, एकांतवासात पवित्र हरिनामाचा जप करून पूर्णपणे कृष्णभावनाभावित होण्याकडे प्रवृत्त होतो. परंतु कृष्णभावनेच्या तत्त्वज्ञानात पारंगत झाल्याशिवाय एकांतस्थळी पवित्र हरिनामाचा जप करणे उचित नाही, कारण अशा ठिकाणी अज्ञानी लोकांकडून एखाद्याला केवळ पोकळ मानसन्मान प्राप्त होईल. अर्जुनालाही वाटले की, कृष्णभावना, बुद्धियोग किंवा आध्यात्मिक पथावरील ज्ञानविषयक बुद्धी म्हणजेच सक्रिय जीवनातून निवृत्त होणे, एकांतवासात जप-तप याचे आचरण करणे होय. दुसऱ्या शब्दात सांगावयाचे तर, अर्जुनाला कृष्णभावनेचे कारण सांगून चतुराईने युद्ध टाळायचे होते; परंतु प्रामाणिक शिष्य म्हणून त्याने ही गोष्ट आपल्या गुरूसमोर मांडली आणि श्रीकृष्णांना आपल्यासाठी आचरणीय अशा उचित मार्गाबद्दल प्रश्न केला. याचे उत्तर म्हणूनच भगवान श्रीकृष्णांनी कृष्णभावनाभावित कर्म किंवा कर्मयोगाचे विस्तृत वर्णन या तिसऱ्या अध्यायामध्ये केले आहे.

**व्यामिश्रेणेव वाक्येन बुद्धिं मोहयसीव मे।**
**तदेकं वद निश्चित्य येन श्रेयोऽहमाप्नुयाम्॥ २॥**

**व्यामिश्रेण**—संदिग्ध किंवा दुटप्पी बोलण्याने; **इव**—निश्चितपणे; **वाक्येन**—बोलण्याने; **बुद्धिम्**—बुद्धी; **मोहयसि**—तुम्ही मोहित करीत आहात; **इव**—निश्चितपणे; **मे**—माझ्या; **तत्**— म्हणून **एकम्**—केवळ एक; **वद**—कृपया सांगा; **निश्चित्य**—निश्चितपणे; **येन**—ज्यामुळे; **श्रेय:**—खरे हित किंवा वास्तविकपणे श्रेयस्कर; **अहम्**—मी; **आप्नुयाम्**—प्राप्त करेन.

**तुमच्या संदिग्ध बोलण्यामुळे माझी बुद्धी गोंधळून गेली आहे. म्हणून यापैकी कोणती गोष्ट माझ्यासाठी सर्व दृष्टींनी श्रेयस्कर आहे ते कृपया निश्चितपणे मला सांगा.**

**तात्पर्य:** यापूर्वीच्या अध्यायात भगवद्गीतेचे प्रास्ताविक निवेदन म्हणून सांख्ययोग, बुद्धियोग, बुद्धीद्वारे इंद्रियनिग्रह, निष्काम कर्म आणि नवसाधकाची स्थिती इत्यादी विविध मार्गांचे वर्णन करण्यात आले आहे, पण या सर्वांची मांडणी पद्धतशीरपणे करण्यात आली नव्हती म्हणून आकलन किंवा बोध होण्यासाठी आणि आचरण करण्यासाठी या मार्गांची सुसंबद्ध मांडणी आवश्यक होती. यास्तव वरकरणी गोंधळात टाकणाऱ्या या गोष्टींचे स्पष्टीकरण अर्जुनाला हवे होते, ज्यामुळे सर्वसाधारण लोकही विपर्यास न करता त्यांचा स्वीकार करू शकतील. शब्दांची फसवणूक करून अर्जुनाला गोंधळात टाकावे हा जरी श्रीकृष्णांचा उद्देश नव्हता तरी अर्जुनाला कृष्णभावनेची पद्धती म्हणजे निष्क्रियता की सक्रिय सेवा आहे हे समजू शकले नाही. दुसऱ्या शब्दात सांगावयाचे झाल्यास गांभीर्याने आणि प्रामाणिकपणे भगवद्गीतेचे रहस्य समजून घेणाऱ्या सर्व विद्यार्थ्यांसाठी अर्जुन आपल्या प्रश्नांद्वारे कृष्णभावनेचा मार्ग मोकळा करीत आहे.

श्रीभगवानुवाच

**लोकेऽस्मिन्द्विविधा निष्ठा पुरा प्रोक्ता मयानघ।**
**ज्ञानयोगेन साङ्‌ख्यानां कर्मयोगेन योगिनाम्॥ ३॥**

**श्री-भगवान् उवाच**—श्रीभगवान म्हणाले; **लोके**—जगामध्ये; **अस्मिन्**—या; **द्वि-विधा**—दोन प्रकारचे; **निष्ठा**—निष्ठा किंवा विश्वास; **पुरा**—पूर्वी; **प्रोक्ता**—सांगितले गेले; **मया**—माझ्याद्वारे **अनघ**—हे निष्पाप अर्जुना; **ज्ञान-योगेन**—ज्ञानयोगाने; **साङ्‌ख्यानाम्**—प्रायोगिक तत्त्वज्ञान्यांच्या **कर्म-योगेन**—भक्तियोगाद्वारे; **योगिनाम्**—भक्तांच्या.

**श्रीभगवान म्हणाले : हे निष्पाप अर्जुना! मी यापूर्वीच सांगितले आहे की आत्मसाक्षात्कारासाठी प्रयत्न करणाऱ्या मनुष्यांचे दोन वर्ग आहेत. काहीजणांचा तात्त्विक तर्काद्वारे अर्थात, ज्ञानयोगाद्वारे आणि इतरांचा भक्तिपूर्ण सेवेद्वारे आत्मसाक्षात्कारी होण्याकडे कल असतो.**

**तात्पर्य:** दुसऱ्या अध्यायातील एकोणचाळिसाव्या श्लोकामध्ये, सांख्ययोग आणि कर्मयोग किंवा बुद्धियोग या दोन मार्गांचे वर्णन भगवंतांनी केले आहे आणि याच मार्गाचे अधिक स्पष्टीकरण

भगवंतांनी या श्लोकामध्ये केले आहे. ज्या लोकांची तर्क करून प्रायोगिक ज्ञान आणि तत्त्वज्ञान यांच्या साहाय्याने सर्व ज्ञान प्राप्त करण्याची प्रवृत्ती आहे त्यांच्यासाठी सांख्ययोग किंवा आत्मा आणि प्रकृतीच्या स्वरूपाचे पृथक्करणात्मक ज्ञान ही विषयवस्तू आहे. दुसऱ्या अध्यायातील एकसष्टाव्या श्लोकामध्ये सांगितल्याप्रमाणे मनुष्याचा दुसरा वर्ग हा कृष्णभावनाभावित कर्म करणाऱ्यांचा आहे. एकोणचाळिसाव्या श्लोकातही भगवंतांनी सांगितले आहे की, बुद्धियोग किंवा कृष्णभावनेच्या तत्त्वानुसार कर्म केल्याने मनुष्याची कर्मबंधनातून सुटका होऊ शकते, तसेच या पद्धतीमध्ये काहीच दोष नाही. याच तत्त्वाचे अधिक स्पष्टीकरण एकसष्टाव्या श्लोकामध्येही असे करण्यात आले आहे की, हा बुद्धियोग म्हणजे पूर्णपणे परमेश्वरावर (श्रीकृष्णांवर) विसंबून राहणे आणि या प्रकारे सर्व इंद्रियांना सहजपणे संयमित केले जाऊ शकते. म्हणून ज्याप्रमाणे धर्म आणि तत्त्वज्ञान दोन्ही परस्परावलंबी आहेत त्याप्रमाणे दोन्ही प्रकारचे योगही परस्परपूरक आहेत. तत्त्वज्ञानविरहित धर्म म्हणजे केवळ भावना आहे किंवा कधीकधी धर्मांधता आहे आणि धर्मविरहित तत्त्वज्ञान म्हणजे केवळ मानसिक कल्पना आहे. अंतिम ध्येय हे श्रीकृष्णच आहेत कारण जे तत्त्वज्ञानी प्रामाणिकपणे परम सत्याच्या शोधात आहेत ते सुद्धा शेवटी कृष्णभावनेचीच प्राप्ती करतात आणि हे सुद्धा भगवद्गीतेत सांगण्यात आले आहे. ही संपूर्ण पद्धती म्हणजे परमात्म्याच्या संबंधात असणारी आत्म्याची मूळ स्वरूपस्थिती जाणणे हीच आहे. तार्किक तत्त्वज्ञान ही एक अप्रत्यक्ष पद्धत आहे, ज्याद्वारे मनुष्य यथावकाश कृष्णभावनेकडे येऊ शकतो आणि दुसरी पद्धती म्हणजे प्रत्यक्षपणे कृष्णभावनेमध्ये सर्व गोष्टी संबंधित पाहणे होय. या दोन्हीपैकी कृष्णभावनेचा मार्ग हा अधिक चांगला आहे कारण तत्त्वज्ञानात्मक प्रक्रियेने होणाऱ्या इंद्रियांच्या शुद्धीकरणावर हा मार्ग अवलंबून नाही. कृष्णभावना हीच मुळी स्वतः शुद्धीकरण करणारी प्रक्रिया आहे. प्रत्यक्ष भक्तिपूर्ण सेवेद्वारे ही सहज तसेच उदात्त आहे.

**न कर्मणामनारम्भान्नैष्कर्म्यं पुरुषोऽश्नुते ।**
**न च सन्न्यसनादेव सिद्धिं समधिगच्छति ॥ ४॥**

**न**—नाही; **कर्मणाम्**—विहित कर्मांचे; **अनारम्भात्**—न करण्याने; **नैष्कर्म्यम्**—कर्मबंधनातून मुक्ती; **पुरुषः**—मनुष्य; **अश्नुते**—प्राप्ती करतो; **न**—नाही; **च**—सुद्धा; **सन्न्यसनात्**—त्यागाने; **एव**—केवळ; **सिद्धिम्**—सिद्धी किंवा यश; **समधिगच्छति**—प्राप्त करतो.

**केवळ कर्म न करण्याने मनुष्य कर्मबंधनातून मुक्त होऊ शकत नाही तसेच केवळ संन्यासानेही मनुष्य सिद्धी प्राप्त करू शकत नाही.**

**तात्पर्य:** भौतिकवादी मनुष्याचे हृदय पवित्र करण्यासाठी नेमून दिलेल्या विहित कर्मांचे पालन करून शुद्ध झाल्यावरच एखादा जीवनामध्ये संन्यासाश्रम स्वीकारू शकतो. शुद्धतेशिवाय आकस्मिकपणे जीवनातील चौथ्या आश्रमाचा स्वीकार करून सिद्धी प्राप्त होऊ शकत नाही. प्रायोगिक तत्त्वज्ञानी लोकांनुसार केवळ संन्यासाश्रम स्वीकारल्याने किंवा सकाम कर्मांतून निवृत्त झाल्याने मनुष्य त्वरित नारायणाप्रमाणेच होतो; परंतु श्रीकृष्ण या तत्त्वाला मान्यता देत नाहीत.

हृदयशुद्धीशिवाय संन्यास हा सामाजिक व्यवस्थेमध्ये केवळ गोंधळच निर्माण करतो. याउलट आपले विहित कर्म न करता एखादा जर भगवंतांच्या दिव्य सेवेचा स्वीकार करीत असेल तर त्याने या मार्गामध्ये केलेल्या कितीही प्रगतीचा स्वीकार भगवंत करतात (बुद्धियोग) *स्वल्पमप्यस्य धर्मस्य त्रायते महतो भयात्* या तत्त्वाच्या अल्पशा पालनानेही एखादा महान संकटातून पार होऊ शकतो.

**न हि कश्चित्क्षणमपि जातु तिष्ठत्यकर्मकृत्।**
**कार्यते ह्यवशः कर्म सर्वः प्रकृतिजैर्गुणैः ॥ ५ ॥**

**न**—नाही; **हि**—खचितच; **कश्चित्**—कोणीही; **क्षणम्**—एक क्षणभर; **अपि**—सुद्धा; **जातु**—कोणत्याही काळी; **तिष्ठति**—राहतो; **अकर्म-कृत्**—काही तरी कर्म केल्यावाचून; **कार्यते**—करण्यास भाग पाडले जाते; **हि**—खचितच; **अवशः**—असाहाय्य होऊन; **कर्म**—कर्म; **सर्वः**—सर्व; **प्रकृति-जैः**—प्रकृतीपासून उत्पन्न झालेल्या; **गुणैः**—गुणांनी.

**प्राकृतिक गुणांपासून प्राप्त केलेल्या गुणांनुसार मनुष्याला असाहाय्यपणे कर्म करण्यास भाग पाडले जाते, म्हणून कोणालाही एक क्षणभर सुद्धा काही कर्म करण्यापासून परावृत्त होता येत नाही.**

**तात्पर्यः** सतत क्रियाशील राहणे हा देहधारी जीवनाचा प्रश्न नसून आत्म्याचा स्वभावच आहे. आत्म्याच्या उपस्थितीवाचून भौतिक शरीर हालचालही करू शकत नाही. भौतिक शरीर हे मृत यंत्राप्रमाणे आहे, जे आत्म्याद्वारे चालविले जाते. हा आत्मा सतत क्रियाशील असतो व तो क्षणभरही थांबू शकत नाही. म्हणून आत्म्याला कृष्णाभावनाभावित सत्कर्मामध्ये संलग्न व्हावे लागते; नाही तर तो मायेच्या आधिपत्याखाली चालणारे कार्य करण्यास प्रवृत्त होतो. भौतिक शक्तीच्या प्रभावाखाली आत्मा भौतिक गुणांची प्राप्ती करतो आणि अशा आकर्षणापासून आत्म्याचे शुद्धीकरण करण्याकरिता त्याला शास्त्रामध्ये सांगितलेल्या विहित कर्मांमध्ये संलग्न करणे आवश्यक असते. पण जर आत्मा हा आपल्या स्वाभाविक कृष्णभावनाभावित कर्मामध्ये मग्न झाला तर तो जे काही करतो ते त्याच्या कल्याणासाठीच असते. श्रीमद्‌भागवतात (१.५.१७) याला पुढीलप्रमाणे पुष्टी मिळाली आहे.

*त्यक्त्वा स्वधर्मं चरणाम्बुजं हरेर्भजन्नपक्वोऽथ पतेत्ततो यदि ।*
*यत्र क्व वाभद्रमभूदमुष्य किं को वार्थ आप्तोऽभजतां स्वधर्मतः ॥*

"कृष्णभावनेचा आश्रय घेतलेल्या मनुष्याने जरी शास्त्रामध्ये सांगितलेल्या विहित कर्मांचे पालन केले नाही किंवा भक्तिपूर्ण सेवेचे योग्य आचरण केले नाही आणि जरी तो आदर्शापासून पतित झाला तरी त्यामध्ये त्याची हानी किंवा वाईटही नाही. पण जर त्याने शुद्धीकरणासाठी शास्त्रामध्ये सांगण्यात आलेल्या सर्व नियमांचे पालन केले आणि तो जर कृष्णभावनाभावित नसेल तर त्याला त्यापासून काय लाभ होणार?" म्हणून कृष्णभावनेच्या या स्तरापर्यंत उन्नत होण्यासाठी शुद्धीकरणाची प्रक्रिया ही आवश्यक आहे. यास्तव संन्यास किंवा इतर कोणतीही शुद्धीकरणाची प्रक्रिया ही कृष्णभावनाभावित होण्याच्या अंतिम ध्येयप्राप्तीसाठी साहाय्यकारक

म्हणूनच आहे, कारण कृष्णभावनेशिवाय सर्व काही व्यर्थच आहे.

**कर्मेन्द्रियाणि संयम्य य आस्ते मनसा स्मरन्।**
**इन्द्रियार्थान्विमूढात्मा मिथ्याचारः स उच्यते ॥ ६ ॥**

**कर्म-इन्द्रियाणि**—पाच कर्मेंद्रिये; **संयम्य**—संयमित करून; **यः**—जो कोणी; **आस्ते**—राहतो; **मनसा**—मनाद्वारे; **स्मरन्**—चिंतन करीत; **इन्द्रिय-अर्थान्**—इंद्रियविषय; **विमूढ**—मूर्ख; **आत्मा**—आत्मा; **मिथ्या-आचारः**—ढोंगी किंवा दांभिक; **सः**—तो; **उच्यते**—म्हटला जातो.

**जो कर्मेंद्रिये संयमित करतो, परंतु ज्याचे मन इंद्रियविषयांचे चिंतन करीत आहे तो निश्चितपणे स्वतःची फसवणूक करतो आणि अशा मनुष्याला मिथ्याचारी म्हटले जाते.**

**तात्पर्य:** कृष्णभावनेमध्ये कर्म करण्यास नकार देणारे अनेक मिथ्याचारी आहेत जे आपण ध्यानस्थ असल्याचा देखावा करतात. वास्तविकपणे असे लोक आपल्या मनामध्ये इंद्रियोपभोगाचेच चिंतन करीत असतात. असे ढोंगी लोक फाजील अनुयायांना फसविण्यासाठी शुष्क ब्रह्मज्ञानावर प्रवचनेही देतील, पण या श्लोकामध्ये सांगितल्याप्रमाणे हे लुच्चेच असतात. इंद्रियतृप्तीकरिता मनुष्य आपल्या कुवतीप्रमाणे कोणत्याही आश्रमाचे पालन करू शकतो; पण जर त्याने त्या आश्रमांना अनुलक्षून असणाऱ्या नीतिनियमांचे पालन केले तर तो आपले जीवन शुद्ध करण्यामध्ये यथावकाश प्रगती करू शकतो. तथापि, आपण योगी असल्याचा देखावा करतो, पण वास्तविकपणे इंद्रियोपभोगांच्या विषयांच्या शोधात असतो. तो जरी तत्त्वज्ञानाबद्दल बोलत असला तरी त्याला लुच्चाच म्हटले पाहिजे. त्याच्या ज्ञानाला कवडीमात्रही किंमत नाही, कारण अशा पापी मनुष्याच्या ज्ञानाचे फळ भगवंतांच्या मायाशक्तीद्वारे हिरावून घेतले जाते. अशा मिथ्याचारी व्यक्तीचे मन नेहमी अशुद्धच असते. म्हणून त्याच्या ध्यानाच्या दिखाव्याला कवडीमात्रही किंमत नाही.

**यस्त्विन्द्रियाणि मनसा नियम्यारभतेऽर्जुन।**
**कर्मेन्द्रियैः कर्मयोगमसक्तः स विशिष्यते ॥ ७॥**

**यः**—जो कोणी; **तु**—परंतु; **इन्द्रियाणि**—इंद्रिये; **मनसा**—मनाद्वारे; **नियम्य**—नियमित करून; **आरभते**—प्रारंभ करतो; **अर्जुन**—हे अर्जुन; **कर्म-इन्द्रियैः**—कर्मेंद्रियांद्वारे; **कर्म-योगम्**—भक्ती; **असक्तः**—आसक्तीरहित; **सः**—तो; **विशिष्यते**—अधिक श्रेष्ठ आहे.

**याउलट जर एखादी प्रामाणिक व्यक्ती मनाद्वारे इंद्रियाना संयमित करण्याचा प्रयत्न करीत असेल आणि आसक्ती न ठेवता कर्मयोगाचा ( कृष्णभावनाभावित ) प्रारंभ करीत असेल तर ती व्यक्ती अधिक श्रेष्ठ आहे.**

**तात्पर्य:** स्वैर अविचारी जीवन आणि इंद्रियतृप्तीसाठी ढोंगी अध्यात्मवादी होण्यापेक्षा मनुष्याने स्वतःचा व्यवसाय करीतच जीवनाच्या ध्येयाची प्राप्ती करीत राहणे हे किती तरी पटीने उत्तम

आहे. जीवनाचे वास्तविक ध्येय म्हणजे भवबंधनातून मुक्त होऊन भगवद्धामात प्रवेश करणे हे होय. मुख्य *स्वार्थ-गति* किंवा आत्म-कल्याण श्रीविष्णूंची प्राप्ती करण्यातच आहे. संपूर्ण वर्णाश्रम पद्धतीची व्यवस्थाच अशा रीतीने करण्यात आली आहे की, ज्यायोगे आपण श्रीविष्णूंची प्राप्ती करू शकू. एखादा गृहस्थाश्रमीही कृष्णभावनेमध्ये नियमित सेवा करून श्रीविष्णूंची प्राप्ती करू शकतो. आत्मसाक्षात्कार प्राप्तीसाठी शास्त्रामध्ये सांगितल्याप्रमाणे मनुष्य संयमित जीवन व्यतीत करून आसक्ती न ठेवता आपला व्यवसाय करू शकतो आणि आध्यात्मिक प्रगतीही करू शकतो. जो प्रामाणिक मनुष्य या पद्धतीचे पालन करतो, तो निष्पाप लोकांना फसविण्यासाठी दिखाऊ अध्यात्मवादाचा स्वीकार करणाऱ्या पाखंडी व्यक्तीपेक्षा अत्यंत चांगल्या स्थितीत आहे. केवळ उदरनिर्वाहाकरिता ध्यान करणाऱ्या भोंदू योगीपेक्षा रस्त्यावर झाडू मारणारा प्रामाणिक झाडूवाला किती तरी पटीने श्रेष्ठ आहे.

**नियतं कुरु कर्म त्वं कर्म ज्यायो ह्यकर्मण: ।**
**शरीरयात्रापि च ते न प्रसिद्ध्येदकर्मण: ॥ ८ ॥**

**नियतम्**—नियत; **कुरु**—कर; **कर्म**—कर्म; **त्वम्**—तू; **कर्म**—कर्म; **ज्याय:**—चांगले, श्रेष्ठ; **हि**—निश्चितच; **अकर्मण:**—कर्म न करण्यापेक्षा; **शरीर**—शारीरिक; **यात्रा**—पालन किंवा निर्वाह; **अपि**—जरी; **च**—सुद्धा; **ते**—तुझी; **न**—कधीच नाही; **प्रसिद्ध्येत्**—सिद्ध होणार; **अकर्मण:**—कर्मावाचून.

**तुझे नियत कर्म तू कर, कारण नियत कर्म करणे हे कर्म न करण्यापेक्षा श्रेष्ठ आहे. कर्म केल्यावाचून मनुष्य आपल्या शरीराचाही निर्वाह करू शकत नाही.**

**तात्पर्य:** असे पुष्कळ भोंदू योगी आहेत जे स्वत: उच्चकुलीन असल्याचे दर्शवितात. आध्यात्मिक जीवनातील प्रगतीकरिता आपण सर्वस्वाचा त्याग केल्याचा दिखावा करणारे अनेक मोठमोठे व्यावसायिकही आहेत. अर्जुनानेही मिथ्याचारी व्हावे अशी श्रीकृष्णांची इच्छा नव्हती. याउलट श्रीकृष्णांची इच्छा होती की, अर्जुनाने क्षत्रियांसाठी सांगण्यात आलेले नियत कर्म करावे. अर्जुन हा गृहस्थ आणि सेनापती होता म्हणून त्याने गृहस्थ व सेनापती राहूनच क्षत्रियांसाठी सांगण्यात आलेल्या धार्मिक कर्तव्यांचे पालन करणे हे त्याच्यासाठी हितकारक होते. अशा प्रकारचे कर्तव्यपालन भौतिकवादी मनुष्याचे हृदय क्रमश: शुद्ध करून त्याची भौतिक दोषातून मुक्तता करते. उदरनिर्वाहाकरिता तथाकथित त्याग करण्याला भगवंतांनी तसेच कोणत्या शास्त्रानेही कधीच मान्यता दिली नाही. सरतेशेवटी प्रत्येकाला आत्मा आणि शरीर एकत्र ठेवण्यासाठी काही तरी कर्म करावेच लागते. भौतिक प्रवृत्तींपासून शुद्धीकरण झाल्यावाचून लहरीखातर कर्मत्याग करणे उचित नाही. भौतिक जगात असणाऱ्या प्रत्येक व्यक्तीमध्ये प्रभुत्व गाजविण्याची मलिन प्रवृत्ती निश्चितच असते किंवा दुसऱ्या शब्दात सांगावयाचे झाल्यास इंद्रियतृप्ती करण्याची मलिन प्रवृत्ती ही असतेच. अशा दूषित प्रवृत्ती नाहीशा करणे आवश्यक आहे. नियत कर्मांद्वारे असे केल्यावाचून मनुष्याने कर्मसंन्यास घेऊन दुसऱ्याच्या जीवावर राहून तथाकथित अध्यात्मवादी होण्याचा कधीही प्रयत्न करू नये.

**यज्ञार्थात्कर्मणोऽन्यत्र लोकोऽयं कर्मबन्धनः।**
**तदर्थं कर्म कौन्तेय मुक्तसङ्गः समाचर ॥ ९॥**

**यज्ञ-अर्थात्**—केवळ यज्ञासाठी किंवा श्रीविष्णूंसाठी; **कर्मणः**—कर्मापेक्षा; **अन्यत्र**—नाही तर; **लोकः**—जग; **अयम्**—या; **कर्म-बन्धनः**—कर्मबंधन; **तत्**—त्यांचे; **अर्थम्**—त्यांच्यासाठी; **कर्म**—कर्म; **कौन्तेय**—हे कौंतेया; **मुक्त-सङ्गः**—संगातून मुक्त; **समाचर**—उत्तम रीतीने कर.

**श्रीविष्णुंप्रीत्यर्थ यज्ञ म्हणून कर्म केले पाहिजे नाही तर कर्म हे या भौतिक जगामध्ये बंधनास कारणीभूत ठरते. म्हणून हे कौंतेया! तू आपल्या नियत कर्मांचे पालन श्रीविष्णूंच्या संतोषार्थ कर आणि या प्रकारे तू नेहमी कर्मबंधनातून मुक्त राहशील.**

**तात्पर्य:** केवळ शरीराच्या निर्वाहाकरिता देखील मनुष्याला कर्म करावे लागत असल्याने विशिष्ट सामाजिक स्थिती आणि गुणवत्ता यांच्या विहित कर्मांची रचना अशी आहे की, ज्यामुळे तो हेतूही साध्य होतो. यज्ञ म्हणजे भगवान श्रीविष्णू आहेत. सर्व यज्ञकर्मेही श्रीविष्णूंच्या संतोषाप्रीत्यर्थच असतात. वेद सांगतात की *यज्ञो वै विष्णुः.* दुसऱ्या शब्दांत सांगावयाचे तर, मनुष्याने यज्ञ किंवा प्रत्यक्षपणे भगवान विष्णूंची सेवा केल्याने एकच उद्देश सिद्ध होतो. म्हणून या श्लोकात सांगितल्याप्रमाणे कृष्णभावना हे यज्ञकर्मच आहे. श्रीविष्णूंना संतुष्ट करणे हेच वर्णाश्रमधर्माचे ध्येय आहे. *वर्णाश्रमाचारवता पुरुषेण परः पुमान्, विष्णुराराध्यते* (विष्णुपुराण ३.८.८).

म्हणून मनुष्याने श्रीविष्णूंच्या संतोषाप्रीत्यर्थ कर्म केले पाहिजे. या भौतिक जगात केलेले इतर कोणतेही कर्म बंधनासच कारणीभूत ठरते कारण चांगल्या व वाईट, दोन्ही प्रकारच्या कर्मांना आपापली फळे असतात, त्यामुळे कोणतेही कर्म मनुष्याला बद्ध करते. म्हणून मनुष्याने श्रीकृष्णांना (विष्णू) संतुष्ट करण्यासाठी कृष्णभावनाभावित कर्म करणे आवश्यक आहे. अशा प्रकारचे कर्म करणारा मुक्तावस्थेतच असतो. कर्म करण्याची हीच महान कला आहे; परंतु आरंभी या मार्गामध्ये अत्यंत निपुण मार्गदर्शनाची आवश्यकता असते. म्हणून भगवान श्रीकृष्णांच्या भक्ताच्या निपुण मार्गदर्शनाखाली किंवा साक्षात् भगवान श्रीकृष्णांच्या प्रत्यक्ष आदेशानुसार (ज्यांच्या मार्गदर्शनाखाली अर्जुनाला कर्म करण्याची संधी मिळाली) मनुष्याने परिश्रमपूर्वक दक्षतेने कर्म केले पाहिजे. इंद्रियतृप्तीसाठी काहीही न करता सर्व काही केवळ श्रीकृष्णांच्या संतुष्टीकरिताच केले पाहिजे. असे आचरण मनुष्याचे केवळ कर्मबंधनापासूनच रक्षण करते असे नव्हे तर त्यामुळे त्याची यथावकाश भगवंताच्या दिव्य प्रेममयी सेवेप्रत उन्नती होते. केवळ अशा सेवेमुळे भगवद्धामाची प्राप्ती होऊ करू शकते.

**सहयज्ञाः प्रजाः सृष्ट्वा पुरोवाच प्रजापतिः ।**
**अनेन प्रसविष्यध्वमेष वोऽस्त्विष्टकामधुक् ॥ १०॥**

**सह**—च्या बरोबर; **यज्ञाः**—यज्ञ; **प्रजाः**—प्रजा; **सृष्ट्वा**—उत्पन्न करून; **पुरा**—प्राचीन काळी; **उवाच**—म्हणाले; **प्रजा-पतिः**—प्रजापती किंवा सर्व जीवांचे उत्पत्तिकर्ता; **अनेन**—याद्वारे; **प्रसविष्यध्वम्**—अधिकाधिक समृद्ध व्हा; **एषः**—या; **वः**—तुमच्या; **अस्तु**—होवोत; **इष्ट**—सर्व

इच्छित गोष्टींच्या; **काम-धुक्**—देणारा किंवा प्रदान करणारा.

**सृष्टीच्या आरंभी प्रजापतीने श्रीविष्णुंप्रीत्यर्थ, यज्ञासहित मनुष्य आणि देवतांना निर्माण केले आणि त्यांना वरदान देऊन म्हणाले की, "तुम्ही या यज्ञापासून सुखी व्हा. कारण यज्ञ केल्याने सुखी राहण्यासाठी आणि मोक्षप्राप्ती करण्यासाठी आवश्यक त्या सर्व गोष्टी तुम्हाला सहजपणे प्राप्त होतील."**

**तात्पर्य:** प्रजापतीने (श्रीविष्णू) निर्माण केलेली भौतिक सृष्टी म्हणजे बद्ध जीवांना स्वगृही भगवद्धामात परत जाण्यासाठी दिलेली सुसंधीच आहे. या भौतिक सृष्टीमधील सर्व जीव हे भौतिक प्रकृतीद्वारे बद्ध करण्यात आले आहेत, कारण त्यांना पुरुषोत्तम भगवान श्रीकृष्ण किंवा श्रीविष्णू यांच्याशी असणाऱ्या आपल्या संबंधाचे विस्मरण झाले आहे. भगवद्गीतेत सांगितल्याप्रमाणे *वेदैश्च सर्वैरहमेव वेद्यः*—वैदिक तत्त्वे ही आपल्याला आपल्या शाश्वत संबंधाचे ज्ञान देण्यासाठी आहेत. भगवंत सांगतात की, वेदांचा उद्देश त्यांना जाणणे हा आहे. वैदिक मंत्रात म्हटले आहे की, *पतिं विश्वस्यात्मेश्वरम्,* म्हणून सर्व जीवांचे परमेश्वर, पुरुषोत्तम भगवान श्रीविष्णू हेच आहेत. श्रीमद्भागवततही (२.४.२०) श्रील शुकदेव गोस्वामी भगवंतांचे अनेक प्रकारे 'पती' म्हणून वर्णन करतात:

*श्रियः पतिर्यज्ञपतिः प्रजापतिर्धियां पतिर्लोकपतिर्धरापतिः ।*
*पतिर्गतिश्चान्धकवृष्णिसात्वतां प्रसीदतां मे भगवान सतां पतिः ॥*

भगवान विष्णू हे प्रजापती आहेत आणि ते सर्व प्राणिमात्रांचे, सर्व जगताचे, सर्व सुंदर वस्तूंचे पती आणि प्रत्येकाचे रक्षणकर्ते आहेत. श्रीविष्णूंच्या संतुष्टीसाठी यज्ञ कसे करावे हे बद्ध जीवांना शिकविण्यासाठी म्हणून भगवंतांनी या सृष्टीची निर्मिती केली आहे. त्यामुळे या भौतिक जगात असतानाच ते चिंताविरहित सुखी जीवन व्यतीत करू शकतील आणि वर्तमान भौतिक शरीराच्या विनाशानंतर भगवद्धामामध्ये प्रवेश करू शकतील. बद्ध जीवांकरिता भगवंतांनी केलेली ही संपूर्ण योजना आहे. यज्ञ केल्याने बद्ध जीव यथावकाश कृष्णभावनाभावित होतो आणि त्याच्यामध्ये सर्व सद्गुण आढळून येतात. कलियुगासाठी संकीर्तन यज्ञाची शिफारस वैदिक शास्त्रांनी केली आहे आणि कलियुगातील सर्व मनुष्यांच्या मुक्ततेकरिता या दिव्य पद्धतीचा परिचय भगवान श्री चैतन्य महाप्रभूंनी करून दिला. संकीर्तन यज्ञ आणि कृष्णभावना हे परस्परपूरकच आहेत. भगवान श्रीकृष्णांच्या भक्तरूप अवताराचा (श्रीकृष्ण चैतन्य महाप्रभू) उल्लेख श्रीमद्भागवतात संकीर्तन यज्ञाचा विशेष संदर्भ देऊन पुढीलप्रमाणे केलेला आहे:

*कृष्णवर्णं त्विषाकृष्णं सांगोपांगास्त्रपार्षदम् ।*
*यज्ञैः संकीर्तनप्रायैर्यजन्ति हि सुमेधसः ॥*

"या कलियुगामध्ये जे वास्तविक बुद्धिमान लोक आहेत ते, पार्षदांसहित अवतरित होणाऱ्या भगवंतांचे, संकीर्तन यज्ञ करून पूजन करतील." वैदिक शास्त्रांमध्ये सांगण्यात आलेले इतर यज्ञ करणे या कलियुगात साध्य नाही; पण भगवद्गीतेत (९.१४) सांगितल्याप्रमाणे संकीर्तन यज्ञ हा सर्व सिद्धींकरिता सहज साध्य आणि उदात्त आहे.

**देवान्भावयतानेन ते देवा भावयन्तु वः ।**
**परस्परं भावयन्तः श्रेयः परमवाप्स्यथ ॥ ११ ॥**

**देवान्**—देवता; **भावयता**—संतुष्ट झाल्यावर; **अनेन**—या यज्ञाद्वारे; **ते**—ते; **देवाः**—देवता; **भावयन्तु**—संतुष्ट करतील; **वः**—तुम्हाला; **परस्परम्**—परस्परांना; **भावयन्तः**—एकमेकांना संतुष्ट केल्यावर; **श्रेयः**—वरदान किंवा कल्याण; **परम्**—परम; **अवाप्स्यथ**—तुम्ही प्राप्त कराल.

**यज्ञाने संतुष्ट झालेल्या देवदेवता तुम्हालाही संतुष्ट करतील आणि या प्रकारे मनुष्य आणि देवदेवता यांच्यामधील परस्पर सहयोगाने, सर्वांसाठी सर्वत्र समृद्धीचेच साम्राज्य पसरेल.**

**तात्पर्यः** देवतांना, भौतिक कार्यांचे प्रशासन करण्यासाठी विशेष शक्ती प्रदान करण्यात आलेली असते. प्रत्येक जीवाच्या शरीर आणि आत्म्याच्या पोषणासाठी आवश्यक वायू, प्रकाश, पाणी आणि इतर सर्व वस्तूंचा पुरवठा करण्याचे कार्य देवतांकडे सोपविण्यात आलेले असते. पुरुषोत्तम श्रीभगवान यांच्या शरीराच्या विविध भागांमध्ये असणाऱ्या या देवदेवता म्हणजे असंख्य साहाय्यकच आहेत. त्यांची संतुष्टी किंवा असंतुष्टी मनुष्यांनी केलेल्या यज्ञावर अवलंबून असते. काही यज्ञ विशिष्ट देवतांना संतुष्ट करण्यासाठीच असतात; परंतु असे असले तरीही सर्व यज्ञामध्ये भगवान श्रीविष्णू यांनाच प्रमुख अधिष्ठाता म्हणून पूजिले जाते. भगवद्गीतेतही सांगण्यात आले आहे की, श्रीकृष्ण हे स्वतः सर्व प्रकारच्या यज्ञांचे भोक्ता आहेत. *भोक्तारं यज्ञ तपसाम्*, म्हणून शेवटी यज्ञपतीला संतुष्ट करणे हाच सर्व यज्ञांचा मुख्य हेतू आहे. ज्या वेळी असे यज्ञ योग्य रीतीने केले जातात तेव्हा स्वाभाविकपणेच पुरवठा करणाऱ्या विविध विभागांचे अधिकारी असणाऱ्या देवदेवता संतुष्ट होतात आणि त्यामुळे नैसर्गिक पदार्थांच्या पुरवठ्यामध्ये तुटवडा पडत नाही.

यज्ञकर्मापासून इतर अनेक आनुषंगिक लाभ होतात. यज्ञ अंततः भौतिक बंधनातून मुक्त होण्यास कारणीभूत ठरतात. वेदांमध्ये सांगितल्याप्रमाणे यज्ञकर्मामुळे आपली सर्व कार्ये शुद्ध होतात. *आहारशुद्धौ सत्त्वशुद्धिः सत्त्वशुद्धौ ध्रुवा स्मृतिः स्मृतिलम्भे सर्वग्रन्थीनां विप्रमोक्षः*. यज्ञ केल्याने मनुष्याचा आहार शुद्ध होतो आणि शुद्ध आहार ग्रहण केल्याने त्याचे जीवन शुद्ध बनते. जीवनशुद्धीमुळे स्मृतीमधील अतिसूक्ष्म ऊतींचे शुद्धीकरण होते आणि जेव्हा स्मृती शुद्ध होते तेव्हा मनुष्य मोक्षमार्गाबद्दल विचार करू शकतो आणि या सर्वांची परिणती, वर्तमान समाजासाठी अत्यावश्यक असणाऱ्या कृष्णभावनेमध्ये होते.

**इष्टान्भोगान्हि वो देवा दास्यन्ते यज्ञभाविताः ।**
**तैर्दत्तानप्रदायैभ्यो यो भुङ्क्ते स्तेन एव सः ॥ १२ ॥**

**इष्टान्**—इच्छिलेले किंवा इष्ट; **भोगान्**—जीवनावश्यक गरजा; **हि**—निश्चितच; **वः**—तुम्हाला; **देवाः**—देवदेवता; **दास्यन्ते**—देतील; **यज्ञ-भाविताः**—यज्ञाने संतुष्ट झालेले; **तैः**—त्यांनी; **दत्तान्**—दिलेल्या वस्तू; **अप्रदाय**—अर्पण न करता; **एभ्यः**—या देवदेवतांना; **यः**—जो; **भुङ्क्ते**—भोग घेतो; **स्तेनः**—चोर; **एव**—निश्चितच; **सः**—तो.

**विविध जीवनावश्यक वस्तूंच्या अधिकारी असणाऱ्या देवदेवता ज्यावेळी यज्ञ करण्यामुळे संतुष्ट होतील तेव्हा ते तुमच्या सर्व गरजा पुरवतील, पण अशा वस्तू पुन्हा देवतांना अर्पण न करता जो त्यांचा भोग घेतो तो निश्चितपणे चोरच आहे.**

**तात्पर्य:** भगवान श्रीविष्णू यांच्या वतीने जीवनावश्यक वस्तूंचा पुरवठा करणारे त्यांचे प्रतिनिधी म्हणून देवतांना अधिकृत करण्यात आले आहे. म्हणून शास्त्रप्रमाणित यज्ञांद्वारा त्यांना संतुष्ट केलेच पाहिजे. वेदांमध्ये विविध प्रकारच्या देवदेवतांसाठी विविध प्रकारचे यज्ञ सांगण्यात आले आहेत, पण शेवटी सर्व यज्ञ भगवंतांनाच अर्पिलेले असतात. जो भगवंतांना समजू शकत नाही त्याच्यासाठी देवदेवतांप्रीत्यर्थ यज्ञ करण्याची शिफारस करण्यात आली आहे. मनुष्यांच्या निरनिराळ्या भौतिक गुणांना अनुलक्षून वेदांमध्ये निरनिराळे यज्ञ सांगितले आहेत. निरनिराळ्या देवतांचे पूजनही याच तत्त्वावर म्हणजेच विविध गुणांवर आधारित आहेत. उदाहरणार्थ, मांसाहारी लोकांना कालीदेवीचे पूजन करण्यास सांगितले आहे. ही कालीदेवता म्हणजे भौतिक प्रकृतीचे घोर रूप आहे आणि कालीदेवतेसमोर पशुयज्ञ करण्यास अनुमती देण्यात आली आहे, परंतु जे सत्त्वगुणी आहेत त्यांच्यासाठी श्रीविष्णूंची दिव्य पूजा सांगण्यात आली आहे. तथापि, सर्व यज्ञांचा उद्देश आध्यात्मिक स्थानाप्रत क्रमशः उन्नती करण्याचा आहे. साधारण मनुष्यांसाठी निदान पाच यज्ञ, ज्यांना पंचमहायज्ञ म्हटले जाते ते आवश्यक आहेत.

तरीसुद्धा मनुष्याने जाणणे आवश्यक आहे की, मानवी समाजाला लागणाऱ्या सर्व जीवनावश्यक वस्तूंचा पुरवठा हा, भगवंतांचे प्रतिनिधी असणाऱ्या देवदेवतांकडून केला जातो. कोणीही कोणत्याही गोष्टीची निर्मिती करू शकत नाही. उदाहरणार्थ, मानवी समाजाला लागणारे सर्व खाद्यपदार्थ, जसे सत्त्वगुणी व्यक्तींसाठी धान्य, फळफळावळे, भाजीपाला, दूध, साखर इत्यादी आणि मांसभक्षकांसाठी मांस असते. कोणत्याही पदार्थाची मनुष्याद्वारे निर्मिती होऊ शकत नाही. तसेच, उष्णता, प्रकाश, पाणी, हवा इत्यादी ज्या जीवनावश्यक वस्तू आहेत त्यापैकी कोणत्याही गोष्टीची निर्मिती मानवसमाजाद्वारे होऊ शकत नाही. भगवंतांशिवाय भरपूर सूर्यप्रकाश, चंद्रप्रकाश, पाऊस, वारा इत्यादी गोष्टीच असूच शकत नाहीत आणि या गोष्टीवाचून कोणीही जगू शकत नाही. यावरून स्पष्ट होते की, आपले जीवन भगवंतांकडून होणाऱ्या पुरवठ्यावर अवलंबून आहे. आपल्या उद्योगधंद्यासाठी सुद्धा आपल्याला धातू, गंधक, पारा, मँगनीज इत्यादी अनेक प्रकारचा कच्चा माल तसेच इतर अनेक वस्तू आवश्यक आहेत. या गोष्टींचा योग्य उपयोग करून आपण आत्मसाक्षात्कारासाठी धडधाकट आणि निरोगी राहावे याकरिता भगवंतांच्या प्रतिनिधींद्वारा या सर्व गोष्टी पुरविल्या जातात. आत्मसाक्षात्काराची परिणती, भौतिक अस्तित्वाच्या संघर्षातून मुक्त होणे या जीवनाच्या अंतिम ध्येयामध्ये होते. जीवनाचे हे ध्येय यज्ञ केल्याने प्राप्त होते. आपल्याला जर मनुष्यजीवनाच्या ध्येयाचे विस्मरण झाले आणि आपण केवळ इंद्रियतृप्तीकरिता भगवंतांच्या प्रतिनिधींकडून वस्तू स्वीकारल्या आणि भौतिक अस्तित्वात अधिकाधिक गुरफटत गेलो तर निश्चितच आपण चोर ठरतो, कारण सृष्टिनिर्मितीचा हा हेतूच नाही. म्हणून भौतिक प्रकृतीच्या नियमाद्वारे आपल्याला शिक्षा होते. पूर्णपणे भौतिक दलदलीत रुतलेल्या भोगवादी चोरांचा समाज हा कधीच सुखी होऊ शकत नाही, कारण त्यांना

जीवनामध्ये ध्येयच नसते. त्यांचे लक्ष्य फक्त इंद्रियतृप्तीच असते, तसेच यज्ञ कसे करावे याचेही त्यांना ज्ञान नसते. याकरिताच श्री चैतन्य महाप्रभूंनी अत्यंत सहजसुलभ संकीर्तन यज्ञाचा प्रारंभ केला. या जगातील जो कोणी कृष्णभावनेच्या तत्त्वांचा स्वीकार करतो, तो हा संकीर्तन यज्ञ करू शकतो.

**यज्ञशिष्टाशिनः सन्तो मुच्यन्ते सर्वकिल्बिषैः ।**
**भुञ्जते ते त्वघं पापा ये पचन्त्यात्मकारणात् ॥ १३ ॥**

**यज्ञ-शिष्ट**—यज्ञ झाल्यावर शेष राहिलेले अन्न; **अशिनः**—खाणारे; **सन्तः**—भक्त; **मुच्यन्ते**—मुक्त होतात; **सर्व**—सर्व प्रकारच्या; **किल्बिषैः**—पापांपासून; **भुञ्जते**—भोगतात; **ते**—ते; **तु**—परंतु; **अघम्**—घोर पाप; **पापाः**—पापी लोक; **ये**—जे; **पचन्ति**—भोजन बनवितात; **आत्म-कारणात्**—इंद्रियभोगाकरिता.

**भगवद्भक्त हे सर्व प्रकारच्या पापांतून मुक्त होतात, कारण ते सर्वप्रथम यज्ञाला अर्पण केलेले अन्न ग्रहण करतात. इतर लोक जे आपल्या स्वतःच्या इंद्रियभोगाकरिता भोजन बनवितात ते खरोखर केवळ पापच भक्षण करतात.**

**तात्पर्यः** भगवद्भक्त किंवा कृष्णभावनाभावित असणाऱ्या व्यक्तींना 'संत' म्हटले जाते आणि ब्रह्मसंहितेमध्ये (५.३८) सांगितल्याप्रमाणे ते नेहमी भगवत्प्रेमामध्ये लीन असतात. *प्रेमाञ्जनच्छुरितभक्तिविलोचनेन सन्तः सदैव हृदयेषु विलोकयन्ति.* संतजन हे सदैव भगवान श्रीगोविंद (आनंद देणारा) किंवा मुकुंद (मुक्ती देणारा) किंवा श्रीकृष्ण (सर्वाकर्षक पुरुष) यांच्याशी दृढ प्रेमामध्ये मग्न असल्यामुळे ते कोणतीही गोष्ट सर्वप्रथम भगवंतांना अर्पण केल्याशिवाय ग्रहण करू शकत नाहीत. म्हणून असे भक्त नेहमी भक्तीच्या विविध मार्गांद्वारे उदाहरणार्थ, श्रवण, कीर्तन, स्मरण, अर्चन इत्यादी यज्ञच करीत असतात आणि अशा प्रकारचे यज्ञ सदैव केल्यामुळे ते भौतिक संसाराच्या पापमय संगतीच्या सर्व प्रकारच्या दोषांपासून अलग राहू शकतात. इतर लोक जे स्वतःसाठी किंवा इंदियतृप्तीसाठी अन्न शिजवितात ते केवळ चोरच आहेत असे नाही तर ते सर्व प्रकारचे पापच भक्षण करणारे आहेत. जर एखादी व्यक्ती चोर आणि पापी असेल तर ती कशी सुखी असू शकेल ? हे केवळ अशक्य आहे, म्हणून सर्व दृष्टिकोणातून जर सुखी व्हावयाचे असेल तर लोकांना पूर्णपणे कृष्णभावनाभावित 'संकीर्तन यज्ञ' करण्यास शिकवणे अत्यावश्यक आहे. नाही तर जगामध्ये शांती किंवा समाधान नांदणे शक्यच नाही.

**अन्नाद्भवन्ति भूतानि पर्जन्यादन्नसम्भवः ।**
**यज्ञाद्भवति पर्जन्यो यज्ञः कर्मसमुद्भवः ॥ १४॥**

**अन्नात्**—अन्नापासून; **भवन्ति**—वाढतात; **भूतानि**—भौतिक शरीरे; **पर्जन्यात्**—पावसापासून; **अन्न**—अन्नाची; **सम्भवः**—निर्मिती; **यज्ञात्**—यज्ञ केल्यापासून; **भवति**—शक्य होते; **पर्जन्यः**—पाऊस; **यज्ञः**—यज्ञ; **कर्म**—कर्म; **समुद्भवः**—प्रकट होतो.

**सर्व प्राणिमात्र अन्नधान्यावर जगतात, जे पावसापासून उत्पन्न होते. पाऊस यज्ञापासून उत्पन्न होतो आणि यज्ञ विहित कर्मांपासून होतो.**

**तात्पर्य:** भगवद्‌गीतेचे महान भाष्यकार श्रीबलदेव विद्याभूषण लिहितात *ये इन्द्राद्यङ्गतयावस्थितं यज्ञं सर्वेश्वरं विष्णुमभ्यर्च्य तच्छेषमश्नन्ति तेन तद्देहयात्रां सम्पादयन्ति ते सन्तः सर्वेश्वरस्य यज्ञपुरुषस्य भक्ताः सर्वकिल्बिषैरनादिकाल-विवृद्धैरात्मानुभवप्रतिबन्धकैर्निखिलैः पापैर्विमुच्यन्ते.* भगवान जे यज्ञपुरुष किंवा सर्व यज्ञांचे भोक्ता म्हणून जाणले जातात ते सर्व देवदेवतांचे अधिपती आहेत. ज्याप्रमाणे शरीराचे विविध अवयव पूर्ण शरीराची सेवा करतात त्याप्रमाणे देवदेवता, भगवंतांची सेवा करतात. इंद्र, चंद्र आणि वरुण यांसारख्या देवतांना भौतिक कार्याची व्यवस्था करण्यासाठी अधिकारी म्हणून नेमण्यात आले आहे. वेद आपल्याला या देवतांना संतुष्ट करण्यासाठी यज्ञ करण्याचा आदेश देतात, जेणेकरून ते पुरेशा प्रमाणात अन्नधान्य निर्मिती करण्यास, पुरेशा प्रमाणात हवा, प्रकाश आणि पाणीपुरवठा करण्यास प्रसन्न होतील. जेव्हा श्रीकृष्णांची पूजा केली जाते तेव्हा त्यांच्या शरीराच्या विविध अवयवांप्रमाणे असणाऱ्या देवदेवतांची आपोआपच पूजा होते. म्हणून देवदेवतांची वेगळी पूजा करण्याची आवश्यकता नाही. यास्तव कृष्णभावनाभावित असणारे भगवद्‌भक्त श्रीकृष्णांना अन्न अर्पण करून मगच ते ग्रहण करतात. या पद्धतीमुळे शरीराचे आध्यात्मिकदृष्ट्या योग्य पोषण होते. या कृतीमुळे केवळ शरीराची पूर्व पापकर्मेच नष्ट होतात असे नव्हे, तर शरीर हे भौतिक प्रकृतीच्या सर्व संसर्गापासून मुक्त होते. जेव्हा एखाद्या रोगाची साथ पसरते तेव्हा जंतुनाशक लस, साथीच्या अशा हल्ल्यापासून मनुष्याचे रक्षण करते. त्याचप्रमाणे भगवान श्रीविष्णू यांना अर्पिलेले आणि नंतर आपण ग्रहण केलेले अन्न आपल्याला भौतिक आसक्तीचा प्रतिकार करण्यास पुरेशा प्रमाणात समर्थ बनविते व जो अशा प्रकारचे आचरण करीत आहे त्याला भगवद्‌भक्त म्हटले जाते. म्हणून जो कृष्णभावनाभावित व्यक्ती केवळ श्रीकृष्णांना अर्पण केलेले अन्न ग्रहण करतो तो आत्मसाक्षात्काराच्या प्रगतीमध्ये अडथळेच असणाऱ्या पूर्वीच्या सर्व भौतिक संसर्गाच्या फळांचा प्रतिकार करू शकतो. याउलट जो असे करीत नाही त्याच्या पापकर्मांचा साठा वाढतच जातो आणि यामुळे त्याला डुक्कर आणि कुत्र्याप्रमाणे, सर्व पापांचे फळ भोगण्यासाठी शरीर प्राप्त होते. भौतिक जग हे पूर्णपणे दोषांनी भरले आहे आणि जो भगवद्-प्रसाद ग्रहण करून प्रतिकार करण्यात समर्थ झाला आहे तो या दोषांच्या हल्ल्यापासून वाचतो; पण जो असे करीत नाही तो दोषांचे परिणाम भोगण्यास पात्र होतो.

वास्तविकपणे अन्नधान्य आणि भाजीपाला हे खाण्यास योग्य पदार्थ आहेत. मनुष्यप्राणी विविध प्रकारचे अन्नधान्य, भाजीपाला, फळफळावळे इत्यादी ग्रहण करतात आणि प्राणी हे अन्नधान्य आणि भाजीपाल्यांचे अवशेष, गवत, वनस्पती इत्यादी ग्रहण करतात. जे लोक मांस खाण्याच्या आहारी गेलेले आहेत त्यांनासुद्धा वनस्पतीच्याच उत्पादनावर अवलंबून राहावे लागते, कारण पशूही वनस्पतीच खातात. म्हणून सरतेशेवटी आपल्याला मोठमोठ्या कारखान्यांच्या उत्पादनावर नव्हे तर शेतीच्या उत्पादनावरच अवलंबून राहावे लागते. शेतीचे उत्पादन हे पुरेशा प्रमाणात पाऊस झाल्यामुळे होते. या पावसाचे नियंत्रण इंद्र, चंद्र व सूर्य इत्यादी देवतांद्वारे केले

जाते आणि या सर्व देवता भगवंतांचे सेवक आहेत. भगवंतांना यज्ञाद्वारेच संतुष्ट करता येते. म्हणून जो यज्ञ करीत नाही तो स्वत:च टंचाईग्रस्त होईल. हा प्रकृतीचा नियमच आहे. म्हणून या युगासाठी सांगण्यात आलेला यज्ञ, विशेषकरून संकीर्तन यज्ञ, हा आपण निदान अन्नधान्याच्या टंचाईपासून वाचण्यासाठी तरी करणे अत्यावश्यक आहे.

**कर्म ब्रह्मोद्भवं विद्धि ब्रह्माक्षरसमुद्भवम् ।**
**तस्मात्सर्वगतं ब्रह्म नित्यं यज्ञे प्रतिष्ठितम् ॥ १५ ॥**

**कर्म**—कर्म; **ब्रह्म**—वेदांपासून; **उद्भवम्**—उत्पन्न झालेले; **विद्धि**—तू जाण; **ब्रह्म**—वेद; **अक्षर**—परब्रह्मापासून; **समुद्भवम्**—प्रत्यक्ष प्रकट झाले आहे; **तस्मात्**—म्हणून; **सर्व-गतम्**—सर्वव्यापी; **ब्रह्म**—ब्रह्म; **नित्यम्**—शाश्वतरीत्या; **यज्ञे**—यज्ञामध्ये; **प्रतिष्ठितम्**—स्थित आहे.

**वेदांमध्ये नियत कर्मे सांगण्यात आली आहेत आणि वेद साक्षात पुरुषोत्तम श्रीभगवान यांच्यापासून प्रकट झाले आहेत. म्हणून सर्वव्यापी ब्रह्मतत्त्व हे यज्ञकर्मात शाश्वतरीत्या स्थित झाले आहे.**

**तात्पर्य:** *यज्ञार्थ कर्म* किंवा श्रीकृष्णांच्या संतुष्टीप्रीत्यर्थ आवश्यक असणाऱ्या कर्माचे विस्तृत वर्णन या श्लोकात करण्यात आले आहे. जर आपल्याला यज्ञपुरुष किंवा श्रीविष्णू यांच्या संतुष्टीप्रीत्यर्थ कर्म करावयाचे असेल तर ते कर्म करण्यासाठी आवश्यक त्या मार्गदर्शनाचा शोध आपण ब्रह्म किंवा वेदांमध्ये घेणे अत्यावश्यक आहे. म्हणून वेद हे कर्मविधींची संहिता आहे. वेदांच्या मार्गदर्शनाशिवाय केलेल्या कोणत्याही कार्याला विकर्म किंवा अनधिकृत किंवा पापकर्म म्हटले जाते. म्हणून कर्मांच्या प्रतिक्रियांपासून वाचण्यासाठी नेहमी वेदांकडून मार्गदर्शन घेतले पाहिजे. ज्याप्रमाणे सामान्य जीवनात आपल्याला राष्ट्रनियमांनुसार कर्म करावे लागते, त्याप्रमाणे मनुष्याने भगवंतांच्या सर्वश्रेष्ठ राज्याच्या नियमांनुसार कर्म केले पाहिजे. वेदांमधील असे आदेश प्रत्यक्ष भगवंतांच्या नि:श्वासातून प्रकट झाले आहेत. असे म्हटले आहे की *अस्य महतो भूतस्य निश्वसितम् एतद् यदृग्वेदो यजुर्वेद: सामवेदोऽथर्वाङ्गिरस:*—'ऋग्वेद, यजुर्वेद, सामवेद आणि अथर्ववेद हे चार वेद प्रत्यक्ष पुरुषोत्तम श्रीभगवान यांच्या नि:श्वासातून प्रकट झाले आहेत' (बृहदारण्यक उपनिषद् ४.५.११). भगवंत हे सर्वशक्तिमान असल्यामुळे श्वासाद्वारेही बोलू शकतात. कारण ब्रह्मसंहितेतही स्पष्ट करण्यात आले आहे की, भगवंत इतके सर्वशक्तिमान आहेत की, ते आपल्या प्रत्येक इंद्रियाद्वारे इतर सर्व इंद्रियांच्या क्रिया करू शकतात. दुसऱ्या शब्दांत सांगावयाचे तर, भगवंत आपल्या श्वासोच्छ्वासाद्वारे बोलूही शकतात आणि डोळ्याद्वारे गर्भधारणाही करू शकतात. वास्तविकपणे, असे म्हटले आहे की, त्यांनी भौतिक प्रकृतीवर दृष्टिक्षेप टाकला आणि सर्व जीवांची गर्भधारणा केली. निर्मिती किंवा बद्ध जीवांना भौतिक प्रकृतीच्या गर्भामध्ये गर्भस्थ करून झाल्यावर त्यांनी वेदांमध्ये असे मार्गदर्शन दिले, ज्याचा स्वीकार करून बद्ध जीव भगवद्धामात परत येऊ शकतील. आपण नेहमी लक्षात ठेवले पाहिजे की, भौतिक प्रकृतीतील सर्व बद्ध जीव हे भौतिक भोगासाठी अत्यंत उत्सुक असतात; पण वेदांची रचना अशा पद्धतीने केली आहे की, ज्यामुळे मनुष्य आपल्या विकृत इच्छा पूर्ण करू

शकतो व तसेच तथाकथित भोग संपल्यावर भगवंतांकडे परत जाऊ शकतो. मोक्षप्राप्ती करणे ही बद्ध जीवांसाठी एक संधीच असते, म्हणून कृष्णभावनाभावित होऊन बद्ध जीवांनी यज्ञपद्धती अनुसरण्याचा प्रयत्न करणे अत्यावश्यक आहे. ज्यांनी वेदांचे पालन केले नाही ते सुद्धा कृष्णभावनेच्या तत्त्वाचा अंगीकार करू शकतात. कारण कृष्णभावनेचा अंगीकार करणे म्हणजे वैदिक कर्मे किंवा वैदिक यज्ञ केल्याप्रमाणे आहे.

**एवं प्रवर्तितं चक्रं नानुवर्तयतीह यः ।**
**अघायुरिन्द्रियारामो मोघं पार्थ स जीवति ॥ १६ ॥**

**एवम्**—याप्रमाणे; **प्रवर्तितम्**—वेदांनी प्रस्थापित केलेले; **चक्रम्**—चक्र; **न**—करीत नाही; **अनुवर्तयति**—पालन किंवा अंगीकार; **इह**—या जन्मामध्ये; **यः**—जो; **अघ-आयुः**—ज्याचे जीवन पापमय आहे; **इन्द्रिय-आरामः**—इंद्रियतृप्तीमध्येच समाधानी राहणारा; **मोघम्**—व्यर्थपणे; **पार्थ**—हे पृथापुत्र अर्जुन; **सः**—तो; **जीवति**—जगतो.

**हे पार्थ! जी व्यक्ती वेदांद्वारे प्रस्थापित यज्ञचक्राचे पालन मनुष्यजीवनामध्ये करीत नाही ती निश्चितपणे पापमय जीवन जगते. अशी व्यक्ती केवळ इंद्रियतृप्तीकरिताच जगत असल्याने व्यर्थच जीवन जगते.**

**तात्पर्यः** "काबाडकष्ट करा आणि इंद्रियभोग घ्या" या भोगवादी तत्त्वज्ञानाची निंदा या ठिकाणी भगवंतांनी केली आहे. म्हणून ज्यांना या भौतिक जगाचा भोग घ्यावयाचा आहे त्यांच्यासाठी उपर्युक्त यज्ञचक्राचे पालन करणे अत्यावश्यक आहे. जो अशा नियमांचे पालन करीत नाही तो अधिकाधिक पापी होत गेल्याने अत्यंत संकटपूर्ण जीवन जगत असतो. प्रकृतीच्या नियमांनुसार विशेषतया मनुष्यजीवन हे कर्मयोग, ज्ञानयोग किंवा भक्तियोग या तिन्हींपैकी कोणत्याही एका मार्गाद्वारे आत्मसाक्षात्काराची प्राप्ती करण्यासाठी आहे. पाप आणि पुण्यांच्या पलीकडे असणाऱ्या अध्यात्मवादी लोकांसाठी वेदवर्णित यज्ञांचे कठोरतेने पालन करण्याची आवश्यकता नाही; पण जे इंद्रियतृप्तीमध्ये रत आहेत त्यांच्या शुद्धीकरणासाठी उपर्युक्त यज्ञ-चक्राचे पालन करणे अत्यावश्यक आहे. कर्माचे विविध प्रकार आहेत. जे कृष्णभावनाभावित नाहीत ते निश्चितपणे इंद्रियविषयात दंग आहेत म्हणून त्यांना पुण्यकर्मे करणे जरुरीचे असते. यज्ञ पद्धती अशा रीतीने योजण्यात आली आहे की, ज्यामुळे विषयवासनेत दंग असणारी व्यक्ती आपल्या इच्छा, इंद्रियतृप्तीच्या कर्मफलांमध्ये न गुरफटता तृप्त करू शकते. जगाची समृद्धी आपल्या प्रयत्नांवर अवलंबून नाही तर ती भगवंतांनी केलेल्या पूर्वनियोजित व्यवस्थेवर अवलंबून असते. या व्यवस्थेची अंमलबजावणी प्रत्यक्ष देवदेवतांकडून केली जाते. म्हणून वेदांमध्ये सांगण्यात आलेले यज्ञ प्रत्यक्षपणे विशिष्ट देवदेवतांना उद्देशून असतात. अप्रत्यक्षपणे हे कृष्णभावनेचेच आचरण आहे. कारण जेव्हा व्यक्ती यज्ञ करण्यामध्ये निपुण होते तेव्हा ती निश्चितपणे कृष्णभावनाभावित बनते. पण जर यज्ञ करण्याने मनुष्य कृष्णभावनाभावित होत नसेल तर अशा तत्त्वांना केवळ नैतिक आचारसंहिताच मानले जाते. म्हणून एखाद्याने केवळ नैतिक आचारसंहितेपर्यंतच आपली प्रगती कुंठित न करता कृष्णभावनेच्या प्राप्तीसाठी त्यांच्याही

पलीकडे गेले पाहिजे.

**यस्त्वात्मरतिरेव स्यादात्मतृप्तश्च मानवः ।**
**आत्मन्येव च सन्तुष्टस्तस्य कार्यं न विद्यते ॥ १७ ॥**

**यः**—जो कोणी; **तु**—परंतु; **आत्म-रतिः**—आत्म्यातच आनंद घेणारा; **एव**—निश्चितच; **स्यात्**—राहतो; **आत्म-तृप्तः**—आत्मतृप्त; **च**—आणि; **मानवः**—मनुष्य; **आत्मनि**—स्वतःमध्ये; **एव**—केवळ; **च**—आणि; **सन्तुष्टः**—पूर्णपणे संतुष्ट झालेला; **तस्य**—त्याचे; **कार्यम्**—कर्तव्य किंवा कार्य; **न**—नाही; **विद्यते**—अस्तित्वात राहते.

**पण जो आत्म्यातच रममाण झाला आहे, ज्याचे जीवन आत्मसाक्षात्कारी आहे आणि जो पूर्णपणे संतुष्ट होऊन आत्म्यामध्येच समाधानी आहे त्याला काही कर्तव्य राहत नाही.**

**तात्पर्य:** जो मनुष्य पूर्णपणे कृष्णभावनाभावित असून आपल्या कृष्णभावनाभावित कर्मामध्ये संतुष्ट आहे त्याला इतःपर काही कर्तव्य करावयाचे राहात नाही. तो कृष्णभावनाभावित असल्यामुळे, हजारो हजारो यज्ञ केल्याने हृदयातील धुतली जाणारी अशुद्ध मलिनता, त्याच्या हृदयातून तात्काळ धुतली जाते. चेतनेच्या अशा शुद्धीकरणामुळे मनुष्याला भगवंतांशी असणाऱ्या आपल्या शाश्वत संबंधाचे पूर्ण ज्ञान होते. याप्रमाणे भगवत्कृपेने त्याचे कर्तव्य स्वयंप्रकाशित बनते आणि म्हणून त्याला वैदिक आदेशांचे कोणतेही बंधन राहात नाही. असा कृष्णभावनाभावित मनुष्य भौतिक कर्मांत कधीच रममाण होत नाही आणि मदिरा, मदिराक्षी आणि इतर प्रलोभनांमध्येही तो कधीच आनंद प्राप्त करीत नाही.

**नैव तस्य कृतेनार्थो नाकृतेनेह कश्चन ।**
**न चास्य सर्वभूतेषु कश्चिदर्थव्यपाश्रयः ॥ १८ ॥**

**न**—कधीच नाही; **एव**—निश्चितच; **तस्य**—त्याचे; **कृतेन**—कर्तव्य केल्याने; **अर्थः**—हेतू; **न**—नाही; **अकृतेन**—कर्तव्य न केल्याने; **इह**—या जगामध्ये; **कश्चन**—कोणताही; **न**—नाही; **च**—आणि; **अस्य**—त्याचा; **सर्व-भूतेषु**—सर्व जीवांच्या ठिकाणी; **कश्चित्**—काहीही; **अर्थ**—हेतू; **व्यपाश्रयः**—आश्रय घेण्याने.

**आत्मसाक्षात्कारी मनुष्याला आपले विहित कर्म करून कोणताही हेतू प्राप्त करावयाचा नसतो तसेच या प्रकारचे कर्म न करण्याचेही त्याला काही कारण नसते, त्याचबरोबर इतर प्राणिमात्रांवर अवलंबून राहण्याचीही त्याला काही आवश्यकता नसते.**

**तात्पर्य:** आत्मसाक्षात्कारी मनुष्याला केवळ कृष्णभावनाभावित कर्माशिवाय इतर कोणतेही विहित कर्म करण्याचे बंधन असू शकत नाही. पुढील श्लोकामध्ये स्पष्ट केल्याप्रमाणे कृष्णभावना म्हणजे निष्क्रियता नव्हे. कृष्णभावनाभावित मनुष्य, मनुष्य अथवा देवता, कोणाचाही आश्रय

घेत नाही. तो कृष्णभावनेमध्ये जे काही करतो ते कर्तव्यपालन करण्यासाठी पुरेसे असते.

**तस्मादसक्तः सततं कार्यं कर्म समाचर ।**
**असक्तो ह्याचरन्कर्म परमाप्नोति पूरुषः ॥ १९ ॥**

**तस्मात्**—म्हणून; **असक्तः**—आसक्तीरहित; **सततम्**—सतत; **कार्यम्**—कर्तव्य म्हणून; **कर्म**—कर्म; **समाचर**—कर; **असक्तः**—अनासक्त होऊन; **हि**—निश्चितच; **आचरन्**—करीत असताना; **कर्म**—कर्म; **परम्**—परमेश्वर, भगवान; **आप्नोति**—प्राप्ती करतो; **पूरुषः**—मनुष्य.

**म्हणून कर्मफलांवर आसक्ती न ठेवता मनुष्याने कर्तव्य म्हणून कर्म केले पाहिजे कारण अनासक्त होऊन कर्म केल्याने त्याला परमेश्वरप्राप्ती होते.**

**तात्पर्यः** भक्तासाठी पुरुषोत्तम श्रीभगवान सर्वांत श्रेष्ठ आहेत तर निर्विशेषवाद्यांसाठी मोक्ष किंवा मुक्ती सर्वांत श्रेष्ठ आहे. म्हणून जो मनुष्य योग्य मार्गदर्शनाखाली कर्मफलांवर आसक्ती न ठेवता श्रीकृष्णांप्रीत्यर्थ किंवा कृष्णभावनाभवित कर्म करीत असतो तो निश्चितच जीवनाच्या सर्वश्रेष्ठ ध्येयाप्रत प्रगती करीत असतो. कुरुक्षेत्राच्या युद्धामध्ये अर्जुनाला श्रीकृष्णांप्रीत्यर्थ युद्ध करण्यास सांगण्यात आले. कारण त्याने युद्ध करावे अशी श्रीकृष्णांची इच्छा होती. सज्जन असणे किंवा अहिंसक असणे ही वैयक्तिक आसक्तीची बाब आहे; परंतु परमेश्वरासाठी कर्म करणे म्हणजे फलांची अपेक्षा न ठेवता कर्म करणे होय. पुरुषोत्तम भगवान श्रीकृष्णांनी सांगितलेले कर्म म्हणजे सर्वोच्च दर्जाचे परिपूर्ण कर्म होय.

यज्ञकर्मासारखी वैदिक कर्मकांडे ही इंद्रियतृप्तीच्या क्षेत्रात केलेल्या पापकर्मांचे शुद्धीकरण होण्यासाठी केली जातात; परंतु कृष्णभावनाभावित कर्म हे शुभाशुभ कर्मफलांच्या पलीकडे असणारे दिव्य कर्म असते. कृष्णभावनाभावित मनुष्याला कर्मफलांवर मुळीच आसक्ती नसते, कारण तो केवळ श्रीकृष्णांप्रीत्यर्थ कर्म करीत असतो. तो सर्व प्रकारचे कर्म करीत असला तरीही पूर्णपणे अनासक्तच असतो.

**कर्मणैव हि संसिद्धिमास्थिता जनकादयः ।**
**लोकसङ्ग्रहमेवापि सम्पश्यन्कर्तुमर्हसि ॥ २० ॥**

**कर्मणा**—कर्माद्वारे; **एव**—सुद्धा; **हि**—निश्चितच; **संसिद्धिम्**—सिद्धीमध्ये; **आस्थिताः**—स्थित झालेले; **जनक-आदयः**—जनक आणि इतर राजे; **लोक-सङ्ग्रहम्**—सामान्य लोक; **एव अपि**—सुद्धा; **सम्पश्यन्**—विचार करून; **कर्तुम्**—करण्यासाठी; **अर्हसि**—तू योग्य आहेस.

**जनक आदी राजांनी केवळ नियत कर्मे करून सिद्धी प्राप्त केली. म्हणून एकंदर सामान्य लोकांना शिकविण्याकरिता तू आपले कर्म केले पाहिजे.**

**तात्पर्यः** जनकासारखे सर्व राजे आत्मसाक्षात्कारी होते म्हणून वेदोक्त कर्मांचे पालन करण्याचे त्यांना बंधन नव्हते. तरीसुद्धा सामान्य लोकांना केवळ उदाहरण घालून देण्याकरिता त्यांनी सर्व विहित कर्मांचे आचरण केले. जनक राजा हे सीतादेवीचे पिता आणि भगवान श्रीरामांचे सासरे

होते. भगवंतांचे महान भक्त असल्यामुळे ते दिव्य आध्यात्मिक स्थितीत स्थित होते; परंतु ते मिथिलेचे (भारतातील बिहार प्रांताचा एक विभाग) राजा असल्यामुळे त्यांना आपल्या प्रजेला विहित कर्म कसे करावे याचे शिक्षण द्यावयाचे होते. भगवान श्रीकृष्ण आणि त्यांचा नित्य सखा अर्जुन यांना कुरुक्षेत्राच्या युद्धामध्ये लढण्याची आवश्यकता नव्हती, पण त्यांनी युद्ध केलेच, कारण त्यांना सामान्य लोकांना हेच शिकवायचे होते की, ज्या ठिकाणी चांगला प्रतिवाद विफल होतो तेव्हा हिंसेचीही आवश्यकता असते. कुरुक्षेत्राच्या युद्धापूर्वी स्वतः भगवंतांनीही युद्ध टाळण्यासाठी सर्व प्रकारे प्रयत्न केले होते, पण विपक्ष युद्ध करण्यासाठी निश्चयी होता. वास्तव अशा योग्य कारणासाठी युद्धाची आवश्यकता असतेच. कृष्णभावनेमध्ये स्थित असलेल्या व्यक्तीला जरी या जगाबद्दल यत्किंचितही आस्था नसली तरी तो लोकांनी कसे जीवन जगावे आणि कसे कर्म करावे हे त्यांना शिकविण्यासाठी कर्म करतो. कृष्णभावनेतील अनुभवी व्यक्ती असे आचरण करू शकते की, त्यामुळे इतर सर्वजण त्याचे अनुसरण करतात. याचेच वर्णन पुढील श्लोकात करण्यात आले आहे.

**यद्यदाचरति श्रेष्ठस्तत्तदेवेतरो जनः ।**
**स यत्प्रमाणं कुरुते लोकस्तदनुवर्तते ॥ २१ ॥**

**यत् यत्**—जे जे; **आचरति**—तो करतो; **श्रेष्ठः**—एक आदरणीय नेता किंवा श्रेष्ठ व्यक्ती; **तत्**—ते; **तत्**—आणि केवळ तेच; **एव**—निश्चितच; **इतरः**—सामान्य; **जनः**—व्यक्ती; **सः**—तो; **यत्**—जे; **प्रमाणम्**—उदाहरण; **कुरुते**—करतो; **लोकः**—संपूर्ण जग; **तत्**—ते; **अनुवर्तते**—पदचिह्नांचे अनुसरण करतात.

**श्रेष्ठ व्यक्ती जे जे करते त्याचे अनुसरण सामान्यजन करतात; आपल्या अनुसरणीय कृत्यांनी ती जे जे आदर्श घालून देते त्यानुसार सारे जग कार्य करते.**

**तात्पर्य**: सामान्य जनांना अशा नेत्याची नेहमी गरज असते, जो व्यावहारिक आचरणांद्वारे लोकांना शिक्षित करू शकतो. जर एखादा नेता स्वतःच धूम्रपान करीत असेल तर तो लोकांना धूम्रपान बंद करा असे शिकवू शकत नाही. श्री चैतन्य महाप्रभूंनी सांगितले आहे की, एखाद्या शिक्षकाने शिकविण्यास प्रारंभ करण्यापूर्वी योग्य वर्तन केले पाहिजे. जो या प्रकारे शिकवितो त्याला 'आचार्य' किंवा 'आदर्श शिक्षक' म्हटले जाते. म्हणून सामान्य लोकांना शिक्षित करण्यासाठी शिक्षकाने शास्त्रांच्या तत्त्वांचे पालन करणे अत्यावश्यक आहे. एखादा शिक्षक हा प्रमाणित शास्त्रांच्या तत्त्वांविरुद्ध कोणतेही नियम निर्माण करू शकत नाही. मनुसंहिता त्याचप्रमाणे इतर शास्त्रांना मानव-समाजाने पालन करण्यायोग्य असे आदर्श ग्रंथ मानले जातात. म्हणून नेत्याची शिकवण ही अशा आदर्श शास्त्रांच्या सिद्धांतावर आधारित असली पाहिजे. जो स्वतः उन्नत होऊ इच्छितो त्याने महान आचार्यांनी अनुसरण केलेल्या आदर्श सिद्धांतांचे पालन करणे अत्यावश्यक आहे. श्रीमद्‌भागवतही निश्चितपणे सांगते की, मनुष्याने महान भगवद्‌भक्तांच्या पावलांचे अनुसरण करणे आवश्यक आहे आणि आध्यात्मिक साक्षात्काराच्या पथावरील प्रगतीचा हाच योग्य मार्ग आहे. राजा किंवा राज्याचा कार्यकारी प्रमुख, प्रशासक,

पिता आणि शालेय शिक्षक या सर्वांना सामान्य साध्याभोळ्या निष्पाप लोकांचे स्वाभाविक नेते मानण्यात येते. या सर्व स्वाभाविक नेत्यांवर, त्यांच्यावर अवलंबून असणाऱ्या लोकांची मोठी जबाबदारी असते. यास्तव त्यांनी नैतिक आणि आध्यात्मिक संहिता असणाऱ्या सर्व आदर्श ग्रंथांमध्ये पारंगत असणे अत्यावश्यक आहे.

**न मे पार्थास्ति कर्तव्यं त्रिषु लोकेषु किञ्चन।**
**नानवाप्तमवाप्तव्यं वर्त एव च कर्मणि ॥ २२॥**

**न**—नाही; **मे**—माझे; **पार्थ**—हे पृथापुत्रा; **अस्ति**—आहे; **कर्तव्यम्**—कर्तव्य किंवा विहित कर्म; **त्रिषु**—तिन्ही; **लोकेषु**—लोकांमध्ये; **किञ्चन**—काहीसुद्धा; **न**—काहीच नाही; **अनवाप्तम्**—गरज आहे; **अवाप्तव्यम्**—प्राप्त करण्यालायक; **वर्ते**—मी करीत आहे; **एव**—निश्चितच; **च**--सुद्धा; **कर्मणि**—नियत कर्मामध्ये.

**हे पार्थ! या तिन्ही लोकांमध्ये माझ्यासाठी कोणतेही नियत कर्म नाही, मला कशाची उणीव नाही तसेच मला काही प्राप्त करावयाची आवश्यकताही नाही आणि तरीसुद्धा मी नियत कर्मांचे आचरण करतो.**

**तात्पर्यः** वेदांमध्ये पुरुषोत्तम श्रीभगवान यांचे वर्णन पुढीलप्रमाणे करण्यात आले आहे:

*तमीश्वराणां परमं महेश्वरं तं देवतानां परमं च दैवतम् ।*
*पतिं पतीनां परमं परस्ताद् विदाम देवं भुवेनशमीड्यम ॥*
*न तस्य कार्यं करणं च विद्यते न तत्समश्चाभ्यधिकश्च दृश्यते ।*
*परास्य शक्तिर्विविधैव श्रूयते स्वाभाविकी ज्ञानबलक्रिया च ॥*

"परमेश्वर हे इतर सर्व नियंत्रकांचे नियंत्रक आहेत आणि ते विविध ग्रहांच्या सर्व देवतांपेक्षाही श्रेष्ठ आहेत. प्रत्येकजण त्यांच्या नियंत्रणाखाली आहे. केवळ भगवंतांनीच सर्व जीवांना विशिष्ट शक्ती प्रदान केल्या आहेत, जीव स्वत:हून श्रेष्ठ नाहीत. ते सर्व देवदेवतांद्वारे पूजनीय आहेत आणि ते सर्व नियंत्याचे सर्वश्रेष्ठ नियंता आहे. म्हणून ते सर्व प्रकारच्या भौतिक नेत्यांपेक्षा आणि नियंत्रकांपेक्षा दिव्य आहेत आणि सर्वांद्वारा पूजनीय आहेत. त्यांच्यापेक्षा श्रेष्ठ असा कोणीही नाही आणि तेच सर्व कारणांचे परम कारण आहेत.

भगवंतांच्या शरीराचे स्वरूप सामान्य जीवासारखे नाही. त्यांच्या शरीरामध्ये आणि आत्म्यामध्ये काहीच फरक नाही. ते परिपूर्ण आहेत. त्यांची सर्व इंद्रिये दिव्य आहेत. त्यांच्या इंद्रियांपैकी कोणतेही एक इंद्रिय इतर कोणत्याही इंद्रियांचे कार्य करू शकते. म्हणून त्यांच्याबरोबरीचा किंवा त्यांच्यापेक्षा श्रेष्ठ असा कोणीही नाही. त्यांच्या शक्ती विविध प्रकारच्या आहेत आणि याप्रमाणे त्यांचे कार्य आपोआपच स्वाभाविक क्रमाप्रमाणे घडत जाते." (शेताश्वतरोपनिषद् ६.७-८)

भगवंतांमध्ये प्रत्येक गोष्ट परिपूर्ण ऐश्वर्याने ओतप्रोत आणि पूर्ण सत्यत्वाने वास करीत असल्यामुळे पुरुषोत्तम श्रीभगवान यांना करण्यास कोणतेही कर्तव्य असत नाही. जो मनुष्य कर्मफल घेण्यास बाध्य आहे त्याच्यासाठी विशिष्ट कर्तव्य असतेच, पण ज्याला तिन्ही

लोकांमधूनही काहीच प्राप्त करावयाचे नसते त्याला निश्चितच कोणतेही कर्तव्य नसते. तरीसुद्धा क्षत्रियांचे नेता म्हणून भगवान श्रीकृष्ण कुरुक्षेत्राच्या युद्धभूमीमध्ये कार्यरत आहेत. कारण पीडित लोकांचे रक्षण करण्यास क्षत्रिय कर्तव्यबद्ध असतात. भगवंत जरी शास्त्रांच्या सर्व नियमांच्या पूर्णपणे अतीत असले तरी ते शास्त्रनियमांचे उल्लंघन होईल अशी कोणतीही गोष्ट करीत नाहीत.

**यदि ह्यहं न वर्तेयं जातु कर्मण्यतन्द्रितः ।**
**मम वर्त्मानुवर्तन्ते मनुष्याः पार्थ सर्वशः ॥ २३॥**

**यदि**—जरी; **हि**—निश्चितच; **अहम्**—मी; **न**—नाही; **वर्तेयम्**—या प्रकारे आचरण; **जातु**—केव्हाही; **कर्मणि**—विहित कर्मांचे पालन करण्यामध्ये; **अतन्द्रितः**—काळजीपूर्वक किंवा सावधान होऊन; **मम**—माझे; **वर्त्म**—मार्ग; **अनुवर्तन्ते**—अनुसरण करतील; **मनुष्याः**—सर्व मनुष्य; **पार्थ**—हे पृथापुत्रा; **सर्वशः**—सर्व प्रकारे.

**कारण जर मी नियत कर्मांचे पालन काळजीपूर्वक केले नाही तर हे पार्थ! सर्व लोक निश्चितच माझ्या मार्गाचे अनुसरण करतील.**

**तात्पर्य:** आध्यात्मिक जीवनातील प्रगतीकरिता सामाजिक शांततेचा जर समतोल राखावयाचा असेल तर प्रत्येक सुसंस्कृत व्यक्तीसाठी परंपरागत असे कौटुंबिक रीतिरिवाज आहेत. जरी असे नीतिनियम भगवान श्रीकृष्णांसाठी नसून बद्ध जीवांसाठी असले तरी ते धर्माचे संस्थापन करण्यासाठी अवतरित झाले होते म्हणून त्यांनी सर्व नियमांचे पालन केले. अन्यथा ते सर्वश्रेष्ठ अधिकारी असल्यामुळे सामान्य लोकांनी त्यांच्या पदचिह्नांचे अनुसरण केले असते. श्रीमद्भागवतावरून आपल्याला समजते की, भगवान श्रीकृष्ण, गृहस्थाने पाळावयाच्या सर्व धार्मिक कर्तव्यांचे पालन करीत होते.

**उत्सीदेयुरिमे लोका न कुर्यां कर्म चेदहम् ।**
**सङ्करस्य च कर्ता स्यामुपहन्यामिमाः प्रजाः ॥ २४॥**

**उत्सीदेयुः**—नष्ट होतील; **इमे**—हे सर्व; **लोकाः**—लोक, जग; **न**—नाही; **कुर्याम्**—आचरण केले; **कर्म**—नियत कर्मे; **चेत्**—जर; **अहम्**—मी; **सङ्करस्य**—अनावश्यक प्रजा; **च**—आणि; **कर्ता**—उत्पन्न करणारा; **स्याम्**—होईन; **उपहन्याम्**—विनाश करणारा; **इमाः**—या सर्व; **प्रजाः**—जीव.

**मी जर नियत कर्म केले नाही तर हे सर्व ग्रहलोक नष्ट होऊन जातील. अनावश्यक लोकसंख्या उत्पन्न करण्यास मीच कारणीभूत होईन आणि त्यामुळे सर्व प्राणिमात्रांच्या शांततेचा मी विनाशक होईन.**

**तात्पर्य:** वर्णसंकर म्हणजे अनावश्यक लोकसंख्या होय, जी सामान्य समाजाची शांतता भंग करते. या सामाजिक शांततेचा प्रतिबंध करण्यासाठी शास्त्रप्रमाणित नीतिनियम आहेत, ज्यामुळे प्रजा आपोआपच शांत आणि जीवनातील आध्यात्मिक प्रगतीकरिता संघटित होऊ शकते. जेव्हा भगवान श्रीकृष्ण अवतरित होतात तेव्हा स्वाभाविकपणेच ते अशा विधिविधानांचे पालन करतात,

कारण त्यांना अशा महत्त्वाच्या कृत्यांची गरज आणि प्रतिष्ठा राखावयाची असते. भगवंत हे सर्व जीवांचे पिता आहेत आणि जर सर्व जीवांची दिशाभूल झाली तर अप्रत्यक्षपणे त्याची जबाबदारी भगवंतांकडेच जाते. म्हणून जेव्हा अशा नियामक तत्त्वांविषयी सर्वसाधारणपणे अनादर निर्माण होतो तेव्हा समाजामध्ये सुधारणा करण्यासाठी स्वत: भगवंत अवतरित होतात. तरीसुद्धा आपण काळजीपूर्वक जाणले पाहिजे की, जरी आपल्याला भगवंतांच्या पदचिह्नांचे अनुसरण केले पाहिजे तरी आपण त्याचे अनुकरण करू शकत नाही. अनुसरण आणि अनुकरण या कृती एकाच पातळीवरच्या नाहीत. ज्याप्रमाणे भगवंतांनी आपल्या बाल्यावस्थेत गोवर्धन पर्वत उचलला त्याप्रमाणे आपण त्यांचे अनुकरण करू शकत नाही. असे करणे कोणत्याही मनुष्याला शक्य नाही. आपल्याला भगवंतांच्या उपदेशांचे पालन केले पाहिजे; पण केव्हाही आपण त्यांचे अनुकरण करू शकत नाही. श्रीमद्‌भागवत (१०.३३.३०-३१) सांगते की,

*नैतत्समाचरेज्जातु मनसापि ह्यनीश्वर: ।*
*विनश्यत्याचरन् मौढ्याद्यथारुद्रोऽब्धिजं विषम् ॥*
*ईश्वराणां वच: सत्यं तथैवाचरितं क्वचित् ।*
*तेषां यत् स्ववचोयुक्तं बुद्धिमांस्तत् समाचरेत् ॥*

''मनुष्याने भगवंत आणि त्यांच्या प्रामाणिक (अधिकृत) सेवकांच्या केवळ आदेशांचे पालन केले पाहिजे. त्यांचे उपदेश आपल्यासाठी सर्व दृष्टीने हितकारकच असतात आणि कोणताही बुद्धिमान मनुष्य त्या उपदेशांचे पालन जसे आहे तसे करील. तथापि, मनुष्याने त्यांच्या कृत्यांचे अनुकरण करण्याच्या प्रयत्नांपासून सावधानता राखली पाहिजे. भगवान शिवांचे अनुकरण करण्यामध्ये व्यक्तीने विषाचा समुद्र पिऊ नये.''

ईश्वर किंवा जे वास्तविकपणे चंद्र-सूर्याच्या हालचालीवर नियंत्रण करतात त्याचा विचार आपण श्रेष्ठ म्हणून नेहमी केला पाहिजे. असा शक्तिहीन मनुष्य महाशक्तिमान ईश्वरांचे अनुकरण करू शकणार नाही. भगवान शंकरांनी महासागराइतके विष प्राशन केले, पण सामान्य मनुष्याने अशा विषाचा एक थेंबही प्राशन केला तरी त्याचा मृत्यू होईल. भगवान शिवांचे अनेक भोंदू भक्त आहेत जे गांजा आणि तत्सम मादक द्रव्यांचे सेवन करीत असतात, पण भगवान शिवांच्या कृत्यांचे अनुकरण करीत असताना ते विसरतात की, अशा अनुकरणामुळे ते मृत्यूच्याच तोंडात जात आहेत. त्याचप्रमाणे भगवान श्रीकृष्णांचे काही भोंदू भक्त आहेत, जे भगवंतांच्या रासलीला किंवा प्रेमनृत्य यांच्याद्वारे भगवंतांचे अनुकरण करण्यास प्राधान्य देतात; परंतु ते लोक विसरतात की, गोवर्धन पर्वत उचलण्यास आपण असमर्थ आहोत. म्हणून मनुष्याने सामर्थ्यशाली व्यक्तींचे अनुकरण करण्यापेक्षा त्यांच्या केवळ उपदेशांचे पालन करणे हेच उत्तम आहे. तसेच मनुष्याने योग्यतेशिवाय त्यांचे स्थान धारण करण्याचा प्रयत्न करू नये. आजकाल भगवंतांची शक्ती नसणारे अनेक तथाकथित 'अवतार' आढळून येतात.

**सक्ता: कर्मण्यविद्वांसो यथा कुर्वन्ति भारत ।**
**कुर्याद्विद्वांस्तथासक्तश्चिकीर्षुर्लोकसङ्ग्रहम् ॥ २५ ॥**

**सक्ता:**—आसक्त झालेले; **कर्मणि**—नियत कर्मांमध्ये; **अविद्वांस:**—अज्ञानी; **यथा**—ज्याप्रमाणे;

**कुर्वन्ति**—ते करतात; **भारत**—हे भरतवंशजा; **कुर्यात्**—केलेच पाहिजे; **विद्वान्**—विद्वान किंवा ज्ञानी मनुष्याने; **तथा**—त्याप्रमाणे; **असक्तः**—आसक्तीरहित; **चिकीर्षुः**—नेतृत्व करू इच्छिणारे; **लोक-सङ्ग्रहम्**—सामान्य जनांचे, लोकांचे.

**ज्याप्रमाणे अज्ञानी लोक फलांच्या आसक्तीने आपले कर्म करतात त्याचप्रमाणे लोकांना योग्य मार्गावर नेण्याकरिता विद्वान मनुष्याने अनासक्त होऊन कर्म करावे.**

**तात्पर्य:** कृष्णभावनाभावित असलेली व्यक्ती व कृष्णभावनाभावित नसलेली व्यक्ती यामध्ये त्यांच्या भिन्न इच्छांनुसार भेद केला जातो. कृष्णभावनाभावित व्यक्ती कृष्णभावनेच्या प्रगतीसाठी अयोग्य अशी कोणतीही गोष्ट करीत नाही. कृष्णभावनाभावित मनुष्य हा, भौतिक कर्मांमध्ये अतिशय आसक्त असणाऱ्या अज्ञानी व्यक्तीप्रमाणेच कर्म करतो, परंतु तो श्रीकृष्णांच्या संतुष्टीसाठी असे कर्म करतो, तर अज्ञानी व्यक्ती आपल्या इंद्रियतृप्तीसाठी असे कर्म करीत असते. म्हणून कृष्णभावनाभावित व्यक्तीने, कर्म कसे करावे आणि कर्मफल कृष्णभावनेच्या हेतूप्रीत्यर्थ कसे उपयोगात आणावे, हे सामान्य लोकांना दाखविणे आवश्यक आहे.

**न बुद्धिभेदं जनयेदज्ञानां कर्मसङ्गिनाम् ।**
**जोषयेत्सर्वकर्माणि विद्वान्युक्तः समाचरन् ॥ २६ ॥**

**न**—नाही; **बुद्धि-भेदम्**—बुद्धीचे विचलन; **जनयेत्**—त्याने करावे; **अज्ञानाम्**—अज्ञानी लोकांच्या; **कर्म-सङ्गिनाम्**—सकाम कर्मामध्ये आसक्त असलेल्या; **जोषयेत्**—नियुक्त किंवा नियोजित करावी; **सर्व**—सर्व; **कर्माणि**—कर्मे; **विद्वान्**—ज्ञानी किंवा विद्वान व्यक्ती; **युक्तः**—युक्त, व्यस्त; **समाचरन्**—आचरण करून.

**नियत कर्मांच्या फलामध्ये आसक्त असणाऱ्या अज्ञानी मनुष्यांचे मन विचलित होऊ नये म्हणून विद्वान व्यक्तीने त्यांना कर्म थांबविण्यास प्रेरित करू नये. याउलट भक्तिभावाने कर्म करून त्याने त्या लोकांना (कृष्णभावनेच्या यथावकाश विकासासाठी) सर्व प्रकारच्या कार्यांमध्ये युक्त करावे.**

**तात्पर्य:** *वेदैश्च सर्वैरहमेव वेद्यः*—हाच सर्व वैदिक कर्मकांडांचा अंतिम उद्देश आहे. सर्व कर्मकांडे सर्व प्रकारचे यज्ञ, भौतिक कार्याविषयीच्या संपूर्ण मार्गदर्शनासहित जे काही वेदांमध्ये आहे त्यांचा सर्वांचा उद्देश, जीवनाचे अंतिम ध्येय भगवान श्रीकृष्ण यांना जाणून घेणे हा आहे. बद्ध जीव इंद्रियतृप्तीच्या पलीकडे काहीच जाणीत नसल्यामुळे ते त्याच उद्देशाने वेदाध्ययन करतात, परंतु वैदिक कर्मकांडांद्वारे, नियमित इंद्रियतृप्ती आणि सकाम कर्मांमुळे मनुष्य क्रमशः कृष्णभावनेप्रत उन्नत होतो. म्हणून कृष्णभावनेतील आत्म-साक्षात्कारी मनुष्याने इतरांना त्यांच्या कर्मांपासून विचलित करू नये किंवा त्यांचा बुद्धिभेद करू नये, तर सर्व कर्मांचे फळ श्रीकृष्णांच्या सेवेमध्ये कसे अर्पण करता येते हे त्याने आपल्या आचरणाद्वारे दाखवून द्यावे. कृष्णभावनाभावित विद्वान व्यक्तीने अशा प्रकारे आचरण करावे की, ज्याद्वारे इंद्रियतृप्तीकरिता कर्म करणारा अज्ञानी व्यक्ती कर्म कसे करावे आणि आचरण कसे करावे हे जाणू शकेल. जरी

अज्ञानी मनुष्याच्या कर्मात व्यत्यय आणावयाचा नसला तरी कृष्णभावनेमध्ये अल्प प्रगती केलेला मनुष्य, वेदोक्त कर्मकांडांवर अवलंबून न राहता प्रत्यक्ष भगवंतांच्या सेवेत संलग्न होऊ शकतो. अशा भाग्यशाली मनुष्याला वैदिक कर्मकांडांचे पालन करण्याची आवश्यकता नाही. कारण विहित कर्मांचे पालन केल्यामुळे प्राप्त होणाऱ्या सर्व फळांची प्राप्ती त्याला प्रत्यक्ष कृष्णभावनेद्वारा होऊ शकते.

**प्रकृतेः क्रियमाणानि गुणैः कर्माणि सर्वशः ।**
**अहङ्कारविमूढात्मा कर्ताहमिति मन्यते ॥ २७॥**

**प्रकृतेः**—प्रकृतीच्या; **क्रियमाणानि**—केली जाणारी; **गुणैः**—गुणांद्वारे; **कर्माणि**—कर्मे; **सर्वशः**—सर्व प्रकारच्या; **अहङ्कार-विमूढ**—मिथ्या अहंकाराने मोहित झालेला; **आत्मा**—आत्मा; **कर्ता**—कर्ता; **अहम्**—मी; **इति**—असे; **मन्यते**—मानतो.

**मिथ्या अहंकाराच्या प्रभावाने मोहित झालेला आत्मा स्वतःलाच कर्माचा कर्ता समजतो, पण वास्तविकपणे प्रकृतीच्या तीन गुणांद्वारे कर्मे केली जातात.**

**तात्पर्य:** एकाच पातळीवर कार्य करणारे, एक कृष्णभावनाभावित मनुष्य आणि दुसरा भौतिक भावनेने प्रभावित झालेला मनुष्य, असे दोघेही वरकरणी एकाच स्तरावर असल्यासारखे दिसतात; परंतु त्यांच्या आपापल्या स्थितीमध्ये बराच भेद आहे. भौतिक भावनायुक्त मनुष्याचा, मिथ्या अहंकाराच्या प्रभावामुळे दृढ विश्वास असतो की, आपणच सर्व गोष्टींचे कर्ता आहोत. त्याला माहीत नसते की, शरीराची यंत्रणा ही भगवंतांच्या अध्यक्षतेखाली कार्य करीत असणाऱ्या भौतिक प्रकृतीमुळे निर्माण झालेली असते. तसेच शेवटी तो श्रीकृष्णांच्याच नियंत्रणाखाली कार्य करीत असतो, याचेदेखील ज्ञान नसते. मिथ्या अहंकाराने युक्त असलेला मनुष्य प्रत्येक गोष्ट स्वतंत्रपणे करण्याचे सारे श्रेय स्वतःकडे घेत असतो आणि हेच त्याच्या अज्ञानाचे लक्षण आहे. त्याला माहीत नसते की, हे स्थूल आणि सूक्ष्म शरीर म्हणजे भगवंतांच्या आज्ञेनुसार कार्य करणाऱ्या प्रकृतीची निर्मिती आहे. यास्तव त्याने आपली शारीरिक आणि मानसिक कार्ये कृष्णभावनेमध्ये श्रीकृष्णांच्या सेवेसाठी संलग्न करणे अत्यावश्यक आहे. अज्ञानी मनुष्य विसरतो की, पुरुषोत्तम श्रीभगवान हे हृषीकेश किंवा इंद्रियांचे स्वामी म्हणून जाणले जातात. आपल्या इंद्रियतृप्तीकरिता अशा मनुष्याने दीर्घकाळ इंद्रियांचा दुरुपयोग केलेला असल्यामुळे तो अज्ञानी मनुष्य वास्तविकपणे मिथ्या अहंकाराने मोहित झालेला असतो आणि याच मिथ्या अहंकारामुळे त्याला भगवान श्रीकृष्णांशी असणाऱ्या आपल्या शाश्वत संबंधाचे विस्मरण होते.

**तत्त्ववित्तु महाबाहो गुणकर्मविभागयोः ।**
**गुणा गुणेषु वर्तन्त इति मत्वा न सज्जते ॥ २८॥**

**तत्त्व-वित्**—परम सत्य जाणणारा; **तु**—परंतु; **महा-बाहो**—हे महाबाहू अर्जुन; **गुण-कर्म**—भौतिक प्रभावाखाली करण्यात आलेली कर्मे; **विभागयोः**—भेद; **गुणाः**—इंद्रिये; **गुणेषु**—इंद्रियतृप्तीमध्ये; **वर्तन्ते**—रत होतात; **इति**—याप्रमाणे; **मत्वा**—मानून; **न**—कधीच नाही; **सज्जते**—आसक्त होतो.

**हे महाबाहू अर्जुन! ज्याला परम सत्याचे ज्ञान आहे तो इंद्रियांमध्ये किंवा इंद्रियतृप्तीमध्ये रममाण होत नाही कारण तो भक्तिपूर्ण कर्म आणि सकाम कर्म यांच्यातील भेद उत्तम प्रकारे जाणतो.**

**तात्पर्य:** परम सत्याचे ज्ञान असणारा मनुष्य प्राकृतिक संगतीमुळे होणाऱ्या आपल्या विचित्र अवस्थेला जाणतो. तो जाणतो की, आपण पुरुषोत्तम भगवान श्रीकृष्ण यांचे अंश आहोत आणि आपले स्थान भौतिक सृष्टीमध्ये असू नये. आपण स्वरूपत: सच्चिदानंद भगवंतांचे अंश आहोत आणि कोणत्या तरी कारणास्तव आपण सर्व जीवनाच्या भौतिक संकल्पनेमध्ये गुरफटलो गेलो आहोत. त्याच्या विशुद्ध स्वरूपात त्याला आपली सर्व कर्मे पुरुषोत्तम भगवान श्रीकृष्णांच्या भक्तिमय सेवेमध्ये नियोजित करावयाची असतात. म्हणून तो स्वत:ला कृष्णभावनाभावित कर्मामध्ये संलग्न करतो आणि आनुषंगिक व अस्थायी असणाऱ्या भौतिक इंद्रियांच्या कर्मापासून तो स्वाभाविकपणेच अनासक्त होतो. तो जाणतो की, आपले भौतिक बद्ध जीवन हे भगवंतांच्या परमनियंत्रणाखाली आहे म्हणून तो कोणत्याही प्रकारच्या भौतिक प्रतिक्रियांमुळे विचलित होत नाही. सर्व प्रकारच्या भौतिक प्रतिक्रिया या आपल्याला भगवद्‌कृपेमुळेच प्राप्त झाल्या आहेत असे तो मानतो. श्रीमद्‌भागवताप्रमाणे जो परम सत्य, ब्रह्म, परमात्मा पुरुषोत्तम आणि श्रीभगवान या तीन विविध स्वरूपांना जाणतो, त्याला *तत्त्ववित्* म्हटले जाते, कारण त्याला परम सत्याशी संबंधित आपल्या वास्तविक स्थितीचे ज्ञान असते.

**प्रकृतेर्गुणसम्मूढाः सज्जन्ते गुणकर्मसु ।**
**तानकृत्स्नविदो मन्दान्कृत्स्नविन्न विचालयेत्॥ २९ ॥**

**प्रकृतेः**—भौतिक प्रकृतीच्या; **गुण**—गुणांद्वारे; **सम्मूढाः**—प्रकृतीच्या तादात्म्याने मूर्ख झालेला; **सज्जन्ते**—ते मग्न होतात; **गुण-कर्मसु**—भौतिक कार्यांमध्ये; **तान्**—ते; **अकृत्स्न-विदः**—अल्पज्ञानी मनुष्य; **मन्दान्**—आत्मसाक्षात्कारामध्ये मंद; **कृत्स्न-वित्**—ज्याला वास्तविक ज्ञान आहे; **न**—नाही; **विचालयेत्**—विचलित करण्याचा प्रयत्न.

**भौतिक प्रकृतीच्या गुणांनी मोहित झाल्यामुळे अज्ञानी लोक भौतिक कर्मांत पूर्णपणे मग्न होतात आणि आसक्त होतात, पण असे कर्म करणाऱ्यांकडे ज्ञानाचा अभाव असल्यामुळे त्यांचे कर्म जरी कनिष्ठ असले तरी ज्ञानीजनांनी त्यांना विचलित करू नये.**

**तात्पर्य:** अज्ञानी व्यक्ती स्थूल भौतिक भावनेशी आपले मिथ्या तादात्म्य करतात आणि ते भौतिक उपाधींनी पूर्णपणे ग्रासलेले असतात. हे भौतिक शरीर म्हणजे प्रकृतीची एक देणगीच आहे आणि जी शारीरिक चेतनेमध्ये अत्यंत आसक्त आहे त्याला *मन्द* किंवा आत्मज्ञान नसणारा मूढ व्यक्ती असे म्हटले जाते. अज्ञानीजन शरीरालाच आत्मा समजतात व इतरांशी नातलग म्हणून शारीरिक संबंध ठेवतात. ज्या भूमीत त्यांना शरीर प्राप्त होते त्या भूमीलाच ते पूजनीय मानतात आणि ते धार्मिक कर्मकांडांच्या विधींनाच सर्व काही मानतात. अशा भौतिक उपाधींनी ग्रासलेल्या मनुष्यांची सामाजिक, राष्ट्रीयता आणि परोपकारवाद इत्यादी कार्ये असतात. अशा

उपाधींच्या प्रभावाने ग्रस्त झालेल्या व्यक्ती नेहमी भौतिक क्षेत्रातच गुंतलेल्या असतात, कारण आध्यात्मिक साक्षात्कार म्हणजे एक कल्पनाच आहे असे त्यांना वाटते आणि त्यामुळे त्यांना आत्मसाक्षात्कार प्राप्तीमध्ये मुळीच स्वारस्य नसते. तरीही जे आध्यात्मिक जीवनात प्रगत झाले आहेत त्यांनी भौतिकतेने ग्रासलेल्या अशा व्यक्तींना विचलित करण्याचा प्रयत्न करू नये. त्यापेक्षा एखाद्याने स्वत:चे आध्यात्मिक कर्म शांतपणे करणे हेच उत्तम आहे. असे मोहित व्यक्ती, अहिंसा आणि तत्सम सांसारिक परोपकारी कर्मे इत्यादींसारख्या जीवनाच्या प्राथमिक भौतिक तत्त्वांमध्ये निमग्न होऊ शकतात.

अज्ञानी मनुष्यांना कृष्णभावनाभावित कर्माचे महत्त्व असू शकत नाही, म्हणून भगवान श्रीकृष्ण आपल्याला सल्ला देतात की, आपण त्यांना विचलित करण्यामध्ये आपला मौल्यवान वेळ व्यर्थ दवडू नये. पण भगवद्भक्त हे भगवंतांपेक्षाही दयाळू आहेत, कारण त्यांना भगवंतांचा यथार्थ हेतू समजतो. यास्तव ते या प्रकारचा धोका पत्करतात. इतकेच काय तर ते अज्ञानी मनुष्याकडे जाऊन त्याला कृष्णभावनाभावित कर्मांमध्ये संलग्न करण्याचा प्रयत्न करतात. कारण कृष्णभावनाभावित होऊन कर्म करणे हे मनुष्यासाठी अत्यावश्यक आहे.

**मयि सर्वाणि कर्माणि सन्न्यस्याध्यात्मचेतसा।**
**निराशीर्निर्ममो भूत्वा युध्यस्व विगतज्वरः ॥ ३० ॥**

**मयि—माझ्या ठिकाणी; सर्वाणि—सर्व प्रकारच्या; कर्माणि—कर्मे; सन्न्यस्य—पूर्णपणे त्याग करून; अध्यात्म—आत्म्याच्या पूर्ण ज्ञानाने; चेतसा—भावनेद्वारे; निराशीः—लाभेच्छारहित; निर्ममः—स्वामित्वाची भावना न ठेवता; भूत्वा—याप्रमाणे होऊन; युध्यस्व—युद्ध कर; विगत-ज्वरः—आळशी न होता.**

**म्हणून हे अर्जुन! माझ्या पूर्ण ज्ञानाने युक्त होऊन, मला तुझी सर्व कर्मे समर्पित करून लाभेच्छा न ठेवता, स्वामित्वाचा दावा न करता आणि आलस्यरहित होऊन युद्ध कर.**

**तात्पर्य:** भगवद्‌गीतेचे प्रयोजन या श्लोकात स्पष्ट करण्यात आले आहे. भगवंत असा उपदेश देतात की, जणू काही लष्करी शिस्तीला अनुसरूनच स्वकर्तव्यांचे पालन करण्याकरिता मनुष्याने पूर्णपणे कृष्णभावनाभावित झाले पाहिजे. अशा प्रकारच्या आदेशाने गोष्टी थोड्या कठीण होऊ शकतील, तरीही श्रीकृष्णांवर पूर्णपणे विसंबून कर्तव्यपालन केलेच पाहिजे, कारण जीवाची तीच स्वरूप स्थिती आहे. भगवंतांच्या सहकार्याविना जीव स्वतंत्रपणे आनंदी होऊ शकत नाही, भगवंतांच्या इच्छेच्या अधीन होणे ही जीवाची शाश्वत वैधानिक स्थिती आहे. म्हणून जणू काही अर्जुनाचा सेनापती असल्याप्रमाणे भगवान श्रीकृष्णांनी त्याला युद्ध करण्याचा आदेश दिला. भगवंतांच्या सदिच्छेप्रीत्यर्थ मनुष्याने सर्वस्वाचा त्याग केला पाहिजे आणि त्याच वेळी स्वामित्वाचा दावा न करता आपल्या नियत कर्मांचे पालन केले पाहिजे. अर्जुनाला भगवंतांच्या आदेशाबद्दल विचार करावयाचा नव्हता तर केवळ त्यांच्या आज्ञेचे पालन करावयाचे होते. भगवंत हे सर्व आत्म्यांचे आत्मा आहेत म्हणून जो स्वत:चा विचार न करता संपूर्णपणे परमात्म्यावर अवलंबून असतो किंवा दुसऱ्या शब्दांत, जो पूर्णपणे कृष्णभावनाभावित असतो

त्याला *अध्यात्म चेतस्* म्हटले जाते. *निराशि:* म्हणजे कर्मफलाची आशा न ठेवता मनुष्याने स्वामीच्या आदेशानुसार कर्म करणे होय. खजिनदार आपल्या मालकासाठी लाखो रुपये मोजतो, पण तो एका पैशावरही आपला दावा करीत नाही. त्याचप्रमाणे मनुष्याने जाणले पाहिजे की, जगातील कोणतीही वस्तू कोणा एका व्यक्तीच्या मालकीची नाही, तर प्रत्येक वस्तू भगवंतांच्या मालकीची आहे. हाच *मयि* या शब्दाचा खरा अर्थ आहे. अशा कृष्णभावनेमध्ये जेव्हा मनुष्य कर्म करतो तेव्हा निश्चितच तो कोणत्याही गोष्टीवर स्वामित्वाचा दावा करीत नाही. याच भावनेला *निर्मम* अर्थात् 'माझे काहीच नाही' असे म्हटले जाते. शारीरिक स्तरावर संबंधित असणाऱ्या तथाकथित नातलगांचा विचार न करता, भगवंतांनी दिलेल्या या कठोर आदेशांचे पालन करण्यास जर कोणी नाखूष असेल तर त्याने त्या नाखुषीचा त्याग केला पाहिजे. या प्रकारे तो *विगतज्वर* अर्थात, ज्वररहित किंवा आलस्यरहित बनतो. प्रत्येकाला त्याच्या गुणवत्तेप्रमाणे आणि स्थितीप्रमाणे विशिष्ट प्रकारचे कर्म करावे लागते आणि अशा सर्व कर्मांचे आचरण वर वर्णन केल्याप्रमाणे कृष्णभावनाभावित होऊन केले जाऊ शकते. यामुळे मनुष्य मोक्षमार्गावर अग्रेसर होऊ शकतो.

**ये मे मतमिदं नित्यमनुतिष्ठन्ति मानवाः ।**
**श्रद्धावन्तोऽनसूयन्तो मुच्यन्ते तेऽपि कर्मभिः ॥ ३१ ॥**

**ये**—जे कोणी; **मे**—माझ्या; **मतम्**—उपदेश किंवा आदेश; **इदम्**—या; **नित्यम्**—नित्यकार्य म्हणून; **अनुतिष्ठन्ति**—नियमितपणे पालन करतात; **मानवाः**—मनुष्य; **श्रद्धा-वन्तः**—श्रद्धा आणि भक्तीसहित; **अनसूयन्तः**—द्वेषरहित किंवा निर्मत्सर; **मुच्यन्ते**—मुक्त होतात; **ते**—ते सर्व; **अपि**—जरी; **कर्मभिः**—सकाम कर्माच्या बंधनातून.

**जे कोणी माझ्या आदेशानुसार आपले कर्म करतात आणि या उपदेशांचे द्वेषरहित होऊन श्रद्धेने अनुसरण करतात ते सकाम कर्माच्या बंधनातून मुक्त होतात.**

**तात्पर्य:** पुरुषोत्तम भगवान श्रीकृष्णांचा उपदेश म्हणजे संपूर्ण वैदिक ज्ञानाचे सार आहे आणि म्हणून ते अपवादरहित शाश्वत सत्य आहे. ज्याप्रमाणे वेद शाश्वत आहेत त्याचप्रमाणे कृष्णभावनेचे हे सत्यही शाश्वत आहे. भगवंतांचा द्वेष न करता मनुष्याची या आदेशावर दृढ श्रद्धा असली पाहिजे. भगवद्गीतेवर भाष्य लिहिलेले अनेक तत्त्वज्ञानी आहेत, पण त्यांची श्रीकृष्णांवर श्रद्धा नाही. असे लोक सकाम कर्माच्या बंधनातून कधीच मुक्त होणार नाहीत; परंतु भगवंतांच्या शाश्वत उपदेशांवर दृढ श्रद्धा असलेला सामान्य मनुष्य जरी असे आदेश पाळण्यात असमर्थ असला तरी तो कर्मबंधनातून मुक्त होतो. कृष्णभावनेच्या प्रारंभी मनुष्य हा भगवंतांच्या आदेशांचे पूर्णपणे पालन करू शकणार नाही, परंतु जो या सिद्धांताला विरोध करीत नाही, पराभव आणि निराशा यांची चिंता न करता आपले कर्म प्रामाणिकपणे करतो तो निश्चितपणे कृष्णभावनेच्या विशुद्ध स्तराप्रत उन्नती करतो.

**ये त्वेतदभ्यसूयन्तो नानुतिष्ठन्ति मे मतम् ।**
**सर्वज्ञानविमूढांस्तान्विद्धि नष्टानचेतसः ॥ ३२ ॥**

**ये**—जे; **तु**—परंतु; **एतत्**—या; **अभ्यसूयन्तः**—द्वेषाने; **न**—नाही; **अनुतिष्ठन्ति**—नियमितपणे करतात; **मे**—माझ्या; **मतम्**—आदेशांचे; **सर्व-ज्ञान**—सर्व प्रकारच्या ज्ञानामध्ये; **विमूढान्**—पूर्णपणे मूर्ख झालेले; **तान्**—त्यांना; **विद्धि**—चांगल्या प्रकारे; **नष्टान्**—सर्वतः नष्ट झालेले; **अचेतसः**—कृष्णभावनारहित.

**परंतु जे द्वेषभावनेने या आदेशांची उपेक्षा करतात आणि त्यांचे पालन करीत नाहीत त्यांना ज्ञानशून्य, मूढ आणि सिद्धी प्राप्त करण्याच्या प्रयत्नात ते भ्रष्ट झालेले आहेत असे समजावे.**

**तात्पर्यः** कृष्णभावनाभावित न होण्याचा दोष या श्लोकात स्पष्टपणे सांगितला आहे. ज्याप्रमाणे उच्च शासकीय अधिकाऱ्याच्या आज्ञेचा भंग केल्यास शिक्षा होते त्याचप्रमाणे पुरुषोत्तम श्रीभगवान यांची अवज्ञा केल्यास निश्चितच शिक्षा होते. अवज्ञा करणारा व्यक्ती कितीही महान असला तरी तो हृदयशून्य असल्यामुळे त्याला स्वतःच्या आत्म्याविषयी तसेच, परब्रह्म, परमात्मा आणि भगवान यांच्याविषयी सुद्धा अज्ञान असते म्हणून त्यांच्यासाठी जीवनसिद्धीची मुळीच आशा नसते.

**सदृशं चेष्टते स्वस्याः प्रकृतेर्ज्ञानवानपि ।**
**प्रकृतिं यान्ति भूतानि निग्रहः किं करिष्यति ॥ ३३ ॥**

**सदृशम्**—अनुसार; **चेष्टते**—प्रयत्न करतो; **स्वस्याः**—आपल्या स्वतःच्या; **प्रकृतेः**—प्रकृतीचे गुण; **ज्ञान-वान्**—ज्ञानी; **अपि**—जरी; **प्रकृतिम्**—प्रकृती; **यान्ति**—प्राप्त होतात; **भूतानि**—सर्व जीव; **निग्रहः**—निग्रह, दमन; **किम्**—काय; **करिष्यति**—करू शकेल.

**ज्ञानी मनुष्यसुद्धा आपल्या स्वतःच्या प्रकृतीनुसार कार्य करतो, कारण प्रत्येकजण तीन गुणांद्वारे प्राप्त झालेल्या प्रकृतीनुसार कार्य करतो. बळेच निग्रह केल्याने काय साधणार आहे?**

**तात्पर्यः** जोपर्यंत मनुष्य कृष्णभावनेच्या दिव्य स्तरामध्ये स्थित होत नाही तोपर्यंत तो भौतिक प्रकृतीच्या गुणांच्या प्रभावातून मुक्त होऊ शकत नाही व याची पुष्टी भगवंतांनी सातव्या अध्यायात केली आहे. म्हणून भौतिकदृष्ट्या अत्यंत उच्चशिक्षित मनुष्यालाही केवळ सैद्धांतिक ज्ञानाद्वारे किंवा शरीरापासून आत्म्याला पृथक करण्याने मायेच्या जंजाळातून मुक्त होणे शक्य नाही. असे अनेक तथाकथित अध्यात्मवादी आहेत, जे वरकरणी ज्ञानामध्ये आपण बरेच प्रगत आहोत असे दर्शवितात, पण अंतःस्थ किंवा खाजगी रीतीने ते दुस्तर अशा विशिष्ट प्राकृतिक गुणांच्या पूर्णपणे अधीन झालेले असतात. शैक्षणिकदृष्ट्या एखादा अत्यंत विद्वान असू शकतो, पण भौतिक प्रकृतीशी त्याने दीर्घ काळासाठी संग केल्याने तो बद्धच आहे. भौतिक अस्तित्वासाठी एखादा जरी आपल्या विहित कर्मामध्ये मग्न असला तरी त्याला भौतिक जंजाळातून मुक्त होण्यास कृष्णभावना साहाय्यकारक ठरते. म्हणून पूर्णपणे कृष्णभावनाभावित झाल्याविना मनुष्याने आपल्या नियत कर्मांचा त्याग करू नये. अचानकपणे कोणीही नियत कर्मांचा त्याग

करून कृत्रिम रीतीने तथाकथित योगी किंवा अध्यात्मवादी होऊ नये. त्याने आपल्या प्राप्त परिस्थितीतच स्थित राहून उत्तम प्रशिक्षणाखाली कृष्णभावनेची प्राप्ती करण्याचा प्रयत्न करणे योग्य आहे. याप्रमाणे तो श्रीकृष्णांच्या मायाशक्तीच्या तावडीतून मुक्त होऊ शकतो.

**इन्द्रियस्येन्द्रियस्यार्थे रागद्वेषौ व्यवस्थितौ ।**
**तयोर्न वशमागच्छेत्तौ ह्यस्य परिपन्थिनौ ॥ ३४॥**

**इन्द्रियस्य**—इंद्रियांचे; **इन्द्रियस्य अर्थे**—इंद्रियविषयांमध्ये; **राग**—आसक्ती; **द्वेषौ**—तसेच विरक्ती किंवा अनासक्ती; **व्यवस्थितौ**—नियमित केली जातात; **तयोः**—त्यांचे; **न**—कधीच नाही; **वशम्**—नियंत्रण; **आगच्छेत्**—मनुष्याने यावे; **तौ**—त्यांच्या; **हि**—निश्चितच; **अस्य**—त्यांच्या; **परिपन्थिनौ**—विघ्न आणणारे किंवा अडथळा आणणारे.

**इंद्रिय आणि इंद्रियविषय यांच्याशी संबंधित आसक्ती आणि विरक्ती यांना नियंत्रित करण्यासाठी नियम आहेत. मनुष्याने अशा आसक्ती आणि विरक्तीने प्रभावित होऊ नये कारण आत्मसाक्षात्काराच्या मार्गात ते अडथळेच आहेत.**

**तात्पर्य:** जे कृष्णभावनाभावित आहेत त्यांचा स्वाभाविकपणेच भौतिक इंद्रियतृप्तीमध्ये मग्न होण्याकडे कल नसतो. पण जे कृष्णभावनाभावित नाहीत त्यांनी शास्त्रामधील विधिनिषेधांचे पालन करणे आवश्यक आहे. अनिर्बंध इंद्रियतृप्ती भौतिक बंधनास कारणीभूत ठरते; पण जो शास्त्रातील विधिनिषेधांचे पालन करतो तो इंद्रियविषयांद्वारे बद्ध होत नाही. उदाहरणार्थ, लैंगिक उपभोग ही एक बद्ध जीवांसाठी अत्यावश्यक बाब आहे. विवाहबंधनाखाली लैंगिक भोगास अनुमती देण्यात आली आहे. शास्त्रांच्या आदेशानुसार, मनुष्याला आपल्या पत्नीशिवाय इतर कोणत्याही स्त्रीबरोबर भोग करण्यास मनाई करण्यात आली आहे. इतर सर्व स्त्रियांना त्याने मातेसमान मानले पाहिजे. पण असे आदेश असतानाही मनुष्याचा परस्त्री-संबंध ठेवण्याकडे कल असतो. या प्रवृत्ती निग्रहित करणे आवश्यक आहे, नाहीतर त्या आत्मसाक्षात्काराच्या मार्गामध्ये विघ्नकारक बनतात. जोपर्यंत भौतिक शरीर आहे तोपर्यंत भौतिक शरीराच्या गरजा पुरविण्यास अनुमती आहे, परंतु या गरजा शास्त्रीय विधिविधानांनुसारच भागविण्यास अनुमती आहे आणि तरीही अशा विधिनिषेधांवर आपण विसंबून राहू नये. अशा विधिनिषेधांवर आसक्त न होता मनुष्याने त्यांचे पालन केले पाहिजे, कारण ज्याप्रमाणे राजमार्गावरही नेहमी अपघाताची शक्यता असते त्याचप्रमाणे विधिनिषेधांनुसार केलेल्या इंद्रियतृप्तीनेही तो वाममार्गाकडे जाऊ शकतो. जरी राजमार्गाचे काळजीपूर्वक रक्षण केले जाते तरी अशा अत्यंत सुरक्षित रस्त्यावर काहीच धोका नसल्याची कोणीही हमी देऊ शकणार नाही. भौतिक संगतीमुळे इंद्रियतृप्ती करण्याची प्रवृत्ती अनादी कालापासून चालत आली आहे. म्हणून नियंत्रित इंद्रियतृप्ती केल्यानेही पतन होण्याची शक्यता असतेच. यास्तव नियंत्रित इंद्रियभोग करण्याची आसक्ती सर्व प्रकारे टाळलीच पाहिजे. कृष्णभावनेवर आसक्ती ठेवल्याने किंवा श्रीकृष्णांच्या प्रेममयी सेवेमध्ये नेहमी कर्म करण्याने मनुष्य सर्व इंद्रियजन्य कृत्यांपासून अनासक्त होतो. म्हणून जीवनाच्या कोणत्याही स्थितीमधून कृष्णभावनेपासून कोणीही अनासक्त होण्याचा प्रयत्न करू नये. सर्व

प्रकारच्या इंद्रियांच्या आसक्तीपासून अनासक्त होण्याचा मूळ उद्देश म्हणजे कृष्णभावनेच्या स्तरावर स्थित होणे होय.

**श्रेयान्स्वधर्मो विगुणः परधर्मात्स्वनुष्ठितात्।**
**स्वधर्मे निधनं श्रेयः परधर्मो भयावहः ॥ ३५॥**

**श्रेयान्**—अधिक श्रेयस्कर; **स्व-धर्मः**—स्वतःचे नियत कर्म किंवा स्वधर्म; **विगुणः**—दोषयुक्त असले तरी; **पर-धर्मात्**—इतरांकरिता सांगण्यात आलेल्या कर्तव्यांपेक्षा; **सु-अनुष्ठितात्**—पूर्ण प्रकारे किंवा उत्तम रीतीने आचरण केलेल्या; **स्व-धर्मे**—मनुष्यांच्या नियत कर्मामध्ये; **निधनम्**—निधन किंवा विनाश; **श्रेयः**—श्रेयस्कर; **पर-धर्मः**—इतरांसाठी सांगण्यात आलेले कर्म; **भय-आवहः**—भयावह.

**इतरांच्या कर्मांचे उत्तम रीतीने पालन करण्यापेक्षा स्वतःच्या नियत कर्मांचे, दोषयुक्त असले तरी पालन करणे अधिक श्रेयस्कर आहे. स्वतःचे कर्म करताना जरी एखाद्याचा विनाश झाला तरी दुसऱ्याचे कर्म करण्यापेक्षा ते श्रेयस्कर आहे कारण दुसऱ्याच्या मार्गाचे अनुसरण करणे भयावह असते.**

**तात्पर्यः** म्हणून मनुष्याने इतरांच्या नियत कर्मांचे अनुसरण करण्यापेक्षा पूर्णपणे कृष्णभावनेमध्ये आपले नियत कर्म करावे. भौतिकदृष्ट्या प्रकृतीच्या गुणांच्या प्रभावाखाली मनुष्याच्या मानसिक आणि शारीरिक स्थितीला अनुसरून सांगण्यात आलेली कर्मे म्हणजे नियत कर्मे होत. आध्यात्मिक कर्मे म्हणजे, श्रीकृष्णांच्या दिव्य सेवेसाठी आध्यात्मिक गुरूने दिलेल्या आज्ञेनुसार केलेली कर्मे होत, परंतु भौतिक असो वा आध्यात्मिक असो, मनुष्याने दुसऱ्याच्या नियत कर्मांचे अनुकरण करण्यापेक्षा मृत्यूच्या अंतिम क्षणापर्यंत आपल्याच नियत कर्मामध्ये दृढ राहिले पाहिजे. आध्यात्मिक स्तरावरील कर्मे आणि भौतिक स्तरावरील कर्मे ही भिन्न असू शकतात; परंतु कर्म करणाऱ्यासाठी, अधिकृत मार्गदर्शनानुसार आचरण करण्याचे तत्त्व नेहमीच उत्तम असते. जेव्हा मनुष्य भौतिक गुणांच्या आधिपत्याखाली असतो तेव्हा त्याने आपल्या विशिष्ट परिस्थितीनुसार शास्त्रांच्या नियमांचे पालन केले पाहिजे तसेच त्याने इतरांचे अनुकरण करू नये. उदाहरणार्थ, सत्त्वगुणामध्ये असणारा ब्राह्मण अहिंसक असतो तर क्षत्रिय हा राजसिक गुणामध्ये असल्यामुळे त्याला हिंसक बनण्याची मुभा आहे. यास्तव अहिंसक तत्त्वाचे पालन करणाऱ्या ब्राह्मणाचे अनुकरण करण्यापेक्षा क्षत्रियाने, हिंसक नियमांचे पालन करतेवेळी पराभूत होणे हेच त्याच्यासाठी श्रेयस्कर आहे. प्रत्येकाने आकस्मिकपणे आपली हृदयशुद्धी न करता क्रमाक्रमाने करावी. तरीही जेव्हा एखादा भौतिक गुणांच्या पलीकडे जातो आणि पूर्णपणे कृष्णभावनेत स्थित होतो तेव्हा प्रमाणित आध्यात्मिक गुरूच्या मार्गदर्शनाखाली तो कोणतीही गोष्ट करू शकतो. कृष्णभावनेच्या अशा परिपूर्ण अवस्थेमध्ये क्षत्रिय हा ब्राह्मणाप्रमाणे कार्य करू शकतो किंवा ब्राह्मण हा क्षत्रियाप्रमाणे कार्य करू शकतो. दिव्य आध्यात्मिक स्तरावर भौतिक जगतातील विषमता लागू पडत नाही. उदाहरणार्थ, विश्वामित्र हे मूलतः क्षत्रिय होते, पण नंतर त्यांनी ब्राह्मण म्हणून कार्य केले तर परशुराम हे मूळतः ब्राह्मण होते, पण नंतर त्यांनी क्षत्रिय

म्हणून कार्य केले. दिव्य स्तरावर स्थित असल्याने ते याप्रमाणे करू शकले; पण जोपर्यंत एखादा भौतिक स्तरावर आहे तोपर्यंत त्याने भौतिक प्रकृतीच्या गुणांनुसार कर्म केलेच पाहिजे. त्याचबरोबर त्याला कृष्णभावनेची पूर्ण जाणीव असणे आवश्यक आहे.

अर्जुन उवाच

**अथ केन प्रयुक्तोऽयं पापं चरति पूरुषः ।**
**अनिच्छन्नपि वार्ष्णेय बलादिव नियोजितः ॥ ३६ ॥**

**अर्जुनः उवाच**—अर्जुन म्हणाला; **अथ**—तर मग; **केन**—कशाद्वारे; **प्रयुक्तः**—प्रेरित केला जातो; **अयम्**—एखादा; **पापम्**—पापकृत्ये; **चरति**—करतो; **पूरुषः**—एक मनुष्य; **अनिच्छन्**—इच्छा नसताना; **अपि**—जरी; **वार्ष्णेय**—हे वृष्णिवंशजा; **बलात्**—बळेच; **इव**—जणू काय; **नियोजितः**—नियुक्त किंवा रत केलेला.

**अर्जुन म्हणाला: हे वृष्णिवंशजा! कशामुळे मनुष्य त्याची इच्छा नसतानाही जणू काय बळेच, पापकर्मे करण्यास प्रेरित होतो?**

**तात्पर्य:** जीव हा भगवंतांचा अंश असल्यामुळे मूलत: आध्यात्मिक, विशुद्ध आणि सर्व भौतिक कल्मषांपासून मुक्त असतो. म्हणून स्वभावत:च तो भौतिक जगाच्या पापामुळे प्रभावित होत नाही, परंतु जेव्हा तो भौतिक प्रकृतीशी संबंधित असतो तेव्हा तो नि:संकोचपणे अनेक पापमय मार्गांचे आचरण करतो. कधीकधी या प्रकारचे आचरण करण्याची त्याची इच्छाही नसते. यास्तव जीवाच्या विकृत स्वभावाबद्दल अर्जुनाने श्रीकृष्णांना विचारलेला प्रश्न समर्पक होता. जरी काही वेळा जीवाला पाप करावयाचे नसले तरी त्याला बळेच पाप करण्यास भाग पाडले जाते. तथापि, पापकर्म करण्यास अंतर्यामी परमात्मा प्रेरित करीत नसून इतर कारणांमुळे पापकर्मे घडतात. त्यासंबंधी पुढील श्लोकात भगवंतांनी सांगितले आहे.

श्रीभगवानुवाच

**काम एष क्रोध एष रजोगुणसमुद्भवः ।**
**महाशनो महापाप्मा विद्ध्येनमिह वैरिणम् ॥ ३७ ॥**

**श्री-भगवान् उवाच**—श्रीभगवान म्हणाले; **कामः**—काम किंवा विषयवासना; **एषः**—हा; **क्रोधः**—क्रोध; **एषः**—हा; **रजः-गुण**—रजोगुण; **समुद्भवः**—यापासून उत्पन्न झालेला; **महा-अशनः**—सर्व भक्षण करणारा; **महा-पाप्मा**—महापापी; **विद्धि**—जाण; **एनम्**—हा; **इह**—या भौतिक जगामध्ये; **वैरिणम्**—परमशत्रू, महान वैरी.

**श्रीभगवान म्हणाले: हे अर्जुना! रजोगुणाच्या संपर्कातून उत्पन्न झालेला हा काम आहे आणि नंतर तो क्रोधामध्ये रूपांतरित होतो, तोच या जगताचा सर्वभक्षक महापापी शत्रू आहे.**

**तात्पर्य:** ज्या वेळी एखादा जीव भौतिक सृष्टीच्या संपर्कात येतो तेव्हा रजोगुणाच्या संगामुळे

त्याच्या श्रीकृष्णांशी असणाऱ्या शाश्वत प्रेमाचे रूपांतर कामविकारात होते. दुसऱ्या शब्दांत सांगावयाचे झाल्यास, ज्याप्रमाणे आंबट चिंचेच्या संपर्कामुळे दुधाचे दह्यामध्ये रूपांतर होते त्याचप्रमाणे त्याच्या भगवंतांशी असणाऱ्या प्रेमभावनेचे रूपांतर काम विकारात होते. नंतर कामाची जेव्हा तृप्ती होत नाही तेव्हा क्रोधामध्ये रूपांतरित होतो, क्रोधाचे रूपांतर मोहात होते आणि मोहामुळे भौतिक अस्तित्व चालूच राहते. म्हणून काम हा जीवाचा महाशत्रू आहे आणि केवळ हाच काम विशुद्ध जीवाला भौतिक जगतात गुरफटून राहण्यास प्रेरित करतो. क्रोध हा तमोगुणाचे प्रकटीकरण आहे. प्रकृतीचे हे गुण स्वतःला क्रोध आणि तत्सम उपविकारांच्या रूपात प्रकट करतात. म्हणून जर रजोगुणाचे तमोगुणाप्रत अधःपतन करण्याऐवजी, त्याची जगण्याच्या आणि कर्म करण्याच्या विधीद्वारे सत्त्वगुणाप्रत उन्नती केली तर मनुष्याचे क्रोधामुळे होणाऱ्या अधःपतनापासून, आध्यात्मिक आसक्तीद्वारे रक्षण होऊ शकते.

पुरुषोत्तम श्रीभगवान हे आपल्या नित्य वृद्धिंगत होणाऱ्या आध्यात्मिक आनंदासाठी स्वतःला अनेक रूपांमध्ये विस्तारित करतात आणि जीव हे याच आध्यात्मिक आनंदाचे अंश आहेत. जीवांना आंशिक स्वातंत्र्यही आहे; परंतु आपल्या स्वातंत्र्याचा दुरुपयोग केल्यामुळे जेव्हा त्यांचा सेवाभाव इंद्रियभोग करण्याच्या प्रवृत्तीमध्ये रूपांतरित होतो तेव्हा ते कामाच्या आधिपत्याखाली येतात. या भौतिक सृष्टीची निर्मिती भगवंतांनी बद्ध जीवांना आपल्या कामवृत्तीची पूर्तता करता यावी म्हणून केली आहे. दीर्घकाळ कामवासनांची पूर्ती करण्याच्या प्रयत्नात निष्फळ झाल्यावर जीव आपल्या वास्तविक स्वरूपस्थितीबद्दल जिज्ञासू होतात.

ही जिज्ञासा म्हणजेच वेदान्त-सूत्रांचा प्रारंभ आहे. वेदान्त-सूत्राच्या आरंभीच म्हटले आहे की, *अथातो ब्रह्मजिज्ञासा*— मनुष्याने परम तत्त्वाबद्दल जिज्ञासा करावी. श्रीमद्‌भागवतात *ब्रह्म* याची व्याख्या पुढीलप्रमाणे करण्यात आली आहे. *जन्माद्यस्य यतोऽन्वयादितरतश्च*—म्हणजे परब्रह्म हेच प्रत्येक गोष्टीचे उत्पत्तिस्थान आहे. म्हणून कामाचा उगमही परब्रह्मामध्येच होतो. यास्तव जर कामाचे रूपांतर परब्रह्मावरील प्रेमामध्ये केले अथवा कृष्णभावनेमध्ये केले किंवा दुसऱ्या शब्दांत सांगावयाचे तर, श्रीकृष्णांच्याच सेवेसाठी सर्व गोष्टीची अपेक्षा ठेवल्यास काम आणि क्रोध या दोहोंना आध्यात्मिक स्वरूप प्राप्त होऊ शकते. भगवान श्रीराम यांचा अनन्य सेवक हनुमान याने रावणाच्या सुवर्णलंकेला भस्मसात करून आपला क्रोध प्रदर्शित केला; परंतु असे केल्याने तो भगवंतांचा महान भक्त बनला. या ठिकाणी श्रीमद्‌भगवद्‌गीतेतही भगवान आपल्या संतुष्टीकरिता अर्जुनाला शत्रूवर क्रोधित होण्यासाठी प्रेरित करीत आहेत. म्हणून काम आणि क्रोध जेव्हा कृष्णभावनेमध्ये उपयोगात आणले जातात तेव्हा ते आपले शत्रू नसून मित्र होतात.

**धूमेनाव्रियते वह्निर्यथादर्शो मलेन च ।**
**यथोल्बेनावृतो गर्भस्तथा तेनेदमावृतम् ॥ ३८॥**

**धूमेन**—धूराने; **आव्रियते**—आच्छादिला जातो; **वह्निः**—अग्नी; **यथा**—ज्याप्रमाणे; **आदर्शः**—आरसा; **मलेन**—धुळीने; **च**—सुद्धा; **यथा**—ज्याप्रमाणे; **उल्बेन**—वारेने; **आवृतः**—आच्छादिला जातो; **गर्भः**—गर्भ; **तथा**—त्याप्रमाणे; **तेन**—त्या कामाने; **इदम्**—हा; **आवृतम्**—आच्छादिला आहे.

**ज्याप्रमाणे धुराने अग्नी, धुळीने आरसा आणि वारेने गर्भ वेष्टिला जातो त्याचप्रमाणे जीव, या कामाद्वारे विविध प्रमाणात आच्छादिला जातो.**

**तात्पर्य:** जीवावर तीन प्रकारची आच्छादने आहेत, ज्यामुळे त्याची विशुद्ध चेतना धूसर होते. ज्याप्रमाणे अग्नीमध्ये धूर, आरशावर धूळ आणि गर्भाशयामध्ये गर्भ असतो त्याचप्रमाणे जीवावरील आवरणे म्हणजे कामाचीच विविध रूपे आहेत. जेव्हा कामाची तुलना धुराशी करण्यात येते तेव्हा समजावे की जीवरूपी अग्नीची थोडीशी जाणीव होते. दुसऱ्या शब्दांत सांगावयाचे तर, जेव्हा जीव आपली कृष्णभावना अल्पशा प्रमाणात प्रकट करतो तेव्हा त्याची तुलना धुराने आच्छादित अग्नीशी करता येते. ज्या ठिकाणी धूर असतो त्या ठिकाणी निश्चितच अग्नी असला तरी प्रारंभिक अवस्थेमध्ये अग्नी उघडपणे प्रकट होत नाही. ही अवस्था म्हणजे कृष्णभावनेतील प्रारंभावस्थेप्रमाणे आहे. आरशावरील धूळ, मनरूपी आरशावरील अनेक आध्यात्मिक पद्धतींद्वारे, स्वच्छता करण्याची प्रक्रिया दर्शविते. यासाठी सर्वोत्तम पद्धती म्हणजे पवित्र हरिनामाचे कीर्तन होय. वारेने आच्छादिलेल्या गर्भाच्या उदाहरणावरून असाहाय्य स्थिती दर्शविण्यात आली आहे. कारण गर्भाशयातील मूल इतके असाहाय्य असते की, त्याला हालचालही करता येत नाही. जीवनाच्या या स्थितीची तुलना वृक्षांशी करता येते. वृक्षसुद्धा जीवच आहेत; पण ते अत्यंत कामप्रवृत्त असल्यामुळे त्यांना जीवनाच्या अशा स्थितीत ठेवण्यात येते की, ते जवळजवळ चेतनाशून्यच असतात. आच्छादित आरशाची तुलना पशुपक्ष्यांशी करण्यात आली आहे आणि धुराने आच्छादित अग्नीची तुलना मानवाशी करण्यात आली आहे. मनुष्यजीवनामध्ये आत्मा थोड्या प्रमाणात कृष्णभावनेची पुनर्जागृती करू शकतो आणि जर त्याने अधिक प्रगती केली तर मनुष्यजीवनातच आध्यात्मिक जीवनरूपी अग्नी प्रज्वलित करता येतो. अग्नीवरील धूर व्यवस्थितपणे हाताळल्यास अग्नी प्रज्वलित करता येतो. म्हणून जीवासाठी भौतिक अस्तित्वाच्या जंजाळातून मुक्त होण्यासाठी मनुष्यजीवन ही एक नामी संधीच आहे. मनुष्यजीवनात योग्य मार्गदर्शनाखाली कृष्णभावनेच्या अनुशीलनाद्वारे मनुष्य आपला शत्रू काम याच्यावर विजय प्राप्त करू शकतो.

**आवृतं ज्ञानमेतेन ज्ञानिनो नित्यवैरिणा ।**
**कामरूपेण कौन्तेय दुष्पूरेणानलेन च ॥ ३९॥**

**आवृतम्**—झाकलेला; **ज्ञानम्**—शुद्ध चेतना; **एतेन**—या; **ज्ञानिनः**—ज्ञानी व्यक्तीचा; **नित्य-वैरिणा**—नित्य शत्रूद्वारे; **काम-रूपेण**—काम-रूपामध्ये; **कौन्तेय**—हे कुंतीपुत्रा; **दुष्पूरेण**—कधीही संतुष्ट न होणारा; **अनलेन**—अग्नीद्वारे; **च**—सुद्धा.

**याप्रमाणे ज्ञानी जीवाची शुद्ध चेतना त्याच्या कामरूपी नित्य शत्रूद्वारा आच्छादिली जाते. काम कधीच संतुष्ट होत नाही आणि तो अग्नीप्रमाणे जळत असतो.**

**तात्पर्य:** मनुस्मृतीत म्हटले आहे की, ज्याप्रमाणे इंधनाच्या निरंतर पुरवठ्याने अग्नी विझला जात नाही, त्याचप्रमाणे अमर्यादित इंद्रियतृप्ती केली तरी काम तृप्त होऊ शकत नाही. भौतिक

जगतामध्ये सर्व क्रियांचा केंद्रबिंदू मैथुन हाच आहे आणि म्हणून भौतिक जगताला 'मैथुन्य आगार' किंवा संभोग जीवनाची बेडी असे म्हटले जाते. एका सामान्य कारागृहात गुन्हेगारांना गजाआड ठेवण्यात येते, त्याचप्रमाणे भगवंतांच्या नियमांची अवज्ञा करणाऱ्या गुन्हेगारांना मैथुन जीवनाची बेडी घातली जाते. इंद्रियतृप्तीवर आधारित भौतिक संस्कृतीची प्रगती ही जीवात्म्याच्या भौतिक अस्तित्वाची कालमर्यादा वाढविण्यास कारणीभूत ठरते म्हणून हा काम म्हणजे अज्ञानाचे प्रतीक आहे आणि या कामामुळेच जीवाला भौतिक जगतात राहणे भाग पडते. जेव्हा मनुष्य इंद्रियतृप्तीचा भोग घेतो तेव्हा त्याला थोड्याफार सुखाची अनुभूती होत असेल; पण तथाकथित सुखाचा तो अनुभव हा इंद्रियभोग करणाऱ्याचा परम शत्रू आहे.

**इन्द्रियाणि मनो बुद्धिरस्याधिष्ठानमुच्यते ।**
**एतैर्विमोहयत्येष ज्ञानमावृत्य देहिनम् ॥ ४० ॥**

**इन्द्रियाणि**—इंद्रिये; **मनः**—मन; **बुद्धिः**—बुद्धी; **अस्य**—या कामाचे; **अधिष्ठानम्**—निवासस्थान; **उच्यते**—म्हटले जाते; **एतैः**—या सर्वांच्या योगाने; **विमोहयति**—मोहित करतो; **एषः**—हा काम; **ज्ञानम्**—ज्ञान; **आवृत्य**—आच्छादून; **देहिनम्**—देहधारी जीवाचे.

**इंद्रिये, मन आणि बुद्धी ही या कामाची निवासस्थाने आहेत. यांच्याद्वारे काम आत्म्याच्या शुद्ध ज्ञानाला आच्छादित करतो आणि त्याला मोहित करतो.**

**तात्पर्य:** शत्रूने बद्ध जीवाच्या शरीरातील निरनिराळी महत्त्वाची ठिकाणे काबीज केली आहेत. म्हणून ज्या मनुष्याला या शत्रूंवर विजय प्राप्त करावयाचा आहे त्याने शत्रू कोठे सापडेल हे जाणावे यासाठीच भगवान श्रीकृष्ण शत्रूची ठिकाणे सूचित करीत आहेत. मन हे इंद्रियांच्या सर्व कृतींचे केंद्रबिंदू आहे. जेव्हा आपण इंद्रियविषयांबद्दल ऐकतो तेव्हा साधारणपणे मन हे इंद्रियतृप्तीबद्दलच्या सर्व कल्पनांचे आगर बनते व परिणामी मन आणि इंद्रिये कामाची भांडारे बनतात. नंतर बुद्धिविभाग अशा कामप्रवृत्तींचे भांडवल बनतो. बुद्धी ही जीवात्म्यांची अत्यंत निकटवर्ती आहे, कामुक बुद्धीच आत्म्याला मिथ्या अहंकार प्राप्त करण्यासाठी, कामुक प्रवृत्तींशी तसेच मन आणि इंद्रियांशी तादात्म्य करण्यास प्रभावित करते. आत्मा भौतिक इंद्रियांचा भोग करण्याच्या अधीन होतो व चुकीने त्यातच वास्तविक सुख आहे असे समजतो. आत्म्याच्या या मिथ्या तादात्म्याबद्दल श्रीमद्भागवतात (१०.८४.१३) सुंदर विवेचन करण्यात आले आहे.

*यस्यात्मबुद्धिः कुणपे त्रिधातुके स्वधीः कलत्रादिषु भौम इज्यधीः ।*
*यत्तीर्थबुद्धिः सलिले न कर्हिचिज्जनेष्वभिज्ञेषु स एव गोखरः ॥*

"जो मनुष्य या त्रिधातू निर्मित शरीरालाच आत्मा समजतो, शरीराच्या उपफलांना स्वतःचे नातलग मानतो, आपले जन्मस्थान पूजनीय मानतो आणि दिव्य ज्ञानी पुरुषांना भेटण्याऐवजी केवळ स्नान करण्यासाठीच तीर्थस्थळांची यात्रा करतो तो एखाद्या गाढवाप्रमाणे किंवा गायीप्रमाणे आहे."

**तस्मात्त्वमिन्द्रियाण्यादौ नियम्य भरतर्षभ ।**
**पाप्मानं प्रजहि ह्येनं ज्ञानविज्ञाननाशनम् ॥ ४१ ॥**

**तस्मात्**—म्हणून; **त्वम्**—तू; **इन्द्रियाणि**—इंद्रिये; **आदौ**—आरंभी; **नियम्य**—नियमित करून; **भरत-ऋषभ**—हे भरतवंशीयामधील श्रेष्ठा; **पाप्मानम्**—पापाचे महान प्रतीक; **प्रजहि**—निग्रह किंवा दमन कर; **हि**—निश्चितच; **एनम्**—या; **ज्ञान**—ज्ञानाचे; **विज्ञान**—विशुद्ध आत्म्याचे वैज्ञानिक ज्ञान; **नाशनम्**—विनाश करणारा.

**म्हणून हे भरतर्षभ अर्जुन! इंद्रियांचे नियमन करून पापाच्या या महान प्रतीकाचा ( काम ) प्रारंभीच निग्रह कर आणि आत्मसाक्षात्काराच्या ज्ञानाचा विनाश करणाऱ्या या कामाचा वध कर.**

**तात्पर्य:** भगवंतांनी अर्जुनाला प्रथमपासूनच इंद्रियसंयमन करण्याचा सल्ला दिला ज्यामुळे तो महान पापमय शत्रूचा, कामाचा निग्रह करू शकेल. हा काम आत्मसाक्षात्काराची तीव्र इच्छा तसेच आत्म्याचे ज्ञान नष्ट करतो. *ज्ञान* म्हणजे, इतर गोष्टींहून भिन्न असणाऱ्या आत्म्याचे ज्ञान किंवा आत्मा म्हणजे शरीर नव्हे हे ज्ञान होय. 'विज्ञान' म्हणजे आत्म्याची स्वरूपस्थिती आणि त्याचा परमात्म्याशी संबंध याचे विशिष्ट ज्ञान होय. याचे वर्णन श्रीमद्‌भागवतात (२.९.३१) पुढीलप्रमाणे करण्यात आले आहे:

*ज्ञानं परमगुह्यं मे यद्विज्ञानसमन्वितम् ।*
*सरहस्यं तदङ्गं च गृहाण गदितं मया ॥*

"आत्मा आणि परमात्मा यांचे ज्ञान अत्यंत गुह्य आणि रहस्यमय आहे. असे ज्ञान आणि विज्ञान (अनुभूती) त्यांच्या विविध रूपांसहित जर स्वत: भगवंतांनी विवेचन करून सांगितले तरच ते जाणणे शक्य आहे." आत्म्याचे ते सामान्य आणि विशिष्ट ज्ञान श्रीमद्‌भगवद्‌गीता आपल्याला देते. जीव हे भगवंतांचे अंश आहेत आणि म्हणून त्यांचे स्वरूप केवळ भगवंतांची सेवा हेच आहे. या भावनेला कृष्णभावना असे म्हटले जाते. म्हणून आयुष्याच्या अगदी आरंभापासूनच कृष्णभावनेचे शिक्षण घेतले पाहिजे. त्यायोगे त्याला पूर्णपणे कृष्णभावनाभावित होऊन कर्म करता येईल.

जीवांसाठी स्वाभाविक असणाऱ्या भगवत्प्रेमाचे विकृत स्वरूप म्हणजे काम होय, परंतु जर मनुष्याला अगदी आरंभापासूनच कृष्णभावनेमध्ये प्रशिक्षित केले तर स्वाभाविक भगवत्प्रेमाची अधोगती भौतिक कामामध्ये होणार नाही. जेव्हा भगवत्प्रेमाची कामविकारामध्ये अधोगती होते तेव्हा पुन्हा पूर्वस्थितीवर येणे अत्यंत कठीण असते. तरीही कृष्णभावना इतकी प्रभावशाली आहे की, कृष्णभावनेचा उशिरा प्रारंभ करणाराही भक्तीच्या नियामक तत्त्वांचे पालन करून भगवत्प्रेमी बनू शकतो. म्हणून जीवनाच्या कोणत्याही अवस्थेतून किंवा कृष्णभावनेचे महत्त्व जाणण्याच्या वेळेपासून मनुष्य कृष्णभावनेद्वारे अथवा भगवंतांच्या भक्तिपूर्ण सेवेद्वारे, इंद्रियनियमन करण्यास प्रारंभ करू शकतो. या प्रकारे मनुष्य, जीवनाच्या परिपूर्ण अवस्थेमध्ये म्हणजेच भगवत्प्रेमामध्ये कामाचे रूपांतर करू शकतो.

**इन्द्रियाणि पराण्याहुरिन्द्रियेभ्यः परं मनः ।**
**मनसस्तु परा बुद्धिर्यो बुद्धेः परतस्तु सः ॥ ४२॥**

**इन्द्रियाणि**—इंद्रिये; **पराणि**—श्रेष्ठ; **आहुः**—म्हटली जातात; **इन्द्रियेभ्यः**—इंद्रियांहून अधिक; **परम्**—श्रेष्ठ; **मनः**—मन; **मनसः**—मनाहून अधिक; **तु**—सुद्धा; **परा**—श्रेष्ठ; **बुद्धिः**—बुद्धी; **यः**—जो; **बुद्धेः**—बुद्धीहून अधिक; **परतः**—श्रेष्ठ; **तु**—पण; **सः**—तो.

**कार्य करणारी इंद्रिये जड प्रकृतीपेक्षा श्रेष्ठ आहेत, मन इंद्रियांपेक्षा श्रेष्ठ आहे, बुद्धी मनापेक्षाही श्रेष्ठ आहे आणि तो ( आत्मा ) बुद्धीपेक्षाही श्रेष्ठ आहे.**

**तात्पर्यः** कामाच्या कार्यांची इंद्रिये ही विविध द्वारे आहेत. कामाला शरीरामध्ये संग्रहित करून ठेवण्यात येते; पण इंद्रियांद्वारे त्याला मोकळी वाट करून दिली जाते. म्हणून इंद्रिये ही एकंदर शरीरापेक्षा श्रेष्ठ आहेत. जेव्हा या इंद्रियद्वारांमध्ये परमभावना किंवा कृष्णभावना असते तेव्हा ही द्वारे उपयोगात आणली जात नाहीत. कृष्णभावनेमध्ये आत्मा भगवंतांशी प्रत्यक्ष संबंध प्रस्थापित करतो म्हणून या ठिकाणी वर्णन केलेल्या क्रमिक शारीरिक क्रियांचा अंत शेवटी परमात्म्यामध्ये होतो. शारीरिक क्रिया म्हणजे इंद्रियांची कार्ये होत आणि इंद्रियांना थांबविणे म्हणजे सर्व शारीरिक क्रियांना थांबविणे होय, परंतु मन हे सक्रिय असल्याकारणाने जरी शरीर निश्चल आणि विश्रांती घेत असले तरी, मन ज्याप्रमाणे स्वप्नामध्ये कार्य करीत असते, त्याचप्रमाणे क्रियाशील असते. परंतु मनापेक्षाही श्रेष्ठ बुद्धीचा निश्चय असतो आणि बुद्धीपेक्षाही श्रेष्ठ असा आत्मा आहे. म्हणून जर आत्म्यालाच प्रत्यक्षपणे भगवंतांमध्ये नियुक्त केले तर स्वाभाविकपणेच इतर सर्व कनिष्ठ तत्त्वे उदाहरणार्थ, बुद्धी, मन आणि इंद्रिये ही आपोआपच त्यांच्यामध्ये नियुक्त होतील. कठोपनिषदात याच प्रकारचा श्लोक आहे आणि त्यामध्ये सांगण्यात आले आहे, की इंद्रियभोगाचे विषय हे इंद्रियांपेक्षा श्रेष्ठ आहेत आणि मन हे इंद्रियविषयांपेक्षा श्रेष्ठ आहे. यासाठीच जर मनाला प्रत्यक्षपणे भगवंतांच्या सेवेमध्ये नित्य रममाण केले तर इंद्रियांना इतर ठिकाणी रत होण्याची संधीच असणार नाही. ही मनोवृत्ती पूर्वीच वर्णित करण्यात आली आहे. *परमदृष्ट्वा निवर्तते*—जर मनाला भगवंतांच्या दिव्य सेवेमध्ये निमग्न केले तर ते कनिष्ठ प्रवृत्तींमध्ये निमग्न होण्याची शक्यताच नाही. कठोपनिषदात आत्म्याचे वर्णन महान किंवा मोठा असे करण्यात आले आहे. म्हणून आत्मा हा इंद्रियविषय, इंद्रिये, मन आणि बुद्धी या सर्वांपेक्षा श्रेष्ठ आहे. यास्तव प्रत्यक्षात आत्म्याची स्वरूपस्थिती जाणल्यास संपूर्ण प्रश्नांचे समाधान होते.

बुद्धीद्वारे मनुष्याने आत्म्याची स्वरूपस्थिती जाणली पाहिजे आणि मग मनाला निरंतर कृष्णभावनेमध्ये निमग्न केले पाहिजे. यामुळे संपूर्ण समस्येचा उलगडा होतो. आध्यात्मिक मार्गातील नवसाधकाला साधारणपणे इंद्रियविषयांपासून अलिप्त राहण्याचा सल्ला दिला जातो. याव्यतिरिक्त मनुष्याने बुद्धीचा उपयोग करून मन बळकट केले पाहिजे. जर त्याने पूर्णपणे भगवंतांना शरण जाऊन, बुद्धीद्वारे आपले मन कृष्णभावनेमध्ये रममाण केले तर आपोआपच मन बळकट बनते. मग इंद्रिये जरी सर्पाप्रमाणे बलवान असली तरी ती दंतहीन सर्पाप्रमाणे निरुपद्रवी होतात, परंतु जरी आत्मा हा बुद्धी, मन आणि इंद्रियांचाही स्वामी असला तरी कृष्णभावनेत श्रीकृष्णांच्या संगतीत तो दृढ झाला नाही तर प्रक्षुब्ध मनामुळे त्याचे केव्हाही पतन होण्याची संभावना असते.

**एवं बुद्धेः परं बुद्ध्वा संस्तभ्यात्मानमात्मना।**
**जहि शत्रुं महाबाहो कामरूपं दुरासदम् ॥ ४३॥**

**एवम्**—याप्रमाणे; **बुद्धेः**—बुद्धीहून; **परम्**—श्रेष्ठ; **बुद्ध्वा**—जाणून; **संस्तभ्य**—स्थिर करून; **आत्मानम्**—मन; **आत्मना**—विचारपूर्वक बुद्धीद्वारे; **जहि**—विजय प्राप्त कर; **शत्रुम्**—शत्रू; **महा-बाहो**—हे महाबाहू; **काम-रूपम्**—कामरूपामधील; **दुरासदम्**—दुष्कर.

**याप्रमाणे आपण स्वतः, भौतिक इंद्रिये, मन आणि बुद्धी यांच्यापेक्षा श्रेष्ठ आहोत असे जाणून, हे महाबाहो अर्जुन! मनुष्याने विचारपूर्वक आध्यात्मिक बुद्धीद्वारे (कृष्णभावना) मनाला स्थिर केले पाहिजे आणि याप्रमाणे आध्यात्मिक शक्तीद्वारे या कामरूपी अतृप्त शत्रूवर विजय प्राप्त केला पाहिजे.**

**तात्पर्य:** श्रीमद्‌भगवद्‌गीतेचा हा तिसरा अध्याय निश्चितपणे कृष्णभावनेकडे निर्देश देताना सांगतो की, मनुष्याने निर्विशेष शून्यवाद हेच अंतिम ध्येय न मानता भगवंतांचा शाश्वत सेवकरूपी स्वतःचे स्वरूप जाणले पाहिजे. जीवनाच्या भौतिक अस्तित्वामध्ये मनुष्य निश्चितपणे कामप्रवृत्ती आणि भौतिक प्रकृतीच्या साधनांवर स्वामित्व गाजविण्याच्या इच्छेने प्रभावित होतो. सर्वांवर स्वामित्व गाजविण्याची आणि इंद्रियतृप्ती करण्याची इच्छा म्हणजे बद्ध जीवांचा महान शत्रूच आहे, परंतु कृष्णभावनेच्या बळावर मनुष्य भौतिक इंद्रिये, मन आणि बुद्धी नियंत्रित करू शकतो. आकस्मिकपणे मनुष्य आपल्या कर्तव्याचा आणि विहित कर्मांचा त्याग करू शकणार नाही. परंतु भौतिक इंद्रिये आणि मन यांपासून प्रभावित न होता स्वतःच्या विशुद्ध स्वरूपावर स्थिर झालेल्या बुद्धीद्वारे, क्रमशः कृष्णभावनेचा विकास करून मनुष्य दिव्य स्थितीमध्ये स्थिर होऊ शकतो. हेच या अध्यायाचे प्रमुख सार आहे. भौतिक जीवनाच्या अपरिपक्व अवस्थेत तार्किक ज्ञान आणि तथाकथित योगसाधनांच्या साहाय्याने इंद्रिय नियमन करण्याचे कृत्रिम प्रयत्न मनुष्याला कधीच आध्यात्मिक जीवनप्राप्तीमध्ये साहाय्यक ठरू शकत नाहीत. श्रेष्ठ बुद्धीद्वारे मनुष्याला कृष्णभावनेमध्ये प्रशिक्षण मिळणे अत्यावश्यक आहे.

*या प्रकारे भगवद्‌गीतेच्या 'कर्मयोग' या तिसऱ्या अध्यायावरील भक्तिवेदांत भाष्य संपन्न.*

# अध्याय चवथा

# ज्ञानकर्मसंन्यासयोग

## ( दिव्य ज्ञान )

श्रीभगवानुवाच

**इमं विवस्वते योगं प्रोक्तवानहमव्ययम् ।**
**विवस्वान्मनवे प्राह मनुरिक्ष्वाकवेऽब्रवीत् ॥ १ ॥**

**श्री-भगवान् उवाच**—श्रीभगवान म्हणाले; **इमम्**—हा; **विवस्वते**—सूर्यदेवाला; **योगम्**—एखाद्याचे भगवंतांशी असणाऱ्या संबंधाविषयीचे विज्ञान; **प्रोक्तवान्**—उपदेश केला; **अहम्**—मी; **अव्ययम्**—अव्यय किंवा अविनाशी; **विवस्वान्**—विवस्वान (सूर्यदेवाचे नाव); **मनवे**—वैवस्वत नामक मानव जातीचा जनक; **प्राह**—सांगितला; **मनुः**—मानवजातीचा जनक; **इक्ष्वाकवे**—राजा इक्ष्वाकूला; **अब्रवीत्**—म्हणाला.

**भगवान श्रीकृष्ण म्हणाले: मी या अव्ययी योगविद्येचा उपदेश सूर्यदेव विवस्वानाला केला आणि विवस्वानाने तो उपदेश, मानवजातीचा जनक मनूला केला आणि मनूने तो इक्ष्वाकूला केला.**

**तात्पर्य:** या ठिकाणी जेव्हा सूर्यलोक तसेच इतर लोकांतील राजघराण्यांना भगवद्गीता सांगण्यात आली, तेव्हापासूनचा अत्यंत पुरातन असा गीतेचा इतिहास आपल्याला आढळतो. विशेषत:, सर्व ग्रहलोकांतील राजांनी आपल्या प्रजेचे संरक्षण करावयाचे असते. यास्तव नागरिकांवर योग्य प्रकारे राज्य करण्यामध्ये तसेच त्यांचे भौतिक कर्मबंधनापासून संरक्षण करण्यामध्ये समर्थ होण्यासाठी राजघराण्यातील लोकांनी भगवद्गीतेचे विज्ञान समजून घेणे आवश्यक आहे. भगवंतांशी असणाऱ्या शाश्वत संबंधाचे आध्यात्मिक ज्ञान जाणून घेणे हा मनुष्यजीवनाचा उद्देश आहे आणि सर्व राज्यांचे तसेच ग्रहलोकांचे शासनाध्यक्ष आपल्या नागरिकांना हे आध्यात्मिक ज्ञान, शिक्षण, संस्कृती आणि भक्ती यांद्वारे प्रदान करण्यास बाध्य आहेत. दुसऱ्या शब्दांत सांगावयाचे तर, कृष्णभावनेच्या विज्ञानाचा प्रसार करणे हे सर्व राज्यांच्या शासनाध्यक्षांकडून अपेक्षित असते, जेणेकरून जनतेला मानवी जीवनाच्या सुसंधीचा सदुपयोग करून यशस्वी मार्गाचे अनुसरण करता येईल. वर्तमान युगातील सूर्याच्या अधिष्ठात्री देवतेला विवस्वान म्हणतात. तो सौर मंडळातील सर्व ग्रहांचा उद्‌गम आहे. ब्रह्मसंहितेमध्ये (५.५२) सांगण्यात आले आहे की:

*यच्चक्षुरेष सविता सकलग्रहाणां राजा समस्तसुरमूर्तिरशेषतेजाः ।*
*यस्याज्ञया भ्रमति सम्भृतकालचक्रो गोविन्दमादिपुरुषं तमहं भजामि ॥*

भगवान ब्रह्मदेव म्हणाले, ''मी आदिपुरुष श्रीगोविंद यांना सादर प्रणाम करतो, ज्यांच्या आज्ञेनुसार सर्व ग्रहांचा राजा सूर्यदेव अपार सामर्थ्य आणि तेज धारण करतो, सूर्यदेव भगवंतांच्या नेत्रस्थानी आहे आणि त्यांच्या आदेशानुसार तो आपल्या कक्षेत भ्रमण करतो.''

सूर्य सर्व ग्रहांचा राजा आहे आणि सूर्यदेव (वर्तमान युगातील विवस्वान नामक देव) सूर्यग्रहावर राज्य करतो. सूर्यग्रह इतर सर्व ग्रहांना उष्णता आणि प्रकाश यांचा पुरवठा करून त्यांचे नियंत्रण करतो. तो श्रीकृष्णांच्या आज्ञेनुसार भ्रमण करीत असतो आणि भगवान श्रीकृष्णांनी सर्वप्रथम विवस्वानला भगवद्‌गीतेचे विज्ञान समजावून देण्याकरिता आपला पहिला शिष्य केले. म्हणून गीता हा क्षुद्र सांसारिक पंडितांकरिता असलेला केवळ काल्पनिक प्रबंध नसून तो अनंतकाळापासून चालत आलेला ज्ञानाचा प्रमाणित ग्रंथ आहे.

महाभारतामध्ये (शांतिपर्व ३४८.५१—५२) गीतेचा इतिहास आपल्याला पुढीलप्रमाणे आढळतो.

*त्रेतायुगादौ च ततो विवस्वान्मनवे ददौ ।*
*मनुश्च लोकभृत्यर्थं सुतायेक्ष्वाकवे ददौ ।*
*इक्ष्वाकुणा च कथितो व्याप्य लोकानवस्थितः ॥*

''त्रेतायुगाच्या प्रारंभी भगवंतांशी असणाऱ्या संबंधाविषयीचे हे विज्ञान विवस्वानने मनूला सांगितले. मानवजातीचा जनक मनू याने हे विज्ञान आपला पुत्र व पृथ्वीचा अधिपती महाराज इक्ष्वाकूला प्रदान केले आणि महाराज इक्ष्वाकू हे प्रभू श्रीरामचंद्र अवतीर्ण झालेल्या रघुवंशाचा पूर्वज होते.'' म्हणून महाराज इक्ष्वाकूच्या काळापासून भगवद्‌गीता मानवी समाजामध्ये अस्तित्वात आहे.

४,३२,००० वर्षे चालणाऱ्या वर्तमान कलियुगातील नुकतीच पाच हजार वर्षे संपली आहेत. यापूर्वी द्वापार युग (८,००,००० वर्षे) होते आणि द्वापार युगापूर्वी त्रेतायुग (१,२००,००० वर्षे) होते. याप्रमाणे सुमारे २,००५,००० वर्षांपूर्वी मनूने भगवद्‌गीता आपला पुत्र आणि शिष्य, पृथ्वीलोकाचा अधिपती महाराज इक्ष्वाकूला सांगितली. वर्तमान मनूचे आयुष्य सुमारे ३,०५,३००,००० इतकी वर्षे आहे आणि त्यापैकी १,२०,४००,००० वर्षे व्यतीत झाली आहेत. भगवंतांनी आपला शिष्य सूर्यदेव विवस्वान याला मनूच्या जन्मापूर्वी गीता सांगितली हे मान्य केल्यास सर्वसाधारणपणे निदान १,२०,४००,००० वर्षांपूर्वी गीता सांगण्यात आली आणि मानवी समाजात गीता २०,००,००० वर्षांपासून अस्तित्वात आहे. पाच हजार वर्षांपूर्वी भगवंतांनी अर्जुनाला पुन्हा गीता सांगितली प्रत्यक्ष गीता आणि गीतेचे प्रवक्ते श्रीकृष्ण यांच्या मतानुसार हे गीतेच्या इतिहासाचे स्थूल अनुमान आहे. सूर्यदेव विवस्वानाला गीता सांगण्यात आली, कारण तो क्षत्रिय तसेच सर्व सूर्यवंशी क्षत्रियांचा जनकही आहे. भगवद्‌गीता ही वेदांप्रमाणेच आहे आणि गीता ही भगवंतांनी सांगितली असल्यामुळे गीतेतील ज्ञान *अपौरुषेय* आहे. ज्याप्रमाणे मानवी भाष्यावाचून वेदांचा स्वीकार जसा आहे तसा केला जातो त्याचप्रमाणे गीतेचाही स्वीकार मानवी

मताशिवाय केला पाहिजे. वादविवाद करणारे भौतिकवादी आपल्या मताप्रमाणे गीतेवर तर्क करतील; परंतु त्यांच्या तर्कांना 'भगवद्‌गीता -जशी आहे तशी' असे म्हणता येणार नाही. म्हणून भगवद्‌गीतेचा गुरुशिष्य परंपरेद्वारे जसा आहे तसा स्वीकार केला पाहिजे आणि या ठिकाणी सांगण्यात आले आहे की, भगवंतांनी गीता सूर्यदेवाला सांगितली, सूर्यदेवाने आपला पुत्र मनूला आणि मनूने आपला पुत्र इक्ष्वाकूला सांगितली.

**एवं परम्पराप्राप्तमिमं राजर्षयो विदुः ।**
**स कालेनेह महता योगो नष्टः परन्तप ॥ २॥**

**एवम्**—याप्रमाणे; **परम्परा**—गुरुशिष्य परंपरेद्वारे; **प्राप्तम्**—प्राप्त झालेले; **इमम्**—हे विज्ञान; **राज-ऋषयः**—राजर्षी; **विदुः**—जाणून घेतले; **सः**—ते ज्ञान; **कालेन**—काळाच्या ओघामध्ये; **इह**—या जगामध्ये; **महता**—महान; **योगः**—एखाद्याचे भगवंतांशी असणाऱ्या संबंधाविषयीचे विज्ञान; **नष्टः**—नष्ट; **परन्तप**—शत्रूला ताप देणाऱ्या हे अर्जुना.

**याप्रमाणे हे परमश्रेष्ठ विज्ञान गुरुशिष्य परंपरेद्वारे प्राप्त करण्यात आले आणि राजर्षींनी ते त्याच पद्धतीने जाणून घेतले, पण काळाच्या ओघामध्ये ही परंपरा खंडित झाली आणि म्हणून हे विज्ञान आपल्या यथार्थ रूपात लुप्त झाल्याप्रमाणे दिसते.**

**तात्पर्य:** या ठिकाणी स्पष्टपणे सांगण्यात आले आहे की, गीता ही विशेषतः राजर्षींकरिता आहे, कारण ते नागरिकांवर राज्य करण्याकरिता तिचा उपयोग करू शकतात. निश्चितच, भगवद्‌गीता ही कधीच आसुरी प्रवृत्तींच्या लोकांसाठी नव्हती, कारण असे लोक गीतेला अर्थहीन करतील व त्यामुळे कोणाचाही लाभ होणार नाही तसेच स्वतःच्या वैयक्तिक लहरीनुसार गीतेवरील सर्व प्रकारच्या भाष्यांची ते रचना करतील. जेव्हा दुष्ट, दुर्बुद्ध भाष्यकारांच्या हेतूमुळे गीतेचा मूळ उद्देश नष्ट झाला, तेव्हा तेव्हा गुरुशिष्य परंपरेच्या पुनर्स्थापनाची गरज निर्माण झाली. पाच सहस्र वर्षापूर्वी, गुरुशिष्य परंपरा खंडित झाल्याचे स्वतः भगवंतांना कळून चुकले आणि म्हणून त्यांनी घोषित केले की, गीतेचा मूळ उद्देश लुप्त झाल्यासारखा दिसतो. त्याचप्रमाणे, आजही गीतेच्या अनेक आवृत्त्या आहेत (विशेषतः इंग्रजीमध्ये), पण त्यापैकी बहुतेक सर्व प्रमाणित गुरुशिष्य परंपरेला अनुसरून नाहीत. विविध सांसारिक विद्वानांनी गीतेवर लिहिलेली असंख्य भाष्ये आहेत; परंतु त्यामुळे बहुतेक सर्व पंडित, जरी श्रीकृष्णांच्या नावाखाली उत्तमपैकी व्यापार करीत असले तरी ते श्रीकृष्णांचा पुरुषोत्तम श्री भगवान म्हणून स्वीकार करीत नाहीत. ही आसुरी वृत्ती आहे, कारण असुरांचा परमेश्वरावर विश्वास नसतो. ते तर केवळ परमेश्वराच्या संपत्तीचा उपभोग घेत असतात. गुरुशिष्य परंपरेद्वारे प्राप्त झालेल्या यथार्थ रूपातील गीतेच्या इंग्रजी आवृत्तीची आत्यंतिक गरज असल्याकारणाने या ठिकाणी ही आत्यंतिक गरज भागविण्याचा प्रयत्न केला आहे. जर भगवद्‌गीता जशी आहे तशी स्वीकारली तर ती मानवतेसाठी एक मोठे वरदानच आहे; पण जर तिचा तार्किक तत्त्वज्ञानावरील प्रबंध म्हणून स्वीकार केला तर तो काळाचा केवळ अपव्ययच आहे.

**स एवायं मया तेऽद्य योगः प्रोक्तः पुरातनः ।**
**भक्तोऽसि मे सखा चेति रहस्यं ह्येतदुत्तमम् ॥ ३ ॥**

**सः**—तोच; **एव**—खचितच; **अयम्**—हा; **मया**—माझ्याकडून; **ते**—तुला; **अद्य**—आज; **योगः**—योगज्ञान; **प्रोक्तः**—सांगितला; **पुरातनः**—पुरातन; **भक्तः**—भक्त; **असि**—तू आहेस; **मे**—माझा; **सखा**—सखा किंवा मित्र; **च**—सुद्धा; **इति**—म्हणून; **रहस्यम्**—रहस्य; **हि**—निश्चितच; **एतत्**—हा; **उत्तमम्**—दिव्य.

**भगवंतांशी असणाऱ्या संबंधांचे ते अत्यंत पुरातन विज्ञान आज मी तुला सांगत आहे, कारण तू माझा भक्त तसेच मित्रही आहेस आणि म्हणून तू या विज्ञानाचे दिव्य रहस्यही जाणू शकतोस.**

**तात्पर्य:** भक्त आणि असुर असे मनुष्यांचे दोन वर्ग आहेत. अर्जुन हा भक्त असल्यामुळे भगवंतांनी त्याला हे दिव्य विज्ञान प्रदान करण्यासाठी निवडले; परंतु असुरांना हे दिव्य रहस्यमय विज्ञान समजणे शक्य नाही. या महान ज्ञानग्रंथाच्या अनेक आवृत्त्या आहेत. त्यापैकी काही भाष्ये भक्तांनी केली आहेत तर काही भाष्ये असुरांनी केली आहेत. भक्तांनी केलेले भाष्य खरे आहे, तर असुरांनी केलेले भाष्य निरर्थक आहे. अर्जुन हा श्रीकृष्णांचा पुरुषोत्तम श्रीभगवान म्हणून स्वीकार करतो आणि अर्जुनाच्या पदचिह्नांचे अनुसरण करून केलेले कोणतेही भाष्य म्हणजे या महान विज्ञानाप्रीत्यर्थ केलेली वास्तविक भक्तिपूर्ण सेवाच आहे. तरीही आसुरी प्रवृत्तीचे लोक भगवान श्रीकृष्णांचा वास्तविक रूपात स्वीकार करीत नाहीत. याउलट ते श्रीकृष्णांविषयी बनावट रचना करतात आणि साधारण वाचकांना श्रीकृष्णांच्या उपदेशाच्या मार्गापासून दूर नेतात. या ठिकाणी अशा चुकीच्या मार्गाबद्दल एक सूचना आहे. मनुष्याने अर्जुनापासून आलेल्या परंपरेचे अनुसरण करण्याचा प्रयत्न करावा आणि अशा रीतीने श्रीमद्‌भगवद्‌गीतेच्या या महान विज्ञानापासून स्वतः लाभान्वित व्हावे.

अर्जुन उवाच

**अपरं भवतो जन्म परं जन्म विवस्वतः ।**
**कथमेतद्विजानीयां त्वमादौ प्रोक्तवानिति ॥ ४॥**

**अर्जुनः उवाच**—अर्जुन म्हणाला; **अपरम्**—कनिष्ठ किंवा अलीकडच्या काळातला; **भवतः**—तुमचा; **जन्म**—जन्म; **परम्**—ज्येष्ठ; **जन्म**—जन्म; **विवस्वतः**—सूर्यदेवाचा; **कथम्**—कसे; **एतत्**—हे; **विजानीयाम्**—मी जाणावे; **त्वम्**—तुम्ही; **आदौ**—प्रारंभी; **प्रोक्तवान्**—सांगितला; **इति**—याप्रमाणे.

**अर्जुन म्हणाला: सूर्यदेव विवस्वान हा जन्माने तुमच्यापेक्षा ज्येष्ठ आहे. म्हणून प्रारंभी तुम्ही या विज्ञानाचा उपदेश त्याला सांगितला, हे मी कसे जाणावे?**

**तात्पर्य:** अर्जुन हा भगवंतांचा दृढ भक्त आहे. तर मग त्याचा श्रीकृष्णांच्या शब्दावर विश्वास कसा बसू शकला नाही? वस्तुस्थिती ही आहे की, अर्जुन स्वतःसाठी विचारणा करीत नसून

ज्यांचा भगवंतांवर विश्वास नाही तसेच श्रीकृष्णांचा पुरुषोत्तम श्रीभगवान म्हणून स्वीकार केला पाहिजे ही गोष्ट ज्यांना आवडत नाही त्या असुरांसाठी करीत आहे. श्रीकृष्ण किंवा पुरुषोत्तम श्रीभगवान यांची जणू काही स्वत:ला जाणीव नसल्याप्रमाणेच तो केवळ अशा लोकांसाठी या मुद्द्यावर प्रश्न करीत आहे. दहाव्या अध्यायावरून स्पष्ट होईल की, श्रीकृष्ण हे पुरुषोत्तम श्रीभगवान आहेत, सर्व गोष्टींचे मूळ उगमस्थान आहेत आणि अध्यात्मातील अंतिम तत्त्व आहेत हे अर्जुनाला निश्चितपणे ज्ञात होते. अर्थात, श्रीकृष्ण या पृथ्वीवर देवकीपुत्र म्हणून अवतीर्ण झाले होते. श्रीकृष्ण हे तेच पुरुषोत्तम श्रीभगवान आदी, शाश्वत पुरुष कसे होते हे एखाद्या साधारण मनुष्याला समजणे अत्यंत कठीण आहे. म्हणून हा मुद्दा स्पष्ट करण्याकरिता अर्जुनाने हा प्रश्न श्रीकृष्णांसमोर मांडला, जेणेकरून श्रीकृष्ण स्वत: अधिकारवाणीने बोलू शकतील. श्रीकृष्ण सर्वोच्च अधिकारी आहेत हे संपूर्ण जगताने आताच नव्हे तर अनादी काळापासून मान्य केले आहे; पण केवळ असुरच त्यांचा स्वीकार करीत नाहीत. असे असले तरी, सर्वांनी श्रीकृष्णांचा सर्वोच्च अधिकारी पुरुष म्हणून स्वीकार केल्यामुळे अर्जुनाने त्यांच्यासमोर हा प्रश्न उपस्थित केला, जेणेकरून साक्षात श्रीकृष्णच स्वत:चे वर्णन असुरांनी करण्यापूर्वीच करू शकतील. कारण असुर हे त्यांना स्वत:ला तसेच त्यांच्या अनुयायांना समजता येईल अशा प्रकारे श्रीकृष्णांना विकृत स्वरूपात प्रस्तुत करतात. यास्तव प्रत्येकाने स्वत:च्या हितासाठीच श्रीकृष्णांचे विज्ञान जाणणे अत्यावश्यक आहे, म्हणून जेव्हा श्रीकृष्ण हे स्वत:च स्वत:बद्दल बोलतात तेव्हा ते साऱ्या लोकांसाठी मंगलदायक आहे. स्वत: श्रीकृष्णांनी केलेले विश्लेषण असुरांना विचित्र वाटू शकते, कारण असुर नेहमी श्रीकृष्णांना आपल्या दृष्टिकोनातूनच जाणत असतात. पण जे भक्त आहेत ते, जेव्हा श्रीकृष्ण स्वत:च स्वत:संबंधी निरूपण करतात तेव्हा त्यांच्या निरूपणाचे अंत:करणपूर्वक स्वागत करतात. श्रीकृष्णांच्या प्रमाणित वचनांचे, भक्त नेहमी पूजन करतात, कारण ते श्रीकृष्णांबद्दल अधिकाधिक जाणण्यासाठी सदैव उत्सुक असतात. श्रीकृष्णांना साधारण मनुष्य समजणारे नास्तिक लोकही या प्रकारे जाणू शकतील की, श्रीकृष्ण हे महापुरुष आहेत, त्यांचे स्वरूप सच्चिदानंद विग्रह आणि आनंदमयी, शाश्वत आहे, ते दिव्य आहेत, प्राकृतिक गुणांच्या अतीत आहेत आणि देश व काल यांच्या प्रभावाच्या पलीकडे आहेत. अर्जुनासारख्या श्रीकृष्णांच्या भक्ताला निश्चितपणे श्रीकृष्णांच्या दिव्य स्थितीसंबंधी मुळीच संशय नसतो. अर्जुनाने श्रीकृष्णांसमोर असा प्रश्न उपस्थित करणे म्हणजे केवळ साधारण मनुष्याप्रमाणेच प्राकृतिक गुणांनी श्रीकृष्णही प्रभावित होतात असे मानणाऱ्या लोकांच्या नास्तिकवादी प्रवृत्तीला एका भक्ताने आव्हान देण्याचा प्रयत्नच आहे.

श्रीभगवानुवाच

**बहूनि मे व्यतीतानि जन्मानि तव चार्जुन ।**
**तान्यहं वेद सर्वाणि न त्वं वेत्थ परन्तप ॥ ५ ॥**

**श्री-भगवान् उवाच**—श्रीभगवान म्हणाले; **बहूनि**—अनेक; **मे**—माझे; **व्यतीतानि**—होऊन गेले आहेत; **जन्मानि**—जन्म; **तव**—तुझे; **च**—सुद्धा; **अर्जुन**—हे अर्जुन; **तानि**—ते; **अहम्**—मी;

**वेद**—जाणतो; **सर्वाणि**—सर्व; **न**—नाही; **त्वम्**—तू; **वेत्थ**—जाणतोस; **परन्तप**—हे परंतप, शत्रूला ताप देणाऱ्या.

**श्रीभगवान म्हणाले: माझे आणि तुझे अनेकानेक जन्म होऊन गेले आहेत. हे परंतप! मी ते सर्व जन्म आठवू शकतो; पण तू आठवू शकत नाहीस.**

**तात्पर्य:** ब्रह्मसंहितेमध्ये (५.३३) आपल्याला भगवंतांच्या अनंत अवतारांची माहिती मिळते. त्या ठिकाणी सांगण्यात आले आहे की,

*अद्वैतमच्युतमनादिमनन्तरूपमाद्यं पुराणपुरुषं नवयौवनं च ।*
*वेदेषुदुर्लभमदुर्लभमात्मभक्तौ गोविन्दमादिपुरुषं तमहं भजामि ॥*

"मी आदिपुरुष श्रीगोविंदांना (श्रीकृष्णांना) प्रणाम करतो जे अद्वैत, अच्युत आणि अनादी आहेत. जरी ते अनंत रूपांमध्ये विस्तारित झाले असले तरीही तेच पुरातन, आद्य पुरुष आणि नित्य नवयौवनसंपन्न आहेत. भगवंतांची अशी सच्चिदानंद रूपे श्रेष्ठ वैदिक विद्वान जाणतात; पण विशुद्ध अनन्य भक्तांना त्यांचे नेहमी दर्शन होते."

ब्रह्मसंहितेमध्ये असेही सांगितले आहे की (५.३९) :

*रामादिमूर्तिषु कलानियमेन तिष्ठन् नानावतारमकरोद् भुवनेषु किन्तु ।*
*कृष्णः स्वयं समभवत् परमः पुमान् यो गोविन्दमादिपुरुषं तमहं भजामि ॥*

"मी आदिपुरुष श्रीगोविंदांना (श्रीकृष्ण) प्रणाम करतो की, जे राम, नृसिंह तसेच इतर अंशावतारांमध्ये नित्य स्थित असले तरी ते स्वतः मूळ भगवान श्रीकृष्ण म्हणून जाणले जातात व व्यक्तिशः स्वतः अवतार धारण करतात."

वेदांमध्येही सांगण्यात आले आहे की, भगवंत जरी एकमेवाद्वितीय असले तरी ते स्वतःला असंख्य रूपांमध्ये प्रकट करतात. भगवंत हे वैदुर्य रत्नाप्रमाणे आहेत कारण, वैदुर्य रत्नाचा रंग बदलला तरी त्याचे मूळ स्वरूप कायम राहते. भगवंतांची अनेकविध रूपे केवळ वेदाध्ययनाने जाणता येत नाहीत तर त्यांचे विशुद्ध, अनन्य भक्तच ती रूपे जाणतात (*वेदेषु दुर्लभमदुर्लभमात्मभक्तौ*). अर्जुनासारखे भक्त हे भगवंतांचे नित्य पार्षद असतात आणि जेव्हा भगवंत अवतार धारण करतात तेव्हा त्यांची विविध प्रकारे सेवा करण्यास त्यांचे पार्षदही अवतरित होतात. अशा पार्षदांपैकी अर्जुन हा एक पार्षद आहे आणि या श्लोकावरून कळून येते की, काही लाख वर्षांपूर्वी जेव्हा भगवान श्रीकृष्णांनी सूर्यदेव विवस्वानाला भगवद्गीता सांगितली तेव्हा अर्जुनही निराळ्या रूपामध्ये उपस्थित होता. पण भगवंत आणि अर्जुनामधील भेद हाच आहे की, भगवंतांना त्या घटनेचे स्मरण होते तर अर्जुनाला ती घटना स्मरत नव्हती. अंशरूप जीव आणि भगवंत यांच्यामध्ये हाच भेद आहे. अर्जुनाला जरी या ठिकाणी शत्रुदमन करणारा शक्तिशाली वीर किंवा परंतप म्हणून संबोधण्यात आले असले तरी तो आपल्या पूर्वजन्मात घडलेल्या गोष्टी पुन्हा आठवू शकत नाही. म्हणून भौतिकदृष्ट्या जीव कितीही श्रेष्ठ असला तरी तो भगवंतांची बरोबरी करू शकत नाही. जो भगवंतांचा नित्य पार्षद असतो तो निश्चितच मुक्त जीव असतो, पण तरीही तो भगवंतांची बरोबरी करू शकत नाही. ब्रह्मसंहितेमध्ये भगवंतांचे 'अच्युत' म्हणून वर्णन करण्यात आले आहे, अर्थात भगवंत जरी

भौतिक प्रकृतीच्या संपर्कात असले तरी त्यांना स्वत:चे कधीच विस्मरण होत नाही. म्हणून जीव अर्जुनाप्रमाणेच मुक्त असला तरी तो सर्व दृष्टीने भगवंतांशी कधीच समान होऊ शकत नाही. अर्जुन जरी भगवंतांचा भक्त असला तरी त्याला कधी कधी भगवंतांच्या स्वरूपाचे विस्मरण होते, पण भगवंतांच्या दैवी कृपेने भक्त तात्काळ त्यांच्या अच्युत स्वरूपाला जाणू शकतो. अभक्त किंवा असुर भगवंतांचे दिव्य स्वरूप जाणू शकत नाहीत. त्यामुळेच गीतेतील या वर्णनाचे आकलन आसुरी बुद्धीच्या लोकांना होऊ शकत नाही. अर्जुन आणि श्रीकृष्ण दोघांचेही स्वरूप शाश्वत असले तरी श्रीकृष्णांना लाखो वर्षांपूर्वी आपण केलेल्या क्रियांचे स्मरण होते तर अर्जुनाला आपल्या क्रियांचे स्मरण नव्हते. या ठिकाणी आपण हे जाणू शकतो की, जीवाने आपले शरीर बदलल्यामुळे त्याला सर्व गोष्टींचे विस्मरण होते, पण भगवंत आपले सच्चिदानंद शरीर बदलत नसल्यामुळे ते सर्व गोष्टी आठवू शकत होते. ते अद्वैत आहेत, अर्थात, त्यांचे शरीर आणि त्यांचे स्वत:चे स्वरूप यांत काहीही भेद नाही. भगवंतांशी संबंधित प्रत्येक गोष्ट आध्यात्मिक आहे; पण बद्ध जीव आपल्या भौतिक देहापासून भिन्न आहे. जेव्हा भगवंत हे भौतिक प्रकृतीमध्ये अवतीर्ण होतात तेव्हासुद्धा त्यांचे शरीर आणि आत्मा अभिन्न असल्याकारणाने, त्यांची स्थिती ही साधारण जीवाहून नेहमी भिन्नच असते. भगवंतांचे हे दिव्य स्वरूप असुर जाणू शकत नाहीत. या दिव्य स्वरूपाचे वर्णन स्वत: भगवंतांनी पुढील श्लोकामध्ये केले आहे.

**अजोऽपि सन्नव्ययात्मा भूतानामीश्वरोऽपि सन्।**
**प्रकृतिं स्वामधिष्ठाय सम्भवाम्यात्ममायया ॥ ६॥**

**अजः**—अजन्मा; **अपि**—जरी; **सन्**—असताना; **अव्यय**—अविनाशी किंवा अव्ययी; **आत्मा**—शरीर; **भूतानाम्**—सर्व जन्मलेल्या प्राणिमात्रांचा; **ईश्वरः**—ईश्वर; **अपि**—जरी; **सन्**—असणारा; **प्रकृतिम्**—दिव्य रूपामध्ये; **स्वाम्**—स्वत:च्या; **अधिष्ठाय**—याप्रमाणे स्थित होऊन; **सम्भवामि**—मी अवतरित होतो; **आत्म-मायया**—माझ्या अंतरंग शक्तीने.

**मी जरी अजन्मा आहे आणि माझ्या दिव्य शरीराचा कधीच नाश होत नाही आणि मी जरी सर्व प्राणिमात्रांचा ईश्वर आहे, तरी प्रत्येक युगायुगात मी माझ्या मूळ दिव्य रूपात अवतीर्ण होत असतो.**

**तात्पर्य:** भगवंतांनी आपल्या जन्माच्या वैशिष्ट्याबद्दल सांगितले आहे: भगवंत जरी सामान्य मनुष्याप्रमाणे दिसत असले तरी त्यांना आपल्या अनेकानेक गतजन्मांतील सर्व गोष्टींची स्मृती असते तर सामान्य मनुष्याला आपण काही तासांपूर्वी काय केले याचेही स्मरण होऊ शकत नाही. एखाद्याला जर विचारण्यात आले की, पूर्वीच्या दिवशी नेमके याच वेळेला तू काय केलेस तर, सामान्य मनुष्याला ताबडतोब उत्तर देणे कठीण होईल. पूर्वीच्या दिवशी याच वेळेला आपण नेमके काय करीत होतो हे आठविण्यासाठी त्याला नक्कीच आपल्या स्मृतीला बराच ताण द्यावा लागेल आणि तरीही मनुष्य वारंवार आपण परमेश्वर किंवा श्रीकृष्ण आहोत असे म्हणण्याचे धाडस करतो; मनुष्याने अशा खोट्या दाव्याने फसून जाऊ नये. त्यानंतर भगवंत आपल्या 'प्रकृतीचे' अर्थात आपल्या रूपाचे वर्णन करतात. 'प्रकृती' म्हणजेच स्वभाव व स्वरूपही

होय. भगवंत सांगतात की, ते आपल्या स्वत:च्या देहात अवतीर्ण होतात, ज्याप्रमाणे सामान्य जीव एका देहानंतर दुसरा देह बदलत राहतो त्याप्रमाणे भगवंत आपले शरीर बदलत नाहीत. बद्ध जीवाला वर्तमान जन्मामध्ये एका प्रकारचे शरीर असते; पण पुढील जन्मात त्याला निराळ्या प्रकारचा देह असतो. भौतिक जगतात जीवाचे ठरावीक शरीर नसते तर जीव हा एका शरीरातून दुसऱ्या शरीरात स्थानांतर करतो; परंतु भगवंत असे देहांतर करीत नाहीत. जेव्हा ते अवतीर्ण होतात, तेव्हा ते आपल्या अंतरंगा शक्तीद्वारे मूळ देहामध्येच अवतीर्ण होतात. दुसऱ्या शब्दांत सांगावयाचे तर, या भौतिक जगतात श्रीकृष्ण द्विभुज वेणुधारी मूळ शाश्वत रूपात अवतरित होतात. ते भौतिक जगाने दूषित न होता आपल्या मूळ शाश्वत रूपातच अवतरित होतात. ते जरी आपल्या दिव्य देहाने अवतरित होत असले व पूर्ण ब्रह्मांडाचे स्वामी असले तरी ते एखाद्या साधारण जीवाप्रमाणे जन्म घेत असल्याचे दिसते आणि जरी त्यांचे शरीर भौतिक शरीराप्रमाणे विनाशी नसले तरी भगवान श्रीकृष्ण बाल्यावस्थेतून कौमार्यावस्थेमध्ये आणि कौमार्यावस्थेमधून तारुण्यावस्थेमध्ये वाढत असल्याचे दिसून येते. पण आश्चर्य म्हणजे तारुण्यावस्थेपुढे त्यांची कधीच वाढ होत नाही. कुरुक्षेत्राच्या युद्धाच्या वेळी श्रीकृष्णांना घरी पुष्कळ नातवंडे होती किंवा दुसऱ्या शब्दांत सांगावयाचे तर, भौतिकदृष्ट्या त्यांचे बरेच वय झाले होते. तरीही ते वीस किंवा पंचविशीतल्या तरुणाप्रमाणे दिसत होते. आपल्याला श्रीकृष्णांचे वृद्धावस्थेतील चित्र कधीच आढळत नाही, कारण ते आपल्याप्रमाणे कधीच वृद्ध होत नाहीत. वास्तविकपणे भूत, वर्तमान, भविष्य या तिन्ही काळांतील अखिल सृष्टीत भगवान पुराणपुरुष आहेत. त्यांचे शरीर किंवा बुद्धी कधीच बदलतही नाही किंवा नाशही पावत नाही. म्हणून भगवंत भौतिक जगतात असले, तरी हे स्पष्ट आहे की, ते अजन्मा, सच्चिदानंद आहेत आणि त्यांचे दिव्य शरीर, बुद्धी कधीच बदलत नाही. वास्तविकपणे त्यांचा आविर्भाव आणि तिरोभाव हा सूर्याचा उदय, आपल्यासमोर होणारे गमन आणि आपल्या दृष्टीपासून होणाऱ्या अस्ताप्रमाणे आहे. सूर्य दृष्टीआड झाल्यावर आपल्याला वाटते की, सूर्यास्त झाला आणि जेव्हा सूर्य आपल्या डोळ्यासमोर असतो तेव्हा तो आपल्याला क्षितिजावर असल्याचे वाटते. वास्तविकपणे सूर्य नेहमी एकाच ठिकाणी स्थित असतो; पण आपल्या सदोष आणि अपूर्ण इंद्रियांमुळे आपण सूर्याच्या उदयाची आणि अस्ताची कल्पना करतो आणि भगवान श्रीकृष्णाचा आविर्भाव आणि तिरोभाव हा सामान्य जीवाहून पूर्णपणे भिन्न असल्याकारणाने हे सिद्ध होते की, ते आपल्या अंतरंगा शक्तीमुळे सच्चिदानंद आहेत आणि भौतिक प्रकृतीमुळे ते कधीच प्रभावित होत नाहीत. वेदही निश्चितपणे पुष्टी देतात की, पुरुषोत्तम श्रीभगवान हे अजन्मा आहेत तरीही ते अनेकविध रूपांमध्ये प्रकट होण्यासाठी अवतरित होतात. वैदिक परिशिष्ट साहित्यातही निश्चितपणे सांगण्यात आले आहे की, भगवंत जरी जन्म घेताना दिसले तरी त्यांच्या शरीरात बदल होत नाही. श्रीमद्‌भागवतात, ते आपल्या मातेसमोर षडैश्वर्यपूर्ण चतुर्भुज नारायण म्हणून अवतरित होतात. भगवंतांचे मूळ रूपात अवतीर्ण होणे म्हणजे त्यांची जीवांवरील अहैतुकी कृपाच होय. यामुळे जीव, निर्विशेषवादी लोकांना चुकीने वाटणाऱ्या मानसिक तर्कवितर्क किंवा कल्पनेवर आधारित रूपावर ध्यान न करता भगवंतांच्या मूळ रूपावर ध्यान करू शकतात. *विश्व-कोष* शब्दकोषानुसार

*माया* किंवा *आत्ममायया* हा शब्द भगवंतांच्या अहैतुकी कृपेला उद्देशून संबोधण्यात आला आहे. भगवंतांना आपल्या सर्व पूर्व आविर्भाव आणि तिरोभावांचे ज्ञान आहे, पण सामान्य जीवाला जेव्हा दुसरे शरीर प्राप्त होते, तेव्हा त्याला आपल्या पूर्व शरीराबद्दलच्या सर्व गोष्टींचे विस्मरण होते. भगवंत सर्व जीवांचे स्वामी आहेत, कारण ते जेव्हा या भूतलावर असतात तेव्हा ते आश्चर्यजनक आणि असामान्य लीला करतात. म्हणून भगवंत हेच परम सत्य आहेत आणि त्यांचे रूप आणि आत्मा किंवा त्यांचे गुण आणि शरीर यांमध्ये काहीही भेद नाही. या ठिकाणी असा प्रश्न उद्‌भवू शकतो की, भगवंत आविर्भूत आणि तिरोभूत का होतात. याचे विवेचन पुढील श्लोकात करण्यात आले आहे.

**यदा यदा हि धर्मस्य ग्लानिर्भवति भारत।**
**अभ्युत्थानमधर्मस्य तदात्मानं सृजाम्यहम्॥ ७॥**

**यदा यदा**—जेव्हा जेव्हा आणि जेथे जेथे; **हि**—निश्चितच; **धर्मस्य**—धर्माचे; **ग्लानिः**—ग्लानी किंवा ऱ्हास; **भवति**—होतो; **भारत**—हे भरतवंशजा; **अभ्युत्थानम्**—वर्चस्व; **अधर्मस्य**—अधर्माचे; **तदा**—त्या वेळी; **आत्मानम्**—स्वतः; **सृजामि**—प्रकटतो; **अहम्**—मी.

**जेव्हा जेव्हा आणि जेथे जेथे धर्माचरणाचा ऱ्हास होतो आणि अधर्माचे वर्चस्व होते, त्या वेळी हे भारता! मी स्वतः अवतीर्ण होतो.**

**तात्पर्यः** या ठिकाणी *सृजामि* हा शब्द अत्यंत महत्त्वपूर्ण आहे. *सृजामि* शब्द निर्मिती किंवा उत्पत्ती या अर्थाने वापरता येत नाही. कारण पूर्वीच्या श्लोकानुसार भगवंतांची सर्व रूपे शाश्वतरीत्या अस्तित्वात असल्यामुळे त्याच्या रूपांची किंवा शरीराची निर्मिती होण्याचा प्रश्नच उद्‌भवत नाही. म्हणून *सृजामि* शब्दाचा अर्थ असा आहे, की भगवंत स्वतःच्या मूळ रूपात जसे आहेत तसे स्वतःला प्रकट करतात. भगवंत ठरावीक कालांतराने अवतरित होत असतात, ज्याप्रमाणे भगवान श्रीकृष्ण ब्रह्मदेवाच्या एका दिवसात, सातव्या मनूच्या अठ्ठाविसाव्या चतुर्युगाच्या द्वापार युगाच्या शेवटी अवतीर्ण झाले, पण तरीही अशा नियमांचे पालन करण्यास ते बाध्य नाहीत, कारण ते आपल्या इच्छेनुसार कोणतेही कार्य करण्यास स्वतंत्र आहेत. म्हणून जेव्हा अधर्माचे वर्चस्व होते आणि वास्तविक धर्माचा लोप होतो, तेव्हा भगवंत स्वतःच्या इच्छेनुसार अवतरित होतात. धर्माची तत्त्वे वेदांमध्ये सांगण्यात आली आहेत आणि वेदांमध्ये सांगण्यात आलेल्या नियमांचे उल्लंघन केल्याने मनुष्य अधार्मिक बनतो. श्रीमद्‌भागवतात सांगण्यात आले आहे की, ही धर्मतत्त्वे म्हणजे भगवंतांचे नियम आहेत. केवळ भगवंतच धर्माची स्थापना करू शकतात. मूलतः वेदही भगवंतांनी ब्रह्मदेवाला त्याच्या हृदयामध्ये सांगितले. म्हणून धर्मतत्त्वे म्हणजे साक्षात पुरुषोत्तम श्रीभगवान यांच्या आज्ञाच आहेत. (*धर्मं तु साक्षाद्‌भगवत्प्रणीतम्*) या तत्त्वांचे स्पष्ट विवेचन संपूर्ण भगवद्‌गीतेत करण्यात आले आहे. भगवंतांच्या आज्ञेनुसार धर्मतत्त्वांना स्थापित करणे हाच वेदांचा उद्देश आहे आणि गीतेच्या शेवटी भगवंत स्वतःच आज्ञा देतात की, त्यांना शरण जाण्यावाचून इतर कोणतेही परमोच्च धर्मतत्त्व नाही. वैदिक तत्त्वे मनुष्याला, भगवंतांना पूर्णपणे शरण जाण्यासाठी प्रवृत्त करतात

आणि अशा तत्त्वांमध्ये जेव्हा आसुरी लोक विघ्ने आणतात, तेव्हा भगवंत अवतार धारण करतात. श्रीमद्‌भागवतावरून आपल्याला कळून येते की, बुद्धदेव हे भगवान श्रीकृष्णांचे अवतार आहेत. जेव्हा भौतिकवादाचा सुळसुळाट झाला होता आणि भौतिकवादी लोक वेद प्रमाणांचा स्वार्थासाठी उपयोग करीत होते तेव्हा भगवान बुद्ध अवतरित झाले होते. वेदांमध्ये विशिष्ट हेतूकरिता जरी पशुयज्ञासंबंधी काही नियामक विधिविधाने आहेत, तरी जे आसुरी प्रवृत्तीचे लोक होते ते वैदिक सिद्धांतांना न जुमानता पशुयज्ञ करीत होते. या अनाचाराचा अंत करण्यासाठी आणि वेदांच्या अहिंसक तत्त्वांची स्थापना करण्यासाठी भगवान बुद्ध अवतरित झाले होते. म्हणून भगवंतांच्या प्रत्येक अवताराचे विशिष्ट कार्य असते आणि या सर्व अवतारांचे वर्णन धर्मशास्त्रांत करण्यात आले आहे. जोपर्यंत शास्त्रांमध्ये एखाद्याचा अवतार म्हणून उल्लेख करण्यात आलेला नाही तोपर्यंत कोणाचाही अवतार म्हणून स्वीकार करू नये. भगवंत केवळ भारतभूमीतच अवतरित होतात ही वस्तुस्थिती नाही. ते कोठेही आणि केव्हाही त्यांच्या इच्छेनुसार अवतरित होऊ शकतात. प्रत्येक अवतारामध्ये विशिष्ट परिस्थितीमधील विशिष्ट लोक जितके समजू शकतील तितकेच ते धर्माबद्दल उपदेश देतात, पण प्रत्येक अवतारात कार्य सारखेच असते व ते म्हणजे लोकांना भगवद्‌भावनायुक्त होण्यास आणि धर्म-तत्त्वाचे पालन करण्यास प्रवृत्त करणे हे होय. काही वेळा ते स्वत: अवतरित होतात तर काही वेळा ते आपल्या प्रामाणिक प्रतिनिधीला, आपला पुत्र किंवा सेवक म्हणून पाठवितात किंवा वेषांतर केलेल्या रूपात स्वत:च प्रकट होतात. भगवद्‌गीतेतील सिद्धांत अर्जुनाला सांगण्यात आले होते तसेच ते इतर उन्नत व्यक्तींना उद्देशूनही होते. कारण अर्जुन हा जगातील इतर कोणत्याही प्रदेशातील सामान्य मनुष्यांच्या तुलनेत अत्यंत प्रगत होता. दोन अधिक दोन बरोबर चार होतात हा गणिती सिद्धांत ज्याप्रमाणे प्राथमिक विद्यार्थ्यांच्या अंकगणित वर्गामध्ये लागू पडतो, त्याचप्रमाणे तो सिद्धांत प्रगत विद्यार्थ्यांच्याही वर्गामध्ये लागू पडतो. तरीही श्रेष्ठ आणि कनिष्ठ गणित असतेच, म्हणूनच याप्रमाणे भगवंतांच्या प्रत्येक अवतारामध्ये सारखेच सिद्धांत शिकविले जातात, पण निरनिराळ्या परिस्थितीनुसार ते श्रेष्ठ अथवा कनिष्ठ असल्याप्रमाणे दिसून येतात. धर्माच्या उच्च सिद्धांतांचा प्रारंभ, पुढे सांगितल्याप्रमाणे सामाजिक जीवनातील वर्णाश्रम पद्धतीचा स्वीकार केल्याने होतो. सर्वत्र कृष्णभावनेची जागृती करणे हे अवतार कार्याचे प्रयोजन आहे. अशी भावना केवळ निरनिराळ्या परिस्थितींमध्ये अप्रकट किंवा प्रकट होते.

**परित्राणाय साधूनां विनाशाय च दुष्कृताम्।**
**धर्मसंस्थापनार्थाय सम्भवामि युगे युगे ॥ ८ ॥**

**परित्राणाय**—उद्धार करण्याकरिता; **साधूनाम्**—भक्तांचा; **विनाशाय**—विनाश करण्याकरिता; **च**—आणि; **दुष्कृताम्**—दुर्जन किंवा दुष्टांचा; **धर्म**—धर्मतत्त्वे; **संस्थापन-अर्थाय**—पुन्हा प्रस्थापित करण्यासाठी; **सम्भवामि**—मी प्रकट होतो; **युगे**—युग; **युगे**—युगानंतर.

**भक्तांचा उद्धार करण्याकरिता आणि दुष्टांचा विनाश करण्याकरिता तसेच धर्माची पुनर्स्थापना करण्याकरिता मी स्वत: युगायुगात प्रकट होतो.**

**तात्पर्य:** भगवद्‌गीतेनुसार साधू म्हणजे कृष्णभावनाभावित मनुष्य होय. एखादा मनुष्य अधार्मिक आहे असे दिसू शकते; पण जर तो कृष्णभावनेच्या गुणांनी संपूर्णपणे युक्त असेल तर त्याला साधू समजले पाहिजे आणि जे कृष्णभावनेची मुळीच पर्वा करीत नाहीत, त्यांना *दुष्कृताम्* हा शब्द लागू पडतो. असे दुष्ट किंवा *दुष्कृताम् लोक* भौतिक शिक्षणाने जरी विभूषित असले तरी त्यांचे वर्णन मूर्ख आणि मानवजातीतील अत्यंत निकृष्ट म्हणून करण्यात आले आहे. परंतु जे पूर्णपणे कृष्णभावनेमध्ये संलग्न आहेत ते जरी अशिक्षित किंवा असंस्कृत असले तरी त्यांना साधू म्हणून मानले पाहिजे. नास्तिक लोकांबद्दल सांगावयाचे तर, ज्याप्रमाणे रावण आणि कंस या असुरांचा विनाश करण्यासाठी स्वत: भगवंतांना अवतरित व्हावे लागले त्याप्रमाणे नास्तिक लोकांचा विनाश करण्यासाठी त्यांना स्वत: अवतरित होण्याची आवश्यकता नाही. असुरांचा विनाश करण्यास समर्थ असे भगवंतांचे अनेक प्रतिनिधी आहेत, परंतु आपल्या अनन्य भक्तांच्या सांत्वनार्थ ते विशेषकरून अवतरित होतात, कारण आसुरी लोक भक्तांचा नेहमी छळ करीत असतात. एखादा भक्त जरी असुरांचा नातलग असला तरी असुरांकडून त्या भक्ताचा छळ होतो. प्रह्लाद महाराज जरी हिरण्यकशिपूचे पुत्र असले तरी त्यांच्या पित्याकडून त्यांचा छळ झालाच, श्रीकृष्णांची माता देवकी जरी कंसाची बहीण असली तरी तिचा आणि तिचे पती वसुदेव यांचा कंसाने एवढ्याचसाठी छळ केला की, त्यांच्या पोटी श्रीकृष्णांचा जन्म होणार होता. म्हणून भगवान श्रीकृष्ण मुख्यत: कंसाचा वध करण्यापेक्षा देवकीचा उद्धार करण्यासाठी अवतरित झाले, पण दोन्ही कार्ये त्यांनी एकाच वेळी केली. यास्तव या ठिकाणी सांगण्यात आले आहे की, भक्तांचा उद्धार आणि दुष्ट असुरांचा विनाश करण्याकरिता भगवंत विविध अवतार धारण करतात.

कृष्णदास कविराज कृत चैतन्यचरितामृतात खालील श्लोकामध्ये अवतारविषयक तत्त्वांचा सारांश दिला आहे. (मध्य २०.२६३—२६४)

*सृष्टीहेतु एइ मूर्ति प्रपञ्चे अवतरे ।*
*सेइ ईश्वरमूर्ति 'अवतार' नाम धरे ॥*
*मायातीत परव्योमे सबार अवस्थान ।*
*विश्वे अवतरि धरे 'अवतार' नाम ॥*

"भौतिक सृष्टीत प्रकट होण्याकरिता भगवद्धामातून भगवंतांचा अवतार होतो. याप्रमाणे भगवंतांचे जे विशिष्ट रूप अवतीर्ण होते यालाच 'अवतार' म्हटले जाते. असे अवतार भगवद्धामात—परव्योमात स्थित असतात. ते जेव्हा भौतिक सृष्टीत प्रकट होतात तेव्हा त्यांना *अवतार* म्हणून संबोधले जाते."

पुरुषावतार, गुणावतार, लीलावतार, शक्त्यावेश अवतार, मन्वन्तर अवतार आणि युगावतार असे अवतारांचे विविध प्रकार आहेत आणि ते सर्व संपूर्ण विश्वामध्ये ठरावीक वेळी अवतरित होत असतात, पण भगवान श्रीकृष्ण हेच आद्यपुरुष आहेत आणि तेच सर्व अवतारांचे मूळ आहेत. भगवान श्रीकृष्ण आपल्या विशुद्ध भक्तांच्या दु:खांचे निवारण करण्यासाठी विशेषकरून अवतरित होतात. हे शुद्ध भक्त भगवंतांना त्यांच्या मूळ वृंदावन लीलांमध्ये पाहण्यास अत्यंत

उत्सुक असतात, म्हणून कृष्णावताराचे मुख्य प्रयोजन त्यांच्या अनन्य भक्तांना संतुष्ट करणे हे आहे.

भगवंत सांगतात की, ते प्रत्येक युगात अवतीर्ण होतात. यावरून दर्शित होते की, कलियुगातही ते अवतरित होतात. श्रीमद्भागवतात सांगितल्याप्रमाणे कलियुगातील अवतार म्हणजे भगवान श्री चैतन्य महाप्रभू आहेत. श्री चैतन्य महाप्रभूंनी संकीर्तन आंदोलनाद्वारे (सामूहिक पवित्र हरिनामाचे कीर्तन) कृष्णभक्तीचा प्रसार केला आणि संपूर्ण भारतभर कृष्णभावना पसरविली. त्यांनी भविष्यवाणी केली की, या संकीर्तन आंदोलनाचा प्रचार जगामध्ये सर्वत्र, नगरोनगरी आणि खेडोपाडी होईल. भगवान श्री चैतन्य महाप्रभूंचा, भगवान श्रीकृष्णांचे अवतार म्हणून उपनिषदे, महाभारत, भागवत इत्यादी शास्त्रांच्या गोपनीय प्रकरणांत, प्रत्यक्षपणे नव्हे तर गुप्त वर्णन करण्यात आले आहे. श्री चैतन्य महाप्रभूंच्या संकीर्तन आंदोलनाद्वारे भगवान श्रीकृष्णांचे भक्त अत्यंत आकर्षित होतात. भगवंतांचा हा अवतार दुष्टांचा वध करीत नाही तर आपल्या अहैतुकी कृपेद्वारे त्यांचा उद्धार करतो.

**जन्म कर्म च मे दिव्यमेवं यो वेत्ति तत्त्वतः।**
**त्यक्त्वा देहं पुनर्जन्म नैति मामेति सोऽर्जुन॥ ९॥**

**जन्म**—जन्म; **कर्म**—कर्म; **च**—सुद्धा; **मे**—माझे; **दिव्यम्**—दिव्य; **एवम्**—याप्रमाणे; **यः**—जो; **वेत्ति**—जाणतो; **तत्त्वतः**—तत्त्वतः किंवा यथार्थरूपाने; **त्यक्त्वा**—सोडून; **देहम्**—हा देह; **पुनः**—पुन्हा; **जन्म**—जन्म; **न**—कधीच नाही; **एति**—प्राप्त करतो; **माम्**—मला; **एति**—प्राप्त करतो; **सः**—तो; **अर्जुन**—हे अर्जुन.

**जो माझ्या जन्माचे आणि कर्मांचे दिव्य स्वरूप जाणतो तो देहत्याग केल्यानंतर या भौतिक जगतात पुन्हा जन्म घेत नाही, तर हे अर्जुना! तो माझ्या शाश्वत धामाची प्राप्ती करतो.**

**तात्पर्य:** भगवंतांच्या आपल्या दिव्य धामातून होणाऱ्या अवतरणाबद्दल यापूर्वीच सहाव्या श्लोकामध्ये वर्णन करण्यात आले आहे. जो भगवंतांच्या जन्माचे सत्य जाणू शकतो तो भौतिक बंधनातून मुक्तच आहे आणि म्हणून वर्तमान देहाचा त्याग केल्यानंतर तो तात्काळ भगवद्धामात परत जातो. भौतिक बंधनातून जीवाची होणारी अशी मुक्ती सहजपणे मुळीच साध्य होत नाही. निर्विशेषवादी आणि योगी यांना अतिशय क्लेश सोसल्यानंतरच आणि अनेकानेक जन्मांनंतरच मुक्ती प्राप्त होते. यानंतरही भगवंतांच्या निर्विशेष ब्रह्मज्योतीमध्ये विलीन होण्याची जी मुक्ती त्यांना प्राप्त होते, ती केवळ आंशिक मुक्ती असते आणि अशा मुक्तीत, भौतिक जगतात पुन्हा परतून येण्याची शक्यता असते. पण भक्ताला, केवळ भगवंतांच्या शरीर आणि कर्मांचे दिव्य स्वरूप जाणल्याने हे शरीर त्याग केल्यानंतर भगवद्धामाची प्राप्ती होते आणि त्याला पुन्हा या भौतिक जगतात परतून येण्याचा धोका नसतो. ब्रह्मसंहितेमध्ये सांगण्यात आले आहे की, भगवंतांची अनंत रूपे आणि अनंत अवतार आहेत. *अद्वैतमच्युतमनादिमनन्तरूपम्*—भगवंत जरी अनंत दिव्य रूपे धारण करीत असले तरी ते श्रीभगवंत अद्वयच आहेत. हे सत्य जरी

ज्ञानीजन आणि सांसारिक पंडितांच्या आकलनापलीकडे असले तरी मनुष्याने ते दृढ विश्वासाद्वारे जाणून घेतले पाहिजे. वेदांमध्ये (*पुरुष बोधिनी उपनिषद्*) सांगितल्याप्रमाणे

*एको देवो नित्यलीलानुरक्तो भक्तव्यापी हृद्यन्तरात्मा ॥*

"एकच भगवंत आपल्या विशुद्ध भक्ताशी लीलानुरक्त होण्यासाठी नित्य दिव्य रूपे धारण करण्यात मग्न असतात." या वेदप्रमाणांना स्वत: भगवंतांनी गीतेतील या श्लोकामध्ये पुष्टी दिली आहे. जो मनुष्य या सत्याचा वेदांच्या आणि भगवंतांच्या प्रामाण्यपूर्व वचनांच्या आधारावर स्वीकार करतो आणि जो तार्किक तत्त्वज्ञानामध्ये आपला वेळ दवडीत नाही तो मुक्तीच्या परमोच्च पूर्णावस्थेची प्राप्ती करतो. या सत्याचा केवळ विश्वासपूर्वक स्वीकार केल्याने मनुष्य निश्चितपणे मुक्तीची प्राप्ती करू शकतो. वास्तविकपणे *तत्त्वमसि* हे वैदिक वाक्य या बाबतीत लागू पडते. जो कोणी श्रीकृष्णांनाच परम सत्य म्हणून जाणतो किंवा जो भगवंतांना म्हणतो की "तुम्हीच परम ब्रह्म स्वयं भगवान आहात" तो निश्चितपणे तात्काळ मुक्त होतो आणि यामुळेच त्याचा भगवंतांच्या दिव्य सत्संगामधील प्रवेश निश्चित होतो. दुसऱ्या शब्दांत सांगावयाचे तर, भगवंतांचा असा श्रद्धावान भक्त पूर्णता प्राप्त करतो आणि याची पुष्टी पुढील वैदिक प्रमाणाद्वारे करण्यात आली आहे.

*तमेव विदित्वाति मृत्युमेति नान्य: पन्था विद्यतेऽयनाय ।*

"केवळ भगवंतांना जाणल्याने मनुष्य हा जन्म-मृत्यूपासून होणाऱ्या मुक्तीची पूर्णावस्था प्राप्त करू शकतो आणि मुक्ती प्राप्त करण्यासाठी इतर कोणताही मार्ग नाही." (श्वेताश्वतरोपनिषद् ३.८) इतर कोणताही पर्याय नाही याचा अर्थ आहे की, जो श्रीकृष्णांना पुरुषोत्तम श्रीभगवान म्हणून जाणीत नाहीत, तो निश्चितपणे तमोगुणात आहे आणि यामुळे तो मुक्तीची प्राप्ती करू शकत नाही. भगवद्गीतेवर सांसारिक पांडित्याला अनुसरून भाष्य लिहिणे म्हणजे मधाच्या बाटलीचा केवळ पृष्ठभाग चाटल्याप्रमाणे आहे आणि त्यामुळे मुक्ती प्राप्त करणे अशक्य आहे. असे तार्किक ज्ञानी भौतिक जगतामध्ये अत्यंत महत्त्वपूर्ण कर्मे करीत असतील, पण यामुळे ते मुक्तीसाठी पात्र होतील असे नाही. अशा अहंकारी सांसारिक विद्वानांना भगवद्भक्ताची अहैतुकी कृपा होईपर्यंत वाट पाहावी लागेल. म्हणून मनुष्याने श्रद्धा आणि ज्ञानाच्या आधारे कृष्णभावनेचे अनुशीलन करून मुक्ती प्राप्त केली पाहिजे.

**वीतरागभयक्रोधा मन्मया मामुपाश्रिताः ।**
**बहवो ज्ञानतपसा पूता मद्भावमागताः ॥ १०॥**

**वीत**—मुक्त झालेला; **राग**—आसक्ती; **भय**—भय; **क्रोधाः**—आणि क्रोध; **मत्-मया**—पूर्णपणे माझ्यामध्ये; **माम्**—माझ्यामध्ये; **उपाश्रिताः**—पूर्णपणे स्थित झालेले किंवा आश्रित झालेले; **बहवः**—अनेक; **ज्ञान**—ज्ञानाच्या; **तपसा**—तपाद्वारे; **पूताः**—शुद्ध होऊन; **मत्-भावम्**—माझ्याविषयी दिव्यप्रेम; **आगताः**—प्राप्त केले.

**आसक्ती, भय आणि क्रोध यांतून मुक्त झालेले, पूर्णपणे मत्परायण झालेले आणि माझा आश्रय ग्रहण करणारे गतकाळातील अनेकानेक मनुष्य माझ्याविषयीच्या**

**ज्ञानामुळे शुद्ध झाले आहेत आणि याप्रमाणे त्या सर्वांना माझ्याविषयीच्या दिव्य प्रेमाची प्राप्ती झाली आहे.**

**तात्पर्य:** पूर्वी वर्णन केल्याप्रमाणे जो मनुष्य अत्यंत विषयाग्रस्त झालेला आहे त्याला परम सत्याचे वैयक्तिक स्वरूप जाणणे अतिशय दुस्तर आहे. सामान्यत: जे लोक देहात्मबुद्धीमध्ये आसक्त आहेत ते इतके विषयासक्तीमध्ये मग्न असतात की, त्यांना परम सत्यही साकार असू शकते याचे ज्ञान होणे जवळजवळ अशक्य असते. अशा जडवादी लोकांना सच्चिदानंद शरीराची कल्पनाही करता येणे अशक्य आहे. भौतिकदृष्ट्या शरीर हे विनाशी, पूर्णपणे अज्ञानमय आणि पूर्णपणे दु:खमय आहे. म्हणून सामान्यत: लोकांना जेव्हा परम सत्याच्या साकार रूपाबद्दल सांगितले जाते तेव्हा त्यांच्या मनात हीच शारीरिक संकल्पना घर करून बसलेली असते. अशा भौतिकवादी मनुष्यांसाठी प्राकृत सृष्टीचे महाकाय विराट रूपच सर्वश्रेष्ठ असते. यामुळेच ते लोक परम सत्याला निर्विशेष किंवा निराकार समजतात आणि ते अत्यंत विषयासक्त असल्यामुळे, भौतिक जगतातून मुक्त झाल्यावर, जीवाचे मूळ स्वरूप कायम राहते हा विचारच त्यांना भयावह वाटतो. जेव्हा त्यांना सांगितले जाते की, आध्यात्मिक जीवनही व्यक्तिगत आणि साकार आहे तेव्हा ते लोक पुन्हा शरीर धारण करण्याच्या कल्पनेने भयभीत होतात आणि यामुळे स्वाभाविकत:च ते निर्विशेष शून्यामध्ये विलीन होणे पसंत करतात. सामान्यपणे असे लोक जीवाची तुलना समुद्रातील बुडबुड्यांशी करतात, कारण असे बुडबुडे पुन्हा समुद्रातच विलीन होतात. साकार व्यक्तिमत्त्वारहित प्राप्त होणारी ही आध्यात्मिक जीवनातील परिपूर्ण आणि परमोच्च स्थिती आहे असे त्यांना वाटते. खरे तर, आध्यात्मिक जीवनाचे परिपूर्ण ज्ञान नसणारी ही जीवनाची एक प्रकारची भयावह अवस्था आहे. याव्यतिरिक्त असे अनेक लोक आहेत की, जे आध्यात्मिक जीवन मुळीच जाणत नाहीत. अनेक प्रकारचे सिद्धांत आणि विविध प्रकारच्या तत्त्वज्ञानांमधील विसंगतीमुळेच गोंधळून गेलेले ते लोक निराश किंवा क्रोधित होतात आणि मूर्खपणाने निष्कर्ष काढतात की, असे कोणतेही तत्त्व नाही की जे सर्व कारणांचे कारण आहे आणि सरतेशेवटी सर्व काही शून्यच आहे. असे लोक जीवनाच्या विकृत अवस्थेत असतात. काही लोक अत्यंत विषयासक्त असल्यामुळे आध्यात्मिक जीवनाकडे लक्ष देत नाहीत, काही लोकांना परम सत्यामध्ये विलीन होण्याची इच्छा असते, तर निराशेमुळे सर्व प्रकारच्या आध्यात्मिक ज्ञानाचा तिटकारा आलेले लोक कोणत्याही गोष्टीवर विश्वास ठेवीत नाहीत. या शेवटच्या श्रेणीतील लोक कोणत्या तरी नशेच्या आहारी जातात आणि काही वेळा या लोकांच्या मतिविभ्रमालाच आध्यात्मिक दृष्टी मानली जाते. आध्यात्मिक जीवनाकडे दुर्लक्ष, वैयक्तिक आध्यात्मिक स्वरूपाचे भय आणि जीवनातील असफलतेमुळे निर्माण होणारी शून्यवादी कल्पना या भौतिक जगाच्या तिन्ही प्रकारच्या आसक्तींमधून मनुष्याने मुक्त होणे अत्यावश्यक आहे. या जीवनाच्या भौतिक संकल्पनेच्या तीन स्तरांमधून मुक्त होण्यासाठी मनुष्याने अधिकृत आध्यात्मिक गुरूच्या मार्गदर्शनाखाली भगवंतांचा पूर्ण आश्रय घेतला पाहिजे आणि भक्तिमय जीवनाच्या नियम आणि विधिविधानांचे पालन केले पाहिजे. भक्तिमय जीवनाच्या अंतिम स्तराला 'भाव' अथवा 'भगवंतांचे दिव्य प्रेम' असे म्हटले जाते.

भक्तिरसामृतसिंधूनुसार भक्तीचे विज्ञान पुढीलप्रमाणे आहे.(१.४.१५—१६) :

*आदौ श्रद्धा ततः साधुसंगोऽथ भजनक्रिया*
*ततोऽनर्थनिवृत्तिः स्यात्ततो निष्ठा रुचिस्ततः ।*
*अथासक्तिस्ततो भावस्ततः प्रेमाभ्युदञ्चति*
*साधकानामयं प्रेम्णः प्रादुर्भावे भवेत्क्रमः ॥*

''प्रारंभी मनुष्याला आत्मसाक्षात्काराची इच्छा असणे आवश्यक आहे. यामुळे आध्यात्मिकदृष्ट्या उन्नत व्यक्तीच्या सत्संगामध्ये जाण्याचा प्रयत्न करण्याच्या अवस्थेप्रत तो येईल. पुढील अवस्थेत त्याला उन्नत आध्यात्मिक गुरूद्वारे दीक्षा प्राप्त होते आणि त्यांच्या आज्ञेनुसार नवसाधक भक्तिपूर्ण सेवेचा आरंभ करतो. आध्यात्मिक गुरूच्या मार्गदर्शनाखाली भक्तिपूर्ण सेवा केल्याने तो सर्व प्रकारच्या भौतिक आसक्तीतून मुक्त होतो, आत्मसाक्षात्कारामध्ये स्थैर्य प्राप्त करतो आणि परम सत्य भगवान श्रीकृष्णांच्या कथांचे श्रवण करण्याची त्याच्यामध्ये *रुची* निर्माण होते. या रुचीमुळे मनुष्याची कृष्णभावनेतील आसक्ती वृद्धिंगत होते आणि रुची परिपक्व झाल्यावर *भाव* किंवा भगवंतांच्या दिव्य प्रेमातील प्राथमिक स्तरामध्ये रूपांतरित होते. भगवंतांबद्दलच्या या वास्तविक प्रेमालाच *प्रेम* किंवा जीवनाचा परमोच्च परिपूर्ण स्तर असे म्हटले जाते.'' *प्रेम* या स्तरावर मनुष्य दिव्य प्रेममयी भगवत्सेवेमध्ये सतत रममाण झालेला असतो. म्हणून प्रमाणित आध्यात्मिक गुरूच्या मार्गदर्शनानुसार केलेल्या भक्तिपूर्ण सेवेच्या क्रमिक पद्धतीद्वारे, मनुष्य सर्व प्रकारच्या भौतिक आसक्तीतून मुक्त होऊन, स्वतःच्या वैयक्तिक आध्यात्मिक स्वरूपाच्या भयापासून आणि निराशेमुळे उत्पन्न झालेल्या शून्यवादापासून मुक्त होऊन जीवनाच्या परमोच्च स्तराची प्राप्ती करतो. त्यानंतर अंततः त्याला भगवद्धामाची प्राप्ती होते.

**ये यथा मां प्रपद्यन्ते तांस्तथैव भजाम्यहम् ।**
**मम वर्त्मानुवर्तन्ते मनुष्याः पार्थ सर्वशः ॥ ११ ॥**

**ये**—जे; **यथा**—ज्याप्रमाणे; **माम्**—मला; **प्रपद्यन्ते**—शरण येतात; **तान्**—त्यांना; **तथा**—त्याप्रमाणे; **एव**—निश्चितच; **भजामि**—फल देतो; **अहम्**—मी; **मम**—माझ्या; **वर्त्म**—मार्गाला; **अनुवर्तन्ते**—अनुसरतात; **मनुष्याः**—सर्व मनुष्य; **पार्थ**—हे पार्थ; **सर्वशः**—सर्व प्रकारे.

**जे ज्या भावाने मला शरण येतात, त्याला अनुरूप असे फळ मी त्यांना देतो. हे पार्था! सर्वजण माझ्या मार्गाचे सर्व प्रकारे अनुसरण करतात.**

**तात्पर्यः** प्रत्येक मनुष्य भगवान श्रीकृष्णांचा त्यांच्या विविध, प्रकट झालेल्या रूपांमध्ये शोध करीत असतो. पुरुषोत्तम भगवान श्रीकृष्णांचा आंशिक साक्षात्कार, त्यांच्या निर्विशेष ब्रह्मज्योतीमध्ये आणि परमाणूसहित सर्व गोष्टींमध्ये वास करणाऱ्या परमात्मा रूपामध्ये होतो, परंतु श्रीकृष्णांचा पूर्ण साक्षात्कार केवळ त्यांच्या अनन्य भक्तांनाच होतो. यामुळे श्रीकृष्णच प्रत्येकाच्या साक्षात्काराचे ध्येय आहे आणि याप्रमाणे ज्याची श्रीकृष्णांना प्राप्त करावयाची जशी इच्छा आहे त्याप्रमाणे तो मनुष्य संतुष्ट होत असतो. दिव्य आध्यात्मिक जगतातही, श्रीकृष्ण हे

आपल्या अनन्य भक्ताच्या इच्छेनुसार दिव्य भावामध्येच आदानप्रदान करतात. एखाद्या भक्ताला श्रीकृष्ण आपले सर्वश्रेष्ठ एकमेव स्वामी असावेत अशी इच्छा असते, दुसऱ्याला ते आपले खास मित्र असावेत अशी इच्छा असते, आणखी दुसऱ्याला ते आपला पुत्र असावेत अशी इच्छा असते तर आणखी दुसऱ्याला ते आपले प्रियकर असावेत अशी इच्छा असते. श्रीकृष्ण सर्व भक्तांना त्यांच्या आपल्यावरील प्रेमाच्या उत्कटतेनुसार अनुरूप असे फळ देतात. भौतिक जगतातही भावनांचे हेच आदानप्रदान चालते आणि भगवंतही त्याचप्रमाणे विविध प्रकारच्या पूजकांच्या इच्छेनुसार त्यांना समान रीतीने फल प्रदान करतात. विशुद्ध भक्त या ठिकाणी तसेच दिव्य धामामध्येही भगवंतांशी वैयक्तिक सहवास करतात व साक्षात त्यांची सेवा करू शकतात आणि याप्रमाणे विशुद्ध भक्त भगवंतांच्या प्रेममयी सेवेद्वारे दिव्य आनंद प्राप्त करतात. जे निर्विशेषवादी आहेत आणि ज्यांना जीवाच्या स्वतंत्र अस्तित्वाचा विनाश करून आध्यात्मिकदृष्ट्या आत्महत्या करावयाची आहे त्यांनाही श्रीकृष्ण आपल्या तेजामध्ये (ब्रह्मज्योतीमध्ये) विलीन करून घेऊन साहाय्य करतात. असे निर्विशेषवादी हे भगवंतांच्या शाश्वत आनंदमयी स्वरूपाचा स्वीकार करीत नाहीत. म्हणून स्वतःचे स्वतंत्र अस्तित्व गमाविल्यामुळे ते भगवंतांच्या साक्षात दिव्य सेवेद्वारे प्राप्त होणाऱ्या आनंदाचे आस्वादन करू शकत नाहीत. त्यांच्यापैकी जे निर्विशेष ब्रह्मज्योतीमध्ये दृढपणे स्थित झालेले नसतात ते आपल्या कर्म करण्याच्या सुप्त कामना व्यक्त करण्यासाठी पुन्हा भौतिक जगतात येतात. त्यांना आध्यात्मिक लोकांमध्ये प्रवेश दिला जात नाही तर त्यांना पुन्हा प्राकृतिक लोकांमध्ये कर्म करण्याची संधी दिली जाते. जे सकाम कर्मी आहेत त्यांना भगवंत यज्ञेश्वर म्हणून त्यांच्या विहित कर्मांचे इच्छित फळ प्रदान करतात आणि जे योगी, सिद्धी प्राप्त करण्याच्या प्रयत्नात आहेत त्यांना सिद्धी प्रदान केल्या जातात. दुसऱ्या शब्दांत सांगावयाचे तर, प्रत्येकजण यशस्वी होण्यासाठी केवळ भगवंतांच्याच कृपेवर अवलंबून आहे आणि सर्व प्रकारचे आध्यात्मिक मार्ग म्हणजे एकाच मार्गावर असणाऱ्या यशाच्या विविध मर्यादा आहेत. म्हणून श्रीमद्भागवतात (२.३.१०) सांगितल्याप्रमाणे, जोपर्यंत व्यक्ती कृष्णभावनेच्या परमोच्च परिपूर्ण अवस्थेप्रत येत नाही तोपर्यंत तिथे सर्वच प्रयत्न अपूर्ण राहतात.

*अकामः सर्वकामो वा मोक्षकाम उदारधीः ।*
*तीव्रेण भक्तियोगेन यजेत पुरुषं परम् ॥*

"मनुष्य निष्काम असो (भक्ताप्रमाणे) किंवा सर्व सकाम कर्मफलांची इच्छा करणारा असो किंवा मुक्तीच्या प्रयत्नात असो, त्याने कृष्णभावनेत अंतिमतः परिणत होणारी पूर्णावस्था प्राप्त करण्याकरिता सर्व प्रकारे भगवंतांना शरण जाण्याची पराकाष्ठा केली पाहिजे."

**काङ्‌क्षन्तः कर्मणां सिद्धिं यजन्त इह देवताः ।**
**क्षिप्रं हि मानुषे लोके सिद्धिर्भवति कर्मजा ॥ १२ ॥**

**काङ्‌क्षन्तः**—इच्छा करणारे; **कर्मणाम्**—सकाम कर्मांची; **सिद्धिम्**—सिद्धी किंवा परिपूर्णता; **यजन्ते**—ते यज्ञाद्वारे पूजा करतात; **इह**—या भौतिक जगतात; **देवताः**—देवतांची; **क्षिप्रम्**—त्वरित; **हि**—निश्चितच; **मानुषे**—मानव-समाजात; **लोके**—या जगात; **सिद्धिः**—यश; **भवति**—प्राप्त होते;

**कर्म-जा**—सकाम कर्मापासून.

**मनुष्य या जगात सकाम कर्मांमध्ये सिद्धीची इच्छा करतात आणि म्हणून ते देवतांची आराधना करतात. अर्थात, मनुष्यांना या जगात सकाम कर्मापासून त्वरित फलप्राप्ती होते.**

**तात्पर्य:** या भौतिक जगातील देवदेवतांविषयी अत्यंत चुकीची कल्पना आहे आणि विद्वान म्हणून प्रख्यात असणारे अल्पज्ञ लोक या देवदेवतांना भगवंतांचीच विविध रूपे समजतात. वास्तविकपणे देवता या भगवंतांची विविध रूपे नाहीत तर त्या भगवंतांचे विविध अंश आहेत. भगवंत एकच आहेत आणि अंश अनेक आहेत, वेद सांगतात की *नित्यो नित्यानाम्*— भगवंत एकच आहेत. *ईश्वर: परम: कृष्ण:*—श्रीकृष्णच परमेश्वर आहेत आणि देवतांना भौतिक जगताचे व्यवस्थापन करण्याकरिता शक्ती प्रदान करण्यात आली आहे. या देवता म्हणजे विविध मर्यादेपर्यंत प्राप्त भौतिक शक्तींनी युक्त असे जीव (*नित्यानाम्*) आहेत. देवता कधीही नारायण, श्रीविष्णू किंवा श्रीकृष्ण यांच्या बरोबरीच्या असूच शकत नाहीत. भगवंत आणि देवता एकाच पातळीवर आहेत असे जो मानतो त्याला नास्तिक किंवा पाखंडी म्हटले जाते. ब्रह्मा आणि शिव यांच्यासारख्या महान देवतांचीही तुलना भगवंतांशी करता येत नाही. वस्तुत: ब्रह्मा आणि शिवासारख्या देवता भगवंतांची आराधना करतात (*शिवविरिञ्चिनुतम्*). तरीही आश्चर्याची गोष्ट आहे की, परमेश्वर म्हणजे सामान्य मनुष्यच आहे (anthropomorphism) किंवा परमेश्वर पशुरूपधारी (zoomorphism) आहे अशा गैरसमजुतीमुळे मूर्ख लोक पुष्कळ मानव नेत्यांची पूजा करतात. *इह देवता:* हा शब्द भौतिक जगातील शक्तिशाली मनुष्य किंवा देवता यांना दर्शवितो. पण भगवान नारायण, भगवान श्रीकृष्ण किंवा भगवान श्रीविष्णू हे या भौतिक जगातील नाहीत. भगवंत हे भौतिक सृष्टीच्या पलीकडे अर्थात दिव्य आहेत. निर्विशेषवादी लोकांचे अग्रणी श्रीपाद शंकराचार्यही सांगतात की, नारायण किंवा श्रीकृष्ण हे भौतिक सृष्टीच्या अतीत आहेत. तरीही मूर्ख लोक देवतांची आराधना करतात, कारण त्यांना त्वरित फलप्राप्ती करावयाची असते. त्यांना फलप्राप्ती होते, पण ते जाणत नाहीत की, अशी फलप्राप्ती ही क्षणिक असते आणि ती अल्पबुद्धी लोकांसाठी असते. बुद्धिमान मनुष्य कृष्णभावनेमध्ये असतो आणि त्वरित पण क्षणभंगुर फलासाठी त्याला निम्न देवदेवतांची आराधना करण्याची मुळीच आवश्यकता नसते. या भौतिक जगतातील देवदेवता तसेच त्यांचे आराधक यांचा भौतिक जगाच्या विनाशाबरोबरच विनाश होईल. देवदेवतांनी दिलेले वर हे भौतिक आणि तात्पुरते असतात. भौतिक जगत आणि देवदेवता व त्यांचे आराधक असणारे निवासी हे ब्रह्मांडरूपी महासागरातील बुडबडे आहेत. तरी या जगामध्ये मानवसमाज हा भूमीची मालकी, कुटुंब आणि उपभोग्य पदार्थ यांसारख्या क्षणभंगुर भौतिक ऐश्वर्यप्राप्तीसाठी वेडा झालेला आहे. अशा तात्पुरत्या गोष्टी प्राप्त करण्यासाठी, लोक हे देवदेवता किंवा मानवी समाजातील शक्तिशाली मनुष्याची पूजा करतात. जर एखाद्या मनुष्याला एका राजकीय नेत्याची पूजा करून शासनामध्ये मंत्रीपद मिळाले तर त्याला वाटते की, आपण मोठे वरदानच प्राप्त केले आहे. म्हणून ते सर्व लोक तथाकथित नेते किंवा प्रतिष्ठित लोक यांच्यापुढे तात्पुरत्या वरप्राप्तीसाठी मस्तक झुकवितात आणि खरोखर

या लोकांना इच्छित गोष्टी प्राप्त होतात. भौतिक अस्तित्वाच्या कष्टमय स्थितीतून कायमची सुटका होण्यासाठी कृष्णभावनाभावित होण्यामध्ये अशा लोकांना मुळीच स्वारस्य नसते. ते सर्व इंद्रियोपभोगाच्या मागे लागलेले असतात आणि इंद्रियोपभोगासाठी अल्पशी सुविधा मिळविण्यासाठी ते देवता म्हणून गणल्या जाणाऱ्या शक्तिशाली जीवांचे पूजन करण्याकडे आकर्षित होतात. हा श्लोक दर्शवितो की, लोकांना क्वचितच कृष्णभावनेमध्ये आस्था असते. बहुतेकांना इंद्रियोपभोगामध्ये रुची असते आणि म्हणून ते कोणत्या तरी शक्तिशाली जीवाची उपासना करतात.

**चातुर्वर्ण्यं मया सृष्टं गुणकर्मविभागशः ।**
**तस्य कर्तारमपि मां विद्ध्यकर्तारमव्ययम् ॥ १३ ॥**

**चातुः-वर्ण्यम्**—मानवी समाजाचे चार विभाग; **मया**—माझ्याकडून; **सृष्टम्**—उत्पन्न करण्यात आले; **गुण**—गुणाच्या; **कर्म**—आणि कर्म; **विभागशः**—गुण आणि कर्म यांच्यानुसार; **तस्य**—त्याचा; **कर्तारम्**—जनक, पिता किंवा कर्ता; **अपि**—जरी; **माम्**—मला; **विद्धि**—तू जाण; **अकर्तारम्**—अकर्ता म्हणून; **अव्ययम्**—अपरिवर्तनीय.

**भौतिक प्रकृतीचे तीन गुण आणि त्यांना अनुरूप अशा कर्माला अनुसरून मी मानवी समाजाचे चार विभाग निर्माण केले आहेत आणि तू जाणले पाहिजे की, जरी मी या व्यवस्थेचा कर्ता असलो तरीही मी अव्ययी असल्यामुळे अकर्ताच आहे.**

**तात्पर्य:** प्रत्येक गोष्टींचे सृष्टा भगवंत आहेत. सर्व गोष्टींचा त्यांच्यापासून उगम होतो, सर्व गोष्टींचे पालन त्यांच्याकडून होते आणि प्रलयानंतर सर्व गोष्टी त्यांच्यामध्येच सामावल्या जातात. म्हणूनच भगवंत, सामाजिक व्यवस्थेच्या चार वर्णांचे उत्पत्तीकर्ता आहेत. चार वर्णांचा आरंभ बुद्धिमान मनुष्यांच्या विभागापासून होतो आणि या वर्गाला पारिभाषिक शब्दात *ब्राह्मण* म्हटले जाते, कारण ते सत्त्वगुणामध्ये स्थित असतात. त्यानंतरचा वर्ग हा प्रशासकीय वर्ग आहे व त्यांना पारिभाषिक शब्दात *क्षत्रिय* म्हटले जाते, कारण ते रजोगुणामध्ये स्थित असतात. व्यापारी लोक, ज्यांना *वैश्य* म्हटले जाते ते रजोगुण आणि तमोगुण यांच्या मिश्रणामध्ये स्थित असतात आणि *शूद्र* किंवा कामगार वर्ग हा तमोगुणामध्ये स्थित असतो. भगवान श्रीकृष्णांनी जरी समाजव्यवस्थेच्या चार वर्णांची निर्मिती केली असली तरी ते यांपैकी कोणत्याही वर्णामध्ये येत नाहीत. कारण बद्ध जीवांच्या एका वर्गाने बनलेल्या मानवसमाजातील बद्ध जीवाप्रमाणे भगवान श्रीकृष्ण नाहीत. मानवी समाज हा इतर पशूसमाजाप्रमाणेच आहे; परंतु मनुष्यांना पशू स्तरावरून उन्नत करण्यासाठी उपर्युक्त वर्णाची निर्मिती भगवंतांद्वारे करण्यात आली आहे, जेणेकरून कृष्णभावनेचा पद्धतशीर विकास होऊ शकेल. एखाद्या विशिष्ट मनुष्याची कर्म करण्याची प्रवृत्ती ही त्याने प्राप्त केलेल्या गुणांनुसार ठरविली जाते. भौतिक प्रकृतीच्या विविध गुणांना अनुसरून असणाऱ्या अशा जीवनाच्या लक्षणांचे वर्णन, या ग्रंथाच्या अठराव्या अध्यायामध्ये करण्यात आले आहे. कृष्णभावनाभावित मनुष्य हा ब्राह्मणांहून श्रेष्ठ असतो. जरी गुणांनी ब्राह्मण असलेल्या व्यक्तीला ब्रह्म किंवा परम सत्याबद्दल ज्ञान असणे आवश्यक आहे तरी त्यांच्यापैकी बरेचजण

भगवान श्रीकृष्णांच्या केवळ निर्विशेष ब्रह्मज्योतीचाच आश्रय घेतात; पण जो ब्राह्मणाच्या मर्यादित ज्ञानापलीकडे जातो आणि पुरुषोत्तम भगवान श्रीकृष्णांचे ज्ञान प्राप्त करतो, तो कृष्णभावनाभावित मनुष्य किंवा दुसऱ्या शब्दांत सांगावयाचे तर, वैष्णव बनतो. कृष्णभावनेमध्ये, श्रीकृष्णांची सर्व विविध विस्तारित रूपे उदा, राम, नृसिंह, वराह इत्यादी यांचे ज्ञान समाविष्ट असते. ज्याप्रमाणे श्रीकृष्ण हे मानवी समाजाच्या या चार वर्णांच्या पलीकडे आहेत त्याचप्रमाणे कृष्णभावनाभावित मनुष्यही मानवी समाजाच्या सर्व विभागांच्या अतीत असतो, मग ते विभाग जातीजमाती, राष्ट्र किंवा योनींचे असोत.

**न मां कर्माणि लिम्पन्ति न मे कर्मफले स्पृहा।**
**इति मां योऽभिजानाति कर्मभिर्न स बध्यते॥ १४॥**

**न**—कधीच नाही; **माम्**—मला; **कर्माणि**—सर्व प्रकारचे कर्म; **लिम्पन्ति**—बद्ध करते; **न**—तसेच नाही; **मे**—माझे; **कर्म-फले**—सकाम कर्मामध्ये; **स्पृहा**—आकांक्षा; **इति**—याप्रमाणे; **माम्**—मला; **यः**—जो; **अभिजानाति**—जाणतो; **कर्मभिः**—अशा कर्मफलांनी; **न**—कधीच नाही; **सः**—तो; **बध्यते**—बद्ध होतो.

**कोणत्याही कर्माने मी बद्ध होत नाही तसेच मला कर्मफलाची आकांक्षाही नाही. जो माझ्याबद्दलचे हे सत्य जाणतो तो सुद्धा कर्मफलांनी बद्ध होत नाही.**

**तात्पर्य:** भौतिक जगतातही घटनाबद्ध नियम आहेत आणि या नियमांद्वारे आपल्याला कळून येते की, राजा कोणताही प्रमाद करू शकत नाही किंवा तो राष्ट्रनियमांच्या अधीन नाही. त्याचप्रमाणे भगवंत जरी भौतिक जगताचे सृष्टा असले तरी ते भौतिक जगताच्या कार्यामुळे प्रभावित होत नाहीत. ते सृष्टीची निर्मिती करून सृष्टीपासून अलिप्त राहतात तर प्राकृतिक साधनांवर स्वामित्व गाजविण्याच्या आपल्या प्रवृत्तीमुळे जीव हे भौतिक कार्याच्या कर्मफलातच गुंतून राहतात. एखाद्या संस्थेचा मालक आपल्या कर्मचाऱ्यांच्या योग्य अथवा अयोग्य कार्याला जबाबदार नसून, कर्मचारी हे स्वतःच जबाबदार असतात. जीव आपल्या इंद्रियतृप्तीच्या विशिष्ट कार्यांमध्ये मग्न असतात आणि ही कार्ये भगवंतांनी नेमलेली नसतात. अधिकाधिक इंद्रियतृप्तीसाठी जीव या जगतातील कर्मांमध्ये मग्न असतात आणि त्यांना मृत्यूनंतर स्वर्गीय सुखाची अभिलाषा असते. भगवंत स्वत:मध्येच पूर्ण असल्यामुळे त्यांना तथाकथित स्वर्गीय सुखाचे मुळीच आकर्षण नसते. स्वर्गलोकातील देवदेवता म्हणजे भगवंतांनी आपल्या सेवेमध्ये नेमलेले सेवक आहेत. कर्मचारी ज्याप्रमाणे खालच्या प्रतीच्या सुखाची अपेक्षा करतात त्याप्रमाणे मालक काही खालच्या प्रतीच्या सुखाची अपेक्षा करू शकत नाही. भगवंत हे भौतिक कर्म आणि कर्मफलांपासून अलिप्त आहेत. उदाहरणार्थ पावसाशिवाय जरी विविध प्रकारच्या वनस्पती वाढण्याची शक्यता नसली तरी पृथ्वीवर उगवणाऱ्या विविध प्रकारच्या वनस्पतींसाठी पाऊस जबाबदार नसतो. या वस्तुस्थितीची पुष्टी वैदिक स्मृतीमध्ये पुढीलप्रमाणे करण्यात आली आहे.

*निमित्तमात्रमेवासौ सृज्यानां सर्गकर्मणि ।*
*प्रधानकारणीभूता यतो वै सृज्यशक्तय: ॥*

"भौतिक सृष्टीमध्ये भगवंत हेच परम कारण आहेत. निमित्तमात्र कारण म्हणजे ही भौतिक प्रकृती आहे, ज्याद्वारे प्रकट विश्व दृष्टिगोचर झाले आहे." सृष्ट प्राणिमात्र विविध प्रकारचे आहेत उदा.—देवता, मनुष्य प्राणी आणि निम्न स्तरावरील पशू इत्यादी हे सर्व आपल्या गतकाळातील बऱ्या-वाईट कर्मफलांच्या अधीन आहेत. अशा कार्यांसाठी भगवंत केवळ योग्य त्या सुविधा आणि प्रकृतीच्या गुणांचे नियम उपलब्ध करून देतात; पण भगवंत त्यांच्या भूतकाळातील किंवा वर्तमान काळातील कर्मांना जबाबदार नसतात. वेदान्तसूत्रामध्ये (२.१.३४) याला पुष्टी देण्यात आली आहे *वैषम्यनैर्घृण्ये न सापेक्षत्वात्*—भगवंत कोणत्याही जीवाबद्दल कधीही पक्षपाती नसतात. जीव स्वत:च्या कर्मासाठी स्वत:च जबाबदार असतात. भगवंत त्यांना भौतिक प्रकृती म्हणजेच बहिरंगा शक्तीच्या माध्यमाद्वारे केवळ सुविधा उपलब्ध करून देतात. ज्याला या कर्माच्या नियमांची गहनता पूर्णपणे ज्ञात आहे, तो आपल्या कर्मफलांनी बद्ध होत नाही. दुसऱ्या शब्दांत सांगावयाचे तर, जो मनुष्य भगवंतांच्या या दिव्य स्वरूपाला जाणतो तो कृष्णभावनेतील अनुभवी मनुष्य होय आणि याप्रमाणे तो कर्माच्या नियमांनी कधीही बद्ध होत नाही. जो भगवंतांचे दिव्य स्वरूप जाणत नाही आणि विचार करतो की, सामान्य मनुष्याप्रमाणेच भगवंतांचे कर्मही सकाम कर्मच आहे तो निश्चितपणे स्वत:च सकाम कर्मफलामध्ये गुंतून पडतो, परंतु जो परम सत्याला जाणतो तो कृष्णभावनेत स्थिर झालेला मुक्त जीव होय.

**एवं ज्ञात्वा कृतं कर्म पूर्वैरपि मुमुक्षुभिः ।**
**कुरु कर्मैव तस्मात्त्वं पूर्वैः पूर्वतरं कृतम् ॥ १५ ॥**

**एवम्**—याप्रमाणे; **ज्ञात्वा**—चांगले जाणून; **कृतम्**—केले; **कर्म**—कर्म; **पूर्वैः**—पूर्वकाळातील अधिकृत लोकांनी; **अपि**—सुद्धा; **मुमुक्षुभिः**—ज्यांनी मुक्ती प्राप्त केली आहे; **कुरु**—कर; **कर्म**—नियत कर्म; **एव**—निश्चितच; **तस्मात्**—म्हणून; **त्वम्**—तू; **पूर्वैः**—पूर्वजांनी; **पूर्व-तरम्**—प्राचीन काळी; **कृतम्**—ज्याप्रमाणे केले.

**प्राचीन काळातील सर्व मुक्त जीवांनी माझ्या दिव्य स्वरूपाला जाणून त्याप्रमाणे कर्म केले, म्हणून तू सुद्धा त्यांच्या पदचिह्नांचे अनुसरण करून आपले कर्म केले पाहिजे.**

**तात्पर्य:** मनुष्यांचे दोन वर्ग आहेत. त्यापैकी काहीजणांचे अंत:करण विषयांनी पूर्णपणे भरलेले असते आणि काहीजण विषयेच्छेपासून मुक्त झालेले असतात. कृष्णभावना ही या दोन्ही प्रकारच्या लोकांना सारखीच हितकारक असते. ज्यांचे हृदय दूषित गोष्टींनी पूर्णपणे भरलेले आहे ते भक्तिपूर्ण सेवेच्या नियामक तत्त्वांचे पालन करून क्रमाक्रमाने शुद्धीकरण होण्यासाठी कृष्णभावनेचा अंगीकार करू शकतात. ज्यांचे हृदय पूर्वीच अशुद्धीपासून निर्मळ झाले आहे ते त्याच कृष्णभावनेमध्ये कर्म करू शकतात, जेणेकरून इतर लोक त्यांच्या आदर्श कृतींचे अनुसरण करतील व याप्रमाणे आपले हित साधू शकतील. मूर्ख व्यक्ती किंवा कृष्णभावनेतील नवसाधकांना अनेकदा कृष्णभावनेच्या ज्ञानाशिवायच कर्मातून निवृत्त होण्याची इच्छा असते. अर्जुनाच्या रणांगणावरील युद्धकर्मातून निवृत्त होण्याच्या इच्छेला भगवंतांनी मान्यता दिली नाही. मनुष्याने केवळ कर्म कसे करावे हे जाणणे आवश्यक आहे. कृष्णभावनायुक्त कर्मातून निवृत्त

होऊन कृष्णभावनेचा देखावा करीत बसणे हे महत्त्वपूर्ण नाही, त्यापेक्षा श्रीकृष्णांप्रीत्यर्थ कर्म करीत राहणे हेच महत्त्वपूर्ण आहे. या ठिकाणी अर्जुनाला सल्ला देण्यात आला आहे की, यापूर्वी सांगितल्याप्रमाणे सूर्यदेव विवस्वानासारख्या भगवंतांच्या पूर्वशिष्यांनी ज्याप्रमाणे आचरण केले त्याप्रमाणे त्यांच्या पदचिन्हांना अनुसरून अर्जुनाने कृष्णभावनाभावित कर्म करावे. भगवंत आपल्या सर्व पूर्वकर्मांना जाणतात तसेच पूर्वी ज्या लोकांनी कृष्णभावनाभावित होऊन कर्म केले त्यांचे कर्मही ते जाणतात. म्हणून ते सूर्यदेवांच्या कर्माचे अनुसरण करण्याची शिफारस करतात. सूर्यदेवाने कर्म करण्याची ही कला भगवंतांकडून काही लाखो वर्षांपूर्वी अवगत केली. भगवान श्रीकृष्णांच्या अशा सर्व शिष्यांना या ठिकाणी पूर्वकालातील मुक्त व्यक्ती असे म्हटले आहे, कारण ते श्रीकृष्णांनी नेमून दिलेल्या कर्मांचे पालन करण्यात मग्न होते.

**किं कर्म किमकर्मेति कवयोऽप्यत्र मोहिताः ।**
**तत्ते कर्म प्रवक्ष्यामि यज्ज्ञात्वा मोक्ष्यसेऽशुभात् ॥ १६ ॥**

**किम्**—काय आहे; **कर्म**—कर्म; **किम्**—काय आहे; **अकर्म**—अकर्म; **इति**—याप्रमाणे; **कवयः**—बुद्धिमान; **अपि**—सुद्धा; **अत्र**—या बाबतीत; **मोहिताः**—मोहित झाले आहेत; **तत्**—ते; **ते**—तुला; **कर्म**—कर्म; **प्रवक्ष्यामि**—मी विवेचन करून सांगतो; **यत्**—ते; **ज्ञात्वा**—जाणून; **मोक्ष्यसे**—तू मुक्त होशील; **अशुभात्**—अशुभातून.

**कर्म काय आणि अकर्म काय हे निश्चित करण्यात बुद्धिमान लोकही गोंधळून जातात. आता मी तुला कर्माचे वर्णन करतो जे जाणल्यावर तू सर्व अशुभातून मुक्त होशील.**

**तात्पर्य:** कृष्णभावनाभावित कर्म हे भक्तांच्या उदाहरणावरून करावयाचे असते. पंधराव्या श्लोकात याचा निर्देश केला आहे. असे कर्म स्वतंत्रपणे का करू नये यासंबंधी पुढील श्लोकात स्पष्टीकरण देण्यात येईल.

कृष्णभावनाभावित कर्म करण्यासाठी या अध्यायाच्या प्रारंभी सांगितल्याप्रमाणे मनुष्याने गुरुशिष्य परंपरेतील प्रमाणित व्यक्तीच्या आदेशानुसार आचरण केले पाहिजे. कृष्णभावनेची पद्धती सर्वप्रथम सूर्यदेवाला सांगण्यात आली, सूर्यदेवाने आपला पुत्र मनूला सांगितली, मनूने आपला पुत्र इक्ष्वाकूला सांगितली आणि अशा प्रकारे अत्यंत प्राचीन काळापासून ही पद्धत पृथ्वीवर चालत आलेली आहे. म्हणून मनुष्याने गुरुशिष्य परंपरेतील पूर्व प्रमाणित व्यक्तींच्या चरणचिह्नांचे अनुसरण केले पाहिजे. नाही तर बुद्धिमान मनुष्यही आदर्श कृष्णभावनायुक्त कर्मांबद्दल गोंधळून जातील. यास्तव प्रत्यक्ष भगवंतांनीच अर्जुनाला कृष्णभावनेचे ज्ञान देण्याचे ठरविले आणि प्रत्यक्ष भगवंतांनीच अर्जुनाला कृष्णभावनेचे ज्ञान दिल्याने, जो अर्जुनाच्या पदचिह्नांचे अनुसरण करतो तो निश्चितच गोंधळून जात नाही.

असे सांगितले जाते की, केवळ अपूर्ण प्रायोगिक ज्ञानाद्वारे धर्माचा मार्ग निश्चित करणे शक्य नाही. वास्तविकपणे धर्माचे तत्त्व केवळ भगवंतच सांगू शकतात. *धर्मं तु साक्षात्भगवत्प्रणीतम्* (श्रीमद्भागवत ६.३.१९) अपूर्ण व चुकीच्या तर्काच्या आधारे कोणताही मनुष्य धर्मतत्त्वाची

निर्मिती करू शकत नाही. मनुष्याने ब्रह्मा, शिव, नारद, मनू, चतुष्कुमार, कपिल, प्रह्लाद, भीष्म, शुकदेव गोस्वामी, यमराज, जनक आणि बळी महाराज यांसारख्या महाजनांच्या पदचिह्नांचे अनुसरण केले पाहिजे. तर्काद्वारे धर्म अथवा आत्मसाक्षात्कार म्हणजे काय? ते जाणणे शक्य नाही. म्हणून आपल्या भक्तांवर अहैतुकी कृपा करण्यासाठीच भगवंत प्रत्यक्ष अर्जुनालाच कर्म आणि अकर्म काय याचे वर्णन करून सांगतात. केवळ कृष्णभावनाभावित कर्म केल्यानेच भौतिक अस्तित्वाच्या जंजाळातून मुक्त होता येते.

**कर्मणो ह्यपि बोद्धव्यं बोद्धव्यं च विकर्मण:।**
**अकर्मणश्च बोद्धव्यं गहना कर्मणो गति:॥ १७॥**

**कर्मण:**—कर्माचे; **हि**—निश्चितच; **अपि**—सुद्धा; **बोद्धव्यम्**—जाणून घेतले पाहिजे; **बोद्धव्यम्**—जाणून घेतले पाहिजे; **च**—सुद्धा; **विकर्मण:**—निषिद्ध कर्म किंवा विकर्म; **अकर्मण:**—अकर्माचे; **च**—सुद्धा; **बोद्धव्यम्**—जाणून घेतले पाहिजे; **गहना**—गहन किंवा अत्यंत कठीण; **कर्मण:**—कर्माचे; **गति:**—गती, प्रवेश.

**कर्माच्या गुंतागुंती समजणे अत्यंत कठीण आहे. म्हणून मनुष्याने कर्म, विकर्म आणि अकर्म म्हणजे काय हे योग्य रीतीने जाणले पाहिजे.**

**तात्पर्य:** भौतिक बंधनातून मुक्त होण्याबद्दल जर मनुष्य गंभीर असेल तर त्याने कर्म, अकर्म आणि विकर्म यांतील भेद जाणला पाहिजे. मनुष्याने कर्म, त्यापासून निर्माण होणारे कर्मफल आणि विकर्म यांचे स्वत: पृथक्करण करण्याचा प्रयत्न केला पाहिजे, कारण हा एक अत्यंत गहन विषय आहे. कृष्णभावना आणि त्यानुसार केले जाणारे कर्म जाणण्यासाठी त्याने स्वत: व भगवंत यांतील संबंधाविषयीचे ज्ञान प्राप्त करणे आवश्यक आहे. ज्याला या संबंधाचे पूर्ण ज्ञान होते तो जाणतो की, प्रत्येक जीव हा भगवंतांचा शाश्वत सेवक आहे आणि म्हणून जीवाने कृष्णभावनेमध्ये कर्म करणे अत्यावश्यक आहे. संपूर्ण भगवद्गीता याच उद्देशाकडे निर्देश करते. या कृष्णभावनेच्या विरुद्ध असणारा इतर कोणताही सिद्धांत व त्यानुसार केले जाणारे कर्म म्हणजेच विकर्म किंवा निषिद्ध कर्म होय. हे सर्व जाणून घेण्यासाठी कृष्णभावनेतील अधिकृत व्यक्तींच्या सत्संगाने त्यांच्याकडून रहस्य जाणून घेतले पाहिजे. असे करणे म्हणजे प्रत्यक्षपणे साक्षात भगवंतांकडून ज्ञानप्राप्ती केल्याप्रमाणे आहे, नाही तर अत्यंत बुद्धिमान व्यक्तीही गोंधळून जातील.

**कर्मण्यकर्म य: पश्येदकर्मणि च कर्म य:।**
**स बुद्धिमान्मनुष्येषु स युक्त: कृत्स्नकर्मकृत्॥ १८॥**

**कर्मणि**—कर्मामध्ये; **अकर्म**—अकर्म; **य:**—जो; **पश्येत्**—पाहतो; **अकर्मणि**—अकर्मामध्ये; **च**—सुद्धा; **कर्म**—कर्म; **य:**—जो; **स:**—तो; **बुद्धि-मान्**—बुद्धिमान आहे; **मनुष्येषु**—मनुष्य समाजात; **स:**—तो; **युक्त:**—दिव्य स्तरामध्ये स्थित आहे; **कृत्स्न-कर्म-कृत्**—जरी कर्मामध्ये मग्न असला तरी.

**जो कर्मात अकर्म पाहतो आणि अकर्मात कर्म पाहतो तो बुद्धिमान मनुष्य होय आणि जरी तो सर्व प्रकारच्या कर्मांमध्ये मग्न असला तरी तो दिव्य स्तरावर स्थित आहे.**

**तात्पर्य:** कृष्णभावनायुक्त कर्म करणारा मनुष्य स्वाभाविकपणे कर्मबंधनातून मुक्त असतो. तो आपली कर्मे श्रीकृष्णांप्रीत्यर्थ करीत असल्याकारणाने त्याला कर्मांच्या परिणामांपासून सुखदुःखे भोगावी लागत नाहीत. म्हणून श्रीकृष्णांप्रीत्यर्थ तो जरी सर्व प्रकारचे कर्म करण्यात मग्न असला तरी तो मानवसमाजातील बुद्धिमान मनुष्य आहे. *अकर्म* म्हणजे फलरहित कर्म होय. निर्विशेषवादी, भीतीमुळे सकाम कर्म थांबवितात जेणेकरून कर्मफलामुळे आत्मसाक्षात्काराच्या मार्गावर कोणताही अडथळा निर्माण होऊ नये. परंतु भगवंतांचे साकार रूप जाणणारा मनुष्य निश्चितपणे जाणतो की, आपले स्वरूप म्हणजे आपण भगवंताचे नित्य सेवक आहोत. त्यामुळे तो कृष्णभावनाभावित कर्मांमध्ये संलग्न राहतो. तो सर्व काही श्रीकृष्णांप्रीत्यर्थ करीत असल्याकारणाने अशा सेवेमुळे केवळ दिव्य आनंदाची प्राप्ती करीत असतो. जे या मार्गाचा अवलंब करीत आहेत ते इंद्रियतृप्तीच्या इच्छेपासून मुक्त असतात. श्रीकृष्णांची नित्य सेवा करण्याच्या जाणिवेमुळे मनुष्य सर्व प्रकारच्या कर्मबंधनातून मुक्त होतो.

**यस्य सर्वे समारम्भाः कामसङ्कल्पवर्जिताः ।**
**ज्ञानाग्निदग्धकर्माणं तमाहुः पण्डितं बुधाः ॥ १९ ॥**

**यस्य**—ज्याचे; **सर्वे**—सर्व प्रकारचे; **समारम्भाः**—प्रयत्न; **काम**—इंद्रियतृप्तीच्या इच्छेवर आधारित; **सङ्कल्प**—निश्चय; **वर्जिताः**—रहित आहेत; **ज्ञान**—पूर्ण ज्ञानाच्या; **अग्नि**—अग्नीद्वारे; **दग्ध**—जाळून गेलेले किंवा दग्ध; **कर्माणम्**—ज्याचे कर्म; **तम्**—त्याला; **आहुः**—म्हणतात; **पण्डितम्**—पंडित; **बुधाः**—ज्ञानीजन.

**ज्याचे प्रत्येक प्रयत्न इंद्रियतृप्तीच्या इच्छेविरहित आहेत, तो पूर्ण ज्ञानामध्ये स्थित आहे असे जाणावे. साधुपुरुषांच्या मते, या प्रकारे कर्म करणाऱ्या मनुष्याचे कर्मफल, अग्निरूपी पूर्ण ज्ञानाद्वारे जळून भस्म झाले आहे.**

**तात्पर्य :** केवळ ज्ञानी व्यक्तीच कृष्णभावनाभावित मनुष्याची कर्मे जाणू शकतो. कृष्णभावनाभावित मनुष्य हा सर्व प्रकारच्या इंद्रियतृप्तीच्या कामनांनी रहित असल्यामुळे, असे जाणले पाहिजे की, आपण भगवंतांचे नित्य दास आहोत, या आपल्या स्वरूपस्थितीच्या पूर्ण ज्ञानाद्वारे त्याने आपले कर्मफल जाळून भस्म केले आहे. ज्याने या पूर्ण ज्ञानाची प्राप्ती केली आहे तोच वास्तविक पंडित आहे. भगवंतांच्या या सेवारूपी ज्ञानाच्या विकासाची तुलना अग्नीबरोबर करण्यात आली आहे. असा अग्नी एकदा प्रज्वलित झाला की तो सर्व कर्मफले भस्मसात करतो.

**त्यक्त्वा कर्मफलासङ्गं नित्यतृप्तो निराश्रयः ।**
**कर्मण्यभिप्रवृत्तोऽपि नैव किञ्चित्करोति सः ॥ २० ॥**

**त्यक्त्वा**—त्याग केल्यामुळे; **कर्म-फल-आसङ्गम्**—कर्मफलाची आसक्ती; **नित्य**—नित्य; **तृप्तः**—

तृप्त झालेला; **निराश्रयः**—आश्रयरहित; **कर्मणि**—कर्मामध्ये; **अभिप्रवृत्तः**—पूर्णपणे मग्न झालेला; **अपि**—जरी; **न**—नाही; **एव**—निश्चितच; **किञ्चित्**—काहीही; **करोति**—करतो; **सः**—तो.

**आपल्या कर्मफलावरील सर्व आसक्तीचा त्याग करून, नित्य तृप्त आणि स्वतंत्र असणारा, जरी सर्व प्रकारच्या कर्मांमध्ये मग्न असला तरी तो कोणतेही सकाम कर्म करीत नाही.**

**तात्पर्य:** जेव्हा मनुष्य कृष्णभावनेमध्ये म्हणजेच सर्व काही श्रीकृष्णांप्रीत्यर्थ करतो तेव्हाच तो कर्मबंधनातून मुक्त होऊ शकतो. कृष्णभावनाभावित मनुष्य हा केवळ भगवंतांवरील विशुद्ध प्रेमामुळेच कर्म करतो म्हणून त्याला कर्मफलाबद्दलचे कोणतेही आकर्षण नसते. तो स्वतःचा चरितार्थ प्राप्त करण्यामध्येही आसक्त नसतो, कारण प्रत्येक गोष्टीसाठी तो श्रीकृष्णांवर विसंबून असतो. तो कोणतीही वस्तू प्राप्त करण्यासाठी उत्सुक नसतो, तसेच आपल्याकडे असलेल्या वस्तूंचे रक्षण करण्याकरिताही तो उत्सुक नसतो. तो आपल्या कुवतीनुसार कर्तव्य पार पाडतो आणि बाकी सर्व श्रीकृष्णांवर सोपवितो. असा अनासक्त मनुष्य चांगल्या अथवा वाईट कर्मफलांपासून मुक्त असतो, जणू काय त्याने काही केलेच नाही. हे अकर्म किंवा फलरहित कर्माचे लक्षण आहे. म्हणून कृष्णभावनाविरहित इतर कोणतेही कर्म कर्त्याला बंधनकारक ठरते आणि विकर्माचे हेच वास्तविक लक्षण आहे व याचे विवेचन पूर्वीच करण्यात आले आहे.

**निराशीर्यतचित्तात्मा त्यक्तसर्वपरिग्रहः ।**
**शारीरं केवलं कर्म कुर्वन्नाप्नोति किल्बिषम् ॥ २१ ॥**

**निराशीः**—फलासक्तिरहित; **यत**—नियंत्रित केलेले; **चित्त-आत्मा**—मन आणि बुद्धी; **त्यक्त**—त्याग करून; **सर्व**—सर्व; **परिग्रहः**—जवळ असणाऱ्या वस्तूवर स्वामित्वाची जाणीव; **शारीरम्**—प्राणरक्षणाकरिता; **केवलम्**—केवळ; **कर्म**—कर्म; **कुर्वन्**—करीत असताना; **न**—कधीच नाही; **आप्नोति**—प्राप्त करतो; **किल्बिषम्**—पापकर्म.

**असा ज्ञानी मनुष्य पूर्णपणे नियंत्रित मन आणि बुद्धीद्वारे कर्म करतो, आपल्याकडे असणाऱ्या सर्व गोष्टींवरील स्वामित्वाच्या भावनेचा त्याग करतो आणि जीवनावश्यक असणाऱ्या वस्तूंकरिताच कर्म करतो. अशा प्रकारे कर्म केल्याने तो पापकर्मांनी प्रभावित होत नाही.**

**तात्पर्य:** कृष्णभावनाभावित मनुष्य आपल्या कर्माच्या चांगल्या अथवा वाईट फळांची अपेक्षा करीत नाही. त्याचे मन आणि बुद्धी पूर्णपणे नियंत्रित असते. तो जाणतो की, आपण भगवंतांचे अंश असल्याकारणाने, अंशीचा अंश या नात्याने आपण जी भूमिका करीत आहोत ती करण्यास आपण कारणीभूत नसून ती केवळ आपल्याद्वारे भगवंतच करवून घेत आहेत. जेव्हा हात हालचाल करतात तेव्हा ते स्वतःच्या इच्छेने हालचाल करीत नाही तर त्यांच्या हालचालीला संपूर्ण शरीराचा प्रयत्न कारणीभूत असतो. कृष्णभावनाभावित मनुष्य नेहमी भगवंतांच्याच इच्छेनुसार कृती करीत असतो, कारण त्याला वैयक्तिकरीत्या इंद्रियतृप्ती करण्याची इच्छा नसते. तो एखाद्या

यंत्राच्या भागाप्रमाणे कार्य करीत असतो. ज्याप्रमाणे यंत्राचा भाग सुयोग्य ठेवण्यासाठी त्याला तेल घालावे लागते आणि त्याची स्वच्छता करावी लागते त्याप्रमाणे भगवंतांची दिव्य प्रेममयी सेवा करण्यासाठी योग्य राहण्याकरिता कृष्णभावनाभावित मनुष्य आपल्या कर्माद्वारे स्वतःचा निर्वाह करतो. म्हणून तो कर्मफलांपासून मुक्तच राहतो. एखाद्या पशूप्रमाणेच त्याचा आपल्या स्वतःच्या शरीरावरही अधिकार नसतो. एखाद्या पशूचा निष्ठुर मालक आपल्या ताब्यातील जनावराची कधी कधी हत्या करतो, पण तरीही ते जनावर प्रतिकार करीत नाही. तसेच त्या जनावराला कोणतेही वास्तविक स्वातंत्र्यही नसते. आत्मसाक्षात्कारामध्ये पूर्णपणे संलग्न झालेल्या कृष्णभावनाभावित मनुष्याकडे भौतिक गोष्टींवर मिथ्या दावा करण्यासाठी वेळ नसतो. प्राणरक्षणाकरिता आवश्यक पैसा प्राप्त करण्यासाठी त्याला वाममार्गाचा अवलंब करावा लागत नाही. म्हणून या भौतिक पापांनी तो दूषित होत नाही. आपल्या सर्व कर्मबंधनांतून तो मुक्तच असतो.

**यदृच्छालाभसन्तुष्टो द्वन्द्वातीतो विमत्सरः ।**
**समः सिद्धावसिद्धौ च कृत्वापि न निबध्यते ॥ २२ ॥**

**यदृच्छा**—सहजपणे; **लाभ**—लाभाने; **सन्तुष्टः**—संतुष्ट राहणारा; **द्वन्द्व**—द्वंद्व; **अतीतः**—अतीत झालेला; **विमत्सरः**—मत्सरातून मुक्त; **समः**—स्थिर; **सिद्धौ**—यशामध्ये; **असिद्धौ**—अपयशामध्ये; **च**—सुद्धा; **कृत्वा**—करून; **अपि**—जरी; **न**—कधीच नाही; **निबध्यते**—बद्ध होत नाही.

**जो सहजपणे होणाऱ्या लाभाने संतुष्ट असतो, जो द्वंद्वांपासून मुक्त आहे आणि मत्सर करीत नाही, तसेच जो यशापयशामध्येही स्थिर असतो तो जरी सर्व प्रकारची कर्मे करीत असला तरी त्यामुळे कधीच बद्ध होत नाही.**

**तात्पर्यः** कृष्णभावनाभावित मनुष्य हा आपल्या शरीराचे पालनपोषण करण्यासाठीसुद्धा विशेष प्रयास करीत नाही. तो सहजपणे प्राप्त होणाऱ्या लाभामध्ये संतुष्ट असतो. तो कशाची याचना करीत नाही किंवा कोणाकडून उसनेही घेत नाही, तर आपल्या कुवतीनुसार प्रामाणिकपणे कष्ट करतो आणि आपल्या प्रामाणिक कष्टाने जे काही प्राप्त होते त्यात संतुष्ट असतो. म्हणून तो आपल्या उदरनिर्वाहाच्या बाबतीत स्वतंत्र असतो. तो आपल्या कृष्णभावनेच्या सेवेमध्ये इतर कोणाच्याही सेवेचा अडथळा आणू देत नाही. तरीही भगवत्सेवेप्रीत्यर्थ भौतिक जगातील द्वंद्वापासून विचलित न होता, कोणत्याही प्रकारचे कर्म करण्यास तो तत्पर असतो. शीत आणि उष्ण किंवा सुख आणि दुःख या रूपात भौतिक जगातील द्वंद्वांचा अनुभव येतो. कृष्णभावनाभावित मनुष्य हा द्वंद्वातीत असतो, कारण श्रीकृष्णांच्या संतुष्टीप्रीत्यर्थ कोणत्याही प्रकारे कर्मे करण्यात त्याला संकोच वाटत नाही. म्हणून तो यश आणि अपयश दोन्हीमध्ये स्थिर असतो. जेव्हा मनुष्य दिव्य ज्ञानामध्ये पूर्णपणे स्थित होतो तेव्हाच ही लक्षणे प्रकट होतात.

**गतसङ्गस्य मुक्तस्य ज्ञानावस्थितचेतसः ।**
**यज्ञायाचरतः कर्म समग्रं प्रविलीयते ॥ २३ ॥**

**गत-सङ्गस्य**—प्राकृतिक गुणांमध्ये आसक्त नसलेला; **मुक्तस्य**—मुक्त झालेल्या; **ज्ञान-अवस्थित**—ज्ञानामध्ये स्थित झालेला; **चेतसः**—ज्याचे ज्ञान; **यज्ञाय**—यज्ञाप्रीत्यर्थ (कृष्ण); **आचरतः**—आचरण करणारा; **कर्म**—कर्म; **समग्रम्**—संपूर्ण; **प्रविलीयते**—पूर्णपणे विलीन होते.

**जो मनुष्य प्राकृतिक गुणांपासून अनासक्त आहे आणि पूर्णपणे दिव्य ज्ञानामध्ये स्थित आहे त्याचे कर्म पूर्णपणे दिव्यत्व प्राप्त करते.**

**तात्पर्य:** पूर्णपणे कृष्णभावनाभावित झाल्यामुळे मनुष्य सर्व द्वंद्वातून मुक्त होतो आणि याप्रमाणे तो प्राकृतिक गुणांच्या दोषांपासूनही मुक्त होतो. श्रीकृष्णांशी संबंधित आपल्या स्वरूपस्थितीचे त्याला ज्ञान असल्यामुळे तो मुक्त होऊ शकतो आणि म्हणून त्याचे मन कृष्णभावनेपासून कधीही विचलित होऊ शकत नाही. यामुळे तो जे जे करतो ते आदिविष्णू म्हणजेच श्रीकृष्णांप्रीत्यर्थ करतो. म्हणून त्याचे कर्म यज्ञाप्रमाणेच आहे, कारण यज्ञाचा उद्देश हा परम पुरुष श्रीविष्णू, श्रीकृष्णांना संतुष्ट करणे हाच असतो. अशा कर्मांमुळे प्राप्त होणारी कर्मे निश्चितच दिव्यत्वामध्ये विलीन होतात व त्यामुळे कर्मफलांचे भौतिक परिणाम भोगावे लागत नाहीत.

**ब्रह्मार्पणं ब्रह्म हविर्ब्रह्माग्नौ ब्रह्मणा हुतम् ।**
**ब्रह्मैव तेन गन्तव्यं ब्रह्मकर्मसमाधिना ॥ २४॥**

**ब्रह्म**—ब्रह्म किंवा आध्यात्मिक स्वरूप; **अर्पणम्**—अर्पण; **ब्रह्म**—ब्रह्म किंवा परमतत्त्व; **हविः**—लोणी; **ब्रह्म**—आध्यात्मिक; **अग्नौ**—हवनरूपी अग्नीमध्ये; **ब्रह्मणा**—आत्म्याद्वारे; **हुतम्**—आहुती टाकलेली; **ब्रह्म**—भगवद्धाम; **एव**—निश्चितच; **तेन**—त्याला; **गन्तव्यम्**—प्राप्त होण्याजोगे; **ब्रह्म**—आध्यात्मिक; **कर्म**—कर्मामध्ये; **समाधिना**—पूर्णपणे तल्लीन होऊन.

**कृष्णभावनेमध्ये पूर्णपणे तल्लीन झालेल्या मनुष्याला निश्चितच भगवद्धामाची प्राप्ती होते, कारण तो आध्यात्मिक क्रियांत पूर्णपणे निमग्न झालेला असतो. या आध्यात्मिक क्रियांमध्ये हवन सुद्धा आध्यात्मिक स्वरूपाचे (ब्रह्मरूप) आहे आणि हवीसुद्धा आध्यात्मिक स्वरूपाचीच आहे.**

**तात्पर्य:** कृष्णभावनाभावित होऊन केलेली कर्मे शेवटी अशी आध्यात्मिक ध्येयप्राप्ती करून देतात ते या श्लोकात सांगितले आहे. कृष्णभावनाभावित अनेकविध कर्मे आहेत आणि त्या सर्वांचे वर्णन पुढील श्लोकांमध्ये करण्यात येईल. पण आता केवळ कृष्णभावनेच्या तत्त्वाचे विवेचन करण्यात आले आहे. भौतिक विकारांमध्ये गुंतलेला बद्ध जीव हा भौतिक परिस्थितीत कर्म करणार हे निश्चित आहे. म्हणून त्याने अशा परिस्थितीमधून मुक्त होणे आवश्यक आहे. ज्या पद्धतीद्वारे मनुष्य भौतिक परिस्थितीमधून मुक्त होऊ शकतो तिला कृष्णभावना म्हणतात. उदाहरणार्थ, दुधाचे पदार्थ वाजवीपेक्षा अधिक खाल्यामुळे एखादा रोगी मनुष्य जेव्हा पोटाच्या विकाराने अस्वस्थ होतो तेव्हा त्याला दुधाच्याच दुसऱ्या पदार्थाने, दह्याने बरे केले जाते. त्याचप्रमाणे विषयासक्त बद्ध जीव, या ठिकाणी गीतेमध्ये सांगितल्याप्रमाणे कृष्णभावनेद्वारे बरा होऊ शकतो. या पद्धतीलाच सामान्यपणे यज्ञ म्हटले जाते. यज्ञ म्हणजेच सर्व कर्मे श्रीविष्णू

किंवा श्रीकृष्णांच्या संतुष्टीकरिता करणे होय. या भौतिक जगातील कर्मे जितक्या प्रमाणात कृष्णभावनाभावित होऊन किंवा केवळ श्रीविष्णुप्रीत्यर्थ केली जातात तितक्याच प्रमाणात तल्लीनतेने वातावरण आध्यात्मिक होते. *ब्रह्म* म्हणजेच आध्यात्मिक किंवा दिव्य होय. भगवंत हे दिव्य आहेत आणि त्यांच्या दिव्य देहामधून निःसृत होणाऱ्या किरणांना *ब्रह्मज्योती* म्हटले जाते व हेच त्यांचे दिव्य तेज आहे. अस्तित्वातील सर्व गोष्टी ब्रह्मज्योतीमध्ये स्थित आहेत; पण जेव्हा या ब्रह्मज्योतीवर माया किंवा इंद्रियतृप्तीचे आवरण येते तेव्हा त्या ज्योतीला भौतिक म्हटले जाते. हे भौतिक आवरण कृष्णभावनेद्वारे तात्काळ काढून टाकता येते. याप्रमाणे कृष्णभावनेप्रीत्यर्थ अर्पण केलेले हविर्द्रव्य, हे हविर्द्रव्य ग्रहण करणारा प्रतिनिधी, हवनाची प्रक्रिया, हवी अर्पण करणारा आणि प्राप्त फळ या सर्वांचा समावेश म्हणजेच ब्रह्म किंवा परम सत्य होय. जेव्हा परम सत्य मायेने आच्छादित होते तेव्हा त्याला 'पदार्थ' म्हटले जाते. जेव्हा पदार्थाचा उपयोग परम-सत्याप्रीत्यर्थ केला जातो तेव्हा पदार्थाला पुन्हा दिव्यत्व प्राप्त होते. मायेने आच्छादित भावनेचे रूपांतर ब्रह्म किंवा परमतत्त्वामध्ये करणे म्हणजेच कृष्णभावना होय. जेव्हा मन पूर्णपणे कृष्णभावनेमध्ये तल्लीन होते तेव्हा ते समाधिस्थ आहे असे म्हटले जाते. या दिव्य भावनेमध्ये जे काही केले जाते त्याला *यज्ञ* असे म्हणतात. आध्यात्मिक भावनेच्या या स्तरावर हवी अर्पण करणारा, हवी, हवन, यज्ञाचा अधिष्ठाता आणि अंती प्राप्त होणारे फळ, सर्व काही परब्रह्मामध्ये एकत्रित होते. कृष्णभावनेची हीच पद्धती आहे.

**दैवमेवापरे यज्ञं योगिनः पर्युपासते ।**
**ब्रह्माग्नावपरे यज्ञं यज्ञेनैवोपजुह्वति ॥ २५॥**

**दैवम्**—देवतांची पूजा करण्यामध्ये; **एव**—याप्रमाणे; **अपरे**—इतर; **यज्ञम्**—यज्ञ; **योगिनः**—योगिजन; **पर्युपासते**—चांगल्या रीतीने उपासना करतात; **ब्रह्म**—परम सत्याची; **अग्नौ**—अग्नीमध्ये; **अपरे**—इतर; **यज्ञम्**—यज्ञ; **यज्ञेन**—यज्ञाद्वारे; **एव**—याप्रमाणे; **उपजुह्वति**—अर्पण करतात.

**काही योगिजन, देवदेवतांना विविध प्रकारचे यज्ञ अर्पण करून त्यांची चांगल्या रीतीने उपासना करतात आणि त्यातील काहीजण परब्रह्मरूप अग्नीमध्ये यज्ञ अर्पण करतात.**

**तात्पर्य:** पूर्वी वर्णन केल्याप्रमाणे, कृष्णभावनाभावित होऊन कर्म करण्यामध्ये संलग्न झालेल्या मनुष्याला परमयोगी म्हणतात. पण इतर असे लोक आहेत, जे या प्रकारच्या यज्ञांद्वारे देवदेवतांची उपासना करतात आणि इतरही असे लोक आहेत, जे परब्रह्म किंवा भगवंतांच्या निर्विशेष तत्त्वाप्रीत्यर्थ यज्ञ करतात. म्हणून विविध श्रेणींना अनुसरून विविध प्रकारचे यज्ञ आहेत. निरनिराळ्या प्रकारच्या याज्ञिकांनी केलेले निरनिराळ्या श्रेणींतील यज्ञ हे केवळ यज्ञांचे बाह्यात्कारी वर्गीकरण दर्शवितात. वस्तुतः यज्ञ म्हणजे भगवान श्रीविष्णूंना संतुष्ट करणे होय. श्रीविष्णू *यज्ञ* या नावानेही जाणले जातात. सर्व निरनिराळ्या प्रकारच्या यज्ञांचे साधारणपणे दोन प्राथमिक विभाग करता येतात, भौतिक वस्तूंचा यज्ञ आणि दिव्य ज्ञान-प्राप्तीसाठी केलेला यज्ञ. कृष्णभावनाभावित व्यक्ती भगवंतांच्या संतुष्टीसाठी आपल्याकडील सर्व भौतिक वस्तूंचा यज्ञ

करतात आणि तात्पुरत्या भौतिक सुखाची इच्छा असलेले इंद्र, सूर्यदेव इत्यादी देवदेवतांना संतुष्ट करण्यासाठी आपल्याकडील भौतिक वस्तूंचा यज्ञ करतात आणि निर्विशेषवादी हे निराकार ब्रह्मज्योतीमध्ये विलीन होऊन आपल्या व्यक्तित्वाचा यज्ञ करतात. देवदेवता म्हणजे भगवंतांनी विश्वाला उष्णता, वर्षा, प्रकाश इत्यादी गोष्टींचा पुरवठा करण्यासाठी नेमलेले शक्तिशाली जीव आहेत. जे भौतिक लाभ प्राप्त करू इच्छितात ते वैदिक कर्मकांडांनुसार विविध प्रकारच्या यज्ञांद्वारे देवदेवतांची उपासना करतात. अशा लोकांना *बह्वीश्वरवादी* किंवा अनेक देवतांवर विश्वास ठेवणारे असे म्हणतात. पण जे इतर लोक परम सत्याच्या निर्विशेष ब्रह्मरूपाची उपासना करतात आणि देवदेवतांची रूपे तात्पुरती समजतात, ते स्वत:चे अस्तित्व ब्रह्माग्नीमध्ये अर्पण करून परब्रह्मामध्ये विलीन होतात, वैयक्तिक अस्तित्वाचा अंत करतात. असे निर्विशेषवादी परम सत्याच्या दिव्य स्वरूपाचे ज्ञान प्राप्त करण्यामध्ये काल व्यतीत करतात. दुसऱ्या शब्दांत सांगावयाचे तर, सकाम कर्मी भौतिक उपभोग प्राप्त करण्यासाठी आपल्याकडील भौतिक वस्तूंचा यज्ञ करतात तर निर्विशेषवादी हे परब्रह्मामध्ये विलीन होण्यासाठी आपल्या भौतिक उपाधींचा यज्ञ करतात. निर्विशेषवाद्यांसाठी यज्ञाग्नी हा परब्रह्म आहे आणि आहुती म्हणजे आत्मस्वरूप आहे, जे ब्रह्माग्नीमध्ये अर्पिले जाते. परंतु अर्जुनासारखा कृष्णभावनाभावित भक्त हा श्रीकृष्णांच्या संतुष्टीप्रीत्यर्थ सर्वस्व यज्ञार्पित करतो याप्रमाणे भक्तांकडील भौतिक वस्तू तसेच त्यांचे स्वत:चे अस्तित्व म्हणजेच सर्वस्व श्रीकृष्णाप्रीत्यर्थ यज्ञार्पित होते. म्हणूनच तो सर्वोत्तम योगी होय; परंतु असे केल्याने तो आपले स्वत:चे वैयक्तिक अस्तित्व गमावत नाही.

**श्रोत्रादीनीन्द्रियाण्यन्ये संयमाग्निषु जुह्वति ।**
**शब्दादीन्विषयानन्य इन्द्रियाग्निषु जुह्वति ॥ २६ ॥**

**श्रोत्र-आदीनि**—श्रवणादी प्रक्रिया; **इन्द्रियाणि**—इंद्रिये; **अन्ये**—अन्य; **संयम**—संयमाचा; **अग्निषु**—अग्नीमध्ये; **जुह्वति**—अर्पण करतात; **शब्द-आदीन्**—शब्द आदी; **विषयान्**—इंद्रियविषय; **अन्ये**—अन्य; **इन्द्रिय**—इंद्रियांचे; **अग्निषु**—अग्नीमध्ये; **जुह्वति**—अर्पण करतात.

**यांपैकी काहीजण ( विशुद्ध ब्रह्मचारी ) श्रवणादी प्रक्रिया आणि इंद्रियांची, मानसिक संयमरूपी अग्नीमध्ये आहुती देतात आणि इतर ( नियमन केलेले गृहस्थाश्रमी ) इंद्रियविषयांची, इंद्रियाग्नीमध्ये आहुती देतात.**

**तात्पर्य:** ब्रह्मचारी, गृहस्थ, वानप्रस्थ आणि संन्यासी या समाजाच्या चार आश्रमांतील सदस्यांनी परिपूर्ण योगी बनणे आवश्यक आहे. मनुष्यजीवन हे पशूप्रमाणे इंद्रियोपभोग करण्यासाठी नाही. म्हणून चार आश्रमांची रचना अशा पद्धतीने करण्यात आली आहे की, जेणेकरून आध्यात्मिक जीवनामध्ये पूर्णता प्राप्त करणे शक्य होईल. ब्रह्मचारी किंवा प्रमाणित आध्यात्मिक गुरूच्या देखरेखीखाली असणारे विद्यार्थी, इंद्रियतृप्तीपासून परावृत्त होऊन मन संयमित करतात. ब्रह्मचारी केवळ कृष्णभावनेशी संबंधित असणारे शब्द श्रवण करतो. श्रवण हे ज्ञानप्राप्तीचे मूलभूत तत्त्व आहे म्हणून विशुद्ध ब्रह्मचारी पूर्णपणे *हरेर्नामानुकीर्तनम्* किंवा हरिनाम श्रवणामध्ये आणि कीर्तनामध्ये संलग्न झालेला असतो. तो भौतिक शब्दध्वनीचे श्रवण करण्यापासून स्वत:ला

परावृत्त करतो आणि हरे कृष्ण हरे कृष्ण या दिव्य शब्द-ध्वनीचे श्रवण करण्यात मग्न होतो. त्याचप्रमाणे मर्यादित आणि नियंत्रित इंद्रियतृप्ती करण्याची मुभा असणारा गृहस्थ अशी कृत्ये महत्प्रयासाने संयमित करतात. लैंगिक जीवन, मादक पदार्थ व मांस भक्षण करणे या सामान्यत: मानवसमाजाच्या प्रवृत्ती असतात. परंतु एखादा संयमित गृहस्थ अनियंत्रित संभोग आणि इतर प्रकारची इंद्रियतृप्ती करीत नाही. म्हणून धार्मिक जीवनावर आधारित विवाहपद्धती ही सर्व सुधारित मानवी समाजामध्ये अस्तित्वात आहे. कारण, हाच मैथुनभोग नियंत्रित करण्याचा मार्ग आहे. असे संयमित आणि अनासक्त संभोग जीवन म्हणजे एक प्रकारचा यज्ञच आहे, कारण गृहस्थ आपल्या इंद्रियतृप्ती करण्याच्या प्रवृत्तीची आहुती देतो.

**सर्वाणीन्द्रियकर्माणि प्राणकर्माणि चापरे ।**
**आत्मसंयमयोगाग्नौ जुह्वति ज्ञानदीपिते ॥ २७॥**

**सर्वाणि**—सर्व; **इन्द्रिय**—इंद्रिये; **कर्माणि**—कार्ये; **प्राण-कर्माणि**—प्राणाच्या क्रिया; **च**—सुद्धा; **अपरे**—अन्य; **आत्म-संयम**—मनोनिग्रह; **योग**—योग, संधान साधण्याची प्रक्रिया; **अग्नौ**—अग्नीमध्ये; **जुह्वति**—अर्पण करतात; **ज्ञान-दीपिते**—आत्मसाक्षात्कार प्राप्तीच्या तीव्र इच्छेमुळे.

**इतर व्यक्ती, ज्या मन आणि इंद्रियांच्या संयमाद्वारे आत्मसाक्षात्कार प्राप्तीसाठी इच्छुक असतात, त्या इंद्रिये आणि प्राणाच्या सर्व क्रिया आहुती रूपाने नियंत्रित मनरूपी अग्नीमध्ये अर्पण करतात.**

**तात्पर्य:** या ठिकाणी पतंजलीप्रणीत योगपद्धतीचा उल्लेख करण्यात आला आहे. पतंजलीच्या योगसूत्रामध्ये आत्म्याला *प्रत्यगात्मा* आणि *पराग-आत्मा* म्हणून संबोधण्यात आले आहे. जोपर्यंत आत्मा इंद्रियोपभोगामध्ये आसक्त आहे तोपर्यंत त्याला *पराग-आत्मा* म्हणतात; पण जेव्हा आत्मा अशा इंद्रियोपभोगापासून अनासक्त होतो तेव्हा त्याला *प्रत्यगात्मा* म्हटले जाते. शरीरामध्ये आत्मा हा दहा प्रकारच्या वायूंमध्ये वावरत असतो आणि याचा प्रत्यय श्वसनप्रक्रियेद्वारा येतो. पतंजली योगसूत्र, मनुष्याला शरीरातील प्राणांच्या क्रियांचे नियमन कसे करावे याबद्दल सांगते, जेणेकरून शरीरातील सर्व प्रकारच्या प्राणांच्या क्रिया भौतिक आसक्तीतून आत्म्याचे शुद्धीकरण होण्यासाठी अनुकूल होतील. या योगपद्धतीनुसार प्रत्यगात्मा हेच अंतिम ध्येय आहे. हा प्रत्यगात्मा भौतिक क्रियांमधून निवृत्त केलेला असतो. इंद्रिये आणि इंद्रियविषय यांचा परस्पर संबंध येतो. उदाहरणार्थ, कान श्रवण करण्यासाठी, नेत्र पाहण्यासाठी, नासिका वास घेण्यासाठी, जिह्वा चव घेण्यासाठी, हात स्पर्श करण्यासाठी आणि याप्रमाणे ही सर्व इंद्रिये आत्म्याच्या बाहेर क्रियाशील असतात. या क्रियांना 'प्राणवायूच्या क्रिया' म्हणतात. *अपान वायू* अधोगामी आहे, *व्यान वायू* आकुंचन-प्रसरणाचे कार्य करतो. *समान वायू* समतोलपणा राखतो, *उदान वायू* उर्ध्वगामी आहे. जेव्हा मनुष्य प्रबुद्ध होतो तेव्हा तो आत्मसाक्षात्कार प्राप्तीसाठी या सर्वांचा उपयोग करतो.

**द्रव्ययज्ञास्तपोयज्ञा योगयज्ञास्तथापरे ।**
**स्वाध्याययज्ञानयज्ञाश्च यतयः संशितव्रताः ॥ २८॥**

**द्रव्य-यज्ञाः**—स्वत:कडील वस्तूंचा यज्ञ करणे; **तपः-यज्ञाः**—तपोरूप यज्ञ; **योग-यज्ञाः**—

अष्टांगयोगरूपी यज्ञ; **तथा**—याप्रमाणे; **अपरे**—इतर; **स्वाध्याय**—वेदाध्ययनरूपी यज्ञ; **ज्ञान-यज्ञाः**—दिव्य ज्ञानामधील प्रगतीकरिता यज्ञ; **च**—सुद्धा; **यतयः**—प्रबुद्ध व्यक्ती; **संशित-व्रताः**—कठोर व्रत धारण करणारे.

**काहीजण कठोर व्रत धारण करून, काहीजण आपल्याकडील द्रव्यांचा यज्ञ करून, काहीजण खडतर तपस्या करून, काहीजण अष्टांगयोग पद्धतीचे आचरण करून किंवा काही दिव्य ज्ञानामध्ये प्रगत होण्यासाठी वेदाध्ययन करून प्रबुद्ध होतात.**

**तात्पर्यः** या यज्ञांचे विविध विभागांमध्ये वर्गीकरण करता येते. विविध प्रकारचे दान करून काही लोक आपल्याकडील संपत्तीचा यज्ञ करतात. भारतामध्ये धनाढ्य व्यापारीवर्ग किंवा राजघराण्यातील लोक विविध प्रकारच्या धर्मार्थ संस्था उघडतात उदा. धर्मशाळा, अन्नक्षेत्र, अतिथिगृह, अनाथालय आणि विद्यापीठ, इतर देशांतही अनेक इस्पितळे, वृद्धाश्रम आणि तत्सम धर्मादाय संस्था आहेत, ज्या अन्नवाटप, गरिबांना शिक्षण आणि मोफत वैद्यकीय मदत देण्याच्या उद्देशाने स्थापिलेल्या आहेत. दान देण्याच्या या सर्व कार्यांना *द्रव्यमय यज्ञ* असे म्हणतात. काही लोक जीवनातील उन्नतावस्था प्राप्त करण्यासाठी किंवा ब्रह्मांडातील उच्चतर ग्रहलोकांप्रत उन्नत होण्यासाठी स्वेच्छेने अनेक प्रकारच्या तपस्या करतात. उदाहरणार्थ, चंद्रायण आणि चातुर्मास्य. या पद्धतींमध्ये विशिष्ट नियमांनुसार खडतर व्रतांचे जीवनामध्ये आचरण करावे लागते. चातुर्मास्य व्रताचे आचरण करणारा (जुलै ते आक्टोबर) वर्षातील चार महिन्यांमध्ये केशकर्तन करीत नाही, विशिष्ट अन्नपदार्थ ग्रहण करीत नाही, दिवसातून दोन वेळा अन्नग्रहण करीत नाही किंवा घर सोडून जात नाही. जीवनातील सुखांच्या अशा यज्ञाला *तपोमय-यज्ञ* म्हटले जाते. इतर असेही लोक आहेत, जे पतंजली योगपद्धती (ब्रह्मज्योतीमध्ये विलीन होण्यासाठी) किंवा हठयोग अथवा अष्टांगयोग (विशिष्ट सिद्धी प्राप्त करण्यासाठी) इत्यादी योगपद्धतींचे आचरण करतात. काही लोक पवित्र तीर्थस्थळांना भेट देण्यासाठी तीर्थाटन करतात. या सर्व आचरण क्रियांना योगयज्ञ, अर्थात भौतिक जगामध्ये विशिष्ट सिद्धींप्रीत्यर्थ केलेला यज्ञ असे म्हणतात. अन्य लोक आहेत, जे निरनिराळ्या वैदिक शास्त्रांचे, विशेषकरून उपनिषद आणि वेदान्तसूत्र किंवा सांख्य तत्त्वज्ञान, अध्ययन करण्यामध्ये संलग्न होतात. या सर्व क्रियांना स्वाध्याय यज्ञ किंवा अध्ययनरूपी यज्ञ म्हटले जाते. हे सर्व योगी निष्ठेने विविध प्रकारचे यज्ञ करण्यामध्ये मग्न असतात आणि जीवनातील उन्नतावस्थेच्या शोधात असतात. पण कृष्णभावना ही या सर्वांपासून भिन्न आहे, कारण कृष्णभावनेमध्ये प्रत्यक्ष भगवंतांची सेवा केली जाते. वर उल्लेख केलेल्या कोणत्याही प्रकारच्या यज्ञाद्वारे कृष्णभावनेची प्राप्ती करता येत नाही. कृष्णभावना केवळ भगवंत आणि त्यांच्या प्रमाणित भक्ताच्या कृपेद्वारेच प्राप्त करता येते. म्हणून कृष्णभावना ही दिव्य आहे.

**अपाने जुह्वति प्राणं प्राणेऽपानं तथापरे ।**
**प्राणापानगती रुद्ध्वा प्राणायामपरायणाः ।**
**अपरे नियताहाराः प्राणान्प्राणेषु जुह्वति ॥ २९ ॥**

**अपाने**—अधोगमन करणाऱ्या अपान वायूत; **जुह्वति**—अर्पण करतात; **प्राणम्**—बाहेरच्या दिशेने कार्य करणारा प्राणवायू; **प्राणे**—प्राणवायूमध्ये; **अपानम्**—अधोगामी अपान वायू; **तथा**—त्याचप्रमाणे; **अपरे**—इतर; **प्राण**—बाहेरच्या दिशेने कार्य करणाऱ्या प्राणवायूचे; **अपान**—आणि अधोगामी अपानवायू; **गती**—गती; **रुद्ध्वा**—रोखून किंवा वश करून; **प्राण-आयाम**—सर्व प्राण निरोधाने झालेली समाधी, प्राणायाम; **परायणाः**—याप्रमाणे परायण झालेले; **अपरे**—इतर; **नियत**—संयमित केल्यावर; **आहाराः**—आहार; **प्राणान्**—प्राणवायू; **प्राणेषु**—प्राणवायूमध्ये; **जुह्वति**—यज्ञ करतात किंवा हवन करतात.

**याव्यतिरिक्त इतरही लोक आहेत, जे समाधिस्थ राहण्याकरिता प्राणायाम पद्धतीचा अवलंब करतात. ते प्राणवायूची अपान वायूमध्ये आणि अपान वायूची प्राणवायूमध्ये आहुती देतात आणि शेवटी संपूर्ण श्वासोच्छ्वास थांबवून समाधी अवस्थेत राहतात. अन्य लोक आहार नियमन करून प्राणवायूच प्राणवायूमध्ये यज्ञ म्हणून अर्पण करतात.**

**तात्पर्य:** श्वसनप्रक्रिया नियंत्रित करण्याच्या या योगपद्धतीला *प्राणायाम* असे म्हटले जाते आणि आरंभी हठयोगामध्ये विविध आसनांद्वारे प्राणायामाचा उपयोग केला जातो. या सर्व प्रक्रिया इंद्रिये संयमित करण्यासाठी आणि आध्यात्मिक साक्षात्कारामध्ये प्रगती करण्यासाठी आहेत. प्राणायामामध्ये शरीरातील वायू नियंत्रित केले जातात ज्यामुळे त्यांचे मार्गक्रमण विरुद्ध दिशेने करता यावे. अपान वायू अधोगमन करतो आणि प्राणवायू उर्ध्वगमन करतो. प्राणायाम योगी या वायूंचे विरुद्ध दिशेने मार्गक्रमण करवितो आणि दोन्ही वायूंचे समत्व 'पूरक' मध्ये साधतो. प्राणवायू अपान वायूमध्ये अर्पण करणे (उच्छ्वास आत येणाऱ्या श्वासामध्ये अर्पण करणे) या क्रियेला 'रेचक' म्हटले जाते. जेव्हा दोन्ही वायूंचे प्रवाह पूर्णपणे थांबले जातात तेव्हा मनुष्य *'कुंभक योग'* यामध्ये स्थित असल्याचे म्हटले जाते. कुंभक योगाच्या आचरणामुळे आध्यात्मिक साक्षात्कारप्राप्तीसाठी मनुष्य आपली आयुर्मर्यादा वाढवू शकतो. बुद्धिमान योगी दुसऱ्या जीवनाची प्रतीक्षा न करता एकाच जीवनकालामध्ये पूर्णता प्राप्त करण्यामध्ये इच्छुक असतो. कारण, कुंभक योगाच्या आचरणामुळे योगी आपले आयुष्य अनेकानेक वर्षांनी वृद्धिंगत करतात. परंतु कृष्णभावनाभावित मनुष्य, भगवंतांच्या दिव्य प्रेममयी सेवेमध्ये नित्य स्थित असल्यामुळे, त्याची इंद्रिये आपोआपच नियंत्रित होतात. त्याची इंद्रिये नेहमी भगवंतांच्या सेवेमध्ये संलग्न असल्यामुळे ती इतरत्र रत होण्याची शक्यताच नसते. म्हणून जीवनाच्या अंती तो स्वाभाविकतःच भगवान श्रीकृष्णांच्या दिव्य धामामध्ये प्रवेशित होतो, यामुळे तो दीर्घायुषी होण्याचा प्रयत्न करीत नाही. भगवद्गीतेत सांगितल्याप्रमाणे (१४.२६) तो तात्काळ मुक्तीच्या स्तरापर्यंत उन्नत होतो.

*मां च योऽव्यभिचारेण भक्तियोगेन सेवते ।*
*स गुणान्समतीत्यैतान् ब्रह्मभूयाय कल्पते ॥*

"भगवंतांच्या विशुद्ध भक्तिपूर्ण सेवेमध्ये जो संलग्न होतो, तो प्रकृतीच्या गुणांच्या पलीकडे

जातो आणि तात्काळ ब्रह्म-स्तरापर्यंत उन्नत होतो.'' कृष्णभावनाभावित मनुष्य दिव्य स्तरापासूनच प्रारंभ करतो आणि नित्य त्याच भावनेमध्ये स्थित राहतो. म्हणून त्या स्तरापासून त्याचे पतन होण्याची शक्यता नसते. शेवटी तो भगवद्धामात प्रवेश करतो. भगवंतांना अर्पण केलेले अन्न किंवा कृष्णप्रसाद ग्रहण केल्याने आहारनियमन आपोआपच होते. इंद्रियनिग्रह करण्यासाठी आहार नियमन अत्यंत साहाय्यकारक ठरते आणि इंद्रियसंयम केल्याविना भौतिक जंजाळातून मुक्त होण्याची शक्यता नाही.

**सर्वेऽप्येते यज्ञविदो यज्ञक्षपितकल्मषाः ।**
**यज्ञशिष्टामृतभुजो यान्ति ब्रह्म सनातनम् ॥ ३० ॥**

**सर्वे**—सर्व; **अपि**—वरकरणी भिन्न असले तरी; **एते**—हे सर्व; **यज्ञ-विदः**—यज्ञ करण्याचे प्रयोजन चांगल्या तऱ्हेने जाणणारे; **यज्ञ-क्षपित**—अशा प्रकारचे यज्ञकर्म केल्याने; **कल्मषाः**—पापकर्म; **यज्ञ-शिष्ट**—अशा यज्ञकर्माचे फळ; **अमृत-भुजः**—ज्यांनी अमृताची चव घेतली आहे; **यान्ति**—प्राप्त करतात; **ब्रह्म**—ब्रह्म; **सनातनम्**—सनातन अस्तित्व.

**यज्ञाचे प्रयोजन उत्तम रीतीने जाणणारे हे सर्व यज्ञकर्ते पापकर्मांतून मुक्त होतात आणि यज्ञाच्या अवशिष्टरूपी अमृताची चव घेतल्यामुळे, ते सनातन ब्रह्मस्तराची प्राप्ती करतात.**

**तात्पर्यः** विविध प्रकारच्या यज्ञांच्या पूर्वोक्त वर्णनावरून (द्रव्ययज्ञ, वेदाध्ययन किंवा ज्ञानयज्ञ आणि योगयज्ञ) कळून येते की, इंद्रियसंयम करणे हाच या सर्वांचा मूळ उद्देश आहे. इंद्रियतृप्तीमुळेच मनुष्य भौतिक अस्तित्वात गुंतून राहतो. म्हणून जोपर्यंत तो इंद्रियतृप्तीविरहित स्तरावर स्थित होत नाही तोपर्यंत तो सच्चिदानंद स्तरापर्यंत उन्नत होऊ शकत नाही. हा स्तर म्हणजेच सनातन किंवा ब्रह्मस्तर होय. वर सांगण्यात आलेले सर्व यज्ञ मनुष्याला भौतिक जीवनाच्या पापकर्मांतून शुद्ध होण्यास साहाय्यक होतात. जीवनातील या प्रगतीमुळे मनुष्यजीवनात ऐश्वर्यवान आणि आनंदी होतो, इतकेच नव्हे तर अंतसमयी निर्विशेष ब्रह्मज्योतीमध्ये विलीन होऊन किंवा भगवान श्रीकृष्णांचे सान्निध्य प्राप्त करून तो शाश्वत भगवद्धामात प्रवेश करतो.

**नायं लोकोऽस्त्ययज्ञस्य कुतोऽन्यः कुरुसत्तम ॥ ३१ ॥**

**न**—कधीच नाही; **अयम्**—या; **लोकः**—ग्रहलोक; **अस्ति**—आहे; **अयज्ञस्य**—यज्ञ न करणाऱ्याला; **कुतः**—कोठून; **अन्यः**—इतर; **कुरु-सत्-तम**—हे कुरुश्रेष्ठा.

**हे कुरुश्रेष्ठा, यज्ञ केल्याविना मनुष्य या लोकामध्ये किंवा या जीवनामध्ये कधीच सुखप्राप्ती करू शकत नाही. तर पुढील जीवनाबद्दल काय सांगावे?**

**तात्पर्यः** मनुष्य, कोणत्याही प्रकारच्या भौतिक जीवनामध्ये असला तरी निश्चितपणे त्याला आपल्या वास्तविक स्वरूपाचे अज्ञान असते. दुसऱ्या शब्दांत सांगावयाचे तर, भौतिक जगातील अस्तित्व म्हणजे आपल्या पापमय जीवनाच्या कर्मफलांचा परिणाम आहे. पापमय जीवनास

अज्ञान कारणीभूत आहे आणि पापमय जीवन हे मनुष्याचे भौतिक अस्तित्व लांबविण्यास कारणीभूत आहे. या जंजाळातून बाहेर पडण्यासाठी मनुष्य-जीवन हाच एकमेव सुटकेचा मार्ग आहे. म्हणून वेद हे आपल्याला या जंजाळातून सुटण्यासाठी धर्म, अर्थ, काम आणि सरतेशेवटी या दुःखमय अवस्थेतून पूर्णपणे बाहेर पडण्याचा मार्ग निर्देशित करतात. धर्माच्या मार्गामुळे किंवा वर सांगितलेल्या विविध प्रकारच्या यज्ञांमुळे आपोआपच आपल्या आर्थिक समस्या सुटतात. यज्ञ केल्यामुळे, जरी तथाकथित लोकसंख्यावाढ झाली असली तरी आपण पुरेशा प्रमाणात अन्न, दूध इत्यादी प्राप्त करू शकतो. याप्रमाणे शारीरिक गरजा जेव्हा पूर्णपणे भागतात तेव्हा स्वाभाविकपणेच पुढची पायरी म्हणजे इंद्रियतृप्ती करणे होय. म्हणून वेदांनी इंद्रियतृप्ती नियमनासाठी पवित्र विवाहबंधनाची व्यवस्था केली आहे. याप्रमाणे मनुष्य क्रमाक्रमाने भौतिक बंधनातून मुक्त होण्याप्रत उन्नत होतो आणि मुक्त जीवनाची परमोच्च परिपूर्णता म्हणजे भगवंतांचे सान्निध्य प्राप्त करणे होय. पूर्वीच सांगितल्याप्रमाणे, यज्ञ केल्यामुळे सिद्धी प्राप्त होते. म्हणून जर मनुष्य वेदांनुसार यज्ञ करण्यास इच्छुक नसेल तर तो या जीवनामध्ये सुखाची अपेक्षा कशी करू शकेल? आणि मग अन्य लोकांवरील अन्य शरीराविषयी काय बोलावे? विविध स्वर्गलोकांमध्ये विविध प्रकारची सुखे उपलब्ध असतात. त्या सर्व ठिकाणी विविध प्रकारचे यज्ञ करणाऱ्या मनुष्यांसाठी अमर्याद सुख उपलब्ध असते. परंतु एखाद्या मनुष्यास प्राप्य असे परमोच्च सुख म्हणजे कृष्णभावनेद्वारे आध्यात्मिक लोकामध्ये प्रवेश करणे होय. म्हणून कृष्णभावनाभावित जीवन हेच भौतिक जीवनाच्या सर्व समस्यांचे समाधान आहे.

**एवं बहुविधा यज्ञा वितता ब्रह्मणो मुखे ।**
**कर्मजान्विद्धि तान्सर्वानेवं ज्ञात्वा विमोक्ष्यसे ॥ ३२ ॥**

**एवम्**—याप्रमाणे; **बहु-विधाः**—नाना प्रकारचे; **यज्ञाः**—यज्ञ; **वितताः**—विस्तारलेले आहेत; **ब्रह्मणः**—वेदांचे; **मुखे**—मुखाद्वारे; **कर्म-जान्**—कर्मजन्य; **विद्धि**—तू जाण; **तान्**—त्यांना; **सर्वान्**—सर्व; **एवम्**—याप्रमाणे; **ज्ञात्वा**—जाणून; **विमोक्ष्यसे**—तू मुक्त होशील.

**हे सर्व विविध प्रकारचे यज्ञ वेदसंमत आहेत आणि ते सर्व विविध प्रकारच्या कर्मांपासून उत्पन्न झाले आहेत. याप्रमाणे त्यांना जाणल्यावर तू मुक्त होशील.**

**तात्पर्य:** वर वर्णन केल्याप्रमाणे वेदांमध्ये निरनिराळ्या प्रकारचे सर्वजण कर्म करणाऱ्यांना अनुरूप असे विविध प्रकारचे यज्ञ सांगण्यात आले आहेत. देहात्मबुद्धीमध्ये पूर्णपणे रत झाल्यामुळे या यज्ञाचे आयोजन अशा रीतीने करण्यात आले आहे की, ज्यामुळे मनुष्य आपले शरीर, मन किंवा बुद्धीद्वारे यज्ञ करू शकतो, परंतु या सर्वांचा अंतिम उद्देश मनुष्याला शरीरातून मुक्त करणे हाच आहे. याला भगवंतांनी स्वतः या ठिकाणी पुष्टी दिली आहे.

**श्रेयान्द्रव्यमयाद्यज्ञाज्ज्ञानयज्ञः परन्तप ।**
**सर्वं कर्माखिलं पार्थ ज्ञाने परिसमाप्यते ॥ ३३ ॥**

**श्रेयान्**—श्रेष्ठतर; **द्रव्य-मयात्**—द्रव्याचा; **यज्ञात्**—यज्ञापेक्षा; **ज्ञान-यज्ञः**—ज्ञानयज्ञ; **परन्तप**—हे

अरिमर्दना अर्जुना; **सर्वम्**—सर्व; **कर्म**—कर्म; **अखिलम्**—सर्व; **पार्थ**—हे पृथापुत्रा; **ज्ञाने**—ज्ञानामध्ये; **परिसमाप्यते**—पर्यवसान होते.

**हे परंतप! केवळ द्रव्ययज्ञापेक्षा ज्ञानयज्ञ श्रेष्ठ आहे. अंततः हे पार्था! सर्व कर्मयज्ञांचे पर्यवसान दिव्य ज्ञानामध्ये होते.**

**तात्पर्य:** परिपूर्ण ज्ञानावस्थेची प्राप्ती करणे, त्यानंतर सांसारिक दु:खांतून मुक्तता प्राप्त करणे आणि अंती भगवंतांच्या दिव्य प्रेममयी सेवेमध्ये (कृष्णभावना) रममाण होणे, हा वेदांचा मुख्य उद्देश आहे. तरीही या सर्व विविध यज्ञकर्मांविषयी एक रहस्य आहे आणि मनुष्याने हे रहस्य जाणणे आवश्यक आहे. यज्ञकर्त्याच्या विशिष्ट श्रद्धेनुसार यज्ञ कधी कधी विविध प्रकारची रूपे धारण करतात. जेव्हा मनुष्याची श्रद्धा दिव्य ज्ञानाने युक्त होते तेव्हा त्या यज्ञकर्त्याला, अशा दिव्य ज्ञानाशिवाय केवळ द्रव्यांचा यज्ञ करणाऱ्या यज्ञकर्त्यापेक्षा अधिक प्रगत समजले पाहिजे, कारण ज्ञानप्राप्ती झाल्याविना यज्ञ हे भौतिक स्तरावरच राहतात आणि त्यापासून कोणतीही आध्यात्मिक लाभप्राप्ती होत नाही. वास्तविक ज्ञानाची परिणती, दिव्य ज्ञानाच्या अत्युच्च स्तरामध्ये म्हणजेच कृष्णभावनेमध्ये होते. उन्नत, दिव्य ज्ञानप्राप्तीविना यज्ञ म्हणजे केवळ भौतिक कर्मेच होत. तरीही, जेव्हा हे यज्ञ दिव्य ज्ञानाच्या स्तराप्रत उन्नत केले जातात तेव्हा अशा सर्व यज्ञकर्मांना आध्यात्मिक स्वरूप प्राप्त होते. चेतनेमधील भिन्नतेवरून कधी कधी यज्ञकर्मांना कर्मकांड (सकाम कर्मे) म्हटले जाते तर कधी कधी ज्ञानकांड (सत्य शोधार्थ ज्ञान) असे म्हटले जाते. ज्या यज्ञाचा शेवट ज्ञानप्राप्तीत होतो तोच यज्ञ अधिक श्रेष्ठ होय.

**तद्विद्धि प्रणिपातेन परिप्रश्नेन सेवया ।**
**उपदेक्ष्यन्ति ते ज्ञानं ज्ञानिनस्तत्त्वदर्शिनः ॥ ३४॥**

**तत्**—विविध यज्ञांचे ते ज्ञान; **विद्धि**—जाणण्याचा प्रयत्न कर; **प्रणिपातेन**—आध्यात्मिक गुरूंकडे जाऊन; **परिप्रश्नेन**—नम्रतापूर्वक प्रश्न विचारून; **सेवया**—सेवा करून; **उपदेक्ष्यन्ति**—ते दीक्षा देतील; **ते**—तुला; **ज्ञानम्**—ज्ञानामध्ये; **ज्ञानिनः**—आत्मसाक्षात्कारी; **तत्त्व**—सत्याचे; **दर्शिनः**—दर्शी.

**आध्यात्मिक गुरूंकडे जाऊन तत्त्व जाणण्याचा प्रयत्न कर. नम्रपणे त्यांना प्रश्न विचार आणि त्यांची सेवा कर. आत्मसाक्षात्कारी व्यक्ती तुला ज्ञान प्रदान करू शकतात, कारण त्यांनी तत्त्व जाणलेले असते.**

**तात्पर्य:** आत्मसाक्षात्काराचा मार्ग नि:संशय कठीण आहे. म्हणून भगवंत आपल्याला त्यांच्यापासून प्रारंभ होणाऱ्या गुरुशिष्य परंपरेतील प्रमाणित आध्यात्मिक गुरूंना शरण जाण्याचा सल्ला देतात. गुरुशिष्य परंपरेच्या या तत्त्वाचे पालन केल्याशिवाय कोणीही प्रमाणित आध्यात्मिक गुरू बनू शकत नाही. भगवंत हे आद्य आध्यात्मिक गुरू आहेत आणि गुरुशिष्य परंपरेतील व्यक्ती हा भगवंतांचा संदेश आपल्या शिष्याला यथार्थ रूपात प्रदान करू शकतो. मूर्ख, दांभिक लोकांप्रमाणे कोणीही स्वनिर्मित मार्गाद्वारे आत्मसाक्षात्कारी होऊ शकत नाही. श्रीमद्‌भागवत

सांगते की (६.३.१९) *धर्मं तु साक्षात्भगवत्प्रणीतम्*—धर्ममार्ग साक्षात भगवंतांनी सांगितला आहे. म्हणून मानसिक तर्क किंवा शुष्क वादाच्या आधारे आपण योग्य मार्गाची प्राप्ती करू शकत नाही. तसेच ज्ञानग्रंथाच्या स्वतंत्र अध्ययनानेही मनुष्य आध्यात्मिक जीवनामध्ये प्रगती करू शकत नाही. ज्ञानप्राप्तीकरिता मनुष्याने प्रमाणित आध्यात्मिक गुरूंना शरण जाणे अत्यावश्यक आहे. अशा आध्यात्मिक गुरूंचा स्वीकार संपूर्ण शरणागतीने केला पाहिजे आणि मिथ्या अहंकार न ठेवता नम्र सेवकाप्रमाणे त्यांची सेवा केली पाहिजे. आत्मसाक्षात्कारी आध्यात्मिक गुरूंना प्रसन्न करणे हेच आध्यात्मिक जीवनातील प्रगतीचे रहस्य आहे. जिज्ञासा आणि नम्रता यांच्या योग्य संयोगाद्वारे आध्यात्मिक ज्ञानप्राप्ती होते. नम्रता आणि सेवेशिवाय विद्वान आध्यात्मिक गुरूंना प्रश्न विचारणे परिणामकारक ठरत नाही. मनुष्याने आध्यात्मिक गुरूच्या कसोटीस उतरले पाहिजे आणि जेव्हा ते शिष्याची प्रामाणिक इच्छा पाहतात तेव्हा आपोआपच त्याला वास्तविक आध्यात्मिक ज्ञान प्रदान करून कृतार्थ करतात. या श्लोकामध्ये अंधानुसरण आणि विवेकशून्य प्रश्न या दोन्ही गोष्टींना दोषास्पद ठरविले आहे. मनुष्याने आध्यात्मिक गुरूंकडून केवळ श्रवण करावे असे नाही तर त्याने नम्रता, सेवा आणि प्रश्नाद्वारे आध्यात्मिक गुरूंकडून ज्ञानबोध करून घेतला पाहिजे. प्रमाणित आध्यात्मिक गुरू स्वभावत:च शिष्याबद्दल अत्यंत दयाळू असतात. म्हणून शिष्य जेव्हा नम्र आणि सेवा करण्यास सदैव तत्पर असतो तेव्हा ज्ञान आणि प्रश्नांचे आदानप्रदान यांचा पूर्ण मेळ जमतो.

**यज्ज्ञात्वा न पुनर्मोहमेवं यास्यसि पाण्डव।**
**येन भूतान्यशेषाणि द्रक्ष्यस्यात्मन्यथो मयि ॥ ३५ ॥**

**यत्**—जे; **ज्ञात्वा**—जाणल्याने; **न**—कधीच नाही; **पुन:**—पुन्हा; **मोहम्**—मोहाला; **एवम्**—याप्रमाणे; **यास्यसि**—प्राप्त होशील; **पाण्डव**—हे पांडुपुत्रा; **येन**—ज्यायोगे; **भूतानि**—प्राणिमात्र; **अशेषाणि**—सर्व; **द्रक्ष्यसि**—तू पाहशील; **आत्मनि**—परमात्म्यामध्ये; **अथ उ**—किंवा दुसऱ्या शब्दांत; **मयि**—माझ्यामध्ये.

**आत्मसाक्षात्कारी जीवांकडून वास्तविक ज्ञानाची प्राप्ती झाल्यावर, तू पुन्हा मोहित होणार नाहीस, कारण या ज्ञानाद्वारे तू पाहशील की, सर्व प्राणिमात्र हे परमात्म्याचे अंश आहेत अर्थात ते माझेच आहेत.**

**तात्पर्य:** आत्मसाक्षात्कारी किंवा वस्तूंचे यथार्थ स्वरूप जाणणाऱ्या व्यक्तीकडून ज्ञानप्राप्ती केल्यामुळे, सर्व प्राणिमात्र हे पुरुषोत्तम भगवान श्रीकृष्णांचे अंश आहेत हे मनुष्य जाणतो. श्रीकृष्णांपासून भिन्न अस्तित्व असल्याची जाणीव म्हणजेच *माया* होय. (मा—नाही; या—ही) काही लोकांना वाटते की, आपल्याला श्रीकृष्णांशी काहीच कर्तव्य नाही, श्रीकृष्ण हे केवळ एक ऐतिहासिक महापुरुष आहेत आणि निर्विशेष ब्रह्म हेच परमतत्त्व आहे. भगवद्गीतेत सांगितल्याप्रमाणे निर्विशेष ब्रह्म म्हणजे भगवान श्रीकृष्णांचे तेज होय. श्रीकृष्ण हे भगवान या नात्याने सर्व गोष्टींचे मूळ कारण आहेत. ब्रह्मसंहितेत स्पष्टपणे सांगण्यात आले आहे की, पुरुषोत्तम भगवान श्रीकृष्ण हे सर्व कारणांचे कारण आहेत. लक्षावधी अवतार म्हणजे त्यांची

विविध केवळ विस्तारित रूपेच आहेत. त्याचप्रमाणे जीवही त्यांचे अंश आहेत. मायावादी तत्त्वज्ञान्यांना चुकीने वाटते की, भगवान श्रीकृष्णांच्या अनेक विस्तारित रूपांमध्ये ते आपले स्वतंत्र अस्तित्वही गमावतात. या विचाराचे स्वरूप भौतिक आहे. भौतिक जगतात आपल्याला अनुभव आहे की, जेव्हा एखाद्या गोष्टीचे तुकड्यामध्ये विभाजन केले जाते तेव्हा त्या गोष्टीचे मूळ स्वरूप नष्ट होते; परंतु मायावादी लोक जाणत नाहीत की 'परमतत्त्व' म्हणजे, एक अधिक एक बरोबर एकच होय आणि एक उणे एक म्हणजेही एकच होय. परमधामामधील प्रत्येक गोष्टीचे स्वरूप हेच आहे.

आपल्याला ब्रह्मविद्येचे पुरेसे ज्ञान नसल्यामुळे आपण आता मायेने आच्छादित झालो आहोत आणि म्हणून आपल्याला वाटते की, आपण श्रीकृष्णांपासून भिन्न आहोत. जरी आपण श्रीकृष्णांचे भिन्न अंश असलो तरी त्यांच्यापासून सर्वथा कधीच भिन्न असू शकत नाही. जीवामध्ये असणारा शारीरिक भेद म्हणजे माया किंवा अवास्तविकता आहे. आपण सर्वजण श्रीकृष्णांच्या संतुष्टीसाठी आहोत. केवळ मायेमुळेच अर्जुनाला वाटले की, आपल्या नातलगांशी असणारे आपले अनित्य शारीरिक संबंध हे भगवान श्रीकृष्णांशी असणाऱ्या शाश्वत आध्यात्मिक संबंधापेक्षा महत्त्वपूर्ण आहेत. संपूर्ण गीतेची शिकवण हीच आहे की, जीव हा श्रीकृष्णांचा नित्य सेवक असल्यामुळे त्याला श्रीकृष्णांपासून वेगळे करता येत नाही आणि श्रीकृष्णांपासून आपण भिन्न आहोत या जीवाच्या भावनेलाच 'माया' म्हटले जाते. जीव हे भगवंतांचे अंश असल्यामुळे त्यांना विशिष्ट प्रयोजनाची पूर्ती करावयाची असते. अनादी कालापासून त्यांना या प्रयोजनाचे विस्मरण झाल्यामुळे ते मनुष्य, पशू, देवता इत्यादी विविध प्रकारच्या शरीरांमध्ये बद्ध झाले आहेत. अशी शारीरिक भिन्नता ही भगवंतांच्या दिव्य सेवेच्या विस्मरणामुळे होते, पण जेव्हा मनुष्य, कृष्णभावनेद्वारे भगवंतांच्या दिव्य सेवेमध्ये संलग्न होतो तेव्हा तात्काळ या मायेतून त्याची मुक्तता होते. असे विशुद्ध ज्ञान तो केवळ अधिकृत आध्यात्मिक गुरूकडून प्राप्त करू शकतो आणि त्यायोगे जीव आणि श्रीकृष्ण एकच आहेत हा भ्रम टाळू शकतो. परिपूर्ण ज्ञान म्हणजे हे जाणणे होय, की परमात्मा श्रीकृष्ण हेच सर्व जीवांचे परम आश्रयदाते आहेत आणि त्यांच्या आश्रयाचा त्याग केल्याने जीव हे भौतिक शक्तीद्वारे मोहित होतात, कारण त्यांना वाटते की आपण स्वतंत्र आहोत. याप्रमाणे निरनिराळ्या प्रकारच्या भौतिक गोष्टींशी तादाम्य केल्याने जीवांना श्रीकृष्णांचे विस्मरण होते. तरीही जेव्हा असे मोहित जीव कृष्णभावनेमध्ये स्थित होतात तेव्हा जाणले पाहिजे की, ते मुक्तिपथावर आहेत. याला श्रीमद्भागवतात (२.१०.६) पुष्टी देण्यात आली आहे *मुक्तिर्हित्वान्यथारूपं स्वरूपेण व्यवस्थितिः*—मुक्ती म्हणजे भगवान श्रीकृष्णांचा नित्य दास म्हणून आपल्या मूळ स्वरूपामध्ये (कृष्णभावनेमध्ये) स्थित होणे होय.

**अपि चेदसि पापेभ्यः सर्वेभ्यः पापकृत्तमः ।**
**सर्वं ज्ञानप्लवेनैव वृजिनं सन्तरिष्यसि ॥ ३६ ॥**

**अपि**—सुद्धा; **चेत्**—जरी; **असि**—तू असलास; **पापेभ्यः**—पापी लोकांपेक्षा; **सर्वेभ्यः**—सर्वांपेक्षा; **पाप-कृत्-तमः**—सर्वाधिक पापी; **सर्वम्**—अशी सर्व पापकर्मे; **ज्ञान-प्लवेन**—दिव्य ज्ञानरूपी नौकेद्वारे; **एव**—निश्चितच; **वृजिनम्**—दुःखाच्या महासागरातून; **सन्तरिष्यसि**—तू पूर्णपणे तरून

जाशील.

**तुला सर्व पापी लोकांमध्ये अत्यधिक पापी जरी समजण्यात आले तरी तू जेव्हा दिव्य ज्ञानरूपी नौकेमध्ये आरूढ होशील तेव्हा तू दुःखरूपी महासागर पार करण्यास समर्थ होशील.**

**तात्पर्य:** स्वतःच्या स्वरूपस्थितीचा श्रीकृष्णांशी असणारा संबंध योग्य रीतीने जाणणे ही इतकी सुंदर गोष्ट आहे की, यामुळे अज्ञानरूपी महासागरात चालणाऱ्या जीवनार्थ संघर्षातून मनुष्याचा तात्काळ उद्धार होऊ शकतो. या भौतिक जगाची तुलना कधी कधी अविद्यारूपी महासागराशी आणि कधी कधी वणव्याने पेट घेतलेल्या अरण्याशी करण्यात येते. एखादा मनुष्य कितीही कुशल पोहणारा असला तरी महासागरामध्ये अस्तित्वासाठी करावा लागणारा संघर्ष अत्यंत खडतर असतो. जर कोणी पुढे येऊन धडपड करणाऱ्या पोहणाऱ्या मनुष्याला महासागरातून वर काढीत असेल तर तो अत्यंत महान उद्धारक आहे. भगवंतांकडून प्राप्त केलेले परिपूर्ण ज्ञान म्हणजेच मुक्तिपथ आहे. कृष्णभावनारूपी नौका अत्यंत सुगम आहे आणि त्याचबरोबर ती उदात्तही आहे.

**यथैधांसि समिद्धोऽग्निर्भस्मसात्कुरुतेऽर्जुन ।**
**ज्ञानाग्निः सर्वकर्माणि भस्मसात्कुरुते तथा ॥ ३७ ॥**

**यथा**—ज्याप्रमाणे; **एधांसि**—सरपण; **समिद्धः**—प्रदीप्त; **अग्निः**—अग्नी; **भस्म-सात्**—भस्मसात; **कुरुते**—करतो; **अर्जुन**—हे अर्जुना; **ज्ञान-अग्निः**—ज्ञानरूपी अग्नी; **सर्व-कर्माणि**—सर्व कर्मबंधने; **भस्म-सात्**—भस्मसात; **कुरुते**—करतो; **तथा**—त्याचप्रमाणे.

**ज्याप्रमाणे प्रज्वलित अग्नी सरपण भस्मसात करून टाकतो, त्याचप्रमाणे हे अर्जुना! ज्ञानरूप अग्नी सर्व प्राकृत कर्मबंधने भस्मसात करून टाकतो.**

**तात्पर्य:** आत्मा आणि परमात्मा तसेच त्यांच्यातील संबंधाच्या परिपूर्ण ज्ञानाची तुलना या ठिकाणी अग्नीशी करण्यात आली आहे. हा अग्नी केवळ पापकर्माची फळेच भस्मसात करतो असे नाही तर तो पुण्यकर्माची फळेदेखील भस्मसात करतो. कर्मबंधनाच्या अनेक अवस्था आहेत. कर्म करताना होणारे बंधन, वर्तमान स्थितीत फलप्राप्ती ज्यांची होते ते बंधन पूर्वीच फलप्राप्ती झालेले बंधन आणि यापुढे फल देणारे बंधन; परंतु जीवाला स्वरूपावस्थेचे ज्ञान झाले म्हणजे ते ज्ञान सर्व बंधनांना भस्मसात करते. जेव्हा मनुष्य पूर्ण ज्ञानी होतो तेव्हा त्याच्या संचित व क्रियमाण कर्मांची सर्व बंधने भस्मसात होतात. वेदांमध्ये (बृहद्-आरण्यक उपनिषद ४.४.२२) म्हटले आहे की, *उभे उहैवैषएते तरत्यमृतः साध्वसाधूनी* —''मनुष्य, पाप आणि पुण्य या दोन्ही प्रकारच्या कर्मबंधनातून मुक्त होतो.''

**न हि ज्ञानेन सदृशं पवित्रमिह विद्यते ।**
**तत्स्वयं योगसंसिद्धः कालेनात्मनि विन्दति ॥ ३८ ॥**

**न**—काहीच नाही; **हि**—निश्चितपणे; **ज्ञानेन**—ज्ञानाबरोबर; **सदृशम्**—तुलनेमध्ये; **पवित्रम्**—पवित्र;

**इह**—या जगतामध्ये; **विद्यते**—अस्तित्वात आहे; **तत्**—ते; **स्वयम्**—आपोआप; **योग**—भक्तीमध्ये; **संसिद्धः**—जो सिद्ध झाला आहे; **कालेन**—योग्यसमयी; **आत्मनि**—स्वत:मध्ये; **विन्दति**—आस्वादन करतो.

**या जगात, दिव्य ज्ञानासारखे विशुद्ध आणि उदात्त असे इतर काहीही नाही. असे ज्ञान म्हणजे सर्व सिद्धींचे परिपक्व फळ आहे. जो भक्तियोगाच्या आचरणामध्ये निपुण झाला आहे तो योग्यसमयी, स्वत:मध्येच या ज्ञानाचे आस्वादन करतो.**

**तात्पर्य:** आम्ही जेव्हा दिव्य ज्ञानाबद्दल बोलतो तेव्हा दिव्य ज्ञान म्हणजे अध्यात्मज्ञान आहे हे जाणले पाहिजे. म्हणून दिव्य ज्ञानाइतके विशुद्ध आणि उदात्त असे इतर काहीही नाही. अज्ञान हे आपल्या बंधनाचे कारण आहे आणि ज्ञान हे आपल्या मुक्तीचे कारण आहे. हे ज्ञान म्हणजे भक्तिपूर्ण सेवेचे परिपक्व फळ आहे. मनुष्य जेव्हा दिव्य ज्ञानामध्ये स्थित होतो तेव्हा त्याला शांतीचा इतरत्र शोध घ्यावा लागत नाही, कारण तो स्वत:च्याच ठायी शांतीचा आनंद घेत असतो. दुसऱ्या शब्दांत सांगावयाचे तर, हे ज्ञान आणि शांती यांची परिणती कृष्णभावनेमध्ये होते आणि भगवद्गीतेचा हाच अंतिम उद्देश आहे.

**श्रद्धावाँल्लभते ज्ञानं तत्परः संयतेन्द्रियः ।**
**ज्ञानं लब्ध्वा परां शान्तिमचिरेणाधिगच्छति ॥ ३९ ॥**

**श्रद्धा-वान्**—श्रद्धावान मनुष्य; **लभते**—प्राप्त करतो; **ज्ञानम्**—ज्ञान; **तत्-परः**—यामध्ये जो अत्यंत आसक्त आहे; **संयत**—संयमित; **इन्द्रियः**—इंद्रिये; **ज्ञानम्**—ज्ञान; **लब्ध्वा**—प्राप्त करून; **पराम्**—दिव्य; **शान्तिम्**—शांती; **अचिरेण**—लौकरच; **अधिगच्छति**—प्राप्त होतो.

**जो श्रद्धावान मनुष्य दिव्य ज्ञानाची प्राप्ती करण्यासाठी समर्पित आहे आणि ज्याने आपली इंद्रिये संयमित केली आहेत, तो असे ज्ञान प्राप्त करण्यास पात्र आहे आणि असे ज्ञान प्राप्त झाल्यावर त्याला परम आध्यात्मिक शांती लौकरच प्राप्त होते.**

**तात्पर्य:** ज्याचा श्रीकृष्णांवर दृढ विश्वास आहे तोच श्रद्धावान मनुष्य असे कृष्णभावनाभावित ज्ञान प्राप्त करू शकतो. ज्याला वाटते की, केवळ कृष्णभावनेमध्ये कर्म केल्याने आपण सर्वोच्च परिपूर्ण स्तराची प्राप्ती करू शकतो, त्याला श्रद्धावान मनुष्य म्हटले जाते. अशी दृढ श्रद्धा, भक्तिपूर्ण सेवा केल्याने आणि *हरे कृष्ण हरे कृष्ण कृष्ण कृष्ण हरे हरे/ हरे राम हरे राम राम राम हरे हरे* या हृदयातील भौतिक मळ स्वच्छ करणाऱ्या महामंत्राचे कीर्तन केल्याने प्राप्त होते. या व्यतिरिक्त मनुष्याने आपली इंद्रिये संयमित करणे आवश्यक आहे. ज्या मनुष्याची भगवान श्रीकृष्णांवर दृढ श्रद्धा आहे आणि ज्याने इंद्रियनिग्रह केला आहे, त्याला विनाविलंब कृष्णभावनेच्या ज्ञानाची पूर्णता प्राप्त करता येते.

**अज्ञश्चाश्रद्दधानश्च संशयात्मा विनश्यति ।**
**नायं लोकोऽस्ति न परो न सुखं संशयात्मनः ॥ ४० ॥**

**अज्ञः**—प्रमाणित शास्त्रांचे ज्ञान नसलेला मूर्ख मनुष्य; **च**—आणि; **अश्रद्दधानः**—शास्त्रांविषयी ज्यांना

श्रद्धा नाही; **च**—सुद्धा; **संशय**—संशयी; **आत्मा**—मनुष्य; **विनश्यति**—पतन होते; **न**—कधीच नाही; **अयम्**—या; **लोकः**—जग; **अस्ति**—आहे; **न**—नाही; **परः**—पुढील जन्मी; **न**—नाही; **सुखम्**—सुख; **संशय**—संशयी; **आत्मनः**—मनुष्याला.

**परंतु, प्रमाणित शास्त्रांबद्दल संशयी असणाऱ्या अज्ञानी आणि श्रद्धाहीन मनुष्यांना भगवद्भावनेची प्राप्ती होत नाही, तर त्यांचे पतन होते. संशयी आत्म्याला या लोकामध्ये किंवा परलोकातही सुखाची प्राप्ती होऊ शकत नाही.**

**तात्पर्य:** अनेक प्रमाणित आणि आदर्श शास्त्रांपैकी भगवद्गीता ही सर्वोत्तम आहे. पशुवत मनुष्यांना प्रमाणित शास्त्रांवर विश्वासही नसतो आणि त्यांचे ज्ञानही नसते आणि त्यांच्यापैकी काही लोकांना जरी शास्त्रांचे ज्ञान असले किंवा शास्त्रांमधील संदर्भ देता येत असले तरी त्यांची वास्तविकपणे शास्त्रांवर श्रद्धाच नसते. इतरांचा जरी भगवद्गीतेसारख्या शास्त्रांवर विश्वास असला तरी त्यांचा भगवान श्रीकृष्णांवर किंवा श्रीकृष्णांच्या भक्तिपूर्ण सेवेबद्दल विश्वास नसतो. अशा मनुष्यांना कृष्णभावनेचे काहीच ज्ञान नसल्यामुळे त्यांचे पतन होते. वर सांगितलेल्या सर्व मनुष्यांपैकी जे श्रद्धाहीन आणि संशयी आहेत, ते मुळीच प्रगती करू शकत नाहीत. भगवंतांवर आणि भगवंतांच्या शब्दज्ञानावर श्रद्धा नसलेल्या व्यक्तींचे या इहलोकात किंवा परलोकातही कल्याण होत नाही. त्यांना कोणत्याच प्रकारची सुखप्राप्ती होत नाही. म्हणून मनुष्याने श्रद्धापूर्वक, शास्त्रांमधील विधींचे पालन करून त्यायोगे ज्ञानस्तर प्राप्त केला पाहिजे. केवळ हेच ज्ञान त्याला आध्यात्मिक ज्ञानाच्या दिव्य स्तराची प्राप्ती करण्यास साहाय्यकारक ठरते. दुसऱ्या शब्दांत सांगावयाचे तर, संशयखोर मनुष्यांना आध्यात्मिक उद्धाराच्या बाबतीत कोणत्याही प्रकारचे स्थान नाही. म्हणून व्यक्तीने गुरुशिष्य परंपरेतील महान आचार्यांच्या चरणचिह्नांचे अनुसरण करून यशप्राप्ती केली पाहिजे.

**योगसन्न्यस्तकर्माणं ज्ञानसञ्छिन्नसंशयम् ।**
**आत्मवन्तं न कर्माणि निबध्नन्ति धनञ्जय ॥ ४१ ॥**

**योग**—कर्मयोगयुक्त भक्ती; **सन्न्यस्त**—ज्याने त्याग केला आहे; **कर्माणम्**—कर्मफल; **ज्ञान**—ज्ञानाद्वारे; **सञ्छिन्न**—कापून; **संशयम्**—संशय; **आत्म-वन्तम्**—आत्मस्थित; **न**—कधीच नाही; **कर्माणि**—कर्मे; **निबध्नन्ति**—बद्ध करणारा; **धनञ्जय**—हे ऐश्वर्यविजयी अर्जुना.

**आपल्या कर्मफलांचा त्याग करून जो भक्तियोगयुक्त कर्म करतो आणि दिव्य ज्ञानाद्वारे ज्याचे संशय नष्ट झाले आहेत तोच वास्तविकपणे आत्मस्थित आहे. याप्रमाणे हे धनंजया! तो कर्मबंधनांनी बद्ध होत नाही.**

**तात्पर्य:** साक्षात भगवंतांनी जशी आहे तशी प्रदान केलेल्या भगवद्गीतेतील उपदेशांचे जो पालन करतो तो दिव्य ज्ञानाच्या कृपेमुळे सर्व प्रकारच्या संशयांतून मुक्त होतो. कृष्णभावनाभावित असल्यामुळे भगवंतांचा अंश या नात्याने तो पूर्वीच आत्मज्ञानामध्ये स्थित झालेला असतो. म्हणून तो निःसंदेह कर्मबंधनातून सर्वथा मुक्त असतो.

**तस्मादज्ञानसम्भूतं हृत्स्थं ज्ञानासिनात्मनः ।**
**छित्त्वैनं संशयं योगमातिष्ठोत्तिष्ठ भारत ॥ ४२॥**

**तस्मात्**—म्हणून; **अज्ञान-सम्भूतम्**—अज्ञानाने उत्पन्न झालेला; **हृत्-स्थम्**—हृदयात स्थित असलेला; **ज्ञान**—ज्ञानाच्या; **असिना**—शस्त्राद्वारे; **आत्मनः**—स्वतःच्या; **छित्त्वा**—कापून; **एनम्**—हा; **संशयम्**—संशय; **योगम्**—योगामध्ये; **आतिष्ठ**—स्थित हो; **उत्तिष्ठ**—युद्धाला सज्ज हो; **भारत**—हे भरतवंशजा.

**म्हणून अज्ञानामुळे तुझ्या हृदयात जे संशय उत्पन्न झाले आहेत ते ज्ञानरूपी शस्त्राने छाटून टाकले पाहिजेत. हे भारता! योगयुक्त होऊन ऊठ आणि युद्ध कर.**

**तात्पर्यः** या अध्यायात सांगण्यात आलेल्या योग पद्धतीला सनातन योग किंवा ''जीवाने केलेल्या शाश्वत क्रिया'' असे म्हटले जाते. या योगामध्ये यज्ञकर्मांचे दोन विभाग आहेत, एकाला द्रव्ययज्ञ आणि दुसऱ्याला आत्मज्ञान किंवा ज्ञानयज्ञ म्हटले जाते. ज्ञानयज्ञ म्हणजे विशुद्ध आध्यात्मिक कर्म होय. जर द्रव्य-यज्ञ, आध्यात्मिक साक्षात्कारप्राप्तीसाठी केला नाही तर असा यज्ञ भौतिकच राहतो. परंतु जो मनुष्य असा यज्ञ आध्यात्मिक उद्दिष्ट प्राप्त करण्यासाठी करतो किंवा भक्तिपूर्ण सेवेमध्ये करतो तो वास्तविक परिपूर्ण यज्ञ करीत आहे. जेव्हा आध्यात्मिक क्रियांबद्दल विचार करतो, तेव्हा अशा आध्यात्मिक क्रियांचेही दोन विभाग होतात. प्रथम म्हणजे स्वतःच्या आत्म्याबद्दल जाणणे किंवा स्वतःची वैधानिक स्थिती जाणणे आणि दुसरा म्हणजे पुरुषोत्तम श्रीभगवान यांच्याबद्दलचे तथ्य जो मनुष्य, भगवद्गीतेच्या यथार्थ मार्गाचे अनुसरण करतो तो सहजपणे आध्यात्मिक ज्ञानाच्या या दोन महत्त्वपूर्ण विभागांचे ज्ञान प्राप्त करू शकतो. आत्मा हा भगवंतांचा अंश आहे हे परिपूर्ण ज्ञान तो विनाप्रयास प्राप्त करू शकतो आणि असे ज्ञान लाभदायकच आहे, कारण असा मनुष्य सहजपणे भगवंतांचे दिव्य कर्म जाणू शकतो. या अध्यायाच्या प्रारंभी स्वतः भगवंतांनीच आपल्या दिव्य कर्मांचे वर्णन केले आहे. जो गीतेचा उपदेश जाणू शकत नाही तो श्रद्धाहीन आहे आणि तो भगवंतांनी दिलेल्या आंशिक स्वातंत्र्याचा दुरुपयोग करीत आहे हे आपण जाणले पाहिजे. असा उपदेश उपलब्ध असतानाही, जो भगवंतांचे सर्वज्ञ, सच्चिदानंद स्वरूप जाणीत नाही तो निश्चितच महामूर्ख आहे. कृष्णभावनेची तत्त्वे क्रमशः स्वीकारल्याने अज्ञान नष्ट होऊ शकते. देवदेवतांप्रीत्यर्थ केलेल्या विविध प्रकारच्या यज्ञांनी, ब्रह्मयज्ञ, ब्रह्मचर्य यज्ञ, गृहस्थजीवनातील यज्ञ, इंद्रियसंयमाचा यज्ञ, योगयज्ञ, तपोयज्ञ, स्वाध्याय यज्ञ, वेदाध्यन यज्ञ आणि वर्णाश्रम धर्म यज्ञ इत्यादी प्रकारचे यज्ञ केल्याने कृष्णभावना जागृत होऊ शकते. या सर्वांना यज्ञ म्हटले जाते आणि हे सर्व यज्ञ नियमित कर्मांवर आधारित आहेत, पण या सर्व क्रियांमध्ये आत्मसाक्षात्कार ही महत्त्वाची बाब आहे. जो या उद्दिष्टाची प्राप्ती करण्याचा प्रयत्न करीत आहे तोच भगवद्गीतेचा खरा शिष्य आहे; पण जो श्रीकृष्णांच्या प्रमाणावरच संशय ठेवतो, त्याचे पतन होते. म्हणून मनुष्याला प्रमाणित गुरूच्या मार्गदर्शनाखाली शरण जाण्याचा आणि सेवाभावाने भगवद्गीता किंवा इतर कोणत्याही शास्त्राचे अध्ययन करण्याचा सल्ला दिला जातो. प्रमाणित आध्यात्मिक गुरू शाश्वत कालापासून चालत येणाऱ्या

गुरुशिष्य परंपरेतील असतो आणि भगवंतांनी लाखो वर्षांपूर्वी जे ज्ञान सूर्यदेवाला प्रदान केले त्या ज्ञानमार्गापासून आध्यात्मिक गुरू मुळीच भ्रष्ट होत नाही. याच सूर्यदेवापासून पृथ्वीतलावर भगवंतांचा उपदेश आला. म्हणून मनुष्याने भगवद्गीतेचे अनुसरण, स्वत: गीतेमध्ये सांगितल्याप्रमाणेच केले पाहिजे आणि स्वत:ची प्रतिष्ठा वाढविण्याच्या मागे लागलेल्या स्वार्थपरायण लोकांपासून सावध राहिले पाहिजे. कारण असे लोक इतरांना वास्तविक मार्गापासून भ्रष्ट करतात. श्रीभगवान हे निश्चितच परमपुरुष आहेत आणि त्यांचे कर्म दिव्य आहे. ज्याला हे ज्ञान झाले आहे तो भगवद्गीतेच्या अध्ययनाच्या आरंभापासूनच मुक्त पुरुष आहे.

*या प्रकारे भगवद्गीतेच्या 'ज्ञानकर्मसंन्यासयोग' या चवथ्या अध्यायावरील भक्तिवेदांत भाष्य संपन्न.*

# अध्याय पाचवा

# कर्मसंन्यासयोग

## ( कृष्णभावनाभावित कर्म )

अर्जुन उवाच

**सन्न्यासं कर्मणां कृष्ण पुनर्योगं च शंससि।**
**यच्छ्रेय एतयोरेकं तन्मे ब्रूहि सुनिश्चितम्॥ १॥**

**अर्जुनः उवाच**—अर्जुन म्हणाला; **सन्न्यासम्**—त्याग; **कर्मणाम्**—सर्व कर्मांच्या; **कृष्ण**—हे कृष्ण; **पुनः**—पुन्हा; **योगम्**—भक्तिपूर्ण सेवा; **च**—सुद्धा; **शंससि**—तुम्ही प्रशंसा करीत आहात; **यत्**—जे; **श्रेयः**—अधिक लाभप्रद; **एतयोः**—या दोहोंपैकी; **एकम्**—एक; **तत्**—ते; **मे**—मला; **ब्रूहि**—कृपया सांगा; **सु-निश्चितम्**—निश्चितपणे.

**अर्जुन म्हणालाः हे कृष्ण! सर्वप्रथम तुम्ही मला कर्माचा त्याग करण्यास सांगता आणि पुन्हा तुम्ही भक्तिपूर्वक कर्माची प्रशंसा करता. आता, या दोहोंपैकी कोणते अधिक लाभप्रद आहे ते कृपया मला निश्चितपणे सांगाल का?**

**तात्पर्यः** भगवद्‌गीतेच्या या पाचव्या अध्यायामध्ये भगवंत सांगतात की भक्तिभावित कर्म हे शुष्क मानसिक तर्कवादापेक्षा अधिक चांगले आहे. भक्तिमार्ग हा शुष्क तर्कवादापेक्षा अधिक सोपा आहे, कारण भक्ती दिव्यस्वरूपी असल्यामुळे ती मनुष्याची कर्मबंधनातून मुक्तता करते. दुसऱ्या अध्यायात आत्म्याचे आणि त्याच्या प्राकृत देहबंधनासंबंधी प्राथमिक स्वरूपाचे वर्णन केलेले आहे. बुद्धियोग किंवा भक्तीद्वारे या भौतिक बंधनातून कसे मुक्त व्हावे याचेही वर्णन त्या ठिकाणी करण्यात आले आहे. तिसऱ्या अध्यायात सांगण्यात आले आहे की, ज्ञानी मनुष्याला कोणतेही कर्तव्य करावयाचे राहात नाही आणि चौथ्या अध्यायात भगवंतांनी अर्जुनाला सांगितले की, सर्व प्रकारच्या यज्ञकर्मांचे पर्यवसान शेवटी ज्ञानामध्ये होते. तरीही चौथ्या अध्यायाच्या शेवटी भगवंत, अर्जुनाला ज्ञानयुक्त होऊन जागृत होण्याचा आणि युद्ध करण्याचा सल्ला देतात. म्हणून भक्तियुक्त कर्म आणि ज्ञानयुक्त अकर्म या दोहोंवर एकाच वेळी जोर देऊन श्रीकृष्णांनी अर्जुनाला गोंधळात टाकले आणि त्याचा निश्चय डळमळीत केला. अर्जुनाला वाटते की, ज्ञानयुक्त संन्यास म्हणजेच सर्व प्रकारच्या इंद्रियजन्य कर्मांची समाप्ती करणे. परंतु जर एखादा भक्तिपूर्ण कर्म करीत असेल तर कर्माची परिसमाप्ती कशी होऊ शकेल? दुसऱ्या शब्दांत सांगावयाचे झाल्यास त्याला वाटते की, ज्ञानयुक्त संन्यास हा सर्व प्रकारच्या कर्मांपासून मुक्त असला पाहिजे, कारण कर्म आणि

संन्यास यांच्यात त्याला विसंगती दिसते. ज्ञानयुक्त कर्म बंधनकारक होत नाही आणि म्हणून ते कर्म अकर्माप्रमाणेच आहे हे त्याला समजलेले दिसत नाही. म्हणून आपण कर्म पूर्णपणे थांबवावे की, ज्ञानयुक्त होऊन कर्म करावे यासंबंधी अर्जुन पृच्छा करीत आहे.

श्रीभगवानुवाच

**सन्न्यासः कर्मयोगश्च निःश्रेयसकरावुभौ ।**
**तयोस्तु कर्मसन्न्यासात्कर्मयोगो विशिष्यते ॥ २ ॥**

**श्री-भगवान् उवाच**—श्रीभगवान म्हणाले; **सन्न्यासः**—कर्माचा संन्यास; **कर्म-योगः**—भक्तियुक्त कर्म; **च**—सुद्धा; **निःश्रेयस-करौ**—मुक्तिपथावर नेणारे; **उभौ**—दोन्ही; **तयोः**—दोहोंपैकी; **तु**—परंतु; **कर्म-सन्न्यासात्**—सकाम कर्माच्या संन्यासाच्या तुलनेत; **कर्म-योगः**—भक्तियुक्त कर्म; **विशिष्यते**—अधिक चांगले आहे.

**श्रीभगवान म्हणालेः कर्माचा संन्यास आणि भक्तिभावित कर्म दोन्हीही मुक्ती देण्यास चांगले आहेत, परंतु या दोहोंपैकी भक्तियुक्त कर्म हे कर्मसंन्यासापेक्षाही उत्तम आहे.**

**तात्पर्यः** सकाम कर्मे (इंद्रियतृप्तीसाठी केली जाणारी कर्मे) सांसारिक बंधनास कारणीभूत होतात. जोपर्यंत मनुष्य शारीरिक सुखाचा दर्जा सुधारण्याच्या उद्देशाने कर्म करीत राहतो तोपर्यंत त्याला विविध प्रकारच्या शरीरांमध्ये निश्चितपणे देहांतर करावेच लागते. यामुळे त्याचे भौतिक बंधन सतत चालू असते. श्रीमद्‌भागवतात (५.५.४-६) या विधानाची पुष्टी पुढीलप्रमाणे करण्यात आली आहे.

*नूनं प्रमत्तः कुरुते विकर्म यदिन्द्रियप्रीतय आपृणोति ।*
*न साधु मन्ये यत आत्मनोऽयमसन्नपि क्लेशद आस देहः ॥*
*पराभवस्तावदबोधजातो यावन्न जिज्ञासत आत्मतत्त्वम् ।*
*यावत्क्रियास्तावदिदं मनो वै कर्मात्मकं येन शरीरबन्धः ॥*
*एवं मनः कर्मवशं प्रयुंक्ते अविद्ययात्मन्युपधीयमाने ।*
*प्रीतिर्न यावन्मयि वासुदेवे न मुच्यते देहयोगेन तावत् ॥*

"लोक इंद्रियतृप्ती करण्यासाठी वेडे झाले आहेत आणि त्यांना माहीत नाही की, आपले दुःखमय वर्तमान शरीर म्हणजे आपल्या गतकाळातील सकाम कर्माचा परिणाम आहे. जरी हे शरीर तात्पुरते असले तरी ते मनुष्याला अनेक प्रकारे क्लेश देतच असते. म्हणून इंद्रियतृप्त्यर्थ कर्म करणे योग्य नाही. जोपर्यंत मनुष्य आपल्या मूळ स्वरूपाबद्दल जिज्ञासा करीत नाही तोपर्यंत त्याचे जीवन असफलच समजले जाते. त्याला जोपर्यंत आपल्या मूळ स्वरूपाचे ज्ञान होत नाही तोपर्यंत इंद्रियतृप्तीसाठी सकाम कर्म करावेच लागते आणि जोपर्यंत तो इंद्रियतृप्तीच्या भावनेमध्येच रत आहे तोपर्यंत त्याला एका देहामधून दुसऱ्या देहामध्ये देहांतर करणे भागच असते. जरी मनुष्याचे मन सकाम कर्मामध्ये गुंतलेले असले आणि अज्ञानाने प्रभावित असले तरी त्याने श्रीवासुदेवांच्या भक्तीविषयी आपले प्रेम विकसित केले पाहिजे. असे केल्यानेच त्याला भौतिक अस्तित्वाच्या बंधनातून मुक्त होण्याची संधी प्राप्त होऊ शकेल."

त्यामुळे केवळ ज्ञान (म्हणजेच आपण हे भौतिक शरीर नसून आत्मा आहोत) मुक्ती प्राप्त करण्यासाठी पुरेसे नाही. आत्मस्तरावर कर्म करणे आवश्यक आहे, नाही तर भवबंधनातून मुक्ती मिळू शकत नाही. परंतु कृष्णभावनाभावित कर्म हे सकाम कर्माप्रमाणे नाही. पूर्ण ज्ञानयुक्त होऊन केलेल्या कर्माने वास्तविक ज्ञानप्राप्तीमध्ये प्रगती होते. कृष्णभावनेशिवाय, केवळ सकाम कर्मापासून संन्यास घेतल्याने बद्ध जीवाचे हृदय वास्तविकपणे शुद्ध होऊ शकत नाही. जोपर्यंत त्याचे हृदय शुद्ध होत नाही तोपर्यंत त्याला फलाशेनेच कर्म करावे लागते, परंतु कृष्णभावनाभावित कर्म हे मनुष्याला आपोआपच साकाम कर्माच्या परिणामापासून मुक्त होण्यास साहाय्य करते, जेणेकरून त्याला पुन्हा भौतिक स्तरावर कर्म करावे लागत नाही. म्हणून कृष्णभावनाभावित कर्म हे नेहमी कर्मसंन्यासापेक्षा श्रेष्ठ आहे, कारण कर्मसंन्यासामध्ये पतन होण्याचा धोका असतो. श्रील रूप गोस्वामींनी आपल्या भक्तिरसामृतसिंधूमध्ये (१.२.२५८) सांगितल्याप्रमाणे कृष्णभावनारहित संन्यास हा अपूर्णच असतो.

*प्रापञ्चिकतया बुद्ध्या हरिसम्बन्धिवस्तुनः ।*
*मुमुक्षुभिः परित्यागो वैराग्यं फल्गु कथ्यते ॥*

"मुक्ती प्राप्त करण्यासाठी उत्सुक असणारा मनुष्य, भगवंतांशी संबंधित वस्तूंचा भौतिक समजून त्याग करतो तेव्हा त्याच्या वैराग्याला अपूर्ण वैराग्य म्हटले जाते." जेव्हा भगवंतच अस्तित्वातील प्रत्येक वस्तूचे स्वामी आहेत आणि मनुष्याने कोणत्याही गोष्टीवर आपल्या मालकीचा दावा करू नये, हे ज्ञान एखाद्याला होते तेव्हाच त्याचे वैराग्य परिपूर्ण होऊ शकते. मनुष्याने जाणले पाहिजे की, वस्तुतः कोणतीही वस्तू कोणत्याही आपल्या मालकीची नाही, तर मग संन्यासाचा प्रश्न येतोच कुठे? जो मनुष्य जाणतो की, सर्व काही श्रीकृष्णांच्या मालकीचे आहे तो खऱ्या अर्थाने नेहमी संन्यासावस्थेत स्थित आहे. ज्याअर्थी प्रत्येक गोष्ट श्रीकृष्णांची आहे त्याअर्थी प्रत्येक गोष्टीचा उपयोग त्यांच्या सेवेमध्येच केला पाहिजे. कृष्णभावनायुक्त असा हा कर्माचा परिपूर्ण प्रकार, मायावादी पंथातील संन्याशाने केलेल्या कृत्रिम संन्यासापेक्षा अधिक श्रेष्ठ आहे.

**ज्ञेयः स नित्यसन्न्यासी यो न द्वेष्टि न काङ्क्षति।**
**निर्द्वन्द्वो हि महाबाहो सुखं बन्धात्प्रमुच्यते ॥ ३॥**

**ज्ञेयः**—जाणले पाहिजे; **सः**—तो; **नित्य**—नित्य; **सन्न्यासी**—संन्यासी; **यः**—जो; **न**—कधीच नाही; **द्वेष्टि**—तिरस्कार किंवा द्वेष करतो; **न**—कधीच नाही; **काङ्क्षति**—आकांक्षा करतो; **निर्द्वन्द्वः**—सर्व प्रकारच्या द्वंद्वातून मुक्त; **हि**—निश्चितच; **महा-बाहो**—हे महाबाहू अर्जुना; **सुखम्**—सुखाने; **बन्धात्**—बंधनातून; **प्रमुच्यते**—पूर्णपणे मुक्त होतो.

**हे महाबाहो अर्जुना! जो द्वेष करीत नाही तसेच आपल्या कर्मफलांची आकांक्षा करीत नाही तो नेहमी संन्यासीच असल्याचे जाणावे. सर्व प्रकारच्या द्वंद्वातून मुक्त असणारा असा मनुष्य सहजपणे भौतिक बंधन पार करतो आणि पूर्णपणे मुक्त होतो.**

**तात्पर्य:** जो पूर्णपणे कृष्णभावनाभावित आहे तो नेहमी संन्यासीच असतो, कारण त्याला

आपल्या कर्मफलांचा द्वेषही वाटत नाही किंवा आपल्या कर्मफलाची आकांक्षाही नसते. भगवंतांच्या दिव्य प्रेममयी सेवेमध्ये समर्पित असा हा संन्यासी परिपूर्ण ज्ञानी आहे, कारण त्याला श्रीकृष्णांशी संबंधित आपल्या मूळ स्वरूपस्थितीचे ज्ञान झालेले असते. तो पूर्णपणे जाणतो की, श्रीकृष्ण पूर्ण आहेत आणि आपण त्यांचे अंश आहोत. हे ज्ञान परिपूर्ण आहे, कारण ते गुणात्मकदृष्ट्या आणि परिमाणात्मकदृष्ट्या बरोबर आहे. श्रीकृष्णांशी एकरूप होण्याची संकल्पना चुकीची आहे, कारण अंश हा पूर्णाशी कधीच बरोबरी करू शकत नाही. अंश हा गुणात्मकदृष्ट्या एक परंतु परिमाणात्मकदृष्ट्या भिन्न आहे. हे ज्ञान योग्य आणि दिव्य असे आहे, कारण अशा ज्ञानामुळे, आकांक्षा आणि शोक करण्यायोग्य काहीच कारण नसल्याने जीव स्वत:मध्येच पूर्णत्व प्राप्त करतो. त्याच्या मनामध्ये द्वंद्व मुळीच नसते, कारण तो जे काही करीत असतो ते सर्व श्रीकृष्णांप्रीत्यर्थच करीत असतो. याप्रमाणे द्वंद्वस्थितीतून मुक्त असल्याने तो या प्राकृत जगात असूनही मुक्तच असतो.

**साङ्ख्ययोगौ पृथग्बाला: प्रवदन्ति न पण्डिता: ।**
**एकमप्यास्थित: सम्यगुभयोर्विन्दते फलम् ॥ ४॥**

**साङ्ख्य**—भौतिक जगताचे विश्लेषणात्मक अध्ययन; **योगौ**—भक्तियुक्त कर्म; **पृथक्**—भिन्न; **बाला:**—अल्पज्ञ; **प्रवदन्ति**—सांगतात; **न**—कधीच नाही; **पण्डिता:**—पंडित किंवा ज्ञानीजन; **एकम्**—एकामध्येच; **अपि**—जरी; **आस्थित:**—स्थित झालेला; **सम्यक्**—संपूर्ण; **उभयो:**—दोहोंचे; **विन्दते**—भोग घेतो; **फलम्**—फळ.

**केवळ अज्ञानी लोकच भक्तियोग ( कर्मयोग ) हा भौतिक जगताच्या विश्लेषणात्मक अध्ययनापासून ( सांख्ययोग ) भिन्न आहे असे म्हणतात. जे लोक वस्तुत: ज्ञानी आहेत ते म्हणतात की, या दोन्ही मार्गांपैकी कोणत्याही एका मार्गाचे चांगल्या रीतीने जो अनुसरण करतो, त्याला दोन्ही मार्गांचे फळ प्राप्त होते.**

**तात्पर्य:** भौतिक अस्तित्वाचा आत्मा शोधणे हे भौतिक जगताच्या विश्लेषणात्मक अध्ययनाचे ध्येय आहे. भौतिक जगताचा आत्मा म्हणजे श्रीविष्णू किंवा परमात्मा होय. भगवद्‌भक्ती म्हणजेच परमात्म्याची सेवा होय. एका प्रक्रियेमध्ये वृक्षाच्या मुळाचा शोध घेतला जातो आणि दुसऱ्या प्रक्रियेमध्ये वृक्षाच्या मुळाला पाणी घातले जाते. सांख्य तत्त्वज्ञानाचा वास्तविक अभ्यासक भौतिक जगताचे मूळ म्हणजेच श्रीविष्णूंचा शोध घेतो आणि नंतर परिपूर्ण ज्ञानाने युक्त होऊन भगवत्‌सेवेमध्ये संलग्न होतो. त्यामुळे तात्त्विकदृष्ट्या दोन्ही प्रक्रियांमध्ये काहीच फरक नाही, कारण दोन्हींचे ध्येय श्रीविष्णूच आहेत. ज्यांना अंतिम ध्येय ज्ञात नाही तेच म्हणतात की, सांख्य आणि कर्मयोगाचे ध्येय एक नाही; परंतु जो ज्ञानी आहे तो या दोन्ही भिन्न प्रक्रियांचे ध्येय एकच असल्याचे जाणतो.

**यत्साङ्ख्यै: प्राप्यते स्थानं तद्योगैरपि गम्यते ।**
**एकं साङ्ख्यं च योगं च य: पश्यति स पश्यति ॥ ५ ॥**

**यत्**—जे; **साङ्ख्यैः**—सांख्य तत्त्वज्ञानाद्वारे; **प्राप्यते**—प्राप्त होते; **स्थानम्**—स्थान; **तत्**—ते; **योगैः**—भक्तियोगाद्वारे; **अपि**—सुद्धा; **गम्यते**—मनुष्य प्राप्त करू शकतो; **एकम्**—एक; **साङ्ख्यम्**—सांख्य; **च**—आणि; **योगम्**—भक्तियुक्त कर्म; **च**—आणि; **यः**—जो; **पश्यति**—पाहतो; **सः**—तो; **पश्यति**—यथार्थपणे पाहतो.

**जो जाणतो की, सांख्ययोगाद्वारे प्राप्त होणारे स्थान भगवद्‌भक्तीद्वारेही प्राप्त होऊ शकते आणि म्हणून जो सांख्ययोग आणि भक्तियोगाला समान रूपामध्ये पाहतो तोच यथार्थपणे पाहणारा होय.**

**तात्पर्य:** तत्त्वसंशोधनाचा वास्तविक हेतू, जीवनाच्या परम ध्येयाचा शोध घेणे हा आहे. जीवनाचे अंतिम ध्येय आत्म-साक्षात्कार असल्यामुळे, दोन्ही प्रक्रियांच्या निष्कर्षात मुळीच भेद नाही. सांख्य तत्त्वज्ञानाद्वारे मनुष्य या निष्कर्षाप्रत येतो की, जीव हा भौतिक जगताचा अंश नसून परमात्म्याचा अंश आहे. परिणामी आत्म्याला भौतिक जगाशी काहीच कर्तव्य नाही आणि त्याची सर्व कर्मे परमात्म्याशी संबंधित असली पाहिजेत. जेव्हा तो कृष्णभावनापरायण कर्म करीत असतो तेव्हा वास्तविकपणे तो आपल्या मूळ स्वरूपस्थितीमध्ये स्थित असतो. सांख्ययोग या पहिल्या प्रक्रियेमध्ये मनुष्याने भौतिक जगतापासून अनासक्त झाले पाहिजे आणि भक्तियोग प्रक्रियेमध्ये मनुष्याने कृष्णभावनाभावित कर्मामध्ये आसक्त झाले पाहिजे. वास्तविकपणे, जरी वरकरणी एका प्रक्रियेमध्ये अनासक्ती आणि दुसऱ्या प्रक्रियेमध्ये आसक्ती दिसते तरी दोन्ही प्रक्रिया सारख्याच आहेत. प्रकृतीपासून अनासक्ती आणि श्रीकृष्णांप्रती आसक्ती या दोन्ही गोष्टी एकच आहेत. जो हे पाहतो, तो सर्व गोष्टींना यथार्थरूपामध्ये पाहतो.

**सन्न्यासस्तु महाबाहो दुःखमाप्तुमयोगतः ।**
**योगयुक्तो मुनिर्ब्रह्म नचिरेणाधिगच्छति ॥ ६ ॥**

**सन्न्यासः**—संन्यासाश्रम; **तु**—परंतु; **महा-बाहो**—हे महाबाहो; **दुःखम्**—दुःख; **आप्तुम्**—मनुष्याला प्रभावित करते; **अयोगतः**—भक्तियोगाच्या अभावी; **योग-युक्तः**—भक्तियोगामध्ये संलग्न असणारा; **मुनिः**—चिंतक किंवा मुनी; **ब्रह्म**—ब्रह्म; **न चिरेण**—विनाविलंब; **अधिगच्छति**—प्राप्त करतो.

**भगवद्‌भक्तीमध्ये युक्त न होता केवळ सर्व कर्मांपासून संन्यास घेतल्याने मनुष्य सुखी होऊ शकत नाही, परंतु भक्तीमध्ये युक्त असलेला मुनी व्यक्ती विनाविलंब ब्रह्माची प्राप्ती करतो.**

**तात्पर्य:** संन्याशांचे दोन प्रकार आहेत. मायावादी संन्यासी हे सांख्य तत्त्वज्ञानाचे अध्ययन करीत असतात तर वैष्णव संन्यासी हे, वेदान्त सूत्रावरील यथार्थ भाष्य असणाऱ्या भागवत तत्त्वज्ञानाचे अध्ययन करीत असतात. मायावादी संन्यासीसुद्धा वेदान्त सूत्रांचेच अध्ययन करीत असतात, पण ते स्वतःच्या, शंकराचार्य कृत *शारीरक* भाष्याचा उपयोग करतात. भागवतपंथी विद्यार्थी हे *पाञ्चरात्रिकी* विधीनुसार भगवद्‌भक्तीमध्ये युक्त असतात. म्हणून भगवत्सेवेप्रीत्यर्थ वैष्णव संन्यासी अनेक प्रकारच्या कर्मांमध्ये संलग्न असतात. वैष्णव संन्याशांना भौतिक कार्यांशी

मुळीच देणेघेणे नसते आणि तरीही ते आपल्या भगवद्भक्तीमध्ये विविध प्रकारची कार्ये करीत असतात. परंतु सांख्य, वेदान्त आणि तर्कवादाचे अध्ययन करण्यात मग्न असलेले मायावादी संन्यासी भगवद्भक्तीचे आस्वादन करू शकत नाहीत. त्यांचे अध्ययन अत्यंत क्लिष्ट असल्याकारणाने ते कधी कधी ब्रह्मज्ञानाला कंटाळतात आणि याप्रमाणे ते योग्य ज्ञानाशिवाय श्रीमद्भागवताचा आश्रय घेतात. यास्तव त्यांचे श्रीमद्भागवताचे अध्ययनही कष्टप्रद होते. शुष्क तर्कवाद आणि कृत्रिम रीतीने केलेले निर्विशेषवादी भाष्य मायावादी संन्याशांसाठी व्यर्थच असते. भगवद्भक्तीमध्ये संलग्न झालेले वैष्णव संन्यासी आपली दिव्य कर्तव्ये पार पाडण्यात आनंदी असतात आणि भगवद्धामातील अंतिम प्रवेशाची त्यांना निश्चिती असते. मायावादी संन्याशांचे कधी कधी आत्मसाक्षात्काराच्या मार्गावरून पतन होते आणि ते पुन्हा भौतिक स्वरूपाच्या परोपकारी आणि कल्याणकारी अशा कार्यांमध्ये संलग्न होतात. म्हणून निष्कर्ष हाच आहे की, कृष्णभावनाभावित कर्मांमध्ये मग्न असलेले लोक हे, ब्रह्म म्हणजे काय? याची केवळ चर्चा करणाऱ्या मायावादी संन्याशांपेक्षा श्रेष्ठ आहेत. मायावादी संन्यासी हे अनेकानेक जन्मांनंतर कृष्णभावनेमध्ये येतात.

**योगयुक्तो विशुद्धात्मा विजितात्मा जितेन्द्रियः ।**
**सर्वभूतात्मभूतात्मा कुर्वन्नपि न लिप्यते ॥ ७॥**

**योग-युक्तः**—भक्तीमध्ये मग्न असणारा; **विशुद्ध-आत्मा**—विशुद्ध आत्मा; **विजित-आत्मा**—आत्मसंयमी; **जित-इन्द्रियः**—इंद्रियांवर विजय प्राप्त केलेला; **सर्व-भूत**—जीवात्मा; **आत्म-भूत-आत्मा**—दयाळू किंवा करुणामयी; **कुर्वन् अपि**—जरी कर्म करीत असला तरी; **न**—कधीच नाही; **लिप्यते**—बांधला जातो.

**जो भक्तीपूर्ण कर्म करतो, विशुद्ध आत्मा आहे आणि आपले मन व इंद्रिये संयमित करतो तो सर्वांना प्रिय असतो आणि सर्वजण त्याला प्रिय असतात. असा मनुष्य जरी कर्म करीत असला तरी तो कधीच बद्ध होत नाही.**

**तात्पर्य:** जो कृष्णभावनेद्वारे मुक्तिपथावर असतो तो सर्व प्राणिमात्रांना प्रिय असतो आणि सर्व प्राणिमात्र त्याला प्रिय असतात. हे त्याच्या कृष्णभावनेमुळे शक्य होते. ज्याप्रमाणे वृक्षाची पाने आणि शाखा वृक्षापासून निराळ्या नसतात, त्याचप्रमाणे अशा मनुष्याला कोणताही जीव श्रीकृष्णांपासून भिन्न आहे असे वाटणे शक्य नसते. तो योग्य रीतीने जाणतो की, वृक्षाच्या मुळाशी पाणी घातल्याने ते पाणी सर्व शाखा आणि पानांना पुरविले जाते किंवा उदराला अन्नपुरवठा केल्याने अन्नापासून प्राप्त होणारी शक्ती आपोआपच संपूर्ण शरीराला पुरविली जाते. कृष्णभावनायुक्त कर्म करणारा मनुष्य सर्वांचा सेवक असल्याने तो प्रत्येकाला प्रिय असतो आणि प्रत्येकजण त्याच्या कर्मामुळे संतुष्ट असल्याकारणाने त्याची भावना विशुद्ध असते. त्याची चेतना शुद्ध असल्यामुळे त्याचे मन पूर्णपणे संयमित असते आणि त्याचे मन संयमित असल्याकारणाने त्याची इंद्रियेसुद्धा संयमित असतात. त्याचे मन नेहमी श्रीकृष्णांवर स्थिर असल्याने तो श्रीकृष्णांपासून विचलित होण्याची कधीच शक्यता नसते. तसेच तो आपली

इंद्रिये भगवत्सेवेव्यतिरिक्त इतरत्र कुठेही मग्न करण्याचाही संभव नसतो. श्रीकृष्णांशी संबंधित कथांशिवाय इतर काहीही ऐकणे, श्रीकृष्णांना अर्पण न केलेला असा कोणताही पदार्थ खाणे त्याला आवडत नाही आणि श्रीकृष्णांचा ज्या ठिकाणी संबंध नाही अशा कोणत्याही ठिकाणी जाणे त्याला आवडत नाही. म्हणून त्याची इंद्रिये संयमित असतात. संयमित इंद्रिये असणारा मनुष्य कोणालाही दुखवू शकत नाही. एखादा विचारेल की, युद्धामध्ये अर्जुन इतका आक्रमक का होता? तो कृष्णभावनाभावित नव्हता का? अर्जुन हा केवळ वरकरणी आक्रमक होता (दुसऱ्या अध्यायामध्ये पूर्वीच वर्णिल्याप्रमाणे) कारण आत्म्याचा कधीच वध होऊ शकत नसल्यामुळे युद्धभूमीवरील सर्व उपस्थित व्यक्ती शाश्वत काळासाठी स्वतंत्रच राहणार होते म्हणून आध्यात्मिकदृष्ट्या कुरुक्षेत्रावरील युद्धभूमीमध्ये कोणाचाही वध झाला नव्हता, तर प्रत्यक्ष उपस्थित असलेल्या श्रीकृष्णांच्या आज्ञेनुसार केवळ त्यांची वस्त्रे बदलण्यात आली होती. म्हणून कुरुक्षेत्रावरील युद्धभूमीमध्ये युद्ध करणारा अर्जुन वस्तुत: मुळीच युद्ध करीत नव्हता, तर तो पूर्णपणे कृष्णभावनाभावित होऊन श्रीकृष्णांच्या आज्ञांचे पालन करीत होता. असा मनुष्य कर्मबंधनात कधीही गुंतत नाही.

**नैव किञ्चित्करोमीति युक्तो मन्येत तत्त्ववित् ।**
**पश्यञ्शृण्वन्स्पृशञ्जिघ्रन्नश्नन्गच्छन्स्वपन्श्वसन् ॥ ८ ॥**
**प्रलपन्विसृजन्गृह्णन्नुन्मिषन्निमिषन्नपि ।**
**इन्द्रियाणीन्द्रियार्थेषु वर्तन्त इति धारयन् ॥ ९ ॥**

**न**—कधीच नाही; **एव**—निश्चितच; **किञ्चित्**—काहीही; **करोमि**—मी करतो; **इति**—याप्रमाणे; **युक्तः**—दिव्य भावनायुक्त; **मन्येत**—मानतो; **तत्त्व-वित्**—तत्त्व जाणणारा; **पश्यन्**—पाहताना; **शृण्वन्**—ऐकताना; **स्पृशन्**—स्पर्श करताना; **जिघ्रन्**—वास घेताना; **अश्नन्**—खाताना; **गच्छन्**—जाताना; **स्वपन्**—स्वप्न पाहताना; **श्वसन्**—श्वास घेताना; **प्रलपन्**—बोलताना; **विसृजन्**—सोडताना; **गृह्णन्**—स्वीकार करताना; **उन्मिषन्**—उघडताना; **निमिषन्**—बंद करताना; **अपि**—तरीही; **इन्द्रियाणि**—इंद्रियांना; **इन्द्रिय-अर्थेषु**—इंद्रियतृप्तीमध्ये; **वर्तन्ते**—ते याप्रमाणे युक्त असताना; **इति**—याप्रमाणे; **धारयन्**—असे समजून.

**दिव्य भावनायुक्त मनुष्य जरी पाहात असला, ऐकत असला, स्पर्श करीत असला, वास घेत असला, खात असला, हालचाल करीत असला, झोपत असला आणि श्वसन करीत असला तरी त्याला आपल्या ठायी नेहमी माहीत असते की वस्तुतः आपण काहीच करीत नाही. कारण बोलताना, उत्सर्जन करताना, स्वीकार करताना किंवा डोळ्यांची उघडझाप करताना, तो नेहमी जाणतो की केवळ भौतिक इंद्रिये आपापल्या विषयांमध्ये संलग्न आहेत आणि तो स्वतः त्यांच्यापासून अलिप्त आहे.**

**तात्पर्य:** कृष्णभावनाभावित मनुष्याचे जीवन विशुद्ध असते आणि म्हणून तात्कालिक आणि दूरवर्ती अशा कर्ता, कर्म अधिष्ठान, प्रयत्न आणि दैव या पाच कारणांवर अवलंबून असणाऱ्या

कर्माशी त्याला काहीच कर्तव्य नसते. कारण तो श्रीकृष्णांच्या दिव्य प्रेममयी सेवेमध्ये युक्त असतो. जरी तो आपल्या शरीर आणि इंद्रियांद्वारे कार्य करीत असल्याचे दिसले तरी त्याला आपल्या वास्तविक स्वरूपाची, आध्यात्मिक सेवेची नेहमी जाणीव असते. भौतिक भावनेमध्ये, इंद्रिये इंद्रियतृप्ती करण्यामध्ये मग्न असतात; परंतु कृष्णभावनेमध्ये इंद्रिये श्रीकृष्णांची इंद्रिये संतुष्ट करण्यामध्ये मग्न असतात. म्हणून कृष्णभावनाभावित मनुष्य जरी इंद्रियजन्य भौतिक कार्य करीत असल्याचे दिसला तरी तो सदैव मुक्तच असतो. पाहणे आणि ऐकणे हे ज्ञानेंद्रियांचे कार्य आहे, तर चालणे, बोलणे, उत्सर्जन करणे इत्यादी कर्मेंद्रियांचे कार्य आहे. कृष्णभावनाभावित व्यक्ती इंद्रियांच्या कार्यापासून कधीच प्रभावित होत नाही. तो भगवत्सेवेव्यतिरिक्त इतर कोणतेही कार्य करू शकत नाही, कारण तो जाणतो की, आपण भगवंतांचे नित्य दास आहोत.

**ब्रह्मण्याधाय कर्माणि सङ्गं त्यक्त्वा करोति यः ।**
**लिप्यते न स पापेन पद्मपत्रमिवाम्भसा ॥ १० ॥**

**ब्रह्मणि**—पुरुषोत्तम श्रीभगवंतांना; **आधाय**—समर्पित करून; **कर्माणि**—सर्व कर्मे; **सङ्गम्**—आसक्ती; **त्यक्त्वा**—त्याग करून; **करोति**—करतो; **यः**—जो; **लिप्यते**—प्रभावित होतो; **न**—कधीच नाही; **सः**—तो; **पापेन**—पापाने; **पद्म-पत्रम्**—कमळाचे पान; **इव**—प्रमाणे; **अम्भसा**—पाण्याने.

**जो व्यक्ती, कर्मफल भगवंतांना समर्पित करून आसक्ती न ठेवता आपले कर्म करतो, तो, कमलपत्र ज्याप्रमाणे पाण्याने स्पर्शिले जात नाही, त्याप्रमाणे पापकर्मांने प्रभावित होत नाही.**

**तात्पर्य:** या ठिकाणी *ब्रह्मणि* म्हणजेच कृष्णभावना होय. भौतिक जगत म्हणजे तीन प्राकृतिक गुणांचे एकत्रित प्रकटीकरण होय आणि याला परिभाषिक शब्दात *प्रधान* म्हटले जाते. वेदमंत्र *सर्वम् ह्येतद्‌ब्रह्म* (माण्डूक्य उपनिषद् २) *तस्माद् एतद्‌ब्रह्म नामरूपमन्नं च जायते* (मुण्डक उपनिषद् १.२.१०) आणि भगवद्‌गीतेतील (१४.३) *मम योनिर्महद्‌ब्रह्म* विधाने दर्शवितात की, भौतिक जगातील सर्व गोष्टी म्हणजे ब्रह्माची अभिव्यक्ती आहे आणि परिणाम किंवा कार्ये जरी भिन्न प्रकारे प्रकट झाली तरी ती कारणापासून अभिन्नच आहेत. 'ईशोपनिषद' मध्ये सांगण्यात आले आहे की, प्रत्येक गोष्ट ही परब्रह्म किंवा श्रीकृष्णांशी संबंधित आहे आणि म्हणून केवळ तेच प्रत्येक गोष्टीचे स्वामी आहेत. जो पूर्णतया जाणतो की, सर्व गोष्टी श्रीकृष्णांच्या मालकीच्या आहेत व तेच सर्व गोष्टींचे अधिपती आहेत आणि म्हणून सर्व गोष्टींचा भगवत्सेवेमध्ये उपयोग केला पाहिजे, त्याला पुण्य अथवा पापमय कर्मफलांशी स्वाभाविकत:च काही कर्तव्य राहत नाही. विशिष्ट प्रकारचे कर्म करण्याकरिता मनुष्याला भगवंतांनी प्रदान केलेल्या शरीराचाही कृष्णभावनेमध्ये उपयोग करता येतो. ज्याप्रमाणे कमलपत्र पाण्यात राहूनही ओले होत नाही त्याचप्रमाणे हे शरीरही पापकर्मांच्या कल्मषांच्या अतीतच राहते. भगवद्‌गीतेमध्येही (३.३०) भगवंत सांगतात की *मयि सर्वाणि कर्माणि संन्यस्य*—सर्व कर्मे मला (श्रीकृष्णांना) समर्पित कर. एकंदरीत निष्कर्ष असा की, जो मनुष्य, कृष्णभावनारहित आहे

तो भौतिक शरीर आणि इंद्रिये यांच्या संकल्पनेवर आधारित कर्म करतो. परंतु कृष्णभावनाभावित मनुष्य आपले शरीर म्हणजे श्रीकृष्णांची संपत्ती असल्यामुळे ते श्रीकृष्णांच्या सेवेमध्येच उपयोगात आणले पाहिजे, या पूर्ण ज्ञानाने युक्त होऊन कर्म करतो.

**कायेन मनसा बुद्ध्या केवलैरिन्द्रियैरपि ।**
**योगिनः कर्म कुर्वन्ति सङ्गं त्यक्त्वात्मशुद्धये॥ ११ ॥**

**कायेन**—शरीराद्वारे; **मनसा**—मनाद्वारे; **बुद्ध्या**—बुद्धीद्वारे; **केवलैः**—शुद्ध; **इन्द्रियैः**—इंद्रियांद्वारे; **अपि**—जरी; **योगिनः**—कृष्णभावनाभावित व्यक्ती; **कर्म**—कर्मे; **कुर्वन्ति**—ते करतात; **सङ्गम्**—आसक्ती; **त्यक्त्वा**—त्याग; **आत्म**—आत्म्याची; **शुद्धये**—शुद्धीकरणासाठी.

**योगिजन आसक्तीचा त्याग करून शरीर, मन, बुद्धी आणि इंद्रियांनीसुद्धा, केवळ शुद्धीकरणासाठी कर्म करतात.**

**तात्पर्य:** जेव्हा मनुष्य श्रीकृष्णांच्या इंद्रियांच्या संतुष्टीप्रीत्यर्थ कृष्णभावनायुक्त कर्म करतो, तेव्हा त्याने शरीर, मन, बुद्धी किंवा इंद्रियांद्वारे केलेले कोणतेही कर्म भौतिक कल्मषांपासून शुद्ध होते. कृष्णभावनाभावित मनुष्याने केलेल्या कर्मांपासून कोणतेही भौतिक फल निर्माण होत नाही. म्हणून शुद्ध कर्मे, ज्यांना सामान्यतः *सदाचार* म्हटले जाते ती कर्मे कृष्णभावनाभावित झाल्याने सहजपणे करता येतात. श्रील रूप गोस्वामी आपल्या भक्तिरसामृतसिंधूमध्ये (१.२.१८७) याबद्दल पुढीलप्रमाणे सांगतात.

*ईहा यस्य हरेर्दास्ये कर्मणा मनसा गिरा ।*
*निखिलास्वप्यवस्थासु जीवन्मुक्तः स उच्यते ॥*

"आपल्या शरीर, मन, बुद्धी आणि वाणीने कृष्णभावनाभावित मनुष्य (श्रीकृष्णांच्या सेवेप्रीत्यर्थ कर्म करणारा) या भौतिक जगतात जरी तथाकथित सांसारिक कर्मे करीत असला तरी तो मुक्तच असतो." त्याला मिथ्या अहंकार नसतो, कारण आपण म्हणजे हे शरीर नाही तसेच आपले या देहावर स्वामित्व नाही हे तो निश्चितपणे जाणतो. तो जाणतो की, हे शरीर आपले नाही. तो स्वतः, तसेच त्याचा देहसुद्धा श्रीकृष्णांच्याच मालकीचा असतो. जेव्हा तो शरीर, मन, बुद्धी, वाचा, जीवन, संपत्ती इत्यादी गोष्टीद्वारे निर्मित आपल्याकडील सर्व वस्तू, श्रीकृष्णांच्या सेवेत समर्पित करतो तेव्हा तो तात्काळ श्रीकृष्णांशी संबंधित होतो. तो श्रीकृष्णांशी अभिन्न आणि देहात्मबुद्धी निर्माण करणाऱ्या मिथ्या अहंकारापासून मुक्त होतो. हीच कृष्णभावनेची पूर्णावस्था आहे.

**युक्तः कर्मफलं त्यक्त्वा शान्तिमाप्नोति नैष्ठिकीम्।**
**अयुक्तः कामकारेण फले सक्तो निबध्यते ॥ १२॥**

**युक्तः**—भगवत्सेवेमध्ये युक्त असणारा मनुष्य; **कर्म-फलम्**—सर्व कर्मांचे फळ; **त्यक्त्वा**—त्याग करून; **शान्तिम्**—पूर्ण शांती; **आप्नोति**—प्राप्त करतो; **नैष्ठिकीम्**—निष्ठापूर्ण किंवा दृढ; **अयुक्तः**—जो कृष्णभावनाभावित नाही; **काम-कारेण**—कर्मफलांचा उपभोग घेण्यासाठी; **फले**—फलामध्ये;

**सक्तः**—आसक्त; **निबध्यते**—बद्ध होतो.

**निष्ठेने भक्ती करणारा जीव अढळ शांतता प्राप्त करतो, कारण तो आपल्या सर्व कर्मांची फळे मला अर्पण करतो; परंतु जो भगवंतांशी संबंधित नाही आणि जो आपल्या श्रमामुळे निर्माण होणाऱ्या कर्मफलांचा लोभी आहे तो बद्ध होतो.**

**तात्पर्य:** कृष्णभावनाभावित मनुष्य आणि देहात्मबुद्धी असणारा मनुष्य यातील भेद हाच आहे की, कृष्णभावनाभावित मनुष्य श्रीकृष्णांवर आसक्त असतो तर देहात्मबुद्धी असणारा मनुष्य, आपल्या कर्मफलांवर आसक्त असतो. जो व्यक्ती श्रीकृष्णांवर आसक्त आहे आणि केवळ श्रीकृष्णांप्रीत्यर्थच कर्म करीत आहे तो निश्चितच मुक्तात्मा आहे आणि त्याला आपल्या कर्मफलांबद्दल मुळीच चिंता नसते. श्रीमद्‌भागवतात सांगण्यात आले आहे की, परम सत्याच्या ज्ञानाच्या अभावी म्हणजेच द्वंद्वभावामध्ये केलेले कर्म हेच मनुष्याच्या कर्मफलावरील आसक्तीचे कारण बनते. भगवान श्रीकृष्ण हेच परम सत्य आहेत. कृष्णभावनेमध्ये द्वंद्व नसते. अस्तित्वातील सर्व वस्तू श्रीकृष्णांच्या शक्तीमुळे निर्माण होतात आणि श्रीकृष्ण हे सर्वमंगलमय आहेत म्हणून कृष्णभावनाभावित कर्मे ब्रह्मस्तरावरील असतात तसेच ती दिव्य असतात आणि त्यांना भौतिक कर्मफल नसते. यास्तव कृष्णभावनाभावित मनुष्याला शांती प्राप्त होते; परंतु इंद्रियतृप्तीकरिता जो लाभगणतीत गुंतलेला आहे त्याला अशी शांती प्राप्त होऊ शकत नाही. श्रीकृष्णांव्यतिरिक्त इतर कशाचेही अस्तित्व नाही याचा साक्षात्कार होणे हाच निर्भयता व शांतीचा स्तर आहे आणि हेच कृष्णभावनेचे रहस्य आहे.

**सर्वकर्माणि मनसा सन्न्यस्यास्ते सुखं वशी ।**
**नवद्वारे पुरे देही नैव कुर्वन्न कारयन् ॥ १३ ॥**

**सर्व**—सर्व; **कर्माणि**—कर्मे; **मनसा**—मनाद्वारे; **सन्न्यस्य**—त्याग करून; **आस्ते**—राहतो; **सुखम्**—सुखाने; **वशी**—संयमित; **नव-द्वारे**—नऊ दारे असलेल्या; **पुरे**—नगरामध्ये; **देही**—देहधारी आत्मा; **न**—कधीच नाही; **एव**—निश्चितच; **कुर्वन्**—करतो; **न**—नाही; **कारयन्**—करवितो.

**जेव्हा देहधारी जीव आपली प्रकृती संयमित करतो आणि मनाद्वारे सर्व कर्मांचा त्याग करतो, तेव्हा तो कर्म न करता तसेच कर्म न करविता, नऊ द्वारे असलेल्या या नगरात (भौतिक शरीर) सुखाने राहतो.**

**तात्पर्य:** देहधारी जीव हा नऊ द्वारे असलेल्या नगरात राहतो. देहाची किंवा देहरूपी नगराची कर्मे प्रकृतीच्या विशिष्ट गुणांद्वारे आपोआपच केली जातात. जीव जरी शरीरावस्थेमुळे प्रभावित होत असला तरी त्याची इच्छा असल्यास तो त्या शरीरावस्थेच्याही पलीकडे जाऊ शकतो. आपल्या श्रेष्ठ प्रकृतीचे विस्मरण झाल्यामुळे तो भौतिक देहाशी तादात्म्य करतो आणि म्हणून तो दुःख भोगतो. कृष्णभावनेद्वारे तो आपले मूळ स्वरूप जागृत करून देहातून मुक्त होऊ शकतो. त्यामुळे मनुष्य जेव्हा कृष्णभावनेचा अंगीकार करतो तेव्हा तो शारीरिक क्रियांपासून पूर्णतया अलिप्त होतो. अशा संयमित जीवनामध्ये जेव्हा त्याच्या विचारामध्ये परिवर्तन येते तेव्हा तो नऊ

द्वारे असलेल्या नगरात सुखाने राहतो. ही नऊ द्वारे पुढीलप्रमाणे आहेत.

*नवद्वारे पूरे देही हंसो लेलायते बहि: ।*
*वशी सर्वस्य लोकस्य स्थावरस्य चरस्य च ॥*

''जीवाच्या शरीरामध्ये निवास करणारे भगवंत हे संपूर्ण ब्रह्मांडातील सर्व जीवाचे नियंत्रक आहेत. शरीराला नऊ द्वारे असतात. (दोन नेत्र, दोन नाकपुड्या, दोन कान, एक मुख, एक गुद आणि एक उपस्थ) जीव आपल्या बद्धावस्थेमध्ये शरीराशी तादात्म्य करतो. परंतु जेव्हा तो अंतर्यामी भगवंतांशी तादात्म्य करतो तेव्हा तो शरीरामध्ये असूनही भगवंतांप्रमाणेच मुक्त असतो.'' (श्वेताश्वतर उपनिषद् ३.१८) म्हणून कृष्णभावनाभावित मनुष्य भौतिक शरीराच्या बाह्य तसेच आंतरिक या दोन्ही प्रकारच्या क्रियांपासून मुक्त असतो.

**न कर्तृत्वं न कर्माणि लोकस्य सृजति प्रभु: ।**
**न कर्मफलसंयोगं स्वभावस्तु प्रवर्तते ॥ १४॥**

**न**—कधीच नाही; **कर्तृत्वम्**—स्वामित्व; **न**—नाही; **कर्माणि**—कर्मे; **लोकस्य**—लोकांची; **सृजति**—निर्माण करतो; **प्रभु:**—देहरूपी नगराचा स्वामी; **न**—नाही; **कर्म-फल**—कर्मफलांचा; **संयोगम्**—संबंध; **स्वभाव:**—प्रकृतीचे गुण; **तु**—परंतु; **प्रवर्तते**—कार्य करतात.

**देहरूपी नगराचा स्वामी, देहधारी जीव हा कर्मांची निर्मिती करीत नाही, तसेच तो लोकांना कार्य करण्यास प्रवृत्तही करीत नाही किंवा कर्मफलेही निर्माण करीत नाही. हे सर्व कार्य प्राकृतिक गुणांद्वारे केले जाते.**

**तात्पर्य:** सातव्या अध्यायात सांगितले जाईल की, जीव हे भगवंतांची एक प्रकारची शक्ती किंवा प्रकृती आहेत आणि ते भगवंतांच्या अपरा किंवा कनिष्ठ प्रकृतीपासून भिन्न आहेत. कोणत्या तरी कारणास्तव परा प्रकृतीरूप जीव, अनादी कालापासून भौतिक प्रकृतीशी संबंधित आहेत. जीवाने प्राप्त केलेले तात्पुरते शरीर किंवा भौतिक निवासस्थान हे, विविध प्रकारच्या कर्मांचे तसेच त्यापासून प्राप्त होणाऱ्या कर्मफलाचे कारण ठरते. अशा बद्धावस्थेत राहिल्याने, जीव अज्ञानामुळे स्वत:चे शरीराशी तादात्म्य करून शरीराच्या कर्मांची फळे भोगतो. अनादी कालापासून प्राप्त केलेले अज्ञान हेच शरीराच्या दु:ख-क्लेशांना कारणीभूत असते. ज्याक्षणी जीव शारीरिक कर्मांपासून अलिप्त होतो तत्क्षणी तो कर्मफलांतूनही मुक्त होतो. जोपर्यंत तो देहरूपी नगरात असतो तोपर्यंत तो या देहाचा स्वामी असल्यासारखा वाटतो; परंतु वस्तुत: तो देहाच्या कर्मांचा आणि कर्मफलांचा स्वामीही नसतो किंवा नियंत्रकही नसतो. तो तर केवळ भवसागराच्या मध्यावर अस्तित्वासाठी संघर्ष करीत असतो. भवसागराच्या लाटा त्याला इतस्तत: भिरकावीत असतात आणि त्या लाटांवर जीवाचे मुळीच नियंत्रण नसते. जीवासाठी यावर उत्तम उपाय म्हणजे त्याने दिव्य कृष्णभावनेच्या साहाय्याने पाण्याबाहेर येणे होय. केवळ ही दिव्य कृष्णभावनाच त्याचे भ्रमापासून रक्षण करील.

**नादत्ते कस्यचित्पापं न चैव सुकृतं विभु: ।**
**अज्ञानेनावृतं ज्ञानं तेन मुह्यन्ति जन्तव: ॥ १५॥**

**न**—कधीच नाही; **आदत्ते**—स्वीकार करतात; **कस्यचित्**—कोणाचेही; **पापम्**—पाप; **न**—नाही; **च**—सुद्धा; **एव**—निश्चितच; **सु-कृतम्**—पुण्यकर्मे; **विभुः**—परमेश्वर किंवा भगवंत; **अज्ञानेन**—अज्ञानाद्वारे; **आवृतम्**—आवृत्त किंवा आच्छादित झालेले; **ज्ञानम्**—ज्ञान; **तेन**—त्यामुळे; **मुह्यन्ति**—मोहित होतात; **जन्तवः**—जीव.

**तसेच भगवंत कोणाचेही पाप किंवा पुण्यकर्मे ग्रहण करीत नाहीत. तथापि, देहधारी जीव हे त्यांच्या वास्तविक ज्ञान आच्छादित करणाऱ्या अज्ञानामुळे मोहित होतात.**

**तात्पर्यः** संस्कृत शब्द *विभु* म्हणजेच अमर्यादित पूर्ण ज्ञान, ऐश्वर्य, बल, यश, सौंदर्य आणि वैराग्याने परिपूर्ण असणारे भगवंत होत. ते आत्माराम आहेत आणि पुण्य किंवा पापकर्मांनी कधीच विचलित होत नाहीत. ते कोणत्याही जीवासाठी विशिष्ट परिस्थिती निर्माण करीत नाहीत. परंतु अज्ञानाने मोहित झाल्यामुळे जीव विशिष्ट परिस्थितीत राहण्याची इच्छा करतो आणि याप्रमाणे त्याच्या कर्मांची आणि कर्मफलांची शृंखला सुरू होते. जीव हा पराप्रकृतीरूप असल्यामुळे ज्ञानमयी असतो, तरीही त्याची शक्ती मर्यादित असल्याकारणाने तो अज्ञानाने प्रभावित होऊ शकतो. भगवंत सर्वशक्तिमान आहेत, पण जीव सर्वशक्तिमान नाही. भगवंत हे विभु किंवा सर्वज्ञ आहेत तर जीव हा अणुरूप आहे. जीव हा चेतन असल्यामुळे स्वतंत्र इच्छा करू शकतो. अशा इच्छेची पूर्तता मात्र सर्वशक्तिमान भगवंतांद्वारेच केली जाते आणि म्हणून जेव्हा जीव आपल्यासाठी इच्छा करण्यामध्ये गोंधळून जातो तेव्हा भगवंत, जीवाला त्याच्या इच्छा पूर्ण करण्याची मुभा देतात, परंतु जीवाने केलेल्या इच्छेमुळे विशिष्ट परिस्थितीरूप निर्माण होणाऱ्या कर्मांना आणि कर्मफलांना भगवंत जबाबदार नसतात. यास्तव भ्रमित अवस्थेमधील देहधारी जीव, आनुषंगिक भौतिक देहाशी स्वतःचे तादात्म्य करतो आणि जीवनातील क्षणभंगुर सुखदुःखांच्या अधीन होतो. भगवंत हे परमात्मारूपाने जीवाचे नित्य सहचर आहेत आणि म्हणून ज्याप्रमाणे मनुष्य फुलांच्या सान्निध्यात राहून फुलांचा सुगंध घेऊ शकतो त्याचप्रमाणे भगवंत प्रत्येक जीवाच्या इच्छा जाणू शकतात. इच्छा हे जीवाच्या बद्धावस्थेचे सूक्ष्मरूप आहे. भगवंत, जीवाच्या योग्यतेप्रमाणे त्याची इच्छा पूर्ण करतात. मनुष्य पुष्कळ योजना करतो आणि परमेश्वर त्या पूर्ण करतो असे नाही. म्हणून आपली इच्छा पूर्ण करण्याइतपत जीव शक्तिमान नाही. तथापि, भगवंत सर्व इच्छांची पूर्तता करू शकतात आणि सर्वांसाठी भगवंतांकडे समभाव असल्यामुळे ते सूक्ष्मरीत्या स्वतंत्र असणाऱ्या जीवांच्या इच्छांमध्ये व्यत्यय आणीत नाहीत. तरीही जेव्हा मनुष्य श्रीकृष्णांच्या प्राप्तीची इच्छा करतो तेव्हा भगवंत त्याची विशेष काळजी घेतात आणि त्याला अशी इच्छा करण्यास प्रेरित करतात की, जेणेकरून जीव भगवत्प्राप्ती करू शकेल आणि नित्य आनंदी होऊ शकेल. म्हणून वैदिक मंत्र सांगतात की, *एष उ ह्येव साधु कर्म कारयति तं यमेभ्यो लोकेभ्य उन्निनीषते, एष उ एवासाधु कर्म कारयति यमधो निनीषते*—"भगवंत, जीवाला पुण्यकर्मांमध्ये कार्यरत करतात, जेणेकरून त्याची उन्नती होऊ शकेल आणि तेच जीवाला पापकर्मांमध्ये कार्यरत करतात, जेणेकरून तो नरकात जाईल." (कौषीतकी उपनिषद् ३.८)

*अज्ञो जन्तुरनीशोऽयमात्मनः सुखदुःखयोः ।*
*ईश्वरप्रेरितो गच्छेत् स्वर्गं वाश्वभ्रमेव च ॥*

"जीव आपल्या सुखदुःखांमध्ये पूर्णपणे अवलंबून आहे. ज्याप्रमाणे वायूद्वारे ढग ओढले जातात, त्याचप्रमाणे भगवंतांच्या इच्छेद्वारे जीव स्वर्ग किंवा नरकामध्ये जाऊ शकतो."

म्हणून देहधारी जीवाची, कृष्णभावनेची उपेक्षा करण्याची अनादी कालापासून चालत आलेली इच्छाच त्याच्या भ्रमित होण्यास कारणीभूत होते. म्हणून स्वरूपतः जीव जरी सच्चिदानंद असला तरी त्याच्या सूक्ष्मत्वामुळे त्याला आपल्या भगवत्सेवेच्या वास्तविक मूळ स्वरूपाचे विस्मरण होते आणि तो अज्ञानग्रस्त होतो. अज्ञानाच्या प्रभावामुळे जीव म्हणतो की, भगवंत हेच आपल्या बद्धावस्थेस जबाबदार आहेत. वेदान्त सूत्रही (२.१.३४) याला पुष्टी देते *वैषम्य नैर्घृण्ये न सापेक्षत्वात् तथा हि दर्शयति*— "वास्तविकपणे भगवंत कोणाचा द्वेषही करीत नाहीत आणि कोणावर आसक्तीभावही ठेवीत नाहीत, केवळ वरकरणी असे दिसते."

**ज्ञानेन तु तदज्ञानं येषां नाशितमात्मनः ।**
**तेषामादित्यवज्ज्ञानं प्रकाशयति तत्परम् ॥ १६ ॥**

**ज्ञानेन**—ज्ञानाने; **तु**—परंतु; **तत्**—ते; **अज्ञानम्**—अज्ञान; **येषाम्**—ज्यांचे; **नाशितम्**—नष्ट झाले आहे; **आत्मनः**—जीवात्म्यांचे; **तेषाम्**—त्यांचे; **आदित्य-वत्**—उगवत्या सूर्याप्रमाणे; **ज्ञानम्**—ज्ञान; **प्रकाशयति**—प्रकाशित करते; **तत् परम्**—कृष्णभावना.

**परंतु, जेव्हा अज्ञानाचा नाश करणाऱ्या ज्ञानाने जीव प्रबुद्ध होतो, तेव्हा ज्याप्रमाणे सूर्य दिवसा सर्व वस्तूंना प्रकाशित करतो त्याप्रमाणे त्याचे ज्ञान सर्व गोष्टी प्रकट करते.**

**तात्पर्य:** श्रीकृष्णांना जे विसरले आहेत ते निश्चितच भ्रमित झालेले असतात; परंतु जे कृष्णभावनाभावित असतात ते मुळीच भ्रमित नसतात. भगवद्गीतेमध्ये सांगण्यात आले आहे की, *सर्वंज्ञानप्लवेन, ज्ञानाग्निः सर्वकर्माणि* आणि *न हि ज्ञानेन सदृशम्.* ज्ञान हे सदैव महत्त्वपूर्ण आहे. आणि ते ज्ञान म्हणजे काय आहे? सातव्या अध्यायातील एकोणिसाव्या श्लोकामध्ये सांगितल्याप्रमाणे, परिपूर्ण ज्ञानाची प्राप्ती मनुष्य जेव्हा श्रीकृष्णांना शरण जातो, तेव्हा होते. *बहुनां जन्मनामन्ते ज्ञानवान्मां प्रपद्यते.* अनेकानेक जन्मांनंतर जेव्हा परिपूर्ण ज्ञानी मनुष्य, श्रीकृष्णांना शरण जातो किंवा जेव्हा कृष्णभावनेची प्राप्ती करतो, तेव्हा ज्याप्रमाणे सूर्य दिवसा सर्व गोष्टी प्रकाशित करतो त्याप्रमाणे त्या मनुष्याला सर्व गोष्टी प्रकट होतात. जीव विविध प्रकारे मोहित होतो, उदाहरणार्थ, जेव्हा तो स्वतःला मूर्खपणे भगवंत समजतो तेव्हा वास्तविकपणे तो अज्ञानाच्या जंजाळात पडतो. जर जीव हा परमेश्वर असेल तर तो अज्ञानाने मोहित कसा होऊ शकतो? भगवंत अज्ञानाने मोहग्रस्त होतात काय? जर तसे असेल तर अज्ञान किंवा सैतान, भगवंतांपेक्षाही श्रेष्ठ असले पाहिजे. वास्तविक ज्ञानाची प्राप्ती परिपूर्ण कृष्णभावनाभावित मनुष्याकडून होऊ शकते, म्हणून मनुष्याने असा प्रमाणित आध्यात्मिक गुरू शोधला पाहिजे आणि त्याच्या मार्गदर्शनाखाली कृष्णभावनेचे ज्ञान जाणून घेतले पाहिजे, कारण ज्याप्रमाणे सूर्य अंधकार दूर करतो त्याप्रमाणे कृष्णभावना निश्चितपणे सर्व अज्ञान दूर करते.

आपण शरीर नाही व शरीराच्या अतीत आहोत याचे पूर्ण ज्ञान जरी मनुष्याला असले तरी कदाचित त्याला आत्मा आणि परमात्मा यांच्यामध्ये भेद करता येणार नाही. तरीही जर त्याने परिपूर्ण प्रमाणित कृष्णभावनाभावित आध्यात्मिक गुरूचा आश्रय घेण्याची काळजी घेतली तर तो सर्व गोष्टी योग्य प्रकारे जाणू शकतो. जेव्हा मनुष्य प्रत्यक्षपणे भगवंतांच्या प्रतिनिधीला भेटतो तेव्हाच त्याला भगवंत आणि आपला भगवंतांशी असणारा संबंध, याचे ज्ञान होऊ शकते. भगवंतांच्या प्रतिनिधीला जरी भगवंतांप्रमाणेच आदर दिला जात असला तरी तो स्वत: भगवंत असल्याचा दावा कधीच करीत नाही. कारण त्याला भगवंताचे ज्ञान असते. मनुष्याने जीव आणि भगवंत यांच्यातील भेद जाणला पाहिजे, म्हणून भगवान श्रीकृष्ण दुसऱ्या अध्यायात (२.१२) सांगतात की, प्रत्येक जीवाला तसेच भगवंतांनाही स्वतंत्र वैयक्तिक अस्तित्व असते, वर्तमानकाळी त्यांना वैयक्तिक अस्तित्व आहे आणि मुक्तीनंतरही भविष्यकाळात त्यांना स्वतंत्र वैयक्तिक अस्तित्व असते. रात्रीच्या अंधारामुळे आपण सर्व वस्तू एकच असल्याप्रमाणे पाहतो; परंतु दिवसा जेव्हा सूर्योदय होतो तेव्हा आपण प्रत्येक गोष्टीचे वास्तविक स्वरूप पाहतो. आध्यात्मिक जीवनामध्ये, वैयक्तिक स्वातंत्र्य आणि स्वरूप जाणणे म्हणजेच वास्तविक ज्ञान आहे.

**तद्बुद्धयस्तदात्मानस्तन्निष्ठास्तत्परायणाः ।**
**गच्छन्त्यपुनरावृत्तिं ज्ञाननिर्धूतकल्मषाः ॥१७॥**

**तत्-बुद्धयः**—ज्यांची बुद्धी सदैव भगवत्परायण असते; **तत्-आत्मानः**—ज्यांचे मन सदैव भगवत्परायण असते; **तत्-निष्ठाः**—ज्यांची निष्ठा केवळ भगवंतांकरिताच असते; **तत्-परायणाः**—ज्यांनी भगवंतांचा पूर्णपणे आश्रय घेतला आहे; **गच्छन्ति**—जातात; **अपुनः-आवृत्तिम्**—मुक्तीला; **ज्ञान**—ज्ञानाद्वारे; **निर्धूत**—धुऊन गेली आहेत; **कल्मषाः**—कल्मष किंवा दोष.

**जेव्हा मनुष्याची बुद्धी, मन, निष्ठा आणि आश्रय हे सर्व भगवंतांवर स्थिर होते तेव्हा पूर्ण ज्ञानाद्वारे त्याची सर्व कल्मषे धुतली जातात आणि याप्रमाणे तो सहज मुक्तिपथावर अग्रेसर होतो.**

**तात्पर्य:** भगवान श्रीकृष्ण हे दिव्य, परम सत्य आहेत. श्रीकृष्ण हेच पुरुषोत्तम श्रीभगवान आहेत या उपदेशावरच संपूर्ण भगवद्गीता केंद्रित झाली आहे. सर्व वैदिक शास्त्रांचेही हेच मत आहे. 'परतत्त्व' म्हणजेच परम सत्य होय आणि तत्त्ववेत्ते या परतत्त्वालाच ब्रह्म, परमात्मा आणि भगवान म्हणून जाणतात. भगवान हेच सर्वोच्च परतत्त्व आहेत. भगवंतांहून अधिक दुसरे काहीही नाही. भगवान सांगतात की, *मत्तः परतरं नान्यत् किञ्चिदस्ति धनञ्जय.* निर्विशेष ब्रह्माचा आधारही श्रीकृष्णच आहेत. *ब्रह्मणो हि प्रतिष्ठाहम्.* म्हणून सर्व प्रकारे श्रीकृष्ण हेच परम सत्य आहेत. ज्याचे मन, बुद्धी, निष्ठा आणि आश्रय सदैव श्रीकृष्णांमध्ये स्थित आहेत किंवा दुसऱ्या शब्दांत सांगावयाचे तर, जो पूर्णपणे कृष्णभावनाभावित आहे, नि:संशय त्याची सर्व कल्मषे पूर्णपणे धुतली जातात आणि त्याला परम सत्याचे संपूर्ण ज्ञान होते. कृष्णभावनाभावित मनुष्य निश्चितपणे जाणतो की, श्रीकृष्णांमध्ये द्वैत (एकाच वेळी भेद आणि अभेद) आहे आणि अशा दिव्य

ज्ञानाने युक्त झालेला मनुष्य मुक्तिपथावर उत्तरोत्तर प्रगती करू शकतो.

**विद्याविनयसम्पन्ने ब्राह्मणे गवि हस्तिनि ।**
**शुनि चैव श्वपाके च पण्डिताः समदर्शिनः ॥ १८ ॥**

**विद्या**—विद्या; **विनय**—आणि नम्रता; **सम्पन्ने**—युक्त किंवा संपन्न; **ब्राह्मणे**—ब्राह्मणामध्ये; **गवि**—गाईमध्ये; **हस्तिनि**—हत्तीमध्ये; **शुनि**—कुत्र्यामध्ये; **च**—आणि; **एव**—निश्चितच; **श्व-पाके**—चांडाळामध्ये (कुत्रा भक्षण करणारे); **च**—अनुक्रमे; **पण्डिताः**—जे पंडित किंवा ज्ञानी आहेत; **सम-दर्शिनः**—जो समदृष्टीने पाहतो.

**विनम्र साधुव्यक्ती यथार्थ ज्ञानाच्या आधारे, विद्याविनयसंपन्न ब्राह्मण, गाय, हत्ती, कुत्रा आणि चांडाळ या सर्वांना समदृष्टीने पाहते.**

**तात्पर्य :** कृष्णभावनाभावित मनुष्य, जाती किंवा योनी यामध्ये मुळीच भेद करीत नाही. सामाजिक दृष्ट्या ब्राह्मण आणि चांडाळ हे भिन्न असतील किंवा योनींचा विचार करता कुत्रा, गाय आणि हत्ती हे भिन्न असतील; परंतु विद्वान पंडिताच्या दृष्टीने हे शारीरिक भेद निरर्थक आहेत. कारण ते सर्व भगवंतांशी संबंधित आहेत आणि भगवंत, परमात्मा या आपल्या विस्तारित रूपाद्वारे प्रत्येकाच्या हृदयामध्ये स्थित आहेत. परम सत्याचे असे हे ज्ञान म्हणजेच वास्तविक ज्ञान आहे. निरनिराळ्या जाती किंवा योनीमधील शरीरांचा विचार केल्यास भगवंत प्रत्येकावर सारखेच दयाळू आहेत, कारण ते प्रत्येक प्राणिमात्राला मित्रत्वानेच वागवितात आणि जीवाच्या बाह्य स्थितीचा विचार न करता ते परमात्मारूपाने प्रत्येक प्राणिमात्रामध्ये वास करतात. ब्राह्मण आणि चांडाळ यांचे शरीर जरी सारखे नसले तरी ब्राह्मण आणि चांडाळ दोघांमध्येही भगवंत हे परमात्मा रूपाने उपस्थित आहेत. शरीर म्हणजे विविध प्राकृतिक गुणांची भौतिक निर्मिती आहे. परंतु आत्मा आणि परमात्मा हे आध्यात्मिक गुणात्मकदृष्ट्या समानच आहेत. गुणात्मकदृष्ट्या आत्मा आणि परमात्मा समान असले तरी ते परिणामात्मकदृष्ट्या ते समान असू शकत नाहीत कारण, आत्मा हा एका विशिष्ट शरीरातच उपस्थित असतो तर परमात्मा प्रत्येक शरीरामध्ये उपस्थित असतो. कृष्णभावनाभावित मनुष्याला याचे पूर्ण ज्ञान असते आणि म्हणून तो खऱ्या अर्थाने विद्वान असतो आणि त्याला समदृष्टी असते. आत्मा आणि परमात्म्यामधील समानता म्हणजे दोघेही सच्चिदानंद आहेत, परंतु दोहोंमधील फरक हाच आहे, की आत्मा हा केवळ विशिष्ट शरीराच्या मर्यादित क्षेत्रामध्येच चेतन असतो तर परमात्मा सर्व शरीरामध्ये चेतन असतो. परमात्मा हा शरीरामध्ये कोणत्याही प्रकारचा भेद न करता उपस्थित असतो.

**इहैव तैर्जितः सर्गो येषां साम्ये स्थितं मनः ।**
**निर्दोषं हि समं ब्रह्म तस्माद्ब्रह्मणि ते स्थिताः ॥ १९ ॥**

**इह**—या जीवनामध्ये; **एव**—निश्चितच; **तैः**—त्यांनी; **जितः**—विजय प्राप्त केला आहे; **सर्गः**—जन्म आणि मृत्यू; **येषाम्**—ज्यांचे; **साम्ये**—समानतेमध्ये; **स्थितम्**—स्थित आहे; **मनः**—मन;

**निर्दोषम्**—निर्दोष; **हि**—निश्चितच; **समम्**—समानता; **ब्रह्म**—ब्रह्माप्रमाणे; **तस्मात्**—म्हणून **ब्रह्मणि**—ब्रह्मामध्ये; **ते**—ते; **स्थिताः**—स्थित आहेत.

**ज्यांचे मन एकत्व आणि समतेत स्थित झाले आहे त्यांनी जन्म आणि मृत्यूच्या बंधनावर पूर्वीच विजय प्राप्त केला आहे. ते ब्रह्माप्रमाणेच निर्दोष आहेत आणि याप्रमाणे ते पूर्वीच ब्रह्मामध्ये स्थित झालेले असतात.**

**तात्पर्य:** वर उल्लेख केल्याप्रमाणे मनाची साम्यावस्था म्हणजे आत्मसाक्षात्काराचे लक्षण आहे ज्यांनी वास्तविकपणे अशा अवस्थेची प्राप्ती केली आहे, त्यांनी भौतिक बंधने, विशेषतः जन्म आणि मृत्यू यावर विजय प्राप्त केल्याचे जाणले पाहिजे. जोपर्यंत मनुष्य या देहाशी तादात्म्य करतो तोपर्यंत त्याला बद्ध समजले जाते, परंतु जेव्हा तो आत्मसाक्षात्काराद्वारे साम्यावस्थेप्रत उन्नत होतो तेव्हा तो बद्ध जीवनातून मुक्त होतो. दुसऱ्या शब्दांत सांगावयाचे तर, त्याला भौतिक जगतात पुन्हा जन्म घ्यावा लागत नाही तर तो मृत्यूनंतर आध्यात्मिक जगतात प्रवेश करू शकतो. भगवंत हे निर्दोष आहेत, कारण ते आसक्ती आणि द्वेषरहित आहेत. त्याचप्रमाणे जेव्हा जीव आसक्ती आणि द्वेषरहित होतो तेव्हा तो सुद्धा निर्दोष होतो आणि आध्यात्मिक जगतात प्रवेश करण्यास पात्र होतो. अशा व्यक्ती पूर्वीच मुक्त झाल्याचे समजले पाहिजे आणि अशा व्यक्तींच्या लक्षणांचे वर्णन खाली करण्यात आले आहे.

**न प्रहृष्येत्प्रियं प्राप्य नोद्विजेत्प्राप्य चाप्रियम्।**
**स्थिरबुद्धिरसम्मूढो ब्रह्मविद्ब्रह्मणि स्थितः ॥ २० ॥**

**न**—कधीच नाही; **प्रहृष्येत्**—हर्षित होतो; **प्रियम्**—प्रिय वस्तू; **प्राप्य**—प्राप्त झाल्यावर; **न**—होत नाही; **उद्विजेत्**—विचलित, उद्वेगित होतो; **प्राप्य**—प्राप्त झाल्यावर; **च**—सुद्धा; **अप्रियम्**—अप्रियाला; **स्थिर-बुद्धिः**—स्थिर बुद्धी; **असम्मूढः**—मोहरहित; **ब्रह्म-वित्**—जो ब्रह्माला पूर्णपणे जाणतो; **ब्रह्मणि**—ब्रह्मामध्ये; **स्थितः**—स्थित.

**जो मनुष्य प्रिय वस्तू प्राप्त झाल्यावर हर्षून जात नाही तसेच अप्रिय वस्तू प्राप्त झाल्यावर शोक करीत नाही, ज्याची बुद्धी स्थिर आहे, जो मोहरहित आहे आणि भगवत्‌विज्ञान जाणतो तो पूर्वीच ब्रह्मामध्ये स्थित असतो.**

**तात्पर्य:** आत्मसाक्षात्कारी व्यक्तीची लक्षणे या ठिकाणी सांगण्यात आली आहेत. पहिले लक्षण आहे की, तो स्वतःच्या शरीराशी मिथ्या तादात्म्य करून मोहित होत नाही. तो निश्चितपणे जाणतो की, आपण म्हणजे हे शरीर नाही तर आपण भगवंतांचे अंश आहोत. म्हणून तो शरीराशी संबंधित कोणतीही गोष्ट प्राप्त झाल्यावर हर्षित होत नाही तसेच शरीराशी संबंधित गोष्ट गमावल्याने शोकही करीत नाही. मनाच्या या स्थिरतेला 'स्थिरबुद्धी' म्हटले जाते. म्हणून तो स्थूल देहालाच आत्मा असे चुकीने समजून मोहित होत नाही तसेच देहाला शाश्वत मानीत नाही आणि आत्म्याचे अस्तित्व अमान्य करीत नाही. या ज्ञानामुळे तो परम सत्याचे संपूर्ण विज्ञान म्हणजेच ब्रह्म, परमात्मा आणि भगवान जाणण्याच्या स्तराप्रत उन्नत होतो. तो, सर्व तऱ्हेने

ब्रह्माशी एकरूप होण्याचा मिथ्या प्रयत्न न करता आपल्या स्वरूपस्थितीला पूर्णपणे जाणतो. यालाच ब्रह्म-साक्षात्कार असे म्हणतात. अशा स्थिरबुद्धीला कृष्णभावना म्हणतात.

**बाह्यस्पर्शेष्वसक्तात्मा विन्दत्यात्मनि यत्सुखम् ।**
**स ब्रह्मयोगयुक्तात्मा सुखमक्षयमश्नुते ॥२१॥**

**बाह्य-स्पर्शेषु**—बाह्य इंद्रियसुखामध्ये; **असक्त-आत्मा**—जो आसक्त नाही; **विन्दति**—उपभोगतो; **आत्मनि**—स्वत:मध्ये; **यत्**—जे; **सुखम्**—सुख; **स:**—तो; **ब्रह्म-योग**—ब्रह्मावरील ध्यानाद्वारे; **युक्त-आत्मा**—आत्मयुक्त; **सुखम्**—सुख; **अक्षयम्**—अमर्यादित; **अश्नुते**—उपभोगतो.

**असा मुक्त मनुष्य भौतिक इंद्रियसुखामध्ये आसक्त होत नाही तर तो स्वत:मध्येच सुखाचा अनुभव घेत सदैव समाधिस्थ असतो. या प्रकारे आत्मसाक्षात्कारी मनुष्य ब्रह्माच्या ठायी एकाग्र झाल्याने अमर्याद सुखाचा अनुभव घेतो.**

**तात्पर्य:** कृष्णभावनाभावित महान भक्त श्रीयमुनाचार्य म्हणतात की:

*यदवधि मम चेत: कृष्णपादारविन्दे*
*नवनवरसधामन्युद्यत रन्तुमासीत् ।*
*तदवधि बत नारीसंगमे स्मर्यमाने*
*भवति मुखविकार: सुष्ठु निष्ठीवनं च ॥*

''माझे मन भगवान श्रीकृष्णांच्या चरणकमलांमध्ये रममाण झाल्यापासून आणि नवीन दिव्य रसांचे नित्य आस्वादन करीत असल्यापासून, जेव्हा जेव्हा मी लैंगिक सुखाचा विचार करतो तेव्हा तात्काळ माझे मुख विकारांनी भरून येते आणि त्या विचारावर मी थुंकतो.'' ब्रह्मयोगयुक्त किंवा कृष्णभावनायुक्त मनुष्य, भगवंतांच्या प्रेममयी सेवेत इतका संलग्न झालेला असतो की, त्याची भौतिक इंद्रियसुखाची रुची पूर्णपणे नाहीशी होते. भौतिकदृष्ट्या मैथुनसुख हेच सर्वश्रेष्ठ सुख आहे. संपूर्ण जग हे मैथुनसुखाच्या प्रभावाखाली कार्यरत आहे आणि विषयी मनुष्य या सुखाने प्रेरित झाल्यावाचून मुळीच कार्य करू शकत नाही. परंतु कृष्णभावनेमध्ये युक्त असलेला मनुष्य मैथुनसुख टाळून अधिक जोराने कार्य करू शकतो. आध्यात्मिक साक्षात्काराची हीच कसोटी आहे. आध्यात्मिक साक्षात्कार आणि मैथुनसुख कधीच एकत्रित राहू शकत नाहीत. कृष्णभावनाभावित मनुष्य हा मुक्त जीव असल्यामुळे तो कोणत्याही प्रकारच्या इंद्रियसुखाकडे आकर्षित होत नाही.

**ये हि संस्पर्शजा भोगा दु:खयोनय एव ते ।**
**आद्यन्तवन्त: कौन्तेय न तेषु रमते बुध: ॥ २२॥**

**ये**—जे; **हि**—निश्चितच; **संस्पर्श-जा:**—भौतिक इंद्रियांच्या संयोगापासून; **भोगा:**—भोग; **दु:ख**—दु:ख; **योनय:**—मूळ किंवा कारण; **एव**—निश्चितच; **ते**—ते; **आदि**—प्रारंभ; **अन्त**—शेवट; **वन्त:**—बाध्य असतात; **कौन्तेय**—हे कुंतिपुत्रा; **न**—कधीच नाही; **तेषु**—त्यामध्ये; **रमते**—रमतो; **बुध:**—बुद्धिमान मनुष्य.

**भौतिक इंद्रियांच्या संयोगापासून उत्पन्न होणाऱ्या दुःखांच्या कारणामध्ये बुद्धिमान मनुष्य भाग घेत नाही. हे कौंतेया! अशा सुखांना आरंभ आणि शेवट असतो म्हणून बुद्धिमान व्यक्ती त्यामध्ये आनंद घेत नाही.**

**तात्पर्यः** प्राकृतिक इंद्रियांच्या संयोगामुळे भौतिक इंद्रियसुखे उत्पन्न होतात आणि शरीर हेच मुळी तात्पुरते असल्यामुळे प्राकृतिक इंद्रियेही तात्पुरती असतात. क्षणभंगुर अशा कोणत्याही गोष्टीत मुक्त जीव रमत नाही. दिव्य आनंदापासून प्राप्त होणाऱ्या सुखाचे पूर्ण ज्ञान असणारा मुक्त जीव, मिथ्या सुखोपभोग करण्यास कसा मान्य करील? पद्मपुराणात सांगण्यात आले आहे कीः

*रमन्ते योगिनोऽनन्ते सत्यानन्दे चिदात्मनि ।*
*इति रामपदेनासौ परं ब्रह्माभिधीयते ॥*

"योगिजन परम सत्यापासून अमर्याद आनंद प्राप्त करतात आणि म्हणून परमतत्त्व श्री भगवान हे राम म्हणून संबोधले जातात."

श्रीमद्भागवतातही (५.५.१) सांगितले आहे कीः

*नायं देहो देहभाजां नृलोके कष्टान् कामानर्हते विड्भुजां ये ।*
*तपो दिव्यं पुत्रका येन सत्त्वं शुद्ध्येद् यस्माद् ब्रह्मसौख्यं त्वनन्तम् ॥*

"पुत्रांनो! या मनुष्यजीवनामध्ये असताना इंद्रियसुखासाठी कठोर परिश्रम करण्याचे कारण नाही, अशी सुखे शुकरांनाही उपलब्ध आहेत. त्यापेक्षा या जीवनामध्ये तुम्ही तपस्या केली पाहिजे, जेणेकरून तुमचे जीवन शुद्ध होईल आणि परिणामी तुम्हाला अनंत दिव्य सुखाचा उपभोग करण्यास मिळेल."

म्हणून जे वास्तविक योगी किंवा ज्ञानी आहेत, ते नित्य भौतिक अस्तित्वास कारणीभूत असणाऱ्या इहसुखाकडे आकर्षित होत नाहीत. मनुष्य ज्या प्रमाणात प्राकृत इंद्रियसुखामध्ये आसक्त होतो त्या प्रमाणात तो भौतिक दुःखाच्या जंजाळात पतित होतो.

**शक्नोतीहैव यः सोढुं प्राक्शरीरविमोक्षणात्।**
**कामक्रोधोद्भवं वेगं स युक्तः स सुखी नरः ॥ २३ ॥**

**शक्नोति**—समर्थ आहे; **इह एव**—वर्तमान शरीरामध्ये; **यः**—जो; **सोढुम्**—सहन करण्यास; **प्राक्**—पूर्वी; **शरीर**—शरीर; **विमोक्षणात्**—त्याग करणे; **काम**—इच्छा; **क्रोध**—आणि क्रोध; **उद्भवम्**—उद्भवणारा; **वेगम्**—आवेग; **सः**—तो; **युक्तः**—योगयुक्त; **सः**—तो; **सुखी**—सुखी; **नरः**—मनुष्य.

**वर्तमान शरीराचा त्याग करण्यापूर्वी, जर मनुष्य प्राकृत इंद्रियांचा आवेग सहन करू शकला आणि काम आणि क्रोध यांच्या वेगांना आवरू शकला तर तो योग्य प्रकारे स्थित आहे आणि या जगात तो सुखी असतो.**

**तात्पर्यः** जर मनुष्याला आत्मसाक्षात्काराच्या पथावर उत्तरोत्तर प्रगती करावयाची असेल तर त्याने प्राकृत इंद्रियांच्या आवेगांना नियंत्रित करण्याचा प्रयत्न करणे अत्यावश्यक आहे. हे आवेग

म्हणजे वाणीवेग, क्रोधवेग, मनोवेग, उदरवेग, जननेंद्रियांचे आवेग आणि जिह्वावेग होत. जो मनुष्य या सर्व विविध इंद्रियांचे आणि मनाचे आवेग नियंत्रित करण्यामध्ये समर्थ होतो त्याला *गोस्वामी* किंवा *स्वामी* म्हटले जाते. असे गोस्वामी अत्यंत संयमित जीवन जगतात आणि इंद्रियांच्या वेगांचा पूर्णपणे त्याग करतात. भौतिक इच्छा जेव्हा अतृप्तच राहतात तेव्हा त्यांच्यापासून क्रोध निर्माण होतो आणि अशा प्रकारे मन, नेत्र आणि वक्ष:स्थळ क्षुब्ध होतात. म्हणून मनुष्याने या भौतिक देहाचा त्याग करण्यापूर्वीच, त्यांना संयमित करण्याचा अभ्यास केला पाहिजे. जो हे करू शकतो तो आत्मसाक्षात्कारी असल्याचे जाणले पाहिजे आणि या प्रकारे तो आत्मसाक्षात्काराच्या स्थितीत सुखी असतो. काम आणि क्रोध यांना कठोर परिश्रमांद्वारे संयमित करण्याचा प्रयत्न करणे हे योगी मनुष्याचे कर्तव्यच आहे.

**योऽन्तःसुखोऽन्तरारामस्तथान्तर्ज्योतिरेव यः ।**
**स योगी ब्रह्मनिर्वाणं ब्रह्मभूतोऽधिगच्छति ॥ २४॥**

**यः**—जो; **अन्तः-सुखः**—अंतरी सुखी असणारा; **अन्तः-आरामः**—अंतरात रमणारा; **तथा**—तसेच; **अन्तः-ज्योतिः**—अंतरातच ध्येय असणारा; **एव**—निश्चित; **यः**—जो; **सः**—तो; **योगी**—योगी; **ब्रह्म-निर्वाणम्**—ब्रह्मामध्ये मुक्त झालेला; **ब्रह्म-भूतः**—आत्मसाक्षात्कारी; **अधिगच्छति**—प्राप्त करतो.

**ज्याचे सुख अंतःकरणात आहे, जो अंतरात सक्रिय आहे आणि अंतरातच आनंद अनुभवत असतो आणि ज्याचे ध्येय अंतरातच आहे तो वास्तविकपणे परिपूर्ण योगी आहे. तो ब्रह्मामध्ये मुक्त होतो आणि शेवटी ब्रह्माची प्राप्ती करतो.**

**तात्पर्य:** जोपर्यंत मनुष्य अंत:करणात सुखाचा अनुभव घेऊ शकत नाही, तोपर्यंत तो वरकरणी सुख प्राप्त करून देणाऱ्या बाह्य क्रियांपासून कसा निवृत्त होऊ शकेल? मुक्त मनुष्य हा प्रत्यक्ष अनुभवाद्वारेच सुखाचा आनंद घेतो. म्हणून तो कोणत्याही ठिकाणी शांतपणे बसू शकतो आणि जीवनाच्या क्रियांचा अंतरातच उपभोग घेऊ शकतो. असा मुक्त मनुष्य बाह्य भौतिक सुखाची मुळीच अपेक्षा करीत नाही. या अवस्थेलाच *ब्रह्मभूत* अवस्था म्हटले जाते. या अवस्थेची प्राप्ती झाल्यावर स्वगृही म्हणजेच भगवद्धामात परत जाता येते.

**लभन्ते ब्रह्मनिर्वाणमृषयः क्षीणकल्मषाः ।**
**छिन्नद्वैधा यतात्मानः सर्वभूतहिते रताः ॥ २५॥**

**लभन्ते**—प्राप्त करतात; **ब्रह्म-निर्वाणम्**—ब्रह्मामधील मुक्ती; **ऋषयः**—जे अंतरातून सक्रिय असतात; **क्षीण-कल्मषाः**—जे सर्व कल्मषे किंवा पापांपासून मुक्त आहेत; **छिन्न**—छिन्न किंवा नष्ट झाल्यावर; **द्वैधाः**—द्वंद्व; **यत-आत्मानः**—आत्मसाक्षात्कारामध्ये युक्त; **सर्व-भूत**—सर्व जीवाच्या; **हिते**—हितामध्ये किंवा कल्याणार्थ; **रताः**—मग्न झालेला.

**जे संशयापासून उत्पन्न होणाऱ्या द्वंद्वाच्या पलीकडे आहेत, ज्यांचे मन अंतरातच रममाण झाले आहे, जे सर्व जीवांच्या कल्याणार्थ कार्य करण्यामध्ये नेहमी व्यस्त असतात**

**आणि जे सर्व पापांपासून मुक्त आहेत, ते ब्रह्मामध्ये मुक्तीची प्राप्ती करतात.**

**तात्पर्य:** पूर्णपणे कृष्णभावनाभावित असलेला मनुष्यच खऱ्या अर्थाने जीवाच्या कल्याणार्थ कार्य करू शकतो. श्रीकृष्ण हेच सर्व गोष्टींचे उद्‌गम आहेत याचे ज्ञान वास्तविकपणे जेव्हा मनुष्याला होते, तेव्हा त्या भावनेमध्ये तो जे कार्य करतो ते सर्वांच्या कल्याणार्थ असते. श्रीकृष्ण हे परमभोक्ता, सर्वश्रेष्ठ अधिपती आणि परममित्र आहेत या गोष्टींची विस्मृती ही मानवसमाजाच्या दुःखास कारणीभूत असते. म्हणून संपूर्ण मानवसमाजामध्ये या भावनेची पुनर्जागृती करणे हे सर्वोच्च कल्याणकारी कर्म आहे. ब्रह्मामध्ये मुक्ती प्राप्त झाल्यावाचून मनुष्य अशा प्रकारचे सर्वोत्तम कल्याणकारी कर्म करू शकत नाही. कृष्णभावनाभावित मनुष्याला श्रीकृष्णांच्या सर्वश्रेष्ठत्वाविषयी मुळीच संदेह नसतो कारण तो सर्व पापांतून पूर्णपणे मुक्त झालेला असतो. हीच दिव्य भगवत्प्रेमाची स्थिती आहे.

मानवसमाजाच्या केवळ भौतिक कल्याणार्थ कार्यरत असणारा मनुष्य वस्तुतः कोणाचीही मदत करू शकत नाही. स्थूल शरीर आणि मन यांचा तात्पुरता दुःखपरिहार हा संतोषजनक नसतो. मनुष्याला, त्याच्या भगवंतांशी असणाऱ्या संबंधाची विस्मृती हीच त्याच्या जीवनाच्या कठीण संघर्षातील अडचणींचे वास्तविक कारण असते. जेव्हा मनुष्याला श्रीकृष्णांशी असणाऱ्या आपल्या संबंधाची पूर्णपणे जाणीव होते तेव्हा तो जरी भौतिक जंजाळात असला तरी तो मुक्त जीवच असतो.

**कामक्रोधविमुक्तानां यतीनां यतचेतसाम् ।**
**अभितो ब्रह्मनिर्वाणं वर्तते विदितात्मनाम् ॥ २६ ॥**

**काम**—इच्छांपासून; **क्रोध**—आणि क्रोध; **विमुक्तानाम्**—जे मुक्त आहेत; **यतीनाम्**—संतांच्या; **यत-चेतसाम्**—ज्यांचे मनावर पूर्णपणे नियंत्रण आहे; **अभितः**—निकट भविष्यकाळात निश्चित केलेली असते; **ब्रह्म-निर्वाणम्**—ब्रह्मामध्ये मुक्ती; **वर्तते**—असते; **विदित-आत्मनाम्**—जे आत्मसाक्षात्कारी आहेत.

**जे क्रोध आणि सर्व भौतिक इच्छांपासून मुक्त आहेत, आत्मसाक्षात्कारी, आत्मसंयमी आहेत आणि सतत पूर्णत्वाकरिता प्रयत्न करीत आहेत, त्यांना निकट भविष्यकाळात ब्रह्मामधील मुक्तीची निश्चिती असते.**

**तात्पर्य:** मोक्षासाठी निरंतर प्रयत्न करणाऱ्या संतजनांमध्ये जो कृष्णभावनाभावित मनुष्य असतो तो सर्वोत्तम आहे. या वस्तुस्थितीची पुष्टी श्रीमद्‌भागवतात पुढीलप्रमाणे (४.२२.३९) करण्यात आली आहे.

*यत्पादपंकजपलाशविलासभक्त्या*
*कर्माशयं ग्रथितमुद्‌ग्रथयन्ति सन्तः ।*
*तद्वन्न रिक्तमतयो यतयोऽपि रुद्ध—*
*स्रोतोगणास्तमरणं भज वासुदेवम् ॥*

"भक्तीपूर्ण सेवेद्वारे पुरुषोत्तम भगवान श्रीवासुदेव यांची भक्ती करण्याचा प्रयत्न कर. जे

काम कर्माच्या तीव्र आणि सखोल इच्छांचे समूळ उच्चाटन करून भगवंतांच्या चरणकमलांची वा करण्याच्या दिव्य आनंदात युक्त झाले आहेत, त्यांनी जितक्या प्रभावीपणे इंद्रियवेग नियंत्रित केले आहेत, तितक्या प्रभावीपणे इंद्रियवेग नियंत्रित करण्याचे सामर्थ्य मोठमोठ्या ऋषींमध्येही ाही.''

बद्ध जीवामध्ये कर्मफलांचा उपभोग घेण्याची इच्छा इतक्या खोलवर मूळ धरून असते की, मोठमोठ्या ऋषींना महत् प्रयास करूनही अशा इच्छा नियंत्रित करणे अत्यंत कठीण असते. भगवद्भक्त हा कृष्णभावनाभावित भक्तीपूर्ण सेवेमध्ये सतत युक्त असल्यामुळे आणि आत्मसाक्षात्कारामध्ये परिपूर्ण असल्यामुळे त्याला ब्रह्मामध्ये मुक्तीची प्राप्ती अत्यंत शीघ्र होते. आत्मसाक्षात्काराचे त्याला संपूर्ण ज्ञान असल्यामुळे तो सदैव समाधिस्थच असतो. यासाठी योग्य उदाहरण द्यावयाचे झाल्यास,

*दर्शनध्यानसंस्पर्शैः मत्स्यकूर्मविहंगमाः ।*
*स्वान्यपत्यानि पुष्णन्ति तथाहमपि पद्मज ॥*

''दर्शन, ध्यान आणि स्पर्श यांद्वारे मासा, कासव आणि पक्षी आपापली पिल्ले पोसतात. त्याचप्रमाणे हे पद्मजा मी देखील करतो.''

मत्स्य आपल्या संततीकडे केवळ पाहून त्यांचे पालनपोषण करतो. कासव केवळ ध्यानाद्वारे आपल्या संततीचे पालनपोषण करतो. कासवाची अंडी जमिनीवर घातली जातात आणि कासव पाण्यात असतानाच अंड्यावर ध्यान करते. त्याचप्रमाणे कृष्णभावनायुक्त भक्त, जरी भगवद्धामापासून अत्यंत दूर असला तरी तो कृष्णभावनाभावित सेवेद्वारे, सतत केवळ त्यांचे स्मरण करून भगवद्धामात उन्नत होऊ शकतो. त्याला सांसारिक दुःखांची व्यथा भासत नाही आणि जीवनाच्या या अवस्थेलाच 'ब्रह्म-निर्वाण' म्हटले जाते, अर्थात सतत ब्रह्मामध्ये तल्लीन असल्यामुळे भौतिक दुःखे नाहीशी होतात.

**स्पर्शान्कृत्वा बहिर्बाह्यांश्चक्षुश्चैवान्तरे भ्रुवोः ।**
**प्राणापानौ समौ कृत्वा नासाभ्यन्तरचारिणौ ॥ २७ ॥**
**यतेन्द्रियमनोबुद्धिर्मुनिर्मोक्षपरायणः ।**
**विगतेच्छाभयक्रोधो यः सदा मुक्त एव सः ॥ २८ ॥**

**स्पर्शान्**—ध्वनी इत्यादी इंद्रिय विषय; **कृत्वा**—करून; **बहिः**—बाह्य; **बाह्यान्**—अनावश्यक; **चक्षुः**—नेत्र; **च**—सुद्धा; **एव**—निश्चितच; **अन्तरे**—मध्यांत; **भ्रुवोः**—भुवया; **प्राण-अपानौ**—उर्ध्व आणि अधोगमन करणारे प्राण आणि अपान वायू; **समौ**—रोखून; **कृत्वा**—करून; **नास-अभ्यन्तर**—नासिकांमध्ये; **चारिणौ**—वहन करून; **यत**—संयमित; **इन्द्रिय**—इंद्रिये; **मनः**—मन; **बुद्धिः**—बुद्धी; **मुनिः**—मुनी किंवा योगी; **मोक्ष**—मोक्ष; **परायणः**—परायण होऊन ; **विगत**—रहित; **इच्छा**—इच्छा; **भय**—भय; **क्रोधः**—क्रोध; **यः**—जो मनुष्य; **सदा**—सदैव; **मुक्तः**—मुक्त; **एव**—निश्चितच; **सः**—तो असतो.

**सर्व बाह्य इंद्रियविषय रोखून दोन भुवयांमध्ये दृष्टी एकाग्र करून, नाकपुड्यांमध्ये**

**प्राण आणि अपान वायूंना रोखून आणि याप्रमाणे मन, इंद्रिये आणि बुद्धी संयमित करून, मोक्षप्राप्तीचे ध्येय असणारा मुनी इच्छा, भय आणि क्रोधापासून मुक्त होतो. जो मनुष्य नित्य या अवस्थेत असतो तो निश्चितच मुक्त असतो.**

**तात्पर्य:** कृष्णभावनेमध्ये संलग्न होऊन मनुष्य तात्काळ आपले आध्यात्मिक स्वरूप जाणू शकतो आणि त्यानंतर तो भक्तियोगाच्या माध्यमाने भगवंतांना जाणू शकतो. जेव्हा मनुष्य भगवद्भक्तीमध्ये उत्तम प्रकारे स्थित होतो तेव्हा तो दिव्य स्तराप्रत उन्नत होतो आणि यामुळे आपल्या कार्यक्षेत्रामध्ये भगवंतांची उपस्थिती जाणण्याइतपत पात्र बनू शकतो. या विशिष्ट स्थितीलाच ब्रह्म-निर्वाण किंवा ब्रह्मामधील मुक्ती असे म्हटले जाते.

ब्रह्म-निर्वाणाच्या उपरोक्त तत्त्वांचे विवेचन करून झाल्यावर, भगवंत अर्जुनाला 'अष्टांगयोग' या योगपद्धतीच्या आचरणाद्वारे मनुष्य या अवस्थेप्रत कसा येऊ शकतो याचा उपदेश करतात. या अष्टांगयोगाची आठ अंगे आहेत व ती म्हणजे यम, नियम, आसन, प्राणायाम, प्रत्याहार, धारणा, ध्यान आणि समाधी ही होत. सहाव्या अध्यायामध्ये योग विषयाचे विस्तृत स्पष्टीकरण करण्यात आले आहे आणि पाचव्या अध्यायाच्या शेवटी त्याचे केवळ प्राथमिक वर्णन करण्यात आले आहे. प्रत्याहार या योगपद्धतीद्वारे शब्द, स्पर्श, रूप, रस आणि गंध या इंद्रियविषयांचा त्याग केला पाहिजे. त्यानंतर दोन भुवयांमध्ये दृष्टी एकत्रित करून, अर्धोन्मीलित नेत्रांनी नासिकाग्रावर ध्यान एकाग्र केले पाहिजे. नेत्र पूर्णपणे बंद करण्याने काही लाभ होत नाही, कारण नेत्र पूर्णपणे बंद केल्यास निद्रावश होण्याचा संभव असतो. तसेच नेत्र संपूर्ण उघडे ठेवण्यानेही काही लाभ होत नाही कारण तसे केल्यास इंद्रियविषयांद्वारे मोहित होण्याची शक्यता असते. शरीरातील उर्ध्व आणि अधोगमन करणाऱ्या वायूंचे समत्व साधून नाकपुड्यांमध्ये श्वासोच्छ्वासाची हालचाल रोखली जाते. अशा योगाच्या आचरणाद्वारे मनुष्य इंद्रिये संयमित करू शकतो, बाह्य इंद्रियविषयांपासून अलिप्त राहू शकतो आणि याप्रमाणे तो ब्रह्म-निर्वाणासाठी स्वत:ची तयारी करतो.

ही योगपद्धती मनुष्याला सर्व प्रकारच्या क्रोध आणि भयांपासून मुक्त होण्यास व त्यायोगे दिव्य स्थितीत, परमात्म्याच्या उपस्थितीचा अनुभव घेण्यास साहाय्य करते. दुसऱ्या शब्दांत सांगावयाचे तर, कृष्णभावनामृत ही योगपद्धतीच्या आचरणाची सहजसुलभ पद्धत आहे. याचे पुढील अध्यायामध्ये विस्तृत वर्णन करण्यात येईल. कृष्णभावनाभावित मनुष्य हा नित्य भक्तीपूर्ण सेवेमध्ये युक्त असल्याकारणाने, त्याची इंद्रिये इतर गोष्टींमध्ये रत होण्याचा धोका नसतो. इंद्रिये संयमित करण्याचा हा मार्ग अष्टांगयोगापेक्षा अधिक उत्तम आहे.

**भोक्तारं यज्ञतपसां सर्वलोकमहेश्वरम् ।**
**सुहृदं सर्वभूतानां ज्ञात्वा मां शान्तिमृच्छति ॥ २९ ॥**

**भोक्तारम्**—भोक्ता; **यज्ञ**—यज्ञांचा; **तपसाम्**—आणि तपस्येचा; **सर्व-लोक**—सर्व ग्रहलोक आणि त्यांमधील देवदेवतांचा; **महा-ईश्वरम्**—परमपुरुष किंवा भगवंत; **सु-हृदम्**—हितकर्ता; **सर्व**—सर्वांचा; **भूतानाम्**—जीवांचा; **ज्ञात्वा**—याप्रमाणे जाणून; **माम्**—मला (भगवान श्रीकृष्णांना); **शान्तिम्**—

भौतिक यातनांपासून मुक्ती; **ऋच्छति**—प्राप्त करतो.

**मी सर्व यज्ञ आणि तपस्यांचा परमभोक्ता, सर्व ग्रहलोक आणि देवदेवतांचा परमेश्वर आणि मी सर्व जीवांचा हितकर्ता व सर्व जीवांच्या कल्याणाची इच्छा करणारा आहे, हे जाणून माझे पूर्ण ज्ञान असणारा, सांसारिक दुःखांपासून शांती प्राप्त करतो.**

**तात्पर्य:** मायाशक्तीच्या कचाट्यात सापडलेले सर्व बद्ध जीव या भौतिक जगतात शांती प्राप्त करण्यासाठी अत्यंत उत्सुक असतात; परंतु भगवद्‌गीतेच्या या श्लोकामध्ये वर्णिलेले शांतीचे सूत्र त्यांना माहीत नाही. सर्वश्रेष्ठ शांतिसूत्र केवळ हेच आहे की, भगवान श्रीकृष्ण हे सर्व मानवी कार्यांचे भोक्ता आहेत. सर्व काही भगवंतांच्या दिव्य सेवेमध्ये अर्पण केले पाहिजे कारण ते सर्व ग्रहलोकांचे आणि त्यांमधील देवदेवतांचे अधिपती आहेत. त्यांच्याहून श्रेष्ठ कोणीही नाही. देवदेवतांमधील सर्वश्रेष्ठ ब्रह्मदेव आणि शंकर यांच्यापेक्षाही भगवंत श्रेष्ठ आहेत. वेदांमध्ये (श्वेताश्वतरोपनिषद् ६.७) भगवंतांचे वर्णन *तमीश्वराणां परमं महेश्वरम्* म्हणून करण्यात आले आहे. मायेच्या प्रभावाखाली जीव आपल्याला दृश्य असणाऱ्या सर्व गोष्टींचे भोक्ता बनण्याचा प्रयत्न करीत आहेत, परंतु वस्तुतः ते भगवंतांच्या भौतिक शक्तीच्या वर्चस्वाखाली असतात. भगवंत हे प्रकृतीचे स्वामी आहेत आणि बद्ध जीव हे भौतिक प्रकृतीच्या कठोर नियमांच्या अधीन आहेत. जोपर्यंत मनुष्य हे उघड सत्य जाणू शकत नाही तोपर्यंत त्याला या जगात व्यक्तिशः अथवा सामूहिकरीत्या शांती प्राप्त करणे शक्य नाही. कृष्णभावनेचा हाच अर्थ आहे की, भगवान श्रीकृष्ण हे सर्वश्रेष्ठ अधिपती आहेत आणि मोठमोठ्या देवतांसहित सर्व जीव हे त्याच्या अंकित आहेत. मनुष्य, परिपूर्ण कृष्णभावनेमध्येच केवळ परमशांती प्राप्त करू शकतो.

हा पाचवा अध्याय म्हणजे कृष्णभावनेचे व्यावहारिक विश्लेषण आहे व याला सामान्यतः *कर्मयोग* म्हणून आणले जाते. कर्मयोग कसा मुक्तिदायक होऊ शकतो या मानसिक तर्कवादाच्या प्रश्नाचे उत्तर या ठिकाणी देण्यात आले आहे. कृष्णभावनाभावित कर्म करणे म्हणजेच भगवंत हे सर्वांचे अधिपती आहेत या पूर्ण ज्ञानाने युक्त होऊन कर्म करणे होय. असे कर्म हे दिव्य ज्ञानाहून भिन्न नाही. प्रत्यक्ष कृष्णभावना म्हणजे भक्तियोग आहे आणि ज्ञानयोग हा भक्तियोगाकडे घेऊन जाणारा मार्ग आहे. कृष्णभावना म्हणजे स्वतःच्या परम सत्याशी असणाऱ्या संबंधाच्या पूर्ण ज्ञानाने युक्त होऊन कर्म करणे होय आणि या भावनेची परिपूर्णता म्हणजेच श्रीकृष्णांचे किंवा पुरुषोत्तम श्रीभगवंतांचे संपूर्ण ज्ञान होय. विशुद्ध जीव हा भगवंतांचा अंश या नात्याने त्यांचा शाश्वत सेवक असतो. मायेवर प्रभुत्व गाजविण्याच्या इच्छेमुळे तो मायेच्या संपर्कामध्ये येतो आणि हीच गोष्ट त्याच्या अनेक दुःखास कारणीभूत असते. जोपर्यंत तो भौतिक प्रकृतीशी संबंधित आहे तोपर्यंत त्याला आपल्या भौतिक गरजा भागविण्यासाठी कर्म करावेच लागते. तथापि, भौतिक प्रकृतीच्या आधिपत्याखाली असतानाही, कृष्णभावना त्याला आध्यात्मिक जीवनाप्रत उन्नत करते. कारण कृष्णभावना म्हणजे भौतिक जगतामध्ये, साधनेद्वारे आध्यात्मिक अस्तित्वासाठी जागृती करणे होय. जितक्या प्रमाणात मनुष्य प्रगती करतो तितक्या प्रमाणात तो भौतिक प्रवृत्तींच्या तावडीतून सुटतो. भगवंत कोणाच्याही बाबतीत पक्षपात करीत नाहीत. सर्व काही मनुष्याच्या कृष्णभावनेतील कर्तव्यांच्या व्यावहारिक आचरणावर अवलंबून असते आणि

यापासूनच त्याला सर्व प्रकारे इंद्रिये संयमित करण्यास आणि काम आणि क्रोधावर विजय मिळविण्यास मदत होते. उपरोक्त विकारांना नियंत्रित करून जो कृष्णभावनेमध्ये दृढ राहतो, तो वास्तविकपणे दिव्य स्थिती किंवा ब्रह्म-निर्वाणामध्ये राहतो. अष्टांगयोगाचे कृष्णभावनेमध्ये आपोआपच आचरण होते, कारण यामध्ये अंतिम हेतू साध्य होतो. यम, नियम, आसन, प्राणायाम, प्रत्याहार, धारणा, ध्यान आणि समाधी यांच्या आचरणाने यथावकाश उन्नतावस्था प्राप्त होते, परंतु भक्तियोगातील पूर्णतेची ही केवळ पूर्वतयारी आहे आणि भक्तीपूर्ण सेवा हीच मानवजातीला शांती प्रदान करू शकते. हीच जीवनाची परमोच्च संसिद्धी आहे.

*या प्रकारे भगवद्‌गीतेच्या 'कर्मसंन्यासयोग' या पाचव्या अध्यायावरील भक्तिवेदांत भाष्य संपन्न.*

# अध्याय सहावा

# ध्यानयोग

श्रीभगवानुवाच

**अनाश्रितः कर्मफलं कार्यं कर्म करोति यः ।**
**स सन्न्यासी च योगी च न निरग्निर्न चाक्रियः ॥ १ ॥**

**श्री-भगवान् उवाच**—श्रीभगवान म्हणाले; **अनाश्रितः**—आश्रय न घेता; **कर्म-फलम्**—कर्मफलांचा; **कार्यम्**—कर्तव्य; **कर्म**—कर्म; **करोति**—करतो; **यः**—जो; **सः**—तो; **सन्न्यासी**—संन्यासी; **च**—सुद्धा; **योगी**—योगी; **च**—सुद्धा; **न**—नाही; **निः**— रहित; **अग्निः**—अग्नी; **न**—तसेच; **च**—सुद्धा; **अक्रियः**—कर्तव्यहीन.

**श्रीभगवान म्हणाले: जो आपल्या कर्मफलांवर आसक्त नसून कर्तव्य म्हणून आपले कर्म करतो तोच वास्तविक संन्यासी आणि वास्तविक योगी होय, पण जो अग्निहोत्रादिक कर्म करीत नाही तसेच आपले कर्तव्यही करीत नाही तो संन्यासीही नाही किंवा योगीसुद्धा नाही.**

**तात्पर्य:** या अध्यायात भगवंतांनी, मन आणि इंद्रिये संयमित करण्याचे माध्यम म्हणून अष्टांगयोग पद्धतीचे वर्णन केले आहे. तरीही सामान्य लोकांना, विशेषत: वर्तमान कलियुगामध्ये या पद्धतीचे आचरण करणे अतिशय कठीण आहे. जरी या अध्यायात अष्टांगयोग पद्धतीची शिफारस करण्यात आली असली तरी भगवंत विशेष जोर देऊन सांगतात की, कर्मयोग अथवा कृष्णभावनाभावित कर्म करणे हे अधिक श्रेष्ठ आहे. या जगामध्ये प्रत्येक मनुष्य आपले कुटुंब आणि त्यांच्या साधनांच्या पालनपोषणार्थ कर्म करीत असतो; परंतु कोणीही काही तरी वैयक्तिक स्वार्थ, वैयक्तिक तृप्तीवाचून, मग ती व्यक्तिगत असेल किंवा व्यापक असेल, कर्म करीत नाही. कर्मफलांचा उपभोग घेणाऱ्या दृष्टीने कर्म न करता कृष्णभावनाभावित कर्म करणे हीच परिपूर्णतेची कसोटी आहे. कृष्णभावनायुक्त कर्म करणे हे प्रत्येक जीवाचे कर्तव्य आहे, कारण सर्व जीव स्वरूपत: भगवंतांचे अंश आहेत. शरीराचे अवयव संपूर्ण शरीराच्या संतुष्टीप्रीत्यर्थ कार्य करीत असतात. शरीराचे अवयव स्व-तृप्तीकरिता कार्य करीत नसून संपूर्ण शरीराच्या संतुष्टीप्रीत्यर्थ कार्य करतात. त्याचप्रमाणे, जो जीव वैयक्तिक संतोषार्थ कर्म न करता, परम सत्याच्या संतोषार्थ कर्म करतो तो परिपूर्ण असा संन्यासी किंवा योगी आहे.

संन्याशांना कधीकधी वाटते की, ते सर्व भौतिक कर्तव्यातून मुक्त झाले आहेत आणि

म्हणून ते अग्निहोत्र यज्ञ करण्याचे थांबवितात, परंतु वास्तविकपणे ते स्वार्थीच आहेत, कारण निर्विशेष ब्रह्माशी एकरूप होणे हेच त्यांचे ध्येय असते. या प्रकारची इच्छा असणे हे इतर कोणत्याही भौतिक इच्छेपेक्षा श्रेष्ठ आहे; परंतु ही इच्छा सुद्धा स्वार्थयुक्त आहे. त्याचप्रमाणे सर्व भौतिक क्रियांना विराम देऊन, अर्धोन्मीलित नेत्रांनी योगपद्धतीचे आचरण करणाऱ्या योग्याला वैयक्तिक तृप्तीची थोडीफार इच्छा असतेच, पण कृष्णभावनाभावित कर्म करणारा मनुष्य स्वार्थाशिवाय परम सत्याच्या संतोषार्थ कर्म करतो. कृष्णभावनाभावित मनुष्याला वैयक्तिक संतुष्टीची मुळीच इच्छा नसते. श्रीकृष्णांना संतुष्ट करणे हीच त्याची यशाची व्याख्या असते आणि म्हणून तो परिपूर्ण संन्यासी किंवा परिपूर्ण योगी असतो. त्यागाचे परमोच्च प्रतीक असणारे श्री चैतन्य महाप्रभू पुढीलप्रमाणे प्रार्थना करतात.

*न धनं न जनं न सुन्दरीं कवितां वा जगदीश कामये ।*
*मम जन्मनि जन्मनीश्वरे भवताद्भक्तीरहैतुकी त्वयि ॥*

"हे सर्वशक्तिमान प्रभो! मला धनसंचय करण्याची किंवा सुंदरींचा उपभोग घेण्याचीही इच्छा नाही. तसेच मला पुष्कळ अनुयायी जमविण्याचीही इच्छा नाही. माझी एकच इच्छा आहे की जन्मजन्मांतर माझ्यावर तुमच्या अहैतुकी भक्तिपूर्ण सेवेची कृपा व्हावी."

**यं सन्न्यासमिति प्राहुर्योगं तं विद्धि पाण्डव ।**
**न ह्यसन्न्यस्तसङ्कल्पो योगी भवति कश्चन ॥ २ ॥**

**यम्**—ज्याला; **सन्न्यासम्**—संन्यास; **इति**—याप्रमाणे; **प्राहुः**—ते म्हणतात; **योगम्**—योग, परब्रह्माशी युक्त होणे; **तम्**—ते; **विद्धि**—तू जाण; **पाण्डव**—हे पांडुपुत्र; **न**—कधीच नाही; **हि**—निश्चितच; **असन्न्यस्त**—त्याग न करता; **सङ्कल्पः**—स्वतृप्तीची इच्छा; **योगी**—योगी; **भवति**—होतो; **कश्चन**—कोणीही.

**हे पांडुपुत्रा! ज्याला संन्यास म्हणतात तोच योग किंवा ब्रह्माशी युक्त होणे होय. कारण जोपर्यंत मनुष्य इंद्रियतृप्तीच्या इच्छेचा त्याग करीत नाही तोपर्यंत तो योगी होऊच शकत नाही.**

**तात्पर्य:** वास्तविक *संन्यास-योग* किंवा *भक्ति* म्हणजे, मनुष्याने जीवात्मा म्हणून आपली स्वरूपस्थिती जाणून आणि त्याप्रमाणे कार्य करणे होय. जीवाला आपले स्वतंत्र अस्तित्व नसते. जीव म्हणजे भगवंतांची तटस्था शक्ती आहे. जेव्हा तो भौतिक शक्तीद्वारे वश होतो, तेव्हा तो बद्ध होतो आणि जेव्हा तो कृष्णभावनाभावित होतो किंवा त्याला आध्यात्मिक शक्तीची जाणीव होते तेव्हा तो आपल्या वास्तविक आणि स्वाभाविक स्वरूपस्थितीमध्ये स्थित होतो. म्हणून मनुष्य जेव्हा परिपूर्ण ज्ञानाने युक्त होतो तेव्हा तो सर्व प्रकारची इंद्रियतृप्ती किंवा इंद्रियतृप्ती करविणाऱ्या कर्मांना थांबवितो. याचाच अभ्यास भौतिक आसक्ती रोखणारे योगिजन करतात, परंतु कृष्णभावनाभावित व्यक्तीसाठी, श्रीकृष्णांच्या सेवेव्यतिरिक्त इतर कुठेही आपल्या इंद्रियांना युक्त करण्याची शक्यताच नसते. म्हणून ती एकाच वेळी संन्यासी आणि योगी असते. ज्ञान आणि

योगपद्धतीमध्ये सांगितल्याप्रमाणे, ज्ञानप्राप्ती आणि इंद्रिये संयमित करण्याचा हेतू हा कृष्णभावनेमध्ये आपोआपच साध्य होतो. जर मनुष्य स्वार्थ वृत्तीने प्रेरित झालेल्या कर्माचा त्याग करण्यामध्ये समर्थ नसेल तर ज्ञान आणि योगापासून काहीच लाभ होत नाही. जीवाचे वास्तविक ध्येय म्हणजे सर्व स्वार्थतृप्त्यर्थ कर्माचा त्याग करणे आणि भगवत्संतुष्टीप्रीत्यर्थ कर्म करण्यास तयार होणे हे आहे. कृष्णभावनाभावित मनुष्याला स्वत: आनंदाचा उपभोग घेण्याची मुळीच इच्छा नसते. तो सतत भगवंतांच्या आनंदाप्रीत्यर्थ कर्म करण्यात संलग्न असतो. म्हणून ज्या मनुष्याला भगवंतांचे मुळीच ज्ञान नसते तो निश्चितच स्वार्थरत असतो, कारण कोणीही निष्क्रिय राहूच शकत नाही. कृष्णभावनेच्या आचरणाद्वारे सर्व हेतू पूर्णपणे साध्य होतात.

**आरुरुक्षोर्मुनेर्योगं कर्म कारणमुच्यते ।**
**योगारूढस्य तस्यैव शमः कारणमुच्यते ॥ ३ ॥**

**आरुरुक्षो:**—ज्याने योगाचा नुकताच प्रारंभ केला आहे; **मुने:**—मुनीच्या; **योगम्**—अष्टांगयोग; **कर्म**—कर्म; **कारणम्**—कारण किंवा माध्यम; **उच्यते**—म्हटले जाते; **योग**—अष्टांगयोग; **आरूढस्य**—ज्याने साध्य केला आहे; **तस्य**—त्याच्या; **एव**—खचितच; **शम:**—सर्व भौतिक क्रियांचे शमन; **कारणम्**—कारण; **उच्यते**—म्हटले जाते.

**जो अष्टांगयोगामध्ये नवसाधक आहे, त्याच्यासाठी कर्म हे साधन असल्याचे म्हटले जाते आणि ज्याने पूर्वीच योग साध्य केला आहे त्याच्यासाठी सर्व भौतिक क्रियांचे शमन हे साधन असल्याचे म्हटले जाते.**

**तात्पर्य:** भगवंतांशी युक्त होण्याच्या पद्धतीलाच *योग* म्हटले जाते. या योगाची तुलना एखाद्या शिडीशी करता येईल, त्याद्वारे सर्वोच्च आध्यात्मिक साक्षात्कार होतो. या शिडीचा प्रारंभ जीवाच्या अत्यंत कनिष्ठ भौतिक अवस्थेपासून होतो आणि विशुद्ध आध्यात्मिक जीवनाच्या परिपूर्ण आत्मसाक्षात्काराप्रत त्या उन्नत अवस्थाची उन्नती होते. विविध उन्नत अवस्थांनुसार शिडीच्या विविध भागांना विविध नावांद्वारे जाणले जाते, परंतु एकंदरीत संपूर्ण शिडीला योग म्हटले जाते आणि याचे *ज्ञानयोग, ध्यानयोग* आणि *भक्तियोग* असे तीन विभाग करता येतात. शिडीच्या प्रारंभिक भागाला *योगारुरुक्षु* अवस्था म्हटले जाते आणि सर्वोच्च भागाला *योगारूढ* म्हटले जाते.

अष्टांगयोग पद्धतीच्या बाबतीत, जीवनाच्या नियामक तत्त्वांद्वारे आणि विविध आसनांच्या अभ्यासाद्वारे (जो साधारणपणे शारीरिक व्यायामच असतो) ध्यानस्थ होण्याच्या प्रारंभिक प्रयत्नांना भौतिक सकाम क्रिया समजले जाते. या सर्व क्रियांद्वारे, इंद्रिये संयमित करण्यासाठी, परिपूर्ण मानसिक संतुलनाची प्राप्ती करण्यास मदत होते. मनुष्य जेव्हा ध्यानाच्या अभ्यासात प्रवीण होतो तेव्हा तो विचलित करणाऱ्या सर्व मानसिक क्रियांचे शमन करतो.

तथापि, कृष्णभावनाभावित मनुष्य हा प्रारंभापासूनच ध्यानाच्या स्तरावर स्थित असतो, कारण तो श्रीकृष्णांचे निरंतर स्मरण करीत असतो आणि श्रीकृष्णांच्या सेवेमध्ये निरंतर युक्त असल्यामुळे त्याने सर्व भौतिक क्रियांचे शमन केलेले असते.

**यदा हि नेन्द्रियार्थेषु न कर्मस्वनुषज्जते ।**
**सर्वसङ्कल्पसन्न्यासी योगारूढस्तदोच्यते ॥ ४॥**

**यदा**—जेव्हा; **हि**—निश्चितपणे; **न**—नाही; **इन्द्रिय-अर्थेषु**—इंद्रियतृप्तीमध्ये; **न**—कधीच नाही; **कर्मसु**—सकाम कर्मांमध्ये; **अनुषज्जते**—युक्त होतो; **सर्व-सङ्कल्प**—सर्व भौतिक इच्छांचा; **सन्न्यासी**—संन्यासी; **योग-आरूढः**—योगारूढ किंवा योगामध्ये उन्नत; **तदा**—त्या वेळी; **उच्यते**—म्हटला जातो.

**जेव्हा मनुष्य सर्व प्रकारच्या भौतिक इच्छांचा त्याग करतो, तसेच इंद्रियतृप्त्यर्थ कर्मांमध्ये आणि सकाम कर्मांमध्येही प्रवृत्त होत नाही तेव्हा तो योगारूढ झाल्याचे म्हटले जाते.**

**तात्पर्यः** जेव्हा मनुष्य भगवंतांच्या दिव्य प्रेममयी सेवेमध्ये पूर्णपणे युक्त होतो तेव्हा तो स्वतःही तृप्त होतो आणि याप्रमाणे तो इंद्रियतृप्ती किंवा सकाम कर्मामध्ये संलग्न होत नाही. अन्यथा, कर्म केल्यावाचून राहूच शकत नसल्यामुळे त्याला इंद्रियतृप्तीमध्ये रत व्हावेच लागते. कृष्णभावनेशिवाय तो सतत स्वकेंद्रित किंवा व्यापक स्वार्थकर्माच्या शोधातच असतो. परंतु कृष्णभावनाभावित मनुष्य हा श्रीकृष्णांच्या संतुष्टीकरिता सर्व काही करू शकतो आणि त्यायोगे तो इंद्रियतृप्तीपासून पूर्णपणे अनासक्त राहू शकतो. ज्या मनुष्याला या गोष्टीचा साक्षात्कार झालेला नाही, त्याला योगरूपी सोपानाच्या सर्वोच्च स्तराप्रत उन्नत होण्यापूर्वी, भौतिक इच्छांतून मुक्त होण्यासाठी यंत्रवत प्रयास करावे लागतात.

**उद्धरेदात्मनात्मानं नात्मानमवसादयेत् ।**
**आत्मैव ह्यात्मनो बन्धुरात्मैव रिपुरात्मनः ॥ ५ ॥**

**उद्धरेत्**—मनुष्याने उद्धार केला पाहिजे; **आत्मना**—मनाद्वारे; **आत्मानम्**—बद्धजीव; **न**—कधीच नाही; **आत्मानम्**—बद्धजीव; **अवसादयेत्**—अधोगती होऊ देणे; **आत्मा**—मन; **एव**—निश्चितच; **हि**—खरोखर; **आत्मनः**—बद्ध जीवाचे; **बन्धुः**—मित्र; **आत्मा**—मन; **एव**—निश्चितच; **रिपुः**—शत्रु; **आत्मनः**—बद्ध जीवाचे.

**मनुष्याने आपल्या मनाद्वारे स्वतःची अधोगती होऊ न देता, स्वतःचा उद्धार केला पाहिजे. मन हे बद्ध जीवाचा मित्र तसेच शत्रूही आहे.**

**तात्पर्यः** विविध परिस्थितीनुसार 'आत्मा' शब्दाचा अर्थ शरीर, मन व आत्मा असाही होतो. योगपद्धतीमध्ये विशेषकरून बद्ध जीव आणि मन हे महत्त्वपूर्ण असतात. योगाभ्यासाचा केंद्रबिंदू हा मन असल्यामुळे या ठिकाणी 'आत्मा' हा शब्द मनाचा निर्देश करतो. योगपद्धतीचा हेतू हा मन संयमित करणे आणि इंद्रियविषयावरील आसक्तीपासून मन काढून घेणे हा आहे. या ठिकाणी निक्षून सांगण्यात आले आहे की, मनाला अशा प्रकारे प्रशिक्षित केले पाहिजे की, जेणेकरून ते बद्ध जीवाचा अज्ञानाच्या दलदलीतून उद्धार करू शकेल. भौतिक जीवनात मनुष्य,

मन आणि इंद्रियांच्या अधीन होतो. वस्तुत: मनामुळेच विशुद्ध जीव भौतिक अस्तित्वात गुरफटून जातो. मनाचा मिथ्या अहंकाराशी संबंध येतो आणि हा मिथ्या अहंकारच भौतिक प्रकृतीवर प्रभुत्व गाजविण्याची इच्छा करतो. म्हणून मनाला अशा प्रकारे प्रशिक्षित केले पाहिजे की, जेणेकरून ते भौतिक प्रकृतीच्या झगमगाटाने आकर्षित होणार नाही आणि या प्रकारे बद्ध जीवाचे रक्षण होऊ शकेल. इंद्रियविषयांद्वारे आकर्षित होऊन मनुष्याने स्वत:ची अधोगती होऊ देऊ नये. मनुष्य जितक्या प्रमाणात इंद्रियविषयांद्वारे तो आकर्षिला जातो तितक्या प्रमाणात तो भौतिक अस्तित्वामध्ये गुंतत जातो. यातून सुटण्याचा सर्वोत्तम उपाय म्हणजे, मनाला सतत कृष्णभावनेमध्ये युक्त करणे होय. *हि* या शब्दाचा, या मुद्द्यावर जोर देण्यासाठीच उपयोग करण्यात आला आहे, म्हणजे मनुष्याने हे केलेच पाहिजे.

असेही सांगण्यात येते की:

*मन एव मनुष्याणां कारणं बन्धमोक्षयो: ।*
*बन्धाय विषयासंगो मुक्त्यै निर्विषयं मन: ॥*

"मनुष्यासाठी मन हे बंधनाचे तसेच मुक्तीचेही कारण आहे. इंद्रियविषयामध्ये संलग्न झालेले मन हे बंधनास कारणीभूत असते आणि इंद्रियविषयापासून अनासक्त झालेले मन हे मुक्तीस कारणीभूत होते." (अमृतबिंदू उपनिषद २) म्हणून जे मन निरंतर कृष्णभावनेमध्ये संलग्न असते ते परम मुक्तीस कारणीभूत असते.

**बन्धुरात्मात्मनस्तस्य येनात्मैवात्मना जित: ।**
**अनात्मनस्तु शत्रुत्वे वर्तेतात्मैव शत्रुवत् ॥ ६ ॥**

**बन्धु:**—मित्र; **आत्मा**—मन; **आत्मन:**—जीवाचे; **तस्य**—त्याचे; **येन**—ज्याने; **आत्मा**—मन; **एव**—निश्चितच; **आत्मना**—जीवांद्वारे; **जित:**—जिंकलेला; **अनात्मन:**—जो मनाला संयमित करण्यामध्ये अपयशी झाला आहे; **तु**—परंतु; **शत्रुत्वे**—शत्रुत्वामुळे; **वर्तेत**—राहतो; **आत्मा एव**—तेच मन; **शत्रु-वत्**—शत्रूप्रमाणे.

**ज्याने मनाला जिंकले आहे, त्याच्यासाठी मन हे सर्वोत्तम मित्र आहे; परंतु जो असे करण्यामध्ये अपयशी झाला आहे त्याच्यासाठी त्याचे तेच मन हे परम शत्रू असते.**

**तात्पर्य:** मनाला संयमित करणे हा अष्टांगयोगाच्या अभ्यासाचा उद्देश असतो ज्यामुळे मानवी जीवनाची ध्येयप्राप्ती करण्यासाठी मन हे मित्र होऊ शकेल. जोपर्यंत मन संयमित होत नाही तोपर्यंत योग (देखाव्याकरिता) म्हणजे केवळ कालापव्यय आहे. जो मनुष्य आपल्या मनाला संयमित करू शकत नाही तो नेहमी सर्वांत मोठ्या शत्रूबरोबरच राहात असतो आणि याप्रमाणे त्याचे जीवन आणि जीवनाचा उद्देश निष्फळ होतो. वरिष्ठांच्या आज्ञांचे पालन करणे ही जीवाची स्वरूपस्थिती आहे. जोपर्यंत मनुष्याचे मन अविजित शत्रू राहते तोपर्यंत त्याला काम, क्रोध, लोभ, मोह इत्यादींच्या आदेशांचे पालन करावे लागते. परंतु मन जेव्हा जिंकले जाते तेव्हा मनुष्य स्वेच्छेने, परमात्मा रूपाने प्रत्येकाच्या हृदयामध्ये स्थित असणाऱ्या पुरुषोत्तम श्रीभगवान यांच्या आज्ञांचे पालन करण्याचे मान्य करतो. वास्तविक योगाभ्यास म्हणजे हृदयस्थित

परमात्म्याशी संबंध प्रस्थापित करणे आणि त्यानंतर त्याच्या आज्ञांचे पालन करणे होय. ज्याने कृष्णभावनेचा प्रत्यक्षपणे स्वीकार केला आहे, त्यांच्या बाबतीत भगवंतांच्या आज्ञांना शरण जाणे आपोआपच सिद्ध होते.

**जितात्मनः प्रशान्तस्य परमात्मा समाहितः ।**
**शीतोष्णसुखदुःखेषु तथा मानापमानयोः ॥ ७ ॥**

**जित-आत्मनः**—ज्याने मनावर विजय मिळविला आहे; **प्रशान्तस्य**—मनावरील अशा संयमामुळे ज्याने शांती प्राप्त केली आहे; **परम-आत्मा**—परमात्मा; **समाहितः**—पूर्णपणे प्राप्त झालेला; **शीत**—थंडीमध्ये; **उष्ण**—उष्णता; **सुख**—सुख; **दुःखेषु**—आणि दुःख; **तथा**— सुद्धा; **मान**—सन्मानात; **अपमानयोः**—आणि अपमानात.

**ज्याने मन जिंकले आहे त्याला परमात्मा प्राप्तच झालेला असतो. त्याने शांती प्राप्त केलेली असते. अशा मनुष्यासाठी सुख आणि दुःख, शीत आणि उष्ण, मान आणि अपमान, सर्व काही सारखेच असते.**

**तात्पर्यः** प्रत्येकाच्या हृदयात परमात्मारूपाने स्थित असणाऱ्या पुरुषोत्तम श्री भगवान यांच्या आज्ञांचे पालन करणे हे प्रत्येक जीवाचे वास्तविक लक्ष्य आहे. मन जेव्हा बाह्य मायाशक्तीद्वारे चुकीच्या मार्गाने नेले जाते तेव्हा मनुष्य भौतिक क्रियांमध्ये गुंतला जातो. म्हणून कोणत्याही एका योगाद्वारे मन संयमित केले जाते तेव्हा मनुष्याने ध्येयप्राप्ती केल्याप्रमाणेच आहे. मनुष्याने अधिकारी व्यक्तीच्या आज्ञांचे पालन केले पाहिजे. जेव्हा मनुष्याचे मन परा प्रकृतीमध्ये स्थित होते तेव्हा त्याला भगवंतांच्या आज्ञांचे पालन करण्याशिवाय इतर कोणताही पर्याय नसतो. मनाला कोणता तरी श्रेष्ठ आदेश मानावा लागतो आणि त्याचे अनुसरण करावेच लागते. मन संयमित करण्याचा परिणाम म्हणजे मनुष्य आपोआपच परमात्म्याच्या आदेशांचे पालन करू लागतो. या दिव्य स्थितीची प्राप्ती कृष्णभावनाभावित मनुष्याला तात्काळ प्राप्त होत असल्यामुळे, भगवद्भक्तावर, सुख आणि दुःख, शीत आणि उष्ण इत्यादी भौतिक अस्तित्वाच्या द्वंद्वांचा मुळीच परिणाम होत नाही. ही अवस्था म्हणजे प्रत्यक्ष समाधी किंवा परमात्म्याच्या ठिकाणी तल्लीनता होय.

**ज्ञानविज्ञानतृप्तात्मा कूटस्थो विजितेन्द्रियः ।**
**युक्त इत्युच्यते योगी समलोष्ट्राश्मकाञ्चनः ॥ ८ ॥**

**ज्ञान**—अर्जित ज्ञान; **विज्ञान**—आणि अनुभूत किंवा साक्षात्कारी ज्ञान; **तृप्त**—तृप्त; **आत्मा**—आत्मा; **कूट-स्थः**—अध्यात्मामध्ये; **विजित-इन्द्रियः**—इंद्रियांना संयमित केलेला; **युक्तः**—आत्मसाक्षात्कारासाठी योग्य; **इति**—याप्रमाणे; **उच्यते**—म्हटले जाते; **योगी**—योगी; **सम**—समदृष्टी असलेला; **लोष्ट्र**—लहान दगड; **अश्म**—दगड; **काञ्चनः**—सोने.

**मनुष्य जेव्हा अर्जित ज्ञान आणि साक्षात्कारायोगे पूर्णपणे तृप्त होतो तेव्हा तो योगी किंवा आत्मसाक्षात्कारामध्ये स्थित झाला असे म्हटले जाते. असा मनुष्य अध्यात्मात**

**स्थित आणि आत्मसंयमी असतो. तो गारेचे खडे, दगड, सोने इत्यादी सर्व काही समदृष्टीने पाहतो.**

**तात्पर्य:** परम सत्याच्या अनुभूतीशिवाय पुस्तकी ज्ञान हे निरुपयोगी आहे. याबद्दल पुढीलप्रमाणे सांगण्यात आले आहे.

*अतः श्रीकृष्णनामादि न भवेद् ग्राह्यमिन्द्रियैः ।*
*सेवोन्मुखे हि जिह्वादौ स्वयमेव स्फुरत्यदः ॥*

"आपल्या भौतिकदृष्ट्या दूषित इंद्रियांद्वारे श्रीकृष्णांच्या नाम, रूप, गुण आणि दिव्य लीलांचे दिव्य स्वरूप कोणीही जाणू शकत नाही. केवळ, दिव्य भगवत्सेवेद्वारे मनुष्य जेव्हा आध्यात्मिकदृष्ट्या परिपक्व होतो तेव्हा त्याला भगवंतांच्या दिव्य नाम, रूप, गुण आणि लीला प्रकट होतात." (भक्तिरसामृतसिंधू १.२.२३४)

ही भगवद्‌गीता म्हणजे कृष्णभावनेचे विज्ञान आहे. केवळ सांसारिक पांडित्याद्वारे कोणीही कृष्णभावनाभावित होऊ शकत नाही. शुद्ध भावनायुक्त व्यक्तीचा सत्संग होण्याइतपत मनुष्याला भाग्यवान असावे लागते. श्रीकृष्णांच्या कृपेमुळे कृष्णभावनाभावित मनुष्याला साक्षात्कारी ज्ञान असते, कारण तो विशुद्ध भक्तिपूर्ण सेवेने तृप्त झालेला असतो. साक्षात्कारी किंवा अनुभूत ज्ञानाद्वारे परिपूर्णतेला प्राप्त होते. दिव्य ज्ञानाच्या आधारे मनुष्य आपल्या श्रद्धेमध्ये दृढ राहू शकतो, परंतु केवळ पुस्तकी ज्ञानाने तो सहजपणे मोहित होऊ शकतो आणि वरकरणी विरोधाभासामुळे गोंधळून जाऊ शकतो. आत्मसाक्षात्कारी जीव हा वास्तविकपणे आत्मसंयमी असतो, कारण तो श्रीकृष्णांना शरण गेलेला असतो. तो दिव्य असतो, कारण त्याला सांसारिक पांडित्याशी मुळीच कर्तव्य नसते. सांसारिक विद्वत्ता आणि मानसिक तर्कवाद जरी इतरांना सोन्याप्रमाणे भासत असले तरी त्याच्या लेखी मात्र त्यांना खडे किंवा दगडापेक्षा अधिक मूल्य नसते.

**सुहृन्मित्रार्युदासीनमध्यस्थद्वेष्यबन्धुषु ।**
**साधुष्वपि च पापेषु समबुद्धिर्विशिष्यते ॥ ९ ॥**

**सु-हृत्**—स्वभावतःच हितचिंतक; **मित्र**—स्नेहमयी हितकारी; **अरि**—शत्रू; **उदासीन**—स्पर्धकांमधील तटस्थ; **मध्य-स्थ**—स्पर्धकांमधील मध्यस्थ; **द्वेष्य**—द्वेषी; **बन्धुषु**—आणि नातेवाईक किंवा हितचिंतक; **साधुषु**—पुण्यवान किंवा साधूमध्ये; **अपि**—सुद्धा; **च**—आणि; **पापेषु**—पापीमध्ये; **सम-बुद्धिः**—समबुद्धी असलेला; **विशिष्यते**—अत्यंत प्रगत असतो.

**मनुष्य जेव्हा प्रामाणिक हितचिंतक, सुहृद, तटस्थ, मध्यस्थ, द्वेषी, मित्र आणि शत्रू, पुण्यवान आणि पापी या सर्वांकडे समबुद्धीने पाहतो, तेव्हा तो अधिक प्रगत किंवा विशेष मानला जातो.**

**योगी युञ्जीत सततमात्मानं रहसि स्थितः ।**
**एकाकी यतचित्तात्मा निराशीरपरिग्रहः ॥ १० ॥**

**योगी**—योगी; **युञ्जीत**—कृष्णभावनेत एकाग्र झाले पाहिजे; **सततम्**—सतत; **आत्मानम्**—स्वत: (शरीर, मन आणि आत्म्याद्वारे); **रहसि**—एकांतस्थळी; **स्थित:**—स्थित राहून; **एकाकी**—एकटा; **यत-चित्त-आत्मा**—मनामध्ये सतत सावध असणारा; **निराशी:**—इतर कोणत्याही गोष्टींद्वारे आकर्षित झाल्याविना; **अपरिग्रह:**—स्वामित्व किंवा संग्रहाच्या भावनेपासून मुक्त असलेला.

**योगी व्यक्तीने नेहमी आपले शरीर, मन आणि आत्मा भगवंतांच्या ठायी युक्त केले पाहिजे. त्याने एकांतस्थळी एकटे राहावे आणि काळजीपूर्वक मनाला सतत संयमित केले पाहिजे. त्याने आकांक्षा आणि संग्रहाच्या किंवा स्वामित्वाच्या भावनेपासून मुक्त असले पाहिजे.**

**तात्पर्य:** श्रीकृष्णांचा साक्षात्कार, ब्रह्म, परमात्मा आणि पुरुषोत्तम श्री भगवान या तीन विविध रूपांमध्ये होतो. थोडक्यात, कृष्णभावना म्हणजे दिव्य प्रेममयी भगवत्सेवेमध्ये युक्त होणे होय, परंतु जे निर्विशेष ब्रह्म किंवा अंतर्यामी परमात्मा रूपावर आसक्त आहेत ते सुद्धा अंशत: कृष्णभावनाभावितच असतात, कारण निर्विशेष ब्रह्म म्हणजे श्रीकृष्णांचेच आध्यात्मिक किरण आहेत आणि परमात्मा हे श्रीकृष्णांचे सर्वव्यापी आंशिक विस्तार-रूप आहे. याप्रमाणे निर्विशेषवादी आणि ध्यानयोगी हे सुद्धा अप्रत्यक्षपणे कृष्णभावनाभावित असतात. प्रत्यक्षपणे कृष्णभावनाभावित असणारा मनुष्य हा सर्वोत्तम योगी असतो. कारण अशा भक्ताला ब्रह्म आणि परमात्म्याचे ज्ञान असते. त्याला परम सत्याचे परिपूर्ण ज्ञान असते, तर निर्विशेषवादी आणि ध्यानवादी योगी हे पूर्णरूपाने कृष्णभावनाभावित नसतात.

तथापि, या सर्वांना, या ठिकाणी, आपल्या विशिष्ट प्रयत्नात सतत संलग्न राहण्यास सांगण्यात आले आहे, जेणेकरून त्यांना यथासमय परमसिद्धीची प्राप्ती होऊ शकेल. योग्याचे सर्वप्रथम कार्य म्हणजे आपले मन निरंतर श्रीकृष्णांवर एकाग्र करणे होय. सदैव श्रीकृष्णांचे स्मरण केले पाहिजे आणि क्षणभरही त्यांचे विस्मरण होऊ देऊ नये. भगवंतांवरील मनाच्या एकाग्रतेलाच *समाधि* असे म्हणतात. मनाची एकाग्रता साधण्यासाठी, मनुष्याने नेहमी एकांतवासात राहिले पाहिजे आणि बाह्य विषयांपासून होणारा व्यत्यय टाळला पाहिजे. त्याने अत्यंत काळजीपूर्वकरीत्या, आपल्या साक्षात्कारासाठी अनुकूल असणाऱ्या परिस्थितीचा स्वीकार केला पाहिजे आणि साक्षात्कारास बाधक असणाऱ्या प्रतिकूल परिस्थितीचा त्याग केला पाहिजे. परिपूर्ण निश्चयाने युक्त होऊन त्याने, स्वामित्वाच्या भावनेत गुंतविणाऱ्या अनावश्यक भौतिक वस्तूंच्या प्राप्तीसाठी अतिप्रयास करू नये.

जेव्हा मनुष्य वास्तविकपणे कृष्णभावनाभावित होतो तेव्हा या सर्व पूर्णावस्थांचे आणि नियमांचे पालन पूर्ण रीतीने होते. कारण प्रत्यक्ष कृष्णभावना म्हणजे आत्मसंयम होय आणि यामध्ये स्वामित्वाच्या भावनेला मुळीच वाव नाही. श्रील रूप गोस्वामी कृष्णभावनेचे स्वरूप पुढीलप्रमाणे सांगतात.

*अनासक्तस्य विषयान् यथार्हमुपयुञ्जत: ।*
*निर्बन्ध: कृष्णसम्बन्धे युक्तं वैराग्यमुच्यते ॥*

*प्रापञ्चिकतया बुद्ध्या हरिसम्बन्धिवस्तुन: ।*
*मुमुक्षुभि: परित्यागो वैराग्यं फल्गु कथ्यते ॥*

"जेव्हा मनुष्य कोणत्याही गोष्टीवर आसक्त नसतो, पण त्याच वेळी तो जेव्हा श्रीकृष्णांशी संबंधित सर्व गोष्टींचा स्वीकार करतो तेव्हा तो स्वामित्वाच्या भावनेपासून वास्तविकपणे मुक्त झालेला असतो. उलटपक्षी प्रत्येक वस्तूचा संबंध श्रीकृष्णांशी असल्याचे न जाणता जो सर्व वस्तूंचा त्याग करतो त्याचे वैराग्य अपूर्ण असते." (भक्तिरसामृतसिंधू २.२५५-२५६)

कृष्णभावनाभावित मनुष्य उत्तमपणे जाणतो की, सर्व काही श्रीकृष्णांच्या मालकीचे आहे आणि याप्रमाणे तो नेहमी वैयक्तिक स्वामित्वाच्या भावनेपासून मुक्त असतो. म्हणून त्याला आपल्या वैयक्तिक स्वार्थासाठी कोणत्याही गोष्टीची लालसा नसते. कृष्णभावनेसाठी अनुकूल गोष्टींचा स्वीकार कसा करावा आणि कृष्णभावनेसाठी प्रतिकूल असणाऱ्या गोष्टींचा त्याग कसा करावा हे तो जाणतो. तो सतत अध्यात्मामध्ये स्थित असल्याने नेहमी भौतिक गोष्टींपासून अलिप्तच असतो आणि कृष्णभावनारहित असलेल्या व्यक्तीशी त्याला काहीच कर्तव्य नसल्याने तो नेहमी एकटाच राहतो. म्हणून कृष्णभावनाभावित मनुष्य हा परिपूर्ण योगी असतो.

**शुचौ देशे प्रतिष्ठाप्य स्थिरमासनमात्मनः ।**
**नात्युच्छ्रितं नातिनीचं चैलाजिनकुशोत्तरम् ॥ ११ ॥**
**तत्रैकाग्रं मनः कृत्वा यतचित्तेन्द्रियक्रियः ।**
**उपविश्यासने युञ्ज्याद्योगमात्मविशुद्धये ॥ १२ ॥**

**शुचौ**—पवित्र; **देशे**—भूमीवर; **प्रतिष्ठाप्य**—स्थापित करून; **स्थिरम्**—दृढ; **आसनम्**—आसन; **आत्मनः**—आपले स्वतःचे; **न**—नाही; **अति**—अति, अधिक; **उच्छ्रितम्**—उंचावर; **न**—तसेच; **अति**—अति; **नीचम्**—खाली; **चैल-अजिन**—मृदू वस्त्र आणि मृगाचे कातडे; **कुश**—आणि कुश, तृण अथवा गवत; **उत्तरम्**—आवरण; **तत्र**—त्यानंतर; **एक-अग्रम्**—एकाग्रतेने; **मनः**—मन; **कृत्वा**—करून; **यत-चित्त**—मन संयमित करून; **इन्द्रिय**—इंद्रिये; **क्रियः**—आणि क्रिया; **उपविश्य**—बसून; **आसने**—आसनावर; **युञ्ज्यात्**—अभ्यास केला पाहिजे; **योगम्**—योगाभ्यास; **आत्म**—हृदय; **विशुद्धये**—विशुद्धीसाठी.

**योगाभ्यासासाठी मनुष्याने एकांतस्थळी जाऊन भूमीवर कुशासन अंथरावे आणि ते मृगचर्म व मृदू वस्त्राने आच्छादित करावे. आसन उंचावरही असू नये किंवा अत्यंत खालीही असू नये तसेच आसन पवित्रस्थळी असावे. त्यानंतर योगी व्यक्तीने आसनावर दृढतापूर्वक बसावे आणि मन, इंद्रिय क्रिया यांचे संयमन करून आणि मनाला एकाग्र करून हृदय शुद्ध करण्यासाठी योगाभ्यास करावा.**

**तात्पर्य:** पवित्र स्थान म्हणजेच तीर्थस्थळ होय. भारतामध्ये योगिजन किंवा भगवद्भक्त हे स्वगृहांचा त्याग करतात आणि प्रयाग, मथुरा, वृंदावन, हृषीकेश आणि हरिद्वारसारख्या पवित्र स्थळी वास करतात. अशा ठिकाणी यमुना आणि गंगा आदी पवित्र नद्या वाहत असल्याने त्या

ठिकाणी ते एकांतवासात योगाभ्यास करतात; परंतु पाश्चात्त्य लोकांना हे विशेषकरून नेहमी शक्य होत नाही. मोठमोठ्या शहरांतील तथाकथित योगसंस्था या भौतिक लाभप्राप्ती करण्यामध्ये यशस्वी होत असतील; पण वास्तविक योगाभ्यासासाठी त्या मुळीच योग्य नाहीत. जो आत्मसंयमी नाही आणि ज्याचे मन निश्चल नाही तो ध्यान करू शकत नाही. म्हणून बृहन्नारदीय पुराणात सांगण्यात आले आहे की, कलियुगामध्ये (वर्तमान युग) लोक हे अल्पायुषी, आध्यात्मिक साक्षात्कारामध्ये मंद आणि विविध चिंतांनी विचलित असल्यामुळे आध्यात्मिक साक्षात्काराचे उत्तम साधन म्हणजे पवित्र हरिनामाचे कीर्तन होय.

*हरेर्नाम हरेर्नाम हरेर्नामैव केवलम् ।*
*कलौ नास्त्येव नास्त्येव नास्त्येव गतिरन्यथा ॥*

"कलह आणि दंभयुक्त या युगामध्ये मुक्तीचे एकमात्र साधन म्हणजे पवित्र हरिनामाचे कीर्तन होय. अन्य कोणतीही गती नाही. अन्य कोणतीही गती नाही. अन्य कोणतीही गती नाही."

**समं कायशिरोग्रीवं धारयन्नचलं स्थिरः ।**
**सम्प्रेक्ष्य नासिकाग्रं स्वं दिशश्चानवलोकयन् ॥ १३ ॥**
**प्रशान्तात्मा विगतभीर्ब्रह्मचारिव्रते स्थितः ।**
**मनः संयम्य मच्चित्तो युक्त आसीत मत्परः ॥ १४ ॥**

**समम्**—सरळ; **काय**—शरीर; **शिरः**—शिर; **ग्रीवम्**—मान; **धारयन्**—धरून; **अचलम्**—अचल; **स्थिरः**—स्थिर; **सम्प्रेक्ष्य**—दृष्टी ठेवून; **नासिका**—नाकाच्या; **अग्रम्**—अग्रावर; **स्वम्**—स्वतःच्या; **दिशः**—सभोवार; **च**—सुद्धा; **अनवलोकयन्**—न पाहता; **प्रशान्त**—अविचलित; **आत्मा**—मन; **विगत-भीः**—भयरहित; **ब्रह्मचारि-व्रते**—ब्रह्मचारी व्रत पाळून; **स्थितः**—स्थित होऊन; **मनः**—मन; **संयम्य**—पूर्णपणे दमन करून; **मत्**—माझ्यावर (श्रीकृष्ण); **चित्तः**—मन केंद्रित करणे; **युक्तः**—वास्तविक योगी; **आसीत**—बसावे; **मत्**—माझ्यावर; **परः**—अंतिम ध्येय.

**मनुष्याने आपले शरीर, मान आणि मस्तक उभ्या सरळ रेषेत धरावे आणि नासिकाग्राकडे स्थिर दृष्टीने पाहावे. याप्रमाणे अविचलित आणि संयमित मनाने भयरहित होऊन, कामजीवनापासून पूर्णपणे मुक्त होऊन त्याने हृदयात माझे ध्यान करावे आणि मला जीवनाचे परम लक्ष्य करावे.**

**तात्पर्य:** श्रीकृष्णांना जाणणे हे जीवनाचे ध्येय आहे. श्रीकृष्ण हे प्रत्येक जीवाच्या हृदयात चतुर्भुज विष्णुरूप परमात्मा रूपामध्ये स्थित असतात. योगाभ्यास हा या अंतर्यामी विष्णुरूपाचा शोध घेण्यासाठी केला जातो. याव्यतिरिक्त योगाभ्यासाचा इतर कोणताही हेतू नाही. अंतर्यामी विष्णुमूर्ती म्हणजे, मनुष्याच्या हृदयात वास करणारे श्रीकृष्णांचे विस्तारित रूप आहे. या विष्णुमूर्तीचा साक्षात्कार करणे हा ज्यांचा उद्देश नाही तो विनाकारण नकली योगाभ्यासामध्ये गुंतलेला आहे आणि त्याचा योगाभ्यास म्हणजे निश्चितपणे वेळेचा अपव्ययच आहे. श्रीकृष्ण

हेच जीवनाचे अंतिम ध्येय आहेत आणि मनुष्यांच्या हृदयात स्थित असलेली विष्णुमूर्ती ही योगाभ्यासाचे उद्दिष्ट आहे. या हृदयस्थित विष्णुमूर्तीचा साक्षात्कार करण्यासाठी मनुष्याने कामजीवनाचा पूर्णपणे त्याग केला पाहिजे आणि त्यासाठीच त्याने गृहत्याग केला पाहिजे व एकांतस्थळी वर सांगितल्याप्रमाणे आसनस्थ होऊन एकटे राहिले पाहिजे. घरामध्ये किंवा इतरत्र नेहमी मैथुन करून आणि तथाकथित योग-वर्गास उपस्थित राहून कोणीही योगी होऊ शकत नाही. मनुष्याने मन संयमित करण्याचा आणि सर्व प्रकारची इंद्रियतृप्ती टाळण्याचा, ज्यामध्ये मैथुन जीवन प्रमुख आहे, अभ्यास करणे आवश्यक आहे. महान ऋषी याज्ञवल्क्य यांनी ब्रह्मचार्याच्या नियमांबाबतीत सांगितले आहे की:

*कर्मणा मनसा वाचा सर्वावस्थासु सर्वदा ।*
*सर्वत्र मैथुनत्यागो ब्रह्मचर्यं प्रचक्षते ॥*

"सर्व काळी, सर्व परिस्थितींत व सर्व ठिकाणी कर्म, मन आणि वाचेमधून मैथुनत्याग करण्यास साहाय्य व्हावे हाच ब्रह्मचर्यव्रताचा उद्देश आहे." मैथुन भोग करून कोणीही योगाभ्यासाचा योग्य प्रकारे अभ्यास करू शकत नाही. म्हणून ब्रह्मचर्याचे प्रशिक्षण मनुष्याला बाल्यावस्थेपासूनच, जेव्हा मनुष्याला मैथुन जीवनाचे ज्ञान नसते, तेव्हापासूनच देण्यात येते. पाच वर्षे वयाच्या मुलांना गुरुकुल किंवा आध्यात्मिक गुरूच्या आश्रमात पाठविले जाते आणि गुरू त्या लहान मुलांना ब्रह्मचर्यात राहण्याची कडक शिस्त लावतात. अशा प्रशिक्षणाशिवाय कोणीही कोणत्याही प्रकारच्या योगामध्ये प्रगती करूच शकत नाही मग तो ध्यान, ज्ञान किंवा भक्तियोग असो. तथापि, जो मनुष्य केवळ आपल्या पत्नीशी शारीरिक संबंध ठेवून (तेही नियमबद्ध) गृहस्थ जीवनाच्या नियमांचे पालन करतो, त्या मनुष्याला सुद्धा ब्रह्मचारी म्हटले जाते. अशा संयमित गृहस्थांचा भक्तिपंथामध्ये स्वीकार करता येतो, परंतु ज्ञान आणि ध्यान पंथामध्ये गृहस्थ ब्रह्मचारीला प्रवेशही दिला जात नाही. त्यांना कोणत्याही तडजोडीशिवाय संपूर्ण ब्रह्मचर्यव्रत अनिवार्य असते. भक्ती संप्रदायामध्ये गृहस्थ ब्रह्मचारीला संयमित मैथुन भोग करण्याची अनुमती असते. कारण भक्तियोग इतका प्रभावी आहे की, दिव्य भगवत्सेवेत युक्त झाल्यामुळे आपोआपच मैथुन भोगाच्या आकर्षणापासून मनुष्य मुक्त होतो. भगवद्गीतेमध्ये (२.५९) सांगण्यात आले आहे की:

*विषया विनिवर्तन्ते निराहारस्य देहिन: ।*
*रसवर्जं रसोऽप्यस्य परं दृष्ट्वा निवर्तते ॥*

"इतरांना स्वत:हून इंद्रियतृप्तीपासून विरक्त होण्यास बाध्य व्हावे लागते, परंतु भगवद्भक्ताला उच्च प्रतीचा रस प्राप्त झाल्यामुळे तो इंद्रियतृप्तीपासून आपोआपच विरक्त होतो. भक्ताव्यतिरिक्त इतर कोणालाही या उच्च रसाचे ज्ञान नसते."

*विगत-भी:* जोपर्यंत मनुष्य पूर्णपणे कृष्णभावनाभावित होत नाही तोपर्यंत तो निर्भय होऊ शकत नाही. विकृत स्मृतीमुळे जीव भयभीत असतो आणि विकृत स्मृती म्हणजेच, श्रीकृष्णांशी असणाऱ्या शाश्वत संबंधाचे विस्मरण होय. श्रीमद्भागवत (११.२.३७) सांगते की, *भयं द्वितीयाभिनिवेशत: स्याद् ईशादपेतस्य विपर्ययोऽस्मृति:.* निर्भय होण्यासाठी कृष्णभावना हाच

एकमात्र आधार आहे. म्हणून, परिपूर्ण अभ्यास केवळ कृष्णभावनाभावित मनुष्यालाच शक्य आहे आणि योगाभ्यासाचे अंतिम ध्येय हे अंतर्यामी भगवंतांना पाहावयाचे असल्याकारणाने, कृष्णभावनाभावित मनुष्य हा सर्वोत्तम योगी असतो. या ठिकाणी सांगण्यात आलेली योगपद्धतीची तत्त्वे ही तथाकथित लोकप्रिय योगसंस्थांनी सांगितलेल्या तत्त्वांहून भिन्न आहेत.

**युञ्जन्नेवं सदात्मानं योगी नियतमानसः ।**
**शान्तिं निर्वाणपरमां मत्संस्थामधिगच्छति ॥ १५ ॥**

**युञ्जन्**—अभ्यास करून; **एवम्**—वर सांगितल्याप्रमाणे; **सदा**—निरंतर; **आत्मानम्**—शरीर, मन आणि आत्मा; **योगी**—योगी; **नियत-मानसः**—संयमित मनाने; **शान्तिम्**—शांती; **निर्वाण-परमाम्**—भौतिक जीवनाचा लय करून; **मत्-संस्थाम्**—आध्यात्मिक विश्व (भगवद्‌धाम); **अधिगच्छति**—प्राप्त करतो.

**याप्रमाणे शरीर, मन आणि क्रिया यांच्या संयमाचा निरंतर अभ्यास करून, मन संयमित झालेला योगी, भौतिक जीवनाचा लय करून भगवद्‌धामाची ( श्रीकृष्णांचे निवास ) प्राप्ती करतो.**

**तात्पर्य:** योगाभ्यासाच्या अंतिम उद्देशाचे स्पष्टीकरण आता करण्यात येत आहे. कोणत्याही प्रकारच्या भौतिक सुविधा प्राप्त करण्यासाठी योगाभ्यास नसून भौतिक अस्तित्वाचा लय करण्यासाठी योगाभ्यास असतो. भगवद्‌गीतेनुसार, जो मनुष्य आपले शारीरिक स्वास्थ्य सुधारण्यासाठी किंवा भौतिक सिद्धीची प्राप्ती करण्यासाठी योगाभ्यास करतो तो योगी नव्हे, तसेच भौतिक अस्तित्वाचा लय म्हणजे 'शून्यात' प्रवेश नव्हे. हे शून्यत्व म्हणजे केवळ एक कल्पना आहे. भगवंतांच्या सृष्टीमध्ये कोठेही शून्य नाही. उलट भौतिक अस्तित्वाच्या लयाने मनुष्याला आध्यात्मिक विश्वात, भगवद्‌धामात प्रवेश करणे शक्य होते. भगवद्‌धामाचेही स्पष्ट वर्णन भगवद्‌गीतेत करण्यात आले आहे. भगवद्‌धाम म्हणजे असे ठिकाण आहे की, ज्या ठिकाणी सूर्य, चंद्र किंवा विद्युतशक्तीची मुळीच आवश्यकता नाही. भौतिक विश्वातील सूर्याप्रमाणेच आध्यात्मिक जगतातील सर्व ग्रहलोक हे स्वयंप्रकाशित आहेत. भगवंतांचे राज्य हे सर्वव्यापी आहे; परंतु आध्यात्मिक विश्व आणि त्यातील ग्रहलोक यांना 'परमधाम' असे म्हटले जाते.

स्वत: भगवंतांनी या ठिकाणी सांगितल्याप्रमाणे (मच्चित, मत्परः, मत्स्थानम्) ज्याला श्रीकृष्णांचे पूर्ण ज्ञान आहे असा एक परिपूर्ण योगी वास्तविक शांती प्राप्त करून अंतत: त्यांच्या परमधामाची, कृष्णलोक किंवा गोलोक वृंदावनाची प्राप्ती करतो. ब्रह्मसंहितेमध्ये (५.३७) सांगण्यात आले आहे की, *गोलोक एव निवसत्यखिलात्मभूतः*—भगवंत जरी आपल्या गोलोक धामामध्ये नित्य निवास करीत असले तरी आपल्या श्रेष्ठ आध्यात्मिक शक्तीद्वारे ते सर्वव्यापी ब्रह्म आणि अंतर्यामी परमात्मा म्हणून सर्वत्र उपस्थित असतात. श्रीकृष्णांच्या किंवा त्यांच्या विस्तारित विष्णुरूपाच्या योग्य ज्ञानावाचून कोणीही आध्यात्मिक विश्वात (वैकुंठ लोकात) किंवा भगवंतांच्या शाश्वत धामात (गोलोक वृंदावन) प्रवेश करू शकत नाही. म्हणून

कृष्णभावनायुक्त कर्म करणारा मनुष्य हा परिपूर्ण योगी आहे कारण त्याचे मन सतत श्रीकृष्णांच्या लीलांमध्ये तल्लीन झालेले असते. (*स वै मनः कृष्णपदारविन्दयोः*) वेदांमध्येही (श्वेताश्वतरोपनिषद् ३.८) आपण पाहतो की, *तमेव विदित्वाति मृत्युमेति*—केवळ भगवान श्रीकृष्णांचे ज्ञान झाल्यानेच मनुष्य जन्म-मृत्यूच्या चक्रातून पार पडू शकतो. दुसऱ्या शब्दांत सांगावयाचे तर, योगाची पूर्णता म्हणजे निष्पाप लोकांना फसविण्यासाठी केलेली जादूगिरी किंवा शारीरिक कसरत नव्हे, तर योगाची पूर्णता म्हणजे भौतिक अस्तित्वातून मुक्ती प्राप्त करणे होय.

**नात्यश्नतस्तु योगोऽस्ति न चैकान्तमनश्नतः।**
**न चातिस्वप्नशीलस्य जाग्रतो नैव चार्जुन॥ १६॥**

**न**—कधीच नाही; **अति**—अतिशय; **अश्नतः**—खाणाऱ्याचा; **तु**—परंतु; **योगः**—भगवंतांशी युक्त होणे; **अस्ति**—आहे; **न**—तसेच; **च**—सुद्धा; **एकान्तम्**—मुळीच; **अनश्नतः**—न खाणारा; **न**—तसेच; **च**—सुद्धा; **अति**—अतिशय; **स्वप्न-शीलस्य**—जो झोपतो; **जाग्रतः**—जो अतिशय जागरण करतो; **न**—नाही; **एव**—कधीच; **च**—आणि; **अर्जुन**—हे अर्जुना.

**हे अर्जुना! जो अत्यधिक खातो किंवा अत्यंत अल्प खातो, जो अतिशय झोपतो किंवा पुरेसे झोपत नाही, तो योगी होण्याची शक्यता नाही.**

**तात्पर्यः** या ठिकाणी योगिजनांसाठी, आहार आणि निद्रा यांचे नियमन सांगितले आहे. अतिशय खाणे म्हणजे, प्राणरक्षणाकरिता आवश्यक भोजनापेक्षा अधिक भोजन खाणे. मनुष्याला पशूंचे मांस खाण्याची आवश्यकता नाही, कारण अन्नधान्य, भाजीपाला, फळे आणि दूध इत्यादी विपुल प्रमाणात उपलब्ध आहे. भगवद्गीतेनुसार असे साधे खाद्यपदार्थ सत्त्वगुणी असतात. मांसाहार हा रजोगुणामधील व्यक्तींसाठी असतो. म्हणून जे लोक मांसाहार, मद्यपान, धूम्रपान करतात आणि श्रीकृष्णांना प्रथम न अर्पिलेले अन्न खातात, त्यांना केवळ दूषित पदार्थ खाल्यामुळे पापकर्मांची फळे भोगावी लागतात. *भुञ्जते ते त्वघं पापा ये पचन्त्यात्मकारणात्*—जो कोणी इंद्रियतृप्तीकरिता खातो, स्वतःसाठी अन्न शिजवितो आणि आपले अन्न श्रीकृष्णांना अर्पण करीत नाही तो केवळ पापच खात असतो. जो पापभक्षण करतो आणि आपल्या वाट्याला आलेल्या अन्नापेक्षा अधिक अन्न भक्षण करतो तो परिपूर्ण योगाभ्यास करू शकत नाही. श्रीकृष्णांना अर्पण केलेले अन्नपदार्थ मनुष्याने ग्रहण करणे हेच सर्वोत्तम आहे. कृष्णभावनाभावित मनुष्य हा श्रीकृष्णांना अर्पण न केलेली कोणतीही गोष्ट ग्रहण करीत नाही. म्हणून, केवळ कृष्णभावनाभावित मनुष्यच योगाभ्यासामध्ये पूर्णता प्राप्त करू शकतो. जो मनुष्य स्वतःच्या वैयक्तिक काल्पनिक उपवास पद्धतीद्वारे, कृत्रिमरीत्या खाण्यापासून दूर राहतो तो योगाभ्यास करू शकत नाही. कृष्णभावनाभावित मनुष्य शास्त्रांच्या आदेशानुसार उपवास करतो. तो आवश्यकतेपेक्षा अधिक उपवास किंवा अधिक भोजन ग्रहण करीत नाही आणि याप्रमाणे तो योगाभ्यास करण्यास योग्य असतो. जो आवश्यकतेपेक्षा अधिक खातो त्याला झोपेत फारच स्वप्ने पडतात आणि यामुळेच त्याला जरुरीपेक्षा अधिक झोपावे लागते. जो चोवीस तासांपैकी

सहा तासांपेक्षा अधिक झोपतो तो निश्चितच तमोगुणाद्वारे प्रभावित झाला आहे. तमोगुणी मनुष्य आळशी आणि अतिशय निद्रोन्मुखी असतो. असा मनुष्य योगयुक्त होऊ शकत नाही.

**युक्ताहारविहारस्य युक्तचेष्टस्य कर्मसु ।**
**युक्तस्वप्नावबोधस्य योगो भवति दुःखहा ॥ १७ ॥**

**युक्त**—नियमित; **आहार**—भोजन, आहार; **विहारस्य**—विहार, श्रमपरिहार किंवा करमणूक; **युक्त**—नियमित; **चेष्टस्य**—निर्वाहाकरिता कर्म करणारा; **कर्मसु**—कर्तव्य करण्यामध्ये; **युक्त**—नियमित; **स्वप्न-अवबोधस्य**—झोपणे आणि जागरण; **योगः**—योगाभ्यास; **भवति**—होतो; **दुःखहा**—दुःख परिहारक.

**जो मनुष्य आपल्या आहार, निद्रा, विहार किंवा करमणूक आणि कर्म करण्याच्या सवयीत नियमित असतो, तो योगाभ्यासाद्वारे सर्व सांसारिक दुःखांचे निदान करू शकतो.**

**तात्पर्यः** आहार, निद्रा, भय आणि मैथुन या शारीरिक गरजांच्या अतिरेकामुळे योगाभ्यासातील प्रगतीमध्ये अडथळा येऊ शकतो. आहाराचा विचार केल्यास केवळ भगवत् प्रसादाचे सेवन केल्यानेच आहार-नियमन होऊ शकते. भगवद्गीतेनुसार (९.२६) भगवान श्रीकृष्णांना भाजीपाला, फूल, अन्नधान्य, दूध इत्यादी अर्पण केले जाते. या प्रकारे कृष्णभावनाभावित मनुष्य हा आपोआपच मनुष्याने ग्रहण करण्यास अयोग्य असे अन्न किंवा सत्त्वगुणविरहित अन्न खाण्याचे टाळतो. निद्रेविषयी सांगावयाचे तर, कृष्णभावनाभावित मनुष्य सतत कृष्णभावनाभावित कर्म करण्यामध्ये दक्ष असतो आणि म्हणून निद्रेत घालविलेला अनावश्यक काळ हा त्याच्यासाठी मोठ्या हानीप्रमाणेच असतो. *अव्यर्थ कालत्वम्*—कृष्णभावनाभावित मनुष्य हा, भगवत्-सेवेमध्ये युक्त झाल्यावाचून आपला वाया गेलेला एक क्षणही सहन करू शकत नाही. म्हणून तो केवळ अत्यावश्यक आहे तितकेच झोपतो. याबाबतीत त्याचे आदर्श म्हणजे श्रील रूप गोस्वामी आहेत. श्रील रूप गोस्वामी निरंतर कृष्णसेवेमध्ये मग्न राहायचे आणि दोन तासांपेक्षा अधिक कधीच झोपत नसत आणि काही वेळा तर दोन तासही नाही. हरिदास ठाकूर हे आपल्या जपमाळेवर प्रतिदिन तीन लाख वेळा जप केल्यावाचून प्रसादही ग्रहण करीत नसत किंवा झोपतही नसत. कर्माचा विचार केल्यास, कृष्णभावनाभावित मनुष्य हा श्रीकृष्णांशी असंबंधित असे कोणतेही कार्य करीत नाही. म्हणून त्याचे कर्म हे कधीच इंद्रियतृप्तीमुळे कलुषित होत नाही. इंद्रियतृप्तीचा प्रश्नच उद्भवत नसल्यामुळे कृष्णभावनाभावित मनुष्याला फावला वेळ कधीच असत नाही. तो आपले कर्म, वाणी, निद्रा, जागृती आणि इतर सर्व शारीरिक कार्यांमध्ये नियमित असल्याने त्याला कोणतेही भौतिक दुःख नसते.

**यदा विनियतं चित्तमात्मन्येवावतिष्ठते ।**
**निस्पृहः सर्वकामेभ्यो युक्त इत्युच्यते तदा ॥ १८ ॥**

**यदा**—जेव्हा; **विनियतम्**—विशिष्टपणे नियमित केलेले; **चित्तम्**—मन आणि मनाची कार्ये;

**आत्मनि**—अध्यात्मामध्ये; **एव**—निश्चितपणे; **अवतिष्ठते**—स्थित होतो; **निस्पृह:**—आकांक्षारहित किंवा नि:स्पृह; **सर्व**—सर्व प्रकारच्या; **कामेभ्य:**—भौतिक इंद्रियतृप्ती; **युक्त:**—योगामध्ये व्यवस्थितपणे स्थिर झालेला; **इति**—याप्रमाणे; **उच्यते**—म्हटला जातो; **तदा**—त्या वेळी.

**योगाभ्यासाद्वारे योगी जेव्हा आपली मानसिक कार्ये नियमित करतो आणि सर्व भौतिक आकांक्षापासून मुक्त होऊन अध्यात्मामध्ये स्थित होतो, तेव्हा तो यथायोग्यपणे योगयुक्त झाल्याचे म्हटले जाते.**

**तात्पर्य:** योगी मनुष्य आणि साधारण मनुष्य यांच्या क्रियांमधील फरक हाच आहे की, योगी मनुष्य हा भौतिक वासनांमध्ये प्रमुख असणाऱ्या काम-वासनासहित इतर सर्व वासनांचे शमन करतो. परिपूर्ण योगी आपल्या मानसिक क्रियांमध्ये इतका नियमित असतो की, तो कोणत्याही भौतिक कामनेने विचलित होत नाही. श्रीमद्भागवतात सांगितल्याप्रमाणे (९.४.१८-२०) या पूर्णावस्थेची प्राप्ती कृष्णभावनाभावित मनुष्याला आपोआपच होते.

*स वै मन: कृष्णपदारविन्दयोर्वचांसि वैकुण्ठगुणानुवर्णने ।*
*करौ हरेर्मन्दिरमार्जनादिषु श्रुतिं चकाराच्युतसत्कथोदये ॥*
*मुकुन्दलिंगालयदर्शने दृशौ तद्भृत्यगात्रस्पर्शेऽसंगमम् ।*
*घ्राणं च तत्पादसरोजसौरभे श्रीमत्तुलस्या रसनां तदर्पिते ॥*
*पादौ हरे: क्षेत्रपदानुसर्पणे शिरो हृषीकेशपदाभिवंदने ।*
*कामं च दास्ये न तु कामकाम्यया यथोत्तमश्लोकजनाश्रया रति: ॥*

"अंबरीष महाराज यांनी सर्वप्रथम आपले मन, भगवान श्रीकृष्णांच्या चरणकमलांवर केंद्रित केले आणि त्यानंतर क्रमश: त्यांनी आपली वाचा, भगवंतांच्या दिव्य गुणांचे वर्णन करण्यामध्ये युक्त केली; आपले हात, भगवंतांच्या मंदिराचे मार्जन करण्यामध्ये युक्त केले; आपले कान, भगवत्-कथांच्या श्रवणामध्ये; आपले नेत्र, भगवंतांचे दिव्य रूप पाहण्यामध्ये; आपले शरीर, भक्तांच्या शरीरास स्पर्श करण्यामध्ये; आपली नासिका, भगवंतांना अर्पण केलेल्या कमळफुलांचा सुवास घेण्यामध्ये; आपली जिह्वा, भगवंतांच्या चरणकमलांवर अर्पण केलेल्या तुळसीपत्रांचे रसास्वादन करण्यामध्ये; आपले पाय, तीर्थक्षेत्रांना आणि भगवंतांच्या मंदिराला जाण्यामध्ये; आपले मस्तक, भगवंतांना अभिवंदन करण्यामध्ये आणि आपली इच्छा, भगवंतांची इच्छापूर्ती करण्यामध्ये संलग्न केली. या सर्व दिव्य क्रिया शुद्ध भगवद्भक्तासाठी योग्यच आहेत."

निर्विशेषवादी अनुयायांसाठी, या दिव्य अवस्थेचे वर्णन करता येणे शक्य नाही; परंतु महाराज अंबरीष यांच्या क्रियांच्या उपर्युक्त वर्णनावरून दिसून येते की, कृष्णभावनाभावित मनुष्यासाठी ही अवस्था अत्यंत व्यवहार्य आणि सहजसुलभ असते. जोपर्यंत भगवंतांच्या स्मरणाद्वारे मन भगवंतांच्या चरणकमलांवर स्थित केले जात नाही तोपर्यंत अशा दिव्य क्रियांमध्ये युक्त होणे अशक्य असते. म्हणून भगवद्भक्तीमध्ये या विहित क्रियांना अर्चन किंवा भगवद्सेवेमध्ये सर्व इंद्रियांना युक्त करणे असे म्हणतात. इंद्रिये आणि मनाला कार्यरत ठेवणे आवश्यक असते. केवळ निग्रह करणे व्यवहार्य नाही, म्हणून सर्वसामान्य लोकांना आणि

विशेषकरून जे संन्यासाश्रमी नाहीत त्यांच्यासाठी वर सांगितल्याप्रमाणे, इंद्रियांना आणि मनाला दिव्य क्रियांमध्ये मग्न करणे ही दिव्यत्वाच्या प्राप्तीसाठी परिपूर्ण विधी आहे. या विधीलाच भगवद्गीतेमध्ये *युक्त* म्हणण्यात आले आहे.

**यथा दीपो निवातस्थो नेङ्गते सोपमा स्मृता।**
**योगिनो यतचित्तस्य युञ्जतो योगमात्मनः ॥ १९ ॥**

**यथा**—ज्याप्रमाणे; **दीपः**—दिवा; **निवात-स्थः**—वायूरहित स्थळी; **न**—होत नाही; **इङ्गते**—हेलकावे खाणे; **सा**—ही; **उपमा**—उपमा; **स्मृता**—मानली जाते; **योगिनः**—योग्याच्या; **यत-चित्तस्य**—ज्याचे मन संयमित आहे; **युञ्जतः**—निरंतर युक्त असलेले; **योगम्**—ध्यानामध्ये; **आत्मनः**—अध्यात्मावर.

**जेथे वाऱ्याचे संचलन नाही त्या ठिकाणी ज्याप्रमाणे दीप संथपणे तेवत राहतो त्याप्रमाणे संयमित मनाचा योगी आत्मतत्त्वावरील आपल्या ध्यानामध्ये सदैव स्थिर असतो.**

**तात्पर्य:** आपल्या आराध्य भगवंतांवरील अविचलित निरंतर ध्यानाद्वारे अध्यात्मामध्ये तल्लीन झालेला वास्तविक कृष्णभावनाभावित भक्त हा वायूरहित स्थळी असलेल्या दिव्याप्रमाणे स्थिर असतो.

**यत्रोपरमते चित्तं निरुद्धं योगसेवया ।**
**यत्र चैवात्मनात्मानं पश्यन्नात्मनि तुष्यति ॥ २० ॥**
**सुखमात्यन्तिकं यत्तद्बुद्धिग्राह्यमतीन्द्रियम् ।**
**वेत्ति यत्र न चैवायं स्थितश्चलति तत्त्वतः ॥ २१ ॥**
**यं लब्ध्वा चापरं लाभं मन्यते नाधिकं ततः ।**
**यस्मिन्स्थितो न दुःखेन गुरुणापि विचाल्यते॥ २२ ॥**
**तं विद्याद्दुःखसंयोगवियोगं योगसंज्ञितम् ॥ २३ ॥**

**यत्र**—ज्या अवस्थेमध्ये; **उपरमते**—बंद होते (कारण मनुष्याला दिव्य सुखाची प्राप्ती होते); **चित्तम्**—मानसिक क्रिया; **निरुद्धम्**—विषयांपासून निवृत्ती; **योग-सेवया**—योगाभ्यासाद्वारे; **यत्र**—ज्या; **च**—सुद्धा; **एव**—निश्चितच; **आत्मना**—विशुद्ध मनाने; **आत्मानम्**—आत्मा; **पश्यन्**—स्थितीचा साक्षात्कार होऊन; **आत्मनि**—आत्म्यामध्ये; **तुष्यति**—संतुष्ट होतो; **सुखम्**—सुख; **आत्यन्तिकम्**—परम; **यत्**—जे; **तत्**—ते; **बुद्धि**—बुद्धीने; **ग्राह्यम्**—ग्राह्य; **अतीन्द्रियम्**—दिव्य किंवा इंद्रियातीत; **वेत्ति**—जाणतो; **यत्र**—ज्यामध्ये; **न**—कधीच नाही; **च**—सुद्धा; **एव**—निश्चितपणे; **अयम्**—तो; **स्थितः**—स्थित; **चलति**—विचलित होतो; **तत्त्वतः**—तत्त्वापासून किंवा सत्यापासून; **यम्**—जे; **लब्ध्वा**—प्राप्ती झाल्यावर; **च**—सुद्धा; **अपरम्**—इतर काही; **लाभम्**—लाभ; **मन्यते**—मानतो; **न**—कधीच नाही; **अधिकम्**—अधिक; **ततः**—त्याहून; **यस्मिन्**—ज्यामध्ये; **स्थितः**—स्थित

झालेला; **न**—कधीच नाही; **दुःखेन**—दुःखाने; **गुरुणा अपि**—जरी अतिशय कठीण असले तरी; **विचाल्यते**—विचलित किंवा डळमळीत होतो; **तम्**—त्याला; **विद्यात्**—तू जाणले पाहिजेस; **दुःख-संयोग**—भौतिक संसर्गामुळे होणारे दुःख; **वियोगम्**—समूळ नाश किंवा वियोग; **योग-संज्ञितम्**—योगस्थ समाधी म्हटले जाते.

**योगाभ्यासाद्वारे मनुष्याचे मन जेव्हा सांसारिक मानसिक क्रियांपासून पूर्णपणे संयमित होते, तेव्हा त्या अवस्थेला परिपूर्ण समाधी असे म्हणतात. या समाधी अवस्थेचे लक्षण आहे की, यामुळे मनुष्य विशुद्ध मनाद्वारे आत्म्याचे अवलोकन करण्यात आणि आत्म्यामध्ये संतुष्ट होण्यात व आनंद प्राप्त करण्यात समर्थ होतो. त्या आनंदमय अवस्थेत दिव्य इंद्रियांद्वारे साक्षात्कार झालेल्या अमर्याद दिव्य सुखामध्ये मनुष्य स्थित होतो. याप्रमाणे स्थित झाल्यावर, सत्यापासून कधीच ढळत नाही आणि या सत्याची प्राप्ती झाल्यावर, याहून अधिक श्रेष्ठ असे काही असेल असे त्याला वाटत नाही. अशा अवस्थेमध्ये स्थित झाल्यावर मोठमोठ्या संकटांमध्येही विचलित होत नाही. भौतिक संसर्गामुळे निर्माण होणाऱ्या दुःखापासून हीच यथार्थ वास्तविक मुक्ती आहे.**

**तात्पर्य:** योगाभ्यासाद्वारे मनुष्य क्रमाक्रमाने भौतिक संकल्पनेपासून विरक्त होतो. योगतत्त्वांचे हे प्रमुख लक्षण आहे आणि यानंतर मनुष्य समाधिस्थ होतो अर्थात आत्म्याचे परमात्म्याशी तादात्म्य न करता, योगी व्यक्तीला दिव्य मन आणि दिव्य बुद्धीद्वारे परमात्म्याचा साक्षात्कार होतो. योगाभ्यास हा थोड्याफार प्रमाणात पतंजली योगपद्धतीवर आधारित आहे. काही अनधिकृत भाष्यकार आत्म्याचे परमात्म्याशी तादात्म्य करण्याचा प्रयत्न करतात आणि अद्वैतवादी यालाच मुक्ती समजतात, परंतु त्यांना पतंजली योगपद्धतीचा वास्तविक उद्देश ज्ञात नसतो. पतंजली योगामध्ये दिव्य आनंदाचा स्वीकार करण्यात आला आहे, पण अद्वैतवादी या दिव्य आनंदाचा स्वीकार करीत नाहीत, कारण अद्वैतवाद धोक्यात येण्याची त्यांना भीती वाटते. ज्ञान आणि ज्ञाता यांच्यामधील द्वैताचा स्वीकार अद्वैतवादी करीत नाहीत; परंतु या श्लोकामध्ये, दिव्य इंद्रियांद्वारे अनुभवाला येणाऱ्या दिव्य आनंदाचा स्वीकार करण्यात आला आहे. योगपद्धतीचे प्रसिद्ध प्रतिपादक पतंजली मुनी आपल्या योगसूत्रामध्ये (३.३४) सांगतात की *पुरुषार्थशून्यानां गुणानां प्रतिप्रसवः कैवल्यं स्वरूपप्रतिष्ठा वा चितिशक्तिरिति.* ही *चितिशक्ति* किंवा अंतरंगा शक्ती दिव्य आहे. पुरुषार्थ म्हणजे धर्म, अर्थ, काम आणि शेवटी भगवंतांशी एक होण्याचा प्रयत्न होय. या भगवंतांशी विलीन होण्यालाच अद्वैतवादी *कैवल्यम्* असे म्हणतात, परंतु पतंजलीनुसार हे कैवल्यम् म्हणजे अंतरंगा किंवा दिव्य शक्ती होय, ज्याद्वारे जीवाला आपल्या मूळ स्वरूपाची जाणीव होते. श्री चैतन्य महाप्रभूंच्या शब्दांत, या अवस्थेला *चेतोदर्पणमार्जनम्* किंवा मनरूपी मलिन आरसा स्वच्छ करणे असे म्हणतात. हे मार्जन म्हणजेच वास्तविक मुक्ती किंवा *भवमहादावाग्निनिर्वापणम्* होय. निर्वाणाचा सिद्धांतही प्रारंभिक अवस्थेमध्ये या तत्त्वांशी मिळताजुळता आहे. श्रीमद्भागवतामध्ये (२.१०.६) यालाच *स्वरूपेण व्यवस्थितिः* असे म्हटले आहे. भगवद्गीतेच्या या श्लोकामध्येही याचीच पुष्टी करण्यात आली आहे.

निर्वाण किंवा भौतिक अंतानंतर आध्यात्मिक क्रियांची किंवा कृष्णभावना म्हटल्या जाणाऱ्या भगवत्‌सेवेची अभिव्यक्ती होते. श्रीमद्‌भागवताच्या शब्दांत *स्वरूपेण व्यवस्थितिः* अर्थात, आत्म्याचे हेच वास्तविक जीवन आहे. भौतिक दोषांमुळे दूषित झालेल्या आध्यात्मिक जीवनाच्या अवस्थेला *माया* असे म्हणतात. या भौतिक विषयांपासून मुक्त होणे म्हणजे जीवाच्या मूळ शाश्वत स्वरूपाचा विनाश नव्हे. या गोष्टीचा स्वीकार पतंजलींनी *कैवल्यं स्वरूपप्रतिष्ठा वा चितिशक्तिरिति* या शब्दांत केला आहे. ही चितिशक्ती किंवा दिव्य आनंद म्हणजेच वास्तविक जीवन आहे. वेदान्त सूत्रामध्येही (१.१.१२) याला *आनन्दमयोऽभ्यासात्* म्हणून पुष्टी देण्यात आली आहे. हा स्वाभाविक दिव्य आनंद म्हणजेच योगाचे अंतिम ध्येय आहे आणि हा दिव्यानंद भक्तियोगाच्या आचरणाने सहज साध्य होतो. भक्तियोगाचे विस्तृत वर्णन भगवद्‌गीतेच्या सातव्या अध्यायात करण्यात येईल.

या अध्यायामध्ये वर्णन केल्याप्रमाणे योगपद्धतीमध्ये *संप्रज्ञात समाधि* आणि *असंप्रज्ञात समाधि* असे समाधीचे दोन प्रकार आहेत. जेव्हा मनुष्य विविध तात्त्विक अन्वेषणांनी दिव्य स्थितीमध्ये स्थित होतो तेव्हा त्याने संप्रज्ञात समाधी प्राप्त केल्याचे म्हटले जाते. असंप्रज्ञात समाधीमध्ये सांसारिक आनंदाशी मुळीच संबंध राहत नाही, कारण या अवस्थेत मनुष्य इंद्रियांपासून प्राप्त होणाऱ्या सर्व प्रकारच्या सुखांच्या पलीकडे गेलेला असतो. योगी एकदा या दिव्य अवस्थेत स्थिर झाला म्हणजे, तो त्यापासून कधीच विचलित होत नाही. जोपर्यंत तो या स्थानाची प्राप्ती करीत नाही तोपर्यंत तो अयशस्वीच राहतो. विविध प्रकारच्या इंद्रियतृप्तींनी युक्त आजचा तथाकथित योगाभ्यास म्हणजे विपर्यासच आहे. संभोग आणि मद्यपान करण्यात मग्न असलेला योगी म्हणजे एक थट्टा आहे. योगसाधनेतील सिद्धींकडे जे योगी आकर्षित होतात ते सुद्धा योगामध्ये पूर्णपणे स्थित नसतात. जर योगिजन, योगाच्या उपफळांनी आकर्षिले गेले तर, या श्लोकामध्ये सांगितल्याप्रमाणे, ते पूर्णावस्था प्राप्त करू शकत नाही. म्हणून ज्या व्यक्ती आसनांच्या कसरतीच्या प्रदर्शनात किंवा सिद्धी प्राप्तीच्या मागे लागल्या आहेत, त्यांनी जाणले पाहिजे की, या प्रकारे त्यांनी योगाभ्यासाचा उद्देश गमावला आहे.

या युगामध्ये सर्वोत्तम योगपद्धती म्हणजे कृष्णभावना आहे कारण, ती कधीच निष्फळ ठरत नाही. कृष्णभावनाभावित मनुष्य आपल्या कार्यामध्ये इतका सुखी असतो की, तो इतर कोणत्याही सुखाची आकांक्षा करीत नाही. या दंभग्रस्त युगात हठयोग, ध्यानयोग आणि ज्ञानयोग यांच्या अभ्यासात अनेक विघ्ने येतात; पण कर्मयोग किंवा भक्तियोगाच्या आचरणात अन्य प्रश्नच उद्‌भवत नाही.

जोपर्यंत भौतिक शरीर अस्तित्वात आहे तोपर्यंत आहार, निद्रा, भय आणि मैथुन या शारीरिक गरजा भागवाव्याच लागतात, परंतु विशुद्ध भक्तियोग किंवा कृष्णभावनेमध्ये स्थित झालेला मनुष्य आपल्या शारीरिक गरजा भागविताना इंद्रियांना उत्तेजित करीत नाही. याउलट वाईट गोष्टींचा चांगला उपयोग करून तो जीवनासाठी अनिवार्य अशाच गोष्टींचा स्वीकार करतो आणि कृष्णभावनेतील दिव्य सुखाचा उपभोग घेतो. अपघात, रोगराई, टंचाई, आपल्या प्रिय नातलगांचा मृत्यू इत्यादी आपत्कालीन घटनांबद्दल तो अनास्था दाखवितो; परंतु भक्तियोग किंवा

कृष्णभावनायुक्त आपल्या कर्तव्यांचे पालन करण्यात तो सदैव तत्पर असतो. अपघातासारख्या आपत्तीमुळे तो आपल्या कर्तव्यापासून कधीच विचलित होत नाही. भगवद्गीतेत (२.१४) सांगितले आहे की, *आगमापायिनोऽनित्यास्तांस्तितिक्षस्व भारत.* अशा सर्व आपत्कालीन आपत्तींना तो सहन करतो, कारण त्याला माहीत असते की अशा आपत्ती येतात आणि जातात आणि त्यामुळे आपल्या कर्तव्यांवर त्याचा काही परिणाम होत नाही. याप्रमाणे तो योगाभ्यासातील परमसिद्धी प्राप्त करतो.

**स निश्चयेन योक्तव्यो योगोऽनिर्विण्णचेतसा।**
**सङ्कल्पप्रभवान्कामांस्त्यक्त्वा सर्वानशेषतः।**
**मनसैवेन्द्रियग्रामं विनियम्य समन्ततः ॥ २४॥**

**सः**—त्या; **निश्चयेन**—दृढनिश्चयाने; **योक्तव्यः**—अभ्यास केला पाहिजे; **योगः**—योगाचा; **अनिर्विण्ण-चेतसा**—विचलित न होता; **सङ्कल्प**—मानसिक तर्क; **प्रभवान्**—उत्पन्न; **कामान्**—भौतिक कामना; **त्यक्त्वा**—त्याग करून; **सर्वान्**—सर्व; **अशेषतः**—पूर्णपणे; **मनसा**—मनाद्वारे; **एव**—निश्चितपणे; **इन्द्रिय-ग्रामम्**—संपूर्ण इंद्रिय समूह; **विनियम्य**—नियमित करून; **समन्ततः**—सर्व बाजूंनी.

**मनुष्याने दृढ निश्चयाने आणि श्रद्धेने योगाभ्यासामध्ये युक्त झाले पाहिजे आणि त्याने योगमार्गातून विचलित होऊ नये. मानसिक तर्कामुळे उत्पन्न झालेल्या सर्व भौतिक कामनांचा पूर्ण त्याग करून मनाद्वारे सर्व इंद्रियांना सर्व बाजूंनी संयमित केले पाहिजे.**

**तात्पर्य:** योगाच्या अभ्यासकाने दृढनिश्चयी असावे आणि विचलित न होता धैर्याने अभ्यास करावा. मनुष्याला अंतिम यशप्राप्तीची शाश्वती असली पाहिजे आणि यशप्राप्तीमध्ये जरी विलंब लागला तरी त्याने निरुत्साही न होता दृढनिश्चयी होऊन योगाभ्यास केला पाहिजे. खडतर अभ्यासकाला नक्कीच यश प्राप्त होते. भक्तियोगाबद्दल रूप गोस्वामी सांगतात की:

*उत्साहान्निश्चयाद्धैर्यात्तत्तत्कर्मप्रवर्तनात् ।*
*संगत्यागात्सतो वृत्तेः षड्भिर्भक्तिः प्रसिद्ध्यति ॥*

"अंत:करणपूर्वक उत्साह, निश्चय आणि धैर्याने भक्तांच्या सत्संगामध्ये विहित कार्यांचे पालन करून व पूर्णपणे सत्त्वगुणाने युक्त होऊन कार्य केल्यामुळे मनुष्य यशस्वीपणे भक्तियोगाचे अनुसरण करू शकतो." (उपदेशामृत ३)

धैर्याच्या बाबतीत सांगावयाचे झाल्यास, समुद्राच्या लाटांमध्ये अंडे हरविलेल्या टिटवीचे उदाहरण मनुष्याने अनुसरले पाहिजे. एका टिटवीने समुद्रकिनाऱ्यावर आपली अंडी घातली होती; परंतु महासागराने आपल्या लाटांबरोबर ती अंडी वाहून नेली. हे पाहून टिटवी अत्यंत क्षुब्ध झाली आणि तिने सागराला आपली अंडी परत देण्यास सांगितले. समुद्राने तिच्या विनंतीकडे लक्षही दिले नाही. म्हणून तिने समुद्र आटविण्याचा निश्चय केला. तिने आपल्या लहानशा चोचीने पाणी आणण्यास सुरुवात केली आणि तिच्या अशक्यप्राय: धैर्याकडे पाहून

सर्वजण तिचा उपहास करू लागले. तिच्या धैर्याची वार्ता सर्वत्र पसरली आणि शेवटी भगवान श्रीविष्णूंचे वाहन, महाकाय गरुडाच्या कानी ही गोष्ट गेली. त्याला आपल्या बहिणीबद्दल करुणा वाटली आणि म्हणून तो टिटवीला पाहण्यास आला. लहानशा टिटवीचे धैर्य पाहून गरुड तिच्यावर प्रसन्न झाला आणि त्याने टिटवीला मदत करण्याचे आश्वासन दिले. याप्रमाणे गरुडाने तात्काळ समुद्राला टिटवीची अंडी परत देण्यास सांगितले, अन्यथा तो स्वत: समुद्राला आटविण्याचे, टिटवीचे काम पत्करील. यामुळे समुद्र भयभीत झाला आणि त्याने टिटवीची अंडी परत केली. अशा प्रकारे गरुडाच्या कृपेने टिटवी अतिशय आनंदी झाली.

त्याचप्रमाणे योगाभ्यास, विशेषकरून कृष्णभावनायुक्त भक्तियोग म्हणजे एक कठीण गोष्ट असल्याप्रमाणे वाटेल, परंतु जो कोणी दृढतेने नियमांचे पालन करतो, त्याला भगवंत नक्कीच साहाय्य करतात, कारण जे स्वत:ला मदत करतात त्यांना भगवंत मदत करतात.

**शनैः शनैरुपरमेद्बुद्ध्या धृतिगृहीतया ।**
**आत्मसंस्थं मनः कृत्वा न किञ्चिदपि चिन्तयेत् ॥ २५ ॥**

**शनैः**—हळूहळू; **शनैः**—क्रमाक्रमाने; **उपरमेत्**—मनुष्याने आवरले पाहिजे; **बुद्ध्या**—बुद्धीने; **धृति-गृहीतया**—दृढ विश्वासाने युक्त; **आत्म-संस्थम्**—समाधीमध्ये; **मनः**—मन; **कृत्वा**—करून; **न**—नाही; **किञ्चित्**—इतर काहीही; **अपि**—सुद्धा; **चिन्तयेत्**—विचार करावा.

**हळूहळू, क्रमशः दृढविश्वासाने युक्त झालेल्या बुद्धीद्वारे समाधीमध्ये मनुष्याने स्थित झाले पाहिजे आणि याप्रमाणे मन केवळ आत्म्यावर स्थिर केले पाहिजे व इतर कशाचाही विचार करू नये.**

**तात्पर्यः** योग्य विश्वास आणि बुद्धीद्वारे मनुष्याने क्रमशः इंद्रियांच्या क्रियांचा लय केला पाहिजे. यालाच *प्रत्याहार* असे म्हणतात. दृढविश्वास, ध्यान आणि इंद्रियनिग्रह यांद्वारे मन संयमित करून मनाला समाधीस्थ करावे. त्या वेळी देहात्मबुद्धीमुळे प्रभावित होण्याची शक्यता राहत नाही. दुसऱ्या शब्दांत सांगावयाचे तर, भौतिक शरीर असेपर्यंत जरी मनुष्याचा भौतिक प्रकृतीशी संपर्क असला तरी त्याने इंद्रियतृप्ती करण्याचा विचार करू नये. परमात्म्याच्या आनंदाव्यतिरिक्त इतर कोणत्याही आनंदाचा त्याने विचार करू नये. कृष्णभावनेच्या प्रत्यक्ष आचरणाने ही स्थिती सहजपणे प्राप्त होते.

**यतो यतो निश्चलति मनश्चञ्चलमस्थिरम् ।**
**ततस्ततो नियम्यैतदात्मन्येव वशं नयेत् ॥ २६ ॥**

**यतः यतः**—जेथे जेथे; **निश्चलति**—विचलित होते; **मनः**—मन; **चञ्चलम्**—चंचल; **अस्थिरम्**—अस्थिर; **ततः ततः**—तेथून तेथून; **नियम्य**—नियमित करून; **एतत्**—हे; **आत्मनि**—आत्म्याच्या ठिकाणी; **एव**—निश्चितच; **वशम्**—वश; **नयेत्**—ताब्यात आणावे.

**आपल्या चंचल आणि अस्थिर स्वभावामुळे मन जेथे जेथे भरकटते तेथून मनुष्याने ते खेचून घ्यावे आणि आत्म्याच्या नियंत्रणात आणावे.**

**तात्पर्य:** मनाचा स्वभाव चंचल आणि अस्थिर आहे, परंतु आत्मसाक्षात्कारी योगी व्यक्तीने मनाद्वारे वश न होता, मनाला वश केले पाहिजे. जो मनाला आणि इंद्रियांनाही संयमित करतो, त्याला *गोस्वामी* किंवा *स्वामी* असे म्हणतात आणि मनाचे ज्याच्यावर नियंत्रण आहे त्याला *गो-दास* किंवा इंद्रियांचा दास असे म्हणतात. गोस्वामी व्यक्तीला इंद्रियसुखाची पातळी माहीत असते. दिव्य इंद्रियसुखामध्ये, इंद्रिये ही इंद्रियांचे स्वामी, हृषीकेश, श्रीकृष्ण यांच्या सेवेमध्ये युक्त असतात. विशुद्ध इंद्रियांद्वारे केलेल्या श्रीकृष्णांच्या सेवेलाच कृष्णभावना असे म्हणतात. इंद्रियांना पूर्णपणे नियंत्रित करण्याचा हाच मार्ग आहे. अधिक काय सांगावे, योगाभ्यासाची हीच परमसिद्धी आहे.

**प्रशान्तमनसं ह्येनं योगिनं सुखमुत्तमम् ।**
**उपैति शान्तरजसं ब्रह्मभूतमकल्मषम् ॥ २७॥**

**प्रशान्त**—शांत, श्रीकृष्णांच्या चरणकमलांवर स्थित; **मनसम्**—ज्याचे मन; **हि**—निश्चितच; **एनम्**—हे; **योगिनम्**—योगी; **सुखम्**—सुख; **उत्तमम्**—परमोच्च; **उपैति**—प्राप्त करतो; **शान्त-रजसम्**—ज्यांचा रजोगुण शांत झाला आहे; **ब्रह्म-भूतम्**—ब्रह्माशी संबंधित आपल्या स्वरूपाच्या ज्ञानाद्वारे प्राप्त झालेली मुक्ती; **अकल्मषम्**—पूर्वसंचित पापांतून मुक्त.

**ज्या योगी मनुष्याचे मन माझ्यावर स्थिर झाले आहे, त्याला निश्चितच दिव्य सुखाची परमावधी प्राप्त होते. तो रजोगुणाच्या पलीकडे असतो, त्याला ब्रह्माशी असलेल्या गुणात्मक स्वरूपाचा साक्षात्कार होतो आणि याप्रमाणे तो आपल्या पूर्वकर्मफलांपासून मुक्त होतो.**

**तात्पर्य:** भौतिक दोषांतून मुक्त होणे आणि भगवंतांच्या दिव्य सेवेमध्ये स्थित होणे म्हणजेच ब्रह्मभूत अवस्था होय. *मद्‌भक्तिं लभते पराम्* (भगवद्‌गीता १८.५४) जोपर्यंत मनुष्याचे मन भगवंतांच्या चरणकमलांवर स्थित होत नाही तोपर्यंत तो ब्रह्मभूत अवस्थेमध्ये राहू शकत नाही. *स वै मन: कृष्णपदारविन्दयो:.* भगवंतांच्या दिव्य प्रेममयी सेवेमध्ये निरंतर युक्त राहणे किंवा कृष्णभावनाभावित राहणे म्हणजेच, सर्व भौतिक दोषांतून आणि रजोगुणातून मुक्त होणे होय.

**युञ्जन्नेवं सदात्मानं योगी विगतकल्मष: ।**
**सुखेन ब्रह्मसंस्पर्शमत्यन्तं सुखमश्नुते ॥ २८॥**

**युञ्जन्**—योगाभ्यासामध्ये युक्त होणे; **एवम्**—याप्रमाणे; **सदा**—नेहमी; **आत्मानम्**—आत्मा; **योगी**—योगी, जो परमात्म्याच्या संपर्कात आहे; **विगत**—पासून मुक्त; **कल्मष:**—कल्मष किंवा भौतिक दोष; **सुखेन**—दिव्य सुखामध्ये; **ब्रह्म-संस्पर्शम्**—ब्रह्माशी निरंतर संलग्न असलेला; **अत्यन्तम्**—परमोच्च; **सुखम्**—सुख; **अश्नुते**—प्राप्त करतो.

**याप्रमाणे योगाभ्यासामध्ये निरंतर युक्त असलेला योगी सर्व भौतिक दोषांतून मुक्त होतो आणि भगवंतांच्या दिव्य प्रेममयी सेवेमध्ये, परिपूर्ण सुखाच्या परमोच्च अवस्थेची प्राप्ती करतो.**

**तात्पर्य:** आत्मसाक्षात्कार म्हणजे भगवंतांशी संबंधित आपले वैधानिक स्वरूप जाणणे होय. जीव हा भगवंतांचा अंश आहे आणि भगवंतांची दिव्य सेवा करणे हेच त्याचे स्वरूप आहे. ब्रह्माशी असणाऱ्या या दिव्य संबंधालाच *ब्रह्म-संस्पर्श* असे म्हटले जाते.

**सर्वभूतस्थमात्मानं सर्वभूतानि चात्मनि ।**
**ईक्षते योगयुक्तात्मा सर्वत्र समदर्शनः ॥ २९ ॥**

**सर्व-भूत-स्थम्**—सर्व प्राण्यांत स्थित; **आत्मानम्**—परमात्मा; **सर्व**—सर्व; **भूतानि**—जीव; **च**—सुद्धा; **आत्मनि**—आत्म्यामध्ये; **ईक्षते**—पाहतो; **योग-युक्त-आत्मा**—कृष्णभावनाभावित मनुष्य; **सर्वत्र**—सर्वत्र; **सम-दर्शनः**—समभावनेने पाहणारा.

**वास्तविक योगी, सर्व प्राणिमात्रांमध्ये मला पाहतो आणि सर्व प्राणिमात्रांना सुद्धा माझ्यामध्ये पाहतो. निःसंदेह आत्मसाक्षात्कारी व्यक्ती मला ( भगवंतांना ) सर्वत्र पाहते.**

**तात्पर्य:** कृष्णभावनाभावित योगी हा परिपूर्ण द्रष्टा असतो, कारण तो परब्रह्म श्रीकृष्णांना, परमात्मा रूपाने प्रत्येकाच्या हृदयात स्थित असल्याचे पाहतो. *ईश्वरः सर्वभूतानां हृद्देशेऽर्जुन तिष्ठति.* भगवंत आपल्या परमात्मा रूपात कुत्रा आणि ब्राह्मण दोघांमध्येही वास करतात. परिपूर्ण योगी जाणतो की, भगवंत हे नित्य दिव्यच असतात आणि ते कुत्र्यामध्ये वास करोत अथवा ब्राह्मणामध्ये वास करोत, भौतिक प्रकृतीने ते प्रभावित होत नाहीत. हीच भगवंतांची परम-समदृष्टी होय. स्वतंत्र आत्माही प्रत्येक हृदयामध्ये स्थित असतो; परंतु तो सर्वव्यापी नसतो. आत्मा आणि परमात्म्यामध्ये हाच भेद आहे. जो वास्तविकपणे योगाभ्यास करीत नाही तो हे पाहू शकत नाही. कृष्णभावनाभावित मनुष्य हा श्रीकृष्णांना श्रद्धायुक्त आणि श्रद्धाहीन दोन्ही प्रकारच्या मनुष्यांमध्ये पाहू शकतो. स्मृतीमध्ये याला पुढीलप्रमाणे पुष्टी देण्यात आली आहे. *आततत्त्वाच्च मातृत्वाच्च आत्मा हि परमो हरिः.* भगवंत हे सर्व जीवांचे उगमस्थान असल्यामुळे ते पालनकर्ता आणि मातेप्रमाणे आहेत. ज्याप्रमाणे माता सर्व मुलांशी समानतेने वागते त्याचप्रमाणे परमपिता ( किंवा माता) भगवंतही समानतेने वागतात. म्हणून परमात्मा प्रत्येक जीवामध्ये नित्य वास करतो.

बाह्यतः सुद्धा प्रत्येक जीव भगवंतांच्या शक्तीमध्ये स्थित आहे. सातव्या अध्यायामध्ये सांगितले जाईल, की मुख्यतः भगवंतांच्या आध्यात्मिक किंवा परा आणि भौतिक किंवा अपरा या दोन शक्ती आहेत. जीव जरी आध्यात्मिक शक्तीचे अंश असले तरी ते भौतिक शक्तीद्वारे बद्ध होतात. याप्रमाणे जीव हे सदैव भगवंतांच्या शक्तीतच स्थित असतात. कोणत्या ना कोणत्या प्रकारे प्रत्येक जीव हा भगवंतांमध्ये स्थित आहे. योगी सर्वांकडे समदृष्टीने पाहतो, कारण त्याला माहीत असते की, सर्व जीव आपापल्या कर्मफलांनुसार विविध अवस्थांमध्ये असले, तरी ते सदासर्वदा भगवंतांचे सेवकच असतात. जेव्हा जीव भौतिक शक्तीत असतात तेव्हा ते भौतिक इंद्रियांची सेवा करतात आणि जेव्हा ते आध्यात्मिक शक्तीत असतात तेव्हा ते भगवंतांची प्रत्यक्ष सेवा करतात. कोणत्याही दशेमध्ये जीव हा परमेश्वराचा सेवकच असतो. ही समदृष्टी कृष्णभावनाभावित व्यक्तीकडे पूर्णपणे असते.

**योो मां पश्यति सर्वत्र सर्वं च मयि पश्यति।**
**तस्याहं न प्रणश्यामि स च मे न प्रणश्यति॥ ३०॥**

**यः**—जो; **माम्**—मला; **पश्यति**—पाहतो; **सर्वत्र**—सर्वत्र; **सर्वम्**—सर्व; **च**—आणि; **मयि**—माझ्या ठिकाणी; **पश्यति**—पाहतो; **तस्य**—त्याच्यासाठी; **अहम्**—मी; **न**—नाही; **प्रणश्यामि**—मी दुरावतो किंवा अंतरतो; **सः**—तो; **च**—सुद्धा; **मे**—मला; **न**—नाही; **प्रणश्यति**—मुकतो.

**जो मला सर्वत्र पाहतो आणि सर्व काही माझ्यामध्ये पाहतो, त्याला मी कधी दुरावत नाही, तसेच तोही मला कधी दुरावत नाही.**

**तात्पर्य:** कृष्णभावनाभावित व्यक्ती निश्‍चितच भगवान श्रीकृष्णांना सर्वत्र पाहते आणि सर्व काही श्रीकृष्णांमध्ये पाहते. अशी व्यक्ती भौतिक प्रकृतीच्या सर्व निरनिराळ्या अभिव्यक्तींना पाहात असल्याचे दिसते; परंतु सर्व काही श्रीकृष्णांच्याच शक्तीचे प्रकटीकरण असल्याचे त्याला ज्ञान असल्याने प्रत्येक गोष्टीत त्याला श्रीकृष्णांच्या उपस्थितीची जाणीव असते. श्रीकृष्णांशिवाय कोणतीही गोष्ट अस्तित्वात राहू शकत नाही आणि श्रीकृष्ण हेच सर्व गोष्टींचे अधिपती आहेत, हेच कृष्णभावनेचे आधारभूत तत्त्व आहे. कृष्णभावना म्हणजे कृष्णप्रेमाची परिपक्वता होय आणि ही स्थिती भौतिक मोक्षाच्याही अतीत आहे. आत्मसाक्षात्काराच्या अतीत, या कृष्णभावनेच्या स्तरावर भक्त श्रीकृष्णांशी एकरूप होतो, अर्थात भक्तासाठी श्रीकृष्ण हेच सर्वस्व होतात आणि भक्त कृष्णप्रेममय होतो. त्यानंतर भगवंत आणि भक्त यांच्यामध्ये अत्यंत निकट संबंध प्रस्थापित होतात. त्या अवस्थेमध्ये जीवाचा कधीच विलय होऊ शकत नाही. तसेच भगवंतही भक्ताच्या दृष्टीआड होत नाहीत. श्रीकृष्णांमध्ये विलीन होणे म्हणजे आध्यात्मिक विनाशच आहे. भक्त असा धोका पत्करीत नाही. ब्रह्मसंहितेमध्ये सांगण्यात आले आहे की, (५.३८)

*प्रेमाञ्जनच्छुरित भक्तिविलोचनेन*
*सन्तः सदैव हृदयेषु विलोकयन्ति ।*
*यं श्यामसुन्दरमचिन्त्यगुणस्वरूपं*
*गोविन्दमादिपुरुषं तमहं भजामि ॥*

"मी आदिपुरुष श्रीगोविंदांना प्रणाम करतो ज्यांना भक्त प्रेमरूपी अंजनाने माखलेल्या नेत्रांनी पाहतात. भक्ताच्या हृदयामध्ये निवास करणाऱ्या श्रीगोविंदांना, त्यांच्या शाश्वत श्यामसुंदर रूपामध्ये पाहिले जाते."

या अवस्थेत, भगवान श्रीकृष्ण भक्ताच्या दृष्टीपुढे कधीही अगोचर होत नाहीत, तसेच भक्तही भगवंतांच्या दृष्टीआड होत नाही. हृदयास्थित परमात्म्याला पाहणाऱ्या योगीच्या बाबतीतही हीच गोष्ट लागू पडते. असा योगी विशुद्ध भक्त बनतो आणि स्वतःच्या ठायी भगवंतांना पाहिल्याविना क्षणभर जगणेही तो सहन करू शकत नाही.

**सर्वभूतस्थितं यो मां भजत्येकत्वमास्थितः।**
**सर्वथा वर्तमानोऽपि स योगी मयि वर्तते॥ ३१॥**

**सर्व-भूत-स्थितम्**—प्रत्येक जीवाच्या हृदयामध्ये स्थित; **यः**—जो; **माम्**—माझी; **भजति**—भक्तिभावाने सेवा करतो; **एकत्वम्**—एकरूपत्वामध्ये; **आस्थितः**—स्थित झालेला; **सर्वथा**—सर्व प्रकारे; **वर्त-मानः**—स्थित होऊन; **अपि**—जरी; **सः**—तो; **योगी**—योगी; **मयि**—माझ्यामध्ये; **वर्तते**—राहतो.

**जो योगी मी आणि परमात्मा अभिन्न असल्याचे जाणून परमात्म्याच्या भक्तिपूर्ण सेवेमध्ये युक्त होतो, तो सर्व परिस्थितीत माझ्यामध्ये सदैव निवास करतो.**

**तात्पर्यः** परमात्म्यावर ध्यान करीत असलेला योगी आपल्या अंतर्यामी श्रीकृष्णांचे विस्तारित रूप असलेल्या चतुर्भुज शंख, चक्र, गदा, पद्मधारी श्रीविष्णूंना पाहात असतो. योगी व्यक्तीने जाणले पाहिजे की, श्रीविष्णू आणि श्रीकृष्ण हे अभिन्न आहेत. या परमात्मा रूपामध्ये श्रीकृष्णच प्रत्येकाच्या हृदयामध्ये निवास करतात. शिवाय असंख्य जीवांच्या हृदयात स्थित असणाऱ्या असंख्य परमात्म्यामध्ये कोणताही भेद नाही. तसेच, श्रीकृष्णांच्या दिव्य प्रेममयी सेवेमध्ये सदैव युक्त असलेल्या कृष्णभावनाभावित व्यक्तीमध्ये आणि परमात्म्यावर ध्यान करण्यात मग्न असलेल्या परिपूर्ण योगी व्यक्तीमध्येही मुळीच भेद नाही. कृष्णभावनाभावित योगी, भौतिक जगतात असताना जरी विविध कर्मांमध्ये गुंतलेला असला तरी तो श्रीकृष्णांमध्येच सदैव स्थित असतो. याला श्रील रूप गोस्वामींच्या भक्तिरसामृतसिंधू (१.२.१८७) मध्ये पुष्टी देण्यात आली आहे. *निखिलास्वप्यवस्थासु जीवन्मुक्तः स उच्यते*—कृष्णभावनाभावित कर्म करणारा भगवद्भक्त हा आपोआपच मुक्त झालेला असतो. नारदपंचरात्र याला पुष्टी देते:

*दिक्कालाद्यनच्छिन्ने कृष्णे चेतो विधाय च ।*
*तन्मयो भवति क्षिप्रं जीवो ब्रह्मणि योजयेत् ॥*

"सर्वव्यापी आणि देश-कालातीत श्रीकृष्णांच्या दिव्य स्वरूपावर ध्यान एकाग्र केल्याने मनुष्य श्रीकृष्णांच्या चिंतनात तल्लीन होतो आणि मग त्यांच्या दिव्य सहवासाच्या सुखमय अवस्थेची त्याला प्राप्ती होते."

कृष्णभावना म्हणजे योगाभ्यासातील परमोच्च समाधिस्थ अवस्था होय. श्रीकृष्ण हेच परमात्मारूपाने प्रत्येकाच्या हृदयामध्ये उपस्थित आहेत, केवळ या ज्ञानानेच योगी निर्दोष होतो. भगवंतांच्या या अचिंत्य शक्तीबद्दल वेद (गोपालतापनि उपनिषद् १.२१) पुढीलप्रमाणे सांगतात, *एकोऽपि सन्बहुधा योऽवभाति*—भगवंत जरी एकच असले तरी ते असंख्य हृदयांमध्ये उपस्थित आहेत. त्याचप्रमाणे स्मृतिशास्त्रात सांगण्यात आले आहे की:

*एक एव परो विष्णुः सर्वव्यापी न संशयः ।*
*ऐश्वर्याद् रूपमेकं च सूर्यवत् बहुधेयते ॥*

"श्रीविष्णू हे एकच आहेत, तरीही निश्चितच ते सर्वव्यापी आहेत. ज्याप्रमाणे सूर्य एकाच वेळी अनेक ठिकाणी दिसतो त्याचप्रमाणे आपले एकच रूप असले तरी ते आपल्या अचिंत्य शक्तीच्या प्रभावाने सर्वत्र उपस्थित आहेत."

**आत्मौपम्येन सर्वत्र समं पश्यति योऽर्जुन।**
**सुखं वा यदि वा दु:खं स योगी परमो मत: ॥ ३२ ॥**

**आत्म**—आपल्या स्वत:च्या; **औपम्येन**—तुलनेने; **सर्वत्र**—सर्वत्र; **समम्**—समदृष्टीने; **पश्यति**—पाहतो; **य:**—जो; **अर्जुन**—हे अर्जुन; **सुखम्**—सुख; **वा**—किंवा; **यदि**—जरी; **वा**—अथवा; **दु:खम्**—दु:ख; **स:**—असा; **योगी**—योगी; **परम:**—परम, परिपूर्ण; **मत:**—मानला जातो.

**हे अर्जुन! जो आपल्या स्वत:च्या तुलनेने, सर्व जीवांकडे त्यांच्या सुखामध्ये आणि दु:खामध्ये, वास्तविक समतेने पाहतो तोच परिपूर्ण योगी होय.**

**तात्पर्य:** जो कृष्णभावनाभावित आहे तो परिपूर्ण योगी होय. त्याला आपल्या अनुभवाच्या आधारे सर्वांच्या सुखाची आणि दु:खाची जाणीव असते. जीवाच्या दु:खाचे कारण म्हणजे त्याला भगवंतांशी असलेल्या आपल्या संबंधाचे झालेले विस्मरण होय आणि सुखाचे कारण म्हणजे, श्रीकृष्ण हेच मनुष्याच्या सर्व कर्मांचे परमभोक्ता आहेत, सर्व भूमी आणि लोकांचे अधिपती आहेत आणि सर्व जीवांचे प्रामाणिक हितचिंतक आहेत, हे जाणणे होय. परिपूर्ण योगी जाणतो की, प्राकृतिक गुणांमुळे बद्ध झालेला जीव हा, श्रीकृष्णांशी असलेल्या आपल्या संबंधाची विस्मृती झाल्यामुळे त्रिविध भौतिक तापांच्या अधीन होतो. कृष्णभावनाभावित असलेला मनुष्य हा सुखी असल्याकारणाने तो श्रीकृष्णांच्या ज्ञानाचा सर्वत्र प्रसार करण्याचा प्रयत्न करतो. परिपूर्ण योगी हा, कृष्णभावनाभावित होण्याच्या महत्त्वाचा सर्वत्र प्रसार करण्याचा प्रयत्न करीत असल्याने तो जगातील सर्वोत्तम परोपकारी आहे आणि तो भगवंतांचा अत्यंत प्रिय सेवक आहे. *न च तस्मान् मनुष्येषु कश्चिन्मे प्रियकृत्तम:* (भगवद्गीता १८.६९). दुसऱ्या शब्दांत सांगावयाचे तर, भगवंतांचा भक्त हा सदैव सर्व जीवांच्या कल्याणाकडे लक्ष देत असतो आणि या प्रकारे तो वास्तविकपणे प्रत्येकाचा मित्र आहे. तो सर्वोत्तम योगी आहे, कारण तो स्वत:च्या वैयक्तिक लाभासाठी योगसिद्धीची अभिलाषा करीत नाही तर तो इतरांच्या हिताकरिता प्रयत्नशील असतो. तो आपल्या बरोबरीच्या जीवांचा मत्सर करीत नाही. भगवंतांचा विशुद्ध भक्त आणि केवळ आपल्या वैयक्तिक उन्नतीची कामना करणारा योगी, यांच्यामध्ये हाच फरक आहे. पूर्णरूपाने ध्यान करण्यासाठी एकांतवास स्वीकारलेला जो योगी असतो तो, प्रत्येक मनुष्याला कृष्णभावनाभावित करण्याचा प्रयत्न करणाऱ्या भक्ताइतपत परिपूर्ण असू शकत नाही.

अर्जुन उवाच
**योऽयं योगस्त्वया प्रोक्त: साम्येन मधुसूदन।**
**एतस्याहं न पश्यामि चञ्चलत्वात्स्थितिं स्थिराम्॥ ३३ ॥**

**अर्जुन: उवाच**—अर्जुन म्हणाला; **य: अयम्**—ही पद्धती; **योग:**—योग; **त्वया**—तुमच्याकडून; **प्रोक्त:**—वर्णित; **साम्येन**—सामान्यत:; **मधु-सूदन**—हे मधुसूदन; **एतस्य**—याची; **अहम्**—मी; **न**—नाही; **पश्यामि**—पाहतो; **चञ्चलत्वात्**—चंचल असल्यामुळे; **स्थितिम्**—स्थिती; **स्थिराम्**—स्थिर.

**अर्जुन म्हणाला: हे मधुसूदन! तुम्ही सांगितलेली योगपद्धती ही मला अव्यवहार्य आणि असह्य वाटते, कारण मन हे चंचल आणि अस्थिर आहे.**

**तात्पर्य:** *शुचौ देशे* पासून प्रारंभ होणाऱ्या आणि *योगी परम:* या शब्दांमध्ये अंत होणाऱ्या ज्या योगपद्धतीचे वर्णन भगवान श्रीकृष्णांनी अर्जुनाला केले, त्या पद्धतीचा अर्जुनाने अस्वीकार केला. कारण त्याला वाटले की, आपण या योगपद्धतीचा अभ्यास करण्यात असमर्थ आहोत. या कलियुगामध्ये सामान्य मनुष्याला गृहत्याग करून, वनामध्ये किंवा अरण्यामध्ये, एकांतवासात, योगाभ्यास करण्यासाठी जाणे शक्य नाही. या युगाचे लक्षण आहे की, मनुष्याचे आयुष्य अत्यंत अल्प असेल आणि या अल्पायुषी जीवनासाठीसुद्धा त्याला अत्यंत कठीण संघर्ष करावा लागेल. साध्या व्यावहारिक साधनांनी सुद्धा आत्मसाक्षात्कार करून घेण्याकडे लोक गंभीरपणे प्रवृत्त होत नाहीत, तर मग या कठीण योगपद्धतीबद्दल तर बोलायलाच नको. कारण या योगपद्धतीत, जीवनविधी, आसनस्थ होण्याची पद्धत, स्थानाची निवड आणि भौतिक कार्यांपासून मनाला अनासक्त करणे इत्यादी गोष्टी नियंत्रित कराव्या लागतात. व्यवहार्य मनुष्य या नात्याने अर्जुन या योगपद्धतीचा अभ्यास करण्यास सर्व प्रकारे योग्य असला तरी, त्याला या योगपद्धतीचे आचरण करणे अशक्य वाटले. तो राजघराण्यातील होता आणि असंख्य गुणांनी युक्त होता, तो महान योद्धा होता, दीर्घायुषी होता आणि सर्वांत महत्त्वपूर्ण म्हणजे तो पुरुषोत्तम भगवान श्रीकृष्णांचा निकटस्थ सखा होता. पाच हजार वर्षांपूर्वी, आता आपल्याकडे आहेत त्यापेक्षा पुष्कळ चांगल्या सुविधा अर्जुनाकडे होत्या; पण तरीही त्याने ही योगपद्धती नाकारली. वस्तुत: अर्जुनाने या योगपद्धतीचा अभ्यास केल्याचे आपल्याला इतिहासात कुठेही आढळत नाही. म्हणून वर्तमान कलियुगामध्ये या योगपद्धतीचे आचरण सामान्यत: अशक्यप्राय: समजले पाहिजे. अर्थात, काही अत्यंत थोड्या दुर्मिळ मनुष्यांना ही योगपद्धती शक्य असू शकेल; परंतु सर्वसामान्य लोकांना ही एक अशक्य गोष्ट आहे. जर पाच हजार वर्षांपूर्वी ही स्थिती होती तर सद्यस्थितीबद्दल काय बोलावे ? जे या योगपद्धतीचे विविध योगसंस्थांमध्ये आणि योगवर्गांमध्ये अनुकरण करीत आहेत ते जरी समाधानी असले तरी केवळ कालापव्यय करीत आहेत. त्यांना अभिष्टध्येयाचे पूर्णपणे अज्ञान आहे.

**चञ्चलं हि मन: कृष्ण प्रमाथि बलवद्दृढम्।**
**तस्याहं निग्रहं मन्ये वायोरिव सुदुष्करम् ॥ ३४॥**

**चञ्चलम्**—चंचल; **हि**—निश्चितच; **मन:**—मन; **कृष्ण**—हे कृष्ण; **प्रमाथि**—विचलित करणारे; **बल-वत्**—बलवान; **दृढम्**—दुराग्रही; **तस्य**—त्याचे; **अहम्**—मी; **निग्रहम्**—निग्रह करणे; **मन्ये**—मला वाटते; **वायो:**—वायूच्या; **इव**—प्रमाणे; **सु-दुष्करम्**—कठीण किंवा दुष्कर.

**हे कृष्ण! मन हे चंचल, उच्छृंखल, दुराग्रही आणि अत्यंत बलवान असल्यामुळे मनाचा निग्रह करणे हे वायूला नियंत्रित करण्यापेक्षाही अत्यंत कठीण आहे असे मला वाटते.**

**तात्पर्य:** मन हे इतके बलिष्ठ आणि दुराग्रही आहे की, ते जरी बुद्धीच्या अधीन असले तरी ते कधीकधी बुद्धीवरही प्रभुत्व गाजविते. व्यवहारी जगात अनेक विरोधी शक्तींचा सामना कराव्या

लागणाऱ्या मनुष्याला मन संयमित करणे निश्चितच अत्यंत कठीण आहे. मनुष्याला मित्र आणि शत्रू दोघांबद्दलही कृत्रिमपणे समभाव असू शकेल, पण अंतिमत: कोणताही सांसारिक मनुष्य असे करू शकत नाही. कारण मनाला संयमित करणे हे वादळी वाऱ्याला नियंत्रित करण्याहूनही कठीण आहे. वेदांमध्ये (कठोपनिषद् १.३.३-४) सांगितले आहे की,

*आत्मानं रथिनं विद्धि शरीरं रथमेव च*
*बुद्धिं तु सारथिं विद्धि मन: प्रग्रहमेव च ।*
*इन्द्रियाणि हयानाहुर्विषयांस्तेषु गोचरान्*
*आत्मेन्द्रियमनोयुक्तं भोक्तेत्याहुर्मनीषिण: ॥*

"भौतिक देहरूपी रथामध्ये जीव हा स्वार आहे आणि बुद्धी ही त्याची सारथी आहे. मन हे लगाम आहे आणि इंद्रिये घोडे आहेत. याप्रमाणे जीव हा मन आणि इंद्रियांच्या सहवासात सुख किंवा दु:ख उपभोगतो, असे महान विचारवंत समजतात." बुद्धीने मनाला मार्गदर्शन केले पाहिजे; परंतु मन हे इतके बलवान आणि दुराग्रही आहे की, ज्याप्रमाणे जुनाट रोग औषधाच्या गुणकारितेवरही मात करतो त्याप्रमाणे मन मनुष्याच्या बुद्धीवरही मात करते. असे मन योगाभ्यासाद्वारे संयमित केले पाहिजे; परंतु अर्जुनासारख्या सांसारिक मनुष्याला असा योगाभ्यास व्यवहार्य नव्हता. आधुनिक मनुष्याबद्दल तर आपण काय बोलावे? येथे योजिलेली उपमा योग्यच आहे की, मनुष्याला वाहणाऱ्या वायूला आवरणे कठीण आहे आणि त्यापेक्षा कठीण म्हणजे उच्छृंखल मनाला आवरणे होय. मनाला संयमित करण्याचा सहजसुलभ मार्ग म्हणजे, चैतन्य महाप्रभूंनी सांगितल्याप्रमाणे पूर्ण नम्र भावाने *'हरे कृष्ण'* महामंत्राचे कीर्तन करणे होय. याची विधी आहे *स वै मन: कृष्ण पदारविन्दयो:*. मनुष्याने आपले मन पूर्णपणे श्रीकृष्णांमध्ये रममाण केले पाहिजे. केवळ असे केल्यानेच मनास विचलित करणाऱ्या इतर गोष्टींमध्ये मन युक्त होणार नाही.

श्रीभगवानुवाच

**असंशयं महाबाहो मनो दुर्निग्रहं चलम्।**
**अभ्यासेन तु कौन्तेय वैराग्येण च गृह्यते॥ ३५॥**

**श्री-भगवान् उवाच**—श्री भगवान म्हणाले; **असंशयम्**—नि:संशय; **महा-बाहो**—हे महाबाहो; **मन:**—मन; **दुर्निग्रहम्**—निग्रह करण्यास कठीण; **चलम्**—चंचल; **अभ्यासेन**—अभ्यासाने; **तु**—परंतु; **कौन्तेय**—हे कुंतिपुत्रा; **वैराग्येण**—वैराग्याने; **च**—सुद्धा; **गृह्यते**—संयमित करता येते.

**भगवान श्रीकृष्ण म्हणाले: हे महाबाहू कौंतेया! चंचल मनाला संयमित करणे नि:संशय अत्यंत कठीण आहे; पण योग्य अभ्यासाने आणि अनासक्तीद्वारे मनाला वश करणे शक्य आहे.**

**तात्पर्य:** अर्जुनाने म्हटल्याप्रमाणे हेकेखोर मनाला वश करणे कठीण असल्याचे भगवंतांनी मान्य केले, पण त्याच वेळी भगवंत सुचवितात की, अभ्यास आणि वैराग्याने मनाला वश करणे शक्य आहे. हा अभ्यास म्हणजे काय? सद्यस्थितीत, पवित्र स्थळी निवास करणे,

परमात्म्यावर मन केंद्रित करणे, मन आणि इंद्रिये संयमित करणे, ब्रह्मचर्य पालन करणे, एकांतवासात राहणे इत्यादी कठोर नियमांचे पालन कोणीही करू शकत नाही. तरीही कृष्णभावनेमध्ये, मनुष्य नवविधा भक्तिपूर्ण सेवेमध्ये युक्त होतो. या नवविधा भक्तीमधील सर्वप्रथम पायरी म्हणजे कृष्णलीलांचे श्रवण होय. मनाला सर्व कल्मषांपासून शुद्ध करण्याचे हे दिव्य आणि प्रभावी माध्यम आहे. मनुष्य, कृष्णलीलांचे जितके अधिक श्रवण करतो तितका तो अधिक प्रबुद्ध होतो आणि मनाला श्रीकृष्णांपासून दूर नेणाऱ्या सर्व गोष्टींपासून अनासक्त होतो. ज्या कार्यांमुळे भगवद्भक्ती होत नाही, अशा कार्यांपासून मनाला विरक्त केल्याने वैराग्याचे शिक्षण सहजपणे प्राप्त होते. वैराग्य म्हणजे भौतिक प्रकृतीपासून अनासक्ती आणि अध्यात्मामध्ये मन युक्त करणे होय. निर्विशेषवादी आध्यात्मिक अनासक्ती ही, कृष्णसेवेमध्ये मन आसक्त करण्यापेक्षा अत्यंत कठीण आहे. कृष्णसेवेमध्ये मन आसक्त असते ही गोष्ट व्यवहार्य आहे, कारण कृष्णलीलांचे श्रवण केल्यामुळे मनुष्य आपोआपच परमात्म्यावर आसक्त होतो. या आसक्तीला *परेशानुभूती* किंवा आध्यात्मिक तृप्ती असे म्हटले जाते. ज्याप्रमाणे भुकेल्या मनुष्याला अन्नाचा प्रत्येक घास खाल्ल्यावर समाधान प्राप्त होत असते, भुकेला असताना मनुष्य जितके अधिक खातो तितका तो समाधानी होतो आणि तितकीच शक्ती त्याला प्राप्त होते, त्याचप्रमाणे भक्तिपूर्ण सेवा केल्याने मनुष्याला दिव्य समाधान प्राप्त होते, कारण त्याचे मन भौतिक विषयांपासून अनासक्त होते. हे कुशल उपचार आणि योग्य पथ्य किंवा आहार यामुळे होणाऱ्या रोगनिवारणाप्रमाणे आहे. म्हणून भगवान श्रीकृष्णांच्या दिव्य लीलांचे श्रवण करणे हा उन्मत्त मनासाठी केलेला कुशल उपचार आहे आणि कृष्णप्रसाद ग्रहण करणे हा रोग्यासाठी योग्य असे पथ्य आहे. हा उपचार म्हणजेच कृष्णभावनेची पद्धती आहे.

**असंयतात्मना योगो दुष्प्राप इति मे मतिः ।**
**वश्यात्मना तु यतता शक्योऽवाप्तुमुपायतः ॥ ३६ ॥**

**असंयत**—उच्छृंखल; **आत्मना**—मनाने; **योगः**—आत्मसाक्षात्कार; **दुष्प्रापः**—प्राप्त करण्यास कठीण; **इति**—याप्रमाणे; **मे**—माझे; **मतिः**—मत; **वश्य**—संयमित केलेल्या; **आत्मना**—मनाद्वारे; **तु**—परंतु; **यतता**—प्रयत्न करताना; **शक्यः**—शक्य; **अवाप्तुम्**—प्राप्त करणे; **उपायतः**—योग्य साधनांनी.

**ज्याचे मन उच्छृंखल आहे त्याला आत्मसाक्षात्कार होणे कठीण आहे; परंतु ज्याचे मन संयमित आहे आणि जो योग्य साधनांद्वारे प्रयत्न करतो त्याला निश्चितच यशाची शाश्वती आहे, असे माझे मत आहे.**

**तात्पर्यः** भगवंत सांगतात की, मनाला भौतिक कार्यांपासून अनासक्त करण्यासाठी जो मनुष्य योग्य उपचारांचा स्वीकार करीत नाही तो कदाचितच आत्मसाक्षात्कारामध्ये यशप्राप्ती करू शकतो. योगाभ्यासाचा प्रयत्न करताना, मनाला भौतिक सुखोपभोगामध्ये रत करणे म्हणजे वरून पाणी ओतताना अग्नी पेटविण्याचा प्रयत्न केल्याप्रमाणे आहे. मानसिक संयमनाशिवाय योगाभ्यास करणे म्हणजे केवळ कालापव्यय होय. योगाचा असा हा देखावा भौतिकदृष्ट्या लाभदायक असू शकेल, परंतु आध्यात्मिक साक्षात्काराच्या दृष्टीने पाहिल्यास असा योगाभ्यास

व्यर्थ आहे. म्हणून मनुष्याने आपले मन निरंतर भगवंतांच्या दिव्य प्रेममयी सेवेमध्ये संलग्न करून त्याला संयमित केले पाहिजे. जोपर्यंत मन कृष्णभावनेमध्ये युक्त होत नाही तोपर्यंत ते स्थिर आणि संयमित होऊ शकत नाही. कृष्णभावनाभावित मनुष्य हा सहजपणे, विशेष असे प्रयास न करताच योगाभ्यासाचे फळ प्राप्त करतो; परंतु योगाभ्यासक कृष्णभावनाभावित झाल्याशिवाय यशप्राप्ती करू शकत नाही.

अर्जुन उवाच

**अयतिः श्रद्धयोपेतो योगाच्चलितमानसः ।**
**अप्राप्य योगसंसिद्धिं कां गतिं कृष्ण गच्छति ॥ ३७ ॥**

**अर्जुनः उवाच**—अर्जुन म्हणाला; **अयतिः**—असफल योगी; **श्रद्धया**—श्रद्धेने; **उपेतः**—युक्त झालेला; **योगात्**—योगापासून; **चलित**—पथभ्रष्ट; **मानसः**—ज्याचे मन असे आहे; **अप्राप्य**—प्राप्त न झाल्याने; **योग-संसिद्धिम्**—सर्वश्रेष्ठ योगसिद्धी; **काम्**—कोणती; **गतिम्**—लक्ष्य किंवा गतीला; **कृष्ण**—हे कृष्ण; **गच्छति**—प्राप्त करतो.

**अर्जुन म्हणाला: हे कृष्ण! जो आरंभी आत्मसाक्षात्काराच्या मार्गाचा श्रद्धेने स्वीकार करतो; परंतु नंतर सांसारिक आसक्तीमुळे मार्गभ्रष्ट होतो आणि यामुळे योगसिद्धी प्राप्त करू शकत नाही, अशा अयशस्वी योग्याला कोणती गती प्राप्त होते?**

**तात्पर्यः** योगाच्या किंवा आत्मसाक्षात्काराच्या मार्गाचे वर्णन भगवद्गीतेत करण्यात आले आहे. जीव म्हणजे हे भौतिक शरीर नाही तर जीव हा शरीरापासून भिन्न आहे आणि सच्चिदानंद जीवनामध्येच तो सुखी होऊ शकतो. हे ज्ञान म्हणजे आत्मसाक्षात्काराचे मूळ तत्त्व आहे. सच्चिदानंद जीवन हे शरीर आणि मन या दोहोंपलीकडे आहे. आत्मसाक्षात्काराची प्राप्ती ही, ज्ञानमार्ग, अष्टांगयोगाचा अभ्यास किंवा भक्तियोगाद्वारे होते. या प्रत्येक पद्धतीमध्ये मनुष्याला, जीवाचे वैधानिक स्वरूप, त्याचा भगवंतांशी असणारा संबंध आणि ज्या क्रियांद्वारे भगवंतांशी तुटलेला संबंध पुनर्स्थापित होऊ शकेल आणि कृष्णभावनेच्या परमोच्च परिपूर्ण स्तराची प्राप्ती होऊ शकेल, अशा क्रियांचा साक्षात्कार झाला पाहिजे. उपर्युक्त तीनपैकी कोणत्याही पद्धतीचा अवलंब केल्यास मनुष्याला यथाकाल निश्चितपणे परम लक्ष्याची प्राप्ती होते. भगवंतांनी दुसऱ्या अध्यायात सांगितले आहे की, या दिव्य मार्गावर अल्पशी प्रगती केल्यानेही मनुष्याला मोक्ष प्राप्ती होऊ शकते. तीन मार्गांपैकी भक्तियोग हा विशेषकरून या युगासाठी योग्य आहे कारण भगवत्-साक्षात्काराचा हा अत्यंत सहजसुलभ मार्ग आहे. यासंबंधी पक्की खात्री करून घेण्यासाठी अर्जुनाने भगवान श्रीकृष्णांना त्यांच्या पूर्वीच्या विधानाला पुष्टी देण्याची विनंती केली. आत्मसाक्षात्काराच्या मार्गाचा स्वीकार मनुष्य प्रामाणिकपणे करील; परंतु या युगासाठी ज्ञानमार्ग आणि अष्टांगयोग हे मार्ग अनुसरण्यास अत्यंत कठीण आहेत. म्हणून निरंतर प्रयत्न करूनही, अनेक कारणांस्तव, मनुष्य अपयशी ठरू शकेल. सर्वप्रथम, मार्गाचा अवलंब करण्याइतपत मनुष्य प्रामाणिक नसेल. दिव्य मार्गाचे अनुसरण करणे म्हणजे मायाशक्तीशी युद्ध पुकारणे होय. यास्तव जेव्हा मनुष्य मायाशक्तीच्या तावडीतून सुटण्याचा प्रयत्न करतो तेव्हा मायाशक्ती ही

विविध प्रलोभनांद्वारे साधकाचा पराभव करण्याचा प्रयत्न करते. भौतिक शक्तीच्या गुणांमुळे बद्ध जीव हा पूर्वीच मोहित झालेला असतो आणि दिव्य साधना करतेवेळी सुद्धा, जीव पुन्हा मोहित होण्याची पावलोपावली शक्यता असते. यालाच *योगाच्चलितमानस* अर्थात, दिव्य मार्गावरून भ्रष्ट होणे असे म्हणतात. आत्मसाक्षात्काराच्या मार्गावरून भ्रष्ट होण्याचे काय परिणाम होतात हे जाणून घेण्याबद्दल अर्जुन जिज्ञासू आहे.

**कच्चिन्नोभयविभ्रष्टश्छिन्नाभ्रमिव नश्यति ।**
**अप्रतिष्ठो महाबाहो विमूढो ब्रह्मणः पथि ॥ ३८ ॥**

**कच्चित्**—की काय; **न**—नाही; **उभय**—दोन्ही; **विभ्रष्टः**—भ्रष्ट; **छिन्न**—छिन्नविच्छिन्न किंवा फुटलेल्या; **अभ्रम्**—ढग; **इव**—प्रमाणे; **नश्यति**—नष्ट होतो; **अप्रतिष्ठः**—स्थिर न झालेला; **महा-बाहो**—हे महाबाहो कृष्ण; **विमूढः**—मोहग्रस्त; **ब्रह्मणः**—ब्रह्मप्राप्ती; **पथि**—मार्गावर किंवा पथावर.

**हे महाबाहो कृष्ण! ब्रह्मप्राप्तीच्या मार्गावरून भ्रष्ट झालेला असा हा मनुष्य आध्यात्मिक आणि भौतिक यशोमार्गावरून कोणत्याही दिशेला स्थित नसलेल्या छिन्नविच्छिन्न ढगाप्रमाणे पतित होऊन भ्रष्ट तर होत नाही ना?**

**तात्पर्यः** उन्नतीचे दोन मार्ग आहेत. जे भौतिकवादी आहेत त्यांना अध्यात्मामध्ये मुळीच रुची नसते, म्हणून ते आर्थिक विकासाद्वारे भौतिक प्रगती करण्यास उत्सुक असतात किंवा सकाम कर्माद्वारे उच्चतर लोकांची प्राप्ती करण्यास उत्सुक असतात. जेव्हा मनुष्य आध्यात्मिक मार्गाचा स्वीकार करतो तेव्हा त्याला सर्व भौतिक कर्मांचा आणि सर्व प्रकारच्या तथाकथित भौतिक सुखांचा त्याग करणे आवश्यक आहे. जर महत्त्वाकांक्षी योगी अपयशी झाला तर तो वरकरणी दोन्ही दृष्ट्या गमावतो, अर्थात तो भौतिक सुखाचाही भोग घेऊ शकत नाही किंवा आध्यात्मिक यशप्राप्तीचा आनंदही उपभोगू शकत नाही. त्याला कोणतेही स्थान नसते आणि तो एखाद्या छिन्नविच्छिन्न ढगाप्रमाणे असतो. आकाशामधील एक ढग कधीकधी लहान ढगापासून सुटतो आणि मोठ्या ढगाला जाऊन मिळतो, परंतु जर हा ढग मोठ्या ढगाला मिळू शकला नाही, तर तो वाऱ्याने वाहून जातो आणि अनंत आकाशात अस्तित्वहीन होतो. *ब्रह्मणः पथि* हा आध्यात्मिक साक्षात्काराचा मार्ग आहे आणि हा साक्षात्कार मनुष्याने आपण स्वरूपतः आध्यात्मिक आहोत आणि ब्रह्म, परमात्मा व भगवान या स्वरूपात प्रकट होणाऱ्या भगवंतांचे अंश आहोत, हे जाणल्याने होतो. भगवान श्रीकृष्ण हेच परम सत्य आहेत आणि म्हणून जो परमपुरुषाला शरण जातो तोच यशस्वी योगी होय. ब्रह्म आणि परमात्मा साक्षात्काराद्वारे या जीवनध्येयाची प्राप्ती करण्यासाठी अनेकानेक जन्म घ्यावे लागतात. (*बहुनां जन्मनामन्ते*) म्हणून दिव्य साक्षात्काराचा प्रत्यक्ष आणि परमश्रेष्ठ मार्ग म्हणजे भक्तियोग किंवा कृष्णभावना होय.

**एतन्मे संशयं कृष्ण छेत्तुमर्हस्यशेषतः ।**
**त्वदन्यः संशयस्यास्य छेत्ता न ह्युपपद्यते ॥ ३९ ॥**

**एतत्**—हा आहे; **मे**—माझा; **संशयम्**—संशय; **कृष्ण**—हे कृष्ण; **छेत्तुम्**—दूर करण्यासाठी;

**अर्हसि**—तुम्हाला विनंती आहे; **अशेषतः**—पूर्णपणे; **त्वत्**—तुमच्याविना; **अन्यः**—इतर; **संशयस्य**—संशयाचा; **अस्य**—हा; **छेत्ता**—निरसन करणारा; **न**—कधीच नाही; **हि**—निश्चितच; **उपपद्यते**—मिळणे शक्य आहे.

**हे कृष्ण! माझा हा संशय आहे आणि हा पूर्णपणे दूर करण्याची मी तुम्हाला विनंती करतो. तुमच्यावाचून हा संशय दूर करणारा कोणीही मिळणार नाही.**

**तात्पर्यः** श्रीकृष्ण हे त्रिकालज्ञ आहेत. त्यांना भूत, वर्तमान व भविष्य या तिन्ही काळांचे पूर्ण ज्ञान असते. भगवद्गीतेच्या प्रारंभी भगवान श्रीकृष्णांनी सांगितले आहे की, भूतकाळामध्ये सर्व जीवांचे स्वतंत्र अस्तित्व होते, वर्तमान काळातही सर्व जीव अस्तित्वात आहेत आणि भौतिक जंजाळातून मुक्त झाल्यावरही, सर्व जीव भविष्यकाळात वैयक्तिकपणे अस्तित्वात राहतीलच. म्हणून भगवंतांनी जीवांच्या भविष्याच्या प्रश्नाचे उत्तर आधीच दिले आहे. आता, अर्जुनाला अयशस्वी योग्याच्या भविष्याबद्दल जाणून घ्यावयाचे आहे. श्रीकृष्णांच्या समान किंवा बरोबरीचा कोणीही नाही आणि भौतिक प्रकृतीच्या दयेवर जगणारे तथाकथित महान ऋषी आणि तत्त्वज्ञानी निश्चितच श्रीकृष्णांची बरोबरी करू शकत नाहीत. म्हणून श्रीकृष्णांनी दिलेला निर्णय म्हणजे सर्व संशयांचे अंतिम आणि परिपूर्ण उत्तर आहे, कारण ते भूत, वर्तमान आणि भविष्य पूर्णपणे जाणतात; परंतु त्यांना कोणी जाणत नाहीत. केवळ श्रीकृष्ण आणि कृष्णभावनाभावित भक्त हेच सर्व काही इत्थंभूत जाणू शकतात.

श्रीभगवानुवाच

**पार्थ नैवेह नामुत्र विनाशस्तस्य विद्यते ।**
**न हि कल्याणकृत्कश्चिद्दुर्गतिं तात गच्छति ॥ ४० ॥**

**श्री-भगवान् उवाच**—श्री भगवान म्हणाले; **पार्थ**—हे पृथापुत्रा; **न एव**—कधीही तसे नाही; **इह**—या भौतिक जगतात; **न**—कधीच नाही; **अमुत्र**—पुढील जीवनात; **विनाशः**—विनाश; **तस्य**—त्याचा; **विद्यते**—असते; **न**—कधीच नाही; **हि**—निश्चितच; **कल्याण-कृत्**—शुभ कार्यामध्ये रत झालेला; **कश्चित्**—कोणीही; **दुर्गतिम्**—अधोगतीला; **तात**—प्रिय मित्र; **गच्छति**—जातो.

**श्रीभगवान म्हणाले : हे पार्था! शुभकार्यांमध्ये युक्त झालेल्या योगी व्यक्तीचा इहलोकात तसेच परलोकातही विनाश होत नाही आणि हे मित्र, जो मनुष्य चांगले कार्य करतो तो दुष्प्रवृत्तींनी प्रभावित होत नाही.**

**तात्पर्यः** श्रीमद्‌भागवतात नारद मुनी (१.५.१७) व्यासदेवांना पुढीलप्रमाणे सांगतातः

*त्यक्त्वा स्वधर्मं चरणाम्बुजं हरेर्भजन्नपक्वोऽथ पतेत्ततो यदि ।*
*यत्र क्व वाभद्रमभूदमुष्य किं को वार्थ आप्तोऽभजतां स्वधर्मतः ॥*

''जो सर्व भौतिक आकांक्षांचा त्याग करतो आणि परमपुरुष भगवंतांना पूर्णपणे शरण जातो त्याची कोणत्याही प्रकारे हानीही होत नाही किंवा त्याचा विनाशही होत नाही. उलटपक्षी अभक्त, पूर्णपणे आपल्या स्वधर्माचे आचरण करीत असला तरीही त्याला काहीच लाभ होणार नाही.'' भौतिक लाभप्राप्तीसाठी शास्त्रसंमत तसेच लौकिक अशी दोन्ही प्रकारची कार्ये आहेत.

कृष्णभावनेतील आध्यात्मिक प्रगतीकरिता योगी व्यक्तीने सर्व भौतिक कर्मांचा त्याग केला पाहिजे. यावर एखादा प्रतिवाद करील की, जर कृष्णभावनेची पूर्णता झाली तरच मनुष्याला परमसिद्धी प्राप्त होईल. परंतु जर त्याला परमसिद्धीची प्राप्ती झाली नाही तर, त्याची आध्यात्मिकदृष्ट्या तसेच भौतिकदृष्ट्याही हानी होते. शास्त्रांमध्ये सांगण्यात आले आहे की, जर मनुष्याने आपल्या नियत कर्मांचे पालन केले नाही तर त्याला त्या प्रमादाची फळे भोगावी लागतात; म्हणून जो दिव्य कर्म करण्यामध्ये अपयशी होतो, त्यालाही त्या प्रकारची फळे भोगावी लागतात. परंतु श्रीमद्‌भागवत् सांगते की, अपयशी योगी व्यक्तीला चिंता करण्याची मुळीच आवश्यकता नाही. आपल्या विहित कर्मांचे पालन पूर्णपणे न केल्याने जरी त्याला त्याचे परिणाम भोगावे लागले तरी त्यामध्ये त्याची काहीच हानी नाही. कारण शुभकारक कृष्णभावनेचे विस्मरण कधीच होत नाही आणि कृष्णभावनेमध्ये युक्त असलेला मनुष्य पुढील जन्मी जरी हलक्या कुळात जन्माला आला तरी तो कृष्णभावनेत संलग्न होतो. उलटपक्षी जो मनुष्य कृष्णभावनाभावित नाही आणि केवळ विहित कर्मांचे कठोरपणे पालन करतो त्याला शुभ फळ प्राप्त होईलच असे नाही.

या श्लोकाचे तात्पर्य पुढीलप्रमाणे आहे. मानवसमाजाचे नियमित आणि अनियमित असे दोन विभाग करता येतात. पुनर्जन्म अथवा आध्यात्मिक मुक्तीच्या ज्ञानाअभावी जे केवळ पशुतुल्य इंद्रियतृप्तीमध्ये रत आहेत ते अनियमित श्रेणीमध्ये येतात आणि जे शास्त्रोक्त विहित कर्मांच्या तत्त्वांचे पालन करतात ते नियमित श्रेणीमध्ये येतात. अनियमित श्रेणीमधील सभ्य आणि असभ्य, सुशिक्षित आणि अशिक्षित, बलवान आणि दुर्बल, या सर्व लोकांमध्ये पशुवृत्ती प्रबळ असते. त्यांची कर्मे कधीच शुभदायक असत नाहीत. कारण आहार, निद्रा, भय आणि मैथुन या पशुतुल्य प्रवृत्तीचा उपभोग करीत ते दुःखपूर्ण अशा भौतिक जगतात अनंतकालासाठी खितपत पडतात. याउलट जे शास्त्रनियमानुसार संयमित आहेत ते यथावकाश कृष्णभावनेत उन्नत होतात आणि निश्चितच जीवनामध्ये प्रगती करतात.

जे शुभ मार्गाचा अवलंब करीत आहेत त्यांच्या तीन श्रेणी करता येतात —

१) भौतिक सुखसमृद्धीचा उपभोग घेत शास्त्रोक्त विधिविधानांचे पालन करणारे,

२) संसारातून मुक्त होण्याचा प्रयत्न करणारे ,

३) कृष्णभावनायुक्त भक्त.

भौतिक सुखाकरिता शास्त्रोक्त विधिविधानांचे पालन करणाऱ्यांच्या पुन्हा दोन श्रेणी करता येतात, सकाम कर्म करणारे आणि इंद्रियतृप्तीची आकांक्षा न करणारे. जे इंद्रियतृप्तीकरिता सकाम कर्मे करतात ते जीवनाच्या उच्चतर अवस्थेप्रत किंवा उच्चतर लोकांमध्येही उन्नत होतात, परंतु तरीही हे लोक संसारातून मुक्त झालेले नसल्यामुळे ते वास्तविक शुभदायक मार्गाचे अनुसरण करीत नाहीत. ज्या क्रिया आपल्याला मुक्तिपथावर नेतात त्याच केवळ शुभदायक क्रिया आहेत. ज्या क्रियांचा उद्देश आत्मसाक्षात्कार किंवा देहात्मबुद्धीतून मुक्त होणे हा नाही, त्या क्रिया मुळीच शुभदायक नसतात. कृष्णभावनाभावित कर्म हेच केवळ शुभदायक कर्म आहे आणि जो स्वेच्छेने, कृष्णभावनेमध्ये प्रगती करण्याकरिता सर्व शारीरिक दुःखे सहन करतो त्याला

तपोनिष्ठ परिपूर्ण योगी असे म्हटले जाते. आणि अष्टांगयोग पद्धतीचा अंतिम उद्देश कृष्णभावनेचा साक्षात्कार हा असल्यामुळे असा अभ्यासही शुभदायक आहे आणि जो या दृष्टीने प्रयास करतो त्याला अधोगतीचे भय नाही.

**प्राप्य पुण्यकृतां लोकानुषित्वा शाश्वतीः समाः ।**
**शुचीनां श्रीमतां गेहे योगभ्रष्टोऽभिजायते ॥ ४१ ॥**

**प्राप्य**—प्राप्त होऊन; **पुण्य-कृताम्**—जे पुण्यकर्म करतात त्यांच्या; **लोकान्**—लोक; **उषित्वा**—निवास करून; **शाश्वतीः**—अनेक; **समाः**—वर्षे; **शुचीनाम्**—पुण्यवान; **श्री-मताम्**—संपन्न किंवा वैभवशाली; **गेहे**—घरी; **योग-भ्रष्टः**—आत्मसाक्षात्काराच्या मार्गावरून भ्रष्ट झालेला; **अभिजायते**—जन्म घेतो.

**योगभ्रष्ट योगी, पुण्यात्म्यांच्या लोकांमध्ये अनेकानेक वर्षे सुखोपभोग घेतल्यानंतर पुन्हा गुणवान कुटुंबामध्ये किंवा वैभवशाली कुटुंबामध्ये जन्म घेतो.**

**तात्पर्यः** योगभ्रष्ट किंवा अयशस्वी योग्यांचे दोन वर्ग आहेत—१) एखादा मनुष्य अत्यल्प प्रगतीनंतर योगभ्रष्ट होतो. २) एखादा मनुष्य दीर्घकाळ योगाभ्यास केल्यानंतर योगभ्रष्ट होतो. जो योगी अल्पकाळ योगाभ्यास केल्यानंतर पतित होतो, तो पुण्यवान जीवांना प्रवेश दिल्या जाणाऱ्या उच्चतर लोकामध्ये जातो. त्या ठिकाणी दीर्घकाळ जीवन व्यतीत केल्यावर त्याला पुन्हा या लोकात सात्त्विक ब्राह्मण वैष्णवांच्या किंवा श्रीमंत व्यापारी मनुष्याच्या घरी जन्म प्राप्त होतो.

या अध्यायाच्या अंतिम श्लोकामध्ये सांगितल्याप्रमाणे योगाभ्यासाचे ध्येय म्हणजे कृष्णभावनेची परमसिद्धी प्राप्त करणे हे आहे. परंतु जे ही स्थिती प्राप्त होईपर्यंत टिकून राहू शकत नाहीत आणि जे भौतिक प्रलोभनांमुळे अपयशी होतात, त्यांना भगवत्कृपेने, आपल्या भौतिक प्रवृत्तींची पूर्ती करण्याची अनुमती दिली जाते आणि त्यानंतर त्यांना वैभवशाली जीवन जगण्याची संधी दिली जाते. ज्यांनी अशा कुटुंबामध्ये जन्म प्राप्त केला आहे त्यांनी परिपूर्ण कृष्णभावनेप्रत उन्नत होण्यासाठी या सुविधांचा उपयोग करून घेतला पाहिजे.

**अथवा योगिनामेव कुले भवति धीमताम् ।**
**एतद्धि दुर्लभतरं लोके जन्म यदीदृशम् ॥ ४२ ॥**

**अथ वा**—अथवा; **योगिनाम्**—विद्वान योग्यांच्या; **एव**—खचितच; **कुले**—कुळामध्ये; **भवति**—जन्म घेतो; **धी-मताम्**—जे अत्यंत बुद्धिमान आहेत त्यांच्या; **एतत्**—हे; **हि**—खचितच; **दुर्लभ-तरम्**—अत्यंत दुर्लभ; **लोके**—या जगात; **जन्म**—जन्म; **यत्**—जे; **ईदृशम्**—अशा प्रकारचा.

**अथवा ( दीर्घकाळ योगाभ्यास केल्यानंतर अपयशी ठरलेला ) तो, अत्यंत बुद्धिमान योगी व्यक्तींच्या कुळात जन्म घेतो. खरोखर अशा प्रकारचा जन्म या लोकी अत्यंत दुर्लभ आहे.**

**तात्पर्यः** अत्यंत बुद्धिमान योग्यांच्या कुळात झालेल्या जन्माची या ठिकाणी प्रशंसा करण्यात

आली आहे. कारण अशा कुळामध्ये जन्मलेल्या बालकाला त्याच्या बालपणापासूनच आध्यात्मिक प्रोत्साहन मिळते. विशेषतः आचार्य किंवा गोस्वामींच्या कुळात अशी परिस्थिती असते. अशी कुळे प्रशिक्षण आणि परंपरेमुळे अत्यंत बुद्धिमान आणि भक्तिभावित असतात म्हणून ते आध्यात्मिक गुरू होतात. भारतामध्ये अशी अनेक आचार्य कुळे आहेत, परंतु अपुरे प्रशिक्षण आणि अपुरी विद्या यामुळे त्यांचा आता ऱ्हास झाला आहे. भगवंतांच्या कृपेमुळे अशी अनेक कुळे आहेत, की ज्यांच्यात पिढ्यानुपिढ्या योगी जन्मास येतात. अशा कुटुंबामध्ये जन्म प्राप्त होणे ही निश्चितच भाग्याची गोष्ट आहे. सौभाग्याने भगवंतांच्या कृपेमुळे आमचे आध्यात्मिक गुरू ॐ विष्णुपाद श्री श्रीमद् भक्तिसिद्धांत सरस्वती गोस्वामी महाराज आणि आस्मादिकांना भगवत् कृपेने अशा थोर कुटुंबामध्ये जन्म घेण्याची संधी मिळाली आणि आम्हा दोघांनाही बालपणापासूनच भगवद्-भक्तीचे शिक्षण मिळाले. नंतर दिव्य परंपरेच्या योजनेनुसार आम्हा दोघांची भेट झाली.

**तत्र तं बुद्धिसंयोगं लभते पौर्वदेहिकम्।**
**यतते च ततो भूयः संसिद्धौ कुरुनन्दन ॥ ४३ ॥**

**तत्र**—तेथे; **तम्**—त्या; **बुद्धि-संयोगम्**—चेतनेची पुनर्जागृती; **लभते**—प्राप्त होते; **पौर्व-देहिकम्**—पूर्वदेहापासून; **यतते**—तो प्रयत्न करतो; **च**—सुद्धा; **ततः**—त्यानंतर; **भूयः**—पुन्हा; **संसिद्धौ**—सिद्धीसाठी; **कुरु-नन्दन**—हे कुरुनंदन.

**हे कुरुनंदन! असा जन्म मिळाल्यावर तो आपल्या पूर्वजन्माच्या दिव्य चेतनेचे पुनरुज्जीवन करतो आणि परिपूर्ण सिद्धी प्राप्त करण्यासाठी पुन्हा प्रयत्न करतो.**

**तात्पर्यः** चांगल्या ब्राह्मणांच्या घरी जन्म घेतलेला भरत राजा म्हणजे, आपल्या पूर्वजन्मातील दिव्य चेतनेचे पुनरुज्जीवन करण्यासाठी थोर कुटुंबामध्ये जन्म घेतलेल्या व्यक्तीचे चांगले उदाहरण आहे. भरत राजा हा पृथ्वीचा सम्राट होता आणि त्याच्या वेळेपासून देवदेवतांमध्ये ही भूमी भारतवर्ष या नावाने विख्यात आहे. त्यापूर्वी या भूमीला इलावृतवर्ष म्हटले जात होते. तरुण वयातच सम्राटाने आध्यात्मिक पूर्णता प्राप्त करण्यासाठी निवृत्ती स्वीकारली; परंतु तो सिद्धी प्राप्त करण्यात अपयशी झाला. नंतर त्याने पुढच्या जन्मात सदाचारी ब्राह्मणाच्या कुटुंबामध्ये जन्म घेतला आणि तो कोणाशीच बोलत नसल्यामुळे आणि नेहमी एकांतवासातच राहात असल्याकारणाने जडभरत नावाने ओळखला जाऊ लागला आणि त्यानंतर राजा रहूगणाला तो परमयोगी असल्याचे कळाले. त्याच्या जीवनावरून कळून येते की, आध्यात्मिक सिद्धीच्या प्राप्तीसाठी केलेले प्रयत्न किंवा योगाभ्यास कधीच व्यर्थ होत नाही. भगवंतांच्या कृपेने योगी मनुष्याला कृष्णभावनेमध्ये पूर्ण सिद्धी प्राप्त करण्यासाठी वारंवार संधी मिळते.

**पूर्वाभ्यासेन तेनैव ह्रियते ह्यवशोऽपि सः।**
**जिज्ञासुरपि योगस्य शब्दब्रह्मातिवर्तते ॥ ४४ ॥**

**पूर्व**—पूर्वीच्या; **अभ्यासेन**—अभ्यासाने; **तेन**—त्यामुळे; **एव**—खचितच; **ह्रियते**—आकर्षित होतो;

**हि**—खात्रीने; **अवशः**—आपोआपच; **अपि**—सुद्धा; **सः**—तो; **जिज्ञासुः**—जिज्ञासू; **अपि**—जरी; **योगस्य**—योगाचे; **शब्द-ब्रह्म**—शास्त्रातील कर्मकांड; **अतिवर्तते**—अतीत होतो.

**आपल्या पूर्वजन्माच्या दिव्य चेतनेच्या आधारावर तो आपोआपच आपली इच्छा नसतानाही योगाभ्यासाकडे आकृष्ट होतो. असा जिज्ञासू योगी सदैव शास्त्रांच्या कर्मकांडात्मक तत्त्वांच्या अतीत असतो.**

**तात्पर्यः** उन्नत योगिजन, शास्त्रोक्त कर्मकांडाकडे आकर्षित होत नाहीत; परंतु ते योगाची पूर्णता असणाऱ्या कृष्णभावनेप्रत उन्नत करणाऱ्या योगाभ्यासाकडे आपोआपच आकर्षित होतात. प्रगत योगी व्यक्तींना वैदिक कर्मकांडाबद्दल असणाऱ्या उपेक्षेसंबंधी श्रीमद्भागवतात (३.३३.७) सांगण्यात आले आहे कीः

*अहो बत श्वपचोऽतो गरीयान् यज्जिह्वाग्रे वर्तते नाम तुभ्यम् ।*
*तेपुस्तपस्ते जुहुवुः सस्नुरार्या ब्रह्मानूचुर्नाम गृणन्ति ये ते ॥*

"हे भगवन्! जे तुमच्या पवित्र नामांचे कीर्तन करतात, ते जरी चांडाळ कुळात जन्मलेले असले तरी आध्यात्मिक जीवनात ते अत्यंत प्रगत झालेले असतात. तुमचे कीर्तन करणाऱ्या व्यक्तींनी निःसंदेह सर्व प्रकारचे तप आणि यज्ञ केले आहेत, सर्व तीर्थस्नाने केली आहेत, सर्व शास्त्रांचा अभ्यास केला आहे."

यासंबंधी एक सुप्रसिद्ध उदाहरण श्री चैतन्य महाप्रभूंनी दिले आहे. श्री चैतन्य महाप्रभूंनी हरिदास ठाकूर यांचा प्रमुख शिष्य म्हणून स्वीकार केला. हरिदास ठाकूर यांचा जन्म जरी मुस्लीम कुळामध्ये झाला तरी श्री चैतन्य महाप्रभूंनी त्यांना नामाचार्य या पदावर आरूढ केले, कारण हरिदास ठाकूर हे दररोज तीन लाख भगवन्नामांचा जप करण्याचे व्रत कठोरपणे पालन करीत असतः *हरे कृष्ण हरे कृष्ण कृष्ण कृष्ण हरे हरे, हरे राम हरे राम राम राम हरे हरे.* ते निरंतरपणे हरिनामाचा जप करीत असल्याकारणाने जाणले पाहिजे की, आपल्या पूर्वजन्मात त्यांनी शब्द-ब्रह्म म्हणून ओळखल्या जाणाऱ्या सर्व वैदिक कर्मकांडांचे आचरण केले आहे. म्हणून जोपर्यंत मनुष्य शुद्ध होत नाही तोपर्यंत तो कृष्णभावनेच्या तत्त्वांचा स्वीकार करूच शकत नाही किंवा हरे कृष्ण महामंत्राच्या कीर्तनामध्ये संलग्न होऊ शकत नाही.

**प्रयत्नाद्यतमानस्तु योगी संशुद्धकिल्बिषः ।**
**अनेकजन्मसंसिद्धस्ततो याति परां गतिम् ॥ ४५ ॥**

**प्रयत्नात्**—कठोर अभ्यासाने; **यतमानः**—प्रयत्न करीत; **तु**—आणि; **योगी**—असा योगी; **संशुद्ध**—शुद्ध होतो; **किल्बिषः**—त्यांची सर्व पापे; **अनेक**—अनेकानेक; **जन्म**—जन्मजन्मांतर; **संसिद्धः**—परिपूर्णता प्राप्त करून; **ततः**—त्यानंतर; **याति**—प्राप्त करतो; **पराम्**—परम किंवा सर्वश्रेष्ठ; **गतिम्**—गती किंवा स्थान.

**आणि जेव्हा योगी, सर्व पापांपासून शुद्ध होऊन अधिक प्रगती करण्याचा प्रामाणिक प्रयत्न करतो, तेव्हा अन्ततः अनेकानेक जन्मजन्मान्तराच्या अभ्यासानंतर सिद्धी**

**संपादित केल्यावर त्याला परमलक्ष्याची प्राप्ती होते.**

**तात्पर्य:** विशेषकरून सदाचारी, श्रीमंत किंवा पवित्र कुळात जन्म घेतलेल्या मनुष्याला योगाभ्यास करण्यासाठी अनुकूल असलेल्या आपल्या सभोवतालच्या परिस्थितीची जाणीव होते. म्हणून दृढ निश्चयाने आपल्या अपुऱ्या राहिलेल्या अभ्यासाचा तो पुन्हा प्रारंभ करतो. अशा रीतीने तो पूर्णपणे सर्व भौतिक कल्मषांतून मुक्त होतो. त्यानंतर त्याला परमोच्च सिद्धीची, कृष्णभावनेची प्राप्ती होते. कृष्णभावना म्हणजे, सर्व कल्मषांतून मुक्त झालेली परिपूर्ण स्थिती आहे. भगवद्गीता (७.२८) याला पुढीलप्रमाणे पुष्टी देते.

*येषां त्वन्तगतं पापं जनानां पुण्यकर्मणाम् ।*
*ते द्वन्द्वमोहनिर्मुक्ता भजन्ते मां दृढव्रताः ॥*

अनेकानेक जन्मांमध्ये पुण्यकर्म केल्यानंतर, जेव्हा मनुष्य सर्व पापांतून आणि मोहमय द्वंद्वातून मुक्त होतो तेव्हा तो भगवंतांच्या दिव्य प्रेममयी सेवेमध्ये युक्त होतो.

**तपस्विभ्योऽधिको योगी ज्ञानिभ्योऽपि मतोऽधिकः ।**
**कर्मिभ्यश्चाधिको योगी तस्माद्योगी भवार्जुन ॥ ४६ ॥**

**तपस्विभ्यः**—तपस्वींपेक्षा; **अधिकः**—अधिक किंवा श्रेष्ठ; **योगी**—योगी; **ज्ञानिभ्यः**—ज्ञानी व्यक्तींपेक्षा; **अपि**—सुद्धा; **मतः**—मानला जातो; **अधिकः**—अधिक किंवा श्रेष्ठ; **कर्मिभ्यः**—सकाम कर्मी व्यक्तींपेक्षा; **च**—सुद्धा; **अधिकः**—श्रेष्ठ; **योगी**—योगी; **तस्मात्**—म्हणून; **योगी**—योगी; **भव**—हो; **अर्जुन**—हे अर्जुन.

**योगी मनुष्य हा तपस्वी, ज्ञानी आणि सकाम कर्मी व्यक्तीपेक्षाही श्रेष्ठ आहे. म्हणून हे अर्जुना! तू सर्व परिस्थितीत योगी हो.**

**तात्पर्य:** जेव्हा आपण योगासंबंधी बोलतो तेव्हा आपण परम सत्याशी असणाऱ्या आपल्या संबंधाचा निर्देश करतो. या पद्धतीला विविध अभ्यासकांनी योजिलेल्या विशिष्ट पद्धतीनुसार निरनिराळी मते दिली आहेत. जेव्हा ही योगपद्धती मुख्यतः सकाम कर्माशी संबंधित असते तेव्हा त्या पद्धतीला *कर्मयोग* असे म्हणतात, ज्ञानाशी संबंधित असताना *ज्ञानयोग* आणि भगवंतांच्या प्रेममयी सेवेशी संबंधित असते तेव्हा त्या पद्धतीला *भक्तियोग* असे म्हणतात. पुढील श्लोकात सांगितले जाईल की, कृष्णभावना म्हणजे सर्व योगांची परिपूर्णता आहे. या ठिकाणी भगवंतांनी योगाच्या श्रेष्ठत्वाला पुष्टी दिली आहे, परंतु हा योग भक्तियोगापेक्षा श्रेष्ठ असल्याचे त्यांनी सांगितले नाही. भक्तियोग हा आध्यात्मिक ज्ञानाने परिपूर्ण आहे म्हणून यापेक्षा श्रेष्ठ असा इतर कोणताही योग असू शकत नाही. आत्मज्ञानाशिवाय केवळ तपस्या ही अपूर्ण आहे. भगवंतांना शरण गेल्याविना केवळ ज्ञानही अपूर्ण आहे आणि कृष्णभावनेशिवाय सकाम कर्म म्हणजे कालापव्ययच आहे. म्हणून या ठिकाणी सांगण्यात आलेली श्रेष्ठ आणि प्रशंसनीय योगपद्धती म्हणजे भक्तियोग होय आणि याचे अधिक विस्तृत विवेचन पुढील श्लोकात करण्यात आले आहे.

**योगिनामपि सर्वेषां मद्गतेनान्तरात्मना ।**
**श्रद्धावान्भजते यो मां स मे युक्ततमो मतः ॥ ४७ ॥**

**योगिनाम्**—सर्व योग्यांमध्ये; **अपि**—सुद्धा; **सर्वेषाम्**—सर्व प्रकारच्या; **मत्-गतेन**—माझ्यामध्येच वास करणारा किंवा मत्परायण झालेला; **अन्तः-आत्मना**—अंत:करणात; **श्रद्धा-वान्**—पूर्ण श्रद्धेने; **भजते**—दिव्य प्रेममयी सेवा करतो; **यः**—जो मनुष्य; **माम्**—माझी; **सः**—तो; **मे**—माझे; **युक्त-तमः**—सर्वश्रेष्ठ योगी; **मतः**—मत आहे.

**आणि सर्व योग्यांमध्ये, जो दृढ श्रद्धेने सदैव माझ्यामध्ये वास करतो, अंत:करणात माझे चिंतन करतो आणि माझी दिव्य प्रेममयी सेवा करतो, तो माझ्याशी पूर्णपणे योगयुक्त असतो; तोच सर्वश्रेष्ठ योगी होय, असे माझे मत आहे.**

**तात्पर्यः** या श्लोकातील *भजते* शब्द महत्त्वपूर्ण आहे. '*भजते*' यामध्ये *भज* हा मूळ धातू आहे आणि त्याचा अर्थ सेवा करणे असा आहे. वर्शिप (WORSHIP) हा इंग्रजी शब्द भज या अर्थाने वापरता येत नाही कारण 'वर्शिप' म्हणजे पूजन करणे किंवा योग्य मनुष्याबद्दल आदर व्यक्त करणे अथवा मान देणे होय, परंतु प्रेम आणि श्रद्धेने केलेली सेवा ही केवळ भगवंतांप्रीत्यर्थच असते. सन्माननीय व्यक्तींची किंवा देवतांची पूजा करण्याचे मनुष्याने टाळल्यास त्याला असभ्य म्हणता येईल, परंतु जर मनुष्याने भगवंतांची सेवा करणे टाळले तर त्याचे अध:पतन होईल. प्रत्येक जीव हा भगवंतांचा अंश आहे आणि म्हणून जीवाने आपल्या स्वरूपस्थितीला अनुसरून भगवंतांची सेवा केलीच पाहिजे. भगवंतांची सेवा न केल्याने जीवाचे पतन होते. श्रीमद्‌भागवतात (११.५.३) याला पुढीलप्रमाणे पुष्टी दिली आहे.

*य एषां पुरुषं साक्षादात्मप्रभवमीश्वरम् ।*
*न भजन्त्यवजानन्ति स्थानाद्भ्रष्टाः पतन्त्यधः ।*

"जो मनुष्य, सर्व जीवांचे उत्पत्तिकर्ता, आदिपुरुष भगवंत यांची सेवा करीत नाही किंवा भगवंतांप्रीत्यर्थ असलेल्या स्वकर्तव्यांचे पालन करीत नाही, त्याचे निश्चितपणे आपल्या स्वरूपस्थितीपासून पतन होते."

या श्लोकातही '*भजन्ति*' हा शब्द वापरण्यात आला आहे. म्हणून *भजन्ति* हा शब्द केवळ भगवंतांच्याच संबंधात आहे आणि *वर्शिप* (पूजन) हा शब्द, देवतांच्या किंवा साधारण जीवांच्या संबंधात लागू होऊ शकतो. श्रीमद्‌भागवताच्या श्लोकात वापरण्यात आलेला *अवजानन्ति* हा शब्द भगवद्‌गीतेतही वापरण्यात आला आहे *अवजानन्ति मां मूढाः*—केवळ मूर्ख लोकच भगवान श्रीकृष्णांचा अवमान करतात. भगवंतांची सेवा करण्याची ज्यांची प्रवृत्ती नाही असे मूर्ख लोक भगवद्‌गीतेवर भाष्ये लिहितात. यामुळेच ते भजन्ति आणि वर्शिप या शब्दांमधील फरक जाणू शकत नाहीत.

सर्व प्रकारच्या योगाभ्यासाची परिणती भक्तियोगामध्ये होते. इतर सर्व योग हे, भक्तियोगाप्रत येण्याची केवळ साधने आहेत. योग म्हणजेच वास्तविकपणे भक्तियोग होय आणि इतर योग हे भक्तियोगरूपी परम लक्ष्याकडे अग्रेसर होतात. कर्माच्या प्रारंभापासून भक्तियोगाच्या अंतापर्यंत

जाणारा मार्ग म्हणजे आत्मसाक्षात्काराचा अत्यंत लांब पल्ला आहे. *निष्काम कर्मयोग* म्हणजे या मार्गाचा आरंभ आहे. जेव्हा कर्मयोगामध्ये ज्ञानाची आणि वैराग्याची वृद्धी होते, तेव्हा त्या अवस्थेला *ज्ञानयोग* म्हटले जाते. जेव्हा ज्ञानयोगामध्ये विविध आसनांद्वारे परमात्म्यावरील ध्यानाची वृद्धी होते आणि परमात्म्यावर मन स्थिर होते तेव्हा त्याला अष्टांगयोग म्हटले जाते आणि मनुष्य जेव्हा अष्टांगयोगाच्या पलीकडे जातो व भगवान श्रीकृष्णांप्रत येतो तेव्हा तो भक्तियोगयुक्त झाल्याचे म्हटले जाते, हीच संपूर्ण योगाची परमावधी आहे. वस्तुतः भक्तियोग हे अंतिम ध्येय आहे; परंतु भक्तियोगाचे सूक्ष्मपणे विश्लेषण करण्यासाठी मनुष्याला इतर योगांचे ज्ञान होणे आवश्यक आहे. म्हणून उत्तरोत्तर प्रगती करणारा योगी हा शाश्वत भाग्याच्या वास्तविक मार्गावर मार्गक्रमण करीत असतो. जो मनुष्य एका विशिष्ट स्तराला चिकटून राहतो आणि पुढे प्रगती करीत नाही त्याला त्या विशिष्ट नावाने संबोधिले जाते. उदाहरणार्थ, कर्मयोगी, ज्ञानयोगी, ध्यानयोगी, राजयोगी, किंवा हठयोगी इत्यादी. भक्तियोगाप्रत उन्नत होण्याइतपत मनुष्य भाग्यवान असेल तर त्याने इतर सर्व योग पूर्वीच पार केल्याचे जाणले पाहिजे. म्हणून आपण जेव्हा हिमालयाबद्दल बोलतो तेव्हा आपण जगातील सर्वांत उंच पर्वताबद्दल बोलतो ज्यामध्ये जगामधील सर्वांत उंच शिखर माऊंट एव्हरेस्ट हे आहे. त्याचप्रमाणे कृष्णभावनाभावित होणे म्हणजे योगांची सर्वोच्च अवस्था आहे.

वैदिक आज्ञांनुसार सुस्थिर होण्याकरिता भक्तियोगाचा मार्ग क्रमीत असताना कृष्णभावनाभावित होणे ही महत्-भाग्याची गोष्ट आहे. आदर्श योगी हा आपले ध्यान श्रीकृष्णांवर केंद्रित करतो. श्रीकृष्ण हे श्यामसुंदर म्हणून जाणले जातात. मेघाप्रमाणे त्यांचा सुंदर नीलवर्ण आहे, त्यांचे मुखकमल सूर्याप्रमाणे तेजस्वी आहे, त्यांचे वस्त्र रत्नांप्रमाणेच तेजस्वी आहे आणि त्यांनी सुंदर पुष्पमाला धारण केली आहे. सर्व दशदिशा प्रकाशमान करणारे त्यांचे झळझळीत तेज ब्रह्मज्योती म्हणून जाणले जाते. ते राम, नृसिंह, वराह आणि भगवान श्रीकृष्ण या विविध रूपांमध्ये अवतरित होतात आणि माता यशोदेचे पुत्र म्हणून मानवसदृश रूपामध्ये अवतीर्ण होतात. त्यांना कृष्ण, गोविंद आणि वासुदेव म्हणून ओळखले जाते; ते परिपूर्ण बालक, पती, सखा व स्वामी आहेत आणि ते समस्त ऐश्वर्य आणि दिव्य गुणांनी परिपूर्ण आहेत. ज्या मनुष्याला भगवंतांच्या या सर्व गुणांची पूर्ण जाणीव असते त्याला सर्वश्रेष्ठ योगी म्हटले जाते.

सर्व वेदांमध्ये सांगितल्याप्रमाणे योगामधील परमसिद्धी ही केवळ भक्तियोगाद्वारेच प्राप्त करता येते.

*यस्य देवे पराभक्तिर्यथा देवे तथा गुरो ।*
*तस्यैते कथिता ह्यर्थाः प्रकाशन्ते महात्मनः ॥*

"ज्या महात्म्यांना भगवंत आणि आध्यात्मिक गुरू दोहोंवर दृढ श्रद्धा आहे, केवळ त्यांनाच वेदांच्या तात्पर्यांचा आपोआप उलगडा होतो." (श्वेताश्वतर उपनिषद् ६.२३) *भक्तिरस्य भजनं तदिहामुत्रोपाधिनैरास्येनामुष्मिन् मनःकल्पनमेतदेव नैष्कर्म्यम्*—"या किंवा पुढील जन्मामध्ये

भौतिक लाभाची इच्छा न ठेवता केलेली भगवंतांची सेवा म्हणजे भक्ती होय. अशा कामनांपासून रहित होऊन मनुष्याने आपले मन पूर्णपणे भगवंतांमध्ये रममाण केले पाहिजे. हाच *नैष्कर्म्याचा* उद्देश आहे.'' (गोपाल तापनी उपनिषद् १.१५)

योगाची परमसंसिद्धी, भक्ती किंवा कृष्णभावनेच्या आचरणाकरिता ही काही साधने आहेत.

*या प्रकारे भगवद्‌गीतेच्या 'ध्यानयोग' या सहाव्या अध्यायावरील भक्तिवेदांत भाष्य संपन्न.*

# अध्याय सातवा

# ज्ञानविज्ञानयोग

## ( भगवद्ज्ञान )

श्रीभगवानुवाच

**मय्यासक्तमना: पार्थ योगं युञ्जन्मदाश्रय: ।**
**असंशयं समग्रं मां यथा ज्ञास्यसि तच्छृणु ॥ १ ॥**

**श्री-भगवान् उवाच**—श्रीभगवान म्हणाले; **मयि**—माझ्यामध्ये; **आसक्त-मना:**—ज्याचे मन आसक्त झाले आहे; **पार्थ**—हे पृथापुत्र अर्जुन; **योगम्**—आत्मसाक्षात्कार; **युञ्जन्**—अभ्यास करीत असता; **मत्-आश्रय:**—माझ्या भावनेत किंवा कृष्णभावनेत; **असंशयम्**—नि:संशयपणे; **समग्रम्**—संपूर्णपणे; **माम्**—मला; **यथा**—कसे; **ज्ञास्यसि**—तू जाणू शकशील; **तत्**—ते; **शृणु**—ऐक.

**श्रीभगवान म्हणाले: हे पार्थ! माझ्या भावनेने पूर्णपणे युक्त होऊन योगाभ्यासाद्वारे माझ्यावर मन आसक्त करून तू मला पूर्णपणे, नि:संदेह कसा जाणू शकशील ते आता ऐक.**

**तात्पर्य:** भगवद्गीतेच्या या सातव्या अध्यायात कृष्णभावनेच्या स्वरूपाचे पूर्णपणे वर्णन करण्यात आले आहे. श्रीकृष्ण हे समग्र ऐश्वर्यांनी परिपूर्ण आहेत आणि ते आपले ऐश्वर्य कसे प्रकट करतात ते या ठिकाणी सांगितले आहे. तसेच या अध्यायात, श्रीकृष्णांवर आसक्त होणाऱ्या चार प्रकारच्या भाग्यशाली व्यक्तींचे आणि श्रीकृष्णांचा कधीच स्वीकार न करणाऱ्या चार प्रकारच्या दुर्भागी व्यक्तींचेही वर्णन आहे.

भगवद्गीतेच्या प्रथम सहा अध्यायांत जीवाचे वर्णन, विविध प्रकारच्या योगपद्धतीद्वारे स्वत:ला आत्मसाक्षात्काराप्रत उन्नत करण्याइतपत समर्थ असणारा अप्राकृत चेतन आत्मा, असे करण्यात आले आहे. सहाव्या अध्यायाच्या शेवटी स्पष्टपणे सांगण्यात आले आहे की, श्रीकृष्णांवरील मनाची स्थिर एकाग्रता किंवा दुसऱ्या शब्दांत सांगावयाचे तर, कृष्णभावना म्हणजे सर्व प्रकारच्या योगाची परिपूर्णता होय. मनुष्याने जर आपले मन श्रीकृष्णांवर केंद्रित केले तरच तो परम सत्याला पूर्णपणे जाणू शकतो. निर्विशेष ब्रह्मयोगी किंवा अंतर्यामी परमात्म्याची अनुभूती म्हणजे परम सत्याचे परिपूर्ण ज्ञान नव्हे, कारण ही अनुभूती केवळ आंशिक असते. पूर्ण आणि यथारूप ज्ञान होणे म्हणजे श्रीकृष्णांचे ज्ञान होणे होय आणि कृष्णभावनाभावित व्यक्तीला सर्व गोष्टींचा उलगडा होतो. पूर्णपणे कृष्णभावनाभावित मनुष्य जाणतो की, श्रीकृष्ण म्हणजेच

संशयातीत अशा ज्ञानाची परमावधी आहे. विविध प्रकारचे योग म्हणजे कृष्णभावनेच्या पथावरील पायऱ्या आहेत. जो प्रत्यक्षपणे कृष्णभावनेचा स्वीकार करतो, त्याला आपोआपच ब्रह्मज्योतीचे आणि परमात्म्याचे पूर्ण ज्ञान होते. कृष्णभावनेच्या योगाभ्यासाद्वारे मनुष्याला परम सत्य, जीव, भौतिक प्रकृती आणि साधनसामग्रीसहित त्यांचे प्राकट्य, या सर्व गोष्टींचे पूर्णपणे ज्ञान होते.

म्हणून मनुष्याने सहाव्या अध्यायाच्या शेवटच्या श्लोकामध्ये सांगितल्याप्रमाणे योगाभ्यास केला पाहिजे. शास्त्रामध्ये सांगितल्याप्रमाणे, भगवान श्रीकृष्णांच्या ठायी मनाची एकाग्रता नवविधा भक्तीद्वारे शक्य होते. या नवविधा भक्तीमध्ये *श्रवणम्* सर्वप्रथम आणि महत्त्वपूर्ण आहे. म्हणून भगवंत अर्जुनाला सांगतात की, *तच्छृणु* म्हणजे माझ्याकडून ऐक. श्रीकृष्णांपेक्षा अधिक श्रेष्ठ प्रमाणित व्यक्ती कोणीच असू शकत नाही आणि म्हणून त्यांच्याकडून श्रवण केल्यामुळे मनुष्याला पूर्णपणे कृष्णभावनाभावित होण्याची सुसंधी प्राप्त होते. यास्तव मनुष्याने, शैक्षणिक ज्ञानाने गर्विष्ठ आणि घमेंडखोर झालेल्या अभक्तांकडून श्रवण न करता प्रत्यक्ष श्रीकृष्णांकडून किंवा त्यांच्या विशुद्ध भक्ताकडून ज्ञान प्राप्त केले पाहिजे.

श्रीमद्भागवतातील प्रथम स्कंधातील, दुसऱ्या अध्यायामध्ये परम सत्य भगवान श्रीकृष्णांना जाणण्याच्या या विधीचे वर्णन पुढीलप्रमाणे करण्यात आले आहे.

*शृण्वतां स्वकथा: कृष्ण: पुण्यश्रवणकीर्तन: ।*
*हृद्यन्त:स्थो ह्यभद्राणि विधुनोति सुहृत्सताम् ॥*
*नष्टप्रायेष्वभद्रेषु नित्यं भागवतसेवया ।*
*भगवत्युत्तमश्लोके भक्तिर्भवति नैष्ठिकी ॥*
*तदा रजस्तमोभावा: कामलोभादयश्च ये ।*
*चेत एतैरनाविद्धं स्थितं सत्त्वे प्रसीदति ॥*
*एवं प्रसन्नमनसो भगवद्भक्तियोगत: ।*
*भगवत्तत्त्वविज्ञानं मुक्तसंगस्य जायते ॥*
*भिद्यते हृदयग्रंथिश्छिद्यन्ते सर्वसंशया: ।*
*क्षीयन्ते चास्य कर्माणि दृष्ट एवात्मनीश्वरे ॥*

''वेदांमधून कृष्णकथा श्रवण करणे किंवा भगवद्गीतेद्वारे प्रत्यक्ष श्रीकृष्णांकडून श्रवण करणे म्हणजेच पुण्यकर्म आहे आणि जो कृष्णकथा श्रवण करतो त्याला, प्रत्येकाच्या हृदयात स्थित असणारे भगवान श्रीकृष्ण सख्यत्वाने वागवितात आणि जो निरंतर त्यांचे श्रवण करण्यात तल्लीन झाला आहे त्या भक्ताला ते शुद्ध करतात. या प्रकारे भक्ताच्या ठिकाणी सुप्त असणारे दिव्य ज्ञान साहजिकच विकसित होते. भक्त, श्रीमद्भागवतातून किंवा भगवद्भक्ताकडून कृष्णकथेचे जितके अधिक श्रवण करतो तितकी त्याची भगवद्भक्तीवरील निष्ठा दृढ होते. भगवद्भक्तीच्या विकासामुळे मनुष्य, रज आणि तमोगुणापासून मुक्त होतो आणि यामुळेच काम आणि लोभ इत्यादींचा क्षय होतो. जेव्हा या विकृती नष्ट होतात तेव्हा भक्त आपल्या विशुद्ध सत्त्वावस्थेमध्ये स्थित होतो. भक्तीमुळे तो प्रसन्न होतो आणि भगवत्-तत्त्व विज्ञानाचे त्याला पूर्णपणे ज्ञान होते.

याप्रमाणे भक्तियोगामुळे, भौतिक आसक्तीरूपी कठीण गाठ भेदली जाते आणि मनुष्य *असंशयम् समग्रम्* अर्थात, परम सत्य पुरुषोत्तम भगवंतांना जाणण्याच्या स्तराप्रत उन्नत होतो.'' (श्रीमद्भागवत् १.२.१७-२१)

म्हणून श्रीकृष्ण किंवा त्यांच्या भक्ताकडून केवळ श्रवण केल्याने मनुष्य भगवत्-तत्त्व (कृष्णतत्त्व) जाणू शकतो.

**ज्ञानं तेऽहं सविज्ञानमिदं वक्ष्याम्यशेषतः ।**
**यज्ज्ञात्वा नेह भूयोऽन्यज्ज्ञातव्यमवशिष्यते ॥ २ ॥**

**ज्ञानम्**—प्रत्यक्ष ज्ञान; **ते**—तुला; **अहम्**—मी; **स**—सहित; **विज्ञानम्**—दिव्य ज्ञान; **इदम्**—हे; **वक्ष्यामि**—मी सांगेन; **अशेषतः**—पूर्णपणे; **यत्**—जे; **ज्ञात्वा**—जाणल्यावर; **न**—नाही; **इह**—या जगतात; **भूयः**—पुन्हा किंवा अधिक; **अन्यत्**—याशिवाय दुसरे अधिक; **ज्ञातव्यम्**—जाणण्यायोग्य; **अवशिष्यते**—राहते.

**प्रत्यक्ष ज्ञान आणि दिव्य ज्ञान हे दोन्ही प्रकारचे ज्ञान मी तुला पूर्णपणे सांगतो. हे जाणल्यावर तुला आणखी काही जाणावयाचे शिल्लक राहणार नाही.**

**तात्पर्यः** पूर्ण ज्ञानामध्ये प्राकृत जगताचे ज्ञान, त्यामागील आधारभूत चेतनतत्त्व आणि या दोहोंच्या उगमाचे ज्ञान, यांचा समावेश होतो. हेच दिव्य ज्ञान आहे. भगवंतांना अर्जुनाला उपर्युक्त ज्ञान सांगावयाचे आहे, कारण अर्जुन हा श्रीकृष्णाचा अंतरंग भक्त आणि सखा होता. चौथ्या अध्यायाच्या प्रारंभी भगवंतांनी हेच सांगितले होते आणि आता पुन्हा या म्हणण्याला त्यांनी पुष्टी दिली आहे. प्रत्यक्ष भगवंतांपासून चालत आलेल्या गुरुशिष्य परंपरेद्वारे केवळ भगवद्भक्ताला परिपूर्ण ज्ञानाची प्राप्ती होऊ शकते. म्हणून सर्व कारणांचे कारण आणि सर्व प्रकारच्या योगाभ्यासाच्या ध्यानाचा एकमेव विषय असणारे भगवंत हेच सर्व ज्ञानाचे उगमस्थान आहेत, हे जाणण्याइतपत मनुष्याने बुद्धिमान असले पाहिजे. जेव्हा सर्व कारणांचे कारण ज्ञात होते तेव्हा जाणण्यायोग्य सर्व गोष्टी ज्ञात होतात आणि काहीच अज्ञेय राहत नाही. वेद सांगतात *कस्मिन् भगवो विज्ञाते सर्वमिदं विज्ञातं भवति* (मुण्डकोपनिषद् १.३).

**मनुष्याणां सहस्रेषु कश्चिद्यतति सिद्धये ।**
**यततामपि सिद्धानां कश्चिन्मां वेत्ति तत्त्वतः ॥ ३ ॥**

**मनुष्याणाम्**—मनुष्यांमध्ये; **सहस्रेषु**—सहस्रावधी; **कश्चित्**—एखादाच कोणी; **यतति**—प्रयत्न करतो; **सिद्धये**—सिद्धी प्राप्त करण्यासाठी; **यतताम्**—असा प्रयत्न करणाऱ्यांपैकी; **अपि**—खरोखर; **सिद्धानाम्**—सिद्धी प्राप्त केलेल्यांपैकी; **कश्चित्**—कोणी तरी; **माम्**—मला; **वेत्ति**—जाणतो; **तत्त्वतः**—तत्त्वतः.

**सहस्रावधी मनुष्यांपैकी एखादाच सिद्धी प्राप्त करण्याचा प्रयत्न करतो आणि सिद्धी प्राप्त करणाऱ्या त्या मनुष्यांपैकी एखादाच मला तत्त्वतः जाणतो.**

**तात्पर्यः** मनुष्यांचे विविध स्तर आहेत आणि हजारो मनुष्यांपैकी एखाद्या मनुष्यालाच आत्मा

म्हणजे काय, शरीर म्हणजे काय आणि परम सत्य म्हणजे काय? हे जाणण्याइतपत दिव्य साक्षात्कारामध्ये स्वारस्य असू शकते. सामान्यत: मानवप्राणी हे केवळ आहार, निद्रा, भय आणि मैथुन इत्यादी पशुवृत्तींमध्ये युक्त असतात आणि चुकूनच एखाद्याला दिव्य ज्ञानप्राप्तीमध्ये स्वारस्य असते. आत्मा, परमात्मा आणि त्यांची अनुभूती होण्यासाठी ज्ञानयोग, ध्यानयोग इत्यादी योगपद्धती आणि जड व चेतन पदार्थातील भेद, यासंबंधीचे दिव्य ज्ञान जाणण्यास जे उत्सुक असतात त्या जिज्ञासूंसाठी भगवद्‌गीतेचे पहिले सहा अध्याय आहेत. तथापि, केवळ कृष्णभावनाभावित व्यक्तीच श्रीकृष्णांना जाणू शकतात. इतर योग्यांना, निर्विशेष ब्रह्माचा साक्षात्कार होऊ शकेल, कारण ब्रह्मानुभूती ही श्रीकृष्णांना जाणण्यापेक्षा सहज सोपी आहे. श्रीकृष्ण हे परमपुरुष आहेत, पण त्याच वेळी ते ब्रह्म आणि परमात्म्याच्या ज्ञानाच्याही पलीकडे आहेत. श्रीकृष्णांना जाणण्याच्या प्रयत्नात योगिजन आणि ज्ञानीजन गोंधळून जातात. निर्विशेष तत्त्वज्ञानींचे अग्रणी श्रीपाद शंकराचार्य यांनी जरी आपल्या गीता भाष्यामध्ये श्रीकृष्णांचा पुरुषोत्तम भगवान म्हणून स्वीकार केला असला तरी त्यांचे अनुयायी श्रीकृष्णांचा भगवान म्हणून स्वीकार करीत नाहीत, कारण मनुष्याला जरी निर्विशेष ब्रह्माची अनुभूती झाली असली तरी त्याला श्रीकृष्णांना जाणणे अत्यंत कठीण आहे.

श्रीकृष्ण हेच पुरुषोत्तम भगवान, सर्व कारणांचे परम कारण, आदिपुरुष श्री गोविंद आहेत. *ईश्वर: परम: कृष्ण: सच्चिदानन्द विग्रह: । अनादिरादिर्गोविन्द: सर्वकारणकारणम्* . अभक्तांना भगवान श्रीकृष्णांचे ज्ञान होणे कठीण आहे. अभक्त जरी म्हणत असले की, भक्तिमार्ग हा अत्यंत सोपा आहे तरी ते भक्तिमार्गाचे आचरण करू शकत नाहीत. अभक्त मनुष्य, भक्तिमार्ग सोपा असल्याचा दावा करीत असतील तर मग ते इतर कठीण मार्गांचा अभ्यास का करतात? वस्तुत: भक्तिमार्ग हा इतका सोपा नाही. भक्तीचे ज्ञान नसताना ढोंगी लोकांनी आचरलेली तथाकथित भक्ती ही सोपी असू शकेल, परंतु शास्त्रसंमत विधिविधानांनुसार जर भक्तीचे वास्तविकपणे आचरण केले तर तार्किक पंडित आणि तत्त्वज्ञानी भक्तिमार्गावरून भ्रष्ट होतात. श्रील रूप गोस्वामी भक्तिरसामृतसिंधूमध्ये (१.२.१०१) लिहितात:

*श्रुति स्मृतिपुराणादि पञ्चरात्रविधिं विना ।*
*ऐकान्तिकी हरेर्भक्तिरुत्पातायैव कल्पते ॥*

"उपनिषद, पुराण, नारद पञ्चरात्र इत्यादींसारख्या प्रमाणित वैदिक साहित्याची उपेक्षा करून जी भगवद्‌भक्ती केली जाते ती भक्ती म्हणजे समाजामध्ये केवळ व्यर्थ उत्पातच आहे."

ब्रह्मानुभूती झालेला निर्विशेषवादी किंवा परमात्म्याचा साक्षात्कार झालेल्या योगी यांना पुरुषोत्तम भगवान श्रीकृष्णांचे, यशोदानंदन किंवा पार्थसारथी रूप समजू शकत नाही. मोठमोठ्या देवतांनासुद्धा कधीकधी श्रीकृष्णांबद्दल संभ्रम निर्माण होतो. (*मुह्यन्ति यत्सूरय:*) *मां तु वेद न कश्चन* भगवंत सांगतात की, "मला तत्त्वत: कोणीही जाणत नाही" आणि जर कोणी श्रीकृष्णांना जाणत असेल तर *स महात्मा सुदुर्लभ:* 'असा महात्मा अत्यंत दुर्मिळ आहे.' म्हणून जोपर्यंत मनुष्य भगवद्‌भक्तीचा अभ्यास करीत नाही तोपर्यंत तो श्रीकृष्णांना 'तत्त्वत:' जाणू शकत नाही, मग तो मोठा विद्वान असो अथवा तत्त्वज्ञानी असो. भगवान श्रीकृष्णांची आपल्या भक्तावर

असीम कृपा असल्याकारणाने, केवळ शुद्ध भक्तांनाच सर्व कारणांचे कारण असणारे, सर्वशक्तिमान आणि सर्व ऐश्वर्यांनी युक्त असणारे, बल, यश, श्री, सौंदर्य, ज्ञान आणि वैराग्य या अचिंत्य आणि दिव्य गुणांनी युक्त असणाऱ्या भगवान श्रीकृष्णांमधील गुणांचे अल्प ज्ञान होऊ शकते. ब्रह्मानुभूतीची परमावधी म्हणजे भगवान श्रीकृष्ण आहेत आणि केवळ भक्तच त्यांना तत्त्वत: जाणू शकतात, म्हणून भक्तिरसामृतसिंधूमध्ये (१.२.२३४) सांगण्यात आले आहे की:

*अत: श्रीकृष्णनामादि न भवेद्ग्राह्यमिन्द्रियै: ।*
*सेवोन्मुखे हि जिह्वादौ स्वयमेव स्फुरत्यद: ॥*

"अपूर्ण आणि मंद इंद्रियांद्वारे कोणीही भगवान श्रीकृष्णांना तत्त्वत: जाणू शकत नाही, परंतु भक्तांनी केलेल्या भगवंतांच्या प्रेममयी सेवेमुळे प्रसन्न होऊन ते स्वत: भक्तांपुढे प्रकट होतात."

**भूमिरापोऽनलो वायु: खं मनो बुद्धिरेव च।**
**अहङ्कार इतीयं मे भिन्ना प्रकृतिरष्टधा ॥ ४॥**

**भूमि:**—पृथ्वी; **आप:**—पाणी; **अनल:**—अग्नी; **वायु:**—वायू; **खम्**—आकाश; **मन:**—मन; **बुद्धि:**—बुद्धी; **एव**—निश्चितच; **च**—आणि; **अहङ्कार:**—मिथ्या अहंकार; **इति**—याप्रमाणे; **इयम्**—ही सर्व; **मे**—माझ्या; **भिन्ना**—भिन्न किंवा विभागलेली; **प्रकृति:**—शक्ती; **अष्टधा**—आठ प्रकारच्या.

**पृथ्वी, पाणी, अग्नी, वायू, आकाश, मन, बुद्धी आणि अहंकार या आठ माझ्या भिन्न प्राकृतिक शक्ती आहेत.**

**तात्पर्य:** भगवत्-विज्ञानामध्ये भगवंतांच्या स्वरूपस्थितीचे आणि त्यांच्या विविध शक्तींचे विश्लेषण केले जाते. भौतिक शक्तीला प्रकृती असे म्हणतात किंवा सात्वत तंत्रात सांगितल्याप्रमाणे, भगवंतांच्या विविध पुरुषावतारांची शक्ती असे म्हणतात:

*विष्णोस्तु त्रीणि रूपाणि पुरुषाख्यान्यथो विदु:*
*एकं तु महत: स्रष्टृ द्वितीयं त्वण्डसंस्थितम् ।*
*तृतीयं सर्वभूतस्थं तानि ज्ञात्वा विमुच्यते ॥*

"प्राकृत सृष्टीच्या निर्मितीकरिता भगवान श्रीकृष्णांचे विस्तारित रूप तीन विष्णुरूपे धारण करते. पहिले महाविष्णू हे रूप महत्-तत्त्व नावाच्या संपूर्ण भौतिक शक्तीची निर्मिती करते. दुसरे गर्भोदकशायी विष्णू हे रूप प्रत्येक ब्रह्मांडामध्ये वैविध्यपूर्ण निर्मिती करण्यासाठी प्रवेश करते. तिसरे क्षीरोदकशायी विष्णू हे रूप सर्व ब्रह्मांडांमध्ये सर्वव्यापी परमात्मा म्हणून विस्तारित होते. परमात्मा हा अणूंमध्येही उपस्थित असतो. जो कोणी या तीन विष्णुरूपांना जाणतो तो भौतिक जंजाळातून मुक्त होतो."

हे भौतिक जग म्हणजे भगवंतांच्या अनेक शक्तींपैकी एका शक्तीची अस्थायी अभिव्यक्ती आहे. भौतिक प्रकृतीतील सर्व कार्यांचे मार्गदर्शन हे या तीन विष्णू रूपांद्वारे केले जाते. या पुरुषांना अवतार असे म्हटले जाते. सामान्यपणे ज्या मनुष्याला भगवत्-तत्त्व (श्रीकृष्ण) ज्ञात नाही त्याला वाटते की, हे प्राकृत जग जीवांच्या उपभोगासाठी आहे आणि जीव हेच पुरुष,

निर्माते, नियंते आणि भौतिक शक्तीचे भोक्ते आहेत. भगवद्गीतेत सांगितल्याप्रमाणे, नास्तिकांचा हा निष्कर्ष खोटा आहे. प्रस्तुत श्लोकामध्ये श्रीकृष्ण हेच प्राकृत सृष्टीचे आदिकारण असल्याचे सांगण्यात आले आहे. प्राकृत सृष्टीचे घटक म्हणजे भगवंतांच्या विभाजित शक्ती आहेत. निर्विशेषवाद्यांचे लक्ष्य, ब्रह्मज्योती, ही सुद्धा वैकुंठ लोकांतील अभिव्यक्त झालेली आध्यात्मिक शक्ती आहे. वैकुंठ लोकामध्ये ज्याप्रमाणे आध्यात्मिक वैविध्य आहे त्याप्रमाणे ब्रह्मज्योतीमध्ये नाही आणि निर्विशेषवादी या ब्रह्मज्योतीचा शाश्वत परमलक्ष्य म्हणून स्वीकार करतात. परमात्मारूपही क्षीरोदकशायी विष्णूंचे अस्थायी सर्वव्यापी रूप आहे. भगवद्धामात परमात्मारूपाची अभिव्यक्ती नित्य असत नाही. म्हणून वास्तविक परम सत्य म्हणजे भगवान श्रीकृष्ण आहेत. ते सर्वशक्तिमान पुरुष आहेत आणि विविध प्रकारच्या भिन्न आणि अंतरंगा शक्तींनी युक्त आहेत.

वर सांगितल्याप्रमाणे, भौतिक शक्तीमध्ये आठ प्रधान अभिव्यक्ती आहेत. यांपैकी प्रथम म्हणजे, पृथ्वी, पाणी, अग्नी, वायू आणि आकाश होत. यांना स्थूल किंवा विराट सृष्टी म्हटले जाते आणि यांमध्ये, शब्द, स्पर्श, रूप, रस आणि गंध या पाच इंद्रियविषयांचा समावेश करण्यात आला आहे. भौतिक विज्ञानात या दहा तत्त्वांशिवाय इतर कशाचाही समावेश नसतो, परंतु मन, बुद्धी, अहंकार या इतर तीन तत्त्वांकडे भौतिकवाद्यांनी दुर्लक्ष केले आहे. मानसिक क्रियांचा अभ्यास करणाऱ्या तत्त्वज्ञान्यांना सुद्धा पूर्ण ज्ञान नसते, कारण त्यांना सर्व गोष्टींचे उद्गम, भगवान श्रीकृष्णांचे ज्ञान नसते. मिथ्या अहंकार- 'मी' आणि 'माझे' हा सांसारिक जीवनाचा मूलाधार आहे आणि यामध्ये भौतिक क्रिया करणाऱ्या दहा इंद्रियांचा समावेश आहे. बुद्धी ही संपूर्ण भौतिकसृष्टी किंवा महत्-तत्त्वाचा निर्देश करते. म्हणून भगवंतांच्या आठ भिन्न शक्तींद्वारे, भौतिक जगताची चोवीस तत्त्वे अभिव्यक्त होतात. ही चोवीस तत्त्वे म्हणजे नास्तिक सांख्य तत्त्वज्ञानाची विषयवस्तू आहे. मूलत: ही सारी तत्त्वे म्हणजे भगवान श्रीकृष्णांच्या शक्तीच्या उपशाखा आहेत आणि त्या त्यांच्यापासून भिन्न होतात; परंतु अल्पज्ञ सांख्य तत्त्वज्ञान्यांना श्रीकृष्ण हेच सर्व कारणांचे कारण आहेत हे ज्ञात नसते. भगवद्गीतेत सांगितल्याप्रमाणे, सांख्य तत्त्वज्ञानाच्या विवेचनाचा विषय म्हणजे भगवान श्रीकृष्णांच्या केवळ बहिरंग शक्तीची अभिव्यक्ती होय.

**अपरेयमितस्त्वन्यां प्रकृतिं विद्धि मे पराम्।**
**जीवभूतां महाबाहो ययेदं धार्यते जगत् ॥ ५॥**

**अपरा**—कनिष्ठ किंवा अपरा; **इयम्**—ही; **इत:**—याव्यतिरिक्त; **तु**—परंतु; **अन्याम्**—अन्य; **प्रकृतिम्**—प्रकृती किंवा शक्ती; **विद्धि**—जाणण्याचा प्रयत्न कर; **मे**—माझ्या; **पराम्**—परा किंवा श्रेष्ठ; **जीव-भूताम्**—जीव अंतर्भूत असलेली; **महा-बाहो**—हे महाबाहू अर्जुना; **यया**—ज्याद्वारे; **इदम्**—हे; **धार्यते**—उपयोग केला जातो; **जगत्**—भौतिक जगत.

**हे महाबाहू अर्जुना! याव्यतिरिक्त माझी आणखी एक श्रेष्ठ अशी परा प्रकृती आहे जिच्यामध्ये जीवांचा समावेश होतो. हे जीव कनिष्ठ, भौतिक प्रकृतीच्या साधनांचा उपभोग घेतात.**

**तात्पर्य:** या श्लोकामध्ये स्पष्टपणे सांगण्यात आले आहे की, जीव हे भगवंतांची परा प्रकृती आहेत. अपरा प्रकृती ही, पृथ्वी, पाणी, अग्नी, वायू, आकाश, मन, बुद्धी, अहंकार या विविध तत्त्वांद्वारे प्रकट होते. भौतिक प्रकृतीचे स्थूल (पृथ्वी इ.) आणि सूक्ष्म (मन इ.) हे दोन्ही प्रकार कनिष्ठ शक्तीपासून उत्पन्न होतात. विविध हेतूंसाठी या कनिष्ठ शक्तीचा उपयोग करणारे जीव म्हणजे भगवंतांची परा किंवा श्रेष्ठ प्रकृती आहे आणि या शक्तीमुळे संपूर्ण भौतिक जगत कार्य करते. जीव किंवा श्रेष्ठ शक्तींनी चालना दिल्यावाचून भौतिक विश्व कार्यरत होण्यास असमर्थ असते. शक्तींचे नियंत्रण हे सदैव शक्तिमानाद्वारे केले जाते आणि म्हणून जीवांना स्वतंत्र अस्तित्व नसते. ते सदैव भगवंतांच्या नियंत्रणाखाली असतात. अल्पबुद्धी लोकांना वाटते त्याप्रमाणे जीव हे कधीही भगवंतांप्रमाणेच शक्तिमान नसतात. भगवंत आणि जीवामधील भेदाचे वर्णन श्रीमद्‌भागवतात (१०.८७.३०) पुढीलप्रमाणे करण्यात आले आहे.

*अपरिमिता ध्रुवास्तनुभृतो यदि सर्वगता*
*स्तर्हि न शास्यतेति नियमो ध्रुव नेतरथा ।*
*अजनि च यन्मयं तदविमुच्य नियन्तृ भवेत्*
*सममनुजानतां यदमतं मतदुष्टतया ॥*

"हे भगवंत! जर देहधारी जीवही तुमच्याप्रमाणेच शाश्वत आणि सर्वव्यापी असते तर ते तुमच्या नियंत्रणाखाली राहिले नसते परंतु जीव हे तुमच्या सूक्ष्म शक्ती आहेत असे जर मान्य केले तर ते तुमच्या श्रेष्ठ नियंत्रणाखाली असल्याचे तात्काळ सिद्ध होते. म्हणून यथार्थ मुक्ती म्हणजे जीवांनी तुमच्या आधिपत्याला शरण जाणे होय आणि या शरणागतीमुळेच जीव सुखी होऊ शकतात. जीव केवळ आपल्या स्वरूपस्थितीतच नियंत्रक होऊ शकतात. म्हणून जीव आणि भगवंत सर्व बाबतीत समानच आहेत या अद्वैतवादाचा पुरस्कार करणारे अल्पज्ञानी लोक हे चुकीच्या आणि दुष्ट मताने प्रभावित झालेले असतात."

भगवान श्रीकृष्ण हेच केवळ नियंत्रक आहेत आणि सर्व जीव हे त्यांच्या नियंत्रणाखाली आहेत. जीव म्हणजे भगवंतांची पराशक्ती आहे, कारण गुणात्मकदृष्ट्या जीव हे भगवंतांसारखेच आहेत; परंतु परिमाणात्मकदृष्ट्या ते भगवंतांशी कधीच बरोबरी करू शकत नाहीत. स्थूल आणि सूक्ष्म अपरा शक्तीचा उपभोग करीत असताना, परा शक्तीला (जीव) आपल्या वास्तविक आध्यात्मिक मन आणि बुद्धीचे विस्मरण होते. असे विस्मरण त्याला जड तत्त्वाच्या प्रभावामुळे होते. परंतु जेव्हा जीव, भौतिक मायाशक्तीच्या प्रभावातून मुक्त होतो तेव्हा त्याला मुक्तिपदाची प्राप्ती होते. मायेच्या प्रभावामुळे मिथ्या अहंकाराला वाटते की, मी जड पदार्थ आहे आणि सर्व भौतिक लाभ माझे आहेत. जेव्हा जीव, सर्व बाबतीत परमेश्वराशी एकरूप होण्याच्या संकल्पनेसहित, सर्व प्रकारच्या भौतिक संकल्पनांतून मुक्त होतो, तेव्हा त्याला आपल्या स्वरूपस्थितीचा साक्षात्कार होतो. म्हणून मनुष्य या निष्कर्षाप्रत येऊ शकतो की, गीतेनुसार जीव हे श्रीकृष्णांच्या अनेक शक्तींपैकी एक शक्ती आहेत आणि जेव्हा ही शक्ती भौतिक दोषातून मुक्त होते तेव्हा ती पूर्णपणे कृष्णभावनाभावित किंवा मुक्त होते.

**एतद्योनीनि भूतानि सर्वाणीत्युपधारय ।**
**अहं कृत्स्नस्य जगतः प्रभवः प्रलयस्तथा ॥ ६ ॥**

**एतत्**—या दोन प्रकृती; **योनीनि**—उगमस्थान; **भूतानि**—सृष्ट पदार्थ; **सर्वाणि**—सर्व; **इति**—याप्रमाणे; **उपधारय**—जाण; **अहम्**—मी; **कृत्स्नस्य**—संपूर्ण; **जगतः**—जगताच्या; **प्रभवः**—उत्पत्ती किंवा अभिव्यक्तीचा उगम; **प्रलयः**—प्रलय; **तथा**—आणि.

**सर्व सृष्ट प्राणिमात्रांचा उगम या दोन शक्तींमध्ये होतो. या जगतामध्ये जे काही भौतिक आणि आध्यात्मिक आहे त्यांचा उत्पत्तिकर्ता आणि प्रलयकर्ताही मीच आहे हे निश्चितपणे जाण.**

**तात्पर्यः** अस्तित्वातील प्रत्येक वस्तू म्हणजे जड आणि चेतनतत्त्वाची निर्मिती आहे. चैतन्य हे सृष्टीचे मूळ आहे आणि पदार्थाची निर्मिती चैतन्यामुळे होते. भौतिक विकासाच्या विशिष्ट अवस्थेत चैतन्याची निर्मिती होत नसते. याउलट हे भौतिक जग, केवळ चेतनशक्तीच्या आधाराने अभिव्यक्त झाले आहे. या भौतिक देहाचा विकास, देहामधील चेतनशक्तीच्या उपस्थितीमुळे होतो. लहान मूल हे बालपणापासून कौमार्यावस्थेत आणि कौमार्यावस्थेतून तारुण्यावस्थेत जाते, कारण त्या ठिकाणी पराशक्ती, अर्थात जीवात्मा उपस्थित असतो. त्याचप्रमाणे विराट विश्वाच्या संपूर्ण सृष्टीचा विकास, परमात्मा श्रीविष्णू यांच्या उपस्थितीमुळे होतो. म्हणून या विराट विश्वाच्या निर्मितीकरिता एकत्रित येणाऱ्या जड आणि चेतन शक्ती या मूलतः भगवंतांच्या दोन शक्ती आहेत आणि म्हणून भगवंत हे सर्व गोष्टींचे मूळ कारण आहेत. भगवंतांचा अंश असणारे जीव हे गगनचुंबी इमारत, मोठा कारखाना किंवा शहराच्या निर्मितीस कारणीभूत असू शकतील; परंतु ते विराट ब्रह्मांडाच्या निर्मितीस कारणीभूत असू शकत नाही. विराट ब्रह्मांडाच्या निर्मितीस विराट आत्मा म्हणजेच परमात्मा कारणीभूत असतो. भगवान श्रीकृष्ण हेच सूक्ष्म जीव आणि परमात्म्याचे कारण आहेत. म्हणून ते सर्व कारणांचे कारण आहेत. याला कठोपनिषदात (२.२.१३) पुष्टी दिली आहे: *नित्यो नित्यानां चेतनश्चेतनानाम्.*

**मत्तः परतरं नान्यत्किञ्चिदस्ति धनञ्जय ।**
**मयि सर्वमिदं प्रोतं सूत्रे मणिगणा इव ॥ ७॥**

**मत्तः**—माझ्यापेक्षा; **पर-तरम्**—श्रेष्ठ; **न**—नाही; **अन्यत् किञ्चित्**—अन्य काही; **अस्ति**—आहे; **धनञ्जय**—हे धनंजया; **मयि**—माझ्यामध्ये; **सर्वम्**—सर्व काही; **इदम्**—जे दृष्टिगोचर आहे; **प्रोतम्**—ओवलेले; **सूत्रे**—दोऱ्यात; **मणि-गणाः**—अनेक मणी; **इव**—ज्याप्रमाणे.

**हे धनंजया! माझ्याहून श्रेष्ठ असे दुसरे कोणतेही तत्त्व नाही. दोऱ्यात ओवलेल्या मण्यांप्रमाणे सर्व काही माझ्यामध्ये आश्रित आहे.**

**तात्पर्यः** परम सत्य साकार आहे की निराकार या विषयावर नेहमीच वाद घातला जातो. भगवद्‌गीतेनुसार, परम सत्य म्हणजे भगवान श्रीकृष्ण आहेत आणि याला गीतेत पदोपदी पुष्टी

मिळाली आहे. विशेषत: या श्लोकात, परम सत्य हे पुरुष असल्याचे निक्षून सांगण्यात आले आहे. परम सत्य म्हणजे पुरुषोत्तम श्रीभगवान आहेत. हे ब्रह्मसंहितेतही निश्चितपणे सांगण्यात आले आहे. *ईश्वर: परम: कृष्ण: सच्चिदानंद विग्रह:* अर्थात, श्रीकृष्ण हेच परम सत्य पुरुषोत्तम श्रीभगवान आहेत. श्रीकृष्ण हेच आदिपुरुष, सर्व रसांचे राजा श्रीगोविंद आणि सच्चिदानंदरूप आहेत. या प्रमाणांवरून निर्विवादपणे सिद्ध होते की, परम सत्य म्हणजे सर्व कारणांचे कारण, परमपुरुष आहेत. तरीही निर्विशेषवादी श्वेताश्वतरोपनिषदात (३.१०) सांगितलेल्या प्रमाणांवरून वाद घालतात. *ततो यदुत्तरतरं तदरूपमनामयं। य एतद्विदुरमृतास्ते भवन्त्यथेतरे दु:खमेवापियन्ति* ''भौतिक जगतातील आदिजीव ब्रह्मदेवाला देवदेवता, मनुष्यप्राणी आणि पशू यांच्यामध्ये सर्वश्रेष्ठ मानले जाते. परंतु ब्रह्मदेवाच्याही अतीत परतत्त्व आहे आणि या परतत्त्वाला प्राकृत स्वरूप नाही आणि ते सर्व भौतिक विचारांपासून मुक्त आहे. जे कोणी परतत्त्वाला जाणू शकतात ते दिव्य होतात; परंतु जे त्याला जाणत नाहीत ते भौतिक जगातील दु:खे भोगतात.''

निर्विशेषवादी *अरूपम्* या शब्दावर अधिक जोर देतात. परंतु *अरूपम* म्हणजे निराकार नव्हे, तर वर उल्लेख केलेल्या ब्रह्मसंहितेतील श्लोकानुसार *अरूपम्* हा शब्द सच्चिदानंद रूप दाखवितो. श्वेताश्वतरोपनिषदातील (३.८.९) इतर श्लोकांमध्ये याच विधानाला पुढीलप्रमाणे पुष्टी देण्यात आली आहे.

*वेदाहमेतं पुरुषं महान्तमादित्यवर्णं तमस: परस्तात् ।*
*तमेव विद्वानति मृत्युमेति नान्य: पन्था विद्यतेऽयनाय ॥*
*यस्मात्परं नापरमस्ति किञ्चिद् यस्मान्नाणीयो नो ज्यायोऽस्ति किञ्चित् ।*
*वृक्ष इव स्तब्धो दिवि तिष्ठत्येकस्तेनेदं पूर्णं पुरुषेण सर्वम् ॥*

''भौतिक कल्पनारूपी अंधाराच्या अतीत असणाऱ्या पुरुषोत्तम भगवंतांना मी जाणतो. जो त्यांना जाणतो तोच केवळ जन्म-मृत्यूच्या बंधनातून मुक्त होतो. त्या परमपुरुष भगवंतांच्या या ज्ञानावाचून मुक्तीचा इतर कोणताही मार्ग नाही.''

''भगवंत हे परमपुरुष असल्यामुळे त्यांच्याहून श्रेष्ठ असे इतर कोणतेही तत्त्व नाही. ते सूक्ष्मतम अणूपेक्षाही सूक्ष्म आणि महत्तम् तत्त्वापेक्षाही महान आहेत. ते एका वृक्षाप्रमाणे स्तब्ध आहेत, ते परमव्योमाला प्रकाशित करतात आणि ज्याप्रमाणे वृक्ष आपली मुळे पसरवितो त्याप्रमाणे ते आपल्या विविध शक्तींचा विस्तार करतात.''

या श्लोकांवरून निष्कर्ष निघतो की, परम सत्य म्हणजेच पुरुषोत्तम भगवान आहेत आणि आपल्या विविध परा आणि अपरा शक्तींद्वारे ते सर्वव्यापक आहेत.

**रसोऽहमप्सु कौन्तेय प्रभास्मि शशिसूर्ययो:।**
**प्रणव: सर्ववेदेषु शब्द: खे पौरुषं नृषु ॥ ८॥**

**रस:**—रस किंवा रुची; **अहम्**—मी; **अप्सु**—पाण्यामध्ये; **कौन्तेय**—हे कुंतिपुत्रा; **प्रभा**—प्रकाश; **अस्मि**—मी आहे; **शशि-सूर्ययो:**—चंद्र आणि सूर्याचा; **प्रणव:**—ॐकार; **सर्व**—सर्वांमध्ये; **वेदेषु**—वेद; **शब्द:**—शब्द किंवा ध्वनी; **खे**—आकाशातील; **पौरुषम्**—सामर्थ्य किंवा पौरुषत्व; **नृषु**—मनुष्यांमधील.

**हे कौंतेया! पाण्यामधील रस मी आहे, चंद्र आणि सूर्याचा प्रकाश मी आहे, वैदिक मंत्रांमधील ॐकार मी आहे, आकाशातील शब्द मी आणि मनुष्यांमधील सामर्थ्य मी आहे.**

**तात्पर्य:** आपल्या विविध परा आणि अपरा शक्तींद्वारे भगवंत सर्वव्यापी कसे आहेत, याचे वर्णन या श्लोकामध्ये करण्यात आले आहे. भगवंतांना प्रथम त्यांच्या विविध शक्तींद्वारे जाणता येते आणि या रीतीने त्याची निर्विशेष अनुभूती होते. ज्याप्रमाणे सूर्यलोकातील अधिष्ठात्री देवता एक पुरुष आहे आणि त्याच्या सर्वव्यापी शक्ती, सूर्यप्रकाशाद्वारे त्याच्या सर्वव्यापी रूपाची अनुभूती होते त्याचप्रमाणे भगवंत जरी आपल्या शाश्वत धामामध्ये निवास करीत असले तरी त्यांच्या सर्वव्यापी विविध शक्तींद्वारे त्यांची अनुभूती होते. रुची किंवा रस हा पाण्याचा गुणधर्म आहे. समुद्राचे पाणी पिणे कोणालाही आवडत नाही, कारण पाण्याची शुद्ध चव मिठाच्या मिश्रणामुळे खारट झालेली असते. पाण्याबद्दलचे आकर्षण हे पाण्याच्या चवीच्या शुद्धतेवर अवलंबून असते आणि ही विशुद्ध चव किंवा रस म्हणजे भगवंतांची एक शक्ती आहे. निर्विशेषवादी हा पाण्याच्या चवीद्वारे भगवंतांची पाण्यातील उपस्थिती जाणतो आणि साकारवादीसुद्धा, भगवंतांनी कृपा करून मनुष्याची तहान भागविण्याकरिता शुद्ध गोड पाणी पुरविल्याबद्दल भगवंतांचे गुणगान करतो. भगवंतांच्या अनुभूतीचा हाच मार्ग आहे. वास्तविकपणे पाहता, साकारवादी आणि निराकारवादी यांच्यात मुळीच मतभेद नाही. जो भगवंतांना जाणतो त्याला माहीत असते की, साकारत्व आणि निराकारत्व हे दोन्ही एकाच वेळी सर्व पदार्थांत विद्यमान असते आणि त्यांच्यात परस्पर विरोधाभास नसतो. म्हणून श्री चैतन्य महाप्रभूंनी आपला *अचिंत्य भेदाभेद तत्त्व* नामक दिव्य सिद्धांत प्रस्थापित केला.

चंद्र आणि सूर्याचा प्रकाशही मूलतः ब्रह्मज्योतीपासून उत्सर्जित होतो आणि ब्रह्मज्योती म्हणजे भगवंतांचे निर्विशेष तेज आहे. प्रत्येक वैदिक मंत्राच्या आरंभी असलेला प्रणव अथवा ॐ कार हा दिव्य शब्द भगवंतांनाच संबोधितो. भगवान श्रीकृष्णांना त्यांच्या असंख्य नावांनी संबोधण्यास निर्विशेषवादी घाबरतात. म्हणून ते ॐकार या दिव्य ध्वनीचा उच्चार करणे पसंत करतात. परंतु ते जाणीत नाहीत की, ॐकार म्हणजे श्रीकृष्णांचे शाब्दिक प्रतिनिधित्व आहे. कृष्णभावना ही सर्वव्यापी आहे आणि जो कृष्णभावना जाणतो तो धन्य होय. जे श्रीकृष्णांना जाणीत नाहीत ते मायेच्या बंधनात आहेत आणि म्हणून श्रीकृष्णांचे ज्ञान होणे म्हणजे मुक्ती आणि श्रीकृष्णांबद्दलचे अज्ञान म्हणजे बंधन होय.

**पुण्यो गन्धः पृथिव्यां च तेजश्चास्मि विभावसौ।**
**जीवनं सर्वभूतेषु तपश्चास्मि तपस्विषु ॥ ९॥**

**पुण्यः**—मूळ; **गन्धः**—सुगंध; **पृथिव्याम्**—पृथ्वीचा; **च**—सुद्धा; **तेजः**—तेज; **च**—सुद्धा; **अस्मि**—मी आहे; **विभावसौ**—अग्नीमधील; **जीवनम्**—प्राण किंवा जीवन; **सर्व**—सर्व; **भूतेषु**—जीवांमधील; **तपः**—तप; **च**—सुद्धा; **अस्मि**—मी आहे; **तपस्विषु**—तपस्व्यांमधील.

**पृथ्वीचा मूळ सुगंध मी आहे, आणि अग्नीमधील उष्णता मी आहे, सर्व जीवांमधील**

**जीवनशक्ती मी आहे आणि सर्व तपस्व्यांचे तप मी आहे.**

**तात्पर्य:** जे विकाररहित असते त्याला पुण्य, अर्थात् मूळ असे म्हणतात. भौतिक जगतातील प्रत्येक वस्तूला विशिष्ट रस किंवा गंध असतो. उदाहरणार्थ वायू, अग्नी, पाणी, पृथ्वी किंवा फुलामध्ये रस आणि गंध असतो. निर्दोष, मूळचा गंध जो सर्वत्र व्याप्त झालेला असतो तो गंध म्हणजे श्रीकृष्णच आहेत. त्याचप्रमाणे प्रत्येक गोष्टीला विशिष्ट अशी मूळ चव असते आणि रसायनांच्या मिश्रणाद्वारे ही चव बदलता येते. म्हणून प्रत्येक वस्तूला मूळ रूपात थोड्याफार प्रमाणामध्ये वास, गंध अथवा चव असते. *विभावसु* म्हणजे अग्नी होय. अग्नीशिवाय आपण स्वयंपाक करू शकत नाही, कारखाने चालवू शकत नाही इत्यादी आणि हा अग्नी म्हणजे श्रीकृष्ण आहेत. अग्नीमधील उष्णता म्हणजे श्रीकृष्ण आहेत. आयुर्वेदानुसार अपचन हे पोटातील मंदाग्नीमुळे होते. म्हणून पचनक्रियेकरिता देखील अग्नी आवश्यक आहे. यास्तव कृष्णभावनेमध्ये आपल्याला पृथ्वी, पाणी, अग्नी, वायू आणि प्रत्येक चेतन तत्त्व, सर्व रसायने आणि सर्व भौतिक तत्त्वांचे उगम हे श्रीकृष्ण असल्याची जाणीव होते. मनुष्याचे आयुष्यही श्रीकृष्णांवरच आधारित असते. त्यामुळे श्रीकृष्णांच्या कृपेने मनुष्य आपले आयुष्य वाढवू शकतो अथवा कमी करू शकतो. म्हणून कृष्णभावना ही प्रत्येक क्षेत्रात सक्रिय आहे.

**बीजं मां सर्वभूतानां विद्धि पार्थ सनातनम्।**
**बुद्धिर्बुद्धिमतामस्मि तेजस्तेजस्विनामहम् ॥ १० ॥**

**बीजम्**—बीज; **माम्**—मला; **सर्व-भूतानाम्**—सर्व प्राणिमात्रांचा; **विद्धि**—जाणण्याचा प्रयत्न कर; **पार्थ**—हे पार्था; **सनातनम्**—मूळ, शाश्वत; **बुद्धिः**—बुद्धी; **बुद्धि-मताम्**—बुद्धिमानांची; **अस्मि**—मी आहे; **तेजः**—शक्ती; **तेजस्विनाम्**—शक्तिमानांची; **अहम्**—मी.

**हे पार्था! अस्तित्वातील सर्व वस्तूंचे बीज, बुद्धिमानांची बुद्धी आणि सर्व शक्तिमानांची शक्ती मी असल्याचे जाण.**

**तात्पर्य:** श्रीकृष्ण हे प्रत्येक वस्तूंचे बीज आहेत. चर आणि अचर असे विविध प्रकारचे जीव आहेत. पशू, पक्षी, मनुष्य आणि इतर अनेक जीव हे चर प्राणी आहेत तर वृक्ष आणि वेली हे अचर आहेत, ते हलू शकत नाहीत, केवळ उभे राहू शकतात. एकूण चौऱ्यांशी लाख योनी आहेत. त्यांपैकी काही चर आहेत तर काही अचर आहेत; परंतु सर्वांच्या जीवनाचे बीज श्रीकृष्णच आहेत. वेदांमध्ये सांगितल्याप्रमाणे ब्रह्म किंवा परम सत्यापासून सर्व गोष्टींचा उगम होतो. श्रीकृष्ण हे परब्रह्म आहेत. ब्रह्म हे निर्विशेष निराकार आहे आणि परब्रह्म हे साकार आहे. श्रीमद्भगवद्गीतेत सांगितल्याप्रमाणे, ब्रह्म हे परब्रह्मामध्ये स्थित आहे. म्हणून वस्तुत: श्रीकृष्ण हे प्रत्येक गोष्टीचे उगम आहेत. श्रीकृष्ण हे मूळ आहेत. ज्याप्रमाणे वृक्षांचे पालन त्यांच्या मुळापासून होते. त्याप्रमाणे श्रीकृष्ण हे प्रत्येक गोष्टीचे मूळ असल्यामुळे ते या भौतिक सृष्टीतील प्रत्येक वस्तूचे पालन करतात. याची पुष्टी वेदामध्ये (कठोपनिषद् - २.२.१३) करण्यात आली आहे:

*नित्यो नित्यांनां चेतनश्चेतनानाम्*
*एको बहूनां यो विदधाति कामान्*

ते सर्व शाश्वत गोष्टींपेक्षा शाश्वत आहेत. ते सर्व जीवांमधील श्रेष्ठ जीव आहेत आणि केवळ तेच सर्व जीवांचे पालन करतात. मनुष्य बुद्धीशिवाय काहीही करू शकत नाही आणि श्रीकृष्ण सांगतात की, बुद्धीचे मूळही तेच आहेत. मनुष्य बुद्धिमान असल्याखेरीज भगवान श्रीकृष्णांना जाणू शकत नाही.

**बलं बलवतां चाहं कामरागविवर्जितम्।**
**धर्माविरुद्धो भूतेषु कामोऽस्मि भरतर्षभ॥ ११॥**

**बलम्**—बल; **बल-वताम्**—बलवानांचे; **च**—आणि; **अहम्**—मी आहे; **काम**—काम, वासना; **राग**—आणि आसक्ती; **विवर्जितम्**—रहित; **धर्म-अविरुद्धः**—जो धर्माच्या तत्त्वाविरुद्ध नाही; **भूतेषु**—सर्व प्राणिमात्रांमधील; **कामः**—कामजीवन; **अस्मि**—मी आहे; **भरत-ऋषभ**—हे भरत श्रेष्ठ अर्जुना.

**मी बलवानांचे बल आहे जे काम तसेच आसक्तीरहित असते. हे भरतश्रेष्ठ अर्जुन! धर्मतत्त्वांविरुद्ध नसणारा कामही मीच आहे.**

**तात्पर्य:** बलवान मनुष्याने आपल्या बळाचा उपयोग वैयक्तिक आक्रमणासाठी न करता दुर्बलांच्या संरक्षणार्थ केला पाहिजे. त्याचप्रमाणे धर्मतत्त्वानुसार कामजीवन हे इंद्रियतृप्तीसाठी नसून केवळ प्रजोत्पादन करण्यासाठी आहे. त्यानंतर आपल्या संततीला कृष्णभावनाभावित करणे ही मातापित्यांची जबाबदारी आहे.

**ये चैव सात्त्विका भावा राजसास्तामसाश्च ये।**
**मत्त एवेति तान्विद्धि न त्वहं तेषु ते मयि॥ १२॥**

**ये**—जे; **च**—आणि; **एव**—खचित; **सात्त्विकाः**—सत्त्वगुणामध्ये; **भावाः**—भाव; **राजसाः**—रजोगुणामध्ये; **तामसाः**—तमोगुणामध्ये; **च**—सुद्धा; **ये**—जे; **मत्तः**—माझ्यापासून; **एव**—खचित; **इति**—याप्रमाणे; **तान्**—त्यांना; **विद्धि**—जाणण्याचा प्रयत्न कर; **न**—नाही; **तु**—परंतु; **अहम्**—मी; **तेषु**—त्यांच्यामध्ये; **ते**—ते; **मयि**—माझ्यामध्ये.

**सात्त्विक, राजसिक किंवा तामसिक, हे सर्व भाव माझ्या शक्तीनेच अभिव्यक्त होतात. एका दृष्टीने मी सर्व काही आहे, परंतु मी स्वतंत्र आहे. मी प्राकृतिक गुणांच्या अधीन नाही, उलट तेच माझ्या अधीन आहेत.**

**तात्पर्य:** भौतिक जगतातील सर्व प्राकृतिक क्रिया, तीन प्राकृतिक गुणांच्या प्रभावाखाली होत असतात. या प्राकृतिक गुणांची निर्मिती जरी भगवान श्रीकृष्णांपासून झाली असली तरी श्रीकृष्ण गुणांच्या अधीन नसतात. उदाहरणार्थ, राष्ट्राच्या कायद्यानुसार मनुष्याला शिक्षा होऊ शकते; परंतु कायदे बनविणारा राजा कायद्यांच्या अधीन नसतो. त्याचप्रमाणे भौतिक प्रकृतीचे सत्त्व,

रज आणि तम हे तिन्ही गुण भगवान श्रीकृष्णांपासून निर्माण होतात. परंतु भगवान श्रीकृष्ण या गुणांच्या अधीन नाहीत. म्हणून ते *निर्गुण* आहेत. अर्थात, हे प्राकृतिक गुण जरी भगवंतांपासून प्रकट झाले असले तरी त्यांचा भगवंतांवर कधीही परिणाम होत नाही. भगवंतांचा हा एक विशिष्ट गुण आहे.

**त्रिभिर्गुणमयैर्भावैरेभिः सर्वमिदं जगत् ।**
**मोहितं नाभिजानाति मामेभ्यः परमव्ययम् ॥ १३ ॥**

**त्रिभिः**—तीन; **गुण-मयैः**—गुणमय; **भावैः**—भावाद्वारे; **एभिः**—हे सर्व; **सर्वम्**—संपूर्ण; **इदम्**—हे; **जगत्**—प्राकृत जग; **मोहितम्**—मोहित झालेले; **न अभिजानाति**—जाणीत नाही; **माम्**—मला; **एभ्यः**—त्यांच्यापेक्षा; **परम्**—परम, श्रेष्ठ; **अव्ययम्**—अव्यय किंवा अविनाशी.

**त्रिगुणांनी ( सात्त्विक, राजसिक आणि तामसिक ) मोहित झाल्यामुळे हे संपूर्ण जगत, त्रिगुणातीत आणि अविनाशी असे माझे स्वरूप जाणीत नाही.**

**तात्पर्यः** संपूर्ण जगत प्रकृतीच्या तीन गुणांमुळे मोहित झाले आहे. त्रिगुणांनी जे गोंधळलेले असतात ते जाणू शकत नाही की, भगवान श्रीकृष्ण हे भौतिक प्रकृतीच्या अतीत आहेत.

भौतिक प्रकृतीच्या प्रभावामुळे प्रत्येक जीवाला विशिष्ट प्रकारचे शरीर असते आणि त्यानुसार विशिष्ट प्रकारच्या मानसिक आणि शारीरिक क्रिया असतात. प्रकृतीच्या त्रिगुणात कार्य करणाऱ्या मनुष्यांचे चार वर्ग असतात. जे सत्त्वगुणामध्ये असतात, त्यांना ब्राह्मण म्हटले जाते. रजोगुणात जे असतात त्यांना क्षत्रिय म्हटले जाते. जे राजस आणि तामस या दोन्ही गुणांनी युक्त असतात, त्यांना वैश्य म्हटले जाते तसेच पूर्णपणे तमोगुणामध्ये असतात त्यांना शूद्र म्हटले जाते. यांच्यापेक्षाही खालच्या पातळीचे जे आहेत ते पशू होत. तथापि, या उपाधी कायमच्या नसतात. मनुष्य हा ब्राह्मण, क्षत्रिय, वैश्य अथवा इतर काहीही असला तरी त्याचे जीवन हे अनित्यच असते; परंतु जरी हे जीवन अनित्य असले आणि पुढील जन्मी आपण कोण होणार आहोत याची आपल्याला माहिती नसली तरी, मायाशक्तीच्या प्रभावामुळे आपण स्वतःला भौतिक शरीरच आहोत असे समजतो आणि म्हणून आपल्याला वाटते की, आपण अमेरिकन, भारतीय, रशियन किंवा ब्राह्मण, हिंदू, मुस्लीम इत्यादी आहोत. जर आपण त्रिगुणांच्या जंजाळामध्ये अडकलो तर या गुणांचा सूत्रधार असणाऱ्या पुरुषोत्तम भगवंतांचे आपल्याला विस्मरण होते. म्हणून भगवान श्रीकृष्ण म्हणतात की, त्रिगुणांनी मोहित झालेले जीव जाणीत नाहीत की, या भौतिक सृष्टीचा आधार पुरुषोत्तम भगवान आहेत. मनुष्य, देवदेवता, पशू इत्यादी जीवांचे निरनिराळे प्रकार आहेत आणि त्यांपैकी प्रत्येकजण भौतिक प्रकृतीच्या प्रभावाखाली कार्य करीत असतो आणि त्या सर्वांना पुरुषोत्तम भगवंतांचे विस्मरण झालेले असते. जे रजोगुणी, तमोगुणी आणि सत्त्वगुणी आहेत ते सुद्धा परम सत्याच्या निर्विशेष ब्रह्मज्योतीच्या पलीकडे जाऊ शकत नाहीत. संपूर्ण सौंदर्य, श्री, ज्ञान, बल, यश आणि वैराग्याने युक्त असे भगवंतांचे साकार रूप पाहिल्यावर ते गोंधळून जातात. जर सत्त्वगुणी सुद्धा भगवंतांना जाणू शकत नाहीत, तर रजो आणि तमोगुणी लोकांची व्यथा काय सांगावी ? कृष्णभावना ही त्रिगुणांच्या अतीत आहे आणि

जे खरोखरच कृष्णभावनेमध्ये स्थित आहेत ते वास्तविकपणे मुक्त आहेत.

**दैवी ह्येषा गुणमयी मम माया दुरत्यया।**
**मामेव ये प्रपद्यन्ते मायामेतां तरन्ति ते ॥ १४॥**

**दैवी**—दिव्य; **हि**—खचितच; **एषा**—ही; **गुण-मयी**—त्रिविध गुणांनी युक्त; **मम**—माझी; **माया**—शक्ती; **दुरत्यया**—दुस्तर; **माम्**—मला; **एव**—खचितच; **ये**—जे; **प्रपद्यन्ते**—शरण येतात; **मायाम् एताम्**—ही मायाशक्ती; **तरन्ति**—तरून जातात; **ते**—ते.

**तीन प्राकृतिक गुणांनी युक्त असलेली माझी दैवी मायाशक्ती ही अतिशय दुस्तर आहे; परंतु जे मला शरण आले आहेत ते मायेला सहजपणे तरून पलीकडे जातात.**

**तात्पर्य:** भगवंतांच्या असंख्य शक्ती आहेत आणि या सर्व शक्ती दिव्य आहेत. जीव हे भगवंतांच्या शक्तीचे अंश असल्यामुळे जरी दिव्य असले तरी भौतिक शक्तीशी झालेल्या संयोगाने त्यांची मूळ पराशक्ती आच्छादित झालेली असते. याप्रमाणे मायाशक्तीमुळे प्रभावित झाल्यामुळे मायेच्या प्रभावातून पार पडणे सहसा शक्य होत नाही. पूर्वीच सांगितल्याप्रमाणे परा आणि अपरा प्रकृतीचा उगम भगवंतांपासून झाल्यामुळे या दोन्ही प्रकृती नित्य आहेत. जीव म्हणजे भगवंतांची शाश्वत परा प्रकृती आहे; परंतु भौतिक प्रकृतीच्या संयोगामुळे विकार उत्पन्न झाल्याने त्यांचा मोहही शाश्वत असतो. म्हणून बद्ध जीवाला *नित्य बद्ध* असे म्हटले जाते. भौतिक प्रकृतीच्या इतिहासात जीव कोणत्या विशिष्ट काळी बद्ध झाला हे कोणीही जाणू शकत नाही. म्हणून अपरा प्रकृती जरी कनिष्ठ असली तरी अपरा प्रकृतीच्या तावडीतून जीवाची सुटका होणे अत्यंत कठीण आहे, कारण भौतिक शक्तीचे नियंत्रण भगवंतांच्या इच्छेनुसार होत असल्यामुळे जीव हा भगवंतांच्या इच्छाशक्तीवर वर्चस्व प्राप्त करू शकत नाहीत. कनिष्ठ अपरा प्रकृतीला या श्लोकामध्ये दिव्य असे म्हणण्यात आले आहे, कारण तिचा संबंध भगवंतांशी असतो आणि तिचे कार्यही भगवंतांच्या दिव्य इच्छेनुसार होते. अपरा प्रकृती जरी कनिष्ठ असली तरी तिचे नियंत्रण दैवी इच्छेमुळे होत असल्याकारणाने, सृष्टीच्या उत्पत्ती आणि प्रलयाचे कार्य ती अत्यंत आश्चर्यकारकरीत्या करते. वेदांमध्ये याला पुढीलप्रमाणे पुष्टी देण्यात आली आहे. *मायां तु प्रकृतिं विद्यान्मायिनं तु महेश्वरम्* "माया जरी मिथ्या आणि अनित्य असली तरी तिचे सूत्रधार हे परमनियंत्रक पुरुषोत्तम भगवान महेश्वर आहेत." (श्वेताश्वतरोपनिषद् ४.१०)

*गुण* शब्दाचा आणखी एक अर्थ दोर असा होतो. यावरून जाणले पाहिजे की, बद्ध जीव हा मायारूपी दोरखंडांनी जखडून बांधला गेला आहे. हात आणि पाय बांधण्यात आलेला मनुष्य स्वत:हून स्वत:ला मोकळा करू शकत नाही, त्याला सुटण्यासाठी बंधमुक्त मनुष्याचे साहाय्य घेणे जरुरीचे असते. एक बद्ध जीव दुसऱ्या बद्ध जीवाची सुटका करू शकत नसल्यामुळे, सुटका करणारा मनुष्य मुक्त असणे आवश्यक आहे. म्हणून केवळ भगवान श्रीकृष्ण किंवा त्यांचे प्रामाणिक प्रतिनिधी आध्यात्मिक गुरूच बद्ध जीवाची मुक्तता करू शकतात. अशा श्रेष्ठ सहाय्यकाच्या अभावी मायेच्या बंधनातून मुक्त होऊ शकत नाही. भगवद्भक्ती किंवा कृष्णभावनेमुळे मनुष्य अशी मुक्ती प्राप्त करू शकतो. श्रीकृष्ण हे मायाशक्तीचे अधिपती

असल्यामुळे, बद्ध जीवाला मुक्त करण्याची आज्ञा ते आपल्या दुस्तर शक्तीला देऊ शकतात. शरणागत जीवावरील अहैतुकी कृपेमुळे आणि मूलत: भगवंतांचा पुत्र असलेल्या जीवावरील पितृतुल्य वात्सल्यामुळे भगवंत त्याला अशी मुक्ती प्रदान करतात. म्हणून भौतिक प्रकृतीच्या निष्ठूर बंधनातून मुक्त होण्याचा एकमेव मार्ग म्हणजे भगवंतांच्या चरणकमलांना शरण जाणे होय.

*माम् एव* हे शब्दही महत्त्वपूर्ण आहेत. *माम्* म्हणजे ब्रह्म, शिव किंवा इतर कोणीही नसून केवळ श्रीकृष्णच (श्रीविष्णू) होत. ब्रह्मदेव आणि शिव हे अत्यंत महान असले आणि प्राय: श्रीविष्णूंच्या समकक्ष असले तरी असे रजोगुणी आणि तमोगुणी अवतार, बद्ध जीवाला मायेच्या बंधनातून मुक्त करू शकत नाहीत. दुसऱ्या शब्दांत सांगावयाचे तर, ब्रह्मदेव किंवा शिव हे सुद्धा मायेच्या अधीन आहेत. केवळ श्रीविष्णू हेच मायेचे अधिपती आहेत आणि म्हणून केवळ तेच बद्ध जीवाला मुक्त करू शकतात. वेद (श्वेताश्वतरोपनिषद् ३.८) *तमेव विदित्वा* "अर्थात, केवळ श्रीकृष्णांना जाणल्यानेच स्वतंत्र होणे शक्य आहे." या वेदवचनात या गोष्टीची पुष्टी करतात. भगवान शंकर पुन्हा स्पष्टपणे सांगतात की, केवळ श्रीविष्णूंच्या कृपेनेच मुक्ती प्राप्त होऊ शकते. शंकर म्हणतात की, *मुक्तिप्रदाता सर्वेषां विष्णुरेव न संशय:* "सर्वांना मुक्ती प्रदान करणारे केवळ श्रीविष्णूच आहेत यात मुळीच संशय नाही."

**न मां दुष्कृतिनो मूढा: प्रपद्यन्ते नराधमा: ।**
**माययापहृतज्ञाना आसुरं भावमाश्रिता: ॥ १५ ॥**

**न**—नाही; **माम्**—मला; **दुष्कृतिन:**—दुष्ट; **मूढा:**—मूर्ख; **प्रपद्यन्ते**—शरण येतात; **नर-अधमा:**—नराधम, मनुष्यातील अधम; **मायया**—मायेद्वारे; **अपहृत**—अपहरण केलेले, नष्ट झालेले; **ज्ञाना:**—ज्याचे ज्ञान; **आसुरम्**—आसुरी; **भावम्**—प्रकृती; **आश्रिता:**—धारण करणारे.

**जे अत्यंत मूर्ख आणि दुष्ट आहेत, नराधम आहेत, ज्यांचे ज्ञान मायेमुळे नष्ट झाले आहे आणि जे असुरांची नास्तिक प्रवृत्ती धारण करतात ते मला शरण येत नाहीत.**

**तात्पर्य :** श्रीमद्भगवद्गीतेत सांगण्यात आले आहे की, केवळ भगवान श्रीकृष्णांच्या चरणकमलांना शरण गेल्यानेच मनुष्य भौतिक प्रकृतीच्या कठोर नियमांतून पार होऊ शकतो. या ठिकाणी असा एक प्रश्न उद्भवतो की, जर असे असेल तर सुशिक्षित तत्त्वज्ञानी वैज्ञानिक, व्यावसायिक, राज्यकर्ते आणि सामान्य लोकांचे पुढारी हे सर्वशक्तिमान भगवान श्रीकृष्णांच्या चरणकमलांना शरण का जात नाहीत? भौतिक प्रकृतीच्या बंधनातून मुक्ती प्राप्त करण्यासाठी मानवजातीचे पुढारी, विविध प्रकारे, अनेकानेक जन्मांमध्ये दृढ योजनाबद्ध आणि खडतर प्रयत्न करीत आहेत. परंतु जर भगवान श्रीकृष्णांच्या केवळ चरणकमलांना शरण गेल्याने मुक्ती प्राप्त होत असेल तर मग हे बुद्धिमान आणि परिश्रम करणारे लोक या सुगम मार्गाचा अंगीकार का करीत नाहीत?

गीतेमध्ये या प्रश्नांचे उत्तर स्पष्टपणे देण्यात आले आहे. ब्रह्मदेव, शिव, कपिल, चतुष्कुमार, मनू, व्यास, देवल, असित, जनक, प्रल्हाद, बली आणि त्यानंतर मध्वाचार्य, रामानुजाचार्य, श्री चैतन्य महाप्रभू यांसारखे समाजातील खरोखरी विद्वान पुढारी आणि इतर अनेक तत्त्वज्ञानी,

राजकारणी, आचार्य, वैज्ञानिक इत्यादी सर्वशक्तिमान भगवंतांच्या चरणकमलांना शरण गेले आहेत. जे भोंदू आणि ढोंगी आहेत व भौतिक लाभप्राप्तीकरिता आपण वैज्ञानिक, तत्त्वज्ञानी, शिक्षक, शासक इत्यादी असल्याचे दर्शवितात ते भगवद्‌भक्तीचा मार्ग स्वीकारीत नाहीत. त्यांना भगवंतांबद्दल मुळीच कल्पना नसते. ते स्वत:च आपल्या सांसारिक योजना बनवितात आणि म्हणून भौतिक जीवनातील समस्या सोडविण्याच्या निष्फळ प्रयत्नात त्यांच्या समस्या अधिकच जटील बनतात. परंतु प्रकृती ही इतकी शक्तिशाली आहे की, ती नास्तिकांच्या अनधिकृत योजनांचा प्रतिकार करू शकते आणि योजना आयोगांच्या योजना उधळून लावू शकते.

या श्लोकामध्ये नास्तिकांचे वर्णन *दुष्कृतिन:* किंवा दुष्ट या शब्दात करण्यात आले आहे. ज्याने पुण्यकर्म केले आहे त्याला *कृति* असे म्हटले जाते. विविध योजना करणारे नास्तिकही कधीकधी अत्यंत बुद्धिमान आणि पुण्यात्मेही असतात, कारण कोणतीही प्रचंड, चांगली अथवा वाईट योजना असो, ती प्रत्यक्षात आणण्यासाठी बुद्धीची आवश्यकता ही असतेच, परंतु भगवंतांच्या योजनांना विरोध करण्यासाठी नास्तिक आपल्या बुद्धीचा अयोग्य उपयोग करीत असल्यामुळे अशा नास्तिक आयोजकांना *दुष्कृति* असे म्हटले आहे. दुष्कृती हा शब्द दर्शवितो की, नास्तिकाची बुद्धी आणि प्रयत्न हे चुकीच्या दिशेने होत आहेत.

गीतेमध्ये स्पष्टपणे सांगण्यात आले आहे की, भौतिक शक्ती ही पूर्णपणे भगवंतांच्या मार्गदर्शनाखाली कार्य करते. प्रकृतीला स्वतंत्र अधिकार नसतात. ज्याप्रमाणे एखाद्या पदार्थाच्या हालचालीनुसार त्या पदार्थाची छाया हालचाल करते त्याचप्रमाणे भौतिक शक्तीही कार्य करते, परंतु तरीही भौतिक शक्ती ही अत्यंत बलशाली आहे आणि नास्तिकवादी आपल्या निरीश्वरवादी वृत्तीमुळे प्रकृती कशा रीतीने कार्य करीत असते किंवा भगवंताच्या योजना काय आहेत हे जाणू शकत नाही. रज तसेच तमोगुणाच्या प्रभावामुळे नास्तिकवाद्यांच्या सर्व योजना निष्फळच ठरतात. उदाहरणार्थ हिरण्यकशिपू आणि रावण, हे दोघेही भौतिकदृष्ट्या विद्वान, तत्त्वज्ञानी, वैज्ञानिक, शासक आणि शिक्षक होते; परंतु त्यांच्या सर्व योजना धुळीत मिळाल्या. या *दुष्कृितन:* किंवा दुष्ट लोकांचे पुढीलप्रमाणे चार प्रकार असतात.

(१) **मूढ:**— हे लोक भारवाहक कष्टाळू जनावराप्रमाणे अतिशय मूर्ख असतात. त्यांना आपल्या कष्टाचे फळ स्वत:च भोगावयाची इच्छा असते म्हणून ते भगवंतांना कर्मफल अर्पण करू इच्छित नाहीत. ओझेकरी जनावरांचे नमुनेदार उदाहरण म्हणजे गाढव. या गरीब जनावराला त्याचा मालक अतिशय कष्ट करावयास भाग पाडतो. गाढवाला आपण रात्रंदिवस खरोखरच कोणासाठी काबाडकष्ट करीत आहोत हे माहीत नसते. थोडेफार गवत खाऊन आपले पोट भरण्यातच तो समाधानी राहतो. मालक आपल्याला मारील या भीतीने तो थोडा वेळ झोपतो आणि गाढविणीच्या लाथा वारंवार खात आपली कामवासना तृप्त करतो. कधीकधी तो कविता आणि तत्त्वज्ञान गातो; परंतु त्याच्या कर्कश ओरडण्याने इतरांना मात्र त्रासच होतो. सकाम कर्मे करणाऱ्या मूर्खांची अशी स्थिती असते, कारण आपण कुणासाठी कर्म केले पाहिजे याचे त्याला ज्ञान नसते. कर्म हे यज्ञाप्रीत्यर्थ असल्याचे त्याला माहीत नसते.

बऱ्याचदा, स्वयंनिर्मित कामाचे ओझे कमी करण्याकरिता जे लोक दिवसरात्र अत्यंत

काबाडकष्ट करीत असतात ते असे म्हणताना आढळतात की, जीवाच्या स्वरूपस्थितीबद्दल जाणून घेण्यासाठी आपल्याला मुळीच वेळ नाही. अशा मूढ लोकांसाठी क्षणिक भौतिक सुख म्हणजेच जीवनाचे सर्वस्व असते, परंतु वस्तुत: आपल्या कर्मफलांच्या अत्यंत छोट्या भागाचाच ते उपभोग घेऊ शकतात. कधीकधी भौतिक लाभाकरिता ते दिवसरात्र झोपेवाचून घालवितात आणि जर त्यांना उदरव्रण झालेला असेल किंवा अपचन झाले असेल तर ते प्राय: काही अन्न न खाण्यातच समाधान मानतात. आपल्या तथाकथित मालकाच्या फायद्याकरिता ते दिवसरात्र केवळ काबाडकष्ट करण्यात मग्न असतात. आपल्या खऱ्या मालकाविषयी अज्ञान असल्यामुळे सकाम कर्मी, धनलोभीची सेवा करण्यात आपला बहुमूल्य वेळ व्यर्थ दवडतात. दुर्दैवाने असे लोक सर्व अधिपतींचे परमअधिपती, भगवंतांना कधीच शरण जात नाहीत किंवा त्यांच्याबद्दल योग्य व्यक्तींकडून श्रवण करण्यास वेळही काढत नाहीत. विष्ठा खाणारे डुक्कर तूप आणि साखर यापासून बनविलेल्या मिठाईकडे मुळीच लक्ष देत नाही. त्याचप्रमाणे मूर्ख कर्मी मनुष्य, अविश्रांतपणे, चंचल भौतिक जगाच्या इंद्रियतृप्ती करविणाऱ्या गोष्टींबद्दल ऐकत राहतो; परंतु भौतिक जगाला चालना देणाऱ्या शाश्वत चेतन तत्त्वाबद्दल ऐकण्यासाठी त्याच्याकडे फारच कमी वेळ असतो.

(२) दुसरा जो 'दुष्कृतिन:' अर्थात, दुष्ट लोकांचा प्रकार आहे त्यांना **नराधम** किंवा मनुष्यांतील सर्वांत नीच मनुष्य असे म्हणतात. नर म्हणजे मनुष्य आणि अधम म्हणजे नीच होय. जीवाच्या चौऱ्यांशी लाख योनींपैकी चार लाख मनुष्ययोनी आहेत; यांपैकी अनेक नीच मनुष्ययोनी आहेत व त्यातील बहुतेक सर्वजण असंस्कृत असतात. ज्यांच्यासाठी सामाजिक, राजकीय आणि धार्मिक विधिविधाने आहेत त्या म्हणजे सुसंस्कृत योनी होत, ज्यांचा सामाजिक आणि राजकीयदृष्ट्या विकास झाला आहे, परंतु ज्यांना धर्मतत्त्वे नाहीत ते नराधम समजले जातात. तसेच धर्म, भगवत्-विहीन धर्म असू शकत नाही, कारण परम सत्याला जाणणे आणि मनुष्यांचा भगवंतांशी असणारा संबंध जाणणे हाच धर्मतत्त्वांचे पालन करण्यामागचा उद्देश असतो. गीतेमध्ये भगवान श्रीकृष्ण स्पष्टपणे सांगतात की, माझ्यापेक्षा श्रेष्ठ असे अन्य कोणतेही प्रमाण नाही आणि मीच परम सत्य आहे. मनुष्याने सर्वशक्तिमान, परम सत्य भगवान श्रीकृष्णांशी असणाऱ्या आपल्या विस्मृत शाश्वत संबंधाचे पुनरुज्जीवन करणे हा सुसंस्कृत मनुष्यजीवनाचा उद्देश आहे. जो कोणी ही संधी गमावतो त्याला नराधम म्हणण्यात येते. शास्त्रांमधून आपल्याला कळून येते की, जेव्हा मूल मातेच्या गर्भाशयात (अत्यंत असाहाय्य अवस्थेत) असते तेव्हा ते स्वत:च्या सुटकेकरिता प्रार्थना करते आणि गर्भाशयातून बाहेर येताच आपण केवळ भगवंतांचीच सेवा करू असे वचन देते. जेव्हा मनुष्य संकटात असतो, तेव्हा त्याने भगवंतांची प्रार्थना करणे हे स्वाभाविकच आहे, कारण जीवाचा भगवंतांशी नित्य संबंध असतो आणि प्रसूती झाल्यानंतर मूल मायाशक्तीच्या प्रभावाने, जन्मावेळी झालेल्या वेदना तसेच त्याच्या उद्धारकर्त्यालाही विसरते.

मुलांमध्ये सुप्तावस्थेत असलेल्या दिव्य चेतनेची पुनर्जागृती करणे हे पालकांचे कर्तव्य आहे. धर्मसंहिता असणाऱ्या मनुस्मृतीनुसार, वर्णाश्रम पद्धतीमध्ये भगवद्भावनेचे पुनरुज्जीवन करण्यासाठी दहा संस्काराच्या किंवा शुद्धीकरणाच्या विधी आहेत. तथापि, जगातल्या कोणत्याही

भागात, कोणत्याही विधींचे पालन केले जात नाही. म्हणूनच ९९.९ टक्के लोक हे नराधम आहेत.

जेव्हा सारे लोक नराधम होतात तेव्हा स्वाभाविकपणे त्याचे संपूर्ण तथाकथित शिक्षण हे बलशाली भौतिक प्रकृतीच्या प्रभावामुळे निष्फळ ठरते. गीतेतील आदर्शानुसार, ब्राह्मण, कुत्रा, गाय, हत्ती आणि चांडाळाला समभावाने पाहतो तोच खऱ्या अर्थाने विद्वान मनुष्य होय. तीच शुद्ध भक्ताची दृष्टी असते. भगवंतांचे अवतार असणारे आद्य गुरू श्री नित्यानंद प्रभू यांनी, जगाई, मधाई या नराधम भावांचा उद्धार केला आणि अत्यंत नीच मनुष्यालाही शुद्ध भक्ताची कृपा कशा प्रकारे प्राप्त होते हे दाखवून दिले. म्हणून भगवंतांनी निंद्य ठरविलेला नराधम, केवळ शुद्ध भक्ताच्या कृपेनेच आपली आध्यात्मिक भावना पुनर्जागृत करू शकतो.

भागवत धर्माचा प्रसार करताना श्री चैतन्य महाप्रभूंनी उपदेश केला आहे की, लोकांनी भगवंतांच्या संदेशाचे नम्रपणे श्रवण केले पाहिजे आणि या उपदेशाचे सार म्हणजेच श्रीमद्‌भगवद्‌गीता होय. अत्यंत नीच आणि नराधमांचाही केवळ नम्रपणे श्रवण केल्यामुळे उद्धार होऊ शकतो; परंतु दुर्दैवाने ते या उपदेशांचे श्रवण करणेही नाकारतात. तेव्हा भगवंतांच्या इच्छेला शरण जाणे तर दूरच राहिले. या प्रकारे हे नराधम मानवाच्या प्रमुख कर्तव्याची पूर्णपणे उपेक्षा करतात.

(३) दुष्कृती लोकांचा पुढील प्रकार म्हणजे **माययापहृतज्ञाना:** होय. अशा लोकांचे प्रगाढ ज्ञान मायाशक्तीच्या प्रभावामुळे व्यर्थ झालेले असते. हे लोक प्राय: अत्यंत विद्वान म्हणजे मोठमोठे तत्त्वज्ञानी, कवी, साहित्यिक, वैज्ञानिक इत्यादी असतात; परंतु माया त्यांची दिशाभूल करते म्हणून ते भगवंतांची अवज्ञा करतात.

सद्यस्थितीत *माययापहृतज्ञाना:* असे पुष्कळ लोक, गीतेच्या अभ्यासक पंडितांमध्ये सुद्धा आहेत. गीतेमध्ये सरळ आणि सोप्या भाषेत सांगण्यात आले आहे की, श्रीकृष्ण हे पुरुषोत्तम श्री भगवान आहेत, त्यांच्याबरोबरीचा किंवा त्यांच्याहून श्रेष्ठ असा कोणीही नाही. भगवंत हे सर्व मनुष्यप्राण्यांच्या जन्मदात्या ब्रह्मदेवाचेही पिता आहेत. श्रीकृष्ण हे केवळ ब्रह्मदेवाचेच पिता आहेत असे नाही तर ते सर्व योनींचेही बीजधारक पिता आहेत. निर्विशेष ब्रह्मज्योतीचा उगम त्यांच्यापासूनच होतो आणि सर्व जीव, अंतर्यामी असणारे परमात्मा ही त्यांचीच विस्तारित रूपे आहेत. भगवंत सर्व पदार्थांचे मूलस्रोत आहेत आणि म्हणून प्रत्येकाने त्यांच्या चरणकमलांना शरण गेले पाहिजे. असे स्पष्ट आदेश असतानाही *माययापहृतज्ञाना:* लोक भगवंतांचा अवमान करतात आणि भगवंत हे केवळ एक सामान्य मनुष्य आहेत असे समजतात. ते जाणत नाहीत की, हा भाग्यशाली मनुष्य देह भगवंतांच्या शाश्वत आणि दिव्य स्वरूपाला अनुसरून रचलेला आहे.

*माययापहृतज्ञाना:* लोकांनी केलेली गीतेवरील परंपरारहित अनधिकृत भाष्ये म्हणजे आध्यात्मिक मार्गावरील अनेक अडथळेच आहेत. हे भ्रांत भाष्यकार श्रीकृष्णांना शरण जात नाहीत किंवा ते इतरांनाही शरण जाण्यास शिकवीत नाहीत.

(४) दुष्कृती लोकांचा चौथा आणि शेवटचा प्रकार म्हणजे **आसुरम् भावम् आश्रिता:**

किंवा आसुरी वृत्तीचे लोक होय. हे लोक उघडपणे नास्तिकवादाचा पुरस्कार करतात. त्यांच्यापैकी काहीजण असा युक्तिवाद करतात की, भगवंत या भौतिक जगतात कधीही अवतीर्ण होऊ शकत नाहीत, परंतु भगवंत का अवतीर्ण होऊ शकत नाहीत याचे ठोस प्रमाण ते देऊ शकत नाहीत. यांच्यापैकीच इतर, भगवंत हे निर्विशेष ब्रह्मज्योतीहून गौण आहेत असे मानतात, पण गीतेत तर याउलट सांगण्यात आले आहे. नास्तिकवादी हे भगवंतांचा द्वेष करीत असल्याने, अनेक तथाकथित काल्पनिक अवतारांना ते प्रस्तुत करतात. भगवंतांचा तिरस्कार करणे हेच अशा लोकांच्या जीवनाचे ध्येय असल्याने, ते श्रीकृष्णांच्या चरणकमलांचा आश्रय घेऊ शकत नाहीत.

दक्षिण भारतातील महान संत यमुनाचार्य अल्बन्दरू म्हणतात की, "हे भगवन्! तुमचे गुण, रूप आणि लीला दिव्य आहेत. शास्त्रांमध्ये सांगितल्याप्रमाणे तुम्ही विशुद्ध सत्त्वगुणामध्ये स्थित आहात. दिव्य ज्ञानाचे पूर्ण ज्ञान असणाऱ्या आणि दैवी गुणांनी युक्त असलेल्या महान प्रमाणित आचार्यांनी तुमचे श्रेष्ठत्व मान्य केले आहे, पण तरीही जे नास्तिकवादी लोक आहेत त्यांच्यासाठी तुम्ही अज्ञातच आहात."

म्हणून वर उल्लेख केल्याप्रमाणे १. मूढ २. नराधम ३. भ्रमित तर्कवादी आणि ४. नास्तिकवादी, हे लोक, सर्व शास्त्रांची व आचार्यांची संमती असली तरीसुद्धा भगवंतांच्या चरणकमलांना शरण जात नाहीत.

**चतुर्विधा भजन्ते मां जनाः सुकृतिनोऽर्जुन।**
**आर्तो जिज्ञासुरर्थार्थी ज्ञानी च भरतर्षभ॥ १६॥**

**चतुः-विधाः**—चार प्रकारचे; **भजन्ते**—सेवा करतात; **माम्**—माझी; **जनाः**—लोक; **सु-कृतिनः**—जे पुण्यवान आहेत; **अर्जुन**—हे अर्जुन; **आर्तः**—आर्त किंवा पीडित; **जिज्ञासुः**—जिज्ञासू; **अर्थ-अर्थी**—भौतिक लाभप्राप्तीची इच्छा करणारा; **ज्ञानी**—जो प्रत्येक गोष्ट यथार्थ रूपात जाणतो; **च**—सुद्धा; **भरत-ऋषभ**—हे भरतश्रेष्ठ अर्जुना.

**हे भरतश्रेष्ठ अर्जुना! चार प्रकारचे पुण्यात्मा माझी भक्ती करीत असतात—आर्त, अर्थार्थी, जिज्ञासू आणि ज्ञानी.**

**तात्पर्य:** दुष्कृती लोकांहून एकदम विपरीत असे हे लोक शास्त्रांच्या विधिविधानांचे दृढपणे पालन करतात आणि म्हणून यांना *सुकृतिनः* असे म्हणतात. हे लोक शास्त्रांच्या नियमांचे व नैतिक आणि सामाजिक नियमांचे पालन करतात आणि कमी-अधिक प्रमाणात भगवत्-परायण असतात. अशा लोकांमध्ये चार प्रकार असतात—जे पीडित आहेत, ज्यांना धनाची अभिलाषा आहे, जे जिज्ञासू आहेत आणि जे परम सत्याच्या ज्ञानाच्या शोधात आहेत. असे हे विविध परिस्थितीमध्ये भगवद्भक्ती करण्यासाठी भगवंतांकडे जातात. ते शुद्ध भक्त नसतात, कारण भगवद्भक्ती करण्यामागे त्यांना आपली इच्छापूर्ती करून घेण्याची इच्छा असते. शुद्ध भक्ती ही आकांक्षा आणि भौतिक लाभेच्छारहित असते. भक्तिरसामृतसिंधूमध्ये (१.१.११) भक्तीची व्याख्या पुढीलप्रमाणे करण्यात आली आहे.

*अन्याभिलाषिताशून्यं ज्ञानकर्माद्यनावृतम् ।*
*आनुकूल्येन कृष्णानुशीलनं भक्तिरुत्तमा ॥*

"ज्ञान, सकाम कर्म आणि भौतिक लाभेच्छेने रहित होऊन मनुष्याने भगवान श्रीकृष्णांची अनुकूल रूपाने दिव्य प्रेममयी सेवा केली पाहिजे. यालाच शुद्ध भक्ती असे म्हणतात."

जेव्हा हे चार प्रकारचे लोक भगवद्भक्तीसाठी भगवंतांकडे येतात आणि शुद्ध भक्ताच्या संगतीत राहून शुद्ध होतात तेव्हा ते सुद्धा शुद्ध भक्त बनतात. दुष्कृतींचा विचार केल्यास, त्यांचे जीवन स्वार्थी, अनियमित आणि आध्यात्मिक ध्येयरहित असल्याकारणाने त्यांच्यासाठी भगवद्भक्ती ही अत्यंत कठीण असते; परंतु यांच्यातील काहीजण जेव्हा योगायोगाने शुद्ध भक्ताच्या सहवासात येतात तेव्हा ते सुद्धा शुद्ध भक्त बनतात.

जे लोक नेहमी सकाम कर्म करण्यामध्ये व्यग्र असतात ते संकटसमयी भगवंतांकडे येतात आणि त्या वेळी शुद्ध भक्तांच्या सहवासामुळे ते संकटकाळी भगवद्भक्त बनतात. जे वैफल्यग्रस्त असतात ते सुद्धा कधी कधी शुद्ध भक्ताच्या सहवासात येतात आणि भगवत्ज्ञानामध्ये जिज्ञासू होतात. त्याचप्रमाणे जेव्हा शुष्क ब्रह्मज्ञानी, ज्ञानाच्या प्रत्येक मार्गामध्ये विफल होतात तेव्हा ते भगवंतांकडे भगवद्भक्ती करण्यासाठी येतात. यप्रमाणे ते निर्विशेष ब्रह्म आणि परमात्म्याच्या ज्ञानाच्याही अतीत होतात आणि भगवंत किंवा शुद्ध भक्ताच्या कृपेने त्यांना भगवंतांच्या साकार रूपाचा बोध होतो. एकंदरीत जेव्हा आर्त, जिज्ञासू, अर्थार्थी आणि ज्ञानी सर्व भौतिक कामनांतून मुक्त होतात आणि जेव्हा त्यांना पूर्णपणे समजून येते की, भौतिक लाभाचा आध्यात्मिक उन्नतीशी मुळीच संबंध नाही तेव्हा ते शुद्ध भक्त बनतात. जोपर्यंत अशी शुद्धावस्था प्राप्त होत नाही तोपर्यंत भगवंतांची दिव्य प्रेममयी सेवा करणारे भक्त, सकाम कर्म किंवा भौतिक ज्ञानप्राप्तीच्या इच्छेने दूषित असतात. म्हणून शुद्ध भगवद्भक्ती प्राप्त होण्यापूर्वी मनुष्याने या सर्व गोष्टींतून पार पडणे आवश्यक आहे.

**तेषां ज्ञानी नित्ययुक्त एकभक्तिर्विशिष्यते ।**
**प्रियो हि ज्ञानिनोऽत्यर्थमहं स च मम प्रियः ॥ १७ ॥**

**तेषाम्**—त्यांपैकी; **ज्ञानी**—पूर्ण ज्ञानी; **नित्य-युक्तः**—नित्ययुक्त; **एक**—केवळ; **भक्तिः**—भक्तीमध्ये; **विशिष्यते**—विशेष आहे; **प्रियः**—अत्यंत प्रिय; **हि**—निश्चितच; **ज्ञानिनः**—ज्ञानी व्यक्तीला; **अत्यर्थम्**—अत्यंत; **अहम्**—मी आहे; **सः**—तो; **च**—सुद्धा; **मम**—मला; **प्रियः**—अत्यंत प्रिय.

**यापैकी जो पूर्ण ज्ञानी आहे आणि नित्य भगवद्भक्तीमध्ये युक्त आहे तो सर्वोत्तम आहे, कारण मी त्याला अत्यंत प्रिय आहे आणि तो मला अत्यंत प्रिय आहे.**

**तात्पर्यः** सर्व भौतिक कामनांच्या कल्मषांतून मुक्त झाल्यावर आर्त, जिज्ञासू, निर्धन आणि ज्ञानी हे सर्वजण शुद्ध भक्त होऊ शकतात; परंतु त्यांपैकी, ज्याला परम सत्याचे ज्ञान आहे आणि जो सर्व भौतिक इच्छांतून मुक्त झाला आहे तो खरोखरच विशुद्ध भगवद्भक्त होतो. या चार प्रकारच्या सुकृती लोकांपैकी जो भक्त पूर्ण ज्ञानी आहे आणि त्याचबरोबर भक्तीमध्ये युक्त आहे, तो भगवंतांनी सांगितल्याप्रमाणे, सर्वोत्तम आहे. ज्ञान प्राप्त केल्यावर मनुष्याला आपण आपल्या

भौतिक शरीराहून भिन्न आहोत, याची अनुभूती होते आणि जेव्हा तो अधिक उन्नत होतो तेव्हा त्याला निर्विशेष ब्रह्म आणि परम सत्याचे ज्ञान होते. जेव्हा मनुष्य पूर्णपणे शुद्ध होतो तेव्हा आपण भगवंतांचे शाश्वत सेवक आहोत व हीच आपली स्वरूपस्थिती असल्याचा त्याला साक्षात्कार होतो. म्हणून शुद्ध भक्ताच्या संगतीमुळे जिज्ञासू, पीडित, भौतिक उन्नतीच्या मागे लागलेला आणि ज्ञानी हे सर्वजण शुद्ध होतात. परंतु प्रारंभिक अवस्थेत ज्याला भगवंतांचे पूर्ण ज्ञान आहे आणि त्याचबरोबर जो भगवंतांची भक्तीपूर्ण सेवा करतो तो भगवंतांना अत्यंत प्रिय असतो. ज्याला भगवंतांच्या दिव्यतेचे शुद्ध ज्ञान झाले आहे तो भक्तियोगामुळे इतका सुरक्षित झालेला असतो की, त्याला सांसारिक दोष स्पर्शही करू शकत नाहीत.

**उदाराः सर्व एवैते ज्ञानी त्वात्मैव मे मतम् ।**
**आस्थितः स हि युक्तात्मा मामेवानुत्तमां गतिम्॥ १८॥**

**उदाराः**—उदार; **सर्वे**—सर्व; **एव**—खचितच; **एते**—हे; **ज्ञानी**—ज्ञानवान; **तु**—परंतु; **आत्मा एव**—माझ्याप्रमाणेच; **मे**—माझे; **मतम्**—मत; **आस्थितः**—स्थित झालेला; **सः**—तो; **हि**—खचितच; **युक्त-आत्मा**—भगवद्‌भक्तीमध्ये युक्त; **माम्**—माझ्यामध्ये; **एव**—निश्चितच; **अनुत्तमाम्**—सर्वोत्तम; **गतिम्**—लक्ष्य.

**निःसंशय हे सर्व भक्त उदार आहेत; परंतु जो माझ्या ज्ञानामध्ये स्थित झाला आहे, त्याला मी माझ्या स्वतःप्रमाणेच मानतो. माझ्या दिव्य सेवेमध्ये युक्त झाल्यामुळे तो नक्कीच माझी, सर्वोच्च आणि सर्वोत्तम लक्ष्याची, प्राप्ती करतो.**

**तात्पर्य:** ज्या भक्तांना पूर्ण ज्ञान नाही ते भगवंतांना प्रिय नाहीत असे नाही. भगवंत म्हणतात की, हे सर्व भक्त उदार आहेत, कारण जो, मग तो कोणत्याही हेतूने असो, भगवंतांकडे येतो त्याला महात्मा म्हटले जाते. ज्या भक्तांना भगवद्‌भक्तीच्या बदल्यात काही लाभ व्हावा अशी इच्छा असते त्यांचाही भगवंत स्वीकार करतात, कारण त्यांच्यामध्ये स्नेहाचे आदानप्रदान होते. स्नेहामुळे ते भगवंतांकडे भौतिक लाभाची याचना करतात आणि जेव्हा त्यांना लाभप्राप्ती होते तेव्हा ते इतके तृप्त होतात की, ते भक्तीमध्येही उन्नत होतात. परंतु जो भक्त पूर्ण ज्ञानाने युक्त असतो तो भगवंतांना अत्यंत प्रिय असतो, कारण प्रेम आणि भक्तिभावाने भगवंतांची सेवा करणे हाच केवळ त्याचा उद्देश असतो. असा भक्त, भगवंतांच्या निकट सान्निध्यावाचून किंवा भगवंतांची सेवा केल्यावाचून क्षणभरही राहू शकत नाही. तसेच भगवंतांनाही आपला भक्त अत्यंत प्रिय असतो आणि म्हणून भगवंतांना आपल्या भक्तापासून वेगळे राहवत नाही.

श्रीमद्‌भागवतात (९.४.६८) भगवंत सांगतात की:

*साधवो हृदयं मह्यं साधूनां हृदयं त्वहम् ।*
*मदन्यत्ते न जानन्ति नाहं तेभ्यो मनागपि ॥*

"भक्त सदैव माझ्या हृदयात आहेत आणि मी सदैव त्यांच्या हृदयात आहे. भक्त माझ्याव्यतिरिक्त इतर काहीही जाणत नाहीत आणि मी सुद्धा भक्ताला विसरू शकत नाही. मी आणि माझ्या शुद्ध भक्तांमध्ये अत्यंत निकट प्रेमाचा संबंध असतो. पूर्ण ज्ञानाने युक्त असे शुद्ध

भक्त, भगवद्‌भक्तीपासून कधीच दूर राहात नाहीत आणि म्हणून ते मला अत्यंत प्रिय आहेत.''

**बहूनां जन्मनामन्ते ज्ञानवान्मां प्रपद्यते ।**
**वासुदेवः सर्वमिति स महात्मा सुदुर्लभः ॥ १९ ॥**

**बहूनाम्**—अनेक; **जन्मनाम्**—पुनः पुन्हा जन्म आणि मृत्यू; **अन्ते**—नंतर, अंती; **ज्ञान-वान्**—ज्ञानी; **माम्**—मला; **प्रपद्यते**—शरण येतो; **वासुदेवः**—भगवान श्रीकृष्ण; **सर्वम्**—सर्व; **इति**—याप्रमाणे; **सः**—तो; **महा-आत्मा**—महात्मा; **सु-दुर्लभः**—अत्यंत दुर्लभ.

**अनेकानेक जन्म आणि मृत्यूनंतर ज्याला वास्तविक ज्ञान होते तो, मी अस्तित्वातील सर्व गोष्टींच्या कारणांचे परमकारण असल्याचे जाणून मला शरण येतो. असा महात्मा अत्यंत दुर्लभ असतो.**

**तात्पर्यः** अनेकानेक जन्मांनंतर, भक्तीपूर्ण सेवा किंवा दिव्य अनुष्ठाने करताना जीवाला पुरुषोत्तम श्री भगवान हेच आध्यात्मिक साक्षात्काराचे अंतिम लक्ष्य असल्याचे दिव्य, विशुद्ध ज्ञान होऊ शकते व त्या ज्ञानामध्ये तो स्थित होऊ शकतो. आध्यात्मिक साक्षात्काराच्या प्रारंभावस्थेमध्ये, मनुष्य जेव्हा भौतिक आसक्तींचा त्याग करण्याचा प्रयत्न करीत असतो तेव्हा निर्विशेषवादाकडे त्याचा थोडासा कल असतो; परंतु जेव्हा तो अधिक प्रगती करतो तेव्हा तो जाणू शकतो की, आध्यात्मिक जीवनातही कर्म करणे आवश्यक असते व हे कर्म म्हणजेच भक्तीपूर्ण सेवा होय. याचा साक्षात्कार झाल्यामुळे तो भगवंतांवर आसक्त होतो आणि त्यांना शरण जातो. अशा वेळी त्याला समजू शकते की, भगवान श्रीकृष्णांची कृपा म्हणजेच सर्वस्व आहे, तेच सर्व कारणांचे मूळ कारण आहेत आणि ही प्राकृत सृष्टी त्यांच्यापासून स्वतंत्र नाही. भौतिक जग म्हणजे आध्यात्मिक वैविध्यतेचे विकृत प्रतिबिंब आहे आणि प्रत्येक गोष्ट भगवान श्रीकृष्णांशी संबंधित आहे, याचा त्याला असा साक्षात्कार होतो. याप्रमाणे तो सर्व गोष्टी वासुदेव किंवा श्रीकृष्णांशी संबंधित पाहतो. अशी वासुदेवमयी सर्वव्यापी दृष्टी झाल्यावर तो भगवान श्रीकृष्णांना जीवनाचे परमलक्ष्य मानून पूर्णपणे शरण जातो. असे शरणागत महात्मे अत्यंत दुर्लभ असतात.

या श्लोकाचे विवरण श्वेताश्वतरोपनिषदाच्या (३.१४-१५) तिसऱ्या अध्यायात अति सुंदर रीतीने करण्यात आले आहे.

*सहस्रशीर्षा पुरुषः सहस्राक्षः सहस्रपात् ।*
*स भूमिं विश्वतो वृत्वात्यातिष्ठद् दशाङ्गुलम् ॥*
*पुरुष एवेदं सर्वं यद्‌भूतं यच्च भव्यम् ।*
*उतामृतत्वस्येशानो यदन्नेनातिरोहति ॥*

छांदोग्य उपनिषदात (५.१.१५) सांगण्यात आले आहे की, *न वै वाचो न चक्षूंषि न श्रोत्राणि न मनांसीत्याचक्षते प्राण इति एवाचक्षते प्राणो ह्येवैतानि सर्वाणि भवन्ति*—''मनुष्याच्या देहामधील बोलण्याची शक्ती, पाहण्याची शक्ती, ऐकण्याची शक्ती किंवा विचार करण्याची शक्ती, यांपैकी कोणतीही शक्ती प्रधान नाही, जीवन किंवा चेतना हीच सर्व कार्यांचे केंद्रबिंदू आहे.'' त्याचप्रमाणे श्री वासुदेव किंवा भगवान श्रीकृष्ण हेच सर्व गोष्टींमधील प्रधान तत्त्व

आहे. या देहामध्ये बोलण्याची शक्ती ऐकण्याची शक्ती, मानसिक कार्य करण्याची शक्ती इत्यादी शक्ती आहेत, पण या शक्ती जर भगवंतांशी संबंधित नसतील तर त्यांना काहीच महत्त्व नाही. वासुदेव हे सर्वव्यापी आणि सर्व काही असल्यामुळे, भक्त पूर्ण ज्ञानाने युक्त होऊन त्यांना शरण जातो. (संदर्भ —श्रीमद्भगवद्गीता ७.१७ आणि ११.४०)

**कामैस्तैस्तैर्हृतज्ञानाः प्रपद्यन्तेऽन्यदेवताः ।**
**तं तं नियममास्थाय प्रकृत्या नियताः स्वया ॥ २० ॥**

**कामैः**—कामनांनी; **तैः तैः**—त्या त्या; **हृत**—हिरावलेले आहे; **ज्ञानाः**—ज्ञान; **प्रपद्यन्ते**—शरण जातात; **अन्य**—अन्य; **देवताः**—देवतांना; **तम् तम्**—त्या त्या; **नियमम्**—नियम; **आस्थाय**—पालन करून; **प्रकृत्या**—स्वभावानुसार; **नियताः**—वश झालेले; **स्वया**—स्वतःच्या.

**ज्यांचे ज्ञान भौतिक कामनांनी हिरावलेले आहे, ते अन्य देवदेवतांना शरण जातात आणि आपल्या स्वभावानुसार आराधनेच्या विशिष्ट विधिविधानांचे पालन करतात.**

**तात्पर्य:** जे सर्व भौतिक कल्मषांतून मुक्त झाले आहेत ते भगवंतांना शरण जाऊन त्यांच्या प्रेममयी सेवेमध्ये युक्त होतात. जोपर्यंत भौतिक कल्मष पूर्णपणे नाहीशी होत नाहीत तोपर्यंत ते स्वभावतःच अभक्त असतात. परंतु जे केवळ भौतिक इच्छाप्राप्तींसाठी भगवंतांचा आश्रय घेतात ते सुद्धा बाह्य प्रकृतीद्वारे आकर्षित होत नाहीत, कारण ते वास्तविक ध्येयप्राप्तीच्या प्रयत्नात असतात आणि म्हणून ते लौकरच सर्व भौतिक कामवासनांतून मुक्त होतात. श्रीमद्भागवतात सांगण्यात आले आहे की, मनुष्य सर्व भौतिक वासनांतून मुक्त असो किंवा सर्व भौतिक वासनांनी परिपूर्ण असो किंवा भौतिक कल्मषांतून मुक्त होण्याची त्याला इच्छा असो, सर्व बाबतीत त्याने श्रीवासुदेवांना शरण जाऊन त्यांची आराधना केली पाहिजे. श्रीमद्भागवतात (२.३.१०) सांगितले आहे की:

*अकामः सर्वकामो वा मोक्षकाम उदारधीः ।*
*तीव्रेण भक्तियोगेन यजेत पुरुषं परम् ॥*

ज्या अल्पबुद्धी लोकांनी आपली आध्यात्मिक जाणीव गमावली आहे, ते तात्काळ भौतिक इच्छापूर्ती होण्यासाठी देवदेवतांचा आश्रय घेतात. सामान्यतः असे लोक भगवंतांचा आश्रय घेत नाहीत, कारण ते रजोगुण आणि तमोगुणात स्थित असतात आणि म्हणून ते निरनिराळ्या देवतांची उपासना करतात. विशिष्ट विधिविधानांचे पालन करण्यातच ते समाधानी असतात. देवतांचे पूजक हे तुच्छ अशा आकांक्षांनी प्रेरित झालेले असतात आणि त्यांना परमलक्ष्याची प्राप्ती कशी करावी हे माहीत नसते; परंतु भगवद्भक्त त्यांच्याप्रमाणे चुकीच्या मार्गाने जात नाही. वेदांमध्ये निरनिराळ्या हेतूंप्रीत्यर्थ निरनिराळ्या देवतांची पूजा करण्यास सांगण्यात आले आहे. उदाहरणार्थ, रोगी मनुष्यास सूर्योपासना करण्यास सांगितली आहे. म्हणून जे भगवद्भक्त नाहीत त्यांना वाटते की, विशिष्ट हेतुप्राप्ती करून घेण्यासाठी देवदेवता या भगवंतांपेक्षा श्रेष्ठ आहेत. परंतु विशुद्ध भक्ताला माहीत असते की, भगवान श्रीकृष्ण हे सर्वेश्वर आहेत. चैतन्य चरितामृतामध्ये सांगण्यात आले आहे की, (आदि-५.१४२) *एकले ईश्वर कृष्ण, आर सब भृत्य*—केवळ भगवान श्रीकृष्ण

हेच स्वामी आहेत आणि इतर सर्वजण सेवक आहेत. म्हणून शुद्ध भक्त, आपल्या भौतिक गरजांच्या तृप्तीकरिता देवदेवतांकडे कधीही याचना करीत नाही. तो भगवंतांवर पूर्णपणे विसंबून असतो आणि भगवंत जे काही देतात त्यामध्येच संतुष्ट असतो.

**यो यो यां यां तनुं भक्तः श्रद्धयार्चितुमिच्छति ।**
**तस्य तस्याचलां श्रद्धां तामेव विदधाम्यहम् ॥ २१ ॥**

**यः यः**—जो जो; **याम् याम्**—ज्या ज्या; **तनुम्**—देवतेची; **भक्तः**—भक्त; **श्रद्धया**—श्रद्धेने; **अर्चितुम्**—उपासना करणे; **इच्छति**—इच्छा करतो; **तस्य तस्य**—त्याची त्याची; **अचलाम्**—स्थिर; **श्रद्धाम्**—श्रद्धा; **ताम्**—त्या; **एव**—निश्चितपणे; **विदधामि**—देतो; **अहम्**—मी.

**मी परमात्मा रूपाने प्रत्येकाच्या हृदयात स्थित आहे. जेव्हा मनुष्य विशिष्ट देवतेची उपासना करण्याची इच्छा करतो, तेव्हा त्या विशिष्ट देवतेवर मी त्याची श्रद्धा दृढपणे स्थिर करतो, जेणेकरून तो त्या देवतेची उपासना करण्यात स्वतःला समर्पित करू शकतो.**

**तात्पर्यः** परमेश्वराने प्रत्येकाला स्वातंत्र्य दिले आहे, म्हणून जर मनुष्याला भौतिक सुखोपभोग प्राप्त करण्याची इच्छा असेल आणि खरोखरच अशा सुविधा जर त्याला भौतिक देवतांकडून प्राप्त करून घ्यावयाची इच्छा असेल तर प्रत्येकाच्या हृदयामध्ये परमात्मा रूपाने स्थित असलेले भगवंत त्या मनुष्याची इच्छा जाणतात आणि त्याला सर्व सुविधा उपलब्ध करून देतात. सर्व जीवांचे परमपिता या नात्याने भगवंत जीवाच्या स्वातंत्र्यामध्ये हस्तक्षेप करीत नाहीत, उलट ते प्रत्येकाला सर्व सुविधा उपलब्ध करून देतात, जेणेकरून ते आपल्या भौतिक इच्छांची पूर्ती करू शकतील. यावर कोणी विचारील की, सर्वशक्तिमान भगवंत भौतिक सुखोपभोग घेण्यासाठी जीवांना सर्व सुविधा उपलब्ध करून देऊन त्यांना मायेच्या जंजाळात का पडू देतात? तर या प्रश्नाला उत्तर असे आहे की, जीवाच्या ठायी परमात्मा रूपाने असणाऱ्या भगवंतांनी जर अशा सुविधा उपलब्ध करून दिल्या नाहीत तर जीवांच्या स्वातंत्र्याला काहीच अर्थ राहात नाही. म्हणून भगवंत प्रत्येकाला पूर्ण स्वातंत्र्य देतात, ज्याला जे आवडेल ते प्रदान करतात; परंतु अंतिम उपदेश आपल्याला भगवद्‌गीतेत आढळतो की, मनुष्याने इतर सर्व कार्यांचा त्याग करून त्यांना पूर्णपणे शरण गेले पाहिजे. केवळ यामुळेच मनुष्य सुखी होऊ शकतो.

जीव आणि देवदेवता दोघेही भगवंतांच्या इच्छेच्या अधीन आहेत. म्हणून जीव स्वतःच्या इच्छेने देवतांची आराधना करू शकत नाहीत तसेच भगवंतांच्या इच्छेवाचून देवता कोणता वरही प्रदान करू शकत नाहीत. असे सांगितले जाते की, भगवंतांच्या इच्छेविना गवताचे पातेही हलत नाही. वेदांमध्ये सांगितल्याप्रमाणे सामान्यतः भौतिक जगात पीडित झालेले लोक देवतांकडे जातात. मनुष्याला जर विशिष्ट गोष्टींची आवश्यकता असेल तर तो त्यानुसार विशिष्ट देवतेची उपासना करू शकतो. उदाहरणार्थ, रोगी मनुष्य सूर्यदेवाची उपासना करू शकतो, विद्यार्जन करण्याची इच्छा असणारा मनुष्य सरस्वतीदेवीची उपासना करू शकतो आणि सुंदर पत्नी प्राप्त करण्याची इच्छा असणारा मनुष्य भगवान शंकराची अर्धांगिनी, उमादेवीची उपासना

करू शकतो. याप्रमाणे वैदिक शास्त्रांमध्ये विविध देवदेवतांनुसार विविध प्रकारचे उपासना विधी सांगण्यात आले आहेत. जीवाला विशिष्ट सुखाचा उपभोग घ्यायचा असल्याकारणाने, भगवंत त्या जीवाला विशिष्ट देवतेकडून तो वर प्राप्त करून घेण्यासाठी प्रबळ इच्छेने प्रेरित करतात. याप्रमाणे अभिष्ट वर प्राप्त करून घेण्यात जीव यशस्वी होतो. विशिष्ट देवतांप्रीत्यर्थ असणारा जीवाचा विशिष्ट पूजाभावही भगवंतच नियोजित करतात. अशा प्रकारचा भाव देवतासुद्धा जीवांमध्ये निर्माण करू शकत नाहीत; परंतु पुरुषोत्तम भगवान श्रीकृष्ण सर्वांच्या अंतर्यामी उपस्थित असणारे परमात्मा असल्यामुळे, ते मनुष्याला विशिष्ट देवतेची उपासना करण्याची प्रेरणा देतात. वस्तुत: देवदेवता या भगवंतांच्या विराटरूपी शरीराचे निरनिराळे भाग आहेत आणि म्हणून त्यांना स्वातंत्र्य नसते. वेदांमध्ये सांगण्यात आले आहे की, भगवंत परमात्मा रूपाने देवदेवतांच्याही हृदयामध्ये स्थित आहेत. म्हणून ते देवदेवतांद्वारे जीवाच्या इच्छा पूर्ण करण्याची व्यवस्था करतात. परंतु जीव आणि देवता दोघेही भगवंतांच्या इच्छेवर विसंबून आहेत. जीव आणि देवता स्वतंत्र नाहीत.

**स तया श्रद्धया युक्तस्तस्याराधनमीहते ।**
**लभते च ततः कामान्मयैव विहितान्हि तान्॥ २२॥**

**सः**—तो; **तया**—त्या; **श्रद्धया**—श्रद्धा किंवा प्रेरणा; **युक्तः**—युक्त झालेला; **तस्य**—त्या देवतेची; **आराधनम्**—आराधना; **ईहते**—आकांक्षा करतो; **लभते**—प्राप्त करतो; **च**—आणि; **ततः**—त्यापासून; **कामान्**—त्याच्या इच्छा; **मया**—माझ्याद्वारे; **एव**—केवळ; **विहितान्**—व्यवस्था; **हि**—निश्चितच; **तान्**—त्या.

**अशा श्रद्धेने युक्त होऊन तो विशिष्ट देवतेची कृपा संपादन करण्याचा प्रयत्न करतो आणि आपले इच्छित भोग प्राप्त करतो. परंतु वस्तुतः हे लाभ केवळ मीच प्रदान करतो.**

**तात्पर्य:** भगवंतांच्या अनुमतीवाचून, देवता आपल्या भक्तांना वरदान देऊ शकत नाहीत. सर्व काही भगवंतांच्या मालकीचे आहे याचे विस्मरण जीवाला होऊ शकते; परंतु देवतांना होत नाही. म्हणून देवतांची उपासना आणि लाभेच्छांची प्राप्ती ही देवतांमुळे होत नाही, तर भगवंतांच्या अनुमतीने होत असते. अल्पज्ञानी जीवाला याचे ज्ञान नसते, म्हणून तो लाभप्राप्तीकरिता मूर्खपणाने देवतांकडे जातो. परंतु शुद्ध भगवद्भक्ताला जेव्हा कशाची गरज असते तेव्हा तो भगवंतांचीच प्रार्थना करतो. तरीही लाभप्राप्तीची इच्छा करणे हे शुद्ध भक्ताचे लक्षण नव्हे. सामान्यत: जीव हा देवतांना शरण जातो, कारण तो आपल्या कामवासनांची तृप्ती करण्यामध्ये अत्यंत आसक्त झालेला असतो. असे घडण्याचे कारण म्हणजे, जीव अयोग्य गोष्टीची इच्छा करतो आणि भगवंत स्वत: अशा प्रकारची इच्छा तृप्त करीत नाहीत. चैतन्य चरितामृतात म्हटले आहे की, जो भगवंतांची आराधना करतो व त्याच वेळी विषयोपभोगाची इच्छा करतो, त्यांच्या इच्छा परस्परविरोधी किंवा विसंगत आहेत. भगवंतांची भक्तीपूर्ण सेवा आणि देवतांची उपासना ही एकाच स्तरावर असू शकत नाही, कारण देवतांची उपासना ही

भौतिक आहे आणि भगवंतांची भक्तीपूर्ण सेवा करणे ही पूर्णपणे आध्यात्मिक बाब आहे.

ज्या जीवाला भगवद्धामात परत जाण्याची इच्छा आहे, त्यांच्यासाठी भौतिक इच्छा विघ्नकारी असतात. म्हणून अल्पबुद्धी जीवांना इच्छित असलेले भौतिक लाभ विशुद्ध भगवद्भक्ताला प्रदान करण्यात येत नाहीत, कारण असे इच्छित लाभ प्राप्त झाल्यामुळे अल्पबुद्धी जीव हे भगवंतांच्या भक्तीपूर्ण सेवेमध्ये युक्त होण्यापेक्षा प्राकृत जगतातील देवदेवतांची उपासना करणे पसंत करतात.

**अन्तवत्तु फलं तेषां तद्भवत्यल्पमेधसाम् ।**
**देवान्देवयजो यान्ति मद्भक्ता यान्ति मामपि ॥ २३ ॥**

**अन्त-वत्**—नश्वर किंवा अनित्य; **तु**—परंतु; **फलम्**—फळ; **तेषाम्**—त्यांचे; **तत्**—ते; **भवति**—होते; **अल्प-मेधसाम्**—अल्पबुद्धीचे; **देवान्**—देवतांना; **देव-यजः**—देवतांचे उपासक; **यान्ति**—जातात; **मत्**—माझे; **भक्ताः**—भक्त; **यान्ति**—जातात; **माम्**—मला; **अपि**—सुद्धा.

**अल्पबुद्धी लोक देवतांची उपासना करतात आणि त्यांना प्राप्त होणारी फळे मर्यादित व अनित्य असतात. देवतांचे उपासक देवलोकांची प्राप्ती करतात, पण माझे भक्त अखेर माझ्या परमधामाची प्राप्ती करतात.**

**तात्पर्य:** भगवद्गीतेवरील काही भाष्यकार म्हणतात की, देवतांची उपासना करणाऱ्या मनुष्याला भगवत्प्राप्ती होऊ शकते. परंतु या ठिकाणी स्पष्टपणे सांगण्यात आले आहे की, देवतांचे उपासक हे, निरनिराळ्या देवता स्थित असलेल्या निरनिराळ्या देवलोकांची प्राप्ती करतात. उदाहरणार्थ, सूर्याचा उपासक सूर्यलोकाची प्राप्ती करतो किंवा चंद्रोपासक चंद्रलोकाची प्राप्ती करतो. त्याचप्रमाणे जर कोणाला इंद्रासारख्या देवतेची उपासना करण्याची इच्छा असेल तर त्याला त्या विशिष्ट देवलोकाची प्राप्ती होते. कोणत्याही देवतेची उपासना केल्याने मनुष्याला भगवंतांची प्राप्ती होते असे नाही. ही गोष्ट या ठिकाणी नाकारण्यात आली आहे, कारण या श्लोकात स्पष्टपणे सांगण्यात आले आहे की, देवोपासक हे भौतिक जगतातील निरनिराळ्या देवलोकांत जातात, परंतु भगवद्भक्त हा प्रत्यक्ष भगवद्धामाची प्राप्ती करतो.

या ठिकाणी असा मुद्दा उपस्थित केला जाऊ शकतो की, जर देवता या भगवंतांच्या शरीराचे विविध भाग आहेत, तर देवतांची उपासना केल्याने भगवंतांची प्राप्ती झाली पाहिजे. परंतु देवोपासक हे अल्पबुद्धी आहेत, कारण शरीराच्या कोणत्या भागाला अन्नाचा पुरवठा केला पाहिजे हे त्यांना माहीत नसते. त्यांच्यापैकी काही लोक इतके मूर्ख असतात, की ते म्हणतात, शरीराला अनेक भाग असतात, आणि त्यांना अन्नपुरवठा करण्यासाठी अनेक मार्ग असतात पण हे उत्तर समर्पक नाही. कान आणि डोळ्याद्वारे कोणी शरीराला अन्नपुरवठा करू शकतो का? त्यांना माहीत नसते की, या देवता म्हणजे भगवंतांच्या विराट शरीराचे निरनिराळे अवयव आहेत आणि अज्ञानामुळे त्यांना वाटते की प्रत्येक देवता म्हणजे एक निराळा ईश्वरच आहे आणि तो परमेश्वराचा प्रतिस्पर्धी आहे.

केवळ देवताच भगवंतांचे अंश आहेत असे नाही तर सामान्य जीवसुद्धा भगवंतांचे अंश

आहेत. श्रीमद्भागवतात सांगण्यात आले आहे की, ब्राह्मण हे भगवंतांचे मस्तक आहे, क्षत्रिय हे बाहू आहेत, वैश्य हे कटी तथा शूद्र हे पाय आहेत आणि हे सर्वजण विविध कार्ये करतात. आपल्या स्थितीचा विचार न करता जर मनुष्याने जाणले की, जीव आणि देवता दोघेही भगवंतांचेच अंश आहेत तर त्याचे ज्ञान हे परिपूर्ण ज्ञान आहे. परंतु जर त्याने हे जाणले नाही तर त्याला देवदेवता निवास करणाऱ्या विविध लोकांची प्राप्ती होते. भगवद्भक्त प्राप्त करीत असलेल्या गतीप्रमाणे ही गती समान नसते.

देवतांकडून प्राप्त झालेले वर हे अनित्य असतात, कारण या भौतिक जगतातील लोक, देवदेवता आणि त्यांचे उपासक हे सर्वच नश्वर असतात. म्हणून या श्लोकामध्ये स्पष्टपणे सांगण्यात आले आहे की, देवतांची उपासना करून प्राप्त झालेले सर्व लाभ हे क्षणिक असतात आणि यास्तव अशी उपासना केवळ अल्पबुद्धी जीवच करतात. कृष्णभावनेद्वारे भगवद्भक्तीमध्ये युक्त झालेल्या विशुद्ध भक्ताला सच्चिदानंद जीवन प्राप्त होते. म्हणून त्याने प्राप्त केलेला लाभ हा देवतेच्या साधारण उपासकाने प्राप्त केलेल्या लाभाहून अत्यंत भिन्न असतो, भगवंत हे अनंत आहेत, त्यांची करुणा, कृपा अपार आहे आणि म्हणून भगवंतांची आपल्या शुद्ध भक्तावर नि:सीम कृपा असते.

**अव्यक्तं व्यक्तिमापन्नं मन्यन्ते मामबुद्धयः ।**
**परं भावमजानन्तो ममाव्ययमनुत्तमम् ॥ २४॥**

**अव्यक्तम्**—अव्यक्त; **व्यक्तिम्**—व्यक्तित्व किंवा स्वरूप; **आपन्नम्**—प्राप्त झाले; **मन्यन्ते**—मानतात; **माम्**—मला; **अबुद्धयः**—अल्पबुद्धी लोक किंवा अल्पज्ञ; **परम्**—परम; **भावम्**—अस्तित्व किंवा सत्ता; **अजानन्तः**—न जाणून; **मम**—माझ्या; **अव्ययम्**—अविनाशी; **अनुत्तमम्**—सर्वोत्तम.

**मला पूर्णपणे न जाणणाऱ्या अल्पबुद्धी लोकांना वाटते की, मी ( पुरुषोत्तम भगवान श्रीकृष्ण ) पूर्वी निराकार होतो आणि आता व्यक्तित्व धारण केले आहे. त्यांच्या अज्ञानामुळे ते माझे अविनाशी आणि अनुपम असे दिव्य स्वरूप जाणू शकत नाहीत.**

**तात्पर्यः** देवतांच्या उपासकांना *अल्पज्ञ* म्हणण्यात आले आहे. तसेच या ठिकाणी निर्विशेषवादी लोकांचेही अल्पज्ञ म्हणून वर्णन करण्यात आले आहे. येथे भगवान श्रीकृष्ण आपल्या साकार रूपामध्ये अर्जुनाशी बोलत आहेत, पण तरीही अज्ञानवश निर्विशेषवादी वाद घालतात की, परमेश्वर हा अंतिमतः निराकार आहे. श्रील रामानुजाचार्यांच्या परंपरेतील महान भगवद्भक्त यमुनाचार्यांनी या संदर्भात दोन सुंदर श्लोक रचिले आहेत, ते म्हणतात की, (स्तोत्र रत्न १२)

*त्वां शीलरूपचरितैः परमप्रकृष्टैः*
*सत्त्वेन सात्त्विकतया प्रबलैश्च शास्त्रैः ।*
*प्रख्यातदैवपरमार्थविदां मतैश्च*
*नैवासुरप्रकृतयः प्रभवन्ति बोद्धुम् ॥*

"हे प्रभो! व्यासदेव आणि नारदांसारखे भक्त तुम्हाला पुरुषोत्तम भगवान म्हणून जाणतात. वेदाध्यनाद्वारे मनुष्य तुमचे रूप, गुण आणि लीला जाणू शकतो व अशा रीतीने त्याला तुमच्या

पुरुषोत्तम भगवान रूपाची अनुभूती होते. परंतु रज आणि तमोगुणामध्ये असणारे असुर आणि अभक्त यांना तुमचे ज्ञान होऊ शकत नाही. तुम्हाला जाणणे त्यांच्यासाठी अशक्य आहे. वेदान्त आणि उपनिषदांवर वादविवाद करण्यामध्ये असे अभक्त कितीही निपुण असले तरी ते तुम्हाला जाणू शकत नाहीत.''

ब्रह्मसंहितेत सांगण्यात आले आहे की, केवळ वेदाध्ययनांद्वारे भगवद्ज्ञान होणे शक्य नाही, केवळ भगवंतांच्या कृपेनेच आपण त्यांना जाणू शकतो. म्हणून या श्लोकात स्पष्टपणे सांगण्यात आले आहे की, केवळ देवतांचे उपासकच नव्हे तर कृष्णभावनेचा लेशमात्रही गंध नसलेले आणि वेदान्तावर भाष्य करणारे अभक्तही अल्पबुद्धीच आहेत आणि अशा अल्पबुद्धींना परमेश्वराच्या साकार रूपाचे ज्ञान होणे शक्य नाही. परम सत्य निराकार असल्याचे ज्यांना वाटते त्यांचे वर्णन *अबुद्धय:* म्हणून करण्यात आले आहे, अर्थात ज्यांना परम सत्याच्या अंतिम स्वरूपाचे ज्ञान नाही. श्रीमद्भागवतात सांगण्यात आले आहे की, परम सत्याच्या साक्षात्काराच्या प्रारंभी निर्विशेष ब्रह्माची अनुभूती होते. त्यानंतर अंतर्यामी परमात्म्याची आणि सर्वांत शेवटी पुरुषोत्तम भगवत्-स्वरूपाची अनुभूती होते, आजकालचे निर्विशेषवादी तर अधिकच अज्ञानी आहेत, कारण ते निर्विशेषवादाचे आद्य प्रवर्तक शंकराचार्यांचेही अनुसरण करीत नाहीत. शंकराचार्यांनी स्पष्टपणे सांगितले आहे की, श्रीकृष्ण हेच पुरुषोत्तम श्रीभगवान आहेत. म्हणून निर्विशेषवाद्यांना परम सत्याचे ज्ञान नसल्यामुळे ते श्रीकृष्णांना साधारण, देवकी किंवा वसुदेव पुत्र अथवा राजकुमार अथवा महापुरुष असे मानतात. भगवद्गीतेमध्ये या गोष्टीची निंदा करण्यात आली आहे, *अवजानन्ति मां मूढा मानुषीं तनुमाश्रितम्*—केवळ मूर्खच मला साधारण मनुष्य समजतात. (श्रीमद्भगवद्गीता ९.११).

वस्तुत: भक्तीपूर्ण सेवा आणि कृष्णभावनेचा विकास केल्याशिवाय कोणीही श्रीकृष्णांना जाणू शकत नाही. श्रीमद्भागवतातही (१०.१४.२९) याला पुष्टी देण्यात आली आहे:

*अथापि ते देव पदाम्बुजद्वय प्रसादलेशानुगृहीत एव हि ।*
*जानाति तत्त्वं भगवन् महिम्नो न चान्य एकोऽपि चिरं विचिन्वन् ॥*

''हे भगवन्! जर मनुष्यावर तुमच्या चरणकमलांची लेशमात्रही कृपा झाली तरी तो तुमचे महान स्वरूप जाणू शकतो. परंतु अनेकानेक वर्षे वेदाध्ययन करणारे आणि तुम्हाला जाणण्यासाठी तर्कवादाचा आधार घेणारे तुमचे स्वरूप जाणू शकत नाहीत.'' केवळ वेदाध्ययनाने किंवा मानसिक तर्कवादाच्या आधारे भगवान श्रीकृष्ण त्यांचे रूप, गुण किंवा नाम इत्यादी जाणणे शक्य नाही. केवळ भक्तियोगाद्वारेच मनुष्य श्रीकृष्णांना जाणू शकतो. *हरे कृष्ण हरे कृष्ण कृष्ण कृष्ण हरे हरे। हरे राम हरे राम राम राम हरे हरे ॥* या महामंत्राचा जप करून जेव्हा मनुष्य पूर्णपणे कृष्णभावनेमध्ये युक्त होतो तेव्हाच तो भगवंतांना जाणू शकतो. निर्विशेषवादी अभक्ताला वाटते की, श्रीकृष्णांचा विग्रह हा भौतिक आहे आणि त्यांच्या लीला, त्यांचे रूप इत्यादी सर्व काही मायाच आहे. अशा निर्विशेषवाद्यांना मायावादी म्हटले जाते. त्यांना परम सत्याचे ज्ञान नसते.

विसाव्या श्लोकात स्पष्टपणे सांगण्यात आले आहे की, *कामैस्तैस्तैर्हृतज्ञाना:*

*प्रपद्यन्तेऽन्यदेवता:*—'कामवासनेने अंध झालेले लोक निरनिराळ्या देवतांना शरण जातात.' भगवंतांच्या भगवद्धामाव्यतिरिक्त इतर देवदेवतांचे स्वत:चे ग्रहलोक आहेत. तेविसाव्या श्लोकात सांगितल्याप्रमाणे *देवान् देवयजो यान्ति मद्‌भक्ता यान्ति मामपि*—देवतांचे उपासक निरनिराळ्या देवलोकांमध्ये जातात आणि भगवान श्रीकृष्णांचे भक्त, कृष्णलोकामध्ये जातात. असे स्पष्टपणे सांगण्यात आलेले असतानाही मूर्ख निर्विशेषवादी म्हणतात की, भगवंत हे निराकार आहेत आणि ही सर्व रूपे काल्पनिक आहेत. गीतेच्या अध्ययनावरून असे वाटते का की, देवता व त्यांचे लोक हे निर्विशेष आहेत? स्पष्टच आहे की, देवता किंवा भगवान श्रीकृष्ण कोणीच निर्विशेष नाही. त्या सर्वांना स्वतंत्र व्यक्तित्व आहे. श्रीकृष्ण हे पुरुषोत्तम भगवान आहेत; त्यांचे स्वत:चे धाम आहे. देवतांनाही स्वत:चे ग्रहलोक आहेत.

त्यामुळे परम सत्य निराकार आहे आणि परम सत्याची रूपे ही काल्पनिक असल्याचे अद्वैतवाद्यांचे मत हे वस्तुस्थितीला अनुसरून नाही. या श्लोकात स्पष्टपणे सांगण्यात आले आहे की, ही रूपे काही काल्पनिक नाहीत. भगवद्‌गीतेवरून आपण जाणू शकतो की, देवतांची रूपे आणि भगवंतांची रूपेही एकाच वेळी अस्तित्वात असतात आणि भगवान श्रीकृष्ण हे सच्चिदानंद आहेत. वेदही स्पष्टपणे सांगतात की परम सत्य हे *आनन्दमयोऽभ्यासात्*—सर्वगुणसंपन्न आहे आणि गीतेमध्ये भगवंत सांगतात की, ते जरी अजन्मा असले तरी ते अवतार धारण करतात. हे तथ्य आपण भगवद्‌गीतेपासून जाणून घेतले पाहिजे. भगवंत हे निराकार कसे असू शकतात हे आपण जाणू शकत नाही, गीतेप्रमाणे तरी, निर्विशेष अद्वैतवाद्यांचा सिद्धांत मिथ्या असल्याचे सिद्ध होते. या श्लोकावरून स्पष्ट होते की, परम सत्य भगवान श्रीकृष्णांना रूप तसेच व्यक्तित्व दोन्ही आहे.

**नाहं प्रकाश: सर्वस्य योगमायासमावृत: ।**
**मूढोऽयं नाभिजानाति लोको मामजमव्ययम् ॥ २५ ॥**

**न**—तसेच नाही; **अहम्**—मी; **प्रकाश:**—प्रकट; **सर्वस्य**—सर्वांना; **योग-माया**—अंतरंगा शक्तीने; **समावृत:**—आच्छादित झालेला; **मूढ:**—मूर्ख; **अयम्**—या; **न**—नाही; **अभिजानाति**—जाणू शकतात; **लोक:**—मनुष्य; **माम्**—मला; **अजम्**—अजन्मा; **अव्ययम्**—अविनाशी.

**मूढ आणि अज्ञानी लोकांना मी कधीही प्रकट होत नाही. माझ्या अंतरंगा शक्तीद्वारे मी त्यांना अप्रकट राहतो आणि म्हणून मी अजन्मा आणि अच्युत असल्याचे ते जाणू शकत नाहीत.**

**तात्पर्य:** कोणी असा युक्तिवाद करतील की, ज्याअर्थी श्रीकृष्ण या पृथ्वीवर उपस्थित होते आणि सर्वांना दृश्य होते तर मग ते आता सर्वांना प्रकट का होत नाहीत? परंतु वस्तुत: ते पूर्वी सर्वांसमोर प्रकट झाले नव्हते. जेव्हा श्रीकृष्ण उपस्थित होते तेव्हा मोजक्याच लोकांना ते भगवंत असल्याची जाणीव होती. कौरव सभेत श्रीकृष्णांना सभेचे अध्यक्ष म्हणून नियुक्त केल्यावर जेव्हा शिशुपालने विरोध केला तेव्हा भीष्मांनी श्रीकृष्णांचे समर्थन केले आणि श्रीकृष्ण हेच स्वत: भगवंत असल्याचे घोषित केले. त्याचप्रमाणे पांडव आणि इतर मोजक्याच लोकांना ते स्वत:

भगवंत असल्याचे माहीत होते; परंतु प्रत्येकाला ते भगवंत असल्याचे माहीत नव्हते. श्रीकृष्ण हे अभक्तांना आणि साधारण मनुष्यांना भगवान म्हणून ज्ञात नव्हते. म्हणून भगवद्‌गीतेत श्रीकृष्ण सांगतात की, विशुद्ध भक्तांव्यतिरिक्त, इतर सर्व मनुष्य त्यांना आपल्याप्रमाणेच साधारण समजतात. ते केवळ आपल्या भक्तांनाच रसराज म्हणून प्रकट होतात. परंतु इतर निर्बुद्ध अभक्तांसाठी ते आपल्या अंतरंगा शक्तीने आच्छादितच राहतात.

श्रीमद्‌भागवतातील (१.८.१९) कुंतिदेवीच्या प्रार्थनेमध्ये सांगण्यात आले आहे की, भगवंत हे योगमायेच्या पडद्याने आच्छादित असतात आणि म्हणून साधारण मनुष्य त्यांना जाणू शकत नाहीत. या योगमायारूपी पडद्याबद्दल ईशोपनिषदामध्येही (मंत्र १५) सांगण्यात आले आहे. त्या ठिकाणी भक्त प्रार्थना करतो की:

*हिरण्मयेन पात्रेण सत्यस्यापिहितं मुखम् ।*
*तत्त्वं पूषन्नपावृणु सत्यधर्माय दृष्टये ॥*

"हे प्रभो! तुम्ही, संपूर्ण विश्वाचे पालनकर्ते आहात आणि तुमची भक्तीपूर्ण सेवा हाच सर्वोच्च धर्म आहे. म्हणून मी तुमची प्रार्थना करतो की, तुम्ही माझे सुद्धा पालन करा. तुमचे दिव्य रूप योगमायेने आच्छादित आहे. ब्रह्मज्योती म्हणजे तुमच्या अंतरंगा शक्तीचे आवरण आहे. तुमचा सच्चिदानंद विग्रह पाहण्यात बाधा आणणारे हे देदीप्यमान तेज कृपया दूर करा." भगवंतांचे सच्चिदानंद स्वरूप हे ब्रह्मज्योतीच्या अंतरंगा शक्तीने आवृत असते आणि यामुळेच अल्पज्ञ निर्विशेषवाद्यांना भगवंतांचे दर्शन होऊ शकत नाही.

श्रीमद्‌भागवतातही (१०.१४.७) ब्रह्मदेव अशीच प्रार्थना करतात, "हे भगवंत! हे परमात्मन्! हे योगेश्वर! तुमची शक्ती आणि तुमच्या लीला यांची गणना या जगतात कोण करू शकेल? तुम्ही आपल्या अंतरंगा शक्तींचा नित्य विस्तार करीत आहात आणि म्हणून तुम्हाला कोणीही जाणू शकत नाही. विद्वान वैज्ञानिक आणि पंडित या भौतिक जगताच्या किंवा इतर लोकांच्या अणुरचनेचेही परीक्षण करू शकतील, परंतु तुम्ही त्यांच्या समोर जरी उपस्थित झाला तरी ते तुमच्या शक्तीचे अनुमान काढू शकणार नाहीत. भगवान श्रीकृष्ण हे केवळ अजन्माच नव्हे तर अव्यय किंवा अविनाशीही आहेत. त्यांचे रूप हे सच्चिदानंद आहे आणि त्यांच्या सर्व शक्ती अविनाशी आहेत.

**वेदाहं समतीतानि वर्तमानानि चार्जुन ।**
**भविष्याणि च भूतानि मां तु वेद न कश्चन ॥ २६ ॥**

**वेद**—जाण; **अहम्**—मी; **समतीतानि**—भूतकाळात झालेले; **वर्तमानानि**—वर्तमानकाळी चाललेले; **च**—आणि; **अर्जुन**—हे अर्जुन; **भविष्याणि**—भविष्यकाळात घडणारे; **च**—सुद्धा; **भूतानि**—सर्व जीव; **माम्**—मला; **तु**—परंतु; **वेद**—जाणतात; **न**—नाही; **कश्चन**—कोणीही.

**हे अर्जुन! मी, पुरुषोत्तम भगवान, भूतकाळात घडलेले सर्व काही, वर्तमानकाळात घडत असणारे सर्व आणि भविष्यकाळात घडणारे सर्व काही जाणतो. मी सर्व जीवांना जाणतो; परंतु मला कोणीही जाणीत नाही.**

**तात्पर्य:** या ठिकाणी साकार आणि निराकार वादाचा प्रश्न स्पष्टपणे मांडण्यात आला आहे. मायावाद्यांच्या मताप्रमाणे जर पुरुषोत्तम भगवंतांचे श्रीकृष्ण रूप हे प्राकृत अर्थात, माया असले असते तर त्यांनी साधारण जीवाप्रमाणेच देहांतर केले असते आणि त्यांना आपल्या गतकाळातील जन्माचे पूर्णपणे विस्मरण झाले असते. प्राकृत देहामध्ये बद्ध असलेल्या कोणत्याही मनुष्याला आपल्या पूर्वजन्माची स्मृती होऊ शकत नाही. तो आपल्या भविष्यकाळातील जीवनाबद्दल काही सांगू शकत नाही तसेच त्याला आपल्या वर्तमानकाळातील जीवनाबद्दल काही भाकीत करता येत नाही आणि म्हणून तो भूत, वर्तमान आणि भविष्यातील कोणत्याही घटना जाणू शकत नाही. जोपर्यंत मनुष्य, भौतिक विकारातून मुक्त होत नाही तोपर्यंत तो भूत, वर्तमान आणि भविष्य जाणू शकत नाही.

भगवान श्रीकृष्ण स्पष्टपणे सांगतात की, साधारण मनुष्याला भूत, वर्तमान आणि भविष्याबद्दल काहीच ज्ञान नसते; परंतु ते मात्र पूर्वी घडलेले सर्व काही, वर्तमान काळी घडत असणारे आणि भविष्यकाळात घडणारे सर्व काही पूर्णपणे जाणतात. चौथ्या अध्यायात आपण पाहिले आहे की, भगवान श्रीकृष्णांना लाखो वर्षांपूर्वी आपण सूर्यदेव विवस्वानला गीता सांगितल्याचे आठवते. भगवान श्रीकृष्ण सर्व जीवांच्या हृदयात परमात्मारूपाने स्थित असल्यामुळे ते सर्व जीवांना जाणतात. परंतु श्रीकृष्ण हे जरी पुरुषोत्तम भगवान आणि परमात्मा रूपामध्ये उपस्थित असले तरी, अल्पज्ञानी व्यक्तींना निर्विशेष ब्रह्माचा साक्षात्कार झालेला असला तरी, श्रीकृष्ण हे परमपुरुष असल्याचा साक्षात्कार होत नाही. निश्चितच भगवान श्रीकृष्णांचे दिव्य शरीर नश्वर नाही. भगवान श्रीकृष्ण हे सूर्याप्रमाणे आहेत आणि माया ही मेघाप्रमाणे आहे. भौतिक जगतात आपण सूर्य, मेघ तसेच नक्षत्रांना आणि ग्रहांना पाहतो. आकाशात या सर्वांना ढग तात्पुरते आच्छादित करतात, परंतु हे आवरण असल्याचे आपल्याला आपल्या मर्यादित दृष्टीमुळे वाटते, पण वास्तविकपणे सूर्य, चंद्र, तारे हे झाकलेले नसतात. त्याचप्रमाणे माया ही भगवंतांना आच्छादित करू शकत नाही. आपल्या अंतरंगा शक्तीमुळे ते अल्पज्ञानी मनुष्यांना प्रकट होत नाहीत. या अध्यायाच्या तिसऱ्या श्लोकामध्ये सांगितल्याप्रमाणे लक्षावधी मनुष्यांपैकी थोडेच लोक या मनुष्य देहात पूर्णत्व प्राप्त करण्याचा प्रयत्न करतात आणि अशा हजारो सिद्ध पुरुषांपैकी एखादाच भगवान श्रीकृष्णांना तत्त्वत: जाणतो. जरी त्याला निर्विशेष ब्रह्माचा किंवा अंतर्यामी परमात्म्याचा साक्षात्कार झाला तरी त्याला कृष्णभावनाभावित झाल्यावाचून पुरुषोत्तम भगवान श्रीकृष्णांचा साक्षात्कार होणे शक्य नाही.

**इच्छाद्वेषसमुत्थेन द्वन्द्वमोहेन भारत ।**
**सर्वभूतानि सम्मोहं सर्गे यान्ति परन्तप ॥ २७॥**

**इच्छा**—इच्छा; **द्वेष**—आणि द्वेष; **समुत्थेन**—उद्भवणाऱ्या; **द्वन्द्व**—द्वंद्व; **मोहेन**—मोहामुळे; **भारत**—हे भारता; **सर्व**—सर्व; **भूतानि**—जीव; **सम्मोहम्**—मोह किंवा भ्रमामध्ये; **सर्गे**—जन्म घेताना; **यान्ति**—जातात; **परन्तप**—हे परंतप.

**हे परंतप भारता! इच्छा आणि द्वेष यांपासून उद्भवणाऱ्या द्वंद्वाने मोहित झाल्यामुळे,**

**सर्व जीव मोहामध्ये जन्म घेतात.**

**तात्पर्य:** शुद्ध ज्ञानमयी भगवंतांच्या अधीन असणे ही जीवाची वास्तविक स्वरूपस्थिती आहे. या विशुद्ध ज्ञानापासून दूर होऊन जेव्हा तो मोहित होतो, तेव्हा त्याच्यावर मायाशक्तीचे नियंत्रण येते आणि म्हणून तो भगवंतांना जाणू शकत नाही. इच्छा आणि द्वेषरूपी द्वंद्वामध्ये मायाशक्ती प्रकट होते. इच्छा आणि द्वेषामुळे मनुष्य, भगवंतांशी एकरूप होण्याची इच्छा करतो आणि त्यांचा द्वेष करतो. इच्छा आणि द्वेषाने दूषित किंवा मोहित न होणारे शुद्ध भक्त जाणतात की, भगवान श्रीकृष्ण हे आपल्या अंतरंगा शक्तीने अवतीर्ण होतात, परंतु अविद्या आणि द्वंद्वाने मोहित झालेल्या मनुष्यांना वाटते की, भगवंतांना प्राकृत शक्तीने निर्माण केले आहे. परंतु हे त्यांचे दुर्भाग्य आहे. असे मनुष्य, मान-अपमान, सुख-दु:ख, स्त्री-पुरुष, शुभ-अशुभ, हर्ष-विषाद इत्यादी द्वंद्वांत राहतात आणि त्यांना वाटते की, 'ही माझी पत्नी आहे, हे माझे घर आहे, मी या घराचा मालक आहे, मी या स्त्रीचा पती आहे.' ही सारी मोहित करणारी द्वंद्वे आहेत. जे द्वंद्वांनी मोहित होतात ते पूर्णपणे मूर्ख असतात आणि म्हणून ते भगवंतांना जाणू शकत नाहीत.

**येषां त्वन्तगतं पापं जनानां पुण्यकर्मणाम्।**
**ते द्वन्द्वमोहनिर्मुक्ता भजन्ते मां दृढव्रताः ॥ २८ ॥**

**येषाम्**—ज्यांचे; **तु**—परंतु; **अन्त-गतम्**—पूर्णपणे नष्ट झाले आहे; **पापम्**—पाप; **जनानाम्**—लोकांचे; **पुण्य**—पुण्य; **कर्मणाम्**—ज्यांची पूर्वकर्मे; **ते**—ते; **द्वन्द्व**—द्वंद्वाच्या; **मोह**—मोहापासून; **निर्मुक्ताः**—मुक्त झालेले; **भजन्ते**—भक्तीमध्ये परायण होतात; **माम्**—माझ्या; **दृढ-व्रताः**—दृढ निष्ठेने.

**ज्यांनी या जन्मी आणि पूर्वजन्मी पुण्यकर्मे केली आहेत आणि ज्यांची पापकर्मे पूर्णपणे नष्ट झाली आहेत, ते द्वंद्वरूपी मोहातून मुक्त होतात आणि दृढ निष्ठेने माझ्या सेवेमध्ये युक्त होतात.**

**तात्पर्य:** जे दिव्य स्तराप्रत उन्नत होण्यास पात्र आहेत त्यांचा या श्लोकामध्ये उल्लेख करण्यात आला आहे. पापी, नास्तिक, मूर्ख आणि कपटी व्यक्तींना इच्छा आणि द्वेषाच्या द्वंद्वातून पार होणे अत्यंत कठीण असते. ज्यांनी आपल्या जीवनामध्ये धार्मिक विधिविधानांचे पालन केले आहे, ज्यांनी पुण्यकर्मे केली आहेत आणि पापकर्मे नष्ट केली आहेत, केवळ तेच भक्तियोग स्वीकारू शकतात आणि क्रमश: भगवंतांच्या विशुद्ध ज्ञानाप्रत उन्नत होऊ शकतात. त्यानंतर क्रमाक्रमाने ते समाधी अवस्थेत भगवंतांवर ध्यान करू शकतात. आध्यात्मिक स्तराप्रत उन्नत होण्याची हीच पद्धती आहे. अशी उन्नती कृष्णभावनाभावित शुद्ध भक्तांच्या सत्संगामध्ये शक्य होते, कारण महान भक्तांच्या संगामध्ये मनुष्य मोहापासून मुक्त होऊ शकतो.

श्रीमद्भागवतात (५.५.२) सांगण्यात आले आहे की, जर खरोखरच मनुष्याला मुक्त व्हावयाचे असेल तर त्याने भक्ताची सेवा करणे अत्यावश्यक आहे (*महत्सेवां द्वारमाहुर्विमुक्तेः*), परंतु जो विषयी लोकांचा संग करीत आहे तो प्रकृतीच्या अंधकारमय प्रदेशाकडे अग्रेसर होत

आहे (*तमोद्वारं योषितां सङ्गिसङ्गम्*). बद्ध जीवांचा मोहापासून उद्धार करण्याकरिताच सर्व भगवद्भक्त या पृथ्वीतलावर भ्रमण करीत असतात. निर्विशेषवाद्यांना माहीत नसते की, भगवंतांच्या अधीन असणाऱ्या आपल्या स्वरूपस्थितीचे विस्मरण होणे म्हणजेच परमेश्वराच्या नियमांचे उल्लंघन आहे. जोपर्यंत मनुष्य आपल्या स्वरूपस्थितीमध्ये स्थित होत नाही तोपर्यंत तो भगवंतांना जाणू शकत नाही किंवा दृढ निष्ठेने त्यांच्या दिव्य सेवेमध्ये युक्त होऊ शकत नाही.

**जरामरणमोक्षाय मामाश्रित्य यतन्ति ये ।**
**ते ब्रह्म तद्विदुः कृत्स्नमध्यात्मं कर्म चाखिलम्॥ २९ ॥**

**जरा**—वार्धक्यातून; **मरण**—आणि मृत्यू; **मोक्षाय**—मुक्त होण्याकरिता; **माम्**—माझा; **आश्रित्य**—आश्रय घेऊन; **यतन्ति**—प्रयत्न करतात; **ये**—जे; **ते**—असे व्यक्ती; **ब्रह्म**—ब्रह्म; **तत्**—त्या; **विदुः**—ते जाणतात; **कृत्स्नम्**—सर्व काही; **अध्यात्मम्**—अध्यात्म किंवा दिव्य; **कर्म**—कर्म; **च**—सुद्धा; **अखिलम्**—संपूर्ण.

**जरा-मरणातून मुक्त होण्याकरिता प्रयत्न करणारे जे बुद्धिमान मनुष्य आहेत, ते माझ्या भक्तीद्वारे माझा आश्रय घेतात. वास्तविकपणे ते ब्रह्म आहेत, कारण त्यांना आध्यात्मिक क्रियांचे संपूर्ण ज्ञान आहे.**

**तात्पर्य:** जन्म, मृत्यू, जरा आणि व्याधी या भौतिक शरीराला पीडा देतात; परंतु आध्यात्मिक देहाला जन्म, मृत्यू, जरा आणि व्याधी नसते. म्हणून जो आध्यात्मिक देहाची प्राप्ती करतो तो भगवंतांचा एक पार्षद बनतो आणि शाश्वत भक्तियोगामध्ये परायण झाल्यामुळे तो खऱ्या अर्थाने मुक्त असतो. *अहं ब्रह्मास्मि*—मी ब्रह्म आहे. असे सांगितले जाते की, मनुष्याने आपण ब्रह्म, आत्मा असल्याचे जाणले पाहिजे. या श्लोकात सांगितल्याप्रमाणे जीवनविषयक ही ब्रह्म संकल्पना भक्तीमध्येही आहे. शुद्ध भक्त हे दिव्य ब्रह्म स्तरावर स्थित असतात आणि दिव्य क्रियांचे त्यांना पूर्ण ज्ञान असते.

दिव्य भगवत्सेवेमध्ये युक्त झालेले चार प्रकारचे अशुद्ध भक्त आपापली उद्दिष्टे प्राप्त करतात आणि भगवंतांच्या कृपेने जेव्हा ते पूर्णपणे कृष्णभावनाभावित होतात, तेव्हा त्यांना भगवंतांच्या दिव्य सत्संगापासून आनंद प्राप्त होतो, परंतु जे देवतांचे उपासक आहेत त्यांना भगवंतांच्या परमधामाची कधीच प्राप्ती होत नाही. ब्रह्मानुभूती झालेल्या अल्पज्ञ व्यक्तींनाही श्रीकृष्णांच्या परम गोलोक वृंदावन धामाची प्राप्ती होत नाही. जे कृष्णभावनाभावित कर्म करीत आहेत (*माम् आश्रित्य*) त्यांनाच केवळ ब्रह्म म्हणता येते, कारण तेच वास्तविकपणे कृष्णलोकाची प्राप्ती करण्याचा प्रयत्न करीत आहेत. अशा व्यक्तींना श्रीकृष्णांबद्दल मुळीच संशय नसतो आणि म्हणून ते वास्तविकपणे ब्रह्म आहेत.

केवळ भौतिक बंधनातून मुक्त होण्याकरिता जे भगवंतांच्या अर्चा-विग्रहाची आराधना करण्यात परायण झाले आहेत किंवा भगवंतांवर ध्यान करण्यात मग्न झाले आहेत, त्यांनासुद्धा भगवंतांनी पुढील अध्यायामध्ये सांगितलेल्या ब्रह्म, अधिभूत इत्यादींचे तात्पर्य कळते.

**साधिभूताधिदैवं मां साधियज्ञं च ये विदुः ।**
**प्रयाणकालेऽपि च मां ते विदुर्युक्तचेतसः ॥ ३० ॥**

**स-अधिभूत**—आणि प्राकृत सृष्टीचे संचलन करणारे तत्त्व; **अधिदैवम्**—सर्व देवतांचे नियंत्रण करणारे; **माम्**—मला; **स-अधियज्ञम्**—आणि सर्व यज्ञांचा अधिष्ठाता; **च**—सुद्धा; **ये**—जे; **विदुः**—जाणतात; **प्रयाण**—मृत्यू; **काले**—समयी; **अपि**—जरी; **च**—आणि; **माम्**—मला; **ते**—ते; **विदुः**—जाणतात; **युक्त-चेतसः**—त्यांचे मन मत्परायण होऊन.

**पूर्णपणे मत्परायण झालेले, जे मला भौतिक सृष्टीचा संचालक, देवतांचा नियंत्रक, सर्व यज्ञांचा अधिष्ठाता भगवंत म्हणून जाणतात ते मृत्यूसमयी सुद्धा मला जाणू शकतात.**

**तात्पर्यः** कृष्णभावनाभावित कर्म करणारे, भगवंतांना पूर्णपणे जाणण्याच्या मार्गापासून कधीच विचलित होत नाहीत. कृष्णभावनेच्या दिव्य सान्निध्यात मनुष्य, भगवंत हे भौतिक सृष्टीचे संचालक, तसेच देवतांचेही नियंत्रक कसे आहेत हे जाणू शकतो. क्रमाक्रमाने अशा दिव्य सहवासामुळे मनुष्याची भगवंतांच्या ठायी दृढ निष्ठा निर्माण होते आणि मृत्यूसमयी असा कृष्णभावनाभावित मनुष्य, श्रीकृष्णांना कधीही विसरत नाही. म्हणून साहजिकच तो भगवद्धाम, गोलोक वृंदावनात प्रविष्ट होतो.

मनुष्य पूर्णपणे कृष्णभावनाभावित कसा होऊ शकतो, याचे या सातव्या अध्यायात विशेषरूपाने प्रतिपादन करण्यात आले आहे. कृष्णभावनेचा प्रारंभ कृष्णभावनाभावित भक्तांच्या सत्संगामुळे होतो. असा सत्संग आध्यात्मिक असतो आणि त्यायोगे मनुष्यांचा भगवंतांशी प्रत्यक्ष संबंध येतो आणि त्यांच्या कृपेने, श्रीकृष्ण हेच पुरुषोत्तम भगवान असल्याचे तो जाणू शकतो. त्याच वेळी खऱ्या अर्थाने आपल्या स्वरूपस्थितीचे त्याला ज्ञान होते. तसेच जीवाला, श्रीकृष्णांचे विस्मरण होऊन तो कसा प्राकृत क्रियांमध्ये गुंतला जातो हे समजते. सत्संगातील कृष्णभावनेच्या क्रमिक विकासामुळे जीव जाणू शकतो की, श्रीकृष्णांच्या विस्मरणामुळेच आपण प्राकृतिक नियमांनी बद्ध झालो आहे. कृष्णभावनेची पुनःप्राप्ती करण्याकरिता मनुष्यजीवन म्हणजे एक सुसंधीच आहे आणि भगवंतांची अहैतुकी कृपा प्राप्त करण्याकरिता या संधीचा पुरेपूर उपयोग केला पाहिजे हे सुद्धा तो जाणू शकतो.

या अध्यायात अनेक विषयांचे निरूपण करण्यात आले आहे—आर्त, जिज्ञासू, अर्थार्थी व्यक्तींचे तसेच ब्रह्मज्ञान, परमात्म्याचे ज्ञान, जन्म, मृत्यू आणि जरा यातून मुक्तता आणि भगवंतांची आराधना; तरीही वास्तविकपणे ज्याने कृष्णभावनेत उन्नती केली आहे तो इतर विविध पद्धतींची पर्वा करीत नाही. तो कृष्णभावनेच्या क्रियांमध्ये रममाण होतो आणि त्यायोगे भगवान श्रीकृष्णांचा नित्य दास या आपल्या वास्तविक स्वरूपस्थितीची प्राप्ती करतो. अशा शुद्ध भक्तियुक्त अवस्थेमध्ये तो श्रीकृष्णांचे गुणगान आणि कीर्तन करण्यामध्ये आनंद प्राप्त करतो. त्याला दृढ विश्वास असतो की, असे केल्यानेच आपली सर्व उद्दिष्टे सिद्ध होतील. अशा दृढ

विश्वासालाच *दृढ-व्रत* असे म्हटले जाते आणि भक्तियोग किंवा दिव्य प्रेममयी सेवेचा हाच आरंभ आहे. हाच सर्व शास्त्रांचा निर्णय आहे. भगवद्गीतेचा हा सातवा अध्याय म्हणजे त्या निश्चयात्मक किंवा दृढ विश्वासाचे सार आहे.

*या प्रकारे भगवद्गीतेच्या 'भगवद्ज्ञान' या सातव्या अध्यायावरील भक्तिवेदांत भाष्य संपन्न.*

# अध्याय आठवा

# अक्षरब्रह्मयोग

## ( भगवत्प्राप्ती )

अर्जुन उवाच

**किं तद्ब्रह्म किमध्यात्मं किं कर्म पुरुषोत्तम।**
**अधिभूतं च किं प्रोक्तमधिदैवं किमुच्यते ॥ १ ॥**

**अर्जुनः उवाच**—अर्जुन म्हणाला; **किम्**—काय; **तत्**—ते; **ब्रह्म**—ब्रह्म; **किम्**—काय; **अध्यात्मम्**—आत्मा; **किम्**—काय; **कर्म**—सकाम कर्म; **पुरुष-उत्तम**—हे पुरुषोत्तम; **अधिभूतम्**—प्राकृत सृष्टी; **च**—आणि; **किम्**—काय; **प्रोक्तम्**—म्हटले जाते; **अधिदैवम्**—देवता; **किम्**—काय; **उच्यते**—म्हटले जाते.

**अर्जुनाने विचारले: हे पुरुषोत्तम, हे भगवन्! ब्रह्म म्हणजे काय? आत्मा म्हणजे काय? सकाम कर्म म्हणजे काय? ही भौतिक सृष्टी म्हणजे काय? आणि देवता कोण आहेत? हे कृपया मला सांगा.**

**तात्पर्य:** या अध्यायामध्ये भगवान श्रीकृष्णांनी अर्जुनाने विचारलेल्या, ब्रह्म काय आहे? इत्यादी प्रश्नांची उत्तरे दिली आहेत. तसेच भगवंत, कर्म (सकाम कर्म), भक्ती आणि योग आणि विशुद्ध भक्ती इत्यादींचे स्पष्ट विश्लेषण करतात. श्रीमद्भागवत् सांगते की, परम सत्य हे ब्रह्म, परमात्मा, भगवान म्हणून जाणले जाते. याशिवाय आत्म्यालाही ब्रह्म म्हटले आहे. अर्जुनाने आत्म्याबद्दलही विचारणा केली आहे. वैदिक शब्दकोशानुसार आत्मा हा शब्द, मन, शरीर आणि इंद्रियांनाही उद्देशून योजिला जातो.

अर्जुनाने भगवंतांना पुरुषोत्तम म्हणून संबोधले आहे, अर्थात तो केवळ आपल्या मित्राला प्रश्न विचारीत नव्हता तर परमपुरुष, पुरुषोत्तम भगवान यांना प्रश्न विचारीत होता, कारण त्याला माहीत होते की, श्रीकृष्ण हे सर्व प्रश्नांचे निश्चित उत्तर देणारे सर्वोच्च अधिकृत व्यक्ती आहेत.

**अधियज्ञः कथं कोऽत्र देहेऽस्मिन्मधुसूदन।**
**प्रयाणकाले च कथं ज्ञेयोऽसि नियतात्मभिः ॥ २ ॥**

**अधियज्ञः**—यज्ञांचा अधिपती; **कथम्**—कसे; **कः**—कोण; **अत्र**—येथे; **देहे**—देहामध्ये;

**अस्मिन्**—या; **मधुसूदन**—हे मधुसूदना; **प्रयाण-काले**—मृत्यूसमयी; **च**—आणि; **कथम्**—कसे; **ज्ञेयः असि**—तुम्हाला जाणता येते; **नियत-आत्मभिः**—आत्मसंयमीद्वारे.

**हे मधुसूदन, यज्ञांचा अधिपती कोण आहे आणि या देहामध्ये तो कसा निवास करतो? आणि भक्तीमध्ये युक्त झालेले मृत्यूसमयी तुम्हाला कसे जाणू शकतात?**

**तात्पर्य:** *यज्ञाधिपती* असे इन्द्राला किंवा श्रीविष्णूंनाही संबोधले जाऊशकते. श्रीविष्णू हे ब्रह्मा आणि शिवासहित सर्व आदिदेवतांचे प्रमुख आहेत. इंद्र आणि श्रीविष्णू दोघांचीही यज्ञाद्वारे उपासना केली जाते, पण या ठिकाणी अर्जुन पृच्छा करीत आहे की, वास्तविकपणे कोण यज्ञाधिपती आहे आणि जीवाच्या शरीरात तो कसा निवास करीत आहे.

श्रीकृष्णांनी मधू नामक दैत्याचा वध केल्यामुळे या ठिकाणी अर्जुनाने भगवान श्रीकृष्णांना मधुसूदन या नावाने संबोधले आहे. वास्तविक हे संशयमूलक प्रश्न अर्जुनाच्या मनात उत्पन्न व्हावयास नको होते, कारण अर्जुन हा श्रीकृष्णांचा भक्त होता. म्हणून हे संशय असुरासारखे आहेत. श्रीकृष्ण हे असुरांचा संहार करण्यात अत्यंत कुशल असल्यामुळे अर्जुन येथे त्यांना मधुसूदन म्हणून संबोधित आहे, जेणेकरून अर्जुनाच्या मनातील संशयरूपी असुरांचा श्रीकृष्ण संहार करतील.

या श्लोकातील *प्रयाण—काले* हा शब्द अत्यंत महत्त्वपूर्ण आहे. कारण आयुष्यभर आपण जे काही करतो त्याची अंतकाळी परीक्षा होते. कृष्णभावनेमध्ये अविरतपणे युक्त असणाऱ्या व्यक्तीबद्दल जाणण्यास अर्जुन अत्यंत उत्सुक आहे. मृत्यूच्या क्षणी त्याची काय स्थिती असते? मृत्यूसमयी सर्व शारीरिक कार्ये विस्कळीत होतात आणि मन अस्वस्थ होते. याप्रमाणे शारीरिक स्थिती व्याकूळ झाल्यामुळे भगवंतांचे स्मरण होऊ शकत नाही. महान भक्त कुलशेखर महाराज भगवंतांना प्रार्थना करताना म्हणतात की, "हे भगवन्! आता मी निरोगी आहे आणि मला या निरोगी अवस्थेतच त्वरित मृत्यू यावा म्हणजे माझ्या मनाचा राजहंस तुमच्या चरणकमलांमध्ये प्रवेश करू शकेल." या ठिकाणी हे रूपक योजिले आहे, कारण राजहंसाला कमलपुष्पांच्या ताटव्यात प्रवेश करण्यास आनंद वाटतो आणि कमळांच्या ताटव्यात प्रवेश करण्याची क्रीडा करण्याकडे त्याला स्वाभाविक ओढ असते. महाराज कुलशेखर भगवंतांना म्हणतात की, "आता माझे मन अविचल आहे आणि मी निरोगी आहे; मला जर आता तुमच्या चरणकमलांचे चिंतन करताना त्वरित मृत्यू आला तर, निश्चितच माझ्या भक्तीला पूर्णत्व प्राप्त होईल; परंतु जर मी नैसर्गिक मृत्यूची वाट पाहिली तर, माझे काय होईल हे मला कळत नाही. कारण मरणाच्या वेळी सर्व शारीरिक क्रिया विस्कळीत होतील, कंठ रुद्ध होईल आणि मी तुमचा नाम-जप करू शकणार नाही. म्हणून मी त्वरित मेलेलेच उत्तम आहे." मृत्यूसमयी श्रीकृष्णांच्या चरणकमलांवर मनुष्य आपले मन कसे स्थिर करू शकतो याबद्दल अर्जुन प्रश्न विचारीत आहे.

श्रीभगवानुवाच

**अक्षरं ब्रह्म परमं स्वभावोऽध्यात्ममुच्यते ।**
**भूतभावोद्भवकरो विसर्गः कर्मसंज्ञितः ॥ ३ ॥**

**श्री-भगवान् उवाच**—श्रीभगवान म्हणाले; **अक्षरम्**—अक्षर किंवा अविनाशी; **ब्रह्म**—ब्रह्म; **परमम्**—दिव्य; **स्वभावः**—शाश्वत स्वभाव; **अध्यात्मम्**—अध्यात्म; **उच्यते**—म्हटले जाते; **भूत-भाव-उद्भव-करः**—जीवांच्या भौतिक देहाची उत्पत्ती करणारे; **विसर्गः**—सृष्टी; **कर्म**—सकाम कर्म; **संज्ञितः**—म्हटले जाते.

**श्रीभगवान म्हणाले: अविनाशी दिव्य जीवाला ब्रह्म म्हटले जाते आणि त्याच्या नित्य स्वभावाला अध्यात्म असे म्हणतात. जीवांच्या प्राकृत देहाच्या उत्पत्तीस कारणीभूत असणाऱ्या कार्यांना कर्म किंवा सकाम कर्म असे म्हणतात.**

**तात्पर्य:** *ब्रह्म* हे अक्षर आणि नित्य आहे आणि त्याचे स्वरूप कधीच बदलत नाही, परंतु ब्रह्माहून परब्रह्म श्रेष्ठ आहे. जीवाला ब्रह्म म्हणून संबोधले जाते आणि भगवंतांना परब्रह्म म्हणून संबोधले जाते. प्राकृत जगतातील जीवांची अवस्था ही त्यांच्या मूळ स्वरूपावस्थेहून भिन्न असते. भौतिक भावनेत प्रकृतीवर प्रभुत्व गाजविण्याचा प्रयत्न करणे हा त्याचा स्वभाव असतो; तथापि, आध्यात्मिक किंवा कृष्णभावनेत भगवंतांची सेवा करणे हाच त्याचा स्वभाव असतो. जीव जेव्हा प्राकृत अवस्थेत असतो तेव्हा भौतिक जगतात त्याला विविध शरीरे धारण करावी लागतात, यालाच कर्म किंवा भौतिक चेतनेच्या प्रभावामुळे झालेला बहुविध सृष्टीचा व्यापार असे म्हणतात.

वेदांमध्ये जीवाला आणि ब्रह्म असे म्हणण्यात आले आहे, परंतु त्याला परब्रह्म कधीच म्हटलेले नाही. जीवात्मा विविध प्रकारच्या स्थिती धारण करतो, कधी कधी तो भौतिक प्रकृतीच्या अंधकारात विलीन होतो आणि जडतत्त्वांशी अर्थात, अपरा प्रकृतीशी स्वत:चे तादात्म्य करतो तर कधी कधी श्रेष्ठ, पराप्रकृतीशी स्वत:चे तादात्म्य करतो. म्हणून जीवाला भगवंतांची तटस्था शक्ती असे म्हटले जाते. त्याने स्वत:च्या भौतिक अथवा आध्यात्मिक प्रकृतीशी केलेल्या तादात्म्यानुसार त्याला भौतिक अथवा आध्यात्मिक देहाची प्राप्ती होते. भौतिक प्रकृतीत त्याला चौऱ्यांशी लाख योनींपैकी कोणतीही योनी प्राप्त होऊ शकते, परंतु आध्यात्मिक प्रकृतीत त्याला केवळ एकाच प्रकारचा देह प्राप्त होतो. भौतिक प्रकृतीत त्याला आपल्या कर्मानुसार मनुष्य, देवता, पशू, पक्षी इत्यादी प्रकारचे शरीर प्राप्त होते. भौतिक स्वर्गीय लोकांची प्राप्ती करून तेथील सुखोपभोग घेण्यासाठी तो कधीकधी यज्ञ करतो; परंतु जेव्हा त्याचे पुण्य क्षीण होते, तेव्हा तो या भूतलावर पुन्हा मानवरूपामध्ये परतून येतो. या प्रक्रियेलाच कर्म असे म्हटले जाते.

छांदोग्य उपनिषदामध्ये वेदोक्त यज्ञविधींचे वर्णन करण्यात आले आहे. यज्ञकुंडामध्ये पाच प्रकारच्या अग्नीमध्ये पाच प्रकारच्या आहुती दिल्या जातात. हे पाच अग्नी म्हणजे स्वर्गलोक, मेघ, पृथ्वी, स्त्री आणि पुरुष आणि पाच प्रकारच्या यज्ञाहुती म्हणजे श्रद्धा, चंद्रावरील भोक्ता, वर्षा, अन्न आणि वीर्य होय.

यज्ञपद्धतीमध्ये, जीवात्मा विशिष्ट स्वर्गलोकांच्या प्राप्तीकरिता विशिष्ट यज्ञ करतो आणि अशा यज्ञामुळे त्याला त्या लोकांची प्राप्ती होते. जेव्हा यज्ञजन्य पुण्य क्षीण होते तेव्हा जीव पर्जन्याच्या रूपात पृथ्वीवर परतून येतो. मग तो धान्याचे रूप धारण करतो आणि मनुष्य ते धान्य खातो व त्याचे रूपांतर वीर्यामध्ये होते, त्या वीर्यापासून स्त्रीला गर्भधारणा होते आणि याप्रमाणे

जीवात्म्याला यज्ञ करण्यासाठी आणि त्याच चक्राची पुनरावृत्ती करण्यासाठी पुन्हा मनुष्य देह प्राप्त होतो. या प्रकारे भौतिक प्रकृतीमध्ये जीवात्म्याची सतत ये-जा सुरू असते; परंतु कृष्णभावनाभावित मनुष्य अशा प्रकारचे यज्ञ करण्याचे टाळतो. तो प्रत्यक्ष कृष्णभावनेचा स्वीकार करतो आणि त्यायोगे भगवद्धामात परत जाण्याची तयारी करतो.

भगवद्गीतेवरील निर्विशेषवादी भाष्यकार गैरवाजवी रीतीने गृहीत धरून चालतात की, भौतिक जगतात ब्रह्म हेच जीवाचे रूप धारण करते आणि आपल्या म्हणण्याला पुष्टी देण्यासाठी ते गीतेमधील पंधराव्या अध्यायाच्या सातव्या श्लोकाचा आधार घेतात; परंतु या श्लोकात भगवंत असेही सांगतात की, "जीव हा माझा नित्य अंश आहे." भगवंतांचा अंश असणाऱ्या जीवात्म्याचे भौतिक जगतात पतन होऊ शकते. तथापि, भगवंतांचे (अच्युत) कधीही पतन होत नाही, म्हणून परब्रह्म जीवाचे रूप धारण करतो ही संकल्पना स्वीकारता येत नाही. वेदांमध्ये ब्रह्म (जीवात्मा) आणि परब्रह्म (भगवंत) यांच्यामध्ये भेद मानण्यात आला आहे हे आपण जाणणे आवश्यक आहे.

**अधिभूतं क्षरो भावः पुरुषश्चाधिदैवतम् ।**
**अधियज्ञोऽहमेवात्र देहे देहभृतां वर ॥ ४॥**

**अधिभूतम्**—भौतिक सृष्टी; **क्षरः**—सतत परिवर्तन होणारी; **भावः**—प्रकृती; **पुरुषः**—सूर्य आणि चंद्रासारख्या देवदेवतांचा समावेश असलेले विराटरूप; **च**—आणि; **अधिदैवतम्**—अधिदैव नामक; **अधियज्ञः**—परमात्मा; **अहम्**—मी (कृष्ण); **एव**—खचितच; **अत्र**—या; **देहे**—देहामध्ये; **देह-भृताम्**—देहधाऱ्यांमध्ये; **वर**—श्रेष्ठ.

**हे देहाभृतांवर! निरंतर परिवर्तनशील असणाऱ्या भौतिक प्रकृतीला अधिभूत असे म्हणतात. चंद्र-सूर्यासारख्या देवदेवतांचा समावेश असणाऱ्या परमेश्वराच्या विराट रूपाला अधिदैव असे म्हणतात आणि प्रत्येक देहधारी जीवामध्ये परमात्मा रूपाने मी, पुरुषोत्तम भगवान वास करतो आणि मलाच अधियज्ञ ( यज्ञांचा अधिष्ठाता ) असे म्हटले जाते.**

**तात्पर्य:** भौतिक प्रकृती सतत बदलत असते. भौतिक देहामध्ये सामान्यतः सहा स्थित्यंतरे होतात—उत्पत्ती, विकास, स्थिती, प्रजनन, क्षय आणि विनाश. या भौतिक प्रकृतीला *अधिभूत* असे म्हणण्यात येते. विशिष्ट काळी तिची उत्पत्ती होते आणि विशिष्ट काळी लय होतो. देवदेवता आणि त्यांच्या ग्रहलोकांचा समावेश असणाऱ्या भगवंतांच्या विराट रूपाच्या संकल्पनेलाच *अधिदैवत* असे म्हणतात. भगवान श्रीकृष्णांचे आंशिक विस्तारित रूप असणारा परमात्मा हा प्रत्येक देहामध्ये जीवात्म्याबरोबर उपस्थित असतो. परमात्म्याला, *अधियज्ञ* असे म्हणतात आणि तो हृदयामध्ये स्थित असतो. या श्लोकाच्या संदर्भात *एव* हा शब्द विशेषकरून महत्त्वपूर्ण आहे, कारण या शब्दाद्वारे भगवंत निक्षून सांगतात की, परमात्मा हा त्यांच्यापासून भिन्न नाही, परमात्मा पुरुषोत्तम भगवान जीवात्म्याच्या शेजारीच स्थित असतो आणि तो जीवाच्या प्रत्येक क्रियांचा साक्षी असतो व त्यांच्या विविध भावनांचे उगमस्थान असतो. परमात्मा हा जीवाला स्वतंत्रपणे

कर्म करण्याची संधी देतो आणि त्याच्या सर्व क्रियांचा तो साक्षी असतो. भगवंतांच्या या विविध अभिव्यक्तींचे कार्य हे, भगवंतांच्या दिव्य प्रेममयी सेवेमध्ये युक्त असणाऱ्या विशुद्ध भक्ताला आपोआपच स्पष्टपणे समजते. भगवंतांच्या महाकाय विराट रूपाचे, अधिदैवताचे, ध्यान नवसाधकाद्वारे केले जाते, कारण भगवंतांच्या परमात्मा रूपाचे ध्यान करण्याइतपत नवसाधक उन्नत झालेले नसतात. यास्तव नवसाधकांना भगवंतांच्या विराट रूपाचे, विराट पुरुषाचे ध्यान करण्याचा सल्ला दिला जातो. या विराट पुरुषाचे चरण म्हणजे पाताळ लोक आहेत. त्याचे नेत्र म्हणजे चंद्र आणि सूर्य आहे आणि याचे शीर्ष म्हणजे उच्चतर लोक आहेत.

**अन्तकाले च मामेव स्मरन्मुक्त्वा कलेवरम्।**
**यः प्रयाति स मद्भावं याति नास्त्यत्र संशयः ॥ ५ ॥**

**अन्त-काले**—अंतकाळी; **च**—सुद्धा; **माम्**—मला; **एव**—खचितच; **स्मरन्**—स्मरण करीत; **मुक्त्वा**—त्याग करून; **कलेवरम्**—शरीर; **यः**—जो; **प्रयाति**—प्रयाण करतो; **सः**—तो; **मत्-भावम्**—माझी प्रकृती; **याति**—प्राप्त करतो; **न**—नाही; **अस्ति**—आहे; **अत्र**—यात; **संशयः**—संशय.

**आणि अंतकाळी केवळ माझे स्मरण करीत जो आपला देहत्याग करतो, तो तात्काळ माझ्या प्रकृतीची प्राप्ती करतो. यात मुळीच संशय नाही.**

**तात्पर्यः** या श्लोकामध्ये कृष्णभावनेच्या महत्तेवर जोर देण्यात आला आहे. कृष्णभावनेमध्ये जो कोणी आपल्या देहाचा त्याग करतो त्याला भगवंतांच्या दिव्य प्रकृतीची तात्काळ प्राप्ती होते. भगवंत हे विशुद्धाहूनही विशुद्ध आहेत आणि म्हणून जो कोणी कृष्णभावनाभावित असतो तो सुद्धा विशुद्धाहून विशुद्ध असतो. या श्लोकातील *स्मरन* हा शब्द अत्यंत महत्त्वपूर्ण आहे. ज्याने कृष्णभावनाभावित भक्तियोगाचे आचरण केलेले नाही, त्या अशुद्ध जीवाला श्रीकृष्णांचे स्मरण करणे शक्य नाही. म्हणून कृष्णभावनेचे आचरण जीवनाच्या आरंभापासूनच केले पाहिजे. अंतकाळी कोणाला जर आपले जीवन सफल करावयाचे असेल तर, त्यांच्यासाठी कृष्णस्मरण हे अनिवार्य आहे. म्हणून मनुष्याने सतत अविरतपणे *हरे कृष्ण हरे कृष्ण कृष्ण कृष्ण हरे हरे। हरे राम हरे राम राम राम हरे हरे॥* या महामंत्राचा जप केला पाहिजे. श्री चैतन्य महाप्रभू सांगतात की, व्यक्तीने वृक्षाप्रमाणे सहनशील झाले पाहिजे. *तरोरिव सहिष्णुना:* हरे कृष्ण जप करणाऱ्या व्यक्तीच्या मार्गामध्ये अनेक संकटे निर्माण होऊ शकतात. तरीही, अशा सर्व संकटांना सहन करीत, मनुष्याने *हरे कृष्ण हरे कृष्ण कृष्ण कृष्ण हरे हरे। हरे राम हरे राम राम राम हरे हरे॥* या महामंत्राचा अविरतपणे जप सुरूच ठेवला पाहिजे, जेणेकरून त्याला आपल्या अंतकाळी कृष्णभावनेचा पुरेपूर लाभ होऊ शकेल.

**यं यं वापि स्मरन्भावं त्यजत्यन्ते कलेवरम्।**
**तं तमेवैति कौन्तेय सदा तद्भावभावितः ॥ ६ ॥**

**यम् यम्**—ज्या ज्या; **वा अपि**—कोणत्याही; **स्मरन्**—स्मरण करीत; **भावम्**—भाव; **त्यजति**—त्याग

करतो; **अन्ते**—अंतसमयी; **कलेवरम्**—हा देह; **तम् तम्**—त्या त्या; **एव**—निश्चितच; **एति**—प्राप्त करतो; **कौन्तेय**—हे कुंतीपुत्रा; **सदा**—नित्य; **तत्**—त्या; **भाव**—भाव; **भावितः**—स्मरण करीत.

**हे कौन्तेय! आपल्या देहाचा त्याग करीत असताना, मनुष्य ज्या ज्या भावाचे स्मरण करतो, त्या त्या भावाची तो निःसंदेह प्राप्ती करतो.**

**तात्पर्य:** मृत्यूच्या बिकट क्षणी मनुष्याचा स्वभाव कशा प्रकारे बदलतो याचे वर्णन या श्लोकामध्ये करण्यात आले आहे. जो मनुष्य मृत्यूसमयी श्रीकृष्णांचे स्मरण करीत आपल्या देहाचा त्याग करतो त्याला भगवंतांच्या दिव्य स्वभावाची प्राप्ती होते, परंतु श्रीकृष्णांव्यतिरिक्त इतर कोणत्याही गोष्टीचे स्मरण केल्यावरही त्याच दिव्य स्वभावाची प्राप्ती होते ही गोष्ट सत्य नाही व या मुद्द्यावर आपण विशेष लक्ष दिले पाहिजे. मनाच्या योग्य भावस्थितीत मनुष्याला कसा मृत्यू येऊ शकतो ? भरत महाराज जरी महान असले तरी मृत्यूच्या क्षणी त्यांनी हरिणाचे चिंतन केले आणि त्यांना पुढील जन्म हरिणाचा प्राप्त झाला. हरिणाच्या शरीरामध्ये जरी त्यांना आपल्या पूर्वकर्माचे स्मरण होते तरी त्यांना पशूचा देह स्वीकारावाच लागला. अर्थात, मनुष्याने आयुष्यभर केलेल्या चिंतनाचा प्रभाव, त्याच्या मृत्यूसमयीच्या चिंतनावर पडतो, म्हणून वर्तमान जन्मामुळे भावी जन्मांची निश्चिती होत असते. जर मनुष्याने आपल्या वर्तमान आयुष्यामध्ये, संपूर्ण सत्त्वगुणी जीवन व्यतीत केले आणि सदैव कृष्णचिंतन केले तर त्याला मृत्यूच्या क्षणी श्रीकृष्णांच्या दिव्य स्वभावाची प्राप्ती होऊ शकेल. जर मनुष्य श्रीकृष्णांच्या दिव्य सेवेत तल्लीन झाला तर त्याचा पुढील देह हा प्राकृत नसून दिव्य किंवा आध्यात्मिक असेल. म्हणून *हरे कृष्ण हरे कृष्ण कृष्ण कृष्ण हरे हरे । हरे राम हरे राम राम राम हरे हरे ॥* या महामंत्राचा जप हा मनुष्याचे भावी जीवन यशस्वीपणे बदलण्याचा सर्वोत्तम मार्ग आहे.

**तस्मात्सर्वेषु कालेषु मामनुस्मर युध्य च ।**
**मय्यर्पितमनोबुद्धिर्मामेवैष्यस्यसंशयः ॥७॥**

**तस्मात्**—म्हणून; **सर्वेषु**—सर्व; **कालेषु**—काळी; **माम्**—माझे; **अनुस्मर**—स्मरण करीत रहा; **युध्य**—युद्ध कर; **च**—सुद्धा; **मयि**—माझ्या ठायी; **अर्पित**—शरणागत होऊन किंवा अर्पण करून; **मनः**—मन; **बुद्धिः**—बुद्धी; **माम्**—मला; **एव**—निश्चितपणे; **एष्यसि**—तू प्राप्त होशील; **असंशयः**—निःसंदेह.

**म्हणून हे अर्जुना! तू सदैव माझे ( कृष्ण या रूपाचे ) स्मरण केले पाहिजे आणि त्याचबरोबर तुला आपल्या युद्धरूपी स्वधर्माचेही आचरण केले पाहिजे. तुझी कर्मे मला अर्पण केल्याने आणि तुझ्या मनाला आणि बुद्धीला माझ्या ठायी स्थिर केल्याने, तुला निःसंदेह माझी प्राप्ती होईल.**

**तात्पर्य:** भगवंतांनी अर्जुनाला केलेला हा उपदेश सांसारिक कर्मे करण्यात गढून गेलेल्या सर्व लोकांसाठी अत्यंत महत्त्वाचा आहे. मनुष्याने आपल्या विहित कर्माचा किंवा उद्योगांचा त्याग केला पाहिजे असे भगवंत सांगत नाहीत. आपले विहित कर्म करीत असतानाच मनुष्य हरे कृष्ण

महामंत्राचा जप करीत श्रीकृष्णांचे स्मरण करू शकतो. यामुळे त्याची भौतिक विकारातून मुक्तता होऊ शकते आणि त्याचे मन व बुद्धी श्रीकृष्णांच्या ठायी स्थिर होऊ शकते. श्रीकृष्णांच्या नामाचे कीर्तन केल्याने मनुष्याला सर्वोच्च लोकांची, कृष्णलोकाची निःसंदेह प्राप्ती होते.

**अभ्यासयोगयुक्तेन चेतसा नान्यगामिना ।**
**परमं पुरुषं दिव्यं याति पार्थानुचिन्तयन् ॥ ८ ॥**

**अभ्यास-योग**—अभ्यासाद्वारे; **युक्तेन**—ध्यानामध्ये युक्त होऊन; **चेतसा**—मन आणि बुद्धीद्वारे; **न अन्य-गामिना**—विचलित न होता; **परमम्**—परम; **पुरुषम्**—भगवान; **दिव्यम्**—दिव्य; **याति**—प्राप्त करतो; **पार्थ**—हे पार्था; **अनुचिन्तयन्**—निरंतर चिंतन करीत.

**हे पार्था! आपले मन विचलित होऊ न देता, त्याला माझ्या निरंतर स्मरणामध्ये युक्त करून, माझे, परमपुरुषाचे जो ध्यान करतो, तो निश्चितपणे माझी प्राप्ती करतो.**

**तात्पर्यः** या श्लोकात भगवान श्रीकृष्णांनी त्यांचे स्मरण करण्याच्या महत्त्वावर जोर दिला आहे. मनुष्याच्या कृष्ण-स्मृतीची (कृष्णभावनेचे) पुनर्जागृती हरे कृष्ण महामंत्राच्या जपाने होते. भगवंतांच्या नामध्वनीचे श्रवण आणि कीर्तन या प्रक्रियांमुळे कान, जिह्वा आणि मन युक्त राहते. अशा प्रकारचे योगध्यान आचरण करण्यास अत्यंत सोपे आहे आणि यामुळे भगवत्प्राप्ती होण्यास मनुष्याला मदत होते. *पुरुषम्* म्हणजे भोक्ता होय. जीव जरी भगवंतांची तटस्था शक्ती असले तरी ते भौतिक विकारामध्ये बद्ध झालेले असतात. ते स्वतःला भोक्ता समजतात; परंतु ते परम भोक्ता असू शकत नाहीत. या ठिकाणी स्पष्टपणे सांगण्यात आले आहे की, भगवंत हेच आपल्या विविध रूपांद्वारे आणि नारायण, वासुदेव इत्यादी विभूतींच्या द्वारे परमभोक्ता आहेत.

भक्त हे भगवंतांचे, त्यांच्या नारायण, कृष्ण, राम इत्यादी कोणत्याही रूपामध्ये हरे कृष्ण कीर्तनाद्वारे निरंतर स्मरण करू शकतो. अशा अभ्यासामुळे त्याची शुद्धी होईल आणि आयुष्याच्या शेवटी, त्याने केलेल्या निरंतर स्मरणामुळे त्याला भगवद्धामाची प्राप्ती होईल. योगाभ्यास म्हणजे परमात्म्यावर ध्यान करणे होय. त्याचप्रमाणे हरे कृष्ण जपामुळे मनुष्याचे मन भगवंतांच्या ठायी नित्य एकाग्र राहते. चंचल असल्यामुळे मनाला बळेच कृष्णचिंतनात युक्त करणे आवश्यक आहे. आपण फुलपाखरू व्हावे असे चिंतन करणाऱ्या सुरवंटाचे एक उदाहरण वारंवार दिले जाते. असे चिंतन केल्यामुळे त्याच जीवनात सुरवंटाचे रूपांतर फुलपाखरामध्ये होते. त्याचप्रमाणे जर आपण सदैव कृष्णचिंतन केले तर निश्चितपणे आपल्याला आपल्या जीवनाच्या अंती श्रीकृष्णांच्या विग्रहाप्रमाणेच शरीर प्राप्त होईल.

**कविं पुराणमनुशासितार-**
**मणोरणीयांसमनुस्मरेद्यः ।**
**सर्वस्य धातारमचिन्त्यरूप-**
**मादित्यवर्णं तमसः परस्तात् ॥ ९ ॥**

**कविम्**—सर्वज्ञ; **पुराणम्**—पुरातन; **अनुशासितारम्**—नियंता; **अणोः**—अणूपेक्षाही;

**अणीयांसम्**—सूक्ष्म; **अनुस्मरेत्**—नित्य चिंतन करतो; **यः**—जो; **सर्वस्य**—सर्वांचा; **धातारम्**—पालनकर्ता; **अचिन्त्य**—अचिंत्य; **रूपम्**—ज्याचे रूप; **आदित्य-वर्णम्**—सूर्याप्रमाणे देदीप्यमान; **तमसः**—अंधकारातून; **परस्तात्**—दिव्य किंवा पलीकडचा.

**मनुष्याने परमपुरुषाचे, सर्वज्ञ, पुरातन, नियंता, अणूपेक्षाही सूक्ष्म, सर्व गोष्टींचे पालनकर्ता, सर्व भौतिक कल्पनांच्या अतीत असणारे, अचिंत्य आणि नित्य पुरुष या रूपांमध्ये ध्यान केले पाहिजे. परमपुरुष सूर्याप्रमाणे तेजस्वी आहेत, ते भौतिक प्रकृतीच्या पलीकडे अर्थात दिव्य आहेत.**

**तात्पर्यः** या श्लोकात भगवंतांच्या चिंतनाच्या पद्धतीचा उल्लेख करण्यात आला आहे. सर्वांत महत्त्वाची गोष्ट ही आहे की, भगवंत हे निराकार किंवा शून्य नाहीत. कोणत्याही निराकार अथवा शून्यावर मनुष्य ध्यान करू शकत नाही, कारण असे ध्यान करणे अतिशय कठीण असते. परंतु कृष्ण-चिंतन करण्याची पद्धत अत्यंत सुलभ आहे आणि वास्तविकपणे या पद्धतीचे वर्णन या ठिकाणी करण्यात आले आहे. सर्वप्रथम, भगवंत हे पुरुष आहेत. आपण राम किंवा कृष्ण या पुरुषरूपांचे चिंतन करतो आणि मनुष्य राम-चिंतन करो अथवा कृष्ण-चिंतन करो, ते कसे दिसतात याचे वर्णन भगवद्गीतेच्या या श्लोकामध्ये करण्यात आले आहे. भगवंत हे *कवि* आहेत, अर्थात ते भूत, वर्तमान आणि भविष्य सर्व काही जाणतात. ते *आद्य पुराणपुरुष* आहेत कारण सर्व गोष्टींचे मूळ तेच आहेत, सर्व गोष्टींचे जन्मदाताही तेच आहेत. तसेच सृष्टीचे परमनियंता आहेत आणि मानवसमाजाचे पालनकर्ता आणि उपदेशक आहेत. ते सूक्ष्माहूनही सूक्ष्मतम आहेत. जीव हा केसाच्या अग्राच्या दशसहस्रांशाइतका आहे; परंतु भगवंतांची सूक्ष्मता इतकी अचिंत्य आहे की, ते या अणूच्याही अंतरात प्रवेश करतात. म्हणून त्यांना सूक्ष्माहूनही सूक्ष्म असे म्हटले जाते. भगवंत या नात्याने ते अणूमध्येही प्रवेश करतात आणि अत्यंत सूक्ष्मतर वस्तूंच्या अंतरातही प्रवेश करून ते परमात्मा रूपाने त्या वस्तूंचे नियंत्रण करतात. ते जरी इतके सूक्ष्म असले तरीही ते सर्वव्यापी आहेत आणि सर्व गोष्टींचे ते पालनपोषण करीत आहेत. त्यांनीच सर्व ग्रहलोक धारण केले आहेत. बऱ्याच वेळा आपल्याला आश्चर्य वाटते की, मोठमोठे प्रचंड ग्रह आकाशात कसे तरंगत असतील ? या ठिकाणी सांगण्यात आले आहे की, भगवंतांनी आपल्या अचिंत्य शक्तीद्वारे हे सर्व प्रचंड ग्रहलोक आणि मोठमोठ्या आकाशगंगांना धारण केले आहे. या संदर्भात *अचिंत्य* हा शब्द अत्यंत महत्त्वपूर्ण आहे. परमेश्वराची शक्ती आपल्या कल्पनेच्या आणि विचारक्षेत्राच्याही पलीकडे आहे आणि म्हणून तिला अचिंत्य असे म्हटले जाते. या मुद्द्यावर कोण वाद घालू शकेल ? त्यांनी हे सर्व भौतिक जग व्यापले आहे आणि तरीही ते या जगताच्या पलीकडे आहेत. आध्यात्मिक जगताच्या तुलनेत अगदीच नगण्य असणाऱ्या या भौतिक जगताचेही आपल्याला आकलन होऊ शकणार नाही, तर या जगताच्या पलीकडे असणाऱ्या गोष्टींचे आपल्याला कसे आकलन होऊ शकेल ? अचिंत्य म्हणजे जे भौतिक जगताच्या अतीत आहे, ज्याला आपला युक्तिवाद, तर्कशास्त्र आणि ज्ञान स्पर्शही करू शकत नाही आणि ते अतर्क्य आहे म्हणून बुद्धिमानांनी निरर्थक वादविवाद आणि तर्क इत्यादींना टाळून वेद, भगवद्गीता, श्रीमद्भागवत इत्यादींसारख्या शास्त्रांमधील उपदेशांचा स्वीकार केला

पाहिजे आणि त्यामध्ये सांगितलेल्या तत्त्वांचे आचरण केले पाहिजे. यामुळे मनुष्याला ज्ञानप्राप्ती होईल.

**प्रयाणकाले मनसाचलेन**
**भक्त्या युक्तो योगबलेन चैव ।**
**भ्रुवोर्मध्ये प्राणमावेश्य सम्यक्**
**स तं परं पुरुषमुपैति दिव्यम् ॥ १० ॥**

**प्रयाण-काले**—अंतकाळी; **मनसा**—मनाने; **अचलेन**—मन विचलित होऊ न देता; **भक्त्या**—पूर्ण भक्तिभावाने; **युक्तः**—युक्त; **योग-बलेन**—योगाच्या सामर्थ्याने; **च**—सुद्धा; **एव**—निश्चितच; **भ्रुवोः**—दोन्ही भुवया; **मध्ये**—मध्ये; **प्राणम्**—प्राणवायू; **आवेश्य**—स्थापित किंवा स्थिर करून; **सम्यक्**—पूर्णपणे; **सः**—तो; **तम्**—त्या; **परम्**—दिव्य किंवा परम; **पुरुषम्**—भगवंत; **उपैति**—प्राप्त करतो; **दिव्यम्**—दिव्य आध्यात्मिक जगतामध्ये.

**जो मनुष्य, अंतकाळी दोन्ही भुवयांमध्ये प्राणवायूला स्थिर करतो आणि योगसामर्थ्याद्वारे अविचलित मनाने, पूर्णपणे भक्तिभावित होऊन भगवत्-स्मरण करण्यामध्ये युक्त होतो, त्याला निश्चितच भगवंतांची प्राप्ती होते.**

**तात्पर्यः** या श्लोकात स्पष्टपणे सांगण्यात आले आहे की, मृत्यूसमयी मनाला भक्तिभावाने भगवंतांच्या ठायी एकाग्र करणे आवश्यक आहे. जे लोक योगाभ्यास करीत आहेत त्यांना प्राणवायूला दोन्ही भुवयांमध्ये (आज्ञा-चक्रामध्ये) स्थिर करण्यास सांगण्यात आले आहे. या ठिकाणी *षट्-चक्र-योगाभ्यास* सूचित करण्यात आला आहे. षट्चक्रयोगामध्ये सहा चक्रांवर ध्यान केंद्रित केले जाते. विशुद्ध भक्त या प्रकारचा योगाभ्यास करीत नाही. परंतु सदैव कृष्णभावनेमध्ये युक्त असल्यामुळे, भगवंतांच्या कृपेने त्याला अंतकाळी भगवंतांचे स्मरण होते. चौदाव्या श्लोकात याचे वर्णन करण्यात आले आहे.

या श्लोकामधील *योगबलेन* या शब्दाचा विशिष्ट प्रयोग महत्त्वपूर्ण आहे, कारण योगाभ्यासाशिवाय, मग तो षट्चक्रयोग असो अथवा भक्तियोग असो, मनुष्याला अंतकाळी या दिव्य स्थितीची प्राप्ती होऊ शकत नाही. कोणालाही अचानकच मृत्यूसमयी भगवंतांचे स्मरण होऊ शकत नाही. मनुष्याने कोणत्या ना कोणत्या तरी योगपद्धतीचे, विशेषकरून भक्तियोगाचे आचरण हे केलेच पाहिजे. मृत्यूसमयी मनुष्याचे मन हे अत्यंत विचलित असल्याकारणाने दिव्य स्तर प्राप्त करण्यासाठी आयुष्यभर त्याने योगाचा अभ्यास करणे आवश्यक आहे.

**यदक्षरं वेदविदो वदन्ति**
**विशन्ति यद्यतयो वीतरागाः ।**
**यदिच्छन्तो ब्रह्मचर्यं चरन्ति**
**तत्ते पदं सङ्ग्रहेण प्रवक्ष्ये ॥ ११ ॥**

**यत्**—जे; **अक्षरम्**—ॐकार; **वेद-विदः**—वेदवेत्ते; **वदन्ति**—म्हणतात; **विशन्ति**—प्रवेश करतात; **यत्**—ज्यामध्ये; **यतयः**—महर्षी; **वीत-रागाः**—संन्यासाश्रमामध्ये; **यत्**—जे; **इच्छन्तः**—इच्छा करणारे; **ब्रह्मचर्यम्**—ब्रह्मचर्य; **चरन्ति**—आचरण करतात; **तत्**—ते; **ते**—तुला; **पदम्**—पद किंवा स्थिती; **सङ्ग्रहेण**—सारांशरूपामध्ये; **प्रवक्ष्ये**—मी सांगतो.

**जे ॐकाराचे उच्चारण करतात आणि जे संन्यासाश्रमी महर्षी आहेत ते ब्रह्मामध्ये प्रवेश करतात. अशा सिद्धीची इच्छा करणारे, ब्रह्मचर्य व्रताचे आचरण करतात. ज्यायोगे मनुष्य मुक्त होईल त्या विधीचे संक्षिप्त वर्णन आता मी तुला सांगतो.**

**तात्पर्यः** भगवान श्रीकृष्णांनी अर्जुनाला षट्‌चक्रयोगाच्या अभ्यासाची शिफारस केली आहे. या योगाभ्यासामध्ये मनुष्याला दोन्ही भुवयांमध्ये प्राणवायूला स्थिर करावा लागतो. षट्‌चक्रयोगाचा अभ्यास करावा हे अर्जुनाला माहीत नसल्याचे गृहीत धरूनच भगवंत पुढील श्लोकामध्ये या योगाचे वर्णन करतात. भगवंत सांगतात की, ब्रह्म जरी अद्वितीय असले तरी त्याला विविध अभिव्यक्ती आणि रूपे असतात. विशेषकरून निर्विशेषवादी लोकांसाठी ॐकार म्हणजेच ब्रह्म असते. या ठिकाणी श्रीकृष्ण निर्विशेष ब्रह्माचे, ज्यामध्ये संन्यासाश्रमी ऋषी प्रवेश करतात, वर्णन करीत आहेत.

वैदिक संस्कृतीमध्ये विद्यार्थ्याला बालपणापासूनच ॐकाराचे उच्चारण आणि ब्रह्मचर्य व्रताचे पालन करीत आध्यात्मिक गुरूबरोबर राहून निर्विशेष ब्रह्माचे ज्ञान प्राप्त करण्यास शिकविले जाते. या प्रकारे त्याला ब्रह्माच्या दोन रूपांची अनुभूती होते. विद्यार्थ्याच्या आध्यात्मिक जीवनातील प्रगतीकरिता असे प्रशिक्षण अत्यंत आवश्यक असते; परंतु सद्यस्थितीत असे ब्रह्मचारी जीवन मुळीच शक्य नाही. जगाची सामाजिक रचना इतकी बदलली आहे की, विद्यार्थी जीवनाच्या प्रारंभापासूनच ब्रह्मचर्याचे पालन करणे अशक्य आहे. सर्व जगभर ज्ञानाच्या विविध क्षेत्रांकरिता अनेक संस्था आहेत; परंतु विद्यार्थ्यांना ब्रह्मचर्य व्रताचे प्रशिक्षण देण्याकरिता एकही मान्यताप्राप्त संस्था नाही. ब्रह्मचर्याचे पालन केल्याविना आध्यात्मिक जीवनामध्ये प्रगती करणे अत्यंत कठीण असते. म्हणून श्री चैतन्य महाप्रभूंनी उद्‌घोषित केले आहे की, कलियुगासाठी भगवत्साक्षात्काराचा शास्त्रसंमत मार्ग म्हणजे भगवान श्रीकृष्णांच्या पवित्र नामाचे—*हरे कृष्ण हरे कृष्ण कृष्ण कृष्ण हरे हरे। हरे राम हरे राम राम राम हरे हरे॥* कीर्तन होय आणि या कीर्तनाव्यतिरिक्त कलियुगामध्ये भगवत्प्राप्ती करण्यास इतर कोणताही मार्ग उपलब्ध नाही.

**सर्वद्वाराणि संयम्य मनो हृदि निरुध्य च ।**
**मूर्ध्न्याधायात्मनः प्राणमास्थितो योगधारणाम्॥ १२॥**

**सर्व-द्वाराणि**—शरीराची सर्व द्वारे; **संयम्य**—संयमित करून; **मनः**—मन; **हृदि**—हृदयामध्ये; **निरुध्य**—रोधून किंवा रोखून; **च**—सुद्धा; **मूर्ध्नि**—मस्तकावर; **आधाय**—स्थिर करून; **आत्मनः**—आत्म्याचे; **प्राणम्**—प्राणवायू; **आस्थितः**—मध्ये स्थित झालेला; **योग-धारणाम्**—योगावस्था किंवा योगधारणा.

**सर्व इंद्रियांच्या क्रियांपासून निवृत्त होणे म्हणजेच योगावस्था किंवा योगधारणा होय. इंद्रियांची सर्व द्वारे संयमित करून, मनाला हृदयामध्ये आणि मस्तकात प्राणवायूला स्थित करून मनुष्य स्वतःला योगामध्ये स्थित करतो.**

**तात्पर्य :** या श्लोकात सांगितल्याप्रमाणे योगाभ्यास करण्याकरिता मनुष्याला प्रथम सर्व इंद्रियोपभोगांची द्वारे बंद करावी लागतात. हा अभ्यास म्हणजेच *प्रत्याहार* अर्थात इंद्रियविषयांपासून इंद्रियांना परावृत्त करणे होय. नेत्र, कर्ण, नासिका, जिह्वा आणि स्पर्श इत्यादी ज्ञानेंद्रिये पूर्णपणे संयमित केली पाहिजेत आणि त्यांना इंद्रियभोगात युक्त होऊ देता कामा नये. या प्रकारे मन अंतर्यामी परमात्म्यावर एकाग्र होते आणि प्राणाचे मस्तकापर्यंत उर्ध्वारोहण होते. सहाव्या अध्यायामध्ये या पद्धतीचे विस्तृत विश्लेषण करण्यात आले आहे. तथापि, पूर्वी सांगितल्याप्रमाणे ही पद्धती या युगामध्ये व्यवहार्य नाही. सहज आणि सर्वोत्तम पद्धती म्हणजे कृष्णभावना आहे. जर मनुष्याने सदैव भक्तीद्वारे आपले मन श्रीकृष्णांवर एकाग्र केले तर त्याला समाधिस्थ होणे अत्यंत सुलभ होते.

**ॐ इत्येकाक्षरं ब्रह्म व्याहरन्मामनुस्मरन् ।**
**यः प्रयाति त्यजन्देहं स याति परमां गतिम् ॥ १३ ॥**

**ॐ**—ॐकार; **इति**—याप्रमाणे; **एक-अक्षरम्**—एक अक्षर; **ब्रह्म**—ब्रह्म; **व्याहरन्**—उच्चारण करीत; **माम्**—माझे (श्रीकृष्ण); **अनुस्मरन्**—स्मरण करीत; **यः**—जो; **प्रयाति**—जातो किंवा प्रयाण करतो; **त्यजन्**—त्याग करीत; **देहम्**—हे शरीर; **सः**—तो; **याति**—प्राप्त करतो; **परमाम्**—परम; **गतिम्**—गती.

**योगाभ्यासामध्ये स्थिर झाल्यावर परमपवित्र ॐकाराचे उच्चारण करीत, जर कोणी भगवंतांचे स्मरण केले आणि आपल्या देहाचा त्याग केला तर त्याला निश्चितच आध्यात्मिक लोकांची प्राप्ती होते.**

**तात्पर्य:** या ठिकाणी स्पष्टपणे सांगण्यात आले आहे की, ॐकार, ब्रह्म आणि भगवान श्रीकृष्ण यांच्यामध्ये मुळीच भेद नाही. श्रीकृष्णांचा निर्विशेष ध्वनी म्हणजेच ॐकार होय; परंतु हरे कृष्ण ध्वनीमध्ये ॐकाराचाही समावेश असतोच. या युगासाठी हरे कृष्ण मंत्राचे कीर्तन स्पष्टपणे संमत करण्यात आले आहे. म्हणून मनुष्याने अंतकाळी *हरे कृष्ण हरे कृष्ण कृष्ण कृष्ण हरे हरे। हरे राम हरे राम राम राम हरे हरे ॥* या महामंत्राचे स्मरण करीत आपल्या देहाचा त्याग केला तर त्याला आपल्या अभ्यास पद्धतीनुसार, निश्चितपणे आध्यात्मिक लोकांची प्राप्ती होते. कृष्णभक्त कृष्णलोक, गोलोक वृंदावनामध्ये, प्रवेश करतात. साकारवादी व्यक्तींसाठी सुद्धा, आध्यात्मिक जगतात वैकुंठ लोक नामक असंख्य लोक असतात आणि निर्विशेषवादी ब्रह्मज्योतीमध्येच राहतात.

**अनन्यचेताः सततं यो मां स्मरति नित्यशः ।**
**तस्याहं सुलभः पार्थ नित्ययुक्तस्य योगिनः ॥ १४॥**

**अनन्य-चेताः**—अविचलित मनाने; **सततम्**—सतत; **यः**—जो; **माम्**—माझे (श्रीकृष्ण); **स्मरति**—स्मरण करतो; **नित्यशः**—नियमितपणे; **तस्य**—त्याला; **अहम्**—मी; **सु-लभः**—प्राप्त होण्यास अत्यंत सुलभ; **पार्थ**—हे पार्था; **नित्य**—नियमितपणे; **युक्तस्य**—युक्त असलेल्या; **योगिनः**—भक्तासाठी.

**हे पार्था! जो अनन्य भावाने विचलित न होता सतत माझे स्मरण करतो, त्याला प्राप्त होण्यास मी सुलभ असतो. कारण, तो निरंतर भक्तियोगात रममाण झालेला असतो.**

**तात्पर्यः** भक्तियोगाद्वारे भगवंतांची सेवा करणाऱ्या अनन्य विशुद्ध भक्तांना, कोणती अंतिम अवस्था प्राप्त होते, याचे वर्णन विशेषकरून या श्लोकामध्ये करण्यात आले आहे. पूर्वीच्या श्लोकामध्ये चार निरनिराळ्या प्रकारच्या भक्तांचा—आर्त, जिज्ञासू, अथार्थी आणि ज्ञानी—उल्लेख करण्यात आला आहे. मोक्षप्राप्तीच्या निरनिराळ्या योगपद्धतींचेही—कर्मयोग, ज्ञानयोग आणि हठयोग—वर्णन करण्यात आले आहे. या योगपद्धतींमध्ये काही प्रमाणात भक्तीचा समावेश असतो; परंतु या श्लोकामध्ये विशेषकरून विशुद्ध भक्तियोगाचा ज्ञान, कर्म आणि हठ यांच्या मिश्रणारहित उल्लेख करण्यात आला आहे. *अनन्य चेताः* शब्दावरून दर्शविल्याप्रमाणे भक्ताला श्रीकृष्णांव्यतिरिक्त इतर कशाचीही अभिलाषा नसते. त्याला स्वर्गलोकाप्रत उन्नत होण्याची इच्छा नसते, तसेच ब्रह्मज्योतीमध्ये विलीन होण्याची किंवा भौतिक जंजाळातून मोक्षप्राप्ती करण्याचीही इच्छा नसते. विशुद्ध भक्ताला कशाचीही अभिलाषा नसते. चैतन्य चरितामृतात शुद्ध भक्ताला *निष्काम* म्हटले आहे. अर्थात त्याला स्वार्थतृप्तीचीही इच्छा नसते. परिपूर्ण शांती केवळ त्यालाच प्राप्त होते आणि जे स्वार्थहेतूने प्रेरित झालेले असतात त्यांना शांती कधीच प्राप्त होत नाही. ज्ञानयोगी, कर्मयोगी किंवा हठयोगीला थोड्याफार प्रमाणात स्वार्थ असतो, परंतु शुद्ध भक्ताची भगवंतांना संतुष्ट करण्याव्यतिरिक्त इतर काहीच अभिलाषा नसते. म्हणून भगवंत सांगतात की, ज्यांची माझ्यावर अनन्य भक्ती आहे त्यांना सहजपणे भगवत्प्राप्ती होते.

शुद्ध भक्त श्रीकृष्णांच्या अनेक रूपांपैकी एका रूपाची भक्ती करण्यामध्ये सदैव युक्त झालेला असतो. श्रीकृष्णांची राम आणि नृसिंहासारखे विविध विस्तारित रूपे, अंश आणि अवतार आहेत आणि भगवंतांच्या या दिव्य रूपांपैकी कोणत्याही रूपावर भक्तिभावाने भक्त आपले मन एकाग्र करू शकतो. इतर योगांचा अभ्यास करणाऱ्या साधकांना ज्या समस्या निर्माण होतात त्या समस्या अशा भक्तापुढे निर्माण होत नाहीत. भक्तियोग हा अत्यंत सहज, उदात्त आणि आचरण करण्यासाठी सुलभ आहे. भक्तियोगाचा प्रारंभ केवळ हरे कृष्ण जपाने होऊ शकतो. भगवंत हे सर्वांवर कृपा करतात; परंतु पूर्वीच वर्णिल्याप्रमाणे, विचलित न होता जो त्यांची सदैव सेवा करतो त्यांच्यावर ते विशेष कृपा करतात. अशा भक्ताला ते विविध प्रकारे साहाय्य करतात. वेदांमध्ये (कठोपनिषद् १.२.२३) सांगितल्याप्रमाणे *यमेवैष वृणुते तेन लभ्यस्तस्यैष आत्मा विवृणुते तनुं स्वाम्* —"जो पूर्णपणे शरणागत आहे आणि भगवद्भक्तीमध्ये युक्त झालेला आहे तो भगवंतांना यथार्थ रूपामध्ये जाणू शकतो. आणि भगवद्गीतेत (१०.१०) सांगितल्याप्रमाणे *ददामि बुद्धियोगं तम्*—भगवंत अशा भक्ताला पुरेशी बुद्धी देतात, जेणेकरून

भगवद्धामामध्ये त्याला भगवंतांची प्राप्ती होऊ शकेल.

विशुद्ध भक्ताचा विशेष गुण म्हणजे, तो विचलित न होता आणि देश, काल, परिस्थितीचा विचार न करता सदैव श्रीकृष्णांचे स्मरण करीत असतो. त्याच्या भगवत् स्मरणामध्ये कोणतीच विघ्ने येत नाहीत. तो आपली सेवा कोणत्याही काळी आणि स्थळी करू शकतो. काहीजण म्हणतात की, भक्ताने वृंदावनादी पवित्र तीर्थस्थळी किंवा भगवंतांच्या लीला स्थळी वास केला पाहिजे. तथापि, शुद्ध भक्त हा कोठेही राहून आपल्या भक्तीद्वारे वृंदावनाच्या वातावरणाची निर्मिती करू शकतो. श्रीअद्वैताचार्यांनी श्री चैतन्य महाप्रभूंना सांगितले की, "हे भगवन्! जेथे जेथे तुम्ही आहात तेथे तेथे वृंदावन आहे."

*सततम्* आणि *नित्यश:* या शब्दांवरून दर्शविल्याप्रमाणे शुद्ध भक्त हा सदैव कृष्ण स्मरण करीत असतो आणि श्रीकृष्णांवर ध्यान करीत असतो. ज्याला भगवंतांची अत्यंत सुलभतेने प्राप्ती होते अशा शुद्ध भक्ताचे हे विशेष गुण आहेत. गीता ही भक्तियोगाच्या महत्त्वावर इतर कोणत्याही योगापेक्षा अधिक जोर देते. सामान्यत: भक्तियोगी पाच प्रकारे भक्ती करतात (१)शांत भक्त, (२)दास्य भक्त, (३)साख्य भक्त, (४)वात्सल्य भक्त आणि (५)माधुर्य भक्त. यांपैकी कोणत्याही प्रकारची भक्ती करणारा योगी असो, तो अविरतपणे भगवंतांच्या दिव्य प्रेममयी सेवेमध्ये युक्त असतो आणि क्षणासाठीही तो भगवंतांना विसरू शकत नाही. यास्तव त्याला सहजपणे भगवंतांची प्राप्ती होते. एक शुद्ध भक्त क्षणभरासाठीही भगवंतांना विसरू शकत नाही आणि त्याचप्रमाणे भगवंतही आपल्या विशुद्ध भक्ताला क्षणभरासाठीही विसरू शकत नाहीत. *हरे कृष्ण हरे कृष्ण कृष्ण कृष्ण हरे हरे । हरे राम हरे राम राम राम हरे हरे ॥* या महामंत्राच्या कीर्तनाच्या कृष्णभावनामृत पद्धतीचे हे मोठे वरदानच आहे.

**मामुपेत्य पुनर्जन्म दु:खालयमशाश्वतम् ।**
**नाप्नुवन्ति महात्मानः संसिद्धिं परमां गताः ॥ १५ ॥**

**माम्**—मला; **उपेत्य**—प्राप्त केल्यावर; **पुनः**—पुन्हा; **जन्म**—जन्म; **दुःख-आलयम्**—दुःखाचे स्थान; **अशाश्वतम्**—अनित्य; **न**—कधीच नाही; **आप्नुवन्ति**—प्राप्त होतो; **महा-आत्मानः**—महात्मे; **संसिद्धिम्**—परमसिद्धी; **परमाम्**—परम; **गताः**—प्राप्त झालेले.

**माझी प्राप्ती केल्यावर भक्तियोगी महात्मेजन या दु:खपूर्ण तात्पुरत्या जगतात कधीच परतून येत नाहीत, कारण त्यांना परम सिद्धी प्राप्त झालेली असते.**

**तात्पर्य:** हे अनित्य प्राकृत जग जन्म, मृत्यू, जरा आणि व्याधी या चार दु:खांनी परिपूर्ण असल्याकारणाने, स्वाभाविकत:च जो परमसिद्धी प्राप्त करतो आणि परमधाम, कृष्णलोक, गोलोक वृंदावनाची प्राप्ती करतो, तो पुन्हा या जगामध्ये परतून येण्याची इच्छा करीत नाही. वेदांमध्ये परम लोकाचे वर्णन *'अव्यक्त'*, *'अक्षर'* आणि *'परमा गती'* असे करण्यात आले आहे. दुसऱ्या शब्दांत सांगावयाचे तर, परमलोक प्राकृत दृष्टीच्या अतीत आणि अवर्णनीय आहे आणि हे परमलक्ष्य आहे व महात्माजनांचेही हेच अंतिम ध्येय आहे. साक्षात्कारी भक्तांकडून महात्मेजनांना दिव्य ज्ञान प्राप्त होते आणि त्यानंतर कृष्णभावनायुक्त भक्तीचा त्यांच्यामध्ये क्रमश:

विकास होतो. त्यायोगे दिव्य भगवत्सेवेमध्ये ते इतके रममाण होतात की, त्यांना कोणत्याही उच्चतर प्राकृत लोकाप्रत किंवा आध्यात्मिक लोकाप्रत उन्नती करण्याचीही अभिलाषा राहत नाही. त्यांना केवळ श्रीकृष्ण आणि श्रीकृष्णांच्या सान्निध्याशिवाय इतर काहीही नको असते. हीच जीवनाची पूर्णावस्था आहे. या श्लोकामध्ये विशेषरूपाने भगवान श्रीकृष्णांच्या साकारवादी भक्तांचा उल्लेख करण्यात आला आहे. या कृष्णभावनाभावित भक्तांना जीवनाची परमसिद्धी प्राप्त होते. दुसऱ्या शब्दांत, असे महात्मेजन परमश्रेष्ठ असतात.

**आब्रह्मभुवनाल्लोकाः पुनरावर्तिनोऽर्जुन।**
**मामुपेत्य तु कौन्तेय पुनर्जन्म न विद्यते ॥ १६ ॥**

**आ-ब्रह्म-भुवनात्**—ब्रह्मलोकासहित; **लोकाः**—लोक; **पुनः**—पुन्हा; **आवर्तिनः**—फिरणारे; **अर्जुन**—हे अर्जुना; **माम्**—मला; **उपेत्य**—येऊन मिळाल्यावर; **तु**—परंतु; **कौन्तेय**—हे कुंतीपुत्रा; **पुनः जन्म**—पुनर्जन्म; **न**—कधीच नाही; **विद्यते**—होतो.

**प्राकृत जगतातल्या अत्युच्च ब्रह्मलोकापासून ते सर्वांत खालच्या लोकांपर्यंत सर्व लोक दुःखाची स्थाने आहेत. या लोकांत वारंवार जन्म-मृत्यू होतात. परंतु हे कौंतेया! जो माझ्या धामाची प्राप्ती करतो त्याला कधीच पुनर्जन्म नसतो.**

**तात्पर्यः** कर्म, ज्ञान, हठ इत्यादी सर्व प्रकारच्या योग्यांना श्रीकृष्णांच्या दिव्य धामाची प्राप्ती करून आणि तेथून पुन्हा कधीच परतून न येण्यासाठी भक्तियोग किंवा कृष्णभावनेमध्ये परिपूर्णता प्राप्त करणे आवश्यक आहे. जे देवदेवतांच्या सर्वोच्च प्राकृत लोकांची प्राप्ती करतात ते सुद्धा जन्म-मृत्यूच्या अधीन असतात. पृथ्वीवरील मनुष्य ज्याप्रमाणे उच्चतर लोकांप्रत उन्नत होतात, त्याचप्रमाणे ब्रह्मलोक, चंद्रलोक आणि इंद्रलोक इत्यादी उच्चतर लोकांतील मनुष्यांचे पृथ्वीवर पतन होते. छांदोग्य उपनिषदात् सांगितलेल्या *पंचाग्नि-विद्या* नामक यज्ञामुळे मनुष्याला ब्रह्मलोकाची प्राप्ती होते, परंतु जर ब्रह्मलोकात त्याने कृष्णभावनेचा विकास केला नाही तर त्याला पुन्हा या भूतलावर परतून यावे लागते. उच्चतर लोकांमधील जे कृष्णभावनेमध्ये प्रगती करतात ते क्रमशः अधिकाधिक उच्चतर लोकांप्रत उन्नत होतात आणि महाप्रलयाच्या वेळी त्यांना आध्यात्मिक जगताची प्राप्ती होते. श्रीधर स्वामी, आपल्या भगवद्गीतेवरील भाष्यामध्ये पुढील श्लोक सांगतात

*ब्रह्मणा सह ते सर्वे सम्प्राप्ते प्रतिसञ्चरे ।*
*परस्यान्ते कृतात्मानः प्रविशन्ति परं पदम् ॥*

"जेव्हा प्राकृत विश्वाचा प्रलय होतो तेव्हा, निरंतर कृष्णभावनेमध्ये युक्त असणारे ब्रह्मदेव आणि त्यांच्या भक्तांना त्यांच्या इच्छेनुसार आध्यात्मिक विश्वातील विशिष्ट आध्यात्मिक लोकांची प्राप्ती होते."

**सहस्त्रयुगपर्यन्तमहर्यद्ब्रह्मणो विदुः ।**
**रात्रिं युगसहस्त्रान्तां तेऽहोरात्रविदो जनाः ॥ १७॥**

**सहस्त्र**—एक सहस्र; **युग**—युगे; **पर्यन्तम्**—सहित; **अहः**—दिवस; **यत्**—जे; **ब्रह्मणः**—

ब्रह्मदेवाचा; **विदुः**—जाणतात; **रात्रिम्**—रात्री; **युग**—युगे; **सहस्त्र-अन्ताम्**—याचप्रमाणे, एक हजार युगे संपल्यानंतर; **ते**—ते; **अहः-रात्र**—दिवस आणि रात्र; **विदः**—जाणणारे; **जनाः**—लोक.

**मानवीय गणनेनुसार, एक सहस्र चतुर्युगे म्हणजे ब्रह्मदेवाचा एक दिवस होतो आणि अशाच एक हजार चतुर्युगांची ब्रह्मदेवाची एक रात्र असते.**

**तात्पर्यः** प्राकृत विश्वाचा कालावधी मर्यादित असतो. कल्पांच्या चक्रात तो गणला जातो. एक कल्प म्हणजे ब्रह्मदेवाचा एक दिवस होय आणि ब्रह्मदेवाचा एक दिवस म्हणजे एक हजार चतुर्युग होय. सत्य, त्रेता, द्वापार आणि कली या चार युगांना मिळून एक चतुर्युग असे म्हटले जाते. सदाचार, ज्ञान आणि धर्म आणि अज्ञान व दुर्गुण यांचा जवळजवळ अभाव ही सत्ययुगाची लक्षणे आहेत. सत्ययुगाचा कालावधी हा १,७२८,००० वर्षे इतका असतो. त्रेतायुगामध्ये दुर्गुणांचा प्रादुर्भाव होतो आणि त्रेतायुगाचा कालावधी १,२९६,००० वर्षे इतका असतो. द्वापार युगामध्ये सदाचार आणि धर्माचा अधिक प्रमाणात ऱ्हास होतो आणि दुर्गुणांचा प्रभाव वाढतो. द्वापार युग ८६४,००० वर्षांपर्यंत चालते. आणि शेवटी कलियुगामध्ये (५००० वर्षांपासून आपण या युगाचा अनुभव घेत आहोत) कलह, अज्ञान, अधर्म आणि दुर्गुण यांचे प्राबल्य असते आणि सदाचाराचा पूर्णपणे ऱ्हास होतो. कलियुगाचा कालावधी ४३२,००० वर्षे इतका असतो. कलियुगामध्ये अधर्म इतका वाढतो की, शेवटी भगवंत स्वतः कल्की अवतार धारण करतात आणि असुरांचा विनाश करतात व भक्तांचे रक्षण करतात. त्यानंतर नव्या सत्ययुगाचा प्रारंभ होतो. नंतर युगामागून युगे येण्याचा हा क्रम पुन्हा सुरूच राहतो. या चार युगांचे एक हजार वेळा फेरे झाले म्हणजे ब्रह्मदेवाचा एक दिवस होतो आणि तितक्या फेऱ्यांनंतर एक रात्र होते. अशी शंभर वर्षे इतके ब्रह्मदेवाचे आयुष्य असते आणि त्यानंतर त्याचा मृत्यू होतो. मानवीय गणनेनुसार अशी शंभर वर्षे म्हणजे पृथ्वीवरील ३१,१०,००,०४,००,००,००० इतक्या वर्षांबरोबर होतात. या मानवीय गणनेनुसार ब्रह्माचे आयुष्य विलक्षण आणि अनंत असल्यासारखे दिसते; परंतु शाश्वत काळाच्या दृष्टीने ते विजेच्या चमकण्याप्रमाणेच क्षणभंगुर आहे. अटलांटिक महासागरातील बुडबुड्यांप्रमाणे कारणोदक महासागरामध्ये असंख्य ब्रह्मदेवांचा उदय आणि अस्त होत असतो. ब्रह्मदेव आणि त्यांची सृष्टी म्हणजे प्राकृतिक विश्वाचा भाग असल्याकारणाने, त्यांच्यामध्ये सतत परिवर्तन होत असते.

प्राकृत विश्वात ब्रह्मदेवसुद्धा जन्म, मृत्यू, जरा आणि व्याधी यातून मुक्त नाहीत. परंतु ब्रह्मदेव ब्रह्मांडांचे व्यवस्थापन करीत भगवंतांच्या सेवेमध्ये प्रत्यक्ष संलग्न असल्यामुळे त्याला तात्काळ मोक्षप्राप्ती होते. उन्नत संन्याशांना ब्रह्मदेवाच्या ब्रह्मलोकाची प्राप्ती होते. ब्रह्मलोक हा ब्रह्मांडातील सर्वोच्च लोक आहे आणि वरच्या थरातील जे स्वर्गीय लोक आहेत त्या सर्वांचा लय झाल्यावरही ब्रह्मलोक अस्तित्वात राहतो. परंतु कालांतराने ब्रह्मदेव आणि ब्रह्मलोकातील सर्व निवासी भौतिक प्रकृतीच्या नियमानुसार मरणाधीन होतात.

**अव्यक्ताद्व्यक्तयः सर्वाः प्रभवन्त्यहरागमे ।**
**रात्र्यागमे प्रलीयन्ते तत्रैवाव्यक्तसंज्ञके ॥ १८॥**

**अव्यक्तात्**—अव्यक्तापासून; **व्यक्तय:**—जीव; **सर्वा:**—सर्व; **प्रभवन्ति**—व्यक्त होतात; **अह:-आगमे**—दिवसाचा आरंभ झाल्यावर; **रात्रि-आगमे**—रात्र झाल्यावर; **प्रलीयन्ते**—लय पावतात; **तत्र**—त्यामध्ये; **एव**—निश्चितच; **अव्यक्त**—अव्यक्त; **संज्ञके**—म्हटले जाणाऱ्या.

**ब्रह्मदेवाच्या दिवसाचा आरंभ झाल्यावर सर्व जीव अव्यक्तातून व्यक्त होतात आणि त्यानंतर जेव्हा रात्र प्रारंभ होते तेव्हा ते पुन्हा अव्यक्तात लय पावतात.**

**भूतग्राम: स एवायं भूत्वा भूत्वा प्रलीयते।**
**रात्र्यागमेऽवश: पार्थ प्रभवत्यहरागमे ॥ १९ ॥**

**भूत-ग्राम:**—सर्व जीवांचा समूह; **स:**—हे; **एव**—निश्चितच; **अयम्**—हा; **भूत्वा भूत्वा**—पुन: पुन्हा; **प्रलीयते**—लय केला जातो; **रात्रि**—रात्रीच्या; **आगमे**—प्रारंभ झाल्यावर; **अवश:**—आपोआप; **पार्थ**—हे पार्थ; **प्रभवति**—व्यक्त होतो; **अह:**—दिवसाचा; **आगमे**—प्रारंभ झाल्यावर.

**पुन: पुन्हा जेव्हा ब्रह्मदेवाचा दिवस होतो तेव्हा सर्व जीव अस्तित्वात येतात आणि ब्रह्मदेवाची रात्र होते तेव्हा आपोआपच त्यांचा लय होतो.**

**तात्पर्य:** या भौतिक जगतातच राहण्याचा प्रयत्न करणारे अल्पबुद्धी लोक, उच्चतर लोकाप्रत उन्नत होऊ शकतात; परंतु त्यांना पुन्हा भूतलावर परतून येणे भागच असते. ब्रह्मदेवाच्या दिवसकाळात या ब्रह्मांडामध्ये ते उच्चतर अथवा खालच्या लोकांत आपली कार्ये करू शकतात; परंतु ब्रह्मदेवाची रात्र सुरू झाल्यावर त्यांचा लय होतो. दिवसा, भौतिक क्रिया करण्याकरिता त्यांना विविध शरीरे प्राप्त होतात आणि रात्रसमयी त्यांना शरीरे नसतात. त्या वेळी ते श्रीविष्णूंच्या देहामध्ये राहतात. नंतर पुन्हा ब्रह्मदेवाचा दिवस सुरू झाल्यावर ते व्यक्त होतात. *भूत्वा भूत्वा प्रलीयते*—दिवसा ते व्यक्त राहतात आणि रात्री पुन्हा त्यांचा लय होतो. अखेरीस, जेव्हा ब्रह्मदेवाच्या आयुष्याचा अंत होतो तेव्हा ते लक्षावधी वर्षांसाठी अव्यक्त स्थितीत राहतात. जेव्हा पुढील युगात ब्रह्मदेवाचा पुन्हा जन्म होतो तेव्हा ते पुन्हा व्यक्त होतात. या प्रकारे भौतिक प्रकृतीच्या प्रभावामुळे ते मोहितच राहतात. परंतु कृष्णभावनेचा स्वीकार करणारे बुद्धिमान मनुष्य भगवद्‌भक्तीमध्ये *हरे कृष्ण हरे कृष्ण कृष्ण कृष्ण हरे हरे । हरे राम हरे राम राम राम हरे हरे* या महामंत्राचे कीर्तन करीत मनुष्यजीवनाचा पुरेपूर लाभ घेतात, याप्रमाणे या जीवनातच त्यांना श्रीकृष्णांच्या आध्यात्मिक लोकाची प्राप्ती होते आणि कृष्णलोकामध्ये पुनर्जन्म नसल्यामुळे तेथे ते नित्य आनंदातच राहतात.

**परस्तस्मात्तु भावोऽन्योऽव्यक्तोऽव्यक्तात्सनातन:।**
**य: स सर्वेषु भूतेषु नश्यत्सु न विनश्यति ॥ २० ॥**

**पर:**—श्रेष्ठ; **तस्मात्**—त्याहून; **तु**—परंतु; **भाव:**—प्रकृती; **अन्य:**—अन्य; **अव्यक्त:**—अव्यक्त; **अव्यक्तात्**—अव्यक्तातून; **सनातन:**—शाश्वत; **य: स:**—ते जे; **सर्वेषु**—सर्व; **भूतेषु**—व्यक्त; **नश्यत्सु**—नाहीशी झाली तरीही; **न**—कधीच नाही; **विनश्यति**—विनाश होतो.

**याहून अन्य एक अव्यक्त प्रकृती आहे, जी या व्यक्त आणि अव्यक्त जड पदार्थांच्याही पलीकडे आणि सनातन आहे. ती परा आणि अविनाशी आहे. संपूर्ण जगताचा जरी प्रलय झाला तरी ती प्रकृती नष्ट होत नाही.**

**तात्पर्य :** श्रीकृष्णांची श्रेष्ठ, आध्यात्मिक शक्ती ही अलौकिक आणि सनातन आहे. ही आध्यात्मिक शक्ती, ब्रह्मदेवाच्या दिवसा आणि रात्री व्यक्त आणि अव्यक्त होणाऱ्या भौतिक प्रकृतीच्या परिवर्तनाच्याही पलीकडे आहे. गुणात्मकदृष्ट्या श्रीकृष्णांची परा शक्ती ही अपरा प्रकृतीहून संपूर्णपणे विरुद्ध आहे. परा आणि अपरा प्रकृतीचे वर्णन सातव्या अध्यायामध्ये करण्यात आले आहे.

**अव्यक्तोऽक्षर इत्युक्तस्तमाहुः परमां गतिम्।**
**यं प्राप्य न निवर्तन्ते तद्धाम परमं मम ॥ २१ ॥**

**अव्यक्तः**—अव्यक्त; **अक्षरः**—अच्युत किंवा अविनाशी; **इति**—याप्रमाणे; **उक्तः**—म्हटले जाते; **तम्**—त्याला; **आहुः**—जाणतात; **परमाम्**—परम; **गतिम्**—गती किंवा लक्ष्य; **यम्**—जे; **प्राप्य**—प्राप्त केल्यावर; **न**—कधीच नाही; **निवर्तन्ते**—परत येत नाही; **तत्**—ते; **धाम**—धाम; **परमम्**—परम; **मम**—माझे.

**वेदान्ती ज्याचे अव्यक्त आणि अक्षर म्हणून वर्णन करतात, जे परमलक्ष्य म्हणून जाणले जाते, ज्या स्थानाची प्राप्ती झाल्यावर मनुष्य पुन्हा कधीच परतून येत नाही, तेच माझे परमधाम होय.**

**तात्पर्य:** ब्रह्मसंहितेमध्ये भगवान श्रीकृष्णांच्या परमधामाचे वर्णन *चिंतामणि-धाम* असे करण्यात आले आहे. चिंतामणी धामामध्ये सर्व इच्छा पूर्ण होतात. भगवान श्रीकृष्णांचे परमधाम गोलोक वृंदावन हे चिंतामणींनी रचिलेल्या प्रासादांनी पूर्ण युक्त आहे. त्या धामामध्ये कल्पवृक्षही आहेत, जे इच्छेनुसार कोणत्याही प्रकारचे खाद्यपदार्थ पुरवितात. तसेच तेथे सुरभी नामक गायी आहेत ज्या अमर्याद दुधाचा पुरवठा करतात. या धामामध्ये हजारो लक्ष्मी भगवंतांची सेवा करतात जे सर्व कारणांचे कारण आदिपुरुष श्रीगोविंद म्हणून ओळखले जातात. भगवंत वेणुवादन करीत असतात. ( *वेणुं क्वणन्तम्*) त्यांचे दिव्य रूप हे साऱ्या ब्रह्मांडात अत्यंत आकर्षक आहे, त्यांचे नेत्र कमलदलाप्रमाणे आहेत आणि त्यांच्या देहाचा वर्ण हा मेघवर्णाप्रमाणे आहे. श्रीकृष्ण इतके सुंदर आणि आकर्षक आहेत की, त्यांचे सौंदर्य हजारो मदनांच्या सौंदर्यालाही मागे टाकते. ते केशरी वस्त्र परिधान करतात, त्यांच्या कंठी वैजयंती माला आहे आणि सुंदर मयूरपंख आहे. भगवद्गीतेमध्ये भगवान श्रीकृष्ण आपल्या स्वतःच्या धामाचे गोलोक वृंदावनाचे केवळ मोजकेच वर्णन करतात. हे गोलोक वृंदावन धाम आध्यात्मिक जगतामध्ये सर्वश्रेष्ठ आहे आणि याचे विस्तृत वर्णन ब्रह्मसंहितेमध्ये करण्यात आले आहे. वेदांमध्येही (कठोपनिषद् १.३.११) सांगण्यात आले आहे की, भगवद्धामाहून श्रेष्ठ असे इतर कोणतेही धाम नाही आणि ते म्हणजेच परमलक्ष्य आहे. ( *पुरुषान्न परं किञ्चित्सा काष्ठा परमा गतिः*) जेव्हा मनुष्याला भगवद्धामाची

प्राप्ती होते, तेव्हा तो भौतिक जगतात पुन्हा कधीच येत नाही. भगवान श्रीकृष्ण आणि त्यांचे परमधाम हे गुणात्मकदृष्ट्या सारखेच असल्यामुळे त्यांच्यामध्ये मुळीच भेद नाही. या पृथ्वीवर दिल्लीच्या दक्षिणपूर्व दिशेला ९० मैल अंतरावर असलेले वृंदावन म्हणजे आध्यात्मिक विश्वातील परमधाम गोलोक वृंदावनाची प्रतिकृतीच आहे. जेव्हा श्रीकृष्ण पृथ्वीतलावर अवतीर्ण झाले त्या वेळी त्यांनी या वृंदावनातच लीला केल्या; वृंदावन भारतामधील मथुरा जिल्ह्यामध्ये आहे व त्याचे क्षेत्रफळ चौऱ्यांशी मैल आहे.

**पुरुषः स परः पार्थ भक्त्या लभ्यस्त्वनन्यया।**
**यस्यान्तःस्थानि भूतानि येन सर्वमिदं ततम्॥ २२॥**

**पुरुषः**—परमपुरुष; **सः**—तो; **परः**—ज्यांच्याहून श्रेष्ठ असा कोणीही नाही; **पार्थ**—हे पार्था; **भक्त्या**—भक्तीद्वारे; **लभ्यः**—प्राप्त होऊ शकतो; **तु**—परंतु; **अनन्यया**—अनन्य, विशुद्ध किंवा अविचलित; **यस्य**—ज्यांच्या; **अन्तः-स्थानि**—अंतरात; **भूतानि**—या सर्व भौतिक सृष्टीच्या; **येन**—ज्याने; **सर्वम्**—सर्व; **इदम्**—आपण जे काही पाहतो; **ततम्**—व्यापले आहे.

**सर्वांहून श्रेष्ठ असणाऱ्या पुरुषोत्तम भगवंतांची प्राप्ती अनन्य भक्तीनेच होते. ते जरी आपल्या धामामध्ये विराजमान असले तरी ते सर्वव्यापी आहेत आणि सर्व काही त्यांच्या ठायी स्थित आहे.**

**तात्पर्य:** या ठिकाणी स्पष्टपणे सांगण्यात आले आहे की, ज्या ठिकाणाहून कधीच पुनरागमन होत नाही ते परमलक्ष्य म्हणजे परमपुरुष श्रीकृष्णांचे धाम होय. ब्रह्मसंहिता या परमधामाचे वर्णन *आनंद चिन्मय-रस* असे करते, अर्थात असे स्थान जेथे सर्व काही दिव्य आनंदमय आहे. तेथील वैविध्यपूर्ण अभिव्यक्ती ही भौतिक नसून दिव्यानंद गुणमयी आहे. सातव्या अध्यायात सांगितल्याप्रमाणे ते वैविध्य म्हणजे स्वतः भगवंतांचा आध्यात्मिक विस्तार आहे, कारण तेथील अभिव्यक्ती ही पूर्णपणे आध्यात्मिक शक्तीद्वारे होते. प्राकृत जगताबद्दल विचार केल्यास, भगवंत जरी नित्य आपल्या परमधामामध्ये स्थित असले तरी ते आपल्या भौतिक शक्तीद्वारे सर्वव्यापी आहेत. म्हणून आपल्या परा आणि अपरा शक्तीद्वारे भगवंत सर्वत्र आध्यात्मिक व भौतिक दोन्ही विश्वांमध्ये उपस्थित आहेत. *यस्यान्तःस्थानि* अर्थात, आपल्या आध्यात्मिक किंवा भौतिक शक्तीमधील सर्व काही त्यांनीच धारण केले आहे.

*भक्त्या* या शब्दावरून स्पष्ट दर्शविल्याप्रमाणे असंख्य वैकुंठलोकांतील किंवा श्रीकृष्णांच्या परमधामातील प्रवेश हा केवळ भक्तीद्वारेच निश्चित होऊ शकतो. इतर कोणत्याही पद्धतीद्वारे परमधामाची प्राप्ती होत नाही. वेदांमध्येही (गोपाल-तापनी-उपनिषद् ३.२) भगवंत आणि त्यांच्या परमधामाचे वर्णन करण्यात आले आहे. *एको वशी सर्वगः कृष्णः.* त्या धामामध्ये केवळ श्रीकृष्ण हेच एकमेव भगवंत आहेत. ते परमकृपामूर्ती आहेत आणि त्या ठिकाणी ते जरी एकमेव भगवान म्हणून स्थित असले तरी त्यांनी लक्षावधी विभूतींमध्ये स्वतःला विस्तारित केले आहे. वेदांमध्ये भगवंतांची तुलना एका निश्चल तरीही अनेक प्रकारची फळे, फुले आणि पाने असणाऱ्या वृक्षाशी करण्यात आली आहे. वैकुंठ लोकावर आधिपत्य असणारी भगवंतांची

विस्तारित रूपे ही चतुर्भुज असतात आणि त्यांना विविध नावे असतात. उदाहरणार्थ पुरुषोत्तम, त्रिविक्रम, केशव, माधव, अनिरुद्ध, हृषीकेश, संकर्षण, प्रद्युम्न, श्रीधर, वासुदेव, दामोदर, जनार्दन, नारायण, वामन, पद्मनाभ इत्यादी.

ब्रह्मसंहितेतही (५.३७) सांगण्यात आले आहे की, भगवंत जरी आपल्या परमधाम गोलोक वृंदावनामध्ये विराजमान असले तरी ते सर्वव्यापी आहेत आणि यामुळेच सर्व काही व्यवस्थित चालले आहे. (*गोलोक एव निवसत्यखिलात्मभूतः*) वेदांमध्ये (श्वेताश्वतरोपनिषद् ६.८) सांगितल्याप्रमाणे *परास्य शक्तिर्विविधैव श्रूयते। स्वाभाविकी ज्ञानबलक्रिया च*— त्यांच्या शक्ती इतक्या अनंत आहेत की, ते जरी अत्यंत दूर असले तरी त्या शक्ती निर्दोष रीतीने सृष्टीतील सर्व क्रियांचे संचालन करतात.

**यत्र काले त्वनावृत्तिमावृत्तिं चैव योगिनः।**
**प्रयाता यान्ति तं कालं वक्ष्यामि भरतर्षभ॥ २३॥**

**यत्र**—ज्या; **काले**—काळी; **तु**—आणि; **अनावृत्तिम्**—न परतणे; **आवृत्तिम्**—परत येणे; **च**—सुद्धा; **एव**—निश्चितच; **योगिनः**—विविध प्रकारचे योगिजन; **प्रयाताः**—प्रयाण केलेले; **यान्ति**—प्राप्त होतात; **तम्**—त्या; **कालम्**—काळी; **वक्ष्यामि**—मी वर्णन करतो; **भरत-ऋषभ**—हे भरतश्रेष्ठा.

**हे भरतश्रेष्ठा! आता ज्या वेगवेगळ्या काळी योग्याने या जगतातून प्रयाण केले असता, तो परतून येतो अथवा येत नाही, याचे मी तुला वर्णन करतो.**

**तात्पर्य:** जे भगवंतांना पूर्णपणे शरण गेलेले विशुद्ध भगवद्भक्त असतात ते, आपण आपला देह कोणत्या पद्धतीने अथवा केव्हा त्याग करावा याची मुळीच पर्वा करीत नाहीत. ते सर्व काही श्रीकृष्णांच्या हातात सोपवितात आणि सुखाने व सुलभतेने भगवद्धामात परत जातात; परंतु जे अनन्य भक्त नाहीत आणि कर्मयोग, ज्ञानयोग, हठयोग यांसारख्या आध्यात्मिक साक्षात्कारप्राप्तीच्या मार्गावर विसंबून असतात त्यांना योग्य काळीच देहत्याग केला पाहिजे, जेणेकरून त्यांना या जन्ममृत्यूंनी भरलेल्या भौतिक जगतात न परतण्याची निश्चिती होते.

जर योगी सिद्ध असेल तर, भौतिक जगाचा त्याग करण्याकरिता तो स्थळकाळाची निवड करू शकतो, परंतु तो जर सिद्ध नसेल तर त्याचे यश, योगायोगाने विशिष्ट, योग्य काळी प्रयाण होण्यावर अवलंबून असते. ज्या काळी मनुष्यांचे प्रयाण होते आणि त्याला पुन्हा परतून यावे लागत नाही त्या योग्य काळाचे वर्णन भगवंत पुढील श्लोकामध्ये करतात. आचार्य बलदेव विद्याभूषण यांच्या मतानुसार 'काळ' हा संस्कृत शब्द काळाच्या अधिष्ठाता देवतेचा सूचक आहे.

**अग्निर्ज्योतिरहः शुक्लः षण्मासा उत्तरायणम्।**
**तत्र प्रयाता गच्छन्ति ब्रह्म ब्रह्मविदो जनाः॥ २४॥**

**अग्निः**—अग्नी; **ज्योतिः**—प्रकाश; **अहः**—दिवस; **शुक्लः**—शुक्ल पक्ष; **षट्-मासाः**—सहा महिने; **उत्तर-अयनम्**—उत्तरायणाचे म्हणजे सूर्य जेव्हा उत्तर दिशेकडे वळतो तेव्हा; **तत्र**—तेथे; **प्रयाताः**—

जे मरण पावतात; **गच्छन्ति**—जातात; **ब्रह्म**—ब्रह्माप्रत; **ब्रह्म-विदः**—ब्रह्मज्ञानी; **जनाः**—लोक.

**जे परब्रह्माला जाणतात ते, अग्निदेवतेच्या प्रभावामध्ये, प्रकाशामध्ये, दिवसाच्या शुभक्षणी, शुक्लपक्षामध्ये अथवा सूर्य जेव्हा उत्तरायणात असतो, त्या सहा महिन्यांमध्ये या भौतिक जगतात मृत्यू झाल्यावर परब्रह्माची प्राप्ती करतात.**

**तात्पर्य:** जेव्हा अग्नी, प्रकाश, दिवस आणि शुक्लपक्षाचा उल्लेख करण्यात येतो तेव्हा जाणले पाहिजे की, या सर्वांच्या अधिष्ठाता देवता आहेत, ज्या जीवांच्या मार्गक्रमणाची व्यवस्था करतात. मृत्यूसमयी मन हे मनुष्याला नवजीवनाच्या मार्गावर घेऊन जाते. उपर्युक्त काळी जर मनुष्याने, योगायोगाने अथवा पूर्वयोजनेनसार देहत्याग केला तर त्याला निर्विशेष ब्रह्मज्योतीची प्राप्ती होऊ शकते. ज्या योगिजनांनी योगाभ्यासात प्रगती केली आहे ते देहत्याग करण्याकरिता इष्ट स्थळकाळाची व्यवस्था करू शकतात; परंतु या गोष्टी इतरांच्या स्वाधीन नसतात. जर योगायोगाने शुभक्षणी त्यांना मृत्यू आला तर जन्म-मृत्यूच्या चक्रात पुन्हा परतावे लागत नाही, नाहीतर ते परतून येण्याची सर्व दृष्टीने शक्यता आहे. तरीही कृष्णभावनाभावित विशुद्ध भक्ताला पुनरागमनाचे मुळीच भय नसते, मग तो देहत्याग शुभकाळी अथवा अशुभकाळी किंवा योगायोगाने अथवा पूर्वयोजनेनुसार करो.

**धूमो रात्रिस्तथा कृष्णः षण्मासा दक्षिणायनम्।**
**तत्र चान्द्रमसं ज्योतिर्योगी प्राप्य निवर्तते ॥ २५ ॥**

**धूमः**—धूर; **रात्रिः**—रात्र; **तथा**—तसेच; **कृष्णः**—कृष्णपक्ष; **षट्-मासाः**—सहा महिने; **दक्षिण-अयनम्**—जेव्हा सूर्य दक्षिण दिशेकडे वळतो तेव्हा, दक्षिणायन; **तत्र**—तेथे; **चान्द्र-मसम्**—चंद्रलोक; **ज्योतिः**—प्रकाश; **योगी**—योगी; **प्राप्य**—प्राप्त झाल्यावर; **निवर्तते**—परतून येतो.

**धूर, रात्र कृष्णपक्ष किंवा दक्षिणायनामध्ये जो योगी मरण पावतो तो चंद्रलोकाची प्राप्ती करतो, परंतु तो पुन्हा परत येतो.**

**तात्पर्य:** श्रीमद्भागवताच्या तिसऱ्या स्कंधामध्ये कपिलमुनी सांगतात की, या भूतलावर जे सकाम कर्म करण्यामध्ये आणि यज्ञ करण्यामध्ये निपुण आहेत, त्यांना मृत्यूनंतर चंद्रलोकाची प्राप्ती होते. असे उन्नत जीव चंद्रावर साधारणपणे १०,००० वर्षे (देवतांच्या गणनेनुसार) वास्तव्य करतात आणि सोमरस पान करून जीवनाचा उपभोग घेतात. कालांतराने ते पृथ्वीवर परत येतात. याचा अर्थ असा होतो की, स्थूल इंद्रियांना दृश्य नसले तरी चंद्रलोकावर असे उच्चतर श्रेणीचे जीव निवास करतात.

**शुक्लकृष्णे गती ह्येते जगतः शाश्वते मते।**
**एकया यात्यनावृत्तिमन्ययावर्तते पुनः ॥ २६ ॥**

**शुक्ल**—प्रकाश; **कृष्णे**—आणि अंधकार; **गती**—जाण्याचे मार्ग; **हि**—निश्चितच; **एते**—हे दोन; **जगतः**—भौतिक जगताच्या; **शाश्वते**—वेदांच्या; **मते**—मतानुसार; **एकया**—एकाने; **याति**—जातो; **अनावृत्तिम्**—पुन्हा न परतण्यासाठी; **अन्यया**—दुसऱ्याने; **आवर्तते**—परत येतो; **पुनः**—पुन्हा.

**वैदिक मतानुसार, प्रकाशमय आणि अंधकारमय असे या जगतातून प्रयाण करण्याचे दोन मार्ग आहेत. जेव्हा मनुष्य प्रकाशमय मार्गातून प्रयाण करतो तेव्हा तो परत येत नाही; परंतु जेव्हा अंधकारमय मार्गातून प्रयाण करतो तेव्हा तो परत येतो.**

**तात्पर्य:** आचार्य बलदेव विद्याभूषण यांनी छांदोग्य उपनिषदातून (५.१०-३-५) प्रयाण मार्गाचे आणि परत येण्याचे हेच वर्णन उद्धृत केले आहे. जे सकाम कर्मी आणि दार्शनिक तर्कवादी आहेत ते अनादी कालापासून अविरतपणाने ये-जा करीत आहेत. वास्तविकपणे ते श्रीकृष्णांना शरण जात नसल्यामुळे त्यांना अंतिम मोक्षप्राप्ती होत नाही.

**नैते सृती पार्थ जानन्योगी मुह्यति कश्चन।**
**तस्मात्सर्वेषु कालेषु योगयुक्तो भवार्जुन ॥ २७॥**

**न**—कधीच नाही; **एते**—हे दोन; **सृती**—निरनिराळे मार्ग; **पार्थ**—हे पार्था; **जानन्**—जरी ते जाणत असले; **योगी**—भगवद्भक्त; **मुह्यति**—मोहग्रस्त होतो; **कश्चन**—कोणताही; **तस्मात्**—म्हणून; **सर्वेषु कालेषु**—सदैव; **योग-युक्तः**—कृष्णभावनेमध्ये युक्त असलेला; **भव**—हो; **अर्जुन**—हे अर्जुना.

**हे अर्जुना! भक्त जरी हे दोन्ही मार्ग जाणत असले तरी ते कधीच मोहित होत नाहीत. म्हणून तू सदैव भक्तीमध्ये युक्त हो.**

**तात्पर्य:** भौतिक जगातून प्रयाण करताना जीव ज्या दोन मार्गांचा अवलंब करू शकतो त्या मार्गांनी अर्जुनाने विचलित न होण्याचा उपदेश या ठिकाणी श्रीकृष्ण अर्जुनाला देत आहेत. आपले प्रयाण योगायोगाने किंवा पूर्वयोजनेनुसार होईल याची चिंता भगवत्भक्ताने कधीच करू नये. भक्ताने कृष्णभावनेमध्ये दृढपणे स्थित होऊन 'हरे कृष्ण' जप केला पाहिजे. त्याने जाणले पाहिजे की, या दोन मार्गांपैकी कोणत्याही मार्गाचे चिंतन करणे हे त्रासदायक गोष्ट आहे. कृष्णभावनेमध्ये तल्लीन होण्याचा सर्वोत्तम मार्ग म्हणजे भगवंतांच्या सेवेमध्ये सदैव युक्त राहणे होय. यामुळे भगवद्धामात जाण्याचा मनुष्याचा मार्ग हा सुलभ, निश्चित आणि सुखरूप होईल. या श्लोकामध्ये *योग-युक्त* हा शब्द विशेषकरून महत्त्वपूर्ण आहे. जो योगामध्ये दृढ आहे तो आपल्या कार्याद्वारे निरंतर कृष्णभावनेमध्ये युक्त असतो. श्रीरूप गोस्वामी सांगतात की, *अनासक्तस्य विषयान् यथार्हमुपयुञ्जतः*—मनुष्याने भौतिक क्रियांपासून अनासक्त झाले पाहिजे आणि सर्व काही कृष्णभावनेमध्ये केले पाहिजे. या युक्त-वैराग्य नामक पद्धतीद्वारे, मनुष्याला सिद्धी प्राप्त होते. यास्तव भक्त अशा वर्णनांमुळे विचलित होत नाही, कारण त्याला माहीत असते की, त्याचा भगवद्धामातील प्रवेश हा भक्तीद्वारे निश्चित होतो.

**वेदेषु यज्ञेषु तपःसु चैव**
**दानेषु यत्पुण्यफलं प्रदिष्टम् ।**
**अत्येति तत्सर्वमिदं विदित्वा**
**योगी परं स्थानमुपैति चाद्यम् ॥ २८॥**

**वेदेषु**—वेदाध्ययनामध्ये; **यज्ञेषु**—यज्ञ करण्यामध्ये; **तपःसु**—विविध प्रकारच्या तपस्या करण्यामध्ये; **च**—सुद्धा; **एव**—खचितच; **दानेषु**—दान देण्यामध्ये; **यत्**—जे; **पुण्य-फलम्**—पुण्यफल; **प्रदिष्टम्**—सांगितले आहे; **अत्येति**—मागे टाकते; **तत् सर्वम्**—ते सर्व; **इदम्**—हे; **विदित्वा**—जाणल्यावर; **योगी**—भक्त; **परम्**—परम; **स्थानम्**—धाम; **उपैति**—प्राप्त करतो; **च**—सुद्धा; **आद्यम्**—आद्य किंवा मूळ.

**जो मनुष्य भक्तिमार्गाचा स्वीकार करतो, तो वेदाध्ययन, तपस्या, दान देणे किंवा दार्शनिक तथा सकाम कर्म इत्यादी करण्यापासून जे फल प्राप्त होते त्या फलापासून वंचित होत नाही. केवळ भक्तिपूर्ण सेवा केल्याने त्याला हे सर्व प्राप्त होते आणि अखेरीस त्याला परम, शाश्वत धामाची प्राप्ती होते.**

**तात्पर्य:** हा श्लोक म्हणजे, विशेषकरून सातव्या आणि आठव्या अध्यायांत वर्णन करण्यात आलेल्या कृष्णभावनामृताच्या भक्तियोगाच्या वर्णनाचा सारांश आहे. मनुष्याने आध्यात्मिक गुरूच्या मार्गदर्शनाखाली वेदाध्ययन करणे आवश्यक आहे आणि त्यांच्या मार्गदर्शनाखाली वास्तव्य करीत असताना अनेक प्रकारच्या तपस्या केल्या पाहिजेत. ब्रह्मचाऱ्याने आध्यात्मिक गुरूच्या गृही केवळ एका सेवकाप्रमाणे राहिले पाहिजे आणि दारोदारी भिक्षा मागून ती गुरूला अर्पण केली पाहिजे. तो केवळ गुरूच्या आज्ञेनेच अन्न ग्रहण करतो आणि जर एखाद दिवशी गुरूने त्याला भोजनाकरिता बोलाविले नाही तर शिष्याला उपवास करावा लागतो. ब्रह्मचर्यव्रताचे आचरण करण्यासाठी वैदिक संस्कृतीचे हे काही नियम आहेत.

शिष्याने गुरूच्या मार्गदर्शनाखाली पाच ते वीस वर्षांपर्यंत वेदाध्ययन केल्यानंतर तो चारित्र्यवान सदाचारी व्यक्ती होतो. वेदाध्ययन हे आरामखुर्चीत बसून गप्पा मारणाऱ्या तत्त्वज्ञान्यांसाठी नसून चारित्र्यनिर्मितीकरिता असते. या प्रशिक्षणानंतर ब्रह्मचाऱ्याला विवाह करून गृहस्थाश्रमात प्रवेश करण्याची अनुमती दिली जाते. गृहस्थाश्रमात असताना त्याला अनेक यज्ञ करावे लागतात, जेणेकरून तो अधिक उन्नती करू शकेल. त्याने देश-काल-परिस्थिती अनुरूप भगवद्गीतेत सांगितल्याप्रमाणे सात्त्विक, राजसिक आणि तामसिक दानामधील भेद जाणून दान दिले पाहिजे. गृहस्थ जीवनातून निवृत्त होऊन वानप्रस्थाश्रमाचा स्वीकार केल्यावर त्याला, अरण्यवास, वल्कले धारण करणे, अक्षौर इत्यादी कठोर तपस्या करावी लागते. ब्रह्मचर्य, गृहस्थ, वानप्रस्थ आणि संन्यासाश्रमाच्या नियमांचे पालन केल्याने मनुष्य, जीवनाच्या सिद्धावस्थेप्रत उन्नत होतो. त्यापैकी काहीजण स्वर्गलोकाप्रत उन्नत होतात आणि अधिक प्रगती केल्यावर ते आध्यात्मिक विश्वातील निर्विशेष ब्रह्मज्योतीत किंवा वैकुंठलोकात किंवा कृष्णलोकात मुक्त होतात. वेदांमध्ये या मार्गाचे दिग्दर्शन करण्यात आले आहे.

परंतु कृष्णभावनेचे सौंदर्य यातच आहे की, भक्तीमध्ये युक्त झाल्याने मनुष्य त्वरितच वर्णाश्रमाच्या सर्व कर्मकांडांच्या पलीकडे जातो.

*इदम् विदित्त्वा* हे शब्द दर्शवितात की, भगवद्गीतेच्या सातव्या आणि आठव्या अध्यायामध्ये भगवान श्रीकृष्णांनी सांगितलेल्या उपदेशांना मनुष्याने जाणले पाहिजे. मनुष्याने हे अध्याय पांडित्याने किंवा मानसिक तर्कवादाने जाणण्याचा प्रयत्न न करता भक्तांच्या सान्निध्यात श्रवण

करून जाणून घेतले पाहिजेत. सातवा अध्याय ते बारावा अध्याय यामध्ये गीतेचे संपूर्ण सार आहे. पहिले सहा अध्याय आणि शेवटचे सहा अध्याय म्हणजे मधल्या सहा अध्यायांवर आवरण असल्याप्रमाणे आहेत आणि हे मधील सहा अध्याय भगवंतांनी विशेषकरून सुरक्षित ठेवले आहेत. भक्तांच्या सत्संगामध्ये, भगवद्गीता, विशेषत: मधील सहा अध्याय, जाणून घेण्याइतपत जर कोणी भाग्यवान असेल तर तो तात्काळ तपस्या, यज्ञ, दान, तर्क इत्यादींच्या पलीकडे जाऊन स्तुत्य बनतो, कारण या सर्व क्रियांचे फल मनुष्याला केवळ कृष्णभावनेद्वारे प्राप्त होऊ शकते.

ज्याला भगवद्गीतेवर अल्पशीदेखील श्रद्धा आहे त्याने भक्तांकडून भगवद्गीतेचे ज्ञान प्राप्त केले पाहिजे, कारण चौथ्या अध्यायाच्या प्रारंभी स्पष्टपणे सांगण्यात आले आहे की, भगवद्गीता ही केवळ भक्तच जाणू शकतात, इतर कोणीही भगवद्गीतेचा उद्देश पूर्णपणे जाणू शकत नाही. म्हणून मनुष्याने भगवद्गीता ही मानसिक तर्कवाद्यांकडून न जाणता कृष्णभक्तांकडूनच जाणून घेतली पाहिजे. हे श्रद्धेचे लक्षण आहे. जेव्हा मनुष्य भक्ताचा शोध करतो आणि शेवटी त्याला भक्तांची संगती प्राप्त होते, तेव्हाच वस्तुत: मनुष्य भगवद्गीता जाणण्यास आणि तिचे अध्ययन करण्यास प्रारंभ करतो. भक्तांच्या सत्संगामध्ये प्रगती केल्याने मनुष्य भक्तिपूर्ण सेवेमध्ये तो स्थित होतो आणि अशा सेवेमुळे भगवान श्रीकृष्ण, त्यांच्या लीला, रूप, कार्य, नाम इत्यादींशी संबंधित असणारे सारे संदेह नाहीसे होतात. हे सारे संदेह पूर्णपणे नष्ट झाल्यावर मनुष्य आपल्या अध्ययनामध्ये दृढ होतो. त्यानंतर भगवद्गीतेच्या अध्ययनाने त्याला आनंद प्राप्त होतो आणि आपण सदैव कृष्णभावनाभावित असल्याची भावना त्याला प्राप्त होते. अत्यंत उन्नतावस्थेमध्ये मनुष्य पूर्णपणे श्रीकृष्णांच्या प्रेमामध्ये पडतो. जीवनाच्या या परमोच्च सिद्धावस्थेमुळे मनुष्याला श्रीकृष्णांच्या आध्यात्मिक विश्वातील धामाची, गोलोक वृंदावनाची प्राप्ती होते आणि त्या ठिकाणी भक्त नित्य आनंदमयी होतो.

*या प्रकारे भगवद्गीतेच्या 'अक्षरब्रह्मयोग' या आठव्या अध्यायावरील भक्तिवेदांत भाष्य संपन्न.*

# अध्याय नववा

# राजविद्या राजगुह्ययोग

## ( परमगोपनीय ज्ञान )

श्रीभगवानुवाच

**इदं तु ते गुह्यतमं प्रवक्ष्याम्यनसूयवे ।**
**ज्ञानं विज्ञानसहितं यज्ज्ञात्वा मोक्ष्यसेऽशुभात्॥ १ ॥**

**श्री-भगवान् उवाच**—श्रीभगवान म्हणाले; **इदम्**—हे; **तु**—परंतु; **ते**—तुला; **गुह्य-तमम्**—गुह्यतम् किंवा परमगोपनीय; **प्रवक्ष्यामि**—मी सांगतो; **अनसूयवे**—द्वेष न करणाऱ्या, निर्मत्सरी; **ज्ञानम्**—ज्ञान; **विज्ञान**—साक्षात्कार किंवा अनुभूत ज्ञान; **सहितम्**—सहित; **यत्**—जे; **ज्ञात्वा**—जाणल्याने; **मोक्ष्यसे**—तू मुक्त होशील; **अशुभात्**—भौतिक अस्तित्वातील दुःखांपासून.

**श्रीभगवान म्हणाले: हे अर्जुना! तू माझा कधीच मत्सर करीत नसल्याने, मी तुला हे परमगोपनीय ज्ञान आणि त्याच्या अनुभूतीचे ज्ञान प्रदान करतो, जे जाणल्याने तू भौतिक अस्तित्वातील सर्व दुःखांतून मुक्त होशील.**

**तात्पर्य:** भक्त जितक्या अधिक प्रमाणात भगवंतांबद्दल श्रवण करतो तितका अधिक तो प्रबुद्ध होतो. या श्रवण विधीचा महिमा श्रीमद्‌भागवतात सांगण्यात आला आहे. ''भगवंतांचे उपदेश शक्तिपूर्ण आहेत आणि भक्तांच्या सत्संगात जर भगवत्‌कथांची चर्चा केली तर या शक्तीचा प्रत्यय येऊ शकतो.'' हे साक्षात्कारी ज्ञान असल्यामुळे, शुष्क तर्कवाद्यांच्या किंवा सांसारिक पंडितांच्या संगाने ते प्राप्त होऊ शकत नाही.

भक्त हे नित्य भगवत्‌सेवापरायण असतात. कृष्णभावनेमध्ये युक्त असलेल्या जीवांची मनोवृत्ती आणि प्रामाणिकता भगवंत जाणतात आणि भक्तांच्या संगामध्ये कृष्ण-विज्ञान जाणण्याची बुद्धी त्याला प्रदान करतात. श्रीकृष्णविषयक चर्चेत अलौकिक सामर्थ्य आहे आणि जर भाग्यशाली मनुष्याला असा सत्संग प्राप्त झाला व हे ज्ञान त्याने आत्मसात करण्याचा प्रयत्न केला तर निश्चितच तो आध्यात्मिक साक्षात्कारामध्ये प्रगती करू शकतो. अर्जुनाने आपल्या सामर्थ्यशाली सेवेत अधिकाधिक उन्नती करण्यासाठी, त्याला प्रेरणा देण्याकरिता भगवान श्रीकृष्ण आतापर्यंत प्रकट केलेल्या इतर कोणत्याही गोष्टींपेक्षा अधिक गोपनीय गोष्टींचे वर्णन या नवव्या अध्यायात करीत आहेत.

भगवद्‌गीतेचा पहिला अध्याय म्हणजे ग्रंथाचा जवळजवळ उपोद्घात आहे आणि दुसऱ्या

आणि तिसऱ्या अध्यायात वर्णिलेल्या आध्यात्मिक ज्ञानाला 'गुह्य ज्ञान' म्हटले आहे. सातव्या आणि आठव्या अध्यायात चर्चा केलेले विषय हे विशेषकरून भक्तीशी संबंधित आहेत. हे विषय मनुष्याला कृष्णभावनेमध्ये प्रबुद्ध बनवितात. म्हणून त्यांना गुह्यतर ज्ञान म्हटले आहे; परंतु नवव्या अध्यायात अनन्य विशुद्ध भक्तीचे निरूपण करण्यात आले आहे. म्हणून या ज्ञानाला परमगोपनीय ज्ञान असे म्हटले आहे. ज्याला श्रीकृष्णांचे गुह्यतम ज्ञान झाले आहे तो स्वाभाविकपणेच दिव्यत्वामध्ये स्थित होतो आणि म्हणून, तो जरी भौतिक जगतात असला तरी त्याला भौतिक क्लेशामुळे मुळीच त्रास होत नाही. भक्तिरसामृतसिंधूमध्ये सांगण्यात आले आहे की, प्रेममयी भगवत्सेवा करण्याची ज्याला प्रामाणिक इच्छा आहे, तो जरी प्राकृत बद्धावस्थेमध्ये असला तरी तो मुक्त असल्याचे जाणले पाहिजे. त्याचप्रमाणे भगवद्गीतेच्या दहाव्या अध्यायावरून आपल्याला आढळून येईल की, अशा प्रकारे जो भगवत्सेवा करीत आहे तो मुक्तात्माच आहे.

पहिल्या श्लोकाला विशेष महत्त्व आहे. *इदं ज्ञानम्* (हे ज्ञान) या शब्दावरून विशुद्ध भक्तीचा बोध होतो. ही भक्ती नऊ प्रकारची असते—श्रवण, कीर्तन, स्मरण, पादसेवन, अर्चन, वंदन, दास्य, साख्य आणि आत्मनिवेदन. भक्तीच्या या नऊ तत्त्वांचा अभ्यास केल्याने मनुष्याची आध्यात्मिक भावनेप्रत, कृष्णभावनेप्रत उन्नती होते. याप्रमाणे भौतिक विकारांपासून हृदय शुद्ध झाल्यावर तो श्रीकृष्णांना तत्त्वतः जाणू शकतो. जीव हा प्राकृत नाही, केवळ हे जाणणे पुरेसे नसते. आध्यात्मिक अनुभूतीचा तो प्रारंभ असू शकेल; परंतु मनुष्याने शारीरिक कर्म आणि आत्मज्ञानी व्यक्तीचे आध्यात्मिक कर्म यातील भेद जाणला पाहिजे.

यापूर्वीच सातव्या अध्यायामध्ये आपण भगवंतांची ऐश्वर्यशक्ती, त्यांच्या विविध शक्ती, परा आणि अपरा प्रकृती तसेच त्यांची ही सारी भौतिक अभिव्यक्ती यांबद्दल चर्चा केली आहे. आता नवव्या अध्यायात भगवंतांच्या महत्तेचे वर्णन करण्यात येईल.

या श्लोकातील *अनसुयवे* हा शब्दही अत्यंत महत्त्वपूर्ण आहे. सामान्यतः भाष्यकार जरी अत्यंत विद्वान असले तरी ते सर्वजण भगवान श्रीकृष्णांचा मत्सर करतात. मोठमोठ्या अतिशय निष्णात विद्वानांनी सुद्धा भगवद्गीतेवर चुकीचे भाष्य केले आहे. ते श्रीकृष्णांचा मत्सर करीत असल्यामुळे त्यांची भाष्ये निरुपयोगी आहेत. भगवद्भक्तांनी केलेली भाष्ये हीच प्रामाणिक भाष्ये होत. जर कोणी श्रीकृष्णांचा द्वेष करीत असेल तर तो गीतेचे अचूक विश्लेषणही करू शकत नाही किंवा श्रीकृष्णांचे परिपूर्ण ज्ञानही इतरांना प्रदान करू शकत नाही. श्रीकृष्णांना न जाणता जो कोणी त्यांच्या चारित्र्यावर टीका करतो तो निश्चितच मूर्ख आहे. म्हणून अशा भाष्यकारांना सावधानतेने टाळले पाहिजे. श्रीकृष्ण हेच भगवंत आणि विशुद्ध व दिव्य पुरुष आहेत हे जो जाणतो त्याला या अध्यायापासून अत्यंत लाभ होईल.

**राजविद्या राजगुह्यं पवित्रमिदमुत्तमम् ।**
**प्रत्यक्षावगमं धर्म्यं सुसुखं कर्तुमव्ययम् ॥ २ ॥**

**राज-विद्या**—सर्व विद्यांचा राजा, सर्व विद्यांमध्ये श्रेष्ठ; **राज-गुह्यम्**—सर्व गोपनीय ज्ञानाचा राजा, सर्व गुह्य ज्ञानामध्ये श्रेष्ठ; **पवित्रम्**—अत्यंत पवित्र; **इदम्**—हे; **उत्तमम्**—दिव्य; **प्रत्यक्ष**—प्रत्यक्ष

अनुभवाने; **अवगमम्**—जाणता येणारे; **धर्म्यम्**—धर्म; **सु-सुखम्**—अत्यंत सुखकारक; **कर्तुम्**—आचरण्यास; **अव्ययम्**—अविनाशी.

**सर्व गोपनीय ज्ञानांत अत्यंत गोपनीय असे हे ज्ञान म्हणजे सर्व ज्ञानांचा राजा आहे. हे अत्यंत पवित्र ज्ञान आहे आणि ते अनुभवजन्य प्रत्यक्ष आत्मज्ञान देणारे असल्यामुळे ते धर्माची परिपूर्णता आहे. हे ज्ञान अविनाशी आणि आचरण करण्यास अत्यंत सुखकारक आहे.**

**तात्पर्य:** भगवद्गीतेच्या या अध्यायाला राजविद्या (सर्व विद्यांचा राजा) असे म्हणण्यात आले आहे, कारण हा अध्याय म्हणजे, यापूर्वी सांगितलेल्या सर्व सिद्धांताचे आणि तत्त्वज्ञानाचे सार आहे. गौतम, कणाद, कपिल, याज्ञवल्क्य, शाण्डिल्य, वैश्वानर आणि वेदान्त सूत्रांचे रचनाकार वेदव्यास हे भारतातील प्रमुख तत्त्ववेत्ते आहेत. म्हणून तत्त्वज्ञानाच्या किंवा दिव्य ज्ञानाच्या क्षेत्रात मुळीच उणीव नाही. आता भगवंत सांगतात की, हा नववा अध्याय म्हणजे अशा सर्व ज्ञानाचा राजा आणि निरनिराळ्या तत्त्वज्ञानाच्या व वेदांच्या अध्ययनाद्वारे प्राप्त होणाऱ्या ज्ञानाचे सार आहे. हे दिव्य ज्ञान अत्यंत गोपनीय आहे, कारण गुह्य किंवा दिव्य ज्ञान म्हणजे आत्मा आणि शरीर यांच्यातील भेद जाणणे होय आणि या सर्व गुह्य ज्ञानाची परिणती भक्तीमध्ये होते.

सामान्यत: लोकांना या गुह्य ज्ञानाचे शिक्षण नसते. त्यांचे शिक्षण बाह्यात्कारी ज्ञानापुरते मर्यादित असते. सामान्य शिक्षणासंबंधी सांगावयाचे झाल्यास, त्यामध्ये राजकारण, समाजशास्त्र, भौतिक विज्ञान, रसायनशास्त्र, गणितशास्त्र, खगोलशास्त्र, तांत्रिक शिक्षण इत्यादी अनेक प्रकारच्या विभागांचा समावेश असतो. पूर्ण जगभर ज्ञानाचे अनेक विभाग आहेत आणि अनेक मोठमोठी विद्यालयेही आहेत; परंतु दुर्दैवाने आत्मतत्त्वाचे विज्ञान शिकविण्यासाठी एकही शैक्षणिक संस्था किंवा विश्वविद्यालय नाही. तरीही आत्मा हा शरीराचा महत्त्वपूर्ण भाग आहे. आत्म्याच्या उपस्थितीशिवाय शरीराच्या अस्तित्वाला मुळीच अर्थ नाही. असे असूनही आत्म्याला महत्त्व न देता शारीरिक गरजा भागविण्याला लोक अधिक महत्त्व देतात.

भगवद्गीतेमध्ये विशेषकरून दुसऱ्या अध्यायापासून आत्म्याच्या महत्त्वावर जोर दिलेला आहे. सर्वप्रथम भगवंत म्हणतात की, हे शरीर नश्वर आहे आणि आत्मा हा अव्यय आहे. (*अन्तवन्त इमे देहा नित्यस्योक्ता: शरीरिण:*) जीवात्मा हा शरीराहून भिन्न आहे आणि त्याचे स्वरूप हे अव्यय, अविनाशी आणि शाश्वत आहे, केवळ हे जाणणे म्हणजे गुह्य ज्ञान होय. तथापि, इतक्यावरून आत्म्याचे निश्चयात्मक ज्ञान होत नाही. कधी कधी लोकांची अशी समजूत असते की, आत्मा हा शरीराहून भिन्न आहे आणि शरीराचा जेव्हा नाश होतो किंवा आत्मा शरीरातून मुक्त होतो तेव्हा आत्मा शून्यावस्थेत राहतो आणि मग निराकार होतो; परंतु ही वस्तुस्थिती नाही. या देहामध्ये इतका क्रियाशील असणारा आत्मा, देहामधून मुक्त झाल्यावर निष्क्रिय कसा होऊ शकेल? तो सदैव क्रियाशील असतो. जर तो नित्य असेल तर तो नित्य क्रियाशीलही असला पाहिजे आणि त्याच्या आध्यात्मिक जगतातील क्रिया म्हणजे आध्यात्मिक ज्ञानांचा गोपनीय भाग आहे. म्हणून जीवात्म्यांच्या या क्रियांना राजविद्या अर्थात, परमगोपनीय ज्ञान म्हणून संबोधण्यात आले आहे.

वेदांमध्ये सांगितल्याप्रमाणे हे ज्ञान म्हणजे अत्यंत शुद्ध स्वरूपाच्या सर्व क्रिया होत. पद्मपुराणात मनुष्याच्या पापकर्मांचे विश्लेषण करण्यात आले आहे आणि ही पापकर्मे म्हणजे, पापामागून पाप केल्याची फळेच असल्याचे सिद्ध करण्यात आले आहे. जे सकाम कर्म करण्यात मग्न झाले आहेत ते पापकर्माच्या विविध अवस्थांमध्ये गुंतले जातात. उदाहरणार्थ, जेव्हा झाडाचे बी पेरतात तेव्हा ताबडतोब झाडाची वाढ होत नाही, त्यासाठी काही काळ जावा लागतो. सर्वप्रथम हे एक कोंब फुटलेले लहान रोप असते, त्यानंतर त्याला वृक्षाचा आकार येतो. मग त्याला फुले आणि फळे लागतात. जेव्हा झाडाची वाढ पूर्ण होते तेव्हा बीजारोपण केलेले लोक त्या फुलाफळांचा उपभोग घेतात. त्याचप्रमाणे मनुष्य पापकर्म करतो आणि बीजाप्रमाणेच पापकर्मेही फलद्रूप होतात. त्याकरिता काही काळ जावा लागतो. कर्मफलांच्या निरनिराळ्या अवस्था असतात. मनुष्याने पापकर्मे थांबविली असतील आणि त्या पापकर्मांची फळे भोगणे शिल्लक असू शकते. काही पापे बीजरूपामध्ये असतात तर काही पापे पूर्वीच फलद्रूप झालेली असतात व दु:ख आणि वेदना यांच्या रूपामध्ये आपण त्यांना भोगत असतो.

सातव्या अध्यायाच्या अठ्ठाविसाव्या श्लोकामध्ये सांगितल्याप्रमाणे, ज्या मनुष्याने आपल्या पापकर्मांचा पूर्णपणे अंत केला आहे आणि या प्राकृत जगताच्या द्वंद्वातून मुक्त झाल्याने जो पूर्णपणे सत्कर्म-परायण झाला आहे तो भगवान श्रीकृष्णांच्या भक्तीमध्ये युक्त होतो. दुसऱ्या शब्दांत सांगावयाचे तर, जे वास्तविकपणे भगवद्भक्तीमध्ये युक्त झालेले आहेत, ते पूर्वीच कर्मफलातून मुक्त झालेले असतात. या विधानाला पद्मपुराणात पुष्टी देण्यात आली आहे.

*अप्रारब्धफलं पापं कूटं बीजं फलोन्मुखम् ।*
*क्रमेणैव प्रलीयेत विष्णुभक्तिरतात्मनाम् ॥*

जे भगवद्भक्तीमध्ये युक्त झाले आहेत, त्यांची सर्व कर्मफले, मग ती फलोन्मुख असोत किंवा बीजरूपामध्ये असोत, हळूहळू नष्ट होतात. भक्तीची शुद्ध करण्याची शक्ती अत्यंत प्रभावी आहे, म्हणून तिला *पवित्रम् उत्तमम्*—असे म्हणतात. उत्तम म्हणजे दिव्य होय, तमस म्हणजे भौतिक जग अथवा अंधकार होय तसेच उत्तम म्हणजे प्राकृत कर्माच्या पलीकडे जे आहे ते होय. कधी कधी भक्त हे साधारण मनुष्याप्रमाणेच कर्म करीत असल्याचे दिसले तरी भक्तियुक्त कर्मांना प्राकृत कधीच समजू नये. ज्याला वास्तविक दृष्टी आहे आणि जो भक्तीशी परिचित आहे तो जाणू शकतो की, भक्तांचे कर्म म्हणजे प्राकृत कर्म नव्हे तर ते कर्म म्हणजे प्राकृतिक गुणदोषांच्या पलीकडे आणि आध्यात्मिक व भक्तिमय कर्म असते.

असे सांगितले जाते की, भक्तियोगाचे आचरण इतके परिपूर्ण आहे की, मनुष्याला त्याचे परिणाम प्रत्यक्ष अनुभवास येतात. वास्तविकपणे हा परिणाम प्रत्यक्षात अनुभवास येतो आणि आम्हालाही याचा प्रत्यक्ष अनुभव आहे की, जो कोणी श्रीकृष्णांच्या पवित्र नामाचे ( *हरे कृष्ण हरे कृष्ण कृष्ण कृष्ण हरे हरे। हरे राम हरे राम राम राम हरे हरे॥*) अपराधरहित कीर्तन करीत आहे त्याला कीर्तन करतेवेळी दिव्यानंद अनुभवास येतो आणि त्वरितच तो सर्व भौतिक कल्मषांपासून शुद्ध होतो. ही वस्तुस्थिती प्रत्यक्ष पाहण्यात येते. याशिवाय, जो कोणी केवळ श्रवणच नाही तर भक्तीचा प्रचार करण्याच्या प्रयत्नात संलग्न होतो किंवा कृष्णभावनामृताच्या

प्रसारकार्यात मदत करतो त्याला सुद्धा हळूहळू आध्यात्मिक उन्नतीचा अनुभव येतो. आध्यात्मिक जीवनातील ही प्रगती कोणत्याही प्रकारच्या पूर्वशिक्षणावर किंवा पूर्वपात्रतेवर अवलंबून असत नाही. हा मार्ग स्वत:मध्येच इतका पवित्र आहे की, केवळ या मार्गामध्ये निमग्न झाल्यानेच शुद्धीकरण होते.

वेदान्त सूत्रातही (३.२.२६) याचे वर्णन पुढील शब्दांत करण्यात आले आहे, *प्रकाशश्च कर्मण्यभ्यासात्*—भक्तियोग इतका प्रभावी आहे की, केवळ भक्तिपूर्ण कार्यामध्ये निमग्न झाल्यामुळेच मनुष्य प्रबुद्ध होतो. याचे प्रत्यक्ष उदाहरण नारद मुनींच्या पूर्वजीवनावरून पाहण्यास मिळते. नारद मुनी आपल्या पूर्वजन्मात दासीपुत्र होते, ते अशिक्षित होते तसेच त्यांचा उच्च कुळातही जन्म झाला नव्हता; परंतु जेव्हा त्यांची माता महान भक्तांची सेवा करीत असे तेव्हा ते सुद्धा त्यांची सेवा करीत असत. कधी कधी ते स्वत: भक्तांची सेवा करीत असत. नारद मुनी प्रार्थना करताना म्हणतात की:

*उच्छिष्टलेपाननुमोदितो द्विजै:*
*सकृत्स्म भुञ्जे तदपास्तकिल्बिष: ।*
*एवं प्रवृत्तस्य विशुद्धचेतस—*
*स्तद्धर्म एवात्मरुचि: प्रजायते ॥*

श्रीमद्भागवताच्या या श्लोकामध्ये (१.५.२५) नारद मुनी आपले शिष्य व्यासदेव यांना आपल्या पूर्वायुष्याबद्दल सांगतात. ते म्हणतात की, बाल्यावस्थेत महाभागवतांची चातुर्मास्यामध्ये सेवा करीत असताना, ते त्यांच्याशी निकट सत्संग करीत असत. काही वेळा ऋषिमुनी आपले शेष अन्न पानावरच सोडत असत आणि ती पात्रे धुणाऱ्या बालकाला शेष अन्नाची चव घेण्याची इच्छा होई. म्हणून महान भक्तांकडून तो बालक शेष अन्न ग्रहण करण्यासाठी अनुमती घेत असे आणि मग त्यांच्या अनुमतीने नारद ते शेष अन्न खात असत. यामुळे तो बालक सर्व पापकर्मांतून मुक्त झाला. जसजसे त्या बालकाने अन्न सेवन केले तसतसे हळूहळू ऋषींप्रमाणे त्याचे हृदयही शुद्ध झाले. महान भक्त अखंड भगवद्भक्तीचे श्रवण आणि कीर्तनाद्वारे रसास्वादन करीत असतात. नारदांमध्येही त्या अभिरुचीचा हळूहळू विकास झाला. नारद मुनी पुढे सांगतात की,

*तत्रान्वहं कृष्णकथा: प्रगायताम्*
*अनुग्रहेणाशृणवं मनोहरा : ।*
*ता: श्रद्धया मेऽनुपदं विशृण्वत:*
*प्रियश्रवस्यंग ममाभवद् रुचि: ॥*

साधूंशी सत्संग केल्याने नारदांनाही भगवंतांच्या लीलांचे श्रवण आणि कीर्तन करण्याची गोडी प्राप्त झाली. व भक्ती करण्याची दृढ इच्छा त्यांच्यामध्ये निर्माण झाली. म्हणून वेदान्त सूत्रामध्ये सांगितल्याप्रमाणे *प्रकाशश्च कर्मण्यभ्यासात्* — मनुष्य जर भक्तिपूर्ण सेवेमध्ये केवळ निमग्न झाला तर सर्व काही त्याला आपोआपच प्रकट होते आणि प्रकट झालेले सर्व काही तो जाणू शकतो. यालाच *'प्रत्यक्ष'* असे म्हटले जाते.

*धर्म्यम्* शब्दाचा अर्थ धर्ममार्ग असा आहे. वास्तविकपणे नारद हे दासीपुत्र होते. त्यांना

शालेय शिक्षण प्राप्त करण्याची संधी मिळाली नव्हती. ते केवळ आपल्या मातेला साहाय्य करीत असत आणि सुदैवाने त्यांची माताही भक्तांची सेवा करीत असे. भक्तांची सेवा करण्याची संधी नारदांनाही मिळाली आणि केवळ त्यांच्या सत्संगामुळे सर्व धर्मांचे परमलक्ष्य त्यांना प्राप्त झाले. श्रीमद्‌भागवतात सांगितल्याप्रमाणे ( *स वै पुंसां परो धर्मो यतो भक्तिरधोक्षजे*) सर्व धर्मांचे परमलक्ष्य म्हणजे भक्ती होय. सामान्यतः धार्मिक लोकांना माहीत नसते की, सर्व धर्मांची परमसंसिद्धी म्हणजे भक्तियोगाची प्राप्ती होय. आठव्या अध्यायाच्या शेवटच्या श्लोकामध्ये, आपण पूर्वीच चर्चा केल्याप्रमाणे ( *वेदेषु यज्ञेषु तपःसु चैव*) सामान्यतः आत्मसाक्षात्कारासाठी वैदिक ज्ञान हे आवश्यक असते; परंतु नारद कधीच आध्यात्मिक गुरूच्या आश्रमी गेले नाही आणि त्यांना वैदिक सिद्धांताचे शिक्षणही प्राप्त झाले नाही, तरीही त्यांना वेदाध्ययनाचे परमफल प्राप्त झाले. हा मार्ग इतका प्रभावी आहे की, धार्मिक विधींचे नियमितपणे पालन केले नाही तरी मनुष्य परम सिद्धीपर्यंत उन्नत होऊ शकतो. हे कसे शक्य आहे ? वेदामध्ये या गोष्टीलाही पुष्टी देण्यात आली आहे. *आचार्यवान् पुरुषो वेद*—जो मनुष्य महान आचार्यांच्या सत्संगात आहे तो जरी अशिक्षित असला किंवा त्याने कधीच वेदाध्ययन केले नसले तरी साक्षात्काराकरिता आवश्यक सर्व ज्ञान त्याला होऊ शकते.

भक्तिमार्ग हा अत्यंत सुखकारक आहे ( *सुसुखम्*). का बरे ? भक्तीमध्ये *श्रवणं कीर्तनं विष्णोः* हे विधी समाविष्ट असतात. म्हणून मनुष्य केवळ भगवंतांच्या यशाचे गुणगान श्रवण करू शकतो किंवा प्रमाणित आचार्यांनी दिलेले दिव्य ज्ञानावरील प्रवचन ऐकू शकतो. केवळ बसूनही तो ज्ञान प्राप्त करू शकतो. नंतर तो स्वादिष्ट भगवत्प्रसाद ग्रहण करू शकतो. कोणत्याही अवस्थेत भक्ती सुखकारक आहे. मनुष्य अत्यंत दारिद्र्यावस्थेतही भक्तियोगाचे आचरण करू शकतो. भगवंत सांगतात की, *पत्रं पुष्पं फलं तोयं*—भक्ताने काहीही अर्पण केले तरी त्याचा स्वीकार करण्यास भगवंत तत्पर असतात, मग ती अर्पित वस्तू कोणतीही असो. जगामध्ये सर्वत्र उपलब्ध असणारे, एखादे फळ, फूल, पान किंवा थोडेसे पाणीही, मनुष्य आपल्या सामाजिक दर्जाचा विचार न करता अर्पण करू शकतो आणि या वस्तू जर प्रेमाने अर्पण केलेल्या असल्या तर भगवंत निश्चितच त्याचा स्वीकार करतात. याची इतिहासात अनेक उदाहरणे आढळतात. भगवंतांच्या चरणकमलांवर अर्पण केलेल्या केवळ तुलसीपत्र चाखण्याने सनतकुमारांसारखे श्रेष्ठ ऋषी महान भगवद्‌भक्त झाले. म्हणून भक्तिमार्ग हा अत्यंत सुंदर आहे आणि याचे आचरण सुखाने करता येते. भगवंत केवळ प्रेमाने अर्पण केलेल्या वस्तूंचाच स्वीकार करतात.

या ठिकाणी असे सांगितले आहे की, भक्ती ही शाश्वत आहे. मायावादी दार्शनिकांच्या कल्पनेनुसार हा भक्तिमार्ग नाही. कधी कधी जरी त्यांनी तथाकथित भक्तिमार्गाचा स्वीकार केला तरी त्यांची कल्पना असते की, जोपर्यंत ते मुक्त होत नाहीत तोपर्यंत ते भक्तिमार्गाचे आचरण करतील आणि शेवटी जेव्हा ते मुक्त होतील तेव्हा ते 'परमेश्वराशी एकरूपच' होतील. अशा तात्पुरत्या भक्तीला शुद्ध भक्ती मानले जात नाही. वास्तविक भक्ती, मुक्तीनंतरही सुरूच राहाते. जेव्हा भक्त, आध्यात्मिक जगतामध्ये भगवद्‌धामात प्रवेश करतो तेव्हा त्या ठिकाणी तो

भगवंतांच्या सेवेमध्ये युक्त होतो. तो भगवंतांशी एकरूप होण्याचा प्रयत्न करीत नाही.

भगवद्गीतेवरून कळून येईल की, मोक्षानंतरच वास्तविक भक्तीचा प्रारंभ होतो. मुक्त झाल्यावर जेव्हा तो *ब्रह्म- भूत* अवस्थेमध्ये स्थित होतो तेव्हा त्याच्या भक्तीचा आरंभ होतो. (*समः सर्वेषु भूतेषु मद्भक्तिं लभते पराम्*) कर्मयोग, ज्ञानयोग, अष्टांगयोग किंवा इतर कोणत्याही योगांचे स्वतंत्रपणे आचरण करून कोणीही भगवंतांना जाणू शकत नाही. या योग पद्धतींद्वारे मनुष्य भक्तियोगाप्रत थोडीफार प्रगती करू शकतो; परंतु भक्तियोगाच्या अवस्थेप्रत आल्याविना भगवंत काय आहेत हे मनुष्याला जाणता येत नाही. श्रीमद्भागवतातही सांगण्यात आले आहे की, भक्तियोगाचे आचरण करून, विशेषत: साक्षात्कारी महात्म्यांकडून श्रीमद्भागवताचे किंवा भगवद्गीतेचे श्रवण करून शुद्ध झाल्यावरच कृष्ण-तत्त्व किंवा भगवत्-तत्त्व जाणणे शक्य आहे. *एवम् प्रसन्नमनसो भगवद्भक्तियोगतः*—जेव्हा मनुष्याची सर्व निरर्थक गोष्टींपासून चित्तशुद्धी होते, तेव्हा भगवंत म्हणजे काय आहेत हे जाणू शकतो. याप्रमाणे कृष्णभावनाभावित भक्तिमार्ग हा सर्व विद्यांचा आणि सर्व गोपनीय ज्ञानांचा राजा आहे. हा भक्तियोग म्हणजे धर्माचे अत्यंत पवित्र स्वरूप आहे आणि याचे आचरण विना-अडचण आनंदाने करता येते. म्हणून याचा स्वीकार केला पाहिजे.

**अश्रद्दधानाः पुरुषा धर्मस्यास्य परन्तप ।**
**अप्राप्य मां निवर्तन्ते मृत्युसंसारवर्त्मनि ॥ ३ ॥**

**अश्रद्दधानाः**—श्रद्धाहीन; **पुरुषाः**—पुरुष; **धर्मस्य**—धर्ममार्गावर; **अस्य**—या; **परन्तप**—हे शत्रूंचा नाश करणारा; **अप्राप्य**—प्राप्त न होता; **माम्**—मला; **निवर्तन्ते**—परत येतात; **मृत्यु**—मृत्यूच्या; **संसार**—भौतिक जगतात; **वर्त्मनि**—मार्गावर.

**हे परंतप अर्जुना! ज्यांची या भक्तिमार्गावर श्रद्धा नाही त्यांना माझी प्राप्ती होऊ शकत नाही. म्हणून या भौतिक जगतामध्ये जन्म-मृत्यूच्या मार्गावर त्यांचे पुनरागमन होते.**

**तात्पर्य:** अश्रद्धाळू लोकांना भक्तिमार्ग साध्य होऊ शकत नाही, हेच या श्लोकाचे तात्पर्य आहे. भक्तांच्या संगतीत श्रद्धा निर्माण होते. महान व्यक्तींकडून वैदिक शास्त्रातील सर्व प्रमाणे ऐकून झाल्यावरही दुर्दैवी लोकांची परमेश्वरावर श्रद्धा स्थिरावत नाही. ते डळमळीत वृत्तींचे असतात आणि भगवद्भक्तीमध्ये दृढपणे स्थिर राहू शकत नाहीत. म्हणून कृष्णभावनेमध्ये प्रगती करण्याकरिता श्रद्धा ही गोष्ट अत्यंत महत्त्वपूर्ण आहे. चैतन्य चरितामृतात म्हटले आहे की, भगवान श्रीकृष्णांची केवळ सेवा केल्याने मनुष्याला सर्व संसिद्धी प्राप्त होऊ शकते. यावर दृढ विश्वास असणे म्हणजेच श्रद्धा होय. याला वास्तविक श्रद्धा असे म्हणतात. श्रीमद्भागवतात (४.३१.१४) सांगितल्याप्रमाणे:

*यथा तरोर्मूलनिषेचनेन तृप्यन्ति तत्स्कंधभुजोपशाखाः ।*
*प्राणोपहाराच्च यथेन्द्रियाणां तथैव सर्वार्हणमच्युतेज्या ॥*

"वृक्षाच्या मुळाशी पाणी घातल्याने, वृक्षाच्या शाखा, डहाळ्या, पाने इत्यादी सर्व काही टवटवीत होतात आणि पोटाला अन्न पुरविल्याने शरीराची सारी इंद्रिये तृप्त होतात. त्याचप्रमाणे

भगवंतांच्या दिव्य सेवेमध्ये युक्त झाल्याने सर्व देवदेवता आणि इतर जीव आपोआपच संतुष्ट होतात.'' म्हणून भगवद्गीतेचे अध्ययन केल्यावर आपण लागलीच या निष्कर्षाप्रत आले पाहिजे की, मनुष्याने इतर सर्व उद्योगांचा त्याग करून भगवान श्रीकृष्णांच्या सेवेचा स्वीकार केला पाहिजे. जीवनाच्या या तत्त्वज्ञानाविषयी खात्री पटणे म्हणजेच श्रद्धा होय.

या श्रद्धेचा विकास करणे म्हणजेच कृष्णभावनेची पद्धती होय. कृष्णभावनाभावित मनुष्यांच्या तीन श्रेणी आहेत. ज्यांना श्रद्धा नाही ते तिसऱ्या श्रेणीमधील लोक होत. वरकरणी जरी ते भक्तीमध्ये युक्त असले तरी ते परमोच्च सिद्धावस्था प्राप्त करू शकत नाहीत. कालांतराने ते भक्तिमार्गापासून पतित होतात. असे लोक भक्ती करतील; परंतु त्यांच्या ठिकाणी पूर्ण निश्चय आणि श्रद्धा नसल्यामुळे त्यांना कृष्णभावनेमध्ये अधिक काळ राहणे फार कठीण जाते. आमचे प्रचारकार्य करताना आम्हाला प्रत्यक्ष अनुभव आहे की, काही लोक अंतस्थ हेतू धरून कृष्णभावनेमध्ये येतात, पण आर्थिकदृष्ट्या जेव्हा ते स्थिर होतात, तेव्हा या पद्धतीचा ते त्याग करतात आणि पुन्हा आपल्या जुन्या जीवनपद्धतीकडे वळतात. केवळ श्रद्धेद्वारेच मनुष्य कृष्णभावनेमध्ये प्रगती करू शकतो. श्रद्धेच्या विकासासंबंधी विचार करावयाचा झाल्यास, भक्तिशास्त्रामध्ये जे निपुण आहेत आणि ज्यांनी 'दृढ निष्ठा' स्तराची प्राप्ती केली आहे, ते कृष्णभावनेतील प्रथम श्रेणीमधील मनुष्य होत. जे भक्तिशास्त्राच्या ज्ञानात अधिक निपुण नाहीत; परंतु ज्यांच्या ठायी आपोआपच दृढ विश्वास आहे की, कृष्णभक्ती किंवा कृष्णसेवा हाच सर्वोत्तम मार्ग आहे, ते द्वितीय श्रेणीतील लोक होत. अशा दृढ विश्वासामुळे ते कृष्णभावनेचा स्वीकार करतात. याप्रमाणे, शास्त्रांचे पूर्ण ज्ञान नसलेल्या किंवा दृढ विश्वास नसलेल्या आणि सत्संग व निष्कपटता यांच्याद्वारे आचरण करण्याचा प्रयत्न करीत असतात. तृतीय श्रेणीतील लोकांपेक्षा द्वितीय श्रेणीतील व्यक्ती हे श्रेष्ठ आहेत. कृष्णभावनेमधील तिसऱ्या श्रेणीच्या मनुष्यांचे पतन होऊ शकते, परंतु जेव्हा मनुष्य द्वितीय श्रेणीमध्ये असतो तेव्हा तो पतित होत नाही आणि प्रथम श्रेणीतील मनुष्याचे पतन होण्याचा संभवच नसतो. प्रथम श्रेणीतील मनुष्य निश्चितच प्रगती करतो आणि शेवटी त्याला अभीष्टसिद्धी प्राप्त होते. कृष्णभावनेतील तृतीय श्रेणीमधील मनुष्यांचा विचार केल्यास, जरी त्याला विश्वास असला की, कृष्णभक्ती शुभकारक आहे, तरीही श्रीमद्भागवत आणि भगवद्गीतेसारख्या शास्त्रांमधून श्रीकृष्णांचे पुरेसे ज्ञान प्राप्त झालेले नसते. काही वेळा कृष्णभावनेतील या तृतीय श्रेणींच्या लोकांचा कर्मयोग आणि ज्ञानयोगाकडे थोडासा कल असतो आणि म्हणून ते कधी कधी विचलित असतात. परंतु जेव्हा कर्मयोग किंवा ज्ञानयोगाचा संसर्ग नष्ट होतो तेव्हा ते द्वितीय श्रेणीतील किंवा प्रथम श्रेणीतील कृष्णभावनाभावित मनुष्य होतात. श्रीकृष्णांवरील श्रद्धेच्याही तीन श्रेणी आहेत आणि त्यांचे वर्णन श्रीमद्भागवतात करण्यात आले आहे. श्रीमद्भागवतातील अकराव्या स्कंधामध्ये प्रथम, द्वितीय आणि तृतीय श्रेणींच्या आसक्तींचे वर्णन करण्यात आले आहे. भक्तीचे श्रेष्ठत्व आणि श्रीकृष्णांबद्दल श्रवण केल्यानंतरही ज्यांच्या ठिकाणी श्रद्धा नाही आणि ज्यांना वाटते की, ही केवळ अनावश्यक प्रशंसा आहे त्यांच्यासाठी, जरी ते भगवद्भक्तीमध्ये युक्त असले तरी हा मार्ग अत्यंत दुस्तर आहे. अशा लोकाना संसिद्धी प्राप्त करण्याची अत्यंत अल्प आशा आहे म्हणूनच

भक्तियोगाचे आचरण करण्यात श्रद्धेला अपार महत्त्व आहे.

**मया ततमिदं सर्वं जगदव्यक्तमूर्तिना ।**
**मत्स्थानि सर्वभूतानि न चाहं तेष्ववस्थितः ॥ ४॥**

**मया**—माझ्याद्वारे; **ततम्**—व्यापलेले आहे; **इदम्**—हे; **सर्वम्**—सर्व; **जगत्**—जगत; **अव्यक्त-मूर्तिना**—अव्यक्त रूपाने; **मत्-स्थानि**—माझ्या ठायी; **सर्व-भूतानि**—सर्व जीव; **न**—नाही; **च**—सुद्धा; **अहम्**—मी; **तेषु**—त्यांच्यामध्ये; **अवस्थितः**—स्थित आहे.

**मी माझ्या अव्यक्त रूपाद्वारे हे सर्व जगत व्यापले आहे. सर्व जीव माझ्या ठायी आहेत, परंतु मी त्यांच्या ठायी नाही.**

**तात्पर्यः** भगवंतांचा साक्षात्कार, स्थूल, भौतिक इंद्रियाद्वारे होऊ शकत नाही. असे सांगितले आहे की:

*अतः श्रीकृष्णनामादि न भवेद् ग्राह्यमिन्द्रियैः ।*
*सेवोन्मुखे हि जिह्वादौ स्वयमेव स्फुरत्यदः ॥*

"स्थूल भौतिक इंद्रियांद्वारे भगवान श्रीकृष्णांचे नाम, गुण, लीला इत्यादी जाणणे शक्य नाही. योग्य मार्गदर्शनाखाली जो विशुद्ध भक्तीमध्ये संलग्न झाला आहे त्यालाच केवळ भगवंत प्रकट होतात."(*भक्तिरसामृतसिंधु १.२.२३४*) ब्रह्मसंहितेत (५.३८) सांगण्यात आले आहे की, *प्रेमाञ्जनच्छुरितभक्तिविलोचनेन सन्तः सदैव हृदयेषु विलोकयन्ति*—जर मनुष्याने भगवान श्रीगोविंदांच्या ठायी प्रेमभाव विकसित केला तर तो श्रीगोविंदांना आपल्या अंतर्यामी तसेच आपल्या बाहेर सर्वत्र पाहू शकतो. म्हणून सामान्यजनांना भगवंत दृश्य होत नाहीत. या श्लोकामध्ये सांगण्यात आले आहे की, भगवंत हे सर्वव्यापी असले तरी त्यांची प्राकृत इंद्रियाद्वारे अनुभूती होऊ शकत नाही. येथे *अव्यक्तमूर्तिना* या शब्दावरून हे दर्शविण्यात आले आहे. तथापि, वस्तुतः आपण जरी त्यांना पाहू शकलो नाही तरी सर्व काही त्यांच्यामध्ये स्थित आहे. सातव्या अध्यायात वर्णन केल्याप्रमाणे संपूर्ण भौतिक सृष्टी म्हणजे त्यांच्या दोन भिन्न शक्तींचा, परा किंवा आध्यात्मिक शक्ती आणि अपरा किंवा भौतिक शक्ती, संयोग आहे. ज्याप्रमाणे सूर्यप्रकाश संपूर्ण विश्वभर पसरलेला आहे, त्याप्रमाणे भगवंतांची शक्ती संपूर्ण सृष्टीत पसरलेली आहे. सर्व काही त्या शक्तीच्या आश्रयाखाली स्थित आहे.

तरीही कोणी असा निष्कर्ष काढू नये की, भगवंत ज्याअर्थी सर्वव्यापी आहेत त्याअर्थी त्यांचे वैयक्तिक अस्तित्व नष्ट झाले आहे. अशा युक्तिवादाचे खंडन करण्यासाठी भगवंत म्हणतात, "मी सर्वव्यापी आहे, सर्व काही माझ्यामध्ये स्थित आहे, तरीही मी अलिप्त आहे." उदाहरणार्थ, राजा हा प्रशासनाचा अधिपती आहे आणि ते प्रशासन म्हणजे राजाच्या शक्तीचा आविष्कार आहे. प्रशासनातील विविध विभाग म्हणजे राजाच्या शक्ती आहेत आणि प्रत्येक विभाग हा राजाच्या शक्तीवर आश्रित असतो; परंतु राजा व्यक्तिशः प्रत्येक विभागात उपस्थित असावा अशी अपेक्षा कोणालाही करता येणार नाही. हे एक स्थूल उदाहरण आहे. त्याचप्रमाणे आपण पाहात असलेले सारे सृष्ट पदार्थ, भौतिक आणि आध्यात्मिक जगतात अस्तित्वात असणारे सर्व काही भगवंतांच्या

शक्तीवर आश्रित आहे. भगवंतांच्या विविध शक्तींच्या विस्तारामुळे सृष्टीची निर्मिती होते आणि भगवद्गीतेत सांगितल्याप्रमाणे *विष्टभ्याहमिदं कृत्स्नम्* —ते आपल्या वैयक्तिक प्रतिनिधित्वाने म्हणजेच परमात्मा रूपाने तसेच विविध शक्तींच्या विस्ताराने, सर्वत्र उपस्थित आहेत.

**न च मत्स्थानि भूतानि पश्य मे योगमैश्वरम्।**
**भूतभृन्न च भूतस्थो ममात्मा भूतभावनः ॥ ५ ॥**

**न**—कधीच नाही; **च**—सुद्धा; **मत्-स्थानि**—माझ्यामध्ये स्थित; **भूतानि**—संपूर्ण सृष्टी; **पश्य**—पाहा; **मे**—माझे; **योगम् ऐश्वरम्**—अचिंत्य योगशक्ती; **भूत-भृत्**—सर्व जीवांचे धारण व पोषण करणारा; **न**—कधीच नाही; **च**—सुद्धा; **भूत-स्थः**—प्राकृत सृष्टीमध्ये; **मम**—माझा; **आत्मा**—आत्मा; **भूत-भावनः**—संपूर्ण सृष्टीचा उगम.

**तरीही सर्व सृष्ट पदार्थ माझ्यामध्ये स्थित नाहीत. माझे हे योग ऐश्वर्य पाहा! जरी सर्व जीवांचा पालनपोषणकर्ता आणि सर्वव्यापी मी आहे तरीसुद्धा मी या व्यक्त सृष्टीचा अंश नाही. मी स्वतःच सर्व सृष्टीचे उगम स्थान आहे.**

**तात्पर्य:** भगवंत सांगतात की, सर्व काही त्यांच्या ठायी स्थित आहे. (*मत्स्थानि सर्वभूतानि*) याचा विपरीत अर्थ काढू नये. सृष्टीच्या धारण-पोषणाशी भगवंतांचा प्रत्यक्ष संबंध नसतो. काही वेळा पृथ्वीला खांद्यावर धारण केलेल्या अॅटलासचे चित्र आपण पाहतो, परंतु ती ही महाकाय पृथ्वी धारण केल्यामुळे अॅटलास थकल्यासारखा दिसतो. श्रीकृष्णही अशाच प्रकारे सृष्टी धारण करतात, असे कोणी समजू नये. भगवंत सांगतात, सर्व काही त्यांच्यामध्ये स्थित असले तरी ते या सर्वांपासून अलिप्त आहेत. ग्रहमंडळे आकाशामध्ये तरंगतात आणि हे आकाश म्हणजे भगवंतांची शक्ती आहे; परंतु ते आकाशाहून भिन्न आहेत. भगवंतांचे वेगळे अस्तित्व आहे. म्हणून भगवंत म्हणतात, ते जरी माझ्या अचिंत्य शक्तीमुळे स्थित असले तरी, भगवंत या नात्याने मी त्यांच्यापासून स्वतंत्र आहे. हेच भगवंतांचे अचिंत्य योगैश्वर्य होय.

'निरुक्ती' या वैदिक शब्दकोशात म्हटले आहे की, *युज्यतेऽनेन दुर्घटेषु कार्येषु*—"भगवंत आपल्या शक्तीचे वैभव प्रकट करताना अचिंत्य आणि अद्भुत लीला करतात." त्यांचे व्यक्तित्व विविध शक्तींनी संपन्न आहे आणि त्यांचा निश्चय म्हणजेच वास्तविक प्रत्यक्ष सत्य आहे. अशा रीतीने भगवंतांना जाणले पाहिजे. आपणाला काही तरी करावेसे वाटते; परंतु त्यामध्ये इतक्या अडचणी येतात की, कधी कधी आपल्याला, आपल्या इच्छेनुसार काही करणे शक्य होत नाही. तथापि, जेव्हा श्रीकृष्णांना काही करावेसे वाटते तेव्हा, केवळ त्यांच्या इच्छेने सर्व काही इतक्या उत्तम रीतीने घडून येते की, हे कसे घडले याची कल्पनाही करता येत नाही. भगवंत या वस्तुस्थितीबद्दल सांगतात की, ते जरी संपूर्ण सृष्टीचे धारण, पोषणकर्ता असले तरी, या भौतिक सृष्टीला ते स्पर्शही करीत नाहीत. केवळ त्यांच्या स्वेच्छेने सर्व गोष्टींची निर्मिती, धारण, पोषण आणि संहार होतो. आपल्यामध्ये आणि आपल्या भौतिक मनामध्ये फरक आहे; परंतु त्यांच्यामध्ये आणि त्यांच्या मनामध्ये मुळीच फरक नसतो, कारण ते परब्रह्म आहेत. एकाच वेळी भगवंत सर्वत्र उपस्थित आहेत, तरीही भगवंतांना स्वतःचे वैयक्तिक स्वरूप कसे असू शकते,

हे साधारण मनुष्याला जाणता येत नाही. भगवंत या भौतिक सृष्टीपासून भिन्न आहेत तरीही सर्व काही त्यांच्यावरच आश्रित आहे. याचेच वर्णन या ठिकाणी '*योगम् ऐश्वरम्* ' असे करण्यात आले आहे.

**यथाकाशस्थितो नित्यं वायुः सर्वत्रगो महान्।**
**तथा सर्वाणि भूतानि मत्स्थानीत्युपधारय ॥ ६ ॥**

**यथा**—ज्याप्रमाणे; **आकाश-स्थितः**—आकाशात स्थित असलेल्या; **नित्यम्**—नित्य; **वायुः**—वायू; **सर्वत्र-गः**—सर्वत्र वाहणारा; **महान्**—महान; **तथा**—त्याप्रमाणे; **सर्वाणि भूतानि**—सर्व सृष्ट प्राणी; **मत्-स्थानि**—माझ्यामध्ये स्थित आहेत; **इति**—याप्रमाणे; **उपधारय**—जाणून घे.

**ज्याप्रमाणे सर्वत्र वाहणारा बलशाली वायू सदैव आकाशामध्ये स्थित असतो, त्याचप्रमाणे सर्व सृष्ट प्राणी माझ्यामध्ये स्थित असल्याचे जाण.**

**तात्पर्य:** इतकी प्रचंड आणि महाकाय सृष्टी भगवंतांच्या ठायी कशी स्थित आहे, हे साधारण मनुष्याला जाणणे केवळ अशक्य आहे. पण या ठिकाणी भगवंत असे एक उदाहरण देत आहेत की, ज्यामुळे आपण हे जाणू शकू. आपण कल्पना करू शकू अशी सर्वांत मोठी अभिव्यक्ती म्हणजे आकाश होय आणि आकाशामध्ये असणारा वायू म्हणजे या भौतिक जगतातील सर्वांत मोठी अभिव्यक्ती होय. वायूच्या गतीमुळे प्रत्येक वस्तूची गती प्रभावित होते; परंतु वायू इतका महान असला तरी तो आकाशांतर्गतच स्थित आहे, तो आकाशाच्या पलीकडे जाऊ शकत नाही. त्याचप्रमाणे सृष्टीच्या अद्‌भुत अभिव्यक्ती भगवंतांच्या इच्छेमुळे अस्तित्वात आहेत आणि त्या सर्व भगवंतांच्या इच्छेच्या अधीन आहेत. सामान्यतः आपण म्हणतो की, भगवंतांच्या इच्छेविना गवताचे पातेही हलू शकत नाही. त्यांच्या इच्छेनेच सर्व गोष्टींची उत्पत्ती, पोषण आणि प्रलय होतो. याप्रमाणे सर्व काही भगवंतांच्या इच्छेनुसार कार्यरत असते. ज्याप्रमाणे आकाश हे सदैव वायूच्या हालचालींपासून अलिप्त असते त्याप्रमाणे भगवंतही सर्व गोष्टींपासून अलिप्त असतात.

उपनिषदांत म्हटले आहे, *यदभीता वातः पवते*—''भगवंतांच्या भयामुळेच वायू वाहतो.'' (तैत्तिरीय उपनिषद् २.८.१) बृहदारण्यक उपनिषदात सांगण्यात आले आहे की, (३.८.९) *एतस्य वा अक्षरस्य प्रशासने गार्गि सूर्यचन्द्रमसौ विधृतौ तिष्ठतः एतस्य वा अक्षरस्य प्रशासने गार्गि द्यावापृथिव्यौ विधृतौ तिष्ठतः* ''भगवंतांच्या आधिपत्याखाली त्यांच्या आज्ञेने चंद्र, सूर्य, आणि इतर मोठमोठे ग्रह परिभ्रमण करीत आहेत.'' ब्रह्मसंहितेतही (५.५२) म्हटले आहे की,

*यच्चक्षुरेष सविता सकलग्रहाणां*
*राजा समस्तसुरमूर्तिरशेषतेजाः ।*
*यस्याज्ञया भ्रमति सम्भृतकालचक्रो*
*गोविन्दमादिपुरुषं तमहं भजामि ॥*

हा श्लोक म्हणजे सूर्याच्या परिभ्रमणाचे वर्णन आहे. असे सांगितले जाते की, सूर्य हा भगवंतांचा एक नेत्र आहे आणि प्रकाश व उष्णता प्रसारण करण्याची त्याच्यामध्ये अपरिमित शक्ती आहे. तरीही श्रीगोविंदांच्या इच्छा आणि आज्ञेनुसार तो आपल्या कक्षेत भ्रमण करीत

असतो. म्हणून वेदांवरून आपल्याला कळून येते की, अद्‌भुत आणि प्रचंड वाटणारी ही भौतिक सृष्टी पूर्णपणे भगवंतांच्या नियंत्रणाखाली कार्य करते. या अध्यायाच्या पुढील श्लोकामध्ये यासंबंधी अधिक विस्तृत वर्णन करण्यात येईल.

**सर्वभूतानि कौन्तेय प्रकृतिं यान्ति मामिकाम्।**
**कल्पक्षये पुनस्तानि कल्पादौ विसृजाम्यहम्॥ ७॥**

**सर्व-भूतानि**—सर्व सृष्ट अभिव्यक्ती; **कौन्तेय**—हे कौंतेया; **प्रकृतिम्**—प्रकृती; **यान्ति**—प्रवेश करतात; **मामिकाम्**—माझ्या; **कल्प-क्षये**—कल्पाच्या अंती; **पुनः**—पुन्हा; **तानि**—ते सर्व; **कल्प-आदौ**—कल्पाच्या आरंभी; **विसृजामि**—निर्माण करतो; **अहम्**—मी.

**हे कौंतेया! कल्पाच्या अंती सर्व भौतिक अभिव्यक्ती माझ्या प्रकृतीमध्ये प्रवेश करतात आणि नव्या कल्पाच्या आरंभी, माझ्या शक्तीद्वारे मी पुन्हा त्यांना निर्माण करतो.**

**तात्पर्य:** या भौतिक सृष्टीची उत्पत्ती, पालन आणि संहार पूर्णपणे भगवंतांच्या इच्छेवर अवलंबून असतो. *कल्पक्षये* म्हणजे ब्रह्मदेवांच्या मृत्यूनंतर. ब्रह्मदेवाचे आयुष्य शंभर वर्षे इतके असते आणि त्याचा एक दिवस हा पृथ्वीवरील ४,३००,०००,००० इतक्या वर्षांबरोबर असतो. त्याची रात्रही तितक्याच वर्षांची असते. त्यांच्या एका महिन्यात असे तीस दिवस आणि तीस रात्री असतात आणि एका वर्षात बारा महिने असतात. अशा शंभर वर्षांनंतर जेव्हा ब्रह्मदेवाचा मृत्यू होतो तेव्हा संहार किंवा प्रलय होतो, म्हणजेच भगवंतांनी प्रकट केलेली शक्ती पुन्हा त्यांच्यामध्येच विलीन होते. नंतर पुन्हा जेव्हा भौतिक जगत निर्माण करण्याची आवश्यकता असते तेव्हा त्यांच्या इच्छेनुसार भौतिक जगत निर्माण होते. वैदिक सूक्त सांगते की, *बहु स्याम्*—"भगवंत जरी एकमेव असले तरी ते अनेक रूपे धारण करतात" (छांदोग्य उपनिषद् ६.२.३) भगवंत स्वतःला या भौतिक शक्तीमध्ये विस्तारित करतात आणि पुन्हा संपूर्ण सृष्टी प्रकट होते.

**प्रकृतिं स्वामवष्टभ्य विसृजामि पुनः पुनः।**
**भूतग्राममिमं कृत्स्नमवशं प्रकृतेर्वशात्॥ ८॥**

**प्रकृतिम्**—भौतिक प्रकृती; **स्वाम्**—माझ्या स्वतःच्या; **अवष्टभ्य**—मध्ये प्रवेश करून; **विसृजामि**—मी निर्माण करतो; **पुनः पुनः**—पुनः पुन्हा; **भूत-ग्रामम्**—भौतिक सृष्टी; **इमम्**—या; **कृत्स्नम्**—संपूर्ण; **अवशम्**—आपोआपच; **प्रकृतेः**—प्राकृतिक शक्तीच्या; **वशात्**—वश झाल्यामुळे.

**संपूर्ण भौतिक सृष्टी माझ्या अधीन आहे. माझ्या इच्छेनेच ती पुनः पुन्हा व्यक्त होते आणि माझ्या इच्छेनेच शेवटी तिचा प्रलय होतो.**

**तात्पर्य:** हे भौतिक जगत म्हणजे भगवंतांच्या कनिष्ठ शक्तीची अभिव्यक्ती आहे. हे यापूर्वीच अनेक वेळा स्पष्ट करण्यात आले आहे. उत्पत्तीच्यावेळी भौतिक शक्ती महत्‌तत्त्व रूपाने प्रकट होते आणि त्यामध्ये भगवंत आपला प्रथम पुरुषावतार, महाविष्णू रूपामध्ये प्रवेश करतात. ते कारणोदक सागरामध्ये पहुडलेले असतात आणि असंख्य ब्रह्मांडांना उच्छ्‌वासित करीत असतात आणि प्रत्येक ब्रह्मांडामध्ये भगवंत पुन्हा गर्भोदकशायी विष्णूंच्या रूपाने प्रवेश करतात. या

प्रकारे प्रत्येक ब्रह्मांडांची निर्मिती होते. नंतर भगवंत स्वत:ला क्षीरोदकशायी विष्णूंच्या रूपात आणखी प्रकट करतात आणि या रूपाद्वारे ते प्रत्येक गोष्टीमध्ये, सूक्ष्म अणूमध्येही, प्रवेश करतात. या वस्तुस्थितीचे वर्णन या ठिकाणी करण्यात आले आहे. भगवंत सर्वच गोष्टींमध्ये प्रवेश करतात.

आता जीवात्म्यांसंबंधी सांगावयाचे तर, या भौतिक प्रकृतीमध्ये जीवात्मा गर्भस्थ केला जातो आणि आपल्या पूर्वकर्मांनुसार त्याला विविध प्रकारच्या अवस्था प्राप्त होतात. याप्रमाणे भौतिक प्रकृती कार्यरत होते. सृष्टीच्या उत्पत्तीच्या क्षणापासूनच, जीवाच्या निरनिराळ्या योनींच्या कार्यास प्रारंभ होतो. असे नाही की, या सर्वांची उत्क्रांती होते. जीवांच्या निरनिराळ्या योनी सृष्टीबरोबरच निर्माण केल्या जातात. मनुष्य, पशू, पक्षी, सर्वांची एकाच वेळी उत्पत्ती होते, कारण प्रलयाच्या वेळी जीवांच्या ज्या इच्छा असतात त्या पुन्हा प्रकट होतात. *अवशम्* या शब्दावरून या ठिकाणी स्पष्टपणे दर्शविण्यात आले आहे की, या संपूर्ण प्रक्रियेशी जीवाचा मुळीच संबंध नसतो. पूर्वसृष्टीमधील जीवांच्या अवस्था केवळ पुन्हा प्रकट होतात आणि हे सर्व काही केवळ भगवंतांच्या इच्छेनुसार घडते. हीच भगवंतांची अचिंत्य शक्ती आहे. निरनिराळ्या योनींची निर्मिती केल्यावर भगवंतांचा त्या योनींशी मुळीच संबंध नसतो. विविध जीवांच्या इच्छा पूर्ण करण्याकरिता सृष्टीची निर्मिती होते आणि म्हणून भगवंत स्वत:ला सृष्टीमध्ये गुंतवून घेत नाहीत.

**न च मां तानि कर्माणि निबध्नन्ति धनञ्जय।**
**उदासीनवदासीनमसक्तं तेषु कर्मसु ॥ ९॥**

**न**—कधीच नाही; **च**—सुद्धा; **माम्**—मला; **तानि**—ते सर्व; **कर्माणि**—कर्मे; **निबध्नन्ति**—बद्ध करतात; **धनञ्जय**—हे धनंजय; **उदासीन-वत्**—तटस्थाप्रमाणे; **आसीनम्**—स्थित; **असक्तम्**—आसक्तीरहित; **तेषु**—त्या; **कर्मसु**—कर्मामध्ये.

**हे धनंजया! ही सर्व कर्मे मला बद्ध करू शकत नाहीत. तटस्थाप्रमाणे मी या सर्व भौतिक कर्मांपासून अनासक्त असतो.**

**तात्पर्य:** या संदर्भात मनुष्याने समजू नये की, भगवंत निष्क्रिय आहेत. आपल्या आध्यात्मिक जगतात ते सदैव कार्यमग्न असतात. ब्रह्मसंहितेत (५.६) सांगण्यात आले आहे की, *आत्मारामस्य तस्यास्ति प्रकृत्या न समागम:*—ते आपल्या सच्चिदानंद क्रियांमध्ये नित्य युक्त असतात, परंतु या भौतिक क्रियांशी त्यांना काहीच कर्तव्य नसते. भौतिक कार्ये ही त्यांच्या विविध शक्तींद्वारे केली जातात. सृष्ट जगताच्या कार्यांच्या बाबतीत भगवंत नेहमी उदासीन असतात. या उदासीनतेचा उल्लेख या श्लोकामध्ये *उदासीन-वत्* या शब्दांमध्ये करण्यात आला आहे. भौतिक कार्यांच्या बारीक तपशिलावरही त्यांचे नियंत्रण असले तरी ते उदासीनासारखेच राहतात. या बाबतीत उच्च न्यायालयामध्ये आपल्या आसनावर बसलेल्या न्यायाधीशाचे उदाहरण देता येते. न्यायाधीशाच्या आज्ञेनुसार अनेक गोष्टी घडत असतात, कोणाला फाशी दिली जाते, कोणाला तुरुंगवास दिला जातो, कोणाला अमाप संपत्ती दिली जाते; परंतु तरीही न्यायाधीश उदासीन किंवा तटस्थ असतो. त्याला कोणाही व्यक्तीच्या लाभ आणि हानीशी मुळीच कर्तव्य

नसते. त्याचप्रमाणे भगवंतांचा हस्तक्षेप सर्व क्रियांमध्ये असून देखील ते तटस्थ भूमिका निभावतात. वेदान्त सूत्रांमध्ये सांगण्यात आले आहे की, *वैषम्यनैर्घृण्ये न*—भगवंत हे भौतिक द्वंद्वामध्ये स्थित नसतात. ते द्वंद्वातीत आहेत. तसेच या भौतिक सृष्टीच्या उत्पत्ती आणि प्रलयामध्येही ते आसक्त नसतात. जीव आपापल्या पूर्वकर्मांनुसार विविध योनींमध्ये विविध रूपे धारण करतात आणि भगवंत यामध्ये हस्तक्षेप करीत नाहीत.

**मयाध्यक्षेण प्रकृतिः सूयते सचराचरम्।**
**हेतुनानेन कौन्तेय जगद्विपरिवर्तते ॥ १०॥**

**मया**—माझ्या; **अध्यक्षेण**—अध्यक्षतेखाली; **प्रकृतिः**—भौतिक प्रकृती; **सूयते**—व्यक्त करते; **स**—दोन्ही; **चर-अचरम्**—चर आणि अचर; **हेतुना**—कारणांमुळे; **अनेन**—या; **कौन्तेय**—हे कौंतेया; **जगत्**—जगत; **विपरिवर्तते**—कार्य करीत आहे.

**हे कौंतेया! माझ्या अनेक शक्तींपैकी एक असणारी ही भौतिक प्रकृती माझ्या अध्यक्षतेखाली कार्य करीत सर्व चराचर प्राण्यांची निर्मिती करते. तिच्या नियंत्रणाखालीच या सृष्टीची वारंवार उत्पत्ती आणि संहार होतो.**

**तात्पर्य:** या ठिकाणी स्पष्टपणे सांगण्यात आले आहे की, भगवंत जरी भौतिक सृष्टीच्या सर्व कार्यांपासून अलिप्त असले तरी तेच प्रकृतीचे परमसंचालक आहेत. या भौतिक सृष्टीचे अध्यक्ष आणि आधार हे भगवंतच आहेत. सृष्टीचे व्यवस्थापन मात्र भौतिक प्रकृतीद्वारे केले जाते. भगवद्गीतेतच श्रीकृष्ण सांगतात की, विविध योनींतील सर्व जीवांचा मी पिता आहे. पुत्रप्राप्तीकरिता पिता मातेच्या गर्भामध्ये बीजारोपण करतो आणि त्याचप्रमाणे भगवंतही केवळ दृष्टिक्षेपाने भौतिक प्रकृतीच्या गर्भामध्ये बीजारोपण करतात. हे जीव आपल्या पूर्वइच्छा आणि पूर्वकर्मांनुसार योनी धारण करून बाहेर येतात. भगवंतांच्या दृष्टिक्षेपाने जरी या जीवांनी जन्म घेतला तरी आपल्या सुप्त इच्छा आणि पूर्वकर्मांनुसार ते विविध शरीरे धारण करतात. म्हणून भगवंत प्रत्यक्षपणे भौतिक सृष्टीच्या संपर्कात नसतात. केवळ त्यांच्या दृष्टिक्षेपाने भौतिक प्रकृती सक्रिय होते आणि सर्व काही त्वरित निर्माण होते. भगवंत भौतिक प्रकृतीवर दृष्टिक्षेप टाकत असल्याने, निःसंशय हे त्यांचेच कार्य आहे; परंतु प्रत्यक्षपणे त्यांना या सृष्टीशी काहीच कर्तव्य नसते. 'स्मृती' मध्ये पुढील उदाहरण दिले जाते; जेव्हा कोणापुढे सुगंधी फूल असते तेव्हा तो घ्राणेंद्रियाद्वारे सुगंध घेतो, पण तरीही वास घेण्याची क्रिया आणि फूल हे एकमेकांपासून दूर आहेत. याच प्रकारचा संबंध भगवंत आणि भौतिक प्रकृती यांच्यामध्ये असतो. वास्तविकपणे त्यांना भौतिक जगताशी काहीच कर्तव्य नसते, पण आपल्या दृष्टिक्षेपाद्वारे ते सृष्टीची निर्मिती करतात आणि तिला कार्यरत करतात. सारांश, भगवंतांच्या अध्यक्षतेविना भौतिक प्रकृती काहीच करू शकत नाही. तरीही भगवंत सर्व भौतिक कार्यांपासून अलिप्त असतात.

**अवजानन्ति मां मूढा मानुषीं तनुमाश्रितम्।**
**परं भावमजानन्तो मम भूतमहेश्वरम् ॥ ११॥**

**अवजानन्ति**—उपहास करतात; **माम्**—मला; **मूढा:**—मूर्ख लोक; **मानुषीम्**—मनुष्य रूपामध्ये; **तनुम्**—देह; **आश्रितम्**—धारण करून; **परम्**—दिव्य; **भावम्**—स्वरूप; **अजानन्त:**—न जाणता; **मम**—माझे; **भूत**—अस्तित्वातील सर्व गोष्टींचा; **महा-ईश्वरम्**—परम अधिपती किंवा महेश्वर.

**जेव्हा मी मानवसदृश रूपामध्ये अवतीर्ण होतो, तेव्हा मूर्ख लोक माझा उपहास करतात. अस्तित्वातील सर्व वस्तूंचा परम अधीश्वर म्हणून माझे दिव्य स्वरूप ते जाणत नाहीत.**

**तात्पर्य:** या अध्यायातील पूर्वीच्या श्लोकाच्या वर्णनावरून स्पष्ट आहे की, भगवंत जरी साधारण मनुष्याप्रमाणे अवतीर्ण झाले तरी ते साधारण मानव नाहीत. संपूर्ण सृष्टीची उत्पत्ती, पालन आणि विनाश करणारे भगवंत साधारण मनुष्य असूच शकत नाहीत. तरीही असे अनेक मूर्ख लोक आहेत, जे श्रीकृष्णांना महापुरुषाव्यतिरिक्त इतर काहीही मानत नाहीत. वस्तुत: ब्रह्मसंहितेत सांगितल्याप्रमाणे तेच आदिपुरुष भगवंत आहेत.

ईश्वर किंवा नियंत्रक अनेक आहेत आणि एक ईश्वर दुसऱ्यापेक्षा मोठा वाटतो. भौतिक जगातील सामान्य व्यवस्थापनेत आपल्याला प्रशासक किंवा मार्गदर्शक आढळतो, त्याच्यावर सचिव असतो, त्याच्यावर मंत्री आणि त्याच्याही वर अध्यक्ष असतो. त्यांच्यापैकी प्रत्येकजण नियंत्रक असतो, परंतु एकाचे नियंत्रण दुसऱ्याद्वारे केले जाते. ब्रह्मसंहितेत सांगण्यात आले आहे की, श्रीकृष्ण हे परमनियंता परमेश्वर आहेत. नि:संदेह या भौतिक जगतात आणि आध्यात्मिक जगतातही अनेक ईश्वर आहेत, परंतु श्रीकृष्ण हे परमेश्वर आहेत (*ईश्वर: परम: कृष्ण:*) आणि त्यांचा देह अप्राकृत सच्चिदानंदमयी आहे.

पूर्वीच्या श्लोकामध्ये वर्णिलेले अद्‌भुत कार्य भौतिक शरीर करू शकत नाही. भगवंतांचा विग्रह सच्चिदानंद आहे. ते जरी साधारण मनुष्य नसले तरी मूर्खच त्यांचा उपहास करतात आणि त्यांना साधारण मानवच मानतात. त्यांच्या विग्रहाला या ठिकाणी *'मानुषीम्'* म्हणून संबोधण्यात आले आहे, कारण अर्जुनाचा मित्र व कुरुक्षेत्राच्या युद्धामधील राजनीतीज्ञ याप्रमाणे साधारण मनुष्यवत् ते कार्य करीत होते. अशा अनेक प्रकारे ते साधारण मनुष्याप्रमाणेच कार्य करीत होते; परंतु त्यांचे शरीर म्हणजे सच्चिदानंद विग्रह आहे. वेदांमध्येही याला पुष्टी मिळाली आहे. *सच्चिदानंद रूपाय कृष्णाय*—मी सच्चिदानंदरूप भगवान श्रीकृष्णांना वंदन करतो. (गोपाल तापनि उपनिषद् १.१) वेदांमध्ये इतर वर्णनेही आहेत. *तम् एकम् गोविंदम्*—तुम्ही गायींना आणि इंद्रियांना आनंद देणारे गोविंद आहात. *सच्चिदानंद विग्रहम्*—आणि तुम्ही सच्चिदानंद आहात. (गोपाल तापनि उपनिषद् १.३५)

भगवान श्रीकृष्णांचे स्वरूप दिव्य आणि सच्चिदानंद असतानाही भगवद्‌गीतेवरील असे अनेक तथाकथित विद्वान आणि भाष्यकार आहेत, जे श्रीकृष्णांना साधारण मानव समजून त्यांचा अवमान करतात. विद्वान मनुष्य हा जन्मत:च आपल्या पूर्व-सत्कर्मांमुळे प्रतिभावान असू शकेल; परंतु त्याचे ज्ञान अत्यल्प असल्यामुळे त्याला श्रीकृष्णांबद्दल अशी संकल्पना असते. म्हणून त्यांना मूढ म्हटले जाते, कारण केवळ मूर्ख व्यक्तीच श्रीकृष्णांना साधारण मानव समजतात. भगवंतांच्या विविध शक्ती आणि दिव्य लीलांचे मूर्खांना ज्ञान नसल्यामुळे ते श्रीकृष्णांना साधारण मनुष्य

समजतात. त्यांना माहीत नसते की, श्रीकृष्णांचे स्वरूप पूर्ण ज्ञान आणि पूर्ण आनंदमयी आहे. अस्तित्वातील प्रत्येक वस्तूचे ते स्वामी आहेत आणि कोणालाही ते मुक्ती प्रदान करू शकतात. श्रीकृष्णांच्या ठायी इतके दिव्य गुण आहेत हे त्यांना माहीत नसल्याने ते भगवान श्रीकृष्णांचा उपहास करतात.

तसेच, भगवंत आपल्या अंतरंगा शक्तीद्वारे या भौतिक जगतात अवतीर्ण होतात, हे सुद्धा त्यांना माहीत नसते. ते भौतिक शक्तीचे अधिपती आहेत. अनेक ठिकाणी वर्णन केल्याप्रमाणे (*मम माया दुरत्यया*) भगवंत म्हणतात की, माझी मायाशक्ती जरी अतिशय प्रबळ असली तरी ती माझ्या अधीन आहे आणि जो कोणी मला शरण येतो तो मायाशक्तीच्या तावडीतून सुटू शकतो. जर श्रीकृष्णांना शरण गेलेला जीव भौतिक शक्तीच्या प्रभावातून मुक्त होऊ शकतो तर संपूर्ण सृष्टीची उत्पत्ती, पालन आणि संहार करणाऱ्या भगवंतांचे शरीर, आपल्याप्रमाणे प्राकृत कसे असू शकेल ? म्हणून श्रीकृष्णांविषयीची ही कल्पना म्हणजे निव्वळ मूर्खपणा आहे. तरीही साधारण मानवाप्रमाणे प्रतीत होणारे भगवान श्रीकृष्ण हे सर्व अणू-परमाणूंचे आणि विराट विश्वरूपाचेही नियंत्रक असू शकतात, हे मूर्ख लोकांच्या बुद्धीपलीकडे असते. अतिशय प्रचंड आणि अतिसूक्ष्म वस्तू या त्यांच्या कल्पनातीत असतात म्हणून ते कल्पना करू शकत नाहीत की, मनुष्यदेह धारण करणारे भगवंत एकाच वेळी अतिप्रचंड आणि अतिसूक्ष्म वस्तूंचे नियंत्रण कसे करू शकतात. वस्तुत: भगवंत जरी अनंत आणि सूक्ष्म वस्तूंचे नियंत्रण करीत असले तरी ते समग्र सृष्टीपासून अलिप्त असतात. त्यांच्या *योगम् ऐश्वर्यम्*—अर्थात, दिव्य अचिंत्य शक्तीबद्दल स्पष्टपणे सांगण्यात आले आहे की, ते एकाच वेळी अनंत आणि सूक्ष्म वस्तूंचे नियंत्रण करू शकतात. हे जरी मूर्खांच्या कल्पनेपलीकडे असले तरी, जे शुद्ध भक्त आहेत ते याचा स्वीकार करतात, कारण त्यांना माहीत असते की, श्रीकृष्ण हेच स्वयं पुरुषोत्तम श्रीभगवान आहेत. म्हणून ते पूर्णपणे भगवान श्रीकृष्णांना शरण जातात आणि कृष्णभावनाभावित भगवद्‌भक्तीमध्ये युक्त होतात.

भगवान श्रीकृष्णांच्या मानव रूपामध्ये अवतरित होण्याबद्दल निराकारवादी आणि साकारवादी यांच्यामध्ये बरेच मतभेद आहेत, परंतु कृष्ण-विज्ञान समजण्याकरिता, भगवद्‌गीता आणि श्रीमद्‌भागवत हे अधिकृत ग्रंथ जर आपण विचारात घेतले तर आपल्याला समजू शकेल की, श्रीकृष्ण स्वयं पुरुषोत्तम भगवान आहेत. जरी ते मानवरूपात भूतलावर अवतीर्ण झाले तरी ते साधारण मानव नाहीत. श्रीमद्‌भागवताच्या (१.१.२०) प्रथम स्कंधातील प्रथम अध्यायामध्ये शौनक आदी ऋषींनी श्रीकृष्णांच्या क्रियांबद्दल जिज्ञासा करताना म्हटले आहे की:

*कृतवान किल कर्माणि सह रामेण केशव: ।*
*अतिमर्त्यानि भगवान् गूढ: कपटमानुष: ॥*

"भगवान श्रीकृष्णांनी बलरामासहित मानवाप्रमाणे क्रीडा केल्या आणि अशा प्रकारे गूढ रूपामध्ये त्यांनी अनेक असाधारण लीला केल्या." श्रीकृष्णांचे मानवरूपातील अवतरणे मूर्खांना गोंधळात टाकते. या भूतलावर असताना श्रीकृष्णांनी केलेल्या अद्‌भुत कृत्याचे अनुकरण कोणताही मनुष्य करू शकत नाही. वसुदेव आणि देवकीसमोर जेव्हा श्रीकृष्ण प्रकट झाले तेव्हा ते चतुर्भुज रूपात प्रकट झाले; परंतु आपल्या मातापित्यांच्या प्रार्थनेमुळे त्यांनी साधारण

बालकाप्रमाणेच द्विभुज रूप धारण केले. श्रीमद्‌भागवतात (१०.३.४६) सांगितल्याप्रमाणे *बभूव प्राकृतः शिशुः*—ते एका साधारण बालकाप्रमाणे, सामान्य मनुष्याप्रमाणेच झाले. या ठिकाणी पुन्हा सांगण्यात आले आहे की, भगवंतांचे सामान्य मनुष्य म्हणून झालेले अवतरण हे त्यांच्या दिव्य विग्रहाचेच रूप आहे. श्रीमद्‌भगवद्‌गीतेच्या अकराव्या अध्यायातही सांगण्यात आले आहे की, श्रीकृष्णांचे चतुर्भुज रूप पाहण्यासाठी अर्जुनानेही प्रार्थना केली. (*तेनैव रूपेण चतुर्भुजेन*) चतुर्भुजरूप प्रकट केल्यावर, अर्जुनाच्या याचनेवरून त्यांनी पुन्हा मनुष्याप्रमाणेच द्विभुज रूप धारण केले. (*मानुषं रूपम्*) भगवंतांची ही विविध रूपे निश्चितच साधारण मनुष्याची रूपे नाहीत.

श्रीकृष्णांचा जे उपहास करतात आणि मायावादी तत्त्वज्ञानाने जे प्रभावित झाले आहेत, ते श्रीकृष्ण हे साधारण मनुष्यच असल्याचे सिद्ध करण्यासाठी श्रीमद्‌भागवतातील पुढील श्लोकाचा उल्लेख करतात. (३.२९.२१) *अहं सर्वेषु भूतेषु भूतात्मावस्थितः सदा* 'भगवंत सर्व जीवांमध्ये उपस्थित आहेत' या विशिष्ट श्लोकाचे तात्पर्य आपण, श्रीकृष्णांचा उपहास करणाऱ्या अनधिकृत व्यक्तींच्या भाष्यावरून समजून घेण्याऐवजी जीव गोस्वामी, विश्वनाथ चक्रवर्ती ठाकूर यांच्यासारख्या वैष्णव आचार्यांकडून समजून घेतले पाहिजे. या श्लोकावर भाष्य करताना जीव गोस्वामी म्हणतात, श्रीकृष्ण आपल्या परमात्मा विभूतीद्वारे संपूर्ण चराचर प्राणिमात्रांमध्ये स्थित आहेत. म्हणून जो नवसाधक केवळ मंदिरातल्या भगवंतांच्या अर्च-विग्रहाची आराधना करतो, पण इतर जीवांचा आदर करीत नाही, तो व्यर्थच मंदिरातील विग्रहाची आराधना करीत आहे. भगवदभक्तांचे तीन प्रकार असतात आणि यामध्ये नवसाधक हा खालच्या स्तरातील भक्त होय. नवसाधक हा इतर भक्तांपेक्षा मंदिरातील मूर्तीचा अधिक आदर करतो, म्हणून विश्वनाथ चक्रवती ठाकूर आपल्याला बजावतात की, आपण आपली ही वृत्ती सुधारली पाहिजे. भक्ताने पाहिले पाहिजे की, श्रीकृष्ण हे परमात्मा रूपाने प्रत्येकाच्या हृदयात स्थित असल्यामुळे प्रत्येक शरीर हे भगवंतांच्या मंदिराप्रमाणे आहे. म्हणून ज्या प्रकारे मनुष्य भगवंतांच्या मंदिराला अभिवादन करतो त्याप्रमाणे परमात्मा वास करणाऱ्या प्रत्येक देहाचा त्याने योग्य आदर केला पाहिजे. म्हणून कोणाचीही उपेक्षा न करता प्रत्येकाचा योग्य आदर आणि सन्मान केला पाहिजे.

असेही अनेक निर्विशेषवादी आहेत जे मंदिरातील पूजा-अर्चनेचा उपहास करतात. ते म्हणतात की, जर भगवंत सर्वव्यापी आहेत तर मनुष्याने त्यांची केवळ मंदिरातच का आराधना करावी? परंतु जर भगवंत सर्वव्यापी आहेत तर ते मंदिरात किंवा मूर्तीमध्ये नाहीत का? निर्विशेषवादी आणि सविशेषवादी जरी एकमेकांबरोबर नित्य वाद घालीत बसले तरी परिपूर्ण कृष्णभावनाभावित भक्त जाणतो की, ब्रह्मसंहितेत सांगितल्याप्रमाणे श्रीकृष्ण हे पुरुषोत्तम भगवान असले तरी ते सर्वव्यापी आहेत. गोलोक वृंदावन हे त्यांचे स्वतंत्र धाम असून ते नित्य तेथे वास करीत असले तरी, आपल्या शक्तीच्या विविध अभिव्यक्तींद्वारे आणि विस्तारित रूपांद्वारे ते भौतिक आणि आध्यात्मिक जगतात सर्वत्र उपस्थित असतात.

**मोघाशा मोघकर्माणो मोघज्ञाना विचेतसः।**
**राक्षसीमासुरीं चैव प्रकृतिं मोहिनीं श्रिताः॥ १२॥**

**मोघ-आशा:**—निष्फळ आशा; **मोघ-कर्माण:**—निष्फळ सकाम कर्म; **मोघ-ज्ञाना:**—निष्फळ ज्ञान; **विचेतस:**—मोहित झालेले; **राक्षसीम्**—राक्षसी; **आसुरीम्**—नास्तिक; **च**—आणि; **एव**—निश्चितच; **प्रकृतिम्**—प्रकृती; **मोहिनीम्**—मोहित करणारा; **श्रिता:**—आश्रय घेतो.

**याप्रमाणे जे मोहित झालेले असतात ते राक्षसी आणि नास्तिकवादी मतांकडे आकर्षित होतात. अशा मोहित अवस्थेमध्ये, त्यांची मुक्तीची आशा, त्यांची सकाम कर्मे आणि त्यांचे ज्ञान हे सर्व निष्फळ होते.**

**तात्पर्य:** असे पुष्कळ भक्त आहेत, जे स्वत:ला कृष्णभावनेमध्ये आणि भक्तियोगामध्ये असल्याचे मानतात; पण अंत:करणपूर्वक ते भगवान श्रीकृष्णांचा परम सत्य म्हणून स्वीकार करीत नाहीत. त्यांना भक्तियोगाचे फळ, भगवद्धाम, कधीच प्राप्त होत नाही. त्याचप्रमाणे जे सकाम कर्मे करीत आहेत आणि त्यायोगे सरतेशेवटी, सांसारिक बंधनातून मुक्त होण्याची ज्यांना आशा आहे ते सुद्धा कधीच यशस्वी होत नाहीत, कारण ते भगवान श्रीकृष्णांचा उपहास करतात. दुसऱ्या शब्दांत सांगावयाचे तर, जे लोक श्रीकृष्णांचा उपहास करतात ते राक्षसी किंवा आसुरी लोक असतात. भगवद्‌गीतेच्या सातव्या अध्यायात सांगितल्याप्रमाणे असे राक्षसी आणि दुष्कृती लोक श्रीकृष्णांना कधीच शरण जात नाहीत. म्हणून परम सत्य जाणण्याच्या त्यांच्या प्रयत्नात ते गोंधळून जातात आणि साधारण जीव आणि श्रीकृष्ण हे एकच आहेत या भ्रामक निष्कर्षाप्रत येतात. अशा भ्रामक समजुतीमुळे त्यांना वाटते की, कोणतेही मानव शरीर हे आता भौतिक प्रकृतीद्वारे केवळ आच्छादिलेले आहे आणि जेव्हा मनुष्य या भौतिक देहातून मुक्त होतो तेव्हा त्याच्यामध्ये आणि परमेश्वरामध्ये मुळीच भेद राहात नाही. श्रीकृष्णांशी एकरूप होण्याचा त्यांचा हा प्रयत्न मोहामुळे निष्फळ होईल. अशा प्रकारचे राक्षसी आणि अनीश्वरवादी आध्यात्मिक ज्ञान नेहमी व्यर्थच असते. अशा लोकांसाठी वेदान्तसूत्र आणि उपनिषद इत्यादींमधील ज्ञानाचे अध्ययन निरर्थकच असते.

म्हणून भगवान श्रीकृष्णांना साधारण मनुष्य समजणे हा घोर अपराध आहे. जे असा घोर अपराध करतात ते मोहग्रस्त झालेले असतात, कारण ते श्रीकृष्णांचे शाश्वत स्वरूप जाणू शकत नाहीत. बृहद्‌विष्णू स्मृतीमध्ये स्पष्टपणे सांगितले आहे की,

*यो वेत्ति भौतिकं देहं कृष्णस्य परमात्मन: ।*
*स सर्वस्माद् बहिष्कार्य: श्रौतस्मार्तविधानत: ॥*
*मुखं तस्यावलोक्यापि सचेलं स्नानमाचरेत् ।*

''जो श्रीकृष्णांच्या देहाला भौतिक समजतो त्याला श्रुती आणि स्मृतीच्या सर्व कर्मकांडांतून बहिष्कृत केले पाहिजे आणि जर कोणी कदाचित अशा मनुष्याचे तोंडही पाहिले तर त्या दृष्टिसंसर्गातून स्वत:ला मुक्त करण्याकरिता त्याने तात्काळ गंगास्नान केले पाहिजे.'' लोक श्रीकृष्णांचा उपहास करतात, कारण त्यांना भगवंताविषयी मत्सर वाटतो. त्यांच्यासाठी जन्मजन्मांतर राक्षसी आणि अनीश्वरवादी योनीतील जन्म हा निश्चित असतो. त्यांच्या वास्तविक ज्ञानावर अनंत काळासाठी मोहांचे आवरण राहील आणि हळूहळू त्यांचे सृष्टीतील अंधकारमय प्रदेशात अध:पतन होत जाईल.

**महात्मानस्तु मां पार्थ दैवीं प्रकृतिमाश्रिताः ।**
**भजन्त्यनन्यमनसो ज्ञात्वा भूतादिमव्ययम् ॥ १३ ॥**

**महा-आत्मानः**—महात्माजन; **तु**—परंतु; **माम्**—मला; **पार्थ**—हे पार्थ; **दैवीम्**—दैवी; **प्रकृतिम्**—प्रकृती; **आश्रिताः**—आश्रय घेतलेले; **भजन्ति**—सेवा करतात; **अनन्य-मनसः**—अचल, अनन्य मनाने; **ज्ञात्वा**—जाणून; **भूत**—सृष्टीच्या; **आदिम्**—आदिस्थान किंवा मूळ; **अव्ययम्**—अविनाशी.

**हे पार्थ! मोहित न झालेले महात्मेजन दैवी प्रकृतीच्या आश्रयाखाली असतात. ते भक्तीमध्ये पूर्णपणे युक्त झालेले असतात, कारण ते मला सृष्टीचे आदिकारण आणि अविनाशी, पुरुषोत्तम श्रीभगवान म्हणून जाणतात.**

**तात्पर्यः** या श्लोकामध्ये *महात्मा* या शब्दाची व्याख्या स्पष्ट करण्यात आली आहे, महात्म्याचे सर्वप्रथम लक्षण असते की, तो दैवी प्रकृतीमध्ये स्थित असतो. तो भौतिक प्रकृतीच्या अधीन नसतो. हे कसे बरे होते? याचे वर्णन सातव्या अध्यायात करण्यात आले आहे. जो मनुष्य भगवान श्रीकृष्णांना शरण जातो तो तात्काळ भौतिक प्रकृतीच्या आधिपत्यामधून मुक्त होतो. हीच पात्रता आहे. जेव्हा जीव भगवंतांना शरण जातो तेव्हा तात्काळ तो भौतिक प्रकृतीमधून मुक्त होतो. ही प्राथमिक पायरी आहे. जीव हे भगवंतांची तटस्था शक्ती असल्यामुळे जेव्हा ते भौतिक प्रकृतीच्या तावडीतून मुक्त होतात तेव्हा ते आध्यात्मिक प्रकृतीच्या आश्रयाखाली जातात. आध्यात्मिक प्रकृतीच्या मार्गदर्शनालाच *दैवी प्रकृती* असे म्हटले जाते. म्हणून भगवंतांना शरण गेल्यामुळे जेव्हा जीवाची उन्नती होते तेव्हा त्याला महात्मा पदाची प्राप्ती होते.

श्रीकृष्णांव्यतिरिक्त अन्य कोणत्याही गोष्टींचे ध्यान महात्मा करीत नाही. तो निश्चितपणे जाणतो की, श्रीकृष्ण हे सर्व कारणांचे कारण, आदिपुरुष आहेत. याबाबतीत त्याला मुळीच संदेह नसतो. अशा महात्म्याची इतर महात्म्यांच्या किंवा शुद्ध भक्तांच्या सत्संगामुळे प्रगती होते. विशुद्ध भक्त हे श्रीकृष्णांच्या इतर रूपांकडेही उदाहरणार्थ, चतुर्भुज महा-विष्णुरूपाकडेही आकृष्ट होत नाहीत. ते केवळ द्विभुजधारी कृष्णरूपाकडेच आकृष्ट होतात. ते श्रीकृष्णांच्या इतर रूपांकडे तसेच देवतेच्या किंवा मानवाच्या इतर रूपांकडे मुळीच आकर्षित होत नाहीत. ते कृष्णभावनेमध्ये युक्त होऊन केवळ श्रीकृष्णांचेच ध्यान करतात. ते कृष्णभावनेमध्ये युक्त होऊन भगवंतांच्या अखंड सेवेमध्ये दृढपणे सदैव रममाण झालेले असतात.

**सततं कीर्तयन्तो मां यतन्तश्च दृढव्रताः ।**
**नमस्यन्तश्च मां भक्त्या नित्ययुक्ता उपासते ॥ १४ ॥**

**सततम्**—सतत, निरंतर; **कीर्तयन्तः**—कीर्तन करीत; **माम्**—माझे; **यतन्तः**—पूर्णपणे प्रयत्न करीत; **च**—सुद्धा; **दृढ-व्रताः**—दृढ निश्चयाने; **नमस्यन्तः**—वंदन करीत; **च**—आणि; **माम्**—मला; **भक्त्या**—भक्तिभावाने; **नित्य-युक्ताः**—नित्य युक्त झालेले असताना; **उपासते**—आराधना करतात.

**हे महात्मेजन, सतत माझे कीर्तन करीत, दृढनिश्चयाने प्रयत्न करीत आणि मला वंदन करीत भक्तिभावाने नित्य माझी उपासना करतात.**

**तात्पर्य:** कोणत्याही साधारण मनुष्यावर शिक्कामोर्तब केल्याने तो महात्मा बनू शकत नाही. त्याच्या लक्षणांचे वर्णन या ठिकाणी करण्यात आले आहे. महात्मा हा सदैव भगवान श्रीकृष्णांचे गुणगान आणि कीर्तन करण्यामध्ये रममाण झालेला असतो. त्याला इतर कोणताही उद्योग नसतो. तो सतत श्रीकृष्णांचे गुणगान करण्यातच युक्त असतो. दुसऱ्या शब्दांत सांगावयाचे तर, तो निर्विशेषवादी नसतो. गौरव किंवा कीर्तनाबद्दल बोलावयाचे तर, मनुष्याने पवित्र भगवन्नामाची, भगवंतांच्या शाश्वत रूपाची, त्यांच्या असाधारण लीलांची आणि दिव्य गुणांची स्तुती करीत भगवंतांचे कीर्तन करावे. त्याने या सर्व गोष्टींची स्तुती केली पाहिजे. म्हणून महात्मा हा भगवंतांवर अत्यंत आसक्त असतो.

जो ब्रह्मज्योतीवर, भगवंतांच्या निर्विशेष रूपावर आसक्त आहे त्याला भगवद्गीतेत महात्मा म्हटलेले नाही. पुढील श्लोकामध्ये त्याचे निराळ्या पद्धतीने वर्णन करण्यात आले आहे. श्रीमद्भागवतात वर्णिल्याप्रमाणे विष्णूंचे श्रवण, कीर्तन, या विविध भक्तिक्रियांमध्ये महात्मा सदैव युक्त असतो. तो देवतांचे किंवा मनुष्यांचे श्रवण, कीर्तन इत्यादी करीत नाही. *श्रवणं कीर्तनं विष्णोः*—आणि स्मरणम् म्हणजेच भक्ती होय. अशा महात्म्याने अंतिम लक्ष्य, पाच दिव्य रसांपैकी कोणत्याही एका रसामध्ये भगवंतांचे सान्निध्य प्राप्त करण्याचा दृढ निश्चय केलेला असतो. हे अंतिम लक्ष्य प्राप्त करण्यासाठी तो आपल्या सर्व मानसिक, शारीरिक आणि वाचिक क्रिया भगवान श्रीकृष्णांच्या सेवेमध्ये युक्त करतो. यालाच परिपूर्ण कृष्णभावना असे म्हणतात.

भक्तीमध्ये काही ठरावीक क्रिया करावयाच्या असतात, उदाहरणार्थ, एकादशी, भगवंतांचा जन्मोत्सव इत्यादी ठरावीक दिवशी उपवास करणे होय. अशा क्रियांना व्रत म्हटले जाते. दिव्य जगतामध्ये भगवंतांच्या सान्निध्यामध्ये प्रवेश करण्यासाठी जे वास्तविकपणे उत्सुक आहेत त्या व्यक्तींसाठी महान आचार्यांनी ही विधिविधाने घालून दिली आहेत. महात्मेजन या सर्व विधिविधानांचे कठोरपणे पालन करतात आणि म्हणून त्यांना इच्छित फलाची प्राप्ती खचितच होते.

या अध्यायाच्या दुसऱ्या श्लोकामध्ये सांगितल्याप्रमाणे भक्तियोगाचे आचरण जसे सुलभ आहे तसे सुखकारकही आहे. मनुष्याने कठोर तपस्या करण्याची आवश्यकता नाही. निष्णात आध्यात्मिक गुरूच्या मार्गदर्शनाखाली तो आपले जीवन भक्तिमय होऊन व्यतीत करू शकतो आणि कोणत्याही अवस्थेत, गृहस्थ, संन्यासी अथवा ब्रह्मचारी आणि जगाच्या पाठीवर कुठेही तो या भक्तियोगाचे आचरण करू शकतो आणि महात्मा बनू शकतो.

**ज्ञानयज्ञेन चाप्यन्ये यजन्तो मामुपासते ।**
**एकत्वेन पृथक्त्वेन बहुधा विश्वतोमुखम् ॥ १५ ॥**

**ज्ञान-यज्ञेन**—ज्ञानरूप यज्ञाने किंवा ज्ञानाच्या जोपासनेने; **च**—सुद्धा; **अपि**—निश्चितच; **अन्ये**—इतर; **यजन्तः**—यज्ञ करून; **माम्**—माझी; **उपासते**—उपासना करतात; **एकत्वेन**—एकत्वामध्ये; **पृथक्त्वेन**—द्वैतभावाने; **बहुधा**—विविधतेमध्ये; **विश्वतः-मुखम्**—आणि विराट रूपामध्ये.

**इतर लोक जे ज्ञानरूप यज्ञ करतात ते भगवंतांची एकमेवाद्वितीय रूपामध्ये, विविध**

**रूपांमध्ये आणि विराट विश्वरूपात उपासना करतात.**

**तात्पर्य:** हा श्लोक म्हणजे पूर्वीच्या श्लोकांचा सारांश आहे. भगवंत अर्जुनाला सांगतात की, जे विशुद्ध कृष्णभावनेमध्ये स्थित आहेत आणि ज्यांना श्रीकृष्णांव्यतिरिक्त इतर काहीही माहीत नाही त्यांना महात्मा म्हटले जाते; तरीपण इतरही असे लोक आहेत जे यथार्थरूपामध्ये महात्मा नाहीत. तथापि, ते सुद्धा निरनिराळ्या प्रकारे श्रीकृष्णांची उपासना करतात. त्यांच्यापैकी काहीजणांचे वर्णन यापूर्वीच आर्त, अर्थार्थी, जिज्ञासू आणि ज्ञानी अशा रीतीने करण्यात आले आहे. याहून खालच्या स्तरावर इतरही लोक आहेत आणि त्यांचे तीन प्रकारे वर्गीकरण करता येते. (१)स्वत:ला भगवंतांशी एकरूप मानून जे स्वत:चीच उपासना करतात, (२)भगवंतांचे कोणते तरी स्वरूप मनाने कल्पून त्याची उपासना करतात आणि (३) जे भगवंतांच्या विश्वरूपाचा स्वीकार करतात आणि त्याची उपासना करतात. यांपैकी सर्वांत कनिष्ठ, जे स्वत:ची परमेश्वर म्हणून स्वत:च पूजा करतात आणि स्वत:ला अद्वैतवादी मानतात ते प्रामुख्याने आहेत. असे लोक स्वत:ला भगवंत मानतात आणि या भावनेमुळे ते स्वत:चीच पूजा करतात. हा सुद्धा परमेश्वर उपासनेचा एक प्रकार आहे, कारण ते जाणू शकतात की, आपण म्हणजे भौतिक शरीर नसून चेतन आत्मा आहोत, निदान त्यांच्यामध्ये अशी प्रबळ भावना तरी असते. सामान्यत: निर्विशेषवादी परमेश्वराची अशा प्रकारे उपासना करतात. दुसऱ्या प्रकारच्या श्रेणीमध्ये देवतांच्या उपासकांचा समावेश असतो. असे लोक कोणत्याही देवता म्हणजे भगवंतच आहे असे मानतात. जे लोक या प्राकृत सृष्टीच्या पलीकडे कशाचेही चिंतन करू शकत नाहीत त्या लोकांचा तिसऱ्या श्रेणीमध्ये समावेश होतो. ते सृष्टीलाच परतत्त्व मानतात आणि त्याची आराधना करतात. सृष्टीसुद्धा भगवंतांचेच एक रूप आहे.

**अहं क्रतुरहं यज्ञः स्वधाहमहमौषधम् ।**
**मन्त्रोऽहमहमेवाज्यमहमग्निरहं हुतम् ॥ १६॥**

**अहम्**—मी; **क्रतुः**—वैदिक कर्मकांड; **अहम्**—मी; **यज्ञः**—स्मृती यज्ञ; **स्वधा**—तर्पण; **अहम्**—मी; **अहम्**—मी; **औषधम्**—औषध; **मन्त्रः**—दिव्य मंत्र; **अहम्**—मी; **अहम्**—मी; **एव**—निश्चितच; **आज्यम्**—तूप; **अहम्**—मी; **अग्निः**—अग्नी; **अहम्**—मी; **हुतम्**—आहुती.

**परंतु मीच कर्मकांड आहे, मीच यज्ञ, पूर्वजांना अर्पण करण्यात येणारे तर्पण, वनौषधी आणि दिव्य मंत्र आहे. तूप, अग्नी आणि आहुतीही मीच आहे.**

**तात्पर्य:** *ज्योतिष्टोम* नामक वैदिक यज्ञ म्हणजे श्रीकृष्णच आहेत आणि स्मृतीमध्ये सांगितलेला *महायज्ञ* म्हणजेही श्रीकृष्णच आहेत. पितृलोकाला अर्पण केलेले तर्पण (तुपाच्या रूपातील औषध) किंवा पितृलोकांच्या संतुष्टीप्रीत्यर्थ केलेला यज्ञ म्हणजे श्रीकृष्णच आहेत. या यज्ञांमध्ये जे मंत्रोच्चारण केले जाते ते मंत्रोच्चारण म्हणजे श्रीकृष्णच आहेत. यज्ञामध्ये आहुती देण्याकरिता, दुधापासून तयार केलेले इतर पुष्कळ पदार्थ हे सुद्धा श्रीकृष्णच आहेत. अग्नीसुद्धा श्रीकृष्णच आहेत कारण, अग्नी हा पंचमहाभूतांपैकी एक आहे आणि ही पंचमहाभूते म्हणजे श्रीकृष्णांचीच विभिन्न शक्ती आहे. दुसऱ्या शब्दांत सांगावयाचे तर, कर्मकांडामध्ये सांगण्यात आलेले सर्व यज्ञ

म्हणजे श्रीकृष्णच आहेत. अर्थात, जे कृष्णभक्तीमध्ये युक्त आहेत त्यांनी सर्व वेदोक्त यज्ञ पूर्वीच केले असल्याचे जाणले पाहिजे.

**पिताहमस्य जगतो माता धाता पितामहः ।**
**वेद्यं पवित्रम् ॐकार ऋक्साम यजुरेव च ॥ १७ ॥**

**पिता**—पिता; **अहम्**—मी; **अस्य**—या; **जगतः**—जगताचा; **माता**—माता; **धाता**—धारण, पोषणकर्ता; **पितामहः**—पितामह; **वेद्यम्**—जाणण्यायोग्य किंवा ज्ञेय; **पवित्रम्**—पवित्र, शुद्ध; **ॐ-कार**—ॐकार; **ऋक्**—ऋग्वेद; **साम**—सामवेद; **यजुः**—यजुर्वेद; **एव**—निश्‍चितच; **च**—आणि.

**मी या जगताचा पिता, माता, आधार आणि पितामह आहे. मी ज्ञेय, शुद्धिकर्ता आणि ॐकार आहे. तसेच, ऋग्वेद, सामवेद आणि यजुर्वेदही मीच आहे.**

**तात्पर्य:** संपूर्ण चराचर सृष्टी ही श्रीकृष्णांच्या शक्तीच्या विविध क्रियांची अभिव्यक्ती आहे. भौतिक जगतात श्रीकृष्णांची तटस्था शक्ती असणाऱ्या जीवांशी आपण विविध प्रकारचे संबंध प्रस्थापित करतो. प्रकृतीच्या निर्मितीमुळे त्यांच्यापैकी काहीजण आपल्याला आपले माता, पिता, पितामह, पोषणकर्ता इत्यादी आहेत असे वाटते; परंतु वस्तुतः ते श्रीकृष्णांचे अंश असतात. म्हणून आपल्या माता-पित्याप्रमाणे प्रतीत होणारे हे सारे जीव श्रीकृष्णच आहेत. या श्लोकातील '*धाता*' शब्दाचा अर्थ सृष्टिकर्ता असा आहे. केवळ आपले माता पिताच श्रीकृष्णाचे अंश आहेत असे नाही, तर धारणकर्ता पितामह इत्यादी हे सुद्धा श्रीकृष्णच आहेत. वस्तुतः सर्व जीव हे श्रीकृष्णांचे अंश असल्यामुळे ते श्रीकृष्णच आहेत. म्हणून सर्व वेदांचे एकमात्र लक्ष्य म्हणजे श्रीकृष्णांची प्राप्ती हे आहे. वेदाध्ययन करणे म्हणजे श्रीकृष्णांची क्रमशः प्राप्ती करून घेणे होय. ज्यायोगे आपण शुद्ध होतो आणि आपल्या स्वरूपावस्थेत स्थिर होतो ते तत्त्व म्हणजे विशेषकरून श्रीकृष्णच आहेत. त्याचप्रमाणे वैदिक तत्त्वाबद्दल जिज्ञासा करणारा जीव हा श्रीकृष्णांचा अंश असल्यामुळे असा जीव म्हणजे श्रीकृष्णच आहेत. सर्व वेदांमध्ये उच्चारला जाणारा ॐकार किंवा प्रणव हा दिव्य शब्दध्वनी म्हणजे श्रीकृष्णच आहेत. म्हणून कृष्णप्राप्ती हे सर्व वेदांचे ध्येय आहे. ऋग्वेद, यजुर्वेद, सामवेद आणि अथर्ववेद या चारी वेदांमधील सर्व मंत्रांत प्रणव किंवा ॐकार हा प्रमुख आहे. म्हणून तो मंत्रही श्रीकृष्णच आहेत.

**गतिर्भर्ता प्रभुः साक्षी निवासः शरणं सुहृत् ।**
**प्रभवः प्रलयः स्थानं निधानं बीजमव्ययम् ॥ १८ ॥**

**गतिः**—ध्येय किंवा लक्ष्य; **भर्ता**—पालनकर्ता; **प्रभुः**—प्रभू; **साक्षी**—साक्षी; **निवासः**—निवास; **शरणम्**—शरण; **सु-हृत्**—अत्यंत जिवलग मित्र; **प्रभवः**—उत्पत्ती; **प्रलयः**—प्रलय; **स्थानम्**—आधार; **निधानम्**—विश्रांती स्थान; **बीजम्**—बीज; **अव्ययम्**—अविनाशी.

**मीच ध्येय, पोषणकर्ता, प्रभू, साक्षी, निवास, आश्रयस्थान आणि अत्यंत जिवलग मित्र आहे. उत्पत्ती आणि प्रलय, सर्वांचा आधार, विश्रामस्थान आणि अविनाशी बीजही मीच आहे.**

**तात्पर्य:** *गति* म्हणजे ज्या ठिकाणी आपल्याला जावयाचे आहे ते स्थान होय. सामान्य लोकांना माहीत नसले तरी परमलक्ष्य म्हणजे श्रीकृष्णच आहेत. ज्याला श्रीकृष्णांचे ज्ञान नाही तो चुकीच्या दिशेने मार्गक्रमण करीत आहे आणि त्याची तथाकथित प्रगती ही आंशिक अथवा भ्रामक असते. असे अनेक लोक आहेत जे निरनिराळ्या देवतांनाच आपले परमलक्ष्य मानतात आणि कठोर कर्मकांडांचे पालन करून निरनिराळ्या लोकांची उदाहरणार्थ, चंद्रलोक, सूर्यलोक, इंद्रलोक, महर्लोक इत्यादींची प्राप्ती करतात. असे हे सारे ग्रहलोक श्रीकृष्णांचीच सृष्टी असल्यामुळे ते एकाच वेळी कृष्ण आहेत आणि नाहीतही. असे हे ग्रहलोक म्हणजे श्रीकृष्णांच्या शक्तींची अभिव्यक्ती असल्याकारणाने श्रीकृष्णच आहेत, परंतु श्रीकृष्णांची अनुभूती होण्यास ते साहाय्यकारक ठरू शकतात. श्रीकृष्णांच्या या विविध शक्तींची आराधना करणे म्हणजे मनुष्याने अप्रत्यक्षपणे श्रीकृष्णांची आराधना करणे होय. मनुष्याने प्रत्यक्षपणे श्रीकृष्णांची आराधना केली पाहिजे, कारण त्यामुळे शक्ती व वेळ व्यर्थ खर्ची पडणार नाही. उदाहरणार्थ, इमारतीच्या शेवटच्या मजल्यावर जाण्यासाठी उद्‌वाहक उपलब्ध असेल तर मनुष्याने जिन्याचा उपयोग करण्यात काय अर्थ आहे? सर्व काही श्रीकृष्णांच्या शक्तीवर आधारित आहे. म्हणून श्रीकृष्णांशिवाय कोणतीही गोष्ट अस्तित्वात राहू शकत नाही. श्रीकृष्ण हे परमेश्वर आहेत, कारण सर्व काही त्यांच्या मालकीचे आहे आणि सर्व काही त्यांच्या शक्तीमुळेच अस्तित्वात आहे. श्रीकृष्ण सर्वांच्या हृदयात स्थित असल्यामुळे ते सर्वश्रेष्ठ साक्षीही आहेत. आपण निवास करीत असलेले स्थान, देश, ग्रहलोक म्हणजे श्रीकृष्णच आहेत. श्रीकृष्ण हेच अंतिम आश्रयस्थान आहेत म्हणून आपल्या रक्षणाकरिता अथवा संकटनिवारणाकरिता मनुष्याने श्रीकृष्णांचा आश्रय घेतला पाहिजे आणि जेव्हा जेव्हा आपल्याला संरक्षणाची आवश्यकता असते तेव्हा तेव्हा आपण जाणले पाहिजे की, आपल्याला चेतन आत्म्याकडूनच संरक्षण प्राप्त करावे लागते. श्रीकृष्ण हे तर परम आत्मा आहेत. श्रीकृष्ण हेच आपल्या उत्पत्तीचे कारण किंवा परमपिता असल्यामुळे श्रीकृष्णांव्यतिरिक्त इतर कोणीही आपला जिवलग असा हितचिंतक असूच शकत नाही. श्रीकृष्ण हे सृष्टीचे आणि प्रलयानंतरचे विश्रांतिस्थान आहेत. यास्तव श्रीकृष्ण हे सर्व कारणांचे मूळ शाश्वत कारण आहेत.

**तपाम्यहमहं वर्षं निगृह्णाम्युत्सृजामि च।**
**अमृतं चैव मृत्युश्च सदसच्चाहमर्जुन ॥ १९॥**

**तपामि**—उष्णता देतो; **अहम्**—मी; **अहम्**—मी; **वर्षम्**—वर्षा किंवा पाऊस; **निगृह्णामि**—रोखून ठेवतो; **उत्सृजामि**—पाठवितो; **च**—आणि; **अमृतम्**—अमृततत्त्व; **च**—आणि; **एव**—निश्चितच; **मृत्युः**—मृत्यू; **च**—आणि; **सत्**—सत किंवा चेतन; **असत्**—किंवा पदार्थ; **च**—आणि; **अहम्**—मी; **अर्जुन**—हे अर्जुन.

**हे अर्जुना! मी उष्णता देतो आणि मीच पाऊस थांबवितो आणि पाडवितोही, मी अमृततत्त्व आहे आणि मूर्तिमंत मृत्यूही मीच आहे. सत् ( चेतन ) आणि असत् ( जड पदार्थ ) दोन्ही माझ्यामध्येच स्थित आहेत.**

**तात्पर्य:** श्रीकृष्ण हे विजेच्या आणि सूर्याच्या माध्यमाने उष्णता आणि प्रकाश यांचे प्रसारण आपल्या शक्तींनी करतात. ते उन्हाळ्यात पाऊस पडू देत नाहीत आणि पावसाळ्यात सतत मुसळधार पावसाचा वर्षाव करतात. जी शक्ती आपले पोषण करून आपले आयुष्य वृद्धिंगत करते ती शक्ती म्हणजे श्रीकृष्णच आहेत आणि अंतसमयी श्रीकृष्ण आपल्याला मृत्यूच्या रूपात भेटतात. श्रीकृष्णांच्या या विविध शक्तींचे विश्लेषण केल्यास निश्चितपणे कळून येईल की, श्रीकृष्णांसाठी जड आणि चेतन यामध्ये मुळीच भेद नाही किंवा दुसऱ्या शब्दांत सांगावयाचे तर, सत् आणि असत् किंवा जड आणि चेतन म्हणजे श्रीकृष्णच आहेत. म्हणून कृष्णभावनेच्या उन्नतावस्थेत मनुष्य अशा प्रकारचा भेद करीत नाही. तो सर्व गोष्टींमध्ये केवळ श्रीकृष्णांना पाहतो.

श्रीकृष्ण हे सत् आणि असत् दोन्ही असल्यामुळे भौतिक अभिव्यक्तींनी युक्त विराट विश्वरूप म्हणजे श्रीकृष्णच आहेत आणि द्विभुज श्यामसुंदर रूपातील वेणुवादन करणाऱ्या त्यांच्या वृंदावनलीला या भगवान रूपातील लीला आहेत.

**त्रैविद्या मां सोमपाः पूतपापा**
**यज्ञैरिष्ट्वा स्वर्गतिं प्रार्थयन्ते ।**
**ते पुण्यमासाद्य सुरेन्द्रलोक-**
**मश्नन्ति दिव्यान्दिवि देवभोगान् ॥ २० ॥**

**त्रै-विद्याः**—तीन वेद जाणणारे; **माम्**—मला; **सोम-पाः**—सोमरसपान करणारे; **पूत**—पवित्र झालेले; **पापाः**—पापांपासून; **यज्ञैः**—यज्ञाद्वारे; **इष्ट्वा**—पूजन करून; **स्वः-गतिम्**—स्वर्गारोहणाचा मार्ग; **प्रार्थयन्ते**—प्रार्थना करतात; **ते**—ते; **पुण्यम्**—पुण्य; **आसाद्य**—प्राप्त करून; **सुर-इन्द्र**—इंद्राचा; **लोकम्**—लोक; **अश्नन्ति**—उपभोग घेतात; **दिव्यान्**—दिव्य; **दिवि**—स्वर्गामध्ये; **देव-भोगान्**—देवांचे भोग.

**वेदाध्ययन करणारे आणि सोमरसाचे पान करणारे स्वर्गलोकाची प्राप्ती करीत अप्रत्यक्षपणे माझेच पूजन करतात. असे पापकर्मांपासून शुद्ध झालेले लोक इंद्राच्या पुण्यलोकामध्ये जन्म घेतात आणि त्या ठिकाणी ते देवांप्रमाणे दिव्य भोग उपभोगतात.**

**तात्पर्य:** *त्रैविद्याः* शब्द म्हणजे साम, यजुः आणि ऋग् हे तीन वेद होय. ज्या ब्राह्मणाने या तीन वेदांचे अध्ययन केले आहे त्याला *त्रिवेदी* असे म्हटले जाते. या तिन्ही वेदांचे ज्याला ज्ञान आहे त्याला समाजामध्ये सन्माननीय मानले जाते. दुर्दैवाने अनेक मोठमोठ्या वैदिक विद्वानांना वेदाध्ययन करण्यामागचा अंतिम उद्देश माहीत नाही म्हणून या ठिकाणी श्रीकृष्ण सांगत आहेत की, त्रिवेदींचे ध्येय म्हणजे मीच आहे. वास्तविक त्रिवेदी विद्वान हे श्रीकृष्णांच्या चरणकमलांचा आश्रय घेतात आणि भगवंतांना संतुष्ट करण्यासाठी शुद्ध भगवद्भक्तीमध्ये युक्त होतात. भक्तियोगाचा प्रारंभ हरे कृष्ण मंत्राच्या जपाने आणि त्याचबरोबर श्रीकृष्णांना तत्त्वतः जाणण्याचा प्रयत्न करण्याने होतो. दुर्दैवाने केवळ वेदाध्ययन करण्याच्या दृष्टीने वेदांचा अभ्यास करणारे विद्यार्थी चंद्र आणि इंद्रासारख्या देवतांप्रीत्यर्थ यज्ञ करण्यामध्ये आसक्त होतात. अशा प्रयत्नांद्वारे

देवोपासक हे निश्चितच कनिष्ठ प्राकृतिक गुणांतून मुक्त होतात आणि त्यामुळे असे लोक महर्लोक, जनलोक, तपोलोक इत्यादी उच्चतर लोकांप्रत उन्नत होतात. जो अशा लोकामध्ये वास करतो त्याला या पृथ्वीपेक्षा लक्ष लक्ष पटीने अधिक श्रेष्ठ दर्जाचे इंद्रियभोग करता येतो.

**ते तं भुक्त्वा स्वर्गलोकं विशालं**
**क्षीणे पुण्ये मर्त्यलोकं विशन्ति।**
**एवं त्रयीधर्ममनुप्रपन्ना**
**गतागतं कामकामा लभन्ते ॥ २१॥**

**ते**—ते; **तम्**—त्या; **भुक्त्वा**—उपभोग घेऊन; **स्वर्ग-लोकम्**—स्वर्गलोक; **विशालम्**—विशाल; **क्षीणे**—क्षीण झाल्यानंतर; **पुण्ये**—पुण्यकर्मांची फळे; **मर्त्य-लोकम्**—मर्त्यलोकावर, या पृथ्वीवर; **विशन्ति**—पतन पावतात; **एवम्**—याप्रमाणे; **त्रयी**—तीन वेदांचे; **धर्मम्**—सिद्धांत; **अनुप्रपन्नाः**—पालन करून; **गत-आगतम्**—जन्म आणि मृत्यू; **काम-कामाः**—इंद्रियभोगाची इच्छा करणारे; **लभन्ते**—प्राप्त होतात.

**याप्रमाणे स्वर्गलोकातील अमर्याद विषयसुखाचा भोग घेऊन पुण्यकर्म क्षीण झाल्यावर ते पुन्हा या मृत्युलोकात परत येतात. अशा रीतीने वेदोक्त धर्माचे (सिद्धांताचे) पालन करून जे इंद्रियोपभोग प्राप्त करतात, त्यांना पुनः पुन्हा केवळ जन्म-मृत्यूच्या चक्रात पडावे लागते.**

**तात्पर्य:** जो उच्चतर लोकाप्रत उन्नत होतो तो दीर्घायुष्य उपभोगतो आणि इंद्रियतृप्ती करण्यासाठी त्याला अधिक उत्तम प्रकारच्या सुखसोयी उपलब्ध होतात; पण तरीही त्याला उच्चतर लोकामध्ये कायमचे राहू दिले जात नाही. मनुष्याच्या पुण्यकर्मांची फळे जेव्हा समाप्त होतात तेव्हा मनुष्याला पुन्हा पृथ्वीतलावर परत पाठविले जाते. वेदान्त सूत्रामध्ये सांगितल्याप्रमाणे (*जन्माद्यस्य यतः*) ज्याने ज्ञानाची परिपूर्णता प्राप्त केली नाही किंवा दुसऱ्या शब्दांत सांगावयाचे तर, ज्याला, सर्व कारणांचे कारण श्रीकृष्ण यांचे ज्ञान झालेले नाही तो जीवनाचा अंतिम उद्देश प्राप्त करण्यामध्ये निष्फळ ठरतो. अशा रीतीने कधी वर तर कधी खाली करणाऱ्या चक्रामध्ये स्थित असल्याप्रमाणे तो पुनः पुन्हा उच्चतर लोकांमध्ये जातो आणि पुनः पुन्हा परतून येतो. तात्पर्य हेच आहे की, ज्या ठिकाणी गेल्यानंतर पुन्हा परतून येण्याची मुळीच शक्यता नसते त्या वैकुंठलोकाची प्राप्ती करण्याऐवजी मनुष्य केवळ स्वर्गलोकामध्ये आणि मृत्युलोकामध्ये पुनः पुन्हा जन्म-मृत्यूच्या चक्रात पडत राहतो. म्हणून सच्चिदानंदमय जीवन जगण्याकरिता आणि पुन्हा या दुःखमय संसारात कधीही न परतण्याकरिता मनुष्याने आध्यात्मिक जगताची प्राप्ती करणे हे अधिक श्रेयस्कर आहे.

**अनन्याश्चिन्तयन्तो मां ये जनाः पर्युपासते।**
**तेषां नित्याभियुक्तानां योगक्षेमं वहाम्यहम्॥ २२॥**

**अनन्याः**—अनन्य भावाने, इतर कोणताही हेतू नसणारे; **चिन्तयन्तः**—चिंतन करून; **माम्**—माझ्यावर;

**ये**—जे; **जना:**—लोक; **पर्युपासते**—योग्य प्रकारे उपासना करतात; **तेषाम्**—त्या; **नित्य**—नेहमी; **अभियुक्तानाम्**—भक्तीमध्ये दृढ झालेले; **योग**—आवश्यकता किंवा गरजा; **क्षेमम्**—रक्षण; **वहामि**—करतो; **अहम्**—मी.

**परंतु जे लोक अनन्य भक्तिभावाने माझ्या दिव्य स्वरूपाचे चिंतन करीत माझी उपासना करतात, त्यांच्या गरजा मी पूर्ण करतो आणि त्यांच्याकडे जे आहे त्याचे मी रक्षण करतो.**

**तात्पर्य:** कृष्णभावनेवाचून ज्याला क्षणभरही राहवत नाही तो दिवसातून चौविस तास केवळ श्रीकृष्णांचेच चिंतन करतो. तो श्रवण, कीर्तन, स्मरण, वंदन, अर्चन, पादसेवन, दास्य, सख्य आणि आत्मनिवेदन या नवविधा भक्तीमध्ये रममाण झालेला असतो. अशा भक्तांना आत्मसाक्षात्कारामध्ये परिपूर्णता प्रदान करणाऱ्या, अशा सर्व क्रिया, मंगलमयी आणि दिव्य शक्तींनी परिपूर्ण असतात. यामुळे भगवद्‌भक्त भगवंतांचे केवळ सान्निध्य प्राप्त करण्याची इच्छा करतो. असा हा भक्त नि:संदेह विनाप्रयास भगवत्प्राप्ती करतो. यालाच योग असे म्हणतात. भगवत्कृपेमुळे अशा भक्ताला भौतिक बद्धावस्थेत पुन्हा कधीच परतावे लागत नाही. *क्षेम* म्हणजे भगवंतांचे अहैतुकी संरक्षण होय. योगाद्वारे कृष्णभावनेची प्राप्ती होण्याकरिता भगवंत भक्ताला साहाय्य करतात आणि जेव्हा भक्त पूर्णपणे कृष्णभावनाभावित होतो तेव्हा त्याचे दु:खपूर्ण बद्धावस्थेत पतन होण्यापासून रक्षण करतात.

**येऽप्यन्यदेवताभक्ता यजन्ते श्रद्धयान्विता: ।**
**तेऽपि मामेव कौन्तेय यजन्त्यविधिपूर्वकम् ॥ २३ ॥**

**ये**—जे; **अपि**—सुद्धा; **अन्य**—दुसऱ्या; **देवता**—देवतांचे; **भक्ता:**—भक्त; **यजन्ते**—पूजन करतात; **श्रद्धया अन्विता:**—श्रद्धेने; **ते**—ते; **अपि**—सुद्धा; **माम्**—माझेच; **एव**—केवळ; **कौन्तेय**—हे कौंतेया; **यजन्ति**—पूजन करतात; **अविधि-पूर्वकम्**—अविधिपूर्वक, चुकीच्या मार्गाने.

**हे कौंतेया! जे लोक इतर देवतांचे भक्त आहेत आणि जे त्यांचे श्रद्धेने पूजन करतात ते वस्तुत: माझेच पूजन करतात, परंतु त्यांची ती आराधना चुकीच्या मार्गाने केलेली असते.**

**तात्पर्य:** भगवान श्रीकृष्ण सांगतात की, ''देवतांची उपासना करणारे जरी अप्रत्यक्षपणे माझीच उपासना करीत असले तरी ते फार बुद्धिमान नसतात.'' उदाहरणार्थ, जेव्हा मनुष्य, वृक्षाच्या मुळाशी पाणी न घालता, वृक्षाच्या पानांना आणि फांद्यांना पाणी घालतो तेव्हा तो पुरेशा ज्ञानाच्या अभावी किंवा नियामक तत्त्वांचे पालन न करता असे करतो. त्याचप्रमाणे शरीराच्या विविध अवयवांची सेवा करणे म्हणजे पोटाला अन्नपुरवठा करणे होय. देवता या भगवंतांच्या प्रशासनातील निरनिराळ्या अधिकारी आणि निर्देशक आहेत. मनुष्याला शासनाचे नियम पाळावयाचे असतात, पदाधिकाऱ्यांनी किंवा निर्देशकांनी केलेले नव्हेत. त्याचप्रमाणे मनुष्याने केवळ भगवंतांचीच आराधना केली पाहिजे. यामुळे आपोआपच भगवंतांचे पदाधिकारी आणि

निर्देशकही संतुष्ट होतील. अधिकारी किंवा निर्देशक हे प्रशासनाचे प्रतिनिधी असतात आणि म्हणून त्यांना लाच देणे बेकायदेशीर आहे. याचेच वर्णन या ठिकाणी *अविधिपूर्वकम्* या शब्दामध्ये करण्यात आले आहे. दुसऱ्या शब्दांत सांगावयाचे तर, देवतांची अनावश्यक उपासना श्रीकृष्णांना मान्य नाही.

**अहं हि सर्वयज्ञानां भोक्ता च प्रभुरेव च।**
**न तु मामभिजानन्ति तत्त्वेनातश्च्यवन्ति ते॥ २४॥**

**अहम्**—मी; **हि**—निश्चितच; **सर्व**—सर्व; **यज्ञानाम्**—यज्ञांचा; **भोक्ता**—भोक्ता; **च**—आणि; **प्रभुः**—प्रभू किंवा स्वामी; **एव**—सुद्धा; **च**—आणि; **न**—नाही; **तु**—परंतु; **माम्**—मला; **अभिजानन्ति**—ते जाणतात; **तत्त्वेन**—तत्त्वतः; **अतः**—म्हणून; **च्यवन्ति**—पतन पावतात; **ते**—ते.

**सर्व यज्ञांचा मीच केवळ भोक्ता आणि स्वामी आहे. म्हणून जे माझे दिव्य स्वरूप तत्त्वतः जाणत नाहीत त्यांचे पतन होते.**

**तात्पर्य:** या श्लोकात स्पष्टपणे सांगितले आहे की, वेदांमध्ये अनेक प्रकारचे यज्ञ सांगितले आहेत; परंतु ते सर्व यज्ञ भगवंतांच्या संतुष्टीप्रीत्यर्थ आहेत. *यज्ञ* म्हणजेच विष्णू होय. भगवद्गीतेच्या तिसऱ्या अध्यायात स्पष्टपणे म्हटले आहे की, मनुष्याने केवळ यज्ञ किंवा श्रीविष्णुंप्रीत्यर्थ कर्म केले पाहिजे. वर्णाश्रम धर्म हा विशेषकरून श्रीविष्णूंच्या संतुष्टिप्रीत्यर्थ योजिला आहे. म्हणून श्रीकृष्ण या श्लोकात सांगतात की, ''मीच सर्व यज्ञांचा भोक्ता आहे कारण मी प्रभू आहे.'' ही वस्तुस्थिती न जाणता अल्पबुद्धी लोक क्षणिक लाभांकरिता देवतांची उपासना करतात. म्हणून त्यांचे संसारसागरात पतन होते आणि त्यांना जीवनाची अभीष्टसिद्धी प्राप्त होत नाही; तथापि जर कोणाला आपल्या भौतिक कामना पूर्ण करावयाच्या असतील तर त्याने भगवंतांकडेच याचना करणे अधिक बरे. (जरी ही शुद्ध भक्ती नसली तरी) कारण अशा रीतीने त्याला इष्ट फलाची प्राप्ती होईल.

**यान्ति देवव्रता देवान्पितॄन्यान्ति पितृव्रताः।**
**भूतानि यान्ति भूतेज्या यान्ति मद्याजिनोऽपि माम्॥ २५॥**

**यान्ति**—जातात; **देव-व्रताः**—देवतांचे उपासक; **देवान्**—देवतांकडे; **पितॄन्**—पितरांना; **यान्ति**—प्राप्त होतात किंवा जातात; **पितृ-व्रताः**—पितरांचे पूजन करणारे; **भूतानि**—भूत-प्रेतांकडे; **यान्ति**—जातात; **भूत-इज्याः**—भूतांचे उपासक; **यान्ति**—प्राप्त होतात किंवा जातात; **मत्**—माझे; **याजिनः**—भक्त; **अपि**—परंतु; **माम्**—मला.

**जे देवतांची पूजा करतात त्यांना त्या देवतांमध्ये जन्म प्राप्त होतो, जे पितरांची उपासना करतात, ते पितरांकडे जातात, जे भूतांची उपासना करतात, त्यांना भूतयोनीमध्ये जन्म प्राप्त होतो आणि जे माझी पूजा करतात ते माझी प्राप्ती करतात.**

**तात्पर्य:** जर कोणाला चंद्र, सूर्य अथवा इतर कोणत्याही ग्रहलोकावर जाण्याची इच्छा असेल तर त्याला, वेदोक्त विधिविधानांचे पालन केल्याने त्या इच्छित ग्रहलोकांची प्राप्ती होऊ शकते,

जसे, *दर्शपौर्णमासी विधी* याचे विस्तृत वर्णन वेदांच्या कर्मकांड विभागामध्ये करण्यात आले आहे. यामध्ये निरनिराळ्या ग्रहलोकांच्या अधिष्ठात्री देवतेची प्राप्ती करण्यासाठी विशिष्ट प्रकारची उपासना सांगण्यात आली आहे. त्याचप्रमाणे विशिष्ट प्रकारचा यज्ञ केल्याने मनुष्याला पितृलोकांची प्राप्ती होऊ शकते. तसेच मनुष्य, भूतांच्या ग्रहांवर जाऊ शकतो आणि यक्ष, राक्षस किंवा पिशाच्च बनू शकतो. पिशाच्चोपासनेला *अभिचार* किंवा *इंद्रजाल* असे म्हणतात. इंद्रजाल किंवा जादूटोणा करणारे अनेक लोक आहेत आणि जादूटोणा करणे म्हणजेच आध्यात्मिकता होय, असे त्यांना वाटते; परंतु वस्तुत: अशी सर्व कार्ये पूर्णपणे भौतिक आहेत. त्याचप्रमाणे केवळ भगवंतांचीच उपासना करणारा विशुद्ध भक्त नि:संदेह वैकुंठलोकाची आणि कृष्णलोकाची प्राप्ती करतो. या महत्त्वपूर्ण श्लोकावरून आपण जाणले पाहिजे की, जर केवळ देवतांची उपासना केल्याने मनुष्याला स्वर्गलोकाची प्राप्ती होऊ शकते किंवा पितरांची उपासना केल्याने पितृलोकाची प्राप्ती होऊ शकते किंवा जादूटोणा केल्याने भूतलोकांची प्राप्ती होऊ शकते, तर शुद्ध भक्ताला श्रीकृष्ण अथवा श्रीविष्णुलोकांची प्राप्ती का होऊ शकणार नाही? दुर्दैवाने श्रीकृष्ण आणि श्रीविष्णूंचे निवास असणाऱ्या अशा दिव्य लोकांचे बऱ्याच लोकांना ज्ञान नाही आणि हे ज्ञान नसल्यामुळे त्यांचे पतन होते. निर्विशेषवाद्यांचेही ब्रह्मज्योतीमधून पतन होते. यास्तव कृष्णभावनामृत आंदोलन उदात्त आणि दिव्य ज्ञानाचा संपूर्ण मानव-समाजामध्ये प्रचार करीत आहे, जेणेकरून केवळ हरे कृष्ण मंत्राचे कीर्तन केल्याने मनुष्य याच जीवनात पूर्णत्व प्राप्त करून भगवद्धामात परत जाऊ शकतो.

**पत्रं पुष्पं फलं तोयं यो मे भक्त्या प्रयच्छति।**
**तदहं भक्त्युपहृतमश्नामि प्रयतात्मनः ॥ २६ ॥**

**पत्रम्**—पान; **पुष्पम्**—फूल; **फलम्**—फळ; **तोयम्**—पाणी; **यः**—जो कोणी; **मे**—मला; **भक्त्या**—भक्तिभावाने; **प्रयच्छति**—अर्पण करतो; **तत्**—ते; **अहम्**—मी; **भक्ति-उपहृतम्**—भक्तीने अर्पण केलेले; **अश्नामि**—स्वीकार करतो; **प्रयत-आत्मनः**—शुद्ध भावनेने.

**जर एखाद्याने प्रेमाने आणि भक्तीने मला एखादे पान, फूल, फळ अथवा पाणी अर्पण केले तर मी त्याचा स्वीकार करतो.**

**तात्पर्य:** बुद्धिमान व्यक्तीने शाश्वत सुखासाठी, नित्य आणि आनंदमयी धामाची प्राप्ती करण्याकरिता दिव्य प्रेममयी भगवत्सेवेमध्ये, कृष्णभावनेमध्ये युक्त होणे आवश्यक आहे. भगवद्धामाची प्राप्ती करण्याचा हा विधी अत्यंत सुलभ आहे. याचे आचरण सर्वांत गरीब मनुष्यही पूर्वपात्रतेविना करू शकतो. यासाठी केवळ एकच पात्रता आवश्यक आहे आणि ती म्हणजे मनुष्याने शुद्ध भक्त असले पाहिजे. मनुष्य कोण आहे किंवा त्याची काय स्थिती आहे हे महत्त्वपूर्ण नाही. हा विधी इतका सहजसुलभ आहे की मनुष्य भगवंतांना एखादे पान, फळ अथवा थोडेसे पाणीही अर्पण करू शकतो आणि त्याचा स्वीकार करण्यामध्ये भगवंतही संतुष्ट होतात. म्हणून कोणालाही कृष्णभावनेपासून वंचित करता येत नाही, कारण कृष्णभावना ही सुलभ आणि सर्वत्र आचरण्याजोगी आहे. इतक्या सहजसोप्या पद्धतीद्वारे कृष्णभावनाभावित न

होण्याची आणि सच्चिदानंद जीवनाची प्राप्ती करण्याची इच्छा न करणारा असा मूर्ख कोण असू शकेल? श्रीकृष्णांना प्रेममयी सेवेव्यतिरिक्त इतर कशाचीही अपेक्षा नसते. श्रीकृष्ण एखाद्या फुलाचाही आपल्या शुद्ध भक्ताकडून स्वीकार करतात. ते अभक्तांकडून कोणत्याही गोष्टींचा स्वीकार करीत नाहीत. ते स्वावलंबी असल्यामुळे त्यांना कोणाकडूनही कशाचीही अपेक्षा नसते. तरीही ते भक्ताकडून प्रेमभावाचे आदानप्रदान करण्याकरिता भक्ताच्या भेटीचा स्वीकार करतात. कृष्णभावनेचा विकास करणे म्हणजेच जीवनाची परिपूर्णता गाठणे होय. श्रीकृष्णांची प्राप्ती करण्याकरिता भक्ती हे केवळ एकच साधन असल्याचे दर्शविण्यासाठी या श्लोकामध्ये 'भक्ती' या शब्दाचा दोन वेळा उल्लेख करण्यात आला आहे. इतर कोणत्याही साधनाने उदाहरणार्थ, ब्राह्मण, विद्वान पंडित, गर्भश्रीमंत किंवा महान तत्त्वज्ञानी झाल्याने आपण श्रीकृष्णांना आपली भेट स्वीकारण्यास बाध्य करू शकत नाही. भक्तीविना भगवंत, कोणाकडूनही कोणत्याही गोष्टींचा स्वीकार करण्यास तयार होत नाहीत. भक्ती ही कधीच हेतुप्रेरित नसते. भक्ती ही शाश्वत आहे आणि परम सत्याच्या सेवेप्रीत्यर्थ हे प्रत्यक्ष कर्म आहे.

भगवान श्रीकृष्ण आपणच एकमात्र भोक्ता, आदिपुरुष आणि सर्व यज्ञांचे वास्तविक अधि-ष्ठाता असल्याचे सिद्ध करून झाल्यावर या ठिकाणी आपण कोणत्या प्रकारचा यज्ञ स्वीकारतो हे सांगतात. शुद्ध होण्याकरिता आणि जीवनाच्या अंतिम ध्येयाची —दिव्य प्रेममयी भगवत्सेवा— प्राप्ती करण्यासाठी जर मनुष्याला भगवद्भक्तीमध्ये युक्त होण्याची इच्छा असेल तर त्याने भगवंत आपल्याकडून काय इच्छितात हे जाणून घेतले पाहिजे. जो श्रीकृष्णांवर प्रेम करतो तो, त्यांना जे हवे असेल ते अर्पण करतो आणि भगवंतांना नको असलेली किंवा भगवंतांनी न विचारलेली कोणतीही गोष्ट अर्पण करणे टाळतो. यास्तव मांस, मासे आणि अंडी श्रीकृष्णांना अर्पण करू नयेत. जर असे पदार्थ आपल्याला अर्पण करावी अशी त्यांची इच्छा असती तर त्याप्रमाणे त्यांनी सांगितले असते. याउलट ते स्पष्टपणे सांगतात की, मनुष्याने मला एखादे पान, फळ, फूल आणि पाणी अर्पण करावे आणि मी त्याचा स्वीकार करेन. म्हणून आपण जाणले पाहिजे की श्रीकृष्ण मांस, मासे, अंडी यांचा स्वीकार करणार नाहीत. भाजीपाला, धान्य, फळे, दूध आणि पाणी इत्यादी मनुष्यासाठी योग्य खाद्यपदार्थ आहेत आणि स्वत: भगवान श्रीकृष्णांनी याचे विधान केले आहे. याव्यतिरिक्त आपण इतर जे काही खातो ते श्रीकृष्णांना अर्पण करता येत नाही, कारण ते त्याचा स्वीकार करणार नाहीत. जर आपण असे खाद्यपदार्थ अर्पण केले तर आपण प्रेममयी सेवा करू शकणार नाही.

तिसऱ्या अध्यायातील पंधराव्या श्लोकामध्ये भगवंत सांगतात, केवळ यज्ञाचे अवशेषच पवित्र असतात आणि जे जीवनामध्ये प्रगती करण्याच्या प्रयत्नात आहेत व ज्यांना संसारबंधनातून मुक्त व्हावयाचे आहे त्यांच्यासाठी केवळ असे अवशेष सेवन करणेच योग्य आहे. त्याच श्लोकामध्ये पुढे भगवंत सांगतात की, जे आपले अन्न अर्पण करीत नाहीत, ते केवळ पापच भक्षण करतात. दुसऱ्या शब्दांत सांगावयाचे तर, त्यांचा प्रत्येक घास हा त्यांना मायाजालाच्या गर्तेत अधिकाधिक खोलवर ढकलत असतो. मनुष्याने स्वादिष्ट, रुचकर आणि साधे शाकाहारी खाद्यपदार्थ तयार करून ते श्रीकृष्णांच्या चित्राला अथवा विग्रहाला नमस्कार करून आणि ते

खाद्यपदार्थ खाण्याची भगवंतांना प्रार्थना करीत अर्पण करावे. त्यायोगे मनुष्याला जीवनामध्ये निश्चित प्रगती करता येते. मेंदूमध्ये तल्लख पेशी निर्माण होतात आणि यामुळे त्याची विचारशुद्धी होते. मनुष्याने सर्वांत महत्त्वाची गोष्ट प्रेमभावाने अर्पण करावी. श्रीकृष्ण हे अस्तित्वातील प्रत्येक गोष्टीचे अधिपती असल्यामुळे त्यांना भोजनाची मुळीच आवश्यकता नाही. तथापि ज्याला भगवंतांना अन्न अर्पण करून त्यांना संतुष्ट करावयाची इच्छा आहे, त्याने अर्पण केलेल्या भेटीचा भगवंत स्वीकार करतात. खाद्यपदार्थ तयार करताना ते अर्पण करताना सर्वांत महत्त्वाची गोष्ट आहे की, या सर्व क्रिया श्रीकृष्णांच्या प्रेमास्तव केल्या पाहिजेत.

परम सत्य हे इंद्रियरहित आहे असे प्रतिपादन करणारे निर्विशेषवादी दार्शनिक भगवद्गीतेच्या या श्लोकाचे स्पष्टीकरण देऊ शकत नाही. त्यांच्यासाठी हा श्लोक म्हणजे एक रूपक आहे किंवा भगवद्गीतेचा वक्ता श्रीकृष्ण यांचा भौतिक स्वरूपाचा दाखला आहे; परंतु वस्तुतः भगवान श्रीकृष्णांना इंद्रिये आहेत आणि असे म्हटले आहे की, त्यांची इंद्रिये परस्परानुगामी आहेत अर्थात एक इंद्रिय इतर कोणत्याही इंद्रियाचे कार्य करू शकते. श्रीकृष्णांना परम सत्य म्हणण्याचा आशय हाच आहे. इंद्रियांच्या अभावी त्यांना सर्व ऐश्वर्यांनी परिपूर्ण (षडश्वैर्यांनी पूर्ण) म्हणताच आले नसते. सातव्या अध्यायामध्ये श्रीकृष्णांनी सांगितले आहे की, भौतिक प्रकृतीमध्ये तेच जीवांना गर्भस्थ करतात. भौतिक प्रकृतीवर दृष्टिक्षेप टाकून ते गर्भधारणा करतात आणि म्हणून या बाबतीतही भगवंतांना अन्न अर्पण करताना भक्ताची प्रेमपूर्ण प्रार्थना, भगवंतांनी श्रवण करणे आणि भगवंतांनी ते अन्न ग्रहण करणे व प्रत्यक्षात त्याची चव घेणे यात कोणताही भेद नाही. भगवंत परम सत्य असल्याकारणाने त्यांनी श्रवण करणे हे पूर्णपणे त्यांच्या अन्न ग्रहण करण्यासमान आणि त्याची चव घेण्यासमान आहे या मुद्द्यावर अधिक जोर दिला पाहिजे. जो भक्त तर्क न करता श्रीकृष्णांनी स्वतः सांगितल्याप्रमाणे तत्त्वतः त्यांचा स्वीकार करतो, तोच केवळ जाणू शकतो की, परम सत्य अन्न ग्रहण करू शकते आणि त्याचा स्वादही घेऊ शकते.

**यत्करोषि यदश्नासि यज्जुहोषि ददासि यत्।**
**यत्तपस्यसि कौन्तेय तत्कुरुष्व मदर्पणम्॥ २७॥**

**यत्**—जे; **करोषि**—तू करतोस; **यत्**—जे; **अश्नासि**—तू खातोस; **यत्**—जे; **जुहोषि**—तू अर्पण करतोस; **ददासि**—तू दान देतोस; **यत्**—जे; **यत्**—जे; **तपस्यसि**—तू तपस्या करतोस; **कौन्तेय**—हे कौंतेय; **तत्**—ते; **कुरुष्व**—कर; **मत्**—मला; **अर्पणम्**—अर्पण.

**हे कौंतेया! तू जे जे कर्म करतोस, जे जे खातोस, जे जे हवन करतोस किंवा दान देतोस आणि तू जे तप करतोस, ते सर्व तू मला अर्पण कर.**

**तात्पर्यः** याप्रमाणे प्रत्येकाचे कर्तव्य आहे की, त्याने जीवनाला असे वळण दिले पाहिजे, जेणेकरून त्याला कोणत्याही परिस्थितीत श्रीकृष्णांचे विस्मरण होणार नाही. सर्वांना प्राणधारणार्थ कर्म करावेच लागते आणि या श्लोकात भगवंत सांगतात की, मनुष्याने सर्व कर्मे त्यांच्या प्रीत्यर्थ करावी. सर्वांना जगण्याकरिता काही तरी खावेच लागते म्हणून मनुष्याने कृष्णप्रसादच खावा.

कोणत्याही सुसंस्कृत मनुष्याला काही तरी धार्मिक कर्मकांड करावेच लागतात. म्हणून श्रीकृष्ण सांगतात की, ''हे सर्व माझ्यासाठी कर.'' यालाच *अर्चन* असे म्हटले जाते. प्रत्येकामध्ये दान देण्याची प्रवृत्ती असते म्हणून श्रीकृष्ण सांगतात की, ''हे दान मला दे.'' याचा अर्थ असा आहे की, अतिरिक्त धनसंपत्तीचा कृष्णभावनामृताच्या आंदोलनाचा प्रसार करण्यासाठी विनियोग केला पाहिजे. सद्यस्थितीमध्ये लोकांचा ध्यान प्रक्रियांकडे अधिक कल दिसून येतो; पण ही प्रक्रिया या युगासाठी अव्यवहार्य आहे. तथापि, आपल्या जपमाळेवर हरे कृष्ण मंत्राचा जप करीत दिवसातील चौविस तास, श्रीकृष्णांचे ध्यान करण्याचा जो मनुष्य प्रयत्न करतो तो निश्चितच गीतेच्या सहाव्या अध्यायात सांगितल्याप्रमाणे सर्वश्रेष्ठ योगी आहे.

**शुभाशुभफलैरेवं मोक्ष्यसे कर्मबन्धनैः ।**
**सन्न्यासयोगयुक्तात्मा विमुक्तो मामुपैष्यसि॥ २८ ॥**

**शुभ**—शुभ; **अशुभ**—अशुभ; **फलैः**—फल; **एवम्**—याप्रमाणे; **मोक्ष्यसे**—तू मुक्त होशील; **कर्म**—कर्माच्या; **बन्धनैः**—बंधनातून; **सन्न्यास**—संन्यासाच्या; **योग**—योग; **युक्त-आत्मा**—मन दृढपणे युक्त झाल्यावर; **विमुक्तः**—मुक्त झालेला; **माम्**—मला; **उपैष्यसि**—तू प्राप्त होशील.

**याप्रमाणे कर्मबंधने तथा कर्मबंधनांच्या शुभाशुभ फलांपासून तुझी सुटका होईल. या संन्यासयोगाने युक्त होऊन माझ्यावर दृढपणे मन स्थिर केल्याने तू मुक्त होऊन मलाच प्राप्त होशील.**

**तात्पर्य:** ज्येष्ठांच्या मार्गदर्शनाखाली जो कृष्णभावनाभावित कर्म करतो त्याला *युक्त* असे म्हटले जाते. पारिभाषिक शब्दामध्ये यालाच *युक्त वैराग्य* असे म्हटले जाते आणि याचे वर्णन श्रील रूप गोस्वामी पुढीलप्रमाणे करतात.

*अनासक्तस्य विषयान्यथार्हमुपयुञ्जतः ।*
*निर्बन्धः कृष्णसम्बन्धे युक्तं वैराग्यमुच्यते ॥*

(भक्तिरसामृत सिंधू २.२५५)

श्रील रूप गोस्वामी म्हणतात की, जोपर्यंत आपण या भौतिक जगतात आहोत तोपर्यंत आपल्याला कर्म हे करावेच लागते. आपण कर्म करणे पूर्णपणे थांबवू शकत नाही. म्हणून जर आपण कर्म केले आणि त्याचे फळ श्रीकृष्णांना अर्पण केले तर त्याला *युक्त वैराग्य* असे म्हटले जाते. वस्तुतः संन्यासयोगात स्थित होऊन केलेल्या कर्मांमुळे मनरूपी आरसा स्वच्छ होतो आणि अशा रीतीने कर्म करणाऱ्याची जशी जशी आध्यात्मिक साक्षात्कारात क्रमाक्रमाने प्रगती होते तसा तसा तो भगवंतांना पूर्णपणे शरण जातो. शेवटी तो मुक्त होतो आणि या मुक्तीचेही विशेषकरून वर्णन करण्यात आले आहे. अशा मुक्तीमुळे तो ब्रह्मज्योतीमध्ये विलीन होत नाही तर तो भगवद्धामात प्रवेश करतो. या गोष्टीचा या श्लोकात स्पष्ट उल्लेख करण्यात आला आहे, *माम् उपैष्यसि* —तो माझ्याकडे येतो; म्हणजेच तो भगवद्धामात परत जातो. मुक्तीच्या पाच विविध अवस्था आहेत आणि या ठिकाणी निर्देशित केल्याप्रमाणे, ज्या भक्ताने भगवंतांच्या मार्गदर्शनानुसार आपले संपूर्ण जीवन व्यतीत केले आहे तो अशा स्थितीप्रत येऊन पोहोचला

आहे की, देहत्यागानंतर तो भगवद्‌धामात परत जातो आणि भगवंतांच्या प्रत्यक्ष सान्निध्यात रममाण होतो.

भगवंतांच्या सेवेत आपले जीवन समर्पित करण्याव्यतिरिक्त ज्याला इतर कोणत्याही गोष्टीत आसक्ती नाही तोच वास्तविक संन्यासी होय. असा मनुष्य भगवंतांच्या इच्छेवर पूर्णपणे अवलंबून असतो आणि तो स्वतःला भगवंतांचा शाश्वत दास समजतो. म्हणून तो जे काही करतो ते भगवंतांना संतुष्ट करण्याकरिताच आणि भगवत्‌सेवेप्रीत्यर्थ करतो. वेदोक्त विहित कर्मे आणि सकाम कर्म करण्याची त्याला मुळीच इच्छा नसते. सामान्यजन वेदोक्त नियत कर्मांचे पालन करण्यास बांधील आहेत; परंतु भगवंतांच्या सेवेमध्ये पूर्णपणे संलग्न झालेला शुद्ध भक्त जरी कधी कधी वेदोक्त नियत कर्मांचे उल्लंघन करीत असल्याचे दिसले तरी वस्तुतः तो नियमांचे उल्लंघन करीत नसतो.

यास्तव वैष्णव आचार्यांनी म्हटले आहे की, अत्यंत बुद्धिमान मनुष्यालासुद्धा शुद्ध भक्ताच्या क्रियामुद्रांचे आकलन होऊ शकत नाही. तंतोतंत शब्द असे आहेत, *ताँर वाक्य, क्रिया, मुद्रा विज्ञेह ना बुझय* (चैतन्य चरितामृत मध्य २३.३९) याप्रमाणे जो मनुष्य नित्य भगवत्‌सेवेमध्ये युक्त असतो किंवा भगवंतांची सेवा कशी करावी यासंबंधी जो सतत चिंतन करीत असतो तो वर्तमान काळात मुक्तच असल्याचे जाणले पाहिजे आणि त्याचे भगवद्‌धामात परत जाणे हे सुनिश्चित असते. ज्याप्रमाणे श्रीकृष्ण गुणदोषविवेचनांच्या पलीकडे आहेत त्याचप्रमाणे शुद्ध भक्तही गुणदोष विवेचना पलीकडे असतो.

**समोऽहं सर्वभूतेषु न मे द्वेष्योऽस्ति न प्रियः।**
**ये भजन्ति तु मां भक्त्या मयि ते तेषु चाप्यहम्॥ २९॥**

**समः**—समभाव; **अहम्**—मी; **सर्व-भूतेषु**—सर्व जीवांच्या ठिकाणी; **न**—कोणाचाच नाही; **मे**—मला; **द्वेष्यः**—द्वेषपूर्ण; **अस्ति**—आहे; **न**—तसेच नाही; **प्रियः**—प्रिय; **ये**—जे; **भजन्ति**—दिव्य सेवा करतात; **तु**—परंतु; **माम्**—माझी; **भक्त्या**—भक्तिभावाने; **मयि**—माझ्यामध्ये आहेत; **ते**—असे मनुष्य; **तेषु**—त्यांच्यामध्ये; **च**—सुद्धा; **अपि**—निश्चितच; **अहम्**—मी.

**मी कोणाचा द्वेष करीत नाही, तसेच कोणाशी पक्षपातही करीत नाही. सर्वजण मला सारखेच आहेत, परंतु जो कोणी भक्तिभावाने माझी सेवा करतो तो माझा मित्र आहे, माझ्या ठायी स्थित आहे आणि मी सुद्धा त्याचा मित्र आहे.**

**तात्पर्यः** या ठिकाणी कोणी प्रश्न करील की, जर श्रीकृष्णांना सर्वजण सारखेच असतील आणि कोणीच विशेष प्रिय नसेल तर मग, त्यांची दिव्य सेवा करण्यात सदैव निमग्न असलेले भक्त त्यांना विशेष प्रिय का असतात? परंतु या ठिकाणी भेद दर्शविण्याचा संभवच नाही. हे तर साहजिकच आहे. या भौतिक जगतात मनुष्य कितीही उदार प्रवृत्तीचा असला तरी त्याला आपली मुळेबाळे विशेष प्रिय असतात. भगवंत म्हणतात की, प्रत्येक जीव मग तो कोणत्याही रूपातला असो तो माझा पुत्र आहे आणि म्हणून ते प्रत्येकाला जीवनावश्यक वस्तूंचा विपुल प्रमाणात पुरवठा करतात. भगवंत मेघासमान आहेत. मेघ हा सर्वत्र पाऊस पाडतो, मग तो

खडक असो जमीन असो अथवा पाणी असो, परंतु आपल्या भक्ताकडे ते विशेष ध्यान देतात. अशा भक्तांचा या ठिकाणी विशेष उल्लेख करण्यात आला आहे. हे भक्त सदैव कृष्णभावनाभावित असतात आणि म्हणून ते श्रीकृष्णांमध्ये स्थित असतात. 'कृष्णभावनामृत' शब्दच दर्शवितो की, जे कृष्णभावनाभावित असतात, ते भगवंतांच्या ठायी स्थित असलेले चालते बोलते योगीच असतात. या ठिकाणी भगवंत स्पष्टपणे म्हणतात की, *मयि ते*—ते माझ्यामध्ये स्थित आहेत. यावरून साहजिकच आहे की, भगवंतही त्यांच्यामध्ये स्थित आहेत. ही गोष्ट परस्परपूरकच आहे. यावरून *ये यथा मां प्रपद्यन्ते तांस्तथैव भजाम्यहम्* या श्लोकाचेही स्पष्टीकरण होते, 'जो ज्या प्रमाणात मला शरण येतो त्या प्रमाणात मी त्याची काळजी घेतो.' भगवंत आणि भक्त दोघेही चेतन असल्यामुळे हे अलौकिक आदानप्रदान होते. हिरा जेव्हा सोन्याच्या अंगठीत बसविला जातो तेव्हा तो अत्यंत सुंदर दिसतो त्यामुळे सोन्याचे सौंदर्य वाढते आणि त्याचबरोबर हिऱ्याचेही सौंदर्य वाढते. भगवंत आणि जीव दोघेही नित्य प्रकाशमान असतात आणि जेव्हा जीव भगवत्सेवा करण्यास प्रवृत्त होतो तेव्हा त्या जीवाला सोन्याची शोभा येते. भगवंत हे हिऱ्याप्रमाणे आहेत आणि म्हणून हा मणिकांचन योग अत्यंत सुंदर दिसतो. जीवांना त्यांच्या विशुद्धावस्थेत भक्त म्हटले जाते. भगवंत हे त्यांच्या भक्तांचेही भक्त बनतात. भगवंत आणि भक्तामध्ये जर परस्परपूरक संबंध नसेल तर ते सविशेष तत्त्वज्ञान असू शकत नाही. निर्विशेष तत्त्वज्ञानानुसार परमेश्वर आणि जीवामध्ये असे आदानप्रदान असत नाही; परंतु सविशेष तत्त्वज्ञानानुसार असे आदानप्रदान असते.

याबाबतीत वारंवार उदाहरण दिले जाते की, भगवंत हे एका कल्पवृक्षाप्रमाणे आहेत आणि मनुष्याला या कल्पवृक्षापासून जे काही हवे असेल ते भगवंत पुरवितात. तथापि, येथे केलेले विवेचन अधिक स्पष्ट आहे. या ठिकाणी भगवंत हे आपल्या भक्ताच्या प्रति पक्षपाती असल्याचे सांगण्यात आले आहे. यावरून भगवंतांची आपल्या भक्तावर विशेष कृपा असल्याचे व्यक्त होते. भगवंत आणि भक्त यांच्यातील आदानप्रदान हे कर्म-सिद्धांताच्या अधीन असल्याचे समजू नये. असे हे आदानप्रदान दिव्य स्थितीमध्ये होते. भगवद्भक्ती ही प्राकृत जगतातील क्रिया नसून सच्चिदानंदमयी आध्यात्मिक जगतातील क्रिया आहे.

**अपि चेत्सुदुराचारो भजते मामनन्यभाक् ।**
**साधुरेव स मन्तव्यः सम्यग्व्यवसितो हि सः ॥ ३० ॥**

**अपि**—सुद्धा; **चेत्**—जरी; **सु-दुराचारः**—अत्यंत निंद्य कर्म करणारा; **भजते**—भक्तीमध्ये युक्त झाला असेल तर; **माम्**—माझी; **अनन्य-भाक्**—अनन्य भावाने; **साधुः**—साधू; **एव**—निश्चितच; **सः**—तो; **मन्तव्यः**—समजला पाहिजे; **सम्यक्**—पूर्णपणे; **व्यवसितः**—निश्चयी; **हि**—निश्चितच; **सः**—तो.

**जरी कोणी अत्यंत दुराचारी असला तरी तो भक्तीमध्ये जर युक्त झाला तर त्याला साधूच समजले पाहिजे, कारण तो आपल्या निश्चयामध्ये योग्य प्रकारे स्थित झालेला असतो.**

**तात्पर्य:** या श्लोकामधील *सु-दुराचार:* हा शब्द अत्यंत महत्त्वपूर्ण आहे आणि आपण तो योग्य प्रकारे समजून घेतला पाहिजे. जेव्हा जीव बद्धावस्थेत असतो तेव्हा त्याची दोन प्रकारची कर्मे असतात, एक उपाधियुक्त किंवा बद्ध कर्म आणि दुसरे स्वरूपभूत कर्म. शरीर संरक्षण करणे किंवा समाज आणि राष्ट्राच्या नियमांनुसार राहणे, या संदर्भात निश्चितच निरनिराळी कर्मे असतात आणि भक्तांनासुद्धा बद्धावस्थेत ही कर्मे करावी लागतात व याच कर्मांना उपाधियुक्त किंवा बद्ध कर्म असे म्हटले जाते. याव्यतिरिक्त ज्या जीवाला आपल्या आध्यात्मिक स्वरूपाची जाणीव झाली आहे आणि जो कृष्णभावनेमध्ये अथवा भगवद्भक्तीमध्ये युक्त झाला आहे, त्याच्या कर्मांना दिव्य कर्म म्हटले जाते. अशी कर्मे स्वरूपावस्थेत केली जातात आणि त्यांनाच भक्ती असे म्हटले जाते. कधी कधी भक्तियुक्त कर्म आणि शरीराशी संबंधित कर्मे एकमेकांशी समांतर चाललेली असतात; परंतु पुन्हा कधी कधी या क्रियांचा एकमेकांशी विरोध होतो. शक्यतो भक्त अत्यंत सावध असतो. तो आपल्या अनुकूल अवस्थेला बाधा येईल असे कोणतेही कृत्य करीत नाही. तो जाणतो की, आपल्या कर्मांतील पूर्णत्व हे आपल्या कृष्णभावनेतील उत्तरोत्तर अनुभूतीवर अवलंबून असते. तथापि, कधी कधी असे दिसते की, कृष्णभावनाभावित मनुष्य असे काही कर्म करतो, जे सामाजिक अथवा राजकीयदृष्ट्या अत्यंत घृणास्पद मानले जाते, परंतु अशा क्षणिक अधोगतीमुळे तो अपात्र ठरत नाही. श्रीमद्भागवतात सांगितले आहे की, मनुष्याचे पतन झाले असले तरी तो जर अंत:करणपूर्वक भगवंतांच्या दिव्य सेवेमध्ये युक्त असेल तर भगवंत त्याच्या हृदयामध्ये स्थित असल्यामुळे त्याचे शुद्धीकरण करतात आणि सर्व पापांपासून त्याला मुक्त करतात. भौतिक विकार इतके प्रबळ आहेत की, भगवत्सेवेमध्ये पूर्णपणे युक्त झालेले योगीही कधी कधी विकारांद्वारे पाशबद्ध होतात, परंतु कृष्णभावना ही त्याहूनही प्रबळ असल्याकारणाने अशा प्रासंगिक पतनापासून त्यांचा तात्काळ उद्धार होतो. म्हणून कृष्णभावना ही सदैव यशदायीच असते. एखाद्या भक्ताचे आदर्श मार्गापासून आकस्मिकरीत्या जरी पतन झाले तरी त्या भक्ताला कोणीही तुच्छ लेखू नये. कारण पुढील श्लोकामध्ये सांगितल्याप्रमाणे ज्या क्षणी भक्त पूर्णपणे कृष्णभावनेमध्ये स्थित होतो तेव्हा अशी प्रासंगिक अध:पतने यथासमय थांबविली जातात.

म्हणून जो कृष्णभावनेमध्ये स्थित आहे आणि दृढ निश्चयाने *हरे कृष्ण हरे कृष्ण कृष्ण कृष्ण हरे हरे। हरे राम हरे राम राम राम हरे हरे॥* या महामंत्राचा जप करण्यात मग्न झालेला असेल; जरी त्याचे आकस्मिकपणे अथवा योगायोगाने पतन झाले तरी तो दिव्यावस्थेमध्ये स्थित असल्याचे जाणले पाहिजे. *साधुरेव*—हा शब्द महत्त्वपूर्ण आहे. हा शब्द अभक्तांना बजावतो की, आकस्मिकपणे झालेल्या पतनामुळे भक्ताचा उपहास करू नये. जरी त्याचे आकस्मिकपणे पतन झाले तरीही त्याला साधुच समजले पाहिजे. *मन्तव्य:*— हा शब्द तर अधिकच महत्त्वपूर्ण आहे. जर एखाद्याने या नियमांचे पालन केले नाही आणि पतन झालेल्या भक्ताचा उपहास केला तर, त्याने भगवंतांच्या नियमांचेच उल्लंघन केल्याप्रमाणे आहे. अढळ दृढ निश्चयाने केवळ भक्तीमध्ये युक्त होणे हीच एखाद्या भक्ताची योग्यता आहे.

नृसिंह पुराणात पुढील श्लोक सांगण्यात आला आहे.

*भगवति च हरावनन्यचेता*
*भृशमलिनोऽपि विराजते मनुष्यः ।*
*न हि शशकलुषच्छबिः कदाचित्*
*तिमिरपराभवतामुपैति चन्द्रः ॥*

अर्थात, भगवद्भक्तीमध्ये पूर्णपणे संलग्न झालेला मनुष्य जरी निंद्य कृत्ये करताना आढळला तरी त्याची कृत्ये म्हणजे चंद्रावर असलेल्या सशाच्या डागाप्रमाणे असल्याचे जाणले पाहिजे. अशा कलंकामुळे चंद्रप्रकाशाच्या प्रसारणामध्ये मुळीच बाधा येत नाही. त्याचप्रमाणे सदाचाराच्या मार्गावरून भक्ताच्या झालेल्या आकस्मिक पतनामुळे त्याला दुराचारी म्हणता येत नाही.

त्याचबरोबर मनुष्याने असा गैरसमज करून घेऊ नये की, दिव्य भगवद्भक्तीमध्ये युक्त असलेला भक्त हा सर्व प्रकारची निंद्य कृत्ये करू शकतो. या श्लोकामध्ये, भौतिक विकाराच्या प्रबलतेमुळे होणाऱ्या अध:पतनांचाच केवळ उल्लेख करण्यात आला आहे. भक्ती करणे म्हणजे मायाशक्तीविरुद्ध युद्ध पुकारणे होय. जोपर्यंत मायेच्या विरुद्ध युद्ध करण्याइतपत मनुष्यामध्ये बळ नसते तोपर्यंत प्रासंगिक पतन होण्याची शक्यता असते; परंतु मनुष्याला जेव्हा पुरेसे बळ प्राप्त होते तेव्हा त्याचे पूर्वी सांगितल्याप्रमाणे असे पतन होत नाही. कोणीही या श्लोकाचा गैरफायदा घेऊन अशोभनीय कृत्ये करीत, अजूनही आपण भक्तच असल्याचे समजू नये. जर त्याने भक्तीद्वारे आपले चारित्र्य सुधारले नाही तर तो उच्च भक्त नाही हे जाणले पाहिजे.

**क्षिप्रं भवति धर्मात्मा शश्वच्छान्तिं निगच्छति।**
**कौन्तेय प्रतिजानीहि न मे भक्तः प्रणश्यति॥ ३१ ॥**

**क्षिप्रम्**—अत्यंत लौकरच; **भवति**—होतो; **धर्म-आत्मा**—धर्मात्मा किंवा सदाचारी; **शश्वत्-शान्तिम्**—शाश्वत शांती; **निगच्छति**—प्राप्त करतो; **कौन्तेय**—हे कौंतेय; **प्रतिजानीहि**—घोषित कर; **न**—कधीच नाही; **मे**—माझा; **भक्तः**—भक्त; **प्रणश्यति**—नष्ट होतो.

**तो लौकरच धर्मात्मा ( सदाचारी ) होतो आणि त्याला शाश्वत शांती प्राप्त होते, हे कौंतेय! निर्भय हो आणि घोषणा कर की, माझ्या भक्ताचा कधीही नाश होत नाही.**

**तात्पर्य:** या श्लोकाचा कोणी चुकीचा अर्थ काढू नये. सातव्या अध्यायामध्ये भगवंत सांगतात की, दुष्कर्मी लोक भगवद्भक्त बनू शकत नाहीत. जो भगवद्भक्त नाही त्याच्याकडे सद्गुण मुळीच असू शकत नाहीत. मग प्रश्न राहतो की, आकस्मिकपणे किंवा हेतूपूर्वक निंद्य कृत्ये करणारा मनुष्य कसा शुद्ध भक्त होऊ शकतो? असा प्रश्न उद्भवणे रास्तच आहे. सातव्या अध्यायात सांगितले आहे की, दुष्कर्मी लोक कधी भगवद्भक्तीचा स्वीकार करीत नाहीत आणि श्रीमद्भागवतात सांगितल्याप्रमाणे अशा व्यक्तींकडे कोणताही सद्गुण नसतो. सामान्यत: नवविधा भक्तीमध्ये निमग्न झालेला भक्त हा हृदयातील सर्व भौतिक कल्मषांपासून शुद्ध होण्याच्या प्रयत्नात असतो. तो भगवंतांना आपल्या हृदयात स्थापित करतो आणि त्यामुळे त्याचे सर्व पापपूर्ण दोष साहजिकच धुतले जातात. निरंतर भगवत् चिंतनामुळे तो पूर्णपणे शुद्ध होतो. वेदांनुसार, असा एक नियम आहे की, जर कोणी उच्च स्थानापासून च्युत झाला तर त्याला

स्वतःच्या शुद्धीकरिता काही विशिष्ट धार्मिक विधी करावे लागतात, परंतु येथे तर अशी काही अट घातलेली नाही, कारण भक्तांच्या हृदयात निरंतर भगवत्स्मरणामुळे शुद्धीकरणाची प्रक्रिया चाललेली असते. म्हणून *हरे कृष्ण हरे कृष्ण कृष्ण कृष्ण हरे हरे। हरे राम हरे राम राम राम हरे हरे* या महामंत्राचे अखंडपणे कीर्तन चालू ठेवले पाहिजे. यामुळे सर्व आकस्मिक अधःपतनांपासून भक्ताचे रक्षण होईल. अशा रीतीने तो प्राकृत विकारांपासून सदैव मुक्त राहील.

**मां हि पार्थ व्यपाश्रित्य येऽपि स्युः पापयोनयः।**
**स्त्रियो वैश्यास्तथा शूद्रास्तेऽपि यान्ति परां गतिम्॥ ३२॥**

**माम्**—माझा; **हि**—निश्चितच; **पार्थ**—हे पार्थ; **व्यपाश्रित्य**—आश्रय घेऊन; **ये**—जे; **अपि**—सुद्धा; **स्युः**—आहेत; **पाप-योनयः**—हीन कुळामध्ये जन्मलेला; **स्त्रियः**—स्त्रिया; **वैश्याः**—वैश्य; **तथा**—सुद्धा; **शूद्राः**—शूद्र; **ते अपि**—ते सुद्धा; **यान्ति**—जातात; **पराम्**—परम; **गतिम्**—गतीला किंवा लक्ष्यास.

**हे पार्था! जे माझा आश्रय घेतात, मग ते जरी नीच कुळातील, स्त्री, वैश्य आणि शूद्र असले तरी ते परम गती प्राप्त करू शकतात.**

**तात्पर्य:** या श्लोकामध्ये भगवंत स्पष्टपणे सांगतात की, भक्तीमध्ये उच्च आणि नीच वर्गातील लोकांमध्ये मुळीच भेदभाव नसतो. भौतिक संकल्पनेनुसार असे विभाजन असते; परंतु जो दिव्य भगवद्भक्तीमध्ये निमग्न झालेला असतो, त्याच्या दृष्टीने असा भेदभाव मुळीच अस्तित्वात नसतो. परम गती प्राप्त करण्याचा प्रत्येकाचा अधिकार आहे. श्रीमद्भागवतात (२.४.१८) सांगितले आहे की, चांडाळही शुद्ध भक्ताच्या सत्संगामुळे शुद्ध होतात. म्हणून भक्ती आणि शुद्ध भक्ताचे मार्गदर्शन इतके प्रभावी असते की, उच्च-नीच वर्गातील मनुष्यात कोणताही भेदभाव राहात नाही. कोणीही याचा स्वीकार करू शकतो. शुद्ध भक्ताचा आश्रय घेणारा अत्यंत साधा मनुष्यही योग्य मार्गदर्शनाने शुद्ध भक्त होऊ शकतो. विविध प्राकृतिक गुणांनुसार मनुष्यांचे सत्त्वगुणी (ब्राह्मण), रजोगुणी (क्षत्रिय किंवा प्रशासक), रज आणि तमोगुणाचे मिश्रण असलेले (वैश्य किंवा व्यापारी) आणि तमोगुणी (शूद्र) असे वर्गीकरण केलेले आहे. यांच्यापेक्षाही हीन कुळातल्या लोकांना चांडाळ असे म्हणतात आणि त्यांचा पापी कुळामध्ये जन्म होतो. सामान्यतः उच्चकुळातील लोक हीन कुळातील लोकांचा संग स्वीकारीत नाहीत; परंतु भगवद्भक्ती ही इतकी प्रबळ आहे की, भगवंतांचा शुद्ध भक्त सर्व हीनकुलीन लोकांना जीवनातील परमोच्च सिद्धीची प्राप्ती करून देऊ शकतो. जेव्हा मनुष्य श्रीकृष्णांचा आश्रय घेतो केवळ तेव्हाच हे शक्य होते. या श्लोकातील *'व्यपाश्रित्य'* या शब्दावरून दर्शविल्याप्रमाणे मनुष्याने श्रीकृष्णांचा पूर्णपणे आश्रय घेतला पाहिजे. तरच तो महान ज्ञानी आणि महान योग्यांपेक्षाही श्रेष्ठ होऊ शकतो.

**किं पुनर्ब्राह्मणाः पुण्या भक्ता राजर्षयस्तथा।**
**अनित्यमसुखं लोकमिमं प्राप्य भजस्व माम्॥ ३३॥**

**किम्**—किती; **पुनः**—पुन्हा; **ब्राह्मणाः**—ब्राह्मण; **पुण्याः**—सदाचारी; **भक्ताः**—भक्त; **राज-**

**ऋषयः**—राजर्षी; **तथा**—सुद्धा; **अनित्यम्**—अनित्य; **असुखम्**—दुःखमय; **लोकम्**—लोक; **इमम्**—या; **प्राप्य**—प्राप्त होऊन; **भजस्व**—प्रेममयी सेवेमध्ये युक्त हो; **माम्**—मला किंवा माझ्या.

**तर मग सदाचारी ब्राह्मण, भक्त आणि राजर्षींबद्दल काय सांगावे. म्हणून या अनित्य दुःखमय जगतामध्ये आल्यामुळे माझ्या प्रेममयी सेवेमध्ये संलग्न हो.**

**तात्पर्य:** या भौतिक जगतात लोकांचे वर्गीकरण केलेले आहे; परंतु अखेरीस हे जग कोणासही सुखदायी ठरू शकत नाही. या श्लोकामध्ये स्पष्टपणे म्हटले आहे की, *अनित्यम् असुखं लोकम्*—हे जग अनित्य आणि दुःखाने पुरेपूर भरलेले आहे. आणि कोणत्याही ज्ञानी सज्जन व्यक्तींना राहण्यासाठी योग्य नाही. भगवंत स्वतः घोषित करतात की, हे जग अनित्य आणि दुःखमयी आहे. काही दार्शनिक, विशेषकरून मायावादी दार्शनिक म्हणतात की, हे जग मिथ्या आहे; परंतु भगवद्गीतेवरून आपण जाणू शकतो की, हे जग मिथ्या नसून अनित्य आहे. मिथ्या आणि अनित्य यामध्ये फरक आहे. हे जग अनित्य आहे. तथापि, दुसरेही एक जग आहे की, जे नित्य, शाश्वत आहे. हे जग दुःखमय आहे; परंतु दुसरे जग शाश्वत आणि आनंदमयी आहे.

अर्जुनाचा जन्म राजर्षी कुळामध्ये झाला होता. त्यालासुद्धा भगवंत सांगतात की, "माझ्या भक्तीचा स्वीकार कर आणि त्वरित माझ्या धामाला परत ये." दुःखाने पुरेपूर भरलेले असल्याने या अनित्य जगतात कोणीही वास्तव्य करून राहू नये. प्रत्येकाने भगवंतांच्या हृदयाशी आसक्त असावे, जेणेकरून तो नित्य सुख प्राप्त करू शकेल. भगवद्भक्ती हा असा एकच मार्ग आहे की ज्याद्वारे सर्व कुळातील लोकांच्या सर्व समस्यांचे समाधान होऊ शकते. म्हणून प्रत्येकाने कृष्णभावनेचा स्वीकार करून आपले जीवन कृतार्थ केले पाहिजे.

**मन्मना भव मद्भक्तो मद्याजी मां नमस्कुरु।**
**मामेवैष्यसि युक्त्वैवमात्मानं मत्परायणः॥ ३४॥**

**मत्-मनाः**—सदैव माझे स्मरण चिंतन करणारा; **भव**—हो; **मत्**—माझा; **भक्तः**—भक्त; **मत्**—माझी; **याजी**—पूजन करणारा; **माम्**—मला; **नमस्-कुरु**—नमस्कार कर; **माम्**—मला; **एव**—पूर्णपणे; **एष्यसि**—तू येशील; **युक्त्वा**—तल्लीन होऊन; **एवम्**—याप्रमाणे; **आत्मानम्**—आपल्या आत्म्याला; **मत्-परायणः**—मला समर्पित किंवा मत्परायण.

**आपले मन, सदैव माझे चिंतन करण्यामध्ये युक्त कर, माझा भक्त हो, मला नमस्कार कर आणि माझे पूजन कर. माझ्यामध्ये पूर्णपणे रममाण झाल्याने तू निश्चितच मला प्राप्त होशील.**

**तात्पर्य:** या श्लोकात स्पष्टपणे सांगण्यात आले आहे की, या प्रदूषित भौतिक जगताच्या बंधनातून मुक्त होण्याचे एकमेव साधन म्हणजे कृष्णभावना होय. या ठिकाणी स्पष्टपणे सांगितले आहे की, सर्व भक्तिपूर्ण सेवा भगवान श्रीकृष्णांना अर्पण केली पाहिजे; परंतु कधी कधी तत्त्वहीन भाष्यकार या विधानाचा विपरीत अर्थ काढतात. दुर्दैवाने असे तत्त्वहीन दुष्ट भाष्यकार जी गोष्ट मुळीच संभाव्य नाही अशा गोष्टीकडे वाचकांचे मन वळवितात. असे भाष्यकार जाणत नाहीत

की, श्रीकृष्ण आणि श्रीकृष्णांचे मन यामध्ये मुळीच भेद नाही. श्रीकृष्ण हे साधारण मनुष्य नसून ते परम सत्य आहेत. त्यांचा देह, त्यांचे मन आणि स्वयं भगवान श्रीकृष्ण हे एकच आणि परिपूर्ण आहेत. भक्तिसिद्धांत सरस्वती गोस्वामींनी चैतन्य चरितामृतावरील (पाचवा अध्याय आदी लीला ४१-४८) आपल्या *अनुभाष्य* या भाष्यामध्ये उल्लेख केल्याप्रमाणे कुर्मपुराणात म्हटले आहे की, *देहदेहीविभेदोऽयं नेश्वरे विद्यते क्वचित्*—अर्थात पुरुषोत्तम भगवान श्रीकृष्ण आणि त्यांचा देह यामध्ये मुळीच भेद नाही. परंतु भाष्यकारांना हे कृष्ण-विज्ञान ज्ञात नसल्यामुळे ते श्रीकृष्णांना लपवितात आणि त्यांच्या स्वरूपाचे, त्यांच्या देहापासून अथवा मनापासून विभाजन करतात. कृष्णविज्ञानासंबंधी हे जरी निव्वळ अज्ञान असले तरी, काही लोक जनतेला भ्रमित करून स्वत:चा स्वार्थ साधतात.

काही लोक आसुरी वृत्तीचे असतात आणि ते सुद्धा श्रीकृष्णांचे चिंतन करतात, पण त्यांचे चिंतन हे श्रीकृष्णांचा मामा, कंसाप्रमाणे द्वेषपूर्ण असते. कंसदेखील सदैव श्रीकृष्णांचे चिंतन करीत होता, परंतु तो श्रीकृष्णांना आपला शत्रू समजत होता. केव्हा कृष्ण येईल आणि आपल्याला ठार मारील या विचाराने तो नेहमी चिंतातुर असे. अशा प्रकारे केलेले चिंतन आपल्याला साहाय्यकारक ठरू शकत नाही. मनुष्याने भगवान श्रीकृष्णाचे चिंतन भक्तिपूर्ण प्रेमभावाने केले पाहिजे, याला भक्ती असे म्हटले जाते. मनुष्याने निरंतर कृष्णविज्ञानाचे अनुशीलन करावे. असे अनुशीलन अनुकूल केव्हा होते ? तर त्याकरिता प्रामाणिक आचार्यांकडून हे कृष्णविज्ञान शिकले पाहिजे. श्रीकृष्ण हे पुरुषोत्तम श्रीभगवान आहेत आणि आम्ही अनेक वेळा स्पष्ट केले आहे की, भगवंतांचा देह हा प्राकृत नसून सच्चिदानंदमयी आहे. अशा प्रकारे श्रीकृष्णाचे चिंतन केल्याने मनुष्य भक्त होऊ शकतो. अन्यथा अयोग्य व्यक्तींपासून श्रीकृष्णांना जाणणे व्यर्थच ठरते.

म्हणून मनुष्याने शाश्वत आदिपुरुष श्रीकृष्णांच्या स्वरूपामध्ये मनाला निमग्न ठेवून श्रीकृष्णांच्या आराधनेमध्ये स्वत:ला संलग्न करावे. श्रीकृष्णांच्या पूजनासाठी भारतामध्ये हजारो मंदिरे आहेत आणि त्या ठिकाणी श्रीकृष्णांची भक्तिपूर्ण सेवा केली जाते. अशी भक्तिपूर्ण सेवा करताना मनुष्याने श्रीकृष्णांना वंदन केले पाहिजे. मूर्तीसमोर नतमस्तक होऊन आपले तन, मन, आपली कर्मे सर्व काही युक्त केले पाहिजे. यामुळे तो दृढपणे श्रीकृष्णांमध्ये रममाण होऊ शकेल आणि त्याला कृष्णलोकाची प्राप्ती होणे सुलभ होईल. तत्त्वहीन भाष्यकारांमुळे मनुष्याने भ्रमित होऊ नये. श्रीकृष्णांच्या श्रवणकीर्तनादी नवविधा भक्तीमध्ये मनुष्याने निमग्न झाले पाहिजे. शुद्ध भक्ती ही मानवसमाजाची परम उपलब्धी आहे.

ज्ञानयोग आणि सकाम कर्म यापासून मुक्त अशा शुद्ध भगवद्भक्तीचे निरूपण भगवद्‌गीतेच्या सातव्या आणि आठव्या अध्यायामध्ये करण्यात आले आहे. जे लोक पूर्णपणे शुद्ध झालेले नाहीत ते निर्विशेष ब्रह्मज्योती आणि अंतर्यामी परमात्मा रूपाकडे आकृष्ट होतात, परंतु शुद्ध भक्त हा प्रत्यक्ष भगवंतांची सेवा करतो.

श्रीकृष्णांवर एक सुंदर काव्यरचना करण्यात आली आहे. या कवितेमध्ये म्हटले आहे की, देवतांचे उपासक हे निर्बुद्ध असतात आणि त्यांना कृष्णप्राप्ती कधीही होत नाही.

प्रारंभावस्थेमध्ये एखाद्या भक्ताचे कधी कधी मार्गावरून पतन होऊ शकते; परंतु तरीही त्याला इतर सर्व तत्त्वज्ञानी किंवा योग्यापेक्षा श्रेष्ठ समजले पाहिजे. जो सदैव कृष्णभावनेमध्ये युक्त असतो त्याला परिपूर्ण साधू मानले पाहिजे. त्याने प्रसंगावश केलेली भक्तिविहीन कर्मे नष्ट होतील आणि लौकरच तो नि:संदेह परमसिद्धी प्राप्त करील. वास्तविक शुद्ध भक्ताचे पतन होण्याची कधीच शक्यता नसते कारण भगवंत स्वत: शुद्ध भक्ताची काळजी घेतात. म्हणून बुद्धिमान मनुष्याने प्रत्यक्ष कृष्णभावनेचा स्वीकार करावा आणि या भौतिक जगतामध्ये सुखाने जीवन व्यतीत करावे. अखेरीस त्याला कृष्णरूपी सर्वांत महान वस्तू प्राप्त होईल.

*या प्रकारे भगवद्‌गीतेच्या 'राजविद्या राजगुह्ययोग' या नवव्या अध्यायावरील भक्तिवेदांत भाष्य संपन्न.*

# अध्याय दहावा

# विभूतियोग

## ( श्रीभगवंतांचे ऐश्वर्य )

श्रीभगवानुवाच

**भूय एव महाबाहो शृणु मे परमं वचः ।**
**यत्तेऽहं प्रीयमाणाय वक्ष्यामि हितकाम्यया॥ १ ॥**

**श्री-भगवान् उवाच**—श्रीभगवान म्हणाले; **भूयः**—पुन्हा; **एव**—निश्चितपणे; **महा-बाहो**—हे महाबाहू; **शृणु**—ऐक; **मे**—माझे; **परमम्**—परम; **वचः**—उपदेश; **यत्**—जे; **ते**—तुला; **अहम्**—मी; **प्रीयमाणाय**—आपला प्रिय मानून; **वक्ष्यामि**—सांगतो; **हित-काम्यया**—तुझ्या हितार्थ.

**श्रीभगवान म्हणाले, हे महाबाहो अर्जुना! पुन्हा ऐक. तू माझा प्रिय मित्र असल्यामुळे तुझ्या हितार्थ मी तुला असे ज्ञान प्रदान करीन, जे मी पूर्वी सांगितलेल्या ज्ञानापेक्षाही श्रेष्ठ आहे.**

**तात्पर्य:** *भगवान्* या शब्दाची व्याख्या पराशर मुनी पुढीलप्रमाणे करतात—जो बल, यश, संपत्ती, ज्ञान, सौंदर्य आणि वैराग्य या षड्ऐश्वर्यांनी पूर्ण आहे त्याला भगवान असे म्हणतात. जेव्हा श्रीकृष्ण या भूतलावर होते तेव्हा त्यांनी ही सर्व सहा ऐश्वर्ये प्रकट केली. म्हणून पराशर मुनींसारख्या महर्षींनी श्रीकृष्णांचा पूर्ण पुरुषोत्तम भगवान म्हणून स्वीकार केला आहे. आता श्रीकृष्ण, अर्जुनाला आपल्या ऐश्वर्याचे आणि आपल्या कार्याचे अतिशय गोपनीय ज्ञान प्रदान करीत आहेत. यापूर्वी सातव्या अध्यायापासून भगवंतांनी आपल्या निरनिराळ्या शक्ती आणि त्या शक्ती कसे कार्य करतात याचे विवरण केले आहे. आता या अध्यायामध्ये भगवंत, अर्जुनाला आपल्या ऐश्वर्याचे वर्णन करून सांगतात. दृढ निष्ठेने भक्तिभाव स्थापित करण्याकरिता पूर्वीच्या अध्यायामध्ये त्यांनी आपल्या विविध शक्तींचे स्पष्ट वर्णन केले आहे. पुन्हा या अध्यायामध्ये ते अर्जुनाला आपल्या विभूती आणि विविध ऐश्वर्यांबद्दल सांगत आहेत.

मनुष्य जितके भगवंतांबद्दल श्रवण करतो तितक्या प्रमाणात तो भक्तीमध्ये दृढपणे स्थिर होतो. मनुष्याने नेहमी भक्तांच्या सत्संगामध्ये भगवत्कथेचे श्रवण करावे. त्यामुळे त्याची भक्तिमार्गावरील श्रद्धा दृढ होईल. ज्यांना खरोखरीच कृष्णभावनाभावित होण्याची आस्था आहे अशाच लोकांमध्ये, भक्तांच्या सत्संगात भगवत्कथा होऊ शकते. अशा कथांमध्ये इतर लोक सहभागी होऊ शकत नाहीत. भगवंत अर्जुनाला स्पष्टपणे सांगतात की, तू मला अत्यंत प्रिय

असल्यामुळे मी तुला तुझ्या हितार्थ असे ज्ञान प्रदान करीत आहे.

**न मे विदुः सुरगणाः प्रभवं न महर्षयः ।**
**अहमादिर्हि देवानां महर्षीणां च सर्वशः ॥ २ ॥**

**न**—कधीच नाही ; **मे**—माझे; **विदुः**—जाणतात; **सुर-गणाः**—देवता; **प्रभवम्**—उद्‌गम अथवा ऐश्वर्य ; **न**—कधीच नाही; **महा-ऋषयः**—महर्षिगण; **अहम्**—मी; **आदिः**—आदी; **हि**—निश्चितच; **देवानाम्**—देवतांचे; **महा-ऋषीणाम्**—महर्षींचा; **च**—सुद्धा; **सर्वशः**—सर्व प्रकारे.

**माझी उत्पत्ती किंवा ऐश्वर्य देवतांना कळत नाही तसेच महर्षींनाही कळत नाही, कारण सर्वप्रकारे देवतांचे आणि महर्षींचेही मूळ मीच आहे.**

**तात्पर्यः** ब्रह्मसंहितेत सांगितल्याप्रमाणे श्रीकृष्ण हेच स्वयं परमेश्वर आहेत. त्यांच्याहून श्रेष्ठ कोणीही नाही आणि तेच सर्व कारणांचे कारण आहेत. या ठिकाणी स्वतः भगवंत म्हणतात की, ''मीच सर्व देवदेवतांचे आणि महर्षींचे आदिकारण आहे.'' मोठमोठ्या देवदेवता आणि महर्षीसुद्धा श्रीकृष्णांना जाणू शकत नाहीत. त्यांना भगवंतांचे नाम किंवा त्यांचे स्वरूपही समजू शकत नाही. मग या सूक्ष्म ग्रहावरील तथाकथित विद्वानांबद्दल काय बोलावे? कोणीही जाणू शकत नाही की, कशासाठी भगवंत मानवसदृश रूपात या भूतलावर अवतरित होऊन अद्‌भुत आणि असामान्य लीला करतात. म्हणून मनुष्याने जाणले पाहिजे की, श्रीकृष्णांना जाणण्यासाठी विद्वत्ता ही पात्रता असू शकत नाही. देवदेवता आणि महर्षींनी सुद्धा आपल्या ज्ञानाद्वारे श्रीकृष्णांना जाणण्याचा प्रयत्न केला आहे परंतु तसे करण्यामध्ये ते अपयशीच ठरले आहेत. श्रीमद्‌भागवतातही स्पष्टपणे म्हटले आहे की, मोठमोठ्या देवतासुद्धा भगवंतांना जाणण्यास असमर्थ आहेत. ते त्यांच्या अपूर्ण इंद्रियांची पराकाष्ठा करून तर्क करू शकतात व निराकारवादाचा विरुद्धार्थी निष्कर्ष काढू शकतात, भौतिक प्रकृतीच्या तीन गुणांनी प्रकट होत नाही अशा कोणत्या तरी वस्तूविषयी निष्कर्ष काढू शकतात किंवा मानसिक तर्काने कल्पनाविलास करू शकतात, परंतु अशा मूर्खपणाच्या तर्काने श्रीकृष्णांना समजणे शक्य नाही.

या ठिकाणी भगवंत अप्रत्यक्षपणे म्हणतात की, जर कोणाला परम सत्य जाणून घ्यावयाचे असेल तर 'पाहा मी या ठिकाणी पुरुषोत्तम भगवान म्हणून उपस्थित आहे. मीच परम सत्य आहे.' मनुष्याने हे जाणणे आवश्यक आहे. स्वयं उपस्थित असणाऱ्या भगवंतांना जरी मनुष्य जाणू शकला नाही तरी ते विद्यमान असतातच. सच्चिदानंद स्वरूप श्रीकृष्णांना आपण त्यांच्या श्रीमद्‌भगवद्‌गीतेतील आणि श्रीमद्‌भागवतातील उपदेशांचे अध्ययन करून, वस्तुतः जाणू शकतो. भगवंतांच्या अपरा प्रकृतीच्या अधीन असणाऱ्या व्यक्तींना भगवंतांची अनुभूती एखादी नियंत्रक शक्ती अथवा निर्विशेष ब्रह्मज्योती म्हणून होते, परंतु जोपर्यंत मनुष्य दिव्यावस्थेची प्राप्ती करू शकत नाही, तोपर्यंत त्याला भगवंतांचा साक्षात्कार होऊ शकत नाही.

अनेक लोक श्रीकृष्णांची स्वरूपस्थिती जाणू शकत नाहीत. यास्तव अशा तर्कवादी ज्ञानी लोकांवर कृपा करण्यासाठी श्रीकृष्ण आपल्या अहैतुकी कृपेमुळे अवतरित होतात. भगवंतांनी असाधारण लीला केल्या तरीही मायाशक्तीमुळे प्रभावित झालेल्या या तर्कवाद्यांना वाटते की,

निर्विशेष ब्रह्म हेच परमश्रेष्ठ आहे. भगवंतांना पूर्णपणे शरण गेलेले भक्तच केवळ भगवंतांच्या कृपेने जाणू शकतात की, अशा असाधारण लीला करणारे स्वतः श्रीकृष्णच आहेत. भगवद्‌भक्त हे परमेश्वराच्या ब्रह्मस्वरूपाची पर्वा करीत नाहीत, कारण आपल्या श्रद्धा आणि भक्तीमुळे ते तात्काळ भगवंतांना शरण जातात आणि श्रीकृष्णांच्या अहैतुकी कृपेमुळेच त्यांना श्रीकृष्णांचे ज्ञान होते. भक्तांव्यतिरिक्त इतर कोणीही श्रीकृष्णांना जाणू शकत नाही. म्हणून आत्मा म्हणजे काय आणि परमात्मा म्हणजे काय, तर ज्यांची आपण आराधना केली पाहिजे ते भगवान श्रीकृष्ण हेच आत्मा आणि परतत्त्वही आहेत, याचा महर्षीसुद्धा स्वीकार करतात.

**यो मामजमनादिं च वेत्ति लोकमहेश्वरम् ।**
**असम्मूढः स मर्त्येषु सर्वपापैः प्रमुच्यते ॥ ३ ॥**

**यः**—जो; **माम्**—मला; **अजम्**—अजन्मा; **अनादिम्**—अनादी, आरंभरहित; **च**—सुद्धा; **वेत्ति**—जाणतो; **लोक**—ग्रहलोकांचा; **महा-ईश्वरम्**—महेश्वर, स्वामी; **असम्मूढः**—मोहरहित; **सः**—तो; **मर्त्येषु**—मर्त्य मनुष्यांमध्ये; **सर्व-पापैः**—सर्व पापांपासून; **प्रमुच्यते**—मुक्त होतो.

**सर्व मनुष्यांमध्ये मोहरहित झालेला जो मनुष्य मला अजन्मा, अनादी, सर्व जगतांचा स्वामी म्हणून जाणतो, तोच केवळ सर्व पापांपासून मुक्त होतो.**

**तात्पर्यः** सातव्या अध्यायात (७.३) सांगितल्याप्रमाणे *मनुष्याणां सहस्रेषु कश्चिद्यतति सिद्धये*—जे आध्यात्मिक साक्षात्काराप्रत उन्नती करण्याचा प्रयत्न करीत आहेत ते साधारण मनुष्य नव्हेत. आध्यात्मिक साक्षात्काराचे ज्ञान नसणाऱ्या लक्षावधी साधारण मनुष्यांपेक्षा ते श्रेष्ठ आहेत, परंतु आपले आध्यात्मिक स्वरूप जाणण्याचा वास्तविकपणे प्रयत्न करणाऱ्यांमध्ये जो श्रीकृष्णांना, पुरुषोत्तम भगवान, अस्तित्वातील प्रत्येक वस्तूचा स्वामी, अजन्मा म्हणून जाणतो तो आध्यात्मिक साक्षात्कार झालेला अत्यंत यशस्वी मनुष्य होय. अशा अवस्थेत जेव्हा मनुष्याला श्रीकृष्णांच्या परमस्थितीचे ज्ञान होते तेव्हा तो सर्व पापांपासून पूर्णपणे मुक्त होतो.

या श्लोकामध्ये, भगवंतांचे वर्णन *अज* अर्थात, अजन्मा या शब्दाने करण्यात आले आहे; परंतु दुसऱ्या अध्यायात जीवांचे वर्णन केलेल्या *अज* या शब्दापासून हा शब्द भिन्न आहे. भौतिक आसक्तीमुळे वारंवार जन्म आणि मृत्यू होणाऱ्या जीवांहून भगवंत भिन्न आहेत. बद्ध जीवात्मे देहांतर करीत असतात, परंतु भगवंतांचा देह कधीच बदलत नाही. जेव्हा ते या भौतिक जगतात अवतरित होतात, तेव्हा सुद्धा ते अजन्मा म्हणूनच येतात. म्हणून चौथ्या अध्यायात म्हटले आहे की, भगवंत आपल्या अंतरंगा शक्तीमुळे कधीही अपरा प्रकृतीच्या अधीन होत नाहीत, तर ते सदैव परा प्रकृतीतच असतात.

या श्लोकामधील *वेत्ति लोक महेश्वरम्*—शब्द दर्शवितात की, भगवंत सर्व विश्वाचे, लोकांचे स्वामी आहेत हे मनुष्याने जाणले पाहिजे. भगवंत सृष्टीच्या पूर्वीही अस्तित्वात होते आणि ते आपल्या सृष्टीहून भिन्न आहेत. सर्व देवदेवतांची निर्मिती या भौतिक जगतातच झाली; परंतु भगवान श्रीकृष्ण अजन्मा आहेत म्हणून ब्रह्मदेव आणि शंकर इत्यादींसारख्या मोठमोठ्या देवतांहूनही ते भिन्न आहेत आणि ब्रह्मदेव, शिव आणि सर्व देवतांची त्यांनीच निर्मिती केल्यामुळे

ते सर्व लोकांचे महेश्वर आहेत.

श्रीकृष्ण हे सर्व निर्मित वस्तूंहून भिन्न आहेत आणि त्यांना या रूपामध्ये जो जाणतो तो तात्काळ सर्व पापांपासून मुक्त होतो. भगवद्ज्ञान प्राप्त करण्यासाठी मनुष्याने सर्व पापांतून मुक्त असणे अत्यावश्यक आहे. भगवद्‌गीतेत सांगितल्याप्रमाणे केवळ भक्तियोगानेच त्यांचे ज्ञान प्राप्त होऊ शकते, अन्य कोणत्याही साधनांनी नाही.

श्रीकृष्णांना साधारण मनुष्य समजू नये. पूर्वी म्हटल्याप्रमाणे केवळ मूर्खच श्रीकृष्णांना साधारण मानव समजतो. हेच पुन्हा या श्लोकात निराळ्या पद्धतीने सांगण्यात आले आहे. जो मनुष्य मूर्ख नाही, जो भगवंतांचे स्वरूप जाणण्याइतपत बुद्धिमान आहे तो सदैव सर्व पापांतून मुक्तच असतो.

जर श्रीकृष्ण देवकीपुत्र म्हणून जाणले जातात तर ते अजन्मा कसे होऊ शकतात? याचे विश्लेषणही श्रीमद्‌भागवतात करण्यात आले आहे. जेव्हा ते वसुदेव आणि देवकीसमोर प्रकट झाले तेव्हा एखाद्या सामान्य बालकाप्रमाणे ते जन्मलेले नव्हते. ते त्यांच्या मूळ रूपात प्रकट झाले आणि नंतर सामान्य बालकामध्ये त्यांनी स्वत:चे रूपांतर केले.

श्रीकृष्णांच्या मार्गदर्शनाखाली जे कर्म केले जाते ते सर्व दिव्यच असते. हे कर्म शुभ आणि अशुभ अशा भौतिक परिणामांनी दूषित होऊ शकत नाही. प्राकृत जगातील शुभाशुभत्वाची संकल्पना ही कमीअधिक प्रमाणात मन:कल्पित गोष्टच आहे, कारण या भौतिक जगतात कोणतीच गोष्ट शुभ नाही. सर्व काही अशुभच आहे, कारण मुळात भौतिक प्रकृतीच अशुभ आहे. आपण ही शुभ असल्याची केवळ कल्पना करतो. पूर्ण भक्तिभावाने आणि सेवाभावाने केलेल्या कृष्णभावनाभावित क्रियांवरच खरे मांगल्य अवलंबून असते. म्हणून जर आपल्याला आपली कर्मे शुभदायी करावयाची असतील तर आपण भगवंतांच्या मार्गदर्शनाखाली कार्य केले पाहिजे. असे मार्गदर्शन श्रीमद्‌भागवत आणि भगवद्‌गीता यांसारख्या शास्त्रांमध्ये किंवा प्रामाणिक आध्यात्मिक गुरूद्वारे दिले जाते. आध्यात्मिक गुरू हे भगवंतांचे प्रतिनिधी असल्याकारणाने त्यांनी केलेले मार्गदर्शन म्हणजे प्रत्यक्ष भगवंतांनी केलेले मार्गदर्शनच होय. आध्यात्मिक गुरू, साधू आणि शास्त्र एकाच प्रकारे मार्गदर्शन करतात. या तिघात कोणताच विरोधाभास नसतो. यांच्या आदेशानुसार केलेले सर्व कर्म या भौतिक जगताच्या पुण्य आणि पापकर्मांपासून मुक्त असते. अशी कर्मे करताना भक्ताचा जो दिव्य भाव असतो तो वस्तुत: त्यागाचा भाव असतो आणि या भावालाच संन्यास असे म्हणतात. भगवद्‌गीतेतील सहाव्या अध्यायाच्या पहिल्या श्लोकामध्ये सांगितल्याप्रमाणे जो भगवंतांच्या आदेशानुसार आपले कर्म, कर्तव्य म्हणून करतो आणि जो आपल्या कर्मफलांची अपेक्षा करीत नाही ( *अनाश्रित: कर्मफलम्*) तोच वास्तविक संन्यासी आहे. भगवंतांच्या आदेशानुसार जो कोणी कर्म करतो तोच खरा संन्यासी आणि योगी होय. भोंदू योगी किंवा संन्याशांचा वेष परिधान करणारा मनुष्य खऱ्या अर्थाने संन्यासी किंवा योगी होऊ शकत नाही.

**बुद्धिर्ज्ञानमसम्मोह: क्षमा सत्यं दम: शम: ।**
**सुखं दु:खं भवोऽभावो भयं चाभयमेव च ॥ ४ ॥**

**अहिंसा समता तुष्टिस्तपो दानं यशोऽयशः ।**
**भवन्ति भावा भूतानां मत्त एव पृथग्विधाः ॥ ५ ॥**

**बुद्धिः**—बुद्धी; **ज्ञानम्**—ज्ञान; **असम्मोहः**—संशयातून मुक्तता; **क्षमा**—क्षमा; **सत्यम्**—सत्य; **दमः**—इंद्रिय संयमन; **शमः**—मनाचा संयम; **सुखम्**—सुख; **दुःखम्**—दुःख; **भवः**—जन्म; **अभावः**—मृत्यू; **भयम्**—भय; **च**—सुद्धा; **अभयम्**—निर्भयता; **एव**—सुद्धा; **च**—आणि; **अहिंसा**—अहिंसा; **समता**—समता; **तुष्टिः**—तृप्ती; **तपः**—तप; **दानम्**—दान; **यशः**—यश; **अयशः**—अपयश; **भवन्ति**—होतात; **भावाः**—अवस्था, स्वभाव; **भूतानाम्**—जीवांचे; **मत्तः**—माझ्यापासून; **एव**—निश्चितच; **पृथक्-विधाः**—अनेक प्रकारचे.

**बुद्धी, ज्ञान, संशय आणि मोह यातून मुक्तता, क्षमा, सत्यता, इंद्रियसंयमन, मनोनिग्रह, सुख आणि दुःख; जन्म, मृत्यू, भय, निर्भयता, अहिंसा, समता, संतुष्टी, तपस्या, दान, यश आणि अपयश इत्यादी जीवांचे सर्व विविध गुण माझ्याद्वारेच उत्पन्न झाले आहेत.**

**तात्पर्य:** जीवांचे विविध गुणधर्म मग ते चांगले असोत अथवा वाईट, सर्व भगवान श्रीकृष्णांनीच निर्माण केले आहेत आणि त्यांचे वर्णन या श्लोकामध्ये करण्यात आले आहे.

*बुद्धि* म्हणजे यथार्थ दृष्टीने विश्लेषण करण्याचे सामर्थ्य होय आणि *ज्ञान* म्हणजे चेतन आणि जड पदार्थ वस्तूंना तत्त्वतः जाणणे होय. विश्वविद्यालयीन शिक्षणातून जे ज्ञान प्राप्त केलेले असते ते केवळ पदार्थाशी संबंधित असते म्हणून या ठिकाणी अशा शिक्षणाचा ज्ञान म्हणून स्वीकार करण्यात आलेला नाही. ज्ञान म्हणजे चेतन आणि पदार्थ यामधील भेद जाणणे होय. आधुनिक शिक्षणामध्ये आत्मज्ञानाचा समावेश नाही. या शिक्षणामध्ये केवळ भौतिक तत्त्वे आणि शारीरिक गरजांकडे विशेष ध्यान दिले जाते. म्हणून हे शैक्षणिक ज्ञान परिपूर्ण नाही.

*असम्मोह,* जेव्हा मनुष्य द्विधावस्थेमध्ये नसतो आणि तो दिव्य तत्त्वज्ञान जाणतो तेव्हा तो संशय आणि मोहातून मुक्त होऊ शकतो. हळूहळू पण निश्चितच तो मोहातून मुक्त होतो. कोणत्याही गोष्टी अंधविश्वासाने स्वीकारू नये. प्रत्येक गोष्टीचा स्वीकार काळजीपूर्वक आणि सावधानतेने केला पाहिजे. *क्षमा* आचरणात आणली पाहिजे; मनुष्याने सहनशील असले पाहिजे आणि इतरांना त्यांच्या लहानसहान अपराधांसाठी क्षमा केली पाहिजे. *सत्यम्* म्हणजे इतरांच्या हितार्थ तथ्यांचे यथार्थ रूपामध्ये प्रस्तुतीकरण केले पाहिजे. तथ्यांचे विकृतीकरण करू नये. सामाजिक प्रथेनुसार म्हटले जाते की, इतरांच्या गळी उतरेल असेच सत्य मनुष्याने बोलावे, परंतु हे खरे नाही. सत्य स्पष्ट आणि उघडपणे बोलावे, जेणेकरून इतरांना वस्तुस्थिती कळून येईल. जर एखादा मनुष्य चोर असेल आणि तो चोर असल्याचे लोकांना सांगितले तर ते सत्यच आहे. कधी कधी सत्य हे जरी कटू असले तरी सत्य बोलण्यापासून परावृत्त होऊ नये. सत्यता म्हणजेच तथ्यांचे इतरांच्या हितासाठी यथार्थ रूपामध्ये प्रस्तुतीकरण करणे होय आणि ही सत्यतेची व्याख्या आहे.

इंद्रियनिग्रह म्हणजे अनावश्यक वैयक्तिक इंद्रियोपभोगाकरिता इंद्रियांचा उपयोग न करणे होय. इंद्रियांच्या आवश्यक व योग्य गरजा पुरविण्यास कोणताच निर्बंध नाही; परंतु अनावश्यक

इंद्रियोपभोग हा आध्यात्मिक प्रगतीकरिता हानिकारक आहे. म्हणून अनावश्यक उपभोगापासून इंद्रियांना परावृत्त केले पाहिजे. त्याचप्रमाणे मनुष्याने निरर्थक विचारांपासून मनाला निग्रहित केले पाहिजे. यालाच *शम* असे म्हटले जाते. तसेच धनार्जनाची चिंता करण्यात मनुष्याने आपला वेळ दवडू नये, कारण तो विचारशक्तीचा दुरुपयोग आहे. मनुष्यजीवनाचे मुख्य प्रयोजन कोणते ते समजून घेण्यात मनाला युक्त केले पाहिजे आणि हे प्रयोजन अधिकृतपणे प्रस्तुत केलेले असावे. विचारशक्ती ही शास्त्रपारंगत अधिकृत व्यक्ती, साधुसंत, आध्यात्मिक गुरू आणि ज्यांची विचारशक्ती अत्यंत विकसित आहे त्यांच्या सत्संगामध्ये विकसित केली पाहिजे. *सुखम्,* कृष्णभावनेच्या आध्यात्मिक ज्ञानाचे अनुशीलन करण्यातच मनुष्याने सुख मानले पाहिजे. त्याचप्रमाणे जे कृष्णभावनेच्या अनुशीलनासाठी प्रतिकूल असते तेच कष्टप्रद किंवा दुःखप्रद आहे. कृष्णभावनेच्या विकासासाठी जे अनुकूल असेल त्याचा स्वीकार करावा आणि कृष्णभावनेच्या विकासासाठी जे प्रतिकूल असेल त्याचा त्याग करावा.

*भव* किंवा *जन्म* हा देहाशी संबंधित आहे. आत्म्याचा विचार केल्यास आत्म्याला जन्मही नसतो किंवा मृत्यूही नसतो आणि याबद्दलची चर्चा आपण भगवद्गीतेच्या प्रारंभीच केली आहे. जन्म आणि मृत्यू हे या भौतिक जगातील मनुष्याच्या देहाला लागू आहेत. भविष्यकाळाबद्दल चिंता केल्याने भय निर्माण होते. कृष्णभावनाभावित मनुष्याला मुळीच भय नसते, कारण त्याला आपल्या कर्मांमुळे निश्चितच आध्यात्मिक विश्वाची, भगवद्धामाची प्राप्ती होणार असते. म्हणून त्याचा भविष्यकाळ अत्यंत उज्ज्वल असतो. तथापि, इतरांना भविष्यकाळात आपल्यापुढे काय वाढून ठेवले आहे हे माहीत नसते, त्यांना भावी जीवनासंबंधीही मुळीच ज्ञान नसते. म्हणून ते चिंतेने सतत ग्रासलेले असतात. जर आपल्याला चिंतेतून मुक्त व्हावयाचे असेल तर सर्वोत्तम मार्ग म्हणजे श्रीकृष्णांना जाणणे आणि सदैव कृष्णभावनेमध्ये स्थित राहणे होय. अशा प्रकारे आपण सर्व भयांपासून मुक्त होतो. श्रीमद्भागवतात (११.२.३७) म्हटले आहे की, *भयं द्वितीयाभिनिवेशतः स्यात्*—मायाशक्तीने मोहित झाल्यामुळे भय निर्माण होते. परंतु जे मायेतून मुक्त झाले आहेत, ज्यांना निश्चितपणे माहीत आहे की, आपण म्हणजे हे प्राकृत शरीर नसून भगवंतांचे आध्यात्मिक अंश आहोत आणि म्हणून जे भगवंतांच्या दिव्य सेवेमध्ये युक्त झालेले आहेत, त्यांना कशाचेही भय नसते. त्यांचे भवितव्य अत्यंत उज्ज्वल असते. जे लोक कृष्णभावनाभावित नाहीत ते भयभीतच असतात. *अभयम्* अर्थात, निर्भयता ही केवळ कृष्णभावनाभावित मनुष्याच्या ठायीच असू शकते.

*अहिंसा* म्हणजे इतरांना दुःखात किंवा भ्रमात लोटणारे असे काहीही न करणे होय. अनेक राजकारणी, समाजवादी, परोपकारी इत्यादी लोकांनी लोककल्याणार्थ आश्वासने दिलेल्या भौतिक कार्यांपासून फारशी चांगली फलनिष्पत्ती होत नाही, कारण राजकारणी आणि परोपकारी लोकांना दिव्य दृष्टी नसल्यामुळे मानवसमाजासाठी वास्तविकपणे हितकारक काय आहे हे त्यांना माहीत नसते. *अहिंसा* म्हणजे लोकांना असे प्रशिक्षण देणे, जेणेकरून या मनुष्यदेहाचा पुरेपूर उपयोग ते करू शकतील. मनुष्यदेह हा आध्यात्मिक साक्षात्कारप्राप्तीसाठी आहे. म्हणून जे आंदोलन किंवा आयोग आध्यात्मिक साक्षात्कारप्राप्तीसाठी साहाय्यक ठरत नाहीत ते

मनुष्यदेहाची हिंसाच करीत आहेत. ज्यायोगे सर्वसामान्य लोकांच्या भावी आध्यात्मिक सुखामध्ये प्रगती होते त्याला अहिंसा असे म्हणतात.

*समता* म्हणजे राग आणि द्वेष यातून मुक्त होणे होय. अत्यधिक आसक्ती किंवा अत्यधिक अनासक्ती ही बरी नसते. द्वेषरहित आणि अनासक्त होऊन या भौतिक जगताचा स्वीकार केला पाहिजे. कृष्णभावनेचे आचरण करण्यास जे अनुकूल आहे ते स्वीकारले पाहिजे आणि जे प्रतिकूल आहे त्याचा त्याग केला पाहिजे. यालाच समता असे म्हणतात. कृष्णभावनेमध्ये जे उपयुक्त असते त्याच गोष्टीशी कृष्णभावनाभावित मनुष्याला कर्तव्य असते, नाही तर त्याला स्वीकार करण्यासारखे अथवा त्याग करण्यासारखे असे काहीही नसते.

*तुष्टि* म्हणजे मनुष्याने अनावश्यक कर्म करून अधिकाधिक भौतिक वस्तूंचा संग्रह करण्यास उत्सुक असू नये. भगवंतांच्या कृपेने जे काही मिळते त्यावरच समाधान मानावे, यालाच *तुष्टि* असे म्हणतात. *तपस* याबाबतीत वेदांमध्ये अनेक विधिविधाने सांगितली आहेत. उदाहरणार्थ, प्रात:काळी उठून स्नान करणे. कधी कधी पहाटे उठणे अत्यंत कष्टदायी असते; परंतु स्वेच्छेने असे कष्ट सहन करणे म्हणजेच तप होय. त्याचप्रमाणे महिन्यातून ठरावीक दिवशी उपवास करण्यासंबंधी अनेक विधाने आहेत. मनुष्याला असा उपवास करणे आवडत नसेल; परंतु कृष्णभावनेच्या विज्ञानामध्ये निश्चयाने प्रगती करण्याकरिता मनुष्याने वैदिक आदेशानुसार वेळोवेळी असे शारीरिक कष्ट घेणे आवश्यक आहे. तथापि, आवश्यकता नसताना किंवा वेदाज्ञेविरुद्ध उपवास करू नये. व्यक्तीने राजकीय हेतूप्रीत्यर्थ उपवास करू नये. अशा उपवासाचे वर्णन भगवद्‌गीतेत तामसिक उपवास असे करण्यात आले आहे. *तमोगुण युक्त* किंवा रजोगुणयुक्त जे काही केले जाते त्यामुळे आध्यात्मिक प्रगती होत नाही, परंतु सत्त्वगुणाने युक्त होऊन जे काही केले जाते त्यामुळे मनुष्याची प्रगती होते आणि वेदांनुसार केलेल्या उपवासाने आध्यात्मिक ज्ञान वृद्धिंगत होते.

*दान* याबद्दल सांगावयाचे तर, व्यक्तीने आपल्या मिळकतीतून पन्नास टक्के दान सत्कार्यासाठी द्यावे. सत्कार्य म्हणजे काय? कृष्णभावनेने जे कार्य केले जाते ते सत्कार्य होय. ते केवळ सत्कार्यच नव्हे तर सर्वोत्तम कार्य होय. श्रीकृष्ण हेच उत्तम असल्यामुळे त्यांच्याप्रीत्यर्थ केलेले कार्यही उत्तमच असते. म्हणून जो कृष्णभावनेमध्ये संलग्न आहे त्यालाच दान दिले पाहिजे. वेदांमध्ये सांगितले आहे की, ब्राह्मणांना दान द्यावे. आजतागायत, जरी वेदाज्ञेनुसार काटेकोरपणे नसले तरी, या प्रथेचे पालन केले जाते. तरीही वेदांचा आदेश आहे की, ब्राह्मणांना दान करावे, का बरे? कारण ते उच्चतर आध्यात्मिक ज्ञान प्राप्त करण्याच्या प्रयत्नात आहेत. ब्राह्मणाने आपले संपूर्ण आयुष्य ब्रह्मज्ञान प्राप्त करण्यासाठी समर्पित केले पाहिजे. *ब्रह्म जानातीति ब्राह्मण:*—जो ब्रह्म जाणतो त्याला ब्राह्मण असे म्हणतात. म्हणून ब्राह्मणांना दान द्यावे, कारण ते सदैव आध्यात्मिक सेवा करण्यात निमग्न झालेले असतात आणि त्यांना उपजीविकेची प्राप्ती करण्यास वेळ नसतो. वेदांनुसार संन्यांशानाही दान दिले पाहिजे. संन्यासी धनार्जन करण्याकरिता नव्हे तर धर्मप्रचार करण्याकरिता घरोघर माधुकरी मागतात. गृहस्थी व्यक्तींना अज्ञानरूपी निद्रेतून जागृत करण्यासाठी संन्यासी दारोदारी जातात. गृहस्थाश्रमी लोक कौटुंबिक कार्यांत दंग

असल्यामुळे त्यांना जीवनाच्या वास्तविक ध्येयाचे, कृष्णभावनेची पुनर्जागृती करण्याचे, विस्मरण झालेले असते म्हणून त्यांना कृष्णभावनाभावित होण्यास प्रेरणा देण्याकरिता त्यांच्याकडे भिक्षू म्हणून जाणे हे संन्याशाचे कार्य आहे. वेदांमध्ये सांगितल्याप्रमाणे मनुष्याने जागृत व्हावे आणि मनुष्यदेहात जे प्राप्त करावयाचे असते ते त्याने प्राप्त करावे. या ज्ञानाचा व ज्ञानप्राप्तीच्या पद्धतीचा प्रसार संन्याशांद्वारे केला जातो, यास्तव संन्याशांना, ब्राह्मणांना व सत्कार्यार्थ दान द्यावे. कोणत्याही अयोग्य कार्यासाठी दान देऊ नये.

*यश* हे श्री चैतन्य महाप्रभूंनी सांगितल्याप्रमाणे असावे. श्री चैतन्य महाप्रभूंनी म्हटले आहे की, मनुष्य जेव्हा महान भक्त म्हणून ओळखला जातो तेव्हा तो प्रख्यात होतो. हेच वास्तविक यश होय. जर कृष्णभावनेमध्ये महान होऊन मनुष्य विख्यात झाला तरच ते वास्तविक यश होय. ज्याने असे यश संपादन केले नाही तो अपयशीच होय.

हे सर्व गुण साऱ्या ब्रह्मांडातील मानवसमाजात आणि देवदेवतांच्या समाजात प्रकट होतात. इतर ग्रहलोकांवर मानवजातीची अनेक रूपे आहेत आणि त्यांच्यातही हे विविध गुण असतात. ज्या व्यक्तीला कृष्णभावनेमध्ये प्रगती करावयाची आहे त्यांच्यासाठी श्रीकृष्ण हे सर्व गुण निर्माण करतात; परंतु व्यक्तीने त्या गुणांचा विकास आपल्या अंत:करणात स्वत:हून केला पाहिजे. जो भगवद्भक्तीमध्ये निमग्न होतो, त्याच्यामध्ये भगवंतांच्या योजनेनुसार सर्व सद्गुण विकसित होतात.

आपल्याला जे जे शुभ किंवा अशुभ आढळते त्याचे मूळ श्रीकृष्ण आहेत. जी गोष्ट श्रीकृष्णांमध्ये नाही ती गोष्ट स्वत:हून या भौतिक जगतात प्रकट होऊच शकत नाही. यालाच ज्ञान म्हणतात. सर्व वस्तू निरनिराळ्या अवस्थांमध्ये अस्तित्वात आहेत हे आपल्याला जरी माहीत असले तरी, या सर्व गोष्टींचे उगमस्थान श्रीकृष्णच आहेत याची अनुभूती आपल्याला झाली पाहिजे.

**महर्षय: सप्त पूर्वे चत्वारो मनवस्तथा ।**
**मद्भावा मानसा जाता येषां लोक इमा: प्रजा: ॥ ६ ॥**

**महा-ऋषय:**—महर्षी; **सप्त**—सात; **पूर्वे**—पूर्वी; **चत्वार:**—चार; **मनव:**—मनू; **तथा**—सुद्धा; **मत्-भावा:**—माझ्यापासून उत्पन्न झालेले; **मानसा:**—मनापासून; **जाता:**—जन्म झालेले; **येषाम्**—ज्यांच्या; **लोके**—लोकामध्ये, जगामध्ये; **इमा:**—या सर्व; **प्रजा:**—प्रजा.

**सप्तर्षिगण आणि त्यांच्या पूर्वीचे चार महर्षी तसेच मनू (मानवजातीचे प्रजापती) माझ्या मनापासून निर्माण होतात, म्हणजे माझ्यापासून उत्पन्न होतात आणि विविध लोकांवरील निवास करणारे सर्व जीव त्यांच्यापासून उत्पन्न होतात.**

**तात्पर्य:** भगवंत या श्लोकात विश्वातील प्रजेची मूळ वंशावळ सांगत आहेत. ब्रह्मदेव हा भगवंतांच्या हिरण्यगर्भ नामक शक्तीपासून जन्मलेला सर्वप्रथम जीव होय. ब्रह्मदेवापासून सात महर्षी, त्यांच्यापूर्वी सनक, सनन्द, सनातन आणि सनतकुमार हे चार महर्षी आणि मनू प्रकट झाले. या पंचवीस महर्षींना संपूर्ण ब्रह्मांडातील सर्व जीवांचे प्रजापती असे म्हटले जाते. ब्रह्मांडे

असंख्य आहेत आणि प्रत्येक ब्रह्मांडामध्ये असंख्य ग्रहलोक आहेत आणि प्रत्येक ग्रहलोक वैविध्यपूर्ण योनींनी परिपूर्ण आहे. या सर्वांचा जन्म या पंचवीस प्रजापतींपासून झाला आहे. ब्रह्मदेवांनी प्रथम देवतांच्या गणनेनुसार एक हजार वर्षे इतकी तपश्चर्या केली आणि नंतर श्रीकृष्णांच्या कृपेमुळे त्यांना सृष्टीची निर्मिती कशी करावी हे ज्ञान प्राप्त झाले. ब्रह्मदेवांपासून सनक, सनंदन, सनातन आणि सनतकुमार, नंतर रुद्र आणि नंतर सप्तर्षी प्रकट झाले. या प्रकारे भगवंतांच्या शक्तीपासून सर्व ब्राह्मण आणि क्षत्रियांची उत्पत्ती झाली. ब्रह्मदेवांना पितामह म्हणतात तर श्रीकृष्णांना प्रपितामह असे म्हणतात. हे भगवद्गीतेच्या अकराव्या अध्यायात (११.३९) सांगितले आहे.

**एतां विभूतिं योगं च मम यो वेत्ति तत्त्वतः।**
**सोऽविकल्पेन योगेन युज्यते नात्र संशयः ॥ ७॥**

**एताम्**—या सर्व; **विभूतिम्**—ऐश्वर्य; **योगम्**—योगशक्ती; **च**—सुद्धा; **मम**—माझ्या; **यः**—जो; **वेत्ति**—जाणतो; **तत्त्वतः**—तत्त्वतः; **सः**—तो; **अविकल्पेन**—निश्चितपणे, विकल्परहित; **योगेन**—भक्तियोगाने; **युज्यते**—युक्त होतो; **न**—कधीच नाही; **अत्र**—यात; **संशयः**—संशय.

**ज्याला माझ्या ऐश्वर्याची आणि योगशक्तीची वास्तविकपणे खात्री पटते, तो अनन्य भक्तियोगामध्ये तत्पर होतो, यात मुळीच संशय नाही.**

**तात्पर्यः** आध्यात्मिक सिद्धीचे परमोच्च शिखर म्हणजे भगवंतांचे ज्ञान होय. जोपर्यंत मनुष्याला भगवंतांच्या विविध ऐश्वर्यासंबंधी पूर्ण खात्री होत नाही तोपर्यंत तो भक्तीमध्ये निमग्न होऊ शकत नाही. सामान्यपणे लोकांना माहीत असते की, परमेश्वर महान आहे, परंतु परमेश्वर सर्वश्रेष्ठ कसा आहे त्याचे सविस्तर ज्ञान त्यांना नसते. या ठिकाणी हे सविस्तर वर्णन करण्यात आले आहे. परमेश्वर कसा सर्वश्रेष्ठ आहे हे जर मनुष्याला कळाले तर सहजच तो भगवंतांना शरण जातो आणि भगवद्भक्तीमध्ये संलग्न होतो. जेव्हा मनुष्य, भगवंतांचे ऐश्वर्य तत्त्वतः जाणतो तेव्हा भगवंतांना शरण जाण्यावाचून त्याला इतर कोणताही विकल्प राहात नाही. हे तत्त्वतः ज्ञान श्रीमद्भागवत, श्रीमद्भगवद्गीता आणि तत्सम शास्त्रांतील वर्णनापासून जाणता येते.

या ब्रह्मांडांच्या संचलनासाठी अनेक देवदेवता सर्व लोकांमध्ये नियुक्त केलेल्या आहेत आणि त्यामध्ये, ब्रह्मदेव, शंकर, चतुष्कुमार आणि इतर प्रजापती हे प्रमुख आहेत. ब्रह्मांडातील प्रजेचे अनेक पूर्वज आहेत आणि या सर्व पूर्वजांचा जन्म भगवान श्रीकृष्णांपासून झाला. भगवान श्रीकृष्ण हे सर्व पूर्वजांचेही मूळ पूर्वज आहेत.

भगवंतांच्या ऐश्वर्यापैकी ही काही ऐश्वर्ये आहेत. जेव्हा मनुष्याचा यांच्याविषयी दृढ विश्वास होतो तेव्हा मोठ्या श्रद्धेने आणि निःसंदेह होऊन तो श्रीकृष्णांचा स्वीकार करतो आणि भक्तीमध्ये युक्त होतो. भगवंतांच्या प्रेममयी भक्तीमध्ये गोडी वृद्धिंगत करण्यासाठी हे सर्व सविस्तर ज्ञान आवश्यक आहे. श्रीकृष्ण कसे महान आहेत हे जाणून घेण्यामध्ये मनुष्याने दुर्लक्ष करू नये, कारण श्रीकृष्णांचा महिमा जाणल्याने प्रामाणिकपणे भक्ती करण्याचा निश्चय निर्माण होतो.

**अहं सर्वस्य प्रभवो मत्तः सर्वं प्रवर्तते ।**
**इति मत्वा भजन्ते मां बुधा भावसमन्विताः ॥ ८ ॥**

**अहम्**—मी; **सर्वस्य**—सर्वांचा; **प्रभवः**—उत्पत्तीचे कारण; **मत्तः**—माझ्यापासून; **सर्वम्**—सर्व; **प्रवर्तते**—उद्‌भवते; **इति**—याप्रमाणे; **मत्वा**—जाणून; **भजन्ते**—भजतो किंवा भक्ती करतो; **माम्**—माझी किंवा मला; **बुधाः**—बुद्धिमान; **भाव-समन्विताः**—अंतःकरणपूर्वक किंवा ध्यानपूर्वक.

**मीच सर्व प्राकृत आणि आध्यात्मिक जगतांचा उत्पत्तिकर्ता आहे. सर्व काही माझ्यापासूनच उद्‌भवते. जे बुद्धिमान मनुष्य हे पूर्णपणे जाणतात ते माझ्या भक्तीमध्ये संलग्न होतात आणि अंतःकरणपूर्वक मला भजतात.**

**तात्पर्यः** ज्या विद्वानाने वेदांचे पूर्णपणे अध्ययन केले आहे आणि श्री चैतन्य महाप्रभूंसारख्या प्रमाणित अधिकाऱ्यांकडून ज्ञान प्राप्त केले आहे तसेच ही शिकवण कशी आचरणात आणावी हे ज्याने जाणले आहे तोच श्रीकृष्ण हे आध्यात्मिक आणि भौतिक या दोन्ही जगतांचे उत्पत्तिकर्ता कसे असू शकतात हे जाणू शकतो. हे पूर्णपणे जाणल्यामुळे तो भगवद्‌भक्तीमध्ये निश्चयाने दृढ होतो. मूर्खांद्वारे अथवा निरर्थक भाष्यांमुळे तो कधीच विचलित होऊ शकत नाही. सर्व वेद स्वीकार करतात की, श्रीकृष्ण हेच ब्रह्मदेव, शंकर आणि इतर सर्व देवतांचे उगमस्थान आहेत. अथर्व वेदांमध्ये (गोपाल तापनी उपनिषद् १.२४) म्हटले आहे की, *यो ब्रह्माणं विदधाति पूर्वं यो वै वेदांश्च गापयति स्म कृष्णः*—"श्रीकृष्णांनीच प्रारंभी ब्रह्मदेवाला वेद प्रदान केले आणि त्यांनीच गतकाळात वेदाचा प्रसार केला." नंतर पुन्हा नारायण उपनिषदात (१)सांगितले आहे की, *अथ पुरुषो ह वै नारायणोऽकामयत प्रजाः सृजेयेति*—"त्यांनतर भगवान नारायणांनी जीवांना उत्पन्न करण्याची इच्छा केली." त्यामध्ये पुढे म्हटले आहे की, *नारायणाद् ब्रह्मा जायते, नारायणाद् प्रजापतिः प्रजायते, नारायणाद् इन्द्रो जायते। नारायणादष्टौ वसवो जायन्ते, नारायणादेकादश रुद्रा जायन्ते नारायणाद्द्वादशादित्याः*—"नारायणांपासून ब्रह्मादेवाचा जन्म झाला आणि नारायणापासूनच प्रजापतींचीही उत्पत्ती झाली. नारायणांपासूनच इंद्र, आठ वसू, अकरा रुद्र आणि बारा आदित्य यांचा जन्म झाला आहे." नारायण हे श्रीकृष्णांचेच विस्तारित रूप आहे.

त्याच वेदामध्ये म्हटले आहे की, *ब्रह्मण्यो देवकीपुत्रः* देवकी पुत्र कृष्ण हेच पुरुषोत्तम भगवान आहेत (नारायण उपनिषद् ४) नंतर म्हटले आहे की, *एको वै नारायण आसीन्न ब्रह्मा न ईशानो नापो नाग्निसमौ नेमे द्यावापृथिवी न नक्षत्राणि न सूर्यः*—सृष्टीच्या प्रारंभी ब्रह्मदेव, शिव, अग्नी, चंद्र, नक्षत्रे, सूर्य इत्यादी कोणीच नसून केवळ एकमात्र भगवान नारायण होते. (महोपनिषद् १) महोपनिषदातच असेही म्हटले आहे की, भगवंतांच्या कपाळातून शंकराचा जन्म झाला. याप्रमाणे वेद सांगतात की, शिव, ब्रह्मा आदींचेही निर्माते पुरुषोत्तम भगवान यांचेच पूजन केले पाहिजे.

मोक्ष—धर्मामध्ये श्रीकृष्णसुद्धा म्हणतात की,

*प्रजापतिं च रुद्रं चाप्यहमेव सृजामि वै ।*
*तौ हि मां न विजानीतो मम मायाविमोहितौ ॥*

"शिव तथा अन्य प्रजापतींची उत्पत्ती माझ्यापासूनच झाली आहे, परंतु ते माझ्या मायाशक्तीने मोहित झाल्यामुळे त्यांना माहीत नसते की, मीच त्यांचा उत्पत्तिकर्ता आहे."

वराहपुराणातही म्हटले आहे की,

*नारायणः परो देवस्तस्माज्जातश्चतुर्मुखः ।*
*तस्माद्रुद्रोऽभवद्देवः स च सर्वज्ञतां गतः ॥*

"नारायण हेच पुरुषोत्तम भगवान आहेत आणि त्यांच्यापासून ब्रह्मदेवाचा जन्म झाला. ब्रह्मदेवापासून रुद्राचा जन्म झाला."

भगवान श्रीकृष्ण हेच संपूर्ण सृष्ट गोष्टींचे उगमस्थान आहेत आणि त्यांनाच सर्व गोष्टींचे परमकारण असे म्हटले जाते. श्रीकृष्ण म्हणतात की, "सर्व काही माझ्यापासूनच उत्पन्न झाल्यामुळे मीच सर्वांचे मूळ उगमस्थान आहे. सर्व काही माझ्या अधीन आहे. माझ्याहून श्रेष्ठ असा कोणीही नाही." श्रीकृष्णांव्यतिरिक्त इतर कोणीही परम नियंत्रक नाही. प्रामाणिक आध्यात्मिक गुरूकडून वैदिक प्रमाणांनुसार जो श्रीकृष्णांना या प्रकारे जाणतो तो आपल्या संपूर्ण शक्तीनिशी कृष्णभावनेमध्ये निमग्न होतो आणि खऱ्या अर्थाने विद्वान बनतो. त्याच्या तुलनेत श्रीकृष्णांना न जाणणारे इतर सर्वजण केवळ मूर्खच होत. केवळ मूर्खच श्रीकृष्णांना साधारण मानव समजतो. अशा मूर्खांद्वारे कृष्णभावनाभावित मनुष्याने गोंधळून जाऊ नये. त्याने भगवद्गीतेवरील सर्व अनधिकृत भाष्ये आणि भाष्यकारांनी स्वमताने लावलेले अर्थ टाळले पाहिजेत आणि निश्चयाने व दृढतेने कृष्णभावनेच्या मार्गावर अग्रेसर झाले पाहिजे.

**मच्चित्ता मद्गतप्राणा बोधयन्तः परस्परम् ।**
**कथयन्तश्च मां नित्यं तुष्यन्ति च रमन्ति च ॥ ९ ॥**

**मत्-चित्ताः**—माझ्यामध्ये चित्त परायण झालेले; **मत्-गत-प्राणाः**—आपले जीवन मला समर्पित केलेले; **बोधयन्तः**—बोधन करणारे; **परस्परम्**—एकमेकांत; **कथयन्तः**—चर्चा किंवा कथन करीत असतात; **च**—सुद्धा; **माम्**—माझ्याबद्दल; **नित्यम्**—नेहमी; **तुष्यन्ति**—संतुष्ट होतात; **च**—सुद्धा; **रमन्ति**—दिव्यानंदात रममाण असतात; **च**—सुद्धा.

**माझ्या शुद्ध भक्तांचे चित्त माझ्यामध्येच वास करीत असते, त्यांचे जीवन माझ्या सेवेमध्ये समर्पित असते आणि एकमेकांमध्ये माझ्याबद्दल चर्चा करण्यापासून आणि बोधन करण्यापासून त्यांना अत्यधिक संतोष आणि आनंद प्राप्त होतो.**

**तात्पर्यः** या श्लोकामध्ये शुद्ध भक्तांची लक्षणे सांगण्यात आली आहेत. असे शुद्ध भक्त पूर्णपणे दिव्य प्रेममयी भगवत्सेवेमध्ये रममाण झालेले असतात आणि त्यांचे मन श्रीकृष्णांच्या चरणकमलांवरून कधीच ढळू शकत नाही. ते केवळ दिव्य विषयांचीच चर्चा करतात. या श्लोकामध्ये शुद्ध भक्तांची लक्षणे विशेष रूपाने वर्णिलेली आहेत. भगवद्भक्त हे भगवंतांच्या गुण आणि लीलांचे अहर्निश स्तवन करण्यात रममाण झालेले असतात. त्यांचे हृदय आणि प्राण

निरंतर श्रीकृष्णांच्या ठायी लीन झालेले असतात आणि इतर भक्तांबरोबर कृष्णकथा करण्यामध्येच त्यांना आनंद वाटतो.

भक्तीच्या प्रारंभिक अवस्थेमध्ये त्यांना सेवेद्वारेच दिव्यानंदांचा अनुभव येतो आणि परिपक्व अवस्थेमध्ये ते भगवत्प्रेमामध्ये स्थित असतात. एकदा ते अशा दिव्यावस्थेमध्ये स्थित झाल्यावर, भगवंतांनी आपल्या धामामध्ये प्रकट केलेल्या परमोच्च संसिद्धीचे आस्वादन ते करू शकतात. श्री चैतन्य महाप्रभू, भक्तीची तुलना हृदयामध्ये होणाऱ्या बीजरोपणाशी करतात. ब्रह्मांडातील निरनिराळ्या लोकांमध्ये असंख्य जीव भ्रमण करीत असतात आणि त्यांच्यापैकी थोड्याच जीवांना शुद्ध भक्तांच्या संगतीत येण्याचे व भगवद्‌भक्ती म्हणजे काय, हे जाणून घेण्याचे सद्‌भाग्य लाभते. भक्ती ही एका बीजाप्रमाणे आहे आणि जर जीवाच्या हृदयामध्ये या बीजाचे रोपण केले आणि जर जीवाने *हरे कृष्ण हरे कृष्ण कृष्ण कृष्ण हरे हरे। हरे राम हरे राम राम राम हरे हरे॥* या महामंत्राचे श्रवण आणि कीर्तन केले, तर ज्याप्रमाणे एखाद्या वृक्षाचे बीज नियमितपणे पाणी घातल्याने अंकुरित होते त्याप्रमाणे ते बीज अंकुरित होते. ही आध्यात्मिक भक्तिलता हळूहळू वाढत जाते आणि ब्रह्मांडाचे आवरण भेदीत आध्यात्मिक विश्वातील ब्रह्मज्योतीमध्ये प्रवेश करते. आध्यात्मिक विश्वातही ती वाढत जाते आणि श्रीकृष्णांच्या सर्वोच्च लोकामध्ये, गोलोक वृंदावनामध्ये जाऊन पोहोचते. अखेरीस ही भक्तिलता श्रीकृष्णांच्या चरणकमलांचा आश्रय घेऊन तेथे विश्राम करते. ज्याप्रमाणे एखाद्या वेलीची वाढ होत असताना फळे आणि फुले येतात त्याप्रमाणे हळूहळू या भक्तिरूप लतिकेला फळे येतात आणि श्रवण, कीर्तन रूपामध्ये भक्तिलतेवर जलसिंचन चालूच राहते. या भक्तिलतेचे विस्तृत वर्णन चैतन्य चरितामृतात (मध्यलीला अध्याय १९) करण्यात आले आहे. त्या ठिकाणी असे वर्णन करण्यात आले आहे की, जेव्हा पूर्ण वाढ झालेली भक्तिलता भगवंतांच्या चरणकमलांचा आश्रय घेते तेव्हा मनुष्य भगवत्प्रेमामध्ये पूर्णपणे तल्लीन होतो आणि ज्याप्रमाणे मासा पाण्याविना जगू शकत नाही त्याचप्रमाणे भक्त भगवंतांच्या सान्निध्याविना क्षणभरही जगू शकत नाही. अशा अवस्थेत, भक्ताला भगवंतांच्या सान्निध्यामध्ये साक्षात दिव्य गुणांचीच प्राप्ती होते.

श्रीमद्‌भागवतातही भगवंत आणि भक्त यांच्या संबंधांविषयीची वर्णने आहेत. म्हणून भागवतातच सांगितल्याप्रमाणे (१२.१३.१८) श्रीमद्‌भागवत हे भक्तांना अतिशय प्रिय आहे. *श्रीमद्‌भागवतं पुराणम् अमलं यद्वैष्णवानां प्रियम्*—भागवतात भौतिक कर्म, अर्थ, काम किंवा मोक्ष इत्यादींचे मुळीच वर्णन नाही. श्रीमद्‌भागवत हे केवळ एकच असे कथन आहे की, ज्यामध्ये भक्त आणि भगवंत त्यांच्या दिव्य भावाचे सविस्तर वर्णन आहे. म्हणून ज्याप्रमाणे युवक-युवती एकमेकांच्या सहवासात आनंद प्राप्त करीत असतात, त्याचप्रमाणे कृष्णभावनेमधील साक्षात्कारी व्यक्ती अशा दिव्य कथनांचे श्रवण करण्यामध्ये आनंद प्राप्त करतात.

**तेषां सततयुक्तानां भजतां प्रीतिपूर्वकम् ।**
**ददामि बुद्धियोगं तं येन मामुपयान्ति ते ॥ १० ॥**

**तेषाम्**—त्यांना; **सतत-युक्तानाम्**—सतत युक्त असणाऱ्या; **भजताम्**—भक्तिपूर्ण सेवा करणाऱ्या;

**प्रीति-पूर्वकम्**—प्रेमाने तल्लीन होऊन; **ददामि**—मी देतो; **बुद्धि-योगम्**—खरी बुद्धी; **तम्**—त्या; **येन**—ज्यायोगे; **माम्**—मला; **उपयान्ति**—प्राप्त होतात किंवा येऊन पोहोचतात; **ते**—ते.

**जे प्रेमाने सतत माझी सेवा करण्यात युक्त असतात त्यांना मी असे ज्ञान देतो, ज्यामुळे ते मला येऊन पोहोचतील.**

**तात्पर्य:** या श्लोकामध्ये *बुद्धि-योगम्* हा शब्द अत्यंत महत्त्वपूर्ण आहे. आपल्या ध्यानात असेलच की, दुसऱ्या अध्यायात भगवंतांनी अर्जुनाला उपदेश देताना म्हटले होते की, मी आतापर्यंत तुला अनेक विषयांबद्दल सांगितले आहे आणि आता मी तुला बुद्धियोगाबद्दल सांगेन. या श्लोकात बुद्धियोगाचा अर्थ विशद करण्यात आला आहे. कृष्णभावनाभावित कर्म करणे म्हणजेच बुद्धियोग होय आणि हीच सर्वोत्तम बुद्धी होय. जेव्हा मनुष्य भगवद्धामात जाण्याचा प्रयत्न करतो आणि भक्तिभावाने कृष्णभावनेचा स्वीकार करतो तेव्हा त्याच्या या कृतीला बुद्धियोग म्हटले जाते. दुसऱ्या शब्दांत सांगावयाचे तर ज्यायोगे आपण या भौतिक जगताच्या जंजाळातून मुक्त होऊ शकतो तो मार्ग म्हणजे बुद्धियोग होय. श्रीकृष्ण हेच प्रगतीचे परम लक्ष्य आहेत. लोकांना हे माहीत नसते, म्हणून भक्तांचा सत्संग आणि प्रामाणिक आध्यात्मिक गुरू हे महत्त्वपूर्ण आहेत. मनुष्याने जाणले पाहिजे की, श्रीकृष्ण हेच ध्येय आहेत आणि जेव्हा ध्येय निश्चित होते तेव्हा ध्येयप्राप्तीचा मार्ग हळूहळू पण उत्तरोत्तर आक्रमिला जातो आणि अखेरीस अंतिम ध्येयाची प्राप्ती होते.

जेव्हा मनुष्याला जीवनाच्या अंतिम ध्येयाचे ज्ञान असते, परंतु तो कर्मफलात आसक्त असतो, तेव्हा त्याला कर्मयोगी असल्याचे म्हटले जाते. जेव्हा तो जाणतो की श्रीकृष्ण हेच लक्ष्य आहेत, परंतु श्रीकृष्णांना जाणण्यासाठी ज्ञानाचा आधार घेण्यात आनंद मानतो, त्याला ज्ञानयोगी म्हटले जाते आणि जेव्हा तो जाणतो की, श्रीकृष्ण हेच ध्येय आहेत आणि कृष्णभावना व भक्तियोगाद्वारे श्रीकृष्णांचा पूर्णपणे आश्रय घेतो तेव्हा त्याला भक्तियोगी किंवा बुद्धियोगी म्हटले जाते. भक्तियोग किंवा बुद्धियोग हाच परिपूर्ण योग होय. हा परिपूर्ण योग म्हणजेच जीवनाची परमोच्च सिद्धावस्था होय.

एखाद्या मनुष्याला प्रामाणिक आध्यात्मिक गुरू असेल आणि त्याचा एखाद्या आध्यात्मिक संस्थेशी संबंधही असेल, पण तरीही प्रगती करण्याइतपत तो जर बुद्धिमान नसेल तर श्रीकृष्ण त्याला हृदयातून उपदेश करतात, जेणेकरून त्या व्यक्तीला निश्चितपणे श्रीकृष्णांची प्राप्ती होईल. याकरिता आवश्यक ती योग्यता म्हणजे मनुष्याने सतत कृष्णभावनेमध्ये युक्त असले पाहिजे आणि प्रेम व भक्तिभावाने सर्व प्रकारची सेवा केली पाहिजे. त्याने श्रीकृष्णांप्रीत्यर्थ प्रेमभावाने काही तरी कर्म केले पाहिजे. आत्मसाक्षात्काराच्या मार्गावर प्रगती करण्याइतपत जर भक्त बुद्धिमान नसेल, परंतु तो भक्तिभावित कर्म करण्यात प्रामाणिक आणि समर्पित असेल तर भगवंत त्या भक्ताला प्रगती करण्यासाठी आणि अखेरीस आपल्याला प्राप्त होण्याची संधी प्रदान करतात.

**तेषामेवानुकम्पार्थमहमज्ञानजं तमः ।**
**नाशयाम्यात्मभावस्थो ज्ञानदीपेन भास्वता ॥ ११ ॥**

**तेषाम्**—त्यांच्यावर; **एव**—निश्चितपणे; **अनुकम्पा-अर्थम्**—विशेष अनुग्रह करण्यासाठी; **अहम्**—मी; **अज्ञान-जम्**—अज्ञानामुळे; **तमः**—अंधकार; **नाशयामि**—नष्ट करतो; **आत्म-भाव**—त्यांच्या अंतःकरणामध्ये; **स्थः**—स्थित; **ज्ञान**—ज्ञानाच्या; **दीपेन**—दीपाने; **भास्वता**—तेजस्वी.

**त्यांच्यावर विशेष अनुग्रह करण्यासाठीच त्यांच्या हृदयात वास करणारा मी, ज्ञानरूपी तेजस्वी दीपाने, अज्ञानामुळे उत्पन्न झालेल्या अंधकाराचा नाश करतो.**

**तात्पर्यः** जेव्हा श्री चैतन्य महाप्रभू बनारसमध्ये राहून *हरे कृष्ण हरे कृष्ण कृष्ण कृष्ण हरे हरे। हरे राम हरे राम राम राम हरे हरे॥* या महामंत्राचा प्रसार करीत होते तेव्हा सहस्रावधी लोक त्यांचे अनुसरण करीत असत. बनारसचे तत्कालीन अत्यंत प्रभावशाली आणि विद्वान पंडित प्रकाशानंद सरस्वती हे श्री चैतन्य महाप्रभूंचा भावुक म्हणून उपहास करीत. तात्त्विक कधी कधी भक्तांची आलोचना करतात, कारण त्यांना वाटते की, बहुतेक भक्त हे अज्ञानरूपी अंधकारात आहेत आणि तत्त्वज्ञानाच्या बाबतीत भोळेभाबडे, भावुक आहेत परंतु हे काही सत्य नाही. असे अनेकानेक विद्वान पंडित आहेत ज्यांनी भक्तीच्या तत्त्वज्ञानाचा पुरस्कार केला आहे. परंतु एखाद्या भक्ताने जरी त्यांच्या किंवा आपल्या आध्यात्मिक गुरूंच्या ग्रंथांचा लाभ करून घेतला नाही, तरीसुद्धा तो जर प्रामाणिकपणे भक्ती करीत असेल तर श्रीकृष्ण त्याला त्याच्या अंतःकरणातून साहाय्य करतात. म्हणून कृष्णभावनेमध्ये युक्त असलेला प्रामाणिक भक्त अज्ञानी राहू शकत नाही. याकरिता आवश्यक ती पात्रता म्हणजे त्याने पूर्णपणे कृष्णभावनाभावित होऊन भक्ती केली पाहिजे.

आधुनिक तत्त्वज्ञान्यांना वाटते की, विवेकबुद्धी असल्यावाचून मनुष्याला शुद्ध ज्ञान प्राप्त होऊ शकत नाही. तर अशा लोकांकरिता भगवंत या श्लोकात म्हणतात की, जे शुद्ध भगवद्‌भक्तीमध्ये निमग्न आहेत त्यांना जरी पुरेसे शिक्षण नसले किंवा पुरेसे वैदिक तत्त्वांचे ज्ञान नसले तरी मी त्यांना साहाय्य करतो.

भगवंत अर्जुनाला सांगतात की, केवळ तर्कवादाने परम सत्याचे, पुरुषोत्तम भगवंतांचे ज्ञान होणे शक्य नाही, कारण परम सत्य हे इतके महान आहे की, केवळ मानसिक प्रयासाने परम सत्याचे ज्ञान किंवा त्याची प्राप्ती करणे संभव नाही. मनुष्याने जरी लाखो वर्षे केवळ चिंतन केले, पण त्याच्या ठायी जर भक्ती नसेल किंवा भगवंतांवर प्रेम नसेल तर त्याला श्रीकृष्णांचे, परम सत्याचे कदापि ज्ञान होणार नाही. केवळ भक्तीनेच परम सत्य, भगवान श्रीकृष्ण प्रसन्न होतात आणि आपल्या अचिंत्य शक्तीद्वारे ते स्वतःला भक्ताच्या अंतरात प्रकट करतात. शुद्ध भक्ताच्या हृदयात श्रीकृष्ण सदैव वास करीत असतात आणि सूर्यसम श्रीकृष्णांच्या उपस्थितीमुळे अज्ञानरूपी अंधकार तात्काळ नष्ट होतो. शुद्ध भक्तावर श्रीकृष्णांनी केलेली ही असीम कृपाच होय.

लाखो जन्मांत झालेल्या प्राकृतिक संसर्गाच्या प्रदूषणामुळे मनुष्याचे हृदय हे विषयरूपी

धुळीने आवृत झालेले असते, परंतु जेव्हा तो भक्तीमध्ये निमग्न होतो आणि निरंतर हरे कृष्ण मंत्राचे नामस्मरण करतो तेव्हा ती धूळ त्वरित नाहीशी होते आणि त्याला शुद्ध ज्ञानाची प्राप्ती होते. अंतिम ध्येय, श्रीविष्णू हे केवळ या नामस्मरणाने आणि भक्तियोगानेच प्राप्त होऊ शकतात. मानसिक तर्कवादाने किंवा वादविवादाने अंतिम ध्येय प्राप्त होऊ शकत नाही. शुद्ध भक्ताला आपल्या भौतिक गरजांबद्दल चिंता करण्याची आवश्यकता नसते, कारण जेव्हा तो आपल्या अंत:करणातील अंधकाराचा नाश करतो तेव्हा त्याच्या प्रेममयी भक्तीमुळे प्रसन्न झालेले भगवंत त्याला सर्व काही आपोआपच पुरवितात. हेच भगवद्गीतेच्या उपदेशांचे सार आहे. भगवद्गीतेच्या अध्ययनाद्वारे मनुष्य, भगवंतांना पूर्णपणे शरण जाऊन शुद्ध भगवद्भक्तीमध्ये युक्त होऊ शकतो. जेव्हा भगवंत, भक्ताचा भार आपल्यावर घेतात तेव्हा तो सर्व प्रकारच्या भौतिक प्रयासांतून पूर्णपणे मुक्त होतो.

अर्जुन उवाच

**परं ब्रह्म परं धाम पवित्रं परमं भवान् ।**
**पुरुषं शाश्वतं दिव्यमादिदेवमजं विभुम् ॥ १२ ॥**
**आहुस्त्वामृषयः सर्वे देवर्षिर्नारदस्तथा ।**
**असितो देवलो व्यासः स्वयं चैव ब्रवीषि मे ॥ १३ ॥**

**अर्जुनः उवाच**—अर्जुन म्हणाला; **परम्**—परम; **ब्रह्म**—सत्य; **परम्**—परम; **धाम**—धाम किंवा आधार; **पवित्रम्**—पवित्र; **परमम्**—परम; **भवान्**—तुम्ही; **पुरुषम्**—पुरुष; **शाश्वतम्**—शाश्वत किंवा मूळ; **दिव्यम्**—दिव्य; **आदि-देवम्**—आदिदेव; **अजम्**—अजन्मा; **विभुम्**—विभू किंवा सर्वश्रेष्ठ; **आहुः**—म्हणतात; **त्वाम्**—तुम्हाला; **ऋषयः**—ऋषी; **सर्वे**—सर्व; **देव-ऋषिः**—देवर्षी; **नारदः**—नारद; **तथा**—सुद्धा; **असितः**—असित; **देवलः**—देवल; **व्यासः**—व्यास; **स्वयम्**—स्वतः; **च**—सुद्धा; **एव**—निश्चितपणे; **ब्रवीषी**—तुम्ही सांगत आहात; **मे**—मला.

**अर्जुन म्हणाला : तुम्हीच पुरुषोत्तम भगवान, परम धाम, परम पवित्र, परम सत्य आहात. तुम्ही शाश्वत, दिव्य, आदिपुरुष, अजन्मा, विभू आहात. नारद, असित, देवल आणि व्यास यांसारख्या महर्षींनी तुमच्याबद्दलच्या या सत्याला पुष्टी दिली आहे आणि आता स्वतः तुम्हीही मला तेच सांगत आहात.**

**तात्पर्यः** या दोन श्लोकांमध्ये भगवंतांनी आधुनिक तत्त्वज्ञान्यांना एक संधी दिली आहे. कारण या ठिकाणी स्पष्ट म्हटले आहे की, परतत्त्व हे जीवाहून भिन्न आहे. भगवद्गीतेच्या या अध्यायातील चार महत्त्वपूर्ण श्लोक ऐकल्यानंतर अर्जुन सर्व संशयातून पूर्णपणे मुक्त झाला आणि त्याने श्रीकृष्ण हे स्वयं पुरुषोत्तम भगवान असल्याचे मान्य केले. म्हणून तात्काळ स्पष्टपणे त्याने उद्घोषित केले की, तुम्हीच परमब्रह्म आहात आणि यापूर्वीच श्रीकृष्णांनी सांगितले आहे की, मी सर्वांचे आदिकारण आहे. प्रत्येक देवता आणि प्रत्येक मनुष्य त्यांच्यावर आश्रित आहे. अज्ञानवश मनुष्य आणि देवतांना वाटते की, आपण परिपूर्ण आहोत आणि भगवंताहून स्वतंत्र

आहोत. भक्ती केल्याने हे अज्ञान पूर्णपणे नाहीसे होते. याचे स्पष्टीकरण यापूर्वीच्या श्लोकामध्ये भगवंतांनी केले आहे. आता त्यांच्या कृपेमुळेच अर्जुन त्यांचा परम सत्य म्हणून स्वीकार करीत आहे आणि हे वेदसंमतच आहे. असे नाही की, श्रीकृष्ण हे अर्जुनाचे मित्र असल्याकारणाने त्यांची खुशामत करण्यासाठी अर्जुन त्यांना परम सत्य, भगवान म्हणून संबोधित आहे. या दोन श्लोकांमध्ये अर्जुन जे काही म्हणत आहे ते वेदसंमतच आहे. वेद स्पष्टपणे सांगतात की, जो भगवद्भक्ती करीत आहे केवळ तोच भगवंतांना जाणू शकतो. भक्तांव्यतिरिक्त इतर कोणीही भगवंतांना जाणू शकत नाही. अर्जुनाने या श्लोकात म्हटलेल्या प्रत्येक शब्दाला वेदांनी प्रमाणित केले आहे.

*केन* उपनिषदात म्हटले आहे की, परमब्रह्म हे प्रत्येक गोष्टीचे आश्रयस्थान आहे आणि श्रीकृष्णांनी पूर्वीच स्पष्ट केले आहे की, सर्व काही माझ्यावरच आश्रित आहे. *मुंडक* उपनिषदात म्हटले आहे की, जे निरंतर भगवंतांचे चिंतन करीत असतात केवळ त्यांनाच सर्वांचे आधार असणाऱ्या भगवंतांची अनुभूती होऊ शकते. श्रीकृष्णांच्या निरंतर चिंतन करण्यालाच '*स्मरणम्*' असे म्हटले जाते. नवविधा भक्तीमधील स्मरणम् ही एक क्रिया आहे. केवळ कृष्णभक्तीमुळेच मनुष्य आपली स्वरूपस्थिती जाणून या भौतिक देहातून मुक्त होऊ शकतो.

वेदांमध्ये भगवंतांना परम पवित्र म्हणून संबोधण्यात आले आहे. जो श्रीकृष्णांना परम पवित्र म्हणून जाणतो तो सर्व पापांतून शुद्ध होतो. जोपर्यंत मनुष्य, भगवंतांना शरण जात नाही तोपर्यंत तो पापकर्मांच्या दोषांपासून मुक्त होऊ शकत नाही. अर्जुनाने श्रीकृष्णांचा परम पवित्र म्हणून स्वीकार करणे हे वेदांशी सुसंगतच आहे. याचीही पुष्टी देवर्षी नारदांसारख्या महर्षींनी केली आहे.

श्रीकृष्ण हे पुरुषोत्तम भगवान आहेत आणि मनुष्याने सदैव त्यांच्यावर ध्यान करीत त्यांच्याशी असणाऱ्या आपल्या दिव्य संबंधाचा आनंद घ्यावा. श्रीकृष्ण हे परम शाश्वत आहेत आणि ते शारीरिक गरजा, जन्म, मृत्यू इत्यादींपासून मुक्त आहेत. केवळ अर्जुनच हे सांगतो असे नाही तर सर्व वेद आणि पुराणेही हेच सांगतात. संपूर्ण वेदांमध्ये श्रीकृष्णांचे याप्रमाणे वर्णन करण्यात आले आहे आणि चौथ्या अध्यायामध्ये स्वतः भगवंत सांगतात की, ''मी जरी अजन्मा असलो तरी या पृथ्वीवर धर्माची पुनर्स्थापना करण्यासाठी मी भूतलावर अवतरित होतो.'' ते परम कारण आहेत. त्यांचे कोणतेही कारण नाही, कारण तेच सर्व कारणांचे कारण आहेत. आणि सर्व काही त्यांच्यापासूनच निर्माण होते. असे हे परिपूर्ण ज्ञान केवळ भगवत्कृपेनेच होऊ शकते.

श्रीकृष्णांच्या कृपेनेच अर्जुनाने या ठिकाणी आपले विचार व्यक्त केले आहेत. जर आपल्याला भगवद्गीता जाणावयाची असेल तर, या दोन श्लोकांमधील विधानांचा आपण स्वीकार केला पाहिजे. यालाच परंपरा असे म्हणतात आणि हाच परंपरेचा स्वीकार होय. जो मनुष्य परंपरेत नाही तो भगवद्गीता जाणू शकत नाही. तथाकथित विश्वविद्यालयीन शिक्षणाने भगवद्गीता जाणणे शक्य नाही. वैदिक शास्त्रांची इतकी प्रमाणे असूनसुद्धा जे लोक दुर्दैवाने आपल्या उच्च शिक्षणामुळे मदांध झालेले आहेत ते आपल्या दुराग्रही विश्वासाला चिकटून म्हणतात की, श्रीकृष्ण हा साधारण मनुष्य आहे.

**सर्वमेतदृतं मन्ये यन्मां वदसि केशव ।**
**न हि ते भगवन्व्यक्तिं विदुर्देवा न दानवाः ॥ १४ ॥**

**सर्वम्**—सर्व; **एतत्**—याप्रमाणे; **ऋतम्**—सत्य; **मन्ये**—मी स्वीकारतो; **यत्**—जे; **माम्**—मला; **वदसि**—तुम्ही सांगता; **केशव**—हे कृष्ण; **न**—कधीच नाही; **हि**—निश्चितच; **ते**—तुमच्या; **भगवन्**—हे भगवन; **व्यक्तिम्**—व्यक्तित्व; **विदुः**—जाणू शकतो; **देवाः**—देवता; **न**—तसेच नाही; **दानवाः**—दानव.

**हे कृष्ण! तुम्ही जे सर्व मला सांगितले आहे ते मी पूर्णतया सत्य मानतो. हे भगवन! देवता तसेच दानव तुमचे व्यक्तित्व जाणू शकत नाहीत.**

**तात्पर्य:** अर्जुन या ठिकाणी निक्षून सांगतो की, श्रद्धाहीन आणि आसुरी प्रवृत्तीचे लोक श्रीकृष्णांना जाणू शकत नाहीत. सुरगणही जर त्यांना जाणू शकत नाहीत तर मग आधुनिक काळातील तथाकथित विद्वानांबद्दल काय सांगावे? भगवत्कृपेने अर्जुनाने जाणले आहे की, श्रीकृष्ण हेच परम सत्य आणि परिपूर्ण आहेत. म्हणून अर्जुनाच्या मार्गाचे अनुसरण केले पाहिजे. अर्जुनाला भगवद्गीतेचे प्रमाण प्राप्त झाले आहे. चौथ्या अध्यायात सांगितल्याप्रमाणे भगवद्गीतेचे ज्ञान प्राप्त करण्याकरिता आवश्यक गुरुशिष्य परंपरा लुप्त झाली होती आणि म्हणून अर्जुनाद्वारे श्रीकृष्णांनी गुरुशिष्य परंपरेची पुनर्स्थापना केली, कारण अर्जुन हा त्यांचा जिवलग मित्र आणि एक महान भक्त होता. म्हणून गीतोपनिषदाच्या आमच्या ग्रंथप्रवेशामध्ये सांगितल्याप्रमाणे भगवद्गीता ही परंपरेद्वारेच जाणणे आवश्यक आहे. जेव्हा परंपरा लुप्त झाली तेव्हा तिचे पुनरुज्जीवन करण्यासाठी अर्जुनाला निवडण्यात आले. श्रीकृष्णांनी जे सांगितले त्या सर्वांचा अर्जुनाने स्वीकार केला आहे. या स्वीकृतीचे सर्वांनी अनुसरण केले पाहिजे. तरच आपण भगवद्गीतेचे सार जाणू शकतो आणि मगच श्रीकृष्ण हे पुरुषोत्तम भगवान असल्याचे आपण जाणू शकू.

**स्वयमेवात्मनात्मानं वेत्थ त्वं पुरुषोत्तम ।**
**भूतभावन भूतेश देवदेव जगत्पते ॥ १५ ॥**

**स्वयम्**—स्वयं; **एव**—खचितच; **आत्मना**—आपणच; **आत्मानम्**—आपल्याला; **वेत्थ**—जाणता; **त्वम्**—तुम्ही; **पुरुष-उत्तम**—पुरुषोत्तम; **भूत-भावन**—हे सर्व जीवांचे उत्पत्तिकर्ता; **भूत-ईश**—सर्व जीवांचे स्वामी; **देव-देव**—हे देवाधिदेव; **जगत्-पते**—संपूर्ण ब्रह्मांडांचे स्वामी, हे जगत्पते.

**हे पुरुषोत्तम, हे भूतभावन, भुतेश, देवाधिदेव, हे जगत्पते! खरोखर, तुम्हीच केवळ आपल्या अंतरंगा शक्तीद्वारे स्वतःला जाणू शकता.**

**तात्पर्य:** अर्जुन आणि त्याच्या अनुयायांप्रमाणे जे भक्तियोगाद्वारे भगवान श्रीकृष्णांशी संबंधित आहेत तेच केवळ श्रीकृष्णांना जाणू शकतात. नास्तिक किंवा आसुरी प्रवृत्तीचे लोक श्रीकृष्णांना जाणू शकत नाहीत. भगवंतांपासून मनुष्याला दूर नेणारा तर्कवाद म्हणजे एक गंभीर पाप आहे आणि जो श्रीकृष्णांना जाणत नाही त्याने भगवद्गीतेवर भाष्य करण्याचा प्रयत्न करू नये.

भगवद्‌गीता म्हणजे श्रीकृष्णांचे उपदेश आहेत तसेच हे कृष्णविज्ञान असल्याकारणाने अर्जुनाप्रमाणे श्रीकृष्णांकडून हे जाणून घेतले पाहिजे. नास्तिकवादी लोकांकडून भगवद्‌गीता समजून घेऊ नये. श्रीमद्भागवतात (१.२.११) सांगितल्याप्रमाणे

*वदन्ति तत्तत्त्वविदस्तत्त्वं यज्ज्ञानमद्वयम् ।*
*ब्रह्मेति परमात्मेति भगवानिति शब्द्यते ॥*

परम सत्याचा साक्षात्कार निर्विशेष ब्रह्म, अंतर्यामी परमात्मा आणि भगवान या तीन रूपांमध्ये होतो. परम सत्याच्या ज्ञानाच्या अंतिम अवस्थेत मनुष्याला भगवत्प्राप्ती होते. एखादी साधारण व्यक्ती किंवा अंतर्यामी परमात्मा आणि निर्विशेष ब्रह्माची अनुभूती झालेला मुक्तात्माही परम सत्याचे स्वरूप जाणू शकेलच असे नाही. म्हणून असे लोक भगवद्‌गीतेतील श्लोकांद्वारे परमपुरुषाला जाणण्याचा प्रयत्न करू शकतात. कारण हे श्लोक स्वतः परमपुरुष श्रीकृष्णांनी सांगितले आहेत. कधी कधी निर्विशेषवादी, श्रीकृष्णांचा भगवान म्हणून किंवा त्यांच्या अधिकृततेचा स्वीकार करतात. तथापि, अनेक मुक्तात्मेही श्रीकृष्णांना पुरुषोत्तम म्हणून जाणू शकत नाहीत. म्हणून या श्लोकामध्ये अर्जुन श्रीकृष्णांना पुरुषोत्तम म्हणून संबोधित आहे. इतक्या स्पष्टीकरणानेही श्रीकृष्ण हे सर्व जीवांचे पिता असल्याचे मनुष्य जाणू शकत नाही. म्हणून अर्जुन त्यांना भूतभावन म्हणून संबोधित आहे आणि जरी त्यांना सर्व जीवांचे पिता म्हणून मनुष्य जाणू शकला तरी तो त्यांना परमनियंत्रक म्हणून जाणू शकेलच असे नाही यास्तव त्यांना भूतेश असे संबोधण्यात आले आहे. मनुष्याने जरी श्रीकृष्णांना सर्व जीवांचा परमनियंत्रक म्हणून जाणले तरी तो त्यांना सर्व देवांचे आदिकारण म्हणून जाणू शकणार नाही. यास्तव या ठिकाणी त्यांना देवदेव असे संबोधण्यात आले आहे आणि मनुष्याने जरी त्यांना देवाधिदेव म्हणून जाणले तरी तेच अस्तित्वातील सर्व वस्तूंचे स्वामी असल्याचे तो जाणू शकणार नाही. म्हणून त्यांना या ठिकाणी जगत्पती असे संबोधण्यात आले आहे. याप्रमाणे अर्जुनाच्या अनुभूतीवरून या श्लोकामध्ये कृष्णतत्त्व प्रस्थापित करण्यात आले आहे आणि श्रीकृष्णांना तत्त्वतः जाणण्यासाठी आपण अर्जुनाच्या पदचिह्नांचे अनुसरण केले पाहिजे.

**वक्तुमर्हस्यशेषेण दिव्या ह्यात्मविभूतयः ।**
**याभिर्विभूतिभिर्लोकानिमांस्त्वं व्याप्य तिष्ठसि ॥ १६ ॥**

**वक्तुम्**—सांगण्यासाठी; **अर्हसि**—तुम्ही योग्य आहात; **अशेषेण**—सविस्तर; **दिव्याः**—दिव्य किंवा अलौकिक; **हि**—निश्चितच; **आत्म**—स्वतःच्या; **विभूतयः**—ऐश्वर्ये; **याभिः**—ज्याद्वारे; **विभूतिभिः**—ऐश्वर्ये; **लोकान्**—सर्व ग्रहलोक; **इमान्**—या; **त्वम्**—तुम्ही; **व्याप्य**—व्यापून; **तिष्ठसि**—स्थित आहात.

**ज्या दिव्य ऐश्वर्याद्वारे तुम्ही सर्व ग्रहलोक व्यापून राहिला आहात, त्या अलौकिक ऐश्वर्यांचे कृपया मला सविस्तर वर्णन करून सांगा.**

**तात्पर्यः** या श्लोकावरून असे दिसून येते की, भगवान श्रीकृष्णांसंबंधी आपल्या ज्ञानाने अर्जुन संतुष्ट झालेला आहे. कृष्णकृपेने अर्जुनाकडे प्रत्यक्ष अनुभव, बुद्धी, ज्ञान या साधनांद्वारे इतर

मनुष्यांना जे काही प्राप्त होऊ शकते ते सर्व काही होते आणि त्याने श्रीकृष्णांना पुरुषोत्तम भगवान म्हणून जाणले होते. याबद्दल त्याला मुळीच संशय नव्हता. तरीही त्याने श्रीकृष्णांना त्यांच्या सर्वव्यापी स्वरूपाचे वर्णन करण्याची विनंती केली. सामान्य लोक आणि विशेषकरून निर्विशेषवादी लोक परम सत्याचे सर्वव्यापी रूप जाणण्यास उत्सुक असतात. म्हणून अर्जुन श्रीकृष्णांना विचारीत आहे की, आपल्या विभिन्न शक्तींद्वारे ते कसे सर्वत्र व्यापून राहिले आहेत. मनुष्याने जाणले पाहिजे की, सामान्यजनांच्या वतीने अर्जुन श्रीकृष्णांना पृच्छा करीत आहे.

**कथं विद्यामहं योगिंस्त्वां सदा परिचिन्तयन्।**
**केषु केषु च भावेषु चिन्त्योऽसि भगवन्मया॥ १७॥**

**कथम्**—कसे; **विद्याम् अहम्**—मी जाणावे; **योगिन्**—हे योगेश्वरा; **त्वाम्**—तुम्हाला; **सदा**—सदैव; **परिचिन्तयन्**—चिंतन करीत; **केषु**—कोणत्या; **केषु**—कोणत्या; **च**—सुद्धा; **भावेषु**—रूपात; **चिन्त्यः असि**—तुमचे स्मरण करावे; **भगवन्**—हे भगवन; **मया**—मी.

**हे योगेश्वर कृष्ण! मी तुमचे कसे निरंतर चिंतन करावे आणि मी तुम्हाला कसे जाणावे? हे भगवन्! कोणकोणत्या विविध रूपांत मी तुमचे स्मरण करावे?**

**तात्पर्यः** पूर्वीच्या अध्यायात सांगितल्याप्रमाणे भगवंत हे योगमायेने आवृत आहेत. केवळ शरणागत जीव आणि भक्तगणच त्यांना पाहू शकतात. आता अर्जुनाला खात्री पटली आहे की, आपला मित्र श्रीकृष्ण हा स्वयं भगवान आहे. परंतु सामान्य मनुष्य सर्वव्यापी भगवंतांना कोणत्या पद्धतीने जाणू शकेल हे अर्जुनाला जाणून घ्यावयाचे आहे. असुर आणि अनीश्वरवादींसहित सामान्य मनुष्य श्रीकृष्णांना जाणू शकत नाही, कारण भगवंत हे आपल्या योगमायेद्वारे आच्छादित असतात. आता अर्जुनाने अशा लोकांच्या हितार्थ हे प्रश्न पुन्हा विचारले आहेत. त्यांचे ज्ञान केवळ आपल्यालाच व्हावे असे महान भक्ताला वाटत नाही, तर भगवंतांचे ज्ञान साऱ्या मानवजातीला व्हावे असे त्याला वाटते. म्हणून अर्जुन हा वैष्णव असल्याकारणाने दयाळू होऊन भगवंतांच्या सर्वव्यापकत्वाचे ज्ञान सामान्य मनुष्यांसाठी प्रकट करीत आहे. तो श्रीकृष्णांना विशेषतः *योगिन्* म्हणून संबोधित आहे, कारण श्रीकृष्ण हे ज्या योगमायेद्वारे सामान्य मनुष्यांसाठी प्रकट आणि अप्रकट होतात, त्या योगमायेचे स्वामी आहेत. सामान्य मनुष्याला श्रीकृष्णांविषयी प्रेम नसल्यामुळे तो सतत कृष्णस्मरण करू शकत नाही म्हणून त्याला भौतिकदृष्ट्या त्यांचे चिंतन करावे लागते. या जगातील भौतिकवादी लोकांच्या चिंतन करण्याच्या प्रकाराबद्दल अर्जुन विचार करीत आहे. *केषु केषु च भावेषु* हे शब्द भौतिक प्रकृतीला उद्देशून आहेत. *भाव* शब्दाचा अर्थ 'प्राकृत गोष्ट' असा होतो. भौतिक लोकांना श्रीकृष्णांचे आध्यात्मिकदृष्ट्या ज्ञान होऊ शकत नाही. म्हणून त्यांनी भौतिक गोष्टींवर मन केंद्रित करून श्रीकृष्ण हे भौतिक अभिव्यक्तींद्वारे कशा प्रकारे प्रकट झाले आहेत हे पाहण्याचा प्रयत्न करावा, असा सल्ला त्यांना देण्यात आला आहे.

**विस्तरेणात्मनो योगं विभूतिं च जनार्दन।**
**भूयः कथय तृप्तिर्हि शृण्वतो नास्ति मेऽमृतम्॥ १८॥**

**विस्तरेण**—विस्ताराने; **आत्मनः**—आपली; **योगम्**—योगशक्ती; **विभूतिम्**—ऐश्वर्ये; **च**—सुद्धा; **जन-अर्दन**—नास्तिकांच्या हन्ता, हे जनार्दन; **भूयः**—पुन्हा; **कथय**—वर्णन करा; **तृप्तिः**—तृप्ती; **हि**—निश्चितच; **शृण्वतः**—श्रवण करीत असता; **न अस्ति**—होत नाही; **मे**—माझी; **अमृतम्**—अमृत.

**हे जनार्दन! कृपया आपल्या योगशक्तीचे आणि ऐश्वर्याचे विस्ताराने वर्णन करून सांगा. तुमच्याबद्दल श्रवण करून मी कधीच तृप्त होत नाही, कारण मी जितके अधिक श्रवण करतो तितके अधिक मला तुमच्या अमृतमयी संभाषणाचे रसास्वादन करण्याची इच्छा होते.**

**तात्पर्यः** याच प्रकारचे निवेदन नैमिषारण्यातील शौनकआदी ऋषींनी सूत गोस्वामी यांना केले आहे.

*वयं तु न वितृप्याम उत्तमश्लोकविक्रमे ।*
*यच्छृण्वतां रसज्ञानां स्वादु स्वादु पदे पदे ॥*

''मनुष्याने श्रीकृष्णांच्या दिव्य लीलांचे जरी निरंतर श्रवण केले तरी त्याला कधीच कंटाळा येत नाही. श्रीकृष्णांचे उत्तम श्लोकांद्वारे स्तवन केले जाते. ज्यांनी श्रीकृष्णांशी दिव्य संबंध प्रस्थापित केला आहे ते श्रीकृष्णांच्या लीलांच्या वर्णनाचे पदोपदी रसास्वादन करीत असतात.'' (श्रीमद्भागवत १.१.१९) याप्रमाणे अर्जुन श्रीकृष्णांविषयी श्रवण करण्यास उत्सुक आहे आणि विशेषकरून ते कसे सर्वव्यापी आहेत, हे जाणून घेण्यात तो अधिक उत्सुक आहे.

आता *अमृतम्* या शब्दाबद्दल विचार केल्यास, श्रीकृष्णांसंबंधीचे कोणतेही वर्णन अथवा उपदेश हा अमृततुल्य आहे आणि प्रत्यक्ष अनुभवाद्वारे या अमृताचे पान करता येते. आधुनिक कथा, कादंबऱ्या आणि इतिहास व भगवंतांच्या अलौकिक लीला यांमध्ये फरक आहे, कारण या लौकिक कथा, गोष्टी आदी ऐकण्याने शेवटी कंटाळा येतो, परंतु कृष्णकथा श्रवण केल्याने कधीच कंटाळा येत नाही. याच कारणास्तव संपूर्ण जगाच्या इतिहासात भगवंतांच्या अवतार-लीलांची अनेक वर्णने आहेत. पुराणे म्हणजे गतकाळातील इतिहास आहे आणि यामध्ये भगवंतांच्या विविध अवतारांच्या लीलांचे वर्णन करण्यात आले आहे. म्हणून असे वाचनीय साहित्य पुनः पुन्हा जरी वाचले तरी ते नेहमी ताजेतवानेच राहते.

श्रीभगवानुवाच

**हन्त ते कथयिष्यामि दिव्या ह्यात्मविभूतयः ।**
**प्राधान्यतः कुरुश्रेष्ठ नास्त्यन्तो विस्तरस्य मे ॥ १९ ॥**

**श्री-भगवान् उवाच**—श्रीभगवान म्हणाले; **हन्त**—होय; **ते**—तुला; **कथयिष्यामि**—मी सांगेन; **दिव्याः**—दिव्य; **हि**—निश्चितच; **आत्म-विभूतयः**—माझी ऐश्वर्ये; **प्राधान्यतः**—प्रधान किंवा प्रमुख; **कुरु-श्रेष्ठ**—हे कुरुश्रेष्ठा; **न अस्ति**—नाही; **अन्तः**—सीमा; **विस्तरस्य**—विस्ताराला; **मे**—माझ्या.

**श्रीभगवान म्हणाले, ठीक आहे, मी तुला माझ्या विलोभनीय अभिव्यक्तींबद्दल सांगेन;**

**परंतु ज्या प्रमुख अभिव्यक्ती आहेत त्यांचेच मी कथन करीन, कारण हे अर्जुना! माझे ऐश्वर्य अनंत आहे.**

**तात्पर्य:** श्रीकृष्णांचा महिमा आणि त्यांचे ऐश्वर्य यांचे आकलन होणे शक्य नाही. जीवाची इंद्रिये ही अपूर्ण आहेत आणि म्हणून जीव हे श्रीकृष्णांना समग्ररूपाने समजू शकत नाही. तरीही भक्त श्रीकृष्णांना जाणण्याचा प्रयत्न करतात; परंतु ते असा विचार करीत नाहीत की, विशिष्ट काळी किंवा विशिष्ट जीवनावस्थेत आपल्याला श्रीकृष्णांचे पूर्ण ज्ञान होईल. उलट कृष्णकथा ही इतकी मधुर आहे की, ती भक्ताला अमृततुल्य वाटते. म्हणून भक्तांना त्यातून आनंदप्राप्ती होते. श्रीकृष्णांचे ऐश्वर्य आणि त्यांच्या विविध शक्तींची चर्चा केल्याने शुद्ध भक्ताला दिव्यानंद प्राप्त होत असतो. म्हणून त्यांची चर्चा करण्यात आणि त्यांच्याबद्दल श्रवण करण्यास ते सदैव उत्सुक असतात. श्रीकृष्ण जाणतात की, जीव आपल्या ऐश्वर्यांची पूर्ण माहिती जाणू शकत नाहीत म्हणून ते आपल्या निरनिराळ्या शक्तींच्या केवळ प्रमुख अभिव्यक्तींचे वर्णन करण्याचे मान्य करतात. *प्राधान्यतः* (प्रमुख) हा शब्द महत्त्वपूर्ण आहे, कारण भगवंतांच्या विभूती अनंत असल्यामुळे आपण भगवंतांच्या प्रमुख विभूतींपैकी केवळ थोड्याच विभूती जाणू शकतो. त्या सर्व जाणणे शक्य नाही. या श्लोकात *विभूती* या शब्दाद्वारे दर्शविल्याप्रमाणे भगवंत ज्या ऐश्वर्याद्वारे संपूर्ण सृष्टीचे नियंत्रण करतात त्या ऐश्वर्याचा बोध होतो. *अमरकोश* शब्दकोषानुसार *विभूती* म्हणजे विलक्षण ऐश्वर्य होय.

निर्विशेषवादी किंवा सर्वेश्वरवादी, भगवंतांचे विलक्षण ऐश्वर्य तसेच दिव्य शक्तींची अभिव्यक्तीही जाणू शकत नाही. आध्यात्मिक तसेच भौतिक अशा दोन्ही जगतात भगवंतांच्या शक्ती विविध अभिव्यक्तींच्या रूपाने विखुरलेल्या आहेत. साधारण मनुष्य कोणत्या विभूतींचा प्रत्यक्ष अनुभव घेऊ शकतो याचे वर्णन आता श्रीकृष्ण करीत आहेत. अशा रीतीने त्यांच्या वैविध्यपूर्ण शक्तीच्या अंशाचे हे वर्णन आहे.

**अहमात्मा गुडाकेश सर्वभूताशयस्थितः ।**
**अहमादिश्च मध्यं च भूतानामन्त एव च ॥ २० ॥**

**अहम्**—मी; **आत्मा**—आत्मा; **गुडाकेश**—हे अर्जुन; **सर्व-भूत**—सर्व जीवांचा; **आशय-स्थितः**—हृदयामध्ये स्थित असणारा; **अहम्**—मी; **आदिः**—आदि किंवा मूळ; **च**—सुद्धा; **मध्यम्**—मध्य; **च**—सुद्धा; **भूतानाम्**—सर्व जीवांचा; **अन्तः**—अंत; **एव**—निश्चितच; **च**—आणि.

**हे अर्जुना! सर्व जीवांच्या अंतर्यामी स्थित असणारा परमात्मा मी आहे. मीच सर्व जीवांचा आदि, मध्य आणि अंत आहे.**

**तात्पर्य:** या श्लोकामध्ये अर्जुनाला गुडाकेश असे संबोधण्यात आले आहे. ज्याने निद्रारूपी अंधकारावर विजय प्राप्त केला आहे त्याला गुडाकेश असे म्हणतात. अज्ञानरूपी अंधकारात निद्रिस्त असलेले लोक भौतिक आणि आध्यात्मिक जगतात भगवंत विविध प्रकारे स्वतःला कसे प्रकट करतात हे जाणू शकत नाहीत. अशा रीतीने श्रीकृष्णांनी अर्जुनाला गुडाकेश असे संबोधणे फार महत्त्वपूर्ण आहे, कारण अर्जुन हा अंधकाराच्या अतीत असल्यामुळे भगवंत त्याला आपल्या

विविध ऐश्वर्यांचे वर्णन करण्याचे मान्य करतात.

श्रीकृष्ण सर्वप्रथम अर्जुनाला सांगतात की ते आपल्या प्राथमिक विस्तारित रूपांद्वारे संपूर्ण सृष्टीच्या अंतरी असणारा आत्मा आहेत. भौतिक सृष्टीच्या उत्पत्तीपूर्वी भगवंत आपल्या प्राथमिक विस्तारित रूपाद्वारे पुरुषावतार धारण करतात आणि त्या पुरुषावतारापासून सर्वांचा उद्‌गम होतो. म्हणून ते महत्तत्त्वाचा आत्मा आहेत. समग्र भौतिक शक्तीही सृष्टीच्या उत्पत्तीस कारणीभूत नसते, तर वस्तुतः महाविष्णू हे महत्तत्त्वात, अर्थात, भौतिक शक्तीमध्ये प्रवेश करतात. म्हणून ते आत्मा आहेत. जेव्हा महाविष्णू सृष्ट ब्रह्मांडामध्ये प्रवेश करतात तेव्हा ते पुन्हा प्रत्येक जीवामध्ये स्वतःला परमात्मारूपामध्ये प्रकट करतात. आपल्याला अनुभव आहे की, जीव शरीरामध्ये आध्यात्मिक स्फुलिंग उपस्थित असल्यामुळे ते सजीव राहते. आध्यात्मिक स्फुलिंगाच्या उपस्थितीविना शरीराचा विकासही शक्य नाही. त्याचप्रमाणे भौतिक सृष्टीमध्ये जोपर्यंत परमात्मा श्रीकृष्ण प्रवेश करीत नाहीत तोपर्यंत भौतिक सृष्टी विकसित होऊ शकत नाही. सुबल उपनिषदात सांगितल्याप्रमाणे *प्रकृत्यादि सर्वभूतान्तर्यामी सर्वशेषी च नारायणः*— भगवंत, परमात्मारूपाने सर्व ब्रह्मांडांमध्ये उपस्थित आहेत.

भगवंतांच्या तीन पुरुषावतारांचे वर्णन श्रीमद्‌भागवतात करण्यात आले आहे. सात्वत तन्त्रामध्येही त्यांचे वर्णन करण्यात आले आहे. *विष्णोस्तु त्रीणि रूपाणि पुरुषाख्यान्यथो विदुः*— या भौतिक सृष्टीमध्ये कारणोदकशायी विष्णू, गर्भोदकशायी विष्णू आणि क्षीरोदकशायी विष्णू या तीन रूपांमध्ये भगवंत प्रकट होतात. महाविष्णू किंवा कारणोदकशायी विष्णूंचे वर्णन ब्रह्मसंहितेत (५.४७) करण्यात आले आहे, *यः कारणार्णवजले भजति स्म योगनिद्राम्*—सर्व कारणांचे कारण, भगवान श्रीकृष्ण कारणोदक सागरामध्ये महाविष्णू रूपामध्ये पहुडलेले असतात. म्हणून भगवंत हेच या सृष्टीचे आदी, मध्य आणि अंत आहेत.

**आदित्यानामहं विष्णुर्ज्योतिषां रविरंशुमान्।**
**मरीचिर्मरुतामस्मि नक्षत्राणामहं शशी ॥ २१ ॥**

**आदित्यानाम्**—आदित्यांमध्ये; **अहम्**—मी; **विष्णुः**—विष्णू; **ज्योतिषाम्**—सर्व ज्योतींमध्ये; **रविः**—सूर्य; **अंशु-मान्**—तेजस्वी किंवा देदीप्यमान; **मरीचिः**—मरीची; **मरुताम्**—मरुद्‌गणांमध्ये; **अस्मि**—मी आहे; **नक्षत्राणाम्**—नक्षत्रांमध्ये; **अहम्**—मी; **शशी**—चंद्र.

**आदित्यांमध्ये विष्णू मी आहे, तेजस्व्यांमध्ये देदीप्यमान सूर्य मी आहे, मरुद्‌गणांमध्ये मरीची मी आहे आणि नक्षत्रांमध्ये चंद्र मी आहे.**

**तात्पर्य:** बारा आदित्य आहेत व त्यामध्ये श्रीकृष्ण प्रमुख आहेत. आकाशात चमकणाऱ्या तेजस्वी ताऱ्यांमध्ये सूर्य प्रमुख आहे. ब्रह्मसंहितेत सूर्याचे वर्णन भगवंतांचा तेजस्वी नेत्र असे करण्यात आले आहे. आकाशात पन्नास विविध प्रकारचे वायू प्रवाहित होत असतात आणि त्यांची अधिष्ठात्री देवता मरीची, श्रीकृष्णांचा प्रतिनिधी आहे.

नक्षत्रांमध्ये रात्रीच्या वेळी चंद्र हा प्रमुख असतो आणि म्हणून चंद्र हा श्रीकृष्णांचे रूप आहे. या श्लोकावरून असे प्रतीत होते की, चंद्र हा अनेक नक्षत्रांपैकी एक आहे, म्हणून आकाशामध्ये

लुकलुकणारी नक्षत्रेही सूर्यप्रकाशच परावर्तित करतात. ब्रह्मांडामध्ये अनेक सूर्य असल्याच्या सिद्धांताला वेद स्वीकार करीत नाहीत. सूर्य हा एकच आहे आणि ज्याप्रमाणे सूर्यप्रकाशामुळे चंद्र प्रकाशमान होतो त्याचप्रमाणे सूर्यप्रकाशामुळेच नक्षत्रेही चमकतात. या ठिकाणी भगवद्‌गीतेत सांगितल्याप्रमाणे चंद्र हा नक्षत्रांपैकी एक असल्यामुळे चमकणारे तारे हे सूर्य नसून चंद्राप्रमाणेच नक्षत्रे आहेत.

**वेदानां सामवेदोऽस्मि देवानामस्मि वासवः ।**
**इन्द्रियाणां मनश्चास्मि भूतानामस्मि चेतना ॥ २२ ॥**

**वेदानाम्**—सर्व वेदांमध्ये; **साम-वेदः**—सामवेद; **अस्मि**—मी आहे; **देवानाम्**—सर्व देवतांमध्ये; **अस्मि**—मी आहे; **वासवः**—स्वर्गाचा राजा; **इन्द्रियाणाम्**—सर्व इंद्रियांमध्ये; **मनः**—मन; **च**—सुद्धा; **अस्मि**—मी आहे; **भूतानाम्**—सर्व जीवांमध्ये; **अस्मि**—मी आहे; **चेतना**—चेतना.

**वेदांमध्ये सामवेद मी आहे, देवतांमध्ये स्वर्गाचा राजा इंद्र मी आहे, इंद्रियांमध्ये मन मी आहे आणि प्राणिमात्रांमधील चेतना मी आहे.**

**तात्पर्य:** पदार्थ आणि चेतनतत्त्व यांतील भेद हाच आहे की, पदार्थाला जीवाप्रमाणे चेतना नसते. म्हणून ही चेतना श्रेष्ठ आणि शाश्वत आहे. जडतत्त्वांचे संयोगीकरण करून चेतना उत्पन्न करता येत नाही.

**रुद्राणां शङ्करश्चास्मि वित्तेशो यक्षरक्षसाम् ।**
**वसूनां पावकश्चास्मि मेरुः शिखरिणामहम् ॥ २३ ॥**

**रुद्राणाम्**—रुद्रांमध्ये; **शङ्करः**—भगवान शंकर; **च**—सुद्धा; **अस्मि**—मी आहे; **वित्त-ईशः**—देवतांचा कोषाध्यक्ष; **यक्ष-रक्षसाम्**—यक्ष आणि राक्षसांमध्ये; **वसूनाम्**—वसूंमध्ये; **पावकः**—अग्नी; **च**—सुद्धा; **अस्मि**—मी आहे; **मेरुः**—मेरू; **शिखरिणाम्**—सर्व पर्वतांमध्ये; **अहम्**—मी आहे.

**सर्व रुद्रांमध्ये शंकर मी आहे, यक्ष आणि राक्षसांमध्ये कुबेर मी आहे, वसूंमध्ये अग्नी मी आहे, आणि सर्व पर्वतांमध्ये मेरू मी आहे.**

**तात्पर्य:** एकूण अकरा रुद्र आहेत आणि त्यांच्यापैकी भगवान शंकर हे प्रमुख आहेत. ब्रह्मांडामध्ये तमोगुणाचे अधिष्ठाता असणारे शंकर हे भगवदातार आहेत. यक्ष आणि राक्षसांचा अधिपती व देवदेवतांचा कोषाध्यक्ष हा कुबेर आहे आणि तो भगवंतांचा प्रतिनिधी आहे. मेरू पर्वत हा त्यातील प्राकृतिक साधनसंपत्तीबद्दल विश्वविख्यात आहे.

**पुरोधसां च मुख्यं मां विद्धि पार्थ बृहस्पतिम् ।**
**सेनानीनामहं स्कन्दः सरसामस्मि सागरः ॥ २४॥**

**पुरोधसाम्**—सर्व पुरोहितांमध्ये; **च**—सुद्धा; **मुख्यम्**—प्रमुख; **माम्**—मी; **विद्धि**—जाण; **पार्थ**—

हे पार्था; **बृहस्पतिम्**—बृहस्पती; **सेनानीनाम्**—सर्व सेनानींमध्ये; **अहम्**—मी; **स्कन्दः**—कार्तिकेय; **सरसाम्**—सर्व जलाशयांमध्ये; **अस्मि**—मी आहे; **सागरः**—सागर.

**हे अर्जुना! पुरोहितांमधील प्रमुख पुरोहित, बृहस्पती मीच असल्याचे जाण. सेनापतींमध्ये कार्तिकेय मी आहे आणि जलाशयांमध्ये सागर मी आहे.**

**तात्पर्यः** स्वर्गलोकातील देवांमध्ये इंद्र प्रमुख आहे आणि म्हणून त्याला स्वर्गाधिपती म्हटले जाते. इंद्र ज्या ग्रहलोकावर राज्य करतो त्या ग्रहलोकाला इंद्रलोक असे म्हणतात. बृहस्पती हा इंद्राचा पुरोहित आहे आणि इंद्र हा राजाधिराज असल्यामुळे बृहस्पतीही प्रमुख पुरोहित आहे. ज्याप्रमाणे इंद्र राजाधिराज आहे त्याप्रमाणे शंकर व पार्वती यांचा पुत्र, स्कंद किंवा कार्तिकेय हा सर्व सेनापतींचा प्रमुख आहे. सर्व जलाशयांमध्ये समुद्र हा सर्वश्रेष्ठ आहे. श्रीकृष्णांच्या या सर्व विभूती त्यांची महानता सूचवितात.

**महर्षीणां भृगुरहं गिरामस्म्येकमक्षरम् ।**
**यज्ञानां जपयज्ञोऽस्मि स्थावराणां हिमालयः ॥ २५ ॥**

**महा-ऋषीणाम्**—महर्षींमध्ये; **भृगुः**—भृगू; **अहम्**—मी आहे; **गिराम्**—वाणी, ध्वनीमध्ये; **अस्मि**—मी आहे; **एकम् अक्षरम्**—प्रणव, ॐकार; **यज्ञानाम्**—यज्ञांमध्ये; **जप-यज्ञः**—जप; **अस्मि**—मी आहे; **स्थावराणाम्**—अचल पदार्थांमध्ये; **हिमालयः**—हिमालय पर्वत.

**महर्षींमध्ये भृगू मी आहे, ध्वनीमध्ये दिव्य ॐकार मी आहे. यज्ञांमध्ये जपयज्ञ मी आहे आणि अचल पदार्थांमध्ये हिमालय पर्वत मी आहे.**

**तात्पर्यः** ब्रह्मांडातील प्रथम जन्मलेला जीव, ब्रह्मदेव याने विविध योनींच्या विस्ताराकरिता अनेक पुत्र निर्माण केले. या पुत्रांपैकी भृगू सर्वांत सामर्थ्यशाली ऋषी आहेत. सर्व दिव्य ध्वनींमध्ये ॐकार हे भगवान श्रीकृष्णांचे रूप आहे. सर्व यज्ञांमध्ये हरे *कृष्ण* हरे *कृष्ण कृष्ण कृष्ण* हरे हरे। हरे *राम* हरे *राम राम राम* हरे हरे॥ या महामंत्राचा जपयज्ञ म्हणजे श्रीकृष्णांचे परमपवित्र रूप आहे. कधी कधी पशुयज्ञांचे विधान केलेले असते; परंतु हरे कृष्ण महामंत्राच्या यज्ञामध्ये हिंसेचा प्रश्न मुळीच उद्‌भवत नाही. हा यज्ञ अत्यंत सुलभ आणि अत्यधिक शुद्ध आहे. सर्व ग्रहलोकांमध्ये जे काही उदात्त आहे ते सर्व श्रीकृष्णांचेच रूप आहे म्हणून जगातील सर्वांत उंच असा हिमालय पर्वत सुद्धा श्रीकृष्णांचेच रूप आहे. पूर्वीच्या श्लोकात मेरू पर्वताचा उल्लेख करण्यात आला होता. परंतु मेरू पर्वत हा कधी कधी हलविता येतो, पण हिमालय पर्वत हा अचल आहे. म्हणून हिमालय पर्वत हा मेरू पर्वताहूनही श्रेष्ठ आहे.

**अश्वत्थः सर्ववृक्षाणां देवर्षीणां च नारदः ।**
**गन्धर्वाणां चित्ररथः सिद्धानां कपिलो मुनिः ॥ २६ ॥**

**अश्वत्थः**—अश्वत्थ वृक्ष, वटवृक्ष; **सर्व-वृक्षाणाम्**—सर्व वृक्षांमध्ये; **देव-ऋषीणाम्**—सर्व देवर्षींमध्ये; **च**—आणि; **नारदः**—नारद; **गन्धर्वाणाम्**—गंधर्वलोकातील गंधर्वांमध्ये; **चित्ररथः**—चित्ररथ; **सिद्धानाम्**—सर्व सिद्धपुरुषांमध्ये; **कपिलः मुनिः**—कपिलमुनी.

**सर्व वृक्षांमध्ये अश्वत्थ वृक्ष मी आहे आणि सर्व देवर्षींमध्ये नारद मी आहे. गंधर्वांमध्ये चित्ररथ मी आहे आणि सर्व सिद्ध पुरुषांमध्ये कपिलमुनी मी आहे.**

**तात्पर्य:** अश्वत्थ वृक्ष (वटवृक्ष) हा सर्वांत उंच आणि अत्यंत सुंदर वृक्षांपैकी एक आहे. भारतातील लोक आपल्या प्रात:कालीन प्रतिदिन पूजन-अर्चन विधीमध्ये वटवृक्षाचेही पूजन करतात. देवदेवतांमध्ये नारदांचीही ते पूजा करतात, कारण नारद सर्वश्रेष्ठ भक्त आहेत. म्हणून नारद हे भक्त रूपामध्ये श्रीकृष्णांचे प्रतिनिधी आहेत. गंधर्वलोकांमधील सर्व गंधर्व अत्यंत मधुर आवाजात गायन करतात आणि या गंधर्वांमध्ये चित्ररथ सर्वोत्तम आहे. सिद्ध मनुष्यांपैकी देवहूतिपुत्र कपिल मुनी हे श्रीकृष्णांचे रूप आहे. कपिल मुनींना श्रीकृष्णांचा अवतार मानण्यात येते आणि त्यांनी सांगितलेल्या तत्त्वज्ञानाचा उल्लेख श्रीमद्‌भागवतात करण्यात आला आहे. त्यानंतर आणखी एक कपिल विख्यात झाला; पण त्याने सांगितलेले तत्त्वज्ञान हे नास्तिकवादी आहे, म्हणून या दोघांमध्ये फार अंतर आहे.

**उच्चै:श्रवसमश्वानां विद्धि माममृतोद्भवम् ।**
**ऐरावतं गजेन्द्राणां नराणां च नराधिपम् ॥ २७॥**

**उच्चै:श्रवसम्**—उच्चैश्रवा; **अश्वानाम्**—अश्वांमध्ये; **विद्धि**—जाण; **माम्**—मला; **अमृत-उद्भवम्**—समुद्रमंथनापासून उत्पन्न झालेला; **ऐरावतम्**—ऐरावत; **गज-इन्द्राणाम्**—गजेंद्रांमध्ये (हत्ती); **नराणाम्**—मनुष्यांमध्ये; **च**—आणि; **नर-अधिपम्**—राजा.

**अमृतप्राप्तीकरिता केलेल्या समुद्रमंथनातून उत्पन्न झालेल्या अश्वांमधील अश्व, उच्चैश्रवा मीच आहे. गजेंद्रांमध्ये ऐरावत मी आहे आणि मनुष्यांमध्ये राजा मी आहे.**

**तात्पर्य:** सुर आणि असुरांनी एकेकाळी समुद्रमंथन केले. या मंथनापासून अमृत आणि विष उत्पन्न झाले आणि भगवान शंकरांनी ते विष प्राशन केले. अमृतापासून अनेक गोष्टी उत्पन्न झाल्या व त्यापैकी उच्चैश्रवा अश्व हा एक होय. त्याचबरोबर ऐरावत नामक हत्तीही उत्पन्न झाला. दोन्ही प्राण्यांची अमृतापासून उत्पत्ती झाल्यामुळे त्या दोघांनाही विशिष्ट महत्त्व आहे आणि हे दोघेही श्रीकृष्णांची रूपेच आहेत.

मनुष्यांमध्ये राजा हा श्रीकृष्णांचा प्रतिनिधी आहे, कारण श्रीकृष्ण हे ब्रह्मांडाचे पालनपोषणकर्ते आहेत आणि ज्या राजांना त्यांच्या दैवी गुणांमुळे राजाच्या पदावर नियुक्त केले जाते ते आपापल्या राज्याचे पालनपोषण करतात. युधिष्ठिर महाराज, परीक्षित महाराज आणि भगवान श्रीराम यांच्यासारखे राजे हे अत्यंत धर्मनिष्ठ होते आणि ते सदैव आपल्या प्रजेच्या कल्याणाचाच विचार करीत असत. वेदांमध्ये राजाला भगवंतांचा प्रतिनिधी मानण्यात येते. तथापि, या युगामध्ये धर्माच्या ऱ्हासाबरोबरच राजसत्ताक पद्धतीची अवनती झाली आणि आता तर ती पूर्णपणे नष्ट झाली आहे. तरीही आपण जाणले पाहिजे की, प्राचीन काळी धर्मनिष्ठ राजांच्या अमलाखाली जनता अधिक सुखी होती.

**आयुधानामहं वज्रं धेनूनामस्मि कामधुक् ।**
**प्रजनश्चास्मि कन्दर्पः सर्पाणामस्मि वासुकिः ॥ २८ ॥**

**आयुधानाम्**—सर्व आयुधांमध्ये; **अहम्**—मी आहे; **वज्रम्**—वज्र; **धेनूनाम्**—गायीमध्ये; **अस्मि**—मी आहे; **काम-धुक्**—सुरभी गाय; **प्रजनः**—प्रजोत्पादनाचे कारण; **च**—आणि; **अस्मि**—मी आहे; **कन्दर्पः**—कामदेव; **सर्पाणाम्**—सर्पांमध्ये; **अस्मि**—मी आहे; **वासुकिः**—वासुकी.

**सर्व आयुधांमध्ये वज्र मी आहे, गायींमध्ये सुरभी गाय मी आहे. प्रजोत्पादनास कारण असणारा कामदेव, मदन मी आहे आणि सर्पांमध्ये वासुकी मी आहे.**

**तात्पर्यः** वज्र हे खरोखर शक्तिशाली शस्त्र आहे व ते श्रीकृष्णांच्या शक्तीचे प्रतीक आहे. परमव्योमातील कृष्णलोकामध्ये अशा गायी आहेत की ज्यांचे दुग्धदोहन केव्हाही करता येते आणि त्या गायी हवे तितके दूध देतात. अर्थात, अशा गायी भौतिक जगतामध्ये नाहीत, परंतु त्या कृष्णलोकामध्ये असल्याचा उल्लेख आढळतो. अशा गायींना *सुरभि* असे म्हटले जाते आणि भगवंत अशा अनंत गायींचे पालन करतात. कंदर्प म्हणजे चांगली संतती उत्पन्न करण्याकरिता कामवासना आहे आणि म्हणून कंदर्प हा श्रीकृष्णांचा प्रतिनिधी आहे. कधी कधी केवळ इंद्रियतृप्तीकरिता मैथुन केले जाते; परंतु असे मैथुन हे श्रीकृष्णांचे प्रतीक असू शकत नाहीत. तथापि, चांगल्या प्रजोत्पादनासाठी केलेले मैथुन म्हणजे कंदर्प होय आणि ते श्रीकृष्णांचे प्रतीक आहे.

**अनन्तश्चास्मि नागानां वरुणो यादसामहम् ।**
**पितॄणामर्यमा चास्मि यमः संयमतामहम् ॥ २९ ॥**

**अनन्तः**—अनंत; **च**—सुद्धा; **अस्मि**—मी आहे; **नागानाम्**—सर्व नागांमध्ये; **वरुणः**—वरुणदेव; **यादसाम्**—सर्व जलचरांमध्ये; **अहम्**—मी आहे; **पितॄणाम्**—पितरांमध्ये; **अर्यमा**—अर्यमा; **च**—सुद्धा; **अस्मि**—मी आहे; **यमः**—यमदेव; **संयमताम्**—सर्व नियंत्रकांमध्ये; **अहम्**—मी आहे.

**नागांमध्ये अनंत मी आहे आणि जलचरांमध्ये मी वरुण आहे. पितरांमध्ये अर्यमा मी आहे आणि नियमन करणाऱ्यांमध्ये मृत्यूचा नियंता यमदेव मी आहे.**

**तात्पर्यः** सर्व नागांमध्ये अनंतनाग सर्वश्रेष्ठ आहे आणि जलचरांमध्ये वरुणदेव सर्वश्रेष्ठ आहे. हे दोघेही श्रीकृष्णांचे प्रतीक आहेत. पितृलोकांचा अधिष्ठाता असलेला अर्यमा हा श्रीकृष्णांचाच प्रतिनिधी आहे. दुष्टांना शासन करणारे अनेक जीव आहेत आणि त्यांमध्ये यमदेव प्रमुख आहे. या पृथ्वीच्या जवळच असणाऱ्या ग्रहलोकात यमदेव राहतो. जे पापी आहेत, त्यांना मृत्यूनंतर तेथे नेले जाते आणि यमराज त्यांना निरनिराळ्या प्रकारच्या शिक्षा देण्याची व्यवस्था करतो.

**प्रह्लादश्चास्मि दैत्यानां कालः कलयतामहम् ।**
**मृगाणां च मृगेन्द्रोऽहं वैनतेयश्च पक्षिणाम् ॥ ३० ॥**

**प्रह्लादः**—प्रह्लाद; **च**—सुद्धा; **अस्मि**—मी आहे; **दैत्यानाम्**—दैत्यांमध्ये; **कालः**—काळ;

**कलयताम्**—नियंत्रण करणाऱ्यांमध्ये; **अहम्**—मी आहे; **मृगाणाम्**—पशूंमध्ये; **च**—आणि; **मृग-इन्द्रः**—सिंह; **अहम्**—मी आहे; **वैनतेयः**—गरुड; **च**—सुद्धा; **पक्षिणाम्**—पक्ष्यांमध्ये.

**दैत्यांमध्ये भक्तराज प्रह्लाद मी आहे, दमन करणाऱ्यांमध्ये काळ मी आहे, पशूंमध्ये सिंह मी आहे आणि पक्ष्यांमध्ये गरुड मी आहे.**

**तात्पर्य:** दिती आणि अदिती या दोन भगिनी आहेत. अदितीपुत्रांना आदित्य तर दितीपुत्रांना दैत्य असे म्हटले जाते. सर्व आदित्य हे भगवंतांचे भक्त आहेत आणि दैत्य हे नास्तिक आहेत. प्रह्लादाचा जन्म जरी दैत्यकुळामध्ये झाला होता तरी तो बालपणापासून महान भगवद्‌भक्त होता. त्याला आपल्या भक्तीमुळे आणि दैवी गुणांमुळे श्रीकृष्णांचा प्रतिनिधी मानण्यात येते.

नियंत्रक तत्त्वे अनेक आहेत; परंतु काळाच्या ओघामध्ये भौतिक विश्वातील प्रत्येक वस्तूचा ऱ्हास होतो. म्हणून काळ हा श्रीकृष्णांचे रूप आहे. अनेक प्राण्यांमध्ये सिंह हा अत्यंत शक्तिशाली आणि क्रूर पशू आहे व पक्ष्यांच्या लाखो प्रकारांत विष्णुवाहन गरुड हा सर्वांत मोठा पक्षी आहे.

**पवनः पवतामस्मि रामः शस्त्रभृतामहम् ।**
**झषाणां मकरश्चास्मि स्रोतसामस्मि जाह्नवी ॥ ३१ ॥**

**पवनः**—वायू; **पवताम्**—पवित्र करणाऱ्यांमध्ये; **अस्मि**—मी आहे; **रामः**—राम; **शस्त्र-भृताम्**—शस्त्र धारण करणाऱ्यांमध्ये; **अहम्**—मी आहे; **झषाणाम्**—सर्व मत्स्यांमध्ये; **मकरः**—मकरमासा (शार्क); **च**—सुद्धा; **अस्मि**—मी आहे; **स्रोतसाम्**—प्रवाही नद्यांमध्ये; **अस्मि**—मी आहे; **जाह्नवी**—गंगा नदी, जाह्नवी.

**पवित्र करणाऱ्यांमध्ये वायू मी आहे, शस्त्र धारण करणाऱ्यांमध्ये राम मी आहे, मत्स्यांमध्ये मकरमासा मी आहे आणि प्रवाही नद्यांमध्ये गंगा नदी मी आहे.**

**तात्पर्य:** सर्व जलचरांमध्ये शार्क हा सर्वांत मोठा आणि निश्चितच मनुष्यांसाठी घातक आहे, म्हणून शार्क मासा म्हणजे श्रीकृष्णांचीच विभूती आहे.

**सर्गाणामादिरन्तश्च मध्यं चैवाहमर्जुन ।**
**अध्यात्मविद्या विद्यानां वादः प्रवदतामहम् ॥ ३२ ॥**

**सर्गाणाम्**—सर्व सृजनाचा; **आदिः**—आदी; **अन्तः**—अंत; **च**—आणि; **मध्यम्**—मध्य; **च**—सुद्धा; **एव**—निश्चितपणे; **अहम्**—मी आहे; **अर्जुन**—हे अर्जुन; **अध्यात्म-विद्या**—अध्यात्मविद्या; **विद्यानाम्**—सर्व विद्यांमध्ये; **वादः**—स्वाभाविक निष्कर्ष किंवा निर्णायक तत्त्व; **प्रवदताम्**—वादविवादांमध्ये; **अहम्**—मी आहे.

**हे अर्जुना! सर्व सृजनांचा आदी, अंत आणि मध्यही मीच आहे. सर्व विद्यांमध्ये अध्यात्मविद्या मी आहे आणि तर्कशास्त्रींमध्ये निर्णायक सत्य मी आहे.**

**तात्पर्य:** सृष्ट अभिव्यक्तींमध्ये सर्वप्रथम महत्‌तत्त्वाची निर्मिती होते. पूर्वी वर्णन केल्याप्रमाणे, भौतिक सृष्टीची निर्मिती आणि संचलन महाविष्णू, गर्भोदकशायी विष्णू आणि क्षीरोदकशायी

विष्णूंद्वारे केले जाते आणि शंकरांद्वारे या सृष्टीचा संहार केला जातो. ब्रह्मदेव हा दुय्यम निर्माता आहे. सृजन, पालन आणि संहार करणारे हे सर्व प्रतिनिधी म्हणजे भगवंतांच्या भौतिक गुणांचे अवतार आहेत. म्हणून भगवंत हेच संपूर्ण सृष्टीचे आदी, मध्य आणि अंत आहेत.

प्रगत ज्ञान प्राप्त करण्याकरिता अनेक प्रकारचे ग्रंथ आहेत, उदाहरणार्थ चार वेद आणि त्यांचे सहा उपभाग, वेदान्त सूत्रे, तर्कग्रंथ, धर्मशास्त्रे आणि पुराणे इत्यादी. याप्रमाणे विद्यार्जन करण्यासाठी एकूण चौदा ग्रंथ आहेत. या ग्रंथांपैकी ज्या ग्रंथामध्ये अध्यात्मविद्या सांगण्यात आली आहे, त्यामध्ये विशेषकरून वेदान्तसूत्रे ही श्रीकृष्णांचे प्रतिनिधित्व करतात.

नैय्यायिकांमध्ये विविध प्रकारचे युक्तिवाद असतात. स्वतःचा युक्तिवाद पटवून देण्यासाठी असे प्रमाण प्रस्तुत करणे की, जे विरुद्ध पक्षाच्या युक्तिवादाचेही समर्थन करते त्याला *जल्प* असे म्हटले जाते. विरोधी पक्षाचा केवळ पराभवच करण्याच्या दृष्टीने जो युक्तिवाद केला जातो त्याला *वितंडा* असे म्हटले जाते, परंतु वास्तविक निष्कर्षाला *वाद* असे म्हटले जाते. हे निर्णायक सत्य म्हणजेच श्रीकृष्णांचे रूप आहे.

**अक्षराणामकारोऽस्मि द्वन्द्वः सामासिकस्य च ।**
**अहमेवाक्षयः कालो धाताहं विश्वतोमुखः ॥ ३३ ॥**

**अक्षराणाम्**—अक्षरांमध्ये; **अ-कारः**—प्रथम अक्षर 'अ'; **अस्मि**—मी आहे; **द्वन्द्वः**—द्वंद्व; **सामासिकस्य**—समासांमध्ये; **च**—आणि; **अहम्**—मी आहे; **एव**—निश्चितपणे; **अक्षयः**—अक्षय किंवा शाश्वत; **कालः**—काळ; **धाता**—सृष्टिकर्ता; **अहम्**—मी आहे; **विश्वतः-मुखः**—ब्रह्मदेव.

**अक्षरांमध्ये 'अ'कार मी आहे आणि समासांमध्ये द्वंद्व समास मी आहे. अविनाशी काळ मी आहे आणि सृष्टिकर्त्यांमध्ये ब्रह्मदेव मी आहे.**

**तात्पर्यः** संस्कृत वर्णमालेतील 'अ'कार या प्रथम स्वरापासून वेदांचा प्रारंभ होतो. 'अ'काराविना कोणताच ध्वनी काढता येत नाही. म्हणून 'अ' हा ध्वनीचा प्रारंभ आहे. संस्कृत भाषेमध्ये अनेक सामासिक शब्द आहेत, उदाहरणार्थ रामकृष्ण, या समासाला द्वंद्व समास म्हणतात. या समासामध्ये राम आणि कृष्ण हे दोन्ही शब्द प्रधान आहेत म्हणून त्याला द्वंद्व समास म्हटले जाते.

क्षय करणाऱ्यांमध्ये काळ सर्वश्रेष्ठ आहे, कारण काळ सर्वांचाच ऱ्हास करतो. काळ हा श्रीकृष्णांचेच रूप आहे, कारण कालांतराने प्रलयाग्नीत सर्वच गोष्टींचा संहार होणार आहे.

सृजनकर्त्या जीवांमध्ये चतुर्मुखी ब्रह्मदेव प्रधान आहे. म्हणून तो भगवान श्रीकृष्णांचा प्रतिनिधी आहे.

**मृत्युः सर्वहरश्चाहमुद्भवश्च भविष्यताम् ।**
**कीर्तिः श्रीर्वाक्च नारीणां स्मृतिर्मेधा धृतिः क्षमा ॥ ३४ ॥**

**मृत्युः**—मृत्यू; **सर्व-हरः**—सर्व हरण किंवा भक्षण करणारा; **च**—सुद्धा; **अहम्**—मी आहे; **उद्भवः**—उद्भव किंवा उत्पत्ती; **च**—सुद्धा; **भविष्यताम्**—भविष्यकालीन; **कीर्तिः**—कीर्ती; **श्रीः**—ऐश्वर्य किंवा सौंदर्य; **वाक्**—मधुर वाणी; **च**—सुद्धा; **नारीणाम्**—स्त्रियांमध्ये; **स्मृतिः**—स्मृती; **मेधा**—

बुद्धी; **धृतिः**—दृढता; **क्षमा**—क्षमा.

**सर्वहरण करणारा मृत्यू मी आहे आणि भविष्यामध्ये अस्तित्वात येणाऱ्या प्रत्येक वस्तूचे कारणही मीच आहे. स्त्रियांमध्ये कीर्ती, ऐश्वर्य, मधुर वाणी, स्मृती, बुद्धी, दृढता आणि क्षमा मी आहे.**

**तात्पर्यः** जन्मापासूनच मनुष्य क्षणोक्षणी मरत असतो. मृत्यू हा क्षणोक्षणी प्रत्येक जीवाचे भक्षण करीत असतो; परंतु शेवटच्या प्रहाराला मृत्यू असे म्हणतात. मृत्यू म्हणजे श्रीकृष्ण आहेत. शरीराची वाढ होताना सर्व जीवांमध्ये सहा प्रकारचे बदल होतात; त्यांचा जन्म होतो, वाढ होते, काही काळासाठी अस्तित्वात राहतात, उपफले निर्माण करतात, क्षीण होतात आणि शेवटी त्यांचा विनाश होतो. या सहा स्थित्यंतरांपैकी गर्भातून बाहेर येणे हा पहिला बदल म्हणजे श्रीकृष्ण आहेत. जन्मापासूनच सर्व भावी क्रियांचा प्रारंभ होतो.

या ठिकाणी उल्लेख केलेल्या कीर्ती, भाग्य, मधुर वाणी, स्मृती, बुद्धी, निष्ठा आणि क्षमा या सात ऐश्वर्यांना स्त्रीवाचक मानले जाते. जर एखाद्या व्यक्तीकडे ही सर्व किंवा त्यांपैकी काही ऐश्वर्ये असली तर त्याला स्तुत्य समजले जाते. जर एखादा मनुष्य सदाचारी असेल तर तो स्तुत्य बनतो. संस्कृत ही परिपूर्ण भाषा आहे आणि म्हणून अत्यंत कीर्तिमान आहे. एखाद्या विषयाचे अध्ययन केल्यावर जर मनुष्याला त्या विषयाचे स्मरण होऊ शकत असेल तर त्याला उत्तम स्मृतीचे वरदान लाभलेले असते. निरनिराळ्या विषयांवरील अनेक पुस्तके केवळ वाचण्याचीच योग्यता नव्हे तर ती जाणून घेणे आणि त्यांना आवश्यकतेनुसार जीवनात उतरविणे म्हणजेच बुद्धी (*मेधा*) होय. अस्थिरतेवर विजय प्राप्त करणे म्हणजेच दृढता होय. जेव्हा पूर्णपणे योग्य झाल्यावरही मनुष्य विनम्र आणि शांत असतो आणि जेव्हा तो सुखदुःखामध्ये स्थिर असतो तेव्हा त्याच्याकडे असणाऱ्या ऐश्वर्याला *क्षमा* असे म्हटले जाते.

**बृहत्साम तथा साम्नां गायत्री छन्दसामहम्।**
**मासानां मार्गशीर्षोऽहमृतूनां कुसुमाकरः ॥ ३५ ॥**

**बृहत्-साम**—बृहत्साम नामक स्तोत्र; **तथा**—सुद्धा; **साम्नाम्**—सामवेदाच्या स्तोत्रात; **गायत्री**—गायत्री मंत्र; **छन्दसाम्**—सर्व छंदांमध्ये; **अहम्**—मी आहे; **मासानाम्**—मासांमध्ये; **मार्ग-शीर्षः**—मार्गशीर्ष मास; **अहम्**—मी आहे; **ऋतूनाम्**—सर्व ऋतूंमध्ये; **कुसुम-आकरः**—वसंत ऋतू.

**सामवेदातील स्तोत्रांमध्ये बृहत्साम मी आहे आणि छंदांमध्ये गायत्री मी आहे, मासांमध्ये मार्गशीर्ष ( नोव्हेंबर, डिसेंबर ) मी आहे आणि ऋतूंमध्ये वसंत मी आहे.**

**तात्पर्यः** भगवंतांनी यापूर्वीच सांगितले आहे की, वेदांमध्ये सामवेद मी आहे. सामवेद हा विविध देवतांनी गायलेल्या सुंदर स्तोत्रांनी संपन्न आहे. यांपैकी बृहत्साम हे एक गानसूक्त आहे आणि त्याचा सूर अत्यंत मधुर आहे व मध्यरात्री हे गायले जाते.

संस्कृतमध्ये काव्य करण्याकरिता ठरावीक नियम आहेत. आधुनिक काव्याप्रमाणे लय आणि वृत्ताची रचना वाटेल तशी केली जात नाही. नियमबद्ध काव्यामध्ये, सुपात्र ब्राह्मणाद्वारे

जप केला जाणारा गायत्री मंत्र हा प्रमुख आहे. गायत्री मंत्राचा श्रीमद्‌भागवतात उल्लेख केलेला आहे. गायत्री मंत्र हा विशेषकरून भगवत्‌साक्षात्कारासाठी असल्यामुळे तो भगवंतांचे रूप आहे. आध्यात्मिकदृष्ट्या प्रगत झालेल्या लोकांकरिताच हा मंत्र आहे आणि या मंत्राचा जप करण्यामध्ये जेव्हा मनुष्याला सिद्धी प्राप्त होते तेव्हा तो भगवंतांच्या दिव्य धामात प्रवेश करू शकतो. गायत्री मंत्राचा जप करण्यासाठी प्रथम मनुष्याने सत्त्वगुणामध्ये पूर्णपणे स्थित होणे आवश्यक आहे. गायत्री मंत्राला वैदिक संस्कृतीमध्ये अत्यंत महत्त्व आहे, आणि गायत्री मंत्राला निर्विशेष ब्रह्माचा ध्वनी-अवतार असे समजले जाते. ब्रह्मदेव या मंत्राचे दीक्षागुरू आहेत आणि त्यांच्यापासून हा मंत्र गुरुशिष्य परंपरेने चालत येतो.

सर्व महिन्यांत मार्गशीर्ष महिना सर्वोत्तम मानला जातो, कारण त्या वेळी सुगीचा काळ असतो आणि लोकही अत्यंत सुखी असतात. अर्थात, वसंत ऋतू हा साऱ्या जगामध्ये सर्वत्र लोकप्रिय आहे, कारण वसंत ऋतूमध्ये कडाक्याचा उष्माही नसतो किंवा कडाक्याची थंडीही नसते आणि याचवेळी झाडांना पालवी फुटते, फळेफुले बहरून येतात. वसंत ऋतूमध्ये श्रीकृष्णांचे अनेक लीलोत्सवही साजरे केले जातात. म्हणून वसंत ऋतूला सर्व ऋतूंत अत्यंत आह्लाददायक ऋतू समजले जाते आणि हा भगवान श्रीकृष्णांचे प्रतीक आहे.

**द्यूतं छलयतामस्मि तेजस्तेजस्विनामहम् ।**
**जयोऽस्मि व्यवसायोऽस्मि सत्त्वं सत्त्ववतामहम् ॥ ३६ ॥**

**द्यूतम्**—द्यूत; **छलयताम्**—सर्व फसविणाऱ्यांमध्ये; **अस्मि**—मी आहे; **तेजः**—तेज; **तेजस्विनाम्**—सर्व तेजस्व्यांमध्ये; **अहम्**—मी आहे; **जयः**—विजय; **अस्मि**—मी आहे; **व्यवसायः**—जोखीम अथवा साहस; **अस्मि**—मी आहे; **सत्त्वम्**—बल; **सत्त्व-वताम्**—बलवानांचे; **अहम्**—मी आहे.

**फसविणाऱ्यांमध्येही द्यूत मी आहे आणि तेजस्व्यांचे तेज मी आहे, विजय मी आहे, साहस आणि बलवानांचे बलही मीच आहे.**

**तात्पर्य:** जगात अनेक प्रकारचे फसविणारे लोक आहेत. फसवणुकीच्या सर्व प्रकारांमध्ये द्यूत किंवा जुगार सर्वश्रेष्ठ आहे आणि म्हणून तो श्रीकृष्णांचे रूप आहे. श्रीकृष्ण हे परमेश्वर असल्यामुळे कोणत्याही साधारण मनुष्यांपेक्षा कपटी असू शकतात. श्रीकृष्णांनी एखाद्या माणसाला फसवायचे ठरविले तर फसवणुकीच्या बाबतीत कोणीही त्यांना मागे टाकू शकणार नाही. श्रीकृष्णांचा महिमा केवळ एकांगी नसून सर्वांगीण आहे.

विजयशाली पुरुषांतील विजय श्रीकृष्ण आहेत. तेजस्वितांचे तेज श्रीकृष्ण आहेत. साहसी आणि उद्योगींमध्ये ते सर्वांत साहसी आणि उद्योगी आहेत. बलवानांमध्ये ते सर्वांत बलवान आहेत. जेव्हा श्रीकृष्ण या भूतलावर उपस्थित होते तेव्हा त्यांना बलशालीत्वाच्या बाबतीत कोणीही मागे टाकू शकत नव्हता. आपल्या बालपणातच त्यांनी गोवर्धन पर्वत उचलला होता. द्यूत, तेज, जय, साहस आणि बल याबाबतीत श्रीकृष्णांची बरोबरी कोणीच करू शकत नाही.

**वृष्णीनां वासुदेवोऽस्मि पाण्डवानां धनञ्जयः ।**
**मुनीनामप्यहं व्यासः कवीनामुशना कविः ॥ ३७ ॥**

**वृष्णीनाम्**—वृष्णींच्या कुळामध्ये; **वासुदेवः**—द्वारकावासी कृष्ण; **अस्मि**—मी आहे; **पाण्डवानाम्**—पांडवांमध्ये; **धनञ्जयः**—अर्जुन; **मुनीनाम्**—मुनींमध्ये; **अपि**—सुद्धा; **अहम्**—मी आहे; **व्यासः**—वेदांचे संकलनकर्ता व्यास महर्षी; **कवीनाम्**—सर्व विचारकांमध्ये; **उशना**—उशना; **कविः**—विचारक किंवा तत्त्वज्ञ.

**वृष्णीवंशीयांमध्ये वासुदेव मी आहे आणि पांडवांमध्ये अर्जुन मी आहे. मुनींमध्ये व्यास मी आहे आणि महान विचारक कवींमध्ये उशना मी आहे.**

**तात्पर्य:** श्रीकृष्ण हे आदिपुरुष भगवान आहेत आणि बलदेव हे त्यांचे प्रथम विस्तारित रूप आहे. श्रीकृष्ण आणि बलदेव हे दोघेही वसुदेव पुत्र म्हणून अवतीर्ण झाले. यास्तव या दोघांनाही वासुदेव म्हणता येते. दुसऱ्या दृष्टीने विचार केल्यास, श्रीकृष्ण हे कधीच वृंदावन सोडून जात नसल्यामुळे इतरत्र आढळणारी त्यांची सर्व रूपे म्हणजे त्यांचे विस्तारच आहेत. श्रीकृष्णांचा निकटस्थ अंश असल्यामुळे वासुदेव आणि श्रीकृष्ण यांच्यामध्ये मुळीच भेद नाही. आपण जाणले पाहिजे की, भगवद्गीतेच्या या श्लोकामध्ये उल्लेख केलेला वासुदेव म्हणजे बलदेव किंवा बलराम आहे. कारण सर्व अवतारांचा उगम त्याच्यापासून होतो आणि म्हणून तो वासुदेवांचेही एकमात्र उगमस्थान आहे. भगवंतांच्या निकटस्थ विस्तारांना *स्वांश* म्हणतात, आणि अन्य प्रकारच्या विस्तारांना *विभिन्नांश* असे म्हणतात.

पांडुपुत्रांमध्ये अर्जुन हा धनंजय म्हणून विख्यात आहे. तो नरोत्तम आहे आणि म्हणून तो श्रीकृष्णांचा प्रतिनिधी आहे. मुनींमध्ये व्यासदेव हे सर्वश्रेष्ठ आहेत, कारण कलियुगातील जनसामान्यांसाठी त्यांनी वेदांचे अनेक प्रकारे विश्लेषण केले. व्यासदेव हे श्रीकृष्णांचे अवतार म्हणून जाणले जातात. यास्तव व्यासदेव हे श्रीकृष्णांचेच रूप आहे. कोणत्याही विषयांचे सखोल चिंतन करू शकणाऱ्या व्यक्तींना कवी असे म्हणतात. कवींमध्ये उशना अर्थात, शुक्राचार्य हे दैत्यांचे गुरू होते, ते अत्यंत बुद्धिमान आणि दूरदर्शी राजकारणी होते. याप्रमाणे शुक्राचार्य म्हणजे श्रीकृष्णांचीच आणखी एक विभूती आहे.

**दण्डो दमयतामस्मि नीतिरस्मि जिगीषताम्।**
**मौनं चैवास्मि गुह्यानां ज्ञानं ज्ञानवतामहम्॥ ३८॥**

**दण्डः**—दंड किंवा शिक्षा; **दमयताम्**—दमन करणाऱ्या सर्व साधनांमध्ये; **अस्मि**—मी आहे; **नीतिः**—नीती; **अस्मि**—मी आहे; **जिगीषताम्**—विजयाची आकांक्षा करणाऱ्यांमध्ये; **मौनम्**—मौन; **च**—आणि; **एव**—सुद्धा; **अस्मि**—मी आहे; **गुह्यानाम्**—रहस्यांमध्ये; **ज्ञानम्**—ज्ञान; **ज्ञान-वताम्**—ज्ञानीजनांमध्ये; **अहम्**—मी आहे.

**अराजकतेचे दमन करणाऱ्या सर्व साधनांमध्ये दंड मी आहे आणि जे विजयेच्छू आहेत त्यांची नीती मी आहे. रहस्यांमधील मौन मी आहे आणि ज्ञानीजनांमध्ये ज्ञान मी आहे.**

**तात्पर्य:** दमन करणाऱ्या अनेक शक्ती आहेत आणि अशा शक्तींपैकी ज्या दुष्टांचे दमन करतात त्या महत्त्वपूर्ण आहेत. दुष्टांना जेव्हा शिक्षा केली जाते तेव्हा त्या शिक्षेकरिता योजिलेला दंड

हा श्रीकृष्णांचे रूप आहे. आपापल्या कार्यक्षेत्रात जे विजयी होण्याचा प्रयत्न करीत आहेत त्यांमध्ये सर्वांत विजयी घटक म्हणजे नीती होय. श्रवण, स्मरण, ध्यान इत्यादी क्रियांमध्ये मौन हे महत्त्वपूर्ण आहे, कारण मौनामुळे मनुष्य शीघ्र प्रगती करू शकतो. जो पदार्थ आणि चेतन, भगवंतांची परा प्रकृती आणि अपरा प्रकृती, यांमधील भेद जाणू शकतो तो ज्ञानी मनुष्य होय. असे ज्ञान म्हणजे साक्षात श्रीकृष्णच आहेत.

**यच्चापि सर्वभूतानां बीजं तदहमर्जुन ।**
**न तदस्ति विना यत्स्यान्मया भूतं चराचरम् ॥ ३९ ॥**

**यत्**—जे जे; **च**—सुद्धा; **अपि**—असेल; **सर्व-भूतानाम्**—संपूर्ण सृष्टीमध्ये; **बीजम्**—बीज; **तत्**—ते; **अहम्**—मी आहे; **अर्जुन**—हे अर्जुन; **न**—नाही; **तत्**—ते; **अस्ति**—आहे; **विना**—विना; **यत्**—जे; **स्यात्**—असेल; **मया**—मी; **भूतम्**—सृष्ट जीव; **चर-अचरम्**—चराचर.

**तसेच हे अर्जुना! संपूर्ण सृष्टीचे बीज मी आहे. कोणताही चराचर प्राणी माझ्याविना अस्तित्वात राहू शकत नाही.**

**तात्पर्य:** प्रत्येक गोष्टीला कारण असते आणि ते कारण किंवा बीज म्हणजे श्रीकृष्णच आहेत. श्रीकृष्णांच्या शक्तीविना काहीच अस्तित्वात राहू शकत नाही. म्हणून श्रीकृष्णांना सर्वशक्तिमान म्हटले जाते. त्यांच्या शक्तीवाचून कोणतीही चराचर वस्तू अस्तित्वात राहू शकत नाही. जे काही श्रीकृष्णांच्या शक्तीवर आधारित नाही, तिला माया (जे अस्तित्वात नाही) असे म्हणतात.

**नान्तोऽस्ति मम दिव्यानां विभूतीनां परन्तप ।**
**एष तूद्देशतः प्रोक्तो विभूतेर्विस्तरो मया ॥ ४० ॥**

**न**—नाही; **अन्तः**—अंत; **अस्ति**—आहे; **मम**—माझ्या; **दिव्यानाम्**—दिव्य; **विभूतीनाम्**—विभूतींना; **परन्तप**—हे परंतप; **एषः**—या सर्व; **तु**—परंतु; **उद्देशतः**—उदाहरणरूपाने; **प्रोक्तः**—सांगितले; **विभूतेः**—विभूतींचा; **विस्तरः**—विस्तार; **मया**—माझ्याद्वारे.

**हे परंतप माझ्या दिव्य विभूतींना अंत नाही. मी तुला जे सांगितले आहे, ते माझ्या अनंत विभूतींचे केवळ सूचक आहे.**

**तात्पर्य:** वेदांमध्ये सांगितल्याप्रमाणे भगवंतांच्या शक्ती आणि ऐश्वर्यांना अनेक प्रकारे जाणण्यात आले तरी अशा ऐश्वर्यांना मुळीच अंत नाही. यास्तव सर्वच शक्ती आणि विभूतींचे वर्णन करणे शक्य नाही. अर्जुनाच्या जिज्ञासेचे समाधान करण्याकरिता केवळ काही उदाहरणे वर्णिली आहेत.

**यद्यद्विभूतिमत्सत्त्वं श्रीमदूर्जितमेव वा ।**
**तत्तदेवावगच्छ त्वं मम तेजोऽंशसम्भवम् ॥ ४१ ॥**

**यत् यत्**—जे जे; **विभूति**—ऐश्वर्य; **मत्**—युक्त; **सत्त्वम्**—अस्तित्व; **श्री-मत्**—सुंदर; **ऊर्जितम्**—तेजस्वी; **एव**—निश्चितच; **वा**—किंवा; **तत् तत्**—ते सर्व; **एव**—निश्चितच; **अवगच्छ**—जाण; **त्वम्**—तू; **मम**—माझ्या; **तेजः**—तेजाचा; **अंश**—एक अंश; **सम्भवम्**—उत्पन्न झाले.

**सर्व ऐश्वर्यवान, सुंदर आणि तेजस्वी अभिव्यक्ती माझ्या तेजाच्या केवळ एका स्फुलिंगातून उत्पन्न झाल्या आहेत हे तू जाण.**

**तात्पर्य:** आध्यात्मिक अथवा भौतिक जगातील कोणतीही सुंदर किंवा तेजस्वी अभिव्यक्ती ही श्रीकृष्णांच्या ऐश्वर्याचा केवळ एक अंश असल्याचे जाणले पाहिजे. कोणतीही असामान्य ऐश्वर्यमय वस्तू श्रीकृष्णांच्या ऐश्वर्याचे रूप आहे असे समजले पाहिजे.

**अथवा बहुनैतेन किं ज्ञातेन तवार्जुन ।**
**विष्टभ्याहमिदं कृत्स्नमेकांशेन स्थितो जगत् ॥ ४२ ॥**

**अथ वा**—अथवा; **बहुना**—अनेक; **एतेन**—या प्रकारे; **किम्**—काय; **ज्ञातेन**—जाणून; **तव**—तुला; **अर्जुन**—हे अर्जुना; **विष्टभ्य**—व्यापून; **अहम्**—मी; **इदम्**—हे; **कृत्स्नम्**—संपूर्ण; **एक**—एक; **अंशेन**—अंशाने; **स्थितः**—राहिलो आहे; **जगत्**—जगत.

**परंतु हे अर्जुन! या साऱ्या सविस्तर ज्ञानाची काय आवश्यकता आहे? माझ्या केवळ एकाच अंशाने मी हे संपूर्ण विश्व व्यापून धारण करून राहिलो आहे.**

**तात्पर्य:** भगवंत परमात्मारूपाने प्रत्येक वस्तूमध्ये प्रवेश करून, संपूर्ण प्राकृत सृष्टी व्यापून राहतात. भगवंत या ठिकाणी अर्जुनाला सांगतात की, निरनिराळ्या वस्तू आपल्या निरनिराळ्या ऐश्वर्याने आणि वैभवाने कशा अस्तित्वात आहेत हे जाणण्यात काही अर्थ नाही. त्याने केवळ इतकेच जाणले पाहिजे की, श्रीकृष्णांनी प्रत्येक वस्तूमध्ये परमात्मारूपाने प्रवेश केल्यामुळे सर्व वस्तू अस्तित्वात आहेत. सर्वश्रेष्ठ जीव ब्रह्मदेवापासून ते लहान मुंगीपर्यंत सर्व काही, भगवंतांनी प्रत्येक वस्तूमध्ये प्रवेश करून त्यांना धारण केल्यामुळे अस्तित्वात आहे.

एक संस्था असा नेहमी प्रचार करते की, कोणत्याही देवतेची उपासना केल्याने मनुष्याला परमध्येयाची, भगवंतांची प्राप्ती होऊ शकते. परंतु या ठिकाणी देवतेच्या उपासनेला मुळीच प्रोत्साहन दिलेले नाही, कारण ब्रह्मा आणि शिवासारख्या मोठमोठ्या देवतासुद्धा भगवंतांच्या ऐश्वर्याच्या केवळ एका अंशाचे प्रतिनिधित्व करतात. भगवंत हे प्रत्येक सृष्ट वस्तूचे उगम आहेत आणि त्यांच्याहून श्रेष्ठ कोणीही नाही. ते *असमोर्ध्व* आहेत, अर्थात त्यांच्याहून श्रेष्ठ किंवा त्यांच्या बरोबरीचा कोणीही नाही. पद्मपुराणात म्हटले आहे की, जो मनुष्य, भगवान श्रीकृष्णांना देवतासमान, मग ते ब्रह्मदेव असोत अथवा शंकर असोत, मानतो तो तात्काळ नास्तिक बनतो. तथापि, जर मनुष्याने श्रीकृष्णांच्या शक्तीच्या विस्ताराचे आणि ऐश्वर्याच्या वर्णनाचे सखोल अध्ययन केले तर तो निःसंदेह श्रीकृष्णांचे स्वरूप जाणू शकतो, श्रीकृष्णांच्या भक्तीमध्ये आपले मन दृढपणे स्थिर करू शकतो. भगवंत आपल्या विभिन्नांश विस्ताराद्वारे, परमात्मारूपाने, सर्व व्यापून राहतात, कारण परमात्मा अस्तित्वातील प्रत्येक वस्तूमध्ये प्रविष्ट होतो. म्हणून शुद्ध भक्त भक्तिभावाने, पूर्णपणे आपले मन कृष्णभावनेमध्ये एकाग्र करतात. यास्तव ते सदैव दिव्यावस्थेमध्ये स्थित असतात. या अध्यायातील आठव्या श्लोकापासून ते अकराव्या श्लोकापर्यंत कृष्णभक्ती आणि कृष्ण आराधना याचे स्पष्ट रीतीने निर्देशन करण्यात आले आहे. हाच शुद्ध भक्तीचा मार्ग आहे. या अध्यायामध्ये भक्तीची परमसंसिद्धी, भगवंतांचे सान्निध्य,

कसे प्राप्त करता येते याचे वर्णन विशद रीतीने करण्यात आले आहे. गुरुशिष्य परंपरेतील महान आचार्य बलदेव विद्याभूषण या अध्यायावरील आपल्या भाष्याचा शेवट करताना म्हणतात की,

*यच्छक्तिलेशात्सुर्याद्या भवन्त्यत्युग्रतेजस: ।*
*यदंशेन धृतं विश्वं स कृष्णो दशमेऽर्च्यते ॥*

भगवान श्रीकृष्णांच्या शक्तीपासून तेजस्वी सूर्यसुद्धा आपली शक्ती प्राप्त करतो आणि श्रीकृष्णांच्या विस्तारित रूपांद्वारे संपूर्ण जगताचे पालनपोषण होते म्हणून श्रीकृष्ण पूजनीय आहेत.

*या प्रकारे भगवद्गीतेच्या 'विभुतियोग' या दहाव्या अध्यायावरील भक्तिवेदांत भाष्य संपन्न.*

# अध्याय अकरावा

# विश्वरूपदर्शनयोग

## ( विश्वरूप )

अर्जुन उवाच

**मदनुग्रहाय परमं गुह्यमध्यात्मसंज्ञितम् ।**
**यत्त्वयोक्तं वचस्तेन मोहोऽयं विगतो मम ॥ १ ॥**

**अर्जुनः उवाच**—अर्जुन म्हणाला; **मत्-अनुग्रहाय**—माझ्यावर अनुग्रह करण्याकरिता; **परमम्**—परम; **गुह्यम्**—गुह्य; **अध्यात्म**—आध्यात्मिक; **संज्ञितम्**—विषयक; **यत्**—जे; **त्वया**—तुम्ही; **उक्तम्**—सांगितले आहे; **वचः**—वचन; **तेन**—त्यामुळे; **मोहः**—मोह; **अयम्**—हा; **विगतः**—नष्ट झाला; **मम**—माझा.

**अर्जुन म्हणाला, या परमगुह्य आध्यात्मिक विषयाबद्दल तुम्ही कृपावंत होऊन जे उपदेश दिले आहेत ते ऐकून माझा मोह नष्ट झाला आहे.**

**तात्पर्य:** श्रीकृष्ण हे सर्व कारणांचे आदिकारण आहेत, हे या अध्यायात दर्शविले आहे. ज्या महाविष्णूंपासून अनंत ब्रह्मांडांचा उद्‌गम होतो त्या महाविष्णूंचेही श्रीकृष्ण हेच कारण आहेत. श्रीकृष्ण हे एक अवतार नसून सर्व अवतारांचे उगम-स्थान आहेत. या गोष्टीचे संपूर्ण विवेचन यापूर्वीच्या अध्यायात केले आहे.

आता अर्जुनाविषयी सांगावयाचे तर, तो म्हणतो की, माझा मोह नष्ट झाला आहे. याचा अर्थ असा आहे की, अर्जुन हा श्रीकृष्णांना एक साधारण मनुष्य किंवा आपला मित्र असे समजत नाही तर तो श्रीकृष्णांना सर्व कारणांचे आदिकारण समजतो. अर्जुन हा अत्यंत प्रबुद्ध झाला आहे आणि श्रीकृष्णांसारखा आपला महान मित्र आहे म्हणून तो आनंदात आहे; परंतु तो विचार करीत आहे की, जर आपण श्रीकृष्णांचा आदिकारण म्हणून स्वीकार केला, तर इतरही त्यांचा याप्रमाणे स्वीकार करतीलच असे नाही. म्हणून सर्वांकरिता श्रीकृष्णांचे दिव्य स्वरूप प्रस्थापित करण्यासाठी तो श्रीकृष्णांना विश्वरूप प्रकट करण्याची विनंती करीत आहे. वास्तविकपणे जेव्हा मनुष्य श्रीकृष्णांचे विश्वरूप पाहतो तेव्हा तो अर्जुनाप्रमाणेच भयभीत होतो, परंतु श्रीकृष्ण हे इतके दयाळू आहेत की, आपले विश्वरूप प्रकट केल्यावर ते पुन्हा आपले मूळ रूप धारण करतात. श्रीकृष्ण हे केवळ आपल्या हितार्थ बोलत असल्याचे अर्जुन स्वीकारतो, म्हणून आपल्याबाबतीत जे काही घडत आहे ते श्रीकृष्णांच्या कृपेमुळेच घडत आहे हे तो मान्य

करतो. त्याला आता पक्की खात्री पटली आहे की, श्रीकृष्ण हे सर्व कारणांचे कारण आहेत आणि तेच प्रत्येकाच्या हृदयात परमात्मारूपाने स्थित आहेत.

**भवाप्ययौ हि भूतानां श्रुतौ विस्तरशो मया।**
**त्वत्तः कमलपत्राक्ष माहात्म्यमपि चाव्ययम्॥ २ ॥**

**भव**—उत्पत्ती; **अप्ययौ**—लय (प्रलय); **हि**—निश्चितपणे; **भूतानाम्**—सर्व जीवांचा; **श्रुतौ**—ऐकले आहे; **विस्तरशः**—सविस्तरपणे; **मया**—मी; **त्वत्तः**—तुमच्याकडून; **कमल-पत्र-अक्ष**—हे कमलनयना; **माहात्म्यम्**—माहात्म्य; **अपि**—सुद्धा; **च**—आणि; **अव्ययम्**—अविनाशी.

**हे कमलनयना! जीवांच्या उत्पत्ती आणि लयाबद्दल मी तुमच्याकडून सविस्तरपणे ऐकले आहे आणि मला तुमच्या अगाध अव्ययी माहात्म्याची अनुभूतीही झाली आहे.**

**तात्पर्यः** अत्यानंदित होऊन अर्जुन या श्लोकात भगवान श्रीकृष्णांना 'कमलनयना' (श्रीकृष्णांचे नेत्र कमळासारखे दिसतात) म्हणून संबोधित आहे, कारण पूर्वीच्या अध्यायात श्रीकृष्णांनी निश्चितपणे सांगितले आहे की, *अहं कृत्स्नस्य जगतः प्रभवः प्रलयस्तथा*—"या संपूर्ण भौतिक सृष्टीच्या उत्पत्तीचे आणि प्रलयाचे कारण मीच आहे." अर्जुनाने याबद्दलचे सविस्तर वर्णन भगवंताकडून ऐकले आहे. अर्जुनाला हे सुद्धा माहीत आहे की, भगवंत जरी सर्व वस्तूंच्या उत्पत्तीला आणि प्रलयाला कारणीभूत असले तरी त्या सर्वांपासून ते अलिप्त आहेत. नवव्या अध्यायात भगवंतांनी सांगितल्याप्रमाणे ते सर्वव्यापी आहेत; पण तरीही व्यक्तिशः ते सर्वत्र उपस्थित नाहीत. हेच श्रीकृष्णांचे अचिंत्य ऐश्वर्य आहे आणि अर्जुनाने हे आपल्याला संपूर्ण समजल्याचे मान्य केले आहे.

**एवमेतद्यथात्थ त्वमात्मानं परमेश्वर ।**
**द्रष्टुमिच्छामि ते रूपमैश्वरं पुरुषोत्तम ॥ ३ ॥**

**एवम्**—याप्रमाणे; **एतत्**—हे; **यथा**—जसे आहे तसे; **आत्थ**—सांगितला आहात; **त्वम्**—तुम्ही; **आत्मानम्**—स्वतः; **परम-ईश्वर**—हे परमेश्वर; **द्रष्टुम्**—पाहण्याची; **इच्छामि**—माझी इच्छा आहे; **ते**—तुमचे; **रूपम्**—रूप; **ऐश्वरम्**—दैवी; **पुरुष-उत्तम**—हे पुरुषोत्तम.

**हे पुरुषोत्तम! हे परमेश्वर! तुम्ही स्वतः वर्णन केल्याप्रमाणे तुमचे मूळ स्वरूप मी जरी माझ्यासमोर पाहात असलो तरीही या प्राकृत सृष्टीत तुम्ही कसे प्रविष्ट झाला आहात हे मी पाहू इच्छितो. मला तुमचे ते रूप पाहण्याची इच्छा आहे.**

**तात्पर्यः** भगवान श्रीकृष्णांनी म्हटले आहे की, ते आपल्या विभूतींद्वारे या भौतिक जगतात प्रविष्ट झाल्याने भौतिक जग निर्मित आणि कार्यरत झाले आहे. आता अर्जुनाबद्दल सांगावयाचे तर श्रीकृष्णांच्या सांगण्यावर त्याचा दृढ विश्वास आहे; परंतु भावी काळातील ज्या लोकांना श्रीकृष्ण हे साधारण मनुष्य आहेत असे वाटेल त्या लोकांची खात्री पटविण्याकरिता अर्जुन, श्रीकृष्णांचे विराट रूप पाहू इच्छितो. हे विराट रूप पाहून तो जाणू इच्छितो की, भौतिक सृष्टीपासून श्रीकृष्ण जरी अलिप्त असले तरी या सृष्टीमध्ये ते कसे कार्य करीत आहेत. या

श्लोकामध्ये अर्जुनाने श्रीकृष्णांना पुरुषोत्तम म्हणून संबोधणेही महत्त्वपूर्ण आहे. श्रीकृष्ण हे पुरुषोत्तम भगवान असल्यामुळे ते अर्जुनाच्या अंतर्यामी उपस्थित आहेत, यास्तव ते अर्जुनाची इच्छा जाणतात. भगवंत जाणू शकतात की, अर्जुनाला माझे विश्वरूप पाहण्याची विशेष इच्छा नाही, कारण तो मला कृष्णरूपामध्ये पाहण्यातच पूर्णपणे समाधानी आहे. परंतु इतरांचा विश्वास पटविण्याकरिता अर्जुन आपले विश्वरूप पाहू इच्छितो हेही भगवंत जाणू शकत होते. अर्जुनाला, स्वत:ची खात्री पटविण्याकरिता, श्रीकृष्णांचे विश्वरूप पाहण्याची वैयक्तिक अशी इच्छा नव्हती. श्रीकृष्ण हे सुद्धा जाणतात की, एक आदर्श स्थापित करण्यासाठी अर्जुन विश्वरूप पाहू इच्छितो, कारण भावी काळात स्वत:ला भगवंतांचा अवतार म्हणून प्रस्तुत करणारे अनेक भोंदू लोक निर्माण होतील. म्हणून लोकांनी अत्यंत दक्ष राहिले पाहिजे. जो मनुष्य स्वत: श्रीकृष्ण असल्याचा दावा करतो त्याने आपला दावा सिद्ध करण्यासाठी विश्वरूप दाखविण्याची तयारी ठेवली पाहिजे.

**मन्यसे यदि तच्छक्यं मया द्रष्टुमिति प्रभो ।**
**योगेश्वर ततो मे त्वं दर्शयात्मानमव्ययम् ॥ ४॥**

**मन्यसे**—तुम्हाला वाटत असेल; **यदि**—जर; **तत्**—ते; **शक्यम्**—शक्य; **मया**—मी; **द्रष्टुम्**—पाहणे; **इति**—याप्रमाणे; **प्रभो**—हे प्रभू; **योग-ईश्वर**—हे योगेश्वर; **ततः**—तर मग; **मे**—मला; **त्वम्**—तुम्ही; **दर्शय**—दाखवा; **आत्मानम्**—आपले स्वरूप; **अव्ययम्**—शाश्वत.

**हे प्रभो! मी तुमचे विश्वरूप पाहणे शक्य आहे असे जर तुम्हाला वाटत असेल तर हे योगेश्वरा! तुम्ही कृपया ते आपले अमर्याद विश्वरूप मला दाखवा.**

**तात्पर्य:** असे म्हटले आहे की, भौतिक इंद्रियांद्वारे मनुष्य, भगवान श्रीकृष्णांना पाहू शकत नाही, ऐकू शकत नाही तसेच त्यांचा अनुभवही करू शकत नाही; परंतु प्रारंभापासूनच जर मनुष्य, भगवंतांच्या दिव्य प्रेममयी सेवेमध्ये संलग्न झाला तर त्याला भगवंतांचा साक्षात्कार होऊ शकतो. प्रत्येक जीव हा केवळ एका स्फुलिंगाप्रमाणे आहे म्हणून तो भगवंतांना पाहू किंवा जाणू शकत नाही. भक्त म्हणून अर्जुन हा आपल्या तर्कशक्तीवर अवलंबून राहात नाही, उलट तो जीव या दृष्टीने आपल्या मर्यादत्वाचा स्वीकार करतो आणि श्रीकृष्णांचे अचिंत्य स्वरूप मान्य करतो. अर्जुन जाणू शकत होता की, जीवाला अमर्यादित अनंताचे पूर्ण ज्ञान होणे शक्य नाही. जर अनंताने स्वत:ला जीवासमोर प्रकट केले तर अनंताच्या कृपेनेच जीव, अनंताचे स्वरूप जाणू शकतो. या श्लोकातील *योगेश्वर* हा शब्द सुद्धा अत्यंत महत्त्वपूर्ण आहे, कारण भगवंतांची शक्ती अचिंत्य आहे. भगवंतांची इच्छा असेल तर ते स्वत: अनंत असूनही स्वत:च्या कृपेमुळे स्वत:ला प्रकट करू शकतात. म्हणून अर्जुन श्रीकृष्णांकडे त्यांच्या अहैतुकी कृपेची याचना करीत आहे. तो श्रीकृष्णांना आज्ञा करीत नाही. जोपर्यंत मनुष्य पूर्णपणे कृष्णभावनाभावित होऊन श्रीकृष्णांना शरण जात नाही आणि भक्तीमध्ये संलग्न होत नाही तोपर्यंत श्रीकृष्ण स्वत:ला प्रकट करण्यास बाध्य नाहीत. याप्रमाणे जे आपल्या तर्कशक्तीवर विसंबून आहेत ते श्रीकृष्णांना पाहू शकत नाहीत.

श्रीभगवानुवाच

**पश्य मे पार्थ रूपाणि शतशोऽथ सहस्रशः।**
**नानाविधानि दिव्यानि नानावर्णाकृतीनि च॥५॥**

**श्री-भगवान् उवाच**—श्रीभगवान म्हणाले; **पश्य**—पहा; **मे**—माझे; **पार्थ**—हे पार्थ; **रूपाणि**—रूपे; **शतशः**—शेकडो; **अथ**—सुद्धा; **सहस्रशः**—सहस्र; **नाना-विधानि**—नानाविध; **दिव्यानि**—दिव्य, अलौकिक; **नाना**—नाना प्रकारचे; **वर्ण**—वर्णाची; **आकृतीनि**—रूपे; **च**—सुद्धा.

**श्रीभगवान म्हणाले, हे अर्जुना! हे पार्था! आता माझे ऐश्वर्य पहा, अलौकिक आणि नाना वर्णांनी युक्त अशी माझी सहस्रावधी रूपे पहा.**

**तात्पर्य:** अर्जुन श्रीकृष्णांना त्यांच्या विश्वरूपामध्ये पाहू इच्छित होता. विराटरूप हे जरी दिव्य असले तरी प्राकृतिक सृष्टीमध्ये ते प्रकट झाले होते. यास्तव ते रूप भौतिक प्रकृतीच्या तात्पुरत्या काळाच्या अधीन असते. ज्याप्रमाणे भौतिक प्रकृती ही व्यक्त होते आणि अव्यक्त होते त्याप्रमाणे श्रीकृष्णांचे विराटरूपही व्यक्त आणि अव्यक्त होते. श्रीकृष्णांच्या इतर रूपांप्रमाणे ते वैकुंठलोकात नित्य स्थित नसते. भक्तांच्या बाबतीत विचार केल्यास, भक्त हा विराटरूप पाहण्यास उत्सुक नसतो; परंतु अर्जुनाला श्रीकृष्णांना या रूपामध्ये पाहावयाचे होते म्हणून श्रीकृष्ण आपले हे रूप प्रकट करतात. सामान्य मनुष्याला हे विश्वरूप पाहणे शक्य नाही. मनुष्याला हे रूप पाहावयाचे असेल तर श्रीकृष्णांनी त्याला शक्ती प्रदान करणे आवश्यक आहे.

**पश्यादित्यान्वसून्रुद्रानश्विनौ मरुतस्तथा।**
**बहून्यदृष्टपूर्वाणि पश्याश्चर्याणि भारत॥६॥**

**पश्य**—पहा; **आदित्यान्**—अदितीच्या बारा पुत्रांना; **वसून्**—आठ वसूंना; **रुद्रान्**—अकरा रुद्रांना; **अश्विनौ**—दोन अश्विनीकुमारांना; **मरुतः**—एकोणपन्नास मरुद्गणांना (वायुदेवांना); **तथा**—तथा; **बहूनि**—अनेक; **अदृष्ट**—तू न पाहिलेल्या; **पूर्वाणि**—पूर्वी; **पश्य**—पाहा; **आश्चर्याणि**—सर्व आश्चर्यांना; **भारत**— हे भरतश्रेष्ठा.

**हे भरतश्रेष्ठा! आदित्य, वसू, रुद्र आणि अश्विनीकुमारांच्या विविध रूपांना आणि इतर सर्व देवदेवतांना या ठिकाणी पाहा. यापूर्वी कोणत्याही मनुष्याने कधीच न पाहिलेल्या किंवा न ऐकलेल्या अनेक अद्भुत रूपांना पाहा.**

**तात्पर्य:** अर्जुन श्रीकृष्णांचा निकटवर्ती मित्र आणि अत्यंत विद्वान असला तरी सुद्धा त्याला श्रीकृष्णांचे पूर्ण ज्ञान प्राप्त होणे शक्य नव्हते. या श्लोकामध्ये म्हटले आहे की, मनुष्याने या सर्व अभिव्यक्ती आणि रूपांना कधी पाहिलेही नाही किंवा ऐकलेही नाही. आता श्रीकृष्ण या सर्व अद्भुत रूपांना प्रकट करीत आहेत.

**इहैकस्थं जगत्कृत्स्नं पश्याद्य सचराचरम्।**
**मम देहे गुडाकेश यच्चान्यद्द्रष्टुमिच्छसि॥७॥**

**इह**—या; **एक-स्थम्**—एकाच स्थानी; **जगत्**—जगत; **कृत्स्नम्**—संपूर्ण; **पश्य**—पाहा; **अद्य**—त्वरित; **स**—सहित; **चर**—चर; **अचरम्**—आणि अचर; **मम**—माझ्या; **देहे**—या देहामध्ये; **गुडाकेश**—हे अर्जुना; **यत्**—जे; **च**—सुद्धा; **अन्यत्**—अन्य; **द्रष्टुम्**—पाहण्यास; **इच्छसि**—इच्छा करतोस.

**हे अर्जुना! तू जे काही पाहू इच्छितोस, ते आता माझ्या या देहामध्ये पाहा. तू आता जे काही पाहू इच्छितोस आणि भविष्यामध्ये तुला जे काही पाहावयाची इच्छा असेल ते सर्व हे विश्वरूप प्रकट करू शकते. संपूर्ण चराचर या एकाच ठिकाणी स्थित आहे.**

**तात्पर्य:** एकाच ठिकाणी बसून कोणालाही संपूर्ण जग पाहणे शक्य नाही. अत्यंत प्रगत झालेला वैज्ञानिकही विश्वाच्या इतर भागात काय चालले आहे हे पाहू शकत नाही; परंतु अर्जुनासारखा भक्त विश्वामध्ये अस्तित्वात असलेल्या सर्व यच्चयावत गोष्टी पाहू शकतो. भूत, वर्तमान आणि भविष्य यापैकी अर्जुनाला जे काही पाहावयाचे आहे ते सर्व पाहण्यास श्रीकृष्ण त्याला शक्ती प्रदान करतात. याप्रमाणे श्रीकृष्णांच्या कृपेने अर्जुन सर्व काही पाहू शकत होता.

**न तु मां शक्यसे द्रष्टुमनेनैव स्वचक्षुषा ।**
**दिव्यं ददामि ते चक्षुः पश्य मे योगमैश्वरम् ॥ ८ ॥**

**न**—कधीच नाही; **तु**—परंतु; **माम्**—मला; **शक्यसे**—शक्य आहेस; **द्रष्टुम्**—पाहण्यास; **अनेन**—या; **एव**—खचितच; **स्व-चक्षुषा**—तुझ्या स्वतःच्या नेत्रांनी; **दिव्यम्**—दिव्य; **ददामि**—मी देतो; **ते**—तुला; **चक्षुः**—नेत्र; **पश्य**—पाहा; **मे**—माझे; **योगम् ऐश्वरम्**—योग ऐश्वर्य.

**परंतु तू तुझ्या वर्तमान नेत्रांनी मला पाहू शकणार नाहीस, म्हणून मी तुला दिव्य नेत्र प्रदान करतो. माझे योग ऐश्वर्य पाहा!**

**तात्पर्य:** शुद्ध भक्त श्रीकृष्णांना त्यांच्या द्विभुज रूपाव्यतिरिक्त इतर कोणत्याही रूपात पाहण्याची इच्छा करीत नाही. श्रीकृष्णांच्या कृपेनेच, भक्ताने त्यांचे विश्वरूप मनाने नव्हे तर दिव्य नेत्रांनी पाहावे. श्रीकृष्णांचे विराटरूप पाहण्यासाठी अर्जुनाला मन नव्हे तर दृष्टी बदलण्यास सांगण्यात आले. श्रीकृष्णांच्या विश्वरूपाला अधिक महत्त्व नाही; आणि हे पुढील श्लोकांमध्ये स्पष्ट करण्यात येईल. तरीही अर्जुनाला विश्वरूप पाहण्याची इच्छा असल्याने, विराटरूप पाहण्यासाठी आवश्यक अशी विशिष्ट दृष्टी भगवंत त्याला प्रदान करतात.

ज्या भक्तांनी श्रीकृष्णांशी आपला दिव्य संबंध यथार्थत्वाने प्रस्थापित केला आहे, ते श्रीकृष्णांच्या ऐश्वर्य प्रदर्शनामुळे आकृष्ट होत नसून प्रेममयी स्वरूपामुळे आकृष्ट होतात. त्यांचे सवंगडी, सखा, मातापिता यांना श्रीकृष्णांनी आपले ऐश्वर्य प्रकट करावे अशी मुळीच इच्छा नसते. ते विशुद्ध प्रेमामध्ये इतके तल्लीन झालेले असतात की, श्रीकृष्ण स्वतः पुरुषोत्तम भगवान आहेत याची जाणीव सुद्धा त्यांना नसते. आपल्या दिव्य प्रेमाच्या आदानप्रदानामध्ये श्रीकृष्ण हे परमेश्वर असल्याचे सुद्धा त्यांना विस्मरण झाले होते. श्रीमद्‌भागवतात म्हटले अहे की, श्रीकृष्णांबरोबर क्रीडा करणारे गोपगण हे अत्यंत पुण्यवान होते आणि अनेकानेक जन्मांनंतर

त्यांना श्रीकृष्णांशी क्रीडा करण्याची संधी प्राप्त झाली होती. अशा गोप बालकांना श्रीकृष्ण हे भगवान असल्याचे माहीत नव्हते. ते श्रीकृष्णांना आपला जिवलग सखा मानतात. म्हणून शुकदेव गोस्वामी एका श्लोकामध्ये म्हणतात.

*इत्थं सतां ब्रह्म—सुखानुभूत्या दास्यं गतानां परदैवतेन ।*
*मायाश्रितानां नरदारकेण साकं विजह्रुः कृत—पुण्य—पुञ्जाः ॥*

"परमेश्वराला मोठमोठे ऋषिगण हे निर्विशेष ब्रह्म, भक्तगण हे पुरुषोत्तम भगवान आणि जनसामान्य हे मायाधीन असल्याचे मानतात. या बालकांनी गतजन्मांमध्ये अनेकानेक पुण्यकर्मे केल्यामुळे ते आता पुरुषोत्तम श्रीभगवंतांशी क्रीडा करीत आहेत" (श्रीमद्‌भागवत १०.१२.११)

वस्तुस्थिती ही आहे की, भक्तगण या विश्वरूपाचे दर्शन घेण्यास फारसे उत्सुक नसतात; परंतु श्रीकृष्णांच्या वचनांना सिद्ध करण्याकरिता विश्वरूप पाहण्याची अर्जुनाला इच्छा होती. यामुळे भविष्यकाळातील लोक जाणू शकतील की, श्रीकृष्णांनी स्वत:ला केवळ सिद्धांतरूपाने किंवा तात्त्विकदृष्ट्या भगवंत म्हणून प्रस्तुत केले नाही तर स्वत:चे मूळ स्वरूप अर्जुनासमोर प्रस्तुत केले. अर्जुनाने या गोष्टीला पुष्टी देणे आवश्यक आहे, कारण अर्जुनापासून परंपरेचा प्रारंभ होणार होता. जे खरोखर भगवान श्रीकृष्णांना जाणण्यास उत्सुक आहेत आणि ज्यांना अर्जुनाच्या पदचिह्नांचे अनुसरण करण्याची इच्छा आहे त्यांनी जाणले पाहिजे की, श्रीकृष्णांनी केवळ सिद्धांतरूपाने स्वत:ला परमेश्वर म्हणून प्रस्तुत केले नाही तर वास्तविकपणे स्वत:ला भगवंत म्हणून प्रकट केले.

भगवंतांनी आपले विश्वरूप पाहण्याकरिता आवश्यक ती शक्ती अर्जुनाला प्रदान केली, कारण आम्ही पूर्वीच सांगितल्याप्रमाणे, भगवंतांना माहीत होते की, अर्जुन विराटरूप पाहण्यास विशेष इच्छुक नव्हता.

सञ्जय उवाच

**एवमुक्त्वा ततो राजन्महायोगेश्वरो हरिः ।**
**दर्शयामास पार्थाय परमं रूपमैश्वरम् ॥ ९॥**

**सञ्जयः उवाच**—संजय म्हणाला; **एवम्**—याप्रमाणे; **उक्त्वा**—बोलून; **ततः**—त्यानंतर; **राजन्**—हे राजा; **महा-योग-ईश्वरः**—परमयोगी; **हरिः**—भगवान श्रीकृष्ण; **दर्शयाम् आस**—दाखविले; **पार्थाय**—अर्जुनाला; **परमम्**—परम किंवा दिव्य; **रूपम् ऐश्वरम्**—विश्वरूप.

**संजय म्हणाला, हे राजा! या प्रकारे बोलून महायोगेश्वर पुरुषोत्तम भगवंतांनी आपले विश्वरूप अर्जुनाला दाखविले.**

**अनेकवक्त्रनयनमनेकाद्भुतदर्शनम् ।**
**अनेकदिव्याभरणं दिव्यानेकोद्यतायुधम् ॥ १०॥**
**दिव्यमाल्याम्बरधरं दिव्यगन्धानुलेपनम् ।**
**सर्वाश्चर्यमयं देवमनन्तं विश्वतोमुखम् ॥ ११॥**

**अनेक**—अनेक; **वक्त्र**—मुखे; **नयनम्**—नेत्र; **अनेक**—अनेक; **अद्भुत**—अद्‌भुत; **दर्शनम्**—दृश्ये; **अनेक**—पुष्कळ; **दिव्य**—दिव्य; **आभरणम्**—अलंकार; **दिव्य**—दिव्य; **अनेक**—अनेक; **उद्यत**—सज्ज; **आयुधम्**—शस्त्रे; **दिव्य**—दिव्य; **माल्य**—माळा; **अम्बर**—वस्त्र; **धरम्**—धारण केलेली; **दिव्य**—दिव्य; **गन्ध**—सुगंधाने; **अनुलेपनम्**—माखलेली; **सर्व**—सर्व; **आश्चर्य-मयम्**—आश्चर्यमय; **देवम्**—प्रकाशमान; **अनन्तम्**—अनंत; **विश्वतः-मुखम्**—सर्वव्यापी.

**अर्जुनाने या विश्वरूपात असंख्य मुखे, असंख्य नेत्र, असंख्य अद्‌भुत दृश्ये पाहिली. हे रूप अनेक अलौकिक अलंकारांनी विभूषित झालेले आणि अनेक दिव्य शस्त्रांनी सज्ज झालेले होते. या विश्वरूपाने दिव्य वस्त्रे आणि माळा धारण केल्या होत्या आणि अनेक दिव्य सुगंधी द्रव्यांचा त्यांच्या शरीराला लेप दिला होता. विश्वरूपाच्या बाबतीत सर्वच अद्‌भुत, तेजस्वी, अनंत आणि सर्वव्यापी होते.**

**तात्पर्यः** या श्लोकांमध्ये वारंवार योजलेल्या *अनेक* या शब्दाद्वारे दर्शविण्यात आले आहे की, अर्जुन पाहात असलेल्या विश्वरूपाला संख्यातीत कर, चरण, मुखे आणि इतर रूपे होती. त्यांची ही रूपे साऱ्या विश्वभर पसरलेली होती; परंतु भगवंतांच्या कृपेमुळे बसल्याजागीच ती रूपे अर्जुनाने पाहिली. श्रीकृष्णांच्या अचिंत्य शक्तीचा हा प्रभाव आहे.

**दिवि सूर्यसहस्रस्य भवेद्युगपदुत्थिता ।**
**यदि भाः सदृशी सा स्याद्भासस्तस्य महात्मनः ॥ १२ ॥**

**दिवि**—आकाशामध्ये; **सूर्य**—सूर्यांचे; **सहस्रस्य**—हजारो; **भवेत्**—जर होईल; **युगपत्**—एकाच वेळी; **उत्थिता**—प्रकट; **यदि**—जर; **भाः**—प्रकाश; **सदृशी**—सारखे; **सा**—ते; **स्यात्**—कदाचित; **भासः**—तेज; **तस्य**—त्याचे; **महा-आत्मनः**—भगवान.

**आकाशामध्ये एकाच वेळी जर हजारो सूर्यांचा उदय झाला तर कदाचितच त्यांचे तेज भगवंतांच्या विश्वरूपातील तेजाची बरोबरी करू शकेल.**

**तात्पर्यः** अर्जुनाने जे पाहिले ते अवर्णनीय होते तरीपण संजय त्या विश्वरूपाची कल्पना धृतराष्ट्राला देण्याचा प्रयत्न करीत आहे. संजय किंवा धृतराष्ट्र दोघेही युद्धभूमीवर उपस्थित नव्हते; परंतु व्यासकृपेमुळे युद्धभूमीवर जे काही घडत होते ते सर्व काही संजय पाहू शकत होता. म्हणून तो ज्याप्रमाणे समजू शकला त्याप्रमाणे त्याने विश्वरूपाची तुलना काल्पनिक परिस्थितीशी (हजारो सूर्यांशी) केली.

**तत्रैकस्थं जगत्कृत्स्नं प्रविभक्तमनेकधा ।**
**अपश्यद्देवदेवस्य शरीरे पाण्डवस्तदा ॥ १३ ॥**

**तत्र**—तेथे; **एक-स्थम्**—एकाच ठिकाणी; **जगत्**—विराट जगत; **कृत्स्नम्**—संपूर्ण; **प्रविभक्तम्**—विभाजित; **अनेकधा**—अनेकविध; **अपश्यत्**—पाहू शकला; **देव-देवस्य**—भगवंतांच्या; **शरीरे**—विश्वरूपामध्ये; **पाण्डवः**—अर्जुन; **तदा**—त्या वेळी.

**त्या वेळी अर्जुनाने भगवंतांच्या विश्वरूपामध्ये एकाच ठिकाणी स्थित असलेली, परंतु अनंत ग्रहांमध्ये विभागलेली ब्रह्मांडाची विस्तृत रूपे पाहिली.**

**तात्पर्य:** या श्लोकामधील *तत्र* हा शब्द अत्यंत महत्त्वपूर्ण आहे. हा शब्द दर्शवितो की, जेव्हा अर्जुन आणि श्रीकृष्ण दोघेही रथावर आरूढ होते तेव्हाच अर्जुनाने विश्वरूप पाहिले. युद्धभूमीवरील इतरांना हे विश्वरूप पाहता आले नाही, कारण भगवान श्रीकृष्णांनी केवळ अर्जुनालाच दिव्य दृष्टी प्रदान केली होती. अर्जुनाने श्रीकृष्णांच्या शरीरामध्ये अनंत ग्रहलोक पाहिले. वैदिक शास्त्रांवरून आपल्याला कळून येते की, सृष्टीमध्ये अनेक ब्रह्मांडे आणि अनेक ग्रहलोक आहेत. त्यांपैकी काही भूमीपासून, काही सुवर्णापासून तर काही रत्नांपासून बनलेले असतात. त्यापैकी काही महाकाय आणि काही लहान असतात. आपल्या रथावर बसून अर्जुनाने हे सर्व पाहिले, परंतु अर्जुन आणि श्रीकृष्ण या दोघांमध्ये काय चालले आहे हे कोणीच जाणू शकले नाही.

**ततः स विस्मयाविष्टो हृष्टरोमा धनञ्जयः ।**
**प्रणम्य शिरसा देवं कृताञ्जलिरभाषत ॥ १४॥**

**ततः**—त्यानंतर; **सः**—तो; **विस्मय-आविष्टः**—आश्चर्याने भारावून; **हृष्ट-रोमा**—रोमांचित होऊन; **धनञ्जयः**—अर्जुन; **प्रणम्य**—प्रणाम करून; **शिरसा**—मस्तकाने; **देवम्**—भगवंतांना; **कृत-अञ्जलिः**—हात जोडून; **अभाषत**—म्हणाला.

**त्यानंतर, भ्रमित आणि आश्चर्यचकित होऊन अंगावर रोमांच उभारलेला अर्जुन प्रणाम करण्यासाठी नतमस्तक झाला आणि हात जोडून त्याने भगवंतांची प्रार्थना करण्यास प्रारंभ केला.**

**तात्पर्य:** दिव्य विश्वरूप प्रकट होताच श्रीकृष्ण आणि अर्जुन यांच्या एकमेकांतील संबंधात लगेच बदल झाला. पूर्वी श्रीकृष्ण आणि अर्जुनामध्ये मित्रत्वाचे नाते होते; परंतु आता विश्वरूपदर्शन झाल्यावर अर्जुन अत्यंत आदराने प्रणाम करीत आहे आणि हात जोडून तो श्रीकृष्णांची प्रार्थना करीत आहे. तो विश्वरूपाचे स्तवन करीत आहे. या प्रकारे अर्जुन आणि श्रीकृष्णांचा संबंध मित्रत्वाचा न राहता आश्चर्ययुक्त आदराचा होतो. महान भक्त श्रीकृष्णांना सर्व रसांचे आगर मानतात. शास्त्रांमध्ये बारा संबंधांचा किंवा रसांचा उल्लेख करण्यात आला आहे. हे सर्व रस श्रीकृष्णांमध्ये आहेत. दोन जीवांमध्ये, देवतांमध्ये किंवा भक्त आणि भगवंत यांच्यामध्ये आदानप्रदान होणाऱ्या सर्व रसांचे भगवान श्रीकृष्ण हे आगर आहेत.

या ठिकाणी सुद्धा अर्जुन अद्‌भुत रसामुळे प्रेरित झाला आणि स्वभावतःच तो जरी धीर, शांत आणि गंभीर असला तरी रोमांचित झाला आणि हात जोडून तो भगवंतांना प्रणाम करू लागला. अर्थातच तो भयभीत झाला नव्हता तर भगवंतांच्या अद्‌भुत रूपामुळे प्रभावित झाला होता. विश्वरूप पाहिल्यावर लगेच तो आश्चर्यचकित झाला आणि म्हणून त्याच्या स्वाभाविक मित्रत्वाच्या संबंधावर, साख्य रसावर, अर्थात, अद्‌भुत रसाचे वर्चस्व झाले आणि त्याने उपर्युक्त

प्रतिक्रिया व्यक्त केली.

अर्जुन उवाच

**पश्यामि देवांस्तव देव देहे**
**सर्वांस्तथा भूतविशेषसङ्घान् ।**
**ब्रह्माणमीशं कमलासनस्थ-**
**मृषींश्च सर्वानुरगांश्च दिव्यान् ॥ १५ ॥**

**अर्जुनः उवाच**—अर्जुन म्हणाला; **पश्यामि**—मी पाहतो; **देवान्**—सर्व देवता; **तव**—तुमच्या; **देव**—हे भगवन्; **देहे**—देहामध्ये; **सर्वान्**—सर्व; **तथा**—सुद्धा; **भूत**—जीव; **विशेष-सङ्घान्**—विशेषरूपाने; **ब्रह्माणम्**—ब्रह्मदेवांना; **ईशम्**—भगवान शंकरांना; **कमल-आसन-स्थम्**—कमलासनावर; **ऋषीन्**—महान ऋषी; **च**—सुद्धा; **सर्वान्**—सर्व; **उरगान्**—सर्प; **च**—सुद्धा; **दिव्यान्**—दिव्य.

**अर्जुन म्हणाला, हे भगवन्! हे कृष्ण! मी तुमच्या शरीरात एकत्रित झालेल्या सर्व देवतांना आणि इतर विविध जीवांना पाहतो. कमलासनावर बसलेल्या ब्रह्मदेवांना तसेच भगवान शंकर, सर्व ऋषी आणि अलौकिक सर्पांना मी तुमच्या देहामध्ये पाहतो.**

**तात्पर्य:** ब्रह्मांडातील सर्व काही अर्जुन पाहात आहे म्हणून तो ब्रह्मांडामधील आदिजीव ब्रह्मदेवांना पाहतो आणि ब्रह्मांडाच्या अधोप्रदेशात, ज्यावर गर्भोदकशायी विष्णू पहुडतात त्या दिव्य सर्पालाही तो पाहतो. या सर्पशय्येला वासुकी म्हटले जाते. वासुकी नावाचे इतरही सर्प आहेत. गर्भोदकशायी विष्णूंपासून ते ब्रह्मांडातील अत्युच्च लोकापर्यंत, ज्या ठिकाणी कमलासनस्थ ब्रह्मदेव वास करतात, सर्व काही अर्जुन पाहू शकत होता. याचा अर्थ असा आहे की, एकाच जागी रथावर बसलेला अर्जुन प्रारंभापासून ते अंतापर्यंत सर्व काही पाहू शकत होता. भगवान श्रीकृष्णांच्या कृपेने तो हे सर्व पाहू शकला.

**अनेकबाहूदरवक्त्रनेत्रं**
**पश्यामि त्वां सर्वतोऽनन्तरूपम्।**
**नान्तं न मध्यं न पुनस्तवादिं**
**पश्यामि विश्वेश्वर विश्वरूप ॥ १६ ॥**

**अनेक**—अनेक; **बाहु**—हात; **उदर**—उदर; **वक्त्र**—मुख; **नेत्रम्**—नेत्र; **पश्यामि**—मी पाहतो; **त्वाम्**—तुम्हाला; **सर्वतः**—सर्व बाजूंनी; **अनन्त-रूपम्**—अनंतरूप; **न अन्तम्**—अंत नाही; **न मध्यम्**—मध्य नाही; **न पुनः**—पुन्हा नाही; **तव**—तुमचे; **आदिम्**—आदी; **पश्यामि**—मी पाहतो; **विश्व-ईश्वर**—हे विश्वेश्वर; **विश्व-रूप**—विश्वरूप.

**हे विश्वेश्वर! हे विश्वरूप! तुमच्या देहामध्ये मी अमर्यादित आणि सर्वत्र पसरलेल्या, असंख्य भुजा, उदरे, मुख आणि नेत्रांना पाहतो आहे. तुमच्यामध्ये मला आदी, मध्य**

**आणि अंत काहीच दिसत नाही.**

**तात्पर्य:** श्रीकृष्ण हे अनंत आणि पुरुषोत्तम भगवान आहेत यास्तव त्यांच्या ठायी सर्वच दिसत होते.

**किरीटिनं गदिनं चक्रिणं च**
**तेजोराशिं सर्वतो दीप्तिमन्तम् ।**
**पश्यामि त्वां दुर्निरीक्ष्यं समन्ता-**
**द्दीप्तानलार्कद्युतिमप्रमेयम् ॥१७॥**

**किरीटिनम्**—मुकुटधारी; **गदिनम्**—गदाधारी; **चक्रिणम्**—चक्रधारी; **च**—आणि; **तेजः-राशिम्**—तेज:पुंज; **सर्वतः**—सर्व बाजूंनी; **दीप्ति-मन्तम्**—प्रदीप्त; **पश्यामि**—मी पाहतो; **त्वाम्**—तुम्हाला; **दुर्निरीक्ष्यम्**—पाहण्यास कठीण; **समन्तात्**—सर्वत्र; **दीप्त-अनल**—प्रज्वलित अग्नी; **अर्क**—सूर्याचे; **द्युतिम्**—सूर्यप्रकाश; **अप्रमेयम्**—अपरिमित.

**तुमचे रूप अत्यंत तेज:पुंज असल्याने ते पाहणे कठीण आहे. हे तेज प्रज्वलित अग्नी किंवा सूर्याच्या अपरिमित तेजाप्रमाणे सर्वत्र व्यापलेले आहे. तरीही अनेक मुकुट, गदा आणि चक्रांनी सुशोभित झालेले हे कांतिमान रूप मी सर्वत्र पाहात आहे.**

**त्वमक्षरं परमं वेदितव्यं**
**त्वमस्य विश्वस्य परं निधानम् ।**
**त्वमव्ययः शाश्वतधर्मगोप्ता**
**सनातनस्त्वं पुरुषो मतो मे ॥ १८॥**

**त्वम्**—तुम्ही; **अक्षरम्**—अच्युत; **परमम्**—परम; **वेदितव्यम्**—जाणावे; **त्वम्**—तुम्ही; **अस्य**—या; **विश्वस्य**—विश्वाचे; **परम्**—परम; **निधानम्**—आधार; **त्वम्**—तुम्ही; **अव्ययः**—अविनाशी; **शाश्वत-धर्म-गोप्ता**—शाश्वत धर्मपालक; **सनातनः**—सनातन, शाश्वत; **त्वम्**—तुम्ही; **पुरुषः**—भगवान; **मतः मे**—हे माझे मत आहे.

**तुम्ही परम आद्य, अक्षर ज्ञेय आहात. या संपूर्ण विश्वाचे परम आश्रयस्थान तुम्ही आहात. तुम्ही अव्ययी आणि पुरातन आहात. तुम्हीच शाश्वत धर्माचे पालक, पुरुषोत्तम भगवान आहात. हे माझे मत आहे.**

**अनादिमध्यान्तमनन्तवीर्य-**
**मनन्तबाहुं शशिसूर्यनेत्रम् ।**
**पश्यामि त्वां दीप्तहुताशवक्त्रं**
**स्वतेजसा विश्वमिदं तपन्तम् ॥ १९॥**

**अनादि**—अनादी; **मध्य**—मध्य; **अन्तम्**—किंवा अंत; **अनन्त**—अनंत; **वीर्यम्**—महिमा; **अनन्त**—

अनंत; **बाहुम्**—भुजा; **शशि**—चंद्र; **सूर्य**—आणि सूर्य; **नेत्रम्**—नेत्र; **पश्यामि**—मी पाहतो; **त्वाम्**—तुम्हाला; **दीप्त**—प्रज्वलित; **हुताश-वक्त्रम्**—तुमच्या मुखातून अग्नी बाहेर पडत आहे; **स्व-तेजसा**—तुमच्या तेजाने; **विश्वम्**—विश्व; **इदम्**—हे; **तपन्तम्**—तप्त झालेला.

**तुम्ही आदी, मध्य आणि अंतरहित आहात. तुमचा महिमा अगाध आहे. तुम्हाला असंख्य बाहू आहेत. चंद्र आणि सूर्य हे तुमचे नेत्र आहेत. तुमच्या मुखातून बाहेर पडणारा अग्नी संपूर्ण विश्वाला तुमच्याच तेजाने तप्त करीत असल्याचे मी पाहात आहे.**

**तात्पर्य:** भगवंतांची षडैश्वर्ये अनंत आहेत. या गोष्टीची या ठिकाणी तसेच इतरत्रही पुनरुक्ती करण्यात आली आहे, परंतु शास्त्रांनुसार श्रीकृष्णांच्या महिमांची पुनरुक्ती हा साहित्यिक दोष मानला जात नाही. असे म्हटले आहे की, भारावून गेल्यावर किंवा विस्मय किंवा तल्लीन झाल्यावर अशा विधानांची पुनरुक्ती होत असते; तो दोष नव्हे.

**द्यावापृथिव्योरिदमन्तरं हि**
**व्याप्तं त्वयैकेन दिशश्च सर्वाः ।**
**दृष्ट्वाद्भुतं रूपमुग्रं तवेदं**
**लोकत्रयं प्रव्यथितं महात्मन् ॥ २० ॥**

**द्यौ**—बाह्य आकाश; **आ-पृथिव्योः**—पृथ्वीपर्यंत; **इदम्**—हे; **अन्तरम्**—मध्ये; **हि**—निश्चितच; **व्याप्तम्**—व्यापलेली; **त्वया**—तुम्ही; **एकेन**—एकट्याने; **दिशः**—दिशा; **च**—आणि; **सर्वाः**—सर्व; **दृष्ट्वा**—पाहून; **अद्भुतम्**—अद्‌भुत; **रूपम्**—रूप; **उग्रम्**—उग्र; **तव**—तुमचे; **इदम्**—हे; **लोक**—लोक; **त्रयम्**—तीन; **प्रव्यथितम्**—अतिशय व्यथित झाले आहे; **महा-आत्मन्**—हे महात्मन्.

**तुम्ही एकट्यानेच संपूर्ण आकाश, ग्रहलोक आणि त्यांच्यामधील सर्व दिशा व्याप्त केल्या आहेत. हे महात्मन्! तुमचे हे उग्र आणि अतिशय अद्‌भुत रूप पाहून सर्व ग्रहलोक अतिशय व्यथित झाले आहेत.**

**तात्पर्य:** या श्लोकामध्ये *द्यावा पृथिव्योः* (पृथ्वी आणि स्वर्ग यातील अंतर) आणि *लोकत्रयम्* (त्रिलोक) हे शब्द महत्त्वपूर्ण आहेत. कारण यावरून असे दिसते की, केवळ अर्जुनच नव्हे तर इतर लोकांतील इतरजणांनी सुद्धा हे विश्वरूप पाहिले. अर्जुनाने विश्वरूप पाहणे हे काही स्वप्न नव्हते. ज्यांना ज्यांना भगवंतांनी दिव्य दृष्टी प्रदान केली होती ते सर्वजण हे विश्वरूप पाहू शकले.

**अमी हि त्वां सुरसङ्घा विशन्ति**
**केचिद्भीताः प्राञ्जलयो गृणन्ति ।**
**स्वस्तीत्युक्त्वा महर्षिसिद्धसङ्घाः**
**स्तुवन्ति त्वां स्तुतिभिः पुष्कलाभिः ॥ २१ ॥**

**अमी**—ते सर्व; **हि**—निश्चितच; **त्वाम्**—तुम्हाला; **सुर-सङ्घाः**—देवतागण; **विशन्ति**—प्रवेश करीत आहेत; **केचित्**—त्यांच्यापैकी काही; **भीताः**—भयभीत; **प्राञ्जलयः**—हात जोडून; **गृणन्ति**—प्रार्थना करीत आहे; **स्वस्ति**—शांती; **इति**—याप्रमाणे; **उक्त्वा**—बोलून; **महा-ऋषि**—महर्षी; **सिद्ध-सङ्घाः**—सिद्धगण; **स्तुवन्ति**—स्तुती करीत आहेत; **त्वाम्**—तुम्हाला; **स्तुतिभिः**—स्तोत्रांनी; **पुष्कलाभिः**—वैदिक मंत्र किंवा स्तोत्र.

**सर्व देवतागण तुम्हाला शरण येऊन तुमच्यामध्ये प्रवेश करीत आहेत. त्यांच्यापैकी काही अत्यंत भयभीत झाल्यामुळे हात जोडून तुमची प्रार्थना करीत आहेत. महर्षिगण आणि सिद्धगण 'स्वस्ति' ( शांती ) असे म्हणून वैदिक स्तोत्रांनी गायन करून तुमची स्तुती करीत आहेत.**

**तात्पर्यः** सर्व भुवनातील देवदेवता विश्वरूपाच्या भयंकर रूपाने आणि प्रखर तेजाने भयभीत झाल्या आहेत आणि म्हणून रक्षणार्थ ते भगवंतांची प्रार्थना करीत आहेत.

**रुद्रादित्या वसवो ये च साध्या**
**विश्वेऽश्विनौ मरुतश्चोष्मपाश्च ।**
**गन्धर्वयक्षासुरसिद्धसङ्घा**
**वीक्षन्ते त्वां विस्मिताश्चैव सर्वे ॥ २२ ॥**

**रुद्र**—रुद्र; **आदित्याः**—आदित्यगण; **वसवः**—वसुगण; **ये**—ते सर्व; **च**—आणि; **साध्याः**—साध्यगण; **विश्वे**—विश्वेदेव; **अश्विनौ**—अश्विनीकुमार; **मरुतः**—मरुद्‌गण; **च**—आणि; **उष्म-पाः**—पितृगण; **च**—आणि; **गन्धर्व**—गंधर्व; **यक्ष**—यक्ष; **असुर**—असुर; **सिद्ध**—सिद्ध देवता; **सङ्घाः**—समुदाय; **वीक्षन्ते**—पाहात आहेत; **त्वाम्**—तुम्हाला; **विस्मिताः**—विस्मयाने; **च**—सुद्धा; **एव**—निश्चितच; **सर्वे**—सर्व.

**रुद्रगण, आदित्यगण, वसुगण, साध्यगण, विश्वेदेव, अश्विनीकुमार, मरुद्‌गण, पितृगण, गंधर्व, यक्षगण, असुर आणि सिद्ध देवता विस्मित होऊन तुम्हाला पाहात आहेत.**

**रूपं महत्ते बहुवक्त्रनेत्रं**
**महाबाहो बहुबाहूरुपादम् ।**
**बहूदरं बहुदंष्ट्राकरालं**
**दृष्ट्वा लोकाः प्रव्यथितास्तथाहम् ॥ २३ ॥**

**रूपम्**—रूप; **महत्**—विशाल; **ते**—तुमचे; **बहु**—अनेक; **वक्त्र**—मुख; **नेत्रम्**—आणि नेत्र; **महा-बाहो**—हे महाबाहू; **बहु**—अनेक; **बाहु**—भुजा; **ऊरु**—मांड्या; **पादम्**—आणि पाय; **बहु-उदरम्**—अनेक उदरे; **बहु-दंष्ट्रा**—अनेक दंत; **करालम्**—भयानक; **दृष्ट्वा**—पाहून; **लोकाः**—सर्व ग्रहलोक; **प्रव्यथिताः**—विचलित; **तथा**—त्याप्रमाणे; **अहम्**— मी.

**हे महाबाहू! देवतांसहित सर्व लोक तुमचे अनेक नेत्र, मुखे, भुजा, जांघा, पाय, उदरे आणि अनेक अक्राळविक्राळ दाढा असणारे महाकाय रूप पाहून अतिशय व्यथित झाले आहेत आणि त्यांच्याप्रमाणेच मी सुद्धा व्यथित झालो आहे.**

**नभःस्पृशं दीप्तमनेकवर्णं**
**व्यात्ताननं दीप्तविशालनेत्रम् ।**
**दृष्ट्वा हि त्वां प्रव्यथितान्तरात्मा**
**धृतिं न विन्दामि शमं च विष्णो ॥ २४ ॥**

**नभः-स्पृशम्**—आकाशाला जाऊन भिडलेले; **दीप्तम्**—तेजस्वी; **अनेक**—अनेक; **वर्णम्**—रंग; **व्यात्त**—आ वासलेले किंवा उघडलेले; **आननम्**—मुख; **दीप्त**—प्रदीप्त; **विशाल**—विशाल; **नेत्रम्**—नेत्र; **दृष्ट्वा**—पाहून; **हि**—निश्चितच; **त्वाम्**—तुम्हाला; **प्रव्यथित**—व्यथित झालेले; **अन्तः**—अंतरात; **आत्मा**—आत्मा; **धृतिम्**—धैर्य; **न**—नाही; **विन्दामि**—मला प्राप्त झालेले आहे; **शमम्**—मानसिक संतुलन; **च**—सुद्धा; **विष्णो**—हे भगवन् विष्णू.

**हे सर्वव्यापी विष्णू! अनेक तेजस्वी वर्णांनी युक्त तुम्ही, आकाशास भिडलेली तुमची आ-वासलेली मुखे आणि प्रदीप्त विशाल नेत्र असलेले रूप पाहून माझे मन भयाने व्यथित झाले आहे. त्यामुळे मी धैर्य आणि मानसिक संतुलन राखू शकत नाही.**

**दंष्ट्राकरालानि च ते मुखानि**
**दृष्ट्वैव कालानलसन्निभानि ।**
**दिशो न जाने न लभे च शर्म**
**प्रसीद देवेश जगन्निवास ॥ २५ ॥**

**दंष्ट्रा**—दात; **करालानि**—अक्राळविक्राळ; **च**—सुद्धा; **ते**—तुमचे; **मुखानि**—मुखे; **दृष्ट्वा**—पाहून; **एव**—याप्रमाणे; **काल-अनल**—मृत्युरूपी अग्नी; **सन्निभानि**—जणू काय; **दिशः**—दिशा; **न**—नाही; **जाने**—मी जाणतो; **न**—नाही; **लभे**—मला प्राप्त होते; **च**—आणि; **शर्म**—कृपा; **प्रसीद**—प्रसन्न हो; **देव-ईश**—हे देवाधिदेव; **जगत्-निवास**—हे जगन्निवास.

**हे देवाधिदेव, हे जगन्निवास! कृपया माझ्यावर प्रसन्न व्हा. तुमची मृत्युरूपी प्रज्वलित मुखे आणि अक्राळविक्राळ भयंकर दाढा पाहून मी माझे संतुलन राखू शकत नाही. सर्वच बाजूंनी मी गोंधळलो आहे.**

**अमी च त्वां धृतराष्ट्रस्य पुत्राः**
**सर्वे सहैवावनिपालसङ्घैः ।**
**भीष्मो द्रोणः सूतपुत्रस्तथासौ**
**सहास्मदीयैरपि योधमुख्यैः ॥ २६ ॥**

**वक्त्राणि ते त्वरमाणा विशन्ति**
**दंष्ट्राकरालानि भयानकानि ।**
**केचिद्विलग्ना दशनान्तरेषु**
**सन्दृश्यन्ते चूर्णितैरुत्तमाङ्गैः ॥ २७॥**

**अमी**—ही; **च**—सुद्धा; **त्वाम्**—तुमच्यामध्ये; **धृतराष्ट्रस्य**—धृतराष्ट्राचे; **पुत्राः**—पुत्र; **सर्वे**—सर्व; **सह**—सहित; **एव**—खचित; **अवनि-पाल**—योद्धा राजांचे; **सङ्घैः**—संघ; **भीष्मः**—भीष्मदेव; **द्रोणः**—द्रोणाचार्य; **सूत-पुत्रः**—कर्ण; **तथा**—तथा; **असौ**—हा; **सह**—सहित; **अस्मदीयैः**—आमच्या बाजूचे; **अपि**—सुद्धा; **योध-मुख्यैः**—मुख्य योद्धे; **वक्त्राणि**—मुखे; **ते**—तुमचे; **त्वरमाणाः**—त्वरेने; **विशन्ति**—प्रवेश करीत आहेत; **दंष्ट्रा**—दात; **करालानि**—अक्राळविक्राळ; **भयानकानि**—भयानक; **केचित्**—त्यांपैकी काहीजण; **विलग्नाः**—अडकलेले; **दशन-अन्तरेषु**—दातांमध्ये; **सन्दृश्यन्ते**—दिसत आहेत; **चूर्णितैः**—चुराडा झालेले; **उत्तम-अङ्गैः**—शिर.

**स्वपक्षीय राजांसहित सर्व धृतराष्ट्रपुत्र, भीष्म, द्रोण, कर्ण आणि आमच्या पक्षातील मुख्य योद्धेही तुमच्या भयंकर मुखात त्वरित प्रवेश करीत आहेत. काहीजण तुमच्या दातांमध्ये अडकून त्यांच्या मस्तकांचा चुराडा झाल्याचे मला दिसत आहे.**

**तात्पर्यः** पूर्वीच्या एका श्लोकामध्ये भगवंतांनी अर्जुनाला, तो जे काही पाहण्यास इच्छुक आहे ते दाखविण्याचे वचन दिले होते. आता अर्जुन पाहात आहे की, विरुद्ध पक्षातील प्रमुख सेनानी (भीष्म, द्रोण, कर्ण आणि सर्व धृतराष्ट्रपुत्र) व त्यांचे सैन्य आणि अर्जुनाचे स्वतःचे सैन्य या सर्वांचा संहार होत आहे. यावरून दर्शविले जाते की, कुरुक्षेत्री जमलेल्या जवळजवळ सर्व लोकांच्या मृत्यूनंतर अर्जुन विजयी होईल. अपराजित समजल्या जाणाऱ्या भीष्मदेवांचाही संहार होणार असल्याचा उल्लेख या श्लोकात आढळतो. त्याचप्रमाणे कर्णाचाही संहार होणार आहे. केवळ विरुद्धपक्षीय भीष्मांसारख्या महान योद्ध्यांचाच संहार होणार आहे असे नाही तर अर्जुनाच्या पक्षातील काही महान योद्ध्यांचाही विनाश होणार आहे.

**यथा नदीनां बहवोऽम्बुवेगाः**
**समुद्रमेवाभिमुखा द्रवन्ति।**
**तथा तवामी नरलोकवीरा**
**विशन्ति वक्त्राण्यभिविज्वलन्ति॥ २८॥**

**यथा**—ज्याप्रमाणे; **नदीनाम्**— नद्यांचे; **बहवः**—अनेक; **अम्बु-वेगाः**—पाण्याचे प्रवाह; **समुद्रम्**—समुद्र; **एव**—खचितच; **अभिमुखाः**—मुखांमध्ये; **द्रवन्ति**—वाहतात; **तथा**—त्याप्रमाणे; **तव**—तुमचे; **अमी**—हे सर्व; **नर-लोक-वीराः**—मनुष्य लोकातील राजे; **विशन्ति**—प्रवेश करीत आहेत; **वक्त्राणि**—मुखे; **अभिविज्वलन्ति**—अग्नी प्रज्वलित होत आहे.

**ज्याप्रमाणे नद्यांचे अनेक प्रवाह समुद्रामध्ये प्रवेश करतात त्याप्रमाणे हे सर्व महान**

**योद्धे प्रज्वलित होऊन तुमच्या मुखांमध्ये प्रवेश करीत आहेत.**

**यथा प्रदीप्तं ज्वलनं पतङ्गा**
**विशन्ति नाशाय समृद्धवेगाः ।**
**तथैव नाशाय विशन्ति लोका-**
**स्तवापि वक्त्राणि समृद्धवेगाः ॥ २९ ॥**

**यथा**—ज्याप्रमाणे; **प्रदीप्तम्**—प्रदीप्त; **ज्वलनम्**—अग्नी; **पतङ्गाः**—पतंग, कीटक; **विशन्ति**—प्रवेश करतात; **नाशाय**—नाशाकरिता; **समृद्ध**—पूर्ण; **वेगाः**—वेगाने; **तथा एव**—त्याप्रमाणे; **नाशाय**—नाशाकरिता; **विशन्ति**—प्रवेश करीत आहेत; **लोकाः**—हे सर्व लोक; **तव**—तुमच्या; **अपि**—सुद्धा; **वक्त्राणि**—मुखे; **समृद्ध-वेगाः**—मोठ्या वेगाने.

**ज्याप्रमाणे पतंग आपल्या विनाशाकरिता प्रदीप्त अग्नीमध्ये प्रवेश करीत असतात त्याचप्रमाणे हे सर्व लोक द्रुतगतीने भराभर तुमच्या मुखामध्ये प्रवेश करीत असल्याचे मी पाहात आहे.**

**लेलिह्यसे ग्रसमानः समन्ता-**
**ल्लोकान्समग्रान्वदनैर्ज्वलद्भिः ।**
**तेजोभिरापूर्य जगत्समग्रं**
**भासस्तवोग्राः प्रतपन्ति विष्णो ॥ ३० ॥**

**लेलिह्यसे**—तुम्ही चाटत आहात; **ग्रसमानः**—ग्रासणारा; **समन्तात्**—सर्व बाजूंनी; **लोकान्**—लोकांना; **समग्रान्**—सर्व; **वदनैः**—मुखांनी; **ज्वलद्भिः**—जळणाऱ्या; **तेजोभिः**—तेजाने; **आपूर्य**—व्यापून; **जगत्**—जगत; **समग्रम्**—समग्र; **भासः**—किरण; **तव**—तुमचे; **उग्राः**—उग्र; **प्रतपन्ति**—तळपत आहे किंवा होरपळणारे; **विष्णो**—हे विष्णू.

**हे विष्णू! तुम्ही आपल्या प्रज्वलित मुखांनी, सर्व बाजूंनी सर्व लोकांना गिळंकृत करीत असल्याचे मी पाहात आहे. आपल्या तेजाने तुम्ही संपूर्ण जगत व्यापून, उग्र प्रखर होरपळणाऱ्या किरणांनी प्रकट झाला आहात.**

**आख्याहि मे को भवानुग्ररूपो**
**नमोऽस्तु ते देववर प्रसीद ।**
**विज्ञातुमिच्छामि भवन्तमाद्यं**
**न हि प्रजानामि तव प्रवृत्तिम् ॥ ३१ ॥**

**आख्याहि**—कृपया सांगा; **मे**—मला; **कः**—कोण; **भवान्**—तुम्ही; **उग्र-रूपः**—उग्र रूप; **नमः अस्तु**—नमस्कार असो; **ते**—तुम्हाला; **देव-वर**—हे देवाधिदेव; **प्रसीद**—प्रसन्न व्हा; **विज्ञातुम्**—

जाणण्यास; **इच्छामि**—मी इच्छा करतो; **भवन्तम्**—तुम्हाला; **आद्यम्**—आद्य; **न**—नाही; **हि**—निश्चितच; **प्रजानामि**—मी जाणतो; **तव**—तुमचे; **प्रवृत्तिम्**—प्रयोजन.

**हे देवाधिदेव! कृपया मला सांगा की, उग्ररूपधारी तुम्ही कोण आहात? मी तुम्हाला प्रणाम करतो, कृपया माझ्यावर प्रसन्न व्हा. तुम्ही आदिपुरुष आहात, मी तुम्हाला जाणू इच्छितो, कारण मला तुमचे प्रयोजन माहीत नाही.**

श्रीभगवानुवाच

**कालोऽस्मि लोकक्षयकृत्प्रवृद्धो**
**लोकान्समाहर्तुमिह प्रवृत्तः ।**
**ऋतेऽपि त्वां न भविष्यन्ति सर्वे**
**येऽवस्थिताः प्रत्यनीकेषु योधाः ॥ ३२ ॥**

**श्री-भगवान् उवाच**—श्रीभगवान म्हणाले; **कालः**—काळ; **अस्मि**—मी आहे; **लोक**—जगताचा; **क्षय-कृत्**—नाश किंवा क्षय करणारा; **प्रवृद्धः**—महान; **लोकान्**—सर्व लोक; **समाहर्तुम्**—संहार करण्यामध्ये; **इह**—या जगतामध्ये; **प्रवृत्तः**—प्रवृत्त; **ऋते**—व्यतिरिक्त; **अपि**—जरी; **त्वाम्**—तुम्ही; **न**—कधीच नाही; **भविष्यन्ति**—होतील; **सर्वे**—सर्व; **ये**—जो; **अवस्थिताः**—स्थित; **प्रति-अनीकेषु**—विपक्षी; **योधाः**—योद्धे.

**श्रीभगवान म्हणाले, जगतांचा विनाश करणारा काळ मी आहे आणि सर्व लोकांचा संहार करण्यासाठी मी या ठिकाणी आलो आहे. तुझ्याव्यतिरिक्त ( पांडवांव्यतिरिक्त ) दोन्ही सैन्यांतील सर्व योद्ध्यांचा विनाश होणार आहे.**

**तात्पर्य:** श्रीकृष्ण हे आपला मित्र आणि स्वयं भगवान आहेत हे जरी अर्जुनाला माहीत होते तरी श्रीकृष्णांनी प्रकट केलेल्या विविध रूपांमुळे तो गोंधळून गेला. म्हणून तो पुढे विचारतो की, या प्रलयकारी शक्तीचे वास्तविक प्रयोजन काय आहे. वेदांमध्ये सांगितले आहे की, परम सत्य हे ब्राह्मणांसहित सर्वांचा संहार करते. कठोपनिषदात (१.२,२५) सांगितल्याप्रमाणे,

*यस्य ब्रह्म च क्षत्रं च उभे भवत ओदनः ।*
*मृत्युर्यस्योपसेचनं क इत्था वेद यत्र सः ॥*

अखेरीस सर्व ब्राह्मण, क्षत्रिय व इतर सर्वजण भोजनाप्रमाणे भगवंतांद्वारे भक्षिले जातात. भगवंतांचे हे रूप सर्वभक्षी राक्षसाप्रमाणे आहे आणि या ठिकाणी श्रीकृष्ण स्वतःला त्या सर्वभक्षक काळाच्या रूपामध्ये प्रस्तुत करतात. पांडवांव्यतिरिक्त युद्धभूमीवरील उपस्थित असणाऱ्या प्रत्येकाचा भगवंतांकडून संहार होणार होता.

युद्ध करण्यास अर्जुन अनुकूल नव्हता आणि युद्ध न करणे हेच उत्तम असल्याचे त्याला वाटत होते, कारण यामुळे निराशा तरी वाटणार नव्हती. याला उत्तर म्हणून भगवंत सांगतात की, "तू जरी युद्ध केले नाहीस तरी त्यापैकी प्रत्येकाचा नाश होणार आहे, कारण ही माझी योजना

आहे.'' जर अर्जुनाने युद्ध थांबविले असते तर त्यांचा मृत्यू अन्य प्रकारे होणार होता. जरी त्याने युद्ध केले नाही तरी मृत्यूला अडविणे शक्य नव्हते. वास्तविकपणे त्यांचा मृत्यू आधीच झाला होता. काळ हा संहारक आहे आणि सर्व अभिव्यक्तींचा भगवंतांच्या इच्छेने विनाश होणार आहे. हाच प्रकृतीचा नियम आहे.

**तस्मात्त्वमुत्तिष्ठ यशो लभस्व**
**जित्वा शत्रून्भुङ्क्ष्व राज्यं समृद्धम् ।**
**मयैवैते निहताः पूर्वमेव**
**निमित्तमात्रं भव सव्यसाचिन् ॥३३॥**

**तस्मात्**—म्हणून; **त्वम्**—तू; **उत्तिष्ठ**—ऊठ; **यशः**—यश; **लभस्व**—प्राप्त कर; **जित्वा**—जिंकून; **शत्रून्**—शत्रू; **भुङ्क्ष्व**—उपभोग घे; **राज्यम्**—राज्य; **समृद्धम्**—समृद्ध; **मया**—माझ्याद्वारे; **एव**—निश्‍चितच; **एते**—हे सर्व; **निहताः**—मारलेले आहेत; **पूर्वम् एव**—पूर्वयोजनेनुसार; **निमित्त-मात्रम्**—निमित्तमात्र; **भव**—हो; **सव्य-साचिन्**—हे सव्यसाची.

**म्हणून ऊठ, युद्धास तयार हो आणि यशप्राप्ती कर. शत्रूवर विजय मिळव आणि समृद्ध राज्याचा उपभोग घे. माझ्या योजनेनुसार त्यांचा पूर्वीच मृत्यू झाला आहे आणि हे सव्यसाची! युद्धामध्ये तू केवळ निमित्तमात्र होऊ शकतोस.**

**तात्पर्य:** युद्धभूमीमध्ये जो निपुणतेने बाण सोडू शकतो त्याला *सव्यसाची* असे म्हणतात. अर्जुनाला या ठिकाणी सव्यसाची म्हणून संबोधण्यात आले आहे, कारण शत्रूंना मारण्याकरिता बाण सोडण्यामध्ये तो अत्यंत निपुण होता. 'तू केवळ निमित्तमात्र हो.' *निमित्तमात्रम्* हा शब्दही अत्यंत महत्त्वपूर्ण आहे. संपूर्ण जगताचे संचलन भगवंतांच्या योजनेनुसार होत आहे. ज्ञानाचा अभाव असणाऱ्या मूर्खांना वाटते की, प्रकृतीचे संचलन हे योजनेविनाच होत आहे आणि सारे सृष्ट पदार्थ हे आकस्मिकरीत्या उद्‌भवले आहेत. असे अनेक तथाकथित वैज्ञानिक आहेत, जे सुचवितात की, कदाचित सृष्टी ही अशी होती किंवा अशी असेल किंवा तशी होती. परंतु 'कदाचित असे असेल' आणि 'तसे असेल'चा प्रश्न उद्‌भवण्याचे कारणच नाही. या प्राकृत जगतात सर्व काही विशिष्ट योजनेनुसार घडत असते. ही योजना काय आहे ? ही प्राकृत सृष्टी म्हणजे जीवांना स्वगृही, भगवद्धामात परत जाण्याची संधीच आहे. जोपर्यंत त्यांच्यामध्ये अधिकार गाजविण्याची प्रवृत्ती आहे तोपर्यंत ते भौतिक प्रकृतीवर अधिकार गाजविण्याचा प्रयत्न करतात आणि यामुळेच ते बद्ध झालेले असतात. तथापि, जो भगवंतांची योजना जाणतो आणि कृष्णभावनेची जोपासना करतो तो बुद्धिमान व्यक्ती होय. भौतिक सृष्टीची उत्पत्ती आणि प्रलयकारी क्रिया परमेश्‍वराच्या मार्गदर्शनाखाली होतात. म्हणून कुरुक्षेत्राचे युद्ध हे परमेश्‍वराच्याच योजनेनुसार लढले गेले. अर्जुन युद्ध करण्याचे नाकारीत होता; परंतु भगवंतांच्या इच्छेनुसार त्याला युद्ध करण्यास सांगण्यात आले. तेव्हाच तो सुखी होऊ शकेल. जर मनुष्य पूर्णपणे कृष्णभावनाभावित असेल आणि त्याचे जीवन भगवंतांच्या दिव्य सेवेमध्ये असेल तर तो परिपूर्ण

पुरुष होय.

**द्रोणं च भीष्मं च जयद्रथं च**
**कर्णं तथान्यानपि योधवीरान् ।**
**मया हतांस्त्वं जहि मा व्यथिष्ठा**
**युध्यस्व जेतासि रणे सपत्नान् ॥ ३४॥**

**द्रोणम् च**—द्रोणसुद्धा; **भीष्मम् च**—भीष्मही; **जयद्रथम् च**—जयद्रथही; **कर्णम्**—कर्ण; **तथा**—तथा; **अन्यान्**—अन्य; **अपि**—खचितच; **योध-वीरान्**—महान योद्धे; **मया**—माझ्याकडून; **हतान्**—पूर्वीच मारलेले; **त्वम्**—तू; **जहि**—मार; **मा**—नको; **व्यथिष्ठाः**—व्यथित; **युध्यस्व**—केवळ युद्ध कर; **जेता असि**—तू जिंकशील; **रणे**—युद्धात; **सपत्नान्**—शत्रू.

**द्रोण, भीष्म, कर्ण आणि इतर महान योद्ध्यांना मी पूर्वीच मारलेले आहे. म्हणून तू त्यांचा वध कर आणि व्यथित होऊ नको. केवळ युद्ध कर. यामुळे युद्धामध्ये तू शत्रूवर विजय प्राप्त करशील.**

**तात्पर्य:** प्रत्येक योजना ही भगवंतांनी केलेली असते. परंतु आपल्या भक्तावर भगवंतांची इतकी विशेष कृपा असते की, जे भक्त त्यांच्या इच्छेनुसार त्यांच्या योजना कार्यान्वित करतात त्या भक्तांनाच भगवंत सारे श्रेय देतात. म्हणून जीवनाचे रहाटगाडे अशा पद्धतीने चालवावे, जेणेकरून प्रत्येकजण कृष्णभावनाभावित कर्म करू शकेल आणि आध्यात्मिक गुरूच्या माध्यमाने भगवंतांना जाणू शकेल. भगवंतांची इच्छा केवळ त्यांच्या कृपेनेच जाणता येते आणि भक्तांची योजना हीच भगवंतांची योजना असते. मनुष्याने अशा भगवंतांच्या योजनांचे अनुसरण करावे आणि जीवनाच्या संघर्षात यशस्वी व्हावे.

सञ्जय उवाच
**एतच्छ्रुत्वा वचनं केशवस्य**
**कृताञ्जलिर्वेपमानः किरीटी ।**
**नमस्कृत्वा भूय एवाह कृष्णं**
**सगद्गदं भीतभीतः प्रणम्य ॥ ३५॥**

**सञ्जयः उवाच**—संजय म्हणाला; **एतत्**—याप्रमाणे; **श्रुत्वा**—ऐकून; **वचनम्**—वचन; **केशवस्य**—श्रीकृष्णांचे; **कृत-अञ्जलिः**—हात जोडलेला; **वेपमानः**—थरथर कापणारा; **किरीटी**—अर्जुन; **नमस्कृत्वा**—नमस्कार करून; **भूयः**—पुन्हा; **एव**—सुद्धा; **आह**—म्हणाला; **कृष्णम्**—श्रीकृष्णांना; **स-गद्गदम्**—कंठ दाटून येऊन; **भीत-भीतः**—अत्यंत भयभीत झालेला; **प्रणम्य**—प्रणाम करून.

**संजय धृतराष्ट्राला म्हणाला, हे राजन्! भगवंतांकडून हे वचन ऐकून थरथर कापणाऱ्या अर्जुनाने हात जोडून पुनः पुन्हा नमस्कार केला. अत्यंत भयभीत झालेला अर्जुन सद्गदित स्वरात भगवान श्रीकृष्णांना असे म्हणाला.**

**तात्पर्य:** पूर्वी वर्णिल्याप्रमाणे, भगवंतांचे विश्वरूप पाहून अर्जुन आश्चर्याने गोंधळून गेला. त्याने पुन: पुन्हा श्रीकृष्णांना नमस्कार केला आणि सद्‌गदित स्वराने, मित्र म्हणून नव्हे तर आश्चर्यचकित भक्त या नात्याने भगवंतांची स्तुती करू लागला.

अर्जुन उवाच

**स्थाने हृषीकेश तव प्रकीर्त्या**
**जगत्प्रहृष्यत्यनुरज्यते च ।**
**रक्षांसि भीतानि दिशो द्रवन्ति**
**सर्वे नमस्यन्ति च सिद्धसङ्घाः ॥ ३६ ॥**

**अर्जुनः उवाच**—अर्जुन म्हणाला; **स्थाने**—योग्यच; **हृषीक-ईश**—इंद्रियांचे स्वामी, हृषीकेश; **तव**—तुमचे; **प्रकीर्त्या**—कीर्तीने; **जगत्**—संपूर्ण जगत; **प्रहृष्यति**—आनंदित झाले आहे; **अनुरज्यते**—अनुरक्त होत आहे; **च**—आणि; **रक्षांसि**—राक्षस; **भीतानि**—भीतीने; **दिशः**—दिशांकडे; **द्रवन्ति**—पलायन करीत आहेत; **सर्वे**—सर्व; **नमस्यन्ति**—नमस्कार करीत आहेत; **च**—सुद्धा; **सिद्ध-सङ्घाः**—सिद्धपुरुष.

**अर्जुन म्हणाला, हे हृषीकेश! तुमच्या नामश्रवणाने संपूर्ण जगत हर्षोल्हासित होते आणि सर्व लोक तुमच्यावर अनुरक्त होतात. सिद्ध पुरुष जरी तुम्हाला नमस्कार करीत असले तरी राक्षस भयभीत होऊन इतस्ततः पळत आहेत. हे सर्व योग्यच घडत आहे.**

**तात्पर्य:** कुरुक्षेत्रावरील युद्धाचा काय परिणाम होणार आहे हे श्रीकृष्णांकडून ऐकल्यावर अर्जुन हर्षोल्हासित झाला. भगवंतांचा महान भक्त आणि मित्र या नात्याने तो म्हणाला की, श्रीकृष्णांनी केलेले सर्व काही योग्यच आहे. श्रीकृष्ण हे भक्तांचे पालनकर्ता आणि अनिष्टांचा नाश करणारे आहेत. या गोष्टीला त्याने दुजोरा दिला. त्यांच्या कृती सर्वांसाठीच हितकारक असतात. या ठिकाणी अर्जुनाला समजले की, जेव्हा कुरुक्षेत्रावरील युद्ध सुरू होते तेव्हा आकाशामध्ये अनेक देवदेवता, सिद्धगण आणि उच्चतर लोकांतील बुद्धिमान लोक उपस्थित होते आणि युद्धभूमीवर श्रीकृष्ण उपस्थित असल्यामुळे ते सुद्धा युद्धाचे निरीक्षण करीत होते. अर्जुनाने जेव्हा विश्वरूप पाहिले तेव्हा सर्व देवता आनंदित झाल्या; परंतु इतर राक्षस आणि नास्तिक इत्यादी भगवंतांची स्तुती ऐकू शकले नाहीत. भगवंतांच्या प्रलयंकारी रूपामुळे साहजिकच भयभीत होऊन ते इकडेतिकडे पळू लागले. श्रीकृष्णांनी, भक्त आणि राक्षसांना दिलेल्या वागणुकीची अर्जुनाने स्तुती केली आहे. भगवंतांची कार्ये कल्याणकारी असतात हे जाणून भक्त त्यांची स्तुती करतो.

**कस्माच्च ते न नमेरन्महात्मन्**
**गरीयसे ब्रह्मणोऽप्यादिकर्त्रे ।**
**अनन्त देवेश जगन्निवास**
**त्वमक्षरं सदसत्तत्परं यत् ॥ ३७॥**

**कस्मात्**—का बरे; **च**—सुद्धा; **ते**—तुम्हाला; **न**—नाही; **नमेरन्**—त्यांनी नमस्कार केला पाहिजे; **महा-आत्मन्**—हे महात्मन्; **गरीयसे**—श्रेष्ठ; **ब्रह्मणः**—ब्रह्मदेवांपेक्षाही; **अपि**—जरी; **आदि-कर्त्रे**—आदिसृष्टिकर्ता; **अनन्त**—हे अनंत; **देव-ईश**—हे देवाधिदेव; **जगत्-निवास**—हे जगताचे आश्रय; **त्वम्**—तुम्ही आहात; **अक्षरम्**—अक्षर किंवा अविनाशी; **सत्-असत्**—कारण आणि कार्य; **तत् परम्**—परम; **यत्**—कारण.

**हे महात्मन्! ब्रह्मदेवांपेक्षाही श्रेष्ठ असे आदिसृष्टिकर्ते तुम्ही आहात. तर मग त्यांनी तुम्हाला का बरे आदरपूर्वक नमस्कार करू नये? हे अनंता, हे देवाधिदेव, हे जगन्निवास! या भौतिक सृष्टीच्या पलीकडे असणारे तुम्ही परम अविनाशी, सर्व कारणांचे कारण आहात.**

**तात्पर्यः** श्रीकृष्णांना प्रणाम करून अर्जुन दर्शवितो की, श्रीकृष्ण हे सर्वांसाठीच आराध्य आहेत. ते सर्वव्यापी आणि प्रत्येक आत्म्याचेही आत्मा आहेत. या श्लोकात अर्जुन श्रीकृष्णांना महात्मा असे संबोधित आहे, याचा अर्थ असा आहे की, ते सर्वाधिक उदार आणि अनंत आहेत, *अनंत* शब्द दर्शवितो की, भगवंतांनी आपल्या प्रभावाने आणि शक्तीने न व्यापलेली अशी कोणतीही गोष्ट अस्तित्वात नाही आणि *देवेश* म्हणजे ते सर्व देवदेवतांचे नियंत्रण करतात आणि त्या सर्वांहून ते श्रेष्ठ आहेत. संपूर्ण सृष्टीचे ते आश्रयस्थान आहेत. अर्जुनाला हेही वाटले की, सर्व सिद्धपुरुषांनी आणि शक्तिशाली देवतांनी श्रीकृष्णांना प्रणाम करणे योग्यच आहे. कारण त्यांच्यापेक्षा श्रेष्ठ असा कोणीही नाही. या श्लोकात अर्जुन विशेषरूपाने उल्लेख करतो की, श्रीकृष्ण हे ब्रह्मदेवापेक्षाही श्रेष्ठ आहेत. कारण ब्रह्मालाही त्यांनीच जन्म दिला. श्रीकृष्णांचे विस्तारित रूप असणाऱ्या गर्भोदकशायी विष्णूंच्या नाभीकमलातून ब्रह्मदेवांचा जन्म झाला, म्हणून ब्रह्मदेव आणि ब्रह्मदेवांपासून उत्पन्न झालेल्या शंकरांनी, इतर देवदेवतांनी श्रीकृष्णांना सादर प्रणाम केलाच पाहिजे. श्रीमद्भागवतात सांगितले आहे की, ब्रह्मदेव, शंकरांसहित इतर सर्व देवदेवता भगवान श्रीकृष्णांचा आदर करतात. *अक्षरम्* हा शब्द महत्त्वपूर्ण आहे, कारण हे प्राकृत जगत विनाशाधीन आहे; परंतु भगवंत या प्राकृत जगताच्या पलीकडे आहेत. सर्व कारणांचे कारण भगवंत या भौतिक प्रकृतीतील तसेच संपूर्ण प्राकृतिक सृष्टीतील बद्ध जीवांपेक्षाही श्रेष्ठ आहेत. म्हणून ते सर्वश्रेष्ठ परमेश्वर आहेत.

**त्वमादिदेवः पुरुषः पुराण-**
**स्त्वमस्य विश्वस्य परं निधानम्।**
**वेत्तासि वेद्यं च परं च धाम**
**त्वया ततं विश्वमनन्तरूप ॥ ३८॥**

**त्वम्**—तुम्ही; **आदि-देवः**—आदिदेव, परमेश्वर; **पुरुषः**—पुरुष; **पुराणः**—पुरातन; **त्वम्**—तुम्ही; **अस्य**—या; **विश्वस्य**—विश्व; **परम्**—परम; **निधानम्**—आश्रय; **वेत्ता**—ज्ञाता; **असि**—आहात; **वेद्यम्**—ज्ञेय; **च**—आणि; **परम्**—परम, दिव्य; **च**—आणि; **धाम**—धाम; **त्वया**—तुमच्याकडून;

**ततम्**—व्याप्त; **विश्वम्**—विश्व; **अनन्त-रूप**—हे अनंतरूप.

**तुम्ही आदिपुरुष भगवान, पुरातन, या व्यक्त प्राकृतिक जगताचे एकमात्र आश्रयस्थान आहात. तुम्ही सर्वज्ञ आहात आणि जे जे ज्ञेय आहे ते सर्व तुम्हीच आहात. तुम्ही त्रिगुणातीत असे परम आश्रयस्थान आहात. हे अनंतरूपा तुम्हीच ही संपूर्ण भौतिक सृष्टी व्यापली आहे.**

**तात्पर्य:** सर्व काही भगवंतांवरच आश्रित आहे म्हणून ते परम आश्रय आहेत. *निधानम्* म्हणजे निर्विशेष ब्रह्मज्योतीसहित सर्व काही भगवान श्रीकृष्णांवरच आश्रित आहे. या जगतामध्ये घडत असणाऱ्या घटनांचे ते ज्ञाता आहेत आणि जर ज्ञानाला अंत असेल तर तेच सर्व ज्ञानांचा अंत आहेत आणि म्हणून तेच ज्ञेय आणि ज्ञाताही आहेत. ज्ञानाचे ध्येयही तेच आहेत, कारण ते सर्वव्यापी आहेत. वैकुंठ जगताचेही कारण तेच असल्यामुळे ते दिव्य आहेत. दिव्य जगतातील परमपुरुषही तेच आहेत.

**वायुर्यमोऽग्निर्वरुणः शशाङ्कः**
**प्रजापतिस्त्वं प्रपितामहश्च ।**
**नमो नमस्तेऽस्तु सहस्रकृत्वः**
**पुनश्च भूयोऽपि नमो नमस्ते ॥ ३९ ॥**

**वायुः**—वायू; **यमः**—नियंता; **अग्निः**—अग्नी; **वरुणः**—जल; **शश-अङ्कः**—चंद्र; **प्रजापतिः**—ब्रह्मदेव; **त्वम्**—तुम्ही; **प्रपितामहः**—प्रपितामह; **च**—सुद्धा; **नमः**—माझा नमस्कार; **नमः**—पुनः पुन्हा नमस्कार; **ते**—तुम्हाला; **अस्तु**—असोत; **सहस्र-कृत्वः**—सहस्र वेळा; **पुनः च**—पुन्हा; **भूयः**—पुन्हा; **अपि**—सुद्धा; **नमः**—नमस्कार; **नमः ते**—माझा तुम्हाला नमस्कार.

**तुम्ही वायू आहात, परमनियंता, अग्नी, जल आणि चंद्रदेखील तुम्हीच आहात; तुम्ही आदिजीव ब्रह्मदेव तसेच प्रपितामहही तुम्हीच आहात. म्हणून माझा तुम्हाला सहस्रशः नमस्कार असो आणि पुनः पुन्हा मी तुम्हाला नमस्कार करतो.**

**तात्पर्य:** या श्लोकामध्ये भगवंतांना वायू म्हणून संबोधण्यात आले आहे, कारण वायू हा सर्वव्यापी असल्यामुळे सर्व देवतांमध्ये प्रमुख आहे. तसेच अर्जुन, श्रीकृष्णांना *प्रपितामह* असे संबोधतो, कारण श्रीकृष्ण हे सृष्टीमध्ये प्रथम जन्मलेल्या ब्रह्मदेवाचेही पिता आहेत.

**नमः पुरस्तादथ पृष्ठतस्ते**
**नमोऽस्तु ते सर्वत एव सर्व ।**
**अनन्तवीर्यामितविक्रमस्त्वं**
**सर्वं समाप्नोषि ततोऽसि सर्वः ॥ ४० ॥**

**नमः**—नमस्कार; **पुरस्तात्**—पुढून; **अथ**—सुद्धा; **पृष्ठतः**—पाठीमागून; **ते**—तुम्हाला; **नमः अस्तु**—मी नमस्कार करतो; **ते**—तुम्हाला; **सर्वतः**—सर्व बाजूंनी; **एव**—खचितच; **सर्व**—कारण तुम्हीच सर्व

काही आहात; **अनन्त-वीर्य**—अनंतवीर्य किंवा अपार शक्ती; **अमित-विक्रमः**—असीम बळ; **त्वम्**—तुम्ही; **सर्वम्**—सर्व; **समाप्नोषि**—तुम्ही आवृत्त करता; **ततः**—म्हणून; **असि**—तुम्ही आहात; **सर्वः**—सर्व.

**तुम्हाला पुढून, पाठीमागून आणि सर्व बाजूंनी नमस्कार असो. हे अनंतवीर्य तुम्ही अपार शक्तीचे स्वामी आहात, तुम्ही सर्वव्यापी आहात आणि म्हणून सर्व काही तुम्हीच आहात.**

**तात्पर्यः** श्रीकृष्णांवरील प्रेमामुळे त्यांचा मित्र अर्जुन त्यांना सर्व बाजूंनी प्रणाम करीत आहे. अर्जुन असे मानतो की, श्रीकृष्ण हे सर्व शक्तीचे आणि बलांचे स्वामी आहेत आणि युद्धभूमीवर जमलेल्या सर्व मोठमोठ्या योद्ध्यांपेक्षाही श्रेष्ठ आहेत. विष्णुपुराणामध्ये (१.९.६९) म्हटले आहे की,

*योऽयं तवागतो देव समीपं देवतागणः ।*
*स त्वमेव जगत्स्रष्टा यतः सर्वगतो भवान् ॥*

हे भगवन्! तुमच्या समक्ष जो कोणी येतो, मग ते देवदेवता का असेना, त्याला तुम्हीच निर्माण केले आहे.

**सखेति मत्वा प्रसभं यदुक्तं**
**हे कृष्ण हे यादव हे सखेति ।**
**अजानता महिमानं तवेदं**
**मया प्रमादात्प्रणयेन वापि ॥ ४१ ॥**
**यच्चावहासार्थमसत्कृतोऽसि**
**विहारशय्यासनभोजनेषु ।**
**एकोऽथ वाप्यच्युत तत्समक्षं**
**तत्क्षामये त्वामहमप्रमेयम् ॥४२॥**

**सखा**—मित्र; **इति**—याप्रमाणे; **मत्वा**—मानून; **प्रसभम्**—अनादराने; **यत्**—जे काही; **उक्तम्**—बोललो; **हे कृष्ण**—हे कृष्ण; **हे यादव**—हे यादव; **हे सखे**—हे मित्र; **इति**—याप्रमाणे; **अजानता**—अजाणपणाने; **महिमानम्**—महिमा; **तव**—तुमचा; **इदम्**—हा; **मया**—माझ्याद्वारे; **प्रमादात्**—चुकीने किंवा मूर्खतेमुळे; **प्रणयेन**—प्रेमाने; **वा अपि**—अथवा; **यत्**—जे; **च**—सुद्धा; **अवहास-अर्थम्**—विनोदाने; **असत्-कृतः**—अपमान केला; **असि**—असेल; **विहार**—विहार करते वेळी; **शय्या**—शयन करताना; **आसन**—बसताना; **भोजनेषु**—एकत्र भोजन करताना; **एकः**—एक; **अथ वा**—किंवा; **अपि**—सुद्धा; **अच्युत**—हे अच्युत; **तत्-समक्षम्**—सहकाऱ्यांमध्ये किंवा सर्वांसमक्ष; **तत्**—ते सर्व; **क्षामये**—क्षमा मागतो; **त्वाम्**—तुमच्याकडून; **अहम्**—मी; **अप्रमेयम्**—अपरिमित.

**मी तुम्हाला तुमचा महिमा न जाणता माझा मित्र मानून, हे कृष्ण, हे यादव! हे मित्र**

**असे अनादराने संबोधिले आहे. प्रेमाने किंवा प्रमादाने मी जे काही केले असेन त्याबद्दल कृपया मला क्षमा करा. विश्रांतीच्या वेळी, चेष्टा करताना, एकाच शय्येवर शयन करताना किंवा एकत्र भोजन करताना अथवा बसताना आणि कधी कधी एकांतवासात तर कधी अनेक मित्रांसमक्ष मी तुमचा अपमान केला आहे. हे अच्युत! माझ्या त्या सर्व अपराधांची क्षमा करा.**

**तात्पर्य:** अर्जुनासमोर श्रीकृष्णांनी आपले विश्वरूप जरी प्रकट केले तरी अर्जुनाला श्रीकृष्णांशी असणाऱ्या आपल्या मित्र-संबंधांचे स्मरण आहे. यास्तव तो क्षमायाचना करीत आहे आणि मित्रसंबंधापासून घडणाऱ्या अनौपचारिक कृतींबद्दल आपल्याला क्षमा करण्याची विनंती करीत आहे. श्रीकृष्णांनी आपला जिवलग सखा म्हणून अर्जुनाला जरी आपले विश्वरूप दाखविले असले तरी, श्रीकृष्ण असे विराट रूप धारण करू शकतील हे आपल्याला पूर्वी माहीत नसल्याचे अर्जुन मान्य करीत आहे. अर्जुनाला माहीत नव्हते की, आपण श्रीकृष्णांचे ऐश्वर्य न जाणता किती वेळा त्यांना 'हे मित्रा', 'हे कृष्ण ', 'हे यादव' असे संबोधून त्यांचा अपमान केला आहे. परंतु श्रीकृष्ण इतके दयाळू आणि कृपाळू आहेत की, आपले अपार ऐश्वर्य असतानाही ते अर्जुनाशी मित्रत्वाने वागले. भगवंत आणि भक्तांमध्ये असे दिव्य प्रेमाचे आदानप्रदान होते. श्रीकृष्ण आणि जीव यांमधील संबंध हा शाश्वत असतो आणि अर्जुनाच्या उदाहरणावरून पाहिल्याप्रमाणे या संबंधांचे विस्मरण होऊ शकत नाही. अर्जुनाने जरी विश्वरूपाचे ऐश्वर्य पाहिले तरी तो श्रीकृष्णांशी असलेला सखाभाव विसरू शकत नव्हता.

**पितासि लोकस्य चराचरस्य**
**त्वमस्य पूज्यश्च गुरुर्गरीयान् ।**
**न त्वत्समोऽस्त्यभ्यधिकः कुतोऽन्यो**
**लोकत्रयेऽप्यप्रतिमप्रभाव ॥४३॥**

**पिता**—पिता; **असि**—तुम्ही आहात; **लोकस्य**—संपूर्ण जगताचा; **चर**—चर किंवा सचल; **अचरस्य**—आणि अचर किंवा अचल; **त्वम्**—तुम्ही आहात; **अस्य**—या; **पूज्यः**—पूज्य; **च**—सुद्धा; **गुरुः**—गुरू; **गरीयान्**—यशस्वी, स्तुत्य; **न**—कधीच नाही; **त्वत्-समः**—तुमच्यासमान; **अस्ति**—आहे; **अभ्यधिकः**—श्रेष्ठ; **कुतः**—कसे शक्य आहे; **अन्यः**—अन्य; **लोक-त्रये**—त्रैलोक्यात; **अपि**—सुद्धा; **अप्रतिम-प्रभाव**—हे अपरिमित शक्ती.

**तुम्ही या संपूर्ण चराचर सृष्टीचे पिता आहात. तिचे परमपूज्य आध्यात्मिक गुरू तुम्ही आहात. तुमच्या बरोबरीचा कोणीही नाही तसेच तुमच्याशी कोणी एकरूपही होऊ शकत नाही. तर मग हे अतुलनीय शक्तिशाली भगवंता! त्रैलोक्यामध्ये तुमच्यापेक्षा अधिक श्रेष्ठ कोण असू शकेल?**

**तात्पर्य:** ज्याप्रमाणे पुत्रासाठी पिता पूजनीय असतो त्याप्रमाणे भगवान श्रीकृष्णही पूजनीय आहेत. श्रीकृष्ण हे आध्यात्मिक गुरू आहेत, कारण त्यांनीच प्रथम ब्रह्मदेवाला वेद सांगितले

आणि आताही तेच अर्जुनाला भगवद्गीता सांगत आहेत. म्हणून ते आद्य गुरू आहेत आणि वर्तमानकाळातील कोणत्याही प्रमाणित आध्यात्मिक गुरूने श्रीकृष्णांपासून चालत येणाऱ्या गुरुशिष्य परंपरेमध्ये असणे आवश्यक आहे. श्रीकृष्णांचा प्रतिनिधी असल्यावाचून कोणीही दिव्य ज्ञानाचा आचार्य किंवा आध्यात्मिक गुरू होऊ शकत नाही.

भगवंतांना सर्व प्रकारे नमस्कार केला जातो. त्यांचा महिमा अगाध आहे. भगवान श्रीकृष्णांपेक्षा कोणीही श्रेष्ठ असू शकत नाही, कारण आध्यात्मिक प्रकृतीत अथवा भौतिक प्रकृतीत असो, त्यांच्या बरोबरीचा किंवा त्यांच्यापेक्षा श्रेष्ठ कोणीच होऊ शकत नाही. श्वेताश्वतरोपनिषदात (६.८) हेच सांगितले आहे.

*न तस्य कार्यं करणं च विद्यते*
*न तत्समश्चाभ्यधिकश्च दृश्यते ।*

साधारण मनुष्याप्रमाणेच भगवान श्रीकृष्णांना शरीर आणि इंद्रिये आहेत; परंतु भगवंतांच्या बाबतीत त्यांची इंद्रिये, शरीर, मन आणि ते स्वतः यांत कोणताही भेद नाही. जे मूर्ख लोक त्यांना पूर्णपणे जाणत नाहीत, ते म्हणतात की, श्रीकृष्ण हे त्यांचा आत्मा, मन, अंतःकरण आणि इतर सर्वांपेक्षा भिन्न आहेत. श्रीकृष्ण हे परिपूर्ण आहेत म्हणून त्यांच्या लीला आणि शक्ती परमश्रेष्ठ आहेत. असेही सांगण्यात आले आहे की, श्रीकृष्णांची इंद्रिये जरी आपल्याप्रमाणेच नसली तरी ते सर्व इंद्रियजन्य कर्म करू शकतात. म्हणून त्यांची इंद्रिये अपूर्ण नाहीत आणि मर्यादितही नाहीत. त्यांच्यापेक्षा श्रेष्ठ कोणीही नाही किंवा त्यांच्याबरोबरीचा कोणीही नाही आणि सर्वजण त्यांच्या तुलनेत कनिष्ठ आहेत.

भगवंतांचे ज्ञान, बल आणि कर्म, सर्व काही दिव्य आहे. भगवद्गीतेत (४.९) सांगितल्याप्रमाणे –

*जन्म कर्म च मे दिव्यमेवं यो वेत्ति तत्त्वतः ।*
*त्यक्त्वा देहं पुनर्जन्म नैति मामेति सोऽर्जुन ॥*

श्रीकृष्णांचा देह, कर्म आणि पूर्णत्व जो जाणतो तो आपल्या देहाचा त्याग केल्यानंतर श्रीकृष्णांना प्राप्त होतो आणि मग पुन्हा या दुःखमय संसारात परत येत नाही. म्हणून मनुष्याने जाणले पाहिजे की, श्रीकृष्णांचे कर्म हे इतरांपेक्षा निराळे आहे. यासाठी सर्वोत्तम उपाय म्हणजे श्रीकृष्णांच्या आदेशांचे पालन करणे, जेणेकरून मनुष्यास पूर्णत्व प्राप्त होईल. असेही सांगण्यात आले आहे की, श्रीकृष्णांचा कुणीही स्वामी नाही, प्रत्येकजण त्यांचा सेवकच आहे. चैतन्य चरितामृतातही या गोष्टीला दुजोरा देण्यात आला आहे, (आदि ५.१४२) *एकले ईश्वर कृष्ण, आर सब भृत्य*—केवळ श्रीकृष्ण एकच ईश्वर आहेत आणि इतर सर्वजण त्यांचे सेवक आहेत. सर्वजण त्यांच्या आज्ञांचे पालन करीत आहेत आणि त्यांच्या आज्ञांचे कोणीही उल्लंघन करू शकत नाही. त्यांच्या अध्यक्षतेखाली सर्वजण त्यांच्या मार्गदर्शनानुसार कार्य करीत आहेत. ब्रह्मसंहितेत सांगितल्याप्रमाणे तेच सर्व कारणांचे कारण आहेत.

**तस्मात्प्रणम्य प्रणिधाय कायं**
**प्रसादये त्वामहमीशमीड्यम् ।**

**पितेव पुत्रस्य सखेव सख्युः**
**प्रियः प्रियायार्हसि देव सोढुम् ॥ ४४॥**

**तस्मात्**—म्हणून; **प्रणम्य**—प्रणाम करून; **प्रणिधाय**—प्रणिपात; **कायम्**—देह; **प्रसादये**—कृपायाचना करण्यासाठी; **त्वाम्**—तुम्हाला; **अहम्**—मी; **ईशम्**—भगवंतांना; **ईड्यम्**—पूजनीय; **पिता इव**—पिता किंवा पित्याप्रमाणे पूज्य; **पुत्रस्य**—पुत्राशी; **सखा इव**—सख्याप्रमाणे किंवा मित्राप्रमाणे; **सख्युः**—मित्राशी; **प्रियः**—प्रियकर; **प्रियायाः**—प्रिय व्यक्तींशी; **अर्हसि**—तुम्ही असले पाहिजे; **देव**—हे भगवन्; **सोढुम्**—सहनशील.

**प्रत्येक जीवाचे आराध्य परमेश्वर तुम्हीच आहात. मी साष्टांग प्रणिपात करून तुमच्याकडे कृपायाचना करीत आहे. ज्याप्रमाणे पिता आपल्या पुत्राचा उर्मटपणा सहन करतो किंवा एक मित्र दुसऱ्या मित्राचा उद्धटपणा सहन करतो किंवा पत्नी आपल्या पतीचा उद्दामपणा सहन करते त्याप्रमाणे कृपया मी केलेल्या अपराधांची मला क्षमा करा.**

**तात्पर्यः** कृष्णभक्त आणि श्रीकृष्ण यांचे संबंध विविध प्रकारचे असतात. कोणी श्रीकृष्णांना पुत्र तर कोणी पती अथवा मित्र अथवा स्वामी मानतो. श्रीकृष्ण आणि अर्जुन यांच्यामध्ये सख्यभाव किंवा मित्रत्वाचा संबंध आहे. ज्याप्रमाणे पिता पुत्राचे, पती पत्नीचे किंवा स्वामी सेवकांचे अपराध सहन करतात त्याचप्रमाणे श्रीकृष्णही भक्तांचे अपराध सहन करतात.

**अदृष्टपूर्वं हृषितोऽस्मि दृष्ट्वा**
**भयेन च प्रव्यथितं मनो मे ।**
**तदेव मे दर्शय देव रूपं**
**प्रसीद देवेश जगन्निवास ॥ ४५॥**

**अदृष्ट-पूर्वम्**—पूर्वी कधीही न पाहिलेले; **हृषितः**—हर्षित; **अस्मि**—मी आहे; **दृष्ट्वा**—पाहून; **भयेन**—भयाने; **च**—सुद्धा; **प्रव्यथितम्**—व्याकूळ झाले आहे; **मनः**—मन; **मे**—माझे; **तत्**—ते; **एव**—निश्चितच; **मे**—मला; **दर्शय**—दाखवा; **देव**—हे प्रभू; **रूपम्**—रूप; **प्रसीद**—प्रसन्न; **देव-ईश**—हे देवाधिदेव; **जगत्-निवास**—हे जगन्निवास.

**पूर्वी मी कधीही न पाहिलेले विश्वरूप पाहिल्यानंतर आनंदित झालो आहे; परंतु त्याचबरोबर भयाने माझे मन व्याकूळ झाले आहे. म्हणून हे देवाधिदेव, हे जगन्निवास! कृपया माझ्यावर प्रसन्न व्हा आणि तुमचे पुरुषोत्तम भगवान रूप प्रकट करा.**

**तात्पर्यः** अर्जुन हा श्रीकृष्णांचा अत्यंत निकटवर्ती सखा आहे. म्हणून ज्याप्रमाणे एखादा मित्र आपल्या मित्राच्या ऐश्वर्याने आनंदित होतो त्याचप्रमाणे आपला मित्र कृष्ण हा स्वयं पुरुषोत्तम भगवान आहे आणि तो असे अद्‌भुत विश्वरूपही दाखवू शकतो हे पाहून अर्जुन अत्यानंदित झाला आहे; पण त्याचबरोबर हे विराट रूप पाहून झाल्यावर आपल्या निर्भेळ मित्रप्रेमामुळे

श्रीकृष्णांप्रति केलेल्या अपराधांबद्दल त्याला भय वाटत आहे. म्हणून जरी त्याला भयभीत होण्याचे कारण नसले तरी तो भयामुळे अतिशय व्यथित झाला आहे. यास्तव अर्जुन, श्रीकृष्णांना चतुर्भुज नारायणरूप धारण करण्याची विनंती करीत आहे कारण, श्रीकृष्ण कोणतेही रूप धारण करू शकतात. ज्याप्रमाणे हे प्राकृत जगत तात्पुरते आहे त्याचप्रमाणे हे विश्वरूपही भौतिक आणि तात्पुरते आहे. परंतु वैकुंठलोकामध्ये भगवंत दिव्य, चतुर्भुज नारायण रूपात वास करतात. आध्यात्मिक जगतामध्ये असंख्य वैकुंठलोक आहेत आणि प्रत्येक लोकामध्ये श्रीकृष्ण आपल्या विस्तारित रूपाद्वारे निरनिराळी नावे धारण करून वास करतात. या प्रकारे अर्जुनाने वैकुंठलोकातील नारायण रूप पाहण्याची इच्छा प्रकट केली. अर्थात, प्रत्येक वैकुंठलोकामध्ये नारायण चतुर्भुज रूप धारण केलेले असतात, परंतु त्यांनी हातामध्ये निरनिराळ्या प्रकारे शंख, चक्र, गदा आणि पद्म धारण केलेले असते. ज्या ज्या प्रकारे नारायणही शंख, चक्र, गदा आणि पद्म धारण करतात त्यानुसार भगवान नारायणांना विविध प्रकारची नावे देण्यात येतात. ही सर्व श्रीकृष्णांचीच रूपे आहेत म्हणून अर्जुन श्रीकृष्णांचे चतुर्भुजरूप पाहण्याची इच्छा व्यक्त करतो.

**किरीटिनं गदिनं चक्रहस्त-**
**मिच्छामि त्वां द्रष्टुमहं तथैव ।**
**तेनैव रूपेण चतुर्भुजेन**
**सहस्रबाहो भव विश्वमूर्ते ॥ ४६ ॥**

**किरीटिनम्**—किरीटधारी; **गदिनम्**—गदाधारी; **चक्र-हस्तम्**—चक्रधारी; **इच्छामि**—मी इच्छा करतो; **त्वाम्**—तुम्हाला; **द्रष्टुम्**—पाहण्याची; **अहम्**—मी; **तथा एव**—त्या स्थितीमध्ये; **तेन एव**—त्यामध्ये; **रूपेण**—रूप; **चतुः-भुजेन**—चतुर्भुज; **सहस्र-बाहो**—हे सहस्रबाहो; **भव**—हो; **विश्व-मूर्ते**—हे विश्वमूर्ती, हे विराट रूप.

**हे विश्वमूर्ते, हे सहस्रबाहो भगवान! मस्तकावर मुकुट धारण केलेले आणि शंख, चक्र, गदा, पद्मधारी तुमचे चतुर्भुज रूप मी पाहू इच्छितो. तुम्हाला त्या रूपामध्ये पाहण्यासाठी मी आतुर झालो आहे.**

**तात्पर्य:** ब्रह्मसंहितेत (५.३९) म्हटले आहे की, *रामादिमूर्तिषु कलानियमेन तिष्ठन्*—भगवंतांची शेकडो-हजारो शाश्वत रूपे आहेत आणि राम, नृसिंह, नारायण इत्यादी रूपे प्रमुख आहेत. भगवंतांची रूपे ही असंख्य आहेत. परंतु अर्जुनाला माहीत होते की, श्रीकृष्ण हे पुरुषोत्तम भगवान आहेत आणि त्यांनीच अनित्य विराट रूप धारण केले आहे. तो भगवंतांना दिव्य नारायण रूप प्रकट करण्याची विनंती करीत आहे. श्रीकृष्ण हे स्वयं आदिपुरुष भगवान आहेत आणि इतर सर्व अवतारांचा त्यांच्यापासूनच उद्‌गम होतो या श्रीमद्‌भागवताच्या विधानाला या श्लोकामध्ये स्पष्ट दुजोरा देण्यात आला आहे. ते आपल्या विस्तारित रूपांपासून भिन्न नाहीत आणि असंख्य रूपांतील कोणत्याही रूपांमध्ये ते परमेश्वरच असतात. या सर्व रूपांमध्ये ते एखाद्या युवकाप्रमाणेच नवयुवक असतात (चिरतरुण), कारण तेच भगवंतांचे शाश्वत रूप आहे. जो श्रीकृष्णांना जाणतो तो भौतिक प्रकृतीच्या संसर्गातून तात्काळ मुक्त होतो.

श्रीभगवानुवाच

**मया प्रसन्नेन तवार्जुनेदं**
**रूपं परं दर्शितमात्मयोगात्।**
**तेजोमयं विश्वमनन्तमाद्यं**
**यन्मे त्वदन्येन न दृष्टपूर्वम् ॥ ४७॥**

**श्री-भगवान् उवाच**—श्रीभगवान म्हणाले; **मया**—मी; **प्रसन्नेन**—प्रसन्न होऊन; **तव**—तुला; **अर्जुन**—हे अर्जुन; **इदम्**—हे; **रूपम्**—रूप; **परम्**—परम; **दर्शितम्**—दाखविले; **आत्म-योगात्**—माझ्या अंतरंगा शक्तीद्वारे; **तेजः-मयम्**—तेजोमय; **विश्वम्**—संपूर्ण विश्वाला; **अनन्तम्**—अनंत; **आद्यम्**—आद्य; **यत्**—जे; **मे**—माझे; **त्वत् अन्येन**—तुझ्या व्यतिरिक्त; **न दृष्ट-पूर्वम्**—पूर्वी कोणीच पाहिलेले नाही.

**श्रीभगवान म्हणाले, हे अर्जुन! मी तुझ्यावर प्रसन्न होऊन माझ्या अंतरंगा शक्तीद्वारे या प्राकृत जगतातच हे परमश्रेष्ठ विश्वरूप तुला दाखविले. तुझ्यावाचून पूर्वी कोणीच हे अनंत तेजोमय आणि आद्य रूप पाहिलेले नाही.**

**तात्पर्य:** अर्जुनाला भगवंतांचे विश्वरूप पाहण्याची इच्छा होती म्हणून आपल्या भक्तावर, कृपा असल्यामुळे भगवंतांनी आपले ऐश्वर्यमय आणि तेजोमय रूप अर्जुनाला दाखविले. हे रूप सूर्याप्रमाणे तळपत होते आणि याची अनेक रूपे वेगाने बदलत होती. केवळ आपल्या मित्राची, अर्जुनाची इच्छापूर्ती करण्यासाठी भगवंतांनी हे रूप प्रकट केले. मानवीय कल्पनेच्या अतीत असणारे हे रूप श्रीकृष्णांनी आपल्या आत्म-योगाने (अंतरंगा शक्तीने) प्रकट केले. अर्जुनाव्यतिरिक्त पूर्वी कोणीच हे विराट रूप पाहिले नव्हते, परंतु अर्जुनाला विश्वरूप दाखविल्यामुळे, स्वर्गलोकातील आणि अंतरिक्षामध्ये असणाऱ्या इतर लोकांतील भक्तगणांनाही हे रूप पाहता आले. त्यांनीही हे रूप पूर्वी पाहिले नव्हते; परंतु अर्जुनामुळे त्यांना सुद्धा हे रूप पाहता आले. दुसऱ्या शब्दांत सांगावयाचे तर, कृष्णकृपेमुळे अर्जुनाला जे विश्वरूप पाहण्यास मिळाले ते भगवत्परंपरेतील सर्व भक्तांना पाहण्यास मिळाले. काहीजणांनी म्हटले आहे की, श्रीकृष्ण जेव्हा दुर्योधनाकडे शांततेच्या वाटाघाटी करण्यासाठी गेले होते तेव्हा हे रूप दुर्योधनाला सुद्धा दाखविण्यात आले. दुर्दैवाने दुर्योधनाने शांततेचा प्रस्ताव स्वीकारला नाही, परंतु त्या वेळी श्रीकृष्णांनी आपल्या विश्वरूपातील काही रूपे प्रकट केली. परंतु अर्जुनाला दाखविलेल्या विश्वरूपाहून ती रूपे निराळी होती, कारण या ठिकाणी स्पष्टपणे म्हटले आहे की, यापूर्वी कोणीच हे रूप पाहिले नव्हते.

**न वेदयज्ञाध्ययनैर्न दानै-**
**र्न च क्रियाभिर्न तपोभिरुग्रैः ।**
**एवंरूपः शक्य अहं नृलोके**
**द्रष्टुं त्वदन्येन कुरुप्रवीर ॥ ४८॥**

**न**—कधीच नाही; **वेद-यज्ञ**—यज्ञाने; **अध्ययनैः**—किंवा वेदाध्ययनाने; **न**—कधीच नाही; **दानैः**—दानाने; **न**—कधीच नाही; **च**—सुद्धा; **क्रियाभिः**—पुण्यकर्मांद्वारे; **न**—कधीही नाही; **तपोभिः**—तपश्चर्येने; **उग्रैः**—उग्र किंवा कठोर; **एवम्-रूपः**—या रूपामध्ये; **शक्यः**—शक्य; **अहम्**—मी; **नृ-लोके**—या भौतिक जगतामध्ये; **द्रष्टुम्**—पाहणे; **त्वत्**—तुझ्यावाचून; **अन्येन**—दुसऱ्या कोणी; **कुरु-प्रवीर**—हे कुरुप्रवीर, कुरू योद्धयांमध्ये श्रेष्ठ.

**हे कुरुप्रवीर! तुझ्यापूर्वी माझे हे विश्वरूप कोणीही पाहिले नव्हते, कारण वेदाध्ययनाने, यज्ञाने, दानाने, पुण्यकर्म करण्याने किंवा उग्र तप करण्याने मला विराट रूपात या भौतिक जगतामध्ये पाहणे शक्य नाही.**

**तात्पर्यः** या संदर्भात, दिव्य दृष्टी म्हणजे काय? हे स्पष्टपणे जाणून घेतले पाहिजे. तर ही दिव्य दृष्टी कोणाला असू शकते? दिव्य म्हणजे दैवी होय. जोपर्यंत मनुष्याला देवतेप्रमाणेच दैवी अवस्था प्राप्त होत नाही, तोपर्यंत त्याला दिव्य दृष्टी मिळू शकत नाही आणि देवता म्हणजे कोण? वेदांमध्ये सांगितले आहे की, जे विष्णुभक्त आहेत ते देवता होत (*विष्णुभक्ताः स्मृता देवाः*) जे अनीश्वरवादी आहेत, अर्थात जे श्रीविष्णूंना मानीत नाहीत किंवा जे श्रीकृष्णांच्या निर्विशेष तत्त्वालाच परम सत्य मानतात, त्यांना दिव्य दृष्टी प्राप्त होऊ शकत नाही. श्रीकृष्णांची निंदा करावयाची आणि त्याचबरोबर दिव्य दृष्टीचीही अपेक्षा करावी हे शक्य नाही. जोपर्यंत मनुष्य दिव्य होत नाही तोपर्यंत त्याला दिव्य दृष्टी प्राप्त होऊ शकत नाही. दुसऱ्या शब्दांत सांगावयाचे तर, ज्यांना दिव्य दृष्टी प्राप्त झालेली आहे ते सुद्धा अर्जुनाप्रमाणेच पाहू शकतात.

भगवद्‌गीतेत विश्वरूपाचे वर्णन करण्यात आले आहे. अर्जुनापूर्वी जरी कोणालाच विश्वरूप ज्ञात नव्हते तरी या घटनेनंतर मनुष्याला विश्वरूपाची थोडीफार कल्पना येऊ शकते. जे वास्तविकपणे दैवी आहेत ते भगवंतांचे विश्वरूप पाहू शकतात. परंतु श्रीकृष्णांचा विशुद्ध भक्त झाल्यावाचून मनुष्य दैवी होऊ शकत नाही. तथापि, जे भक्त दैवी प्रकृतीमध्ये आहेत आणि ज्यांना दिव्य दृष्टी आहे ते भगवंतांचे विश्वरूप पाहण्यास तितकेसे उत्सुक नसतात. पूर्वीच्या श्लोकामध्ये वर्णन केल्याप्रमाणे अर्जुनाने भगवान श्रीकृष्णांचे चतुर्भुजरूप पाहण्याची इच्छा प्रकट केली आणि वास्तविकपणे विश्वरूप पाहून तो भयभीत झाला होता.

या श्लोकामध्ये काही महत्त्वपूर्ण शब्द आहेत. उदाहरणार्थ *वेदयज्ञाध्ययनैः*—यावरून वेदाध्ययन आणि यज्ञासंबंधित यज्ञसंवर्धन विधिविधानांचा निर्देश होतो. वेद हा शब्द संपूर्ण वैदिक शास्त्रांचा म्हणजे ऋग्, यजुः, साम आणि अथर्व हे चतुर्वेद, अठरा पुराणे, उपनिषदे आणि वेदान्त सूत्राचा वाचक आहे. एखादा घरी अथवा अन्यत्र त्यांचे अध्ययन करू शकतो. तसेच यज्ञयागाच्या विधींचे अध्ययन करण्याकरिता कल्पसूत्र आणि मीमांसा सूत्र यांसारखी सूत्रे आहेत. *दानैः* म्हणजे ब्राह्मण आणि वैष्णवांसारखे जे दिव्य प्रेममयी भगवत्सेवेमध्ये संलग्न झाले आहेत, त्या सत्पात्रजनांना दान देणे होय. त्याचप्रमाणे पुण्यकर्म या शब्दावरून *अग्नीहोत्र* आणि विविध वर्णांच्या विहित कर्मांचा बोध होतो आणि स्वेच्छेने शारीरिक कष्ट स्वीकारणे म्हणजे *तपस्या* होय. म्हणून तपस्या, दान, वेदाध्ययन करणे इत्यादी सर्व काही मनुष्य करू शकतो, परंतु जोपर्यंत अर्जुनाप्रमाणे तो भक्त बनू शकत नाही, तोपर्यंत विराट रूप पाहणे त्याला शक्य नाही.

जे निर्विशेषवादी आहेत ते सुद्धा भगवंतांचे विश्वरूप पाहात असल्याची कल्पना करतात; परंतु भगवद्गीतेवरून आपण जाणू शकतो की, निर्विशेषवादी हे भगवद्भक्त नाहीत. म्हणून ते भगवंतांचे विश्वरूप पाहू शकत नाहीत.

असे अनेक लोक आहेत जे अवतारांची निर्मिती करतात. असे लोक, एखादा साधारण मनुष्य अवतार असल्याचा दावा करतात, परंतु हा केवळ मूर्खपणा आहे. आपण भगवद्गीतेच्या तत्त्वांचे अनुसरण केले पाहिजे. अन्यथा पूर्ण आध्यात्मिक ज्ञानाची प्राप्ती होणे शक्य नाही. भगवत्-तत्त्वाच्या अध्ययनामध्ये भगवद्गीतेला जरी प्राथमिक मानण्यात आले तरी ती इतकी परिपूर्ण आहे की, मनुष्य यथार्थ तत्त्वज्ञान जाणू शकतो. नकली अवतारांचे तथाकथित भक्त म्हणत असतील की, त्यांनी सुद्धा परमेश्वराच्या दिव्य अवतारांचे, विश्वरूपाचे, दर्शन घेतले आहे, परंतु ही गोष्ट मानता येत नाही, कारण या ठिकाणी निक्षून सांगण्यात आले आहे की, कृष्णभक्त झाल्याविना भगवंतांचे विश्वरूप पाहणे शक्य नाही. म्हणून सर्वप्रथम मनुष्याने विशुद्ध कृष्णभक्त बनले पाहिजे, मगच तो आपण पाहिलेले विश्वरूप इतरांनाही दाखवू शकत असल्याचा दावा करू शकतो. कृष्णभक्त हा नकली अवतारांना किंवा तथाकथित अवतारांच्या तथाकथित भक्तांना मान्यता देऊ शकत नाही.

**मा ते व्यथा मा च विमूढभावो**
**दृष्ट्वा रूपं घोरमीदृङ्ममेदम् ।**
**व्यपेतभीः प्रीतमनाः पुनस्त्वं**
**तदेव मे रूपमिदं प्रपश्य ॥ ४९॥**

**मा**—होऊ देऊ नकोस; **ते**—तुला; **व्यथा**—व्यथा; **मा**—होऊ देऊ नकोस; **च**—सुद्धा; **विमूढ-भावः**—भ्रांती; **दृष्ट्वा**—पाहून; **रूपम्**—रूप; **घोरम्**—घोर किंवा भयंकर; **ईदृक्**—जसे आहे तसे; **मम**—माझे; **इदम्**—हे; **व्यपेत-भीः**—सर्व भयांपासून मुक्तता; **प्रीत-मनाः**—प्रसन्नचित्त हो; **पुनः**—पुन्हा; **त्वम्**—तू; **तत्**—ते; **एव**—याप्रमाणे; **मे**—माझे; **रूपम्**—रूप; **इदम्**—हे; **प्रपश्य**—पाहा.

**माझे हे भयंकर रूप पाहून तू व्यथित आणि भ्रमित झाला आहेस, आता हे रूप मी समाप्त करतो. हे मद्भक्ता! सर्व क्लेशांतून मुक्त हो. तुला जे रूप पाहण्याची इच्छा आहे ते रूप तू आता शांतचित्ताने पाहू शकतोस.**

**तात्पर्य:** भगवद्गीतेच्या प्रारंभी पूजनीय पितामह भीष्म आणि गुरू द्रोणाचार्यांचा कसा वध करावा याची अर्जुनाला चिंता होती; परंतु श्रीकृष्णांनी सांगितले आहे की, त्याने आपल्या पितामहांचा वध करण्यात भयभीत होण्याची जरुरी नाही. कुरुसभेत धृतराष्ट्रपुत्रांनी जेव्हा द्रौपदीचे वस्त्रहरण करण्याचा प्रयत्न केला तेव्हा पितामह भीष्म आणि द्रोणाचार्य दोघेही मुकाट्याने बसले होते. म्हणून स्वकर्तव्याच्या बाबतीत असा निष्काळजीपणा केल्यामुळे त्यांना मारणे उचितच आहे. त्यांच्या दुष्कृत्यांबद्दल त्यांना पूर्वीच मारण्यात आले आहे हे दाखविण्याकरिताच श्रीकृष्णांनी अर्जुनासमोर आपले विश्वरूप प्रकट केले. हे दृश्य अर्जुनाला दाखविण्याचे कारण

म्हणजे, भक्त हे सदैव शांतचित्त असतात आणि अशी भयंकर कृत्ये ते करू शकत नाहीत. विश्वरूपाच्या प्रकटीकरणाचे प्रयोजन स्पष्ट करण्यात आले होते, आता अर्जुनाला चतुर्भुज रूप पाहावयाची इच्छा होती आणि श्रीकृष्णांनी चतुर्भुज रूप प्रकट केले. भक्ताला विश्वरूपामध्ये फारशी रुची नसते, कारण विश्वरूपाशी प्रेमाचे आदानप्रदान होऊ शकत नाही. भक्ताला एकतर आपला भक्तिभाव आदरपूर्वक भगवंतांना अर्पण करावयाची इच्छा असते किंवा श्रीकृष्णांचे द्विभुज रूप पाहण्याची इच्छा असते, जेणेकरून तो भगवंतांशी प्रेमभक्तीचे आदानप्रदान करू शकेल.

सञ्जय उवाच

**इत्यर्जुनं वासुदेवस्तथोक्त्वा**
**स्वकं रूपं दर्शयामास भूयः ।**
**आश्वासयामास च भीतमेनं**
**भूत्वा पुनः सौम्यवपुर्महात्मा ॥ ५० ॥**

**सञ्जयः उवाच**—संजय म्हणाला; **इति**—याप्रमाणे; **अर्जुनम्**—अर्जुनाला; **वासुदेवः**—कृष्ण; **तथा**—तसे; **उक्त्वा**—बोलून; **स्वकम्**—आपले स्वतःचे; **रूपम्**—रूप; **दर्शयाम् आस**—दाखविले; **भूयः**—पुन्हा; **आश्वासयाम् आस**—आश्वासित केले, धीर दिला; **च**—सुद्धा; **भीतम्**—भयभीत; **एनम्**—त्याला; **भूत्वा**—होऊन; **पुनः**—पुन्हा; **सौम्य-वपुः**—सुंदर रूप; **महा-आत्मा**—महात्मा.

**संजय धृतराष्ट्राला म्हणाला, भगवान श्रीकृष्णांनी याप्रमाणे बोलून अर्जुनाला आपले मूळ चतुर्भुज रूप आणि शेवटी द्विभुज रूप प्रकट केले आणि भयभीत अर्जुनाला धीर दिला.**

**तात्पर्यः** श्रीकृष्ण जेव्हा वसुदेव-देवकीपुत्र म्हणून अवतीर्ण झाले तेव्हा सर्वप्रथम त्यांनी आपले चतुर्भुज नारायण रूप प्रकट केले; परंतु आपल्या मातापित्यांच्या विनंतीवरून त्यांनी स्वतःचे रूपांतर साधारण बालकामध्ये केले. त्याचप्रमाणे श्रीकृष्णांना माहीत होते की, चतुर्भुज रूप पाहण्यास अर्जुन उत्सुक नाही; परंतु अर्जुनाने चतुर्भुजरूप दाखविण्याची विनंती केल्यामुळे त्यांनी हे रूप दाखविले आणि नंतर स्वतःला आपल्या द्विभुज रूपामध्ये प्रकट केले. *सौम्य-वपुः* हा शब्द अत्यंत महत्त्वपूर्ण आहे *सौम्य-वपुः* म्हणजे अत्यंत सुंदर रूप होय आणि हे रूप अत्यंत आकर्षक समजले जाते. श्रीकृष्ण जेव्हा भूतलावर होते तेव्हा सर्व त्यांच्या रूपाकडे आकृष्ट झाले होते. श्रीकृष्ण हे सृष्टीचे नियंता असल्याकारणाने त्यांनी आपल्या भक्ताचे, अर्जुनाचे भय नाहीसे केले आणि त्याला आपले सुंदर रूप, कृष्ण-रूप दाखविले. ब्रह्मसंहितेत (५.३८) म्हटले आहे की, *प्रेमाञ्जनच्छुरित भक्तिविलोचनेन*—ज्या व्यक्तीने नेत्रांमध्ये प्रेमाचे अंजन घातलेले आहे तोच केवळ श्रीकृष्णांचे सुंदर रूप पाहू शकतो.

अर्जुन उवाच

**दृष्ट्वेदं मानुषं रूपं तव सौम्यं जनार्दन ।**
**इदानीमस्मि संवृत्तः सचेताः प्रकृतिं गतः ॥ ५१ ॥**

**अर्जुनः उवाच**—अर्जुन म्हणाला; **दृष्ट्वा**—पाहून; **इदम्**—हे; **मानुषम्**—मानव; **रूपम्**—रूप; **तव**—तुमचे; **सौम्यम्**—अत्यंत सुंदर; **जनार्दन**—हे जनार्दन; **इदानीम्**—आता; **अस्मि**—मी आहे; **संवृत्तः**—स्थिर; **स-चेताः**—माझ्या भावनेमध्ये, चित्तामध्ये; **प्रकृतिम्**—स्वतःच्या स्वभावामध्ये; **गतः**—पुन्हा आले आहे.

**अर्जुनाने जेव्हा श्रीकृष्णांना मूळ रूपामध्ये पाहिले तेव्हा तो म्हणाला, हे जनार्दन, हे अतीव सुंदर मनुष्य रूप पाहून मी आता शांतचित्त झालो आहे आणि मी आपल्या पूर्वस्थितीवर आलो आहे.**

**तात्पर्यः** या श्लोकातील *मानुषम् रूपम्* शब्द स्पष्टपणे दर्शवितात की, भगवान हे मूलतः द्विभुजधारी आहेत. श्रीकृष्णांचा साधारण मानव म्हणून जे उपहास करतात त्यांना या ठिकाणी, श्रीकृष्णांच्या दिव्य स्वरूपाचे अज्ञान असल्याचे दर्शविण्यात आले आहे. श्रीकृष्ण जर साधारण मनुष्याप्रमाणे असते तर त्यांना विश्वरूप दाखविणे आणि पुन्हा चतुर्भुज नारायण रूप दाखविणे कसे शक्य झाले असते? म्हणून भगवद्गीतेमध्ये निक्षून सांगण्यात आले आहे की, जो श्रीकृष्णांना साधारण मानव समजतो आणि श्रीकृष्णांच्या माध्यमातून निर्विशेष ब्रह्मच बोलत असल्याचा दावा करून वाचकांना चुकीचे मार्गदर्शन करीत आहे तो मोठा अन्यायच करीत आहे. वस्तुतः श्रीकृष्णांनी आपले विश्वरूप आणि चतुर्भुज विष्णुरूप दाखविले आहे, तर मग ते साधारण मानव कसे असू शकतात? भगवद्गीतेवरील अशा दिशाभूल करणाऱ्या भाष्यांमुळे शुद्ध भक्त गोंधळून जात नाही, कारण त्याला यथार्थ तत्त्व माहीत असते. भगवद्गीतेचे मूळ श्लोक सूर्याप्रमाणेच स्पष्ट आहेत, त्यांना मूर्ख भाष्यकारांकडून दिव्याच्या प्रकाशाची मुळीच आवश्यकता नाही.

श्रीभगवानुवाच

**सुदुर्दर्शमिदं रूपं दृष्टवानसि यन्मम ।**
**देवा अप्यस्य रूपस्य नित्यं दर्शनकाङ्क्षिणः ॥ ५२ ॥**

**श्री-भगवान् उवाच**—श्रीभगवान म्हणाले; **सु-दुर्दर्शम्**—पाहण्यास मिळणे अत्यंत दुष्कर; **इदम्**—हे; **रूपम्**—रूप; **दृष्टवान् असि**—जे तू पाहिले आहेस; **यत्**—जे; **मम**—माझे; **देवाः**—देवता; **अपि**—सुद्धा; **अस्य**—या; **रूपस्य**—रूप; **नित्यम्**—नित्य; **दर्शन-काङ्क्षिणः**—दर्शनाची अभिलाषा, आकांक्षा करणारे.

**श्रीभगवान म्हणाले, हे अर्जुना! आता तू जे माझे रूप पाहात आहेस त्याचे दर्शन होणे अतिशय दुष्कर आहे. देवतासुद्धा हे मधुर रूप पाहण्याची संधी प्राप्त करण्याच्या नित्य प्रयत्नात असतात.**

**तात्पर्यः** या अध्यायाच्या अठ्ठेचाळिसाव्या श्लोकात भगवंतांनी आपले विश्वरूप समाप्त केले आणि अर्जुनाला सांगितले की, पुण्यसंचय, यज्ञयाग इत्यादी केल्याने हे विश्वरूपदर्शन होणे शक्य नाही. या श्लोकात योजिलेले *सुदुर्दर्शम* शब्द दर्शवितो की, श्रीकृष्णांचे द्विभुज रूप हे अधिक

गुह्य आहे. मनुष्य तपोमिश्रित भक्ती, ज्ञानमिश्रित भक्ती इत्यादींद्वारे श्रीकृष्णांचे विराट रूप पाहू शकेल, परंतु भक्तीच्या मिश्रणावाचून विश्वरूपाचे दर्शन होणे शक्यच नाही आणि या गोष्टीचे विश्लेषण पूर्वीच करण्यात आले आहे. या विश्वरूपाहून श्रेष्ठ असे श्रीकृष्णांचे द्विभुजधारी रूप पाहण्यास मिळणे तर ब्रह्मदेव आणि शंकरासारख्यांनासुद्धा अत्यंत कठीण आहे. श्रीकृष्णांना पाहण्याची त्यांना अतिशय उत्कट इच्छा असते आणि या गोष्टीचे प्रमाण आपल्याला श्रीमद्भागवतात मिळते की, जेव्हा श्रीकृष्ण माता, देवकीच्या गर्भात होते तेव्हा श्रीकृष्णांचे अद्भुत रूप पाहण्यासाठी स्वर्गातील सर्व देवता जमल्या होत्या. त्या वेळी जरी त्यांना भगवंतांचे दर्शन होऊ शकत नव्हते तरी त्यांनी भगवंतांचे सुंदर रीतीने स्तवन केले. सर्व देवदेवता भगवंतांच्या दर्शनाची प्रतीक्षा करीत होते. केवळ महामूर्खच, श्रीकृष्णांना साधारण मानव समजून त्यांचा उपहास करतात आणि त्यांचे स्तवन न करता त्यांच्या अंतरी स्थित असणाऱ्या कोणत्या तरी निर्विशेष वस्तूचे स्तवन करतात, परंतु हे सर्व दृष्टिकोण निरर्थक आहेत. वस्तुतः ब्रह्मदेव आणि महादेवांसारख्या महान देवदेवताही श्रीकृष्णांना त्यांच्या द्विभुज रूपामध्ये पाहण्यास अतिशय उत्सुक असतात.

भगवद्गीतेतही (९.११) या गोष्टीला पुष्टी देण्यात आली आहे की, *अवजानन्ति मां मूढा मानुषीं तनुमाश्रितम्*—त्यांचा उपहास करणाऱ्या मूर्खांना ते प्रकट होत नाहीत. ब्रह्मसंहितेमध्ये आणि भगवद्गीतेमध्ये स्वतः श्रीकृष्णांनी सांगितल्याप्रमाणे श्रीकृष्णांचा विग्रह पूर्णपणे दिव्य आणि सच्चिदानंद आहे. त्यांचा विग्रह प्राकृतिक देहाप्रमाणे नसतो. परंतु जे भगवद्गीता किंवा तत्सम वैदिक शास्त्रे वाचून श्रीकृष्णांना जाणण्याचा प्रयत्न करतात त्यांना श्रीकृष्ण हे अगम्य असतात. प्राकृत दृष्टीचा अवलंब करणाऱ्यांना वाटते की, श्रीकृष्ण हे ऐतिहासिक महापुरुष आणि महान विद्वान तत्त्वज्ञानी होते आणि इतके शक्तिशाली असले तरीही ते साधारण मनुष्यच होते आणि त्यांनाही भौतिक देह स्वीकारणे भाग पडले. त्यांचा अंतिम निष्कर्ष असतो की, परम सत्य हे निर्विशेष आहे आणि परम सत्याच्या निराकार रूपातूनच हे भौतिक प्रकृतीशी संबंधित रूप त्यांनी धारण केले आहे. भगवंताविषयीची ही प्राकृत संकल्पना आहे. दुसरा एक दृष्टिकोण तर्कवादी आहे. जे ज्ञानाच्या शोधात आहेत ते सुद्धा श्रीकृष्णाविषयी तर्क करतात आणि भगवंतांच्या विश्वरूपाच्या तुलनेत ते श्रीकृष्णांना गौण मानतात. याप्रमाणे काहीजणांना वाटते की, अर्जुनासमोर प्रकट केलेले श्रीकृष्णांचे विश्वरूप हे श्रीकृष्णांच्या साकार रूपापेक्षाही अधिक महत्त्वपूर्ण आहे. त्यांच्या म्हणण्याप्रमाणे परम सत्याचे साकार रूप हे काल्पनिकच आहे. त्यांचा विश्वास असतो की, अंतिमतः परम सत्य हे निर्विशेष असते. परंतु भगवद्गीतेच्या चौथ्या अध्यायात ज्ञानप्राप्तीच्या दिव्य पद्धतीचे वर्णन करण्यात आले आहे व ती म्हणजे प्रामाणिक व्यक्तींकडून (आचार्यांकडून) कृष्णकथा श्रवण करणे ही होय. हीच वास्तविक वैदिक प्रणाली आहे आणि जे वास्तविकपणे वैदिक परंपरेमध्ये आहेत ते अधिकृत व्यक्तींकडून कृष्णकथा श्रवण करतात आणि पुनःपुन्हा असे श्रवण करण्याने कृष्णप्रेम वाढते. आम्ही अनेकदा सांगितल्याप्रमाणे श्रीकृष्ण हे आपल्या योगमायेने आवृत्त झाले आहेत. कोणत्याही मनुष्याला ते प्रकट होत नाही किंवा दर्शन देत नाहीत. ते स्वतःहून ज्या मनुष्याला प्रकट होतात केवळ तोच त्यांना पाहू

शकतो. वेदांमध्येही सांगण्यात आले आहे की, जो शरणागत जीव आहे तोच परम सत्य यथार्थ रूपाने जाणू शकतो. निरंतर कृष्णभावना आणि कृष्णभक्तीद्वारे योग्याला दिव्य दृष्टी प्राप्त होते आणि त्याला श्रीकृष्णांचा साक्षात्कार होतो. असा साक्षात्कार देवदेवतांनाही होऊ शकत नाही. म्हणून श्रीकृष्णांना जाणणे देवदेवतांनाही कठीण असते आणि श्रेष्ठतर देवता सदैव श्रीकृष्णांना द्विभुज रूपात पाहण्याच्या प्रतीक्षेत असतात. याचा अंतिम निष्कर्ष हाच आहे की, श्रीकृष्णांच्या विश्वरूपाचे दर्शन अत्यंत दुर्लभ असते आणि कोणत्याही मनुष्याला शक्य नसले तरी त्यांच्या साकार श्यामसुंदर रूपाचे दर्शन तर त्याहूनही अतिशय दुर्लभ आहे.

**नाहं वेदैर्न तपसा न दानेन न चेज्यया ।**
**शक्य एवंविधो द्रष्टुं दृष्टवानसि मां यथा ॥ ५३ ॥**

**न**—कधीही नाही; **अहम्**—मी; **वेदैः**—वेदाध्ययनाने; **न**—कधीही नाही; **तपसा**—कठोर तपश्चर्येने; **न**—कधीही नाही; **दानेन**—दानाने; **न**—कधीही नाही; **च**—सुद्धा; **इज्यया**—पूजेने; **शक्यः**—शक्य; **एवम्-विधः**—याप्रमाणे; **द्रष्टुम्**—पाहणे; **दृष्टवान्**—पाहात; **असि**—तू आहेस; **माम्**—मला; **यथा**—ज्याप्रमाणे.

**तुझ्या दिव्य चक्षूंद्वारे तू जे रूप पाहात आहेस ते केवळ वेदाध्ययनाने, कठोर तपाने, दानाने किंवा पूजेने जाणणे शक्य नाही. या साधनांद्वारे कोणीही मला माझ्या मूळ स्वरूपामध्ये पाहू शकत नाही.**

**तात्पर्य:** सर्वप्रथम श्रीकृष्ण वसुदेव-देवकीसमोर चतुर्भुज रूपात प्रकट झाले आणि नंतर त्यांनी स्वत:चे रूपांतर द्विभुज रूपामध्ये केले. जे भक्तिविहीन आहेत आणि जे नास्तिक आहेत त्यांना हे रहस्य उमगणे अत्यंत कठीण आहे. ज्या विद्वानांनी केवळ विद्यार्जन करण्याकरिता किंवा व्याकरणात्मकदृष्ट्या वेदाध्ययन केले आहे ते श्रीकृष्णांना जाणू शकत नाहीत. तसेच जे औपचारिकरीत्या मंदिरामध्ये पूजन करण्यासाठी जातात ते सुद्धा श्रीकृष्णांना जाणू शकत नाहीत. ते लोक नित्यनियमाने मंदिरास जातात; परंतु श्रीकृष्णांना यथार्थ रूपाने जाणू शकत नाहीत. पुढील श्लोकामध्ये स्वत: श्रीकृष्णांनी सांगितल्याप्रमाणे केवळ भक्तिमार्गानेच मनुष्य त्यांना जाणू शकतो.

**भक्त्या त्वनन्यया शक्य अहमेवंविधोऽर्जुन ।**
**ज्ञातुं द्रष्टुं च तत्त्वेन प्रवेष्टुं च परन्तप ॥ ५४ ॥**

**भक्त्या**—भक्तीने; **तु**—परंतु; **अनन्यया**—अनन्य किंवा सकाम कर्म आणि तार्किकज्ञानाने रहित; **शक्यः**—शक्य; **अहम्**—मी; **एवम्-विधः**—याप्रमाणे; **अर्जुन**—हे अर्जुन; **ज्ञातुम्**—जाणणे; **द्रष्टुम्**—पाहणे; **च**—आणि; **तत्त्वेन**—तत्त्वत:; **प्रवेष्टुम्**—प्रवेश करणे; **च**—सुद्धा; **परन्तप**—हे परंतप.

**हे अर्जुना! मी जसा तुझ्यासमोर उभा आहे तसे मला केवळ अनन्य भक्तियोगानेच जाणणे शक्य आहे आणि या प्रकारे मला साक्षात पाहता येते. केवळ याच मार्गाने तू**

**माझ्या रहस्यमय तत्त्वात प्रवेश करू शकतोस.**

**तात्पर्य:** अनन्य भक्तियोगानेच श्रीकृष्णांना जाणणे शक्य आहे ही गोष्ट श्रीकृष्ण या श्लोकामध्ये विस्तृतपणे वर्णन करून सांगतात, कारण यामुळे तर्कांने भगवद्‌गीता जाणण्याचा प्रयत्न करणारे अनधिकृत भाष्यकार जाणू शकतील की, ते केवळ कालापव्यय करीत आहेत. आपल्या मातापित्यांसमोर श्रीकृष्ण कसे चतुर्भुज रूपामध्ये प्रकट झाले आणि नंतर स्वत:चे द्विभुज रूपामध्ये त्यांनी कसे रूपांतर केले हे कोणीही जाणू शकत नाही. वेदाध्ययनाने किंवा ज्ञानमार्गाने या गोष्टी जाणणे अतिशय कठीण आहे. म्हणून या श्लोकात स्पष्टपणे सांगण्यात आले आहे की, कोणीही त्यांना पाहू शकत नाही किंवा या गोष्टींच्या रहस्यात प्रवेश करू शकत नाही. तथापि, जे वेदपारंगत आहेत ते वेदांमधून त्यांना अनेक प्रकारे जाणू शकतात. वैदिक विधिविधाने अनेक आहेत आणि जो खरोखरच श्रीकृष्णांना जाणू इच्छितो त्याने प्रमाणित शास्त्रांमध्ये निर्देशित केलेल्या वैदिक विधिविधानांचे पालन करणे अत्यावश्यक आहे. त्या तत्त्वानुसार मनुष्य तपस्या करू शकतो. उदाहरणार्थ, ज्याला कठोर तपस्या करावयाची आहे तो जन्माष्टमी, दर मासातील दोन एकादशी इत्यादी दिवशी उपवासाचे व्रत राखू शकतो. दानाबद्दल सांगावयाचे तर, हे स्पष्टच आहे की, कृष्णतत्त्वाचा किंवा कृष्णभावनेचा संपूर्ण विश्वभर प्रसार करण्यासाठी कृष्णभक्तीमध्ये जे संलग्न झाले आहेत त्यांना दान देण्यात यावे. कृष्णभावनामृत हे मानवतेला लाभलेले मोठे वरदान आहे. रूप गोस्वामींनी श्री चैतन्य महाप्रभूंची, अत्यंत उदार पुरुष म्हणून स्तुती केली आहे. कारण अतिशय दुर्लभ असे कृष्णप्रेम त्यांनी मुक्त हस्ते वितरित केले. म्हणून कृष्णभावनेचा प्रचार करण्यात संलग्न असणाऱ्या व्यक्तींना जर मनुष्याने काहीही दान दिले तर कृष्णभावनामृताच्या प्रसारासाठी देण्यात आलेले ते दान म्हणजे जगामधील सर्वश्रेष्ठ दान होय. मनुष्याने मंदिरामध्ये ठरावीक पद्धतीने पूजन करणे (भारतातील मंदिरांमध्ये सामान्यत: श्रीविष्णू किंवा श्रीकृष्णांचा विग्रह असतो) म्हणजे प्रगती करण्याची एक संधीच आहे. भगवद्‌भक्तीमधील नवसाधकांसाठी विग्रह-सेवा आवश्यक आहे आणि वेदांमध्ये (श्वेताश्वतरोपनिषद् ६.२३) या गोष्टीला पुष्टी देण्यात आली आहे.

*यस्य देवे परा भक्तिर्यथा देवे तथा गुरौ ।*
*तस्यैते कथिता ह्यर्थाः प्रकाशन्ते महात्मन: ॥*

ज्या मनुष्याकडे अनन्य भगवद्‌भक्ती आहे आणि त्याचा अढळ दृढ विश्वास असणाऱ्या आध्यात्मिक गुरूद्वारे ज्याला मार्गदर्शन प्राप्त झाले आहे त्याला साक्षात्काराद्वारे भगवद्दर्शन होऊ शकते. तर्कांने मनुष्य श्रीकृष्णांना जाणू शकत नाही. ज्याने प्रमाणित आध्यात्मिक गुरूच्या मार्गदर्शनाखाली वैयक्तिक प्रशिक्षण घेतले नाही त्याला कृष्णतत्त्वाचे प्रारंभिक ज्ञान देखील होणे अशक्य आहे. या श्लोकामध्ये *तु* हा शब्द विशेषरूपाने योजिलेला आहे आणि या शब्दावरून दर्शविले आहे की, श्रीकृष्णांना जाणण्यासाठी इतर कोणत्याही मार्गाचा अवलंब किंवा विधान करता येत नाही किंवा इतर कोणता मार्ग सफलही होऊ शकत नाही.

श्रीकृष्णांची द्विभुज आणि चतुर्भुज रूपे ही अर्जुनाला दाखविण्यात आलेल्या विश्वरूपाहून पूर्णतया भिन्न आहेत. चतुर्भुज नारायण रूप आणि द्विभुज कृष्णरूप हे शाश्वत आणि दिव्य आहे

तर अर्जुनाला प्रकट करण्यात आलेले विश्वरूप हे अस्थायी आहे. *सुदुर्दर्शम्* अर्थात, पाहण्यास कठीण हा शब्दच सुचवितो की, यापूर्वी कोणीच ते विश्वरूप पाहिले नव्हते. तो असेही सुचवितो की, भक्तांसाठी विश्वरूप दाखविणे आवश्यक नव्हते. अर्जुनाच्या विनंतीवरून श्रीकृष्णांनी आपले विश्वरूप प्रकट केले होते, जेणेकरून भविष्यकाळात जर एखाद्याने स्वत:ला परमेश्वराचा अवतार म्हणून प्रस्तुत केले तर लोक त्याला आपले विश्वरूप दाखविण्यास सांगू शकतील.

पूर्वीच्या श्लोकामध्ये वारंवार योजिलेला *'न'* हा शब्द दर्शवितो की, वेदपारंगत, विद्वान आदी उपाधींमुळे मनुष्याने अहंभाव ठेवू नये. त्याने कृष्णभक्तीचा स्वीकार करणे आवश्यक आहे. त्यानंतरच केवळ तो भगवद्गीतेवर टीका करू शकतो.

श्रीकृष्ण, विश्वरूपातून चतुर्भुज नारायण रूपामध्ये व नंतर स्वत:च्या स्वाभाविक द्विभुज रूपामध्ये स्वत:चे रूपांतर करतात, यावरून दर्शविले जाते की, चतुर्भुज रूपे आणि वेदांमध्ये वर्णिलेली इतर सर्व रूपे ही श्रीकृष्णांच्या मूळ द्विभुज रूपामधून प्रकट झाली आहेत. श्रीकृष्ण हेच सर्व प्रकट रूपांचे उद्गम आहेत. या रूपांपासूनही श्रीकृष्ण भिन्न आहेत, तेव्हा निर्विशेष ब्रह्मज्योतीबद्दल तर बोलायलाच नको. श्रीकृष्णांच्या चतुर्भुज रूपांविषयी सांगावयाचे तर असे स्पष्टपणे सांगण्यात आले आहे की, श्रीकृष्णांसमानच असणारे श्रीकृष्णांचे चतुर्भुजधारी रूपही (हे रूप महाविष्णू म्हणून जाणले जाते आणि हे महाविष्णू कारणोदकशायी सागरामध्ये पहुडलेले आहेत व त्यांच्या श्वासोच्छ्वासाबरोबर असंख्य ब्रह्मांडे प्रकट होत असतात आणि लोप पावत असतात) भगवंतांचे विस्तारित रूप आहे. ब्रह्मसंहितेत (५.४८) सांगितल्याप्रमाणे,

*यस्यैकनिश्वसितकालमथावलम्ब्य*
*जीवन्ति लोमविलजा जगदण्डनाथा: ।*
*विष्णुर्महान् स इह यस्य कलाविशेषो*
*गोविन्दमादि पुरुषं तमहं भजामि ॥*

"ज्या महाविष्णूंच्या केवळ श्वासोच्छ्वासाबरोबर असंख्य ब्रह्मांडे प्रकट होत असतात आणि लोप पावत असतात ते महाविष्णूसुद्धा श्रीकृष्णांचे विस्तारित रूप आहेत. म्हणून मी सर्व कारणांचे कारण श्रीकृष्ण, गोविंद यांना सादर वंदन." म्हणून मनुष्याने निश्चितपणे श्रीकृष्णांच्या मूळ रूपाला सच्चिदानंद पुरुषोत्तम भगवंत म्हणून भजावे. श्रीकृष्ण हे सर्व विष्णुरूपांचे आणि सर्व अवतारांच्या रूपांचेही उगमस्थान आहेत आणि भगवद्गीतेत सांगितल्याप्रमाणे तेच मूळ आदिपुरुष भगवान आहेत. वेदांमध्ये (गोपाल तापनी उपनिषद् १.१) आपल्याला पुढील वर्णन आढळते.

*सच्चिदानन्द रूपाय कृष्णायक्लिष्टकारिणे ।*
*नमो वेदान्तवेद्याय गुरवे बुद्धिसाक्षिणे ॥*

"मी सच्चिदानंदरूप श्रीकृष्णांना सादर वंदन करतो. मी त्यांना वंदन करतो, कारण त्यांना जाणणे म्हणजेच वेद जाणणे होय आणि म्हणून ते आद्यगुरू आहेत." नंतर म्हटले आहे की, *कृष्णो वै परमं दैवतम्*—'श्रीकृष्ण हेच पुरुषोत्तम भगवान आहेत' (गोपाल तापनी १.३) एको

*वशी सर्वगः कृष्ण ईड्यः*—श्रीकृष्ण हेच एकमेव भगवान आहेत आणि ते पूजनीय आहेत.' *एकोऽपि सन्बहुधा योऽवभाति*—श्रीकृष्ण हे एकमेवाद्वितीय आहेत; परंतु तेच अनंत रूपांमध्ये आणि अवतारांमध्ये प्रकट होतात. (गोपाल तापनी उपनिषद् १.२१)

ब्रह्मसंहितेत (५.१) म्हटले आहे की,

*ईश्वरः परमः कृष्णः सच्चिदानन्दविग्रहः ।*
*अनादिरादिर्गोविन्दः सर्वकारणकारणम् ॥*

"श्रीकृष्ण हे परमेश्वर आहेत आणि त्यांचा विग्रह सच्चिदानंद आहे. त्यांना आदी नाही कारण तेच सर्वांचे आदी आहेत. तेच सर्व कारणांचे कारण आहेत."

इतरत्र म्हटले आहे की, *यत्रावतीर्ण कृष्णाख्यं परं ब्रह्म नराकृति*—"परब्रह्म एक व्यक्ती आहे. त्यांचे नाव कृष्ण आहे आणि ते कधी कधी या भूतलावर अवतीर्ण होतात.' त्याचप्रमाणे श्रीमद्भागवतात आपल्याला भगवंतांच्या सर्व अवतारांचे वर्णन आढळते आणि यामध्ये श्रीकृष्णांचेही नाव आहे. परंतु नंतर म्हटले आहे की, श्रीकृष्ण हे एक अवतार नसून ते स्वयं पुरुषोत्तम भगवान आहेत (*एते चांशकलाः पुंसः कृष्णस्तु भगवान स्वयम्*)

त्याचप्रमाणे भगवद्‌गीतेतही भगवंत सांगतात की, *मत्तः परतरं नान्यत्*—'माझ्या पूर्ण पुरुषोत्तम भगवान या रूपापेक्षा इतर काहीही श्रेष्ठ नाही.' भगवद्‌गीतेत इतरत्र ते असेही सांगतात की, *अहं आदिर्हि देवानाम्*—'मीच सर्व देवतांचे उगमस्थान आहे.' आणि श्रीकृष्णांकडून भगवद्‌गीता जाणून घेतल्यावर अर्जुनही म्हणतो की, *परं ब्रह्म परं धाम पवित्रं परमं भवान्*—'मी आता पूर्णपणे जाणतो की, तुम्हीच पुरुषोत्तम भगवान परब्रह्म आहात आणि तुम्ही सर्वांचे परम आश्रय आहात.' म्हणून श्रीकृष्ण अर्जुनाला जे विश्वरूप दाखवितात ते भगवंतांचे मूळ स्वरूप नव्हे. कृष्णरूप हेच मूळ स्वरूप आहे. ज्यांना भगवंतांविषयी प्रेम नाही त्यांचे लक्ष वेधून घेण्याकरिताच सहस्रावधी शिर आणि हात असलेले विश्वरूप प्रकट करण्यात आले. हे परमेश्वराचे मूळ रूप नाही.

भगवंतांशी निरनिराळ्या दिव्य रसांद्वारे संबंधित असणाऱ्या शुद्ध भक्तांना विश्वरूपाचे विशेष आकर्षण नसते. भगवंत आपल्या मूळ कृष्णरूपामध्ये दिव्य प्रेमाचे आदानप्रदान करतात. म्हणून श्रीकृष्णांशी सख्यभाव असणाऱ्या अर्जुनाला हे विश्वरूप आह्लाददायक वाटत नव्हते, उलट ते रूप पाहून तो भयभीत झाला होता. श्रीकृष्णांचा नित्य पार्षद असणाऱ्या अर्जुनाला दिव्य दृष्टी असली पाहिजे, कारण तो काही साधारण मनुष्य नव्हता. म्हणून तो विश्वरूपाने मोहित झाला नाही. सकाम कर्मांद्वारे जे उन्नती करण्याचा प्रयत्न करीत आहेत त्यांच्यासाठी विश्वरूप हे अद्‌भुत असू शकेल, परंतु जे भक्तीमध्ये संलग्न झाले आहेत त्यांना द्विभुजधारी कृष्णरूपच अत्यंत प्रिय आहे.

**मत्कर्मकृन्मत्परमो मद्भक्तः सङ्गवर्जितः ।**
**निर्वैरः सर्वभूतेषु यः स मामेति पाण्डव ॥ ५५ ॥**

**मत्-कर्म कृत्**—माझे कर्म करण्यामध्ये संलग्न झालेला; **मत्-परमः**—मला परमश्रेष्ठ मानून; **मत्-भक्तः**—माझ्या भक्तीमध्ये संलग्न झालेला; **सङ्ग-वर्जितः**—सकाम कर्म आणि तर्कवाद यांच्या संगातून

मुक्त; **निर्वैरः**—शत्रूरहित; **सर्व-भूतेषु**—सर्व जीवांमध्ये; **यः**—जो; **सः**—तो; **माम्**—मला; **एति**—येतो, प्राप्त होतो; **पाण्डव**—हे पांडव.

**हे अर्जुना! जो सकाम कर्म आणि तर्कवादाच्या संगातून मुक्त होऊन माझ्या विशुद्ध भक्तीमध्ये संलग्न होतो, जो माझ्याप्रीत्यर्थ कर्म करतो, मला आपल्या जीवनाचे परम लक्ष्य मानतो आणि सर्व प्राणिमात्रांशी मित्रत्वाने वागतो तो निश्चितपणे मला प्राप्त होतो.**

**तात्पर्यः** ज्याला आध्यात्मिक विश्वातील कृष्णलोकामधील परमपुरुष श्रीकृष्णांची प्राप्ती करून त्यांच्याशी घनिष्ठ संबंध प्रस्थापित करावयाची इच्छा आहे, त्याने परमपुरुषाने स्वतः सांगितलेल्या आदेशांचे पालन केले पाहिजे. म्हणून या श्लोकाला भगवद्गीतेचे सार म्हटले जाते. भौतिक प्रकृतीवर प्रभुत्व गाजविण्याच्या हेतूने जे भौतिक जगतामध्ये रत झाले आहेत आणि ज्यांना वास्तविक आध्यात्मिक जीवनाचे ज्ञान नाही त्या बद्ध जीवांना मार्गदर्शन करण्याकरिता भगवद्गीता हा ग्रंथ आहे. आपल्या आध्यात्मिक स्वरूपाचे आणि परमपुरुषाशी असणाऱ्या आपल्या शाश्वत संबंधाचे ज्ञान आपल्याला कसे होऊ शकेल हे सांगणे आणि आपण स्वगृही भगवद्धामात परत कसे जाऊ शकतो हे शिकविणे हा भगवद्गीतेचा उद्देश आहे. आता या श्लोकामध्ये अशा पद्धतीचे विश्लेषण करण्यात आले आहे की, ज्यायोगे मनुष्य भक्तीमध्ये सफल होऊ शकतो.

कर्माविषयी सांगावयाचे तर मनुष्याने पूर्ण शक्तीनिशी कृष्णभावनाभावित कर्म केले पाहिजे. भक्तिरसामृतसिंधूमध्ये (२.२५५) सांगितल्याप्रमाणे,

*अनासक्तस्य विषयान् यथार्हमुपयुञ्जतः ।*
*निर्बन्धः कृष्णसम्बन्धे युक्तं वैराग्यमुच्यते ॥*

श्रीकृष्णांशी संबंधित असलेल्या कर्माखेरीज इतर कोणतेही कर्म करू नये. यालाच कृष्ण-कर्म असे म्हणतात. मनुष्य विविध प्रकारचे कार्य करीत असेल; परंतु त्याने आपल्या कर्मफलांवर आसक्त असू नये तर ते कर्मफल केवळ श्रीकृष्णांना अर्पण केले पाहिजे. उदाहरणार्थ, मनुष्य उद्योगधंदा करीत असेल, परंतु त्या उद्योगधंद्याचे कृष्णभावनाभावित कर्मामध्ये रूपांतर करण्याकरिता त्याने श्रीकृष्णांप्रीत्यर्थ उद्योगधंदा केला पाहिजे. जर श्रीकृष्ण हे उद्योगधंद्याचे मालक असतील तर श्रीकृष्णांनी उद्योगाद्वारे प्राप्त होणाऱ्या नफ्याचा भोग घेतला पाहिजे. जर एखादा व्यापारी लाखोपती आहे आणि जर त्याला हे सर्व धन श्रीकृष्णांना अर्पण करावयाचे असेल तर तो अर्पण करू शकतो. हे कर्म श्रीकृष्णांप्रीत्यर्थ कर्म होते. स्वतःच्या इंद्रियतृप्तीकरिता गगनचुंबी इमारत बांधण्याऐवजी तो श्रीकृष्णांसाठी एखादे सुंदर मंदिर बांधू शकतो आणि अधिकृत भक्तिशास्त्रांमध्ये सांगितल्याप्रमाणे श्रीकृष्णांच्या विग्रहाची प्रतिष्ठापना करून विग्रह-सेवेची व्यवस्था करू शकतो. हे सर्व कृष्ण-कर्म होय. मनुष्याने कर्मफलावर आसक्त असू नये तर कर्मफल हे श्रीकृष्णांना अर्पण केले पाहिजे आणि श्रीकृष्णांना अर्पिलेल्या नैवेद्याचे अवशेष त्याने प्रसादरूपाने ग्रहण करावे. जर एखाद्याने श्रीकृष्णांकरिता विशाल मंदिर बांधले आणि श्रीकृष्णांच्या विग्रहाची प्रतिष्ठापना केली तर तो मनुष्य त्या ठिकाणी राहू शकतो, परंतु त्याने

जाणले पाहिजे की, मंदिराचे स्वामी श्रीकृष्ण आहेत. यालाच कृष्णभावना असे म्हणतात. तथापि, जर मनुष्याला श्रीकृष्णांकरिता मंदिर बांधता आले नाही तर तो कृष्णमंदिर स्वच्छ करू शकतो. हे सुद्धा कृष्ण कर्मच आहे. मनुष्य एखादा बगीचा बनवू शकतो. ज्याच्याजवळ जमीन आहे, निदान भारतामध्ये गरीब मनुष्याकडेही थोडीफार जमीन असते; तो जागेमध्ये श्रीकृष्णांना अर्पण करण्यासाठी फुलबाग निर्माण करू शकतो व अशा रीतीने त्या जमिनीचा उपयोग श्रीकृष्णांप्रीत्यर्थ करू शकतो. तो तुळशीची रोपे वाढवू शकतो, कारण तुलसीपत्र अत्यंत महत्त्वपूर्ण असते आणि श्रीकृष्णांनी यासंबंधी भगवद्‌गीतेमध्ये सांगितले आहे की, *पत्रं पुष्पं फलं तोयम्*— मनुष्याने श्रीकृष्णांना एखादे पत्र, फळ, फूल किंवा थोडेसे पाणी अर्पण करावे अशी त्यांची इच्छा आहे आणि त्यामुळे ते प्रसन्नसुद्धा होतात. हा *पत्रम्* शब्द विशेषकरून तुलसीपत्राचा निर्देश करतो. म्हणून तुळशीची रोपे लावावी आणि प्रतिदिनी त्या रोपट्यांना पाणी घालावे. अशा प्रकारे अत्यंत गरीब मनुष्यही श्रीकृष्णांची सेवा करू शकतो. मनुष्य कशा प्रकारे कृष्णकर्म करू शकतो हे दाखविण्यासाठी उपर्युक्त काही उदाहरणे देण्यात आली आहेत.

*मत्परमः* शब्दावरून, जो मनुष्य श्रीकृष्णांच्या परमधामामध्ये त्यांचे सान्निध्य प्राप्त करणे म्हणजे जीवनाची परमोच्च संसिद्धी आहे असे मानतो, त्या मनुष्याचा निर्देश करतात. अशा मनुष्याला चंद्र, सूर्य किंवा स्वर्गलोकाप्रत किंवा ब्रह्मांडातील अत्युच्च लोक, ब्रह्मलोकाप्रतही उन्नत होण्याची इच्छा नसते. त्याला अशा गोष्टींचे मुळीच आकर्षण नसते. आध्यात्मिक विश्वाप्रत उन्नत होण्याचे त्याला आकर्षण असते आणि आध्यात्मिक जगतातही ब्रह्मज्योतीमध्ये विलीन होण्यात तो समाधान मानीत नाही, कारण त्याला अत्युच्य आध्यात्मिक लोकामध्ये, कृष्णलोक, गोलोक वृंदावनामध्ये प्रवेश करण्याची इच्छा असते. कृष्णलोकाचे त्याला पूर्ण ज्ञान असते म्हणून त्याला इतर कोणत्याही लोकाचे आकर्षण नसते. *मद्भक्तः* या शब्दावरून दर्शविल्याप्रमाणे तो पूर्णपणे भक्तीमध्ये, विशेषकरून श्रवण, कीर्तन, स्मरण, अर्चन, पादसेवन, वंदन, दास्य, सख्य आणि आत्मनिवेदन या नवविधा भक्तिसेवेमध्ये संलग्न होतो. सर्व नऊ, आठ किंवा सात किंवा निदान एका भक्तिसेवेमध्ये संलग्न होता येते. त्यायोगे निश्चितच मनुष्याचे जीवन परिपूर्ण होते.

*संग वर्जितः* हा शब्द अत्यंत महत्त्वपूर्ण आहे. जे लोक श्रीकृष्णांचे विरोधक आहेत त्यांच्या संगतीचा त्याग केला पाहिजे. केवळ नास्तिकच श्रीकृष्णांचे विरोधक आहेत असे नव्हे तर जे सकाम कर्मात आसक्त आहेत आणि जे तर्कवादी आहेत ते सुद्धा श्रीकृष्णांचे विरोधकच आहेत. म्हणून शुद्ध भक्तीचे विश्लेषण भक्तिरसामृतसिंधूमध्ये (१.१.११) पुढीलप्रमाणे करण्यात आले आहे

*अन्याभिलाषिताशून्यं ज्ञानकर्माद्यनावृतम् ।*
*आनुकूल्येन कृष्णानुशीलनं भक्तिरुत्तमा ॥*

या श्लोकामध्ये श्रील रूप गोस्वामी स्पष्टपणे सांगतात की, जर कोणाला अनन्य भक्ती करावयाची असेल तर त्याने सर्व भौतिक विकारांतून मुक्त होणे आवश्यक आहे. जे तर्कवादी आहेत आणि जे सकाम कर्म करण्याच्या अधीन झालेले आहेत त्यांच्या संगतीतून मनुष्याने पूर्णपणे मुक्त झालेच पाहिजे. जेव्हा अशा कु-संगतीतून आणि भौतिक इच्छांच्या विकारांतून मुक्त

झाल्यावर तो अनुकूलतेने कृष्णज्ञानाचे अनुशीलन करतो आणि यालाच शुद्ध भक्ती म्हटले जाते. *आनुकूल्यस्य संकल्पः प्रतिकूल्यस्य वर्जनम्*—(हरिभक्तिविलास ११.६७६) मनुष्याने कृष्णचिंतन केले पाहिजे आणि श्रीकृष्णांकरिता, प्रतिकूल रूपाने नव्हे तर अनुकूल रूपाने कार्य केले पाहिजे. कंस हा श्रीकृष्णांचा शत्रू होता. श्रीकृष्णांच्या जन्मापासूनच कंसाने त्यांना मारण्यासाठी अनेक योजना आखल्या; परंतु सदैव अयशस्वी ठरत असल्याने तो सुद्धा सदैव कृष्णचिंतनच करीत असे. याप्रमाणे कार्य करताना, भोजन करताना सर्व बाबतीत तो सदासर्वदा कृष्णभावनाभावितच असे; परंतु या प्रकारची कृष्णभावना ही अनुकूल नव्हे, कारण दिवसातील चोवीस तास, सदैव जरी तो कृष्णचिंतन करीत होता तरी त्याला राक्षस समजण्यात येते आणि शेवटी श्रीकृष्णांनी त्याचा वध केला. अर्थात, श्रीकृष्णांकडून ज्याचा वध होतो त्याला मोक्षप्राप्ती होते; परंतु मोक्षप्राप्ती करणे हे शुद्ध भक्ताचे ध्येय नसते. शुद्ध भक्ताला मुक्तीचीही अभिलाषा नसते. सर्वोच्च लोकात, गोलोक वृंदावनातही जाण्याची त्याला इच्छा नसते. तो कुठेही असला तरी कृष्णसेवा करणे हेच त्याचे एकमात्र ध्येय असते.

कृष्णभक्त प्रत्येकाशी मित्रभावनेनेच वागतो. म्हणूनच म्हटले जाते की, तो शत्रूरहित, *निर्वैर* असतो. हे कसे काय? कृष्णभावनाभावित भक्त जाणतो की, केवळ कृष्णभक्तीच मनुष्याला जीवनाच्या सर्व समस्यांतून मुक्त करू शकते. त्याला याचा वैयक्तिक अनुभव असतो आणि म्हणून त्याला कृष्णभावनेचा मानवसमाजात प्रचार करण्याची इच्छा असते. भगवद्‌भावनेच्या प्रचारार्थ ज्या भगवद्‌भक्तांनी आपले प्राणही संकटात टाकले त्या भक्तांची अनेक उदाहरणे इतिहासामध्ये आपल्याला आढळतात. याबाबतीत प्रसिद्ध उदाहरण हे येशू ख्रिस्तांचे आहे. अभक्तांनी येशू ख्रिस्तांना क्रूसावर चढविले; परंतु भगवद्‌भावनेचा प्रसार करण्यासाठी त्यांनी आपल्या जीवनाचीही आहुती दिली. अर्थात, त्यांचा वध झाला असे म्हणणे उचित ठरणार नाही. त्याचप्रमाणे भारतातही हरिदास ठाकूर, प्रह्लाद महाराजांसारखी अनेक उदाहरणे आढळतात. भगवद्‌भक्त का बरे याप्रमाणे आपले प्राणही संकटात घालतात? तर केवळ कृष्णभावनेचा प्रसार करण्याचीच त्यांना इच्छा असते आणि असा प्रचार करणे अत्यंत कठीण असते. कृष्णभावनाभावित मनुष्य जाणतो की, श्रीकृष्णांशी असलेल्या आपल्या शाश्वत संबंधाच्या विस्मृतीने आपण दुःखी होतो. म्हणून आपल्या बांधवांना सर्व भौतिक समस्यांतून मुक्त करणे म्हणजे मानवसमाजाचे सर्वोत्तम कल्याण होय. अशा रीतीने शुद्ध भक्त हा भगवत्सेवेमध्ये संलग्न झालेला असतो. आता आपण कल्पना करू शकतो की, जे भक्त श्रीकृष्णांसाठी आपले जीवनही धोक्यात घालून भक्तीमध्ये संलग्न असतात त्यांच्याविषयी श्रीकृष्ण किती कृपाळू असतात. म्हणून देहत्यागानंतर अशा व्यक्तींचा सर्वोच्च लोकामध्ये, भगवद्‌धामामध्ये प्रवेश हा निश्चित असतो.

सारांश, अस्थायी विश्वरूप, सर्वभक्षक काळाचे रूप आणि चतुर्भुज विष्णुरूपही श्रीकृष्णांनी प्रकट केले. यावरून सिद्ध होते की, श्रीकृष्ण हेच या सर्व रूपांचे उगमस्थान आहेत. असे नाही की मूळचे विश्वरूप आहे आणि त्यापासून श्रीकृष्णांची किंवा श्रीविष्णूंची अभिव्यक्ती झाली. श्रीकृष्ण हे सर्व रूपांचे मूळ आहेत. विष्णुरूपेही अगणित आहेत; परंतु भक्ताला श्रीकृष्णांच्या

मूळ द्विभुज रूपधारी श्यामसुंदर रूपावाचून इतर कोणतेही रूप महत्त्वपूर्ण नसते. ब्रह्मसंहितेत म्हटले आहे की, जे श्रीकृष्णांच्या श्यामसुंदर रूपावर प्रेमाने आणि भक्तीने अनुरक्त झाले आहेत ते सदैव श्री श्यामसुंदर रूपाव्यतिरिक्त इतर काहीही आपल्या हृदयात पाहू शकत नाही. अकराव्या अध्यायाच्या तात्पर्यावरून मनुष्याने हेच जाणले पाहिजे की, कृष्णरूप हेच परमश्रेष्ठ आणि महत्त्वपूर्ण आहे.

*या प्रकारे भगवद्गीतेच्या 'विश्वरूपदर्शन योग' या अकराव्या अध्यायावरील भक्तिवेदांत भाष्य संपन्न.*

# अध्याय बारावा

# भक्तियोग

## ( श्रीकृष्णांची प्रेममयी सेवा )

अर्जुन उवाच

**एवं सततयुक्ता ये भक्तास्त्वां पर्युपासते ।**
**ये चाप्यक्षरमव्यक्तं तेषां के योगवित्तमाः ॥ १ ॥**

**अर्जुनः उवाच**—अर्जुन म्हणाला; **एवम्**—याप्रमाणे; **सतत**—सदैव; **युक्ताः**—संलग्न झालेले; **ये**—जे; **भक्ताः**—भक्तगण; **त्वाम्**—तुमची; **पर्युपासते**—योग्य रीतीने उपासना करतात; **ये**—जे; **च**—सुद्धा; **अपि**—पुन्हा; **अक्षरम्**—इंद्रियातीत; **अव्यक्तम्**—अव्यक्त; **तेषाम्**—त्यांपैकी; **के**—कोण; **योग-वित्-तमाः**—योगविद्या पारंगत.

**अर्जुनाने पृच्छा केली, जे तुमच्या भक्तीमध्ये योग्य रीतीने सदैव संलग्न झालेले आहेत आणि जे अव्यक्त निर्विशेष ब्रह्माची उपासना करतात त्यांपैकी कोणाला अधिक परिपूर्ण मानण्यात येते?**

**तात्पर्यः** श्रीकृष्णांनी आतापर्यंत साकार, निराकार आणि विश्वरूपाचे तसेच सर्व प्रकारच्या भक्तांचे आणि योगिजनांचे विवरण केले आहे. सामान्यतः योग्यांचे दोन प्रकारे वर्गीकरण करता येते, एक म्हणजे निर्विशेषवादी आणि दुसरा म्हणजे सविशेषवादी (साकारवादी). साकारवादी भक्त संपूर्ण शक्तीने स्वतःला भगवत्सेवेमध्ये संलग्न करतो. निर्विशेषवादी सुद्धा स्वतःला प्रत्यक्ष कृष्णसेवेमध्ये नव्हे तर अव्यक्त निर्विशेष ब्रह्माचे ध्यान करण्यात संलग्न करतो.

या अध्यायामध्ये आपल्याला आढळते की, परम सत्याच्या साक्षात्कारासाठी असणाऱ्या निरनिराळ्या योगपद्धतींमध्ये, भक्तियोग हा सर्वश्रेष्ठ आहे. जर मनुष्याला भगवंतांच्या सहवासाची इच्छा असेल तर त्याने भक्तियोगाचे पालन करणे अत्यावश्यक आहे.

भक्तीद्वारे भगवंतांची प्रत्यक्ष सेवा करणाऱ्यांना सविशेषवादी असे म्हटले जाते. जे निर्विशेष ब्रह्मावर ध्यान करतात त्यांना निर्विशेषवादी म्हटले जाते. या दोहोंपैकी कोणती स्थिती अधिक उत्तम आहे हे अर्जुन या श्लोकात विचारीत आहे. परम सत्याचा साक्षात्कार होण्यासाठी निरनिराळे मार्ग आहेत; परंतु या अध्यायात श्रीकृष्ण सांगतात की, भक्तियोग हा सर्वोत्तम मार्ग आहे. हा प्रत्यक्ष आणि भगवंतांचे सान्निध्य प्राप्त करण्याचा सहजसुलभ मार्ग आहे.

भगवद्गीतेच्या दुसऱ्या अध्यायात भगवंतांनी सांगितले आहे की, जीव म्हणजे भौतिक

शरीर नसून आध्यात्मिक स्फुलिंग आहे. परम सत्य म्हणजे आध्यात्मिक पूर्णत्व आहे. सातव्या अध्यायामध्ये त्यांनी सांगितले की, जीव हा परम सत्याचा अंश आहे आणि म्हणून त्याने आपले ध्यान परम सत्यावर पूर्णपणे केंद्रित करणे अत्यावश्यक आहे. नंतर पुन्हा आठव्या अध्यायामध्ये सांगण्यात आले आहे की, देहत्याग करतेवेळी जो कोणी कृष्ण-चिंतन करतो त्याला तात्काळ आध्यात्मिक जगताची, कृष्णलोकाची प्राप्ती होते आणि सहाव्या अध्यायाच्या शेवटी भगवंतांनी स्पष्टपणे सांगितले आहे की, सर्व योग्यांमध्ये जो सदैव आपल्या हृदयामध्ये कृष्णस्मरण करतो तो परमसिद्ध योगी होय. म्हणून जवळजवळ प्रत्येक अध्यायाचा अंतिम निष्कर्ष हाच आहे की, मनुष्याने श्रीकृष्णांच्या साकार रूपावर अनुरक्त झाले पाहिजे, कारण हीच सर्वोच्च आध्यात्मिक अनुभूती आहे.

तरीही असे लोक आहेत, जे श्रीकृष्णांच्या साकार रूपावर अनुरक्त नाहीत. कृष्णरूपापासून ते इतक्या दृढपणे अनासक्त झालेले असतात की, भगवद्गीतेवर भाष्य करतानाही ते, लोकांना श्रीकृष्णांपासून दूर नेण्याचा आणि त्या लोकांचा भक्तिभाव निर्विशेष ब्रह्मज्योतीवर केंद्रित करविण्याचा प्रयत्न करतात. अव्यक्त आणि इंद्रियातीत परम सत्याच्या निर्विशेष रूपावरील ध्यानास ते प्राधान्य देतात.

अशा प्रकारे योगिजनांचे दोन प्रकार आहेत. आता या दोहोंपैकी कोणता वर्ग अधिक परिपूर्ण आहे आणि कोणता मार्ग अधिक सुकर आहे हे निश्चित करण्याचा अर्जुन प्रयत्न करीत आहे. दुसऱ्या शब्दांत सांगावयाचे तर, तो आपल्या स्थितीचे स्पष्टीकरण करण्याचा प्रयत्न करीत आहे, कारण तो श्रीकृष्णांच्या साकार रूपामध्ये अनुरक्त झालेला आहे. तो निर्विशेष ब्रह्मावर अनुरक्त नाही. आपली स्थिती सुरक्षित आहे अथवा नाही हे जाणण्याची त्याला इच्छा आहे. प्राकृत जगतात असो अथवा भगवंतांच्या आध्यात्मिक जगतात असो निर्विशेष ब्रह्माचे ध्यान करणे अतिशय क्लेशदायक असते. वस्तुतः मनुष्याला परम सत्याच्या निर्विशेष ब्रह्मज्योतीची परिपूर्ण अनुभूती होऊ शकत नाही. म्हणून अर्जुनाला म्हणावयाचे आहे की, अशा कालापव्ययाचा काय उपयोग आहे ? अकराव्या अध्यायामध्ये अर्जुनाला अनुभव आला की, श्रीकृष्णांच्या साकार रूपामध्ये अनुरक्त होणे ही सर्वोत्तम गोष्ट आहे, कारण त्यामुळे तो इतर सर्व रूपे जाणू शकत होता आणि त्याच वेळी त्याच्या श्रीकृष्णांवरील प्रेमात कोणत्याही प्रकारचा व्यत्यय येत नव्हता. अर्जुनाने या श्लोकात श्रीकृष्णांना विचारलेल्या प्रश्नांमुळे परम सत्याच्या निराकार आणि साकार रूपातील भेद स्पष्ट होईल.

श्रीभगवानुवाच

**मय्यावेश्य मनो ये मां नित्ययुक्ता उपासते।**
**श्रद्धया परयोपेतास्ते मे युक्ततमा मताः ॥ २॥**

**श्री-भगवान् उवाच**—श्रीभगवान म्हणाले; **मयि**—माझ्या ठायी; **आवेश्य**—स्थिर करून; **मनः**—मनाला; **ये**—जे; **माम्**—मला; **नित्य**—नित्य; **युक्ताः**—संलग्न; **उपासते**—भजतात; **श्रद्धया**—श्रद्धेने; **परया**—दिव्य; **उपेताः**—युक्त; **ते**—ते; **मे**—माझ्या; **युक्त-तमाः**—योगातील परमोच्च सिद्धी; **मताः**—मानले जातात.

**श्रीभगवान म्हणाले, जे आपले मन माझ्या साकार रूपावर स्थित करतात आणि दृढ दिव्य श्रद्धेने माझी सतत उपासना करण्यामध्ये संलग्न झालेले असतात ते माझ्या मते सर्वोत्तम आहेत.**

**तात्पर्य:** अर्जुनाच्या प्रश्नाला उत्तर म्हणून श्रीकृष्ण स्पष्टपणे सांगतात की, जो माझ्या साकार रूपावर आपले मन केंद्रित करतो आणि श्रद्धा व भक्तिभावाने मला भजतो तोच योग्यांमधील परमसिद्ध पुरुष होय. अशा कृष्णभावनाभावित व्यक्तीच्या कोणत्याही क्रिया भौतिक नसतात, कारण तो सर्व काही श्रीकृष्णांप्रीत्यर्थच करीत असतो. शुद्ध भक्त निरंतर सेवेमध्ये संलग्न असतो. कधी तो जप करीत असतो, कधी कृष्णकथेचे वाचन किंवा श्रवण करीत असतो, कधी तो प्रसाद तयार करतो अथवा श्रीकृष्णांसाठी काही खरेदी करण्यासाठी तो बाजारात जातो, कधी मंदिरमार्जन करतो अथवा भोजनपात्र स्वच्छ करतो. तो जे काही करतो ते सर्व भगवंतांप्रीत्यर्थच करतो व अशा रीतीने एक क्षणही वाया घालवीत नाही. असे कर्म म्हणजेच *समाधिस्थ कर्म* होय.

**ये त्वक्षरमनिर्देश्यमव्यक्तं पर्युपासते ।**
**सर्वत्रगमचिन्त्यं च कूटस्थमचलं ध्रुवम् ॥ ३ ॥**
**सन्नियम्येन्द्रियग्रामं सर्वत्र समबुद्धयः ।**
**ते प्राप्नुवन्ति मामेव सर्वभूतहिते रताः ॥ ४ ॥**

**ये**—जे; **तु**—परंतु; **अक्षरम्**—इंद्रियातीत; **अनिर्देश्यम्**—अमर्याद; **अव्यक्तम्**—अव्यक्त; **पर्युपासते**—उपासना करण्यामध्ये संलग्न; **सर्वत्र-गम्**—सर्वव्यापी; **अचिन्त्यम्**—अचिंत्य; **च**—सुद्धा; **कूट-स्थम्**—बदलरहित; **अचलम्**—अचल; **ध्रुवम्**—स्थित; **सन्नियम्य**—संयमन करून; **इन्द्रिय-ग्रामम्**—सर्व इंद्रिये; **सर्वत्र**—सर्वत्र; **सम-बुद्धयः**—समबुद्धी असणारे; **ते**—ते; **प्राप्नुवन्ति**—प्राप्त करतात; **माम्**—मला; **एव**—निश्चितपणे; **सर्व-भूत-हिते**—सर्व प्राण्यांच्या हितार्थ; **रताः**—संलग्न झालेले.

**परंतु जे सर्व इंद्रियांचे संयमन करून आणि सर्वांच्या ठायी समबुद्धी ठेवून, अव्यक्त, इंद्रियातीत, सर्वव्यापी, अचिंत्य, अविकारी, स्थिर आणि अचल अशा परम सत्याच्या निर्विशेष रूपाची पूर्ण उपासना करतात, ते सर्वांच्या हितार्थ संलग्न होऊन शेवटी माझीच प्राप्ती करतात.**

**तात्पर्य:** जे प्रत्यक्षपणे भगवान श्रीकृष्णांची उपासना करीत नाहीत, परंतु इतर अप्रत्यक्ष पद्धतीने त्याच उद्दिष्टाच्या प्राप्तीकरिता प्रयत्न करतात, त्यांनासुद्धा शेवटी कृष्णप्राप्ती होते. "अनेकानेक जन्मांनंतर ज्ञानी मनुष्य, 'वासुदेव' हेच सर्व काही आहेत हे जाणून माझा आश्रय घेतो." अनेकानेक जन्मांनंतर मनुष्याला जेव्हा पूर्ण ज्ञान प्राप्त होते तेव्हा तो भगवान श्रीकृष्णांना शरण जातो. या श्लोकामध्ये सांगितल्याप्रमाणे जर मनुष्याला भगवत्प्राप्ती करावयाची असेल तर त्याने इंद्रियसंयमन करणे, प्रत्येकांची सेवा करणे आणि सर्व प्राणिमात्रांच्या कल्याणार्थ कार्य करणे

अत्यावश्यक आहे. याचा गर्भितार्थ असा आहे की, त्याने भगवान श्रीकृष्णांना शरण जाणे आवश्यक आहे; अन्यथा परिपूर्ण अनुभूती होऊ शकत नाही. भगवंतांना पूर्णपणे शरण जाण्यासाठी बऱ्याचदा खूप तपस्या करावी लागते.

अंतरात्म्यामधील परमात्म्याचा साक्षात्कार होण्यासाठी मनुष्याला पाहणे, ऐकणे, चव घेणे, कर्म करणे इत्यादी क्रियांचा पूर्णपणे विलय करावा लागतो. त्यानंतर त्याला परमात्मा हा सर्वव्यापी असल्याचे ज्ञान होते. परमात्म्याची अनुभूती झाल्यावर मनुष्य कोणत्याही जीवाचा द्वेष करीत नाही. त्याला मानव आणि पशू यांमध्ये भेद दिसत नाही, कारण तो देहरूपी बाह्य आवरण पाहात नाही तर केवळ आत्म्याचे स्वरूप पाहतो. परंतु सामान्य मनुष्यासाठी निर्विशेष रूपाच्या साक्षात्काराची ही पद्धत अतिशय कठीण आहे.

**क्लेशोऽधिकतरस्तेषामव्यक्तासक्तचेतसाम्।**
**अव्यक्ता हि गतिर्दुःखं देहवद्भिरवाप्यते ॥ ५ ॥**

**क्लेशः**—क्लेशदायक; **अधिक-तरः**—अत्यधिक; **तेषाम्**—त्यांची; **अव्यक्त**—अव्यक्ताप्रती; **आसक्त**—आसक्त; **चेतसाम्**—ज्याचे मन; **अव्यक्ता**—अव्यक्ताप्रती; **हि**—खचितच; **गतिः**—प्रगती; **दुःखम्**—दुःखकारक; **देह-वद्भिः**—देहधाऱ्यांना; **अवाप्यते**—प्राप्त होते.

**ज्यांचे मन परम सत्याच्या अव्यक्त निर्विशेष रूपामध्ये आसक्त झालेले आहे, त्यांना प्रगती करणे अतिशय क्लेशदायक आहे. त्या मार्गात प्रगती करणे हे देहधारी जीवांसाठी नेहमीच अतिशय दुष्कर असते.**

**तात्पर्य:** योगिजन परम सत्याच्या अचिंत्य, अव्यक्त निर्विशेष स्वरूपाच्या प्राप्तीचा मार्ग अनुसरतात त्यांना ज्ञानयोगी म्हटले जाते आणि जे योगी पूर्णपणे कृष्णभावनाभावित होऊन भगवद्भक्तीमध्ये संलग्न झालेले असतात त्यांना भक्तियोगी असे म्हटले जाते. आता या ठिकाणी ज्ञानयोगी आणि भक्तियोगी यांतील भेद निश्चितपणे स्पष्ट करण्यात आला आहे. ज्ञानयोगाचा मार्ग हा शेवटी जरी भगवंतांकडेच नेणारा असला तरी तो अतिशय कष्टप्रद आहे, तर भक्तियोगाच्या मार्गात प्रत्यक्ष भगवंतांच्याच सेवेमध्ये संलग्न व्हावे लागत असल्याने देहधारी जीवांसाठी हा मार्ग अत्यंत सहजसुलभ आणि स्वाभाविकच आहे. अनादी काळापासून जीव हा देहबद्ध झालेला आहे. केवळ सिद्धांतरूपाने आपण शरीर नाही हे जाणणे जीवाला कठीण आहे. यास्तव भक्तियोगी हा श्रीकृष्णांच्या अर्चाविग्रहाला आराध्य म्हणून स्वीकारतो, कारण मनामध्ये शारीरिक संकल्पना ही असतेच आणि या संकल्पनेचा अशा तऱ्हेने उपयोग करता येतो. अर्थात, मंदिरातील भगवंतांच्या अर्चा विग्रहाची आराधना म्हणजे पुतळ्याचे पूजन नव्हे. वैदिक प्रमाणांनुसार पूजन हे सगुण अथवा निर्गुण असू शकते. मंदिरातील अर्चाविग्रहाचे पूजन हे देखील सगुण होय, कारण भगवंत भौतिक तत्त्वांद्वारे प्रकट झालेले असतात; परंतु पाषाण, काष्ठ किंवा रंगाद्वारे भगवंतांचे अर्चाविग्रह प्रकट झाले असले तरी ते अर्चाविग्रह प्राकृत नसतात. हे भगवंतांचे परिपूर्णत्व आहे.

या ठिकाणी एखादे स्थूल उदाहरण देता येईल. आपल्याला रस्त्यावर काही टपालपेट्या

दिसतात. आपण जर त्यात आपली पत्रे टाकली तर ती साहजिकच विनाअडचण आपल्या इष्टस्थळी जाऊन पोहोचतात. परंतु टपालखात्याने अधिकृत न केलेली कोणतीही पेटी अथवा नकली पेटी आपल्याला आढळली तर त्या पेटीद्वारे उपर्युक्त कार्य होऊ शकत नाही. त्याचप्रमाणे भगवंत ज्या विग्रहरूपामध्ये अधिकृतरीत्या प्रकट होतात त्या विग्रहालाच *अर्चाविग्रह* असे म्हटले जाते. हे अर्चाविग्रह म्हणजे भगवंतांचा अवतारच असतो. परमेश्वर या अर्चाविग्रहाद्वारे सेवेचा स्वीकार करतात. भगवंत हे सर्वशक्तिमान आहेत म्हणून अर्चाविग्रहरूपी अवताराद्वारे ते भक्तांची सेवा स्वीकारू शकतात, जेणेकरून बद्ध जीवाला सहजपणे सेवा करता यावी.

म्हणून भक्ताला तात्काळ आणि प्रत्यक्षपणे भगवंतांकडे जाणे मुळीच कष्टप्रद नसते; परंतु जे आध्यात्मिक अनुभूतीकरिता निर्विशेषवादाचा मार्ग स्वीकारतात त्यांच्यासाठी तो मार्ग कठीण असतो. त्यांना उपनिषदांद्वारे परम सत्याचे अव्यक्त रूप शास्त्रांचा गर्भितार्थ जाणावा लागतो. त्यासाठी संस्कृत भाषाही शिकावी लागते. इंद्रियांना अगम्य असणारे भाव जाणावे लागतात आणि या सर्व पद्धतींचा अनुभव घ्यावा लागतो. हे सर्व साधारण मनुष्यांसाठी सोपे नसते. भक्तीमध्ये संलग्न झालेल्या कृष्णभावनाभावित मनुष्याला केवळ प्रमाणित आध्यात्मिक गुरूच्या मार्गदर्शनाने, नियमितपणे अर्चाविग्रहाला केवळ वंदन केल्याने, भगवतांचे गुणगान श्रवण केल्याने आणि केवळ भगवत्प्रसाद ग्रहण केल्याने भगवंतांची अनुभूती सहजपणे होते. शेवटी परम सत्याचा साक्षात्कार होण्याची शाश्वती नसलेल्या क्लेशदायक मार्गाचे निर्विशेषवादी अनुसरण करीत आहेत यात काहीच संदेह नाही. परंतु साकारवादी विनाक्लेश कोणत्याही धोक्याविना प्रत्यक्ष भगवंतांचीच प्राप्ती करतात. याच प्रकारचे वर्णन श्रीमद्भागवतातही आढळते, त्या ठिकाणी असे म्हटले आहे की, शेवटी मनुष्याला भगवंतांना शरण जावेच लागते. (या शरणागतीलाच भक्ती असे म्हणतात) परंतु जर त्यांनी *'नेति नेति'* म्हणून ब्रह्म जाणण्याचे परिश्रम घेतले आणि आपले सर्व आयुष्य याच रीतीने व्यतीत केले तर यांची परिणती शेवटी क्लेशामध्येच होते. म्हणून या ठिकाणी सांगण्यात आले आहे की, आध्यात्मिक साक्षात्काराच्या या क्लेशदायक मार्गाचे अनुसरण करू नये कारण, अंतिम परिणामाची या मार्गामध्ये शाश्वती नसते.

जीवाला स्वत:चे स्वरूप असते. जर त्याला आध्यात्मिक पूर्णत्वामध्ये विलीन व्हावयाचे असेल तर त्याला आपल्या सत् आणि चित् स्वरूपाची अनुभूती होऊ शकेल, परंतु आनंदमयी स्वरूपाची अनुभूती होणार नाही. एखाद्या भक्ताच्या कृपेमुळे असा विद्वान ज्ञानयोगी भक्तियोगाची प्राप्ती करू शकतो. कारण तो निर्विशेषवादाच्या संकल्पनेचा त्याग करू शकत नसल्याने निर्विशेषवादाचे दीर्घकाळ केलेले अनुसरणही क्लेशदायक असते. म्हणून देहधारी जीवासाठी निर्विशेषवाद हा आचरण करतेवेळी आणि साक्षात्कार करतेवेळी क्लेशदायकच ठरतो. प्रत्येक जीवात्म्याला आंशिक स्वातंत्र्य असते आणि मनुष्याने निश्चितपणे जाणले पाहिजे की, निराकाराचा साक्षात्कार हा आपल्या सच्चिदानंद स्वरूपाच्या विपरीत आहे. म्हणून त्याने या मार्गाचा स्वीकार करू नये. प्रत्येक जीवासाठी कृष्णभावना, भक्तिपूर्ण सेवेमध्ये पूर्णपणे संलग्न होणे हा सर्वोत्तम मार्ग आहे. जर मनुष्याने या भक्तियोगाकडे दुर्लक्ष केले तर तो नास्तिकतेकडे

वळण्याची शक्यता असते. अशा रीतीने या श्लोकामध्ये सांगितल्याप्रमाणे, इंद्रियातीत, अचिंत्य अशा अव्यक्तावर ध्यान करण्यास विशेषत: या कलियुगात कधीही प्रोत्साहन देऊ नये. भगवान श्रीकृष्णांनीही या मार्गाची शिफारस केलेली नाही.

**ये तु सर्वाणि कर्माणि मयि सन्न्यस्य मत्पराः।**
**अनन्येनैव योगेन मां ध्यायन्त उपासते ॥ ६ ॥**
**तेषामहं समुद्धर्ता मृत्युसंसारसागरात् ।**
**भवामि न चिरात्पार्थ मय्यावेशितचेतसाम् ॥ ७ ॥**

**ये**—जे; **तु**—परंतु; **सर्वाणि**—सर्व; **कर्माणि**—कर्मे; **मयि**—मला; **सन्न्यस्य**—त्याग करून; **मत्-पराः**—माझ्यावर आसक्त होऊन; **अनन्येन**—अनन्य; **एव**—निश्चितच; **योगेन**—भक्तियोगाच्या आचरणाने; **माम्**—माझे; **ध्यायन्तः**—ध्यान करीत; **उपासते**—उपासना करतात; **तेषाम्**—त्यांचा; **अहम्**—मी; **समुद्धर्ता**—उद्धारक; **मृत्यु**—मृत्यूच्या; **संसार**—संसार; **सागरात्**—सागरापासून; **भवामि**—मी होतो; **न**—नाही; **चिरात्**—दीर्घकालाने; **पार्थ**—हे पार्थ; **मयि**—माझ्या ठायी; **आवेशित**—स्थिर; **चेतसाम्**—ज्यांचे मन.

**परंतु जे माझे पूजन करतात, जे आपली सर्व कर्मे मला अर्पण करतात आणि अनन्यभावाने भक्ती करीत माझी उपासना करतात, माझ्या ठायी मन स्थिर करून भक्तीमध्ये संलग्न होतात व माझेच ध्यान करीत असतात, त्यांचा, हे पार्था, मी जन्ममृत्यूरूपी संसारसागरातून त्वरित उद्धार करतो.**

**तात्पर्यः** या ठिकाणी स्पष्टपणे म्हटले आहे की, भक्त हे फार भाग्यवान आहेत, कारण भगवंत त्यांचा संसारसागरातून त्वरित उद्धार करतात. शुद्ध भक्तीमुळे मनुष्याला साक्षात्कार होतो की, भगवंत हे महान आहेत आणि जीव त्यांच्या अधीन आहे. भगवंतांची सेवा करणे हे जीवाचे कर्तव्य आहे आणि जर त्याने हे कर्तव्य निभावले नाही तर त्याला मायेची सेवा करावी लागते.

पूर्वी सांगितल्याप्रमाणे केवळ भक्तीद्वारेच भगवंतांना जाणणे शक्य आहे. म्हणून मनुष्याने अनन्य भक्ती केली पाहिजे. श्रीकृष्णांची प्राप्ती करण्याकरिता त्याने आपले मन पूर्णपणे श्रीकृष्णांच्या ठायी स्थित केले पाहिजे. मनुष्याने केवळ श्रीकृष्णांप्रीत्यर्थच कर्म केले पाहिजे. तो कोणत्या प्रकारचे कर्म करीत आहे हे महत्त्वपूर्ण नाही तर ते कर्म केवळ श्रीकृष्णांप्रीत्यर्थ करणे महत्त्वाचे आहे. हाच भक्तीचा आदर्श आहे. भक्ताला भगवंतांना संतुष्ट करण्यावाचून इतर काहीही प्राप्त करण्याची इच्छा नसते. श्रीकृष्णांना संतुष्ट करणे हेच त्याच्या जीवनाचे ध्येय असते आणि ज्याप्रमाणे कुरुक्षेत्राच्या युद्धात अर्जुनाने सर्व काही त्याग केले त्याप्रमाणे श्रीकृष्णांच्या संतुष्टीकरिता भक्त कशाचाही त्याग करू शकतो. ही पद्धती अत्यंत सुगम आहे. मनुष्य आपल्या व्यवसायामध्ये पूर्णपणे लक्ष देऊ शकतो आणि त्याच वेळी *हरे कृष्ण हरे कृष्ण कृष्ण कृष्ण हरे हरे। हरे राम हरे राम राम राम हरे हरे॥* या महामंत्राचा जपही करू शकतो. अशा दिव्य कीर्तनाने भक्त, भगवंतांकडे आकृष्ट होतो.

भगवंत या ठिकाणी वचन देतात की, याप्रमाणे भक्तीमध्ये संलग्न झालेल्या शुद्ध भक्ताचा भगवंत विनाविलंब संसारसागरातून उद्धार करतात. ज्यांनी योगाभ्यासात उन्नती केली आहे ते योगसामर्थ्याद्वारे आपल्या स्वेच्छेनुसार हव्या त्या ग्रहलोकामध्ये आत्म्याला नेऊ शकतात आणि इतर योगिजन अशा संधीचा विविध प्रकारे लाभ घेतात; परंतु भक्ताबद्दल सांगावयाचे तर, या श्लोकामध्ये स्पष्टपणे म्हटल्याप्रमाणे भगवंत स्वत: भक्ताचा उद्धार करतात आणि आध्यात्मिक जगतात प्रवेश करण्यासाठी उन्नत होण्याची भक्ताला प्रतीक्षा करावी लागत नाही.

वराहपुराणात पुढील श्लोक आढळतो,

*नयामि परमं स्थानमर्चिरादिगतिं विना ।*
*गरुडस्कन्धमारोप्य यथेच्छमनिवारित: ॥*

या श्लोकाचे तात्पर्य हेच आहे की, भक्ताने स्वत:ला वैकुंठलोकात नेण्यासाठी अष्टांगयोगाचा अभ्यास करण्याची आवश्यकता नाही. याची जबाबदारी स्वत: भगवंतांनी घेतली आहे. या श्लोकामध्ये भगवंत स्पष्टपणे सांगतात की, मी स्वत: भक्ताचा उद्धारक होतो. एखाद्या बालकाची मातापिता पूर्ण काळजी घेतात आणि म्हणून बालक सुरक्षित असते, त्याचप्रमाणे भक्ताने स्वत:हून योगाभ्यासाद्वारे इतर ग्रहलोकांची प्राप्ती करण्याचा प्रयत्न करण्याची मुळीच आवश्यकता नाही. उलट भगवंत, भक्तावर कृपा करण्यासाठी आपल्या गरुड वाहनावर आरूढ होऊन तात्काळ येतात आणि संसारसागरातून त्याची त्वरित मुक्तता करतात. समुद्रात पडलेल्या मनुष्याने जरी अतिशय धडपड केली आणि पोहण्यात तो जरी अतिशय निष्णात असला तरी तो स्वत:ला वाचवू शकत नाही. परंतु इतर कोणी मनुष्याने त्याला पाण्यातून बाहेर काढले तर सहजपणे त्याची सुटका होऊ शकते. त्याचप्रमाणे भगवंत आपल्या भक्ताला संसारसागरातून बाहेर काढतात. मनुष्याने केवळ सुगम कृष्णभावनेचे आचरण केले पाहिजे आणि पूर्णपणे भक्तीमध्ये संलग्न झाले पाहिजे. बुद्धिमान मनुष्याने इतर कोणत्याही मार्गाच्या तुलनेत भक्तिमार्गाला नेहमी प्राधान्य द्यावे. *नारायणीय* यामध्ये याला पुढीलप्रमाणे पुष्टी देण्यात आली आहे,

*या वै साधनसम्पत्ति: पुरुषार्थचतुष्टये ।*
*तया विना तदाप्नोति नरो नारायणाश्रय: ॥*

या श्लोकाचे तात्पर्य आहे की, मनुष्याने सकाम कर्माच्या विविध मार्गी किंवा तार्किक ज्ञानप्राप्तीच्या मागे लागू नये. भगवद्भक्तीमध्ये निमग्न असणाऱ्या भक्ताला इतर योगमार्गांपासून तर्कवाद, कर्मकांड, दान, यज्ञ इत्यादींपासून प्राप्त होणारे लाभ, आपोआपच प्राप्त होतात. भक्तियोगाचा हा विशेष अनुग्रह आहे.

*हरे कृष्ण हरे कृष्ण कृष्ण कृष्ण हरे हरे । हरे राम हरे राम राम राम हरे हरे ॥* या पवित्र हरिनामाचा केवळ जप केल्याने भगवद्भक्ताला परमलक्ष्याची प्राप्ती सुखाने आणि सहजपणे होते, परंतु याच परमलक्ष्याची प्राप्ती इतर कोणत्याही धार्मिक विधीने होऊ शकत नाही.

भगवद्गीतेचा निष्कर्ष अठराव्या अध्यायामध्ये सांगण्यात आला आहे.

*सर्वधर्मान् परित्यज्य मामेकं शरणं व्रज ।*
*अहं त्वां सर्वपापेभ्यो मोक्षयिष्यामि मा शुच: ॥*

आत्मसाक्षात्काराच्या इतर सर्व मार्गांचा मनुष्याने त्याग केला पहिजे आणि केवळ कृष्णभावनाभावित भक्तियोगाचे आचरण केले पाहिजे. यामुळे त्याला जीवनाच्या परमोच्च संसिद्धीची प्राप्ती होईल. त्याने गतजीवनातील पापकर्मांचा विचार करण्याचीही आवश्यकता नाही, कारण भगवंत स्वत: त्याची पूर्ण जबाबदारी घेतात. म्हणून स्वत:हून आध्यात्मिक साक्षात्काराद्वारे स्वत:चा उद्धार करण्याचा निष्फळ प्रयत्न करू नये. प्रत्येकाने सर्वशक्तिमान भगवान श्रीकृष्णांचा आश्रय घेतला पाहिजे. यामध्येच जीवनाची परमसिद्धी आहे.

**मय्येव मन आधत्स्व मयि बुद्धिं निवेशय।**
**निवसिष्यसि मय्येव अत ऊर्ध्वं न संशय: ॥ ८॥**

**मयि**—माझ्या ठायी; **एव**—निश्चितपणे; **मन:**—मन; **आधत्स्व**—स्थिर कर; **मयि**—माझ्या ठायी; **बुद्धिम्**—बुद्धी; **निवेशय**—नियुक्त कर; **निवसिष्यसि**—तू निवास करशील; **मयि**—माझ्यामध्ये; **एव**—निश्चितपणे; **अत: ऊर्ध्वम्**—त्यानंतर; **न**—कधीही नाही; **संशय:**—संशय, संदेह.

**माझ्यावर ( पुरुषोत्तम भगवंतांवर ) तुझे मन स्थिर कर आणि आपली बुद्धी माझ्या ठायी युक्त कर. अशा रीतीने तू नि:संदेह सदैव माझ्यामध्येच वास करशील.**

**तात्पर्य:** जो भगवान श्रीकृष्णांच्या भक्तीमध्ये संलग्न असतो त्याचा भगवंतांशी साक्षात संबंध असतो आणि म्हणून आरंभापासून तो दिव्यावस्थेमध्ये स्थित असतो यांत मुळीच संशय नाही. भक्त हा सांसारिक स्तरावर राहात नाही, तर तो श्रीकृष्णांच्या ठायी वास करतो. भगवंत आणि पवित्र हरिनाम हे अभिन्न आहेत, म्हणून जेव्हा भक्त हरे *कृष्ण* जप करीत असतो तेव्हा श्रीकृष्ण आणि त्यांची अंतरंगा शक्ती भक्ताच्या जिह्वेवर नृत्य करीत असतात. जेव्हा तो श्रीकृष्णांना भोग अर्पण करतो तेव्हा श्रीकृष्ण प्रत्यक्ष ते खाद्यपदार्थ ग्रहण करतात आणि हा कृष्णप्रसाद खाऊन भक्त कृष्णमय होतो. जो मनुष्य अशा सेवेमध्ये संलग्न होत नाही, तो हे कसे घडते यासंबंधी भगवद्गीतेत आणि वेदांमध्ये जरी निवेदन केलेले असले तरी जाणू शकत नाही.

**अथ चित्तं समाधातुं न शक्नोषि मयि स्थिरम्।**
**अभ्यासयोगेन ततो मामिच्छाप्तुं धनञ्जय ॥ ९॥**

**अथ**—जर, म्हणून; **चित्तम्**—चित्त, मन; **समाधातुम्**—स्थिर करणे; **न**—नाही; **शक्नोषि**—तुला शक्य असेल; **मयि**—माझ्या ठायी; **स्थिरम्**—स्थिरपणे; **अभ्यास-योगेन**—भक्तियोगाच्या अभ्यासाने; **तत:**—तर; **माम्**—मला; **इच्छा**—इच्छा कर; **आप्तुम्**—प्राप्त करण्याची; **धनम्-जय**—हे धनंजय, संपत्तीवर विजय मिळविणारा.

**हे धनंजय! जर तू आपले मन निश्चलत्वाने माझ्या ठायी स्थिर करण्यात असमर्थ असशील तर भक्तियोगाच्या नियामक तत्त्वांचे पालन कर. अशा रीतीने मला प्राप्त करण्याची इच्छा तू उत्पन्न कर.**

**तात्पर्य:** या श्लोकात भक्तियोगाच्या दोन निरनिराळ्या विधींचे वर्णन करण्यात आले आहे.

ज्याने दिव्य प्रेमाद्वारे भगवान श्रीकृष्णांच्या ठायी आसक्ती विकसित केली आहे त्याचा समावेश प्रथम विधीमध्ये होतो आणि ज्याच्या ठायी दिव्य प्रेमाद्वारे भगवंतांविषयी आसक्ती विकसित झालेली नाही त्याचा दुसऱ्या विधीमध्ये समावेश होतो. या दुसऱ्या विधीकरिता निरनिराळी नियामक विधिविधाने आहेत आणि त्यांचे पालन केल्याने, श्रीकृष्णांच्या ठायी अनुराग उत्पन्न होण्याइतपत मनुष्याची उन्नती होते.

भक्तियोगाद्वारे इंद्रियांचे शुद्धीकरण होते. सद्यस्थितीत बद्ध जीवनामध्ये इंद्रियतृप्ती करण्यामध्ये संलग्न झाल्यामुळे इंद्रिये नेहमी अशुद्धच असतात. परंतु भक्तियोगाच्या अभ्यासाने इंद्रियांचे शुद्धीकरण होऊ शकते आणि अशा शुद्धावस्थेमध्ये इंद्रियांचा भगवंतांशी प्रत्यक्ष संबंध स्थापित होतो. या सांसारिक जीवनामध्ये मी कोणा तरी मालकाची चाकरी करीत असेन, पण मी खरोखर प्रेमाने मालकाची सेवा करीत नाही. धनप्राप्ती करण्यासाठी केवळ मी चाकरी करीत असतो आणि मालकालाही प्रेमाशी वगैरे मुळीच कर्तव्य नसते. तो माझ्याकडून काम करून घेतो आणि मला मोबदला देतो, तेव्हा प्रेमाचा प्रश्नच नाही; परंतु आध्यात्मिक जीवनाकरिता मनुष्याने शुद्ध प्रेमावस्थेप्रत उन्नत झाले पाहिजे. अशी प्रेमाची अवस्था, याच इंद्रियांद्वारे भक्तियोगाचे आचरण केल्याने प्राप्त होऊ शकते.

वर्तमान स्थितीत हे भगवत्प्रेम प्रत्येकाच्या हृदयात सुप्तावस्थेमध्ये असते. हृदयामध्ये हे भगवत्प्रेम निरनिराळ्या प्रकारे व्यक्त होत असते; परंतु ते भौतिक संगामुळे प्रदूषित झालेले असते. हृदयाचे भौतिक संगापासून शुद्धीकरण करून सुप्त स्वाभाविक कृष्णप्रेम पुनर्जागृत केले पाहिजे. हीच भक्तियोगाची संपूर्ण पद्धती आहे.

भक्तियोगाच्या नियामक विधिविधानांचे पालन करण्यासाठी मनुष्याने निष्णात आध्यात्मिक गुरूच्या मार्गदर्शनाखाली विशिष्ट नियमांचे पालन केले पाहिजे. उदाहरणार्थ, प्रातःकाळी लौकर उठून स्नान करणे, अर्चाविग्रहाला फुले वेचून अर्पण करणे, अर्चाविग्रहासाठी भोग तयार करणे, प्रसाद ग्रहण करणे इत्यादी. याप्रमाणे मनुष्याने पाळावयाचे अनेक विधिनियम असतात आणि त्याने शुद्ध भक्ताकडून भगवद्गीता व श्रीमद्भागवताचे सतत श्रवण केले पाहिजे. अशा अभ्यासामुळे कोणताही मनुष्य भगवत्प्रेमाच्या अवस्थेप्रत उन्नत होऊ शकतो आणि नंतर निश्चितच भगवद्धामाची प्राप्ती करण्यात तो अग्रेसर होतो. विधिविधानांनुसार आणि आध्यात्मिक गुरूच्या मार्गदर्शनाने केलेल्या या भक्तियोगाच्या अभ्यासाने निश्चितपणे भगवत्प्रेमाच्या स्तराप्रत उन्नती होते.

**अभ्यासेऽप्यसमर्थोऽसि मत्कर्मपरमो भव।**
**मदर्थमपि कर्माणि कुर्वन्सिद्धिमवाप्स्यसि॥ १०॥**

**अभ्यासे**—अभ्यास करण्यामध्ये; **अपि**—जरी; **असमर्थः**—असमर्थ; **असि**—तू आहेस; **मत्-कर्म**—माझे कर्म; **परमः**—परायण; **भव**—हो; **मत्-अर्थम्**—माझ्याकरिता; **अपि**—जरी; **कर्माणि**—कर्म; **कुर्वन्**—करून; **सिद्धिम्**—सिद्धी; **अवाप्स्यसि**—तू प्राप्त करशील.

**जर तू भक्तियोगाच्या विधिविधानांचे पालन करण्यात असमर्थ असशील तर केवळ**

**माझ्याकरिता कर्म कर, कारण माझ्याकरिता कर्म केल्याने तुला पूर्ण सिद्धी प्राप्त होईल.**

**तात्पर्य:** आध्यात्मिक गुरूंच्या मार्गदर्शनानुसार जो भक्तियोगाच्या विधिविधानांचेही पालन करू शकत नाही, तो सुद्धा भगवंतांप्रीत्यर्थ कर्म करून पूर्णावस्थेप्रत उन्नत होऊ शकतो. हे कर्म कशा प्रकारे करावे याचे विवरण पूर्वीच अकराव्या अध्यायाच्या पंचावन्नाव्या श्लोकामध्ये करण्यात आले आहे. कृष्णभावनेच्या प्रचाराबद्दल मनुष्याला सहानुभूती असली पाहिजे. कृष्णभावनेच्या प्रचारामध्ये संलग्न झालेले अनेक भक्त आहेत आणि त्यांना मदतीची गरज असते. म्हणून जर भक्तियोगाच्या विधिविधानांचा अभ्यास मनुष्य करू शकत नसेल तर तो अशा प्रचारकार्याला साहाय्य करू शकतो. कोणत्याही कार्यासाठी भूमी, भांडवल, संघटना आणि परिश्रमाची आवश्यकता असतेच. ज्याप्रमाणे उद्योगधंद्यामध्ये, मनुष्याला राहण्याकरिता जागा, गुंतवणुकीसाठी भांडवल, परिश्रम आणि विस्तार करण्यासाठी संघटना आणि परिश्रमाची आवश्यकता असते. त्याचप्रमाणे या गोष्टींची कृष्णसेवेमध्येही आवश्यकता असते. यामधील प्रमुख भेद म्हणजे सांसारिक कर्म हे इंद्रियतृप्तीकरिता केले जाते. तथापि, तेच कर्म श्रीकृष्णांच्या संतुष्टीकरिता करता येते. असे कर्म म्हणजेच आध्यात्मिक कर्म होय. जर मनुष्याकडे पुरेसे धन असेल तर कृष्णभावनामृताच्या प्रचारासाठी मंदिर किंवा कार्यालयाचे बांधकाम करण्यासाठी तो आर्थिक साहाय्य करू शकतो किंवा ग्रंथ प्रकाशनात तो सहयोग करू शकतो, असे कार्य करण्यासाठी विविध कार्यक्षेत्रे आहेत आणि एखाद्याने यामध्ये आस्था ठेवावी. मनुष्य आपल्या कर्मफलांचा त्याग करू शकत नसेल तर कृष्णभावनेच्या प्रचारार्थ तो आपल्या कर्मफलांचा भाग अर्पण करू शकतो. कृष्णभावनेच्या प्रचारासाठी स्वेच्छेने केलेल्या या सेवेमुळे मनुष्याला भगवत्प्रेमाच्या उच्चतर अवस्थेप्रत उन्नत होता येते व या अवस्थेची प्राप्ती झाल्यावर तो परिपूर्ण होतो.

**अथैतदप्यशक्तोऽसि कर्तुं मद्योगमाश्रितः ।**
**सर्वकर्मफलत्यागं ततः कुरु यतात्मवान् ॥ ११ ॥**

**अथ**—जरी; **एतत्**—या; **अपि**—सुद्धा; **अशक्तः**—असमर्थ; **असि**—तू आहेस; **कर्तुम्**—करण्यासाठी; **मत्**—माझ्या ठायी; **योगम्**—भक्तीमध्ये; **आश्रितः**—आश्रय घेऊन; **सर्व-कर्म**—सर्व कर्मांचे; **फल**—फळ; **त्यागम्**—त्याग; **ततः**—तर; **कुरु**—कर; **यत-आत्म-वान्**—आत्मस्थित.

**तथापि, तू जर माझ्या भावनेने युक्त होऊन कर्म करण्यात असमर्थ असशील तर सर्व कर्मफलांचा त्याग करून कर्म करण्याचा आणि आत्मस्थित होण्याचा प्रयत्न कर.**

**तात्पर्य:** कधी असे होते की, सामाजिक, कौटुंबिक किंवा धार्मिक बांधीलकीमुळे अथवा इतर अडचणींमुळे मनुष्याला कृष्णभावनाभावित कार्यासाठी सहानुभूती देखील व्यक्त करता येत नाही. प्रत्यक्षपणे जर कृष्णभावनेच्या कार्यामध्ये स्वत:ला निमग्न केले तर त्याला कुटुंबीयांकडून विरोध होऊ शकतो अथवा इतर अनेक अडचणी उद्‌भवू शकतात. ज्याला अशी समस्या आहे त्याने आपल्या सर्व कर्मफलांचा त्याग सत्कार्याकरिता करावा असे सांगण्यात आले आहे.

वेदांमध्ये अशा विधींचे वर्णन करण्यात आले आहे. तेथे यज्ञ आणि विशिष्ट पुण्यकर्मांचेही वर्णन आहे, ज्यामध्ये कर्मफलांचा विनियोग करता येतो. याप्रमाणे त्याला क्रमशः ज्ञानप्राप्ती होऊ शकते. असे आढळून येते की, ज्या मनुष्याला कृष्णभावनाभावित कार्यामध्येही रुची नसते तो जेव्हा रुग्णालयाची उभारणी करण्याकरिता किंवा इतर सामाजिक संस्थाना दान देतो, तेव्हा तो आपल्या कष्टार्जित कर्मफलांचा त्याग करीत असतो. याचे सुद्धा या ठिकाणी विधान करण्यात आले आहे, कारण आपल्या कर्मफलांचा त्याग करण्याच्या अभ्यासाने मनुष्याचे मन क्रमशः शुद्ध होते आणि अशा शुद्ध मनाद्वारे कृष्णभावना जाणणे शक्य होते. अर्थात, कृष्णभावना ही इतर कोणत्याही अनुभवांवर अवलंबून नाही, कारण कृष्णभावना ही स्वतःमध्येच इतकी प्रभावी आहे की, तिच्यामुळे मनुष्याचे मन शुद्ध होऊ शकते, परंतु कृष्णभावनेचा स्वीकार करण्यामध्ये जर अडचणी असतील तर मनुष्य आपल्या कर्मफलांचा त्याग करण्याचा प्रयत्न करू शकतो. अशा परिस्थितीत समाजसेवा, जातीसेवा, राष्ट्रसेवा, देशाकरिता त्याग इत्यादींचा स्वीकार करता येतो, जेणेकरून मनुष्याला कधी तरी शुद्ध भगवद्भक्ती प्राप्त होईल. भगवद्गीतेत (१८.४६) आपल्याला आढळते की, *यतः प्रवृत्तिर्भूतानाम्*—जर मनुष्याने श्रेष्ठ सत्कार्याकरिता त्याग करण्याचा निश्चय केला तर मग कृष्णकर्म हेच सर्वश्रेष्ठ सत्कर्म असल्याचे जरी त्याला माहीत नसले तरी तो कर्मफलत्यागरूपी यज्ञांमुळे श्रीकृष्ण हेच परमकारण असल्याचे क्रमशः जाणू शकतो.

**श्रेयो हि ज्ञानमभ्यासाज्ज्ञानाद्ध्यानं विशिष्यते ।**
**ध्यानात्कर्मफलत्यागस्त्यागाच्छान्तिरनन्तरम् ॥१२॥**

**श्रेयः**—श्रेष्ठ; **हि**—निश्चितपणे; **ज्ञानम्**—ज्ञान; **अभ्यासात्**—अभ्यासापेक्षा; **ज्ञानात्**—ज्ञानाहून; **ध्यानम्**—ध्यानापेक्षा; **विशिष्यते**—विशेष किंवा श्रेष्ठ समजले जाते; **ध्यानात्**—ध्यानापेक्षा; **कर्म-फल-त्यागः**—कर्मफलांचा त्याग; **त्यागात्**—अशा त्यागामुळे; **शान्तिः**—शांती; **अनन्तरम्**—त्यानंतर.

**तुला जर असा अभ्यास करणे शक्य नसेल तर ज्ञानाचे अनुशीलन करण्यात तू स्वतःला संलग्न कर. तथापि, ज्ञानापेक्षा ध्यान श्रेष्ठ आहे आणि ध्यानापेक्षाही कर्मफलांचा त्याग करणे श्रेष्ठ आहे, कारण अशा कर्मफलत्यागामुळे मनुष्याला मनःशांती प्राप्त होते.**

**तात्पर्यः** पूर्वीच्या श्लोकामध्ये वर्णिल्याप्रमाणे भक्तीचे दोन विधी आहेत, 'साधनाभक्ती', अर्थात विधिविधानांचे पालन करणे आणि 'रागानुगाभक्ती', अर्थात भगवंतांविषयी अनुराग उत्पन्न करणे. ज्यांना कृष्णभावनेच्या तत्त्वांचे वास्तविकपणे पालन करता येत नाही त्यांनी ज्ञानाचे अनुशीलन करणे योग्य आहे, कारण ज्ञानाद्वारे मनुष्य आपली स्वरूपस्थिती जाणू शकतो. क्रमाक्रमाने ज्ञानाची परिणती ध्यानामध्ये होते. ध्यानाद्वारे हळूहळू मनुष्य भगवंतांना जाणू शकतो. असेही विधी आहेत, ज्याद्वारे मनुष्य स्वतःला परमतत्त्व समजतो आणि जर मनुष्य भक्तीमध्ये संलग्न होऊ शकत नसेल तर अशा ध्यानधारणेला प्राधान्य दिले जाते. जर मनुष्य या प्रकारे ध्यान

करू शकत नसेल तर त्याच्यासाठी वेदांमध्ये विहित कर्मांचे विधान करण्यात आले आहे. ब्राह्मण, क्षत्रिय, वैश्य आणि शूद्र यांचे स्वधर्म कोणते याविषयी भगवद्गीतेच्या अठराव्या अध्यायात वर्णन आहे. परंतु सर्वच बाबतीत मनुष्याने कर्मफलांचा त्याग केला पाहिजे, अर्थात त्याने कर्मफलांचा विनियोग सत्कार्याकरिता केला पाहिजे.

सारांश; परमलक्ष्याची, भगवंतांची प्राप्ती करण्यासाठी दोन विधी आहेत: प्रथम क्रमिक विधी आणि दुसरी प्रत्यक्ष विधी. कृष्णभावनाभावित भक्ती ही प्रत्यक्ष विधी आहे आणि दुसऱ्या विधीमध्ये कर्मफलत्यागाचा समावेश असतो. त्यानंतर मनुष्याची क्रमाक्रमाने ज्ञानप्राप्ती, ध्यान, परमात्मा साक्षात्कार आणि पुरुषोत्तम भगवान स्वरूपाचा साक्षात्कार अशी उन्नती होते. मनुष्य क्रमिक विधीचा अथवा प्रत्यक्ष विधींचा स्वीकार करू शकतो. प्रत्यक्ष पद्धतीचा स्वीकार करणे प्रत्येकालाच शक्य नसते, म्हणून अप्रत्यक्ष पद्धतीसुद्धा चांगलीच आहे. तरीही या ठिकाणी जाणणे आवश्यक आहे की, अर्जुनाला अप्रत्यक्ष विधी सांगितलेली नाही. कारण पूर्वीपासूनच तो प्रेमभक्तीच्या स्तरावर स्थित आहे. जे या प्रेमभक्तीमध्ये स्थित नाहीत त्यांच्यासाठी अप्रत्यक्ष विधी योग्य आहे. त्यांनी कर्मफलत्याग, ज्ञान, ध्यान, परमात्म्याची आणि ब्रह्माची अनुभूती या अनेक पद्धतींद्वारे स्वत:ला उन्नत करावे. परंतु भगवद्गीतेबद्दल सांगावयाचे तर, भगवद्गीतेत प्रत्यक्ष पद्धतीवर जोर देण्यात आला आहे. सर्वांनी प्रत्यक्ष पद्धतीचा स्वीकार करून भगवान श्रीकृष्णांना शरण जावे, असे सूचित करण्यात आले आहे.

**अद्वेष्टा सर्वभूतानां मैत्रः करुण एव च।**
**निर्ममो निरहङ्कारः समदुःखसुखः क्षमी ॥ १३॥**
**सन्तुष्टः सततं योगी यतात्मा दृढनिश्चयः।**
**मय्यर्पितमनोबुद्धिर्यो मद्भक्तः स मे प्रियः ॥ १४॥**

**अद्वेष्टा**—द्वेषरहित; **सर्व-भूतानाम्**—सर्व जीवांप्रति; **मैत्रः**—मित्रत्व; **करुणः**—करुणा; **एव**—निश्चितपणे; **च**—सुद्धा; **निर्ममः**—स्वामित्वाच्या भावनेरहित; **निरहङ्कारः**—मिथ्या अहंकाररहित; **सम**—समभाव; **दुःख**—दुःख; **सुखः**—आणि सुखामध्ये; **क्षमी**—क्षमाशील; **सन्तुष्टः**—संतुष्ट; **सततम्**—सतत; **योगी**—भक्तीमध्ये संलग्न झालेला; **यत-आत्मा**—आत्मसंयमी; **दृढ-निश्चयः**—दृढ निश्चयाने; **मयि**—माझ्या ठायी; **अर्पित**—संलग्न; **मनः**—मन; **बुद्धिः**—आणि बुद्धी; **यः**—जो; **मत्-भक्तः**—माझा भक्त; **सः**—तो; **मे**—मला; **प्रियः**—प्रिय.

**जो जीवांचा द्वेष करीत नाही आणि सर्व जीवांचा सुहृदय मित्र आहे, जो मिथ्या अहंकारापासून मुक्त आहे आणि स्वत:ला स्वामी समजत नाही, जो सुखदु:खामध्ये समभाव राखतो, जो क्षमाशील, सदैव तृप्त, आत्मसंयमी आहे आणि आपले मन व बुद्धी माझ्यावर स्थिर करून जो दृढ निश्चयाने भक्तीमध्ये संलग्न झालेला आहे, तो मला अत्यंत प्रिय आहे.**

**तात्पर्य:** शुद्ध भक्तीबद्दल पुन्हा बोलताना भगवंत या दोन श्लोकांमध्ये शुद्ध भक्ताच्या दिव्य

लक्षणांचे वर्णन करीत आहेत. शुद्ध भक्त कोणत्याही परिस्थितीमध्ये विचलित होत नाही. तो कोणाचाही द्वेष करीत नाही. तसेच तो शत्रूशीही वैर करीत नाही. त्याला वाटते की, "माझ्या वाईट पूर्वकर्मांमुळेच तो माझ्याशी शत्रुत्व करीत आहे. म्हणून प्रतिकार करण्यापेक्षा सहन करणे चांगले आहे." श्रीमद्‌भागवतात (१०.१४.८) म्हटले आहे की, *तत्तेऽनुकम्पां सुसमीक्षमाणो भुञ्जान एवात्मकृतं विपाकम्*—जेव्हा भक्तावर दुःख किंवा संकट ओढवते तेव्हा त्याला वाटते की, ही दुःखे किंवा संकटे म्हणजे भगवंतांची आपल्यावरील कृपाच आहे. त्याला वाटते की, माझ्या पूर्वजन्मातील दुष्कृत्यांमुळे वास्तविकपणे मी जे दुःख भोगत आहे त्यापेक्षा पुष्कळच अधिक दुःख भोगावयास पाहिजे; परंतु भगवंतांच्या कृपेनेच मी ज्या शिक्षेस पात्र आहे ती शिक्षा मिळत नाही. भगवंतांच्या कृपेने मला अल्पशीच शिक्षा भोगावी लागत आहे. म्हणून संकटामध्ये देखील तो सदैव शांत, स्वस्थ आणि धीर असतो. भक्त हा शत्रूसहित प्रत्येकाशीच सदैव दयेने वागतो. *निर्मम* म्हणजे भक्त हा शारीरिक दुःखांना आणि कष्टांना जास्त महत्त्व देत नाही, कारण तो पूर्णपणे जाणतो की, मी म्हणजे हे भौतिक शरीर नाही. त्याच्या ठायी देहात्मबुध्दी नसते म्हणून तो मिथ्या अहंकारापासून मुक्त असतो आणि सुखदुःखांना समानतेने पाहतो. तो सहनशील असतो आणि भगवद्‌कृपेने जे काही प्राप्त होते त्यातच संतुष्ट असतो. यापेक्षा अधिक काही प्राप्त करण्यासाठी महत्प्रयास करीत नसल्यामुळे तो सदैव आनंदी असतो. तो परिपूर्ण योगी असतो, कारण आध्यात्मिक गुरूकडून प्राप्त झालेल्या आदेशांचे पालन करण्यात तो दृढ असतो आणि त्याची इंद्रिये संयमित असल्यामुळे तो निश्चयी असतो. वादविवादामुळे तो डळमळून जात नाही, कारण भक्ती करण्याच्या त्याच्या दृढ निश्चयापासून त्याला कोणीही परावृत्त करू शकत नाही. तो पूर्णपणे जाणतो की, श्रीकृष्ण हेच आदिपुरुष आहेत. म्हणून त्याला कोणीही विचलित करू शकत नाही. या सर्व गुणांमुळे तो आपले मन आणि आपली बुद्धी पूर्णपणे भगवंतांवर स्थिर करू शकतो. भक्तीचा असा हा आदर्श निश्चितच दुर्मिळ आहे आणि भक्तीच्या विधिनियमांचे पालन करून तो भक्तीच्या आदर्श अवस्थेप्रत उन्नत होतो. भगवंत यापुढेही सांगतात की, असा भक्त हा मला अत्यंत प्रिय आहे आणि त्याच्या परिपूर्ण कृष्णभावनाभावित क्रियांमुळे मी सदैव प्रसन्न असतो.

**यस्मान्नोद्विजते लोको लोकान्नोद्विजते च यः।**
**हर्षामर्षभयोद्वेगैर्मुक्तो यः स च मे प्रियः ॥ १५ ॥**

**यस्मात्**—ज्याच्यामुळे; **न**—कधीही नाही; **उद्विजते**—उद्विग्न होतात; **लोकः**—लोक; **लोकात्**—लोकांपासून; **न**—कधीही नाही; **उद्विजते**—उद्विग्न होतो; **च**—सुद्धा; **यः**—जो कोणी; **हर्ष**—हर्षापासून; **अमर्ष**—दुःख; **भय**—भय; **उद्वेगैः**—आणि चिंता; **मुक्तः**—मुक्त; **यः**—जो; **सः**—तो; **च**—सुद्धा; **मे**—मला; **प्रियः**—प्रिय.

**ज्याच्यामुळे कोणीही उद्विग्न होत नाही आणि जो इतर कोणामुळे उद्विग्न होत नाही, जो हर्ष आणि दुःख, भय आणि चिंता यामध्ये समभाव राखतो तो मला अत्यंत प्रिय आहे.**

**तात्पर्य:** या श्लोकात भक्ताच्या आणखी काही गुणांचे वर्णन करण्यात आले आहे. अशा भक्ताद्वारे कोणालाही कष्ट, चिंता, भय किंवा असंतोष होत नाही. भक्त सर्वांप्रति दयाळू असल्यामुळे दुसऱ्यांना त्रास होईल असे काहीही तो करीत नाही. त्याचबरोबर इतरांनी जरी भक्ताला त्रास देण्याचा प्रयत्न केला तरी तो उद्विग्न होत नाही. भगवंतांच्या कृपेने, तो साधनेमुळे इतका प्रगत झालेला असतो की, तो कोणत्याही बाह्य उपद्रवांनी क्षुब्ध होत नाही. वास्तविकपणे भक्त सदैव कृष्णभावनाभावित असल्यामुळे आणि भक्तीमध्ये संलग्न असल्यामुळे अशा भौतिक परिस्थितीमुळे तो विचलित होत नाही. सामान्यत: याविषयी मनुष्याला जेव्हा आपल्या शरीरासाठी किंवा इंद्रियतृप्तीसाठी काही आढळते तेव्हा तो अतिशय आनंदी होतो; परंतु आपल्याकडे नसणारी इंद्रियतृप्तीची साधने इतरांकडे पाहिल्यावर तो दु:खी होतो आणि इतरांचा द्वेष करू लागतो. जेव्हा त्याला आपल्या शत्रूकडून प्रतिकाराची अपेक्षा असते तेव्हा तो भयभीत झालेला असतो आणि जेव्हा तो यशस्वीपणे काही करू शकत नाही तेव्हा तो खिन्न होतो. जो भक्त सदैव अशा विकारांच्या पलीकडे गेलेला असतो तो श्रीकृष्णांना अत्यंत प्रिय असतो.

**अनपेक्षः शुचिर्दक्ष उदासीनो गतव्यथः ।**
**सर्वारम्भपरित्यागी यो मद्भक्तः स मे प्रियः ॥ १६ ॥**

**अनपेक्षः**—तटस्थ; **शुचिः**—पवित्र; **दक्षः**—कुशल; **उदासीनः**—चिंतामुक्त; **गत-व्यथः**—दु:खमुक्त; **सर्व-आरम्भ**—सर्व प्रयत्नांचा; **परित्यागी**—परित्यागी; **यः**—जो; **मत्-भक्तः**—माझा भक्त; **सः**—तो; **मे**—मला; **प्रियः**—अत्यंत प्रिय.

**जो माझा भक्त साधारण दैनंदिन क्रियांवर अवलंबून नसतो, जो शुद्ध, कुशल, चिंतारहित, दु:खमुक्त आणि कोणतेही फल प्राप्त करण्यासाठी महत्प्रयास करीत नाही, तो मला अत्यंत प्रिय आहे.**

**तात्पर्य:** एखाद्याने भक्ताला धन देऊ केले तरी ते मिळविण्याकरिता त्याने धडपड करू नये. भगवंतांच्या कृपेने जर आपोआपच भक्ताला धनप्राप्ती झाली तर त्यामुळे तो हुरळून जात नाही. स्वाभाविकच भक्त दिवसातून निदान दोन वेळा तरी स्नान करतो आणि आपली साधना करण्यासाठी प्रात:काली लवकर उठतो. याप्रमाणे साहजिकच तो अंतर्बाह्य पवित्र असतो. जीवनातील सर्व कर्मांचे सार माहीत असल्याने भक्त हा नेहमी दक्ष असतो आणि वैदिक शास्त्रांवर त्याचा दृढ विश्वास असतो. भक्त हा कोणत्याही एका विशिष्ट पक्षाची बाजू घेत नसल्यामुळे तो चिंतामुक्त असतो. तो सर्व उपाधींतून मुक्त असल्यामुळे कधीच दु:खी होत नाही; शरीर हीच एक उपाधी आहे, हे जाणून शारीरिक दु:खांपासून तो मुक्त असतो. भक्तीला प्रतिकूल असणाऱ्या कोणत्याही गोष्टीचा शुद्ध भक्त स्वीकार करीत नाही. उदाहरणार्थ, प्रचंड इमारतीच्या बांधकामासाठी पुष्कळ शक्ती खर्ची पडते आणि जर असे बांधकाम त्याला भक्तीमध्ये प्रगती करण्यास लाभदायक ठरत नसेल तर तो त्याचा अंगीकार करीत नाही. भगवंतांसाठी तो मंदिर बांधू शकेल आणि त्यासाठी सर्व प्रकारचे कष्टही करील; परंतु स्वत:साठी एखादे मोठे घर बांधणार नाही.

**योो न हृष्यति न द्वेष्टि न शोचति न काङ्‌क्षति ।**
**शुभाशुभपरित्यागी भक्तिमान्यः स मे प्रियः ॥ १७॥**

**यः**—जो; **न**—कधीही नाही; **हृष्यति**—हर्षित होतो; **न**—कधीही नाही; **द्वेष्टि**—दु:खी होतो; **न**—कधीही नाही; **शोचति**—शोक करतो; **न**—कधीही नाही; **काङ्‌क्षति**—इच्छा करतो; **शुभ**—शुभ; **अशुभ**—आणि अशुभ; **परित्यागी**—त्याग करणारा; **भक्ति-मान्**—भक्त; **यः**—जो; **सः**—तो; **मे**—मला; **प्रियः**—प्रिय.

**जो हर्षितही होत नाही किंवा दुःखही करीत नाही, शोकही करीत नाही किंवा आकांक्षाही करीत नाही आणि ज्याने शुभाशुभ गोष्टींचा त्याग केला आहे, असा भक्त मला अत्यंत प्रिय आहे.**

**तात्पर्य:** भौतिक लाभामुळे शुद्ध भक्त हर्षित होत नाही किंवा दु:खीही होत नाही. तसेच आपल्याला एखादा पुत्र किंवा शिष्य मिळविण्यास तो फारसा उत्सुक नसतो किंवा ते न मिळाल्यामुळे तो दु:खीही होत नाही. आपल्याकडील अतिप्रिय वस्तू गमावल्यामुळे तो शोक करीत नाही, त्याचप्रमाणे इच्छित वस्तू प्राप्त न झाल्यास व्यथित होत नाही. तो सर्व प्रकारच्या शुभाशुभ पापकर्मांच्या पलीकडे असतो. भगवंतांच्या संतुष्टीप्रीत्यर्थ तो सर्व प्रकारची संकटे सहन करण्यास तयार असतो. त्याच्या भक्तीमध्ये कोणतीही गोष्ट बाधक ठरत नाही. असा भक्त श्रीकृष्णांना अत्यंत प्रिय आहे.

**समः शत्रौ च मित्रे च तथा मानापमानयोः ।**
**शीतोष्णसुखदुःखेषु समः सङ्गविवर्जितः ॥ १८॥**
**तुल्यनिन्दास्तुतिर्मौनी सन्तुष्टो येन केनचित् ।**
**अनिकेतः स्थिरमतिर्भक्तिमान्मे प्रियो नरः ॥ १९॥**

**समः**—समान; **शत्रौ**—शत्रूच्या; **च**—आणि; **मित्रे**—मित्राच्या ठिकाणी; **च**—सुद्धा; **तथा**—म्हणून; **मान**—मान; **अपमानयोः**—आणि अपमानामध्ये; **शीत**—थंडीमध्ये; **उष्ण**—उष्ण; **सुख**—सुख; **दुःखेषु**—आणि दु:ख; **समः**—समभाव; **सङ्ग-विवर्जितः**—सर्व प्रकारच्या संगापासून मुक्त; **तुल्य**—समान; **निन्दा**—निंदा; **स्तुतिः**—आणि स्तुती; **मौनी**—मौन धारण करणारा; **सन्तुष्टः**—संतुष्ट; **येन केनचित्**—कोणत्याही; **अनिकेतः**—घर नसणारा; **स्थिर**—स्थिर; **मतिः**—निश्चय; **भक्ति-मान्**—भक्तीमध्ये संलग्न झालेला; **मे**—मला; **प्रियः**—प्रिय; **नरः**—मनुष्य.

**जो मनुष्य शत्रू आणि मित्र यांच्या ठिकाणी समान असतो, जो मानापमान, शीत-उष्ण, सुख-दुःख, स्तुती-निंदा यामध्ये समभाव राखतो, जो कुसंगापासून नेहमी मुक्त असतो, सदैव शांत आणि जे काही मिळेल त्यात संतुष्ट असतो, जो घरादाराची काळजी करीत नाही, ज्ञानामध्ये स्थित आहे आणि भक्तीमध्ये संलग्न झालेला आहे तो मला अत्यंत प्रिय आहे.**

**तात्पर्य:** भक्त सदैव कुसंगापासून मुक्त असतो. मनुष्याची कधी कधी स्तुती केली जाते किंवा निंदा केली जाते, मानव-समाजाचा हा स्वभावच आहे. भक्त हा नेहमी लौकिक स्तुती-निंदा, सुखदु:ख इत्यादींच्या पलीकडे असतो. तो अत्यंत सहनशील असतो. कृष्णकथेवाचून इतर काहीही बोलत नसल्यामुळे त्याला मौनी म्हटले जाते. मौन म्हणजे मुळीच बोलू नये असे नव्हे तर मौन म्हणजे निरर्थक काही बोलू नये. केवळ आवश्यक तितकेच बोलावे आणि भक्तासाठी आवश्यक बोलणे म्हणजे भगवत्कथा होय. भक्त हा सर्वच परिस्थितीमध्ये सुखी असतो, त्याला कधी कधी स्वादिष्ट रुचकर भोजन मिळेल अथवा कधी कधी मिळणारही नाही; परंतु तो तृप्त असतो. तो घरादाराबद्दल चिंता करीत नाही. तो कधी कधी वृक्षाखाली राहील अथवा राजवाड्यासारख्या मोठ्या इमारतीत राहील; परंतु त्याला कशाचेही आकर्षण नसते. त्याला स्थिर म्हटले जाते, कारण तो आपल्या निश्चयामध्ये आणि ज्ञानामध्ये स्थिर असतो. भक्ताच्या गुणवर्णनात आपल्याला काही पुनरावृत्ती आढळेल; परंतु भक्ताने हे सर्व गुण प्राप्त करणे आवश्यक असल्याचे तथ्य निक्षून सांगण्याकरिता ही पुनरावृत्ती करण्यात आली आहे. सद्गुणांशिवाय मनुष्य शुद्ध भक्त होऊ शकत नाही. *हरावभक्तस्य कुतो महद्गुणा:*—अर्थात, जो भक्त नाही त्याच्याकडे सद्गुण असूच शकत नाहीत. भक्त म्हणून ओळखले जाण्याची ज्याची इच्छा आहे त्याने सद्गुण विकसित केलेच पाहिजे. हे सद्गुण प्राप्त करण्यासाठी त्याला विशिष्ट बाह्य प्रयास करणे आवश्यक नाही तर कृष्णभावनेमध्ये आणि भक्तीमध्ये संलग्न झाल्याने असे गुण आपोआपच विकसित होण्यास मदत होते.

**ये तु धर्मामृतमिदं यथोक्तं पर्युपासते ।**
**श्रद्दधाना मत्परमा भक्तास्तेऽतीव मे प्रिया: ॥ २० ॥**

**ये**—जे; **तु**—परंतु; **धर्म**—धर्माचा; **अमृतम्**—अमृत; **इदम्**—हे; **यथा**—ज्याप्रमाणे; **उक्तम्**—सांगितले आहे; **पर्युपासते**—पूर्णपणे संलग्न होतात; **श्रद्दधाना:**—श्रद्धेने; **मत्-परमा:**—मलाच सर्वस्व मानून; **भक्ता:**—भक्त; **ते**—ते; **अतीव**—अत्यधिक; **मे**—मला; **प्रिया:**—प्रिय.

**जे या अविनाशी भक्तिमार्गाचे अनुसरण करतात आणि मला परमलक्ष्य मानून श्रद्धेने पूर्णतया संलग्न होतात ते मला अत्यधिक प्रिय आहेत.**

**तात्पर्य:** या अध्यायामध्ये दुसऱ्या श्लोकापासून *मय्यावेश्य मनो ये माम्* (माझ्यावर मन स्थिर करून) ते शेवटच्या श्लोकापर्यंत *ये तु धर्मामृतम् इदम्* (शाश्वत कार्यांचा धर्म) भगवंतांनी, त्यांना प्राप्त करण्याच्या दिव्य सेवापद्धतींचे वर्णन केले आहे. असे विधी भगवंतांना प्रिय आहेत आणि जो मनुष्य या विधींमध्ये संलग्न होतो त्याचा भगवंत स्वीकार करतात. अर्जुनाने प्रश्न विचारला होता की, यापैकी श्रेष्ठ कोण, निर्विशेष ब्रह्माच्या मार्गामध्ये संलग्न झालेला की, भगवंतांच्या प्रत्यक्ष सेवेमध्ये संलग्न झालेला? आणि भगवंत याचे इतके स्पष्ट उत्तर देतात की, आध्यात्मिक साक्षात्कारासाठी भगवद्भक्ती हा सर्वोत्तम विधी आहे यात मुळीच संदेह नाही. दुसऱ्याच शब्दांत सांगावयाचे तर, या अध्यायात निश्चित केले आहे की, सत्संगाद्वारे मनुष्याच्या ठायी शुद्ध भक्तीविषयी आसक्ती निर्माण होते, त्यायोगे मनुष्य आध्यात्मिक गुरूचा स्वीकार

करतो आणि त्यांच्याकडून श्रद्धा, आसक्ती आणि भक्तिभावाने श्रवण, कीर्तन आणि भक्तीच्या विधिनियमांचे पालन करण्यास प्रारंभ करतो. याप्रमाणे मनुष्य भगवंतांच्या दिव्य सेवेमध्ये संलग्न होतो. हाच मार्ग या अध्यायामध्ये सांगण्यात आला आहे. म्हणून भगवत्प्राप्तीकरिता केवळ भक्ती हाच एकमेव आध्यात्मिक साक्षात्काराचा मार्ग आहे. या अध्यायात सांगितल्याप्रमाणे केवळ आध्यात्मिक साक्षात्काराकरिता, परम सत्याच्या निर्विशेष स्वरूपाची शिफारस करण्यात आली आहे. दुसऱ्या शब्दांत सांगावयाचे तर, मनुष्याला जोपर्यंत शुद्ध भक्तांची संगत लाभत नाही तोपर्यंतच निर्विशेष ब्रह्म लाभदायक ठरू शकते. निर्विशेष ब्रह्माची प्राप्ती करण्याकरिता मनुष्य फलाशाविरहित कर्म करतो आणि चेतनतत्त्व आणि पदार्थाचे आकलन होण्याकरिता ज्ञानाचे अनुशीलन व ध्यान करतो. जोपर्यंत मनुष्याला शुद्ध भक्ताचा संग लाभत नाही तोपर्यंतच हे आवश्यक आहे. सुदैवाने मनुष्यामध्ये कृष्णभावनेत संलग्न होण्याची इच्छा विकसित झाली तर त्याला आध्यात्मिक साक्षात्कारातील क्रमिक पद्धतीचे अवलंबन करण्याची आवश्यकता नाही. भगवद्गीतेतील मधल्या सहा अध्यायांमध्ये वर्णन केल्याप्रमाणे भक्ती ही अधिक अनुकूल आहे. मनुष्याने प्राणधारणाकरिता भौतिक पदार्थांची चिंता करण्याची आवश्यकता नाही, कारण भगवत्कृपेने सर्व गोष्टी आपोआपच घडून येतात.

*या प्रकारे भगवद्गीतेच्या 'भक्तियोग' या बाराव्या अध्यायावरील भक्तिवेदांत भाष्य संपन्न.*

# अध्याय तेरावा

# क्षेत्रक्षेत्रज्ञविभागयोग

## ( प्रकृती, पुरुष आणि चेतना )

अर्जुन उवाच

**प्रकृतिं पुरुषं चैव क्षेत्रं क्षेत्रज्ञमेव च ।**
**एतद्वेदितुमिच्छामि ज्ञानं ज्ञेयं च केशव ॥ १ ॥**

श्रीभगवानुवाच

**इदं शरीरं कौन्तेय क्षेत्रमित्यभिधीयते ।**
**एतद्यो वेत्ति तं प्राहुः क्षेत्रज्ञ इति तद्विदः ॥ २ ॥**

**अर्जुनः उवाच**—अर्जुन म्हणाला; **प्रकृतिम्**—प्रकृती; **पुरुषम्**—भोक्ता,पुरुष; **च**—सुद्धा; **एव**—निश्चितपणे; **क्षेत्रम्**—क्षेत्र; **क्षेत्र-ज्ञम्**—क्षेत्राचा ज्ञाता; **एव**—निश्चितपणे; **च**—सुद्धा; **एतत्**—हे सर्व; **वेदितुम्**—जाणण्याची; **इच्छामि**—मी इच्छा करतो; **ज्ञानम्**—ज्ञान; **ज्ञेयम्**—ज्ञानाचे लक्ष, ज्ञेय; **च**—सुद्धा; **केशव**—हे कृष्ण; **श्री-भगवान् उवाच**—श्रीभगवान म्हणाले; **इदम्**—हे; **शरीरम्**—शरीर; **कौन्तेय**—हे कौंतेया; **क्षेत्रम्**—क्षेत्र; **इति**—याप्रमाणे; **अभिधीयते**—म्हटले जाते; **एतत्**—हे; **यः**—जो; **वेत्ति**—जाणतो; **तम्**—तो; **प्राहुः**—म्हटले जाते; **क्षेत्र-ज्ञः**—क्षेत्राचा ज्ञाता; **इति**—याप्रमाणे; **तत्-विदः**—हे जाणणारे ज्ञानीजन.

**अर्जुन म्हणाला, हे कृष्ण! मला प्रकृती, पुरुष, क्षेत्र, क्षेत्रज्ञ आणि ज्ञान व ज्ञेय याबद्दल जाणून घ्यावयाची इच्छा आहे.**

**श्रीभगवान म्हणाले, हे कौंतेया! या शरीराला क्षेत्र म्हटले जाते आणि जो या शरीराला जाणतो त्याला क्षेत्रज्ञ म्हटले जाते.**

**तात्पर्य:** अर्जुनाला प्रकृती, पुरुष, क्षेत्र, क्षेत्रज्ञ आणि ज्ञान व ज्ञेय याबद्दल जिज्ञासा होती. या सर्वांबद्दल जेव्हा त्याने श्रीकृष्णांकडे पृच्छा केली तेव्हा श्रीकृष्ण म्हणाले की, या शरीराला *क्षेत्र* असे म्हणतात आणि जो या शरीराला जाणतो त्याला *क्षेत्रज्ञ* असे म्हणतात. हे शरीर म्हणजे बद्ध जीवांचे कार्यक्षेत्र आहे. जीव या संसारात गुरफटलेला असतो व तो भौतिक प्रकृतीवर प्रभुत्व गाजविण्याचा प्रयत्न करीत असतो आणि म्हणून भौतिक प्रकृतीवर प्रभुत्व गाजविण्याच्या त्याच्या क्षमतेनुसार त्याला कार्यक्षेत्र प्राप्त होते. हे कार्यक्षेत्र म्हणजेच शरीर होय आणि शरीर

म्हणजे काय ? शरीर हे इंद्रियांनी बनलेले असते. बद्ध जीवाला इंद्रियोपभोग करावयाची इच्छा असते आणि इंद्रियोपभोग घेण्याच्या त्याच्या कुवतीनुसार त्याला शरीर किंवा कार्यक्षेत्र उपलब्ध करून दिले जाते. म्हणून शरीराला क्षेत्र असे म्हटले जाते आणि ते बद्ध जीवाचे कार्यक्षेत्र असते. आता जो मनुष्य स्वत:चे शरीराशी तादाम्य करतो त्याला क्षेत्रज्ञ म्हटले जाते. क्षेत्र आणि क्षेत्रज्ञामधील भेद जाणणे फारसे काही कठीण नाही. कोणतीही व्यक्ती जाणू शकते की, बालपणापासून ते वृद्धापकालापर्यंत तिच्या शरीरामध्ये अनेक बदल होतात, तथापि व्यक्ती ही तीच राहते. याप्रमाणे क्षेत्र आणि क्षेत्रज्ञामध्ये भेद आहे. अशा रीतीने बद्ध जीवात्मा जाणतो की, आपण शरीरापासून भिन्न आहोत. प्रारंभी वर्णन करण्यात आले आहे की, *देहिनोऽस्मिन्*—जीव हा देहस्थ असतो आणि देहाचे बालपणातून कौमार्यात, कौमार्यातून तारुण्यात आणि तारुण्यातून वृद्धत्वामध्ये स्थित्यंतर होत असते आणि देहाचा स्वामी असणारा जाणू शकतो की देहामध्ये स्थित्यंतरे होत आहेत. हा देहाचा स्वामी म्हणजेच क्षेत्रज्ञ होय. काही वेळा आपण विचार करतो की, 'मी मनुष्य आहे', 'मी स्त्री आहे', 'मी कुत्रा आहे', 'मी मांजर आहे'. या सर्व क्षेत्रज्ञांच्या उपाधी आहेत. परंतु क्षेत्रज्ञ हा शरीरापासून भिन्न असतो. आपण जरी आपले कपडे इत्यादी वापरतो तरी आपण जाणतो की, वापरलेल्या वस्तूंहून आपण भिन्न आहोत. त्याचप्रमाणे थोडेसे चिंतन केल्यास आपण जाणू शकतो की, आपण शरीरापासून भिन्न आहोत. मी, तुम्ही किंवा इतर जे शरीर धारण करतात त्यांना क्षेत्रज्ञ म्हटले जाते आणि शरीराला क्षेत्र असे म्हटले जाते.

भगवद्गीतेच्या प्रारंभिक सहा अध्यायांमध्ये क्षेत्रज्ञ (जीव) आणि ज्या स्थितीयोगे तो भगवंतांना जाणू शकतो त्याचे वर्णन करण्यात आले आहे. भगवद्गीतेच्या मधल्या सहा अध्यायांमध्ये भगवान आणि भक्तीच्या संदर्भात आत्मा व परमात्मा यांतील संबंधांचे वर्णन करण्यात आले आहे. तसेच भगवंतांचे श्रेष्ठ स्वरूप आणि जीवांच्या स्वरूपाचे निश्चितरूपाने या अध्यायांमध्ये वर्णन करण्यात आले आहे. जीव हे सर्वच परिस्थितीत अधीन असतात, परंतु जीवांना विस्मृती झाल्यामुळे ते दु:ख भोगत असतात. पुण्यकर्मांद्वारे प्रबुद्ध झाल्यावर ते आर्त, अर्थार्थी, जिज्ञासू आणि ज्ञानी इत्यादी विविध अवस्थांमध्ये भगवंतांकडे जातात. याचेही वर्णन करण्यात आले आहे. आता, तेराव्या अध्यायाच्या प्रारंभापासून, जीव हा भौतिक प्रकृतीच्या संपर्कात कसा येतो आणि सकाम कर्म, ज्ञानाचे अनुशीलन आणि भक्तीच्या आधारे भगवंत जीवाचा कसा उद्धार करतात याचे विवरण करण्यात आले आहे. जीवात्मा हा जरी शरीरापासून पूर्णपणे भिन्न असला तरी कोणत्या ना कोणत्या रीतीने त्याचा देहाशी संबंध येतो. याचेही विश्लेषण करण्यात आले आहे.

**क्षेत्रज्ञं चापि मां विद्धि सर्वक्षेत्रेषु भारत ।**
**क्षेत्रक्षेत्रज्ञयोर्ज्ञानं यत्तज्ज्ञानं मतं मम ॥ ३ ॥**

**क्षेत्र-ज्ञम्**—क्षेत्रज्ञ; **च**—सुद्धा; **अपि**—निश्चितच; **माम्**—मला; **विद्धि**—जाण; **सर्व**—सर्व; **क्षेत्रेषु**—क्षेत्रांमध्ये; **भारत**—हे भारत; **क्षेत्र**—क्षेत्र (शरीर); **क्षेत्र-ज्ञयो:**—क्षेत्रज्ञ; **ज्ञानम्**—ज्ञान; **यत्**—जे; **तत्**—ते; **ज्ञानम्**—ज्ञान; **मतम्**—मत; **मम**—माझे.

**हे भारत! मी सर्व शरीरांमधील सुद्धा क्षेत्रज्ञ असल्याचे तू जाण आणि हे शरीर आणि त्याच्या क्षेत्रज्ञाला जाणणे म्हणजेच ज्ञान होय. हे माझे मत आहे.**

**तात्पर्य:** क्षेत्र आणि क्षेत्रज्ञ, आत्मा आणि परमात्मा यांची चर्चा करताना आपल्याला, भगवंत, जीव आणि जड प्रकृती हे तीन विविध अभ्यासयोग्य विषय आढळतील. प्रत्येक क्षेत्रामध्ये, शरीरामध्ये, दोन आत्मे असतात, व्यक्तिगत आत्मा आणि परमात्मा. परमात्मा हे भगवंतांचे विस्तारित रूप असल्यामुळे श्रीकृष्ण म्हणतात की, "मी सुद्धा क्षेत्रज्ञ आहे, परंतु मी शरीरातील जीवात्मा नाही. मी परमात्मा आहे. मी प्रत्येक देहामध्ये परमात्मा म्हणून उपस्थित असतो."

भगवद्गीतेच्या शब्दांत सांगावयाचे म्हणजे जो क्षेत्र आणि क्षेत्रज्ञ याचे सूक्ष्मरीतीने अध्ययन करतो त्याला ज्ञानप्राप्ती होते.

भगवंत म्हणतात की, ते प्रत्येक शरीरातील कार्यक्षेत्राचे ज्ञाता आहेत. जीवाला आपल्या शरीराचे ज्ञान असते; परंतु इतर शरीरांचे त्याला ज्ञान असू शकत नाही. परमात्मा रूपाने सर्व शरीरांमध्ये उपस्थित असणारे भगवंत सर्वच देहांच्या बाबतीत सर्व काही जाणतात. त्यांना सर्व योनींतील सर्व शरीरांचे ज्ञान असते. एखाद्या नागरिकाला स्वत:च्या भूमीचे सर्व काही ज्ञान असू शकेल, परंतु राजाला केवळ राजमहालाचेही नव्हे तर प्रत्येक नागरिकाकडे असणाऱ्या सर्व मालमत्तेचेही ज्ञान असते. त्याप्रमाणे मनुष्य केवळ स्वत:च्याच शरीराचा स्वामी असू शकेल; परंतु भगवंत सर्वच शरीरांचे स्वामी आहेत. राजा हा राज्याचा मूळ स्वामी असतो आणि नागरिक हे दुय्यम प्रकारचे स्वामी असतात. त्याचप्रमाणे भगवंत हे सर्व शरीरांचे परम अधिपती आहेत.

शरीर हे इंद्रियांनी बनलेले असते. भगवंत हे हृषीकेश, अर्थात इंद्रियांचे नियंत्रक आहेत. ज्याप्रमाणे राजा हा राज्याचा मूळ नियंता असतो आणि नागरिक हे दुय्यम नियंते असतात त्याचप्रमाणे भगवंत इंद्रियांचे मूळ नियंता आहेत. भगवंत म्हणतात की, "मी सुद्धा क्षेत्रज्ञ आहे." अर्थात, भगवंत परमक्षेत्रज्ञ आहेत तर जीव हा केवळ आपल्याच शरीराचा क्षेत्रज्ञ आहे. वेदांमध्ये पुढीलप्रमाणे म्हटले आहे.

*क्षेत्राणि हि शरीराणि बीजं चापि शुभाशुभे ।*
*तानि वेत्ति स योगात्मा तत: क्षेत्रज्ञ उच्यते ॥*

या शरीराला क्षेत्र असे म्हणतात आणि शरीरामध्ये शरीराचा स्वामी व भगवंत वास करतात. भगवंत शरीर आणि शरीराचा स्वामी या दोघांनाही जाणतात म्हणून त्यांना सर्व क्षेत्रांचा क्षेत्रज्ञ असे म्हणतात. क्षेत्र, क्षेत्रज्ञ आणि परमक्षेत्रज्ञ यांतील भेद पुढीलप्रमाणे सांगितला आहे. वेदांनुसार शरीर, जीव आणि परमात्मा यांच्या स्वरूपाला पूर्णपणे जाणणे म्हणजे ज्ञान होय. श्रीकृष्णांचे असे मत आहे. जीव आणि परमात्मा यांतील भेदाभेद जाणणे म्हणजेच ज्ञान होय. ज्याला क्षेत्राचे आणि क्षेत्रज्ञाचे ज्ञान नसते तो परिपूर्ण ज्ञानी असू शकत नाही. मनुष्याने प्रकृती, पुरुष आणि ईश्वर यांचे स्वरूप जाणणे आवश्यक आहे. या तीन तत्त्वांचे स्वरूप जाणण्यामध्ये गोंधळून जाऊ नये. मनुष्याने चित्रकार, चित्र आणि चित्र काढण्याची कला यांची सरमिसळ करून गोंधळून जाऊ नये. हे भौतिक जगत, अर्थात कार्यक्षेत्र म्हणजे प्रकृती आहे आणि प्रकृतीचा भोक्ता म्हणजे जीव आहे आणि या दोहोंपेक्षा श्रेष्ठ परमनियंत्रक पुरुषोत्तम भगवान आहेत. श्वेताश्वतरोपनिषदात

(१.१२) सांगितले आहे की, *भोक्ता भोग्यं प्रेरितारं च मत्वा। सर्वम् प्रोक्तम् त्रि-विधिम् ब्रह्मम एतत्,* —तीन ब्रह्म संकल्पना आहेत, कार्यक्षेत्र म्हणून प्रकृती ब्रह्म आहे आणि भौतिक प्रकृतीवर नियंत्रण करण्याचा प्रयत्न करणारे जीवही ब्रह्म आहेत आणि या दोघांचा नियंत्रकही ब्रह्मच आहे, परंतु तो वास्तविक नियंता आहे.

या अध्यायामध्ये सांगितले जाईल की, दोन क्षेत्रज्ञांपैकी, एक च्युत, ज्याचे पतन होऊ शकते आणि दुसरा अच्युत, ज्याचे कधीही पतन होत नाही. एक श्रेष्ठ आहे तर दुसरा गौण आहे. दोन्ही क्षेत्रज्ञ एकसमानच आहेत असे जो म्हणतो तो भगवंतांच्या कथनाचा विरोध करतो, कारण या ठिकाणी भगवंत स्पष्टपणे म्हणतात की, "मी सुद्धा क्षेत्रज्ञ आहे." जो एखाद्या दोरीला सर्प समजतो तो ज्ञानी असू शकत नाही. विविध प्रकारचे देह आहेत आणि विविध प्रकारचे देहांचे मालक आहेत. प्रत्येक जीवाला भौतिक प्रकृतीवर प्रभुत्व गाजविण्यासाठी स्वतःची अशी क्षमता असल्यामुळे निरनिराळ्या प्रकारची शरीरे आहेत. परंतु त्या शरीरांमध्ये भगवंतही नियंता म्हणून उपस्थित आहेत. *च* हा शब्द महत्त्वपूर्ण आहे कारण हा सर्व प्रकारची शरीरे दर्शवितो. हे श्रील बलदेव विद्याभूषण यांचे मत आहे. प्रत्येक शरीरामध्ये जीवात्म्याबरोबरच श्रीकृष्णही परमात्मारूपामध्ये उपस्थित असतात. श्रीकृष्ण येथे स्पष्टपणे सांगतात की, परमात्मा हा क्षेत्र आणि परिमित भोक्ता या दोहोंचाही नियंत्रक आहे.

**तत्क्षेत्रं यच्च यादृक्च यद्विकारि यतश्च यत्।**
**स च यो यत्प्रभावश्च तत्समासेन मे शृणु ॥ ४॥**

**तत्**—ते; **क्षेत्रम्**—क्षेत्र; **यत्**—काय; **च**—सुद्धा; **यादृक्**—यथारूप; **च**—सुद्धा; **यत्**—ज्या; **विकारि**—विकार किंवा बदल; **यतः**—ज्यापासून; **च**—सुद्धा; **यत्**—ज्या; **सः**—तो; **च**—सुद्धा; **यः**—जो; **यत्**—ज्या; **प्रभावः**—प्रभाव; **च**—सुद्धा; **तत्**—ते; **समासेन**—सारांशरूपाने; **मे**—माझ्याकडून; **शृणु**—ऐक.

**आता कृपया माझ्याकडून क्षेत्र आणि त्याचे स्वरूप, त्याच्यामध्ये कोणते बदल होतात, त्याची निर्मिती केव्हा होते, त्याचा ज्ञाता कोण आहे आणि क्षेत्रज्ञाचा काय प्रभाव आहे याचे संक्षिप्त वर्णन ऐक.**

**तात्पर्यः** भगवंत क्षेत्र आणि क्षेत्रज्ञ यांच्या स्वरूपाचे वर्णन करीत आहेत. या शरीराचे स्वरूप काय आहे, कोणत्या पदार्थांपासून हा देह बनलेला आहे, कोणाच्या नियंत्रणाखाली हा देह क्रियाशील आहे, त्याच्यात बदल कसे घडून येतात, हे बदल कोठून येतात, त्याची कारणे कोणती, त्याचे प्रयोजन काय आहे, आत्म्याचे परमलक्ष्य काय आहे आणि जीवाचे वास्तविक रूप कसे आहे, या सर्व गोष्टींचे मनुष्याला ज्ञान असले पाहिजे. आत्मा आणि परमात्मा यांच्यातील भेद, त्यांचा प्रभाव, त्यांची शक्ती इत्यादींचेही ज्ञान असणे आवश्यक आहे. मनुष्याने केवळ ही भगवद्‌गीता प्रत्यक्षपणे, भगवंतांनी सांगितल्याप्रमाणे जाणून घेतली पाहिजे. असे केल्याने या सर्व गोष्टी स्पष्ट होतील. प्रत्येक देहातील भगवंत आणि जीव हे एकच आहेत अशी समजूत होणार नाही याची मनुष्याने काळजी घ्यावी. भगवंत आणि जीव समानच आहेत असे समजणे

म्हणजे शक्तिमान आणि शक्तिहीन यांना सारखेच समजण्याप्रमाणे आहे.

**ऋषिभिर्बहुधा गीतं छन्दोभिर्विविधैः पृथक्।**
**ब्रह्मसूत्रपदैश्चैव हेतुमद्भिर्विनिश्चितैः ॥५॥**

**ऋषिभिः**—ऋषींनी; **बहुधा**—बहुविध प्रकारे; **गीतम्**—वर्णन केले आहे; **छन्दोभिः**—छंदांनी, वैदिक मंत्रांनी; **विविधैः**—विविध; **पृथक्**—विविध प्रकारे; **ब्रह्म-सूत्र**—वेदांताच्या; **पदैः**—सूत्रांद्वारे; **च**—सुद्धा; **एव**—निश्चितपणे; **हेतु-मद्भिः**—कारण आणि परिणामाद्वारे; **विनिश्चितैः**—निश्चित.

**क्षेत्राचे आणि क्षेत्रज्ञाचे हे ज्ञान विविध ऋषींनी विविध वैदिक ग्रंथांमध्ये वर्णित केले आहे. विशेषकरून हे ज्ञान, सर्व कारण-परिणामांसहित वेदांत-सूत्रांमध्ये सर्व तथ्यांसहित प्रस्तुत करण्यात आले आहे.**

**तात्पर्यः** या ज्ञानाचे वर्णन करण्यास भगवान श्रीकृष्ण हे सर्वश्रेष्ठ प्रमाण आहेत. तथापि विद्वान ज्ञानीजन आणि आदर्श अधिकारी व्यक्ती हे चालीरीतीप्रमाणे पूर्वाचार्यांचे प्रमाण देतात. वेदान्ताचे प्रमाण देऊन श्रीकृष्ण, आत्मा आणि परमात्मा यांच्या द्वैताद्वैताच्या विवादास्पद मुदयाचे वर्णन करीत आहेत. प्रथम ते म्हणतात की, "विविध ऋषींच्या मते असे आहे." ऋषींबद्दल सांगावयाचे तर, श्रीकृष्णांव्यतिरिक्त व्यासदेव (वेदान्त सूत्रांचे संकलक) हे एक महान ऋषी आहेत आणि वेदान्त सूत्रांमध्ये द्वंद्वाचे परिपूर्ण स्पष्टीकरण करण्यात आले आहे आणि व्यासदेवांचे पिता पराशर मुनी हे सुद्धा एक महान ऋषी आहेत. ते आपल्या धर्मग्रंथांमध्ये म्हणतात की, *अहं त्वं च तथान्ये...*—आपण, तुम्ही, मी आणि इतर सारे जीव जरी भौतिक देहामध्ये बद्ध असलो तरी दिव्यच आहोत. आपल्या कर्मांनुसार आपण भौतिक प्रकृतीच्या त्रिगुणांनी प्रभावित झालो आहोत. म्हणून काहीजण उन्नतावस्थेत आहेत तर काहीजण खालच्या अवस्थेत आहेत. अज्ञानामुळे अशा उच्च-निम्न अवस्था अस्तित्वात असतात आणि असंख्य जीवांद्वारे त्या व्यक्त होतात. परंतु परमात्मा हा अच्युत, त्रिगुणातीत आणि दिव्य आहे. त्याचप्रमाणे मूळ वेदांमध्येही, विशेषकरून कठोपनिषदात आत्मा, परमात्मा आणि शरीरामधील भेद दर्शविण्यात आला आहे. अनेक महर्षींनी याचे विश्लेषण केलेले आहे आणि पराशर मुनींना त्यामध्ये प्रमुख मानण्यात येते.

*छन्दोभिः* हा शब्द विविध वैदिक ग्रंथ दर्शवितो. उदाहरणार्थ, यजुर्वेदाचाच भाग असणाऱ्या तैत्तिरीय उपनिषदात प्रकृती, जीव आणि भगवान यांचे विवरण करण्यात आले आहे.

पूर्वी सांगितल्याप्रमाणे क्षेत्र हे जीवांचे कार्यक्षेत्र असते आणि क्षेत्रामध्ये, आत्मा आणि परमात्मा हे दोन क्षेत्रज्ञ असतात. तैत्तिरीय उपनिषदात (२.९) म्हटले आहे की, *ब्रह्म पुच्छं प्रतिष्ठा.* भगवंतांच्या शक्तीची एक प्रकटावस्था *अन्नमय* नावाने जाणली जाते. हे जाणणे म्हणजेच परम सत्याचा प्राकृतिक साक्षात्कार होय. नंतर परम सत्याची अन्नमयामध्ये अनुभूती झाल्यावर मनुष्य *प्राणमय* अर्थात प्राणशक्तीमध्ये परम सत्याचा साक्षात्कार करू शकतो. *ज्ञानमय* स्तरामध्ये अनुभूतीचा स्तर प्राणशक्तीपासून ते चिंतन, संवेदन आणि संकल्पापर्यंत उन्नत होतो. त्यानंतर ब्रह्मसाक्षात्कार होतो व त्याला *विज्ञानमय* असे म्हटले जाते आणि त्या साक्षात्कारामध्ये जीवाला

कळून येते की, आपण आपल्या मन आणि प्राणापासून भिन्न आहोत. त्यानंतरची व परमोच्च अवस्था म्हणजे *आनंदमय.* याप्रमाणे ब्रह्मसाक्षात्काराच्या *ब्रह्म पृच्छम्*—या पाच अवस्था आहेत. या पाचपैकी प्रथम तीन अन्नमय, प्राणमय आणि ज्ञानमय या अवस्थांचा संबंध जीवाच्या क्षेत्राशी येतो. सर्व क्षेत्रांच्या पलीकडे परमेश्वर असतात आणि त्यांना आनंदमय असे म्हटले जाते. वेदांतसूत्रातही भगवंतांचे वर्णन *आनन्दमयोऽभ्यासात्*—असे करण्यात आले आहे. या दिव्य आनंदाचा अनुभव घेण्याकरिता ते स्वतःचा विज्ञानमय, प्राणमय, ज्ञानमय आणि अन्नमय यांमध्ये विस्तार करतात. क्षेत्रामध्ये जीवाला भोक्ता समजले जाते आणि आनंदमय हे त्याच्यापासून भिन्न असते. याचा अर्थ आहे की, जर जीवाने आनंदमयामध्ये संलग्न होऊन आनंद प्राप्त केला तरच जीव पूर्णत्व प्राप्त करतो. हेच भगवंतांचे परम क्षेत्रज्ञ म्हणून, जीवाचे गौण क्षेत्रज्ञ आणि क्षेत्र यांचे वास्तविक स्वरूप आहे. वेदान्त सूत्रे किंवा ब्रह्म सूत्रांमध्ये या सत्याचे अधिक विश्लेषण मनुष्याला प्राप्त होऊ शकते.

या ठिकाणी उल्लेख केला आहे की, कारण-परिणामांनुसार ब्रह्मसूत्रांची सुंदर रीतीने रचना करण्यात आली आहे. यापैकी काही सूत्रे पुढीलप्रमाणे आहेत. *न वियदश्रुतेः* (२.३.२); *नात्मा श्रुतेः* (२.३.१८) *आणि परात्तु तच्छ्रुतेः* (२.३.४०) प्रथम सूत्रामध्ये क्षेत्र, दुसऱ्यामध्ये जीव आणि तिसऱ्यामध्ये सर्व जीवांचे परम आश्रयस्थान भगवान यांचे वर्णन करण्यात आले आहे.

**महाभूतान्यहङ्कारो बुद्धिरव्यक्तमेव च ।**
**इन्द्रियाणि दशैकं च पञ्च चेन्द्रियगोचराः ॥ ६ ॥**
**इच्छा द्वेषः सुखं दुःखं सङ्घातश्चेतना धृतिः ।**
**एतत्क्षेत्रं समासेन सविकारमुदाहृतम् ॥ ७ ॥**

**महा-भूतानि**—महाभूते; **अहङ्कारः**—मिथ्या अहंकार; **बुद्धिः**—बुद्धी; **अव्यक्तम्**—अव्यक्त; **एव**—निश्चितपणे; **च**—सुद्धा; **इन्द्रियाणि**—इंद्रिये; **दश-एकम्**—अकरा; **च**—सुद्धा; **पञ्च**—पाच; **च**—सुद्धा; **इन्द्रिय-गो-चराः**—इंद्रियविषय; **इच्छा**—इच्छा; **द्वेषः**—द्वेष; **सुखम्**—सुख; **दुःखम्**—दुःख; **सङ्घातः**—समूह; **चेतना**—चेतना; **धृतिः**—धैर्य; **एतत्**—हे सर्व; **क्षेत्रम्**—क्षेत्र; **समासेन**—संक्षेपाने; **स-विकारम्**—विकारांसहित; **उदाहृतम्**—दृष्टांतादाखल.

**पंचमहाभूते, मिथ्या अहंकार, बुद्धी, अव्यक्त, दहा इंद्रिये आणि मन, पाच इंद्रियविषय, इच्छा, द्वेष, सुख, दुःख, समूह, चेतना आणि धैर्य या सर्वांना त्यांच्या विकारांसहित संक्षेपाने क्षेत्र असे म्हटले जाते.**

**तात्पर्य:** महर्षींच्या प्रमाणभूत विधानांवरून, वेद आणि वेदांतसूत्रे यावरून, या जगताचे घटक पुढीलप्रमाणे जाणता येतात. सर्वप्रथम पृथ्वी, आप, तेज, वायू आणि आकाश ही पंचमहाभूते आहेत; मिथ्या अहंकार, बुद्धी, आणि अव्यक्त त्रिगुण आहेत; नेत्र, कान, नासिका, जिह्वा आणि त्वचा ही पाच ज्ञानेंद्रिये आहेत; वाणी, पाय, हात, उपस्थ, गुदा ही पाच कर्मेंद्रिये आहेत; इंद्रियांचा स्वामी असणारे मन आहे आणि त्याला अंतरिंद्रिय म्हणतात. म्हणून मनासहित एकूण

अकरा इंद्रिये आहेत. नंतर शब्द, स्पर्श, रूप, रस आणि गंध हे पाच इंद्रियविषय आहेत. अशा रीतीने या चोवीस तत्त्वांच्या समूहाला क्षेत्र असे म्हणतात. जर मनुष्याने या चोवीस तत्त्वांचे पृथक्करणात्मक अध्ययन केले तर तो क्षेत्राचे स्वरूप जाणू शकतो. त्यानंतर इच्छा, द्वेष, सुख आणि दुःख हे स्थूल शरीरातील पंचमहाभूतांचे प्रतीक असणारे विकार आहेत. चेतना आणि ध्वनींद्वारे प्रतीत होणारी जीवन लक्षणे ही सूक्ष्म देहाची अर्थात मन, बुद्धी आणि अहंकार यांची प्रकटावस्था आहेत. या सूक्ष्म तत्त्वांचा समावेश क्षेत्रामध्ये होतो.

पंचमहाभूते म्हणजे मिथ्या अहंकाराचे स्थूल प्रतीक आहे आणि मिथ्या अहंकार हा तामस बुद्धीचे प्रतीक आहे. तामस बुद्धी ही अव्यक्त त्रिगुणांचे प्रतीक आहे. प्रकृतीच्या अव्यक्त गुणांना *प्रधान* असे म्हटले जाते.

ज्याला चोवीस तत्त्वांचे त्यांच्या विकारांसहित सखोल अध्ययन करावयाची इच्छा आहे त्यांनी तत्त्वज्ञानाचे अधिक विस्ताराने अध्ययन करावे. भगवद्‌गीतेमध्ये या तत्त्वांचे केवळ संक्षिप्त वर्णन आहे.

शरीर हे या सर्व घटकांचे प्रतीक आहे आणि या शरीरामध्ये सहा स्थित्यंतरे होतात– उत्पत्ती, विकास, स्थिती, प्रजनन, क्षय आणि विनाश. म्हणून क्षेत्र हे अनित्य प्राकृतिक वस्तू आहे. तथापि, या क्षेत्राचा स्वामी क्षेत्रज्ञ हा भिन्न आहे.

**अमानित्वमदम्भित्वमहिंसा क्षान्तिरार्जवम् ।**
**आचार्योपासनं शौचं स्थैर्यमात्मविनिग्रहः ॥ ८ ॥**
**इन्द्रियार्थेषु वैराग्यमनहङ्कार एव च ।**
**जन्ममृत्युजराव्याधिदुःखदोषानुदर्शनम् ॥ ९ ॥**
**असक्तिरनभिष्वङ्गः पुत्रदारगृहादिषु ।**
**नित्यं च समचित्तत्वमिष्टानिष्टोपपत्तिषु ॥ १० ॥**
**मयि चानन्ययोगेन भक्तिरव्यभिचारिणी ।**
**विविक्तदेशसेवित्वमरतिर्जनसंसदि ॥११ ॥**
**अध्यात्मज्ञाननित्यत्वं तत्त्वज्ञानार्थदर्शनम् ।**
**एतज्ज्ञानमिति प्रोक्तमज्ञानं यदतोऽन्यथा ॥ १२ ॥**

**अमानित्वम्**—विनम्रता; **अदम्भित्वम्**—अदांभिकता; **अहिंसा**—अहिंसा; **क्षान्तिः**—सहनशीलता, सहिष्णुता; **आर्जवम्**—सरळपणा; **आचार्य-उपासनम्**—प्रमाणित आध्यात्मिक गुरूकडे जाणे; **शौचम्**—शुची, पावित्र्य; **स्थैर्यम्**—स्थिरता; **आत्म-विनिग्रहः**—आत्मसंयम; **इन्द्रिय-अर्थेषु**—इंद्रियांच्या बाबतीत; **वैराग्यम्**—वैराग्य; **अनहङ्कारः**—निरहंकार; **एव**—निश्चितपणे; **च**—सुद्धा; **जन्म**—जन्माचा; **मृत्यु**—मृत्यू; **जरा**—वार्धक्य; **व्याधि**—व्याधी; **दुःख**—दुःखाचा; **दोष**—दोष; **अनुदर्शनम्**—पाहून; **असक्तिः**—आसक्तीरहित; **अनभिष्वङ्गः**—संगाविना; **पुत्र**—पुत्र; **दार**—पत्नी; **गृह-आदिषु**—घर इत्यादी.; **नित्यम्**—नेहमी; **च**—सुद्धा; **सम-चित्तत्वम्**—संतुलन; **इष्ट**—इच्छित;

**अनिष्ट**—अनिष्ट; **उपपत्तिषु**—प्राप्त करून; **मयि**—मला; **च**—सुद्धा; **अनन्य-योगेन**—अनन्य भक्तियोगाने; **भक्तिः**—भक्ती; **अव्यभिचारिणी**—अखंड; **विविक्त**—एकांत; **देश**—स्थळ; **सेवित्वम्**—आकांक्षा करणे; **अरतिः**—अनासक्ती; **जन-संसदि**—सामान्य जनांना; **अध्यात्म**—अध्यात्माबद्दल; **ज्ञान**—ज्ञानामध्ये; **नित्यत्वम्**—नित्यत्व; **तत्त्व-ज्ञान**—तत्त्वज्ञानाचे; **अर्थ**—हेतूसाठी; **दर्शनम्**—तत्त्वज्ञान; **एतत्**—हे सर्व; **ज्ञानम्**—ज्ञान; **इति**—याप्रमाणे; **प्रोक्तम्**—म्हटले आहे; **अज्ञानम्**—अज्ञान; **यत्**—जे; **अतः**—यापासून; **अन्यथा**—अन्य.

**नम्रता, निरहंकार, अहिंसा, सहनशीलता, सरळपणा, आध्यात्मिक गुरूला शरण जाणे, पावित्र्य, स्थैर्य, आत्म-संयमन, इंद्रियविषयांचा त्याग, मिथ्या अहंकाररहित, जन्म, मृत्यू, जरा, व्याधी इत्यादींमधील दु:खदोष जाणणे, अनासक्ती, घरदार, पत्नी, मुलेबाळे इत्यादींपासून अनासक्ती, इष्ट आणि अनिष्ट गोष्टींमध्येही समचित्त राहणे, माझी निरंतर आणि अनन्य भक्ती, एकांतवासात राहण्याची उत्कट इच्छा करणे, सामान्य लोकांपासून अलग होणे, आत्मसाक्षात्काराच्या महत्त्वाचा स्वीकार करणे आणि परम सत्याचा तत्त्वज्ञानात्मक शोध, हे सर्व ज्ञान आहे असे मी घोषित करतो. याव्यतिरिक्त जे काही आहे ते सारे अज्ञानच आहे.**

**तात्पर्य:** कधी कधी अल्पज्ञ लोकांना ही ज्ञानपद्धती म्हणजे क्षेत्रांचा विकार आहे असे वाटते, परंतु हा त्यांचा गैरसमज आहे. हीच वास्तविक ज्ञानपद्धती आहे. जर मनुष्याने या ज्ञानमार्गाचा स्वीकार केला तरच त्याच्यासाठी परम सत्याची प्राप्ती शक्य होते. पूर्वी सांगितलेल्या चोवीस तत्त्वांचे हे विकार नाहीत. वास्तविकपणे त्या तत्त्वांच्या जंजाळातून बाहेर पडण्याचे हे एक माध्यम आहे. देहधारी जीव हा देहाने बद्ध झालेला असतो व हा देह चोवीस तत्त्वांनी बनलेला असतो आणि या ठिकाणी वर्णन केलेली ज्ञानप्रक्रिया म्हणजे शरीरातून मुक्त होण्याचे साधन आहे. ज्ञानमार्गाच्या सर्व वर्णनातील महत्त्वाचा मुद्दा अकराव्या श्लोकातील प्रथम पंक्तीमध्ये वर्णिला आहे, *मयि चानन्ययोगेन भक्तिरव्यभिचारिणी* —"ज्ञानाची परिणती अनन्य भगवद्भक्तीमध्ये होते." जर मनुष्याने दिव्य भगवत्सेवेचा स्वीकार केला नाही किंवा करण्यास पात्र नसेल तर इतर एकोणीस साधनांना विशिष्ट महत्त्व नाही. परंतु जर मनुष्याने पूर्णपणे कृष्णभावनामय होऊन भक्तीचा स्वीकार केला तर इतर एकोणीस साधने आपोआपच त्याच्या ठायी विकसित होतात. श्रीमद्भागवतात (५.१८.१२) सांगितल्याप्रमाणे *यस्यास्ति भक्तिर्भगवत्यकिञ्चना सर्वैर्गुणैस्तत्र समासते सुरा:*—ज्याने भक्ती प्राप्त केली आहे त्याच्या ठायी ज्ञानाचे सर्व सद्गुण विकसित होतात. आठव्या श्लोकामध्ये सांगितल्याप्रमाणे आध्यात्मिक गुरूचा स्वीकार करणे आवश्यक आहे. जो भक्तीचा स्वीकार करतो त्याच्यासाठीसुद्धा, आध्यात्मिक गुरूचा स्वीकार करणे अतिशय महत्त्वपूर्ण आहे. प्रमाणित आध्यात्मिक गुरूचा स्वीकार केल्यावर दिव्य जीवनाचा प्रारंभ होतो. भगवंत या श्लोकामध्ये स्पष्टपणे सांगतात की, हा ज्ञानमार्ग म्हणजेच वास्तविक मार्ग आहे. याव्यतिरिक्त जे काही तर्क इत्यादी आहेत ते सर्व निरर्थक आहेत.

या ठिकाणी प्रस्तुत केलेल्या ज्ञानाच्या मार्गामधील साधनांचे विश्लेषण पुढीलप्रमाणे करता येईल. *अमानित्व* म्हणजे मनुष्याने लोकांकडून मान प्राप्त करण्यास उत्सुक असू नये. देहाशी तादात्म्य केल्यामुळे आपण इतरांकडून मान प्राप्त करण्यास अतिशय उत्सुक असतो. परंतु मी म्हणजे शरीर नाही हे जाणणाऱ्या परिपूर्ण ज्ञानी मनुष्याच्या दृष्टीने शरीराशी संबंधित मानापमान हा निरर्थक आहे. मनुष्याने या भौतिक फसवणुकीच्या मागे लागू नये. लोक आपल्या धर्मनिष्ठेबद्दल प्रसिद्ध होण्यास अतिशय उत्सुक असतात आणि म्हणून काही वेळा आढळते की, लोक धर्मतत्त्वांचे ज्ञान नसतानाही तथाकथित धर्मामध्ये प्रवेश करतात आणि स्वतःला धर्मोपदेशक म्हणून प्रसिद्ध करण्याचा प्रयत्न करतात. आध्यात्मिक विज्ञानात आपली प्रगती किती झाली हे पाहण्याकरिता काही तरी कसोटी असणे आवश्यक आहे. या साधनांद्वारे मनुष्य स्वपरीक्षा करू शकतो.

*अहिंसा* शब्दाचा अर्थ सामान्यपणे शरीराची हत्या न करणे असा घेतला जातो; परंतु वास्तविकपणे इतरांना दुःखात न टाकणे म्हणजेच अहिंसा आहे. अज्ञानामुळे एकंदर लोक देहात्मबुद्धीमध्ये फसलेले असतात आणि म्हणून ते निरंतर सांसारिक दुःखे भोगत असतात. म्हणून मनुष्य, आध्यात्मिक ज्ञानप्राप्तीच्या स्तराप्रत उन्नत होत नाही तोपर्यंत तो हिंसाच करीत असतो. वास्तविक ज्ञानाचा लोकांना प्रसार करण्यासाठी मनुष्याने आपल्या प्रयत्नांची पराकाष्ठा केली पाहिजे, जेणेकरून ते प्रबुद्ध होतील आणि भवबंधनातून मुक्त होतील. हीच खरी अहिंसा आहे.

*क्षान्तिः* म्हणजे मनुष्याने इतरांकडून होणारा अपमान सहन करण्यास शिकले पाहिजे. जेव्हा तो आध्यात्मिक ज्ञानामध्ये प्रगती करण्यात संलग्न होतो तेव्हा इतरांकडून भरपूर अपमान होतो. हे अपेक्षितच आहे, कारण भौतिक प्रकृतीची रचनाच अशा पद्धतीने करण्यात आली आहे. प्रह्लादांसारखे केवळ पाच वर्षांचे बालकही जेव्हा आध्यात्मिक ज्ञानाच्या अनुशीलनामध्ये संलग्न होते, तेव्हा त्याच्या पित्याने भक्तीला विरोध केल्यामुळे, त्याला अनेक यातना भोगाव्या लागल्या. त्याचा वध करण्याचा पित्याने पुष्कळ प्रकारे प्रयत्न केला; परंतु प्रह्लादाने सर्व काही सहन केले. म्हणून आध्यात्मिक ज्ञानामध्ये प्रगती करण्याच्या मार्गात अनेक अडथळे येतील तरीही आपण सहनशील असले पाहिजे. दृढ निश्चयाने प्रगतिपथावर अग्रेसर झाले पाहिजे.

*आर्जवम्* म्हणजे, मनुष्याने निष्कपट आणि इतके प्रांजळ असावे की, एखाद्या शत्रूलाही तो वास्तविक सत्य काय आहे हे सांगू शकेल.

*आचार्योपासनम्* अर्थात, आध्यात्मिक गुरूचा स्वीकार करण्याबाबत सांगावयाचे तर प्रमाणित आध्यात्मिक गुरू स्वीकारणे अत्यावश्यक आहे, कारण त्यांच्या मार्गदर्शनावाचून आध्यात्मिक विज्ञानामध्ये प्रगती करणे अशक्य आहे. मनुष्याने पूर्ण विनम्रतेने आध्यात्मिक गुरूला शरण जावे आणि त्याची सेवा करावी, जेणेकरून आपल्या शिष्यावर कृपावर्षाव करण्यासाठी गुरू प्रसन्न होतील. प्रमाणित आध्यात्मिक गुरूहा श्रीकृष्णांचा प्रतिनिधी असल्यामुळे जर त्याने आपल्या शिष्यावर कृपावर्षाव केला तर, शिष्याने जरी नियामक तत्त्वांचे पालन केले नाही तरी त्याची तात्काळ प्रगती होते किंवा जो हातचे राखून न ठेवता गुरूची सेवा करतो

त्याच्यासाठी नियामक तत्त्वांचे पालन करणे सहजसुलभ होते.

*शौचम्* आध्यात्मिक जीवनामध्ये प्रगती करण्याकरिता शुची अत्यंत आवश्यक आहे. शुचीचे आंतरिक आणि बाह्य असे दोन प्रकार आहेत. बाह्य शुची म्हणजे स्नान करणे इत्यादी होय. परंतु आंतरिक शुचीसाठी सदैव कृष्णचिंतन केले पाहिजे आणि *हरे कृष्ण हरे कृष्ण कृष्ण कृष्ण हरे हरे। हरे राम हरे राम राम राम हरे हरे* या महामंत्राचा जप केला पाहिजे. या पद्धतीमुळे मनावर साचलेली पूर्वकर्मांची धूळ निघून जाते.

*स्थैर्यम्* मनुष्याने आध्यात्मिक जीवनामध्ये प्रगती करण्यासाठी अत्यंत दृढनिश्चयी असले पाहिजे. अशा दृढ निश्चयाविना आध्यात्मिक जीवनामध्ये प्रत्यक्ष प्रगती होऊ शकत नाही. *आत्मविनिग्रह* म्हणजे आध्यात्मिक प्रगतीकरिता जे काही हानिकारक आहे त्याचा स्वीकार न करणे होय. मनुष्याने या गोष्टींची सवय लावून घेतली पाहिजे आणि आध्यात्मिक प्रगतीस बाधक अशा सर्व गोष्टींचा त्याग केला पाहिजे. हेच खरे वैराग्य आहे. इंद्रिये इतकी प्रबळ आहेत की, इंद्रियोपभोग करण्यासाठी ती सदैव उत्सुक असतात. मनुष्याने अशा अनावश्यक मागण्या पुरवू नयेत. शरीर सुस्थितीत ठेवण्याइतकीच इंद्रियतृप्ती करावी, जेणेकरून मनुष्य आध्यात्मिक जीवनामध्ये प्रगती करण्याचे कर्तव्यपालन करू शकेल. सर्वांत महत्त्वपूर्ण आणि अनियंत्रित इंद्रिय म्हणजे जिह्वा होय. जर मनुष्य जिह्वा नियंत्रण करू शकला तर तो इतर इंद्रियांना संयमित करू शकतो. जिह्वेची दोन कार्ये असतात, चव घेणे आणि बोलणे. म्हणून नित्यनेमाने जिह्वेला कृष्णप्रसादाचे सेवन करण्यामध्ये आणि हरे कृष्ण कीर्तन करण्यामध्ये संलग्न केले पाहिजे. नेत्रांच्या बाबतीत सांगावयाचे तर श्रीकृष्णांच्या सुंदर विलोभनीय रूपाव्यतिरिक्त मनुष्याने इतर काही पाहू नये. यामुळे नेत्रांचे संयमन होईल. त्याचप्रमाणे कानाद्वारे कृष्णकथा श्रवण करावी आणि नासिकाद्वारे श्रीकृष्णांना अर्पण केलेल्या फुलांचा सुवास घ्यावा. हाच भक्तिमार्ग आहे आणि या ठिकाणी आपण जाणू शकतो की, भगवद्गीता ही केवळ भक्तिविज्ञानाचे प्रतिपादन करीत आहे. भक्तियोग हेच एकमेव उद्दिष्ट आहे. भगवद्गीतेवरील अज्ञानी भाष्यकार वाचकांचे मन इतर विषयांकडे वळविण्याचा प्रयत्न करतात; परंतु भगवद्गीतेमध्ये भक्तियोगाव्यतिरिक्त इतर कोणताही प्रमुख विषय नाही.

मिथ्या अहंकार म्हणजे आपण स्वत: देह आहोत असे मानणे होय. अर्थात आपण हा देह नसून आत्मा आहोत, हे जाणणे म्हणजेच वास्तविक अहंकार होय. अहंकार हा नेहमी असतोच. मिथ्या अहंकार हा निंद्य आहे, परंतु खरा अहंकार निंद्य नाही. वेदामध्ये (बृहदारण्यक उपनिषद् १.४.१०) म्हटले आहे की, *अहं ब्रह्मास्मि*—मी ब्रह्म आहे. हा अहम् भाव आत्मसाक्षात्काराच्या मुक्तावस्थेमध्येही असतोच. हा अहंभाव म्हणजेच अहंकार आहे. परंतु हाच अहंभाव नश्वर शरीराच्या संदर्भात योजिला जातो तेव्हा तो मिथ्या अहंकार समजला जातो. जेव्हा हा अहंभाव सत्यत्वाच्या संदर्भात योजिला जातो तेव्हा तो वास्तविक अहंकार होय. काही तत्त्वज्ञानी म्हणतात की, आपण अहंकाराचा त्याग करावा; परंतु आपण अहंकार त्यागू शकत नाही, कारण अहंकार म्हणजेच स्वरूप होय. अर्थात, आपण देहात्मबुद्धीचा त्याग केलाच पाहिजे.

मनुष्याने जन्म-मृत्यू-जरा-व्याधी यांपासून होणारे दुःख जाणण्याचा प्रयत्न केला पाहिजे.

वेदामध्ये जन्माचे विस्तृत वर्णन अनेक ठिकाणी आढळते. श्रीमद्‌भागवतात जन्मापूर्वीची अवस्था, मातेच्या गर्भातील बालकाचा निवास, त्याला भोगावे लागणारे दुःख इत्यादींचे हुबेहूब वर्णन करण्यात आले आहे. जन्म हा दुःखमय असल्याचे आपण पूर्णपणे जाणून घेतले पाहिजे. मातेच्या गर्भामध्ये आपण किती दुःख भोगले आहे याची आपल्याला विस्मृती झाल्यामुळे आपण जन्म-मृत्यूच्या चक्रातून सुटण्याचा मार्ग जाणण्याचा प्रयत्न करीत नाही. त्याचप्रमाणे मृत्यूसमयीदेखील सर्व प्रकारची दुःखे भोगावी लागतात आणि याचे सुद्धा शास्त्रामध्ये वर्णन करण्यात आले आहे. यावर अवश्य विचार केला पाहिजे. जरा आणि व्याधींबद्दल सांगावयाचे तर प्रत्येकाला याचा प्रत्यक्षच अनुभव येतो. कोणालाच व्याधिग्रस्त व्हावयाची इच्छा नसते किंवा कोणालाच वृद्ध व्हावयाची इच्छा नसते; परंतु त्यांना टाळणे अशक्यच आहे. जन्म, मृत्यू, जरा आणि व्याधीच्या चक्रामुळे होणाऱ्या दुःखाचा विचार केल्यावरही जोपर्यंत मनुष्य भौतिक जीवनाविषयी निराश होत नाही तोपर्यंत आध्यात्मिक जीवनात प्रगती करण्यासाठी प्रेरणा मिळत नाही.

*आसक्तिरनाभिष्वंगः पुत्रदारगृहादिषु* म्हणजे पुत्र, पत्नी, घर, द्रव्यादिकांविषयी अनासक्ती होय. यावरून असे समजू नये की, मनुष्याला त्यांच्याविषयी भावना, प्रेम असू नये. हे सर्व आपल्या स्वाभाविक प्रीतीचे विषय आहेत, परंतु ते आध्यात्मिक प्रगतीसाठी अनुकूल नसतील तेव्हा मनुष्याने त्यांच्यावर आसक्त असू नये. घर सुखी बनविण्याचा सर्वोत्तम मार्ग म्हणजे कृष्णभावना होय. जर मनुष्य पूर्णपणे कृष्णभावनाभावित असेल तर तो आपले घर सुखी बनवू शकतो, कारण कृष्णभावनेचा मार्ग हा अत्यंत सुगम आहे. मनुष्याने केवळ *हरे कृष्ण हरे कृष्ण कृष्ण कृष्ण हरे हरे। हरे राम हरे राम राम राम हरे हरे॥* या महामंत्राचा जप करावा, कृष्णप्रसाद ग्रहण करावा, श्रीमद्‌भगवद्‌गीता आणि श्रीमद्‌भागवतासारख्या ग्रंथांवर चर्चा करावी आणि अर्चाविग्रहाची आराधना करावी. या चार गोष्टींमुळे मनुष्य सुखी होईल. मनुष्याने आपल्या कुटुंबीयांना अशा प्रकारे प्रशिक्षण द्यावे की कुटुंबीयांनी सकाळ, सायंकाळ एकत्र बसावे आणि *हरे कृष्ण हरे कृष्ण कृष्ण कृष्ण हरे हरे। हरे राम हरे राम राम राम हरे हरे॥* या महामंत्राचे संकीर्तन करावे. जर कृष्णभावनेचा विकास करण्यासाठी या चार तत्त्वांचे आचरण करीत आपल्या कौटुंबिक जीवनाची घडी मनुष्य अशा प्रकारे बसवू शकला तर त्याने कौटुंबीक जीवनाचा त्याग करून संन्यासाश्रम स्वीकारण्याची आवश्यकता नाही, परंतु कौटुंबीक जीवन जर आध्यात्मिक जीवनाकरिता अनुकूल नसेल तर गृहस्थ जीवनाचा त्याग करावा. अर्जुनाप्रमाणे श्रीकृष्णांचा साक्षात्कार होण्यासाठी अथवा त्यांची सेवा करण्यासाठी मनुष्याने सर्वस्वाचा त्याग केला पाहिजे. अर्जुनाला स्वजनांना मारण्याची इच्छा नव्हती, परंतु जेव्हा त्याने जाणले की, आपले कुटुंबीय हे आपल्या भगवद्‌साक्षात्कारामध्ये अडसर आहेत तेव्हा त्याने श्रीकृष्णांच्या आदेशांचा स्वीकार केला आणि युद्ध करून स्वजनांची हत्या केली. सर्वच परिस्थितीत मनुष्याने कौटुंबिक जीवनाच्या सुख आणि दुःखापासून अनासक्त असले पाहिजे, कारण या जगतामध्ये मनुष्य पूर्णपणे सुखी अथवा पूर्णपणे दुःखी असू शकत नाही.

सुख आणि दुःख हे भौतिक जीवनाचे आनुषंगिक घटक आहेत आणि भगवद्‌गीतेत

सांगितल्याप्रमाणे मनुष्याने ते सहन करण्यास शिकले पाहिजे. सुखदु:खांच्या येण्याजाण्याला मनुष्य कधीही प्रतिबंध करू शकत नाही, म्हणून त्याने सांसारिक जीवनापासून अनासक्त राहिले पाहिजे आणि दोन्ही बाबतीत आपोआपच समभाव राखला पाहिजे. सामान्यपणे, इच्छित वस्तू प्राप्त होते तेव्हा आपण अत्यंत सुखी होतो आणि जेव्हा आपल्याला अनिष्ट गोष्ट प्राप्त होते तेव्हा दु:खी होतो. परंतु जर आपण वास्तविकपणे आध्यात्मिक स्वरूपात स्थित असलो तर या गोष्टींमुळे आपण विचलित होत नाही. या स्तराची प्राप्ती करण्यासाठी आपल्याला अखंड भक्तियोगाचे आचरण केले पाहिजे. अढळ कृष्णभक्ती म्हणजे नवव्या अध्यायाच्या शेवटच्या श्लोकात वर्णिल्याप्रमाणे कीर्तन, श्रवण, पूजन, वंदन इत्यादी नवविधा भक्तीमध्ये संलग्न होणे होय. याच भक्तियोगाचे अनुसरण केले पाहिजे.

स्वाभाविकपणेच जेव्हा मनुष्य, आध्यात्मिक जीवनामध्ये रुळला जातो तेव्हा त्याला विषयी-लोकांच्या संगतीमध्ये राहणे आवडत नाही, कारण त्यांच्या संगतीत राहणे हे त्याच्या स्वभावाच्या विरुद्ध आहे. कुसंगाशिवाय आपला एकांतात राहण्याकडे किती कल आहे, यावरून मनुष्याने स्वत:ची स्वत: कसोटी पाहावी. साहजिकच भक्ताला अनावश्यक खेळ, चित्रपट पाहणे किंवा सार्वजनिक उत्सव, समारंभ साजरा करणे इत्यादींमध्ये स्वारस्य नसते, कारण तो जाणतो की, हे सर्व करणे म्हणजे केवळ कालापव्ययच होय. लैंगिक जीवन आणि इतर विषयांचा अभ्यास करणारे अनेक विद्वान संशोधक आणि तत्त्वज्ञानी आहेत; परंतु भगवद्गीतेनुसार असे संशोधन आणि तर्कशास्त्र हे अर्थहीन आहे. या गोष्टी सामान्यत: निरर्थकच आहेत. भगवद्गीतेनुसार दार्शनिक विवेकाच्या द्वारे आत्मस्वरूपाचे संशोधन केले पाहिजे. मनुष्याने आत्मज्ञान प्राप्ती करण्यासाठी संशोधन करावे असे या ठिकाणी सांगण्यात आले आहे.

आत्मसाक्षात्काराविषयी सांगावयाचे तर, या ठिकाणी स्पष्टपणे सांगण्यात आले आहे की, भक्तियोग हा विशेषकरून व्यवहार्य आहे. जेव्हा भक्तीचा विचार केला जातो तेव्हा मनुष्याने आत्मा आणि परमात्मा यांच्या संबंधांचा विचार केला पाहिजे. जीव आणि परमात्मा हे एकच असू शकत नाहीत, निदान भक्तियोगाच्या बाबतीत तरी नाही. या ठिकाणी म्हटल्याप्रमाणे जीवात्म्याने परमात्म्याची करावयाची सेवा ही शाश्वत *नित्यम्* आहे. म्हणून भक्तियोगही शाश्वत आहे. मनुष्याने या तत्त्वामध्ये दृढनिश्चयी असले पाहिजे.

श्रीमद्भागवतात (१.२.११) म्हटले आहे की, *वदन्ति तत्तत्त्वविदस्तत्त्वं यज्ज्ञानमद्वयम्*– "जे तत्त्ववेत्ते आहेत ते जाणतात की, परम सत्याचा ब्रह्म, परमात्मा आणि भगवान या तीन निरनिराळ्या स्वरूपांमध्ये साक्षात्कार होतो." परम सत्याच्या साक्षात्कारातील भगवान साक्षात्कार ही अंतिम पायरी आहे, यास्तव मनुष्याने भगवत्ज्ञानाप्रत उन्नती करावी आणि भगवद्भक्तीमध्ये संलग्न व्हावे, हीच ज्ञानाची परमावधी आहे.

विनम्रतेपासून ते परम सत्याच्या भगवान स्वरूपाच्या साक्षात्कारापर्यंतचा हा मार्ग, तळमजल्यावरून ते थेट सर्वांत वरच्या मजल्यापर्यंत जाण्याकरिता केलेल्या विद्युत उद्वाहकाप्रमाणे (लिफ्ट) आहे. आता असे अनेक लोक आहेत, जे या उद्वाहकावरून जाताना पहिल्या, दुसऱ्या किंवा तिसऱ्या मजल्यापर्यंत चढलेले आहेत. परंतु जोपर्यंत मनुष्य

कृष्णतत्त्वरूपी सर्वांत वरच्या मजल्यापर्यंत पोहोचत नाही, तोपर्यंत तो ज्ञानाच्या खालच्या पायरीवरच असतो. जर मनुष्याला परमेश्वराची बरोबरी करावयाची असेल आणि त्याचबरोबर आध्यात्मिक जीवनातही प्रगती करावयाची असेल तर तो निश्चितपणे वैफल्यग्रस्त होईल. या ठिकाणी स्पष्टपणे म्हटले आहे की, नम्रतेविना वास्तविक तत्त्व जाणणे शक्य नाही. स्वत:ला परमेश्वर मानणे म्हणजे अत्यंत गर्विष्ठ होणे होय. भौतिक प्रकृतीच्या कठोर नियमांद्वारे जीवाला जरी नेहमी लत्ताप्रहार मिळत असेल तरी अज्ञानामुळे तो स्वत:ला परमेश्वर म्हणवितो. म्हणून ज्ञानाचा प्रारंभ हा *अमानित्व* किंवा विनम्रतेपासून होतो. मनुष्याने विनम्र असले पाहिजे आणि आपण भगवंतांच्या अधीन आहोत हे जाणले पाहिजे. भगवंतांशी विद्रोह केल्याने मनुष्य मायेच्या अधीन होतो. त्याने हे सत्य जाणून त्यावर दृढ विश्वास ठेवला पाहिजे.

**ज्ञेयं यत्तत्प्रवक्ष्यामि यज्ज्ञात्वामृतमश्नुते ।**
**अनादिमत्परं ब्रह्म न सत्तन्नासदुच्यते ॥ १३॥**

**ज्ञेयम्**—ज्ञेय; **यत्**—जे; **तत्**—ते; **प्रवक्ष्यामि**—मी आता वर्णन करून सांगतो; **यत्**—जे; **ज्ञात्वा**—जाणून; **अमृतम्**—अमृत; **अश्नुते**—मनुष्य आस्वादन करतो; **अनादि**—अनादी; **मत्-परम्**--माझ्या अधीन; **ब्रह्म**—ब्रह्म; **न**—तसेच; **सत्**—कारण; **तत्**—ते; **न**—तसेच; **असत्**—कार्य; **उच्यते**—असल्याचे म्हटले जाते.

**ज्ञेय, म्हणजे काय याचे मी तुला आता वर्णन करून सांगतो, जे जाणल्याने तू अमृताचे आस्वादन करू शकशील. अनादी आणि माझ्या अधीन असणारे ब्रह्म हे भौतिक जगताच्या कार्य-कारणांच्या पलीकडे आहे.**

**तात्पर्य:** भगवंतांनी क्षेत्र आणि क्षेत्रज्ञाचे वर्णन करून सांगितले आहे. तसेच क्षेत्रज्ञाला जाणण्याच्या मार्गाचेही त्यांनी विवरण केले आहे. आता ते ज्ञेयाचे, प्रथम आत्मा आणि नंतर परमात्मा, वर्णन करण्यास प्रारंभ करतात. ज्ञेयाच्या ज्ञानाने, आत्मा आणि परमात्मा या दोहोंच्या ज्ञानाने, मनुष्य अमृतमयी जीवनाचे आस्वादन करू शकतो. दुसऱ्या अध्यायात सांगितल्याप्रमाणे जीव हा नित्य आहे. याचीसुद्धा या ठिकाणी पुष्टी करण्यात आली आहे. जीवाला विशिष्ट जन्मकाल नाही, तसेच जीवात्मा भगवंतांपासून केव्हा व्यक्त झाला हे कोणीही जाणू शकत नाही. म्हणून तो अनादी आहे. याला वेद पुष्टी देताना म्हणतात की, *न जायते म्रियते वा विपश्चित्* (कठोपनिषद् १.२.१८) क्षेत्रज्ञ हा कधीच जन्मत नाही आणि मृतही होत नाही, तो ज्ञानमयी आहे.

भगवंतांच्या परमात्मा रूपाचेही वेदामध्ये (श्वेताश्वतरोपनिषदात् ३.१६.१६) पुढीलप्रमाणे वर्णन आहे, *प्रधान क्षेत्रज्ञपतिर्गुणेश:*—"भगवंत हे प्रधान क्षेत्रज्ञ आणि त्रिगुणांचे स्वामी आहेत." स्मृतीमध्ये म्हटले आहे की, *दासभूतो हरेरेव नान्यस्यैव कदाचन्।* "जीव हे नित्यनिरंतर भगवंतांचे सेवकच आहेत." श्री चैतन्य महाप्रभूंनी याची आपल्या शिकवणुकीमध्ये पुष्टी केलेली आहे. म्हणून या श्लोकातील ब्रह्म हा शब्द जीवाला उद्देशून योजिला आहे. जेव्हा ब्रह्म शब्द जीवाला उद्देशून योजिला जातो, तेव्हा जाणले पाहिजे की, जीव हा आनंदब्रह्म नसून विज्ञानब्रह्म

आहे, परब्रह्म पुरुषोत्तम भगवंतांना आनंदब्रह्म असे म्हणतात.

**सर्वतः पाणिपादं तत्सर्वतोऽक्षिशिरोमुखम्।**
**सर्वतः श्रुतिमल्लोके सर्वमावृत्य तिष्ठति ॥ १४॥**

**सर्वतः**—सर्वत्र; **पाणि**—हात; **पादम्**—पाय; **तत्**—ते; **सर्वतः**—सर्वत्र; **अक्षि**—नेत्र; **शिरः**—मस्तक; **मुखम्**—मुखे; **सर्वतः**—सर्वत्र; **श्रुति-मत्**—कान असलेले; **लोके**—या जगतात; **सर्वम्**—सर्व; **आवृत्य**—व्यापून; **तिष्ठति**—राहिले आहे.

**सर्वत्र त्यांचे हात, पाय, नेत्र, मस्तके, मुखे आणि कान आहेत. याप्रकारे परमात्मा सर्व व्यापून आहे.**

**तात्पर्य:** ज्याप्रमाणे सूर्य आपल्या अमर्याद किरणांना प्रसारित करून स्थित असतो त्याप्रमाणे परमात्मा किंवा भगवंतही करतात. ते आपल्या सर्वव्यापी रूपाद्वारे स्थित असतात आणि त्यांच्या ठायी ब्रह्मदेवापासून ते सूक्ष्म कीटकांपर्यंत सर्व जीव स्थित आहेत. त्यांची असंख्य मस्तके, पाय, हात आणि नेत्र आणि असंख्य जीव आहेत. हे सर्व जीव परमात्म्याच्या ठायी आणि परमात्म्यावर स्थित आहेत. म्हणून परमात्मा सर्वव्यापी आहे. तरीही जीव म्हणू शकत नाही की, माझे हात, पाय आणि नेत्र हे सर्वत्र आहेत. हे शक्य नाही. जर त्याला वाटत असेल की, केवळ अज्ञानामुळे आपल्याला माहीत नाही की, आपलेही हात, पाय इत्यादी सर्वत्र पसरलेले आहेत. परंतु जेव्हा आपल्याला योग्य ज्ञान प्राप्त होईल तेव्हा आपल्याला ती अवस्था प्राप्त होईल, तर त्यांचे ज्ञान हे विसंगत आहे. याचा अर्थ आहे की, भौतिक प्रकृतीद्वारे बद्ध झालेला जीव हा परब्रह्म नाही. परब्रह्म हे जीवाहून भिन्न आहे. परमात्मा आपल्या हाताचा अमर्याद विस्तार करू शकतो; परंतु जीव असे करू शकत नाही. भगवद्‌गीतेत भगवंत सांगतात की, जर मनुष्याने त्यांना फूल, फळ किंवा थोडेसे पाणी जरी अर्पण केले तरी भगवंत त्याचा स्वीकार करतात. जर भगवंत अत्यंत दूर असतील तर ते हे सर्व कसे स्वीकारू शकतात? हेच भगवंतांचे सर्वशक्तिमान रूप आहे, जरी ते आपल्या पृथ्वीपासून अत्यंत दूर अशा धामामध्ये वास करीत असले तरी मनुष्याने अर्पिलेल्या वस्तूंचा स्वीकार करण्याकरिता ते आपला हात कुठेही पसरवू शकतात. हीच त्यांची शक्ती आहे. ब्रह्मसंहितेत (५.३७) म्हटले आहे, *गोलोक एव निवसत्यखिलात्मभूतः*—जरी भगवंत आपल्या दिव्य धामामध्ये लीला करण्यात मग्न असले तरी ते सर्वव्यापी आहेत. जीव म्हणू शकत नाही की, मी सर्वव्यापी आहे. म्हणून हा श्लोक परमात्मा श्रीभगवान यांचे वर्णन करतो, जीवात्म्याचे नव्हे.

**सर्वेन्द्रियगुणाभासं सर्वेन्द्रियविवर्जितम्।**
**असक्तं सर्वभृच्चैव निर्गुणं गुणभोक्तृ च॥ १५॥**

**सर्व**—सर्व; **इन्द्रिय**—इंद्रिये; **गुण**—गुणांचे; **आभासम्**—मूळ स्रोत; **सर्व**—सर्व; **इन्द्रिय**—इंद्रिये; **विवर्जितम्**—विरहित; **असक्तम्**—अनासक्त; **सर्व-भृत्**—सर्वांचा पालनकर्ता; **च**—सुद्धा; **एव**—निश्चितपणे; **निर्गुणम्**—प्राकृत गुणरहित; **गुण-भोक्तृ**—गुणांचा स्वामी; **च**—सुद्धा.

**परमात्मा हा सर्व इंद्रियांचे मूळ उगमस्थान आहे; पण तरीही तो इंद्रियरहित आहे. तो सर्व जीवांचा पालनकर्ता असला तरी अनासक्तच आहे. तो प्राकृतिक गुणांच्या पलीकडे आहे आणि त्याचबरोबर सर्व प्राकृतिक गुणांचा स्वामीही आहे.**

**तात्पर्य:** भगवंत जरी जीवांच्या सर्व इंद्रियांचे उगमस्थान असले तरी त्यांची इंद्रिये ही जीवांच्या प्राकृत इंद्रियांप्रमाणे नसतात. वास्तविकपणे जीवात्म्याला आध्यात्मिक इंद्रिये असतात; परंतु बद्ध जीवनामध्ये ती भौतिक तत्त्वांनी आच्छादित असतात. म्हणून इंद्रियांच्या क्रिया पदार्थाद्वारे व्यक्त होतात. भगवंतांची इंद्रिये ही प्राकृत तत्त्वांनी आवृत होऊ शकत नाहीत, त्यांची इंद्रिये ही अलौकिक आणि दिव्य असतात, म्हणून त्यांना *निर्गुण* असे म्हटले जाते. *गुण* म्हणजे प्राकृतिक गुण होत; परंतु त्यांची इंद्रिये ही भौतिक आच्छादनविरहित असतात. ती आपल्या इंद्रियांप्रमाणे नसतात हे जाणले पाहिजे. भगवंत जरी आपल्या सर्व इंद्रियजन्य कर्मांचे मूळ उद्‌गम असले तरी त्यांची इंद्रिये ही अविकारी आणि दिव्य आहेत. याचे सुंदर वर्णन श्वेताश्वतरोपनिषदात (३.१९) पुढीलप्रमाणे करण्यात आले आहे, *अपाणिपादो जवनो ग्रहीता*—भगवंतांचे हात हे प्राकृत नाहीत तर त्यांचे दिव्य हात आहेत आणि त्यांना अर्पिलेल्या सर्व गोष्टींचा ते स्वीकार करतात. हाच परमात्मा आणि बद्ध जीवात्मा यांच्यातील फरक आहे. भगवंतांना प्राकृत नेत्र नाहीत. परंतु त्यांना नेत्र आहेत, नाही तर ते कसे पाहू शकले असते? ते भूत, वर्तमान, भविष्य सर्व काही पाहू शकतात. ते जीवांच्या हृदयामध्ये वास करतात आणि आपण भूतकाळात काय केले आहे, सध्या काय करीत आहोत आणि भविष्यात आपल्यापुढे काय वाढून ठेवले आहे हे सर्व ते जाणतात आणि याची भगवद्‌गीतेत पुष्टी केली आहे. ते सर्व काही जाणतात; परंतु त्यांना कोणीही जाणत नाही. असे म्हटले आहे की, भगवंतांना आपल्यासारखे पाय नाहीत, परंतु ते अंतरिक्षात कुठेही भ्रमण करू शकतात, कारण त्यांचे पाय अलौकिक आहेत. दुसऱ्या शब्दांत सांगावयाचे तर भगवंत हे निराकार नाहीत. त्यांना स्वत:चे नेत्र, पाय, हात आणि इतर सर्व काही आहे आणि आपण भगवंतांचे अंश असल्याकारणाने आपल्यालाही हात, पाय इत्यादी सर्व गोष्टी आहेत; परंतु त्यांचे हात, पाय, नेत्र आणि इंद्रिये ही भौतिक प्रकृतीमुळे विकारित होत नाहीत.

भगवद्‌गीतेतही सांगण्यात आले आहे की, जेव्हा भगवंत अवतीर्ण होतात तेव्हा ते आपल्या योगमायेद्वारे स्वत:च्या मूळ स्वरूपात प्रकट होतात. भगवंत मायाशक्तीने प्रदूषित होत नाहीत, कारण ते स्वत: मायाधिपती आहेत. वेदांवरून आपल्याला आढळून येते की, त्यांचा संपूर्ण विग्रह हा आध्यात्मिक आहे. भगवंत हे सच्चिदानंद आहेत; सर्व ऐश्वर्यांनी परिपूर्ण आहेत, सर्व ऐश्वर्य आणि सर्व बल यांचे स्वामी आहेत, ते सर्वाधिक बुद्धिमान आणि ज्ञानमयी आहेत. भगवंतांचे हे काही गुण आहेत. ते सर्व जीवांचे पालनकर्ता आणि सर्व कर्मांचे साक्षी आहेत. वेदांवरून आपण जाणू शकतो की, भगवंतांचे स्वरूप सदैव दिव्यच असते. आपण जरी त्यांचे मस्तक, मुख किंवा पाय इत्यादी पाहू शकत नसलो तरी या सर्व इंद्रियांनी ते युक्त आहेत आणि जेव्हा आपण दिव्य स्तराप्रत उन्नत होतो तेव्हा आपण त्यांचे रूप पाहू शकतो. प्राकृतिक इंद्रियांमुळे आपण त्यांचे रूप पाहू शकत नाही. म्हणून मायाशक्तीने प्रभावित झालेले

निर्विशेषवादी भगवंतांना जाणू शकत नाहीत.

**बहिरन्तश्च भूतानामचरं चरमेव च ।**
**सूक्ष्मत्वात्तदविज्ञेयं दूरस्थं चान्तिके च तत्॥ १६ ॥**

**बहिः**—बाहेर; **अन्तः**—अंतरात; **च**—सुद्धा; **भूतानाम्**—सर्व जीवांच्या; **अचरम्**—अचर; **चरम्**—चर; **एव**—सुद्धा; **च**—आणि; **सूक्ष्मत्वात्**—सूक्ष्म असल्यामुळे; **तत्**—ते; **अविज्ञेयम्**—अज्ञेय; **दूर-स्थम्**—अत्यंत दूर; **च**—सुद्धा; **अन्तिके**—जवळ; **च**—आणि; **तत्**—ते.

**परम सत्य हे सर्व चराचर प्राणिमात्रांच्या अंतरात आणि बाहेर आहे. ते सूक्ष्म असल्यामुळे, भौतिक इंद्रियांच्या पाहण्याच्या किंवा जाणण्याच्या, ग्रहणशक्तीपलीकडे आहे. ते जरी अत्यंत दूर असले तरी ते सर्वांच्या जवळही आहे.**

**तात्पर्य:** वेदांद्वारे आपल्याला कळून येते की, भगवान नारायण हे प्रत्येक जीवाच्या अंतरात आणि बाहेरही आहेत. आध्यात्मिक तसेच भौतिक जगतात ते उपस्थित आहेत. जरी अत्यंत दूर असले तरी ते आम्हा सर्वांच्या जवळ आहेत. ही वैदिक विधाने आहेत. *आसीनो दूरं व्रजति शयानो याति सर्वत:* (कठोपनिषद् १.२.२१) आणि ते सदैव दिव्यानंदामध्ये रत असल्यामुळे आपल्या संपूर्ण ऐश्वर्याचा कसा उपभोग घेत आहेत हे आपण जाणू शकत नाही. आपण त्यांना या प्राकृत इंद्रियांद्वारे जाणू किंवा पाहू शकत नाही. म्हणून वेदांमध्ये म्हटले आहे की, त्यांना जाणण्यासाठी आपले प्राकृत मन आणि इंद्रिये अपुरी आहेत. परंतु कृष्णभावनामय भक्तीचे आचरण करून ज्याने आपले मन आणि इंद्रिये शुद्ध केली आहेत तो भगवंतांना सतत पाहू शकतो. ब्रह्मसंहितेत म्हटले आहे की, ज्या भक्ताने भगवत्प्रेम प्राप्त केले आहे तो भगवंतांना नित्यनिरंतर पाहू शकतो. भगवद्गीतेतही (११.५०) म्हटले आहे की, केवळ भक्तियोगाद्वारेच त्यांना पाहणे किंवा जाणणे शक्य आहे. *भक्त्या त्वनन्यया शक्य: ।*

**अविभक्तं च भूतेषु विभक्तमिव च स्थितम्।**
**भूतभर्तृ च तज्ज्ञेयं ग्रसिष्णु प्रभविष्णु च ॥ १७॥**

**अविभक्तम्**—अविभक्त; **च**—सुद्धा; **भूतेषु**—सर्व जीवांमध्ये; **विभक्तम्**—विभागलेले; **इव**—जणू काय; **च**—सुद्धा; **स्थितम्**—स्थित; **भूत-भर्तृ**—सर्व जीवांचे पालनकर्ता; **च**—सुद्धा; **तत्**—ते; **ज्ञेयम्**—ज्ञेय, जाणण्यायोग्य; **ग्रसिष्णु**—ग्रासणारे; **प्रभविष्णु**—उत्पन्न करणारे; **च**—सुद्धा.

**परमात्मा हा सर्व जीवांमध्ये विभक्त झाल्याप्रमाणे वाटला तरी तो कधीच विभक्त झालेला नसतो. तो एकमेव आहे. तो जरी सर्व जीवांचा पालनकर्ता असला तरी, तोच सर्वांचा संहारकर्ताही असल्याचे जाणले पाहिजे.**

**तात्पर्य:** भगवंत हे परमात्मा रूपाने प्रत्येकाच्या हृदयात स्थित आहेत. याचा अर्थ ते विभक्त झालेले आहेत असा होतो का? नाही. वस्तुतः ते एकमेवाद्वितीय आहेत. याबाबतीत सूर्याचे उदाहरण दिले जाते. मध्यान्हसमयी सूर्य आपल्या स्थानी स्थित असतो. परंतु जर कोणी चारी

दिशेला पाच हजार मैलांपर्यंत जाऊन विचारले की, ''सूर्य कुठे आहे ?'' तर प्रत्येकजण त्याला सांगेल की सूर्य हा त्याच्या डोक्यावर तळपत आहे. भगवंत जरी अविभक्त असले तरी ते जणू काय विभाजित झाल्याप्रमाणेच प्रतीत होतात, हे दर्शविण्यासाठी वेदांमध्ये हे सूर्याचे उदाहरण देण्यात आले आहे. वेदांमध्ये असेही सांगण्यात आले आहे की, ज्याप्रमाणे तोच सूर्य अनेक लोकांना अनेक ठिकाणी दिसतो त्याप्रमाणे श्रीविष्णू हे आपल्या सर्वशक्तिमत्वामुळे सर्वत्र उपस्थित आहेत आणि भगवंत जरी सर्व जीवांचे पालनकर्ता असले तरी प्रलयकाळी ते सर्वांचा संहार करतात. अकराव्या अध्यायात याला पुष्टी देण्यात आली आहे. त्या ठिकाणी भगवंत म्हणतात की, ''कुरुक्षेत्रावर जमलेल्या सर्व योद्ध्यांचा संहार करण्याकरिता मी आलो आहे.'' त्यांनी असेही म्हटले आहे की, काळाच्या रूपातही मी सर्वांचा विनाश करतो. भगवंत हेच प्रलयकर्ता आणि सर्वांचे संहारकर्ता आहेत. जेव्हा सृष्टीची उत्पत्ती होते तेव्हा भगवंत, सर्वांचा त्यांच्या मूळ स्थितीतून विकास करतात आणि प्रलयकाळी तेच सर्वांचा संहार करतात. भगवंत हेच सर्व जीवांचे मूळ उगमस्थान आणि आश्रयस्थान असल्याच्या वस्तुस्थितीचे वेद अनुमोदन करतात. सृष्टीच्या उत्पत्तीनंतर सर्व काही त्यांच्याच शक्तीवर आश्रित असते आणि प्रलयानंतर पुन्हा सर्वांचा विलय त्यांच्यामध्ये आश्रित होण्यासाठीच होतो. ही सर्व वेदांची प्रमाणे आहेत. *यतो वा इमानि भूतानि जायन्ते येन जातानि जीवन्ति यत्प्रयन्त्यभिसंविशन्ति तद्ब्रह्म तद्विजिज्ञासस्व* (तैत्तिरीय उपनिषद् ३.१).

**ज्योतिषामपि तज्ज्योतिस्तमसः परमुच्यते ।**
**ज्ञानं ज्ञेयं ज्ञानगम्यं हृदि सर्वस्य विष्ठितम् ॥ १८ ॥**

**ज्योतिषाम्**—सर्व तेजस्वी वस्तूंमधील; **अपि**—सुद्धा; **तत्**—ते; **ज्योतिः**—प्रकाशाचा उगम; **तमसः**—अंधकार; **परम्**—पलीकडे; **उच्यते**—म्हटले जाते; **ज्ञानम्**—ज्ञान; **ज्ञेयम्**—ज्ञेय; **ज्ञान-गम्यम्**—ज्ञानाने प्राप्त होणारे; **हृदि**—हृदयामध्ये; **सर्वस्य**—सर्वांच्या; **विष्ठितम्**—स्थित आहे.

**सर्व प्रकाशमान वस्तूंमधील प्रकाशाचे उगम तो आहे. तो भौतिक अंधकाराच्या अतीत आहे आणि अव्यक्त आहे. तो ज्ञान आहे, तोच ज्ञेय आहे आणि ज्ञानाचे ध्येय आहे. तो सर्वांच्या हृदयात स्थित आहे.**

**तात्पर्यः** परमात्मा, पुरुषोत्तम भगवान हे सूर्य, चंद्र आणि नक्षत्रे इत्यादी प्रकाशमान वस्तूंमधील प्रकाशाचे उगम आहेत. वेदांमध्ये आपल्याला आढळून येते की, आध्यात्मिक जगतामध्ये चंद्र किंवा सूर्याची आवश्यकता नसते, कारण त्या ठिकाणी भगवंतांचे तेज असते. भौतिक जगतामध्ये ब्रह्मज्योती, अर्थात भगवंतांचे तेज हे महत् तत्त्वाने आवृत झालेले असते म्हणून प्रकाशाकरिता आपल्याला सूर्य, चंद्र, विद्युतशक्ती इत्यादी गोष्टींवर अवलंबून राहावे लागते; परंतु आध्यात्मिक जगतात या गोष्टींची मुळीच आवश्यकता नसते. वेदांमध्ये स्पष्टपणे सांगितले आहे की, भगवंतांच्या ज्योतीमुळेच सर्व काही प्रकाशित होते. म्हणून यावरून स्पष्ट आहे की, ते या प्राकृत जगतात स्थित नाहीत. ते आध्यात्मिक विश्वातील सर्वोच्च लोकामध्ये वास करतात आणि हे आध्यात्मिक विश्व अत्यंत दूर आहे. याची सुद्धा वेदांमध्ये पुष्टी करण्यात आली आहे,

*आदित्यवर्णं तमसः परस्तात्* (श्वेताश्वतरोपनिषद् ३.८) ते सूर्याप्रमाणेच नित्य ज्योतिर्मय आहेत आणि भौतिक अंधकाराच्या अतीत आहेत.

त्यांचे ज्ञान दिव्य आहे. वेद सांगतात की, ब्रह्म म्हणजे केंद्रित दिव्य ज्ञान आहे. जो त्या आध्यात्मिक जगताची प्राप्ती करण्यास उत्सुक आहे त्याला हृदयस्थित भगवंत ज्ञान प्रदान करतात. एक वैदिक मंत्र सांगतो की, *तं ह देवम् आत्मबुद्धिप्रकाशं मुमुक्षुर्वै शरणमहं प्रपद्ये।* (श्वेताश्वतरोपनिषद् ६.१८) ज्याला मुक्तीची इच्छा आहे त्याने भगवंतांना शरण जाणे अत्यावश्यक आहे. ज्ञानाच्या अंतिम ध्येयाबद्दल सांगावयाचे तर, त्याबद्दल वेद सांगतात की, *तमेव विदित्वाति मृत्युमेति*—(श्वेताश्वतरोपनिषद् ३.८) केवळ भगवंतांना जाणल्यानेच मनुष्य जन्म-मृत्यूच्या बंधनापलीकडे जातो.

परमेश्वर प्रत्येकाच्या हृदयात परमनियंता म्हणून स्थित आहेत. परमेश्वराचे हात आणि पाय सर्वत्र पसरलेले आहेत; परंतु जीवासंबंधी असे म्हणता येत नाही. म्हणून क्षेत्राचे, आत्मा आणि परमात्मा हे दोन क्षेत्रज्ञ असल्याचे मान्य केलेच पाहिजे. मनुष्याचे हात आणि पाय विशिष्ट क्षेत्रापुरतेच मर्यादित असतात; परंतु श्रीकृष्णांचे हात आणि पाय सर्वत्र पसरलेले आहेत. याचे श्वेताश्वतरोपनिषद् (३.१७) मध्ये पुढीलप्रमाणे अनुमोदन करण्यात आले आहे, *सर्वस्य प्रभुमीशानं सर्वस्य शरणं बृहत्।* ते परमात्मा भगवंत सर्व जीवांचे प्रभू आहेत. सर्व जीवांचे ते अंतिम आश्रयस्थान आहेत. म्हणून जीवात्मा आणि परमात्मा हे सदैव भिन्नच असतात हे सत्य नाकारण्याचा प्रश्नच उद्‌भवत नाही.

**इति क्षेत्रं तथा ज्ञानं ज्ञेयं चोक्तं समासतः।**
**मद्भक्त एतद्विज्ञाय मद्भावायोपपद्यते ॥ १९॥**

**इति**—याप्रमाणे; **क्षेत्रम्**—क्षेत्र (शरीर); **तथा**—सुद्धा; **ज्ञानम्**—ज्ञान; **ज्ञेयम्**—ज्ञेय; **च**—सुद्धा; **उक्तम्**—वर्णन करण्यात आले आहे; **समासतः**—संक्षेपाने; **मत्-भक्तः**—माझा भक्त; **एतत्**—हे सर्व; **विज्ञाय**—जाणून घेतल्यावर; **मत्-भावाय**—माझ्या स्वभावाला; **उपपद्यते**—प्राप्त होतो.

**याप्रमाणे क्षेत्र ( देह ), ज्ञान आणि ज्ञेय यांचे संक्षिप्त वर्णन मी तुला सांगितले, केवळ माझा भक्तच हे पूर्णपणे जाणून माझ्या स्वभावाला प्राप्त होऊ शकतो.**

**तात्पर्य:** भगवंतांनी संक्षेपाने शरीर, ज्ञान आणि ज्ञेय यांचे वर्णन केले आहे. हे ज्ञान तीन तत्त्वांचे असते.—ज्ञाता, ज्ञेय आणि ज्ञानमार्ग. या तिघांच्या एकत्रीकरणाला विज्ञान असे म्हणतात. अनन्य भगवद्‌भक्त प्रत्यक्षपणे परिपूर्ण ज्ञान जाणू शकतात. इतर हे जाणण्यात असमर्थ आहेत. अद्वैतवादी म्हणतात की, अंतिम अवस्थेत ही तिन्ही तत्त्वे एक होतात; परंतु भक्त याचा स्वीकार करीत नाही. आपले मूळ कृष्णभावनाभावित स्वरूप जाणणे म्हणजेच ज्ञानाचा विकास होय. आपण भौतिक भावनेने बद्ध झालो आहोत आणि जेव्हा आपण आपली सारी भावना अथवा चेतना कृष्णभावनमय कार्यामध्ये संलग्न करतो तेव्हा आपल्याला वास्तविक ज्ञानाची प्राप्ती होते. दुसऱ्या शब्दांत सांगावयाचे तर, भक्तियोगाला पूर्णत्वाने जाणण्याची प्राथमिक पायरी म्हणजे ज्ञान आहे. पंधराव्या अध्यायात याचे स्पष्ट वर्णन करण्यात येईल.

सारांश; मनुष्य जाणू शकतो की, *महाभूतानि* पासून प्रारंभ होणाऱ्या आणि *चेतनाधृतिः* मध्ये शेवट होणाऱ्या सहाव्या आणि सातव्या श्लोकामध्ये महाभूतांचे आणि जीवनाच्या व्यक्त होणाऱ्या विशिष्ट लक्षणांचे वर्णन करण्यात आले आहे. यांच्या संयोगीकरणामुळे क्षेत्र बनते आणि *अमानित्वम्* पासून प्रारंभ होणाऱ्या आणि *तत्त्वज्ञानार्थ- दर्शनम्* मध्ये अंत होणाऱ्या ८ ते १२ श्लोकामध्ये, आत्मा आणि परमात्मा या दोन्ही क्षेत्रज्ञांना जाणण्याच्या ज्ञानमार्गाचे वर्णन करण्यात आले आहे. त्यानंतर *अनादि मत्परम्* पासून प्रारंभ होणाऱ्या आणि *हृदि सर्वस्य विष्ठतम्* मध्ये अंत होणाऱ्या १३ ते १८ व्या श्लोकामध्ये आत्मा आणि परमात्मा किंवा भगवंताचे वर्णन करण्यात आले आहे.

याप्रमाणे तीन तत्त्वांचे वर्णन करण्यात आले आहे—क्षेत्र (शरीर), ज्ञानमार्ग आणि आत्मा व परमात्मा. या ठिकाणी विशेषकरून सांगण्यात आले आहे की, केवळ अनन्य भगवद्भक्तच या तीन तत्त्वांना यथार्थरूपाने जाणू शकतात. म्हणून भक्तांसाठी भगवद्गीता ही पूर्णपणे उपयुक्त असते; आणि त्यांनाच परमलक्ष्याची, म्हणजेच भगवान श्रीकृष्णांच्या स्वभावाची प्राप्ती होते. दुसऱ्या शब्दांत सांगावयाचे तर, केवळ भक्तच भगवद्गीता यथार्थ रूपामध्ये जाणून इच्छित फल प्राप्त करू शकतात. इतरांना हे शक्य नाही.

**प्रकृतिं पुरुषं चैव विद्ध्यनादी उभावपि ।**
**विकारांश्च गुणांश्चैव विद्धि प्रकृतिसम्भवान् ॥ २० ॥**

**प्रकृतिम्**—भौतिक प्रकृती; **पुरुषम्**—जीव; **च**—सुद्धा; **एव**—निश्चितपणे; **विद्धि**—तू जाणले पाहिजेस; **अनादी**—अनादी किंवा प्रारंभरहित; **उभौ**—दोन्ही; **अपि**—सुद्धा; **विकारान्**—स्थित्यंतरे; **च**—सुद्धा; **गुणान्**—त्रिगुण; **च**—सुद्धा; **एव**—निश्चितपणे; **विद्धि**—जाण; **प्रकृति**—भौतिक प्रकृती; **सम्भवान्**—च्यापासून उत्पन्न.

**भौतिक प्रकृती आणि जीव हे दोन्ही अनादी असल्याचे जाण. त्यांचे विकार आणि त्रिगुण हे भौतिक प्रकृतीपासून उत्पन्न होतात.**

**तात्पर्यः** या अध्यायातील ज्ञानाने मनुष्य शरीर (क्षेत्र) आणि शरीराचे ज्ञाता (आत्मा आणि परमात्मा हे दोन्ही क्षेत्रज्ञ) यांना जाणू शकतो. शरीर हे कार्यक्षेत्र आहे आणि ते भौतिक प्रकृतीपासून बनलेले आहे. देह धारण केलेला आणि देहाच्या कार्यांचा उपभोग घेणारा जीव म्हणजे पुरुष होय. तो आणि परमात्मा असे दोन क्षेत्रज्ञ असतात. अर्थात, जीव आणि परमात्मा या भगवंतांच्या दोन भिन्न अभिव्यक्ती आहेत. जीव म्हणजे भगवंतांचे शक्तितत्त्व आहे तर परमात्मा हा त्यांचा स्वांश आहे.

जीव आणि भौतिक प्रकृती दोघेही नित्य आहेत अर्थात ते सृष्टीच्या उत्पत्तीपूर्वीही अस्तित्वात होते. जीव आणि भौतिक सृष्टी दोघेही भगवंतांचीच शक्ती आहेत; परंतु जीव हे पराप्रकृतीमधील आहेत. हे जगत व्यक्त होण्यापूर्वीही जीव आणि भौतिक प्रकृती दोन्ही अस्तित्वात होते. भौतिक प्रकृतीचा पुरुषोत्तम भगवान महाविष्णूंमध्ये विलय होतो आणि जेव्हा आवश्यकता असते तेव्हा महत्-तत्त्वाच्या माध्यमातून ती प्रकट होते. त्याचप्रमाणे जीवही

महाविष्णूंमध्येच असतात आणि ते बद्ध असल्याकारणाने भगवत्सेवेपासून विन्मुख असतात. यामुळे त्यांना आध्यात्मिक जगतामध्ये प्रवेश दिला जात नाही. परंतु सृष्टीची पुन्हा उत्पत्ती झाल्यावर त्यांना भौतिक जगतात कर्म करून वैकुंठलोकात प्रवेश करण्यास योग्य बनण्याची संधी दिली जाते. हेच भौतिक सृष्टीचे रहस्य आहे. वस्तुत: जीव हे भगवंतांचे आध्यात्मिक अंश आहेत; परंतु विद्रोही स्वभावामुळे ते भौतिक प्रकृतीमध्ये बद्ध होतात. भगवंतांचे अंश असणारे हे जीव भौतिक प्रकृतीच्या संपर्कात कसे येतात या गोष्टीला खरोखरी महत्त्व नाही. तथापि, जीव कसे आणि का भौतिक प्रकृतीच्या संपर्कात येतात हे भगवंत जाणतात. शास्त्रांमध्ये भगवंत सांगतात की, जे भौतिक प्रकृतीद्वारे मोहित होतात ते अस्तित्व राखण्यासाठी अतिशय कठीण संघर्ष करीत असतात. तथापि, या काही श्लोकांतील वर्णनावरून आपण निश्चितपणे जाणले पाहिजे की, त्रिगुणांद्वारे उत्पन्न होणारे प्रभाव आणि सारे विकार हे भौतिक प्रकृतीद्वारेच उत्पन्न होतात. जीवाचे सारे विकार आणि सारी वैविध्यताही शरीरामुळे प्रकट होते. आत्मतत्त्वाच्या दृष्टीने तर सारे जीव एकसारखेच आहेत.

**कार्यकारणकर्तृत्वे हेतुः प्रकृतिरुच्यते ।**
**पुरुषः सुखदुःखानां भोक्तृत्वे हेतुरुच्यते ॥ २१ ॥**

**कार्य**—कार्यांचे; **कारण**—आणि कारण; **कर्तृत्वे**—उत्पत्तीच्या बाबतीत; **हेतुः**—साधन किंवा कारण; **प्रकृतिः**—भौतिक प्रकृती; **उच्यते**—म्हटली जाते; **पुरुषः**—पुरुष; **सुख**—सुखाच्या; **दुःखानाम्**—आणि दु:ख; **भोक्तृत्वे**—भोगाला; **हेतुः**—कारण; **उच्यते**—म्हटली जाते.

**प्रकृती ही सर्व भौतिक कार्य-कारणांना कारणीभूत असल्याचे म्हटले जाते, तर जीव या संसारातील विविध सुखदुःखांच्या उपभोगास कारणीभूत असल्याचे म्हटले जाते.**

**तात्पर्य:** जीवांची निरनिराळ्या प्रकारची शरीरे आणि इंद्रिये ही भौतिक प्रकृतीमुळे उत्पन्न होतात. जीवांच्या चौऱ्यांशी लाख भिन्न भिन्न योनी आहेत आणि या सर्व वैविध्यपूर्ण योनी भौतिक प्रकृतीमुळे उत्पन्न होतात. त्या जीवाच्या निरनिराळ्या इंद्रियसुखाच्या कामनांमुळे निर्माण होतात आणि या प्रकारे तो कोणत्या ना कोणत्या तरी देहामध्ये वास करावयाची इच्छा करते. जेव्हा त्याला निरनिराळ्या प्रकारचे देह प्राप्त होतात तेव्हा तो निरनिराळ्या प्रकारची सुखदु:खे भोगतो. त्याच्या या भौतिक सुखदु:खांना तो स्वत: मुळीच कारण नसून त्याचे शरीर कारणीभूत असते. त्याच्या मूळ स्थितीमध्ये नि:संशय आनंदच असतो, म्हणूनच ती त्याची स्वरूपस्थिती असते. भौतिक प्रकृतीवर प्रभुत्व गाजविण्याच्या त्याच्या इच्छेमुळेच तो या भौतिक जगतामध्ये असतो. आध्यात्मिक जगतामध्ये अशा गोष्टीचा प्रश्नच उद्‌भवत नाही. आध्यात्मिक जगत हे विशुद्ध आहे; परंतु या भौतिक जगतात निरनिराळ्या प्रकारची शारीरिक सुखे प्राप्त करण्यासाठी सर्वजण अतिशय कठीण परिश्रम करीत आहेत. अधिक स्पष्टपणे म्हणता येईल की, हे शरीर म्हणजे इंद्रियांचा परिणाम आहे. इंद्रिये ही कामनापूर्ती करण्याची साधने आहेत. आता, शरीर आणि साधनरूप इंद्रिये ही भौतिक प्रकृतीद्वारे प्रदान केली जातात आणि पुढील श्लोकांवरून स्पष्ट होईल की, जीवाला आपल्या गतकाळातील इच्छा आणि कर्मांनुसार सुखकारक अथवा

दु:खकारक परिस्थिती प्राप्त होते. मनुष्याच्या इच्छा आणि कर्मांनुसार भौतिक प्रकृती त्याला विविध प्रकारची निवासस्थाने पुरविते. जीव स्वत:च अशा निवासस्थानाला आणि त्यापासून प्राप्त होणाऱ्या सुख-दु:खास कारणीभूत असतो. एकदा का विशिष्ट प्रकारचा देह प्राप्त झाला की जीव प्रकृतीच्या अधीन होतो, कारण शरीर हे जड पदार्थ असल्यामुळे प्रकृतीच्या नियमानुसार कार्य करते. त्या वेळी जीव प्राकृतिक नियम बदलण्याइतपत सामर्थ्यशाली नसतो. उदाहरणार्थ जर एखाद्या जीवाला कुत्र्याचे शरीर प्राप्त झाले तर त्याने कुत्र्याप्रमाणे वागलेच पाहिजे. तो इतर काही करू शकत नाही आणि जर जीवाला डुकराचे शरीर प्राप्त झाले तर त्याला डुकराप्रमाणेच विष्ठा खाण्यास आणि वागण्यास भाग पडते. त्याचप्रमाणे जर देवतांचे शरीर प्राप्त झाले तर त्याने प्राप्त शरीराला अनुसरूनच कार्य केले पाहिजे. हा प्रकृतीचा नियमच आहे. परंतु सर्व परिस्थितीत परमात्मा हा आत्म्याबरोबर असतोच. वेदामध्ये (मुण्डक उपनिषद् ३.१.१) याचे पुढीलप्रमाणे वर्णन करण्यात आले आहे. *द्वा सुपर्णा सयुजा सखाय:.* भगवंत जीवाच्या प्रति इतके कृपाळू असतात की, सर्व परिस्थितीत ते परमात्मा रूपाने त्याला सदैव साथ देतात.

**पुरुषः प्रकृतिस्थो हि भुङ्क्ते प्रकृतिजान्गुणान्।**
**कारणं गुणसङ्गोऽस्य सदसद्योनिजन्मसु ॥२२॥**

**पुरुषः**—जीव; **प्रकृति-स्थः**—भौतिक प्रकृतीमध्ये स्थित झाल्यामुळे; **हि**—निश्चितपणे; **भुङ्क्ते**—भोगतो; **प्रकृति-जान्**—प्रकृतीने उत्पन्न केलेले; **गुणान्**—प्राकृतिक गुण; **कारणम्**—कारण; **गुण-सङ्गः**—गुणांचा संग; **अस्य**—जीवाच्या; **सत्-असत्**—चांगल्या आणि वाईट; **योनि**—योनी; **जन्मसु**—जन्मांमध्ये.

**याप्रमाणे जीवात्मा प्रकृतीच्या त्रिगुणांचा भोग करीत भौतिक प्रकृतीमध्ये जीवन व्यतीत करतो. भौतिक प्रकृतीशी संग केल्यामुळे असे घडते. याप्रमाणे त्याला विविध योनींमध्ये बरे-वाईट प्राप्त होते.**

**तात्पर्य:** जीव एका देहातून दुसऱ्या देहामध्ये कशा प्रकारे स्थानांतर करतो हे जाणून घेण्यासाठी हा श्लोक अत्यंत महत्त्वपूर्ण आहे. दुसऱ्या अध्यायामध्ये वर्णन करण्यात आले आहे की, ज्याप्रमाणे मनुष्य वस्त्रे बदलतो त्याचप्रमाणे जीव एका देहातून दुसऱ्या देहामध्ये स्थित्यंतर करतो. भौतिक जीवनातील आसक्तीमुळे याप्रमाणे वस्त्रपरिवर्तन करावे लागते. जोपर्यंत तो या अनित्य जगताने मोहित झालेला असतो तोपर्यंत त्याला एका देहामधून दुसऱ्या देहामध्ये स्थित्यंतर करावेच लागते. भौतिक प्रकृतीवर प्रभुत्व गाजविण्याच्या आपल्या इच्छेमुळे त्याला अशा अनिष्ट परिस्थितीत राहावे लागते. भौतिक इच्छांच्या प्रभावामुळे जीवाला कधीकधी देवता, मनुष्य, पशू, पक्षी, कीटक, जलचर, संत व्यक्ती तर कधी ढेकणाचा जन्म मिळतो. हे सुरूच असते आणि सर्वच बाबतीत जीवाला वाटते की, आपण परिस्थितीवर मात केली आहे; परंतु वास्तविकपणे तो भौतिक प्रकृतीच्याच अधीन असतो.

जीवाला निरनिराळ्या प्रकारचे शरीर कसे प्राप्त होते याचे वर्णन या श्लोकामध्ये करण्यात आले आहे. प्रकृतीच्या त्रिगुणांचा संग झाल्यामुळे त्याला असे देहांतर करणे भाग पडते. म्हणून

मनुष्याने त्रिगुणातीत होऊन दिव्यावस्थेत स्थिर झाले पाहिजे. यालाच कृष्णभावना असे म्हणतात. जोपर्यंत मनुष्य, कृष्णभावनामय होत नाही तोपर्यंत त्याची भौतिक भावना त्याला एका देहातून दुसऱ्या देहामध्ये स्थानांतर करण्यास बाध्य करते, कारण अनादी कालापासून त्याला भौतिक वासना असतात. तथापि, त्याने आपली ही संकल्पना बदलली पाहिजे. असे परिवर्तन प्रमाणित व्यक्तीकडून श्रवण केल्यानेच शक्य होते. याबाबतीत सर्वोत्तम उदाहरण म्हणजे अर्जुन होय. तो श्रीकृष्णांकडून भगवत् विज्ञान जाणून घेत आहे. जीवाने या प्रकारे जर श्रवण केले तर भौतिक प्रकृतीवर प्रभुत्व गाजविण्याची अनादी कालापासून चालत आलेली त्याची इच्छा नष्ट होईल आणि ज्या ज्या प्रमाणात तो प्रभुत्व गाजविण्याची आपली इच्छा कमी कमी करतो त्या त्या प्रमाणात हळूहळू तो आध्यात्मिक सुखाचा आनंद घेतो. वेदांमध्ये म्हटले आहे की, भगवंतांच्या सहवासात जसजसे त्याला ज्ञान प्राप्त होते तसतसा तो सच्चिदानंद जीवनाचा आस्वाद घेतो.

**उपद्रष्टानुमन्ता च भर्ता भोक्ता महेश्वरः ।**
**परमात्मेति चाप्युक्तो देहेऽस्मिन्पुरुषः परः ॥ २३ ॥**

**उपद्रष्टा**—देखरेख करणारा किंवा साक्षी; **अनुमन्ता**—अनुमती देणारा; **च**—सुद्धा; **भर्ता**—स्वामी; **भोक्ता**—सर्वश्रेष्ठ भोक्ता; **महा-ईश्वरः**—परमेश्वर; **परम-आत्मा**—परमात्मा; **इति**—सुद्धा; **च**—आणि; **अपि**—खरोखर; **उक्तः**—म्हटले जाते; **देहे**—देहामध्ये; **अस्मिन्**—या; **पुरुषः**—पुरुष, भोक्ता; **परः**—दिव्य.

**तरीही या शरीरामध्ये दुसरा एक दिव्य भोक्ता आहे. तो महेश्वर, देखरेख करणारा व अनुमती देणारा आहे आणि तो परमात्मा म्हणून जाणला जातो.**

**तात्पर्य:** या ठिकाणी म्हटले आहे की, जीवाबरोबर सदैव वास करणारा परमात्मा हा भगवंतांचा प्रतिनिधी आहे. परमात्मा हा काही सामान्य जीव नव्हे. अद्वैतवादी, देहामध्ये एकच क्षेत्रज्ञ असल्याचे मानतात म्हणून त्यांना वाटते की, आत्मा आणि परमात्मा यांच्यामध्ये मुळीच भेद नाही. या संदर्भात स्पष्टीकरण देण्यासाठी भगवंत म्हणतात की, प्रत्येक देहामध्ये ते परमात्मारूपाने स्वतःचे प्रतिनिधित्व करतात. तो आत्म्याहून भिन्न आहे; तो *पर* अर्थात, दिव्य आहे. जीवात्मा हा एका विशिष्ट क्षेत्राचा उपभोग घेतो; परंतु परमात्मा हा एका विशिष्ट क्षेत्राचा उपभोक्ता नसतो तसेच तो शारीरिक क्रियांचा कर्ता नसतो, तर तो साक्षी, देखरेख करणारा, अनुमती देणारा आणि सर्वश्रेष्ठ भोक्ता असतो, त्याला आत्मा हे नाव नसून परमात्मा असे नाव आहे आणि तो अलौकिक आहे. आत्मा आणि परमात्मा यांच्यातील भिन्नता स्पष्ट आहे. परमात्म्याचे हात आणि पाय सर्वत्र पसरलेले असतात परंतु जीवात्म्याच्या बाबतीत तसे नसते. परमात्मा हाच परमेश्वर असल्यामुळे तो जीवाच्या भोगेच्छांना अनुमती देण्यासाठी, त्याच्या अंतरात उपस्थित असतो. परमात्म्याच्या अनुमतीविना जीव काहीही करू शकत नाही. जीव हा *भुक्त* किंवा आश्रित आहे तर भगवंत *भोक्ता* किंवा पालनकर्ता आहेत. असंख्य जीव आहेत आणि त्यांच्यामध्ये परमात्मा मित्र म्हणून वास करतो.

सत्य हे आहे की, प्रत्येक जीव हा भगवंतांचा नित्य अंश आहे आणि दोघांमध्येही निकटस्थ मित्र म्हणून परस्परसंबंध आहे; परंतु भगवंतांची अनुमती नाकारणे आणि प्रकृतीवर प्रभुत्व गाजविण्याच्या प्रयत्नात स्वतंत्रपणे कर्म करण्याची जीवाची प्रवृत्ती असते आणि त्या प्रवृत्तीमुळे त्याला भगवंतांची तटस्था शक्ती असे म्हटले जाते. जीवाला आध्यात्मिक शक्तीत किंवा भौतिक शक्तीत राहावे लागते. जोपर्यंत जीव भौतिक शक्तीद्वारे बद्धावस्थेत असतो तोपर्यंत भगवंत, परमात्मा रूपाने त्याचा मित्र म्हणून जीवाबरोबर वास करतात, जेणेकरून जीवाला पुन्हा आध्यात्मिक शक्तीमध्ये परत नेता यावे. जीवाला पुन्हा आध्यात्मिक शक्तीत परत नेण्यासाठी भगवंत सदैव उत्सुक असतात. परंतु जीवाला आंशिक स्वातंत्र्य असल्यामुळे तो नेहमी आध्यात्मिक ज्योतीचा सहवास नाकारीत असतो. या आंशिक स्वातंत्र्याचा दुरुपयोग हेच त्याच्या बद्धावस्थेतील भौतिक संघर्षाचे कारण असते. म्हणून भगवंत सदैव त्याला अंतर्बाह्य आदेश करीत असतात. भगवद्गीतेद्वारे ते बाहेरून उपदेश देतात आणि अंतरातून ते जीवाला पटवून देण्याचा प्रयत्न करीत असतात की, भौतिक प्रकृतीमध्ये त्याने केलेले कर्म हे त्याच्या वास्तविक सुखासाठी साहाय्यकारक ठरू शकत नाही. ते म्हणतात की, याचा त्याग कर आणि तुझी श्रद्धा माझ्यावर दृढ कर. तरच तू सुखी होशील. म्हणून जो बुद्धिमान मनुष्य आपली श्रद्धा परमात्म्याच्या किंवा भगवंतांच्या ठायी दृढ करतो तो सच्चिदानंद जीवनाकडे प्रगती करू लागतो.

**य एवं वेत्ति पुरुषं प्रकृतिं च गुणैः सह ।**
**सर्वथा वर्तमानोऽपि न स भूयोऽभिजायते॥ २४॥**

**यः**—जो; **एवम्**—याप्रमाणे; **वेत्ति**—जाणतो; **पुरुषम्**—जीव; **प्रकृतिम्**—भौतिक प्रकृती; **च**—आणि; **गुणैः**—त्रिगुण; **सह**—सहित; **सर्वथा**—सर्व प्रकारे; **वर्तमानः**—स्थित होऊन; **अपि**—तरी; **न**—कधीही नाही; **सः**—तो; **भूयः**—पुन्हा; **अभिजायते**—जन्मास येतो.

**जो, भौतिक प्रकृती, जीव आणि त्रिगुणांचे विकार यासंबंधीचे तत्त्व जाणतो, त्याला निश्चितच मोक्षप्राप्ती होते. त्याची वर्तमान स्थिती कशीही असली तरी त्याचा या ठिकाणी पुनर्जन्म होत नाही.**

**तात्पर्य:** भौतिक प्रकृती, परमात्मा, जीवात्मा आणि त्यांचा परस्परसंबंध याविषयींच्या स्पष्ट ज्ञानामुळे मोक्षप्राप्ती आणि आध्यात्मिक वातावरणामध्ये प्रवेश करण्यास मनुष्य पात्र होतो. आध्यात्मिक जगतात प्रवेश केल्याने त्याला पुन्हा भौतिक प्रकृतीत परतावे लागत नाही. हा ज्ञानाचा परिणाम होय. जीव या भौतिक प्रकृतीमध्ये योगायोगाने पतित झाल्याचे निश्चितपणे जाणणे हाच ज्ञानाचा उद्देश आहे. जीवाने प्रमाणित व्यक्ती, साधुपुरुष आणि आध्यात्मिक गुरू यांच्या सत्संगामध्ये स्वतः प्रयत्न करून आपले स्वरूप जाणून घेतले पाहिजे. तसेच त्याने भगवंतांनी सांगितलेल्या भगवद्गीतेचे ज्ञान प्राप्त करून आपल्या आध्यात्मिक चेतनेचे किंवा कृष्णभावनेचे पुनरुज्जीवन केले पाहिजे. नंतर तो पुन्हा या भौतिक जगतात कधीही परतून येणार नाही हे सुनिश्चित होईल आणि आध्यात्मिक जगतात त्याला सच्चिदानंदमय जीवनाची प्राप्ती होईल.

**ध्यानेनात्मनि पश्यन्ति केचिदात्मानमात्मना।**
**अन्ये साङ्ख्येन योगेन कर्मयोगेन चापरे ॥ २५ ॥**

**ध्यानेन**—ध्यानाद्वारे; **आत्मनि**—आपल्या ठायी; **पश्यन्ति**—पाहतो; **केचित्**—काहीजण; **आत्मानम्**—परमात्मा; **आत्मना**—मनाने; **अन्ये**—अन्य; **साङ्ख्येन**—सांख्य किंवा तात्त्विक चर्चेद्वारे; **योगेन**—योगमार्गाने; **कर्म-योगेन**—निष्काम कर्माद्वारे; **च**—सुद्धा; **अपरे**—इतर.

**काहीजण परमात्म्याची अनुभूती आपल्या अंतरात ध्यानाद्वारे, इतर काहीजण ज्ञानाच्या अनुशीलनाद्वारे आणि अन्य काहीजण निष्काम कर्माद्वारे करतात.**

**तात्पर्य:** भगवंत अर्जुनाला सांगतात की, मनुष्याच्या आत्मसाक्षात्काराच्या शोधाबद्दल सांगावयाचे तर बद्ध जीवांचे दोन प्रकारे वर्गीकरण करता येते. जे नास्तिक, अद्वैतवादी आणि संशयखोर आहेत त्यांना आध्यात्मिक ज्ञानाचे आकलनही होऊ शकत नाही. परंतु इतर काहीजण आहेत ज्यांना आपल्या आध्यात्मिक जीवनाच्या ज्ञानावर निष्ठा आहे आणि त्यांना आत्मदर्शी भक्त, तत्त्वज्ञानी आणि निष्काम कर्मयोगी असे म्हटले जाते. जे सदैव अद्वैतवादाचा पुरस्कार करतात त्यांना सुद्धा नास्तिक आणि अज्ञेयवादी वर्गातच गणले जाते. दुसऱ्या शब्दांत सांगावयाचे तर केवळ भगवद्भक्तच आध्यात्मिक ज्ञानामध्ये योग्य प्रकारे स्थित झालेले असतात, कारण ते जाणतात की, या भौतिक प्रकृतीच्या पलीकडे आध्यात्मिक जगत आणि पुरुषोत्तम भगवान आहेत. भगवंत हे परमात्मारूपामध्ये विस्तार करून जीवांसहित सर्व गोष्टी व्यापतात. अर्थात, असे काहीजण आहेत जे ज्ञानाच्या अनुशीलनाद्वारे परम सत्य जाणण्याचा प्रयत्न करतात आणि त्यांची गणना श्रद्धावानांमध्ये केली जाऊ शकते. सांख्य तत्त्वज्ञानी या भौतिक जगताचे चोवीस तत्त्वांमध्ये पृथक्करण करतात आणि ते जीवाला पंचविसावे तत्त्व मानतात. स्वरूपत: जीवात्मा हा भौतिक तत्त्वांच्या पलीकडे आहे हे जेव्हा ते जाणू शकतात तेव्हा जीवात्म्याच्याही पलीकडे भगवंत आहेत हे जाणू शकतात. भगवंत हे सव्विसावे तत्त्व आहे. याप्रमाणे ते सुद्धा क्रमश: कृष्णभावनामय भक्तीच्या स्तराप्रत येतात. जे निष्काम भावाने कर्म करतात ते सुद्धा आपल्या उद्दिष्टांमध्ये परिपूर्ण असतात. त्यांनाही कृष्णभावनामय भक्तीच्या स्तराची प्राप्ती करण्याकरिता संधी उपलब्ध करून दिली जाते. या ठिकाणी म्हटले आहे की, ज्यांची चेतना शुद्ध झालेली आहे आणि जे ध्यानाद्वारे परमात्म्याचा शोध घेण्याचा प्रयत्न करीत आहेत, त्यांना जेव्हा स्वत:च्या अंतर्यामी परमात्म्याची प्राप्ती होते तेव्हा ते दिव्य स्तरावर स्थित होतात. त्याचप्रमाणे इतर काहीजण आहेत जे ज्ञानाच्या अनुशीलनाने परमात्म्याला जाणण्याचा प्रयत्न करीत असतात आणि अन्य काही हठयोगाचा अभ्यास करतात आणि भगवंतांना आपल्या पोरखेळांनी संतुष्ट करण्याचा प्रयत्न करतात.

**अन्ये त्वेवमजानन्तः श्रुत्वान्येभ्य उपासते।**
**तेऽपि चातितरन्त्येव मृत्युं श्रुतिपरायणाः ॥ २६ ॥**

**अन्ये**—इतर; **तु**—परंतु; **एवम्**—याप्रमाणे; **अजानन्तः**—आध्यात्मिक ज्ञानरहित; **श्रुत्वा**—ऐकून;

**अन्येभ्यः**—इतरांपासून; **उपासते**—उपासना करतात; **ते**—ते; **अपि**—सुद्धा; **च**—आणि; **अतितरन्ति**—पार करतात किंवा अतीत होतात; **एव**—निश्चितपणे; **मृत्युम्**—मृत्युमार्ग; **श्रुति-परायणाः**—श्रवण करण्याकडे ओढा असणारे.

**असे इतरही आहेत, जे आध्यात्मिक ज्ञानामध्ये जरी निष्णात नसले तरी इतरांकडून परमपुरुषासंबंधी ऐकून त्याची उपासना करण्यास प्रारंभ करतात. प्रमाणित व्यक्तींकडून ऐकण्याच्या त्यांच्या प्रवृत्तीमुळे ते सुद्धा जन्म-मृत्यूचा मार्ग पार करतात.**

**तात्पर्य:** हा श्लोक विशेषकरून आधुनिक समाजाला लागू होतो, कारण आधुनिक समाजामध्ये आध्यात्मिक ज्ञानाचा जवळजवळ अभावच आहे. काही लोक नास्तिकवादी, अज्ञेयवादी किंवा तत्त्वज्ञानी असल्याचे प्रतीत होईल, परंतु वस्तुतः त्यांना तत्त्वज्ञानाचा मुळी गंधच नसतो. साधारण मनुष्याच्या बाबतीत सांगावयाचे तर, तो पुण्यात्मा असेल तर श्रवणाद्वारे त्याला प्रगती करण्याची सुसंधी प्राप्त होते. हा श्रवणविधी अत्यंत महत्त्वपूर्ण आहे. आधुनिक जगतामध्ये, कृष्णभावनेचा प्रसार केलेल्या श्री चैतन्य महाप्रभूंनी श्रवण करण्यावर अधिक जोर दिला आहे, कारण जर सामान्य मनुष्याने अधिकारी व्यक्तींकडून केवळ श्रवण केले तर तो प्रगती करू शकतो, विशेषकरून श्री चैतन्य महाप्रभू यांच्यानुसार त्याने *हरे कृष्ण हरे कृष्ण कृष्ण कृष्ण हरे हरे। हरे राम हरे राम राम राम हरे हरे॥* या दिव्य ध्वनीचे श्रवण करावे. म्हणून असे सांगण्यात आले आहे की, लोकांनी आत्मसाक्षात्कारी व्यक्तींकडून श्रवण करून स्वतःचा लाभ करून घेतला पाहिजे आणि त्यायोगे क्रमाक्रमाने सर्व काही जाणण्यास समर्थ बनले पाहिजे. त्यानंतर निःसंदेह भगवंतांची उपासना घडेल. श्री चैतन्य महाप्रभूंनी म्हटले आहे की, या युगात मनुष्याने आपली स्थिती बदलण्याची मुळीच आवश्यकता नाही तर त्याने तर्काने परम सत्य जाणण्याच्या आपल्या प्रयत्नांचा त्याग केला पाहिजे. ज्यांना भगवत्ज्ञान प्राप्त झाले आहे त्यांचा सेवक बनण्यास मनुष्याने शिकले पाहिजे. जर शुद्ध भक्ताचा आश्रय आणि आत्मसाक्षात्काराच्या ज्ञानाचे श्रवण करून त्यांच्या पदचिह्नांचे अनुसरण करण्याइतपत भाग्यवान असेल तर हळूहळू तो शुद्ध भक्त होण्याइतपत उन्नत होऊ शकतो. विशेषकरून या श्लोकामध्ये श्रवण विधीवर निक्षून जोर देण्यात आला आहे आणि हे योग्यच आहे. सामान्य मनुष्याची जरी तथाकथित तत्त्वज्ञान्यांप्रमाणे योग्यता नसली तरी अधिकृत व्यक्तींकडून श्रद्धेने श्रवण केल्यामुळे त्याला भौतिक जीवनाच्या पलीकडे जाण्यास मदत होते आणि तो स्वगृही, भगवद्धामास परत जाऊ शकतो.

**यावत्सञ्जायते किञ्चित्सत्त्वं स्थावरजङ्गमम् ।**
**क्षेत्रक्षेत्रज्ञसंयोगात्तद्विद्धि भरतर्षभ ॥२७॥**

**यावत्**—जे काही; **सञ्जायते**—निर्माण होते; **किञ्चित्**—कोणतेही; **सत्त्वम्**—अस्तित्व; **स्थावर**—अचर; **जङ्गमम्**—चर; **क्षेत्र**—शरीराचे; **क्षेत्र-ज्ञ**—आणि शरीराचा ज्ञाता, क्षेत्रज्ञ; **संयोगात्**—दोहोंच्या संयोगाने; **तत् विद्धि**—तू जाणून घे; **भरत-ऋषभ**—हे भरतर्षभ.

**हे भरतर्षभ! चर आणि अचर असे तू जे काही अस्तित्वात पाहात आहेस ते क्षेत्र आणि**

**क्षेत्रज्ञ यांच्या केवळ संयोगापासून निर्माण होते हे जाण.**

**तात्पर्य:** या श्लोकामध्ये, सृष्टीच्या उत्पत्तीपूर्वीही अस्तित्वात असणाऱ्या जीव आणि भौतिक प्रकृती या दोहोंचे विश्लेषण करण्यात आले आहे. सर्व सृष्ट पदार्थ म्हणजे भौतिक प्रकृती आणि जीव यांचा संयोग होय. सृष्टीमधील वृक्ष, पर्वत इत्यादी अचर वस्तू आणि इतर सर्व चर वस्तू या सर्व भौतिक प्रकृती आणि परा प्रकृती, जीव यांच्या संयोगामुळे निर्माण होतात. परा प्रकृतीचा अर्थात, जीवाचा संपर्क झाल्याविना कोणत्याही वस्तूची उत्पत्ती होऊ शकत नाही. पदार्थ आणि प्रकृती यांचा संबंध नित्य आहे आणि यांचा संयोग भगवंतांमुळे होतो म्हणून भगवंत हे परा आणि अपरा या दोन्ही प्रकृतींचे नियंता आहेत. भौतिक प्रकृतीची निर्मिती त्यांनीच केली आहे आणि परा प्रकृतीला या अपरा प्रकृतीमध्ये स्थित केले जाते व या प्रकारे साऱ्या क्रिया आणि सृष्ट पदार्थ व्यक्त होतात.

**समं सर्वेषु भूतेषु तिष्ठन्तं परमेश्वरम् ।**
**विनश्यत्स्वविनश्यन्तं यः पश्यति स पश्यति ॥ २८ ॥**

**समम्**—समभावाने; **सर्वेषु**—सर्वांमध्ये; **भूतेषु**—जीव; **तिष्ठन्-तम्**—वास करणारा; **परम-ईश्वरम्**—परमात्मा; **विनश्यत्सु**—नश्वर; **अविनश्यन्तम्**—अविनाशी; **यः**—जो; **पश्यति**—पाहतो; **सः**—तो; **पश्यति**—वास्तविकपणे पाहतो.

**जो मनुष्य सर्व देहांमध्ये जीवात्म्याला साथ देणाऱ्या परमात्म्याला पाहतो आणि जो जाणतो की, नश्वर देहामधील आत्म्याचा आणि परमात्म्याचा कधीही विनाश होत नाही तो यथार्थ रूपाने पाहतो.**

**तात्पर्य:** जो मनुष्य सत्संगाद्वारे शरीर, शरीराचा स्वामी किंवा जीव आणि जीवाचा मित्र या तीन गोष्टींना संयुक्तपणे पाहतो तो यथार्थ ज्ञानी होय. जोपर्यंत मनुष्याला, आध्यात्मिक विषयांचे ज्ञान असलेल्या यथार्थ ज्ञानीचा सत्संग प्राप्त होत नाही तोपर्यंत तो या तीन गोष्टींना पाहू शकत नाही. ज्यांना असा सत्संग लाभलेला नाही ते अज्ञानीच असतात असे अज्ञानी लोक केवळ शरीरच पाहतात आणि त्यांना वाटते की, शरीराच्या नाशाबरोबर सर्वच गोष्टींचा विनाश होतो; परंतु ही वस्तुस्थिती नाही. शरीराच्या नाशानंतर जीव आणि परमात्मा विविध प्रकारच्या चर आणि अचर पदार्थांमध्ये नित्य भ्रमण करीतच असतात. *परमेश्वर* या संस्कृत शब्दाचा अनुवाद काही वेळा जीवात्मा असा केला जातो, कारण जीव हा देहाचा ईश्वर असतो आणि शरीराच्या विनाशानंतर तो दुसरे रूप धारण करतो. या अर्थाने तो ईश्वर आहे. परंतु इतर काहीजण परमेश्वर शब्दाचा अनुवाद परमात्मा असे करतात. दोन्ही दृष्टीने जीवात्मा आणि परमात्मा हे अस्तित्वात असतात. ते नश्वर नाहीत. जो या प्रकारे पाहतो तो वास्तविकपणे काय घडते ते पाहू शकतो.

**समं पश्यन्हि सर्वत्र समवस्थितमीश्वरम् ।**
**न हिनस्त्यात्मनात्मानं ततो याति परां गतिम् ॥ २९ ॥**

**समम्**—समभावाने; **पश्यन्**—पाहून; **हि**—निश्चितपणे; **सर्वत्र**—सर्वत्र; **समवस्थितम्**—समरूपाने

स्थित असलेला; **ईश्वरम्**—परमात्मा; **न**—होत नाही; **हिनस्ति**—हीन किंवा अधोगती; **आत्मना**—मनाने; **आत्मानम्**—आत्मा; **ततः**—नंतर; **याति**—पोहोचतो; **पराम्**—दिव्य; **गतिम्**—गती किंवा लक्ष्य.

**जो मनुष्य सर्व जीवांमध्ये परमात्म्याला समान रूपाने उपस्थित असल्याचे पाहतो, तो मनामुळे स्वतःची अधोगती होऊ देत नाही. याप्रमाणे तो परमगतीला प्राप्त होतो.**

**तात्पर्यः** जीवात्म्याने भौतिक जीवनाचा स्वीकार केल्यामुळे त्याची स्थिती ही आध्यात्मिक जीवनातील स्थितीपेक्षा भिन्न झाली आहे. परंतु जर मनुष्याने जाणले की, परमेश्वर हा परमात्मा रूपाने सर्वत्र स्थित आहे, अर्थात भगवंतांची उपस्थिती सर्व सजीव वस्तूंमध्ये तो पाहू शकला तर, विनाशकारी प्रवृत्तीमुळे तो स्वतःचे अधःपतन होऊ देत नाही आणि म्हणून हळूहळू त्याची आध्यात्मिक जगतामध्ये उन्नती होते. मन हे सामान्यतया इंद्रियतृप्ती करण्याच्या अधीन झालेले असते, परंतु मन परमात्म्यावर एकाग्र होते तेव्हा मनुष्याची आध्यात्मिक ज्ञानामध्ये प्रगती होते.

**प्रकृत्यैव च कर्माणि क्रियमाणानि सर्वशः।**
**यः पश्यति तथात्मानमकर्तारं स पश्यति ॥ ३० ॥**

**प्रकृत्या**—प्रकृतीने; **एव**—निश्चितपणे; **च**—सुद्धा; **कर्माणि**—कर्मे; **क्रियमाणानि**—केली जातात; **सर्वशः**—सर्व प्रकारे; **यः**—जो; **पश्यति**—पाहतो; **तथा**—सुद्धा; **आत्मानम्**—स्वतः; **अकर्तारम्**—अकर्ता; **सः**—तो; **पश्यति**—यथार्थ रूपाने पाहतो.

**जो मनुष्य पाहू शकतो की, भौतिक प्रकृतीद्वारे निर्मित शरीरच सर्व कर्मे करते आणि आत्मा हा अकर्ता आहे, तोच यथार्थ रूपाने पाहतो.**

**तात्पर्यः** परमात्म्याच्या मार्गदर्शनानुसार भौतिक प्रकृती शरीराची निर्मिती करते आणि मनुष्याच्या शरीराशी संबंधित जी काही कर्मे घडतात, ती त्याच्याद्वारे केली जात नाहीत. सुखासाठी किंवा दुःखासाठी जे काही मनुष्य करतो ते त्याला आपल्या शारीरिक रचनेमुळे करणे भाग पडते. तथापि, आत्मा या शारीरिक क्रियांच्या अतीत असतो. गतकाळातील इच्छेनुसार मनुष्याला वर्तमान देह प्राप्त होतो. इच्छापूर्ती करण्यासाठी त्याला देह प्रदान केला जातो आणि देहाद्वारे तो इच्छेनुसार कर्म करतो. वस्तुतः शरीर म्हणजे भगवंतांनी जीवाच्या इच्छापूर्ती करण्यासाठी रचलेले यंत्रच आहे. इच्छांमुळेच मनुष्य कठीण परिस्थितीत सापडतो आणि सुखदुःख भोगतो. जेव्हा जीवाच्या ठायी ही दिव्य दृष्टी विकसित होते तेव्हा या दिव्य दृष्टीमुळेच तो शारीरिक क्रियांपासून अलग होतो. ज्याला अशी दिव्य दृष्टी प्राप्त झाली आहे तोच वास्तविक तत्त्वदर्शी होय.

**यदा भूतपृथग्भावमेकस्थमनुपश्यति ।**
**तत एव च विस्तारं ब्रह्म सम्पद्यते तदा ॥ ३१ ॥**

**यदा**—जेव्हा; **भूत**—जीवांचे; **पृथक्-भावम्**—पृथक् स्वरूप; **एक-स्थम्**—एकच स्थानी; **अनुपश्यति**—प्रमाणित अधिकाऱ्याच्या माध्यमाने पाहण्याचा प्रयत्न करतो; **ततः एव**—त्यानंतर;

**च**—सुद्धा; **विस्तारम्**—विस्तार; **ब्रह्म**—ब्रह्म; **सम्पद्यते**—तो प्राप्त करतो; **तदा**—त्या वेळी.

**जेव्हा विवेकी मनुष्य निरनिराळ्या भौतिक शरीरांमुळे होणारे पृथक् स्वरूप पाहण्याचे थांबवितो आणि जीवांचा सर्वत्र कसा विस्तार झाला आहे हे पाहतो तेव्हा त्याला ब्रह्माची प्राप्ती होते.**

**तात्पर्य:** जेव्हा मनुष्य पाहू शकतो की, आत्म्याच्या विविध इच्छांनुसार निरनिराळ्या शरीरांची निर्मिती होते आणि जीवाचा त्यांच्याशी काही संबंध नसतो तेव्हा तो यथार्थरूपाने पाहतो. देहात्मबुद्धीमुळे आपल्याला कोणी देवता असल्याचे, कोणी मनुष्य असल्याचे तर कोणी कुत्रा, मांजर इत्यादी असल्याचे आढळते. परंतु ही वास्तविक दृष्टी नसून भौतिक दृष्टी आहे. देहात्मबुद्धीमुळेच आपल्याला हे प्राकृत भिन्नत्व दिसते. भौतिक शरीराच्या विनाशानंतर आत्मा हा एकच राहतो. भौतिक प्रकृतीच्या संपर्कामुळे जीवात्म्याला निरनिराळ्या प्रकारचे देह प्राप्त होतात. जेव्हा मनुष्य हे पाहू शकतो तेव्हा त्याला आध्यात्मिक दृष्टी प्राप्त होते. याप्रमाणे मानव, प्राणी, लहान, मोठा इत्यादी पृथक्‌भावातून मुक्त झाल्यावर मनुष्याची चेतना शुद्ध होते आणि आपल्या आध्यात्मिक स्वरूपात स्थित होऊन तो कृष्णभावनेचा विकास करू शकतो. त्यानंतर तो सर्व गोष्टी कशा प्रकारे पाहतो याचे स्पष्टीकरण पुढील श्लोकामध्ये करण्यात आले आहे.

**अनादित्वान्निर्गुणत्वात्परमात्मायमव्ययः ।**
**शरीरस्थोऽपि कौन्तेय न करोति न लिप्यते ॥ ३२ ॥**

**अनादित्वात्**—अनादित्व किंवा नित्यतेमुळे; **निर्गुणत्वात्**—दिव्य असल्यामुळे; **परम**—भौतिक प्रकृतीच्या अतीत; **आत्मा**—आत्मा; **अयम्**—हा; **अव्ययः**—अव्यय; **शरीर-स्थः**—शरीरामध्ये वास करणारा; **अपि**—तरी; **कौन्तेय**—हे कौंतेया; **न करोति**—काहीच करीत नाही; **न लिप्यते**—तसेच लिप्तही होत नाही.

**जे अनादित्वाच्या दृष्टींनी युक्त आहेत ते पाहू शकतात की, अव्ययी आत्मा हा दिव्य, शाश्वत आणि त्रिगुणातीत आहे. हे अर्जुना! भौतिक शरीराच्या संपर्कात असून देखील आत्मा काही करीतही नाही किंवा कोणत्या गोष्टीमुळे लिप्तही होत नाही.**

**तात्पर्य:** भौतिक शरीराच्या जन्माबरोबरच जीवाचाही जन्म झाल्याचे प्रतीत होते, परंतु वस्तुत: जीव हा शाश्वत, अजन्मा आहे आणि तो प्राकृत शरीरामध्ये स्थित असला तरीही तो दिव्य आणि शाश्वत आहे. म्हणून त्याचा विनाश होऊ शकत नाही. स्वरूपत: तो आनंदमयी आहे. जीव स्वत:हून कोणत्याही भौतिक कार्यामध्ये संलग्न होत नाही, म्हणून त्याने भौतिक देहाच्या संपर्कात असताना केलेली कर्मे त्याला लिप्त करू शकत नाहीत.

**यथा सर्वगतं सौक्ष्म्यादाकाशं नोपलिप्यते ।**
**सर्वत्रावस्थितो देहे तथात्मा नोपलिप्यते ॥ ३३ ॥**

**यथा**—ज्याप्रमाणे; **सर्व-गतम्**—सर्वव्यापी; **सौक्ष्म्यात्**—सूक्ष्म असल्यामुळे; **आकाशम्**—आकाश; **न**—कधीच नाही; **उपलिप्यते**—लिप्त होते; **सर्वत्र**—सर्वत्र; **अवस्थितः**—स्थित झालेला; **देहे**—

देहामध्ये; **तथा**—म्हणून; **आत्मा**—आत्मा; **न**—कधीही नाही; **उपलिप्यते**—लिप्त होतो.

**आकाश सर्वव्यापी असूनही ते आपल्या सूक्ष्मतेमुळे कोणत्याही वस्तूने लिप्त होत नाही. त्याचप्रमाणे ब्रह्मदृष्टीमध्ये स्थित झालेला आत्मा शरीराशी लिप्त होत नाही.**

**तात्पर्य:** वायू हा पाणी, चिखल, विष्ठा इत्यादी सर्व पदार्थांत प्रवेश करतो; परंतु तो कशातही लिप्त होत नाही. त्याचप्रमाणे जीव जरी विविध प्रकारच्या शरीरांमध्ये स्थित असला तरी, स्वत:च्या सूक्ष्म स्वरूपामुळे त्या शरीरांपासून अलिप्तच राहतो. म्हणून प्राकृत डोळ्यांनी, जीव या शरीराच्या संपर्कात कसा आहे आणि शरीराच्या विनाशानंतर तो कसा बाहेर जातो हे पाहणे अशक्यच आहे. कोणत्याही वैज्ञानिकाला हे सिद्ध करता येत नाही.

**यथा प्रकाशयत्येक: कृत्स्नं लोकमिमं रवि:।**
**क्षेत्रं क्षेत्री तथा कृत्स्नं प्रकाशयति भारत ॥ ३४ ॥**

**यथा**—ज्याप्रमाणे; **प्रकाशयति**—प्रकाशित करतो; **एक:**—एक; **कृत्स्नम्**—संपूर्ण; **लोकम्**—विश्व; **इमम्**—या; **रवि:**—सूर्य; **क्षेत्रम्**—हे शरीर किंवा क्षेत्र; **क्षेत्री**—आत्मा; **तथा**—त्याप्रमाणे; **कृत्स्नम्**—सर्व; **प्रकाशयति**—प्रकाशित करतो; **भारत**—हे भारता.

**हे भारता! ज्याप्रमाणे एकमेव सूर्य संपूर्ण विश्वाला प्रकाशित करतो त्याचप्रमाणे शरीरात असणारा एकमेव जीव, चेतनेद्वारे संपूर्ण शरीराला प्रकाशित करतो.**

**तात्पर्य:** चेतनेसंबंधी विविध मते आहेत. भगवद्‌गीतेत या श्लोकामध्ये सूर्य आणि सूर्यप्रकाशाचे उदाहरण देण्यात आले आहे. ज्याप्रमाणे सूर्य हा एकाच ठिकाणी स्थित असतो तरी तो संपूर्ण विश्वाला प्रकाशित करतो त्याप्रमाणे अणुरूप सूक्ष्म जीव जरी या शरीराच्या हृदयामध्ये स्थित असला तरी चेतनेद्वारे तो संपूर्ण शरीराला प्रकाशित करतो. म्हणून ज्याप्रमाणे सूर्यप्रकाश हा सूर्याच्या अस्तित्वाचे प्रमाण आहे, त्याप्रमाणे चेतना ही आत्म्याच्या अस्तित्वाचे प्रमाण आहे. जेव्हा आत्मा शरीरामध्ये उपस्थित असतो तेव्हा संपूर्ण शरीरभर चेतना पसरलेली असते आणि ज्याक्षणी आत्मा शरीराचा त्याग करतो तत्क्षणी चेतनाही नाहीशी होते. हे कोणताही बुद्धिमान मनुष्य जाणू शकतो. म्हणून चेतना ही पदार्थांच्या संयोगीकरणामुळे निर्माण होत नाही. चेतना ही जीवात्म्याचे लक्षण आहे. जीवाची चेतना ही जरी गुणात्मकदृष्ट्या परमचेतनेशी एकरूपच असली तरी ती श्रेष्ठ नाही. कारण एका विशिष्ट शरीरातील चेतना ही दुसरे शरीर व्याप्त करू शकत नाही. परंतु जीवाचा मित्र असणारा परमात्मा सर्व शरीरांमध्ये उपस्थित असतो आणि त्याला सर्व शरीरांची जाणीव असते. हाच परमचेतना आणि जीवचेतना यातील भेद होय.

**क्षेत्रक्षेत्रज्ञयोरेवमन्तरं ज्ञानचक्षुषा ।**
**भूतप्रकृतिमोक्षं च ये विदुर्यान्ति ते परम् ॥ ३५ ॥**

**क्षेत्र**—शरीर, क्षेत्र; **क्षेत्र-ज्ञयो:**—क्षेत्रज्ञ किंवा शरीराचा स्वामी; **एवम्**—याप्रमाणे; **अन्तरम्**—भेद; **ज्ञान-चक्षुषा**—ज्ञानचक्षूंनी; **भूत**—जीवाचे; **प्रकृति**—भौतिक प्रकृतीपासून; **मोक्षम्**—मोक्ष; **च**—सुद्धा; **ये**—जे; **विदु:**—जाणतात; **यान्ति**—प्राप्त होतात; **ते**—ते; **परम्**—परम.

**जे ज्ञानचक्षूने क्षेत्र आणि क्षेत्रज्ञ यातील भेद पाहतात आणि भौतिक प्रकृतीपासून मुक्त होण्याचा मार्गही जाणू शकतात त्यांना परमलक्ष्याची प्राप्ती होते.**

**तात्पर्य:** या तेराव्या अध्यायाचे तात्पर्य हेच आहे की, मनुष्याने क्षेत्र, क्षेत्रज्ञ आणि परमात्मा यातील भेद जाणावा. आठव्या श्लोकापासून ते बाराव्या श्लोकापर्यंत वर्णन केलेला मोक्षमार्ग जाणल्याने त्याला परमलक्ष्याची प्राप्ती होऊ शकते.

श्रद्धावान मनुष्याला सर्वप्रथम परमेश्वरासंबंधी श्रवण करण्याकरिता आणि त्यायोगे हळूहळू प्रबुद्ध होण्याकरिता सत्संगाची आवश्यकता आहे. जर मनुष्याने आध्यात्मिक गुरूचा स्वीकार केला तर तो जड आणि चेतन तत्त्वातील भेद जाणू शकतो आणि आध्यात्मिक साक्षात्कारातील उत्तरोत्तर प्रगतीची ही प्रथम पायरी बनते. आध्यात्मिक गुरू हा विविध उपदेशांद्वारे आपल्या शिष्याला देहात्मबुद्धीतून मुक्त होण्यास शिकवितो. उदाहरणार्थ, भगवद्गीतेत, श्रीकृष्ण हे अर्जुनाला भौतिकवादी संकल्पनांतून मुक्त होण्याचा उपदेश देत आहेत.

हा देह म्हणजे जडतत्त्व आहे हे मनुष्याला समजू शकते. चोवीस तत्त्वांसह असणाऱ्या या देहाचे विश्लेषण करता येते. शरीर हे स्थूल अभिव्यक्ती आहे, तर मन आणि मानसिक विकार या सूक्ष्म अभिव्यक्ती आहेत आणि जीवनाची लक्षणे म्हणजे या अभिव्यक्तींचा संयोग असतो. परंतु या सर्वांच्याही पलीकडे आत्मा असतो आणि त्याहूनही श्रेष्ठ परमात्मा आहे. आत्मा आणि परमात्मा हे भिन्न आहेत. या भौतिक जगताचे संचालन जीव आणि चोवीस तत्त्वांच्या संयुक्तीकरणामुळे होते. संपूर्ण भौतिक सृष्टीची रचना ही आत्मा आणि भौतिक तत्त्वांच्या संयोगामुळे होते हे जो पाहू शकतो आणि त्याचबरोबर परमात्म्याचीही स्थिती पाहू शकतो तो आध्यात्मिक जगतात प्रवेश करण्यास पात्र होतो. या गोष्टी चिंतन आणि अनुभूती करण्यासाठी आहेत आणि मनुष्याने आध्यात्मिक गुरूच्या साहाय्याने या अध्यायाचे संपूर्ण ज्ञान आत्मसात केले पाहिजे.

*या प्रकारे भगवद्गीतेच्या 'क्षेत्रक्षेत्रज्ञविभागयोग' या तेराव्या अध्यायावरील भक्तिवेदांत भाष्य संपन्न.*

## अध्याय चौदावा

# गुणत्रयविभागयोग

### ( त्रिगुणमयी माया )

श्रीभगवानुवाच

**परं भूयः प्रवक्ष्यामि ज्ञानानां ज्ञानमुत्तमम् ।**
**यज्ज्ञात्वा मुनयः सर्वे परां सिद्धिमितो गताः ॥ १ ॥**

**श्री-भगवान् उवाच**—श्रीभगवान म्हणाले; **परम्**—दिव्य; **भूयः**—पुन्हा; **प्रवक्ष्यामि**—मी सांगेन; **ज्ञानानाम्**—सर्व प्रकारच्या ज्ञानामध्ये; **ज्ञानम्**—ज्ञान; **उत्तमम्**—उत्तम, श्रेष्ठ; **यत्**—जे; **ज्ञात्वा**—जाणून; **मुनयः**—मुनिजन; **सर्वे**—सर्व; **पराम्**—दिव्य; **सिद्धिम्**—सिद्धी; **इतः**—या जगतातून; **गताः**—प्राप्त केले आहे.

**श्रीभगवान म्हणाले, आणखी पुन्हा मी तुला सर्व ज्ञानातले परम उत्तम ज्ञान सांगतो, जे जाणल्याने सर्व मुनींना परमसिद्धी प्राप्त झाली आहे.**

**तात्पर्य:** श्रीकृष्णांनी सातव्या अध्यायापासून ते बाराव्या अध्यायाच्या शेवटपर्यंत परम सत्य, पुरुषोत्तम भगवंतांचे, विशद वर्णन केले आहे. आता भगवान श्रीकृष्ण स्वत: अर्जुनाला अधिक प्रबोधन करीत आहेत. मनुष्याने जर हा अध्याय तात्त्विक ज्ञान पद्धतीने जाणून घेतला तर त्याला भक्तियोगाचे ज्ञान होईल. तेराव्या अध्यायात स्पष्टपणे म्हटले आहे की, विनम्रभावाने ज्ञानाची जोपासना केल्याने मनुष्य भौतिक जंजाळातून मुक्त होऊ शकतो. असेही स्पष्ट करण्यात आले आहे की, भौतिक गुणांच्या संपर्कामुळे जीव या भौतिक प्रकृतीमध्ये बद्ध होतो. आता या अध्यायामध्ये ते गुण कोणते आहेत, ते कसे कार्य करतात, कसे बद्ध करतात आणि कशी मुक्ती प्रदान करतात ? याचे भगवंत वर्णन करतात. या अध्यायांमध्ये वर्णिलेले ज्ञान हे आतापर्यंत इतर अध्यायांमध्ये सांगितलेल्या ज्ञानापेक्षाही श्रेष्ठ असल्याचे भगवंत स्पष्टपणे सांगतात. हे ज्ञान जाणून घेतल्यामुळे अनेक महान ऋषिमुनीनीं सिद्धी प्राप्त केली आणि वैकुंठलोकात प्रविष्ट झाले. आता भगवंत तेच ज्ञान अधिक स्पष्ट रूपात सांगत आहेत. आतापर्यंत वर्णन केलेल्या इतर सर्व ज्ञानमार्गापेक्षा हे ज्ञान अतिशय श्रेष्ठ आहे आणि हे जाणून अनेकांनी सिद्धी प्राप्त केली आहे. यावरून हे अपेक्षित आहे की, जो हा चौदावा अध्याय जाणतो त्याला सिद्धी प्राप्त होते.

**इदं ज्ञानमुपाश्रित्य मम साधर्म्यमागताः ।**
**सर्गेऽपि नोपजायन्ते प्रलये न व्यथन्ति च ॥ २ ॥**

**इदम्**—हे; **ज्ञानम्**—ज्ञान; **उपाश्रित्य**—आश्रय घेऊन; **मम**—माझ्या; **साधर्म्यम्**—समान स्वभावाला; **आगताः**—प्राप्त करून; **सर्गे अपि**—सृष्टीमध्येही; **न**—कधीही नाही; **उपजायन्ते**—जन्म घेतात; **प्रलये**—प्रलयामध्ये; **न**—नाही; **व्यथन्ति**—व्यथित होतात; **च**—सुद्धा.

**या ज्ञानामध्ये स्थिर होऊन मनुष्य माझ्या स्वतःसारख्या दिव्य स्वभावाची प्राप्ती करू शकतो. याप्रमाणे स्थिर झाल्यावर मनुष्य सृष्टीच्या वेळी जन्म घेत नाही किंवा प्रलयाच्या वेळी व्यथित होत नाही.**

**तात्पर्य:** परिपूर्ण दिव्य ज्ञानाची प्राप्ती झाल्यावर मनुष्य गुणात्मकदृष्ट्या भगवंतांशी एकरूप होतो, अर्थात तो जन्म-मृत्यूच्या चक्रातून मुक्त होतो. तथापि, तो आपले वैयक्तिक आत्मस्वरूप गमावत नाही. वेदांतून कळून येते की, आध्यात्मिक विश्वातील वैकुंठ लोकांची प्राप्ती झालेले मुक्त जीव भगवंतांच्या दिव्य प्रेममयी सेवेमध्ये संलग्न झाल्यामुळे सदैव भगवंतांच्या चरणकमलांचे दर्शन घेतात. म्हणून मोक्षप्राप्तीनंतरही भक्त आपले वैयक्तिक स्वरूप गमावत नाही.

सामान्यतः भौतिक जगामध्ये जे काही ज्ञान आपल्याला मिळते ते त्रिगुणांनी प्रदूषित झालेले असते. जे ज्ञान त्रिगुणांनी प्रदूषित झालेले नसते त्या ज्ञानाला दिव्य ज्ञान असे म्हणतात. ज्याक्षणी मनुष्य या दिव्य ज्ञानामध्ये स्थित होतो त्याक्षणी तो भगवंतांच्याच स्तरावर स्थित होतो. ज्यांना वैकुंठलोकांचे ज्ञान नाही त्यांचे म्हणणे असते की, भौतिक देहाच्या भौतिक क्रियांपासून मुक्त झाल्यावर आध्यात्मिक स्वरूपही वैविध्यहीन बनून निराकार बनते. तथापि, या जगतामध्ये प्राकृत वैविध्य आहे. तसेच आध्यात्मिक जगतातही वैविध्य असतेच. या वैविध्यतेचे ज्यांना अज्ञान आहे त्यांना वाटते की, आध्यात्मिक जगत हे या भौतिक जगतातील वैविध्याहून पूर्णपणे भिन्न आहे. परंतु वस्तुतः आध्यात्मिक जगतामध्ये मनुष्याला आध्यात्मिक स्वरूप प्राप्त होते. तेथील सर्व कर्मे आध्यात्मिक असतात आणि तेथील आध्यात्मिक स्थितीला भक्तिमय जीवन असे म्हटले जाते. तेथील वातावरण निर्दोष असते आणि तेथे मनुष्य गुणात्मकदृष्ट्या भगवंतांशी एकरूप असतो. हे ज्ञान प्राप्त करण्यासाठी आध्यात्मिक गुणांचा विकास करणे आवश्यक आहे. याप्रमाणे जो आध्यात्मिक गुणांचा विकास करतो, तो भौतिक जगताच्या उत्पत्तीने तसेच विनाशानेही प्रभावित होत नाही.

**मम योनिर्महद्ब्रह्म तस्मिन्गर्भं दधाम्यहम् ।**
**सम्भवः सर्वभूतानां ततो भवति भारत ॥ ३ ॥**

**मम**—माझे; **योनिः**—जन्मस्रोत; **महत्**—संपूर्ण प्राकृत सृष्टी; **ब्रह्म**—परम किंवा ब्रह्म; **तस्मिन्**—त्यामध्ये; **गर्भम्**—गर्भ; **दधामि**—उत्पन्न करतो; **अहम्**—मी; **सम्भवः**—शक्यता; **सर्व-भूतानाम्**—सर्व जीवांचा; **ततः**—त्यानंतर; **भवति**—होतो; **भारत**—हे भारता.

**हे भारता! ब्रह्म नामक संपूर्ण भौतिक तत्त्व हे जन्माचा स्रोत आहे आणि या ब्रह्मालाच मी गर्भस्थ करतो; यामुळे सर्व जीवांचा जन्म शक्य होतो.**

**तात्पर्य:** जगताविषयीचे हे विस्तृत वर्णन आहे. जे काही घडते ते सर्व काही क्षेत्र (शरीर) आणि क्षेत्रज्ञाच्या (आत्मा) संयोगामुळे घडते. भौतिक प्रकृती आणि जीवाचे हे संयोगीकरण स्वत: भगवंतांमुळे होते. महत्तत्त्व हे संपूर्ण सृष्टीचे कारण आहे आणि त्रिगुणांचा समावेश असणाऱ्या या महत्तत्त्वालाच कधी कधी ब्रह्म म्हटले जाते. परमपुरुष महत्तत्त्वामध्ये गर्भधारणा करतात. आणि म्हणून असंख्य ब्रह्मांडांची उत्पत्ती शक्य होते. या महत्तत्त्वाचे वेदांमध्ये (मुण्डकोपनिषद् १.१.९) ब्रह्म असे वर्णन करण्यात आले आहे, *तस्मादेतद् ब्रह्म नामरूपमन्नं च जायते.* परमपुरुष या ब्रह्मामध्ये बीजरूपी जीवाची गर्भधारणा करतात. आकाश, जल, तेज आणि वायू इत्यादींसहित सर्व चोवीस तत्त्वे म्हणजे भौतिक शक्ती आहे आणि या तत्त्वांच्या समूहालाच महद्ब्रह्म किंवा भौतिक प्रकृती असे म्हणतात. सातव्या अध्यायात सांगितल्याप्रमाणे या अपरा प्रकृतीच्या पलीकडे एक प्रकृती आहे व तिला परा प्रकृती, जीव असे म्हणतात. भौतिक प्रकृतीशी परा प्रकृतीचा संयोग हा भगवंतांच्या इच्छेमुळे होतो आणि त्यानंतर या भौतिक प्रकृतीपासून सर्व जीवांचा जन्म होतो.

भाताच्या राशीत विंचू आपली अंडी घालतो आणि कधी कधी म्हटले जाते की, विंचू तांदळापासून जन्मतो; परंतु भात विंचवाच्या जन्माचे कारण होत नाही. वास्तविकपणे मादीने अंडी घातलेली असतात. त्याचप्रमाणे भौतिक प्रकृती ही जीवांच्या जन्माचे कारण नसते. भगवंत हे स्वत: बीज प्रदान करतात आणि असे दिसते की, जीव हे प्रकृतीपासून उत्पन्न झाले आहेत. म्हणून प्रत्येक जीवाला आपल्या गतकर्मांनुसार भौतिक प्रकृतीने प्रदान केलेले निरनिराळ्या प्रकारचे शरीर प्राप्त होते. याप्रमाणे तो आपल्या गतकर्मांनुसार शरीराद्वारे सुख किंवा दु:ख भोगतो. या प्राकृत जगतात जीवांच्या सर्व अभिव्यक्तीचे कारण भगवंत आहेत.

**सर्वयोनिषु कौन्तेय मूर्तयः सम्भवन्ति याः ।**
**तासां ब्रह्म महद्योनिरहं बीजप्रदः पिता ॥ ४॥**

**सर्व-योनिषु**—सर्व योनींमध्ये; **कौन्तेय**—हे कौंतेया; **मूर्तयः**—रूपे; **सम्भवन्ति**—प्रकट होतात; **याः**—जे; **तासाम्**—ते सर्व; **ब्रह्म**—ब्रह्म; **महत् योनिः**—महत्-तत्त्वामधील जन्माचा स्रोत; **अहम्**—मी; **बीज-प्रदः**—बीज प्रदान करणारा; **पिता**—पिता.

**हे कौंतेय! भौतिक प्रकृतीमध्ये जन्म घेऊन सर्व योनी प्रकट होत असतात आणि मी बीज प्रदान करणारा पिता आहे.**

**तात्पर्य:** या श्लोकामध्ये स्पष्टपणे म्हटले आहे की, भगवान श्रीकृष्ण हे सर्व जीवांचे मूळ पिता आहेत. प्राणिमात्र म्हणजे अपरा प्रकृती आणि परा प्रकृतीचा संयोग होय. असे जीव केवळ याच ग्रहलोकात आढळतात असे नाही तर अत्युच्च ब्रह्मलोकासहित इतर सर्व लोकांवर आढळतात. भूमी, पाणी, अग्नी इत्यादी सर्वत्र ठिकाणी जीव आहेत आणि हे जीवांचे प्रकटीकरण प्रकृतीमातेमुळे आणि श्रीकृष्णांनी बीज प्रदान केल्यामुळे होते. तात्पर्य हेच आहे की, भौतिक जगतामध्ये जीवांची गर्भधारणा केली जाते आणि हे जीव आपल्या पूर्वकर्मांनुसार सृष्टीच्या उत्पत्तिसमयी विविध रूपांमध्ये प्रकट होतात.

**सत्त्वं रजस्तम इति गुणाः प्रकृतिसम्भवाः ।**
**निबध्नन्ति महाबाहो देहे देहिनमव्ययम् ॥ ५ ॥**

**सत्त्वम्**—सत्त्वगुण; **रजः**—रजोगुण; **तमः**—तमोगुण; **इति**—याप्रमाणे; **गुणाः**—गुण; **प्रकृति**—भौतिक प्रकृती ; **सम्भवाः**—उत्पन्न झालेले; **निबध्नन्ति**—बद्ध होतात; **महा-बाहो**—हे महाबाहो; **देहे**—या देहामध्ये; **देहिनम्**—जीव; **अव्ययम्**—शाश्वत, अव्यय.

**भौतिक प्रकृती सत्त्व, रज आणि तम या तीन गुणांनी बनलेली आहे. हे महाबाहू अर्जुन! जेव्हा जीव प्रकृतीच्या संपर्कात येतो तेव्हा या त्रिगुणांमुळे तो बद्ध होतो.**

**तात्पर्य:** जीव हा दिव्य असल्यामुळे त्याला या भौतिक प्रकृतीशी मुळीच कर्तव्य नसते. तरीही भौतिक जगताद्वारे बद्ध झाल्यामुळे तो त्रिगुणांच्या वर्चस्वाखाली कार्य करीत असतो. प्रकृतीच्या विविध रूपांनुसार जीवांना निरनिराळ्या प्रकारची शरीरे प्राप्त झाल्यामुळे त्यांना त्या प्रकृतीला अनुसरून कार्य करावे लागते. हेच विविध प्रकारच्या सुखदुःखांचे कारण आहे.

**तत्र सत्त्वं निर्मलत्वात्प्रकाशकमनामयम् ।**
**सुखसङ्गेन बध्नाति ज्ञानसङ्गेन चानघ ॥ ६ ॥**

**तत्र**—तेथे; **सत्त्वम्**—सत्त्वगुण; **निर्मलत्वात्**—भौतिक जगतात सर्वाधिक निर्मळ असल्यामुळे; **प्रकाशकम्**—प्रकाशित करणारा; **अनामयम्**—निष्पाप; **सुख**—सुखाने; **सङ्गेन**—संगाने; **बध्नाति**—बद्ध करतो; **ज्ञान**—ज्ञानाने; **सङ्गेन**—संगाने; **च**—सुद्धा; **अनघ**—हे निष्पाप अर्जुना.

**हे अनघ अर्जुना! सत्त्वगुण इतरांपेक्षा निर्मळ असल्यामुळे प्रकाशमयी आहे आणि हा मनुष्याला सर्व पापांतून मुक्त करतो. जे सत्त्वगुणामध्ये स्थित आहेत ते सुख आणि ज्ञानाच्या भावनेने बद्ध होतात.**

**तात्पर्य:** भौतिक प्रकृतीने बद्ध झालेले जीव विविध प्रकारचे आहेत. कोणी सुखी, कोणी खूप उद्योगी तर कोणी असाहाय्य असतो. हे सर्व मानसिक विकार, जीवाच्या प्रकृतीतील बद्धावस्थेला कारणीभूत असतात. निरनिराळ्या प्रकारे ते कसे बद्ध होतात याचे वर्णन भगवद्गीतेच्या या विभागात करण्यात आले आहे. यामध्ये सत्त्वगुणाचा सर्वप्रथम विचार करण्यात येतो. प्राकृत जगतामध्ये सत्त्वगुणाचा विकास केल्याने मनुष्य इतर प्रकारे बद्ध झालेल्या मनुष्यांपेक्षा सुज्ञ किंवा बुद्धिमान होतो. सत्त्वगुणी मनुष्य हा भौतिक दुःखांनी तितकासा प्रभावित होत नाही आणि भौतिक ज्ञानामध्ये प्रगती करावयाची जाणीव त्याला असते. सत्त्वगुणाचा प्रातिनिधिक प्रकार म्हणजे ब्राह्मण होय, कारण तो सत्त्वगुणात स्थित असतो. सत्त्वगुणी मनुष्य पापकर्मांच्या फळांपासून प्रायः मुक्त असतो व या पापाच्या अभावाच्या जाणिवेमुळे त्याला सुखाचा अनुभव येतो. वास्तविकपणे वेदांमध्ये म्हटले आहे की, सत्त्वगुण म्हणजे अधिक ज्ञान आणि अधिक सुख होय.

येथे अडचण अशी आहे की, जेव्हा जीव सत्त्वगुणामध्ये स्थित होतो तेव्हा त्याला असा

भ्रम होतो की, आपणच अधिक ज्ञानी आहोत व इतरांपेक्षा श्रेष्ठ आहोत आणि या समजुतीमुळेच तो बद्ध होतो. याचे उत्तम उदाहरण म्हणजे वैज्ञानिक आणि तत्त्वज्ञानी होत. प्रत्येकाला आपल्या ज्ञानाचा फार अभिमान असतो आणि सामान्यत: दोघांचेही राहणीमान उच्च दर्जाचे असल्यामुळे त्यांना एक प्रकारच्या भौतिक सुखाचा अनुभव येतो. बद्ध जीवनातील या सुखाच्या भावनेमुळेच ते सत्त्वगुणाद्वारे बद्ध होतात. याप्रमाणे त्यांना सत्त्वगुणी कर्म करण्याचे आकर्षण असते आणि जोपर्यंत त्यांना अशा प्रकारे कर्म करण्याचे आकर्षण असते तोपर्यंत त्यांना प्राकृतिक गुणांना अनुसरून कोणत्या ना कोणत्या प्रकारचे शरीर धारण करावेच लागते. म्हणून त्यांना मोक्षप्राप्ती किंवा वैकुंठलोकाची प्राप्ती होण्याची संभावना नसते. पुन: पुन्हा सत्त्वगुणी मनुष्य तत्त्ववेत्ता, वैज्ञानिक इत्यादी बनू शकतो आणि पुन्हा जन्म-मृत्यूच्या दुस्तर चक्रामध्ये त्याला भटकावे लागते; परंतु मायाजनित मोहामुळे मनुष्याला वाटते की, हेच जीवन सुखकारक आहे.

**रजो रागात्मकं विद्धि तृष्णासङ्गसमुद्भवम् ।**
**तन्निबध्नाति कौन्तेय कर्मसङ्गेन देहिनम् ॥ ७॥**

**रज:**—रजोगुण; **राग-आत्मकम्**—काम किंवा इच्छेपासून उत्पन्न झालेला; **विद्धि**—जाण; **तृष्णा**—महत्त्वाकांक्षेने; **सङ्ग**—संग; **समुद्भवम्**—उत्पन्न झालेला; **तत्**—तो; **निबध्नाति**—बद्ध करतो; **कौन्तेय**—हे कौंतेया; **कर्म-सङ्गेन**—सकाम कर्माच्या संगाने; **देहिनम्**—देहधारी.

**हे कौंतेया! असंख्य वासना आणि महत्त्वाकांक्षांमुळे रजोगुण उत्पन्न होतो आणि यामुळे देहधारी जीव सकाम कर्मांशी बांधला जातो.**

**तात्पर्य:** रजोगुणाचे लक्षण म्हणजे स्त्री आणि पुरुष यांच्यातील आकर्षण होय. स्त्रीला पुरुषाचे आणि पुरुषाला स्त्रीचे आकर्षण असते, यालाच रजोगुण म्हटले जाते आणि या गुणाच्या वृद्धीने मनुष्यामध्ये भौतिक उपभोग घेण्याची तीव्र आकांक्षा उत्पन्न होते. इंद्रियतृप्ती करण्याची इच्छा उत्पन्न होते. रजोगुणी मनुष्याला इंद्रियतृप्तीकरिता, समाज किंवा देशाकडून मान, प्रतिष्ठा प्राप्त करण्याची इच्छा असते आणि त्याला सुंदर पत्नी, घर, गोंडस मुले इत्यादी गोष्टींची इच्छा असते. हे सर्व रजोगुणामुळे घडते. जोपर्यंत मनुष्य या गोष्टींच्या मागे लागलेला असतो तोपर्यंत त्याला अतिशय कठीण परिश्रम करावे लागतात. यास्तव या ठिकाणी स्पष्टपणे म्हटले आहे की, असा मनुष्य कर्मफलांवर आसक्त होतो आणि म्हणून या कर्मांमुळेच तो बद्ध होतो. आपल्या पत्नीला, मुलाबाळांना आणि समाजाला संतुष्ट ठेवण्यासाठी आणि आपली प्रतिष्ठा राखण्यासाठी त्याला कर्म करावे लागते. म्हणूनच सर्व जग प्राय: रजोगुणीच असते. आधुनिक संस्कृती ही रजोगुणात प्रगत झाली आहे. पूर्वीच्या काळी सत्त्वगुणी अवस्था ही प्रगत मानली जात असे. सत्त्वगुणी मनुष्यांना जर मोक्षाची संधी नसेल तर रजोगुणामध्ये बद्ध झालेल्यांबद्दल काय बोलावे?

**तमस्त्वज्ञानजं विद्धि मोहनं सर्वदेहिनाम् ।**
**प्रमादालस्यनिद्राभिस्तन्निबध्नाति भारत ॥ ८॥**

**तम:**—तमोगुण; **तु**—परंतु; **अज्ञान-जम्**—अज्ञानाने उत्पन्न झालेला; **विद्धि**—जाण; **मोहनम्**—

मोह; **सर्व-देहिनाम्**—सर्व देहधारी जीवांच्या; **प्रमाद**—प्रमाद; **आलस्य**—आळस; **निद्राभिः**—आणि निद्रा; **तत्**—तो; **निबध्नाति**—बद्ध करतो; **भारत**—हे भारता.

**हे भारता! अज्ञानापासून उत्पन्न झालेला तमोगुण हा सर्व देहधारी जीवांचा मोह असल्याचे जाण. प्रमाद, आळस आणि निद्रा हे तमोगुणाचे परिणाम आहेत व ते बद्ध जीवाला बंधनकारक ठरतात.**

**तात्पर्यः** या श्लोकामधील *तु* या शब्दाचे विशेष आयोजन अत्यंत महत्त्वपूर्ण आहे. याचा अर्थ आहे की, तमोगुण हा बद्ध जीवांचा एक अत्यंत विशिष्ट गुण आहे. तमोगुण हा सत्त्वगुणाच्या अगदी विपरीत आहे. सत्त्वगुणामध्ये ज्ञानाच्या विकासामुळे, मनुष्य सारासार जाणू शकतो, पण तमोगुण हा याच्या अगदी विपरीत आहे. तमोगुणामुळे प्रभावित झालेला भ्रांत होतो आणि असा म्हणून तथ्य जाणू शकत नाही. यास्तव प्रगती होण्याऐवजी त्याची अधोगतीच होते. तमोगुणाची व्याख्या वेदांमध्ये पुढीलप्रमाणे करण्यात आली आहे. *वस्तुयाथात्म्यज्ञानावरकं विपर्ययज्ञानजनकं तमः* तमोगुणाच्या प्रभावामुळे मनुष्य वस्तूला यथार्थ रूपात जाणू शकत नाही. उदाहरणार्थ, प्रत्येकजण पाहू शकतो की, आपल्या आजोबांचा मृत्यू झाला आहे आणि स्वतःचाही मृत्यू होणार आहे, कारण मनुष्य हा मर्त्य आहे. तसेच तो जन्म देणारी मुलेही मृत्युपंथास जाणार आहेत. म्हणून मृत्यू हा निश्चित आहे, तरीही लोक मूर्खपणे धनसंचय करीत आहेत आणि सनातन आत्म्याची उपेक्षा करून रात्रंदिवस परिश्रम करीत आहेत. हाच प्रमाद आहे. आपल्या मूर्खपणामुळे ते आध्यात्मिक उन्नती करण्यास उत्सुक नसतात. असे लोक अत्यंत आळशी असतात. जेव्हा त्यांना आध्यात्मिक सत्संगासाठी निमंत्रित केले जाते तेव्हा त्यांना अशा गोष्टींमध्ये मुळीच स्वारस्य नसते. असे लोक रजोगुणाद्वारे नियंत्रित मनुष्यांप्रमाणे सक्रियही नसतात. म्हणून तमोगुणी मनुष्याचे आणखी एक लक्षण म्हणजे तो आवश्यकतेपेक्षाही अधिक झोपतो. वस्तुतः सहा तास झोप पुरेशी असते; परंतु तमोगुणी मनुष्य दिवसातून किमान दहा ते बारा तास झोपतो. असा मनुष्य सदैव खिन्न असतो आणि मादक पदार्थ व झोपेच्या आहारी गेलेला असतो. तमोगुणाद्वारे बद्ध झालेल्या मनुष्याची ही लक्षणे आहेत.

**सत्त्वं सुखे सञ्जयति रजः कर्मणि भारत ।**
**ज्ञानमावृत्य तु तमः प्रमादे सञ्जयत्युत ॥ ९ ॥**

**सत्त्वम्**—सत्त्वगुण; **सुखे**—सुखामध्ये; **सञ्जयति**—बद्ध करतो; **रजः**—रजोगुण; **कर्मणि**—सकाम कर्मांमध्ये; **भारत**—हे भारता; **ज्ञानम्**—ज्ञान; **आवृत्य**—आवृत करून; **तु**—परंतु; **तमः**—तमोगुण; **प्रमादे**—प्रमादामध्ये किंवा मूर्खपणामध्ये; **सञ्जयति**—बद्ध करतो; **उत**—असे म्हटले जाते.

**हे भारता! सत्त्वगुण मनुष्याला सुखाने बांधतो, रजोगुण सकाम कर्माशी बांधतो आणि तमोगुण, त्याचे ज्ञान आवृत करून मूर्खपणाशी बांधतो.**

**तात्पर्यः** सत्त्वगुणी मनुष्य हा आपल्या कर्माने किंवा तात्त्विक शोधाने संतुष्ट असतो. उदाहरणार्थ, तत्त्वज्ञानी, वैज्ञानिक किंवा शिक्षणज्ज्ञ आपापल्या विशिष्ट ज्ञानक्षेत्रामध्ये संलग्न असतात आणि

त्यातच ते समाधानी असतात. रजोगुणी मनुष्य हा सकाम कर्मांमध्ये संलग्न असतो आणि आपल्याला शक्य असेल तितके धनार्जन करतो आणि सत्कार्याकरिता त्यांचा उपयोग करतो. कधी कधी तो रुग्णालये बांधतो, धर्मार्थ संस्थांना दान करतो इत्यादी. ही रजोगुणी मनुष्याची लक्षणे आहेत. तमोगुण मनुष्याचे ज्ञान आच्छादित करतो. तमोगुणाच्या प्रभावाखाली मनुष्य जे काही करतो ते त्याच्या किंवा इतरांच्याही भल्यासाठी नसते.

**रजस्तमश्चाभिभूय सत्त्वं भवति भारत ।**
**रजः सत्त्वं तमश्चैव तमः सत्त्वं रजस्तथा ॥ १० ॥**

**रजः**—रजोगुण; **तमः**—तमोगुण; **च**—सुद्धा; **अभिभूय**—पार करून; **सत्त्वम्**—सत्त्वगुण; **भवति**—प्रमुख होतो; **भारत**—हे भारत; **रजः**—रजोगुण; **सत्त्वम्**—सत्त्वगुण; **तमः**—तमोगुण; **च**—सुद्धा; **एव**—त्याचप्रमाणे; **तमः**—तमोगुण; **सत्त्वम्**—सत्त्वगुण; **रजः**—रजोगुण; **तथा**—याप्रमाणे.

**हे भारता! कधी कधी रजोगुण व तमोगुण यांचा पाडाव करून सत्त्वगुण प्रमुख होतो. कधी कधी रजोगुण, सत्त्व आणि तम यांचा पाडाव करतो आणि इतर वेळी तमोगुण, सत्त्व आणि रज यांचा पाडाव करतो. याप्रमाणे वर्चस्वासाठी निरंतर स्पर्धा सुरू असते.**

**तात्पर्य:** जेव्हा रजोगुण प्रमुख होतो तेव्हा सत्त्व आणि तमोगुण यांचा पाडाव होतो. जेव्हा सत्त्वगुण प्रधान होतो तेव्हा रज आणि तम यांचा पाडाव होतो. आणि तमोगुण प्रभावी असतो तेव्हा रज आणि सत्त्व यांचा पाडाव होतो. ही स्पर्धा सदैव सुरूच असते. म्हणून ज्याला खरोखर कृष्णभावनेमध्ये उन्नती करण्याची इच्छा आहे, त्याला त्रिगुणांच्या पलीकडे जाणे आवश्यक आहे. विशिष्ट गुणांचे प्रामुख्य हे व्यवहारात, कार्यात, खाण्यापिण्यात इत्यादी गोष्टींमध्ये दिसून येते. या सर्वांचे वर्णन पुढील अध्यायामध्ये करण्यात येईल. परंतु जर मनुष्याची इच्छा असेल तर अभ्यासाने तो रजोगुण आणि तमोगुण यांचा पाडाव करून सत्त्वगुणाची वृद्धी करू शकतो. त्याचप्रमाणे रजोगुणाची वृद्धी करून सत्त्व आणि तम यांचा पाडाव करू शकतो किंवा तमोगुणाची वृद्धी करून सत्त्व आणि रज यांचा पराजय करू शकतो. जरी प्रकृतीचे हे तीन गुण असले तरी, जर मनुष्य निश्चयी असेल तर त्याला सत्त्वगुणाचा कृपालाभ प्राप्त होऊ शकतो व यामुळे तो सत्त्वगुणाच्याही पलीकडे जाऊन विशुद्ध सत्त्वगुणात स्थित होऊ शकतो. या विशुद्ध सत्त्वयुक्त अवस्थेला *वसुदेव अवस्था* असे म्हटले जाते आणि या अवस्थेमुळे मनुष्य भगवत्‌विज्ञान जाणू शकतो. विशिष्ट कार्यांच्या लक्षणावरून मनुष्य कोणत्या गुणामध्ये स्थित आहे ते समजू शकते.

**सर्वद्वारेषु देहेऽस्मिन्प्रकाश उपजायते ।**
**ज्ञानं यदा तदा विद्याद्विवृद्धं सत्त्वमित्युत ॥ ११ ॥**

**सर्व-द्वारेषु**—सर्व द्वारांमध्ये; **देहे अस्मिन्**—या देहामध्ये; **प्रकाशः**—प्रकाशमय गुण; **उपजायते**—विकास पावतो; **ज्ञानम्**—ज्ञान; **यदा**—जेव्हा; **तदा**—त्या वेळी; **विद्यात्**—जाण; **विवृद्धम्**—

वाढलेला किंवा वृद्धिंगत झालेला; **सत्त्वम्**—सत्त्वगुण; **इति उत**—असे म्हटले आहे.

**जेव्हा देहाची सर्व द्वारे ज्ञानाने प्रकाशित होतात तेव्हा सत्त्वगुणाच्या प्रकटीकरणाचा अनुभव येऊ शकतो.**

**तात्पर्य:** दोन नेत्र, दोन कान, दोन नाकपुड्या, तोंड, जननेंद्रिय आणि गुद अशी शरीरामध्ये नऊ द्वारे आहेत. जेव्हा प्रत्येक द्वार सत्त्वगुणाच्या लक्षणाने प्रकाशित होते तेव्हा मनुष्यात सत्त्वगुणाची वाढ झाली आहे असे समजावे. सत्त्वगुणामध्ये मनुष्य सर्व गोष्टी योग्य स्थितीत पाहू शकतो, सर्व गोष्टी योग्य रीतीने ऐकू शकतो आणि सर्व गोष्टींची रुची यथार्थ रीतीने घेऊ शकतो. मनुष्य अंतर्बाह्य शुचिर्भूत होतो. प्रत्येक इंद्रियरूपी द्वारामध्ये सुखाची वृद्धी होते. हीच सत्त्वगुणाची अवस्था आहे.

**लोभः प्रवृत्तिरारम्भः कर्मणामशमः स्पृहा।**
**रजस्येतानि जायन्ते विवृद्धे भरतर्षभ ॥ १२ ॥**

**लोभः**—लोभ; **प्रवृत्तिः**—कर्म; **आरम्भः**—प्रयत्न; **कर्मणाम्**—कर्मांमध्ये; **अशमः**—अनियंत्रित; **स्पृहा**—इच्छा; **रजसि**—रजोगुणाची; **एतानि**—ही सर्व; **जायन्ते**—उत्पन्न होतात; **विवृद्धे**—वाजवीपेक्षा अधिक; **भरत-ऋषभ**—हे भरतर्षभ.

**हे भरतर्षभ! जेव्हा रजोगुणामध्ये वृद्धी होते तेव्हा अत्यधिक आसक्ती, सकाम कर्म, महत्प्रयास, अनियंत्रित इच्छा आणि लालसा इत्यादी लक्षणे उत्पन्न होतात.**

**तात्पर्य:** रजोगुणी मनुष्य, त्याने प्राप्त केलेल्या स्थितीत कधीच संतुष्ट राहात नाही. आपला दर्जा वाढविण्याची त्याला सदैव लालसा असते. जर त्याला राहण्याकरिता निवासस्थान बांधावयाची इच्छा असेल तर तो राजवाड्याप्रमाणेच घर बांधण्यासाठी प्रयत्नांची पराकाष्ठा करतो; जणू काय तो त्या घरामध्ये नित्य वास करणार आहे. इंद्रियतृप्ती करण्याची त्याच्यामध्ये तीव्र इच्छा उत्पन्न होते. त्याच्या इंद्रियतृप्तीला अंतच नसतो. त्याला सदैव आपल्या कुटुंबाबरोबर आपल्या घरात राहून निरंतर इंद्रियतृप्ती करीत राहण्याची इच्छा असते. याचा कधीच शेवट होत नाही. ही सर्व लक्षणे रजोगुणाची द्योतक आहेत.

**अप्रकाशोऽप्रवृत्तिश्च प्रमादो मोह एव च।**
**तमस्येतानि जायन्ते विवृद्धे कुरुनन्दन ॥ १३ ॥**

**अप्रकाशः**—अंधकार; **अप्रवृत्तिः**—निष्क्रियता; **च**—आणि; **प्रमादः**—मूर्खता किंवा प्रमाद; **मोहः**—मोह; **एव**—निश्चितपणे; **च**—सुद्धा; **तमसि**—तमोगुण; **एतानि**—ही; **जायन्ते**—प्रकट होतात; **विवृद्धे**—जेव्हा उत्पन्न होतात; **कुरु-नन्दन**—हे कुरुनंदन.

**हे कुरुनंदन! जेव्हा तमोगुणामध्ये वृद्धी होते तेव्हा अंधकार, निष्क्रियता, मूर्खपणा आणि मोह हे प्रकट होतात.**

**तात्पर्य:** जेव्हा प्रकाश नसतो तेव्हा ज्ञानाचा अभाव असतो. तमोगुणी मनुष्य हा नियामक

तत्त्वांनुसार कार्य करीत नाही, त्याला आपल्या लहरीप्रमाणे व्यर्थ कर्म करण्याची इच्छा असते. जरी याच्याकडे योग्य ती कार्यक्षमता असली तरी तो काहीही प्रयत्न करीत नाही. याला मोह असे म्हणतात. त्याच्या ठिकाणी चेतना असली तरी त्याचे जीवन निष्क्रियच असते. ही सर्व तमोगुणी मनुष्याची लक्षणे आहेत.

**यदा सत्त्वे प्रवृद्धे तु प्रलयं याति देहभृत्।**
**तदोत्तमविदां लोकानमलान्प्रतिपद्यते ॥ १४॥**

**यदा**—जेव्हा; **सत्त्वे**—सत्त्वगुणामध्ये; **प्रवृद्धे**—वृद्धी झाल्यावर; **तु**—परंतु; **प्रलयम्**—प्रलय; **याति**—जातो; **देह-भृत्**—देहधारी; **तदा**—त्या वेळी; **उत्तम-विदाम्**—महर्षींच्या; **लोकान्**—ग्रहलोक; **अमलान्**—पवित्र; **प्रतिपद्यते**—प्राप्त होतो.

**जेव्हा मनुष्याचा सत्त्वगुणामध्ये मृत्यू होतो, तेव्हा तो महर्षींच्या उच्चतर पवित्र ग्रहलोकांना प्राप्त होतो.**

**तात्पर्य:** सत्त्वगुणी मनुष्याला, ब्रह्मलोक, जनलोक इत्यादींसारख्या उच्चतर लोकांची प्राप्ती होते आणि त्या ठिकाणी तो दैवी सुखाचा उपभोग घेतो. *अमलान्* हा शब्द महत्त्वपूर्ण आहे. त्याचा अर्थ, 'रज आणि तमोगुणातून मुक्त' असा आहे. भौतिक जगतामध्ये अशुद्धता आहे, परंतु सत्त्वगुण हा भौतिक जगतातील सर्वाधिक शुद्ध रूप आहे. निरनिराळ्या प्रकारच्या जीवांसाठी निरनिराळ्या प्रकारचे ग्रहलोक आहेत. ज्यांचा सत्त्वगुणामध्ये मृत्यू होतो त्यांची महान भक्त आणि महर्षी वास करीत असलेल्या उच्चतर लोकांमध्ये उन्नती होते.

**रजसि प्रलयं गत्वा कर्मसङ्गिषु जायते ।**
**तथा प्रलीनस्तमसि मूढयोनिषु जायते ॥ १५॥**

**रजसि**—रजोगुणामध्ये; **प्रलयम्**—प्रलय; **गत्वा**—प्राप्त करून; **कर्म-सङ्गिषु**—सकाम कर्मांमध्ये संलग्न झालेल्यांच्या संगामध्ये; **जायते**—जन्म घेतो; **तथा**—त्याप्रमाणे; **प्रलीनः**—प्रलय झाल्यावर; **तमसि**—तमोगुणामध्ये; **मूढ-योनिषु**—पशू योनीमध्ये; **जायते**—जन्म घेतो.

**जेव्हा मनुष्याचा रजोगुणामध्ये मृत्यू होतो तेव्हा तो सकाम कर्मांमध्ये संलग्न झालेल्या मनुष्यात जन्म घेतो आणि जेव्हा तमोगुणामध्ये मृत्यू होतो तेव्हा तो पशू योनीमध्ये जन्म घेतो.**

**तात्पर्य:** आत्म्याला मनुष्य जन्म प्राप्त झाला की, त्याचे पुन्हा कधीच अध:पतन होत नाही अशी काही लोकांची धारणा असते. परंतु ही धारणा चुकीची आहे. या श्लोकानुसार जर मनुष्याने तमोगुण विकसित केला तर मृत्यूनंतर त्याचे पशुयोनीत अध:पतन होते. तेथून पुन्हा मनुष्य-जन्म प्राप्त करण्यासाठी त्याला उत्क्रांती गमनाने स्वत:ची उन्नती करावी लागते. म्हणून जे खरोखर मनुष्यजीवनाचे गांभीर्य जाणतात त्यांनी सत्त्वगुणाचा विकास केला पाहिजे आणि सत्संगाद्वारे त्रिगुणातीत होऊन कृष्णभावनेमध्ये स्थित झाले पाहिजे. हेच मनुष्यजीवनाचे ध्येय

आहे. अन्यथा मनुष्याला पुन्हा मनुष्ययोनीच प्राप्त होईल याची हमी देता येत नाही.

**कर्मणः सुकृतस्याहुः सात्त्विकं निर्मलं फलम्‌ ।**
**रजसस्तु फलं दुःखमज्ञानं तमसः फलम्‌ ॥ १६ ॥**

**कर्मणः**—कर्माचे; **सु-कृतस्य**—पुण्य; **आहुः**—म्हटले आहे; **सात्त्विकम्‌**—सत्त्वगुणामध्ये; **निर्मलम्‌**—निर्मळ किंवा शुद्ध; **फलम्‌**—फळ; **रजसः**—रजोगुणाचे; **तु**—परंतु; **फलम्‌**—फळ; **दुःखम्‌**—दुःख; **अज्ञानम्‌**—मूर्खपणा; **तमसः**—तमोगुणाचे; **फलम्‌**—फळ.

**पुण्यकर्माचे फळ शुद्ध असते आणि ते सत्त्वगुणामध्ये असल्याचे म्हटले जाते; परंतु रजोगुणामध्ये केलेल्या कर्माचे फळ म्हणजे दुःख आहे आणि तमोगुणामध्ये केलेल्या कर्माचे फळ म्हणजे मूर्खपणा आहे.**

**तात्पर्यः** सत्त्वगुणामधील पुण्यकर्मांचे फळ हे शुद्ध असते. म्हणून मोहातून मुक्त असलेले ऋषी सुखी असतात. परंतु रजोगुणयुक्त कर्म हे केवळ दुःखकारकच असते. भौतिक सुखाकरिता केलेले कोणतेही कर्म हे निष्फळच ठरते. उदाहरणार्थ, जर मनुष्याला गगनचुंबी इमारत बांधावयाची असेल तर ती बांधून होण्यापूर्वी अतिशय कष्ट सोसावे लागतात. संपत्तीचा पुरवठा करणाऱ्याला धनप्राप्ती करण्यासाठी कठोर परिश्रम करावे लागतात तसेच बांधकाम करणाऱ्या कामगारांना देखील भरपूर शारीरिक कष्ट करावे लागतात. याप्रमाणे दुःख हे असतेच. म्हणून भगवद्‌गीता सांगते की, रजोगुणाच्या प्रभावाखाली केलेले कोणतेही कर्म हे निश्चितच दुःखकारक ठरते. यामध्ये तथाकथित थोडेफार मानसिक सुख असू शकते की, 'हे माझे घर आहे किंवा हा माझा पैसा आहे.' परंतु हे वास्तविक सुख नव्हे.

तमोगुणाच्या बाबतीत सांगावयाचे तर, कर्म करणारा अज्ञानी असतो. म्हणून त्याने केलेल्या सर्व कर्मांची परिणती वर्तमान दुःखामध्येच होते आणि नंतर तो पशुयोनीत पतित होतो. मायेच्या प्रभावामुळे जरी पशूंना कळत नसले तरी पशुजीवन हे सदैव दुःखमयच असते. निष्पाप प्राण्यांची हत्यासुद्धा तमोगुणामुळेच घडते. जनावरांची कत्तल करणारा जाणत नाही की, भविष्यामध्ये तो हत्या करीत असलेल्या पशूला असा योग्य देह प्राप्त होईल, ज्यायोगे तो त्याची हत्या करील. हा प्रकृतीचा नियमच आहे. मानवसमाजामध्ये जर एकाने दुसऱ्याचा खून केला तर त्याला फाशीची शिक्षा दिली जाते. हा राष्ट्राचा नियमच असतो. अज्ञानामुळे लोक जाणत नाहीत की, भगवंतांद्वारे संपूर्ण सृष्टीचे नियंत्रण केले जाते. प्रत्येक सजीव प्राणी हा भगवंतांच्या पुत्रासमान आहे आणि एखाद्या मुंगीची हत्याही भगवंत सहन करीत नाहीत. मनुष्याला याचे फळ भोगावेच लागते. म्हणून जिह्वा-लौल्याच्या तृप्तीसाठी पशुवध करणे म्हणजे गाढ अज्ञानच होय. मनुष्याला पशुहत्या करण्याची मुळीच आवश्यकता नाही. कारण परमेश्वराने अनेक सुंदर पदार्थांचा पुरवठा केला आहे. कोणत्याही प्रकारे मनुष्य जर मांस भक्षण करीत असेल तर तो अज्ञानीच असल्याचे जाणावे. असा मनुष्य आपले भविष्य अत्यंत अंधकारमय करीत आहे. सर्व प्रकारच्या पशुवधांमध्ये गोहत्या ही सर्वांत अधम आहे, कारण गाय आपल्याला दूध देऊन सर्व प्रकारचे सुख देते. गो-हत्या करणे म्हणजे प्रगाढ अज्ञानमयी कर्म होय. वेदांमधील (ऋग्वेद ९.४.६४)

*गोभिः प्रीणित- मत्सरम्* —हे शब्द दर्शवितात की, जो मनुष्य दुधाने पूर्णपणे तृप्त होऊन, गोवध करण्याची इच्छा करतो तो घोर अज्ञानात आहे. वेदांमध्ये एक प्रार्थनाही आहे की,

*नमो ब्रह्मण्यदेवाय गोब्राह्मणहिताय च ।*
*जगद्धिताय कृष्णाय गोविन्दाय नमो नमः ॥*

"हे भगवन्! तुम्ही गाय आणि ब्राह्मणांचे तसेच अखिल मानवाचे आणि जगाचेही हितेच्छू आहात." (विष्णुपुराण १.१९.६५) या श्लोकाचे तात्पर्य आहे की, यामध्ये गाय आणि ब्राह्मणांच्या संरक्षणाचा विशेष उल्लेख करण्यात आला आहे. ब्राह्मण हे आध्यात्मिक विद्येचे प्रतीक आहेत आणि गाय ही महत्त्वपूर्ण अन्नपदार्थाचे प्रतीक आहे. या दोन जीवमात्रांना सर्व प्रकारे रक्षण दिलेच पाहिजे आणि हा संस्कृतीचा खरोखर उत्कर्ष आहे. आधुनिक मानवसमाजामध्ये आध्यात्मिक ज्ञानाकडे दुर्लक्ष केले जाते आणि गो-हत्येला प्रोत्साहन देण्यात येते. यावरून आपण जाणले पाहिजे की, मानवसमाज चुकीच्या दिशेने प्रगती करीत आहे आणि स्वतःच्याच विनाशाचा मार्ग मोकळा करीत आहे. जी संस्कृती आपल्या नागरिकांना पुढील जन्मी पशू बनण्यासाठी मार्गदर्शन करते ती निश्चितच मानव संस्कृती नाही. अर्थात, आधुनिक संस्कृतीची रजोगुण व तमोगुण यांच्या प्रभावामुळे पूर्णपणे दिशाभूल झालेली आहे. हे युग अत्यंत भयदायी आहे आणि मानवतेला या भयापासून वाचविण्यासाठी सर्व राष्ट्रांनी समाजाला अत्यंत सुगम अशा कृष्णभावनामृताचा मार्ग प्रदान केला पाहिजे.

**सत्त्वात्सञ्जायते ज्ञानं रजसो लोभ एव च।**
**प्रमादमोहौ तमसो भवतोऽज्ञानमेव च ॥ १७॥**

**सत्त्वात्**—सत्त्वगुणापासून; **सञ्जायते**—उत्पन्न होते; **ज्ञानम्**—ज्ञान; **रजसः**—रजोगुणापासून; **लोभः**—लोभ; **एव**—निश्चितपणे; **च**—सुद्धा; **प्रमाद**—प्रमाद; **मोहौ**—आणि मोह; **तमसः**—तमोगुणापासून; **भवतः**—उत्पन्न होतो; **अज्ञानम्**—अज्ञान; **एव**—निश्चितपणे; **च**—सुद्धा.

**सत्त्वगुणापासून वास्तविक ज्ञान उत्पन्न होते, रजोगुणापासून लोभ उत्पन्न होतो आणि तमोगुणापासून प्रमाद, मोह आणि अज्ञान उत्पन्न होते.**

**तात्पर्य :** आधुनिक संस्कृती ही जीवांसाठी फारशी हितावह नाही म्हणून त्यांच्यासाठी कृष्णभावनामृताचा विधी सांगण्यात आला आहे. कृष्णभावनेद्वारे समाजामध्ये सत्त्वगुणाचा विकास होईल. जेव्हा सत्त्वगुणाचा विकास होईल तेव्हा लोक वस्तूंना यथार्थ रूपामध्ये पाहू शकतील. तमोगुणी लोक हे पशुवतच असतात आणि म्हणून ते वस्तूंना यथार्थ रूपामध्ये पाहू शकत नाहीत. उदाहरणार्थ, तमोगुणाच्या प्रभावामुळे ते जाणू शकत नाहीत की, प्राण्यांची हत्या केल्याने पुढील जन्मी ते त्याच पशूकडून मारले जाण्याची शक्यता आहे. लोकांना वास्तविक ज्ञानाचे शिक्षण नसल्यामुळे ते बेजबाबदार होतात. हा बेजबाबदारपणा बंद करण्यासाठी, सामान्य लोकांमध्ये सत्त्वगुणांचा कसा विकास करता येईल याचे शिक्षण देण्यात यावे. त्यांना जेव्हा सत्त्वगुणाचे शिक्षण देण्यात येईल, तेव्हा त्यांना वस्तूंचे यथार्थ ज्ञान झाल्यामुळे ते विवेकी बनतील. अशा रीतीने लोक सुखी आणि वैभवशाली होतील. बहुसंख्य लोक जरी सुखी आणि

समृद्ध झाले नाही तरी काही टक्के लोक जर कृष्णभावनेचा विकास करून सत्त्वगुणात स्थित झाले तरी, संपूर्ण जगभर सुखशांती नांदण्याची शक्यता आहे. अन्यथा जर जग रज आणि तमोगुणाच्या आहारी गेले तर शांती-समृद्धीची शक्यताच राहणार नाही. रजोगुणामध्ये लोक लोभी होतात आणि त्यांच्या इंद्रियतृप्तीच्या लालसेला अंतच नसतो. आपण पाहू शकतो की, मनुष्याकडे जरी पुरेसा पैसा आणि इंद्रियतृप्ती करण्याची पुरेशी साधने असली तरी सुद्धा त्याला मन:शांतीही लाभत नाही किंवा सुखही लाभत नाही. रजोगुणामध्ये स्थित असल्यामुळे मनुष्याला मन:शांती किंवा सुखप्राप्तीची शक्यताच नाही. जर त्याला खरोखर सुखी व्हावयाचे असेल तर त्याच्याकडे असणारा पैसा त्याला मदत करू शकणार नाही. त्याला कृष्णभावनेच्या अभ्यासाद्वारे स्वत:ची सत्त्वगुणाप्रत उन्नती करणे आवश्यक आहे. रजोगुणी मनुष्य हा केवळ मानसिकदृष्ट्याच दु:खी असतो असे नव्हे तर त्याचा व्यवसायही कष्टप्रद असतो. आपली प्रतिष्ठा राखण्याकरिता पुरेसा पैसा मिळविण्यासाठी त्याला अनेक युक्त्या आणि योजना कराव्या लागतात. हे सारे कष्टदायक असते. तमोगुणामध्ये लोक मूर्ख बनतात. आपल्या परिस्थितीमुळे निराश झाल्याने ते नशा उत्पन्न करणाऱ्या व्यसनांचा आश्रय घेतात आणि अशा रीतीने अज्ञानात अधिकाधिक पतित होतात. त्यांचे भविष्यकालीन जीवन फार अंधकारमय असते.

**ऊर्ध्वं गच्छन्ति सत्त्वस्था मध्ये तिष्ठन्ति राजसाः ।**
**जघन्यगुणवृत्तिस्था अधो गच्छन्ति तामसाः ॥ १८ ॥**

**ऊर्ध्वम्**—उर्ध्व; **गच्छन्ति**—जातात; **सत्त्व-स्थाः**—सत्त्वगुणात स्थित झालेले; **मध्ये**—मध्ये; **तिष्ठन्ति**—निवास करतात; **राजसाः**—रजोगुणामध्ये स्थित असलेले; **जघन्य**—निंद्य किंवा अघोरी; **गुण**—गुण; **वृत्ति-स्थाः**—ज्याची वृत्ती किंवा व्यवसाय; **अधः**—निम्न किंवा अधोगती; **गच्छन्ति**—जातात; **तामसाः**—तमोगुणी लोक.

**सत्त्वगुणी मनुष्य क्रमशः उर्ध्वगतीने उच्चतर लोकांमध्ये जातात, रजोगुणी मनुष्य पृथ्वीलोकात वास करतात आणि जे निंद्य तमोगुणात स्थित आहेत त्यांचे नरकलोकात अध:पतन होते.**

**तात्पर्य:** या श्लोकात प्रकृतीच्या तीन गुणांतील कर्माचे परिणाम अधिक विस्तृतपणे सांगण्यात आले आहेत. स्वर्गलोकांचा समावेश असलेल्या उच्चतर लोकांच्या मालिकेमध्ये अत्यंत उन्नतावस्थेतील जीव वास करतात. ज्या मात्रेमध्ये सत्त्वगुणाचा विकास होतो त्यानुसार जीवांना या मालिकेमधील विविध लोकांची प्राप्ती होऊ शकते. या लोकांमध्ये सत्यलोक किंवा ब्रह्मलोक हा अत्युच्च लोक आहे आणि या ब्रह्मलोकामध्ये ब्रह्मांडातील आदिजीव, ब्रह्मदेव वास करतात. आपण पूर्वीच पाहिले आहे की, ब्रह्मलोकातील अद्भुतकारक जीवनाचे अनुमान करणे कठीण आहे; परंतु या प्रकारचे उन्नत जीवन सत्त्वगुणामुळे आपल्याला प्राप्त होऊ शकते.

रजोगुण हा एक प्रकारचे मिश्रण आहे. तो सत्त्वगुण आणि तमोगुणाच्या मध्यभागी आहे. मनुष्य हा सदैव शुद्ध नसतो; परंतु तो जरी पूर्णपणे रजोगुणामध्ये स्थित असला तरी तो या

पृथ्वीवर केवळ एक राजा किंवा धनवान मनुष्य म्हणून राहतो. परंतु गुणांच्या मिश्रणामुळे त्याची अधोगतीही होऊ शकते. या पृथ्वीवरील रजोगुणी किंवा तमोगुणी लोक यंत्राच्या साहाय्याने बळेच उच्चतर लोकांमध्ये जाऊ शकत नाहीत. रजोगुणी पुढील जन्मात वेडा बनण्याचीही शक्यता असते.

या ठिकाणी कनिष्ठ गुणाचे, तमोगुणाचे वर्णन *जघन्य* असे करण्यात आले आहे. तमोगुणाच्या वृद्धीचे परिणाम अत्यंत धोकादायक असतात. भौतिक प्रकृतीमधील हा अत्यंत कनिष्ठ गुण आहे. मानव योनीच्या खालोखाल पक्षी, पशू, सरपटणारे प्राणी, वृक्ष इत्यादी ऐंशी लाख योनी आहेत आणि तमोगुणाच्या विकासानुसार मनुष्याची या अधम योनीप्रत अवनती होते. या श्लोकामधील *तामसा:* हा शब्द अत्यंत महत्त्वपूर्ण आहे. *तामसा:* हा शब्द जे लोक उच्चतर गुणाप्रत प्रगती न करता निरंतर तमोगुणातच राहतात, त्यांचा दर्शक आहे. त्यांचे भविष्य अत्यंत अंधकारमय असते.

तमोगुणी आणि रजोगुणी मनुष्यांना सत्त्वगुणाप्रत उन्नत होण्याची संधी आहे व ही संधी म्हणजे कृष्णभावनामृत होय. परंतु जो या संधीचा लाभ घेत नाही तो निश्चितपणे कनिष्ठ गुणातच राहील.

**नान्यं गुणेभ्यः कर्तारं यदा द्रष्टानुपश्यति ।**
**गुणेभ्यश्च परं वेत्ति मद्भावं सोऽधिगच्छति॥ १९ ॥**

**न**—नाही; **अन्यम्**—इतर; **गुणेभ्यः**—गुणाखेरीज; **कर्तारम्**—कर्ता; **यदा**—जेव्हा; **द्रष्टा**—दृष्टा; **अनुपश्यति**—योग्य रीतीने पाहतो; **गुणेभ्यः**—प्राकृतिक गुणांपासून; **च**—आणि; **परम्**—दिव्य; **वेत्ति**—जाणतो; **मत्-भावम्**—माझ्या आध्यात्मिक स्वभावाला; **सः**—तो; **अधिगच्छति**—प्राप्त होतो.

**जेव्हा मनुष्य योग्य रीतीने पाहतो की, सर्व कर्मांचा प्राकृतिक गुणांखेरीज इतर कोणीही कर्ता नाही आणि जो या सर्व गुणांच्या पलीकडे असणाऱ्या परमपुरुषाला जाणतो तो माझ्या आध्यात्मिक स्वभावाला प्राप्त होतो.**

**तात्पर्य:** योग्य महात्म्यांकडून प्राकृतिक गुणांना यथार्थ रूपात जाणून मनुष्य प्राकृतिक गुणांच्या सर्व कर्मांच्या पलीकडे जाऊ शकतो. श्रीकृष्ण हे आद्य गुरू आहेत आणि ते अर्जुनाला आध्यात्मिक ज्ञान प्रदान करीत आहेत. त्याचप्रमाणे जे पूर्णपणे कृष्णभावनाभावित आहेत त्यांच्याकडून मनुष्याने प्राकृतिक गुणांच्या कर्माचे विज्ञान जाणून प्रशिक्षण घेतले पाहिजे. अन्यथा मनुष्यजीवनाची वाटचाल चुकू शकते. प्रमाणित आध्यात्मिक गुरूच्या उपदेशांद्वारे जीव स्वतःचे आध्यात्मिक स्वरूप, आपले भौतिक शरीर व इंद्रिये, आपण कसे बद्ध झालो आहोत आणि आपण कसे त्रिगुणांच्या प्रभावाखाली आहोत हे जाणू शकतो. त्रिगुणांच्या पकडीमध्ये सापडल्यामुळे तो असाहाय्य असतो. परंतु आपली मूळ स्वरूपस्थिती जाणल्यावर आध्यात्मिक जीवनाला वाव असणाऱ्या दिव्य स्तराला तो प्राप्त होऊ शकतो. वस्तुतः जीव हा विविध कर्मांचा कर्ता नसतोच. विशिष्ट गुणांद्वारे संचालित विशिष्ट प्रकारच्या शरीरामध्ये तो स्थित असल्यामुळे

त्याला कर्म करणे भाग पडते. आध्यात्मिक गुरूच्या साहाय्याविना आपण कोणत्या स्थितीमध्ये आहोत ते मनुष्य जाणू शकत नाही. अधिकृत आध्यात्मिक गुरूच्या संगाद्वारे तो आपले वास्तविक स्वरूप जाणू शकतो आणि अशा स्वरूपस्थितीच्या ज्ञानाद्वारे तो पूर्णपणे कृष्णभावनेमध्ये स्थिर होतो. कृष्णभावनाभावित मनुष्यावर प्राकृतिक गुण आपला प्रभाव पाडू शकत नाहीत. यापूर्वीच सातव्या अध्यायात सांगितले आहे की, जो मनुष्य श्रीकृष्णांना शरण गेला आहे तो भौतिक प्रकृतीच्या कर्मांतून मुक्त झाला आहे. म्हणून ज्याला यथार्थ वस्तुज्ञान झाले आहे, त्याच्यावरील भौतिक प्रकृतीचा प्रभाव हळूहळू नष्ट होतो.

**गुणानेतानतीत्य त्रीन्देही देहसमुद्भवान् ।**
**जन्ममृत्युजरादु:खैर्विमुक्तोऽमृतमश्नुते ॥ २० ॥**

**गुणान्**—गुण; **एतान्**—हे सर्व; **अतीत्य**—अतीत जाऊन; **त्रीन्**—तीन; **देही**—देहधारी; **देह**—देह, शरीर; **समुद्भवान्**—उत्पन्न; **जन्म**—जन्म; **मृत्यु**—मृत्यू; **जरा**—वार्धक्य; **दु:खै:**—दु:खांपासून; **विमुक्त:**—मुक्त होऊन; **अमृतम्**—अमृत; **अश्नुते**—भोगतो.

**जेव्हा देहधारी जीव भौतिक शरीराशी संबंधित या त्रिगुणांच्या पलीकडे जाण्यास समर्थ होतो तेव्हा तो जन्म, मृत्यू, जरा आणि त्यापासून होणाऱ्या दु:खांतून मुक्त होऊन याच जीवनात अमृताचा उपभोग घेऊ शकतो.**

**तात्पर्य:** मनुष्य या शरीरात असूनही, कृष्णभावनाभावित होऊन दिव्य स्वरूपामध्ये कसा स्थित होऊ शकतो याचे वर्णन या श्लोकामध्ये करण्यात आले आहे. *देही* या संस्कृत शब्दाचा 'देहधारी' असा अर्थ होतो. मनुष्य जरी या भौतिक देहामध्ये बद्ध असला तरी, आध्यात्मिक ज्ञानामध्ये प्रगती करून तो प्राकृतिक गुणांच्या प्रभावातून मुक्त होऊ शकतो. या देहात असूनही तो आध्यात्मिक जीवनाच्या सुखाचा अनुभव घेऊ शकतो, कारण या देहाचा त्याग केल्यानंतर निश्चितच तो आध्यात्मिक जगताला प्राप्त होतो. दुसऱ्या शब्दांत सांगावयाचे तर, कृष्णभावनामय भक्ती ही भौतिक बंधनातून मुक्त होण्याचे लक्षण आहे आणि याचे स्पष्टीकरण अठराव्या अध्यायात करण्यात येईल. जेव्हा मनुष्य प्राकृतिक गुणांच्या प्रभावातून मुक्त होतो तेव्हा तो भक्तीमध्ये प्रवेश करतो.

अर्जुन उवाच
**कैर्लिङ्गैस्त्रीन्गुणानेतानतीतो भवति प्रभो ।**
**किमाचार: कथं चैतांस्त्रीन्गुणानतिवर्तते ॥ २१ ॥**

**अर्जुन: उवाच**—अर्जुन म्हणाला; **कै:**—कोणत्या; **लिङ्गै:**—लक्षणांनी; **त्रीन्**—तीन; **गुणान्**—गुण; **एतान्**—या सर्व; **अतीत:**—अतीत होऊन; **भवति**—आहे; **प्रभो**—हे प्रभो; **किम्**—काय; **आचार:**—आचरण; **कथम्**—कसे; **च**—सुद्धा; **एतान्**—या; **त्रीन्**—तीन; **गुणान्**—गुण; **अतिवर्तते**—पलीकडे जातो.

**अर्जुनाने विचारले, हे प्रभो! त्रिगुणांच्या अतीत असणारा मनुष्य कोणत्या लक्षणांनी**

**ओळखला जातो, त्याचे आचरण कसे असते आणि तो प्राकृतिक गुणांच्या पलीकडे कसा जातो?**

**तात्पर्य:** या श्लोकामध्ये अर्जुनाने विचारलेले प्रश्न योग्यच आहेत. त्रिगुणांना पूर्वीच पार केले आहे त्या मनुष्याची लक्षणे अर्जुन जाणू इच्छितो. प्रथम तो अशा दिव्य पुरुषाची लक्षणे विचारीत आहे. असा मनुष्य त्रिगुणांच्या प्रभावाच्याही पलीकडे गेला आहे हे कोणालाही कसे समजू शकेल? अर्जुनाचा दुसरा प्रश्न आहे की, तो मनुष्य कसा राहतो आणि त्याचे कर्म कोणते असते? तो स्वेच्छाचारी असतो की नियमाचारी असतो? त्यानंतर दिव्य स्वभावाची तो ज्या माध्यमाने प्राप्ती करतो त्या माध्यमांबद्दल अर्जुन विचारतो. हे फार महत्त्वपूर्ण आहे. मनुष्य ज्या प्रत्यक्ष साधनांद्वारे सदैव दिव्यत्वामध्ये स्थित राहू शकतो त्या साधनांविषयी तो जोपर्यंत जाणत नाही तोपर्यंत ती लक्षणे अभिव्यक्त होण्याची शक्यताच नाही. म्हणून अर्जुनाने विचारलेले हे सारे प्रश्न अत्यंत महत्त्वपूर्ण आहेत आणि भगवंत त्या प्रश्नांची उत्तरे देत आहेत.

श्रीभगवानुवाच

**प्रकाशं च प्रवृत्तिं च मोहमेव च पाण्डव।**
**न द्वेष्टि सम्प्रवृत्तानि न निवृत्तानि काङ्क्षति॥ २२॥**
**उदासीनवदासीनो गुणैर्यो न विचाल्यते।**
**गुणा वर्तन्त इत्येवं योऽवतिष्ठति नेङ्गते॥ २३॥**
**समदुःखसुखः स्वस्थः समलोष्टाश्मकाञ्चनः।**
**तुल्यप्रियाप्रियो धीरस्तुल्यनिन्दात्मसंस्तुतिः॥ २४॥**
**मानापमानयोस्तुल्यस्तुल्यो मित्रारिपक्षयोः।**
**सर्वारम्भपरित्यागी गुणातीतः स उच्यते॥ २५॥**

**श्री-भगवान् उवाच**—श्रीभगवान म्हणाले; **प्रकाशम्**—प्रकाश; **च**—आणि; **प्रवृत्तिम्**—आसक्ती; **च**—आणि; **मोहम्**—मोह; **एव च**—सुद्धा; **पाण्डव**—हे पांडव; **न द्वेष्टि**—द्वेष करीत नाही; **सम्प्रवृत्तानि**—विकसित झाले तरी; **न निवृत्तानि**—तसेच विकसन न थांबविता; **काङ्क्षति**—इच्छा करतो; **उदासीन-वत्**—उदासीनासारख्या; **आसीनः**—स्थित; **गुणैः**—गुणांद्वारे; **यः**—जो मनुष्य; **न**—कधीही नाही; **विचाल्यते**—विचलित होतो; **गुणाः**—गुण; **वर्तन्ते**—कार्य करतात; **इति एवम्**—याप्रमाणे जाणून; **यः**—जो; **अवतिष्ठति**—राहतो; **न**—कधीही नाही; **इङ्गते**—विचलित होतो; **सम**—समान; **दुःख**—दुःखामध्ये; **सुखः**—आणि सुखामध्ये; **स्व-स्थः**—स्वतःमध्येच स्थित झाल्यामुळे; **सम**—समान; **लोष्ट**—माती; **अश्म**—दगड; **काञ्चनः**—सोने; **तुल्य**—सारखेच; **प्रिय**—प्रिय; **अप्रियः**—आणि अप्रिय; **धीरः**—धीर; **तुल्य**—समान; **निन्दा**—निंदेमध्ये; **आत्म-संस्तुतिः**—आणि स्वतःचीच स्तुती; **मान**—मानामध्ये; **अपमानयोः**—आणि अपमान; **तुल्यः**—सारखा; **तुल्यः**—समान; **मित्र**—मित्राचा; **अरि**—आणि शत्रू; **पक्षयोः**—पक्षांची; **सर्व**—सर्व; **आरम्भ**—प्रयत्न किंवा उद्योग; **परित्यागी**—परित्यागी; **गुण-अतीतः**—गुणातीत; **सः**—तो; **उच्यते**—असे

म्हटले जाते.

**श्रीभगवान म्हणाले, हे पांडुपुत्र! जो प्रकाश, आसक्ती आणि मोह यांची उपस्थिती असताना त्यांचा द्वेष करीत नाही किंवा ते नाहीसे झाले तरी त्यांची आकांक्षा करीत नाही; जो त्रिगुणांच्या प्रभावामध्येही अविचलित आणि निश्चल राहतो आणि केवळ त्रिगुणच सक्रिय आहेत हे जाणून उदासीन आणि दिव्य राहतो; जो आत्मस्थित आहे आणि सुखदु:खाला सारखेच मानतो; जो माती, दगड आणि सोन्याकडे समदृष्टीने पाहतो; जो प्रिय आणि अप्रिय यांच्याबद्दल समभाव राखतो; जो धीर आहे आणि स्तुती व निंदा, मान व अपमान याकडे समभावाने पाहतो; जो मित्र आणि शत्रू यांच्याशी सारखीच वर्तणूक करतो आणि ज्याने सर्व भौतिक कर्मांचा परित्याग केला आहे त्या मनुष्याला गुणातीत म्हटले जाते.**

**तात्पर्य:** भगवान श्रीकृष्णांनी अर्जुनाच्या तीन निरनिराळ्या प्रश्नांची एकामागून एक उत्तरे दिली आहेत. या श्लोकामध्ये सर्वप्रथम श्रीकृष्ण सांगतात की, दिव्यावस्थेमध्ये स्थित झालेल्या मनुष्यामध्ये द्वेषभावना नसते आणि त्याला कशाचीही लालसा नसते. भौतिक देहाने बद्ध केलेला जीव जेव्हा या भौतिक जगतात राहतो तेव्हा जाणले पाहिजे की, तो त्रिगुणांपैकी एका गुणाच्या नियंत्रणाखाली असतो. जेव्हा तो वास्तविकपणे देहाच्या बाहेर जातो तेव्हा तो प्राकृतिक गुणांच्या प्रभावातून सुटतो. परंतु, जोपर्यंत तो देहबद्ध आहे तोपर्यंत त्याने उदासीन असले पाहिजे. देहात्मबुद्धीचे सहजगत्या विस्मरण होण्यासाठी त्याने भगवद्‌भक्तीमध्ये संलग्न झाले पाहिजे. मनुष्यात जोपर्यंत देहतादात्म्याची जाणीव असते तोपर्यंत तो केवळ इंद्रियतृप्त्यर्थ कर्म करतो; परंतु जेव्हा तो आपली भावना श्रीकृष्णांच्या ठायी अर्पण करतो तेव्हा इंद्रियतृप्ती आपोआपच थांबते. मनुष्याला या देहाची आवश्यकता नाही तसेच त्याने देहाच्या आदेशांचे पालन करण्याचीही आवश्यकता नाही. शरीरामधील प्राकृतिक गुण कार्य करतीलच, परंतु आत्मा अशा क्रियांपासून अलिप्तच असतो. तो अलिप्त कसा होतो? तर तो देहाचा उपभोग घ्यावयाचीही इच्छा करीत नाही किंवा देहाच्या बाहेरही जाण्याची इच्छा करीत नाही. याप्रमाणे दिव्यावस्थेमध्ये स्थित झाल्यामुळे भक्त आपोआपच मुक्त होतो. त्याने प्राकृतिक गुणांच्या प्रभावापासून मुक्त होण्यासाठी प्रयत्न करण्याची आवश्यकता नाही.

पुढील प्रश्न हा दिव्यावस्थेमध्ये स्थित असलेल्या व्यक्तीच्या व्यवहाराशी संबंधित आहे. भौतिक गोष्टीत आसक्ती असलेल्या मनुष्यावर शरीराला प्राप्त झालेल्या तथाकथित मान आणि अपमानाचा परिणाम होतो. तथापि, दिव्यावस्थेमध्ये स्थित असलेल्या मनुष्यावर अशा तथाकथित मानापमानाचा परिणाम होत नाही. तो आपले कृष्णभावनमय कर्म करतो आणि इतर कोणी त्याला मान देतो किंवा आपला अपमान करतो याविषयी विचारही करीत नाही. आपल्या कृष्णभावनाभावित कर्मास अनुकूल गोष्टींचा तो स्वीकार करतो. अन्यथा त्याला कोणत्याही वस्तूची मग ते सोने असो अथवा दगड, आवश्यकता नसते. कृष्णभावनाभावित कर्म करण्यास जो त्याला साहाय्य करतो त्याला तो आपला प्रिय मित्र समजतो आणि तो आपल्या तथाकथित

शत्रूचा द्वेष करीत नाही. तो सर्वत्र समभावाने पाहतो आणि सर्व काही एकाच स्तरावर असल्याचे पाहतो, कारण तो पूर्णपणे जाणतो की, आपल्याला या भौतिक जीवनाशी मुळीच कर्तव्य नाही. क्षणिक उलथापालथ आणि उत्पातांचे स्वरूप जाणीत असल्याने सामाजिक आणि राजकीय विषयांचा त्याच्यावर परिणाम होत नाही. तो स्वत:च्या स्वार्थासाठी कोणतेही कर्म करीत नाही. तो श्रीकृष्णांप्रीत्यर्थ काहीही करू शकतो, पण स्वत:साठी मात्र तो काहीही करीत नाही. अशा आचरणामुळे मनुष्य वास्तविकपणे दिव्यावस्थेमध्ये स्थित होतो.

**मां च योऽव्यभिचारेण भक्तियोगेन सेवते।**
**स गुणान्समतीत्यैतान्ब्रह्मभूयाय कल्पते ॥ २६ ॥**

**माम्**—माझी; **च**—सुद्धा; **यः**—जो मनुष्य; **अव्यभिचारेण**—एकनिष्ठ किंवा न चुकता; **भक्ति-योगेन**—भक्तियोगाद्वारे; **सेवते**—सेवा करतो; **सः**—तो; **गुणान्**—प्राकृतिक गुण; **समतीत्य**—पलीकडे जाऊन; **एतान्**—हे सर्व; **ब्रह्म-भूयाय**—ब्रह्मस्तराप्रत उन्नत झालेला; **कल्पते**—होतो.

**जो मनुष्य सर्व परिस्थितीत एकनिष्ठ होऊन पूर्णतया भक्तीमध्ये संलग्न होतो तो तात्काळ त्रिगुणांच्या पलीकडे जातो आणि ब्रह्मस्तराप्रत उन्नत होतो.**

**तात्पर्य:** दिव्यावस्था प्राप्त करण्याचे साधन कोणते? या अर्जुनाच्या तिसऱ्या प्रश्नाचे उत्तर म्हणजे हा श्लोक आहे. पूर्वी सांगितल्याप्रमाणे, भौतिक जगत हे प्राकृतिक गुणांच्या प्रभावाखाली कार्य करीत आहे. मनुष्याने प्राकृतिक गुणांच्या क्रियांमुळे विचलित होऊ नये. अशा क्रियांमध्ये आपल्या भावना गुंतविण्यापेक्षा तो आपली भावना कृष्ण-कर्म करण्यामध्ये संलग्न करू शकतो. कृष्ण-कर्म म्हणजेच भक्तियोग किंवा सदैव श्रीकृष्णांप्रीत्यर्थ कर्म करणे होय. यामध्ये केवळ श्रीकृष्णांचाच समावेश होत नाही तर राम, नारायण इत्यादी विस्तारित रूपांचाही समावेश होतो. श्रीकृष्णांची असंख्य विस्तारित रूपे आहेत. श्रीकृष्णांच्या कोणत्याही रूपाच्या अथवा विस्तारित रूपाच्या सेवेमध्ये जो संलग्न होतो तो दिव्यावस्थेत स्थित असल्याचे मानले जाते. मनुष्याने जाणले पाहिजे की, श्रीकृष्णांची ही सर्व रूपे पूर्ण सच्चिदानंदमयी आणि दिव्य आहेत. भगवंतांची अशी ही रूपे सर्वशक्तिमान आणि सर्वज्ञ असतात आणि त्यांच्याकडे सर्व दिव्य गुण असतात. म्हणून या प्राकृतिक गुणांना पार करणे जरी कठीण असले तरी मनुष्य जर एकनिष्ठेने श्रीकृष्ण किंवा त्यांच्या विस्तारित रूपांच्या सेवेमध्ये संलग्न झाला तर तो सहजगत्या गुणातीत होऊ शकतो. जो मनुष्य श्रीकृष्णांना शरण जातो तो तात्काळ प्राकृतिक गुणांच्या प्रभावातून पार पडतो. कृष्णभावनाभावित असणे किंवा भक्तिपरायण असणे म्हणजे श्रीकृष्णांशी समानता प्राप्त करणे होय. भगवंत सांगतात की, माझे स्वरूप सच्चिदानंद आहे आणि सोने हे सोन्याच्या खाणीचे अंश असते त्याचप्रमाणे जीवही भगवंताचे अंश आहेत. अशा रीतीने जीव आपल्या आध्यात्मिक स्वरूपस्थितीत गुणात्मकदृष्ट्या सोन्याप्रमाणेच, अर्थात श्रीकृष्णांप्रमाणेच असतात. व्यक्तिगत स्वरूपाचे भिन्नत्व हे नित्यच असते अन्यथा भक्तियोगाचा प्रश्नच उद्‌भवला नसता. भक्तियोग म्हणजे भगवंत, भक्त आणि त्यांचे परस्परांतील प्रेमाचे आदानप्रदान होय. म्हणून भगवंत आणि जीव या दोघांचीही आपापली स्वरूपे आहेत. तसे जर नसते तर भक्तियोगाला

काहीच अर्थ राहिला नसता. जर मनुष्य भगवंतांप्रमाणेच समान दिव्य स्तरामध्ये स्थित झाला नाही तर तो भगवंतांची सेवा करू शकत नाही. राजाचा वैयक्तिक साहाय्यक होण्यासाठी आवश्यक पात्रता मिळणे आवश्यक आहे आणि ही पात्रता म्हणजेच ब्रह्म होणे किंवा सर्व भौतिक विकारांतून मुक्त होणे होय. वेदांमध्ये म्हटले आहे की, *ब्रह्मैव सन्ब्रह्माप्येति.* मनुष्य ब्रह्म होऊन परब्रह्माची प्राप्ती करू शकतो. याचा अर्थ आहे की, मनुष्याने गुणात्मकदृष्ट्या ब्रह्माशी एकरूप झाले पाहिजे. ब्रह्मप्राप्ती झाल्यावर तो आपले जीवात्मा म्हणून ब्रह्मस्वरूप गमावत नाही.

**ब्रह्मणो हि प्रतिष्ठाहममृतस्याव्ययस्य च ।**
**शाश्वतस्य च धर्मस्य सुखस्यैकान्तिकस्य च ॥ २७ ॥**

**ब्रह्मणः**—निर्विशेष ब्रह्मज्योतीचे; **हि**—निश्चितपणे; **प्रतिष्ठा**—आश्रयस्थान; **अहम्**—मी आहे; **अमृतस्य**—अमर्त्य किंवा अमृत; **अव्ययस्य**—अव्ययाचे; **च**—सुद्धा; **शाश्वतस्य**—शाश्वत; **च**—आणि; **धर्मस्य**—स्वरूप स्थितीचे किंवा वैधानिक स्थितीचे; **सुखस्य**—सुखाचे; **ऐकान्तिकस्य**—परम; **च**—सुद्धा.

**आणि, परमसुखाची स्वाभाविक स्थिती असणाऱ्या अमृत, अव्यय आणि शाश्वत निर्विशेष ब्रह्मज्योतीचा आधार मी आहे.**

**तात्पर्य:** ब्रह्माचे स्वरूप हे अमृत, अव्ययी, शाश्वत आणि सुखमय आहे. दिव्य साक्षात्काराचा प्रारंभ ब्रह्मापासूनच होतो. दिव्य साक्षात्काराचा मध्यभाग, अर्थात दुसरी पायरी म्हणजे परमात्मा आहे आणि पुरुषोत्तम भगवान म्हणजे अंतिम पायरी आहे. म्हणून परमात्मा आणि निर्विशेष ब्रह्म हे दोन्ही परमपुरुषावर आश्रित आहेत. सातव्या अध्यायात वर्णन करण्यात आले आहे की, भौतिक प्रकृती ही भगवंतांच्या अपरा शक्तीची अभिव्यक्ती आहे. भगवंत, कनिष्ठ अपरा प्रकृतीमध्ये परा प्रकृतीच्या अंशांना गर्भस्थ करतात आणि याप्रमाणे अपरा प्रकृतीशी परा प्रकृतीचा संपर्क येतो. भौतिक प्रकृतीद्वारे बद्ध झालेला जीव जेव्हा आध्यात्मिक ज्ञानाच्या अनुशीलनास प्रारंभ करतो तेव्हा तो भौतिक बद्धावस्थेपासून क्रमशः परमेश्वराच्या ब्रह्मरूप स्तराप्रत उन्नत होतो. जीवनातील या ब्रह्मस्तराची प्राप्ती म्हणजे आत्मसाक्षात्काराची पहिली पायरी होय. या स्तरावरील ब्रह्म-साक्षात्कारी पुरुष हा भौतिक उपाधींच्या पलीकडे गेलेला असतो; परंतु तो वास्तविकपणे ब्रह्मसाक्षात्कारात परिपूर्ण नसतो. त्याच्या इच्छेनुसार तो ब्रह्मस्तरावरच स्थिर राहू शकतो आणि त्यानंतर हळूहळू परमात्मा-साक्षात्काराप्रत उन्नत होऊ शकतो आणि त्यानंतर पुरुषोत्तम भगवान रूपाच्या साक्षात्काराची प्राप्ती करू शकतो. या संदर्भातील अनेक उदाहरणे वेदांमध्ये आढळतात. चतुष्कुमार हे ब्रह्मसाक्षात्कारी होते; परंतु क्रमाक्रमाने ते भक्तिस्तराप्रत उन्नत झाले. जो निर्विशेष ब्रह्माच्या पलीकडे जाऊ शकत नाही त्याचे पुन्हा पतन होण्याची संभावना असते. श्रीमद्‌भागवतात म्हटले आहे की, मनुष्य जरी ब्रह्मस्तरावर आरूढ झाला तरी जर त्याने अधिक उत्तरोत्तर प्रगती केली नाही आणि परमपुरुषाचे ज्ञान प्राप्त केले नाही तर त्याची बुद्धी पूर्णपणे शुद्ध होऊ शकत नाही. म्हणून ब्रह्मस्तरावर आरूढ होऊन सुद्धा जर मनुष्य भगवद्‌भक्तीमध्ये

संलग्न झाला नाही तर त्याचे पतन होण्याचीच शक्यता असते. वेदांमध्येही म्हटले आहे की, *रसो वै सः रसं ह्येवायं लब्ध्वानन्दी भवति*—जेव्हा मनुष्य रसराज भगवान श्रीकृष्णांना जाणतो तेव्हा तो वास्तविकपणे दिव्यानंदी होतो (तैत्तिरीय उपनिषद् २.७.१). भगवंत हे षड्ऐश्वर्यांने परिपूर्ण आहेत आणि भक्त जेव्हा त्यांना शरण जातो तेव्हा या षड्ऐश्वर्यांचे आदानप्रदान होते. राजाचा सेवक जवळजवळ राजाच्याच दर्जाचा उपभोग घेतो. म्हणून शाश्वत सुख, अविनाशी आणि शाश्वत-जीवन भक्तीबरोबरच प्राप्त होते. म्हणून ब्रह्माचा किंवा नित्यत्व किंवा अविनाशी यांच्या साक्षात्काराचा भक्तीमध्ये समावेश होतो. जो भक्तीमध्ये संलग्न झालेला आहे त्याला हा साक्षात्कार आधीच झालेला असतो.

स्वभावत: जीव हा ब्रह्मस्वरूप असला तरी त्याला भौतिक प्रकृतीवर प्रभुत्व गाजविण्याची इच्छा असते आणि यास्तव त्याचे पतन होते. आपल्या स्वरूपस्थितीमध्ये जीव त्रिगुणातीत असतो; परंतु भौतिक प्रकृतीच्या संगाने तो त्रिगुणांमध्ये बद्ध होतो. या त्रिगुणांच्या संगामुळे, त्याच्यामध्ये प्रकृतीवर स्वामित्व गाजविण्याची इच्छा ही राहतेच. पूर्णपणे कृष्णभावनाभावित होऊन भक्तीमध्ये संलग्न झाल्यामुळे तो तात्काळ दिव्यावस्थेमध्ये स्थित होतो आणि प्रकृतीवर स्वामित्व गाजविण्याची त्याची अवैध इच्छा नष्ट होते. म्हणून श्रवण, कीर्तन, स्मरण आदीपासून प्रारंभ होणाऱ्या भक्तियोगाचा भक्तांच्या संगामध्ये अभ्यास केला पाहिजे. हळूहळू अशा सत्संगामध्ये, आध्यात्मिक गुरूच्या कृपेने मनुष्याची प्रकृतीवर स्वामित्व गाजविण्याची इच्छा नाहीशी होते आणि तो दृढपणे दिव्य प्रेममयी भगवत्सेवेमध्ये स्थिर होतो. या विधींचे विस्तारित वर्णन या अध्यायाच्या बाविसाव्या श्लोकापासून ते शेवटच्या श्लोकापर्यंत करण्यात आले आहे. भगवद्भक्ती अत्यंत सुलभ आहे. मनुष्याने सदैव भगवत्सेवेमध्ये युक्त राहावे, भगवत्प्रसाद ग्रहण करावा, भगवंतांच्या चरणकमलांना अर्पिलेल्या फुलांचा सुगंध घ्यावा, भगवंतांनी लीलास्थळांना भेट द्यावी, त्यांच्या विविध लीलांविषयी अध्ययन करावे, भगवंत आणि त्यांच्या भक्तांमधील प्रेमाच्या आदानप्रदानाबद्दल श्रवण करावे, सदैव दिव्य *हरे कृष्ण हरे कृष्ण कृष्ण कृष्ण हरे हरे। हरे राम हरे राम राम राम हरे हरे॥* महामंत्राचा जप करावा आणि भगवंत व त्यांच्या भक्तांच्या आविर्भाव अथवा तिरोभाव दिनी उपवास करावा. अशा विधींचे पालन केल्याने मनुष्य सर्व भौतिक कर्मांतून पूर्णपणे अनासक्त होतो. जो या प्रकारे ब्रह्मज्योतीच्या स्तरावर स्थित होतो, तो गुणात्मकदृष्ट्या भगवंतांच्या समानच असतो.

*या प्रकारे भगवद्गीतेच्या 'गुणत्रयविभागयोग' या चौदाव्या अध्यायावरील भक्तिवेदांत भाष्य संपन्न.*

# अध्याय पंधरावा

# पुरुषोत्तम योग

(परमपुरुषाचा योग)

श्रीभगवानुवाच

**ऊर्ध्वमूलमध:शाखमश्वत्थं प्राहुरव्ययम् ।**
**छन्दांसि यस्य पर्णानि यस्तं वेद स वेदवित्॥ १ ॥**

**श्री-भगवान् उवाच**—श्रीभगवान म्हणाले; **ऊर्ध्व-मूलम्**—वर मूळ असलेला; **अध:**—खाली; **शाखम्**—शाखा; **अश्वत्थम्**—वटवृक्ष; **प्राहु:**—म्हटले जाते; **अव्ययम्**—शाश्वत; **छन्दांसि**—वैदिक मंत्र; **यस्य**—ज्याची; **पर्णानि**—पाने; **य:**—जो कोणी; **तम्**—त्याला; **वेद**—जाणतो; **स:**—तो; **वेद-वित्**—वेदांचा जाणता, वेदवित.

**श्रीभगवान म्हणाले, असा एक शाश्वत वटवृक्ष आहे, ज्याचे मूळ वर आहे आणि शाखा खाली आहेत आणि पाने वैदिक मंत्र आहेत. जो या वृक्षाला जाणतो तो वेदांना जाणतो.**

**तात्पर्य:** भक्तियोगाच्या महत्त्वाविषयी विवेचन केल्यानंतर कोणीही प्रश्न विचारील की, "मग वेदांबद्दल काय?" या अध्यायामध्ये सांगण्यात आले आहे की, वेदांचे प्रयोजन म्हणजे श्रीकृष्णांना जाणणे होय. म्हणून भक्तीमध्ये संलग्न झालेला कृष्णभावनाभावित मनुष्य पूर्वीच वेदवेत्ता असतो.

या ठिकाणी भौतिक जगताच्या बंधनाची तुलना ही वटवृक्षाशी करण्यात आली आहे. जो सकाम कर्मी आहे त्याला या वटवृक्षाचा अंतच लागत नाही. तो एका शाखेवरून दुसऱ्या शाखेवर, दुसऱ्यावरून तिसऱ्या असे नेहमी भटकत राहतो. या भौतिक संसाररूपी वृक्षाला अंतच नाही आणि जो या वृक्षात आसक्त आहे त्याला मोक्षप्राप्तीची शक्यताच नाही. वैदिक मंत्र आत्मोन्नती करण्याकरिता आहेत आणि हे मंत्र म्हणजे या वृक्षाची पाने आहेत. या वृक्षाची मूळे उर्ध्वदिशेने वाढतात, कारण या वृक्षाचा प्रारंभ ब्रह्मांडातील सर्वोच्च अशा ब्रह्मलोकापासून होतो. जर मनुष्याला या अविनाशी मोहरूपी वृक्षाचे ज्ञान झाले तर तो या वृक्षातून बाहेर पडू शकतो.

सुटका होण्याची ही पद्धत जाणून घेतली पाहिजे. या भौतिक बंधनातून बाहेर पडण्यासाठी अनेक विधी आहेत. याचे वर्णन पूर्वीच्या अध्यायांमध्ये करण्यात आले आहे आणि तेराव्या अध्यायापर्यंत आपण पाहिले की, भगवद्भक्ती हीच सर्वोत्तम विधी आहे. भक्तीचे मूलभूत तत्त्व

म्हणजे भौतिक कर्मांपासून अनासक्ती आणि दिव्य भगवत्सेवेप्रति आसक्ती होय. या भौतिक जगताशी असणारी आसक्ती भेदण्याची विधी या अध्यायाच्या प्रारंभी सांगण्यात आली आहे. या संसाररूपी वृक्षाची मूळे उर्ध्व दिशेने वाढतात. याचा अर्थ असा आहे की, महत्–तत्त्वापासून या मुळाच्या वाढीला प्रारंभ होतो आणि ब्रह्मांडाच्या सर्वोच्च लोकापासून ते मूळ खाली येते. त्या ठिकाणाहून संपूर्ण ब्रह्मांडाचा विस्तार होतो आणि यामध्ये अनेक शाखारूपी विविध ग्रहमालिकांचा समावेश होतो. वृक्षाची फळे म्हणजे जीवाची धर्म, अर्थ, काम आणि मोक्ष ही कर्मफले होत.

या जगामध्ये जरी फांद्या खाली आणि मुळे वर असलेला वृक्ष आढळत नसला तरी असाही वृक्ष अस्तित्वात असतो. असा वृक्ष जलाशयाच्या तीरावर आढळू शकतो. आपण पाहू शकतो की, तीरावर असलेल्या वृक्षाचे प्रतिबिंब पाण्यात पडलेले असते आणि त्यामध्ये वृक्षाच्या फांद्या खाली तर मूळ वर असल्याचे आढळते. दुसऱ्या शब्दांत सांगावयाचे तर, हा संसाररूपी वृक्ष म्हणजे वैकुंठ जगत्‌रूपी वास्तविक वृक्षाचे केवळ एक प्रतिबिंब आहे. ज्याप्रमाणे वृक्षाचे प्रतिबिंब पाण्यात स्थित असते त्याप्रमाणे आध्यात्मिक वृक्षाचे हे प्रतिबिंब इच्छांमध्ये स्थित असते. प्रतिबिंबित भौतिक प्रकाशात वस्तू स्थित होण्याचे कारण म्हणजे इच्छा आहे. ज्याला या संसारातून बाहेर पडण्याची इच्छा आहे त्याने पृथक्करणात्मक अध्ययनाद्वारे या वृक्षाचे पूर्ण ज्ञान जाणून घेतले पाहिजे. तेव्हाच तो या वृक्षाशी असणारा आपला संबंध छेदू शकतो.

हा वृक्ष म्हणजे खऱ्या वृक्षाचे प्रतिबिंब असल्याकारणाने ती एक हुबेहूब प्रतिकृतीच आहे. प्राकृत जे काही आहे ते सर्व आध्यात्मिक जगतातही आहे. निर्विशेषवादी, निराकार ब्रह्मालाच या भौतिक जगतरूपी वृक्षाचे मूळ मानतात आणि सांख्य तत्त्वज्ञानानुसार मुळापासून प्रकृती आणि पुरुष, त्यानंतर त्रिगुण, पंचमहाभूते आणि दशेंद्रिये, मन इत्यादी निर्माण होतात. या प्रकारे ते संपूर्ण भौतिक जगताचे पृथक्करण चोवीस तत्त्वांमध्ये करतात. जर ब्रह्म हे संपूर्ण सृष्टीचे केंद्रबिंदू असेल तर त्यापासून प्राकृत जगत हे १८० अंशाचे असते आणि उर्वरित १८० अंशाचे आध्यात्मिक जगत असते. भौतिक जगत एक विकृत प्रतिबिंब आहे म्हणून आध्यात्मिक जगतातही या भौतिक जगताप्रमाणेच वैविध्यता असली पाहिजे आणि ती वास्तविक असली पाहिजे. भगवद्‌गीतेमध्ये सांगण्यात आले आहे की, *प्रकृति* ही भगवंतांची बहिरंगा शक्ती आहे आणि *पुरुष* हे स्वत: भगवंत आहेत. व्यक्त सृष्टी ही भौतिक असल्याकारणाने अनित्य आहे. कोणतेही प्रतिबिंब हे असत्य असते, कारण ते कधी दिसते तर कधी दिसत नाही. परंतु ज्या मूळ स्थानापासून प्रतिबिंब निर्माण झाले आहे ते स्थान शाश्वत आहे. वास्तविक वृक्षाचे हे प्राकृत प्रतिबिंब छेदले पाहिजे. जेव्हा मनुष्याला वेदवत्ता म्हटले जाते तेव्हा असे गृहीत धरण्यात आलेले असते की, या भौतिक जगताची आसक्ती कशी छेदावी हे तो जाणतो. जर मनुष्याला आसक्ती भेदण्याची पद्धत माहीत असेल तर तो खऱ्या अर्थाने वेद जाणतो असे म्हणता येईल. जो वैदिक कर्मकांडांकडे आकृष्ट होतो तो या वृक्षाच्या हिरव्यागार पानांमध्ये आकृष्ट झाल्याप्रमाणे आहे. त्याला वेदांचे वास्तविक प्रयोजन ज्ञात नसते. भगवंतांनी स्वत: सांगितल्याप्रमाणे हा प्रतिबिंबित वृक्ष छेदून आध्यात्मिक जगत्‌रूपी वास्तविक वृक्षाची प्राप्ती करणे हे वेदांचे प्रयोजन

आहे.

**अधश्चोर्ध्वं प्रसृतास्तस्य शाखा**
**गुणप्रवृद्धा विषयप्रवालाः ।**
**अधश्च मूलान्यनुसन्ततानि**
**कर्मानुबन्धीनि मनुष्यलोके ॥ २॥**

**अधः**—खाली; **च**—आणि; **ऊर्ध्वम्**—वर; **प्रसृताः**—पसरलेल्या; **तस्य**—त्या वृक्षाच्या; **शाखाः**—शाखा; **गुण**—प्राकृतिक गुणांद्वारे; **प्रवृद्धाः**—वाढलेल्या; **विषय**—इंद्रिय विषय; **प्रवालाः**—डहाळ्या; **अधः**—खाली; **च**—आणि; **मूलानि**—मुळे; **अनुसन्ततानि**—पसरलेल्या; **कर्म**—कर्माला; **अनुबन्धीनि**—बांधलेल्या; **मनुष्य-लोके**—मानवसमाजात.

**या वृक्षाच्या त्रिगुणांनी पोषण केलेल्या शाखा खाली आणि वर पसरलेल्या आहेत. याच्या डहाळ्या म्हणजे इंद्रियविषय आहेत. या वृक्षाची मुळे खालीही पसरलेली आहेत आणि ती मानवसमाजाच्या सकाम कर्मांशी बांधली गेली आहेत.**

**तात्पर्य:** वटवृक्षाचे अधिक विस्तृत वर्णन या श्लोकामध्ये करण्यात आले आहे. या वृक्षाच्या शाखा सर्व दिशेने पसरलेल्या आहेत. खालच्या बाजूला मनुष्य, घोडे, गायी, कुत्री, मांजरे इत्यादी जीवांच्या विविध योनी आहेत. या जीवांच्या अभिव्यक्ती शाखांच्या खालच्या भागाशी आहेत तर वरच्या भागाशी देवता, गंधर्व आणि इतर अनेक उच्च जीवयोनी आहेत. ज्याप्रमाणे झाडाची वाढ पाण्याने होते त्याप्रमाणे या वृक्षाची वाढ त्रिगुणांनी होते. कधी कधी पाण्याच्या अभावामुळे आपल्याला ओसाड जमीन आढळते तर कधी कधी आपल्याला हिरवीगार जमीन आढळते, त्याचप्रमाणे विशिष्ट प्राकृतिक गुण जेथे अधिक प्रमाणात आहेत तेथे त्या प्रमाणात विविध जीवयोनी अभिव्यक्त होतात.

झाडाच्या डहाळ्यांना इंद्रियविषय मानण्यात आले आहे. प्राकृतिक गुणांच्या विकासाद्वारे आपण विविध इंद्रिये विकसित करतो आणि इंद्रियांद्वारे विविध प्रकारच्या इंद्रियविषयांचा उपभोग घेतो. शाखांच्या अग्रभागी कान, नाक, डोळे इत्यादी इंद्रिये आहेत आणि ही इंद्रिये विविध इंद्रियविषयांच्या उपभोगाशी संबंधित आहेत. डहाळ्या म्हणजे शब्द, रूप, स्पर्श इत्यादी इंद्रियविषय आहेत. अंगभूत मुळे म्हणजे राग आणि द्वेष आहेत, जी विविध प्रकारच्या दुःखांची आणि इंद्रियभोगाची उपफले आहेत. पुण्य आणि पापवृत्तीचा या दुय्यम मुळांपासून विकास झाल्याचे मानले जाते आणि ही मुळे सर्व दिशेने पसरलेली असतात. प्रमुख मूळ ब्रह्मलोकापासून तर मानवीय ग्रहमालिकांपासून इतर मुळे विस्तारित होतात. उच्चतर लोकांमध्ये आपल्या विविध पुण्यकर्मफलांचा भोग घेतल्यावर मनुष्य पुन्हा खाली या पृथ्वीवर येतो आणि उच्चलोकांच्या पुनःप्राप्तीकरिता पूजा, सकाम कर्मे इत्यादी करतो. या मनुष्यलोकाला कार्यक्षेत्र मानले जाते.

**न रूपमस्येह तथोपलभ्यते**
**नान्तो न चादिर्न च सम्प्रतिष्ठा ।**

**अश्वत्थमेनं सुविरूढमूल-**
**मसङ्गशस्त्रेण दृढेन छित्त्वा ॥ ३॥**
**ततः पदं तत्परिमार्गितव्यं**
**यस्मिन्गता न निवर्तन्ति भूयः ।**
**तमेव चाद्यं पुरुषं प्रपद्ये**
**यतः प्रवृत्तिः प्रसृता पुराणी ॥ ४॥**

**न**— नाही; **रूपम्**—रूप; **अस्य**—या वृक्षाचे; **इह**—या जगतामध्ये; **तथा**—सुद्धा; **उपलभ्यते**—अनुभवास येऊ शकते; **न**—कधीही नाही; **अन्तः**—अंत; **न**—कधीही नाही; **च**—सुद्धा; **आदिः**—आदी; **न**—कधीही नाही; **च**—सुद्धा; **सम्प्रतिष्ठा**—आधार; **अश्वत्थम्**—वटवृक्ष; **एनम्**—हे; **सु-विरूढ**—अत्यंत दृढपणे; **मूलम्**—मुळे; **असङ्ग-शस्त्रेण**—अनासक्तीरूपी शस्त्राने; **दृढेन**—दृढपणे; **छित्त्वा**—छेदून; **ततः**—त्यानंतर; **पदम्**—स्थिती; **तत्**—ती; **परिमार्गितव्यम्**—शोधून काढले पाहिजे; **यस्मिन्**—जेथे; **गताः**—जाऊन; **न**—कधीही नाही; **निवर्तन्ति**—ते परत येतात; **भूयः**—पुन्हा; **तम्**—त्याला; **एव**—निश्चितपणे; **च**—सुद्धा; **आद्यम्**—आद्य; **पुरुषम्**—पुरुषोत्तम भगवान; **प्रपद्ये**—शरण; **यतः**—ज्यांच्याकडून; **प्रवृत्तिः**—प्रवृत्ती किंवा प्रारंभ; **प्रसृता**—विस्तृत; **पुराणी**—अत्यंत पुरातन.

**या वृक्षाचे वास्तविक रूप या जगतात अनुभवता येत नाही. याचा आदी, अंत, आधार कोणीही जाणू शकत नाही. परंतु मनुष्याने खोलवर मुळे गेलेल्या या वृक्षाला निश्चयाने अनासक्तीरूपी शस्त्राद्वारे छेदून टाकले पाहिजे. त्यानंतर मनुष्याने असे स्थान शोधावे की, ज्या ठिकाणी गेल्यावर पुन्हा परतावे लागत नाही. ज्या परम पुरुषाकडून अनादी काळापासून सर्व गोष्टींचा प्रारंभ आणि विस्तार झाला आहे त्या परमपुरुषाला त्या ठिकाणी शरण गेले पाहिजे.**

**तात्पर्य:** या ठिकाणी स्पष्टपणे सांगण्यात आले आहे की, प्राकृत जगतात या वटवृक्षाचे वास्तविक रूप जाणणे शक्य नाही. या वृक्षाची मुळे वर असल्याने वास्तविक वृक्षाचा विस्तार दुसऱ्या टोकाला आहे. वृक्षाच्या भौतिक विस्तारामध्ये बद्ध झाल्याने मनुष्य, वृक्षाचा विस्तार कुठपर्यंत झाला आहे हे जाणू शकत नाही किंवा त्या वृक्षाचा आदी कुठे आहे हे देखील जाणू शकत नाही. तरी मनुष्याने वृक्षाचे कारण शोधले पाहिजे. ''मी माझ्या पित्याचा पुत्र आहे, माझे पिता अमुक अमुक पित्याचे पुत्र आहेत.'' अशा रीतीने शोध केल्यावर मनुष्य, गर्भोदकशायी विष्णूंच्या नाभीकमलातून उत्पन्न झालेल्या ब्रह्मदेवांप्रत येऊन पोहोचतो. शेवटी या प्रकारे मनुष्य पुरुषोत्तम भगवंतांप्रत येऊन पोहोचतो तेव्हा त्याचे शोधकार्य समाप्त होते. भगवत्ज्ञानी व्यक्तींच्या सत्संगाद्वारे मनुष्याने या वृक्षाचे आदी, पुरुषोत्तम भगवान यांचा शोध घेतला पाहिजे. हे जाणल्यावर तो, वास्तवतेच्या या मिथ्या प्रतिबिंबापासून हळूहळू अनासक्त होतो आणि ज्ञानाद्वारे वृक्षाशी असणारा संबंध छेदून वास्तविक वृक्षामध्ये स्थित होऊ शकतो.

या संदर्भातील *असङ्ग* शब्द अत्यंत महत्त्वपूर्ण आहे, कारण इंद्रियभोग करण्याची आणि भौतिक प्रकृतीवर स्वामित्व गाजविण्याची आसक्ती फार प्रबळ असते. म्हणून मनुष्याने प्रमाणित शास्त्रांच्या आधारावर आध्यात्मिक विज्ञानाच्या चर्चेद्वारे अनासक्ती शिकली पाहिजे आणि जे वस्तुतः ज्ञानी आहेत त्यांच्याकडून श्रवण केले पाहिजे. भक्तांच्या सत्संगामध्ये याप्रमाणे चर्चा केल्याचे फळ म्हणजे मनुष्य भगवंतांप्रत येऊन पोहोचतो. नंतर मनुष्याने सर्वप्रथम करण्याची गोष्ट म्हणजे भगवंतांना शरण जाणे होय. ज्या स्थानाची प्राप्ती केली असता या मिथ्या प्रतिबिंबित वृक्षावर पुन्हा कधीही परतावे लागत नाही त्या स्थानाचे भगवान श्रीकृष्ण हे आदिमूळ आहेत आणि त्यांच्यापासूनच सर्व गोष्टींचा उद्‌गम झाला आहे. त्यांची कृपा प्राप्त करण्यासाठी मनुष्याने त्यांना केवळ शरण गेले पाहिजे. हेच श्रवण, कीर्तनादी नवविधा भक्तीचे फळ आहे. या भौतिक जगताच्या विस्ताराचे श्रीकृष्ण हे मूळ कारण आहेत. याबद्दल स्वतः भगवंतांनी सांगितले आहे की, *अहम् सर्वस्य प्रभवः*—मीच सर्व गोष्टींचे उगमस्थान आहे. म्हणून या भौतिक जीवनरूपी दृढ वटवृक्षाच्या बंधनातून बाहेर पडण्यासाठी मनुष्याने श्रीकृष्णांना शरण गेले पाहिजे. त्यांना शरण गेल्यावर आपोआपच तो सांसारिक विस्तारापासून विरक्त होतो.

**निर्मानमोहा जितसङ्गदोषा**
**अध्यात्मनित्या विनिवृत्तकामाः ।**
**द्वन्द्वैर्विमुक्ताः सुखदुःखसंज्ञै-**
**र्गच्छन्त्यमूढाः पदमव्ययं तत् ॥ ५॥**

**निः**—रहित; **मान**—खोटी प्रतिष्ठा; **मोहाः**—आणि मोह; **जित**—जिंकून; **सङ्ग**—संगाचा; **दोषाः**—दोष; **अध्यात्म**—आध्यात्मिक ज्ञानामध्ये; **नित्याः**—नित्यत्वामध्ये; **विनिवृत्त**—अलग झालेले; **कामाः**—कामापासून; **द्वन्द्वैः**—द्वंद्वापासून; **विमुक्ताः**—मुक्त झालेला; **सुख-दुःख**—सुख आणि दुःख; **संज्ञैः**—नामक; **गच्छन्ति**—प्राप्त होतो; **अमूढाः**—मोहरहित; **पदम्**—स्थिती; **अव्ययम्**—शाश्वत; **तत्**—त्या.

**जे खोटी प्रतिष्ठा, मोह आणि असत् संगापासून मुक्त आहेत, जे नित्यत्व जाणतात, भौतिक वासनेतून मुक्त झाले आहेत तसेच सुखदुःखांच्या द्वंद्वापासून मुक्त झाले आहेत आणि मोहरहित होऊन परमपुरुषाला शरण कसे जावे हे जाणतात, त्यांना त्या शाश्वत धामाची प्राप्ती होते.**

**तात्पर्यः** शरण जाण्याच्या विधीचे सुंदर वर्णन या श्लोकामध्ये करण्यात आले आहे. यातील सर्वप्रथम पात्रता म्हणजे मनुष्याने अहंकाराने मोहित होऊ नये. स्वतःला भौतिक प्रकृतीचा स्वामी समजून मिथ्या अहंकाराने उन्मत्त झाल्यामुळे, भगवंतांना शरण जाणे त्याच्यासाठी कठीण असते. वास्तविक ज्ञानाच्या अनुशीलनाने त्याने जाणले पाहिजे की, प्रकृतीचे स्वामी आपण नसून भगवंत हेच प्रकृतीचे स्वामी आहेत. अहंकारापासून उत्पन्न होणाऱ्या मोहातून मुक्त झाल्यावरच तो भगवंतांना शरण जाण्यास प्रारंभ करतो. या जगामध्ये ज्याला मानसन्मानाची

अपेक्षा आहे तो भगवंतांना शरण जाणे शक्य नाही. मोहामुळे अहंकार निर्माण होतो, कारण मनुष्य येथे जरी येतो, काही काळासाठी राहतो आणि नंतर निघून जातो तरी मूर्खपणामुळे त्याला वाटते की, आपणच या जगताचे प्रभू आहोत. अशा रीतीने तो परिस्थिती अधिकच जटिल बनवितो आणि सदैव कष्टीच राहतो. संपूर्ण जग याच समजुतीने चालले आहे. भूमी ही मानवसमाजाचीच असल्याचे लोक मानतात आणि स्वत:च मालक असल्याच्या भ्रामक कल्पनेमुळे त्यांनी भूमीचे विभाजन केले आहे. मनुष्याने, मानवसमाजच या जगताचा प्रभू आहे या भ्रामक कल्पनेच्या अतीत गेले पाहिजे. जेव्हा मनुष्य अशा भ्रामक कल्पनेतून मुक्त होतो तेव्हा तो समाज आणि राष्ट्र इत्यादींवरील आसक्तीमुळे उत्पन्न होणाऱ्या कुसंगापासून मुक्त होतो. या कुसंगामुळेच तो या भौतिक जगतात बद्ध होतो. या संगदोषाचा त्याग केल्यावर त्याने आध्यात्मिक ज्ञानाचा विकास केला पाहिजे. वास्तविकपणे आपल्या मालकीचे काय आहे आणि काय नाही हे त्याने ज्ञानाच्या अनुशीलनाद्वारे जाणून घेतले पाहिजे. अशा रीतीने जेव्हा मनुष्याला यथार्थ वस्तुस्थितीचे ज्ञान होते तेव्हा तो सुख आणि दु:ख, आनंद-विषाद इत्यादी सर्व द्वंद्वांतून मुक्त होतो. तो पूर्णपणे ज्ञानमय होतो आणि नंतर भगवंतांना शरण जाण्यास समर्थ होतो.

**न तद्भासयते सूर्यो न शशाङ्को न पावकः ।**
**यद्गत्वा न निवर्तन्ते तद्धाम परमं मम ॥ ६ ॥**

**न**—नाही; **तत्**—त्या; **भासयते**—प्रकाशित करतो; **सूर्यः**—सूर्य; **न**—नाही; **शशाङ्कः**—चंद्र; **न**—नाही; **पावकः**—अग्नी, वीज; **यत्**—जेथे; **गत्वा**—गेल्याने; **न**—कधीही नाही; **निवर्तन्ते**—परतून येतात; **तत् धाम**—ते धाम; **परमम्**—परम; **मम**—माझे.

**त्या माझ्या परमधामाला सूर्य, चंद्र तसेच अग्नी किंवा वीज प्रकाशित करीत नाही. जे त्या धामाला पोहोचतात ते पुन्हा या भौतिक जगतात परत येत नाहीत.**

**तात्पर्यः** भगवान श्रीकृष्णांचे धाम, आध्यात्मिक जगत जे कृष्णलोक, गोलोक वृंदावन म्हणून जाणले जाते त्याचे वर्णन या श्लोकामध्ये करण्यात आले आहे. वैकुंठलोकामध्ये सूर्यप्रकाश, चंद्रप्रकाश, अग्नी किंवा वीज यांची मुळीच आवश्यकता नाही, कारण तेथील सर्व ग्रहलोक स्वयंप्रकाशित आहेत. या साऱ्या विश्वामध्ये केवळ एक सूर्य स्वयंप्रकाशित आहे. परंतु आध्यात्मिक विश्वातील सर्वच ग्रहलोक स्वयंप्रकाशित आहेत. त्या सर्व ग्रहांच्या देदीप्यमान प्रकाशालाच *ब्रह्मज्योती* म्हणतात. वस्तुत: हे देदीप्यमान तेज कृष्णलोक, गोलोक वृंदावनातून प्रसारित होते. या झळझळीत तेजाचा काही भाग महत्तत्त्व, भौतिक जगताने व्यापलेला आहे. याव्यतिरिक्त या प्रकाशमय विश्वाचा अधिकांश भाग, वैकुंठलोक नामक, असंख्य आध्यात्मिक ग्रहलोकांनी व्यापलेला आहे आणि या ग्रहलोकांमध्ये गोलोक वृंदावन प्रमुख आहे.

जोपर्यंत जीव या अंधकारमय भौतिक जगतात असतो तोपर्यंत तो बद्धावस्थेत असतो; परंतु जेव्हा तो या भौतिक जगतरूपी विकृत प्रतिबिंबित वृक्षाला छेदून आध्यात्मिक विश्वात प्रविष्ट होतो तेव्हा तो मुक्त होतो. नंतर तो पुन्हा या प्राकृत जगात परत येण्याची शक्यताच राहात नाही. बद्धावस्थेमध्ये जीव स्वत:ला भौतिक प्रकृतीचा स्वामी समजत असतो; परंतु

मुक्तावस्थेमध्ये तो आध्यात्मिक जगतात प्रविष्ट होऊन भगवंतांचा पार्षद बनतो व त्या ठिकाणी सच्चिदानंदमयी जीवनाचा उपभोग घेतो.

वैकुंठ जगताबद्दलच्या माहितीमुळे मनुष्याने मुग्ध झाले पाहिजे. त्याने या सत्यतेच्या विकृत आणि मिथ्या प्रतिबिंबातून सुटका करवून ते शाश्वत जगत प्राप्त करण्याची दृढ इच्छा केली पाहिजे. ज्याची या भौतिक जगतावर अत्यधिक आसक्ती आहे त्याला ही आसक्ती तोडणे अत्यंत कठीण आहे; परंतु जर त्याने कृष्णभावनेचा स्वीकार केला तर तो हळूहळू निरासक्त होण्याचा संभव असतो. यासाठी कृष्णभावनाभावित भक्तांशी सत्संग करणे आवश्यक आहे. त्याने कृष्णभावनेला समर्पित झालेल्या संघाचा शोध करावा आणि भक्तिपूर्ण सेवा कशी करावी याचे शिक्षण घ्यावे. या प्रकारे मनुष्य, भौतिक जगाविषयीची आसक्ती भेदणे शक्य आहे. केवळ भगवी वस्त्रे परिधान करून प्राकृत जगताच्या आकर्षणातून कोणी मुक्त होऊ शकत नाही. त्याने भगवद्‌भक्तीमध्ये आसक्त झाले पाहिजे. म्हणून बाराव्या अध्यायात वर्णिल्याप्रमाणे भक्तियोग हाच वास्तविक वृक्षाच्या असत् प्रतिबिंबापासून मुक्त होण्याचा एकमेव मार्ग आहे. या गोष्टीचा मनुष्याने गांभीर्याने विचार केला पाहिजे. चौदाव्या अध्यायात सांगण्यात आले आहे की, भक्तियोग हीच केवळ एकमेव शुद्ध आणि दिव्य विधी आहे आणि इतर सर्व प्रकारच्या विधी भौतिक प्रकृतीद्वारे प्रदूषित झाल्या आहेत.

या श्लोकातील *परमं मम* हा शब्द अत्यंत महत्त्वपूर्ण आहे. वस्तुतः जगातील प्रत्येक कानाकोपरा सुद्धा भगवंतांच्याच मालकीचा आहे; परंतु आध्यात्मिक जगत हे परमम् अर्थात, षड्ैश्वर्यपूर्ण आहे. कठोपनिषदातही (२.२.१५) सांगण्यात आले आहे की, वैकुंठ लोकात सूर्यप्रकाश, चंद्रप्रकाश किंवा नक्षत्रांची मुळीच आवश्यकता नाही (*न तत्र सूर्यो भाति न चंद्रतारकम्*). कारण संपूर्ण वैकुंठजगत हे भगवंतांच्या अंतरंगा शक्तीद्वारे प्रकाशित झाले आहे. त्या परमधामाची प्राप्ती केवळ भगवंतांना शरण जाण्यानेच होऊ शकते, इतर कोणत्याही मार्गाने नाही.

**ममैवांशो जीवलोके जीवभूतः सनातनः ।**
**मनःषष्ठानीन्द्रियाणि प्रकृतिस्थानि कर्षति ॥ ७॥**

**मम**—माझे; **एव**—निश्चितपणे; **अंशः**—अंश; **जीव-लोके**—बद्ध जगात; **जीव-भूतः**—बद्ध जीव; **सनातनः**—सनातन, शाश्वत; **मनः**—मनासहित; **षष्ठानि**—सहा; **इन्द्रियाणि**—इंद्रिये; **प्रकृति**—भौतिक प्रकृतीमध्ये; **स्थानि**—स्थित; **कर्षति**—संघर्ष करीत आहे.

**बद्ध जगातील जीव हे माझे सनातन अंश आहेत. बद्ध जीवनामुळे ते मनासहित सहा इंद्रियांशी कठीण संघर्ष करीत आहेत.**

**तात्पर्यः** या श्लोकात जीवाचे स्वरूप स्पष्टपणे सांगण्यात आले आहे. जीव हे भगवंतांचे सनातन अंश आहेत. असे नाही की, बद्धावस्थेमध्ये जीव व्यक्तित्व धारण करतो आणि मुक्त झाल्यावर तो भगवंतांशी एकरूप होतो. जीव हे सनातन काळासाठी अंशच आहेत. या श्लोकामध्ये स्पष्टपणे म्हटले आहे की, *सनातनः* वैदिक प्रमाणांनुसार, भगवंत स्वतःचा विस्तार असंख्य

रूपांमध्ये करतात आणि यांपैकी प्रमुख विस्तारित रूपांना विष्णुतत्त्व म्हटले जाते, तर दुय्यम किंवा गौण विस्तारांना जीवतत्त्व म्हटले जाते. दुसऱ्या शब्दांत सांगावयाचे तर, विष्णुतत्त्व म्हणजे त्यांचे स्वांश तर जीव म्हणजे विभिन्नांश आहेत. भगवंत स्वत:च्या वैयक्तिक विस्ताराद्वारे भगवान राम, नृसिंहदेव, विष्णुमूर्ती आणि वैकुंठलोकातील इतर सर्व अधिष्ठाता मूर्तींच्या रूपात प्रकट होतात. त्याचे विभिन्नांश जीव हे त्यांचे सनातन सेवकच असतात. भगवंतांचे स्वांश अर्थात, त्यांची प्रधान रूपे नित्य अस्तित्वात असतात. त्याचप्रमाणे त्याचे विभिन्नांश असणाऱ्या जीवांनाही व्यक्तित्व असते. जीव हे भगवंतांचे अंश असल्याकारणाने त्यांच्यामध्ये भगवंतांचे गुणही अंशरूपाने असतात. या गुणांपैकी स्वातंत्र्य हा एक गुण आहे. प्रत्येक जीवात्म्याला स्वत:चे वैयक्तिक स्वरूप आणि आंशिक स्वातंत्र्य आहे. या स्वातंत्र्याचा दुरुपयोग केल्याने जीव बद्ध होतो आणि स्वातंत्र्याचा योग्य उपयोग केल्याने तो सदैव मुक्त राहतो. या दोहोंपैकी कोणत्याही स्थितीत तो भगवंतांप्रमाणेच गुणात्मकदृष्ट्या सनातन आहे. मुक्तावस्थेमध्ये तो या भौतिक बद्ध जीवनातून मुक्त असतो आणि भगवंतांच्या दिव्य सेवेमध्ये संलग्न झालेला असतो; बद्ध जीवनामध्ये त्याच्यावर त्रिगुणांचे वर्चस्व असते आणि यामुळे त्याला दिव्य प्रेममयी भगवत्सेवेचे विस्मरण झालेले असते. परिणामी, या भौतिक जगतामध्ये आपले अस्तित्व राखण्यासाठी त्याला अत्यंत कठीण संघर्ष करावा लागतो.

मांजर-कुत्री, मनुष्य-प्राणी इत्यादी जीवच नव्हे तर या प्राकृत जगताचे ब्रह्मदेव, भगवान शंकर आणि विष्णू इत्यादी महान नियंत्रकही भगवंतांचे अंश आहेत. ते सर्व अनित्य नसून शाश्वत आहेत. या श्लोकातील *कर्षति* (संघर्ष करणे) हा शब्द अत्यंत महत्त्वपूर्ण आहे. बद्ध जीव हा जणू काही लोखंडाच्या साखळ्यांनी बांधला गेला आहे. तो मिथ्या अहंकाराने बांधला गेला आहे आणि मन त्याला संसारात संघर्ष करण्यास भाग पाडण्यास प्रमुख कारण आहे. जेव्हा त्याचे मन सत्त्वगुणामध्ये स्थित असते तेव्हा त्याचे कर्म लाभप्रद असते, रजोगुणामध्ये स्थित असते तेव्हा त्याचे कर्म कष्टप्रद असते आणि तमोगुणामध्ये असते तेव्हा तो शूद्र जीवयोनीत भ्रमण करीत असतो. तरीही या श्लोकावरून स्पष्टच आहे की, बद्ध जीवावर, मन व इंद्रियांसहित भौतिक शरीराचे आच्छादन आहे आणि जीव मुक्त झाल्यावर हे भौतिक आच्छादन नष्ट होते. परंतु त्याच वेळी त्याचा आध्यात्मिक देह त्याच्या मूळ स्वरूपात व्यक्त होतो. *माध्यान्दिनायन श्रुति* मध्ये पुढील माहिती आढळते. *स वा एष ब्रह्मनिष्ठ इदं शरीरं मर्त्यमतिसृज्य ब्रह्माभिसम्पद्य ब्रह्मणा पश्यति ब्रह्मणा शृणोति ब्रह्मणैवेदं सर्वमनुभवति.* अर्थात, जेव्हा जीव या प्राकृत देहाचा त्याग करून वैकुंठलोकात प्रवेश करतो तेव्हा त्याला त्याचे आध्यात्मिक शरीर प्राप्त होते. आपल्या आध्यात्मिक शरीराद्वारे तो भगवंतांना समोरासमोर पाहू शकतो. तो भगवंतांशी प्रत्यक्षपणे बोलू शकतो, ऐकू शकतो आणि त्यांना तत्त्वत: जाणू शकतो. 'स्मृती' वरूनही असे कळून येते की, *वसन्ति यत्र पुरुषा: सर्वे वैकुण्ठ-मूर्तय:*—वैकुंठ लोकामध्ये जीव हा भगवंतांच्या दिव्य शरीरासारख्याच शरीरामध्ये वास करतो. शारीरिक रचनेचा विचार केल्यास, भगवंतांचे विभिन्नांश असणाऱ्या जीवांमध्ये आणि विष्णुमूर्तींच्या विस्तारांमध्ये मुळीच भेद नसतो. दुसऱ्या शब्दांत सांगावयाचे तर, भगवंतांच्या कृपेमुळे जीवाला मुक्तीनंतर आध्यात्मिक देहाची प्राप्ती होते.

*ममैवांश:* हे शब्द सुद्धा महत्त्वपूर्ण आहेत. भगवंतांचे अंश हे काही एखाद्या भौतिक वस्तूच्या तुटून पडलेल्या तुकड्याप्रमाणे नाहीत. आपण यापूर्वीच दुसऱ्या अध्यायात जाणले आहे की, आत्म्याचे तुकडे करता येत नाहीत. या अंशाला भौतिकदृष्ट्या जाणता येत नाही. जड पदार्थाचे तुकडे करून ते पुन्हा ज्याप्रमाणे जोडतात त्याप्रमाणे हा अंश नाही. ही संकल्पना या ठिकाणी लागू होत नाही, कारण श्लोकामध्ये *सनातन:* हा शब्द योजिलेला आहे. हा अंश शाश्वत आहे. दुसऱ्या अध्यायाच्या प्रारंभी असेही सांगण्यात आले आहे की, प्रत्येक देहामध्ये भगवंतांचा अंश उपस्थित आहे (*देहिनोऽस्मिन्यथा देहे*). जेव्हा हा अंश शारीरिक बंधनातून मुक्त होतो तेव्हा तो आध्यात्मिक विश्वातील एखाद्या वैकुंठ- लोकामध्ये आपले मूळ आध्यात्मिक शरीर प्राप्त करतो आणि भगवंतांच्या सान्निध्याचा उपभोग घेतो. तथापि, या श्लोकावरून जाणले पाहिजे की, ज्याप्रमाणे सोन्याचे कण हे देखील सोनेच असते त्याचप्रमाणे जीव हे भगवंतांचे अंश असल्याकारणाने गुणात्मकदृष्ट्या भगवंतांसमानच आहेत.

**शरीरं यदवाप्नोति यच्चाप्युत्क्रामतीश्वरः ।**
**गृहीत्वैतानि संयाति वायुर्गन्धानिवाशयात् ॥ ८ ॥**

**शरीरम्**—शरीर; **यत्**—ज्या; **अवाप्नोति**—प्राप्त करतो; **यत्**—ज्याप्रमाणे; **च** —आणि; **अपि**—सुद्धा; **उत्क्रामति**—त्याग करतो; **ईश्वरः**—देहाचा स्वामी; **गृहीत्वा**—घेऊन, ग्रहण करून; **एतानि**—ही सर्व; **संयाति**—जातो; **वायुः**—वायू; **गन्धान्**—गंध; **इव**—प्रमाणे; **आशयात्**—उगमापासून.

**ज्याप्रमाणे वायू आपल्याबरोबर गंध घेऊन जातो, त्याचप्रमाणे भौतिक जगतातील जीव आपल्याबरोबर जीवनातील विविध संकल्पना एका देहातून दुसऱ्या देहात घेऊन जातो. अशा रीतीने, तो एक प्रकारचा देह धारण करतो आणि पुन्हा दुसरे शरीर धारण करण्याकरिता पहिल्या देहाचा त्याग करतो.**

**तात्पर्य:** या श्लोकामध्ये जीवाचे वर्णन *ईश्वर* अर्थात, देहाचा स्वामी असे करण्यात आले आहे. त्याला वाटल्यास तो आपला देह बदलून उच्चतर योनी अथवा कनिष्ठ योनीही प्राप्त करू शकतो. त्याला सदैव आंशिक स्वातंत्र्य हे असतेच. कोणत्या प्रकारचे देहांतर करावे हे त्याच्यावर अवलंबून असते. मृत्यूसमयी त्याने ज्या प्रकारची भावना निर्माण केली आहे, त्या भावनेनुसार त्याला पुढील देह प्राप्त होतो. जर त्याची कुत्र्यामांजरांप्रमाणे भावना असेल तर त्याला निश्चितच कुत्र्याचे किंवा मांजराचे शरीर प्राप्त होते आणि जर त्याने आपली चेतना दैवी गुणांवर केंद्रित केली असेल तर त्याला देवतेचे रूप प्राप्त होते आणि जर तो कृष्णभावनाभावित असेल तर त्याला आध्यात्मिक जगतातील कृष्णलोकाची प्राप्ती होते आणि त्या ठिकाणी तो श्रीकृष्णांच्या सान्निध्यात वास करतो. शरीराच्या विनाशानंतर सर्व काही नष्ट होते हा दावा खोटा आहे. जीवात्मा एका देहातून दुसऱ्या देहामध्ये देहांतर करीत असतो आणि त्याचे वर्तमान शरीर व वर्तमान कर्मे ही त्याच्या पुढील शरीराची पार्श्वभूमी असते. मनुष्याला त्याच्या कर्मांनुसार विविध प्रकारचे शरीर प्राप्त होते आणि कालांतराने त्याला ते शरीर सोडावे लागते. या ठिकाणी सांगण्यात आले आहे की, सूक्ष्म शरीर हे पुढील शरीराच्या संकल्पना बरोबर घेऊन जाते आणि पुढील

जन्मी त्या शरीराचा विकास करते. हा देहांतराचा क्रम आणि देहबद्ध असताना केलेला संघर्ष म्हणजेच *कर्षति* होय.

**श्रोत्रं चक्षुः स्पर्शनं च रसनं घ्राणमेव च।**
**अधिष्ठाय मनश्चायं विषयानुपसेवते ॥ ९॥**

**श्रोत्रम्**—कान; **चक्षुः**—नेत्र; **स्पर्शनम्**—स्पर्श; **च**—सुद्धा; **रसनम्**—जिह्वा; **घ्राणम्**—घ्राणशक्ती; **एव**—सुद्धा; **च**—आणि; **अधिष्ठाय**—स्थित होऊन; **मनः**—मन; **च**—सुद्धा; **अयम्**—हा; **विषयान्**—इंद्रियविषय; **उपसेवते**—भोग घेतो.

**अशा प्रकारे जीव दुसरे स्थूल शरीर धारण करून मनाशी केंद्रित झालेली कान, नेत्र, जिह्वा, नाक आणि स्पर्श इत्यादी विशिष्ट प्रकारची इंद्रिये प्राप्त करतो. अशा रीतीने तो एका विशिष्ट प्रकारच्या इंद्रियविषय समूहाचा उपभोग घेतो.**

**तात्पर्य:** हेच दुसऱ्या शब्दांत सांगावयाचे तर, जीवाने आपली भावना, कुत्र्यामांजरांच्या गुणांनी अशुद्ध केली तर त्याला पुढील जन्मामध्ये कुत्र्या-मांजराच्या शरीराचा उपभोग घ्यावा लागतो. चेतना ही मूलतः पाण्याप्रमाणे शुद्ध आहे. परंतु जर आपण पाण्यामध्ये विशिष्ट प्रकारचा रंग मिसळला तर पाण्यात बदल होतो. त्याचप्रमाणे चेतनाही शुद्धच असते, कारण आत्मा हा शुद्ध असतो. परंतु भौतिक गुणांच्या संगानुसार चेतनेतही बदल होतो. वास्तविक भावना ही केवळ कृष्णभावनाच असते. म्हणून मनुष्य जेव्हा कृष्णभावनेमध्ये स्थित होतो तेव्हा त्याचे जीवन विशुद्ध बनते. तथापि, जर त्याची चेतना कोणत्या तरी भौतिक मनोवृत्तीने प्रदूषित झाली तर त्याला पुढील जन्मी त्या मनोवृत्तीनुसार देह प्राप्त होतो. त्याला पुन्हा मनुष्याचेच शरीर मिळेल असे नाही; कुत्रा, मांजर, डुक्कर, देवता किंवा चौऱ्यांशी लाख योनींपैकी इतर कोणतीही योनी प्राप्त होऊ शकते.

**उत्क्रामन्तं स्थितं वाऽपि भुञ्जानं वा गुणान्वितम्।**
**विमूढा नानुपश्यन्ति पश्यन्ति ज्ञानचक्षुषः॥ १०॥**

**उत्क्रामन्तम्**—शरीराचा त्याग करताना; **स्थितम्**—शरीरामध्ये स्थित असताना; **वा अपि**—अथवा; **भुञ्जानम्**—उपभोग घेताना; **वा**—अथवा; **गुण-अन्वितम्**—प्राकृतिक गुणांच्या प्रभावाखाली; **विमूढाः**—मूर्ख व्यक्ती; **न**—कधीही नाही; **अनुपश्यन्ति**—पाहू शकतात; **पश्यन्ति**—पाहू शकतात; **ज्ञान-चक्षुषः**—ज्ञानरूपी नेत्र असलेले.

**जीव आपल्या देहाचा त्याग कसा करतो, तसेच प्राकृतिक गुणांच्या प्रभावामुळे तो कोणत्या प्रकारच्या देहाचा उपभोग घेतो हे मूर्ख लोक जाणू शकत नाहीत; परंतु ज्याला ज्ञानचक्षू आहेत तो हे सर्व पाहू शकतो.**

**तात्पर्य:** *ज्ञान-चक्षुषः* हा शब्द अत्यंत महत्त्वपूर्ण आहे. जीव आपल्या वर्तमान देहाचा त्याग कसा करतो, पुढील जन्मी त्याला कोणत्या प्रकारचा देह प्राप्त होणार आहे किंवा तो विशिष्ट प्रकारच्या

देहातच का वास करीत आहे, हे सर्व काही ज्ञानावाचून मनुष्य जाणू शकत नाही. आध्यात्मिक गुरूकडून भगवद्गीता व तत्सम शास्त्रांचे विपुल ज्ञान प्राप्त केल्याने तो हे सर्व जाणू शकतो. ज्याला या सर्व गोष्टी यथार्थ रूपामध्ये जाणण्याचे प्रशिक्षण मिळाले आहे तो भाग्यवान आहे. प्रत्येक जीव विशिष्ट परिस्थितीमध्ये आपल्या देहाचा त्याग करीत आहे, विशिष्ट स्थितीमध्ये तो राहात आहे आणि प्राकृतिक गुणांच्या वर्चस्वाखाली विशिष्ट परिस्थितीमध्ये राहून उपभोग घेत आहे. परिणामी इंद्रियतृप्तीच्या भ्रमाखाली तो विविध प्रकारची सुख-दुःखे भोगीत आहे. ज्यांना काम आणि वासनांनी सदैव मूर्ख बनविलेले आहे, ते आपले देहांतर आणि आपले विशिष्ट प्रकारच्या देहातील वास्तव्य जाणण्यात असमर्थ असतात. त्यांना या गोष्टींचे मुळीच आकलन होत नाही. तरीही ज्यांनी आध्यात्मिक ज्ञानाचा विकास केला आहे ते पाहू शकतात की, आत्मा हा देहापासून भिन्न आहे आणि तो देहांतर करीत विविध प्रकारे उपभोग घेत आहे. बद्ध जीव या संसारामध्ये कसे दुःख भोगीत आहेत ते असा ज्ञानी मनुष्य जाणू शकतो. म्हणून ज्यांनी कृष्णभावनेमध्ये अत्यंत उन्नती केली आहे ते या ज्ञानाचा सामान्य लोकांमध्ये प्रचार करण्यासाठी आपल्या प्रयत्नांची पराकाष्ठा करतात, कारण सामान्य लोकांचे जीवन हे अतिशय कष्टप्रद असते. त्यांनी या बद्धावस्थेतून मुक्त होऊन कृष्णभावनाभावित झाले पाहिजे आणि आध्यात्मिक जगताची प्राप्ती केली पाहिजे.

**यतन्तो योगिनश्चैनं पश्यन्त्यात्मन्यवस्थितम्।**
**यतन्तोऽप्यकृतात्मानो नैनं पश्यन्त्यचेतसः ॥ ११ ॥**

**यतन्तः**—प्रयत्न करताना; **योगिनः**—योगिजन; **च**—सुद्धा; **एनम्**—हे; **पश्यन्ति**—पाहू शकतात; **आत्मनि**—स्वतःमध्ये; **अवस्थितम्**—स्थित; **यतन्तः**—प्रयत्न करताना; **अपि**—जरी; **अकृत-आत्मानः**—आत्मसाक्षात्काररहित; **न**—नाही; **एनम्**—हे; **पश्यन्ति**—पाहू शकतात; **अचेतसः**—अविकसित मन असल्यामुळे.

**प्रयत्न करणारे आत्मसाक्षात्कारी योगिजन हे सर्व स्पष्टपणे पाहू शकतात; परंतु ज्यांचे मन अविकसित आहे आणि ज्यांना आत्मसाक्षात्कार झालेला नाही ते प्रयत्न करूनही काय घडत आहे हे जाणू शकत नाहीत.**

**तात्पर्य:** आत्म-साक्षात्काराच्या पथावर अनेक योगिजन आहेत; परंतु जे आत्मसाक्षात्कारी नाहीत, ते जीवाच्या देहामध्ये बदल कसे होत असतात हे पाहू शकत नाहीत. या संदर्भात *योगिनः* हा शब्द अत्यंत महत्त्वपूर्ण आहे. सद्यस्थितीत अनेक तथाकथित योगी आणि योग्यांच्या संस्था आहेत; परंतु आत्मसाक्षात्काराच्या बाबतीत ते वस्तुतः अंधच आहेत. त्यांना केवळ कसल्या तरी शारीरिक कसरतीचा छंद आहे, जर शरीर सुदृढ आणि निरोगी बनले तर त्यातच ते समाधानी असतात. या व्यतिरिक्त त्यांना इतर ज्ञान नसते. अशा तथाकथित योगिजनांना *यतन्तोऽप्यकृतात्मानः* असे संबोधले जाते. ते जरी तथाकथित योगपद्धतीचा अभ्यास करीत असले तरी ते काही आत्मसाक्षात्कारी नाहीत. असे लोक आत्म्याचे देहांतर कसे होते हे जाणू शकत नाहीत. जे वास्तविकपणे योगपद्धतीचा अभ्यास करीत आहेत आणि ज्यांना आत्मा,

प्रकृती व भगवंत यांचा साक्षात्कार झाला आहे किंवा दुसऱ्या शब्दांत सांगावयाचे तर, जे विशुद्ध कृष्णभावनाभावित भक्तीमध्ये संलग्न झालेले भक्तियोगी आहेत, त्यांनाच केवळ हे सर्व कशा प्रकारे घडत आहे याचे आकलन होते.

**यदादित्यगतं तेजो जगद्भासयतेऽखिलम् ।**
**यच्चन्द्रमसि यच्चाग्नौ तत्तेजो विद्धि मामकम् ॥ १२ ॥**

**यत्**—जे; **आदित्य-गतम्**—सूर्यप्रकाशामध्ये; **तेजः**—तेज; **जगत्**—संपूर्ण जगत; **भासयते**—प्रकाशित करते; **अखिलम्**—अखिल; **यत्**—जे; **चन्द्रमसि**—चंद्रामध्ये; **यत्**—जे; **च**—सुद्धा; **अग्नौ**—अग्नीमध्ये; **तत्**—ते; **तेजः**—तेज; **विद्धि**—जाण; **मामकम्**—माझ्यापासून.

**अखिल जगताचा अंधकार नाहीसे करणारे सूर्याचे तेज माझ्यापासून उत्सर्जित होते आणि चंद्राचे व अग्नीचेही तेज माझ्यापासूनच उत्सर्जित होते.**

**तात्पर्यः** सर्व गोष्टी कशा घडत आहेत हे निर्बुद्ध लोक जाणू शकत नाहीत; परंतु भगवंत या ठिकाणी जे वर्णन करीत आहेत ते जाणून मनुष्य ज्ञानप्राप्ती करण्यास प्रारंभ करू शकतो. प्रत्येकजण सूर्य, चंद्र आणि विद्युतशक्ती पाहतो. मनुष्याने हे केवळ जाणले पाहिजे की, सूर्य, चंद्र, अग्नी किंवा विद्युतशक्तीचे तेज हे भगवंतांपासूनच येत आहे. अशा प्रारंभिक कृष्णभावनामय जीवनामध्येच प्राकृत जगतातील बद्ध जीवाची प्रगती दडलेली असते. जीव हे भगवंतांचे अंश आहेत. आणि या ठिकाणी भगवंत, जीव स्वगृही भगवद्धामात परत कसे येऊ शकतात, याची सूचना देत आहेत.

या श्लोकावरून आपण जाणू शकतो की, सूर्यच संपूर्ण सूर्यमालिकेला प्रकाशित करीत आहे. अनेकविध ब्रह्मांडे आणि सूर्यमालिका तसेच अनेक सूर्य, चंद्र आणि ग्रहलोकही आहेत. परंतु प्रत्येक ब्रह्मांडामध्ये केवळ एकच सूर्य आहे. भगवद्गीतेत (१०.२१) सांगितल्याप्रमाणे चंद्रही नक्षत्रांपैकीच एक आहे. (*नक्षत्राणामहं शशी*) सूर्यप्रकाशही भगवंतांच्या आध्यात्मिक विश्वातील आध्यात्मिक तेजापासूनच येतो. सूर्योदयाबरोबरच मनुष्यांच्या क्रियाकर्मांना चालना मिळते. ते अन्न शिजविणे, कारखाने चालविणे इत्यादी गोष्टींसाठी अग्नी पेटवितात. अशा प्रकारे अग्नीच्या साहाय्याने अनेक गोष्टी घडतात. म्हणून सूर्योदय, अग्नी आणि चंद्रप्रकाश हे जीवांसाठी अतिशय सुखदायक आहेत. त्यांच्या साहाय्यावाचून कोणताही प्राणिमात्र जगू शकत नाही. यास्तव जर मनुष्याने जाणले की, सूर्य, चंद्र आणि अग्नी यांचा प्रकाश आणि तेज भगवान श्रीकृष्णांपासूनच उत्सर्जित होत आहे तर त्याच्या कृष्णभावनेस प्रारंभ होतो. चंद्रप्रकाशामुळे सर्व वनस्पतींचे पोषण होते. चंद्रप्रकाश हा अत्यंत शीतल आणि आह्लाददायक असल्यामुळे, लोक सहजपणे जाणू शकतात की, भगवान श्रीकृष्णांच्या कृपेमुळेच केवळ आपण जिवंत आहोत. त्यांच्या कृपेविना चंद्र, सूर्य किंवा अग्नी असू शकत नाही आणि चंद्र, सूर्य किंवा अग्नीच्या साहाय्यावाचून कोणीही जगू शकत नाही. बद्ध जीवामध्ये कृष्णभावनेचे पुनरुज्जीवन करण्यासाठी हे काही विचार करीत आहेत.

**गामाविश्य च भूतानि धारयाम्यहमोजसा ।**
**पुष्णामि चौषधीः सर्वाः सोमो भूत्वा रसात्मकः ॥ १३ ॥**

**गाम्**—ग्रहलोक; **आविश्य**—प्रवेश करून; **च**—सुद्धा; **भूतानि**—जीव; **धारयामि**—धारण करतो; **अहम्**—मी; **ओजसा**—माझ्या शक्तीद्वारे; **पुष्णामि**—पोषण करतो; **च**—आणि; **औषधीः**—वनस्पती; **सर्वाः**—सर्व; **सोमः**—चंद्र; **भूत्वा**—होऊन; **रस-आत्मकः**—रसपुरवठा करून.

**मी प्रत्येक ग्रहलोकात प्रवेश करतो आणि माझ्या शक्तीद्वारे ते आपल्या कक्षेत स्थित राहतात. मीच चंद्र होऊन सर्व वनस्पतींना जीवनरसांचा पुरवठा करतो.**

**तात्पर्यः** भगवंतांच्या शक्तीमुळेच सर्व ग्रह अंतरिक्षात तरंगत आहेत. भगवंत, प्रत्येक अणू, ग्रह आणि जीवामध्ये प्रवेश करतात. याचे विवेचन ब्रह्मसंहितेमध्ये करण्यात आले आहे. ब्रह्मसंहितेमध्ये म्हटले आहे की, भगवंतांचा एक अंश परमात्मा ग्रहलोक, ब्रह्मांड, जीव आणि अणूंमध्येही प्रविष्ट होतो. म्हणून त्यांच्या प्रवेश करण्यानेच सर्व काही योग्य रीतीने व्यक्त होते. जेव्हा शरीरामध्ये आत्मा असतो तेव्हा सजीव मनुष्य पाण्यावर तरंगू शकतो; परंतु आत्मा देहत्याग करतो तेव्हा शरीर मृत होते आणि असे मृत शरीर पाण्यामध्ये बुडते. अर्थात, जेव्हा शरीर सडते तेव्हा गवताप्रमाणे पाण्यावर तरंगते; परंतु ज्या क्षणी मनुष्य मृत होतो तत्क्षणी तो पाण्यामध्ये बुडतो. त्याचप्रमाणे भगवंतांची सर्वश्रेष्ठ शक्ती ग्रहलोकामध्ये प्रवेश करीत असल्यामुळे ते अंतरिक्षात तरंगत आहेत. त्यांच्या शक्तीने मुठीतील धुळीप्रमाणेच प्रत्येक ग्रहाला धारण केले आहे. जर मनुष्याने हाताच्या मुठीत धूळ धरली तर ती खाली पडण्याची शक्यता नाही; परंतु जर त्याने ती फेकली तर लागलीच ती खाली पडते. त्याचप्रमाणे आकाशामध्ये तरंगणाऱ्या ग्रहांना भगवंतांच्या विराटरूपाने आपल्या मुठीत धरले आहे. त्यांच्या शक्तीमुळेच सर्व चराचर वस्तू आपापल्या स्थानी स्थित आहेत. वेदमंत्रांमध्ये म्हटले आहे की, भगवंतांमुळेच सूर्य प्रकाशतो आणि ग्रह स्थिर गतीने भ्रमण करतात. भगवंताविना हवेत फेकलेल्या धुळीप्रमाणेच सर्व ग्रह इतस्ततः विखुरले असते, नष्ट झाले असते. त्याचप्रमाणे भगवंतांमुळेच चंद्र सर्व वनस्पतींचे पोषण करतो. चंद्राच्या प्रभावामुळे वनस्पती रसभरित होतात. चंद्रप्रकाशाविना वनस्पतींची वाढही होत नाही किंवा वनस्पती रसाळही होत नाहीत. भगवंतांनी केलेल्या पुरवठ्यामुळेच मानवसमाज कार्यशील आहे, सुखासमाधानाने राहात आहे आणि भोजनाचा स्वाद घेत आहे. अन्यथा मानवसमाज जीवंतच राहू शकला नसता. *रसात्मकः* हा शब्द महत्त्वपूर्ण आहे. चंद्राच्या माध्यमातून भगवंतांच्या प्रभावामुळेच सर्व खाद्यपदार्थ चविष्ट बनतात.

**अहं वैश्वानरो भूत्वा प्राणिनां देहमाश्रितः ।**
**प्राणापानसमायुक्तः पचाम्यन्नं चतुर्विधम् ॥ १४ ॥**

**अहम्**—मी; **वैश्वानरः**—जठराग्नी रूपातील माझा विस्तारित अंश; **भूत्वा**—होऊन; **प्राणिनाम्**—सर्व प्राणिमात्रांच्या; **देहम्**—देहामध्ये; **आश्रितः**—स्थित आहे; **प्राण**—उर्ध्वगमन करणारा प्राणवायू; **अपान**—अधोगमन करणारा अपान वायू; **समायुक्तः**—संतुलन राखून; **पचामि**—मी पचन करतो;

**अन्नम्**—अन्न; **चतु:-विधम्**—चार प्रकारचे.

**सर्व प्राणिमात्रांच्या देहामधील जठराग्नी मी आहे आणि चार प्रकारच्या अन्नाचे पचन करण्याकरिता मी प्राण व अपान वायूशी संयोग साधतो.**

**तात्पर्य:** आयुर्वेदानुसार, जठरामध्ये अग्नी असतो आणि तो जठरातील सर्व अन्नाचे पचन करतो. जेव्हा जठराग्नी प्रदीप्त नसतो तेव्हा मनुष्याला भूक लागत नाही आणि जेव्हा तो प्रदीप्त असतो तेव्हा भूक लागते. जठराग्नी व्यवस्थितपणे कार्य करीत नाही तेव्हा उपचाराची आवश्यकता असते. कोणत्याही परिस्थितीत हा अग्नी भगवंतांचेच रूप आहे. वेदांमध्येही (बृहदारण्यक उपनिषद् ५.९.१) म्हटले आहे की, भगवंत किंवा ब्रह्म, अग्निरूपामध्ये जठरात उपस्थित आहे आणि सर्व प्रकारच्या अन्नाचे पचन करीत आहे. (*अयमग्निर्वैश्वानरो योऽयमन्तः पुरुषे येनेदमन्नं पच्यते।*) म्हणून सर्व प्रकारच्या अन्नाचे पचन करण्यास भगवंतच साहाय्य करीत असल्यामुळे खाण्याच्या बाबतीत जीवाला स्वातंत्र्य नाही. जोपर्यंत जीवाला अन्न पचन करण्यास भगवंत साहाय्य करीत नाहीत तोपर्यंत तो अन्न खाण्याची शक्यताच नाही. याप्रमाणे भगवंतच अन्नपदार्थ निर्माण करतात आणि अन्नाचे पचन करतात आणि भगवंतांच्या कृपेमुळेच आपण जीवनाचा उपभोग घेतो. वेदान्त सूत्रामध्येही (१.२.२७) या गोष्टीला दुजोरा देण्यात आला आहे *शब्दादिभ्योऽन्तः प्रतिष्ठानाच्च*—भगवंत हे ध्वनी, शरीर, वायू आणि जठरामध्ये जठराग्नीच्या रूपामध्ये उपस्थित आहेत. चर्व्य, चोष्य, लेह्य आणि पेय योग्य असे चार प्रकारचे अन्न असते आणि या सर्वांना पचविणारी पचनशक्तीही भगवंतच आहे.

**सर्वस्य चाहं हृदि सन्निविष्टो**
**मत्तः स्मृतिर्ज्ञानमपोहनं च ।**
**वेदैश्च सर्वैरहमेव वेद्यो**
**वेदान्तकृद्वेदविदेव चाहम् ॥१५॥**

**सर्वस्य**—सर्व प्राणिमात्रांचा; **च**—आणि; **अहम्**—मी; **हृदि**—हृदयामध्ये; **सन्निविष्टः**—स्थित; **मत्तः**—माझ्यापासून; **स्मृतिः**—स्मृती; **ज्ञानम्**—ज्ञान; **अपोहनम्**—विस्मृती; **च**—आणि; **वेदैः**—वेदांद्वारे; **च**—सुद्धा; **सर्वैः**—सर्व; **अहम्**—मी आहे; **एव**—निश्चितपणे; **वेद्यः**—जाणण्यायोग्य; **वेदान्त-कृत्**—वेदान्ताचे संकलक; **वेद-वित्**—वेद जाणणारा; **एव**—निश्चितपणे; **च**—आणि; **अहम्**—मी.

**मी प्रत्येकाच्या हृदयात स्थित आहे आणि माझ्यापासूनच स्मृती, ज्ञान आणि विस्मृती होतात. सर्व वेदांद्वारे जाणण्यायोग्य मीच आहे. निस्संदेह मी वेदान्ताचा संकलक आहे आणि वेदांचा ज्ञाताही मीच आहे.**

**तात्पर्य:** भगवंत प्रत्येकाच्या हृदयात परमात्मारूपाने स्थित आहेत आणि सर्व क्रियांचे प्रेरक तेच आहेत. जीव आपल्या पूर्वजन्मातील सर्व काही विसरतो; परंतु त्याच्या सर्व कर्मांचे साक्षी असणाऱ्या भगवंतांच्या आदेशानुसारच त्याला कर्म करावे लागते. म्हणून तो पूर्वकर्मांनुसार पुन्हा

आपल्या कर्मांचा प्रारंभ करतो. आवश्यक ते ज्ञान त्याला पुरविले जाते, स्मृती प्रदान केली जाते आणि तो पूर्वजन्माबद्दल सर्व काही विसरतोही. अशा रीतीने भगवंत केवळ सर्वव्यापीच आहेत असे नव्हे तर अंतर्यामी परमात्माही आहेत. तेच सकाम कर्मांचे फळही प्रदान करतात. निर्विशेष ब्रह्म, भगवंत आणि परमात्मा म्हणूनच केवळ ते पूजनीय आहेत असे नव्हे तर ते वेदावतार या रूपानेही आराध्य आहेत. वेद हे लोकांना आपल्या जीवनाला असे वळण देण्यास अचूक मार्गदर्शन करतात, जेणेकरून ते स्वगृही भगवद्धामात परत जाऊ शकतील. वेद हे भगवान श्रीकृष्णांबद्दल ज्ञान प्रदान करतात आणि श्रीकृष्ण, व्यासदेव या आपल्या अवताराद्वारे वेदांचे संकलन करतात. व्यासदेवकृत श्रीमद्भागवत हे वेदान्त सूत्राचे भाष्य आहे आणि ते वास्तविक ज्ञान प्रदान करते. भगवंत हे इतके परिपूर्ण आहेत की, जीवाचा उद्धार करण्याकरिता ते अन्नाचा पुरवठा आणि पचनही करतात. तेच सर्व कर्मांचे साक्षी असून वेदांच्या रूपाने ज्ञान देतात आणि भगवान श्रीकृष्ण स्वत: भगवद्गीतेची शिकवण देतात. बद्ध जीवांद्वारे ते आराध्य आहेत. याप्रमाणे भगवंत सर्वमंगलदायी आणि कृपामयी आहेत.

*अन्त: प्रविष्ट: शास्ता जनानाम्* ।जीव जेव्हा वर्तमान देहाचा त्याग करतो तेव्हा त्याला सर्व गोष्टींचे विस्मरण होते; परंतु भगवंताच्या प्रेरणेमुळे तो पुन्हा आपली कर्मे सुरू करतो. त्याला जरी पूर्वकर्मांचे विस्मरण झाले तरी खंडित पूर्वकर्मांना पुन्हा प्रवृत्त करण्यासाठी भगवंत त्याला बुद्धी देतात. म्हणून अंतर्यामी भगवंतांच्या आदेशांनुसार या जगतात जीव केवळ सुखदु:ख भोगतो एवढेच नव्हे तर वेदांचे ज्ञान प्राप्त करण्याची सुसंधीही त्यांच्याकडूनच प्राप्त होते. जर वैदिक ज्ञान प्राप्त करण्यासाठी कोणी प्रामाणिक असेल तर श्रीकृष्ण त्याला आवश्यक ती बुद्धी प्रदान करतात. भगवंतांनी अशा प्रकारे जाणण्यासाठी वेदांचे ज्ञान का बरे प्रकट केले? कारण जीवाने व्यक्तिश: श्रीकृष्णांना जाणणे आवश्यक आहे. वेद या गोष्टीला दुजोरा देतात. *योऽसौ सर्वैर्वेदैर्गीयते.* चतुर्वेद, वेदान्त सूत्र, उपनिषद आणि पुराणांसहित संपूर्ण वेद वाङ्मयात भगवंतांच्या गुणगौरवांचे गायन करण्यात आले आहे. वैदिक कर्मकांडे करून, वैदिक तत्त्वज्ञानाची चर्चा करून आणि भक्तीद्वारे भगवंतांची आराधना करून भगवत्प्राप्ती होते. म्हणून श्रीकृष्णांना जाणणे हाच वेदांचा उद्देश आहे. श्रीकृष्णांचा साक्षात्कार करण्यासाठी आणि त्यांना जाणण्यासाठी वेद आपल्याला मार्गदर्शन करतात. वेदांचे अंतिम ध्येय भगवंतच आहेत. वेदान्त सूत्र (१.१.४) पुढील शब्दांत या गोष्टीचे अनुमोदन करतात *तत्तु समन्वयात्.* मनुष्य तीन अवस्थांमध्ये पूर्णत्व प्राप्त करू शकतो. वेदांना जाणल्याने त्याला भगवंतांशी असणाऱ्या आपल्या संबंधाचे ज्ञान होऊ शकते, विविध मार्गांचा अवलंब करून त्यांना तो शरण जाऊ शकतो आणि अखेरीस परमलक्ष्याची, भगवंतांची प्राप्ती करू शकतो. या श्लोकामध्ये वेदांचे प्रयोजन, वेदांचे ज्ञान आणि वेदांचे लक्ष्य याचे स्पष्ट निरूपण करण्यात आले आहे.

**द्वाविमौ पुरुषौ लोके क्षरश्चाक्षर एव च ।**
**क्षर: सर्वाणि भूतानि कूटस्थोऽक्षर उच्यते ॥ १६ ॥**

**द्वौ**—दोन; **इमौ**—हे; **पुरुषौ**—जीव; **लोके**—या जगतात; **क्षर:**—च्युत; **च**—आणि; **अक्षर:**—अच्युत; **एव**—निश्चितपणे; **च**—आणि; **क्षर:**—च्युत; **सर्वाणि**—सर्व; **भूतानि**—जीव; **कूट-**

**स्थः**—एकत्वामध्ये; **अक्षरः**—अच्युत; **उच्यते**—म्हटले जाते.

**च्युत ( क्षर ) आणि अच्युत ( अक्षर ) असे जीवांचे दोन वर्ग आहेत. भौतिक जगतात सर्व जीव च्युत असतात आणि आध्यात्मिक जगतातील प्रत्येक जीवाला अच्युत म्हटले जाते.**

**तात्पर्यः** पूर्वीच सांगितल्याप्रमाणे भगवंतांनी व्यासदेव या अवताराद्वारे वेदान्त सूत्राचे संकलन केले आहे. या ठिकाणी भगवंत सारांशरूपाने वेदान्त सूत्राचे निरूपण करीत आहेत. ते म्हणतात की, असंख्य जीवांचे दोन वर्गांमध्ये विभाजन करता येते, च्युत आणि अच्युत. जीव हे भगवंतांचे सनातन विभिन्नांश किंवा विभाजित अंश आहेत. जेव्हा ते भौतिक प्रकृतीच्या संपर्कात असतात तेव्हा त्यांना *जीवभूत* म्हटले जाते. या ठिकाणी योजिलेले संस्कृत शब्द *क्षरः सर्वाणि भूतानि* दर्शवितात की, ते च्युत आहेत. तथापि, जे भगवंतांशी एकरूप आहेत त्यांना अच्युत म्हटले जाते. या ठिकाणी, एकरूपता या शब्दाचा अर्थ जीवांना वैयक्तिक अस्तित्व नाही असा नव्हे, परंतु त्यांच्यामध्ये विसंवाद नाही. सृष्टीच्या प्रयोजनाच्या बाबतीत त्या सर्वांचे एकमत आहे. अर्थात, आध्यात्मिक जगतात, सृष्टी करण्याचा प्रश्नच उद्‌भवत नाही, परंतु वेदान्तसूत्रामध्ये भगवंत हे सर्व प्रकटीकरणाचे स्रोत असल्याचे सांगितल्यामुळे ही संकल्पना स्पष्ट करण्यात आली आहे.

भगवान श्रीकृष्णांच्या विधानानुसार जीवांचे दोन वर्ग आहेत. वेद या गोष्टीला प्रमाणित करतात म्हणून त्याविषयी काहीच संदेह नाही. पाच इंद्रिये आणि मनाशी संघर्ष करणाऱ्या जीवांना भौतिक शरीरे असतात व ही शरीरे निरंतर बदलत असतात. जोपर्यंत जीव बद्धावस्थेमध्ये आहे तोपर्यंत पदार्थाशी संपर्क असल्यामुळे त्याचे शरीर बदलत असते. जड पदार्थांमध्ये परिवर्तन होत असते, म्हणून जीवही बदलल्याचे दिसते. तथापि, आध्यात्मिक जगतातील देह हा भौतिक तत्त्वांपासून बनलेला नसतो म्हणून तो विकारी नसतो. भौतिक जगतात जीवामध्ये जन्म, वाढ, उपस्थिती, जनन, क्षय तथा विनाश हे सहा विकार होतात. हे विकार भौतिक शरीराचे आहेत; परंतु आध्यात्मिक जगतात शरीर बदलत नाही. त्या ठिकाणी जन्म-मृत्यू-जरा-व्याधी काहीच नसते. तेथे सर्व काही एकत्वामध्येच स्थित असते. *क्षरः सर्वाणि भूतानि*—या भौतिक जगताच्या संपर्कात येणाऱ्या आदिजीव ब्रह्मदेवापासून ते सूक्ष्म कीटकापर्यंत सर्वांचे शरीर बदलत असते, म्हणून ते सर्व च्युत आहेत. तथापि, आध्यात्मिक जगतात ते एकत्वामध्ये सदैव मुक्तच आहेत.

**उत्तमः पुरुषस्त्वन्यः परमात्मेत्युदाहृतः ।**
**यो लोकत्रयमाविश्य बिभर्त्यव्यय ईश्वरः ॥ १७॥**

**उत्तमः**—उत्तम; **पुरुषः**—पुरुष; **तु**—परंतु; **अन्यः**—दुसरा; **परम**—परम; **आत्मा**—आत्मा; **इति**—याप्रमाणे; **उदाहृतः**—म्हटला जातो; **यः**—जो; **लोक**—विश्वाचा; **त्रयम्**—तीन विभाग; **आविश्य**—प्रवेश करून; **बिभर्ति**—पालन करीत आहे; **अव्ययः**—अविनाशी; **ईश्वरः**—भगवान.

**या दोहोंव्यतिरिक्त एक परम पुरुष परमात्मा आहेत, जे स्वतः अव्ययी भगवंत आहेत आणि तेच त्रिलोकांमध्ये प्रवेश करून त्यांचे पालनपोषण करीत आहेत.**

**तात्पर्य:** या श्लोकाची संकल्पना कठोपनिषदात (२.२.१३) आणि श्वेताश्वतरोपनिषदात (६.१३) सुंदर रीतीने विशद करण्यात आली आहे. त्या ठिकाणी स्पष्टपणे म्हटले आहे की, असंख्य जीवांमध्ये काही बद्ध आहेत तर काही मुक्त आहेत आणि या सर्वांच्याहून श्रेष्ठ असा परमात्मा पुरुषोत्तम आहे. उपनिषदातील श्लोक पुढीलप्रमाणे आहे *नित्यो नित्यानां चेतनश्चेतनानाम्.* तात्पर्य असे आहे की, सर्व बद्ध आणि मुक्त जीवांमध्ये एकच चेतन पुरुष, पुरुषोत्तम भगवान आहे, जो सर्व जीवांना त्यांच्या त्यांच्या कर्मानुसार भोग प्राप्त करण्याची सुविधा उपलब्ध करून देतो आणि त्यांचे पालनही करतो. तेच पुरुषोत्तम भगवान प्रत्येक जीवाच्या हृदयात परमात्मारूपाने स्थित आहेत. जो बुद्धिमान मनुष्य त्यांना जाणू शकतो तोच केवळ परिपूर्ण शांती प्राप्त करण्यास पात्र आहे, अन्य कोणीही नाही.

**यस्मात्क्षरमतीतोऽहमक्षरादपि चोत्तमः ।**
**अतोऽस्मि लोके वेदे च प्रथितः पुरुषोत्तमः ॥ १८ ॥**

**यस्मात्**—कारण; **क्षरम्**—च्युत किंवा क्षराच्या; **अतीतः**—दिव्य किंवा अतीत; **अहम्**—मी आहे; **अक्षरात्**—अच्युत अथवा अक्षराच्याही अतीत; **अपि**—सुद्धा; **च**—आणि; **उत्तमः**—उत्तम; **अतः**—म्हणून; **अस्मि**—मी आहे; **लोके**—जगतामध्ये; **वेदे**—वेदांमध्ये; **च**—आणि; **प्रथितः**—प्रसिद्ध; **पुरुष-उत्तमः**—पुरुषोत्तम म्हणून.

**मी च्युत आणि अच्युत यांच्याही अतीत, दिव्य आणि सर्वश्रेष्ठ असल्यामुळे, जगतामध्ये तसेच वेदांमध्ये पुरुषोत्तम म्हणून प्रसिद्ध आहे.**

**तात्पर्य:** भगवान श्रीकृष्णांहून बद्ध जीव किंवा मुक्त जीवही श्रेष्ठ नाहीत. म्हणूनच ते पुरुषोत्तम आहेत. आता या श्लोकावरून स्पष्टच आहे की, जीव आणि भगवंत यांना आपापले वैयक्तिक स्वरूप आहे. या दोहोंमधील फरक हा आहे की, बद्धावस्थेतील असोत अथवा मुक्तावस्थेतील असोत परिमाणात्मकदृष्ट्या जीव भगवंतांच्या शक्तीपेक्षा वरचढ होऊ शकत नाहीत. भगवंत आणि जीव हे सर्व बाबतीत समस्तर किंवा समरूपच आहेत असा विचार करणे चुकीचे आहे. भगवंत आणि जीव यांच्यामध्ये सदैव श्रेष्ठता आणि कनिष्ठता असतेच. या संदर्भात *उत्तम* शब्द महत्त्वपूर्ण आहे. कोणीही भगवंतांपेक्षा श्रेष्ठ असू शकत नाही.

*लोके* शब्द *पौरुष आगम* (स्मृतिशास्त्र) असे दर्शवितो. निरुक्ती शब्दकोषामध्ये सांगितल्याप्रमाणे *लोक्यते वेदार्थोऽनेन*—''वेदांचे प्रयोजन स्मृतिशास्त्रामध्ये सांगण्यात आले आहे.''

भगवंतांचे, त्यांच्या अंतर्यामी परमात्मा रूपाचेही वेदांमध्ये वर्णन करण्यात आले आहे. वेदांमध्ये (छान्दोग्य उपनिषद् ८.१२.३) पुढील श्लोक आढळतो. *तावदेषसम्प्रसादोऽस्माच्छरीरात्समुत्थाय परं ज्योतिरूपं सम्पद्य स्वेन रूपेणाभिनिष्पद्यते स उत्तमः पुरुषः*—'देहातून बाहेर येणारा परमात्मा निर्विशेष ब्रह्मज्योतीमध्ये प्रवेश करतो आणि नंतर आपल्या आध्यात्मिक स्वरूपामध्येच स्थित राहतो.' त्या परमात्म्यालाच पुरुषोत्तम म्हटले जाते. याचा अर्थ आहे की, परमपुरुष आपले आध्यात्मिक तेज प्रदर्शित आणि प्रसारित करीत आहेत

आणि हे तेज म्हणजेच सर्वश्रेष्ठ प्रकाश आहे. त्या परमपुरुषाचे अंतर्यामी परमात्मा हेही एक रूप आहे. सत्यवती आणि पराशर मुनींचे पुत्र म्हणून प्रकट होऊन ते स्वतः व्यासदेवांच्या रूपात वैदिक ज्ञानाचे विश्लेषण करतात.

**यो मामेवमसम्मूढो जानाति पुरुषोत्तमम् ।**
**स सर्वविद्भजति मां सर्वभावेन भारत ॥ १९ ॥**

**यः**—जो कोणी; **माम्**—मी; **एवम्**—याप्रमाणे; **असम्मूढः**—निःसंदेह; **जानाति**—जाणतो; **पुरुष-उत्तमम्**—पुरुषोत्तम भगवान; **सः**—तो; **सर्व-वित्**—सर्वज्ञ; **भजति**—भक्तिपूर्ण सेवा करतो; **माम्**—मला; **सर्व-भावेन**—सर्व प्रकारे; **भारत**—हे भारत.

**जो मला संशयरहित होऊन पुरुषोत्तम भगवान म्हणून जाणतो तो सर्वज्ञ होय. म्हणून हे भारता! तो माझ्या भक्तीमध्ये पूर्णपणे संलग्न होतो.**

**तात्पर्य:** जीव आणि परम सत्य यांच्या स्वरूपाविषयी अनेक तात्त्विक तर्क आहेत. आता या श्लोकामध्ये भगवंत स्पष्टपणे सांगतात की, जो भगवान श्रीकृष्णांना पुरुषोत्तम म्हणून जाणतो तो वस्तुतः सर्वज्ञ आहे. जो अपूर्ण ज्ञानी आहे तो परम सत्याविषयी केवळ तर्कच करीत राहतो; परंतु परिपूर्ण ज्ञानी आपला मौल्यवान वेळ व्यर्थ न दवडता प्रत्यक्ष कृष्णभावनाभावित भगवद्भक्तीमध्ये संलग्न होतो. संपूर्ण भगवद्गीतेत याच तथ्यावर पदोपदी जोर देण्यात आला आहे. तरीही भगवद्गीतेवरील अनेक दुराग्रही भाष्यकार परम सत्य आणि जीव यांना सर्वच बाबतीत एकरूप असल्याचे मानतात.

वैदिक ज्ञानाला *श्रुति* अर्थात, श्रवणाद्वारे ज्ञान प्राप्त करणे, असे म्हटले जाते. वास्तविकपणे मनुष्याने श्रीकृष्ण आणि त्यांच्या प्रतिनिधींसारख्या प्रमाणित व्यक्तींकडून वैदिक ज्ञान प्राप्त केले पाहिजे. येथे भगवान श्रीकृष्णांनी फार चांगल्या रीतीने तत्त्वविवेचन केले आहे आणि मनुष्याने अशा अधिकृत पुरुषाकडून श्रवण केले पाहिजे. डुकराप्रमाणे केवळ श्रवण करणे पुरेसे नाही; मनुष्याने त्यांच्याकडून वास्तविक ज्ञान जाणून घेतले पाहिजे. केवळ शैक्षणिक पांडित्याद्वारे त्याने तर्क करू नये. विनम्र भावाने भगवद्गीतेद्वारे ऐकले पाहिजे की, सर्व जीव हे सदैव भगवंतांच्या अधीन असतात. जो कोणी हे जाणू शकतो तो, भगवान श्रीकृष्णांच्याच शब्दांत सांगावयाचे तर, वेदांचे प्रयोजन जाणतो आणि अन्य कोणीही नाही.

*भजति* हा शब्द अत्यंत महत्त्वपूर्ण आहे. *भजति* हा शब्द अनेक ठिकाणी भगवत्सेवेच्या संदर्भात योजिलेला आहे. जर मनुष्य पूर्णपणे कृष्णभावनाभावित भगवद्भक्तीमध्ये संलग्न झालेला असेल तर त्याने संपूर्ण वैदिक ज्ञान प्राप्त केल्याचे जाणले पाहिजे. वैष्णव परंपरेमध्ये म्हटले आहे की, मनुष्य जर कृष्णभक्तीमध्ये संलग्न झालेला असेल तर परम सत्याला जाणण्यासाठी त्याने अन्य कोणत्याही आध्यात्मिक मार्गाचा अवलंब करण्याची आवश्यकता नाही. त्याने प्रयोजन गाठलेच आहे, कारण तो भगवद्भक्तीमध्ये संलग्न आहे. भगवंतांना जाणण्याच्या सर्व प्राथमिक मार्गांना त्याने पार केले आहे. तथापि, शेकडो-हजारो वर्षांपर्यंत तर्क करूनही जर मनुष्य, श्रीकृष्ण हेच पुरुषोत्तम भगवान असल्याचे जाणत नाही आणि त्यांना

शरण जात नाही तर त्याने इतक्या जन्मांपर्यंत आणि वर्षांपर्यंत केलेला तर्क म्हणजे केवळ निरर्थक कालापव्ययच आहे.

**इति गुह्यतमं शास्त्रमिदमुक्तं मयानघ ।**
**एतद्बुद्ध्वा बुद्धिमान्स्यात्कृतकृत्यश्च भारत॥ २०॥**

**इति**—याप्रमाणे; **गुह्य-तमम्**—परमगुह्य; **शास्त्रम्**—शास्त्र; **इदम्**—हे; **उक्तम्**—प्रकट केले; **मया**—मी; **अनघ**—हे निष्पाप अर्जुना; **एतत्**—हे; **बुद्ध्वा**—जाणून; **बुद्धि-मान्**—बुद्धिमान; **स्यात्**—मनुष्य होतो; **कृत-कृत्यः**—आपल्या प्रयत्नांमध्ये कृतार्थ किंवा परमसिद्ध; **च**—आणि; **भारत**—हे भारत.

**हे निष्पाप अर्जुना! हा वैदिक शास्त्रांचा परमगुह्य गाभा आहे आणि तो आता मी तुला प्रकट केला आहे. जो कोणी हे जाणेल तो बुद्धिमान होतो आणि त्याच्या प्रयत्नांद्वारे सिद्ध होतो.**

**तात्पर्य**: भगवंत या श्लोकात स्पष्टपणे सांगतात की, हे तत्त्व सर्व शास्त्रांचे सार आहे आणि भगवंतांनी ज्या यथार्थ रूपामध्ये ते प्रदान केले आहे त्याच रूपात ते मनुष्याने जाणले पाहिजे. अशा रीतीने मनुष्य बुद्धिमान आणि दिव्य ज्ञानामध्ये परिपूर्ण होईल. दुसऱ्या शब्दांत सांगावयाचे तर, भगवंतांचे हे तत्त्वज्ञान जाणल्याने आणि त्यांच्या दिव्य सेवेमध्ये संलग्न झाल्याने सर्वजण प्राकृतिक गुणांच्या सर्व विकारांतून मुक्त होऊ शकतात. भक्तियोग हा आध्यात्मिक ज्ञानाचा मार्ग आहे. जेथे भक्तियोग आहे तेथे भौतिक विकार असू शकत नाहीत. भगवद्भक्ती आणि भगवंत यांचे स्वरूप आध्यात्मिक असल्याकारणाने ते एकसमानच आहेत. भक्ती ही भगवंतांच्या अंतरंगा शक्तीच्या आधिपत्याखाली केली जाते. भगवंतांना सूर्य आणि अज्ञानाला अंधकार म्हटले जाते. जेथे सूर्य आहे तेथे अंधकार राहू शकत नाही. म्हणून जेथे प्रमाणित आध्यात्मिक गुरूच्या योग्य मार्गदर्शनाखाली भक्ती केली जाते तेथे लेशमात्रही अज्ञान असू शकत नाही.

शुद्ध आणि बुद्धिमान होण्यासाठी सर्वांनी कृष्णभावनेचा स्वीकार करून भक्तीमध्ये संलग्न झाले पाहिजे. जोपर्यंत मनुष्य श्रीकृष्णांच्या या ज्ञानाप्रत उन्नत होऊन भक्तीमध्ये संलग्न होत नाही तोपर्यंत सामान्य मनुष्यांच्या गणनेमध्ये तो कितीही बुद्धिमान असला तरी, तो खऱ्या अर्थाने बुद्धिमान असू शकत नाही.

अर्जुनाला संबोधलेला *अनघ* हा शब्द महत्त्वपूर्ण आहे. *अनघ* अर्थात, निष्पाप. सर्व पापांतून मुक्त झाल्याविना श्रीकृष्णांचे ज्ञान होणे अत्यंत कठीण आहे. मनुष्याने सर्व पापांतून, सर्व विकारांतून मुक्त झाले पाहिजे तरच तो श्रीकृष्णांना जाणू शकतो. परंतु भक्ती ही इतकी विशुद्ध आणि सामर्थ्यशाली आहे की, भक्तीमध्ये संलग्न झालेला मनुष्य आपोआपच अनघावस्थेची प्राप्ती करतो.

शुद्ध भक्तांच्या संगामध्ये पूर्णपणे कृष्णभावनामय होऊन भक्ती करीत असताना मनुष्याने काही विशिष्ट गोष्टींचा समूळ विनाश करून त्यावर विजय मिळविणे आवश्यक आहे. सर्वांत महत्त्वाची गोष्ट म्हणजे मनुष्याने अंत:करणाच्या दुबळेपणावर मात केली पाहिजे. मनुष्याचे

सर्वप्रथम अध:पतन हे भौतिक प्रकृतीवर प्रभुत्व गाजविण्याच्या इच्छेमुळे होते. यामुळे तो भगवंतांच्या दिव्य प्रेममयी सेवेचा त्याग करतो. अंत:करणाचा दुसरा दुबळेपणा म्हणजे मनुष्याची भौतिक प्रकृतीवर स्वामित्व गाजविण्याची प्रवृत्ती वाढली की, पदार्थामध्ये आणि पदार्थांचा संग्रह करण्यामध्ये तो आसक्त होतो. भौतिक अस्तित्वाच्या समस्या या अंत:करणाच्या दुबळेपणामुळे निर्माण होतात. या अध्यायातील पहिले पाच श्लोक अंत:करणाच्या दुबळेपणातून मुक्त होण्याच्या विधींचे वर्णन करतात आणि उर्वरित अध्यायामध्ये, सहाव्यापासून ते शेवटच्या श्लोकापर्यंत पुरुषोत्तम योगाचे वर्णन करण्यात आले आहे.

*या प्रकारे भगवद्गीतेच्या 'पुरुषोत्तमयोग' या पंधराव्या अध्यायावरील भक्तिवेदांत भाष्य संपन्न.*

# अध्याय सोळावा

# दैवासुरसंपद्विभागयोग

## ( दैवी आणि आसुरी स्वभाव )

श्रीभगवानुवाच

**अभयं सत्त्वसंशुद्धिर्ज्ञानयोगव्यवस्थितिः ।**
**दानं दमश्च यज्ञश्च स्वाध्यायस्तप आर्जवम् ॥ १ ॥**
**अहिंसा सत्यमक्रोधस्त्यागः शान्तिरपैशुनम् ।**
**दया भूतेष्वलोलुप्त्वं मार्दवं ह्रीरचापलम् ॥ २ ॥**
**तेजः क्षमा धृतिः शौचमद्रोहो नातिमानिता ।**
**भवन्ति सम्पदं दैवीमभिजातस्य भारत ॥ ३ ॥**

**श्री-भगवान् उवाच**—श्रीभगवान म्हणाले; **अभयम्**—निर्भयता; **सत्त्व-संशुद्धिः**—सत्त्वशुद्धी किंवा जीवनशुद्धी; **ज्ञान**—ज्ञानामध्ये; **योग**—संबंधित होण्याच्या; **व्यवस्थितिः**—स्थिती; **दानम्**—दान; **दमः**—मनाचे संयमन; **च**—आणि; **यज्ञः**—यज्ञ; **च**—आणि; **स्वाध्यायः**—वेदाध्ययन; **तपः**—तपस्या; **आर्जवम्**—सरळपणा; **अहिंसा**—अहिंसा; **सत्यम्**—सत्य; **अक्रोधः**—क्रोधमुक्तता; **त्यागः**—त्याग; **शान्तिः**—शांती; **अपैशुनम्**—दोष काढण्यापासून तिटकारा असणे; **दया**—दया; **भूतेषु**—सर्व जीवांच्या प्रति; **अलोलुप्त्वम्**—लोभातून मुक्तता; **मार्दवम्**—सौम्यता; **ह्रीः**—विनयशीलपणा; **अचापलम्**—दृढता; **तेजः**—तेज, उत्साह; **क्षमा**—क्षमा; **धृतिः**—धैर्य; **शौचम्**—पावित्र्य; **अद्रोहः**—निर्मत्सरता; **न**—नाही; **अति-मानिता**—मानाची अपेक्षा; **भवन्ति**—आहेत; **सम्पदम्**—गुण; **दैवीम्**—दिव्य स्वभाव; **अभिजातस्य**—जन्मलेल्या; **भारत**—हे भारत.

**श्रीभगवान म्हणाले, निर्भयपणा, सत्त्वशुद्धी, आध्यात्मिक ज्ञानाचे अनुशीलन, दान, आत्मसंयम, यज्ञकर्म, वेदाध्ययन, तपस्या, साधेपणा, अहिंसा, सत्य, क्रोधातून मुक्तता, त्याग, शांती, दोष काढण्याच्या वृत्तीचा तिटकारा, सर्व जीवांच्या प्रति दयाभाव, लोभविहीनता, सौम्यता, विनयशीलपणा, दृढ निश्चय, उत्साह, क्षमा, शुची आणि द्वेष व सन्मानाच्या अभिलाषेपासून मुक्ती हे सर्व दैवी गुण, हे भारता! दैवी स्वभावाच्या मनुष्यांमध्ये आढळतात.**

**तात्पर्य:** पंधराव्या अध्यायाच्या प्रारंभी भौतिक जगतरूपी वटवृक्षाचे वर्णन करण्यात आले होते.

या वृक्षापासून निघालेल्या अंगभूत मुळाची तुलना जीवाच्या शुभ आणि अशुभ कार्यांशी करण्यात आली आहे. नवव्या अध्यायामध्येही देव आणि असुर यांचे वर्णन करण्यात आले आहे. वैदिक संस्कारानुसार मोक्षपथावर अग्रेसर होण्यासाठी सत्त्वगुणी कर्मांना शुभदायी मानण्यात आले आहे आणि अशा क्रियांना दैवी प्रकृती असे म्हटले जाते. जे दैवी प्रकृतीमध्ये स्थित आहेत ते मोक्षपथावर प्रगती करतात. याउलट जे लोक रजोगुणी आणि तमोगुणी कर्म करीत आहेत त्यांना मोक्षप्राप्तीची शक्यताच नाही. त्यांना एक तर या भौतिक जगतात मनुष्यप्राणी म्हणून राहावे लागते अथवा पशुयोनी किंवा त्याहूनही खालच्या योनीमध्ये त्यांचे पतन होते. या सोळाव्या अध्यायामध्ये भगवंत दैवी प्रकृती व तिचे गुण आणि आसुरी प्रवृत्ती व तिचे गुण या दोहोंचे वर्णन करतात. त्यानी या गुणांच्या लाभ-हानींचाही निर्देश केला आहे.

दैवी गुणांनी युक्त असा जन्म प्राप्त झालेल्या संदर्भात योजिलेला *अभिजातस्य* हा शब्द सारगर्भित आहे. दैवी वातावरणात मुलाला जन्म देणे याला शास्त्रांमध्ये गर्भाधान संस्कार असे म्हटले जाते. जर मातापित्यांना दैवी गुणयुक्त मूल हवे असेल तर त्यांनी मनुष्याच्या सामाजिक जीवनासाठी घालून दिलेल्या दहा तत्त्वांचे पालन केले पाहिजे. भगवद्‌गीतेतही आपण पूर्वी पाहिले आहे की, सद्‌गुणी मुलाला जन्म देण्याकरिता केलेले धर्मसंमत मैथुन म्हणजे साक्षात श्रीकृष्णच आहेत. कृष्णभावनेकरिता जर कामजीवनाचा सदुपयोग केला तर ते कामजीवन निषिद्ध नाही. जे कृष्णभावनामय आहेत त्यांनी तरी निदान कुत्र्यामांजरांप्रमाणे प्रजोत्पादन करू नये. जन्मानंतर मुलाला कृष्णभावनाभावित बनविण्यासाठीच त्यांनी प्रजोत्पादन करावे. कृष्णभावनेमध्ये तल्लीन झालेल्या मातापित्यांच्या पोटी जन्माला आलेल्या मुलाला हा लाभ प्राप्त झाला पाहिजे.

मानवी समाजाचे जन्मानुसार विभागीकरण करणे हा वर्णाश्रमधर्माचा उद्देश नाही. वर्णाश्रमधर्मातील विभाग हे शैक्षणिक पात्रतेनुसार आहेत. मानवसमाजाला सुखसमृद्ध ठेवण्यासाठी ते विभाग करण्यात आले आहेत. या ठिकाणी उल्लेख करण्यात आलेल्या गुणांचे वर्णन दैवी गुण असे करण्यात आले आहे व हे गुण मनुष्याने आध्यात्मिक मार्गामध्ये प्रगती करून या भौतिक जगातून मोक्षप्राप्ती करावी यासाठी आहेत.

वर्णाश्रम धर्मामध्ये संन्याशाला सर्व वर्णांचा आणि आश्रमांचा प्रमुख किंवा आध्यात्मिक गुरू मानण्यात येते. ब्राह्मणाला, क्षत्रिय, वैश्य आणि शूद्र या वर्णांचा आध्यात्मिक गुरू मानण्यात येते; परंतु वर्णाश्रमाचा प्रमुख असणारा संन्यासी हा ब्राह्मणांचाही आध्यात्मिक गुरू असतो. संन्याशांसाठी सर्वप्रथम आवश्यक गुण म्हणजे निर्भयपणा होय. संन्याशाला विनाआश्रय एकटेच राहावे लागते. त्याला केवळ भगवत्कृपेवर विसंबून राहावे लागते. जर मनुष्याला वाटत असेल की, 'मी सर्वसंगपरित्याग केल्यावर माझे रक्षण कोण करील ? तर त्याने संन्यास स्वीकारू नये. मनुष्याला पूर्ण दृढ विश्वास असला पाहिजे की, भगवान श्रीकृष्ण अंतर्यामी परमात्मा रूपाने प्रत्येक जीवाच्या हृदयात उपस्थित आहेत, ते सर्व काही पाहात आहेत आणि मनुष्य काय करू इच्छितो हे सुद्धा ते जाणतात. मनुष्याला पुरी खात्री पटली पाहिजे की, श्रीकृष्ण हे परमात्मा रूपाने त्यांना शरणागत झालेल्या जीवात्म्यांची काळजी घेतात. मनुष्याला वाटले पाहिजे की, "मी

कधीच एकटा नसेन, मी जरी घनदाट अरण्यात राहिलो तरी श्रीकृष्ण मला साथ देतील आणि सर्व प्रकारे माझे संरक्षण करतील.'' या दृढ निश्चयालाच *अभयम्* असे म्हटले आहे. संन्यासाश्रमी मनुष्याची मनोवृत्ती अशी असणे आवश्यक आहे.

नंतर त्याने आपले जीवन शुद्ध केले पाहिजे. संन्यासाश्रमात पालन करावयाची अनेक विधिविधाने आहेत. यांपैकी सर्वांत महत्त्वपूर्ण म्हणजे संन्याशाने स्त्रियांशी निकट संबंध टाळला पाहिजे. त्याच्यासाठी एकांतवासात स्त्रीशी बोलणे देखील निषिद्ध आहे. श्री चैतन्य महाप्रभू हे एक आदर्श संन्यासी होते आणि म्हणून जेव्हा त्यांचे जगन्नाथपुरीला वास्तव होते तेव्हा त्यांच्या स्त्रीभक्त त्यांना प्रणाम करण्यासाठी जवळपासही जाऊ शकत नव्हत्या. त्यांना दुरूनच प्रणाम करण्यास सांगितले जायचे. हे काही स्त्रीजातीबद्दलच्या द्वेषभावनेचे लक्षण नव्हे तर, स्त्रियांशी घनिष्ठ संबंध टाळण्यासाठी संन्याशाला घालून देण्यात आलेला नियम आहे. मनुष्याने स्वत:च्या जीवनशुद्धीकरिता आपापल्या आश्रमांच्या विधिविधानांचे पालन केले पाहिजे. संन्याशांसाठी स्त्रियांशी निकट संबध ठेवणे आणि इंद्रियतृप्तीकरिता धनसंचय करणे पूर्णतया निषिध्द आहे. श्री चैतन्य महाप्रभू हे स्वत: आदर्श संन्यासी होते. आपण त्यांच्या जीवनचरित्रावरून पाहू शकतो की, स्त्रियांच्या बाबतीत त्यांचे आचरण अतिशय कडक असे. अत्यंत पतित जीवांचा उद्धार करणाऱ्या श्री चैतन्य महाप्रभूंना जरी भगवंतांचे अत्यधिक उदार अवतार मानण्यात आले असले तरी, स्त्रियांशी आचरण करण्याबाबतच्या संन्यासाश्रमाच्या नियमांचे ते कठोरपणे पालन करीत असत. श्री चैतन्य महाप्रभूंचा छोटा हरिदास नामक एक पार्षद होता आणि तो महाप्रभूंच्या बरोबर इतर अंतरंगा पार्षदांसमवेत संग करीत असे. परंतु कोणत्या तरी कारणाने छोटा हरिदासने एका तरुण स्त्रीकडे कामवासनेने पाहिले. श्री चैतन्य महाप्रभू इतके कडक शिस्तीचे होते की, त्यांनी छोटा हरिदासची आपल्या निकटस्थ पार्षदांच्या सहवासातून तात्काळ हकालपट्टी केली. श्री चैतन्य महाप्रभू म्हणाले, ''संन्यासी असो वा कोणीही असो, ज्याला भवबंधनातून सुटण्याची उत्कट इच्छा आहे आणि जो आध्यात्मिक स्तरावर स्वत:ची उन्नती करून स्वगृही, भगवद्धामात प्रवेश करू इच्छितो, त्याने इंद्रियतृप्तीकरिता भौतिक संपत्तीचा आणि स्त्रियांचा उपभोग तर घेऊच नये, एवढेच काय पण त्यांच्याकडे तशा वृत्तीने पाहताही कामा नये. कारण अशा कामुक दृष्टीने त्यांच्याकडे केवळ पाहणे देखील इतके निंद्य आहे की, अशी कुवासना उत्पन्न होण्यापूर्वी त्याने आत्महत्या करणे अधिक बरे होईल.'' याप्रमाणे हे सारे शुद्धीकरणाचे विधी आहेत.

पुढील गुण *ज्ञानयोगेन व्यवस्थिति*—म्हणजे ज्ञानाच्या अनुशीलनामध्ये संलग्न असणे हा आहे. संन्यासी जीवन हे गृहस्थांना आणि ज्यांना आपल्या आध्यात्मिक प्रगतीच्या वास्तविक जीवनाचे विस्मरण झाले आहे त्यांना ज्ञानप्रसार करण्यासाठी आहे. संन्याशाने आपल्या उदरनिर्वाहार्थ दारोदारी भिक्षा मागितली पाहिजे; परंतु याचा अर्थ असा नाही की, तो भिकारी आहे. दैवी प्रकृतीमध्ये स्थित असलेल्या मनुष्याचा नम्रता हा सुद्धा एक गुण आहे आणि केवळ नम्रता म्हणूनच तो दारोदारी माधुकरी मागण्यासाठी न जाता गृहस्थांना प्रबुद्ध करण्याकरिता आणि त्यांना कृष्णभावनेचा प्रचार करण्याकरिता जातो. हे संन्याशांचे कर्तव्य आहे. जर तो वास्तविकपणे प्रगत असेल आणि त्याला आध्यात्मिक गुरूचा आदेश असेल तरच त्याने सबळ

शास्त्रप्रमाणांसहित आणि ज्ञानासहित कृष्णभावनेचा प्रचार करावा. जर तो याप्रमाणे प्रगत नसेल तर त्याने संन्यासाश्रमाचा स्वीकार करू नये. मनुष्याने पुरेशा ज्ञानाअभावी जरी संन्यासाश्रमाचा स्वीकार केला असेल तरी त्याने ज्ञानाचे अनुशीलन करण्याकरिता अधिकृत आध्यात्मिक गुरूकडून श्रवण करण्यात पूर्णतया संलग्न झाले पाहिजे. संन्याशांकडे अभय, सत्त्वसंशुद्धी आणि ज्ञानयोग हे गुण असणे अत्यावश्यक आहे.

*दान* हा पुढील गुण आहे. दान हे विशेषत: गृहस्थाश्रमीयांकरिता आहे. गृहस्थांनी आपली उपजीविका प्रामाणिकपणे अर्जित केली पाहिजे आणि आपल्या उत्पन्नापैकी पन्नास टक्के उत्पन्नाचा विनियोग जगभर कृष्णभावनेच्या प्रसाराकरिता करावा. अशा रीतीने ज्या संस्था कृष्णभावनेच्या प्रसारासाठी कार्यरत आहेत त्या संस्थांना गृहस्थांनी दान द्यावे. योग्य व्यक्तीलाच दान देण्यात यावे. सत्त्वगुणी दान, रजोगुणी दान आणि तमोगुणी दान असे दानाचे विविध प्रकार आहेत आणि याचे वर्णन पुढील अध्यायामध्ये करण्यात येईल. सत्त्वगुणी दान हे शास्त्रसंमत आहे, परंतु रजोगुणी व तमोगुणी दान हे शास्त्रसंमत नाही कारण हा धनाचा केवळ अपव्यय आहे. कृष्णभावनेचा संपूर्ण विश्वात प्रचार करण्यासाठीच केवळ दान देण्यात यावे आणि हेच सत्त्वगुणी दान होय.

*दम* (आत्मसंयम) या गुणाबाबतीत सांगावयाचे तर आत्मसंयम हा केवळ इतर आश्रमीयांकरिताच आहे असे नव्हे तर तो विशेषकरून गृहस्थाश्रमीयांकरिता आहे. गृहस्थाला पत्नी असली तरी त्याने आपल्या इंद्रियांचा अनावश्यक मैथुनाकरिता उपयोग करू नये. कामजीवनाच्या बाबतीत गृहस्थांवर सुद्धा बंधने आहेत. त्याने केवळ प्रजोत्पादन करण्याकरिताच मैथुन करावे. जर त्याला संतती नको असेल तर त्याने आपल्या पत्नीशी संभोग करू नये. आधुनिक समाज मुलांची जबाबदारी टाळण्यासाठी गर्भप्रतिबंधक किंवा त्याहूनही निंद्य अशा साधनांचा उपयोग करतो आणि कामजीवनाचा अनिर्बंध उपभोग घेतो. हा दैवी गुण नसून आसुरी गुण आहे. जर मनुष्याला, मग तो गृहस्थही का असेना, आध्यात्मिक जीवनामध्ये प्रगती करावयाची इच्छा असेल तर त्याने संभोगजीवन संयमित केले पाहिजे आणि श्रीकृष्ण सेवेव्यतिरिक्त इतर कोणत्याही कारणाकरिता मुलांना जन्म देता कामा नये. कृष्णभावनाभावित होऊ शकतील अशा मुलांना जर मनुष्य जन्म देऊ शकत असेल तर तो शेकडो मुलांनाही जन्म देऊ शकतो. परंतु अशी योग्यता नसेल तर त्याने केवळ इंद्रियतृप्तीकरिता संभोग करू नये.

गृहस्थांनी करावयाचे आणखी एक साधन म्हणजे यज्ञ होय, कारण यज्ञ करण्याकरिता विपुल प्रमाणात धनाची आवश्यकता असते. ब्रह्मचर्य, वानप्रस्थ आणि संन्यास या आश्रमातील इतर लोकांकडे धन नसते. त्यांना भिक्षा मागून स्वत:चा निर्वाह करावयाचा असतो. म्हणून विविध यज्ञ करणे हे गृहस्थांसाठी संमत आहे. वेदामध्ये गृहस्थांकरिता *अग्निहोत्र* हा यज्ञ सांगण्यात आला आहे. परंतु सद्यस्थितीत असा यज्ञ करणे हे अत्यंत खर्चीक आहे आणि हा यज्ञ करणे कोणत्याही गृहस्थासाठी शक्य नाही. या युगातील सर्वोत्तम यज्ञ म्हणजे संकीर्तन यज्ञ होय. हा संकीर्तन यज्ञ *हरे कृष्ण हरे कृष्ण कृष्ण कृष्ण हरे हरे। हरे राम हरे राम राम राम हरे हरे॥* या महामंत्राच्या कीर्तनाने होतो. हा यज्ञ अतिशय स्वस्त आहे. कोणीही हा यज्ञ करून

त्यायोगे लाभप्राप्ती करू शकतो. म्हणून दान, आत्मसंयम आणि यज्ञकर्म हे तीन गुण गृहस्थांसाठी आहेत.

*स्वाध्याय* किंवा वेदाध्ययन हे ब्रह्मचाऱ्यांसाठी आहे. ब्रह्मचाऱ्याचा स्त्रीशी मुळीच संबंध असू नये. त्यांनी ब्रह्मचर्यव्रताचे पालन करून आध्यात्मिक ज्ञानाच्या अनुशीलनाकरिता आपले मन वेदांचे अध्ययन करण्यामध्ये संलग्न करावे. यालाच स्वाध्याय असे म्हटले जाते.

*तपस्या* ही विशेषकरून निवृत्त जीवनासाठी आहे. मनुष्याने आयुष्यभर गृहस्थाश्रमी राहू नये. तर त्याने सदैव ध्यानात ठेवले पाहिजे की, जीवनाचे ब्रह्मचारी, गृहस्थ, वानप्रस्थ आणि संन्यास असे चार आश्रम आहेत. म्हणून गृहस्थ जीवनानंतर त्याने निवृत्त झाले पाहिजे. जर मनुष्याचे आयुष्य शंभर वर्षांचे असेल तर त्याने पंचवीस वर्षे ब्रह्मचारी, पंचवीस वर्षे गृहस्थ, पंचवीस वर्षे वानप्रस्थ आणि उर्वरित पंचवीस वर्षे संन्यासाश्रमात व्यतीत करावी. हे वैदिक धार्मिक अनुशासनाचे नियम आहेत. गृहस्थाश्रमातून निवृत्त झालेल्या मनुष्याने शरीर, मन आणि जिह्वा यांचे तप केले पाहिजे. हीच तपस्या होय. संपूर्ण वर्णाश्रम धर्म हा तपस्या करण्याच्या दृष्टीने रचण्यात आला आहे. तपस्येविना मोक्षप्राप्ती करता येत नाही. जीवनात तपस्येची आवश्यकता नाही आणि मनुष्याने तर्क करणे चालू ठेवावे म्हणजे सर्व काही ठीक होईल ही कल्पना वेदांमध्ये आणि भगवद्‌गीतेतही सांगितलेली नाही. अशी मते, अधिकाधिक अनुयायी गोळा करण्याच्या मागे लागलेल्या तथाकथित दिखाऊ अध्यात्मवाद्यांनी निर्माण केली आहेत. कारण त्यांना वाटते की, काही बंधने, नियम, विधिविधाने जर ठेवली तर लोक आपल्याकडे आकृष्ट होणार नाहीत. म्हणून केवळ दिखाव्याकरिता ज्यांना धर्माच्या नावाखाली अनुयायी गोळा करण्याची इच्छा असते ते आपल्या शिष्यांच्या तसेच स्वत:च्या जीवनावरही निर्बंध घालत नाहीत. परंतु हा सर्व प्रकार वेदसंमत नाही.

*आर्जवम्* अर्थात, सरळपणा या ब्राह्मणांच्या गुणाच्या बाबतीत सांगावयाचे तर हा गुण विशिष्ट आश्रमातील लोकांनीच अंगी बाणवावा असे नाही तर प्रत्येक व्यक्तीने तो अंगी बाणविला पाहिजे, मग तो ब्रह्मचारी, गृहस्थ, वानप्रस्थ किंवा संन्यासी असो. मनुष्याने सरळ आणि नि:स्पृह असावे.

*अहिंसा* म्हणजे मनुष्याने कोणत्याही जीवाच्या उत्क्रांतीमध्ये बाधा आणू नये. त्याने विचार करू नये की, शरीराच्या हत्येनंतरही आत्मा हा कधीच मारला जात नाही म्हणून इंद्रियतृप्तीकरिता पशूंची हत्या करण्यात काहीच भेद नाही. धनधान्य, फळफळावळे, दूधदुभत्याचा विपुल पुरवठा असूनही आजकाल लोक मांसाहार करण्याच्या अधीन झाले आहेत. पशुहत्या करण्याची मुळीच आवश्यकता नाही. हा आदेश सर्वांकरिताच आहे जेव्हा दुसरा काहीच पर्याय नसतो तेव्हा मनुष्य पशुवध करू शकतो, पण तो पशूही यज्ञार्पणच करावा. कसेही असले तरी मानवसमाजासाठी विपुल प्रमाणात अन्नधान्याचा पुरवठा असताना जे लोक आत्मसाक्षात्कारामध्ये प्रगती करू इच्छितात त्यांनी पशूंची मुळीच हिंसा करू नये. वास्तविक अहिंसा म्हणजे, कोणाच्याही प्रगतीला प्रतिबंध करू नये. एका पशुयोनीतून दुसऱ्या पशुयोनीत असे उत्क्रांती करणारे पशूदेखील उन्नतीच करीत आहेत. जर एखाद्या विशिष्ट प्राण्याचा वध केला तर त्याची

प्रगती रोखली जाते. जर एखादा पशू विशिष्ट प्रकारच्या शरीरामध्ये अमुक दिवस आणि अमुक अमुक वर्षासाठी राहात आहे आणि अकालीच जर त्याला मारले गेले तर, दुसऱ्या योनीमध्ये उत्क्रांतीत होण्यासाठी त्याच प्रकारच्या देहात पुन्हा येऊन उर्वरित दिवसांचा अवधी त्याला पूर्ण करावा लागतो. म्हणून स्वत:च्या जिह्वालौल्याला शमविण्याकरिता पशूंच्या उत्क्रांतीला प्रतिबंध करू नये. हीच अहिंसा होय.

*सत्यम्* अर्थात, मनुष्याने वैयक्तिक स्वार्थाकरिता सत्याचे विकृतीकरण करू नये. वैदिक ग्रंथामध्ये काही कठीण भाग आहेत परंतु त्यांचा अर्थ किंवा प्रयोजन हे अधिकृत आध्यात्मिक गुरूकडून शिकले पाहिजे. वेदांना जाणण्याची हीच प्रक्रिया आहे. *श्रुति* म्हणजे मनुष्याने प्रमाणित व्यक्तींकडून श्रवण केले पाहिजे. मनुष्याने आपल्या वैयक्तिक स्वार्थासाठी स्वमताने भाष्य करू नये. भगवद्गीतेच्या मूळ आशयाचा अनर्थ करणारी अनेक भाष्ये आहेत. शब्दांचा वास्तविक आशय प्रस्तुत केला पाहिजे आणि हे प्रमाणित आध्यात्मिक गुरूकडून शिकले पाहिजे.

*अक्रोध* म्हणजे क्रोधसंयमन करणे होय. क्रोधाला कारणीभूत अशी गोष्ट जरी घडली तरी मनुष्याने सहनशील असले पाहिजे, कारण एकदा तो क्रोधित झाला की मग त्याचे सारे शरीर दूषित होते. क्रोध हा रजोगुणाचा व कामवासनेचा परिणाम आहे. म्हणून जो दिव्यावस्थेत स्थित आहे त्याने स्वत:ला क्रोधापासून आवरले पाहिजे. *अपैशुनम्* म्हणजे मनुष्याने इतरांमध्ये दोष पाहू नये किंवा विनाकारण त्यांना बरोबर करण्याचा प्रयत्न करू नये. अर्थात, एखाद्या चोराला चोर म्हणणे म्हणजे काही अपराध नव्हे; परंतु जो आध्यात्मिक जीवनात प्रगती करू इच्छितो त्याने एखाद्या प्रामाणिक मनुष्याला चोर म्हणणे ही अत्यंत अपराधपूर्ण गोष्ट आहे. *ह्री* म्हणजे मनुष्याने विनयशील असावे आणि कोणतेही घृणास्पद कार्य करू नये. *अचापलम्* अर्थात, दृढनिश्चय म्हणजे मनुष्याने आपल्या प्रयत्नात कधीही क्षुब्ध किंवा वैफल्यग्रस्त होऊ नये. कोणताही प्रयत्न करताना अपयश येऊ शकते, पण मनुष्याने त्यामुळे खिन्न होऊन जाऊ नये. त्याने धैर्याने आणि दृढनिश्चयाने प्रगती केली पाहिजे.

या ठिकाणी योजिलेला *तेजस्* हा शब्द क्षत्रियांकरिता आहे. दुर्बलांना अभय देण्यास समर्थ होण्याइतपत क्षत्रियांनी बलशाली असले पाहिजे. आपण अहिंसक आहोत असे त्यांनी कधीच दाखवू नये. हिंसेची आवश्यकता असल्यास त्यांनी हिंसा करण्यास तयार असले पाहिजे. परंतु जो मनुष्य आपल्या शत्रूचे दमन करू शकत असेल तो विशिष्ट परिस्थितीमध्ये क्षमावान होऊ शकतो. तो लहानसहान अपराधांना क्षमा करू शकतो.

*शौचम्* या शब्दाचा अर्थ मन, शरीर आणि व्यवहार यांची पवित्रता असा आहे. व्यापाऱ्यांनी काळाबाजार करू नये, म्हणून विशेष करून हा गुण आहे. *नातिमानिता*—अर्थात, मानाची अपेक्षा न करणे. हा गुण वर्णाश्रम धर्मातील सर्वांत खालच्या दर्जाच्या शूद्र लोकांसाठी आहे. त्यांनी व्यर्थ प्रतिष्ठेने किंवा मानाने फुगून जाऊ नये आणि आपल्या दर्जाला अनुरूप असेच राहावे. सामाजिक सुव्यवस्था राखण्यासाठी शूद्रांनी उच्च वर्णातील लोकांचा आदर करावा हे त्यांचे कर्तव्य आहे.

या ठिकाणी वर्णन केलेले सर्व सव्वीस गुण हे दिव्य गुण आहेत. विविध वर्ण आणि

आश्रमांनुसार या गुणांचे अनुशीलन करण्यात यावे. सारांश हाच आहे की, भौतिक परिस्थिती जरी दु:खकारक आणि प्रतिकूल असली तरी सर्व वर्गातील लोकांनी जर या गुणांच्या अभ्यासाद्वारे विकास केला तर ते हळूहळू आध्यात्मिक साक्षात्काराच्या सर्वोच्च स्तराप्रत प्रगत होऊ शकतात.

**दम्भो दर्पोऽभिमानश्च क्रोधः पारुष्यमेव च।**
**अज्ञानं चाभिजातस्य पार्थ सम्पदमासुरीम्॥ ४॥**

**दम्भः**—दंभ, अहंकार; **दर्पः**—उर्मटपणा; **अभिमानः**—अभिमान, गर्व; **च**—सुद्धा; **क्रोधः**—क्रोध; **पारुष्यम्**—कठोरपणा किंवा उग्रपणा; **एव**—निश्चितपणे; **च**—आणि; **अज्ञानम्**—अज्ञान; **च**—आणि; **अभिजातस्य**—जन्मलेल्या; **पार्थ**—हे पार्थ; **सम्पदम्**—गुण; **आसुरीम्**—आसुरी प्रकृतीचे.

**हे पार्था! दंभ, उर्मटपणा, अभिमान आणि अज्ञान हे आसुरी प्रकृतीत जन्मलेल्या लोकांचे गुण आहेत.**

**तात्पर्य:** या श्लोकात नरकामध्ये जाण्याच्या राजमार्गाचे वर्णन करण्यात आले आहे. आसुरी लोक जरी नियमांचे पालन करीत नसले तरी त्यांना धार्मिकतेचा व आध्यात्मिक विज्ञान विकासाचा देखावा करावयाची इच्छा असते. त्यांना आपल्याकडील शैक्षणिक पात्रतेचा किंवा संपत्तीचा सदैव अभिमान असतो. इतरांनी आपली पूजा करावी आणि आपल्याला मानसन्मान द्यावा अशी त्यांची अपेक्षा असते. वस्तुत: ते मान देण्यायोग्य नसतातच. क्षुल्लक गोष्टीवरून ते क्रोधित होतात आणि अत्यंत कठोरपणे बोलतात. काय करावे आणि काय करू नये हे त्यांना कळत नाही. ते आपल्या इच्छेनुसार व लहरीखातर काहीही करतात आणि कोणतेही प्रमाण मानीत नाहीत. मातेच्या उदरात त्यांची शरीरे असल्यापासूनच त्यांनी हे आसुरी गुण धारण केलेले असतात आणि जसे जसे ते वाढत जातात तसतसे हे सारे अशुभ गुण ते प्रकट करतात.

**दैवी सम्पद्विमोक्षाय निबन्धायासुरी मता।**
**मा शुचः सम्पदं दैवीमभिजातोऽसि पाण्डव॥ ५॥**

**दैवी**—दैवी; **सम्पत्**—उपयुक्तता किंवा लाभ; **विमोक्षाय**—मोक्षदायक; **निबन्धाय**—बंधनकारक; **आसुरी**—आसुरी गुण; **मता**—मानले जातात; **मा**—करू नको; **शुचः**—चिंता; **सम्पदम्**—लाभ; **दैवीम्**—दैवी; **अभिजातः**—उत्पन्न; **असि**—तू आहेस; **पाण्डव**—हे पांडव.

**दैवी गुण मोक्षदायक असतात तर आसुरी गुण बंधनकारक असतात. हे पांडवा! तू चिंता करू नकोस, कारण तू दैवी गुणांसह जन्मलेला आहेस.**

**तात्पर्य:** भगवान श्रीकृष्णांनी अर्जुनाला तू आसुरी गुणांसह जन्मलेला नाहीस, असे सांगून प्रोत्साहन दिले. त्याने युद्धात भाग घेणे हे आसुरी वृत्तीचे लक्षण नव्हते, कारण तो युद्धासंबंधी साधकबाधक विचार करीत होता. भीष्म, द्रोण इत्यादींसारख्या मोठमोठ्या सन्माननीय व्यक्तींची हत्या करावी की न करावी याबद्दल तो विचार करीत होता. यावरून कळून येते की, तो क्रोध, खोटी प्रतिष्ठा किंवा कठोरपणाच्या आहारी गेला नव्हता, म्हणून तो आसुरी वृत्तीचा नव्हता. क्षत्रियांनी शत्रूवर बाण सोडावे ही गोष्ट दैवी समजली जाते आणि अशा कर्तव्यापासून परावृत्त

होणे हे आसुरी असल्याचे मानले जाते. यास्तव अर्जुनाला विलाप करावयाचे कोणतेही कारण नव्हते. वर्णाश्रम धर्माच्या नियामक तत्त्वांचे पालन करणारी कोणतीही व्यक्ती दैवी प्रकृतीमध्ये स्थित असते.

**द्वौ भूतसर्गौ लोकेऽस्मिन्दैव आसुर एव च।**
**दैवो विस्तरशः प्रोक्त आसुरं पार्थ मे शृणु॥ ६॥**

**द्वौ**—दोन; **भूत-सर्गौ**—सृष्ट जीव; **लोके**—जगतामध्ये; **अस्मिन्**—हे; **दैवः**—दैवी; **आसुरः**—आसुरी; **एव**—निश्चितपणे; **च**—आणि; **दैवः**—दैवी; **विस्तरशः**—विस्तारपूर्वक; **प्रोक्तः**—सांगितले; **आसुरम्**—आसुरी; **पार्थ**—हे पृथापुत्र; **मे**—माझ्याकडून; **शृणु**—ऐक.

**हे पार्थ! या जगतामध्ये दैवी आणि आसुरी असे दोन प्रकारचे जीव आहेत. मी यापूर्वीच तुला दैवी गुणांचे विस्तारपूर्वक वर्णन सांगितले आहे. आता माझ्याकडून आसुरी गुणांचे विवरण ऐक.**

**तात्पर्य:** भगवान श्रीकृष्णांनी अर्जुनाला तो दैवीगुणयुक्त जन्मलेल्याचे खात्रीपूर्वक सांगितले आणि आता ते आसुरी प्रवृत्तीचे वर्णन करीत आहेत. या जगतामध्ये बद्ध जीवांचे दोन प्रकारे वर्गीकरण करण्यात आले आहे. जे लोक दैवी गुणांसह जन्मास आले आहेत ते संयमित जीवन जगतात. अर्थात, ते गुरू, साधू आणि शास्त्र यांच्या आदेशानुसार आचरण करतात. मनुष्याने प्रमाणित शास्त्रांनुसार आपली कर्तव्ये केली पाहिजेत. जो शास्त्रसंमत नियामक तत्त्वांचे पालन न करता स्वतःच्या लहरीप्रमाणे कर्म करतो तो आसुरी प्रवृत्तींनी युक्त असल्याचे म्हटले जाते. शास्त्रसंमत नियामक तत्त्वांचे पालन करणे हीच एकमेव कसोटी आहे. वेदांमध्ये सांगण्यात आले आहे की, देव आणि दानव दोघांचाही प्रजापतीपासून जन्म झाला. या दोहोंतील फरक हाच आहे की एक वर्ग वेदसंमत आदेशांचे पालन करतो तर दुसरा करीत नाही.

**प्रवृत्तिं च निवृत्तिं च जना न विदुरासुराः।**
**न शौचं नापि चाचारो न सत्यं तेषु विद्यते॥ ७॥**

**प्रवृत्तिम्**—योग्य रीतीने कर्म करणे; **च**—सुद्धा; **निवृत्तिम्**—अयोग्यपणे कर्म न करणे; **च**—आणि; **जनाः**—लोक; **न**—कधीही नाही; **विदुः**—जाणतात; **आसुराः**—आसुरी गुणांनी युक्त असलेले; **न**—कधीही नाही; **शौचम्**—शुची; **न**—नाही; **अपि**—सुद्धा; **च**—आणि; **आचारः**—आचरण; **न**—कधीही नाही; **सत्यम्**—सत्य; **तेषु**—त्यांच्यामध्ये; **विद्यते**—असते.

**आसुरी प्रवृत्तीचे लोक काय करावे आणि काय करू नये हे जाणत नाहीत. शुचिर्भूतपणा, सदाचार तसेच सत्यही त्यांच्यामध्ये आढळत नाही.**

**तात्पर्य:** प्रत्येक सुसंस्कृत मानवसमाजात शास्त्रसंमत विधिविधाने आहेत आणि त्यांचे प्रारंभापासूनच पालन केले पाहिजे. विशेषतः वैदिक संस्कृतीचा स्वीकार करणाऱ्या आणि अत्यधिक सुसंस्कृत मानल्या जाणाऱ्या आर्य लोकांमध्ये जे शास्त्रविधानांचे पालन करीत नाहीत

त्यांना आसुरी मानले जाते. यास्तव या श्लोकामध्ये म्हटले आहे की, असुरांना शास्त्रातील नियमांचे ज्ञान नसते आणि शास्त्रनियमांचे पालन करण्याकडे त्यांचा ओढाही नसतो. बहुतेक आसुरी लोक शास्त्रनियम जाणत नाहीत आणि जर त्यांच्यापैकी काही जण जाणत असले तरी नियमांचे पालन करण्याकडे त्यांची प्रवृत्ती नसते. त्यांना श्रद्धाही नसते किंवा वैदिक आदेशानुसार कर्म करण्याची त्यांची इच्छाही नसते. असुरांमध्ये अंतर्बाह्य शुची नसते. मनुष्यांनी आपले शरीर स्नान, दंतधवन, कपडे बदलणे इत्यादी गोष्टींद्वारे शुचिर्भूत ठेवले पाहिजे. आंतरिक शुचीबद्दल सांगावयाचे तर मनुष्याने सदैव पवित्र हरिनामाचे स्मरण करावे आणि *हरे कृष्ण हरे कृष्ण कृष्ण कृष्ण हरे हरे। हरे राम हरे राम राम राम हरे हरे॥* या महामंत्राचे कीर्तन करावे. परंतु असुरांना अंतर्बाह्य शुद्धीकरिता असणाऱ्या नियमांचे पालन करण्यात मुळीच रुची नसते.

आचरणाच्या बाबतीत विचार करावयाचा तर मनुसंहितेसारख्या अनेक संहिता मानवसमाजाच्या आचरणाच्या बाबतीत मार्गदर्शन करण्यासाठी आहेत. आजतागायतही हिंदू लोक मनुसंहितेचे पालन करतात. वारसासंबंधी आणि इतर कायदे याच ग्रंथातून घेण्यात आले आहेत. मनुसंहितेत स्पष्टपणे सांगण्यात आले आहे की, स्त्रीला स्वातंत्र्य देऊ नये. याचा अर्थ असा नाही की, स्त्रियांना गुलामाप्रमाणे ठेवावे तर स्त्रिया बालकाप्रमाणे असतात. बालकांनाही स्वातंत्र्य दिले जात नाही परंतु त्यांना काही गुलामांसारखे ठेवले जात नाही. आसुरी लोकांनी आता या नियमांकडे दुर्लक्ष केले आहे आणि त्यांना वाटते की, स्त्रियांनाही पुरुषाप्रमाणेच स्वातंत्र्य देण्यात यावे. तरीही असे करण्याने जगाच्या सामाजिक परिस्थितीत काहीच सुधारणा झालेली नाही. वस्तुत: स्त्रीला जीवनातील प्रत्येक दशेमध्ये संरक्षण दिले पाहिजे. स्त्रीला कौमार्यावस्थेत पित्याने संरक्षण दिले पाहिजे, यौवनावस्थेत पतीने आणि वृद्धावस्थेत तिच्या पुत्रांनी तिला संरक्षण दिले पाहिजे. मनुंहितेप्रमाणे हेच योग्य सामाजिक आचरण आहे. परंतु आधुनिक शैक्षणिक व्यवस्थेने स्त्रीत्वाची कृत्रिम भ्रामक प्रतिमा निर्माण केली आहे आणि म्हणून मानवसमाजामध्ये विवाह पद्धती ही जवळजवळ एक काल्पनिक गोष्टच झाली आहे. तसेच स्त्रियांचा नैतिक दर्जाही आजकाल चांगला नाही. म्हणून आसुरी लोक समाजाच्या हितार्थ असणाऱ्या कोणत्याही गोष्टींचा स्वीकार करीत नाहीत. आसुरी लोक, महर्षींचा अनुभव व त्यांनी घालून दिलेल्या विधिनियमांचे पालन करीत नसल्यामुळे त्यांची सामाजिक स्थिती ही अतिशय दयनीय झाली आहे.

**असत्यमप्रतिष्ठं ते जगदाहुरनीश्वरम् ।**
**अपरस्परसम्भूतं किमन्यत्कामहैतुकम् ॥ ८॥**

**असत्यम्**—असत्य; **अप्रतिष्ठम्**—निराधार; **ते**—ते; **जगत्**—प्राकृत सृष्टी; **आहु:**—म्हणतात; **अनीश्वरम्**—ईश्वरावाचून; **अपरस्पर**—कारणरहित; **सम्भूतम्**—उत्पन्न झाले आहे; **किम् अन्यत्**—इतर कोणतेही कारण नाही; **काम-हैतुकम्**—केवळ कामामुळे.

**ते म्हणतात की, हे जगत असत्य व निराधार आहे आणि परमेश्वर नावाचा कोणीही याचे नियंत्रण करीत नाही. त्यांचे म्हणणे आहे की, केवळ मैथुनाच्या इच्छेमुळे हे**

**जग निर्माण झाले आहे आणि कामाखेरीज अन्य कोणतेही कारण नाही.**

**तात्पर्य:** असुरांचा निष्कर्ष आहे की, हे जगत म्हणजे केवळ एक भ्रम किंवा आभास आहे. याच्या उत्पत्तीस काहीच कार्य कारण, नियंत्रक, प्रयोजन इत्यादी काही कारण नाही, सर्व काही असत्य आहे. ते म्हणतात की, प्राकृत सृष्टीची उत्पत्ती काही विशिष्ट आकस्मिक क्रियाप्रतिक्रियांमुळे होते. परमेश्वराने विशिष्ट हेतूकरिता या सृष्टीची रचना केली आहे असे त्यांना वाटत नाही. त्यांचा सृष्टीच्या उत्पत्तीचा स्वत:चा सिद्धांत असतो; ते म्हणतात की, जगाची आपोआप उत्पत्ती झाली आहे आणि या जगाच्या पाठी परमेश्वर आहे असे म्हणण्यास काहीच कारण नाही. ते जड आणि चेतन यामध्ये मुळीच भेद मानीत नाहीत तसेच ते परमात्म्याच्या अस्तित्वाचाही स्वीकार करीत नाहीत. सर्व काही केवळ पदार्थच आहे आणि संपूर्ण विश्व म्हणजे अज्ञानाचा गोळा आहे. त्यांच्या मतानुसार सर्व काही शून्यच आहे आणि आपण जे वैविध्य पाहात आहोत ते केवळ अज्ञानवशच पाहात आहोत. ते निश्चितपणे मानतात की, या सृष्टीतील वैविध्य म्हणजे अज्ञानाचे प्रदर्शनच आहे. उदाहरणार्थ ज्याप्रमाणे स्वप्नावस्थेत आपण अनेक गोष्टींची निर्मिती करतो; परंतु वस्तुत: अशा गोष्टी मुळीच अस्तित्वात नसतात म्हणून ज्या वेळी आपण जागृत होतो तेव्हा पाहतो की, सर्व काही स्वप्नच होते. वास्तविकपणे असुर जरी म्हणत असले की, जीवन हे केवळ स्वप्नच आहे तरी या स्वप्नाचा उपभोग घेण्यात ते अतिशय तरबेज असतात आणि म्हणून ज्ञानप्राप्ती करण्याऐवजी ते अधिकाधिक आपल्या स्वप्नसृष्टीमध्ये गुरफटतच जातात. त्यांचा निष्कर्ष असतो की, ज्याप्रमाणे मुलाचा जन्म केवळ स्त्री आणि पुरुष यांच्या संभोगाने होतो त्याप्रमाणे हे जगतही आत्मतत्त्वविरहितच उत्पन्न झाले आहे. त्यांच्या दृष्टीने केवळ पदार्थाच्या संयोगानेच जीवांची निर्मिती झाली आहे आणि आत्म्याच्या अस्तित्वाचा प्रश्नच उद्‌भवत नाही. ज्याप्रमाणे घामापासून आणि मृत शरीरातून काहीही कारण नसताना अनेक जीव बाहेर येतात त्याप्रमाणे भौतिक सृष्टीतील पदार्थाच्या संयोगातून सर्व सजीव प्राण्यांची निर्मिती झाली आहे. म्हणून या अभिव्यक्तींचे कारण म्हणजे भौतिक प्रकृती आहे आणि याव्यतिरिक्त इतर कोणतेही कारण नाही. भगवद्‌गीतेत श्रीकृष्ण म्हणतात की, *मयाध्यक्षेण प्रकृति सूयते सचराचरम्*—माझ्या अध्यक्षतेखाली संपूर्ण भौतिक सृष्टी कार्य करीत आहे. या श्रीकृष्णांच्या वचनावर त्यांची श्रद्धा नसते. दुसऱ्या शब्दात सांगावयाचे तर, असुरांना या भौतिक सृष्टीच्या उत्पत्तीचे परिपूर्ण ज्ञान नसते. प्रत्येक आसुरी व्यक्तीचा स्वत:चा असा एक सिद्धांत असतो. त्यांच्या दृष्टीने एक शास्त्रार्थ दुसऱ्या शास्त्रार्थाइतकाच प्रमाणभूत असतो कारण शास्त्रांचा एकच प्रमाणभूत असा अर्थ असतो हे त्यांना मान्य नाही.

**एतां दृष्टिमवष्टभ्य नष्टात्मानोऽल्पबुद्धयः ।**
**प्रभवन्त्युग्रकर्माणः क्षयाय जगतोऽहिताः ॥ ९ ॥**

**एताम्**—ही; **दृष्टिम्**—दृष्टी; **अवष्टभ्य**—स्वीकारून; **नष्ट**—नष्ट; **आत्मानः**—स्वतःच; **अल्प-बुद्धयः**—अल्पबुद्धी; **प्रभवन्ति**—भरभराट; **उग्र-कर्माणः**—उग्र कर्म करण्यात संलग्न झालेले; **क्षयाय**—विनाशाकरिता; **जगतः**—जगताच्या; **अहिताः**—अहितकारक.

**अशा निष्कर्षांचे अनुगमन करीत स्वतःचा नाश ओढवून घेतलेले आणि अल्पबुद्धी, आसुरी लोक जगाचा विनाश करण्याकरिता अहितकारी व उग्र कर्मांमध्ये संलग्न होतात.**

**तात्पर्यः** जगाचा विनाश होईल असे कर्म करण्यात आसुरी लोक रत झालेले असतात. या श्लोकामध्ये भगवंत सांगतात की, आसुरी लोक हे अल्पबुद्धी आहेत. परमेश्वराच्या अस्तित्वाची कल्पनाही नसणाऱ्या भौतिकवादी लोकांना वाटते की, आपण प्रगती करीत आहोत; परंतु भगवद्गीतेनुसार असे लोक अज्ञानी आणि विचारशून्य आहेत. ते भौतिक जगताचा अधिकाधिक उपभोग घेण्याचा प्रयत्न करतात आणि म्हणून इंद्रियतृप्तीकरिता ते सदैव नवीन नवीन साधनांचा शोध घेण्यात मग्न झालेले असतात. अशा प्रकारचे भौतिक शोध करणे म्हणजे मानवसमाजाची प्रगती झाली असे मानण्यात येते. तथापि, अशा संशोधनाचा परिणाम म्हणजे लोक हे पशू आणि इतर लोकांच्या बाबतीत अधिकाधिक क्रूर आणि हिंसक होत आहेत. एकमेकांशी कसा व्यवहार करावा याची त्यांना जाण नाही. आसुरी लोक विपुल प्रमाणात पशुहिंसा करतात. अशा लोकांना जगताचे शत्रू मानले जाते, कारण शेवटी ते अशा गोष्टींचा शोध लावतील किंवा अशी गोष्ट निर्माण करतील, त्यामुळे सर्वांचाच विनाश होईल. अप्रत्यक्षपणे या श्लोकामध्ये आण्विक शस्त्रास्त्रांच्या संशोधनाची पूर्वसूचनाही दिली आहे आणि आता संपूर्ण जगाला आण्विक शस्त्रास्त्रांचा अत्यंत गर्व आहे. कोणत्याही क्षणी युद्ध होऊ शकेल आणि आण्विक स्फोटके सर्व काही उद्ध्वस्त करू शकतील. अशा गोष्टी केवळ जगताच्या विनाशार्थ निर्माण केलेल्या असतात आणि हेच या ठिकाणी दर्शविण्यात आले आहे. आसुरी वृत्तीमुळे मानवसमाजामध्ये अशा शस्त्रांचा शोध लावण्यात आला आहे; ही शस्त्रास्त्रे समाजामध्ये सुख आणि समृद्धीची भरभराट करण्यासाठी नाहीत.

**काममाश्रित्य दुष्पूरं दम्भमानमदान्विताः ।**
**मोहाद्गृहीत्वासद्ग्राहान्प्रवर्तन्तेऽशुचिव्रताः ॥ १० ॥**

**कामम्**—काम; **आश्रित्य**—आश्रय घेऊन; **दुष्पूरम्**—अतृप्त; **दम्भ**—दंभ; **मान**—मान; **मद-अन्विताः**—मदाने युक्त; **मोहात्**—मोहामुळे; **गृहीत्वा**—घेऊन; **असत्**—असत्य किंवा अनित्य; **ग्राहान्**—गोष्टी; **प्रवर्तन्ते**—त्यांची भरभराट होते; **अशुचि**—अपवित्रता; **व्रताः**—व्रतस्थ.

**कधीही तृप्त न होणाऱ्या कामाचा आश्रय घेऊन गर्व, खोटी प्रतिष्ठा आणि मदामध्ये डुंबत, मोहित झालेले आसुरी लोक, अनित्य गोष्टींमुळे आकर्षित होऊन सदैव अशुचिर्भूत कर्म करण्यास व्रतस्थ झालेले असतात.**

**तात्पर्यः** आसुरी मनोवृत्तींचे वर्णन या श्लोकामध्ये करण्यात आले आहे. आसुरी लोक आपल्या कामवासनेने कधीही तृप्त होत नाहीत. विषयोपभोग घेण्यासाठी ते आपल्या कधी तृप्त न होणाऱ्या इच्छांना एकसारखे वाढवीत असतात. क्षणभंगुर गोष्टींचा स्वीकार केल्यामुळे ते सदैव जरी चिंताग्रस्त असले तरी मोहामुळे ते अशी कर्मे करीतच राहतात. आपण चुकीच्या दिशेने

मार्गक्रमण करीत आहोत याचे त्यांना मुळी ज्ञानही नसते आणि याबद्दल ते काही सांगूही शकत नाहीत. अनित्य गोष्टींचा स्वीकार करून असे आसुरी लोक स्वत:च एका परमेश्वराची निर्मिती करतात आणि स्वनिर्मित मंत्रांचे उच्चारण करतात. परिणामत: ते लैंगिक भोग आणि धनसंचय या दोन गोष्टींकडे अधिकाधिक आकर्षित होतात. या संदर्भात *अशुचि-व्रता:* हा शब्द अतिशय महत्त्वपूर्ण आहे. असे आसुरी लोक मदिरा, मदिराक्षी, द्यूत आणि मांसाहाराकडे आकर्षित होतात आणि याच त्यांच्या अशुचिर्भूत सवयी असतात. अभिमान आणि खोट्या प्रतिष्ठेने उन्मत्त झाल्यामुळे ते वेदाशी असहमत असणाऱ्या तथाकथित धर्माचा पुरस्कार करतात. असे लोक जरी जगामधील अत्यंत घृणास्पद लोक असले तरी जग त्यांचा कृत्रिमपणे मिथ्या मानसन्मान करते. ते जरी नरकाच्या दिशेने धावत असले तरी त्यांना वाटते की आपण खूप प्रगती करीत आहोत.

**चिन्तामपरिमेयां च प्रलयान्तामुपाश्रिताः ।**
**कामोपभोगपरमा एतावदिति निश्चिताः ॥ ११ ॥**
**आशापाशशतैर्बद्धाः कामक्रोधपरायणाः ।**
**ईहन्ते कामभोगार्थमन्यायेनार्थसञ्चयान् ॥ १२ ॥**

**चिन्ताम्**—चिंता आणि भय; **अपरिमेयाम्**—अमर्याद; **च**—आणि; **प्रलय-अन्ताम्**—आमरणान्त; **उपाश्रिताः**—आश्रय घेऊन; **काम-उपभोग**—इंद्रियतृप्ती; **परमाः**—जीवनाचे परमलक्ष्य; **एतावत्**—याप्रमाणे; **इति**—असे; **निश्चिताः**—निश्चित करून; **आशा-पाश**—आशेच्या पाशांनी बांधले जाणे; **शतैः**—शेकडो; **बद्धाः**—बद्ध होऊन; **काम**—काम; **क्रोध**—आणि क्रोध; **परायणाः**—परायण झालेले; **ईहन्ते**—इच्छा करतात; **काम**—काम; **भोग**—इंद्रियोपभोग; **अर्थम्**—च्या उद्देशाने; **अन्यायेन**—अन्यायाने; **अर्थ**—धनाचे; **सञ्चयान्**—संचय.

**इंद्रियतृप्ती करणे हीच मानव संस्कृतीची मुख्य आवश्यकता आहे असा त्यांचा विश्वास असतो. अशा प्रकारे त्यांना मरेतोपर्यंत अमर्याद चिंतांनी ग्रासलेले असते. शेकडो, हजारो आशारूपी पाशांनी बद्ध झालेले आणि कामक्रोध परायण झालेले हे आसुरी लोक इंद्रियतृप्तीकरिता अन्यायी मार्गाने धनसंचय करतात.**

**तात्पर्य:** आसुरी लोकांना वाटते की, इंद्रियोपभोग प्राप्त करणे हेच जीवनाचे अंतिम लक्ष्य आहे आणि मरणापर्यंत त्यांची हीच धारणा असते. त्यांचा पुनर्जन्मावर विश्वास नसतो तसेच मनुष्याला आपल्या कर्मानुसार निरनिराळ्या प्रकारचे देह प्राप्त होतात यावरही त्यांचा विश्वास नसतो. त्यांनी आपल्या आयुष्यात आखलेल्या योजनांना कधीच अंत नसतो आणि ते योजनांमागून योजना आखत जातात; परंतु या योजनांची कधीच पूर्ती होत नाही. आम्हाला अशा आसुरी मनोवृत्तीच्या मनुष्याचा प्रत्यक्ष अनुभव आहे. मरणसमयी सुद्धा तो वैद्याला आपले आयुष्य चार वर्षांनी वाढविण्याची विनंती करीत होता, कारण त्याच्या योजना अजूनही पूर्ण झाल्या नव्हत्या. असे मूर्ख जाणत नाहीत की, वैद्य आपले आयुष्य क्षणभरही वाढवू शकत नाहीत. मृत्यूची सूचना आली की तेथे मनुष्याच्या इच्छेचा मुळीच विचार होत नसतो. प्रकृतीचे नियम, मनुष्याला

जितका भोग ठरवून दिलेला असेल त्यापेक्षा एक क्षणभरही अधिक जगू देत नाही.

आसुरी मनुष्याला परमेश्वरावर किंवा अंतर्यामी परमात्म्यावर विश्वास नसतो आणि म्हणून केवळ इंद्रियतृप्तीकरिता तो सर्व प्रकारचे पापकर्म करतो. त्याच्या हृदयात एक साक्षीही असतो हे त्याला माहीत नसते. परमात्मा हा जीवाच्या सर्व क्रियांचे निरीक्षण करीत असतो. उपनिषदात याबाबतीत उदाहरण देण्यात आले आहे की, एका झाडावर दोन पक्षी बसलेले आहेत त्यापैकी एक पक्षी शाखेवरील सुखदु:खरूपी फळे भोगतो आणि दुसरा पक्षी केवळ साक्षी असतो. परंतु आसुरी मनुष्याला वेदांचे ज्ञानही नाही आणि वेदांवर श्रद्धाही नसते. म्हणून परिणामांची चिंता न करता इंद्रियतृप्तीकरिता स्वेच्छाचार करण्यास आपण स्वतंत्र आहोत असे तो समजतो.

**इदमद्य मया लब्धमिमं प्राप्स्ये मनोरथम् ।**
**इदमस्तीदमपि मे भविष्यति पुनर्धनम् ॥१३॥**
**असौ मया हत: शत्रुर्हनिष्ये चापरानपि ।**
**ईश्वरोऽहमहं भोगी सिद्धोऽहं बलवान्सुखी ॥१४॥**
**आढ्योऽभिजनवानस्मि कोऽन्योऽस्ति सदृशो मया।**
**यक्ष्ये दास्यामि मोदिष्य इत्यज्ञानविमोहिता: ॥१५॥**

**इदम्**—हे; **अद्य**—आज; **मया**—मी; **लब्धम्**—मिळविले; **इमम्**—हे; **प्राप्स्ये**—मी प्राप्त करीन; **मन:-रथम्**—माझ्या इच्छेप्रमाणे; **इदम्**—हे; **अस्ति**—आहे; **इदम्**—हे; **अपि**—सुद्धा; **मे**—माझे; **भविष्यति**—भविष्यामध्ये अधिक वृद्धी होईल; **पुन:**—पुन्हा; **धनम्**—धन; **असौ**—तो; **मया**—माझ्याद्वारे; **हत:**—मारला गेला आहे; **शत्रु:**—शत्रू; **हनिष्ये**—मी हत्या करेन; **च**—सुद्धा; **अपरान्**—इतर; **अपि**—निश्चितपणे; **ईश्वर:**—ईश्वर; **अहम्**—मी आहे; **अहम्**—मी आहे; **भोगी**—भोगी; **सिद्ध:**—परिपूर्ण; **अहम्**—मी आहे; **बल-वान्**—बलवान; **सुखी**—सुखी; **आढ्य:**—धनाढ्य; **अभिजन-वान्**—कुलवान, वैभवशाली नातलग असलेला; **अस्मि**—मी आहे; **क:**—कोण; **अन्य:**—इतर; **अस्ति**—आहे; **सदृश:**—सारखा; **मया**—मी; **यक्ष्ये**—मी यज्ञ करेन; **दास्यामि**—मी दान करेन; **मोदिष्ये**—मी मौज करेन; **इति**—याप्रमाणे; **अज्ञान**—अज्ञानाने; **विमोहिता:**—मोहित झालेले.

**आसुरी मनुष्य विचार करतो की, 'आज माझ्याकडे इतकी संपत्ती आहे आणि माझ्या योजनेनुसार मी अधिक संपत्ती प्राप्त करेन. हे इतके धन माझ्याकडे आहे आणि भविष्यात ते उत्तरोत्तर वाढेल. हा माझा शत्रू आहे आणि मी त्याला मारले आहे आणि माझे इतर शत्रूही मारले जातील. मी सर्वांचा ईश्वर आहे. मीच भोक्ता आहे. मी परिपूर्ण, बलवान आणि सुखी आहे. माझ्या आजूबाजूला माझे वैभवशाली नातलग असलेला मीच धनाढ्य मनुष्य आहे.' माझ्यासारखा बलवान आणि सुखी इतर कोणीही नाही. मी यज्ञ करेन, मी दान देईन आणि याप्रमाणे मी मौजमजा करेन. अशा प्रकारे आसुरी लोक अज्ञानाने मोहित झालेले असतात.**

**अनेकचित्तविभ्रान्ता मोहजालसमावृताः ।**
**प्रसक्ताः कामभोगेषु पतन्ति नरकेऽशुचौ ॥ १६ ॥**

**अनेक**—अनेक; **चित्त**—चिंतांनी; **विभ्रान्ताः**—भ्रांत झालेले; **मोह**—मोहाच्या; **जाल**—जाल; **समावृताः**—आवृत झालेले; **प्रसक्ताः**—आसक्त; **काम-भोगेषु**—इंद्रियतृप्तीला; **पतन्ति**—पतित होतात; **नरके**—नरकामध्ये; **अशुचौ**—अशुची किंवा अपवित्र.

**या प्रकारे अनेक चिंतांनी भ्रांत झालेले आणि मोहजालामध्ये बद्ध झालेले आसुरी लोक इंद्रियतृप्तीमध्ये अत्यधिक आसक्त होतात आणि नरकामध्ये पतित होतात.**

**तात्पर्य:** आसुरी मनुष्यांच्या धनसंचयाच्या इच्छेला काही अंतच नसतो. धनार्जनाची त्यांची अभिलाषा अमर्याद असते. सध्या आपल्याजवळ किती धन साठलेले आहे आणि ते धन कोणत्या योजना केल्याने अधिकाधिक वाढत जाईल केवळ याचाच तो विचार करीत असतो. यास्तव तो कोणतेही पापकर्म करण्यास संकोच करीत नाही आणि अवैध तृप्तीकरिता तो काळाबाजारही करतो. आपल्याकडे असलेला जमीनजुमला, कुटुंब, घर आणि धनसाठा इत्यादी गोष्टींनी तो मोहित झालेला असतो आणि या गोष्टींमध्ये अधिकाधिक वृद्धी कशी होईल याचीच तो योजना आखीत असतो. त्याला आपल्या सामर्थ्यावर विश्वास असतो आणि जे काही त्याला प्राप्त होत असते ते त्याच्या पुण्यकर्मांचे फळ आहे हे त्याला माहीत नसते. त्याला अशा गोष्टींचा संचय करण्याची संधी दिली जाते; परंतु त्याला पूर्वकर्मांची मुळीच जाणीव नसते. त्याला वाटते की, केवळ स्वकष्टामुळेच आपल्याला धनप्राप्ती झाली आहे. आसुरी मनुष्याचा कर्माच्या नियमावर विश्वास नसून स्वकर्तृत्वावर विश्वास असतो. कर्माच्या नियमांप्रमाणे मनुष्याच्या पूर्वजन्मातील पुण्यकर्मामुळे तो उच्च कुळात जन्म घेतो, श्रीमंत होतो, सुशिक्षित होतो अथवा सौंदर्यवान होतो. आसुरी लोकांना वाटते की, या सर्व गोष्टी योगायोगाने आणि स्वसामर्थ्यामुळे प्राप्त होतात. विविध प्रकारचे लोक, सौंदर्य आणि शिक्षणाच्या विविधतेमागे काही तरी व्यवस्था असते याची त्यांना जाणीवच होत नाही. जो मनुष्य अशा आसुरी लोकांशी स्पर्धा करतो, तो त्यांचा शत्रू होतो. असे अनेक आसुरी लोक आहेत आणि ते सर्व एकमेकांचे शत्रू आहेत. हे शत्रुत्व व्यक्तीव्यक्तीमध्ये, कुटुंबाकुटुंबात, नंतर समाजात आणि शेवटी राष्ट्राराष्ट्रात अधिकाधिक वाढत जाते म्हणून जगभर सर्वत्र सतत कलह, युद्ध आणि शत्रुत्व असते.

प्रत्येक आसुरी मनुष्याला वाटते की, आपण इतरांच्या त्यागावर जगू शकतो. सामान्यत: आसुरी मनुष्याला आपण स्वत:च परमेश्वर असल्याचे वाटते आणि असा आसुरी प्रचारक आपल्या अनुयायांना सांगतो की, "तुम्ही परमेश्वराचा इतरत्र का शोध करीत आहात. तुम्ही स्वत:च परमेश्वर आहात आणि तुम्हाला जे आवडेल ते तुम्ही करू शकता. परमेश्वरावर विश्वास ठेवू नका. परमेश्वराचा धिक्कार करा. परमेश्वर मृत झाला आहे." असुरांचा असा प्रचार असतो.

आसुरी मनुष्य जरी पाहतो की, इतर लोकही आपल्याइतकेच श्रीमंत आणि प्रभावी,

किंबहुना अधिकच श्रीमंत आणि प्रभावी आहेत, तरी त्याला वाटते की, आपल्यापेक्षा श्रीमंत अथवा प्रभावी कोणीही असू शकत नाही. उच्चतर लोकांप्रत जाण्याबद्दल सांगावयाचे तर त्यांचा यज्ञ इत्यादी करण्यावर विश्वास नसतो. आसुरी लोक विचार करतात की आपण स्वत: रचलेल्या पद्धतीप्रमाणे यज्ञ करू आणि एखाद्या यंत्राच्या साहाय्याने उच्चतर लोकांची प्राप्ती करू. या संदर्भातील सर्वोत्तम उदाहरण म्हणजे रावण होय. त्याने लोकांना सांगितले की, मी स्वर्गामध्ये जाण्यासाठी अशी एक शिडी तयार करेन, जेणेकरून कोणीही वेदोक्त यज्ञयाग न करता स्वर्गप्राप्ती करू शकेल. त्याचप्रमाणे आधुनिक काळामध्ये असेच आसुरी लोक यांत्रिक व्यवस्थेद्वारे उच्चतर ग्रहांवर जाण्यासाठी खडतर प्रयास करीत आहेत. ही सारी मोहाची उदाहरणे आहे. परिणामत: त्यांच्या नकळतच ते नरकाच्या दिशेने धावत आहेत. या श्लोकातील *मोहजाल* हा शब्द अत्यंत महत्त्वपूर्ण आहे. ज्याप्रमाणे जाळ्यात अडकलेला मासा बाहेर येऊ शकत नाही त्याचप्रमाणे अशा आसुरी लोकांसाठीही बाहेर पडण्याचा मार्गच नाही.

**आत्मसम्भाविता: स्तब्धा धनमानमदान्विता: ।**
**यजन्ते नामयज्ञैस्ते दम्भेनाविधिपूर्वकम् ॥ १७॥**

**आत्म-सम्भाविता:**—आत्मतुष्टी किंवा आत्मश्लाघा; **स्तब्धा:**—उद्धट; **धन-मान**—धन आणि खोट्या प्रतिष्ठेत; **मद**—मदामध्ये; **अन्विता:**—लीन; **यजन्ते**—ते यज्ञ करतात; **नाम**—केवळ नाममात्र; **यज्ञै:**—यज्ञासहित; **ते**—ते; **दम्भेन**—दांभिकपणे; **अविधि-पूर्वकम्**—अविधिपूर्वक.

**आपल्याला श्रेष्ठ मानणारे आणि सदैव उद्धट असणारे, धन आणि खोट्या प्रतिष्ठेने मदांध झालेले आसुरी लोक कधीकधी शास्त्रांच्या विधिविधानांचे पालन न करता, अहंभावाने केवळ नाममात्र यज्ञ करतात.**

**तात्पर्य:** शास्त्रप्रमाण इत्यादींना न जुमानता स्वत:लाच सर्वेसर्वा मानून आसुरी लोक कधीकधी तथाकथित धार्मिक यज्ञ अथवा याज्ञिक अनुष्ठाने करतात आणि कोणत्याही प्रमाणावर त्यांचा विश्वास नसल्याने ते अतिशय उद्धट असतात. धन आणि खोटी प्रतिष्ठा प्राप्त झाल्यामुळे ते मोहित होतात व शास्त्रांचा धिक्कार करू लागतात. असे लोक कधी कधी प्रचारकाची भूमिका निभावतात, लोकांना भुलवितात आणि धर्मसुधारक किंवा परमेश्वराचे अवतार म्हणून प्रसिद्ध होतात. ते केवळ यज्ञाचा दिखावा करतात किंवा देवतांची उपासना करतात अथवा स्वत:च्याच परमेश्वराची निर्मिती करतात. साधारण लोक अशा असुरांची परमेश्वर म्हणून जाहिरात करतात व त्यांची उपासना करतात आणि मूर्ख लोक त्यांना धर्माधिकारी किंवा आध्यात्मिक तत्त्ववेत्ता मानतात. ते संन्याशाचा वेष परिधान करतात आणि त्या वेषाच्या आधारावर सर्व प्रकारची निंद्य कृत्ये करतात. वस्तुत: जगातून विरक्त झालेल्या मनुष्यावर अनेक बंधने असतात; परंतु आसुरी लोक अशा बंधनांची मुळीच फिकीर करीत नाहीत. त्यांना वाटते की, आपण जो मार्ग निर्माण करतो तोच स्वत:साठी योग्य आहे. सर्वांना अनुसरण्यास योग्य असा आदर्श मार्गही असू शकतो, हे त्यांना मान्य नसते. या श्लोकामध्ये *अविधिपूर्वकम्* या शब्दावर विशेष जोर देण्यात आला आहे. या सर्व गोष्टी अज्ञान आणि मोहामुळेच होत असतात.

**अहङ्कारं बलं दर्पं कामं क्रोधं च संश्रिता:।**
**मामात्मपरदेहेषु प्रद्विषन्तोऽभ्यसूयका: ॥ १८॥**

**अहङ्कारम्**—मिथ्या अहंकार; **बलम्**—बल; **दर्पम्**—गर्व; **कामम्**—काम, विषयभोग; **क्रोधम्**—क्रोध; **च**—सुद्धा; **संश्रिता:**—आश्रय घेऊन; **माम्**—मला; **आत्म**—त्यांच्या स्वत:च्या; **पर**—आणि इतरांच्या; **देहेषु**—देहामध्ये; **प्रद्विषन्त:**—निंदा करीत; **अभ्यसूयका:**—द्वेष करणारे.

**मिथ्या अहंकार, बल, गर्व, काम आणि क्रोध यामुळे मोहित झालेले आसुरी लोक, आपल्या देहामध्ये आणि इतरांच्या देहामध्ये स्थित असणाऱ्या भगवंतांचा द्वेष करतात आणि खऱ्या धर्माची निंदा करतात.**

**तात्पर्य:** आसुरी मनुष्य भगवंतांच्या श्रेष्ठतेला विरोध करतो व त्याचा शास्त्रावर विश्वास नसतो. आसुरी मनुष्य, भगवंत आणि शास्त्रांचा सदैव द्वेष करतो. त्याला प्राप्त झालेल्या तथाकथित प्रतिष्ठेमुळे, त्याच्याकडे असणाऱ्या धनसंचयामुळे आणि बळामुळे तो असे करण्यास प्रवृत्त होतो. त्याला माहीत नसते की, वर्तमान जीवन म्हणजे पुढील जन्माची तयारी आहे. त्याला हे माहीत नसल्याने वस्तुत: तो स्वत:चाच आणि त्याचबरोबर इतरांचाही द्वेष करीत असतो. यामुळे तो स्वत:च्या आणि इतरांच्याही शरीराची हिंसाच करीत असतो. तो अज्ञानी असल्यामुळे भगवंतांच्या नियंत्रणाची पर्वा करीत नाही. भगवंतांचा आणि शास्त्रांचा द्वेषी असल्यामुळे तो परमेश्वराच्या अस्तित्वाबाबत वादविवाद करतो आणि शास्त्रप्रमाणांची अधिकृतता नाकारतो. आपले प्रत्येक कर्म करताना तो स्वत:ला स्वतंत्र आणि सामर्थ्यशाली समजतो. आपल्याइतके बल, सामर्थ्य किंवा धन इतर कोणाकडेच नाही असे वाटत असल्यामुळे तो वाटेल तसे वागतो आणि त्याला वाटते की, आपल्याला कोणीही रोखू शकणार नाही. त्याच्या इंद्रियतृप्तीच्या आड येणारा कोणी शत्रू असेल तर त्या शत्रूला स्वबळावर नष्ट करावयाच्या योजना तो आखतो.

**तानहं द्विषत: क्रूरान्संसारेषु नराधमान्।**
**क्षिपाम्यजस्रमशुभानासुरीष्वेव योनिषु ॥ १९॥**

**तान्**—त्या; **अहम्**—मी; **द्विषत:**—द्वेषी; **क्रूरान्**—क्रूर; **संसारेषु**—संसारामध्ये; **नर-अधमान्**—नराधम; **क्षिपामि**—मी घालतो; **अजस्रम्**—निरंतर; **अशुभान्**—अशुभ; **आसुरीषु**—आसुरी; **एव**—निश्चितपणे; **योनिषु**—योनीमध्ये.

**जे द्वेषी, क्रूर आणि नराधम आहेत त्यांना मी चिरकालासाठी भवसागरामधील विविध आसुरी योनींत टाकीत असतो.**

**तात्पर्य:** या श्लोकामध्ये स्पष्टपणे दर्शविण्यात आले आहे की, विशिष्ट जीवाला विशिष्ट देह प्रदान करणे हे परमेश्वराच्या अखत्यारीनुसार घडते. भगवंतांच्या श्रेष्ठतेचा स्वीकार करण्यास आसुरी मनुष्य राजी नसेल आणि ही वस्तुस्थिती आहे की तो आपल्या लहरीप्रमाणे कर्म करू शकतो; परंतु त्याचा पुनर्जन्म त्याच्या स्वत:च्या निर्णयावर अवलंबून नसून भगवंतांच्या इच्छेवर अवलंबून

असतो. श्रीमद्भागवतातील तिसऱ्या स्कंधामध्ये म्हटले आहे की, जीवाला मृत्यूनंतर मातेच्या उदरामध्ये गर्भस्थ केले जाते. तेथे त्याला दैवी शक्तीच्या मार्गदर्शनाखाली विशिष्ट प्रकारचे शरीर प्राप्त होते. म्हणून भौतिक प्रकृतीमध्ये आपल्याला पशू, कृमी, मनुष्य इत्यादी अनेक प्रकारच्या योनी आढळतात. या सर्व योनींची निर्मिती आकस्मिकपणे होत नसून दैवी शक्तीच्या योजनेनुसार होते. परंतु असुरांच्या बाबतीत तर त्यांना चिरकाळासाठी असुरांच्या योनीमध्ये ठेवले जाते आणि अशा प्रकारे ते द्वेषी आणि नराधमच राहतात. अशा आसुरी योनीतील लोक हे सदैव कामुक, सदैव हिंसक, द्वेषी आणि अपवित्रच असतात. अरण्यातील अनेक प्रकारच्या शिकाऱ्यांना आसुरी योनीतील मानण्यात येते.

**आसुरीं योनिमापन्ना मूढा जन्मनि जन्मनि ।**
**मामप्राप्यैव कौन्तेय ततो यान्त्यधमां गतिम् ॥ २० ॥**

**आसुरीम्**—आसुरी; **योनिम्**—योनी; **आपन्नाः**—प्राप्त करून; **मूढाः**—मूर्ख; **जन्मनि जन्मनि**—जन्मजन्मांतरात; **माम्**—मला; **अप्राप्य**—प्राप्त न करता; **एव**—निश्चितपणे; **कौन्तेय**—हे कौंतेय; **ततः**—त्यानंतर; **यान्ति**—जातात; **अधमाम्**—अधम; **गतिम्**—गती.

**हे कौंतेया! आसुरी योनीमध्ये वारंवार जन्म प्राप्त करीत असलेले असे लोक कधीच माझ्याकडे येऊ शकत नाहीत, हळूहळू ते अत्यंत अधम गतीला प्राप्त होतात.**

**तात्पर्य:** भगवंत परमकृपाळू आहेत, परंतु या ठिकाणी आपण पाहतो की, भगवंत असुरांच्या बाबतीत कधीच कृपाळू नसतात. या ठिकाणी सांगण्यात आले आहे की, आसुरी लोकांना जन्मोजन्मी आसुरी योनीमध्येच ठेवले जाते आणि भगवंतांची कृपा प्राप्त न केल्यामुळे त्यांचे निरंतर अध:पतन होत जाते. अशा अध:पतनामुळे शेवटी कुत्रा, मांजर, डुक्कर इत्यादी प्रकारची शरीरे प्राप्त होतात. या श्लोकात स्पष्टपणे सांगितले आहे की, अशा असुरांना जीवनातील कोणत्याही दशेत भगवत्कृपा प्राप्त होण्याची संधीच नसते. वेदांमध्येही म्हटले आहे की, अशा लोकांचे हळूहळू अध:पतन होते व त्यांना कुत्रा, डुक्कर इत्यादी योनी प्राप्त होतात. या ठिकाणी कोणी वाद घालू शकेल की, परमेश्वर जर अशा असुरांवर दया करीत नसेल तर मग त्या परमेश्वराला कृपावंत का म्हणावे? या प्रश्नाला उत्तर देताना वेदान्तसूत्रात म्हटले आहे की, भगवंत कोणाचाही द्वेष करीत नाहीत. असुरांना अशा अधम योनीमध्ये ठेवणे हे भगवंतांच्याच कृपेचे दुसरे एक रूप आहे. कधीकधी भगवंत असुरांचा वध करतात; परंतु असा वध करणे हे असुरांच्या चांगल्यासाठीच असते, कारण वेदांमध्ये म्हटले आहे की, भगवंत ज्याचा वध करतात तो मुक्त होतो. इतिहासामध्ये रावण, कंस, हिरण्यकशिपू इत्यादी अशा अनेक असुरांची उदाहरणे आढळतात. या असुरांचा केवळ वध करण्यासाठी भगवंतांनी विविध अवतार धारण केले. म्हणून भगवंतांकडून मारले जाण्याचे भाग्य ज्यांना लाभते त्यांच्यावर भगवंतांची कृपाच होते.

**त्रिविधं नरकस्येदं द्वारं नाशनमात्मनः ।**
**कामः क्रोधस्तथा लोभस्तस्मादेतत्त्रयं त्यजेत् ॥ २१ ॥**

**त्रि-विधम्**—तीन प्रकारचे; **नरकस्य**—नरकाचे; **इदम्**—हे; **द्वारम्**—द्वार; **नाशनम्**—विनाशकारक; **आत्मनः**—आत्म्याचे; **कामः**—काम; **क्रोधः**—क्रोध; **तथा**—तसेच; **लोभः**—लोभ; **तस्मात्**—म्हणून; **एतत्**—हे; **त्रयम्**—तीन; **त्यजेत्**—मनुष्याने त्याग केला पाहिजे.

**काम, क्रोध आणि लोभ ही नरकामध्ये जाण्याची तीन द्वारे आहेत. प्रत्येक बुद्धिमान मनुष्याने त्यांचा त्याग केला पाहिजे, कारण या तिन्हींमुळे आत्म्याचा विनाश होतो.**

**तात्पर्यः** आसुरी जीवनाचा आरंभ कसा होतो हे या ठिकाणी वर्णिले आहे. मनुष्य कामवासना तृप्त करण्याचा प्रयत्न करतो आणि जेव्हा कामाची तृप्ती होत नाही तेव्हा क्रोध आणि लोभ उत्पन्न होतो. ज्या बुद्धिमान मनुष्याला आसुरी योनी प्राप्त करावयाची नाही त्याने या शत्रूंचा त्याग करण्याचा प्रयत्न केला पाहिजे, कारण हे शत्रू आत्म्याचा इतक्या थरापर्यंत नाश करू शकतात की, त्याला पुन्हा भवबंधनातून मुक्त होण्याचा संभवच नसतो.

**एतैर्विमुक्तः कौन्तेय तमोद्वारैस्त्रिभिर्नरः ।**
**आचरत्यात्मनः श्रेयस्ततो याति परां गतिम् ॥ २२ ॥**

**एतैः**—या; **विमुक्तः**—मुक्त होऊन; **कौन्तेय**—हे कौंतेय; **तमः-द्वारैः**—अज्ञानाच्या द्वारांपासून; **त्रिभिः**—तीन प्रकारच्या; **नरः**—मनुष्य; **आचरति**—करतो; **आत्मनः**—आत्म्यासाठी; **श्रेयः**—श्रेयस्कर; **ततः**—त्यानंतर; **याति**—तो जातो; **पराम्**—परम; **गतिम्**—गती.

**हे कौंतेया! जो मनुष्य नरकाच्या या तीन द्वारांतून सुटला आहे तो आत्मसाक्षात्कारासाठी श्रेयस्कर असे कार्य करतो आणि क्रमशः परम गतीला प्राप्त होतो.**

**तात्पर्यः** काम, क्रोध, लोभ हे मनुष्यजीवनाचे शत्रू आहेत आणि मनुष्याने यांच्यापासून फार सावध राहिले पाहिजे. जितक्या प्रमाणात मनुष्य काम, क्रोध आणि लोभ यापासून मुक्त होतो तितक्या प्रमाणात त्याचे जीवन शुद्ध होते. नंतर तो वेदोक्त विधिविधानांचे पालन करू शकतो. मनुष्यजीवनाच्या नियामक तत्त्वांचे पालन करून हळूहळू आध्यात्मिक साक्षात्काराच्या स्तरापर्यंत उन्नत होऊ शकते. अशा आचरणाद्वारे मनुष्य कृष्णभावनेच्या स्तरापर्यंत उन्नत होण्याइतका भाग्यवान असेल तर त्याची यशप्राप्ती सुनिश्चित असते. वैदिक शास्त्रांमध्ये मनुष्याच्या शुद्धीकरणाकरिता कर्म आणि कर्मफले यांच्या विधींचा निर्देश केलेला आहे. ही संपूर्ण पद्धती काम, क्रोध व लोभ यांच्या त्यागावर आधारलेली आहे. या पद्धतीच्या ज्ञानाचे अनुशीलन केल्याने मनुष्य, आत्मसाक्षात्काराच्या सर्वोच्च अवस्थेपर्यंत उन्नत होऊ शकतो आणि अशा आत्मसाक्षात्काराची पूर्णता भक्तियोगामध्ये होते. या भक्तिपूर्ण सेवेमुळे बद्ध जीवाची मुक्ती सुनिश्चित असते. म्हणून वेदामध्ये वर्णाश्रम धर्म सांगण्यात आला आहे. निरनिराळ्या वर्णांसाठी निरनिराळी विधिविधाने निर्देशित करण्यात आली आहेत आणि जर मनुष्य त्यांचे पालन करू शकला तर आपोआपच त्याची आध्यात्मिक साक्षात्काराच्या सर्वोच्च स्तरापर्यंत प्रगती होते. त्यानंतर त्याला मोक्षप्राप्ती होते यात मुळीच संदेह नाही.

**यः शास्त्रविधिमुत्सृज्य वर्तते कामकारतः ।**
**न स सिद्धिमवाप्नोति न सुखं न परां गतिम् ॥ २३ ॥**

**यः**—जो; **शास्त्र-विधिम्**—शास्त्रविधी; **उत्सृज्य**—त्याग करून; **वर्तते**—राहतो; **काम-कारतः**—कामाच्या प्रभावाखाली लहरीनुसार कर्म करणारा; **न**—कधीच नाही; **सः**—तो; **सिद्धिम्**—सिद्धी; **अवाप्नोति**—प्राप्त करतो; **न**—कधीच नाही; **सुखम्**—सुख; **न**—कधीच नाही; **पराम्**—परम; **गतिम्**—सिद्धावस्था किंवा गती.

**जो शास्त्रविधींचा त्याग करतो आणि आपल्या लहरीप्रमाणे कर्म करतो त्याला सिद्धी, सुख आणि परम गतीही प्राप्त होत नाही.**

**तात्पर्य:** पूर्वीच वर्णिल्याप्रमाणे विविध वर्णांसाठी आणि आश्रमांसाठी शास्त्रविधी घालून देण्यात आले आहेत. प्रत्येकाने या विधिविधानांचे पालन करावे अशी अपेक्षा असते. जर मनुष्याने या विधिविधानांचे पालन केले नाही आणि आपल्या काम, क्रोध आणि इच्छेला अनुसरून लहरीखातर कर्म केले तर जीवनामध्ये तो कधीच सिद्धी प्राप्त करू शकत नाही. दुसऱ्या शब्दात सांगावयाचे तर मनुष्याला तात्त्विकदृष्ट्या या सर्व गोष्टी जरी माहीत असल्या तरी त्याने आपल्या जीवनात त्याचे आचरण केले नाही तर अशा मनुष्याला नराधम समजले पाहिजे. मनुष्यजीवनात, जीवाने सदाचारी असावे आणि परमोच्च सिद्धावस्थेपर्यंत प्रगती करण्याकरिता निर्देशित करण्यात आलेल्या नियमांचे पालन करावे अशी त्यांच्याकडून अपेक्षा असते. अशा नियमांचे त्याने पालन केले नाही तर त्याचे अध:पतन होते. तथापि, जरी त्याने विधिविधानांचे आणि नैतिक मूल्यांचे पालन केले आणि शेवटी भगवंतांना जाणण्याच्या स्तराप्रत तो येऊ शकला नाही तर त्याचे सारे ज्ञान व्यर्थच ठरते. परमेश्वराच्या अस्तित्वाचा स्वीकार करूनही जर तो परमेश्वराच्या सेवेमध्ये संलग्न झाला नाही तरी त्याचे प्रयत्न निष्फळच ठरतात. म्हणून मनुष्याने क्रमाक्रमाने कृष्णभावनामय भक्तीच्या स्तराप्रत स्वत:ची उन्नती केली पाहिजे. त्याच वेळी तात्काळ त्याला परमोच्च संसिद्धी प्राप्त होऊ शकते, अन्यथा नाही.

*काम-कारतः* हा शब्द अत्यंत महत्त्वपूर्ण आहे. जो मनुष्य जाणूनबुजून नियमांचे उल्लंघन करतो तो कामाच्या आहारी जाऊन कर्म करीत असतो. त्याला माहीत असते की, हे निषिद्ध आहे तरीही तो असे कार्य करतोच. यालाच स्वेच्छाचार असे म्हटले जाते. अमुक गोष्ट केली पाहिजे हे जाणूनही तो ती गोष्ट करीत नाही, म्हणूनच त्याला स्वेच्छाचारी असे म्हटले जाते. असा मनुष्य भगवंतांच्या शिक्षेस पात्र ठरतात आणि त्यांना मनुष्यजीवनामध्ये प्राप्त करावयाची सिद्धी प्राप्त होऊ शकत नाही. मानवी जीवन हे विशेषकरून जीवनशुद्धी करून घेण्याकरिता असते आणि जो मनुष्य विधिविधानांचे पालन करू शकत नाही तो स्वत:चे शुद्धीकरण करू शकत नाही. तसेच त्याला वास्तविक सुखप्राप्तीही होत नाही.

**तस्माच्छास्त्रं प्रमाणं ते कार्याकार्यव्यवस्थितौ ।**
**ज्ञात्वा शास्त्रविधानोक्तं कर्म कर्तुमिहार्हसि ॥ २४॥**

**तस्मात्**—म्हणून; **शास्त्रम्**—शास्त्र; **प्रमाणम्**—प्रमाण; **ते**—तुझे; **कार्य**—कर्तव्य; **अकार्य**—निषिद्ध कर्म; **व्यवस्थितौ**—निश्चित करण्यामध्ये; **ज्ञात्वा**—जाणून; **शास्त्र**—शास्त्र; **विधान**—विधान; **उक्तम्**—सांगितल्याप्रमाणे; **कर्म**—कर्म; **कर्तुम्**—कर; **इह**—या जगामध्ये; **अर्हसि**—तू केले पाहिजे.

**म्हणून, मनुष्याने शास्त्रविधींद्वारे कार्य आणि अकार्य यांच्यामधील भेद जाणला पाहिजे. अशी विधिविधाने जाणून मनुष्याने कर्म करावे, जेणेकरून त्याची क्रमशः उन्नती होईल.**

**तात्पर्य:** पंधराव्या अध्यायामध्ये सांगितल्याप्रमाणे सर्व वेदोक्त विधिविधानांचे उद्दिष्ट श्रीकृष्णांना जाणणे हे आहे. जर भगवद्गीतेद्वारे मनुष्याने श्रीकृष्णांना जाणून घेतले आणि भक्तीमध्ये संलग्न होऊन तो जर कृष्णभावनेमध्ये स्थित झाला तर त्याने वेदामध्ये सांगितलेल्या परमोच्च ज्ञानाची प्राप्ती केलीच आहे. श्री चैतन्य महाप्रभूंनी हा विधी अत्यंत सुलभ केला आहे. त्यांनी लोकांना केवळ *हरे कृष्ण हरे कृष्ण कृष्ण कृष्ण हरे हरे। हरे राम हरे राम राम राम हरे हरे॥* या महामंत्राचे कीर्तन करण्याची, भगवद्भक्तीमध्ये संलग्न होण्याची आणि कृष्णप्रसाद ग्रहण करण्याची विनंती केली. जो मनुष्य या सर्व भक्तिपूर्ण क्रियांमध्ये प्रत्यक्षपणे संलग्न झाला आहे त्याने सर्व वेदांचे अध्ययन पूर्वीच केले असल्याचे समजले पाहिजे. त्याने निष्कर्षाची योग्य रीतीने प्राप्ती केली आहे. अर्थात कृष्णभावनाभावित नसणाऱ्या आणि भक्तीमध्ये संलग्न न झालेल्या सामान्य लोकांना काय करावे आणि काय करू नये, याचा निर्णय वेदोक्त आदेशानुसार केला जातो. मनुष्याने वादविवाद न करता वेदांनुसार कार्य केले पाहिजे. यालाच शास्त्रतत्त्वांचे पालन करणे असे म्हणतात. अपूर्ण इंद्रिये, फसविण्याची वृत्ती, चुका करणे आणि भ्रमित होणे हे बद्ध जीवांमध्ये आढळणारे चार दोष शास्त्रांमध्ये आढळत नाहीत. या चार प्रमुख दोषांमुळे मनुष्य विधिविधाने घालून देण्यास अपात्र ठरतो. म्हणून दोषातीत असणाऱ्या शास्त्रांमध्ये सांगण्यात आलेल्या विधिविधानांचा स्वीकार साऱ्या संत-महंत, आचार्य आणि महात्म्यांनी काहीही बदल न करता केला आहे.

भारतामध्ये आध्यात्मिज्ञानाचे दोन पक्ष आहेत. साधारणतः यांचे दोन प्रकारांमध्ये वर्गीकरण करता येते, सविशेषवादी आणि निर्विशेषवादी. तथापि, दोघेही आपल्या जीवनामध्ये वेदोक्त तत्त्वांचे पालन करतात. शास्त्रविधींचे पालन केल्याविना मनुष्य सिद्धावस्थेपर्यंत प्रगत होऊ शकत नाही. म्हणून जो शास्त्रांचे वास्तविक तात्पर्य जाणू शकतो त्याला भाग्यवान असे म्हटले जाते.

मानवसमाजामध्ये, भगवंतांना जाणण्याच्या तत्त्वाला विरोध करणे हेच सर्व प्रकारच्या पतनाचे मूलभूत कारण आहे. मनुष्यजीवनातील हाच घोर अपराध आहे. म्हणून भगवंतांची मायाशक्ती आपल्याला सदैव त्रिविध ताप देत असते. ही मायाशक्ती त्रिगुणात्मिका आहे. भगवत्ज्ञानाचा मार्ग मोकळा होण्यापूर्वी मनुष्याने निदान सत्त्वगुणामध्ये तरी स्थित झाले पाहिजे. सत्त्वगुणाच्या आदर्शापर्यंत प्रगत झाल्याविना मनुष्य रज आणि तमोगुणामध्येच राहतो आणि हेच त्याच्या आसुरी जीवनाचे कारण असते. जे रजोगुणी आणि तमोगुणी आहेत ते शास्त्र, साधू आणि

योग्य भगवत्ज्ञानाचा उपहास करतात. ते आध्यात्मिक गुरूच्या आदेशाची अवज्ञा करतात आणि शास्त्रविधींची पर्वा करीत नाहीत. भक्तीचा महिमा ऐकण्यासाठी ते भक्तीकडे आकृष्ट होत नाहीत. याप्रमाणे स्वत:च्या उन्नतीचा मार्ग ते स्वत:च निर्माण करतात. हे मानवी समाजाचे काही दोष आहेत व यामुळेच मनुष्य आसुरी जीवनाच्या आहारी जातात. तथापि, मनुष्याला जर प्रगतिपथावर किंवा सर्वोच्च स्थितीपर्यंत नेणारा योग्य आणि प्रमाणित आध्यात्मिक गुरू प्राप्त झाला तर त्याचे जीवन यशस्वी होते.

*या प्रकारे भगवद्गीतेच्या 'दैवासुरसंपदविभागयोग' या सोळाव्या अध्यायावरील भक्तिवेदांत भाष्य संपन्न.*

## अध्याय सतरावा

# श्रद्धात्रयविभागयोग

## ( श्रद्धेचे तीन प्रकार )

अर्जुन उवाच

**ये शास्त्रविधिमुत्सृज्य यजन्ते श्रद्धयान्विताः ।**
**तेषां निष्ठा तु का कृष्ण सत्त्वमाहो रजस्तमः ॥ १ ॥**

**अर्जुनः उवाच**—अर्जुन म्हणाला; **ये**—जे; **शास्त्र-विधिम्**—शास्त्रविधी; **उत्सृज्य**—त्याग करून; **यजन्ते**—पूजतात; **श्रद्धया**—पूर्ण श्रद्धेने; **अन्विताः**—युक्त; **तेषाम्**—त्यांची; **निष्ठा**—निष्ठा; **तु**—परंतु; **का**—काय; **कृष्ण**—हे कृष्ण; **सत्त्वम्**—सत्त्वगुणामध्ये; **आहो**—अन्यथा; **रजः**—रजोगुणी; **तमः**—तमोगुणी.

**अर्जुनाने पृच्छा केली, हे कृष्ण! जे शास्त्रविधींचे पालन न करता स्वतःच्या धारणेनुसार पूजन करतात, त्यांची काय अवस्था असते? ते सत्त्वगुणी, रजोगुणी की तमोगुणी असतात?**

**तात्पर्यः** चौथ्या अध्यायाच्या एकोणचाळिसाव्या श्लोकात म्हटले आहे की, विशिष्ट प्रकारच्या उपासनेवर श्रद्धा असलेला मनुष्य क्रमशः ज्ञानाच्या स्तराप्रत उन्नत होतो आणि शांतीसमृद्धीच्या परम सिद्धीला प्राप्त होतो. सोळाव्या अध्यायात म्हटले आहे की, जो शास्त्रविधींचे अनुसरण करीत नाही, त्याला असुर म्हटले जाते आणि जो श्रद्धेने शास्त्रविधींचे पालन करतो, त्याला देवता म्हटले जाते. आता, जर श्रद्धावान मनुष्य शास्त्रांमध्ये उल्लेख नसलेल्या नियमांचे पालन करीत असेल तर त्याची कोणती स्थिती जाणावी या अर्जुनाच्या शंकेचे निरूपण श्रीकृष्णांनी करावयाचे आहे. जे लोक एखाद्या सामान्य मनुष्याची निवड करून त्याला परमेश्वर मानून त्याची पूजा करतात, ते सत्त्वगुणी, रजोगुणी किंवा तमोगुणी आहेत. अशा लोकांना जीवनाची सर्वोच्च सिद्धी प्राप्ती होते काय? वास्तविक ज्ञानामध्ये स्थित होऊन स्वतःची परमोच्च सिद्धावस्थेप्रत उन्नती करणे त्यांना शक्य आहे का? जे लोक शास्त्रविधींचे अनुसरण करीत नाहीत, परंतु ज्यांची कशावर तरी श्रद्धा आहे आणि जे देवदेवता किंवा मनुष्याची पूजा करतात त्यांना आपल्या प्रयत्नात यशप्राप्ती होते काय? हे सर्व प्रश्न अर्जुन श्रीकृष्णांपुढे मांडीत आहे.

श्रीभगवानुवाच

**त्रिविधा भवति श्रद्धा देहिनां सा स्वभावजा।**
**सात्त्विकी राजसी चैव तामसी चेति तां शृणु॥ २॥**

**श्री-भगवान् उवाच**—श्रीभगवान म्हणाले; **त्रि-विधा**—तीन प्रकारच्या; **भवति**—होते; **श्रद्धा**—श्रद्धा; **देहिनाम्**—देहधारीची; **सा**—ती; **स्व-भाव-जा**—प्राकृतिक गुणांनुसार; **सात्त्विकी**—सत्त्वगुण; **राजसी**—रजोगुणी; **च**—सुद्धा; **एव**—निश्चितपणे; **तामसी**—तमोगुणी; **च**—आणि; **इति**—याप्रमाणे; **ताम्**—ती; **शृणु**—माझ्याकडून ऐक.

**श्रीभगवान म्हणाले, देहधारी आत्म्याने प्राप्त केलेल्या प्राकृतिक गुणांनुसार मनुष्याची श्रद्धा सात्त्विकी, राजसी आणि तामसी अशी तीन प्रकारची असू शकते. याविषयी आता माझ्याकडून ऐक.**

**तात्पर्य:** जे शास्त्रविधींना जाणतात, परंतु सुस्तपणा किंवा आळशीपणामुळे जे या शास्त्रविधींचे पालन करणे सोडून देतात, त्यांचे नियंत्रण त्रिगुणांद्वारे केले जाते. जीवांना आपल्या सात्त्विक, राजसिक किंवा तामसिक गुणांनी युक्त पूर्वकर्मांनुसार विशिष्ट प्रकारचा स्वभाव प्राप्त होतो. जीवांचा प्राकृतिक गुणाशी असणारा संग अनादी काळापासून चालत आला आहे. जीव हा प्रकृतीच्या संपर्कात असल्यामुळे, त्याच्या विविध प्राकृतिक गुणांशी असलेल्या संगानुसार त्याला विविध प्रकारचे स्वभाव प्राप्त होतात. तथापि, मनुष्याने जर प्रमाणित आध्यात्मिक गुरूचा संग केला आणि शास्त्रविधींनुसार आचरण केले तर त्याचा स्वभाव बदलणे शक्य होते. हळूहळू तो तमोगुणापासून सात्त्विक गुणात अथवा रजोगुणापासून सात्त्विक गुणात उन्नत होऊ शकतो. निष्कर्ष हाच आहे की, एखाद्या विशिष्ट गुणातील अंधश्रद्धा मनुष्याला सिद्धावस्थेप्रत उन्नत करण्याला साहाय्यक होत नाही. म्हणून मनुष्याने प्रामाणिक आध्यात्मिक गुरूच्या संगतीत दक्षतेने आणि चातुर्याने सर्व गोष्टींचा विचार केला पाहिजे. अशा रीतीने मनुष्य उच्चतर गुणात स्थित होऊ शकतो.

**सत्त्वानुरूपा सर्वस्य श्रद्धा भवति भारत।**
**श्रद्धामयोऽयं पुरुषो यो यच्छ्रद्धः स एव सः॥ ३॥**

**सत्त्व-अनुरूपा**—जीवनास अनुरूप; **सर्वस्य**—सर्वांचे; **श्रद्धा**—श्रद्धा; **भवति**—होते; **भारत**—हे भारता; **श्रद्धा**—श्रद्धा; **मयः**—पूर्ण अथवा युक्त; **अयम्**—हे; **पुरुषः**—जीव; **यः**—जो; **यत्**—असल्यावर; **श्रद्धः**—श्रद्धा; **सः**—याप्रमाणे; **एव**—निश्चितच; **सः**—तो.

**हे भारता! विविध प्राकृतिक गुणांच्या अंतर्गत मनुष्याच्या जीवनास अनुरूप अशी विशिष्ट प्रकारची श्रद्धा त्याला प्राप्त होते. जीवाने प्राप्त केलेल्या गुणांनुसार तो विशिष्ट प्रकारच्या श्रद्धेने युक्त असल्याचे म्हटले जाते.**

**तात्पर्य:** मनुष्य हा कसाही असला तरी त्याच्यामध्ये एक विशिष्ट प्रकारची श्रद्धा असते. परंतु त्याने प्राप्त केलेल्या स्वभावानुसार त्याची श्रद्धा सात्त्विक, राजसिक अथवा तामसिक मानली

जाते. अशा रीतीने तो आपल्या श्रद्धेनुसार विशिष्ट लोकांशी संग करतो. परंतु पंधराव्या अध्यायात सांगितल्याप्रमाणे प्रत्येक जीव हा मूळतः भगवंतांचा अंश आहे. म्हणून स्वरूपतः जीव हा त्रिगुणातीत असतो. मनुष्याला जेव्हा भगवंतांशी असणाऱ्या आपल्या संबंधाचे विस्मरण होते व जेव्हा तो भौतिक प्रकृतीच्या संपर्कात येऊन बद्ध होतो तेव्हा तो विविध प्रकारच्या प्रकृतीशी संग करून स्वतःचे अलग असे स्थान निर्माण करतो. परिणामतः प्राप्त होणारी श्रद्धा आणि अस्तित्व (जीवन) हे केवळ भौतिकच असते. मनुष्याला जरी काही धारणा किंवा जीवनविषयक कल्पना असल्या तरी मूळतः तो *निर्गुण* अर्थात त्रिगुणातीत असतो. म्हणून भगवंतांशी आपला संबंध पुन्हा प्रस्थापित करण्यासाठी मनुष्याला प्राप्त भौतिक विकारांतून मुक्त झाले पाहिजे. भगवद्धामात परत जाण्याचा कृष्णभावना हाच निर्भय मार्ग आहे. जर मनुष्य कृष्णभावनेत स्थित झाला तर त्या मार्गाद्वारे त्याची मोक्षप्राप्ती सुनिश्चित होते. जर त्याने आत्मसाक्षात्काराच्या या मार्गाचा स्वीकार केला नाही तर तो निश्चितच त्रिगुणांद्वारे प्रभावित होईल.

या श्लोकातील *श्रद्धा* हा शब्द अत्यंत महत्त्वपूर्ण आहे. श्रद्धेचा उद्‌भव मूलतः सत्त्वगुणापासून होतो. मनुष्याची श्रद्धा ही देवतेवर किंवा काल्पनिक परमेश्वरावर अथवा मानसिक तर्कवादावर असू शकते. मनुष्याची दृढ श्रद्धा ही सत्त्वगुणी कर्मामुळे उत्पन्न होते; परंतु भौतिक बद्धावस्थेत कोणतेच कर्म पूर्णतया शुद्ध असू शकत नाही. ती कर्मे मिश्र स्वरूपाची असतात व शुद्ध सत्त्वगुणयुक्त नसतात. विशुद्ध सत्त्वगुण हा दिव्य असतो आणि विशुद्ध सत्त्वगुणामध्ये मनुष्य भगवंतांचे वास्तविक स्वरूप जाणू शकतो. जोपर्यंत मनुष्याची श्रद्धा पूर्णपणे विशुद्ध सत्त्वगुणाने युक्त होत नाही, तोपर्यंत ती श्रद्धा त्रिगुणांपैकी कोणत्याही गुणाद्वारे प्रदूषित होऊ शकते. हे प्रदूषित प्राकृतिक गुण हृदय व्यापून टाकतात. म्हणून विशिष्ट प्राकृतिक गुणाच्या संपर्कात असणाऱ्या हृदयाच्या स्थितीनुसार मनुष्याची श्रद्धा दृढ होते. जर मनुष्याचे अंतःकरण सत्त्वगुणी असेल तर त्याची श्रद्धाही सत्त्वगुणीच असते हे जाणले पाहिजे. जर त्याचे अंतःकरण रजोगुणी असेल तर त्याची श्रद्धाही रजोगुणी असते आणि जर त्याचे अंतःकरण तमोगुणी असेल तर त्याची श्रद्धाही तमोगुणाने प्रदूषित झालेली असते. अशा रीतीने जगामध्ये आपल्याला विविध प्रकारची श्रद्धा आढळते आणि विविध प्रकारच्या श्रद्धेनुसार विविध प्रकारचे धर्मही आढळतात. वास्तविक धर्माची श्रद्धा ही विशुद्ध सत्त्वामध्ये स्थित असते; परंतु आपले हृदय कलुषित असल्यामुळे आपल्याला निरनिराळ्या प्रकारची धर्मतत्त्वे आढळतात. याप्रमाणे विविध प्रकारच्या श्रद्धेनुसार विविध प्रकारच्या उपासना आहेत.

**यजन्ते सात्त्विका देवान्यक्षरक्षांसि राजसाः ।**
**प्रेतान्भूतगणांश्चान्ये यजन्ते तामसा जनाः ॥ ४॥**

**यजन्ते**—पूजतात; **सात्त्विकाः**—सत्त्वगुणी; **देवान्**—देवता; **यक्ष-रक्षांसि**—राक्षस; **राजसाः**—रजोगुणी; **प्रेतान्**—प्रेत; **भूत-गणान्**—भूतगण; **च**—आणि; **अन्ये**—इतर; **यजन्ते**—पूजतात; **तामसाः**—तमोगुणी; **जनाः**—लोक.

**सात्त्विक मनुष्य देवतांचे पूजन करतात, राजसिक मनुष्य राक्षसांचे पूजन करतात आणि तामसिक मनुष्य भूतप्रेतांचे पूजन करतात.**

**तात्पर्य:** या श्लोकात भगवंतांनी निरनिराळ्या प्रकारच्या उपासकांचे त्यांच्या बाह्य कृतीवरून वर्णन केले आहे. शास्त्रनियमानुसार केवळ भगवंतच पूजनीय आहेत. ज्यांची शास्त्रावर श्रद्धा नाही किंवा जे शास्त्रपारंगत नाहीत ते आपल्या प्राकृतिक गुणातील विशिष्ट स्थितीला अनुसरून विविध प्रतीकांची उपासना करतात. जे सत्त्वगुणी असतात, ते सामान्यत: देवतांची उपासना करतात. देवतांमध्ये ब्रह्मदेव, शंकर, इंद्र, चंद्र, सूर्यदेव इत्यादींचा समावेश होतो. अनेक देवदेवता आहेत. सत्त्वगुणी मनुष्य विशिष्ट देवतेची विशिष्ट हेतूप्रीत्यर्थ उपासना करतात. त्याचप्रमाणे जे रजोगुणी आहेत ते राक्षसांची उपासना करतात. आमच्या लक्षात आहे की, दुसऱ्या जागतिक महायुद्धाच्या वेळी कलकत्त्यामधील एक मनुष्य हिटलरची पूजा करीत होता, कारण युद्धामुळे काळाबाजार करून त्याने पुष्कळ धन कमाविले होते. त्याचप्रमाणे रजोगुणी आणि तमोगुणी मनुष्य साधारणत: शक्तिशाली व्यक्तीलाच परमेश्वर मानतात. त्यांना वाटते की, कोणाचीही परमेश्वर म्हणून पूजा करता येते आणि त्यामुळे परमेश्वराला पूजिल्याने होणारीच फलप्राप्ती होते.

आता या ठिकाणी स्पष्टपणे म्हटले आहे की, जे रजोगुणी आहेत ते अशा कल्पित परमेश्वरांची निर्मिती करतात व त्यांची उपासना करतात आणि जे तमोगुणी आहेत ते भुताखेतांची उपासना करतात. कधी कधी लोक थडग्यांची पूजा करतात. मैथुन सेवेलाही तमोगुणी मानण्यात येते. त्याचप्रमाणे भारतातील दूरच्या खेड्यांमधील लोक भुतांची उपासना करतात. आम्ही भारतात पाहिले आहे की, कनिष्ठ जातीतले लोक कधी कधी अरण्यात जातात आणि त्यांना जर माहीत असेल की, एखाद्या विशिष्ट झाडात भूत आहे तर ते त्या झाडाची पूजा करतात व बळी अर्पण करतात. या विविध प्रकारच्या उपासना म्हणजे वास्तविकपणे परमेश्वराची उपासना नव्हे. जे दिव्य विशुद्ध सत्त्वामध्ये स्थित झाले आहेत त्यांच्यासाठी परमेश्वराची आराधना आहे. श्रीमद्‌भागवतात (४.३.२३) म्हटले आहे की, *सत्त्वं विशुद्धं वसुदेव–शब्दितम्*–"जेव्हा मनुष्य शुद्ध सत्त्वामध्ये स्थित होतो तेव्हा तो वासुदेवांचे पूजन करतो." तात्पर्य हे आहे की, जे त्रिगुणांच्या प्रभावापासून पूर्णपणे मुक्त झाले आहेत आणि ज्यांनी दिव्यत्वाची प्राप्ती केली आहे ते भगवंतांची उपासना करू शकतात.

निर्विशेषवाद्यांना सत्त्वगुणी मानले जाते आणि ते पाच प्रकारच्या देवतांची उपासना करतात. ते भौतिक जगातील निराकार विष्णुरूपाची पूजा करतात व हे रूप कल्पिलेले असते. श्रीविष्णू हे भगवंतांचे विस्तारित रूप आहेत; परंतु निर्विशेषवाद्यांचा भगवंतांवर विश्वास नसल्यामुळे त्यांना वाटते की, विष्णुरूप म्हणजे निर्विशेष ब्रह्माचेच एक दुसरे रूप आहे. त्याचप्रमाणे ते कल्पना करतात की, ब्रह्मदेवही भौतिक रजोगुणी निर्विशेष रूप आहे. अशा रीतीने ते कधी कधी पाच प्रकारच्या आराध्य देवतांचे वर्णन करतात, परंतु त्यांना वाटते की, निर्विशेष ब्रह्म हे वास्तविक परम सत्य आहे. म्हणून ते सर्व उपास्य देवदेवतांचा अंतत: त्याग करतात. निष्कर्ष, दिव्य

स्वभावयुक्त मनुष्यांचा संग केल्याने भौतिक प्रकृतीच्या विविध गुणांचे शुद्धीकरण करता येते.

**अशास्त्रविहितं घोरं तप्यन्ते ये तपो जनाः ।**
**दम्भाहङ्कारसंयुक्ताः कामरागबलान्विताः ॥५॥**
**कर्षयन्तः शरीरस्थं भूतग्राममचेतसः ।**
**मां चैवान्तः शरीरस्थं तान्विद्ध्यासुरनिश्चयान् ॥ ६ ॥**

**अशास्त्र**—शास्त्रविरुद्ध; **विहितम्**—निर्देशित; **घोरम्**—घोर, इतरांसाठी हानिकारक; **तप्यन्ते**—करतात; **ये**—जे; **तपः**—तप; **जनाः**—लोक; **दम्भ**—दंभाने; **अहङ्कार**—आणि अहंकारीपणा; **संयुक्ताः**—संलग्न झालेले; **काम**—कामाचे; **राग**—आणि आसक्ती; **बल**—बलपूर्वक; **अन्विताः**—प्रवृत्त; **कर्षयन्तः**—यातना देत; **शरीर-स्थम्**—शरीरस्थित; **भूत-ग्रामम्**—प्राकृत तत्त्वांचा समुदाय; **अचेतसः**—भ्रमित मनोवृत्ती असलेले; **माम्**—मला; **च**—सुद्धा; **एव**—निश्चितपणे; **अन्तः**—अंतर्यामी; **शरीर-स्थम्**—शरीरस्थित; **तान्**—त्यांना; **विद्धि**—जाण; **आसुर-निश्चयान्**—असुर.

**जे लोक दंभ आणि अहंकाराने, शास्त्रसंमत नसलेली उग्र आणि कठोर तपस्या करतात, जे काम आणि आसक्तीने झपाटलेले असतात, जे मूर्ख असतात आणि शरीराच्या भौतिक तत्त्वांना व त्याचबरोबर अंतर्यामी परमात्म्यालाही कष्ट पोहोचवितात त्यांना असुर म्हटले जाते.**

**तात्पर्य:** असे अनेक लोक आहेत, जे शास्त्रामध्ये उल्लेख नसलेल्या तपस्या निर्माण करतात. उदाहरणार्थ जे उपोषण अंतस्थ हेतूपूर्वक केले जाते, जसे राजकारणात करतात, त्या उपोषणाचा शास्त्रामध्ये उल्लेख नाही. सामाजिक अथवा राजकीय हेतूसाठी उपोषण करणे हे शास्त्रसंमत नाही. केवळ आध्यात्मिक उन्नतीकरिता उपवास करण्यालाच शास्त्रांची मान्यता आहे. भगवद्गीतेनुसार जे लोक अंतस्थ हेतूने उपोषण करतात ते आसुरी लोक होत. त्यांचे कार्य हे शास्त्रांच्या विरुद्ध असते आणि यामुळे सामान्य लोकांना मुळीच लाभ होत नाही. वस्तुतः ते दंभ, मिथ्या अहंकार, काम आणि विषयोपभोगावरील आसक्तीमुळे कर्म करतात. अशा कृत्यांमुळे केवळ, ज्या पंचमहाभूतांनी शरीर बनलेले आहे ती पंचमहाभूतेच नव्हे तर शरीरामध्ये वास करणाऱ्या भगवंतांनाही कष्ट होतात. राजकीय उद्दिष्टप्राप्तीसाठी केलेले असे अनधिकृत तप किंवा उपोषण हे निश्चितच इतरांना त्रासदायक असते. अशा उपोषणांचा वेदामध्ये कुठेही उल्लेख केलेला नाही. आसुरी मनुष्याला वाटेल की, अशा मार्गाने आपण आपल्या शत्रूला किंवा इतर पक्षाच्या लोकांना आपल्या इच्छांशी सहमत होण्यास भाग पाडू, परंतु कधी कधी अशा उपोषणाने मनुष्याचा मृत्यूही होतो. भगवंत अशा कृत्यांना संमती देत नाहीत व ते म्हणतात की, अशी कृत्ये करणारे लोक म्हणजे असुरच आहेत. अशी प्रदर्शने म्हणजे भगवंतांचा अपमानच होय, कारण अशी कृत्ये वेदांची अवज्ञा करून आचरली जातात. या संदर्भात *अचेतसः* हा शब्द महत्त्वपूर्ण आहे. सामान्य मनःस्थितीच्या लोकांनी शास्त्रातील विधिविधानांचे पालन केलेच पाहिजे. ज्यांची अशी मनःस्थिती नाही ते शास्त्रांची उपेक्षा आणि अवज्ञा करतात व स्वनिर्मित

तपाचे आचरण करतात. पूर्वीच्या अध्यायात सांगितल्याप्रमाणे, असुरांचा शेवट कसा होतो हे मनुष्याने ध्यानात ठेवले पाहिजे. अशा लोकांना भगवंत आसुरी लोकांच्या पोटी जन्म घेण्यास भाग पाडतात. परिणामी ते लोक भगवंतांशी असलेला आपला संबंध न जाणता जन्मोजन्मी आसुरी वृत्तीने जगतात. परंतु जर अशा लोकांना वैदिक ज्ञानाचा मार्ग दर्शविणाऱ्या आध्यात्मिक गुरूच्या मार्गदर्शनाचे भाग्य लाभले तर ते या भौतिक जंजाळातून सुटून परमगतीला प्राप्त होऊ शकतील.

**आहारस्त्वपि सर्वस्य त्रिविधो भवति प्रियः।**
**यज्ञस्तपस्तथा दानं तेषां भेदमिमं शृणु ॥ ७॥**

**आहारः**—आहार; **तु**—निश्चितच; **अपि**—सुद्धा; **सर्वस्य**—सर्वांचा; **त्रि-विधः**—तीन प्रकारचा; **भवति**—असतो; **प्रियः**—प्रिय; **यज्ञः**—यज्ञ; **तपः**—तपस्या; **तथा**—सुद्धा; **दानम्**—दान; **तेषाम्**—त्यांचे; **भेदम्**—भेद; **इमम्**—हे; **शृणु**—ऐक.

**प्रत्येक व्यक्तीला आवडणारा आहारही प्रकृतीच्या त्रिगुणांनुसार तीन प्रकारचा असतो. याप्रमाणे यज्ञ, तप आणि दान यांचेही तीन प्रकार असतात. आता मी तुला त्यांच्यातले भेद सांगतो ते ऐक.**

**तात्पर्य:** निरनिराळ्या प्राकृतिक गुणांना व स्थितींना अनुसरून आहार, यज्ञ, तप आणि दान यांचेही निरनिराळे प्रकार आहेत. या सर्व क्रिया एकाच स्तरावर होत नसतात. जे योग्य विश्लेषणाद्वारे कोणत्या प्रकारची क्रिया कोणत्या प्राकृतिक गुणामध्ये केली जाते हे जाणू शकतात तेच बुद्धिमान होय. जे सर्व प्रकारचे यज्ञ, आहार किंवा दान एकच समजतात त्यांना विवेकशक्ती नसते व ते मूर्खच असतात. मनुष्याने स्वेच्छेनुसार काहीही केले तरी सिद्धी प्राप्त होते, असे म्हणणारे काही प्रचारक आहेत. परंतु असे हे मूर्ख प्रचारक शास्त्रांच्या मार्गदर्शनानुसार प्रचार करीत नाहीत, ते स्वकपोलकल्पित मार्ग निर्माण करीत आहेत आणि सामान्य लोकांना चुकीच्या मार्गाने नेत आहेत.

**आयुः सत्त्वबलारोग्यसुखप्रीतिविवर्धनाः ।**
**रस्याः स्निग्धाः स्थिरा हृद्या आहाराः सात्त्विकप्रियाः ॥ ८ ॥**

**आयुः**—आयुष्य; **सत्त्व**—अस्तित्व; **बल**—बल; **आरोग्य**—आरोग्य; **सुख**—सुख; **प्रीति**—आणि संतोष; **विवर्धनाः**—वृद्धी करणारे; **रस्याः**—रसयुक्त; **स्निग्धाः**—स्निग्ध; **स्थिराः**—टिकणारे किंवा स्थिर राहणारे; **हृद्याः**—हृदय संतुष्ट करणारे; **आहाराः**—आहार; **सात्त्विक**—सत्त्वगुणी मनुष्याला; **प्रियाः**—प्रिय.

**सत्त्वगुणी मनुष्यांना प्रिय असणारा आहार, त्यांचे आयुष्य वृद्धिंगत करतो, जीवनशुद्धी करतो आणि बल, आरोग्य, सुख आणि संतोष प्रदान करतो. असा आहार, रसयुक्त, स्निग्ध, पौष्टिक आणि हृदयाला संतुष्ट करणारा असतो.**

**कट्वम्ललवणात्युष्णतीक्ष्णरूक्षविदाहिनः ।**
**आहारा राजसस्येष्टा दुःखशोकामयप्रदाः ॥ ९ ॥**

**कटु**—कडू; **अम्ल**—आंबट; **लवण**—खारट; **अति-उष्ण**—अतिशय उष्ण; **तीक्ष्ण**—तिखट; **रूक्ष**—शुष्क; **विदाहिनः**—दाहकारक; **आहाराः**—आहार; **राजसस्य**—रजोगुणी मनुष्याला; **इष्टाः**—आवडणारे; **दुःख**—दुःख; **शोक**—शोक; **आमय**—रोग; **प्रदाः**—उत्पन्न करणारे.

**रजोगुणी मनुष्यांना, अत्यंत कडू, आंबट, खारट, गरम, तिखट, शुष्क आणि दाहकारक आहार प्रिय असतो. असा आहार दुःख, शोक आणि व्याधी निर्माण होण्यास कारणीभूत असतो.**

**यातयामं गतरसं पूति पर्युषितं च यत् ।**
**उच्छिष्टमपि चामेध्यं भोजनं तामसप्रियम् ॥ १० ॥**

**यात-यामम्**—भोजनापूर्वी तीन तास आधी शिजविलेले अन्न; **गत-रसम्**—रसहीन; **पूति**—दुर्गंधीयुक्त; **पर्युषितम्**—नासलेले; **च**—सुद्धा; **यत्**—जे; **उच्छिष्टम्**—इतरांनी खाऊन उरलेले, उष्टे; **अपि**—सुद्धा; **च**—आणि; **अमेध्यम्**—अपवित्र किंवा अस्पृश्य; **भोजनम्**—भोजन; **तामस**—तमोगुणी मनुष्याला; **प्रियम्**—प्रिय.

**तीन तासांपेक्षा अधिक काळापूर्वी शिजविलेले, बेचव, नासलेले, दुर्गंधीयुक्त, उष्टे आणि अपवित्र पदार्थांनी युक्त असे अन्न तमोगुणी लोकांना प्रिय असते.**

**तात्पर्य:** आयुष्यवृद्धी करणे, मनःशुद्धी करणे आणि बलोवृद्धी करणे हाच अन्नाचा एकमेव उद्देश आहे. प्राचीन काळी महान ऋषींनी दुग्धपदार्थ, साखर, तांदूळ, गहू, फळफळावळे, भाजीपाला इत्यादी आरोग्यवर्धक आणि दीर्घायू देणाऱ्या अन्नाची निवड केली. असे अन्नपदार्थ सत्त्वगुणी मनुष्यांना अत्यंत प्रिय असतात. भाजलेला मका, काकवी इत्यादी इतर अन्नपदार्थ जरी स्वादिष्ट नसले तरी दुधाबरोबर किंवा इतर अन्नपदार्थांबरोबर त्यांचे मिश्रण केल्यास तेही स्वादिष्ट बनू शकतात आणि मग ते सात्त्विक होतात. हे सर्व खाद्यपदार्थ नैसर्गिकरीत्याच पवित्र असतात. मद्य, मांस यांसारख्या अपवित्र पदार्थांपासून ते पूर्णतया भिन्न असतात. आठव्या श्लोकामध्ये उल्लेख केलेल्या स्निग्ध पदार्थांचा, हिंसा करून मिळविलेल्या जनावरांच्या चरबीशी काहीही संबंध नाही. हीच जनावरांची चरबी, दुधाच्या रूपामध्ये प्राप्त होते. दूध हे सर्व अन्नपदार्थांपैकी अत्यंत पौष्टिक आहे. दूध, लोणी, चक्का इत्यादी दुग्धपदार्थांपासून स्निग्धता प्राप्त होते व त्यामुळे निरपराध प्राण्यांची हिंसा करण्याची आवश्यकता राहात नाही. केवळ पाशवी मनोवृत्तीमुळेच प्राण्यांची हिंसा होत असते. दुधापासून चरबी प्राप्त करणे हीच सुसंस्कृत पद्धती आहे. हिंसा करणे हा नरपशूंचा मार्ग आहे. डाळ, वाटाणे, गहू इत्यादी पदार्थांपासून विपुल प्रमाणात प्रथिने प्राप्त होतात.

कडू, अतिशय खारट, अतिउष्ण किंवा अतितिखट अशा राजसिक पदार्थांमुळे उदरातील जाठररस कमी होतो व यामुळे पीडा व रोग निर्माण होतात. तमोगुणी आहार हा शिळा असतो.

तीन तासांपूर्वी शिजविलेला कोणताही पदार्थ तामसिक असतो (भगवंतांना अर्पण केलेल्या अन्नाव्यतिरिक्त). तामसिक अन्न हे नासलेले असल्यामुळे त्यामधून दुर्गंधी येत असते. अशा अन्नाकडे तमोगुणी लोक आकर्षित होतात. परंतु सत्त्वगुणी लोकांना मात्र अशा अन्नाचा किळस येतो.

सर्वप्रथम भगवंतांना अर्पिलेले किंवा साधुजनांनी, विशेषत: आध्यात्मिक गुरूंनी ग्रहण केलेले उष्टेच केवळ खाता येते अन्यथा उष्टे भोजन तमोगुणी समजले जाते आणि असे अन्न संसर्गदोष किंवा रोग पसरविते. तमोगुणी मनुष्यांसाठी असे अन्न जरी अतिशय स्वादिष्ट असले तरी सत्त्वगुणी मनुष्यांना असे अन्न आवडत नाही व ते अशा अन्नास स्पर्शही करीत नाहीत. सर्वोत्तम भोजन म्हणजे भगवत्प्रसाद होय. भगवद्गीतेत भगवंत सांगतात की, ते भाजीपाला, धान्य आणि दुधापासून बनलेले पदार्थ भक्तिभावाने अर्पण केल्यास स्वीकारतात. *पत्रं पुष्पं फलं तोयम्.* अर्थात, भक्ती आणि प्रेम या दोन प्रमुख गोष्टींचाच भगवंत स्वीकार करतात. परंतु असाही उल्लेख आहे की, प्रसाद हा विशिष्ट पद्धतीने तयार केला पाहिजे. शास्त्रातील आदेशानुसार तयार केलेले व भगवंतांना अर्पण केलेले कोणतेही अन्न जरी अत्यंत शिळे असले तरी ते ग्रहण केलेच पाहिजे. कारण असा अन्नरूपी प्रसाद हा दिव्य असतो. म्हणून अन्नाला निर्जंतुक, खाण्यास योग्य आणि रुचकर बनविण्यासाठी ते भगवंतांना अर्पण केले पाहिजे.

**अफलाकाङ्क्षिभिर्यज्ञो विधिदिष्टो य इज्यते।**
**यष्टव्यमेवेति मनः समाधाय स सात्त्विकः ॥ ११ ॥**

**अफल-आकाङ्क्षिभिः**—फलेच्छारहित असणारे; **यज्ञः**—यज्ञ; **विधि-दिष्टः**—शास्त्रविधीनुसार; **यः**—जो; **इज्यते**—केला जातो; **यष्टव्यम्**—केला पाहिजे; **एव**—निश्चितपणे; **इति**—याप्रमाणे; **मनः**—मन; **समाधाय**—स्थिर करून; **सः**—तो; **सात्त्विकः**—सत्त्वगुणामध्ये.

**फलाची आकांक्षा न करणारे, आपले कर्तव्य म्हणून शास्त्रविधीनुसार जो यज्ञ करतात तो सात्त्विक यज्ञ होय.**

**तात्पर्य:** मनामध्ये काही तरी हेतू ठेवून यज्ञ करणे ही सामान्य प्रवृत्ती असते; परंतु या ठिकाणी सांगण्यात आले आहे की, फलाची आशा न ठेवता यज्ञ करावा. कर्तव्य म्हणूनच यज्ञ केला पाहिजे. याबाबतीत मंदिरातील कर्मकांडाचे उदाहरण योग्य आहे. सामान्यतया असे कर्मकांड भौतिक लाभप्राप्तीच्या हेतूने केले जाते, परंतु ते सात्त्विक असू शकत नाही. कर्तव्य म्हणून मनुष्याने मंदिरात गेले पाहिजे व तेथे त्याने भगवंतांना वंदन करावे आणि पुष्प, नैवेद्य इत्यादी अर्पण करावे. प्रत्येकाला वाटते की, भगवंतांची केवळ आराधना करण्याकरिता मंदिरात जाणे व्यर्थ आहे. आर्थिक लाभासाठी आराधना करणे हे शास्त्रसंमत नाही. अर्चाविग्रहाला दंडवत करण्याकरिताच केवळ मनुष्याने मंदिरात गेले पाहिजे. यामुळे मनुष्य सत्त्वगुणामध्ये स्थित होईल. प्रत्येक सुसंस्कृत मनुष्याचे कर्तव्य आहे की, त्याने शास्त्रोक्त विधींचे पालन केले पाहिजे आणि भगवंतांना प्रणाम केला पाहिजे.

**अभिसन्धाय तु फलं दम्भार्थमपि चैव यत्।**
**इज्यते भरतश्रेष्ठ तं यज्ञं विद्धि राजसम् ॥ १२॥**

**अभिसन्धाय**—इच्छा ठेवून; **तु**—परंतु; **फलम्**—फळाची; **दम्भ**—दंभ; **अर्थम्**—च्या साठी; **अपि**—सुद्धा; **च**—आणि; **एव**—निश्चितपणे; **यत्**—जे; **इज्यते**—केले जाते; **भरत-श्रेष्ठ**—हे भरतश्रेष्ठा; **तम्**—ते; **यज्ञम्**—यज्ञ; **विद्धि**—जाण; **राजसम्**—राजसिक गुणामध्ये.

**परंतु, हे भरतश्रेष्ठा! दंभार्थ किंवा भौतिक लाभप्राप्तीसाठी जो यज्ञ केला जातो तो राजसिक यज्ञ असल्याचे जाण.**

**तात्पर्य:** काही वेळा कर्मकांडे आणि यज्ञ हे स्वर्गलोकाप्रत उन्नत होण्याकरिता किंवा इहलोकी लाभप्राप्ती करण्यासाठी केले जातात. असे यज्ञ किंवा कर्मकांड राजसिक असल्याचे समजले जाते.

**विधिहीनमसृष्टान्नं मन्त्रहीनमदक्षिणम् ।**
**श्रद्धाविरहितं यज्ञं तामसं परिचक्षते ॥ १३॥**

**विधि-हीनम्**—शास्त्रविधी सोडून; **असृष्ट-अन्नम्**—प्रसाद वितरित केल्यावाचून; **मन्त्र-हीनम्**—मंत्राविना; **अदक्षिणम्**—उपाध्यायांना दक्षिणा न देता; **श्रद्धा**—श्रद्धा; **विरहितम्**—विरहित; **यज्ञम्**—यज्ञ; **तामसम्**—तमोगुणी; **परिचक्षते**—मानला पाहिजे.

**शास्त्रविधींची उपेक्षा करून, प्रसाद वितरित केल्यावाचून, मंत्रोच्चारण न करता, उपाध्यायांना दक्षिणा न देता आणि श्रद्धारहित असा जो यज्ञ केला जातो तो यज्ञ तामसिक मानला जातो.**

**तात्पर्य:** तामस श्रद्धा म्हणजे वास्तविकपणे अश्रद्धाच होय. कधी कधी लोक केवळ धनार्जनासाठी देवतांची उपासना करतात आणि मग ते धन शास्त्रविधींचे उल्लंघन करून मनोरंजन करण्यामध्ये खर्च करतात. धार्मिकतेच्या अशा प्रदर्शनाला किंवा देखाव्याला वास्तविक मानता येत नाही. असा देखावा निव्वळ तामसिक असतो. यामुळे आसुरी प्रवृत्ती निर्माण होते आणि मानवसमाजाला यांच्यापासून मुळीच लाभ होत नाही.

**देवद्विजगुरुप्राज्ञपूजनं शौचमार्जवम् ।**
**ब्रह्मचर्यमहिंसा च शारीरं तप उच्यते ॥ १४॥**

**देव**—भगवंत; **द्विज**—ब्राह्मण; **गुरु**—आध्यात्मिक गुरू; **प्राज्ञ**—पूज्य व्यक्ती; **पूजनम्**—पूजा; **शौचम्**—पावित्र्य; **आर्जवम्**—सरळपणा; **ब्रह्मचर्यम्**—ब्रह्मचर्य; **अहिंसा**—अहिंसा; **च**—सुद्धा; **शारीरम्**—शारीरिक; **तपः**—तप; **उच्यते**—म्हटले जाते.

**भगवंत, ब्राह्मण, आध्यात्मिक गुरू व मातापित्यांसारख्या जेष्ठ व्यक्तींची पूजा करणे आणि पावित्र्य, सरळपणा, ब्रह्मचर्य आणि अहिंसा यांना शारीरिक तप म्हटले जाते.**

**तात्पर्य:** या ठिकाणी भगवंत विविध प्रकारच्या तपस्यांचे वर्णन करीत आहेत. सर्वप्रथम ते शारीरिक तपाचे वर्णन करतात. मनुष्याने भगवंत किंवा देवदेवता, सिद्ध विद्वज्जनांना, ब्राह्मणांना, आध्यात्मिक गुरूंना आणि मातापित्यासारख्या ज्येष्ठांना व वेदपारंगत कोणत्याही व्यक्तीला वंदन केले पाहिजे. या सर्वांना योग्य तो सन्मान दिलाच पाहिजे, अंतर्बाह्य शुची ठेवली पाहिजे आणि आपले आचरण सरळ ठेवले पाहिजे. शास्त्रसंमत नसलेली कोणतीही गोष्ट त्याने करू नये. वैवाहिक संबंधाव्यतिरिक्त अन्यत्र कुठेही त्याने लैंगिक संबंध राखू नयेत, कारण विवाहांतर्गत लैंगिक संबंधच केवळ शास्त्रसंमत आहेत. यालाच ब्रह्मचर्य असे म्हटले जाते. शरीराच्या बाबतीत विचार केल्यास हे सर्व शारीरिक तप आहेत.

**अनुद्वेगकरं वाक्यं सत्यं प्रियहितं च यत्।**
**स्वाध्यायाभ्यसनं चैव वाङ्मयं तप उच्यते॥ १५॥**

**अनुद्वेग-करम्**—क्षुब्ध न करणारे; **वाक्यम्**—शब्द; **सत्यम्**—सत्य; **प्रिय**—प्रिय; **हितम्**—हितकारक; **च**—सुद्धा; **यत्**—जे; **स्वाध्याय**—वेदाध्ययनाचे; **अभ्यसनम्**—अभ्यास; **च**—सुद्धा; **एव**—निश्चितपणे; **वाक्-मयम्**—वाचिक; **तपः**—तपस्या; **उच्यते**—म्हटले जाते.

**सत्य, प्रिय, हितकारक आणि इतरांना क्षुब्ध न करणारे शब्द बोलणे आणि नियमितपणे वेदपठण करणे यांना वाचिक तप असे म्हणतात.**

**तात्पर्य:** इतरांचे मन क्षुब्ध होईल असे शब्द मनुष्याने बोलू नये. अर्थात गुरू आपल्या शिष्याला उपदेश देण्याकरिता सत्य बोलू शकतात. परंतु अशा गुरूंनी आपले शिष्य नसलेल्यांना त्यांचे मन क्षुब्ध होईल अशा रीतीने बोलू नये. ही वाचिक तपस्या आहे. याव्यतिरिक्त मनुष्याने निरर्थक बोलू नये. शास्त्रसंमत बोलणे हीच आध्यात्मिक क्षेत्रातील बोलण्याची पद्धती आहे. मनुष्य जे सांगतो त्याच्या पुष्टीकरिता शास्त्रातील प्रमाणे तात्काळ त्याने उद्धृत केली पाहिजे. त्याच वेळी असे बोलणे हे कर्णमधुर होते. अशा आध्यात्मिक चर्चाद्वारे मनुष्याला सर्वोच्च लाभप्राप्ती होऊ शकते व यामुळे तो समाजाची उन्नती करू शकतो. वेद हे अमर्याद आहेत आणि मनुष्याने त्यांचे अध्ययन करणे आवश्यक आहे. यालाच वाचिक तप असे म्हटले जाते.

**मनःप्रसादः सौम्यत्वं मौनमात्मविनिग्रहः।**
**भावसंशुद्धिरित्येतत्तपो मानसमुच्यते ॥ १६॥**

**मनः-प्रसादः**—मानसिक समाधान; **सौम्यत्वम्**—इतरांशी दुटप्पीपणाचे वर्तन न करणे; **मौनम्**—गांभीर्य; **आत्म**—स्वतःचे; **विनिग्रहः**—संयमन; **भाव**—स्वभाव; **संशुद्धिः**—शुद्धीकरण; **इति**—याप्रमाणे; **एतत्**—हे; **तपः**—तपस्या; **मानसम्**—मनाचे; **उच्यते**—म्हटले जातात.

**आणि समाधान, सरळपणा, गांभीर्य, आत्मसंयम आणि भावशुद्धी हे मानसिक तप आहेत.**

**तात्पर्य:** मानसिक तप म्हणजेच मनाला इंद्रियतृप्तीमधून विरक्त करणे होय. मनाला असे प्रशिक्षण दिले पाहिजे की, जेणेकरून, ते इतरांचे हित कसे साधता येईल याचेच सदैव चिंतन

करीत राहील. मनासाठी योग्य प्रशिक्षण म्हणजे विचारांचे गांभीर्य होय. मनुष्याने कृष्णभावनेपासून कधीही विचलित होऊ नये आणि इंद्रियतृप्ती करणे सदैव टाळले पाहिजे. मनुष्याच्या स्वभावाचे शुद्धीकरण करणे म्हणजेच कृष्णभावनाभावित होणे होय. इंद्रियोपभोगाच्या चिंतनापासून मनाला दूर ठेवल्यानेच मानसिक समाधान प्राप्त होऊ शकते. आपण जितके अधिक इंद्रियोपभोगाचे चिंतन करतो तितके अधिक मन अतृप्त होते. सद्यस्थितीत, इंद्रियतृप्ती करण्यासाठी आपण मनाला अनावश्यकच निरनिराळ्या मार्गांत प्रवृत्त करतो आणि यामुळेच आपले मन समाधानी होण्याची शक्यताच नसते. यावर सर्वोत्तम उपाय म्हणजे, आनंदमयी कथांनी युक्त अशा वेद, पुराण, महाभारत इत्यादींमध्ये मनाला संलग्न करणे होय. मनुष्य वैदिक ज्ञानाचा लाभ घेऊन शुद्ध बनू शकतो. मनामध्ये दुटप्पीपणा असू नये. सदैव इतरांचे हितचिंतन करावे. मौन म्हणजे सदैव आत्मानुभूतीचा विचार करणे होय. या दृष्टीने पाहिल्यास कृष्णभावनाभावित मनुष्य यथार्थ रूपाने मौनी असतो. मनाला इंद्रियोपभोगापासून विरक्त करणे म्हणजेच मनोनिग्रह होय. मनुष्याने आपल्या व्यवहारामध्ये सरळ आणि साधे असावे यामुळे त्याचे जीवन शुद्ध होते. या सर्व क्रियांचा समावेश मानसिक तपामध्ये होतो.

**श्रद्धया परया तप्तं तपस्तत्त्रिविधं नरैः ।**
**अफलाकाङ्क्षिभिर्युक्तैः सात्त्विकं परिचक्षते॥ १७॥**

**श्रद्धया**—श्रद्धेने; **परया**—दिव्य; **तप्तम्**—आचरलेले; **तपः**—तप; **तत्**—ते; **त्रि-विधम्**—तीन प्रकारचे; **नरैः**—मनुष्यांनी; **अफल-आकाङ्क्षिभिः**—फलाची आकांक्षा नसलेले; **युक्तैः**—संलग्न; **सात्त्विकम्**—सत्त्वगुणामध्ये; **परिचक्षते**—म्हटले जाते.

**भौतिक लाभाची आकांक्षा न ठेवणाऱ्या व केवळ परमेश्वराप्रीत्यर्थ कर्म करण्यात युक्त असलेल्या मनुष्यांनी दिव्य श्रद्धेने केलेल्या या त्रिविध तपाला सात्त्विक तप असे म्हणतात.**

**सत्कारमानपूजार्थं तपो दम्भेन चैव यत्।**
**क्रियते तदिह प्रोक्तं राजसं चलमध्रुवम्॥ १८॥**

**सत्-कार**—सत्कार; **मान**—मान; **पूजा**—आणि पूजा; **अर्थम्**—च्या साठी; **तपः**—तप; **दम्भेन**—दंभाने; **च**—सुद्धा; **एव**—निश्चितपणे; **यत्**—जे; **क्रियते**—केले जाते; **तत्**—ते; **इह**—या जगामध्ये; **प्रोक्तम्**—म्हटले जाते; **राजसम्**—राजसिक गुणामध्ये; **चलम्**—अस्थिर; **अध्रुवम्**—क्षणिक.

**सत्कार, मान आणि पूजा व्हावी म्हणून दंभाने जे तप केले जाते त्या तपाला राजसिक तप असे म्हणतात. अशी तपे अस्थिर तसेच क्षणिक असतात.**

**तात्पर्यः** कधी कधी लोकांना आकर्षित करण्यासाठी आणि त्यांच्याकडून पूजा, मानसन्मान, सत्कार प्राप्त व्हावा म्हणून तपस्या केली जाते. रजोगुणी व्यक्ती, आपल्या अधीन असलेल्या

लोकांकडून आपले पूजन होण्याची, धनार्पण करून घेण्याची आणि आपले पाय धुऊन घेण्याची व्यवस्था करतात. तपाचे आचरण करून अशा प्रकारच्या ज्या कृत्रिम योजना केल्या जातात, त्या राजस समजल्या जातात. त्यांची फले क्षणिक असतात आणि ही फले काही काळापुरती टिकून राहतात. परंतु ती स्थायी नसतात.

**मूढग्राहेणात्मनो यत्पीडया क्रियते तपः ।**
**परस्योत्सादनार्थं वा तत्तामसमुदाहृतम् ॥ १९ ॥**

**मूढ**—मूढ; **ग्राहेण**—प्रयत्नाने; **आत्मनः**—स्वतःच्या; **यत्**—जे; **पीडया**—पीडाकारक; **क्रियते**—केले जाते; **तपः**—तप; **परस्य**—इतरांना; **उत्सादन-अर्थम्**—विनाश करण्याकरिता; **वा**—किंवा; **तत्**—ते; **तामसम्**—तामसिक; **उदाहृतम्**—म्हटले जाते.

**आत्म-पीडा करवून किंवा इतरांच्या विनाशार्थ अथवा इतरांना व्यथित करण्यासाठी मूर्खपणे जी तपे केली जातात, त्यांना तामसिक तप असे म्हटले जाते.**

**तात्पर्य:** हिरण्यकशिपूसारख्या राक्षसांनी अविवेकी तप केल्याची अनेक उदाहरणे आहेत. अमर होऊन देवतांचा पराजय करण्यासाठी त्याने खडतर तपस्या केली. अशा वरदान प्राप्तीसाठी त्याने ब्रह्मदेवाकडे प्रार्थना केली; परंतु अखेरीस भगवंतांनी त्याचा संहार केला. अशक्यप्राय: गोष्टींसाठी तपस्या करणे म्हणजे निश्चितच तामसिक तपस्या होय.

**दातव्यमिति यद्दानं दीयतेऽनुपकारिणे ।**
**देशे काले च पात्रे च तद्दानं सात्त्विकं स्मृतम् ॥ २० ॥**

**दातव्यम्**—देण्यायोग्य; **इति**—याप्रमाणे; **यत्**—जे; **दानम्**—दान; **दीयते**—दिले जाते; **अनुपकारिणे**—प्रत्युपकाराची अपेक्षा न ठेवता; **देशे**—योग्य स्थळी; **काले**—योग्य काळी; **च**—सुद्धा; **पात्रे**—योग्य व्यक्तीला; **च**—आणि; **तत्**—ते; **दानम्**—दान; **सात्त्विकम्**—सात्त्विक; **स्मृतम्**—म्हटले जाते.

**कर्तव्य म्हणून योग्य व्यक्तीला योग्य स्थळी, वेळी आणि काळी प्रत्युपकाराची अपेक्षा न करता दिलेल्या दानाला सात्त्विक दान असे म्हटले जाते.**

**तात्पर्य:** आध्यात्मिक कार्यामध्ये संलग्न असलेल्या व्यक्तीला दान द्यावे असे वैदिक शास्त्रांमध्ये सांगण्यात आले आहे. अविवेकाने दान देणे शास्त्रसंमत नाही. आध्यात्मिक पूर्णतेचा नेहमी विचार केला जातो. म्हणून वेदांमध्ये सांगण्यात आले आहे की, दान हे तीर्थस्थळी आणि चंद्रग्रहणाच्या वा सूर्यग्रहणाच्या वेळी किंवा महिन्याच्या शेवटी अथवा योग्य ब्राह्मणाला अथवा वैष्णवाला किंवा मंदिरात दिले जाते. असे दान प्रत्युपकाराची मुळीच अपेक्षा न ठेवता देण्यात यावे. गरिबांना दिलेले दान कधी कधी दयाभावाने दिले जाते; परंतु जर एखादा दरिद्री मनुष्य दानास पात्र नसेल तर अशा दानाने आध्यात्मिक लाभ होणार नाही. दुसऱ्या शब्दांत सांगावयाचे तर, पात्र-अपात्र याचा विचार न करता दान देणे वेदसंमत नाही.

**यत्तु प्रत्युपकारार्थं फलमुद्दिश्य वा पुनः ।**
**दीयते च परिक्लिष्टं तद्दानं राजसं स्मृतम् ॥ २१ ॥**

**यत्**—जे; **तु**—परंतु; **प्रति-उपकार-अर्थम्**—प्रत्युपकाराच्या आशेने; **फलम्**—फळाच्या; **उद्दिश्य**—उद्देशाने; **वा**—किंवा; **पुनः**—पुन्हा; **दीयते**—दिले जाते; **च**—सुद्धा; **परिक्लिष्टम्**—संकुचित भावनेने; **तत्**—ते; **दानम्**—दान; **राजसम्**—राजसिक; **स्मृतम्**—जाणले जाते.

**परंतु जे दान प्रत्युपकाराची अपेक्षा ठेवून, फळाची आशा ठेवून किंवा संकुचित वृत्तीने दिले जाते त्या दानाला राजसिक दान असे म्हटले जाते.**

**तात्पर्य:** दान हे कधी कधी स्वर्गलोकाप्रत उन्नत होण्याकरिता तर कधी कधी महत्प्रयासाने दिले जाते आणि त्याबद्दल 'मी कशाकरिता इतकी संपत्ती व्यर्थ केली ?' असा पश्चात्ताप केला जातो. काही वेळा वरिष्ठांच्या विनंतीला बाध्य मानून दान दिले जाते. या प्रकारच्या दानाला राजसिक दान म्हटले जाते.

ज्या ठिकाणी इंद्रियतृप्ती केली जाते त्या ठिकाणी दान देणाऱ्या अनेक धर्मादाय संस्था आहेत. असे दान वेदसंमत नाही. केवळ सात्त्विक दानच शास्त्रसंमत आहे.

**अदेशकाले यद्दानमपात्रेभ्यश्च दीयते ।**
**असत्कृतमवज्ञातं तत्तामसमुदाहृतम् ॥ २२ ॥**

**अदेश**—अयोग्य किंवा अशुद्ध स्थळी; **काले**—अकाली; **यत्**—जे; **दानम्**—दान; **अपात्रेभ्यः**—अपात्र व्यक्तींना; **च**—सुद्धा; **दीयते**—दिले जाते; **असत्-कृतम्**—अनादराने; **अवज्ञातम्**—अवहेलनापूर्वक; **तत्**—ते; **तामसम्**—तामसिक; **उदाहृतम्**—म्हटले जाते.

**अयोग्य स्थळी, अकाली, अपात्र व्यक्तींना आणि अनादराने तसेच अवहेलनापूर्वक दिल्या जाणाऱ्या दानाला तामसिक दान म्हटले जाते.**

**तात्पर्य:** मद्यपान अथवा जुगार याकरिता केलेल्या दानाचा या श्लोकामध्ये निषेध केलेला आहे. अशा प्रकारच्या दानाला तामसिक दान म्हटले जाते. असे दान लाभप्रद तर नसतेच, उलट पापी लोकांना मात्र प्रोत्साहन मिळते. त्याचप्रमाणे, जर मनुष्याने योग्य व्यक्तीला अनादराने व अवहेलनापूर्वक दान दिले तर अशा दानालाही तामसिक दानच म्हटले जाते.

**ॐ तत्सदिति निर्देशो ब्रह्मणस्त्रिविधः स्मृतः ।**
**ब्राह्मणास्तेन वेदाश्च यज्ञाश्च विहिताः पुरा ॥ २३ ॥**

**ॐ**—परमेश्वराचा निर्देश करणारा नाद, ॐ; **तत्**—ते; **सत्**—सनातन; **इति**—याप्रमाणे; **निर्देशः**—निर्देश; **ब्रह्मणः**—परब्रह्माचा; **त्रि-विधः**—तीन प्रकारचे; **स्मृतः**—मानले जाते; **ब्राह्मणाः**—ब्राह्मण; **तेन**—त्याद्वारे; **वेदाः**—वेद; **च**—सुद्धा; **यज्ञाः**—यज्ञ; **च**—सुद्धा; **विहिताः**—योजिलेल्या; **पुरा**—पूर्वी.

**सृष्टीच्या आरंभापासूनच 'ॐतत् सत्' हे तीन शब्द परम सत्याचा निर्देश करण्यासाठी योजिले जातात. वेदोक्त मंत्रांचे उच्चारण करताना आणि परब्रह्माच्या संतुष्टीप्रीत्यर्थ यज्ञ करताना, ब्राह्मण या निर्देशाचा उपयोग करीत असत.**

**तात्पर्य:** तप, यज्ञ, दान आणि आहार यांचे सात्त्विक, राजसिक आणि तामसिक असे तीन प्रकारे वर्गीकरण करण्यात येते व याचे वर्णन पूर्वी करण्यात आले आहे. परंतु ते प्रथम, द्वितीय किंवा तृतीय कोणत्याही श्रेणीचे असले तरी ते प्राकृतिक गुणांनी कलुषित असल्यामुळे बद्धच असतात. परंतु जेव्हा तप, दान, यज्ञ आणि आहार यांचा उपयोग 'ॐतत् सत्' अर्थात पुरुषोत्तम श्रीभगवान यांच्याप्रीत्यर्थ केला जातो तेव्हा ती आध्यात्मिक उन्नतीची साधने बनतात. शास्त्रांमध्ये याच ध्येयाचा उल्लेख करण्यात आला आहे. ॐतत् सत् हे तीन शब्द विशेष करून परम सत्य, पुरुषोत्तम श्रीभगवान यांचा निर्देश करतात. वैदिक मंत्रामध्ये ॐकार नेहमी आढळतो.

शास्त्रांतील विधिविधानांचे जो पालन करीत नाही तो परम सत्याची प्राप्ती करू शकत नाही. अशा व्यक्तीला जीवनाच्या अंतिम उद्देशाची प्राप्ती न होता तात्पुरते फळ मिळते. निष्कर्ष असा की दान, यज्ञ आणि तप इत्यादींचे आचरण सात्त्विक असले पाहिजे. याचे आचरण रजोगुणी किंवा तमोगुणी असेल तर ते निश्चितच निकृष्ट असते. ॐतत् सत् या तीन शब्दांचा उच्चार भगवंतांच्या पवित्र नामाबरोबर केला जातो. उदाहरणार्थ, *ॐतद् विष्णो:*. वैदिक मंत्रांच्या आणि भगवंतांच्या पवित्र नामापूर्वी ॐकार उच्चारला जातो. हा वेदांचा निर्देशक आहे. उपरोक्त तीन शब्द वैदिक मंत्रातून घेतले आहेत. *ॐ इत्येतद्ब्रह्मणो नेदिष्ठं नाम* (ऋग्वेद) हे प्रथम लक्ष्याचे सूचक आहे. *तत् त्वमसि* (छान्दोग्य उपनिषद ६.८.७) हे दुसऱ्या लक्ष्याचे सूचक आहे. *सद् एव सौम्य* (छान्दोग्य उपनिषद ६.२१) हे तिसऱ्या लक्ष्याचे सूचक आहे. या सर्वांच्या समूहाने 'ॐतत् सत्' असे बनते. पूर्वी सृष्टीतील आदिजीव ब्रह्मदेव यांनी यज्ञ केला तेव्हा त्यांनी भगवंतांना या तीन शब्दांद्वारे संबोधिले. म्हणून गुरुशिष्य परंपरेद्वारे याच तत्त्वाचे पालन करण्यात येते. यास्तव हा मंत्र अत्यंत महत्त्वपूर्ण आहे. भगवद्‌गीता सांगते की, कोणतेही कर्म ॐतत् सत् म्हणून भगवंताप्रीत्यर्थ केले पाहिजे. मनुष्य जेव्हा या तीन शब्दांच्या उच्चारणासहित तप, दान आणि यज्ञ करतो तेव्हा त्याचे कर्म कृष्णभावनाभावित होते. कृष्णभावना म्हणजे दिव्य कर्म करण्याचा वैज्ञानिक विधी आहे, ज्यामुळे मनुष्य स्वगृही, भगवद्धामात परत जाऊ शकतो. असे कर्म करण्याने कोणतीही हानी होत नाही.

**तस्माद्ॐ इत्युदाहृत्य यज्ञदानतप:क्रिया: ।**
**प्रवर्तन्ते विधानोक्ता: सततं ब्रह्मवादिनाम् ॥ २४॥**

**तस्मात्**—म्हणून; **ॐ**—ॐकारापासून प्रारंभ करून; **इति**—याप्रमाणे; **उदाहृत्य**—निर्देश करून; **यज्ञ**—यज्ञाचा; **दान**—दान; **तप:**—आणि तप; **क्रिया:**—क्रिया; **प्रवर्तन्ते**—प्रारंभ करतात; **विधान-उक्ता:**—शास्त्रोक्त; **सततम्**—सतत; **ब्रह्म-वादिनाम्**—ब्रह्मवादी.

**म्हणून परमेश्वराची प्राप्ती करण्यासाठी, शास्त्रोक्त विधिविधानांनुसार यज्ञ, दान आणि तप करणारे ब्रह्मवादी, या सर्व क्रियांचा ॐकारापासून आरंभ करतात.**

**तात्पर्य:** *ॐ तद् विष्णो: परमं पदम्* (ऋग्वेद १.२२.२०) श्रीविष्णूंचे चरणकमल म्हणजे भक्तियोगाचे परमोच्च परिपूर्ण सार आहे. भगवंतांप्रीत्यर्थ सर्व कर्म केल्याने सर्व कर्मांची निश्चितपणे परिपूर्णता होते.

**तदित्यनभिसन्धाय फलं यज्ञतप:क्रिया: ।**
**दानक्रियाश्च विविधा: क्रियन्ते मोक्षकाङ्क्षिभि: ॥ २५ ॥**

**तत्**—ते; **इति**—याप्रमाणे; **अनभिसन्धाय**—इच्छा न करता; **फलम्**—फळ; **यज्ञ**—यज्ञ; **तप:**—आणि तप; **क्रिया:**—क्रिया; **दान**—दानाचे; **क्रिया:**—क्रिया; **च**—सुद्धा; **विविधा:**—विविध; **क्रियन्ते**—केल्या जातात; **मोक्ष-काङ्क्षिभि:**—मुमुक्षूंद्वारे.

**फळाची इच्छा न करता मनुष्याने 'तत्' शब्दाद्वारे यज्ञ, तप आणि दान इत्यादी विविध क्रिया कराव्यात. भौतिक जंजाळातून मुक्त होणे हाच या दिव्य क्रियांचा उद्देश आहे.**

**तात्पर्य:** आध्यात्मिक स्तराप्रत उन्नत व्हावयाचे असल्याने व्यक्तीने भौतिक लाभासाठी कर्म करू नये. भगवद्धामाची प्राप्ती करण्याकरिताच कर्म केले पाहिजे.

**सद्भावे साधुभावे च सदित्येतत्प्रयुज्यते ।**
**प्रशस्ते कर्मणि तथा सच्छब्द: पार्थ युज्यते ॥ २६ ॥**
**यज्ञे तपसि दाने च स्थिति: सदिति चोच्यते ।**
**कर्म चैव तदर्थीयं सदित्येवाभिधीयते ॥ २७ ॥**

**सत्-भावे**—परब्रह्माच्या भावाने; **साधु-भावे**—भक्ताच्या भावाने; **च**—सुद्धा; **सत्**—सत्; **इति**—याप्रमाणे; **एतत्**—हा; **प्रयुज्यते**—योजिला जातो; **प्रशस्ते**—प्रमाणित; **कर्मणि**—कर्मे; **तथा**—सुद्धा; **सत्-शब्द:**—सत् हा शब्द; **पार्थ**—हे पार्थ; **युज्यते**—योजिला जातो; **यज्ञे**—यज्ञामध्ये; **तपसि**—तपामध्ये; **दाने**—दानामध्ये; **च**—सुद्धा; **स्थिति:**—स्थिती; **सत्**—परब्रह्म; **इति**—याप्रमाणे; **च**—आणि; **उच्यते**—उच्चारला जातो; **कर्म**—कर्म; **च**—सुद्धा; **एव**—निश्चितपणे; **तत्**—त्या; **अर्थीयम्**—च्या करिता; **सत्**—परब्रह्म; **इति**—याप्रमाणे; **एव**—निश्चितपणे; **अभिधीयते**—निर्देशित केला जातो.

**परम सत्य हे भक्तिमय यज्ञाचे उद्दिष्ट आहे आणि ते सत् या शब्दाने निर्देशिले जाते. अशा यज्ञकर्त्यालाही सत् असे म्हटले जाते. तसेच हे पार्थ! परब्रह्माच्या संतुष्टीप्रीत्यर्थ केल्या जाणाऱ्या यज्ञ, तप आणि दान आदी कर्मांनाही सत् असे म्हणतात.**

**तात्पर्य:** *प्रशस्ते कर्मणि,* अर्थात नियत कर्तव्य हे शब्द वेदांमध्ये सांगण्यात आलेल्या संस्कारांचे निर्देशक आहेत. मनुष्यावर गर्भधारणेपासून ते मृत्यूपर्यंत असे संस्कार केले जातात. जीवाच्या अंतिम मोक्षप्राप्तीसाठी असे संस्कार अंगीकारले जातात. अशा सर्व संस्कारांमध्ये मनुष्याने *ॐ तत् सत्* या मंत्राचे उच्चारण करावे असे सांगण्यात आले आहे. *सद्-भावे* आणि *साधु-भावे* हे शब्द दिव्य स्थितींचे निर्देशक आहेत. कृष्णभावनाभावित कर्म करणे यालाच *सत्त्व* असे म्हणतात

आणि ज्याला कृष्णभावनाभावित कर्मांचे पूर्ण ज्ञान आहे त्याला *साधु* असे म्हणतात. श्रीमद्भागवतात (३.२५.२५) सांगण्यात आले आहे की, भक्तांच्या संगतीत दिव्य ज्ञानाचा पूर्णपणे उलगडा होतो. या संदर्भात *'सताम् प्रसंगात'* हे शब्द योजिलेले आहेत. सत्संगाशिवाय दिव्य ज्ञानाची प्राप्ती होऊ शकत नाही. व्यक्तीला दीक्षा देताना किंवा यज्ञोपवीत धारण करताना *ॐ तत् सत्* हे शब्द उच्चारले जातात. त्याचप्रमाणे सर्व प्रकारच्या यज्ञांचे उद्दिष्ट *ॐ तत् सत्* हेच असते. *तत् अर्थियम्,* म्हणजे परब्रह्माचे प्रतिनिधित्व करणाऱ्या सर्व गोष्टींची सेवा करणे, उदाहरणार्थ, भगवंतांच्या मंदिरामध्ये स्वयंपाक करणे अथवा साहाय्य करणे किंवा भगवंतांच्या गुणगौरवांची गाथा प्रसारित करणे. याप्रमाणे सर्व कर्मांची परिपूर्णता करण्यासाठी *ॐ तत् सत्* या शब्दांचा विविध प्रकारे उपयोग केला जातो.

**अश्रद्धया हुतं दत्तं तपस्तप्तं कृतं च यत्।**
**असदित्युच्यते पार्थ न च तत्प्रेत्य नो इह ॥ २८ ॥**

**अश्रद्धया**—श्रद्धेविना; **हुतम्**—हवन; **दत्तम्**—दान; **तपः**—तप; **तप्तम्**—संपन्न; **कृतम्**—केलेले; **च**—सुद्धा; **यत्**—जे; **असत्**—असत् किंवा मिथ्या; **इति**—याप्रमाणे; **उच्यते**—म्हटले जाते; **पार्थ**—हे पार्थ; **न**—कधीच नाही; **च**—सुद्धा; **तत्**—ते; **प्रेत्य**—मृत्यूनंतर; **न उ**—तसेच; **इह**—या जीवनात.

**परमेश्वरावरील श्रद्धेविना यज्ञ, दान किंवा तप म्हणून जे काही केले जाते, ते अनित्यच होय. अशा कर्माला 'असत्' म्हटले जाते आणि ते या जन्मी तसेच पुढील जन्मीसुद्धा व्यर्थच ठरते.**

**तात्पर्य:** दिव्य उद्दिष्टावाचून जे काही केले जाते, मग ते यज्ञ, दान अथवा तप असो ते सर्व काही व्यर्थच असते. म्हणून या श्लोकात म्हटले आहे की, अशी असत् कर्मे निंद्य आहेत. कृष्णभावनाभावित होऊन सर्व कर्मे परब्रह्माप्रीत्यर्थ केली पाहिजेत. अशा श्रद्धेविना आणि योग्य मार्गदर्शनावाचून कोणतीही फलप्राप्ती होऊ शकत नाही. सर्व वेदांमध्ये भगवंतांवरील श्रद्धेचे प्रतिपादन करण्यात आले आहे. सर्व वैदिक उपदेशांचे अंतिम लक्ष्य म्हणजे श्रीकृष्णांना जाणणे हेच आहे आणि या तत्त्वाचे पालन केल्यावाचून कोणालाही यशप्राप्ती होऊ शकत नाही. म्हणून प्रमाणित आध्यात्मिक गुरूच्या मार्गदर्शनाखाली प्रारंभापासूनच कृष्णभावनाभावित होऊन कर्म करणे हा सर्वोत्तम मार्ग होय. अशा पद्धतीने सर्व काही यशस्वी होते.

बद्धावस्थेत लोक हे देवतांच्या, भूतांच्या किंवा कुबेरासारख्या यक्षादीकांच्या उपासनेकडे आकर्षिले जातात. सत्त्वगुण हा रजोगुण आणि तमोगुणापेक्षा अधिक चांगला आहे; परंतु जो साक्षात कृष्णभावनेचा अंगीकार करतो तो या प्राकृतिक गुणांच्या अतीत होतो. क्रमिक उन्नतीचा विधी जरी उपलब्ध असला तरी मनुष्याने शुद्ध भक्तांच्या संगतीमध्ये साक्षात कृष्णभावनेचा स्वीकार केला तर तोच सर्वोत्तम मार्ग होय आणि याच मार्गाचे या अध्यायामध्ये प्रतिपादन करण्यात आले आहे. याप्रमाणे यश:प्राप्ती करण्यासाठी मनुष्याने सर्वप्रथम योग्य प्रमाणित आध्यात्मिक गुरूंचा शोध करून त्यांच्या मार्गदर्शनाखाली प्रशिक्षण प्राप्त केले पाहिजे. त्या वेळी त्याला भगवंतांवरील श्रद्धेची प्राप्ती होऊ शकते. ती श्रद्धा जेव्हा कालांतराने परिपक्व

होते तेव्हा तिला भगवत्प्रेम असे म्हणतात. हे भगवत्प्रेम म्हणजेच जीवांचे परमलक्ष्य आहे. यास्तव मनुष्याने साक्षात कृष्णभावनेचाच स्वीकार केला पाहिजे. सतराव्या अध्यायाचा हाच संदेश आहे.

*या प्रकारे भगवद्‌गीतेच्या 'श्रद्धात्रयविभाग योग' या सतराव्या अध्यायावरील भक्तिवेदांत भाष्य संपन्न.*

# अध्याय अठरावा

# मोक्षसंन्यासयोग

## ( गीतेचा निष्कर्ष- त्यागाची पूर्णता )

अर्जुन उवाच

**सन्न्यासस्य महाबाहो तत्त्वमिच्छामि वेदितुम्।**
**त्यागस्य च हृषीकेश पृथक्केशिनिषूदन ॥ १ ॥**

**अर्जुनः उवाच**—अर्जुन म्हणाला; **सन्न्यासस्य**—संन्यासाचे; **महा-बाहो**—हे महाबाहो श्रीकृष्ण; **तत्त्वम्**—तत्त्व; **इच्छामि**—इच्छितो; **वेदितुम्**—जाणणे; **त्यागस्य**—त्यागाचे; **च**—सुद्धा; **हृषीकेश**—हे इंद्रियांचे स्वामी; **पृथक्**—वेगवेगळे; **केशी-निषूदन**—हे केशीनिषूदन (केशी दैत्याचा नाश करणारे).

**अर्जुन म्हणाला, हे महाबाहो हृषीकेश! हे केशीनिसूदन! मला त्याग आणि संन्यासाचे तत्त्व जाणण्याची इच्छा आहे.**

**तात्पर्यः** भगवद्गीता वास्तविक सतराव्या अध्यायातच समाप्त झाली आहे. हा अठरावा अध्याय म्हणजे पूर्वी वर्णिलेल्या विषयांचे पुरवणीच्या रूपाने सार आहे. भगवद्गीतेच्या प्रत्येक अध्यायात भगवान श्रीकृष्णांनी निक्षून सांगितले आहे की, भगवंतांची भक्तिमय सेवा करणे हेच जीवनाचे परमलक्ष्य आहे. हाच मुद्दा या अठराव्या अध्यायात ज्ञानाचा सर्वांत गुह्य मार्ग म्हणून सार स्वरूपात देण्यात आला आहे. पहिल्या सहा अध्यायांत भक्तिमय सेवा (भक्तियोग) यावर जोर दिला आहे: *योगिनामपि सर्वेषाम्...* '' सर्व योग्यांमध्ये, जो दृढ श्रद्धेने सदैव माझ्यामध्ये वास करतो, अंत:करणात माझे चिंतन करतो आणि माझी दिव्य प्रेममयी सेवा करतो, तो माझ्याशी पूर्णपणे योगयुक्त असतो आणि तोच सर्वश्रेष्ठ योगी होय.'' पुढील सहा अध्यायांत शुद्ध भक्तियोग, त्याचे स्वरूप आणि कार्य यांची चर्चा केली आहे. शेवटच्या सहा अध्यायांत ज्ञान, त्याग, अपरा प्रकृती, परा प्रकृती आणि भक्तियोग यांचे वर्णन दिलेले आहे. याचा निष्कर्ष असा की, सर्व कार्ये करताना भगवंतांची मदत घेतली पाहिजे, जी *ॐतत् सत्* या शब्दांनी प्रकट होते व हे शब्द भगवान विष्णूंना सूचित करतात. भगवद्गीतेच्या तिसऱ्या भागात दाखवून दिले आहे की, जीवनाचे परमलक्ष्य हे भक्तियोगाशिवाय अन्य कोणतेही असू शकत नाही. भूतकाळातील आचार्य आणि ब्रह्मसूत्र किंवा वेदान्त सूत्र यांचे प्रमाण देऊन ही गोष्ट सिद्ध करून दाखविलेली आहे. काही निर्विशेषवादी समजतात की, वेदान्त सूत्रातील ज्ञानावर त्यांचीच मक्तेदारी आहे,

परंतु प्रत्यक्षात वेदान्त सूत्रे भक्तियोग समजण्याकरिता आहेत, कारण साक्षात भगवंतच वेदान्तसूत्राचे संकलनकर्ते आणि वेदान्त जाणणारे आहेत. हे पंधराव्या अध्यायात सांगितलेले आहे. प्रत्येक शास्त्र व वेदांचे भक्तियोग हेच उद्दिष्ट आहे. भगवद्‌गीतेतही असेच सांगितले आहे.

ज्याप्रमाणे दुसऱ्या अध्यायात संपूर्ण विषयवस्तूचे सार दिले आहे त्याप्रमाणे अठराव्या अध्यायात देखील संपूर्ण उपदेशाचे सार दिलेले आहे. त्याग आणि भौतिक प्रकृतीच्या तीन गुणांच्या पलीकडील दिव्य स्थिती प्राप्त करणे हेच जीवनाचे लक्ष्य असल्याचे सांगितले आहे. त्याग आणि संन्यास हे दोन वेगवेगळे विषय स्पष्टपणे समजून घेण्याची अर्जुनाची इच्छा आहे व म्हणून त्याने या दोन शब्दांचा अर्थ काय असे विचारले.

या श्लोकात भगवंतांना उद्देशून योजिलेले *हृषीकेश* आणि *केशिनिषूदन* हे दोन शब्द महत्त्वपूर्ण आहेत. श्रीकृष्णांना हृषीकेश असे म्हणतात, कारण ते सर्व इंद्रियांचे स्वामी आहेत व ते आपल्याला मानसिक शांती प्राप्त करण्यास मदत करतात. अर्जुन भगवंतांना प्रार्थना करीत आहे की, त्यांनी त्याला सर्व विषयांचे सार अशा प्रकारे सांगावे की, जेणेकरून त्याचे चित्त नेहमी समतोल राहील. तरी देखील त्याच्या काही शंका आहेत आणि शंकांची तुलना नेहमी असुरांबरोबर केली जाते. म्हणून तो श्रीकृष्णांना केशीनिसूदन या नावाने संबोधतो. श्रीकृष्णांनी केशी नावाच्या भयंकर असुराचा वध केला होता व आता अर्जुन अशी अपेक्षा करीत आहे की, श्रीकृष्ण संशयरूपी असुराचा वध करतील.

श्रीभगवानुवाच

**काम्यानां कर्मणां न्यासं सन्न्यासं कवयो विदुः ।**
**सर्वकर्मफलत्यागं प्राहुस्त्यागं विचक्षणाः ॥ २॥**

**श्री-भगवान् उवाच**—श्रीभगवान म्हणाले; **काम्यानाम्**—आशेसहित; **कर्मणाम्**—कर्मांच्या; **न्यासम्**—त्याग; **सन्न्यासम्**—संन्यास आश्रम; **कवयः**—विद्वज्जन; **विदुः**—जाणतात; **सर्व**—सर्व; **कर्म**—कर्मांचे; **फल**—फळ; **त्यागम्**—त्यागाला; **प्राहुः**—म्हणतात; **त्यागम्**—त्याग; **विचक्षणाः**—अनुभवी जन.

**श्रीभगवान म्हणाले, भौतिक इच्छांवर आधारलेल्या कर्मांच्या त्यागाला विद्वज्जन संन्यास असे म्हणतात आणि सर्व कार्यांच्या फलाचा त्याग करण्याला बुद्धिमान लोक त्याग असे म्हणतात.**

**तात्पर्यः** फलाची अपेक्षा ठेवून केलेल्या कर्मांचा त्याग केला पाहिजे. भगवद्‌गीतेचा हा उपदेश आहे. परंतु ज्या कर्मांमुळे उच्च आध्यात्मिक ज्ञानापर्यंत प्रगती होते ती कर्मे सोडून द्यावयाची आवश्यकता नाही. पुढील श्लोकात हे अधिक स्पष्ट होईल. वैदिक शास्त्रात काही विशिष्ट उद्देशाने करण्यात येणाऱ्या यज्ञांची अनेक ठिकाणी शिफारस करण्यात आली आहे. चांगली पुत्रप्राप्ती व्हावी किंवा स्वर्गलोकांची प्राप्ती व्हावी इत्यादी गोष्टींकरिता यज्ञ सांगण्यात आले आहेत; परंतु अशा सकाम यज्ञांचा त्याग केला पाहिजे. तथापि, स्वतःच्या हृदयाच्या शुद्धीकरिता

किंवा आध्यात्मिक ज्ञानात प्रगती करण्याकरिता जे यज्ञ असतात त्यांचा त्याग करू नये.

**त्याज्यं दोषवदित्येके कर्म प्राहुर्मनीषिणः ।**
**यज्ञदानतपःकर्म न त्याज्यमिति चापरे ॥ ३॥**

**त्याज्यम्**—त्याग करावा; **दोष-वत्**—दोषयुक्त म्हणून; **इति**—या प्रकारे; **एके**—एक वर्ग; **कर्म**—कर्म; **प्राहुः**—म्हणतात; **मनीषिणः**—मोठे विचारवंत; **यज्ञ**—यज्ञ; **दान**—दान; **तपः**—तपस्या; **कर्म**—कर्म; **न**—कधीच नाही; **त्याज्यम्**—त्याग करणे; **इति**—या प्रकारे; **च**—आणि; **अपरे**—अन्य.

**काही विद्वज्जन घोषित करतात की, सर्व प्रकारच्या सकाम कर्मांना दोषपूर्ण समजून त्यागले पाहिजे, परंतु इतर विचारवंतांचे असे म्हणणे आहे की, यज्ञ, दान, तप अशा कर्मांचा कधीही त्याग करू नये.**

**तात्पर्यः** वैदिक शास्त्रांत अशा अनेक कर्मांचा उल्लेख आहे ज्यांच्याविषयी मतभेद आहेत. उदाहरणार्थ, असे म्हटले जाते की, यज्ञात पशूचा बळी देता येतो, पण काहींचे म्हणणे असे आहे की, पशुहत्या ही पूर्णपणे निंद्य आहे. वैदिक शास्त्रांत यज्ञातील पशुहत्येचा जरी उल्लेख असला तरी असा यज्ञबळी म्हणून मारलेला पशू मरतो असे समजले जात नाही. यज्ञाच्या योगाने पशूला नवीन जीवन प्रदान केले जाते. कधी त्या पशूला यज्ञात बळी दिल्यानंतर नवीन पशुदेह दिला जातो, तर कधी त्या पशूला तात्काळ मनुष्य शरीर प्रदान केले जाते. परंतु यासंबंधी विचारवंतांमध्ये मतभेद आहेत. काहीजण म्हणतात की, विशेष यज्ञाकरिता पशुहत्या इष्ट आहे. यज्ञकर्मासंबंधी ही जी सर्व निरनिराळी मते आहेत, त्यांविषयी आता स्वतः भगवंतच स्पष्टीकरण करीत आहेत.

**निश्चयं शृणु मे तत्र त्यागे भरतसत्तम ।**
**त्यागो हि पुरुषव्याघ्र त्रिविधः सम्प्रकीर्तितः ॥ ४॥**

**निश्चयम्**—निर्णय, निश्चित मत; **शृणु**—ऐक; **मे**—माझे; **तत्र**—त्याविषयी; **त्यागे**—त्यागाबद्दल; **भरत-सत्-तम**—हे भरतश्रेष्ठ; **त्यागः**—त्याग; **हि**—खचित; **पुरुष-व्याघ्र**—हे नरशार्दूल, (पुरुषांमधील वाघ); **त्रि-विधः**—तीन प्रकारचा; **सम्प्रकीर्तितः**—घोषित केला जातो.

**हे भरतश्रेष्ठ! आता त्यागाबद्दलचा माझा निर्णय ऐक. हे नरशार्दूल, शास्त्रामध्ये तीन प्रकारच्या त्यागांचे वर्णन केलेले आहे.**

**तात्पर्यः** त्यागाविषयी जरी मतभेद असले तरी, येथे भगवान श्रीकृष्ण आपला जो निर्णय अभिव्यक्त करतात, तो निर्णय अंतिम समजला पाहिजे. एकंदरीत वेदशास्त्रे म्हणजे भगवंतांनी दिलेले निरनिराळे कायदे आहेत. परंतु येथे तर भगवंत स्वयं उपस्थित आहेत आणि म्हणून त्यांचा निर्णय अंतिम समजला पाहिजे. भगवान सांगतात की, भौतिक प्रकृतीच्या तीन गुणांपैकी ज्या गुणांनुसार त्याग केला जात आहे, त्यानुसार त्यागाचा प्रकार समजला पाहिजे.

**यज्ञदानतपःकर्म न त्याज्यं कार्यमेव तत्।**
**यज्ञो दानं तपश्चैव पावनानि मनीषिणाम्॥ ५॥**

**यज्ञ**—यज्ञ; **दान**—दान; **तपः**—आणि तप; **कर्म**—कर्म; **न**—कधीही नाही; **त्याज्यम्**—त्याग करणे; **कार्यम्**—केले पाहिजे; **एव**—खचित; **तत्**—ते; **यज्ञः**—यज्ञ; **दानम्**—दान; **तपः**—तप; **च**—आणि; **एव**—निश्चितपणे; **पावनानि**—पवित्र करणारी; **मनीषिणाम्**—महात्म्यांकरिता देखील.

**यज्ञ, दान, तप या स्वरूपाच्या कर्मांचा त्याग करू नये. ती कर्मे केलीच पाहिजेत. यज्ञ, दान आणि तप ही तर महात्म्यांनादेखील पवित्र करतात.**

**तात्पर्य:** योगिजनांनी मानवसमाजाच्या प्रगतीकरिता कर्मे केली पाहिजेत. मनुष्याची आध्यात्मिक जीवनात प्रगती व्हावी याकरिता अनेक संस्कार सांगण्यात आले आहेत. उदाहरणार्थ, विवाह समारंभ हा या यज्ञांपैकी एक यज्ञ समजला जातो व त्याला *विवाह-यज्ञ* असे म्हणतात. ज्याने आपल्या कौटुंबिक संबंधाचा त्याग करून संन्यासाश्रम स्वीकारला आहे अशा मनुष्याने विवाह-समारंभाला उत्तेजन द्यावे का? भगवंत येथे म्हणतात की, मानवाच्या कल्याणाकरिता असणाऱ्या कोणत्याही यज्ञाचा कधीही त्याग करू नये. आध्यात्मिक प्रगतीकरिता मनुष्याचे मन संयमित आणि शांत व्हावे हा विवाह-यज्ञाचा उद्देश आहे. संन्याशांनी सुद्धा बहुतेक लोकांकरिता अशा विवाह-यज्ञाची शिफारस केली पाहिजे. संन्याशांनी स्वतः स्त्रीसंग कधीही करता कामा नये; परंतु याचा असा कधीच अर्थ होत नाही की, जीवनाच्या निम्न स्तरावरील मनुष्य किंवा एका युवकाने विवाह-समारंभात पत्नीचा स्वीकार करू नये. सर्व यज्ञ भगवत्प्राप्तीकरिता केले पाहिजेत. म्हणून निम्नस्तरावर असताना त्यांचा त्याग करणे उचित नसते. त्याचप्रमाणे दान हे हृदयाच्या शुद्धीकरिता दिले जाते. पूर्वी सांगितल्याप्रमाणे, जर सुपात्र मनुष्याला दान दिले तर त्यायोगे आध्यात्मिक जीवनात प्रगती होते.

**एतान्यपि तु कर्माणि सङ्गं त्यक्त्वा फलानि च।**
**कर्तव्यानीति मे पार्थ निश्चितं मतमुत्तमम्॥ ६॥**

**एतानि**—ही सर्व; **अपि**—निश्चितच; **तु**—परंतु; **कर्माणि**—कर्मे; **सङ्गम्**—संगत; **त्यक्त्वा**—त्याग करून; **फलानि**—फले; **च**—सुद्धा; **कर्तव्यानि**—कर्तव्य म्हणून केली पाहिजेत; **इति**—असे; **मे**—माझे; **पार्थ**—हे पार्थ; **निश्चितम्**—निश्चित; **मतम्**—मत; **उत्तमम्**—उत्तम.

**ही सर्व कर्मे कोणत्याही प्रकारची आसक्ती किंवा फलाच्या अपेक्षेविना केली पाहिजेत. हे पार्थ! ही कर्मे कर्तव्यबुद्धीने केली पाहिजेत. हे माझे अंतिम मत आहे.**

**तात्पर्य:** सर्व यज्ञ जरी शुद्धीकरण करणारे असले तरी अशा यज्ञांपासून मनुष्याने फलाची अपेक्षा ठेवू नये. दुसऱ्या शब्दांत सांगावयाचे तर, जीवनाच्या भौतिक विकासासाठी योजिलेल्या सर्व यज्ञांचा त्याग केला पाहिजे; परंतु ज्या यज्ञांमुळे अस्तित्व शुद्ध होते आणि आध्यात्मिक स्तरापर्यंत प्रगती होते अशा यज्ञांचा त्याग करू नये. कृष्णभावनेची प्राप्ती करून देणाऱ्या कोणत्याही

साधनाला उत्तेजन दिले पाहिजे. श्रीमद्भागवतात सुद्धा म्हटले आहे की, भक्तियोगाला अनुकूल अशा कोणत्याही कर्माचा स्वीकार केला पाहिजे. धर्माची ही सर्वोच्च कसोटी आहे. भगवद्भक्ताने असे कोणतेही कर्म, यज्ञ किंवा दान स्वीकारले पाहिजे, जे भगवद्भक्तीकरिता साहाय्यक होईल.

**नियतस्य तु सन्न्यासः कर्मणो नोपपद्यते ।**
**मोहात्तस्य परित्यागस्तामसः परिकीर्तितः ॥ ७ ॥**

**नियतस्य**—शास्त्रविहित कर्माचा; **तु**—परंतु; **सन्न्यासः**—त्याग; **कर्मणः**—कर्माचा; **न**—कधी नाही; **उपपद्यते**—योग्य असतो; **मोहात्**—मोहाने; **तस्य**—त्याचा; **परित्यागः**—त्याग; **तामसः**—तमोगुणी; **परिकीर्तितः**—घोषित केले जाते.

**नियत कर्मांचा त्याग कधीही करू नये. मोहवश होऊन जर मनुष्याने आपल्या नियत कर्मांचा त्याग केला तर त्या त्यागाला तामसिक त्याग असे म्हटले जाते.**

**तात्पर्य:** भौतिक सुखाकरिता करण्यात येणाऱ्या कर्मांचा त्याग केला पाहिजे. तथापि, ज्या कर्मांमुळे आध्यात्मिक कार्यात प्रगती होते—उदाहरणार्थ, भगवंतांकरिता अन्न शिजविणे व त्याचा नैवेद्य दाखविणे आणि नंतर त्याचा प्रसाद म्हणून स्वीकार करणे —अशा कर्मांची शिफारस केलेली आहे. असे म्हटले जाते की, संन्याशाने स्वत:करिता अन्न शिजवू नये. स्वत:करिता अन्न शिजविण्यास प्रतिबंध असला तरी भगवंतांकरिता अन्न शिजविणे निषिद्ध नाही. तसेच, आपल्या शिष्याची कृष्णभावनेत प्रगती व्हावी म्हणून एक संन्यासी त्याचा विवाह संपन्न करू शकतो. जर कोणी अशा विहित कर्मांचा त्याग केला तर तो तमोगुणी कर्म करीत आहे असे समजावे.

**दु:खमित्येव यत्कर्म कायक्लेशभयात्त्यजेत् ।**
**स कृत्वा राजसं त्यागं नैव त्यागफलं लभेत् ॥ ८ ॥**

**दु:खम्**—दु:खकारक; **इति**—असे; **एव**—खचित; **यत्**—जे; **कर्म**—कर्म; **काय**—शरीराकरिता; **क्लेश**—क्लेश; **भयात्**—भीतीने; **त्यजेत्**—त्याग करतो; **सः**—तो; **कृत्वा**—करून; **राजसम्**—रजोगुणात; **त्यागम्**—त्याग; **न**—नाही; **एव**—खचित; **त्याग**—त्याग; **फलम्**—फल; **लभेत्**—प्राप्त करतो.

**जो मनुष्य, नियत कर्मांना कष्टप्रद समजून किंवा ते शरीराला क्लेश देतील या भीतीने त्यांचा त्याग करतो, त्याच्याबद्दल असे म्हटले जाते की, त्याने रजोगुणात त्याग केला आहे. असे कार्य कधीही त्यागाच्या उन्नतीच्या दिशेने नेत नसते.**

**तात्पर्य:** जो मनुष्य कृष्णभावनेत स्थित आहे त्याने सकाम कर्म करावे लागते या भीतीपोटी धनार्जन बंद करता कामा नये. कर्म करून जर एखाद्याला पैसे कृष्णभावनेत वापरता येत असतील किंवा सकाळी लौकर उठल्याने दिव्य कृष्णभावनेचा विकास करता येत असेल तर भीतीने अशी कार्ये न करण्याचे काहीच कारण नाही किंवा अशा कार्यांना कष्टप्रद समजायचे

कारण नाही. अशा त्यागाला रजोगुणी समजण्यात येते. रजोगुणी कर्मांचे फल नेहमीच क्लेशदायक असते. जर एखाद्याने त्या भावनेत कर्माचा त्याग केला तर त्याला त्यागाचे फळ कधीच लाभत नाही.

**कार्यमित्येव यत्कर्म नियतं क्रियतेऽर्जुन ।**
**सङ्गं त्यक्त्वा फलं चैव स त्यागः सात्त्विको मतः ॥ ९ ॥**

**कार्यम्**—आवश्यक असे कार्य; **इति**—या प्रकारे; **एव**—निःसंदेह; **यत्**—जे; **कर्म**—कर्म; **नियतम्**—नेमलेले; **क्रियते**—केले जाते; **अर्जुन**—हे अर्जुन; **सङ्गम्**—संगत; **त्यक्त्वा**—सोडून; **फलम्**—फळ; **च**—आणि; **एव**—खचित; **सः**—तो; **त्यागः**—त्याग; **सात्त्विकः**—सात्त्विक; **मतः**—माझ्या मते.

**हे अर्जुन! ज्या वेळी मनुष्य नियत कर्म करायलाच हवे म्हणून करतो आणि सर्व प्रकारची भौतिक संगत आणि फलाची आसक्ती सोडून देतो त्या वेळी त्याचा त्याग सात्त्विक समजला जातो.**

**तात्पर्य:** नियत कार्य कर्तव्याच्या भावनेने केले पाहिजे. मनुष्याला फलासक्ती सोडून कर्म केले पाहिजे, त्याने कर्माच्या गुणांपासून अलग झाले पाहिजे. कारखान्यात कृष्णभावनेने कर्म करणारा मनुष्य स्वत:ला कारखान्यातील कार्यात गुंतवून ठेवीत नाही अथवा कारखान्यातील कामगारांचा संग करीत नाही. तो केवळ श्रीकृष्णांकरिता कर्म करीत असतो आणि ज्या वेळी तो कर्मफळ श्रीकृष्णांना अर्पण करतो त्या वेळी तो दिव्य स्तरावर कार्य करीत असतो.

**न द्वेष्ट्यकुशलं कर्म कुशले नानुषज्जते ।**
**त्यागी सत्त्वसमाविष्टो मेधावी छिन्नसंशयः ॥ १० ॥**

**न**—नाही; **द्वेष्टि**—द्वेष करतो; **अकुशलम्**—अशुभ; **कर्म**—कर्म; **कुशले**—शुभ असणाऱ्या; **न**—नाही; **अनुषज्जते**—आसक्त होतो; **त्यागी**—त्याग करणारा; **सत्त्व**—सत्त्वगुणात; **समाविष्टः**—लीन; **मेधावी**—बुद्धिमान; **छिन्न**—कापून; **संशयः**—सर्व संशय.

**सत्त्वगुणात स्थित असलेला बुद्धिमान त्यागी, अशुभ कर्मांचा द्वेष करीत नाही अथवा शुभ कर्मांत आसक्त राहात नाही. अशा बुद्धिमान त्यागी मनुष्याला कर्मांविषयी काहीच संशय नसतात.**

**तात्पर्य:** कृष्णभावनाभावित मनुष्य किंवा सत्त्वगुणी मनुष्य दुसऱ्या कोणाचाही द्वेष करीत नाही अथवा त्याच्या शरीराला पीडा देणाऱ्या कोणत्या वस्तूचाही द्वेष करीत नाही. तो योग्य स्थळी व योग्य काळी कर्म करतो व कर्तव्याच्या क्लेशदायक परिणामांना भीत नाही. दिव्य स्तरावर स्थित असलेल्या अशा मनुष्याला सर्वांत बुद्धिमान व त्याच्या कार्यात संशयरहित समजले पाहिजे.

**न हि देहभृता शक्यं त्यक्तुं कर्माण्यशेषतः।**
**यस्तु कर्मफलत्यागी स त्यागीत्यभिधीयते॥ ११॥**

**न**—कधीही नाही; **हि**—खचित; **देह-भृता**—देहधारी जीवाला; **शक्यम्**—शक्य; **त्यक्तुम्**—त्याग करणे; **कर्माणि**—कर्मे; **अशेषतः**—पूर्णरूपाने; **यः**—जो; **तु**—परंतु; **कर्म**—कर्माचे; **फल**—फळ; **त्यागी**—त्याग करणारा; **सः**—तो; **त्यागी**—त्याग करणारा; **इति**—असे; **अभिधीयते**—म्हटले जाते.

**देहधारी जीवांना सर्व कर्मांचा त्याग करणे खरोखर शक्य नाही. परंतु जो कर्मफलाचा त्याग करतो तोच खरा त्यागी होय.**

**तात्पर्य:** भगवद्‌गीतेत सांगितले आहे की, मनुष्य कधीही कर्म करणे सोडून देऊ शकत नाही. म्हणून जो श्रीकृष्णांकरिता कर्म करतो व कर्मफलांचा भोग करीत नाही, सर्व काही श्रीकृष्णांना अर्पण करतो तोच खरोखर त्यागी होय. आंतरराष्ट्रीय कृष्णभावनामृत संघाचे अनेक सदस्य आहेत जे त्यांच्या कार्यालयात, कारखान्यात किंवा इतरत्र कठोर परिश्रम करतात व त्यांना जे काही प्राप्त होते ते सर्व संघाला दान करतात. असे महात्मा व्यक्ती वास्तविक संन्यासी असून ते संन्यासाश्रमात स्थित आहेत. या ठिकाणी स्पष्टपणे दाखवून दिले आहे की, कर्मफलांचा त्याग कसा केला जातो व कोणत्या कारणांकरिता कर्मफलांचा त्याग केला पाहिजे.

**अनिष्टमिष्टं मिश्रं च त्रिविधं कर्मणः फलम्।**
**भवत्यत्यागिनां प्रेत्य न तु सन्न्यासिनां क्वचित्॥ १२॥**

**अनिष्टम्**—नरकात घेऊन जाणारा; **इष्टम्**—स्वर्गाकडे घेऊन जाणारा; **मिश्रम्**—मिश्र; **च**—आणि; **त्रि-विधम्**—तीन प्रकारचे; **कर्मणः**—कर्माचे; **फलम्**—फल; **भवति**—मिळते; **अत्यागिनाम्**—त्याग न करणाऱ्याला; **प्रेत्य**—मृत्यूनंतर; **न**—नाही; **तु**—परंतु; **सन्न्यासिनाम्**—संन्याशांकरिता; **क्वचित्**—कधीच.

**जो त्यागी नाही त्याला मृत्यूनंतर इष्ट, अनिष्ट व मिश्र असे तीन प्रकारचे कर्मफल प्राप्त होते. परंतु जे संन्यासाश्रमात आहेत त्यांना कर्मफलाचे सुख अथवा दुःख भोगावे लागत नाही.**

**तात्पर्य:** श्रीकृष्णांशी आपला संबंध आहे या ज्ञानाने जो कृष्णभावनाभावित मनुष्य कर्म करतो तो नित्य मुक्त आहे. म्हणून मृत्यूनंतरही त्याला आपल्या कर्माची सुखदुःखरूपी फळे भोगावी लागत नाहीत.

**पञ्चैतानि महाबाहो कारणानि निबोध मे।**
**साङ्ख्ये कृतान्ते प्रोक्तानि सिद्धये सर्वकर्मणाम्॥ १३॥**

**पञ्च**—पाच; **एतानि**—ही; **महा-बाहो**—हे महाबाहू; **कारणानि**—कारणे; **निबोध**—समजून घे; **मे**—माझ्याकडून; **साङ्ख्ये**—वेदान्तात; **कृत-अन्ते**—निष्कर्ष रूपात; **प्रोक्तानि**—म्हटलेले; **सिद्धये**—सिद्धीकरिता; **सर्व**—सर्व; **कर्मणाम्**—कर्मांचे.

**हे महाबाहू अर्जुन! वेदान्तानुसार सर्व कर्मांच्या सिद्धीची पाच कारणे असतात. ती कारणे माझ्याकडून समजून घे.**

**तात्पर्य:** या ठिकाणी एक प्रश्न उपस्थित केला जाऊ शकतो की, जर केलेल्या कोणत्याही कर्माचे काही तरी फल असतेच, तर मग कृष्णभावनामय मनुष्याला त्या कर्माची सुखदु:खरूपी फळे का बरे भोगावी लागत नाहीत? भगवंत, वेदान्तदर्शनावरून हे कसे शक्य होते ते सांगत आहेत. ते म्हणतात की, सर्व कर्मे घडून येण्यामागे पाच कारणे असतात आणि सर्व कर्मांमध्ये सिद्धी प्राप्त करण्याकरिता आपण या पाच कारणांचा विचार केला पाहिजे. सांख्य तत्त्वज्ञान म्हणजे ज्ञानाचा आधार आणि वेदान्ताला सर्व प्रमुख आचार्यांनी ज्ञानाचा अंतिम आधार म्हणून स्वीकारले आहे. श्रीपाद शंकराचार्यांनीही वेदान्तसूत्राचा या रीतीने स्वीकार केला आहे. म्हणून अशा शास्त्रांचा सल्ला घेतला पाहिजे.

अंतिम नियंत्रण परमात्म्याकडे असते. ज्याप्रमाणे भगवद्गीतेत सांगितले आहे की, *सर्वस्य चाहं हृदि सन्निविष्टः*—ते प्रत्येक व्यक्तीला त्याच्या पूर्वकर्मांचे स्मरण करवून कोणत्या ना कोणत्या तरी कार्यात संलग्न करीत असतात. त्यांच्या निर्देशनानुसार जी कृष्णभावनामय कर्मे केली जातात, त्यांचे फळ या जीवनात किंवा मृत्यूनंतरच्या जीवनात कधीच भोगावे लागत नाही.

**अधिष्ठानं तथा कर्ता करणं च पृथग्विधम् ।**
**विविधाश्च पृथक्चेष्टा दैवं चैवात्र पञ्चमम् ॥ १४॥**

**अधिष्ठानम्**—स्थान; **तथा**—तसेच; **कर्ता**—करणारा; **करणम्**—साधने; **च**—आणि; **पृथक्-विधम्**—निरनिराळ्या प्रकारचे; **विविधाः**—विविध; **च**—आणि; **पृथक्**—निरनिराळे; **चेष्टाः**—प्रयत्न; **दैवम्**—परमात्मा; **च**—आणि; **एव**—खचित; **अत्र**—इथे; **पञ्चमम्**—पाचवे.

**कर्मांचे स्थान ( शरीर ), कर्ता, विभिन्न इंद्रिये, अनेक प्रकारचे प्रयत्न आणि शेवटी परमात्मा —ही पाच कारणे होत.**

**तात्पर्य:** *अधिष्ठानम्* म्हणजे शरीर. शरीरात निवास करणारा आत्मा कार्य करतो जेणेकरून कर्माचे फळ प्राप्त करता येते व म्हणून त्याला कर्ता असे म्हणतात. आत्मा हा ज्ञाता व कर्ता आहे असे श्रुतीत सांगितले आहे. *एष हि द्रष्टा स्रष्टा* (प्रश्न उपनिषद ४.९) वेदान्तसूत्रामधील *ज्ञोऽत एव* (२.३.१८) आणि *कर्ता शास्त्रार्थवत्त्वात* (२.३.३३) या श्लोकात देखील याची पुष्टी केलेली आहे. इंद्रिये ही कर्माची साधने आहेत आणि आत्मा इंद्रियांच्या मदतीने निरनिराळी कर्मे करीत असतो. प्रत्येक कर्माकरिता वेगळा प्रयत्न असतो. परंतु आपली सर्व कर्मे परमात्म्याच्या इच्छेवर अवलंबून असतात, जो प्रत्येकाच्या हृदयात एका मित्राच्या रूपात स्थित असतो. परमात्मा सर्व कारणांचे कारण आहे. अशा परिस्थितीमध्ये जो हृदयस्थ परमात्म्याच्या निर्देशनाखाली कृष्णभावनेत कर्म करीत असतो तो स्वाभाविकपणेच कर्मबंधनात सापडत नाही. जे पूर्ण कृष्णभावनामय आहेत ते अंततः त्यांच्या कर्मांकरिता जबाबदार ठरत नाहीत. सर्व काही परम इच्छा, परमात्मा, भगवंतांवर अवलंबून असते.

**शरीरवाङ्मनोभिर्यत्कर्म प्रारभते नरः ।**
**न्याय्यं वा विपरीतं वा पञ्चैते तस्य हेतवः ॥ १५ ॥**

**शरीर**—शरीराने; **वाक्**—वाणी; **मनोभिः**—आणि मन; **यत्**—जे; **कर्म**—कर्म; **प्रारभते**—आरंभितो; **नरः**—मनुष्य; **न्याय्यम्**—न्याय्य; **वा**—अथवा; **विपरीतम्**—विपरीत, (न्याय्याच्या विरुद्ध); **वा**—अथवा; **पञ्च**—पाच; **एते**—ही; **तस्य**—त्यांची; **हेतवः**—कारणे.

**शरीराने, वाणीने किंवा मनाने न्याय्य किंवा त्याच्या विपरीत असे जे काही कर्म मनुष्य करतो ते या पाच कारणांमुळे घडत असते.**

**तात्पर्यः** या श्लोकातील न्याय्य (योग्य) आणि त्याच्या विपरीत (अयोग्य) हे शब्द महत्त्वपूर्ण आहेत. योग्य कार्य, शास्त्रांत दिलेल्या आदेशानुसार केले जाते आणि अयोग्य कार्य शास्त्रांचा आदेश न जुमानता केलेले असते. परंतु जे काही कर्म केले जाते त्या कर्माच्या पूर्णतेकरिता ही पाच कारणे आवश्यक आहेत.

**तत्रैवं सति कर्तारमात्मानं केवलं तु यः ।**
**पश्यत्यकृतबुद्धित्वान्न स पश्यति दुर्मतिः ॥ १६ ॥**

**तत्र**—तिथे; **एवम्**—असे; **सति**—असल्यामुळे; **कर्तारम्**—कर्ता; **आत्मानम्**—स्वतःला; **केवलम्**—केवळ; **तु**—परंतु; **यः**—जो; **पश्यति**—पाहतो; **अकृत-बुद्धित्वात्**—बुद्धी नसल्यामुळे; **न**—नाही; **सः**—तो; **पश्यति**—पाहतो; **दुर्मतिः**—मूर्ख.

**म्हणून या पाच कारणांचा विचार न करता, ज्याला वाटते की, तो एकमेव कर्ता आहे तो खचितच मूर्ख आहे व तो गोष्टींना यथार्थ रूपात पाहू शकत नाही.**

**तात्पर्यः** मूर्ख मनुष्याला समजत नाही की, परमात्मा त्याच्या अंतरात मित्र म्हणून स्थित आहे व त्याच्या कर्मांचे संचालन करीत आहे. जरी स्थान, कर्ता, प्रयत्न व इंद्रिये ही भौतिक कारणे असली तरी अंतिम कारण स्वतः भगवानच असतात. म्हणून मनुष्याने केवळ या चार भौतिक कारणांनाच पाहू नये तर परम कारणाकडे सुद्धा लक्ष दिले पाहिजे. जो परमात्म्याला पाहात नाही तो स्वतःलाच कर्ता मानीत असतो.

**यस्य नाहङ्कृतो भावो बुद्धिर्यस्य न लिप्यते ।**
**हत्वापि स इमाँल्लोकान्न हन्ति न निबध्यते ॥ १७ ॥**

**यस्य**—ज्याला; **न**—नाही; **अहङ्कृतः**—मिथ्या अहंकाराचे; **भावः**—स्वभाव; **बुद्धिः**—बुद्धी; **यस्य**—ज्याची; **न**—नाही; **लिप्यते**—आसक्त; **हत्वा**—मारून; **अपि**—सुद्धा; **सः**—तो; **इमान्**—या; **लोकान्**—जगतात; **न**—नाही; **हन्ति**—ठार करतो; **न**—नाही; **निबध्यते**—बंधनात अडकतो.

**जो मिथ्या अहंकाराने प्रेरित नाही, ज्याची बुद्धी बंधनात सापडलेली नाही, तो जगातील मनुष्यांना मारून देखील मारेकरी होत नाही. तसेच तो कर्माने बांधलाही जात**

नाही.

**तात्पर्य:** या श्लोकात भगवान श्रीकृष्ण अर्जुनाला सांगत आहेत की, न लढण्याची इच्छा मिथ्या अहंकारापासून उत्पन्न होत असते. अर्जुन स्वत:ला कर्ता समजत होता आणि त्याने अंतर्बाह्य असणाऱ्या परमात्म्याच्या आज्ञेचा विचार केला नाही. परमात्म्याची अनुमती आहे अथवा नाही हे जर मनुष्याला कळतच नसेल तर मग त्याने कर्म का करावे? परंतु जो कर्माची साधने, स्वत: कर्म करणारा आणि परम अनुमती प्रदान करणारा परमात्मा, यांना जाणतो तो प्रत्येक कार्य करण्यासाठी पूर्ण सक्षम असतो. असा मनुष्य कधीही भ्रांत होत नाही. मिथ्या अहंकार आणि नास्तिकवाद किंवा कृष्णभावनेचा अभाव यांच्यापासून 'मीच कर्ता आहे' व 'मी जबाबदार आहे' अशा भावनांचा उदय होत असतो. परमात्मा किंवा भगवंतांच्या निर्देशानुसार जो कोणी कृष्णभावनाभावित कर्म करीत असतो, त्याने जरी कोणाला मारले तरी तो मारेकरी ठरत नाही आणि त्या हत्येचे फळही त्याला भोगावे लागत नाही. जेव्हा सैनिक सेनापतीच्या आज्ञेचे पालन करीत असताना हत्या करतो त्या वेळी त्याला दोषी ठरविले जात नाही. परंतु जर त्या सैनिकाने स्वेच्छेने कोणाला मारले तर मात्र त्याला निश्चितच न्यायालयात शिक्षा ठोठावली जाते.

**ज्ञानं ज्ञेयं परिज्ञाता त्रिविधा कर्मचोदना ।**
**करणं कर्म कर्तेति त्रिविधः कर्मसङ्ग्रहः ॥ १८ ॥**

**ज्ञानम्**—ज्ञान; **ज्ञेयम्**—ज्ञानाचे लक्ष्य; **परिज्ञाता**—जाणणारा; **त्रि-विधा**—तीन प्रकारचा; **कर्म**—कर्माला; **चोदना**—प्रेरक असतो; **करणम्**—इंद्रिये; **कर्म**—कर्म; **कर्ता**—कर्ता; **इति**—अशा प्रकारे; **त्रि-विधः**—तीन प्रकारचे; **कर्म**—कर्म; **सङ्ग्रहः**—संचय.

**ज्ञान, ज्ञेय आणि ज्ञाता—ही तीन कर्माला प्रेरणा देणारी कारणे होत. इंद्रिये, कर्म आणि कर्ता हे तीन कर्माचे घटक आहेत.**

**तात्पर्य:** दैनंदिन कर्म करण्याकरिता तीन प्रेरक असतात—ज्ञान, ज्ञेय (जाणण्याचा विषय) आणि ज्ञाता (जाणणारा). कर्म करण्याची साधने, स्वत: कर्म आणि कर्ता हे कर्माचे घटक आहेत. कोणत्याही मनुष्याने केलेल्या कोणत्याही कर्मामध्ये या गोष्टी असतात. कर्म करण्यापूर्वी काही तरी प्रेरणा होत असते. कर्म प्रत्यक्ष घडण्यापूर्वी ज्या निर्णयाप्रत आपण पोहोचतो ते कर्माचेच सूक्ष्म रूप असते. त्यानंतर कर्माचे रूपांतर क्रियेत होते. प्रथम मनुष्य विचार करणे, अनुभव करणे व इच्छा करणे या मनोवैज्ञानिक प्रक्रियेतून जातो व तिलाच प्रेरणा असे म्हणतात. ही प्रेरणा शास्त्रांतून आली असली किंवा गुरुमहाराजांच्या आदेशातून आली असली तरी दोन्हींनाही समान समजण्यात येते. ज्या वेळी प्रेरणा होते व कर्ताही असतो त्या वेळी इंद्रियांच्या मदतीने, ज्यांच्यात सर्व इंद्रियांचे केंद्रस्थान असलेल्या मनाचाही समावेश होतो, प्रत्यक्ष कर्म घडते. कोणत्याही कर्माच्या सर्व अंगांना कर्म-संग्रह म्हणतात.

**ज्ञानं कर्म च कर्ता च त्रिधैव गुणभेदतः ।**
**प्रोच्यते गुणसङ्ख्याने यथावच्छृणु तान्यपि ॥ १९ ॥**

**ज्ञानम्**—ज्ञान; **कर्म**—कर्म; **च**—आणि; **कर्ता**—कर्ता; **च**—आणि; **त्रिधा**—तीन प्रकारची; **एव**—

खचित; **गुण-भेदतः**—प्रकृतीच्या विभिन्न गुणांनुसार; **प्रोच्यते**—म्हटले आहे; **गुण-सङ्ख्याने**—विभिन्न गुणांच्या रूपांना; **यथा-वत्**—जसे आहेत तसे; **शृणु**—ऐक; **तानि**—ते सर्व प्रकार; **अपि**—सुद्धा.

**प्रकृतीच्या तीन गुणांना अनुसरून ज्ञान, कर्म आणि कर्ता यांचे तीन प्रकार आहेत. ते प्रकार आता माझ्याकडून ऐक.**

**तात्पर्य:** चौदाव्या अध्यायात प्रकृतीच्या गुणांचे तीन प्रकार सविस्तर वर्णिलेले आहेत. त्या अध्यायात असे म्हटले आहे की, सत्त्वगुण प्रकाशक आहे, रजोगुण भौतिकवादी आहे आणि तमोगुण आळस व प्रमाद उत्पन्न करणारा आहे. प्रकृतीचे सर्व गुण बंधनकारक आहेत. ते गुण मुक्तिदायक नाहीत. सत्त्वगुणातही जीव बद्धच असतो. सतराव्या अध्यायात प्रकृतीच्या निरनिराळ्या गुणांतील निरनिराळ्या प्रकारच्या लोकांच्या निरनिराळ्या उपासनांचे वर्णन आहे. या श्लोकात भगवान सांगत आहेत की, प्रकृतीच्या तीन गुणांनुसार ज्ञान, कर्ता आणि कर्म यांचे तीन निरनिराळे प्रकार ते सांगू इच्छितात.

**सर्वभूतेषु येनैकं भावमव्ययमीक्षते ।**
**अविभक्तं विभक्तेषु तज्ज्ञानं विद्धि सात्त्विकम् ॥ २० ॥**

**सर्व-भूतेषु**—सर्व जीवांमध्ये; **येन**—ज्यामुळे; **एकम्**—एकच; **भावम्**—स्थिती; **अव्ययम्**—अविनाशी; **ईक्षते**—एखादा पाहतो; **अविभक्तम्**—अविभाजित; **विभक्तेषु**—अनंत विभागात वाटलेले; **तत्**—ते; **ज्ञानम्**—ज्ञान; **विद्धि**—जाण; **सात्त्विकम्**—सात्त्विक.

**ज्या ज्ञानामुळे अनंत रूपांत विभाजित असलेल्या सर्व जीवांमध्ये एकच अविभक्त आध्यात्मिक स्वभाव दिसून येतो, त्या ज्ञानाला तू सात्त्विक समज.**

**तात्पर्य:** जो मनुष्य प्रत्येक प्राण्यात मग तो देवता, पशू, पक्षी, जलचर किंवा वनस्पती असो त्या सर्वांमध्ये आत्मा पाहतो त्याचे ज्ञान सात्त्विक असते. सर्व प्राण्यांना त्यांच्या पूर्वकर्मांनुसार जरी निरनिराळे देह प्राप्त झाले असले, तरी सर्वांमध्ये एकच आत्मतत्त्व असते. सातव्या अध्यायात सांगितल्याप्रमाणे प्रत्येक शरीरातील प्राण-शक्तीचे प्राकट्य भगवंतांच्या परा प्रकृतीमुळे होत असते. म्हणून प्रत्येक देहामध्ये एकच परा प्रकृती चेतना- पाहणे ही सात्त्विक दृष्टी होय. देह नश्वर असला तरी ही प्राणशक्ती अविनाशी आहे. भिन्नता ही शारीरिक स्तरावर दिसून येते. प्राणशक्ती विभाजित झाल्याचा भास होतो, कारण बद्ध जीवनात भौतिक अस्तित्वाची अनेक रूपे दिसून येतात. असे निर्विशेष ज्ञान हे आत्मसाक्षात्काराची एक बाजू असते.

**पृथक्त्वेन तु यज्ज्ञानं नानाभावान्पृथग्विधान् ।**
**वेत्ति सर्वेषु भूतेषु तज्ज्ञानं विद्धि राजसम् ॥ २१ ॥**

**पृथक्त्वेन**—विभाजनामुळे; **तु**—परंतु; **यत्**—जे; **ज्ञानम्**—ज्ञान; **नाना-भावान्**—वेगवेगळ्या अवस्थांना; **पृथक्-विधान्**—विभिन्न; **वेत्ति**—जाणतो; **सर्वेषु**—सर्व; **भूतेषु**—जीवांमध्ये; **तत्**—

ते; **ज्ञानम्**—ज्ञान; **विद्धि**—जाण; **राजसम्**—राजस.

**ज्या ज्ञानामुळे एखादा मनुष्य विभिन्न शरीरांत भिन्न-भिन्न प्रकारचा जीव पाहतो ते ज्ञान राजस होय असे जाण.**

**तात्पर्य:** भौतिक शरीर म्हणजेच जीव आहे आणि देहाचा नाश झाल्यावर चेतनादेखील नष्ट होते ही कल्पना करणे म्हणजे राजसी ज्ञान होय. या ज्ञानानुसार एका शरीराहून दुसरे शरीर भिन्न असते, कारण दोन शरीरांमधील चेतनेचा विकास वेगवेगळ्या प्रकारे झालेला असतो; अन्यथा चेतना प्रकट करणारी आत्मा नावाची भिन्न वस्तू नसते. शरीरच आत्मा आहे आणि शरीरापलीकडे वेगळा असा आत्मा नाही. अशा ज्ञानानुसार चेतना अनित्य आहे किंवा आत्मा व्यक्तिगतरूपात अस्तित्वात नसून एकच सर्वव्यापी आत्मा असतो, जो ज्ञानाने पूर्ण आहे आणि हे शरीर अनित्य अज्ञानामुळे प्रकट झाले आहे किंवा या शरीरापलीकडे एक विशेष व्यक्तिरूप अथवा परमात्म्याचे अस्तित्व नाही. रजोगुणी ज्ञानामुळे वरील सर्व कल्पना उत्पन्न होत असतात.

**यत्तु कृत्स्नवदेकस्मिन्कार्ये सक्तमहैतुकम् ।**
**अतत्त्वार्थवदल्पं च तत्तामसमुदाहृतम् ॥ २२ ॥**

**यत्**—जे; **तु**—परंतु; **कृत्स्न-वत्**—हेच काय ते सर्वस्व म्हणून; **एकस्मिन्**—एकाच; **कार्ये**—कार्यात; **सक्तम्**—आसक्त; **अहैतुकम्**—कारण नसताना; **अतत्त्व-अर्थ-वत्**—सत्य न जाणता; **अल्पम्**—अतिशय तुच्छ; **च**—आणि; **तत्**—ते; **तामसम्**—तमोगुणी; **उदाहृतम्**—म्हटले आहे.

**आणि ते ज्ञान, ज्यामुळे मनुष्य एकाच प्रकारच्या कार्याला सर्वस्व समजून आसक्त होतो, त्याला सत्याचे ज्ञान राहात नाही व जे अतिशय अल्प असते, त्या ज्ञानाला तमोगुणी ज्ञान म्हणतात.**

**तात्पर्य:** सर्वसाधारण मनुष्याचे 'ज्ञान' नेहमीच तमोगुणी असते, कारण बद्धावस्थेतील सर्व जीव जन्मापासूनच तमोगुणात असतात. जो आचार्यांच्या किंवा वेदशास्त्रांच्या आदेशानुसार ज्ञान विकसित करीत नाही त्याचे ज्ञान देहापुरते मर्यादित असते. शास्त्रांच्या आदेशानुसार कर्म करण्याची त्याला फिकीर नसते. त्याच्याकरिता धन हेच ईश्वर असते आणि त्याच्या दृष्टीने ज्ञान म्हणजे शरीराच्या गरजा भागविणे होय. अशा ज्ञानाचा परम सत्याशी काही संबंध नसतो. हे ज्ञान बहुतकरून आहार, निद्रा, भय, मैथुन या सामान्य पशूंच्या ज्ञानासारखे असते. असे ज्ञान तमोगुणापासून उत्पन्न होते असे येथे म्हटले आहे. दुसऱ्या शब्दांत सांगावयाचे तर, या शरीराच्या पलीकडे असलेल्या आत्म्यासंबंधीच्या ज्ञानाला सत्त्वगुणी ज्ञान म्हणतात. ज्या ज्ञानामुळे भौतिक तर्कवाद व मनोधर्म यांच्या जोरावर अनेक सिद्धांत व वाद निर्माण होतात त्याला रजोगुणी ज्ञान म्हणतात आणि देह सुखसोयीत कसा ठेवता येईल या संबंधीच्या ज्ञानाला तमोगुणी ज्ञान म्हणतात.

**नियतं सङ्गरहितमरागद्वेषतः कृतम् ।**
**अफलप्रेप्सुना कर्म यत्तत्सात्त्विकमुच्यते ॥ २३ ॥**

**नियतम्**—नेमलेले; **सङ्ग-रहितम्**—आसक्तीरहित; **अराग-द्वेषतः**—आसक्ती व द्वेष न ठेवता;

**कृतम्**—केले जाते; **अफल-प्रेप्सुना**—फलप्राप्तीची इच्छा न धरणाऱ्या मनुष्याकडून; **कर्म**—कर्म; **यत्**—जे; **तत्**—ते; **सात्त्विकम्**—सात्त्विक; **उच्यते**—म्हटले जाते.

**जे कर्म नेमलेले आहे व आसक्तीशिवाय केले जाते, जे रागद्वेष न ठेवता आणि फलप्राप्तीच्या इच्छेविना केले जाते, त्या कर्माला सात्त्विक कर्म म्हणतात.**

**तात्पर्य:** विभिन्न वर्ण व आश्रमांवर आधारित शास्त्रांतील नियत कर्मे, जी निष्काम भावनेने अथवा स्वामित्वाच्या अधिकाराशिवाय, राग-द्वेष भावरहित, भगवंतांना प्रसन्न करण्याकरिता व आत्मतृप्तीचा हेतू न ठेवता कृष्णभावनेत केली जातात, त्यांना सात्त्विक कर्मे म्हणतात.

**यत्तु कामेप्सुना कर्म साहङ्कारेण वा पुनः।**
**क्रियते बहुलायासं तद्राजसमुदाहृतम् ॥ २४॥**

**यत्**—जे; **तु**—परंतु; **काम-ईप्सुना**—फलाची इच्छा धरणाऱ्या मनुष्याकडून; **कर्म**—कर्म; **स-अहङ्कारेण**—अहंकारासहित; **वा**—अथवा; **पुनः**—पुन्हा; **क्रियते**—केले जाते; **बहुल-आयासम्**—फार परिश्रमाने; **तत्**—ते; **राजसम्**—राजस; **उदाहृतम्**—म्हटले जाते.

**परंतु फलाशेची इच्छा धरणाऱ्या मनुष्याकडून मोठ्या प्रयासाने जे कर्म केले जाते व जे मिथ्या अहंकारयुक्त बुद्धीने केले जाते, ते रजोगुणी कर्म होय.**

**अनुबन्धं क्षयं हिंसामनपेक्ष्य च पौरुषम्।**
**मोहादारभ्यते कर्म यत्तत्तामसमुच्यते ॥ २५॥**

**अनुबन्धम्**—भविष्यातील बंधनाचे; **क्षयम्**—विनाश; **हिंसाम्**—परपीडा; **अनपेक्ष्य**—परिणामांचा विचार न करता; **च**—आणि; **पौरुषम्**—आपले सामर्थ्य किंवा योग्यता; **मोहात्**—मोहाने; **आरभ्यते**—आरंभिले जाते; **कर्म**—कर्म; **यत्**—जे; **तत्**—ते; **तामसम्**—तामसी; **उच्यते**—म्हटले जाते.

**जे कर्म मोहाने, शास्त्रीय आदेशांची अवहेलना करून व भावी बंधनाची पर्वा न करता किंवा हिंसा अथवा दुसऱ्यांना क्लेश देण्याकरिता केले जाते, त्या कर्माला तामसिक कर्म म्हणतात.**

**तात्पर्य:** आपल्याला देशातील सरकारला किंवा भगवंतांनी नियुक्त केलेल्या दूतांना, ज्यांना यमदूत असे म्हणतात, आपल्या कर्मांचा जमाखर्च दाखवावा लागतो. बेजबाबदारीने केलेले कर्म नाशाला कारणीभूत होते, कारण त्यामुळे शास्त्रांतील नियत आदेशांचा भंग होतो. असे कर्म प्राय: हिंसात्मक असते व ते इतर जीवांना पीडादायक होते. असे बेजबाबदार कर्म स्वत:च्याच अनुभवावर आधारून केले जाते. यालाच मोह म्हणतात. अशी सारी मोहग्रस्त कर्मे तमोगुणांमुळे उत्पन्न होतात.

**मुक्तसङ्गोऽनहंवादी धृत्युत्साहसमन्वितः ।**
**सिद्ध्यसिद्ध्योर्निर्विकारः कर्ता सात्त्विक उच्यते॥ २६ ॥**

**मुक्त-सङ्गः**—सर्व भौतिक संसर्गापासून मुक्त; **अनहम्-वादी**—मिथ्या अहंकाररहित; **धृति**—निर्धार; **उत्साह**—आणि उत्साह; **समन्वितः**—योग्य; **सिद्धि**—सिद्धी; **असिद्ध्योः**—आणि अपयशात; **निर्विकारः**—निर्विकार; **कर्ता**—कर्ता; **सात्त्विकः**—सत्त्वगुणी; **उच्यते**—म्हटला जातो.

**जो मनुष्य प्राकृतिक गुणांचा संग न करता, मिथ्या अहंकाराविना, निश्चयाने आणि उत्साहाने, यशापयशामुळे विचलित न होता आपले कर्म करतो त्याला सात्त्विक कर्ता असे म्हटले जाते.**

**तात्पर्य:** कृष्णभावनाभावित मनुष्य नेहमी प्राकृतिक गुणांच्या पलीकडे असतो. त्याच्याकडे जे कर्म सोपविलेले आहे त्या कर्माच्या फलाची त्याला अपेक्षा नसते, कारण तो मिथ्या अहंकार व गर्व यांच्या पलीकडे गेलेला असतो. तरी देखील कार्य पूर्ण होईपर्यंत तो नेहमी उत्साही असतो. कार्य करीत असताना होणाऱ्या क्लेशांची तो चिंता करीत नाही, तो नेहमी उत्साहपूर्णच असतो. तो यश किंवा अपयशाची पर्वा करीत नाही व सुखदु:खात समान वृत्ती बाळगतो. असा कर्ता सत्त्वगुणी असतो.

**रागी कर्मफलप्रेप्सुर्लुब्धो हिंसात्मकोऽशुचिः ।**
**हर्षशोकान्वितः कर्ता राजसः परिकीर्तितः ॥ २७॥**

**रागी**—अत्यंत आसक्त; **कर्म-फल**—कर्मफल; **प्रेप्सुः**—इच्छा करणारा; **लुब्धः**—लोभी; **हिंसा-आत्मकः**—नेहमी ईर्षाळू; **अशुचिः**—अपवित्र; **हर्ष-शोक-अन्वितः**—हर्ष आणि शोक यांनी युक्त; **कर्ता**—असा कर्ता; **राजसः**—रजोगुणी; **परिकीर्तितः**—घोषित केला जातो.

**जो कर्ता, कर्म आणि कर्मफलांप्रति आसक्त होऊन फळांना भोगू इच्छितो आणि जो लोभी, ईर्षाळू, अपवित्र व सुखदु:खामुळे विचलित होणारा असतो, त्याला रजोगुणी कर्ता म्हटले जाते.**

**तात्पर्य:** मनुष्य एखाद्या कर्मामध्ये किंवा त्या कर्माच्या फळाविषयी अत्यंत आसक्त झालेला असतो. कारण संसार, घर-दार, पत्नी-मुले इत्यादींविषयी त्याला फार आसक्ती असते. अशा मनुष्याला जीवनात आपली उन्नती व्हावी अशी इच्छा नसते. आपल्याला हे जग भौतिकरीत्या अधिकाधिक सुखकारक कसे होईल, याचाच केवळ तो विचार करतो. साधारणपणे तो फार लोभी असतो व त्याला वाटते की, आपण जे काही मिळविले आहे ते चिरस्थायी आहे आणि कधीही नाश पावणारे नाही. असा मनुष्य इतरांचा मत्सर करतो आणि स्वत:च्या इंद्रियतृप्तीकरिता कोणतेही पापकर्म करण्याची त्याची तयारी असते. म्हणून असा मनुष्य अपवित्र असतो आणि आपण जे मिळवितो ते निष्कलंक असते की भ्रष्ट असते याची तो पर्वा करीत नाही. आपले कर्म सफल झाले की तो फार सुखी असतो आणि जेव्हा त्याचे कर्म असफल होते तेव्हा तो फार दु:खी होतो. अशा प्रकारचा मनुष्य रजोगुणी कर्ता होय.

**अयुक्तः प्राकृतः स्तब्धः शठो नैष्कृतिकोऽलसः ।**
**विषादी दीर्घसूत्री च कर्ता तामस उच्यते ॥ २८॥**

**अयुक्तः**—शास्त्राविरुद्ध कर्म करणारा; **प्राकृतः**—भौतिकवादी; **स्तब्धः**—हट्टी; **शठः**—कपटी; **नैष्कृतिकः**—दुसऱ्याचा अपमान करण्यात तरबेज; **अलसः**—आळशी; **विषादी**—खिन्न; **दीर्घ-सूत्री**—चालढकल करणारा; **च**—आणि; **कर्ता**—कर्ता; **तामसः**—तमोगुणी; **उच्यते**—म्हटला जातो.

**जो कर्ता नेहमी शास्त्राविरुद्ध कर्म करतो, जो भौतिकवादी, हट्टी, कपटी, दुसऱ्यांचा अपमान करण्यात तरबेज असतो व जो आळशी, सदैव खिन्न आणि काम करताना चालढकल करणारा असतो, त्याला तमोगुणी कर्ता असे म्हटले जाते.**

**तात्पर्यः** शास्त्रातील आदेशांनुसार कोणत्या प्रकारचे कर्म करावे व कोणत्या प्रकारचे कर्म करू नये हे आपल्याला समजते. जे लोक शास्त्रांच्या आदेशांची पर्वा करीत नाहीत, ते लोक जे कर्म करू नये तेच कर्म करतात आणि असे लोक सामान्यपणे भौतिकवादी असतात ते शास्त्रीय आदेशांनुसार न वागता प्रकृतीच्या गुणांनुसार कर्म करतात. असे लोक सभ्य नसतात आणि साधारणपणे सदैव कपटी व दुसऱ्याचा अपमान करण्यात पटाईत असतात. ते अतिशय आळशी असतात, काम असूनही ते नीट न करता नंतर कधी तरी पूर्ण करण्याकरिता बाजूला सारतात. म्हणून ते खिन्न असल्याचे आढळतात. ते काम करण्यात नेहमी दिरंगाई करतात व तासाभरामध्ये होणारे काम वर्षानुवर्षे करीतच असतात. असे हे कर्ते तमोगुणी असतात.

**बुद्धेर्भेदं धृतेश्चैव गुणतस्त्रिविधं शृणु ।**
**प्रोच्यमानमशेषेण पृथक्त्वेन धनञ्जय ॥ २९ ॥**

**बुद्धेः**—बुद्धीचे; **भेदम्**—भेद; **धृतेः**—स्थैर्य, निश्चय; **च**—सुद्धा; **एव**—निश्चितपणे; **गुणतः**—प्राकृतिक गुणांद्वारे; **त्रि-विधम्**—तीन प्रकारचे; **शृणु**—ऐक; **प्रोच्यमानम्**—मी सांगितल्याप्रमाणे; **अशेषेण**—विस्ताराने किंवा तपशीलवार; **पृथक्त्वेन**—वेगवेगळे; **धनञ्जय**—हे धनंजय.

**हे धनंजय! प्रकृतीच्या तीन गुणांनुसार होणारे बुद्धी आणि निश्चय यांचे निरनिराळ्या प्रकारचे भेद आता मी तुला तपशीलवार सांगतो ते ऐक.**

**तात्पर्यः** आता ज्ञान, ज्ञेय आणि ज्ञाता यांचे प्रकृतीच्या गुणांनुसार तीन निरनिराळ्या विभागांचे विवेचन केल्यानंतर भगवान श्रीकृष्ण कर्त्याची बुद्धी आणि धृती (निश्चय) यांच्या भेदांचेही त्याचप्रमाणे निरूपण करीत आहेत.

**प्रवृत्तिं च निवृत्तिं च कार्याकार्ये भयाभये ।**
**बन्धं मोक्षं च या वेत्ति बुद्धिः सा पार्थ सात्त्विकी ॥ ३० ॥**

**प्रवृत्तिम्**—कृती करणे; **च**—सुद्धा; **निवृत्तिम्**—कृती न करणे; **च**—आणि; **कार्य**—कार्य किंवा करण्याजोगी कृती; **अकार्ये**—अकार्य किंवा न करण्याजोगी कृती; **भय**—भय; **अभये**—निर्भयपणा; **बन्धम्**—बंधन; **मोक्षम्**—मोक्ष; **च**—आणि; **या**—जो; **वेत्ति**—जाणतो; **बुद्धिः**—बुद्धी; **सा**—ती; **पार्थ**—हे पार्थ; **सात्त्विकी**—सात्त्विक.

**हे पार्थ! ज्या बुद्धीद्वारे मनुष्य प्रवृत्ती आणि निवृत्ती, कार्य आणि अकार्य, भय आणि**

**निर्भय, बंधन आणि मोक्ष यांना जाणतो ती सात्त्विक बुद्धी होय.**

**तात्पर्यः** शास्त्रांच्या निर्देशनानुसार जी कर्मे केली जातात त्यांना *प्रवृत्ति* असे म्हणतात. शास्त्रांनी निर्देशित न केलेली कर्मे करू नयेत. ज्या मनुष्याला शास्त्रांच्या निर्देशनाचे ज्ञान नाही तो कर्मांच्या फळांनी व प्रतिफळांनी बांधला जातो. जी बुद्धी सारासार विचार करू शकते ती सात्त्विक बुद्धी होय.

**यया धर्ममधर्मं च कार्यं चाकार्यमेव च ।**
**अयथावत्प्रजानाति बुद्धिः सा पार्थ राजसी ॥ ३१ ॥**

**यया**—ज्यामुळे; **धर्मम्**—धर्म; **अधर्मम्**—अधर्म; **च**—आणि; **कार्यम्**—कार्य; **च**—सुद्धा; **अकार्यम्**—अकार्य; **एव**—निश्चितपणे; **च**—सुद्धा; **अयथा-वत्**—अपूर्णपणे; **प्रजानाति**—जाणते; **बुद्धिः**—बुद्धी; **सा**—ती; **पार्थ**—हे पार्थ; **राजसी**—राजसिक.

**हे पार्थ! जी बुद्धी, धर्म आणि अधर्म, कार्य आणि अकार्य यांमधील भेद जाणू शकत नाही ती राजसिक बुद्धी होय.**

**अधर्मं धर्ममिति या मन्यते तमसावृता ।**
**सर्वार्थान्विपरीतांश्च बुद्धिः सा पार्थ तामसी ॥ ३२ ॥**

**अधर्मम्**—अधर्म; **धर्मम्**—धर्म; **इति**—असे; **या**—जी; **मन्यते**—मानते; **तमसा**—भ्रमाने; **आवृता**—आवृत झालेली; **सर्व-अर्थान्**—सर्व गोष्टींत; **विपरीतान्**—विपरीत मार्गाने; **च**—सुद्धा; **बुद्धिः**—बुद्धी; **सा**—ती; **पार्थ**—हे पार्थ; **तामसी**—तामसिक.

**भ्रम आणि अंधकाराच्या प्रभावामुळे जी बुद्धी धर्माला अधर्म व अधर्माला धर्म समजते आणि सदैव विपरीत मार्गाने कार्य करते ती बुद्धी म्हणजे तामसिक बुद्धी होय.**

**तात्पर्यः** तामसिक बुद्धी ही सदैव विपरीत रूपाने कार्य करते. जो यथार्थ धर्म नाही त्या धर्माचा ती स्वीकार करते व यथार्थ धर्माचा धिक्कार करते. तमोगुणी मनुष्य, महात्म्याला साधारण मनुष्य तर साधारण मनुष्याला महात्मा समजतात. त्यांना सत्य हे असत्य वाटते आणि ते असत्याचा सत्य म्हणून स्वीकार करतात. सर्व गोष्टींत ते केवळ विपरीत मार्गाचेच अनुसरण करतात, म्हणून त्यांची बुद्धी तामसिक बुद्धी होय.

**धृत्या यया धारयते मनःप्राणेन्द्रियक्रियाः ।**
**योगेनाव्यभिचारिण्या धृतिः सा पार्थ सात्त्विकी ॥ ३३ ॥**

**धृत्या**—निश्चय, निर्धार; **यया**—ज्या; **धारयते**—मनुष्य धारण करतो; **मनः**—मनाचा; **प्राण**—प्राण; **इन्द्रिय**—आणि इंद्रिये; **क्रियाः**—क्रिया; **योगेन**—योगाभ्यासाद्वारे; **अव्यभिचारिण्या**—अखंड किंवा निरंतर; **धृतिः**—निर्धार किंवा निश्चय; **सा**—तो; **पार्थ**—हे पार्थ; **सात्त्विकी**—सात्त्विक.

**हे पार्थ! जो निश्चय अचल आहे, जो योगाभ्यासाद्वारे खंबीरपणे धारण केलेला आहे**

**आणि अशा रीतीने जो मन, प्राण आणि इंद्रियांच्या क्रियांना संयमित करतो तो निश्चय म्हणजे सात्त्विक निश्चय होय.**

**तात्पर्य:** योग हे परमात्म्याला जाणण्याचे एक माध्यम आहे. जो मनुष्य आपले मन, प्राण व इंद्रिये यांच्या क्रिया परमात्म्यावर एकाग्र करून दृढ निश्चयाने व धैर्याने परमात्म्याच्या ठिकाणी युक्त असतो तो कृष्णभावनेमध्ये संलग्न होतो. अशा प्रकारचा निर्धार सात्त्विकी असतो. *अव्यभिचारिण्या* हा शब्द अत्यंत महत्त्वपूर्ण आहे, कारण हा शब्द दर्शवितो की, जे कृष्णभावनेमध्ये संलग्न झालेले आहेत ते अन्य प्रकारच्या कोणत्याही कार्याने विचलित होत नाहीत.

**यया तु धर्मकामार्थान्धृत्या धारयतेऽर्जुन ।**
**प्रसङ्गेन फलाकाङ्क्षी धृतिः सा पार्थ राजसी ॥ ३४ ॥**

**यया**—ज्यामुळे; **तु**—परंतु; **धर्म**—धार्मिकपणा; **काम**—काम, इंद्रियतृप्ती; **अर्थान्**—आणि अर्थ; **धृत्या**—निर्धाराने; **धारयते**—मनुष्य धारण करतो; **अर्जुन**—हे अर्जुन; **प्रसङ्गेन**—आसक्तीमुळे; **फल-आकाङ्क्षी**—फलाची आकांक्षा करणारा; **धृतिः**—धृती, निर्धार; **सा**—ती; **पार्थ**—हे पार्थ; **राजसी**—राजसिक.

**परंतु हे अर्जुन! ज्या निर्धाराने मनुष्य धर्म, अर्थ आणि काम यांच्या फळांना आसक्त असतो तो निश्चय राजसिक होय.**

**तात्पर्य:** जो मनुष्य नेहमी धार्मिक किंवा आर्थिक कार्याच्या फळांची अभिलाषा करतो, इंद्रियतृप्ती हीच ज्याची एकमेव इच्छा असते आणि याच क्रियांमध्ये ज्याचे मन, प्राण आणि इंद्रिये गुंतलेली असतात तो रजोगुणी असतो.

**यया स्वप्नं भयं शोकं विषादं मदमेव च।**
**न विमुञ्चति दुर्मेधा धृतिः सा पार्थ तामसी ॥ ३५ ॥**

**यया**—ज्यामुळे; **स्वप्नम्**—स्वप्न; **भयम्**—भय; **शोकम्**—शोक; **विषादम्**—विषाद किंवा खिन्नता; **मदम्**—मोह; **एव**—निश्चितपणे; **च**—सुद्धा; **न**—कधीच नाही; **विमुञ्चति**—मनुष्य त्याग करतो; **दुर्मेधा**—दुर्बुद्धी; **धृतिः**—धृती, निर्धार; **सा**—ती; **पार्थ**—हे पार्थ; **तामसी**—तमोगुणी.

**हे पार्थ! जी धृती, स्वप्न, भय, शोक, विषाद आणि मोहाच्या पलीकडे जाऊ शकत नाही ती दुर्बुद्धीपूर्ण धृती म्हणजेच तामसी धृती होय.**

**तात्पर्य:** यावरून असा निष्कर्ष काढू नये की, सत्त्वगुणी मनुष्याला स्वप्ने पडत नाही. या ठिकाणी 'स्वप्न' म्हणजे अतिनिद्रा होय. सत्त्व, रज, तम या तिन्ही गुणांत स्वप्नावस्था असतेच, कारण स्वप्न ही एक स्वाभाविक गोष्ट आहे. परंतु जे अतिनिद्रा व भौतिक वस्तूंचा उपभोग घेण्याचा अहंभाव टाळू शकत नाही आणि जे भौतिक प्रकृतीवर प्रभुत्व गाजविण्याचे सदैव स्वप्न पाहात असतात आणि याप्रमाणे ज्यांचे प्राण, मन आणि इंद्रिये गुंतलेली असतात त्या मनुष्यांची

धृती तामसिक समजली जाते.

**सुखं त्विदानीं त्रिविधं शृणु मे भरतर्षभ ।**
**अभ्यासाद्रमते यत्र दुःखान्तं च निगच्छति ॥ ३६ ॥**

**सुखम्**—सुख; **तु**—परंतु; **इदानीम्**—आता; **त्रि-विधम्**—तीन प्रकारचे; **शृणु**—ऐक; **मे**—माझ्याकडून; **भरत-ऋषभ**—हे भरतश्रेष्ठा; **अभ्यासात्**—अभ्यासाने; **रमते**—मनुष्य रमण करतो; **यत्र**—जेथे; **दुःख**—दुःखाची; **अन्तम्**—अंत; **च**—सुद्धा; **निगच्छति**—प्राप्त करतो.

**हे भरतश्रेष्ठा! बद्ध जीव ज्या तीन प्रकारच्या सुखाचा उपभोग घेतो आणि ज्यामुळे त्याच्या दुःखांचा अंत होतो ते तीन प्रकारचे सुख आता माझ्याकडून ऐक.**

**तात्पर्य:** बद्ध जीव हा भौतिक सुखाचा पुनःपुन्हा उपभोग घेण्याचा प्रयत्न करीत असतो. याप्रमाणे तो पुनःपुन्हा चर्वितच चर्वण करीत असतो. परंतु कधी कधी असा उपभोग घेत असताना एखाद्या महात्म्याचा सत्संग लाभल्यामुळे तो भवबंधनातून मुक्त होतो. दुसऱ्या शब्दांत सांगावयाचे तर, बद्ध जीव हा सदैव कोणत्या तरी प्रकारच्या इंद्रियतृप्तीत गुंतलेला असतो. जेव्हा सत्संगामुळे तो जाणतो की, त्याच त्याच गोष्टीची पुनरावृत्ती होत आहे आणि मग जेव्हा त्याची मूळ कृष्णभावना जागृत होते तेव्हा तो अशा पुनःपुन्हा प्राप्त होणाऱ्या तथाकथित सुखापासून मुक्त होतो.

**यत्तदग्रे विषमिव परिणामेऽमृतोपमम् ।**
**तत्सुखं सात्त्विकं प्रोक्तमात्मबुद्धिप्रसादजम् ॥ ३७ ॥**

**यत्**—जे; **तत्**—ते; **अग्रे**—प्रारंभी; **विषम् इव**—विषाप्रमाणे; **परिणामे**—शेवटी; **अमृत**—अमृत; **उपमम्**—तुलनेने; **तत्**—त्या; **सुखम्**—सुख; **सात्त्विकम्**—सात्त्विक; **प्रोक्तम्**—म्हटले आहे; **आत्म**—आत्म्यामध्ये; **बुद्धि**—बुद्धीच्या; **प्रसाद-जम्**—प्रसन्नतेपासून उत्पन्न.

**जे आरंभी विषासमान प्रतीत होते, परंतु शेवटी अमृततुल्य असते आणि जे मनुष्याच्या ठिकाणी स्वरूपसाक्षात्काराची जागृती करते, त्या सुखाला सात्त्विक सुख म्हटले आहे.**

**तात्पर्य:** आत्म-साक्षात्काराचा अभ्यास करीत असताना, मन आणि इंद्रिये संयमित करून, मनाला आत्म्यावर केंद्रित करण्यासाठी मनुष्याला अनेक विधिविधानांचे पालन करावे लागते. ही सर्व विधिविधाने अत्यंत कठीण व विषाप्रमाणे कटू असतात. तथापि, अशा विधिविधानांचे पालन करण्यात जर मनुष्य यशस्वी झाला आणि दिव्य स्तरावर स्थित झाला तर तो खरे अमृतपान करण्यास प्रारंभ करतो आणि जीवनाचा वास्तविक आनंद उपभोगतो.

**विषयेन्द्रियसंयोगाद्यत्तदग्रेऽमृतोपमम् ।**
**परिणामे विषमिव तत्सुखं राजसं स्मृतम् ॥ ३८ ॥**

**विषय**—इंद्रिय विषयांच्या; **इन्द्रिय**—आणि इंद्रियांच्या; **संयोगात्**—संयोगाने; **यत्**—जे; **तत्**—ते; **अग्रे**—प्रारंभी; **अमृत-उपमम्**—अमृतासमान; **परिणामे**—शेवटी; **विषम् इव**—विषाप्रमाणे; **तत्**—ते; **सुखम्**—सुख; **राजसम्**—राजसिक; **स्मृतम्**—मानले जाते.

**इंद्रियांचा विषयांशी संयोग झाल्याने प्राप्त होणारे सुख, जे प्रारंभी अमृतासारखे भासते, परंतु शेवटी जे विषाप्रमाणे असते त्या सुखाला राजसिक सुख म्हटले जाते.**

**तात्पर्य:** एखादा युवक जेव्हा युवतीला भेटतो तेव्हा त्याची इंद्रिये त्या युवतीला पाहण्यास, तिला स्पर्श करण्यास आणि तिच्याशी संभोग करण्यास त्याला प्रवृत्त करतात. प्रारंभी हे सर्व इंद्रियांना फार सुखदायक वाटते; परंतु शेवटी किंवा काही कालांतराने हे सर्व विषाप्रमाणेच होते, कारण ते विभक्त होतात किंवा एकमेकांपासून घटस्फोट घेतात व या गोष्टी शोक, दुःख इत्यादी गोष्टीस कारणीभूत ठरतात. असे सुख हे नेहमी राजसिक असते. इंद्रिये आणि इंद्रियविषय यांच्या संयोगापासून प्राप्त होणारे सुख हे सदैव दुःखासच कारणीभूत ठरते म्हणून असे सुख कोणत्याही प्रकारे टाळलेच पाहिजे.

**यदग्रे चानुबन्धे च सुखं मोहनमात्मनः ।**
**निद्रालस्यप्रमादोत्थं तत्तामसमुदाहृतम् ॥ ३९ ॥**

**यत्**—जे; **अग्रे**—प्रारंभी; **च**—सुद्धा; **अनुबन्धे**—शेवटी; **च**—सुद्धा; **सुखम्**—सुख; **मोहनम्**—मोहमयी; **आत्मनः**—आत्म्याच्या; **निद्रा**—निद्रा; **आलस्य**—आळस; **प्रमाद**—आणि प्रमाद; **उत्थम्**—उत्पन्न; **तत्**—ते; **तामसम्**—तामसिक; **उदाहृतम्**—म्हटले जाते.

**आणि जे सुख स्वरूपसाक्षात्काराकडे लक्ष देत नाही, जे आरंभापासून शेवटपर्यंत मोहमयी असते आणि जे निद्रा, आळस व प्रमाद यापासून उत्पन्न होते त्या सुखाला तामसिक सुख म्हटले जाते.**

**तात्पर्य:** जो मनुष्य आळस आणि निद्रा यातच सुख मानतो तो निश्चितच तमोगुणी होय. तसेच ज्याला कार्य-अकार्य याची कल्पना नसते तो सुद्धा तमोगुणी होय. तमोगुणी मनुष्यासाठी सर्व काही मोहमयीच असते. रजोगुणी मनुष्याला आरंभी क्षणिक सुख आणि शेवटी दुःख असते, परंतु तमोगुणी मनुष्याला आरंभी व शेवटी केवळ दुःखच असते.

**न तदस्ति पृथिव्यां वा दिवि देवेषु वा पुनः ।**
**सत्त्वं प्रकृतिजैर्मुक्तं यदेभिः स्यात्त्रिभिर्गुणैः ॥ ४० ॥**

**न**—नाही; **तत्**—ते; **अस्ति**—आहे; **पृथिव्याम्**—पृथ्वीवर; **वा**—किंवा; **दिवि**—उच्चतर लोकामध्ये; **देवेषु**—देवदेवतांमध्ये; **वा**—किंवा; **पुनः**—पुन्हा; **सत्त्वम्**—अस्तित्व; **प्रकृति-जैः**—प्रकृतीपासून उत्पन्न; **मुक्तम्**—मुक्त; **यत्**—ते; **एभिः**—यांच्या प्रभावापासून; **स्यात्**—आहेत; **त्रिभिः**—तीन; **गुणैः**—प्राकृतिक गुण.

**या पृथ्वीवर अथवा उच्चतर ग्रहलोकातील देवदेवतांमध्ये असा कोणीही प्राणी नाही,**

**जो या प्रकृतीच्या तीन गुणांपासून मुक्त आहे.**

**तात्पर्यः** भगवंत या ठिकाणी संपूर्ण विश्वात असणाऱ्या प्रकृतीच्या गुणांचा प्रभाव सारांशरूपाने सांगतात.

**ब्राह्मणक्षत्रियविशां शूद्राणां च परन्तप ।**
**कर्माणि प्रविभक्तानि स्वभावप्रभवैर्गुणैः ॥ ४१ ॥**

**ब्राह्मण**—ब्राह्मण; **क्षत्रिय**—क्षत्रिय; **विशाम्**—आणि वैश्य; **शूद्राणाम्**—शूद्रांचे; **च**—आणि; **परन्तप**—हे परंतप (शत्रुविजेता); **कर्माणि**—कर्मे; **प्रविभक्तानि**—विभाजित केले आहेत; **स्वभाव**—त्यांचा स्वभाव; **प्रभवैः**—च्या पासून उत्पन्न; **गुणैः**—प्राकृतिक गुणांद्वारे.

**हे परंतप! ब्राह्मण, क्षत्रिय, वैश्य आणि शूद्र यांचे वर्गीकरण हे प्राकृतिक गुणांद्वारे उत्पन्न त्यांच्या स्वभावानुसार केले आहे.**

**शमो दमस्तपः शौचं क्षान्तिरार्जवमेव च ।**
**ज्ञानं विज्ञानमास्तिक्यं ब्रह्मकर्म स्वभावजम् ॥ ४२ ॥**

**शमः**—शांती; **दमः**—आत्मसंयम; **तपः**—तप; **शौचम्**—पावित्र्य; **क्षान्तिः**—सहनशीलता; **आर्जवम्**—प्रामाणिकपणा; **एव**—निश्चितपणे; **च**—आणि; **ज्ञानम्**—ज्ञान; **विज्ञानम्**—विज्ञान, बुद्धिमत्ता; **आस्तिक्यम्**—धार्मिकता; **ब्रह्म**—ब्राह्मणांचे; **कर्म**—कर्म; **स्वभाव-जम्**—स्वाभाविक किंवा स्वभावापासून उत्पन्न.

**शांती, आत्मसंयम, तपस्या, पावित्र्य, सहनशीलता, प्रामाणिकपणा, ज्ञान, बुद्धिमत्ता आणि धार्मिकता - या स्वाभाविक गुणांनुसार ब्राह्मण कर्म करतात.**

**शौर्यं तेजो धृतिर्दाक्ष्यं युद्धे चाप्यपलायनम् ।**
**दानमीश्वरभावश्च क्षात्रं कर्म स्वभावजम् ॥ ४३ ॥**

**शौर्यम्**—शौर्य; **तेजः**—शक्ती; **धृतिः**—निर्धार, निश्चय; **दाक्ष्यम्**—दक्षता; **युद्धे**—युद्धामध्ये; **च**—आणि; **अपि**—सुद्धा; **अपलायनम्**—पलायन न करता; **दानम्**—दान, औदार्य; **ईश्वर**—नेतृत्वाचा; **भावः**—स्वभाव; **च**—आणि; **क्षात्रम्**—क्षत्रियाचा; **कर्म**—कर्म; **स्वभाव-जम्**—स्वाभाविक.

**शौर्य, तेज, निर्धार, दक्षता, युद्धामध्ये धैर्य, औदार्य आणि नेतृत्व या स्वाभाविक गुणांनुसार क्षत्रिय कर्म करतात.**

**कृषिगोरक्ष्यवाणिज्यं वैश्यकर्म स्वभावजम् ।**
**परिचर्यात्मकं कर्म शूद्रस्यापि स्वभावजम् ॥ ४४ ॥**

**कृषि**—कृषी; **गो**—गायींचे; **रक्ष्य**—रक्षण; **वाणिज्यम्**—व्यापार; **वैश्य**—वैश्याचे; **कर्म**—कर्म; **स्वभाव-जम्**—स्वाभाविक; **परिचर्या**—सेवा; **आत्मकम्**—च्यापासून युक्त; **कर्म**—कर्म; **शूद्रस्य**—

शूद्राचे; **अपि**—सुद्धा; **स्वभाव-जम्**—स्वाभाविक.

**कृषी, गोरक्षा आणि व्यापार हे वैश्यांचे स्वभावजन्य कर्म आहे आणि श्रम व इतरांची सेवा करणे हे शूद्रांचे कर्म आहे.**

**स्वे स्वे कर्मण्यभिरतः संसिद्धिं लभते नरः।**
**स्वकर्मनिरतः सिद्धिं यथा विन्दति तच्छृणु ॥ ४५ ॥**

**स्वे स्वे**—आपापल्या; **कर्मणि**—कर्म; **अभिरतः**—पालन; **संसिद्धिम्**—संसिद्धी; **लभते**—प्राप्त करतो; **नरः**—मनुष्य; **स्व-कर्म**—स्वकर्मामध्ये; **निरतः**—संलग्न झालेला; **सिद्धिम्**—सिद्धी; **यथा**—ज्या रीतीने; **विन्दति**—प्राप्त करतो; **तत्**—ते; **शृणु**—ऐक.

**आपापल्या कर्माच्या गुणांचे पालन करून प्रत्येक मनुष्य सिद्धी प्राप्त करू शकतो. हे कसे शक्य होते याविषयी आता माझ्याकडून ऐक.**

**यतः प्रवृत्तिर्भूतानां येन सर्वमिदं ततम् ।**
**स्वकर्मणा तमभ्यर्च्य सिद्धिं विन्दति मानवः ॥ ४६ ॥**

**यतः**—ज्यांच्यापासून; **प्रवृत्तिः**—उद्‌भव; **भूतानाम्**—सर्व जीवांचा; **येन**—ज्याने; **सर्वम्**—सर्व; **इदम्**—हे; **ततम्**—व्यापलेले आहे; **स्व-कर्मणा**—स्वकर्माद्वारे; **तम्**—त्याला; **अभ्यर्च्य**—पूजन करून; **सिद्धिम्**—सिद्धी; **विन्दति**—प्राप्त करतो; **मानवः**—मनुष्य.

**सर्व जीवांचा उद्‌गम आणि सर्वव्यापी असणाऱ्या भगवंतांची पूजा करून, मनुष्य आपल्या स्वकर्माद्वारे सिद्धी प्राप्त करू शकतो.**

**तात्पर्यः** पंधराव्या अध्यायात सांगितल्याप्रमाणे, सर्व जीव हे भगवंतांचे अंश आहेत. भगवंत हे सर्व जीवांचे उगमस्थान आहेत याला वेदान्त सूत्रामध्ये *जन्माद्यस्य यतः* या शब्दांत पुष्टी देण्यात आली आहे. म्हणून प्रत्येक जीवाच्या जीवनाचा आरंभ भगवंत आहेत. सातव्या अध्यायामध्ये सांगितल्याप्रमाणे, भगवंतांनी आपल्या बहिरंगा आणि अंतरंगा या दोन शक्तींद्वारे सर्व काही व्यापले आहे. म्हणून मनुष्याने भगवंतांची त्यांच्या शक्तीसहित पूजा केली पाहिजे. सामान्यतः वैष्णवजन भगवंतांची त्यांच्या अंतरंगा शक्तीसहित पूजा करतात. त्यांची बहिरंगा शक्ती म्हणजे अंतरंगा शक्तीचे विकृत प्रतिबिंब आहे. बहिरंग शक्ती ही पृष्ठभूमी आहे; परंतु भगवंत त्यांच्या परमात्मा या विस्तारित रूपाद्वारे सर्वतः स्थित आहेत. ते सर्व देवतांचे, सर्व मनुष्यांचे, सर्व प्राण्यांचे, सर्वांचेच परमात्मा आहेत. यास्तव मनुष्याने जाणले पाहिजे की, भगवंतांचा अंश या नात्याने त्यांची सेवा करणे हे आपले कर्तव्य आहे. पूर्णतया कृष्णभावनाभावित होऊन भक्तीमध्ये प्रत्येकाने संलग्न झाले पाहिजे. हीच गोष्ट या श्लोकामध्ये सांगण्यात आली आहे.

प्रत्येकाने जाणले पाहिजे की, इंद्रियांचे स्वामी, हृषीकेश यांनी आपल्याला विशिष्ट प्रकारच्या कर्मात नियुक्त केले आहे. ज्या कर्मामध्ये मनुष्य नियुक्त झाला आहे त्या कर्माच्या फलाद्वारे त्याने भगवान श्रीकृष्णांची पूजा केली पाहिजे. पूर्णपणे कृष्णभावनाभावित होऊन त्याने जर सदैव असा

विचार केला तर भगवंतांच्या कृपेने तो सर्व गोष्टी तत्त्वत: जाणू शकतो. हीच जीवनाची सिद्धी होय. भगवद्‌गीतेत (१२.७) भगवंत सांगतात की, *तेषामहं समुद्धर्ता*. भगवंत स्वत: अशा भक्ताचा उद्धार करण्याचे उत्तरदायित्व घेतात. हीच जीवनाची परमोच्च संसिद्धी होय. मनुष्य कोणतेही कर्म करीत असला तरी तो जर भगवंतांची सेवा करीत असेल तर त्याला निश्चितच परमसिद्धी प्राप्त होईल.

**श्रेयान्स्वधर्मो विगुण: परधर्मात्स्वनुष्ठितात्।**
**स्वभावनियतं कर्म कुर्वन्नाप्नोति किल्बिषम्॥ ४७॥**

**श्रेयान्**—अधिक श्रेयस्कर; **स्व-धर्म:**—स्वधर्म अर्थात, स्वत:चे प्राप्त कर्म; **विगुण:**—सदोष रीतीने केलेले; **पर-धर्मात्**—परधर्मापेक्षा अर्थात, इतरांच्या प्राप्त कर्मापेक्षा; **सु-अनुष्ठितात्**—पूर्ण रीतीने केलेले; **स्वभाव-नियतम्**—मनुष्याच्या स्वभावाला अनुसरून; **कर्म**—कर्म; **कुर्वन्**—केल्याने; **न**—कधीच नाही; **आप्नोति**—प्राप्त करतो; **किल्बिषम्**—पाप.

**मनुष्याने आपल्याला प्राप्त झालेले कर्म सदोष रीतीने करणे हे, परक्याचे कर्म स्वीकारून ते पूर्ण रीतीने करण्यापेक्षा अधिक श्रेयस्कर आहे. मनुष्याला त्याच्या स्वभावाला अनुसरून सांगण्यात आलेले कर्म हे कधीच पापाने प्रभावित होत नाही.**

**तात्पर्य:** मनुष्याच्या नियत कर्मांचे, अर्थात स्वधर्माचे विवेचन भगवद्‌गीतेमध्ये करण्यात आले आहे. पूर्वीच्या श्लोकामध्ये वर्णन केल्याप्रमाणे ब्राह्मण, क्षत्रिय, वैश्य आणि शूद्र यांच्या नियत कर्तव्यांचे विधान त्यांच्या विशिष्ट प्राकृतिक गुणांनुसार केले आहे. मनुष्याने दुसऱ्याच्या कर्माचे अनुकरण करू नये. जो मनुष्य स्वभावत: शूद्राकडून केल्या जाणाऱ्या कर्माकडे आकृष्ट होतो तो जरी ब्राह्मण कुळात जन्मलेला असला तरी स्वत:, आपण ब्राह्मण आहोत असा खोटा दावा त्याने करू नये. याप्रमाणे मनुष्याने आपल्या स्वभावानुसार कर्म करावे. भगवत्सेवेप्रीत्यर्थ केलेले कोणतेही कर्म निंद्य नसते. ब्राह्मणांचे कर्म हे निश्चितच सत्त्वगुणी असते, पण म्हणून जो मनुष्य स्वभावत: सत्त्वगुणी नाही त्याने ब्राह्मणाच्या कर्मांचे अनुकरण करू नये. क्षत्रियाला अनेक निषिद्ध गोष्टी कराव्या लागतात. उदाहरणार्थ, त्याला शत्रूचा संहार करण्यासाठी हिंसक बनावे लागते आणि राजकीय मुत्सद्देगिरीचा भाग म्हणून कधी कधी असत्यही बोलावे लागते. असा दुटप्पीपणा आणि हिंसा ही राजकीय क्षेत्रामध्ये चालतेच; परंतु याचा अर्थ असा नाही की, क्षत्रियाने आपले कर्तव्य सोडावे आणि ब्राह्मणाचे कर्तव्य करण्याचा प्रयत्न करावा.

भगवंतांच्या संतुष्टीप्रीत्यर्थ मनुष्याने कर्म केले पाहिजे. उदाहरणार्थ, अर्जुन हा क्षत्रिय होता आणि विरुद्ध पक्षाशी लढण्यास तो कचरत होता. परंतु असे कर्म जर भगवान श्रीकृष्णांकरिता करावयाचे असेल तर अध:पतन होण्याची भीती नाही. व्यापारी क्षेत्रामध्येही नफा मिळविण्यासाठी व्यापाऱ्याला खोटे बोलावेच लागते आणि जर त्याने असे केले नाही तर त्याला नफा होणे शक्यच नाही. कधी कधी व्यापारी म्हणतो, ''अहो! तुम्ही आमचे नेहमीचे गिऱ्हाईक आहात आणि तुमच्याकरिता म्हणून मी नफा घेत नाही.'' परंतु मनुष्याने जाणले पाहिजे की, नफ्याशिवाय कोणताही व्यापारी जगू शकत नाही. म्हणून जर एखादा व्यापारी म्हणत असेल

की, आपण नफा घेत नाही तर ते असत्य बोलणे अनिवार्य समजले पाहिजे. व्यापाऱ्याला असे वाटता कामा नये की, ज्याअर्थी मी जो व्यवसाय करतो त्यात खोटे बोलणे अनिवार्य आहे, त्याअर्थी आपण आपल्या व्यवसायाचा त्याग करावा आणि ब्राह्मणाचे कर्म करावे. असे करणे शास्त्रसंमत नाही. जर कोणी आपल्या कर्माद्वारे भगवंतांची सेवा करीत असेल तर मग तो मनुष्य क्षत्रिय असो, वैश्य असो अथवा शूद्र असो, त्याला महत्त्व नाही. विविध प्रकारचे यज्ञ करणारे ब्राह्मण कधी कधी प्राण्यांची हिंसा करतात, कारण कधी कधी अशा यज्ञाकरिता पशुहिंसा करावी लागते. त्याचप्रमाणे स्वधर्मानुसार क्षत्रियाने जर शत्रूचा संहार केला तर त्यामुळे त्याला पाप लागत नाही. तिसऱ्या अध्यायामध्ये या विषयांचे स्पष्ट आणि विस्तृत वर्णन केले आहे. त्या ठिकाणी म्हटले आहे की, प्रत्येकाने यज्ञाप्रीत्यर्थ म्हणजे भगवान श्रीविष्णूंप्रीत्यर्थ कर्म केले पाहिजे. केवळ स्वतृप्तीकरिता केलेले कोणतेही कर्म हे बंधनास कारणीभूत ठरते. निष्कर्ष हाच आहे की, प्रत्येकाने आपल्याला प्राप्त झालेल्या विशिष्ट प्राकृतिक गुणांनुसार कर्म केले पाहिजे आणि त्याने केवळ भगवत्सेवा म्हणून कर्म करण्याचा निश्चय केला पाहिजे.

**सहजं कर्म कौन्तेय सदोषमपि न त्यजेत् ।**
**सर्वारम्भा हि दोषेण धूमेनाग्निरिवावृताः ॥ ४८ ॥**

**सह-जम्**—एकाच वेळी उत्पन्न झालेले; **कर्म**—कर्म; **कौन्तेय**—हे कौंतेया; **स-दोषम्**—सदोष; **अपि**—जरी; **न**—कधीच नाही; **त्यजेत्**—मनुष्याने त्याग करावा; **सर्व-आरम्भाः**—सारे उद्योग किंवा प्रयत्न; **हि**—निश्चितपणे; **दोषेण**—दोषाने; **धूमेन**—धुराने; **अग्निः**—अग्नी; **इव**—प्रमाणे; **आवृताः**—आवृत झालेले.

**ज्याप्रमाणे धुराने अग्नी आवृत झालेला असतो त्याप्रमाणे सर्व प्रयत्न कोणत्या ना कोणत्या दोषाने व्यापलेले असतात. म्हणून हे कौंतेया! मनुष्याने आपल्या स्वभावापासून उत्पन्न झालेले कर्म जरी दोषयुक्त असले तरी त्या कर्माचा त्याग करू नये.**

**तात्पर्य:** बद्धावस्थेमध्ये सर्व प्रकारचे कर्म प्राकृतिक गुणांद्वारे दूषित झालेले असते. एखादा जरी ब्राह्मण असला तरी यज्ञ करते वेळी त्याला पशुहिंसा करणे भागच असते. त्याचप्रमाणे एखादा क्षत्रिय कितीही सदाचारी असला तरी त्याला शत्रूशी युद्ध करावेच लागते. कोणत्याही परिस्थितीत तो युद्ध टाळू शकत नाही. त्याचप्रमाणे व्यापारी कितीही सदाचारी असला तरी व्यापार टिकवून ठेवण्यासाठी त्याला आपला नफा गुप्तच ठेवावा लागतो किंवा कधी कधी काळाबाजारही करावा लागतो. या गोष्टी आवश्यक आहेत आणि त्याला टाळणे शक्य नाही. त्याप्रमाणे शूद्राने जरी त्याचा धनी वाईट असला आणि धन्याने दिलेली आज्ञा जरी अयोग्य असली तरी त्याला धन्याची आज्ञा पाळावीच लागते. असे दोष असले तरी मनुष्याने आपले नियत कर्म सुरूच ठेवले पाहिजे कारण नियत कर्म हे त्याच्या स्वभावानुसार उत्पन्न होते.

या ठिकाणी एक सुंदर दृष्टांत देण्यात आला आहे. अग्नी हा जरी मूलतः शुद्ध असला तरी त्यामध्ये धूर असतोच. तरीही धुरामुळे अग्नी अशुद्ध होत नाही. अग्नीमध्ये जरी धूर असला

तरी सर्व तत्त्वांमध्ये अग्नीलाच सर्वाधिक शुद्ध तत्त्व मानले जाते. एखाद्या क्षत्रियाने जर आपले क्षत्रिय कर्म त्यागून ब्राह्मणाचे कर्म करण्याचे ठरविले तर ब्राह्मणी कर्मामध्ये मुळीच दोष नाहीत असे आश्वासन त्याला कोणीही देऊ शकत नाही. यावरून मनुष्य निष्कर्ष काढू शकतो की, या भौतिक जगतामध्ये कोणीच प्राकृतिक दोषांपासून मुक्त असू शकत नाही. या संदर्भात अग्नी व धुराचे उदाहरण समर्पकच आहे. हिवाळ्यात अग्नीतून एखादा दगड बाहेर काढीत असताना मनुष्याच्या डोळ्यांना आणि इतर अवयवांना कधी कधी त्रास होतो, परंतु अशा त्रासदायक स्थितीतही मनुष्याला अग्नीचा उपयोग करावाच लागतो. त्याचप्रमाणे आपल्या स्वाभाविक कर्मात काही कष्टदायक गोष्टी असल्या तरी मनुष्याने त्या स्वाभाविक कर्माचा त्याग करू नये. याउलट कृष्णभावनाभावित होऊन केलेल्या नियत कर्मांद्वारे भगवंतांची सेवा करण्याचा मनुष्याने दृढ निश्चय केला पाहिजे. हीच खरी सिद्धी होय. भगवंतांच्या संतुष्टीप्रीत्यर्थ जेव्हा विशिष्ट प्रकारचे स्वाभाविक कर्म केले जाते तेव्हा त्या विशिष्ट स्वाभाविक कर्मामधील सर्व दोषांची शुद्धी होते. याप्रमाणे जेव्हा कर्मफल भक्तियोगामध्ये नियुक्त केल्याने, त्याचे शुद्धीकरण होते तेव्हा मनुष्य अंतरात्मा पाहू शकतो आणि हाच आत्मसाक्षात्कार होय.

**असक्तबुद्धिः सर्वत्र जितात्मा विगतस्पृहः ।**
**नैष्कर्म्यसिद्धिं परमां सन्न्यासेनाधिगच्छति ॥ ४९ ॥**

**असक्त-बुद्धिः**—आसक्तीरहित बुद्धी असलेला; **सर्वत्र**—सर्वत्र; **जित-आत्मा**—मनावर नियंत्रण असणारा; **विगत-स्पृहः**—निःस्पृह अर्थात भौतिक कामना नसलेला; **नैष्कर्म्य-सिद्धिम्**—निष्कर्माची सिद्धी; **परमाम्**—परम; **सन्न्यासेन**—संन्यासाने; **अधिगच्छति**—मनुष्य प्राप्त करतो.

**जो आत्मसंयमी, अनासक्त आहे आणि जो सर्व प्राकृत भोगांना तुच्छ लेखतो तो संन्यासाद्वारे कर्मबंधनातून मुक्तता देणारी परमोच्च परिपूर्ण अवस्था प्राप्त करतो.**

**तात्पर्य:** वास्तविक संन्यास म्हणजे आपण भगवंतांचे अंश आहोत व त्यामुळे आपल्याला आपल्या कर्मफलांचा उपभोग घेण्याचा मुळीच अधिकार नाही हे जाणणे होय. जीव हा भगवंतांचा अंश असल्यामुळे त्याच्या कर्माच्या फळांचा उपभोग भगवंतांनीच घेतला पाहिजे. हीच वास्तविक कृष्णभावना होय. कृष्णभावनाभावित कर्म करणारा मनुष्य खरोखरच संन्यासी असतो. अशा भावनेमुळे मनुष्य संतुष्ट राहतो, कारण तो वास्तविकपणे भगवंतांप्रीत्यर्थच कर्म करीत असतो. याप्रमाणे तो कोणत्याही भौतिक गोष्टीवर आसक्त नसतो. भगवत्सेवेद्वारे प्राप्त होणाऱ्या आनंदाव्यतिरिक्त इतर कोणत्याही गोष्टीत आनंदप्राप्ती करण्याचा प्रयत्न तो करीत नाही. संन्याशाने आपल्या पूर्वकर्मांपासून मुक्त असले पाहिजे. परंतु जो कृष्णभावनाभावित मनुष्य असतो त्याला या मुक्तीची अवस्था, तथाकथित संन्यासाश्रमाचा स्वीकार न करताही प्राप्त होते. मनाच्या या अवस्थेलाच *योगारूढ* अवस्था असे म्हटले जाते. तिसऱ्या अध्यायात ही गोष्ट प्रमाणित केली आहे, *यस्त्वात्मरतिरेव स्यात्*—जो मनुष्य स्वतःमध्येच तृप्त असतो त्याला आपल्या कर्माच्या फळाचे कोणत्याही प्रकारचे भय नसते.

**सिद्धिं प्राप्तो यथा ब्रह्म तथाप्नोति निबोध मे।**
**समासेनैव कौन्तेय निष्ठा ज्ञानस्य या परा ॥ ५० ॥**

**सिद्धिम्**—सिद्धी; **प्राप्तः**—प्राप्त करून; **यथा**—ज्याप्रमाणे; **ब्रह्म**—ब्रह्म; **तथा**—तथा; **आप्नोति**—प्राप्त करतो; **निबोध**—जाणण्याचा प्रयत्न कर; **मे**—माझ्याकडून; **समासेन**—संक्षेपरूपाने; **एव**—निश्चितपणे; **कौन्तेय**—हे कौंतेय; **निष्ठा**—अवस्था; **ज्ञानस्य**—ज्ञानाची; **या**—जी; **परा**—दिव्य.

**हे कौंतेया! ज्या मनुष्याने या सिद्धीची प्राप्ती केली आहे तो सर्वोच्च ज्ञानाची परमसिद्धावस्था, अर्थात ब्रह्मावस्था कशा पद्धतीने प्राप्त करू शकतो ते माझ्याकडून जाण. याचे आता मी तुला संक्षेपाने वर्णन करून सांगतो.**

**तात्पर्यः** केवळ भगवंतांकरिताच आपले नियत कर्तव्यकर्म केल्याने मनुष्याला परमसिद्धावस्था कशी प्राप्त करता येते, ते भगवंत अर्जुनाला सांगत आहेत. भगवंतांच्या संतुष्टीप्रीत्यर्थ केवळ आपल्या कर्मफलांचा त्याग केल्याने मनुष्याला परमोच्च परिपूर्ण ब्रह्मावस्था प्राप्त होते. हाच आत्मसाक्षात्काराचा मार्ग आहे. विशुद्ध कृष्णभावनेची प्राप्ती करण्यामध्येच ज्ञानाची पूर्णावस्था आहे आणि याचेच वर्णन पुढील श्लोकांमध्ये करण्यात आले आहे.

**बुद्ध्या विशुद्धया युक्तो धृत्यात्मानं नियम्य च।**
**शब्दादीन्विषयांस्त्यक्त्वा रागद्वेषौ व्युदस्य च ॥ ५१ ॥**
**विविक्तसेवी लघ्वाशी यतवाक्कायमानसः ।**
**ध्यानयोगपरो नित्यं वैराग्यं समुपाश्रितः ॥ ५२ ॥**
**अहङ्कारं बलं दर्पं कामं क्रोधं परिग्रहम् ।**
**विमुच्य निर्ममः शान्तो ब्रह्मभूयाय कल्पते ॥ ५३ ॥**

**बुद्ध्या**—बुद्धीने; **विशुद्धया**—पूर्णपणे विशुद्ध झालेले; **युक्तः**—युक्त; **धृत्या**—निश्चयाने; **आत्मानम्**—आत्मा किंवा मन; **नियम्य**—नियमित करून; **च**—सुद्धा; **शब्द-आदीन्**—शब्द आदी; **विषयान्**—इंद्रियविषय; **त्यक्त्वा**—त्याग करून; **राग**—आसक्ती; **द्वेषौ**—आणि द्वेष; **व्युदस्य**—दूर करून; **च**—सुद्धा; **विविक्त-सेवी**—एकांतस्थळी वास करून; **लघु-आशी**—मित आहार करून; **यत**—संयमित करून; **वाक्**—वाणी; **काय**—शरीर; **मानसः**—आणि मन; **ध्यान-योग-परः**—समाधिस्थ; **नित्यम्**—नित्य; **वैराग्यम्**—वैराग्य; **समुपाश्रितः**—आश्रय घेऊन; **अहङ्कारम्**—मिथ्या अहंकार; **बलम्**—मिथ्या बल; **दर्पम्**—गर्व; **कामम्**—काम; **क्रोधम्**—क्रोध; **परिग्रहम्**—आणि भौतिक गोष्टींचा स्वीकार; **विमुच्य**—च्यापासून मुक्त होऊन; **निर्ममः**—ममत्वाच्या भावनेरहित; **शान्तः**—शांत; **ब्रह्म-भूयाय**—आत्मसाक्षात्काराकरिता; **कल्पते**—योग्य होतो.

**आपल्या बुद्धीद्वारे पूर्णपणे शुद्ध होऊन आणि निश्चयाने मनोनिग्रह करून, इंद्रियतृप्तीच्या विषयांचा त्याग करून, आसक्ती आणि द्वेष यातून मुक्त होऊन जो एकांतस्थळी राहतो, जो मिताआहार करतो, आपली काया, वाचा आणि मन संयमित**

**करतो, जो सदैव समाधिस्थ आणि अनासक्त असतो, जो मिथ्या अहंकार, मिथ्या बल, गर्व, काम, क्रोध आणि भौतिक गोष्टींचा स्वीकार इत्यादी गोष्टींपासून मुक्त असतो, ममत्वरहित आणि शांत असतो, तो मनुष्य आत्मसाक्षात्काराच्या स्तराप्रत निश्चितच प्रगत होतो.**

**तात्पर्यः** बुद्धीद्वारे शुद्ध झालेला मनुष्य सत्त्वगुणात स्थित राहतो. याप्रमाणे तो मनाला वश करतो आणि नेहमी समाधीत लीन राहतो. तो इंद्रियविषयांमध्ये आसक्त नसतो आणि आपल्या क्रिया करण्यामध्ये आसक्ती आणि द्वेष यातून मुक्त असतो. असा अनासक्त मनुष्य स्वाभाविकपणेच एकांतस्थळी वास करण्याला प्राधान्य देतो, आवश्यकतेपेक्षा अधिक भोजन ग्रहण करीत नाही आणि आपल्या शरीराच्या व मनाच्या क्रियांना संयमित करतो. त्याच्या ठिकाणी मिथ्या अहंकार नसतो, कारण तो देहात्मबुद्धीतून मुक्त असतो. अनेक भौतिक गोष्टींचा स्वीकार करून आपले शरीर धष्टपुष्ट करण्याची इच्छा त्याला नसते. त्याच्या ठायी देहात्मबुद्धी नसल्यामुळे तो गर्विष्ठ नसतो. भगवत्कृपेने प्राप्त झालेल्या गोष्टीतच तो समाधानी राहतो आणि इंद्रियतृप्तीच्या अभावी क्रोधित होत नाही. तसेच तो इंद्रियविषयांच्या प्राप्तीकरिता धडपड करीत नाही. या प्रकारे तो जेव्हा मिथ्या अहंकारापासून पूर्णपणे मुक्त होतो तेव्हा सर्व भौतिक गोष्टींपासून अनासक्त होतो आणि हीच ब्रह्म-साक्षात्काराची अवस्था होय. या अवस्थेलाच ब्रह्मभूत स्थिती असे म्हटले जाते. देहात्मबुद्धीतून मुक्त झाल्यावर तो शांत होतो आणि कोणत्याही प्रकारे प्रक्षुब्ध होत नाही. याचे वर्णन भगवद्‌गीतेत (२.७०) करण्यात आले आहे.

*आपूर्यमाणमचलप्रतिष्ठं समुद्रमापः प्रविशन्ति यद्वत् ।*
*तद्वत् कामा यं प्रविशन्ति सर्वे स शान्तिमाप्नोति न कामकामी ॥*

''ज्याप्रमाणे समुद्र हा नेहमी भरत असूनही शांत असतो त्याप्रमाणे जो मनुष्य, समुद्रात अव्याहतपणे प्रवेश करणाऱ्या नद्यारूपी इच्छांच्या प्रवाहाने विचलित होत नाही तोच केवळ शांती प्राप्त करू शकतो. जो मनुष्य अशा इच्छा तृप्त करण्यासाठी झगडतो त्याला शांती प्राप्त होत नाही.''

**ब्रह्मभूतः प्रसन्नात्मा न शोचति न काङ्क्षति।**
**समः सर्वेषु भूतेषु मद्भक्तिं लभते पराम्॥ ५४॥**

**ब्रह्म-भूतः**—ब्रह्मभूत होऊन; **प्रसन्न-आत्मा**—पूर्णतया प्रसन्न झालेला; **न**—कधीच नाही; **शोचति**—शोक करतो; **न**—कधीच नाही; **काङ्क्षति**—आकांक्षा करतो; **समः**—समभावाने युक्त झालेला; **सर्वेषु**—सर्व; **भूतेषु**—जीव; **मत्-भक्तिम्**—माझी भक्ती; **लभते**—प्राप्त करतो; **पराम्**—दिव्य.

**याप्रमाणे ब्रह्मभूत अवस्था प्राप्त झालेल्या मनुष्याला तात्काळ परब्रह्माचा साक्षात्कार होतो आणि तो पूर्णपणे आनंदी होतो. तो कधीही शोक करीत नाही आणि कशाची आकांक्षाही करीत नाही. तो सर्व प्राणिमात्रांच्या ठिकाणी समभाव ठेवतो. अशा अवस्थेमध्ये त्याला माझ्या विशुद्ध भक्तीची प्राप्ती होते.**

**तात्पर्य:** निर्विशेषवाद्यांसाठी *ब्रह्म- भूत* अवस्थेची प्राप्ती करणे, अर्थात ब्रह्मामध्ये विलीन होणे हेच परमलक्ष्य असते; परंतु साकारवाद्यांसाठी किंवा शुद्ध भक्तांसाठी विशुद्ध भक्तीमध्ये संलग्न होण्यासाठी अधिक प्रगती करावी लागते. याचा अर्थ आहे की, जो विशुद्ध भक्तीमध्ये संलग्न झालेला आहे त्याने *ब्रह्म- भूत* अवस्था, अर्थात ब्रह्माशी एकरूप होण्याची अवस्था पूर्वीच प्राप्त केली आहे. ब्रह्माशी एकरूप झाल्याविना भगवत्सेवा करता येत नाही. ब्रह्मस्तरावर सेवक आणि सेव्य यांच्यामध्ये भेद नसतो; परंतु तरीही उच्चतर आध्यात्मिक दृष्टीने भेद राहतो.

देहात्मबुद्धीने मनुष्य जेव्हा इंद्रियतृप्त्यर्थ कर्म करतो तेव्हा ते कर्म दु:खाला कारण होते. परंतु आध्यात्मिक जगतामध्ये मनुष्य जेव्हा भक्तीमध्ये संलग्न होतो तेव्हा दु:खाचा प्रश्नच उद्‌भवत नाही. कृष्णभावनामयी भक्ताला शोक किंवा आकांक्षा करण्यासारखी कोणतीही गोष्ट नसते. परमेश्वर परिपूर्ण असल्यामुळे, कृष्णभावनाभावित होऊन परमेश्वराच्या सेवेमध्ये युक्त झालेला जीवही स्वत:मध्ये पूर्ण होतो. तो गढूळ पाणी स्वच्छ झालेल्या एखाद्या नदीप्रमाणे असतो. शुद्ध भक्त कृष्णचिंतनाव्यतिरिक्त इतर काही करीत नसल्यामुळे तो स्वाभाविकच सदैव आनंदी असतो. भगवत्सेवेमध्ये भक्त हा परिपूर्ण असल्याकारणाने तो कोणत्याही भौतिक हानीमुळे दु:खी होत नाही किंवा कोणत्याही भौतिक लाभाची आकांक्षा करीत नाही. त्याला विषयोपभोगाची मुळीच इच्छा नसते, कारण तो जाणतो की, प्रत्येक जीव हा भगवंतांचा अंश असल्यामुळे तो भगवंतांचा नित्य दास आहे. या भौतिक जगतामध्ये तो कोणालाही श्रेष्ठ किंवा कनिष्ठ म्हणून पाहात नाही. या उच्च-नीच अवस्था बाह्य व क्षणभंगुर आहेत आणि भक्ताला क्षणभंगुर गोष्टींच्या उद्‌भव-विनाशाशी मुळीच कर्तव्य नसते. त्याच्या दृष्टीने सोन्यालाही दगडाइतकीच किंमत असते. हीच ब्रह्मभूत अवस्था होय आणि शुद्ध भक्ताला या स्थितीची सहजपणे प्राप्ती होते. अशा अवस्थेमध्ये परब्रह्माशी एकरूप होऊन स्वत:चे स्वरूप त्यामध्ये विलीन करण्याची संकल्पना ही नरकतुल्य बनते, स्वर्गलोकांची प्राप्ती करण्याची कल्पना भ्रामक वाटते आणि इंद्रिये ही दात नसलेल्या सर्पाप्रमाणे बनतात. ज्याप्रमाणे दंतविहीन सर्पापासून भयभीत होण्याचे कारण नसते, त्याचप्रमाणे आपोआपच संयमित झालेल्या इंद्रियांचे मुळीच भय राहात नाही. विषयासक्तीने ग्रासलेल्या व्यक्तींसाठी हे जग दु:खमय असते; परंतु भक्तासाठी हेच जग वैकुंठाप्रमाणे असते. भौतिक सृष्टीतील सर्वोच्च व्यक्ती ही भक्ताच्या दृष्टीने एखाद्या मुंगीप्रमाणेच असते. अशी अवस्था, कलियुगामध्ये विशुद्ध भक्तीचे प्रचार करणाऱ्या भगवान श्री चैतन्य महाप्रभू यांच्या कृपेने प्राप्त होऊ शकते.

**भक्त्या मामभिजानाति यावान्यश्चास्मि तत्त्वतः ।**
**ततो मां तत्त्वतो ज्ञात्वा विशते तदनन्तरम् ॥ ५५॥**

**भक्त्या**—विशुद्ध भक्तीने; **माम्**—मला; **अभिजानाति**—मनुष्य जाणू शकतो; **यावान्**—जितका; **यः च अस्मि**—जसा मी आहे; **तत्त्वतः**—तत्त्वत:; **ततः**—त्यानंतर; **माम्**—मला; **तत्त्वतः**—तत्त्वत:; **ज्ञात्वा**—जाणून; **विशते**—तो प्रवेश करतो; **तत्-अनन्तरम्**—त्यानंतर.

**मनुष्य मला माझ्या पुरुषोत्तम भगवान या यथार्थ स्वरूपात केवळ भक्तीद्वारेच जाणू**

**शकतो. अशा भक्तीद्वारे मनुष्य जेव्हा माझ्या भावनेने पूर्णपणे युक्त होतो तेव्हा तो भगवद्धामात प्रवेश करू शकतो.**

**तात्पर्य:** भगवान श्रीकृष्ण आणि त्यांच्या विस्तारित रूपांना शुष्क ज्ञानाद्वारे जाणता येत नाही किंवा अभक्तांनाही त्यांचे ज्ञान होणे शक्य नाही. जर कोणाला भगवंतांना जाणून घेण्याची इच्छा असेल तर त्याने शुद्ध भक्ताच्या मार्गदर्शनाखाली भक्तीचा स्वीकार केला पाहिजे. अन्यथा भगवत्-तत्त्व नेहमी गुप्तच राहते. भगवद्गीतेमध्ये (७.२५) सांगितल्याप्रमाणे, *नाहं प्रकाश: सर्वस्य*—भगवंत सर्वांनाच प्रकट होत नाहीत. केवळ प्रकांड पांडित्य आणि तर्कवादाद्वारे मनुष्य परमेश्वराला जाणू शकत नाही. जो मनुष्य कृष्णभावनामयी भक्तीमध्ये वास्तविकपणे संलग्न होतो तोच श्रीकृष्णांना तत्त्वत: जाणू शकतो. या बाबतीत विश्वविद्यालयीन पदव्या मुळीच उपयोगाच्या नाहीत.

जो मनुष्य कृष्ण-तत्त्व पूर्णपणे जाणतो तो श्रीकृष्णांच्या दिव्य आध्यात्मिक लोकात प्रवेश करण्यास पात्र होतो. ब्रह्मभूत होणे म्हणजे जीवाने आपले स्वरूप नष्ट करणे नव्हे. भक्ती ही असतेच आणि भक्ती असणे म्हणजेच परमेश्वर, भक्त आणि भक्तीनय सेवा हे तिन्हाही असतात. हे ज्ञान मुक्तीनंतरही नष्ट होत नाही. मुक्ती म्हणजे देहात्मबुद्धीतून मुक्त होणे होय. आध्यात्मिक जीवनामध्येही तोच भेद असतो व तेच व्यक्तिगत अस्तिठव असते, परंतु हा भेद किंवा व्यक्तित्व हे विशुद्ध कृष्णभावनामय असते. *विशते* अर्थात, ''माझ्यामध्ये प्रवेश करतो. या शब्दाचा कोणीही असा गैरअर्थ काढू नये की, जीव हा निर्विशेष ब्रह्मामध्ये विलीन होतो'' या अद्वैतवादाच्या सिद्धांताचे हा शब्द समर्थन करतो. तसा अर्थ अजिबात नसून *विशते* म्हणजे जीव आपल्या स्वरूपस्थितीत भगवंतांच्या सहवासात राहण्याकरिता आणि भगवंतांची सेवा करण्याकरिता भगवद्धामात प्रवेश करूशकतो. उदाहरणार्थ, एखादा हिरव्या रंगाचा पक्षी एखाद्या वृक्षावर त्याच्याशी एकरूप होण्याकरिता नव्हे तर त्या वृक्षाची फळे चाखण्याकरिता बसतो. निर्विशेषवादी हे सामान्यपणे सागरात वाहत येणाऱ्या व सागरातच विलीन होणाऱ्या नदीचे उदाहरण देतात. निर्विशेषवाद्यांना हे उदाहरण म्हणजे एक आनंदाचा विषय वाटत असेल, परंतु साकारवादी आपले स्वरूप सागरातील जलचराप्रमाणे आहे तसे ठेवतात. जर आपण सागरात खोलवर गेलो तर तेथे आपल्याला अनेक जीव आढळतील. सागराच्या केवळ पृष्ठभागाचे ज्ञान पुरेसे नाही तर सागरामध्ये खोलवर राहणाऱ्या जलचरांचेही पूर्ण ज्ञान असणे आवश्यक आहे.

आपल्या विशुद्ध भक्तीमुळे भक्त हा भगवंतांचे दिव्य गुण आणि दिव्य ऐश्वर्य तत्त्वत: जाणू शकतो. अकराव्या अध्यायात सांगितल्याप्रमाणे केवळ भक्तियोगानेच भगवंतांचे ज्ञान होऊ शकते. याच गोष्टीची पुनरावृत्ती या ठिकाणी करताना सांगण्यात आले आहे की, मनुष्य भक्तीद्वारे भगवंतांना जाणू शकतो आणि त्यांच्या धामामध्ये प्रवेश करू शकतो.

देहात्मबुद्धीतून मुक्त होऊन ब्रह्मभूत अवस्था प्राप्त झाल्यावर मनुष्याच्या भक्तीचा प्रारंभ भगवत्कथांचे श्रवण केल्याने होतो. जेव्हा मनुष्य भगवत्लीला श्रवण करतो, तेव्हा ल्याला आपोआपच ब्रह्मभूत अवस्था प्राप्त होते आणि इंद्रियतृप्ती साठी असणारे काम, क्रोध आदी प्राकृत दोष नाहीसे होतात. भक्ताच्या हृदयातून जसजसा काम आणि लोभ नाहीसा होतो तसा तो भगवत्सेवेमध्ये आसक्त होतो आणि अशा आसक्तीमुळे तो भौतिक कल्मषांतून मुक्त होतो.

मूर्खपणाने समजू नये की, आपण प्राकृतिक नियमांच्या अतीत आहोत किंवा आपण कोणत्याही प्रकारचे कर्म करण्यास स्वतंत्र आहोत. मनुष्य सर्व परिस्थितीत प्रकृतीच्या कठोर नियमांच्या अधीन असतो; परंतु जेव्हा तो कृष्णभावनाभावित कर्म करतो तेव्हा तो सर्व भौतिक जंजाळातून मुक्त होतो. त्याने निश्चितपणे जाणले पाहिजे की, जो कृष्णभावनेमध्ये सक्रिय नाही तो जन्ममृत्युरूपी भवसागराच्या भोवऱ्यात स्वतःचा नाश करीत आहे. कोणत्याही बद्ध जीवाला कार्य-अकार्य यातील भेद कळत नाही. तथापि, जो कृष्णभावनाभावित कर्म करीत आहे तो कर्म करण्यास स्वतंत्र असतो, कारण तो करीत असलेल्या सर्व गोष्टींना अंतरातून श्रीकृष्णांद्वारे प्रेरणा प्राप्त होत असते आणि या क्रिया आध्यात्मिक गुरूद्वारे प्रमाणित असतात.

**यदहङ्कारमाश्रित्य न योत्स्य इति मन्यसे ।**
**मिथ्यैष व्यवसायस्ते प्रकृतिस्त्वां नियोक्ष्यति ॥ ५९ ॥**

**यत्**—जर; **अहङ्कारम्**—अहंकाराच्या; **आश्रित्य**—आश्रय घेऊन; **न योत्स्ये**—मी युद्ध करणार नाही; **इति**—याप्रमाणे; **मन्यसे**—मानतोस; **मिथ्या एषः**—हे सर्व मिथ्या आहे; **व्यवसायः**—निश्चय; **ते**—तुझ्या; **प्रकृतिः**—प्रकृती; **त्वाम्**—तू; **नियोक्ष्यति**—नियुक्त होशील.

**जर तू माझ्या निर्देशानुसार कर्म केले नाहीस व युद्ध केले नाहीस तर तू मार्गभ्रष्ट होशील. तुझा स्वभावच तुला युद्धात भाग घेण्यास प्रवृत्त करील.**

**तात्पर्य:** क्षत्रिय असल्यामुळे युद्ध करणे हा अर्जुनाचा स्वभावच होता; पण मिथ्या अहंकारामुळे आपले गुरू, पितामह आणि मित्र यांना मारण्याचे पाप लागेल अशी त्याला भीती वाटत होती. वास्तविकपणे तो स्वतःलाच आपल्या कर्मांचा कर्ता समजत होता, जणू काही अशा कर्मांच्या शुभ आणि अशुभ फळाचा तोच अधिकारी होता. साक्षात पुरुषोत्तम भगवान त्या ठिकाणी त्याला मार्गदर्शन करण्यासाठी उपस्थित होते. याचेही त्याला विस्मरण झाले होते. हीच बद्ध जीवाला होणारी विस्मृती होय. शुभ आणि अशुभ गोष्टींबद्दल भगवंत मार्गदर्शन करतात आणि जीवनाची परमसिद्धी प्राप्त करण्याकरिता मनुष्याने केवळ कृष्णभावनाभावित कर्म करणे आवश्यक असते. मनुष्याचे भाग्य, भगवंतांप्रमाणे इतर कोणीही निश्चित करू शकत नाही. यास्तव भगवंतांकडून मार्गदर्शन प्राप्त करणे आणि त्या मार्गदर्शनानुसार कर्म करणे हा सर्वोत्तम मार्ग आहे. भगवंतांच्या किंवा भगवंतांच्या प्रतिनिधीच्या अर्थात, आध्यात्मिक गुरूच्या आदेशांची मुळीच उपेक्षा करू नये. भगवंतांच्या आदेशांचे पालन करण्याकरिता निःसंकोचपणे कर्म केले पाहिजे. यामुळे मनुष्य सर्व परिस्थितीत सुरक्षित राहू शकेल.

**स्वभावजेन कौन्तेय निबद्धः स्वेन कर्मणा ।**
**कर्तुं नेच्छसि यन्मोहात्करिष्यस्यवशोऽपि तत् ॥ ६० ॥**

**स्वभाव-जेन**—स्वाभाविक; **कौन्तेय**—हे कुंतीपुत्र; **निबद्धः**—बद्ध; **स्वेन**—आपल्या; **कर्मणा**—कर्मे; **कर्तुम्**—करण्यासाठी; **न**—नाही; **इच्छसि**—इच्छा केलीस; **यत्**—जे; **मोहात्**—मोहाने; **करिष्यसि**—तू करशील; **अवशः**—अनिच्छेने; **अपि**—सुद्धा; **तत्**—ते.

**मोहवश होऊन माझ्या आज्ञेनुसार कर्म करण्याचे आता तू नाकारीत आहेस; परंतु हे कौंतेया! तुझ्या स्वभावजन्य कर्मामुळे तू तेच कार्य करशील.**

**तात्पर्य:** मनुष्याने जर भगवंतांच्या निर्देशानुसार कर्म करण्याचे नाकारले तर ज्या प्रकृतीच्या गुणात तो स्थित आहे त्या गुणानुसार त्याला कर्म करणे भाग पडेल. प्रत्येक मनुष्य हा प्राकृतिक गुणांच्या विशिष्ट मिश्रणाच्या वर्चस्वाखाली असतो आणि त्याप्रमाणे तो कर्म करीत असतो. परंतु जो स्वेच्छेने भगवंतांच्या आदेशानुसार कार्य करतो तो गौरवान्वित होतो.

**ईश्वरः सर्वभूतानां हृद्देशेऽर्जुन तिष्ठति ।**
**भ्रामयन्सर्वभूतानि यन्त्रारूढानि मायया ॥ ६१ ॥**

**ईश्वरः**—परमेश्वर; **सर्व-भूतानाम्**—सर्व जीवांच्या; **हृत्-देशे**—हृदयामध्ये; **अर्जुन**—हे अर्जुन; **तिष्ठति**—वास करतो; **भ्रामयन्**—भ्रमण करविणारा; **सर्व-भूतानि**—सर्व जीव; **यन्त्र**—एखाद्या यंत्रावर; **आरूढानि**—बसविल्याप्रमाणे; **मायया**—मायेच्या प्रभावाखाली.

**हे अर्जुन! परमेश्वर प्रत्येक जीवाच्या हृदयात स्थित आहे आणि तो सर्व जीवांचे भ्रमण निर्देशित करीत आहे. हे सर्व जीव मायेने बनविलेल्या यंत्रावर आरूढ आहेत.**

**तात्पर्य:** अर्जुन हा काही सर्वज्ञ नव्हता आणि युद्ध करणे अथवा न करणे याचा निर्णय घेण्यासाठी त्याची मर्यादित विवेकबुद्धी पुरेशी नव्हती. भगवान श्रीकृष्णांनी सांगितले की, जीव हा सर्वेसर्वा नसतो. भगवान श्रीकृष्ण स्वत: अंतर्यामी परमात्म्याच्या रूपाने जीवांच्या हृदयात राहून जीवांना मार्गदर्शन करतात. देहांतर केल्यावर जीवाला आपल्या पूर्वकर्माचे विस्मरण होते; परंतु त्रिकालज्ञ परमात्मा जीवांच्या सर्व कर्मांचा साक्षी असतो. म्हणून जीवांची सर्व कार्ये परमात्म्याद्वारे मार्गदर्शित असतात. जीवाला त्याच्या योग्यतेनुसार त्या त्या गोष्टींची प्राप्ती होते आणि परमात्म्याच्या मार्गदर्शनानुसार प्राकृत शक्तीने निर्मिलेल्या प्राकृत देहाद्वारे जीवांची सर्व कार्ये घडतात. ज्याक्षणी जीवाला विशिष्ट प्रकारचे शरीर प्रदान केले जाते तत्क्षणी त्या शारीरिक परिस्थितीनुसार जीवाला कार्य करावे लागते. जीव अर्थात, चालक जरी एकच असला तरी, द्रुतगतीने धावणाऱ्या मोटारगाडीत बसलेला मनुष्य मंदगतीने धावणाऱ्या मोटारगाडीत बसलेल्या व्यक्तीपेक्षा अधिक वेगाने जाऊ शकतो. त्याप्रमाणे परमात्म्याच्या योजनेनुसार भौतिक प्रकृती ही विशिष्ट जीवांसाठी विशिष्ट प्रकारच्या देहाची रचना करते, जेणेकरून तो जीव आपल्या पूर्वइच्छांनुसार कार्य करू शकेल. जीव हा स्वतंत्र नसतो. आपण भगवंतांपासून स्वतंत्र आहोत असा विचार मनुष्याने करू नये. जीव हे सदैव भगवंतांच्या नियंत्रणाखालीच असतात. म्हणून भगवंतांना शरण जाणे हे जीवांचे कर्तव्य आहे आणि हाच आदेश पुढील श्लोकामध्ये देण्यात आला आहे.

**तमेव शरणं गच्छ सर्वभावेन भारत ।**
**तत्प्रसादात्परां शान्तिं स्थानं प्राप्स्यसि शाश्वतम् ॥ ६२ ॥**

**तम्**—त्याला; **एव**—निश्चितपणे; **शरणम् गच्छ**—शरण जा; **सर्व-भावेन**—सर्व प्रकारे; **भारत**—

हे भारता; **तत्-प्रसादात्**—त्याच्या कृपेने; **पराम्**—परम; **शान्तिम्**—शांती; **स्थानम्**—धाम; **प्राप्स्यसि**—तुला प्राप्त होईल; **शाश्वतम्**—शाश्वत.

**हे भारता! पूर्णपणे त्याला शरण जा. त्याच्या कृपेने तुला दिव्य शांती आणि सनातन परमधामाची प्राप्ती होईल.**

**तात्पर्य:** यास्तव सर्वांच्या हृदयात स्थित असलेल्या भगवंतांना जीवाने शरण गेले पाहिजे आणि यामुळे सर्व प्रकारच्या सांसारिक दुःखांतून त्याची मुक्तता होईल. अशा शरणागतीमुळे मनुष्याची याच जीवनामध्ये संकटमुक्तता होते, एवढेच नव्हे तर शेवटी त्याला भगवंतांची प्राप्तीसुद्धा होते. परम धामाचे वर्णन वेदांमध्ये (ऋग्वेद १.२२.२०) *तद्विष्णोः परमं पदम्* या शब्दांत करण्यात आले आहे. संपूर्ण सृष्टी म्हणजे परमेश्वराचेच राज्य असल्यामुळे सर्व प्राकृत गोष्टी या आध्यात्मिकच आहेत, परंतु *परमं पदम्* हे शब्द सनातन धामाचा निर्देश करतात. या सनातन धामालाच वैकुंठ असे म्हटले जाते.

भगवद्गीतेच्या पंधराव्या अध्यायात म्हटले आहे की, *सर्वस्य चाहं हृदि सन्निविष्टः*—भगवंत हे सर्वांच्या हृदयात स्थित आहेत. म्हणून या ठिकाणी सांगण्यात आलेला उपदेश की, मनुष्याने अंतर्यामी परमात्म्याला शरण जावे, म्हणजेच मनुष्याने भगवान श्रीकृष्णांना शरण जाणे होय. अर्जुनाने पूर्वीच श्रीकृष्णांचा भगवान म्हणून स्वीकार केला आहे. दहाव्या अध्यायामध्ये श्रीकृष्णांना *परम ब्रह्म परम धाम*—या शब्दांमध्ये संबोधण्यात आले आहे. अर्जुनाने श्रीकृष्णांचा भगवान आणि सर्व जीवाचे परम धाम म्हणून स्वीकार केला आहे तो केवळ त्याच्या स्वतःच्या वैयक्तिक अनुभवावरूनच नव्हे तर नारद, असित, देवल, व्यास यांसारख्या महान अधिकारी आचार्यांच्या प्रमाणाचीही त्याच्या स्वीकाराला पुष्टी आहे.

**इति ते ज्ञानमाख्यातं गुह्याद्गुह्यतरं मया ।**
**विमृश्यैतदशेषेण यथेच्छसि तथा कुरु ॥ ६३ ॥**

**इति**—याप्रमाणे; **ते**—तुला; **ज्ञानम्**—ज्ञान; **आख्यातम्**—वर्णिले आहे; **गुह्यात्**—गुह्याहूनही; **गुह्य-तरम्**—अधिक गुह्य; **मया**—मी; **विमृश्य**—विचार करून; **एतत्**—यावर; **अशेषेण**—पूर्णपणे; **यथा**—जसे; **इच्छसि**—इच्छेला येईल; **तथा**—तसे; **कुरु**—कर.

**याप्रमाणे मी तुला अत्यधिक गुह्य ज्ञान सांगितले आहे. याचा पूर्ण विचार कर आणि तुझ्या इच्छेस जे येईल ते कर.**

**तात्पर्य:** भगवंतांनी अर्जुनाला यापूर्वीच ब्रह्म-भूत ज्ञानाचे वर्णन करून सांगितले आहे. जो मनुष्य ब्रह्म-भूत अवस्थेत असतो तो सदैव आनंदी असतो. तो कधी शोकही करीत नाही किंवा त्याला कशाची कामनाही नसते. हे गुह्य ज्ञानामुळे घडते. श्रीकृष्णांनी परमात्म्याचेही ज्ञान स्पष्ट करून सांगितले आहे. हे ज्ञान देखील ब्रह्मज्ञान होय, परंतु हे अधिक श्रेष्ठ ज्ञान आहे.

या श्लोकामधील *यथेच्छसि तथा कुरू*—तुझ्या इच्छेस येईल ते कर, हे शब्द दर्शवितात की, परमेश्वर हा जीवांच्या आंशिक स्वातंत्र्यामध्ये हस्तक्षेप करीत नाही. मनुष्य आपल्या

जीवनावस्थेची प्रगती कशी करू शकतो याचे वर्णन भगवंतांनी सर्व दृष्टींनी भगवद्‌गीतेत केले आहे. अर्जुनाने अंतर्यामी परमात्म्याला शरण जावे हा त्याला देण्यात आलेला सर्वोत्तम उपदेश होय. सदसद्‌विवेकबुद्धीचा उपयोग करून मनुष्याने परमात्म्याच्या आज्ञेनुसार कर्म करण्याचे मान्य केले पाहिजे. यामुळे तो सदैव कृष्णभावनाभावित राहू शकतो. कृष्णभावनेची प्राप्ती म्हणजे मानवी जीवनाची परमोच्च परिपूर्ण अवस्था होय. अर्जुनाला साक्षात भगवंतच युद्ध करण्याचा आदेश देत आहेत. भगवंतांना शरण जाणे यातच जीवांचे सर्वोत्तम हित आहे. यामध्ये परमेश्वराचा काही स्वार्थ नाही. शरणागत होण्यापूर्वी आपल्या बुद्धीच्या कुवतीप्रमाणे या विषयाचा विचार करण्यास मनुष्य स्वतंत्र आहे. भगवंतांचा उपदेश ग्रहण करण्याचा हाच सर्वोत्तम मार्ग आहे. असा उपदेश श्रीकृष्णांचे प्रामाणिक प्रतिनिधी असणाऱ्या आध्यात्मिक गुरूकडूनही प्राप्त होतो.

**सर्वगुह्यतमं भूयः शृणु मे परमं वचः ।**
**इष्टोऽसि मे दृढमिति ततो वक्ष्यामि ते हितम् ॥ ६४ ॥**

**सर्व-गुह्य-तमम्**—परमगुह्य; **भूयः**—पुन्हा; **शृणु**—ऐक; **मे**—माझ्याकडून; **परमम्**—परम किंवा सर्वश्रेष्ठ; **वचः**—आदेश किंवा वचन; **इष्टः असि**—तू प्रिय आहेस; **मे**—मला; **दृढम्**—अतिशय; **इति**—याप्रमाणे; **ततः**—म्हणून; **वक्ष्यामि**—मी सांगतो; **ते**—तुझ्या; **हितम्**—हितार्थ.

**तू माझा अतिशय प्रिय सखा असल्यामुळे मी तुला सर्व ज्ञानामधील अत्यधिक गुह्यतर असे परमश्रेष्ठ वचन सांगतो. हे तुझ्या हितार्थ आहे म्हणून ते माझ्याकडून ऐक.**

**तात्पर्य:** भगवंतांनी प्रथम अर्जुनाला गुह्य ज्ञान (ब्रह्मज्ञान) सांगितले आणि नंतर त्याहूनही अधिक गुह्यज्ञान (अंतर्यामी परमात्म्याचे ज्ञान) सांगितले आणि आता ते त्याला परमगुह्य ज्ञान सांगत आहेत की, पुरुषोत्तम भगवंतांना शरण जा. नवव्या अध्यायाच्या शेवटी भगवंत म्हणतात की, *मन्मना:* "सदैव माझेच चिंतन कर" या भगवद्‌गीतेमधील उपदेशांच्या तथ्यावर जोर देण्याकरिता त्याच उपदेशाची या ठिकाणी पुन्हा पुनरावृत्ती करण्यात आली आहे. कोणीही साधारण मनुष्य भगवद्‌गीतेचे सार जाणू शकत नाही; परंतु जो श्रीकृष्णांचा वास्तविक अत्यंत प्रिय शुद्ध भक्त आहे तोच केवळ गीतेचे सार जाणू शकतो. संपूर्ण वेदांमधील हा अत्यंत महत्त्वपूर्ण उपदेश आहे. या संदर्भात श्रीकृष्ण जे सांगत आहेत ते ज्ञानाचे अत्यंत महत्त्वपूर्ण असे सार आहे आणि याचे अनुसरण केवळ अर्जुनानेच नव्हे तर सर्व जीवांनी केले पाहिजे.

**मन्मना भव मद्भक्तो मद्याजी मां नमस्कुरु ।**
**मामेवैष्यसि सत्यं ते प्रतिजाने प्रियोऽसि मे ॥ ६५ ॥**

**मत्-मनाः**—माझे चिंतन करून; **भव**—हो; **मत्-भक्तः**—माझा भक्त; **मत्-याजी**—माझा पूजक; **माम्**—मला; **नमस्कुरु**—नमस्कार कर; **माम्**—मला; **एव**—निश्चितपणे; **एष्यसि**—तू येशील; **सत्यम्**—खरोखर; **ते**—तुला; **प्रतिजाने**—मी प्रतिज्ञा करतो; **प्रियः**—प्रिय; **असि**—तू आहेस; **मे**—मला.

**सदैव माझे चिंतन कर, माझा भक्त हो, माझे पूजन कर आणि मलाच नमस्कार कर. याप्रमाणे निश्चितपणे तू मला प्राप्त होशील. मी तुला हे प्रतिज्ञेने सांगतो, कारण तू माझा अत्यंत प्रिय सखा आहेस.**

**तात्पर्य:** मनुष्याने श्रीकृष्णांचा शुद्ध भक्त झाले पाहिजे, सदैव त्यांचे चिंतन केले पाहिजे आणि त्यांच्याच प्रीत्यर्थ कर्म केले पाहिजे. हा ज्ञानाचा अत्यंत गोपनीय भाग आहे. मनुष्याने केवळ उथळ ध्यानी होऊ नये. त्याने जीवनाला असे वळण दिले पाहिजे, जेणेकरून त्याला सदैव कृष्ण-चिंतन करता यावे आणि सदैव अशा पद्धतीने सर्व दैनंदिन कार्य केले पाहिजे की, त्या सर्व क्रिया श्रीकृष्णांशी संबंधित असाव्यात. दिवसातील चोवीस तास केवळ कृष्ण-चिंतन होईल अशा पद्धतीने त्याने आपल्या जीवनाची घडी बसविली पाहिजे. भगवंत प्रतिज्ञेने या ठिकाणी सांगतात की, जो कोणी अशा विशुद्ध कृष्णभावनेमध्ये आहे तो निश्चितपणे कृष्णलोकाची प्राप्ती करू शकेल. कृष्णलोकामध्ये त्याला श्रीकृष्णांचे प्रत्यक्ष सान्निध्य प्राप्त होते. भगवंतांनी अर्जुनाला हे परमगुह्य ज्ञान सांगितले, कारण अर्जुन हा त्यांचा प्रिय सखा आहे. जो कोणी अर्जुनाच्या मार्गाचे अनुसरण करतो तो श्रीकृष्णांचा प्रिय सखा होऊ शकतो आणि अर्जुनाप्रमाणेच त्यालाही पूर्णत्व प्राप्त होऊ शकते.

हे शब्द ठामपणे दर्शवितात की, मनुष्याने द्विभुज, वेणुधारी, श्यामसुंदर आणि केसांमध्ये मयूरपिच्छ धारण केलेल्या श्रीकृष्ण रूपावर ध्यान केंद्रित केले पाहिजे. श्रीकृष्ण रूपाचे वर्णन ब्रह्मसंहिता तसेच इतर वैदिक शास्त्रांमध्ये आढळते. मनुष्याने भगवंतांच्या श्रीकृष्ण या आदिरूपावर मनाला एकाग्र करावे; भगवंतांच्या अन्य रूपावरही ध्यान भटकू देऊ नये. भगवंतांची विष्णू, नारायण, राम, वराह आदी अनेक रूपे आहेत, परंतु भक्ताने अर्जुनासमोर उपस्थित असलेल्या रूपावरच आपले मन केंद्रित करावे. श्रीकृष्णांच्या रूपावर मन केंद्रित करणे हे ज्ञानाचे परम गोपनीय सार आहे आणि हेच ज्ञान श्रीकृष्णांनी अर्जुनाला प्रकट केले आहे, कारण अर्जुन हा श्रीकृष्णांचा प्रिय सखा आहे.

**सर्वधर्मान्परित्यज्य मामेकं शरणं व्रज ।**
**अहं त्वां सर्वपापेभ्यो मोक्षयिष्यामि मा शुचः ॥ ६६ ॥**

**सर्व-धर्मान्**—सर्व प्रकारच्या धर्मांचा; **परित्यज्य**—त्याग करून; **माम्**—मला; **एकम्**—केवळ; **शरणम्**—शरण; **व्रज**—जा; **अहम्**—मी; **त्वाम्**—तुला; **सर्व**—सर्व; **पापेभ्यः**—पापांपासून; **मोक्षयिष्यामि**—मुक्त करीन; **मा**—करू नकोस; **शुचः**—चिंता.

**सर्व प्रकारच्या धर्मांचा त्याग कर आणि केवळ मलाच शरण ये. मी तुला सर्व पापांपासून मुक्त करीन. तू भयभीत होऊ नकोस.**

**तात्पर्य:** भगवान श्रीकृष्णांनी परब्रह्माचे ज्ञान, परमात्म्याचे ज्ञान, वर्णाश्रम पद्धतीचे ज्ञान, संन्यासाश्रमाचे ज्ञान, निरासक्तीचे, मन आणि इंद्रियसंयमनाचे, ध्यानाचे इत्यादी नाना प्रकारच्या ज्ञानाचे, धर्मपद्धतींचे वर्णन केले आहे. त्यांनी विविध प्रकारच्या धर्मांचे अनेक प्रकारे वर्णन केले

आहे. आता भगवद्गीतेचे सार सांगताना भगवंत अर्जुनाला सांगतात की, त्यांनी आतापर्यंत वर्णन केलेल्या सर्व पद्धतींचा त्याग करावा आणि केवळ मला शरण यावे. अशा शरणागतीमुळे अर्जुनाचे सर्व पापांपासून रक्षण होईल, कारण भगवंत स्वतः त्याला तसे वचन देत आहेत.

आठव्या अध्यायात सांगितले होते की, जो सर्व पापांपासून मुक्त झाला आहे तोच केवळ श्रीकृष्णांचे पूजन करू शकतो. यावरून कोणाला असे वाटेल की, सर्व पापांपासून मुक्त झाल्यावाचून मनुष्य शरणागतीचा अंगीकार करू शकत नाही. अशा शंकांचे निरसन करण्यासाठीच या ठिकाणी म्हटले आहे की, मनुष्य जरी सर्व पापांपासून मुक्त झालेला नसला तरी केवळ श्रीकृष्णांना शरण गेल्यामुळे तो आपोआपच सर्व पापांतून मुक्त होतो. पापांपासून मुक्त होण्यासाठी खडतर प्रयास करण्याची मुळीच आवश्यकता नाही. श्रीकृष्ण हे सर्व जीवांचे सर्वश्रेष्ठ रक्षणकर्ता आहेत हे जाणून त्यांना निःसंशयपणे शरण गेले पाहिजे. श्रद्धा आणि प्रेमाने त्यांना शरण जाणे आवश्यक आहे.

श्रीकृष्णांना शरण जाण्याच्या विधीचे वर्णन हरिभक्तिविलास (११.६७६) मध्ये करण्यात आले आहे,

*आनुकूल्यस्य सङ्कल्पः प्रातिकूल्यस्य वर्जनम् ।*
*रक्षिष्यतीति विश्वासो गोप्तृत्वे वरणं तथा ।*
*आत्मनिक्षेप कार्पण्ये षड्विधा शरणागतिः ॥*

भक्तियोगाच्या पद्धतीनुसार, जी धर्मतत्त्वे मनुष्याला अखेरीस भगवद्भक्ती प्राप्त करण्यास साहाय्य करतात त्याच धर्मतत्त्वांचा त्याने स्वीकार करावा. वर्णाश्रम व्यवस्थेतील आपल्या स्थितीनुसार मनुष्य विशिष्ट प्रकारचे विहित कर्म करीत असेल, परंतु अशा कर्तव्यपालनाने तो जर कृष्णभावनेप्रत येत नसेल तर त्याची सर्व कर्मे व्यर्थच आहेत. जी गोष्ट आपल्याला कृष्णभावनेच्या परिपूर्ण स्तरापर्यंत नेत नाही ती गोष्ट आपण टाळली पाहिजे. सर्व परिस्थितीत श्रीकृष्ण आपले संकटापासून रक्षण करतील हा दृढ विश्वास मनुष्याला असला पाहिजे. आपले प्राणधारण कसे करता येईल याची चिंता मनुष्याने करण्याची आवश्यकता नाही. श्रीकृष्णच त्याकडे लक्ष देतील. त्याने सदैव आपल्याला असाहाय्य मानून श्रीकृष्णांनाच आपल्या जीवनातील प्रगतीचा आधार मानले पाहिजे. जेव्हा मनुष्य गंभीरपणे पूर्णपणे कृष्णभावनामय होऊन भगवद्भक्तीमध्ये संलग्न होतो तेव्हा तो तात्काळ भौतिक प्रकृतीच्या सर्व कल्मषांतून मुक्त होतो. धर्माचे अनेक विधी आहेत आणि ज्ञान, ध्यानयोग इत्यादी शुद्धीकरण करण्याचे अनेक मार्ग आहेत; परंतु जो श्रीकृष्णांना शरण जातो त्याला या पद्धतींचे अनुसरण करण्याची मुळीच आवश्यकता नाही. केवळ श्रीकृष्णांना शरण जाण्याने मनुष्याचा अनावश्यक कालापव्यय वाचतो. अशा रीतीने मनुष्य तात्काळ आपली प्रगती करून सर्व पापांतून मुक्त होऊ शकतो.

श्रीकृष्णांच्या सुंदर रूपाकडे पाहून त्यांच्याकडे आकृष्ट झाले पाहिजे. ते सर्वाकर्षक असल्यामुळे त्यांचे नाव कृष्ण आहे. जो मनुष्य श्रीकृष्णांच्या सुंदर, सर्वशक्तिमान रूपाद्वारे आकर्षित होतो तो भाग्यवान होय. विविध प्रकारचे योगी असतात, काहीजण निर्विशेष ब्रह्मामध्ये आसक्त असतात, काहीजण परमात्म्याद्वारे आकर्षित होतात इत्यादी. तथापि, जो कोणी

भगवंतांच्या साकार रूपाद्वारे आकर्षित होतो आणि विशेषत: जो साक्षात् भगवान श्रीकृष्णांकडे आकर्षित होतो तो परिपूर्ण योगी होय. दुसऱ्या शब्दांत सांगावयाचे तर, पूर्ण भावनेद्वारे कृष्णभक्ती करणे हेच ज्ञानाचे परम गोपनीय सार होय आणि संपूर्ण भगवद्‌गीतेचेही हेच सार आहे. कर्मयोगी, ज्ञानयोगी, अष्टांगयोगी आणि भक्त या सर्वांनाच योगी म्हटले जाते; परंतु जो शुद्ध भक्त आहे तो सर्वोत्तम आहे. या श्लोकामध्ये योजिलेले *मा शुच:* भयभीत होऊ नको, चिंता करू नको, संकोच करू नको, हे विशिष्ट शब्द अत्यंत महत्त्वपूर्ण आहेत. मनुष्याने सर्व प्रकारच्या धर्मांचा त्याग कसा करावा व केवळ श्रीकृष्णांना शरण कसे जावे याबद्दल एखादा गोंधळून जाऊ शकेल, परंतु अशी चिंता व्यर्थ आहे.

**इदं ते नातपस्काय नाभक्ताय कदाचन ।**
**न चाशुश्रूषवे वाच्यं न च मां योऽभ्यसूयति ॥ ६७ ॥**

**इदम्**—हे; **ते**—तू; **न**—कधीही नाही; **अतपस्काय**—जो तप करीत नाही; **न**—कधीही नाही; **अभक्ताय**—जो भक्त नाही; **कदाचन**—कधीही; **न**—कधीही नाही; **च**—सुद्धा; **अशुश्रूषवे**—जो भक्तीमध्ये संलग्न नाही; **वाच्यम्**—सांगावे; **न**—कधीही नाही; **च**—सुद्धा; **माम्**—माझा; **य:**—जो; **अभ्यसूयति**—द्वेष करतो.

**जो तप करीत नाही, जो भक्त नाही, भक्तीमध्ये संलग्न नाही तसेच जो माझा द्वेष करतो, त्याला हे परमगुह्य ज्ञान कधीही सांगू नये.**

**तात्पर्य:** ज्या मनुष्यांनी धर्मपद्धतीला अनुरूप अशी तपस्या केली नाही, कधीही कृष्णभावनामय भक्तीचे आचरण करण्याचा प्रयत्न केला नाही, शुद्ध भक्ताची सेवा केली नाही आणि विशेषकरून जे, श्रीकृष्ण हे केवळ एक ऐतिहासिक महापुरुष आहेत असे मानतात किंवा श्रीकृष्णांच्या महानतेचा द्वेष करतात त्यांना हे परमगुह्य ज्ञान कधीही सांगू नये. तथापि, कधी कधी पाहण्यात येते की, श्रीकृष्णांचा द्वेष करीत त्यांची निराळ्या प्रकारे उपासना करणारे आसुरी प्रवृत्तीचे लोक, भौतिक लाभप्राप्तीसाठी भगवद्‌गीतेवर निराळ्या पद्धतीने प्रवचन द्यायचा व्यवसाय करतात, परंतु जो कोणी श्रीकृष्णांना वास्तविकपणे जाणू इच्छितो त्याने भगवद्‌गीतेवरील असे भाष्य टाळणे आवश्यक आहे. वस्तुत: इंद्रियांच्या आहारी गेलेल्या लोकांना भगवद्‌गीतेचा उद्देश समजणे शक्य नाही. इतकेच नव्हे तर एखादा मनुष्य इंद्रियाधीन नसेल व वैदिक शास्त्रांच्या सर्व नीतिनियमांचे कठोरपणे पालनही करीत असेल, परंतु तो जर भक्त नसेल तर तोही श्रीकृष्णांना जाणणे शक्य नाही. जो स्वत:ला भक्त समजतो आणि कृष्णभावनामय कर्मामध्ये संलग्न झालेला नाही तो सुद्धा श्रीकृष्णांना जाणू शकत नाही. श्रीकृष्णांनी भगवद्‌गीतेमध्ये सांगितले आहे की, मीच परमेश्वर आहे आणि माझ्या समान अथवा माझ्याहून श्रेष्ठ असे काहीच नाही. त्यांच्या या प्रतिपादनामुळे अनेक लोक त्यांचा मत्सर करतात. श्रीकृष्णांचा द्वेष करणारेही अनेक लोक आहेत. असे लोक भगवद्‌गीता जाणू शकत नसल्यामुळे त्यांना भगवद्‌गीता सांगू नये. श्रद्धाहीन व्यक्ती भगवद्‌गीता आणि श्रीकृष्णांना जाणू शकत नाहीत. प्रमाणित शुद्ध भक्ताकडून श्रीकृष्णांना जाणून घेतल्याविना कोणीही भगवद्‌गीतेवर भाष्य करण्याचा खटाटोप करू नये.

**य इदं परमं गुह्यं मद्भक्तेष्वभिधास्यति ।**
**भक्तिं मयि परां कृत्वा मामेवैष्यत्यसंशयः ॥ ६८ ॥**

**यः**—जो; **इदम्**—हे; **परमम्**—परम; **गुह्यम्**—गुह्य; **मत्**—माझ्या; **भक्तेषु**—भक्तांमध्ये; **अभिधास्यति**—सांगतो; **भक्तिम्**—भक्ती; **मयि**—मला; **पराम्**—दिव्य; **कृत्वा**—करून; **माम्**—मला; **एव**—खचित; **एष्यति**—येतो; **असंशयः**—निःसंशय.

**जो मनुष्य, भक्तांना हे परमगुह्य रहस्य सांगेल त्याला निश्चितपणे शुद्ध भक्ती प्राप्त होईल व अखेरीस तो माझ्याकडे परत येईल. यात मुळीच संशय नाही.**

**तात्पर्य:** सामान्यतः सांगितले जाते की, भगवद्गीतेची चर्चा ही केवळ भक्तांमध्ये करावी, कारण जे भक्त नाहीत त्यांना भगवद्गीताही जाणणे शक्य नाही किंवा श्रीकृष्णांनाही जाणणे शक्य नाही. जे श्रीकृष्णांना आणि भगवद्गीतेला तत्त्वतः स्वीकारीत नाहीत त्यांनी आपल्या लहरीनुसार भगवद्गीतेचे विवेचन करण्याचा प्रयत्न करून अपराधी होऊ नये. जे श्रीकृष्णांचा पुरुषोत्तम भगवान म्हणून स्वीकार करण्यास तयार आहेत त्यांनाच केवळ भगवद्गीता सांगितली जावी. हा विषय शुष्क ज्ञानींसाठी नसून केवळ भक्तांसाठीच आहे. तथापि, जो कोणी भगवद्गीतेला यथार्थ रूपामध्ये प्रस्तुत करण्याचा प्रामाणिक प्रयत्न करतो त्याची भक्तीमध्ये प्रगती होईल आणि तो शुद्ध भक्तिमय जीवनात उन्नत होईल. अशा शुद्ध भक्तीमुळे तो निश्चितपणे स्वगृही, भगवद्धामात परत जातो.

**न च तस्मान्मनुष्येषु कश्चिन्मे प्रियकृत्तमः ।**
**भविता न च मे तस्मादन्यः प्रियतरो भुवि ॥ ६९ ॥**

**न**—कधीही नाही; **च**—आणि; **तस्मात्**—त्यांच्यापेक्षा; **मनुष्येषु**—मनुष्यांमध्ये; **कश्चित्**—कोणीही; **मे**—मला; **प्रिय-कृत्-तमः**—अधिक प्रिय; **भविता**—होईल; **न**—तसेच; **च**—आणि; **मे**—मला; **तस्मात्**—त्याच्यापेक्षा; **अन्यः**—अन्य; **प्रिय-तरः**—अधिक प्रिय; **भुवि**—या भूतलावर.

**त्याच्यापेक्षा मला अधिक प्रिय असा कोणीही सेवक या जगामध्ये नाही तसेच त्याच्यापेक्षा अधिक प्रिय असा कोणी होणारही नाही.**

**अध्येष्यते च य इमं धर्म्यं संवादमावयोः ।**
**ज्ञानयज्ञेन तेनाहमिष्टः स्यामिति मे मतिः ॥ ७० ॥**

**अध्येष्यते**—अध्ययन करील; **च**—सुद्धा; **यः**—जो; **इमम्**—हे; **धर्म्यम्**—पवित्र; **संवादम्**—संवाद; **आवयोः**—आपल्या; **ज्ञान**—ज्ञानाच्या; **यज्ञेन**—यज्ञाने; **तेन**—त्याच्याद्वारे; **अहम्**—मी; **इष्टः**—पूजिला जातो; **स्याम्**—होईन; **इति**—याप्रमाणे; **मे**—माझे; **मतिः**—मत.

**आणि मी असे घोषित करतो की, जो कोणी आपल्या या पवित्र संवादाचे अध्ययन करतो तो आपल्या बुद्धीद्वारे माझे पूजन करतो.**

**श्रद्धावाननसूयश्च शृणुयादपि यो नरः ।**
**सोऽपि मुक्तः शुभाँल्लोकान्प्राप्नुयात्पुण्यकर्मणाम्॥ ७१ ॥**

**श्रद्धा-वान्**—श्रद्धावान; **अनसूयः**—द्वेष न करणारा; **च**—आणि; **शृणुयात्**—श्रवण करतो; **अपि**—निश्चितपणे; **यः**—जो; **नरः**—मनुष्य; **सः**—तो; **अपि**—सुद्धा; **मुक्तः**—मुक्त; **शुभान्**—शुभ; **लोकान्**—लोक; **प्राप्नुयात्**—तो प्राप्त करतो; **पुण्य-कर्मणाम्**—पुण्यवान जीवांचे.

**आणि जो मनुष्य श्रद्धेने व द्वेष न करता श्रवण करतो तो सर्व पापांतून मुक्त होतो आणि पुण्यवान लोक जेथे वास करतात त्या शुभ लोकांची तो प्राप्ती करतो.**

**तात्पर्यः** या अध्यायाच्या सदुसष्टाव्या श्लोकात भगवंतांनी त्यांचा द्वेष करणाऱ्या लोकांना गीता सांगण्यास स्पष्टपणे प्रतिबंध केला आहे. दुसऱ्या शब्दांत सांगावयाचे तर, भगवद्‌गीता ही केवळ भक्तांसाठीच आहे. परंतु काही वेळा असे घडते की, भगवद्‌भक्त हा सामूहिकरीत्या प्रवचन देत असतो आणि त्या ठिकाणी उपस्थित प्रत्येक व्यक्ती हा भक्तच असेल अशी अपेक्षा नसते. असे लोक सामूहिक प्रवचन भरवितातच का? तर या ठिकाणी सांगण्यात आले आहे की, जरी प्रत्येक मनुष्य हा भक्त नसला तरी, श्रीकृष्णांचा द्वेष न करणारेही अनेक लोक आहेत. श्रीकृष्ण हे भगवान आहेत यावर त्यांची श्रद्धाही असते. अशा लोकांनी जर प्रमाणित भगवद्‌भक्तांकडून श्रवण केले तर परिणामतः ते सर्व पापांपासून तात्काळ मुक्त होतात आणि त्यानंतर पुण्यवान व्यक्ती वास करीत असलेल्या ग्रहलोकांची प्राप्ती करतात. म्हणून भगवद्‌गीतेचे केवळ श्रवण केल्याने, जो मनुष्य शुद्ध होण्याचा प्रयत्न करीत नाही, त्यालाही पुण्यकर्मांचे फळ प्राप्त होते. अशा प्रकारे भगवंतांचा विशुद्ध भक्त हा प्रत्येकाला सर्व पापांतून मुक्त होण्याची आणि भगवद्‌भक्त होण्याची संधी उपलब्ध करून देतो.

सामान्यतः जे लोक पापमुक्त आहेत व जे सदाचारी आहेत ते सहजपणे कृष्णभावनेचा स्वीकार करतात. या श्लोकातील *पुण्यकर्मणाम्* हा शब्द अत्यंत महत्त्वपूर्ण आहे. या शब्दावरून वेदांमध्ये सांगितलेल्या अश्वमेध यज्ञासारख्या महान यज्ञकर्मांचा बोध होतो. जे भक्तिपरायण पुण्यवान जन आहेत, परंतु शुद्ध झालेले नाहीत त्यांना ध्रुव महाराज निवास करीत असलेल्या ध्रुवलोकांची प्राप्ती होते. ध्रुव महाराज हे महान भगवद्‌भक्त आहेत आणि त्यांचा स्वतःचा विशेष असा ध्रुव नामक लोक आहे.

**कच्चिदेतच्छ्रुतं पार्थ त्वयैकाग्रेण चेतसा।**
**कच्चिदज्ञानसम्मोहः प्रणष्टस्ते धनञ्जय ॥ ७२ ॥**

**कच्चित्**—काय; **एतत्**—हे; **श्रुतम्**—श्रवण केले; **पार्थ**—हे पृथापुत्र; **त्वया**—तू; **एक-अग्रेण**—एकाग्रतेने; **चेतसा**—मनाने; **कच्चित्**—काय; **अज्ञान**—अज्ञान; **सम्मोहः**—मोह; **प्रणष्टः**—नष्ट झाला; **ते**—तुझा; **धनञ्जय**—हे धनंजय, संपत्तीवर विजय मिळविणारा.

**हे पार्थ! हे धनंजय! तू हे एकाग्रचित्ताने श्रवण केलेस का? आणि तुझा मोह आणि अज्ञान आता नष्ट झाले का?**

**तात्पर्य:** भगवंत हे अर्जुनाचे आध्यात्मिक गुरू या रूपामध्ये त्याला उपदेश करीत होते. म्हणून अर्जुनाने संपूर्ण भगवद्गीता यथार्थ रूपामध्ये जाणून घेतली की नाही याविषयी त्याला विचारणे हे भगवंतांचे कर्तव्यच होते आणि जर अर्जुनाला भगवद्गीता समजली नसेल तर भगवंत कोणत्याही मुद्द्याचे अथवा संपूर्ण भगवद्गीतेचे आवश्यकता असल्यास पुन्हा विवेचन करण्यास तयार होते. वास्तविकपणे जो कोणी श्रीकृष्णांसारख्या प्रामाणिक आध्यात्मिक गुरूद्वारे अथवा त्यांच्या प्रतिनिधींद्वारे भगवद्गीता श्रवण करतो त्याला आपल्यामधील सर्व अज्ञान नष्ट झाल्याचे दिसून येईल. भगवद्गीता हे काही एखाद्या कवीने अथवा कादंबरीकाराने लिहिलेले सामान्य पुस्तक नाही, स्वत: पुरुषोत्तम श्रीभगवंतांनी भगवद्गीता सांगितली आहे. भगवान श्रीकृष्णांद्वारे अथवा त्यांच्या अधिकृत आध्यात्मिक प्रतिनिधीद्वारे भगवद्गीतेचा उपदेश ऐकण्याइतपत भाग्यवान असलेला मनुष्य निश्चितपणे अंधकाररूपी अज्ञानातून मुक्त होतो आणि त्याला मोक्षप्राप्ती होते.

अर्जुन उवाच

**नष्टो मोहः स्मृतिर्लब्धा त्वत्प्रसादान्मयाच्युत।**
**स्थितोऽस्मि गतसन्देहः करिष्ये वचनं तव॥ ७३॥**

**अर्जुनः उवाच**—अर्जुन म्हणाला; **नष्टः**—नष्ट; **मोहः**—मोह; **स्मृतिः**—स्मृती; **लब्धा**—पुन्हा प्राप्त झाली; **त्वत्-प्रसादात्**—तुमच्या कृपेने; **मया**—माझ्याद्वारे; **अच्युत**—हे अच्युत; **स्थितः**—स्थित झालो; **अस्मि**—मी आहे; **गत**—दूर झाले; **सन्देहः**—सर्व संदेह; **करिष्ये**—मी करीन; **वचनम्**—आज्ञा; **तव**—तुमच्या.

**अर्जुन म्हणाला, हे कृष्ण! हे अच्युत! माझा मोह आता नष्ट झाला आहे. तुमच्या कृपेने मला माझी स्मृती पुन्हा प्राप्त झाली आहे. मी आता दृढ आणि संशयमुक्त झालो आहे आणि तुमच्या आज्ञेनुसार मी कर्म करण्यास तयार आहे.**

**तात्पर्य:** अर्जुनाने दर्शविल्याप्रमाणे जीवांची स्वरूपस्थिती म्हणजे भगवंतांच्या आज्ञेनुसार कर्म करणे होय. त्याने आत्मसंयमन करावयाचे असते. श्री चैतन्य महाप्रभू सांगतात की, भगवंताचा नित्य सेवक, ही जीवांची वास्तविक स्वरूपस्थिती आहे. या तत्त्वाची विस्मृती झाल्यामुळे जीव भौतिक प्रकृतीद्वारे बद्ध होतो आणि परमेश्वराची सेवा केल्याने तो परमेश्वराचा मुक्त सेवक होतो. सेवक असणे ही जीवांची वैधानिक स्थिती आहे. जीवाला एकतर मायेची सेवा करावी लागते किंवा परमेश्वराची सेवा करावी लागते. तो जर परमेश्वराची सेवा करीत असेल तर तो आपल्या स्वाभाविक स्थितीत असतो आणि जर त्याने मायेची सेवा करण्याचे ठरविले तर तो निश्चितच बद्ध होतो. मोहवश होऊन जीव या भौतिक प्रकृतीमध्ये सेवा करीत असतो. आपल्याच काम आणि वासना यांनी तो बद्ध झालेला असतो, तरीही तो स्वत:ला जगताचा स्वामी मानतो. यालाच माया असे म्हटले जाते. जेव्हा मनुष्य मुक्त होतो तेव्हा त्याचा मोह नष्ट होतो आणि परमेश्वराच्या आदेशानुसार कर्म करण्यासाठी तो स्वेच्छेने परमेश्वराला शरण जातो. जीवाला अडकविण्यासाठी मायेने टाकलेले शेवटचे जाळे म्हणजे जीवाने स्वत:ला परमेश्वर मानणे

होय. जीवाला वाटते की, आपण बद्धात्मा नसून परमेश्वरच आहोत. तो निर्बुद्ध असल्यामुळे विचारही करीत नाही की, मी जर परमेश्वर असतो तर संशयग्रस्त कसा झालो असतो. तो या संदर्भात मुळीच विचार करीत नाही. याप्रमाणे माया असा अखेरचा पाश टाकते. वस्तुत: श्रीकृष्णांना जाणणे आणि त्यांच्या आज्ञेनुसार कार्य करण्यास तयार होणे म्हणजेच मायेतून मुक्त होणे होय.

या श्लोकातील *मोह* हा शब्द अत्यंत महत्त्वपूर्ण आहे. मोह हा शब्द ज्ञानाच्या विरोधी शब्द आहे. सर्व जीव भगवंतांचे नित्य सेवक आहेत हे जाणणे म्हणजेच वास्तविक ज्ञान होय. परंतु स्वत:ला सेवक समजण्याऐवजी तो आपण सेवक नसून भौतिक प्रकृतीचा स्वामी आहोत असे मानतो, कारण त्याला भौतिक प्रकृतीवर प्रभुत्व गाजविण्याची इच्छा असते. हाच त्याचा संमोह होय. या मोहाला भगवंतांच्या अथवा शुद्ध भक्ताच्या कृपेने नष्ट करता येते. जेव्हा असा मोह नष्ट झाल्यावर तो कृष्णभावनाभावित कर्म करण्याचे मान्य करतो.

कृष्णभावना म्हणजे श्रीकृष्णांच्या आज्ञेनुसार कर्म करणे होय. बहिरंगा शक्तीने मोहित झाल्यामुळे जीव जाणत नाही की, भगवंत हे पूर्ण ज्ञानमय आणि वास्तविक प्रभू आहेत; आपल्या इच्छेनुसार ते भक्ताला काहीही प्रदान करू शकतात; सर्वांचेच मित्र असतात आणि भक्तांविषयी त्यांना विशेष प्रेम असते. ते या भौतिक प्रकृतीचे आणि सर्व जीवांचे नियंत्रक आहेत. तेच अव्ययी काळाचेही नियंत्रक आहेत. ते सर्व ऐश्वर्यांनी व सर्व शक्तींनी परिपूर्ण आहेत. भगवंत आपल्या भक्ताच्या पूर्णपणे अधीन होऊ शकतात. जो मनुष्य त्यांना जाणत नाही तो निश्चितच मायेच्या अधीन असतो आणि असा मनुष्य भक्त न होता मायेचा सेवक बनतो. तथापि, भगवंतांकडून भगवद्‌गीता ऐकल्यावर अर्जुन मोहमुक्त झाला. तो जाणू शकला की, श्रीकृष्ण हे केवळ आपले मित्रच नसून साक्षात पुरुषोत्तम भगवान आहेत. तो भगवंतांना तत्त्वत: जाणू शकला. म्हणून भगवद्‌गीतेचे अध्ययन करणे म्हणजेच श्रीकृष्णांना तत्त्वत: जाणणे होय. परिपूर्ण ज्ञानाने युक्त झाल्यावर मनुष्य स्वाभाविकत:च श्रीकृष्णांना शरण जातो. जेव्हा अर्जुनाने जाणले की, अनावश्यक लोकसंख्येमध्ये घट करणे ही श्रीकृष्णांचीच योजना आहे तेव्हा त्याने श्रीकृष्णांच्या आज्ञेनुसार युद्ध करण्याचे मान्य केले. भगवंतांच्या आज्ञेनुसार युद्ध करण्यासाठी त्याने पुन्हा धनुष्यबाण, शस्त्रास्त्रे धारण केली.

सञ्जय उवाच

**इत्यहं वासुदेवस्य पार्थस्य च महात्मनः ।**
**संवादमिममश्रौषमद्भुतं रोमहर्षणम् ॥ ७४॥**

**सञ्जयः उवाच**—संजय म्हणाला; **इति**—याप्रमाणे; **अहम्**—मी; **वासुदेवस्य**—श्रीकृष्णांचा; **पार्थस्य**—आणि अर्जुन; **च**—सुद्धा; **महा-आत्मनः**—महात्म्यांचा; **संवादम्**—संवाद; **इमम्**—हा; **अश्रौषम्**—ऐकला; **अद्भुतम्**—अद्‌भुत; **रोम-हर्षणम्**—रोमांचकारी.

**संजय म्हणाला, याप्रमाणे श्रीकृष्ण आणि अर्जुन या दोन महात्म्यांचा संवाद मी ऐकला. हा संवाद अत्यंत अद्‌भुत आणि रोमांचकारी आहे.**

**तात्पर्य:** भगवद्गीतेच्या प्रारंभी धृतराष्ट्राने संजयाला विचारले होते की, कुरुक्षेत्राच्या भूमीवर काय घडले ? संजयाचे गुरू व्यासदेव यांच्या कृपेने साऱ्या घटना संजयाच्या हृदयामध्ये स्फुरत होत्या. याप्रमाणे त्याने युद्धभूमीचा सारांश वर्णित केला. त्या ठिकाणी घडलेला संवाद हा अत्यंत अद्‌भुत होता. कारण दोन महात्म्यांमधील असा महत्त्वपूर्ण संवाद कधी घडला नव्हता आणि कधी घडणारही नव्हता. हा संवाद अद्‌भुत असण्याचे आणखी एक कारण म्हणजे भगवंत आपल्या शक्तींविषयी आणि स्वत:विषयी, जीवांचे प्रतिनिधित्व करणाऱ्या महान भगवद्‌भक्त अर्जुनाला सांगत होते. श्रीकृष्णांना जाणण्यासाठी जर आपण अर्जुनाच्या चरणचिह्नांचे अनुसरण केले तर आपले जीवन सुखी आणि शांतिमय होईल. संजयाला हे कळून चुकले आणि जसजसे तो हे जाणू लागला तसतसा त्याने धृतराष्ट्राला हा संवाद कथन केला. आता निष्कर्ष काढण्यात आला आहे की, जेथे जेथे श्रीकृष्ण आणि अर्जुन आहेत तेथे तेथे विजय आहे.

**व्यासप्रसादाच्छ्रुतवानेतद्‌गुह्यमहं परम् ।**
**योगं योगेश्वरात्कृष्णात्साक्षात्कथयतः स्वयम्॥ ७५ ॥**

**व्यास-प्रसादात्**—व्यासदेवांच्या कृपेने; **श्रुतवान्**—मी ऐकले; **एतत्**—हे; **गुह्यम्**—गुह्य; **अहम्**—मी; **परम्**—सर्वश्रेष्ठ किंवा परम; **योगम्**—योग; **योग-ईश्वरात्**—योगेश्वराकडून; **कृष्णात्**—श्रीकृष्णांकडून; **साक्षात्**—साक्षात; **कथयतः**—सांगत असता; **स्वयम्**—स्वत: .

**व्यासदेवांच्या कृपेने हे परमगुह्य ज्ञान योगेश्वर श्रीकृष्ण, अर्जुनाला सांगत असता साक्षात त्यांच्याकडून मी ऐकले आहे.**

**तात्पर्य :** व्यासदेव हे संजयाचे आध्यात्मिक गुरू होते आणि संजय मान्य करतो की, व्यासकृपेद्वारेच तो भगवंतांना जाणू शकला. याचाच अर्थ असा आहे की, मनुष्याने भगवान श्रीकृष्णांना प्रत्यक्ष न जाणता आध्यात्मिक गुरूच्या माध्यमाद्वारे जाणले पाहिजे. आध्यात्मिक गुरू हा पारदर्शक माध्यमाप्रमाणे आहे आणि या माध्यमाद्वारे भगवंतांची प्रत्यक्ष अनुभूती होते. हेच गुरुशिष्य परंपरेचे रहस्य आहे. जेव्हा आध्यात्मिक गुरू हा अधिकृत असतो तेव्हा अर्जुनाप्रमाणेच मनुष्य भगवद्‌गीतेचे प्रत्यक्षपणे श्रवण करू शकतो. संपूर्ण भूतलावर अनेक योगी आहेत; परंतु श्रीकृष्ण योगेश्वर आहेत. भगवंतांना शरण जाणे हा त्यांचा उपदेश भगवद्‌गीतेमध्ये स्पष्टपणे सांगितला आहे. जो कोणी श्रीकृष्णांना शरण जातो तोच सर्वोत्तम योगी होय. या विधानाची पुष्टी सहाव्या अध्यायाच्या शेवटच्या श्लोकामध्ये करण्यात आली आहे, *योगिनाम् अपि सर्वेषाम्.*

नारद मुनी हे श्रीकृष्णांचे प्रत्यक्ष शिष्य आणि व्यासदेवांचे गुरू आहेत. म्हणून अर्जुनाप्रमाणे व्यासदेवही तितकेच प्रमाणित आहेत. संजय हा व्यासदेवांचा प्रत्यक्ष शिष्य आहे. यास्तव व्यासदेवांच्या कृपेमुळे संजयाच्या इंद्रियांचे शुद्धीकरण झाले आणि तो श्रीकृष्णांना प्रत्यक्ष पाहू आणि ऐकू शकला. जो साक्षात श्रीकृष्णांकडून श्रवण करतो तो हे गुह्य ज्ञान जाणू शकतो. जर मनुष्य अशा गुरुशिष्य परंपरेमध्ये नसेल तर तो श्रीकृष्णांद्वारे श्रवण करू शकत नाही. त्यामुळे निदान भगवद्‌गीता समजण्याच्या बाबतीत तरी अशा मनुष्याचे ज्ञान नेहमीच अपूर्ण राहते.

भगवद्‌गीतेमध्ये कर्मयोग, ज्ञानयोग आणि भक्तियोग या सर्व प्रकारच्या योगपद्धतींचे वर्णन

करण्यात आले आहे. श्रीकृष्ण हे या सर्व प्रकारच्या योगपद्धतींचे स्वामी आहेत. तथापि, हे जाणले पाहिजे की, ज्याप्रमाणे श्रीकृष्णांना प्रत्यक्षपणे जाणण्याइतपत अर्जुन भाग्यवान होता त्याप्रमाणे व्यासदेवांच्या कृपेमुळे संजयही श्रीकृष्णांकडून प्रत्यक्षपणे श्रवण करू शकला. वस्तुत: श्रीकृष्णांपासून साक्षात श्रवण करणे आणि व्यासदेवांसारख्या प्रमाणित आध्यात्मिक गुरूच्या माध्यमातून श्रीकृष्णांना ऐकणे यांत मुळीच भेद नाही. आध्यात्मिक गुरू हा व्यासदेवांचाही प्रतिनिधी असतो. म्हणून वैदिक पद्धतीप्रमाणे आध्यात्मिक गुरूच्या जन्मतिथीला त्यांचे शिष्य *व्यासपूजा* नामक उत्सव साजरा करतात.

**राजन्संस्मृत्य संस्मृत्य संवादमिममद्भुतम् ।**
**केशवार्जुनयोः पुण्यं हृष्यामि च मुहुर्मुहुः ॥ ७६ ॥**

**राजन्**—हे राजन; **संस्मृत्य**—स्मरण करून; **संस्मृत्य**—स्मरण करून; **संवादम्**—संवाद; **इमम्**—हा; **अद्भुतम्**—अद्‌भुत; **केशव**—भगवान श्रीकृष्णांचा; **अर्जुनयोः**—आणि अर्जुन; **पुण्यम्**—पवित्र; **हृष्यामि**—मी हर्षित होत आहे; **च**—सुद्धा; **मुहुः मुहुः**—पुनः पुन्हा.

**हे राजन्! श्रीकृष्ण आणि अर्जुन यांच्या या अद्‌भुत आणि पवित्र संवादांचे वारंवार स्मरण होऊन मला प्रतिक्षण, पुनः पुन्हा हर्ष होत आहे.**

**तात्पर्य:** भगवद्‌गीतेचे ज्ञान इतके दिव्य आहे की, जो कोणी अर्जुन आणि श्रीकृष्ण यांचा संवाद जाणतो तो पुण्यवान होतो आणि या संवादाचे त्याला कधीच विस्मरण होत नाही. हीच आध्यात्मिक जीवनाची दिव्य स्थिती आहे. दुसऱ्या शब्दांत सांगावयाचे तर, जो मनुष्य योग्य मार्गाने अर्थात, प्रत्यक्ष श्रीकृष्णांकडून श्रवण करतो त्याला परिपूर्ण कृष्णभावनेची प्राप्ती होते. कृष्णभावनेच्या प्रभावामुळे मनुष्य अधिकाधिक प्रबुद्ध होत जातो आणि केवळ अल्प काळासाठीच नव्हे तर क्षणोक्षणी तो हर्षमय जीवनाचा आनंद घेतो.

**तच्च संस्मृत्य संस्मृत्य रूपमत्यद्भुतं हरेः ।**
**विस्मयो मे महान्राजन्हृष्यामि च पुनः पुनः ॥ ७७ ॥**

**तत्**—ते; **च**—सुद्धा; **संस्मृत्य**—स्मरण करून; **संस्मृत्य**—स्मरण करून; **रूपम्**—रूप; **अति**—अत्यंत; **अद्भुतम्**—अद्‌भुत; **हरेः**—भगवान श्रीकृष्णांचे; **विस्मयः**—विस्मय; **मे**—मला; **महान्**—मोठा, महान; **राजन्**—हे राजन; **हृष्यामि**—मी हर्षित होत आहे; **च**—सुद्धा; **पुनः पुनः**—पुनः पुन्हा.

**हे राजन्! भगवान श्रीकृष्णांचे अद्‌भुत रूप स्मरण केल्याने मी अधिकाधिक विस्मयकारी होत आहे आणि मला पुनः पुन्हा हर्ष होत आहे.**

**तात्पर्य:** असे दिसून येते की, व्यासदेवांच्या कृपेने संजयालाही श्रीकृष्णांनी अर्जुनाला प्रकट केलेले विश्वरूप पाहता आले. अर्थात असे म्हटले जाते की, भगवान श्रीकृष्णांनी पूर्वी कधीच असे रूप प्रकट केले नव्हते. हे रूप केवळ अर्जुनालाच प्रकट करण्यात आले होते. तरीही अर्जुनाला जेव्हा हे रूप दाखविण्यात येत होते तेव्हा काही महान भक्तही श्रीकृष्णांचे विश्वरूप पाहू शकले आणि त्या महान भक्तांपैकी व्यासदेव हे एक आहेत. ते एक महान भगवद्‌भक्त

आहेत आणि श्रीकृष्णांचे एक शक्तिशाली अवतार आहेत. व्यासदेवांनी हे आपला शिष्य संजय याला प्रकट केले. संजयाने श्रीकृष्णांच्या त्या अद्भुत रूपाचे स्मरण केले व त्यामुळे तो वारंवार हर्षित होत होता.

**यत्र योगेश्वरः कृष्णो यत्र पार्थो धनुर्धरः ।**
**तत्र श्रीर्विजयो भूतिर्ध्रुवा नीतिर्मतिर्मम ॥ ७८ ॥**

**यत्र**—जेथे; **योग-ईश्वरः**—योगेश्वर; **कृष्णः**—भगवान श्रीकृष्ण; **यत्र**—जेथे; **पार्थः**—पृथापुत्र; **धनुः-धरः**—धनुर्धर; **तत्र**—तेथे; **श्रीः**—ऐश्वर्य; **विजयः**—विजय; **भूतिः**—असामान्य सामर्थ्य; **ध्रुवा**—निश्चितच; **नीतिः**—नीती; **मतिः मम**—माझे मत.

**जेथे योगेश्वर कृष्ण आणि महान धनुर्धर अर्जुन आहेत तेथे निश्चितच ऐश्वर्य, विजय, असामान्य सामर्थ्य आणि नीती आहे. हे माझे मत आहे.**

**तात्पर्यः** भगवद्गीतेचा प्रारंभ धृतराष्ट्राच्या विचारणेद्वारे झाला. भीष्म, द्रोण आणि कर्ण आदी महान योद्ध्यांच्या साहाय्यामुळे आपले पुत्र युद्धामध्ये विजयी होतील, अशी त्याला आशा होती. आपल्या पक्षाचा विजय होणार अशी त्याला आशा होती; परंतु युद्धभूमीवरील परिस्थितीचे वर्णन केल्यानंतर संजय राजाला म्हणाला की, "तुम्ही विजयाची आशा करीत आहात; परंतु माझे मत आहे की, ज्या ठिकाणी श्रीकृष्ण आणि अर्जुन उपस्थित आहेत तेथे सर्व सद्भाग्य असते." त्याने निश्चितपणे स्पष्ट केले की, धृतराष्ट्र आपल्या पक्षाच्या विजयाची अपेक्षाच करू शकत नाही. अर्जुनाच्या पक्षाचा विजय हा निश्चित होता, कारण श्रीकृष्ण त्या पक्षामध्ये उपस्थित होते. श्रीकृष्णांनी अर्जुनाचे सारथ्य स्वीकारणे हे ऐश्वर्याचेच एक प्रतीक आहे. श्रीकृष्ण हे सर्व ऐश्वर्यांनी परिपूर्ण आहेत आणि वैराग्य हे त्यापैकीच एक आहे. अशा वैराग्याची अनेक उदाहरणे आहेत, कारण श्रीकृष्ण वैराग्याचेही स्वामी आहेत. वास्तविकपणे युद्ध हे दुर्योधन आणि युधिष्ठिर यांच्यामध्ये होते. अर्जुन हा आपला थोरला बंधू युधिष्ठिर याच्या वतीने युद्ध करीत होता. श्रीकृष्ण आणि अर्जुन हे युधिष्ठिराच्या बाजूने असल्यामुळे युधिष्ठिराचा विजय निश्चित होता. जगावर कोण राज्य करणार याचा युद्धामुळे निर्णय होणार होता. जगाची सत्ता ही युधिष्ठिरांकडे जाईल अशी संजयाने भविष्यवाणी केली. या ठिकाणी असेही म्हटले आहे की, युधिष्ठिरांनी युद्धामध्ये विजय प्राप्त केल्यावर राज्याची अधिकाधिक भरभराट होईल, कारण तो पुण्यवान आणि धर्मनिष्ठच होता असे नव्हे तर तो दृढ सदाचारीही होता. त्याने आपल्या आयुष्यात कधीही असत्य भाषण केले नाही.

अनेक अल्पबुद्धी लोकांना वाटते की, भगवद्गीता म्हणजे युद्धभूमीवर घडलेली दोन मित्रांमधील केवळ एक चर्चा आहे. तथापि, असे पुस्तक शास्त्र म्हणून प्रमाणित होऊ शकत नाही. काहीजण विरोध दर्शवतील की, अर्जुनाला युद्ध करण्यास श्रीकृष्णांनीच उद्युक्त केले आणि असे युद्ध हे अनैतिकच होते, परंतु वस्तुस्थिती ही आहे की, भगवद्गीता म्हणजे नैतिकतेचा सर्वश्रेष्ठ उपदेश आहे. सर्वश्रेष्ठ नैतिकता ही नवव्या अध्यायातील चौतिसाव्या

श्लोकामध्ये सांगण्यात आली आहे की, *मन्मना भव मद्भक्तः*—मनुष्याने कृष्णभक्त बनणे आवश्यक आहे आणि श्रीकृष्णांना शरण जाणे हेच सर्व धर्मांचे सार आहे. (*सर्वधर्मान्परित्यज्य मामेकं शरणं व्रज*) भगवद्गीतेतील उपदेश म्हणजेच सर्वोच्च सर्वश्रेष्ठ धर्म आणि सर्वश्रेष्ठ नैतिकतेचा मार्ग आहे. इतर सर्व मार्ग हे शुद्धीकरण करण्यासाठी आणि या मार्गाप्रत उन्नती करण्यासाठी असतील. गीतेतील शेवटचा उपदेश म्हणजे धर्म आणि नैतिकतेचा अंतिम उपदेश होय व तो म्हणजे श्रीकृष्णांना शरण जाणे होय. अठराव्या अध्यायाचा हाच निर्णय आहे.

भगवद्गीतेवरून आपण जाणू शकतो की, आत्मसाक्षात्काराकरिता ज्ञान आणि ध्यान हेही मार्ग आहेत; परंतु श्रीकृष्णांना शरण जाणे ही परमोच्च संसिद्धी आहे. भगवद्गीतेचे हेच सार आहे. विविध कर्मविधींना आणि वर्णाश्रम पद्धतीला अनुसरून असणारा नियामक तत्त्वाचा मार्ग हा ज्ञानाचा गुह्य मार्ग असू शकेल. परंतु जरी गृहस्थ आहेत, तरी धार्मिक कर्मकांडे, ध्यान आणि ज्ञानाचे अनुशीलन ही त्यापेक्षा अधिक गुह्य आहेत आणि परिपूर्ण कृष्णभावनामय भक्तीद्वारे श्रीकृष्णांना शरण जाणे हे परम गुह्य ज्ञान आहे. हेच अठराव्या अध्यायाचे सार आहे.

भगवद्गीतेचे आणखी एक वैशिष्ट्य म्हणजे भगवान श्रीकृष्णांचे गीतेमध्ये परम सत्य म्हणून प्रतिपादन केले आहे. परम सत्याची अनुभूती ही निर्विशेष ब्रह्म, अंतर्यामी परमात्मा आणि पुरुषोत्तम भगवान श्रीकृष्ण या तीन रूपांमध्ये होते. परम सत्याचे परिपूर्ण ज्ञान म्हणजेच श्रीकृष्णांचे परिपूर्ण ज्ञान होय. मनुष्याने जर श्रीकृष्णांचे ज्ञान प्राप्त केले तर त्याच्यासाठी ज्ञानाचे इतर सर्व विभाग हे आंशिक ज्ञानाप्रमाणेच आहेत. श्रीकृष्ण हे दिव्य आहेत, कारण ते सदैव आपल्या अंतरंगा शक्तीमध्ये स्थित असतात. जीव हे त्यांच्या शक्तीपासून प्रकट होतात आणि त्यांचे वर्गीकरण नित्यबद्ध आणि नित्यमुक्त या दोन वर्गांमध्ये करण्यात येते. असे जीव असंख्य आहेत आणि ते श्रीकृष्णांचे अंश आहेत. भौतिक शक्ती ही चोवीस तत्त्वांमध्ये प्रकट होते. शाश्वत कालतत्त्वामुळे सृष्टी प्रकट होते आणि बहिरंगा शक्तीद्वारे हिची निर्मिती आणि प्रलय होतो. ही प्राकृतिक सृष्टी सतत प्रकट आणि अप्रकट होत असते.

भगवद्गीतेमध्ये ईश्वर, प्रकृती, जीव, शाश्वत काल आणि कर्म या पाच मुख्य विषयांची चर्चा करण्यात आली आहे. ही सर्व तत्त्वे भगवान श्रीकृष्णांच्या अधीन आहेत. परम सत्याच्या सर्व संकल्पना निर्विशेष ब्रह्म, अंतर्यामी परमात्मा आणि इतर कोणतीही दिव्यत्वाची संकल्पना ही भगवंतांच्या ज्ञानामध्ये अंतर्भूत होते. वरकरणी जरी भगवान, जीव, भौतिक प्रकृती आणि काल हे भिन्न प्रतीत होत असले तरी यांपैकी कोणतेही तत्त्व परम सत्यापासून अलग नाही. परंतु परम सत्य हे सर्वांपासूनच सदैव भिन्न असते. *अचिंत्य भेदाभेद तत्त्व* हे श्री चैतन्य महाप्रभूंचे तत्त्वज्ञान आहे. हे तत्त्वज्ञान म्हणजे परम सत्याचे परिपूर्ण ज्ञान होय.

जीवात्मा आपल्या स्वरूपस्थितीत विशुद्ध असतो. तो परमात्म्याच्या एका अणूप्रमाणे असतो. अशा रीतीने भगवान श्रीकृष्णांची तुलना ही सूर्याशी तर जीवांची तुलना ही सूर्यप्रकाशाबरोबर करता येईल. जीव हे श्रीकृष्णांची तटस्था शक्ती असल्यामुळे त्यांच्यामध्ये बहिरंगा शक्ती अथवा अंतरंगा शक्तीच्या संपर्कात येण्याची प्रवृत्ती असते. दुसऱ्या शब्दांत सांगावयाचे तर, जीव हे भगवंतांच्या दोन्ही शक्तींच्या मध्ये स्थित आहेत आणि जीव हे

पराप्रकृतीस्वरूप असल्यामुळे त्यांना आंशिक स्वातंत्र्य असते. या स्वातंत्र्याचा सदुपयोग केल्याने तो प्रत्यक्ष श्रीकृष्णांच्या आदेशांच्या अंतर्गत वास करतो. याप्रमाणे तो आह्लाददायी अंतरंगा शक्तीमध्ये आपली स्वरूपस्थिती प्राप्त करतो.

*या प्रकारे भगवद्गीतेच्या 'मोक्षसंन्यास योग' या अठराव्या अध्यायावरील भक्तिवेदांत भाष्य संपन्न.*

# लेखक

कृष्णकृपामूर्ती ए.सी. भक्तिवेदान्त स्वामी प्रभुपाद या जगतामध्ये कलकत्ता शहरात १८९६ या वर्षी अवतीर्ण झाले. त्यांचे आध्यात्मिक गुरू श्रील भक्तिसिद्धान्त सरस्वती गोस्वामी यांना ते सर्वप्रथम कलकत्त्यात १९२२ साली भेटले. श्रील भक्तिसिद्धान्त सरस्वती हे एक अग्रगण्य धार्मिक विद्वान आणि भारतातील चौसष्ट गौडीय मठांचे (वैदिक संस्थांचे) संस्थापक होते. त्यांना हा सुशिक्षित तरुण आवडला आणि त्यांनी वैदिक ज्ञानाचा प्रसार करण्याकरिता आपले जीवन समर्पित करण्याची आवश्यकता त्याला पटवून दिली. श्रील प्रभुपाद त्यांचे अनुयायी झाले आणि अकरा वर्षांनंतर अलाहाबाद येथे, १९३३ साली त्यांचे अधिकृत दीक्षित शिष्य झा ले.

१९२२ साली झालेल्या त्यांच्या पहिल्या भेटीत श्रील भक्तिसिद्धान्त सरस्वतींनी श्रील प्रभुपादांना इंग्रजी भाषेत वैदिक ज्ञानाचा प्रचार करण्याची विनंती केली. त्यानंतरच्या वर्षांत श्रील प्रभुपादांनी भगवद्‌गीतेवर एक भाष्य लिहिले, गौडीय मठाला त्याच्या कार्यामध्ये साहाय्य केले आणि १९४४ साली बॅक टू गॉडहेड या नावाचे एक इंग्रजी पाक्षिक सुरू केले. या नियतकालिकाचे सातत्याने प्रकाशन करणे हा एक कठोर संघर्ष होता. श्रील प्रभुपादांनी एकहस्ते त्याचे संपादन, हस्तलिखितांचे टंकलेखन, मुद्रितशोधन, एवढेच नव्हे तर त्याच्या प्रतींचे वितरणही केले. एकदा सुरू झालेले हे नियतकालिक कधीच थांबले नाही. त्याचे प्रकाशन आता त्यांच्या शिष्यांनी हाती घेतले आहे आणि तीसहून अधिक भाषांमध्ये ते प्रकाशित केले जात आहे.

श्रील प्रभुपादांची तत्त्वज्ञानातील विद्वत्ता आणि भक्ती ओळखून गौडीय वैष्णव सोसायटीने १९४७ साली 'भक्तिवेदान्त' ही पदवी देऊन त्यांचा गौरव केला. १९५० साली, वयाच्या चौपन्नाव्या वर्षी श्रील प्रभुपाद गृहस्थ-जीवनातून निवृत्त झाले आणि अध्ययन व लेखन याकरिता अधिक वेळ देण्यासाठी त्यांनी वानप्रस्थ आश्रमाचा स्वीकार केला. पवित्र वृंदावन क्षेत्रास जाऊन त्यांनी अत्यंत साधेपणाने मध्ययुगीन ऐतिहासिक राधा-दामोदर मंदिरात निवास केला. तेथे अनेक वर्षे त्यांनी सखोल अध्ययन आणि लेखन यांमध्ये काळ व्यतीत केला. त्यांनी १९५९ साली संन्यास-आश्रमाचा स्वीकार केला. राधा-दामोदर मंदिरात श्रील प्रभुपादांनी त्यांच्या जीवनातील एका महान कार्याचा शुभारंभ केला : अनेक खंडांचे, अठरा हजार श्लोक असलेले श्रीमद्-भागवताचे (भागवत पुराणाचे) भाषांतर आणि त्यावरील भाष्य. तसेच त्यांनी ईझी जर्नी टू अदर प्लॅनेट्स हे पुस्तकही लिहिले.

भागवताच्या तीन खंडांचे प्रकाशन केल्यानंतर आपल्या आध्यात्मिक गुरूंचे कार्य पूर्ण करण्यासाठी, सप्टेंबर १९६५ साली, श्रील प्रभुपाद अमेरिकेच्या संयुक्त संस्थानांत आले. त्यानंतर कृष्णकृपामूर्तींनी भारतीय धर्म व तत्त्वज्ञान यांवरील अनेक उत्तम ग्रंथांची भाषांतरे, त्यांवरील अधिकृत भाष्ये आणि त्यांच्यावरील अभ्यासात्मक सारनिबंध यांनी युक्त असलेल्या साठहून

अधिक खंडांचे लेखन केले.

जेव्हा एका मालवाहू जहाजाने प्रवास करून त्यांनी सर्वप्रथम अमेरिकेच्या भूमीत पदार्पण केले, तेव्हा ते जवळजवळ निष्कांचन होते. एक वर्षभर खडतर तपश्चर्या केल्यानंतरच, १९६६च्या जुलै महिन्यात, त्यांनी आंतरराष्ट्रीय श्रीकृष्णभावनामृत संघाची स्थापना केली. १४ नोव्हेंबर, १९७७ रोजी झालेल्या त्यांच्या निर्वाणापूर्वी त्यांनी या संस्थेला पूर्ण मार्गदर्शन केले होते आणि जगभरातील शंभराहून अधिक आश्रम, गुरुकुले, मंदिरे, संस्था, कृषी-समाज यांनी युक्त असलेल्या एका विश्वव्यापी संघटनेमध्ये तिचे रूपांतर झाल्याचे त्यांनी पाहिले होते.

१९६८ साली श्रील प्रभुपादांनी वेस्ट व्हर्जिनियाच्या टेकड्यांवर न्यू वृंदावन नावाच्या एका प्रायोगिक वैदिक समाजाची निर्मिती केली. दोन हजाराहून अधिक एकर जमिनीने युक्त असलेल्या ह्या भरभराटीच्या कृषी-समुदायातील यशाने प्रेरित होऊन त्यांच्या अनुयायांनी संयुक्त संस्थानांत आणि इतरत्र तशाच प्रकारच्या अनेक कृषिसमाजांची स्थापना केली.

१९७२ मध्ये कृष्णकृपामूर्तींनी डलास आणि टेक्सास येथे गुरुकुलांची स्थापना करून पाश्चात्त्य देशांत प्राथमिक आणि माध्यमिक शिक्षणाच्या वैदिक शिक्षाप्रणालीची पायाभरणी केली. तेव्हापासून त्यांच्या देखरेखीखाली त्यांच्या शिष्यांनी संयुक्त संस्थानांत आणि इतर देशांत सर्वत्र गुरुकुलांची स्थापना केली आहे. या गुरुकुलांचे मुख्य शैक्षणिक कार्यालय आता भारतातील वृंदावन येथे स्थित आहे.

श्रील प्रभुपादांनी भारतामध्ये अनेक विशाल आंतरराष्ट्रीय सांस्कृतिक केंद्रांच्या निर्मितीसही प्रोत्साहन दिले. पश्चिम बंगालमधील श्रीधाम मायापूर येथील केंद्र हे तेथे उभारावयाच्या आध्यात्मिक नगराचे नियोजित ठिकाण आहे. ही एक महत्त्वाकांक्षी योजना असून या योजनेचे बांधकाम येत्या अनेक वर्षांत पूर्ण केले जाईल. भारतात वृंदावन येथे भव्य कृष्ण-बलराम मंदिर, आंतरराष्ट्रीय अतिथिगृह आणि श्रील प्रभुपाद स्मारक व संग्रहालय आहे. मुंबई येथेही विशाल सांस्कृतिक व शैक्षणिक केंद्र आहे. भारतीय उपमहाखंडात अशी अनेक केंद्रे उभारण्याच्या योजना विचाराधीन आहेत.

तथापि, श्रील प्रभुपादांची सर्वांत महत्त्वाची देणगी म्हणजे त्यांचे ग्रंथ होत. त्या ग्रंथांची अधिकृतता, गहनता आणि सुगमता यांमुळे विद्वत्समाजात अतिशय वाखाणल्या गेलेल्या या ग्रंथांचा उपयोग असंख्य महाविद्यालयीन अभ्यासक्रमांत प्रमाणभूत पाठ्यपुस्तके म्हणून केला जातो. त्यांचे लिखाण पन्नासहून अधिक भाषांमध्ये भाषांतरित झालेले आहे. अशा तऱ्हेने, कृष्णकृपामूर्तींचे ग्रंथ प्रकाशित करण्यासाठी १९७२ साली स्थापण्यात आलेली भक्तिवेदान्त बुक ट्रस्ट ही संस्था भारतीय धर्म आणि तत्त्वज्ञान या क्षेत्रातील ग्रंथ प्रकाशित करणारी जगातील सर्वांत मोठी प्रकाशन-संस्था झाली आहे.

अवघ्या बारा वर्षांत, वृद्धावस्थेची तमा न बाळगता श्रील प्रभुपादांनी प्रवचनांचे दौरे करीत चौदा वेळा पृथ्वीला प्रदक्षिणा घातली व हे करीत असताना त्यांनी सहा खंडांना भेटी दिल्या. अशा प्रकारच्या धकाधकीच्या दिनचर्येतही श्रील प्रभुपादांनी विपुलतेने लिखाण करणे चालूच ठेवले. त्यांचे लेखन म्हणजे वैदिक तत्त्वज्ञान, धर्म, साहित्य आणि संस्कृती यांच्यावरील एक यथार्थ ग्रंथसंग्रह होय.

# ग्रंथसूची

भगवद्‌गीतेतील सर्व तात्पर्ये ही प्रमाणभूत वैदिक ग्रंथांवर आधारलेली आहेत. तात्पर्यांमध्ये पुढील प्रमाणित ग्रंथांचे उल्लेख आहेत.

**अथर्व वेदः १०.८**
**अमृत बिन्दु उपनिषदः ६.५**
**ईशोपनिषदः २.७१, ५.१०, ७.२५**
**उपदेशामृतः ६.२४**
**ऋग्वेदः १४.१६, १८.६२**
**कठोपनिषद : २.१२, २.२०, २.२३, २.२९, ७.६, १५.१७**
**कूर्मपुराणः ९.३४**
**कौशितकी उपनिषदः ५.१५**
**गर्ग उपनिषदः २.७, ९.६**
**गीता-माहात्म्यः पृ. ३०, ३१**
**तैत्तिरीय उपनिषदः ७.२१, १३.१७**
**पद्मपुराणः ५.२२, ६.८, ७.३**
**पराशर-स्मृतिः २.३२**
**पुरुष बोधिनी उपनिषदः ४.९**
**प्रश्नोपनिषदः ८.१४**
**बृहन्नारदीय पुराणः ६.११-१२**
**बृहदारण्यक उपनिषद : २.७, ३.१५, ४.३७, ९.६, १३.८-१२, १५.१४**
**बृहद् विष्णु स्मृतिः ९.१२**
**ब्रह्मसंहिताः पृ. १३, २.२, ३.१३, ४.१, ४.५, ४.९, ६.१५, ६.३०, ७.७**
**भक्तिरसामृतसिंधूः ४.१०, ५.२, ६.१०, ६.३१, ७.३, ७.१६, ११.५५, ९.४, ९.९, १३.१४**
**महा उपनिषदः १०.८**
**महाभारतः ४.१**
**माण्डूक्य उपनिषदः ५.१०**
**माध्यन्दिनायनश्रुति १५.७**
**मुण्डकोपनिषदः २.१७, २.२३**
**मोक्ष-धर्मः १०.८**
**चैतन्य चरितामृतः पृ. २६, २.८, २.४१, ४.८**
**छांदोग्य उपनिषदः ८.३, ८.१६, ८.२६**
**नारद-पञ्चरात्रः ६.३१**
**नारायण उपनिषदः १०.८**
**नारायणीयः १२.६-७**
**निरुक्तिः २.४४**
**योगसूत्रः ६.२०-२३**
**वराह पुराणः १०.१८, १२.६-७**
**विष्णुपुराणः २.१६, ३.९, ११.४०**
**वेदान्त-सूत्रः ५.१५, ९.२, ९.२१, १५.१४, १८.५५**
**श्रीमद्भागवत : १.२८, १.४१, २.२, २.१७, २.३८, २.४०, २.४६, २.५१, २.६१, ३.५, ३.१०, ३.२४, ३.३७, ३.४०, ३.४१, ४.११, ४.३५, ५.२, ५.२२, ५.२६, ६.१४, ६.१८, ६.४०, ६.४४, ६.४७, ७.१, ७.५, ७.१८, ७.२५, ९.१, ९.२, १०.१८, १०.२०, १२.१३-१४, १३.८-१२, १७.४**
**श्वेताश्वतरोपनिषद २.१७, ३.२२, ५.१३, ७.७, ७.१९, १३.१५, १३.१८**
**सात्वत तन्त्रः ७.४**
**सुबल उपनिषदः १०.२०**
**स्तोत्र रत्नः ७.२४, २.५६**
**हरिभक्तिविलासः ११.५५, १८.६६**

# विशेष शब्दावली

**अपरा प्रकृती**—भगवंतांची कनिष्ठ, जड शक्ती

**अहंकार**—मिथ्या अहंकार, ज्यायोगे आत्मा स्वत:ला भौतिक शरीर समजतो.

**अर्चाविग्रह**—भौतिक तत्त्वांमधून प्रकट होणारे भगवंतांचे स्वरूप. अर्चाविग्रह म्हणजे श्रीकृष्णांचे चित्र किंवा मूर्ती जिची घरात किंवा मंदिरात पूजा केली जाते. या रूपात भगवंत भक्ताची प्रेममयी सेवा प्रत्यक्षात स्वीकारतात.

**अचिंत्यभेदाभेद-तत्त्व**—श्री चैतन्य महाप्रभूंचा सिद्धांत: भगवंत आणि त्यांच्या शक्ती यांमधील एकाच वेळी असणारी एकरूपता आणि वेगळेपण.

**आर्य**—वैदिक संस्कृतीचा एक सभ्य अनुयायी; ज्याचे ध्येय आध्यात्मिक प्रगती आहे असा मनुष्य.

**अंश विभव**—विस्तारित रूप.

**देव-देवता**—भगवान श्रीकृष्णांच्या आज्ञेनुसार भौतिक ब्रह्मांडांचे व्यवस्थापन सांभाळणारे शक्तिशाली जीव. उदाहरणार्थ, इंद्र, चंद्र, वरुण इत्यादी.

**निर्गुण**—गुणरहित. भगवंतांच्या बाबतीत, या शब्दाचा अर्थ, ते भौतिक गुणांच्या संसर्गाच्या पलीकडे स्थित आहेत आणि दिव्य गुणांनी परिपूर्ण आहेत असा होतो.

**निर्वाण**—भौतिक अस्तित्वातून मुक्ती.

**परम सत्य**—ज्यांच्यापासून सर्व काही उत्पन्न होते ते: हा शब्द केवळ श्रीकृष्णांना उद्देशून आहे, कारण त्यांचे अस्तित्व कोणावरही अवलंबून नाही.

परिकर, साजसामग्री—भगवान श्रीकृष्णांशी निगडित असणाऱ्या गोष्टी, जसे नाम, रूप, लीला, गुण, धाम, सखा, भक्त इत्यादी

**बद्ध जीव**—जन्म-मृत्यूच्या चक्रात सापडलेले, भौतिक ब्रह्मांडात निवास करणारे जीवात्मे.

**ब्रह्म**—१. जीवात्मा, २. भगवंतांचे सर्वव्यापी निराकार स्वरूप, ३. पूर्णपुरुषोत्तम भगवान, ४. महत्-तत्त्व किवा संपूर्ण भौतिक पदार्थ.

**ब्रह्मज्योती**—भगवान श्रीकृष्णांच्या दिव्य शरीरातून निघणारे अलौकिक तेज, जे आध्यात्मिक जगताला प्रकाशमान करते. आध्यात्मिक प्रगतीवरील प्रारंभिक साक्षात्कार; निर्विशेषवादी किंवा निराकारवाद्यांचे अंतिम ध्येय.

**भक्ती**—भगवान श्रीकृष्णांची प्रेममयी सक्रिय सेवा. श्रवण, कीर्तन इत्यादी भक्तीचे नऊ प्रकार आहेत.

**भगवान**—षडैश्वर्यपूर्ण भगवान. सहा ऐश्वर्ये: सर्व संपत्ती, सौंदर्य, यश, बल, ज्ञान आणि वैराग्य.

**सकाम कर्म**—फळाच्या लोभाने केलेले कर्म.

**स्वर्गलोक**—एका ब्रह्मांडातील उच्चस्तरीय नश्वर भौतिक ग्रह, देवीदेवतांचे निवासस्थान.

# श्लोकानुक्रमणिका

## अ

## आ



## इ



## ई



## उ



## ऊ



## ऋ



## ए

## ऐ



## ओ



## क



## ग



## च

## प



## ब

## र

## ल



## व



## श



## स

## ह



## क्ष



## ज्ञ



• • •

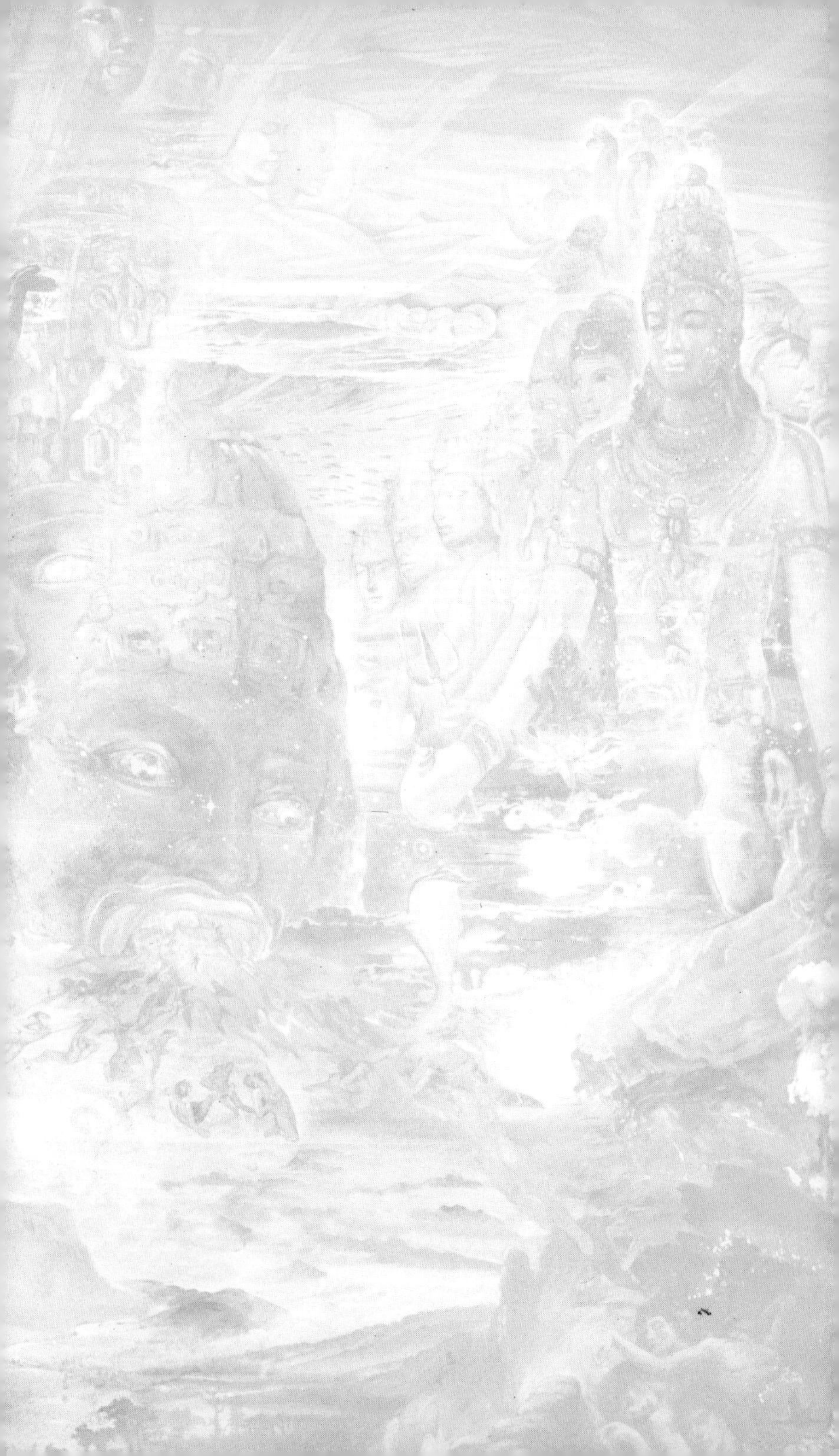